ಸ್ವಾತಂತ್ರ್ಯೋತ್ತರ ಕನ್ನಡ ಸಣ್ಣ ಕಥೆಗಳು

ಒಳಬದಿಯ ರಕ್ಷಾಪುಟಗಳಲ್ಲಿ ಕಾಣಿಸಿರುವ ಶಿಲ್ಪಕಲೆಯಲ್ಲಿ ರಾಜ ಶುದ್ಧೋದನನಿಗೆ ಮೂವರು ಕಾಲಜ್ಞಾನಿಗಳು ರಾಣಿ ಮಾಯೆಯ ಕನಸಿನ ಅರ್ಥವನ್ನು ವಿವರಿಸುವ ದೃಶ್ಯವಿದೆ. ಅವರ ಕೆಳಗೆ ಕುಳಿತಿರುವ ಲಿಪಿಕಾರನು ಅರ್ಥವಿವರಣೆಯನ್ನು ದಾಖಲಿಸುತ್ತಿದ್ದಾನೆ. ಪ್ರಾಯಶಃ ಇದು ಭಾರತದಲ್ಲಿ ಲಭ್ಯವಿರುವ ಮೊಟ್ಟಮೊದಲ ಲೇಖನ ಕಲೆಯ ಚಿತ್ರಾತ್ಮಕ ದಾಖಲೆ.

ದೊರಕಿರುವ ಸ್ಥಳ : ನಾಗಾರ್ಜುನಕೊಂಡ, ಕ್ರಿ.ಶ. ೨ನೇ ಶತಮಾನ.

ಕೃಪೆ : ರಾಷ್ಟ್ರೀಯ ವಸ್ತುಸಂಗ್ರಹಾಲಯ, ನವದೆಹಲಿ.

ಸ್ವಾತಂತ್ರ್ಯೋತ್ತರ ಕನ್ನಡ ಸಣ್ಣ ಕಥೆಗಳು

(೧೯೫೦ ರಿಂದ ೨೦೦೦ ವರೆಗೆ)

ಸಂಪಾದಕರು
ಕರೀಗೌಡ ಬೀಚನಹಳ್ಳಿ

ಸಾಹಿತ್ಯ ಅಕಾದೆಮಿ

Swathanthryotthara Kannada Sanna Kathegalu (An Anthology of post-independence Kannada short stories) Compiled and Edited with introduction by Karigowda Beechanahalli, Sahitya Akademi, 2020, Rs. 325

ಕೃತಿ ಸ್ವಾಮ್ಯ : © ಸಾಹಿತ್ಯ ಅಕಾದೆಮಿ

ಪ್ರಕಾರ : ಕನ್ನಡ ಸಣ್ಣ ಕಥೆಗಳು

ಪ್ರಕಟಣೆ : ಸಾಹಿತ್ಯ ಅಕಾದೆಮಿ

ಪ್ರಥಮ ಮುದ್ರಣ : ೨೦೨೦

ಸಂಪಾದಕರು : ಕರೀಗೌಡ ಬೀಚನಹಳ್ಳಿ

ISBN: 978-93-89778-24-3

ಬೆಲೆ : ಮುನ್ನೂರ ಇಪ್ಪತ್ತೈದು ರೂಪಾಯಿಗಳು

ಸಾಹಿತ್ಯ ಅಕಾದೆಮಿ
ಮುಖ್ಯ ಕಛೇರಿ: ರವೀಂದ್ರ ಭವನ, ೩೫, ಫಿರೋಜಶಾಹ ರಸ್ತೆ, ನವದೆಹಲಿ ೧೧೦ ೦೦೧
secretary@sahitya-akademi.gov.in, 011-23386626/27/28
ಮಾರಾಟ ವಿಭಾಗ: 'ಸ್ವಾತಿ', ಮಂದಿರ ಮಾರ್ಗ, ನವದೆಹಲಿ ೧೧೦ ೦೦೧
sales@sahitya-akademi.gov.in, 011-23745297, 23364204
ಕೊಲ್ಕತ್ತ: ೪, ಡಿ.ಎಲ್.ಖಾನ್ ರಸ್ತೆ, ಕೋಲ್ಕತ್ತ ೭೧೦ ೦೨೫
rs.rok@sahitya-akademi.gov.in, 033-24191683/ 24191706
ಚೆನ್ನೈ: ೪೪೩, ಗುಣ ಕಾಂಪ್ಲೆಕ್ಸ್, ಅಣ್ಣಾಸಾಲೈ, ತೇನಾಂಪೇಟೈ, ಚೆನ್ನೈ ೬೦೦ ೦೧೮
chennaioffice@sahitya-akademi.gov.in, 044-24311741
ಮುಂಬೈ: ೧೭೨, ಮುಂಬೈ, ಮರಾಠಿ ಗ್ರಂಥ ಸಂಗ್ರಹಾಲಯ ಮಾರ್ಗ, ದಾದರ್, ಮುಂಬೈ ೪೦೦ ೦೧೪
rs.rom@sahitya-akademi.gov.in, 022-224135744/ 24131948
ಬೆಂಗಳೂರು: ಸೆಂಟ್ರಲ್ ಕಾಲೇಜು ಆವರಣ, ಡಾ. ಬಿ.ಆರ್.ಅಂಬೇಡ್ಕರ್ ರಸ್ತೆ, ಬೆಂಗಳೂರು ೫೬೦ ೦೦೧
rs.rob@sahitya-akademi.gov.in, 080-22245152, 22130870

ಮುಖಪುಟ : ಯು.ಟಿ.ಸುರೇಶ್

ಅಕ್ಷರ ಜೋಡಣೆ : ನೀತು ಗ್ರಾಫಿಕ್ಸ್, ಬೆಂಗಳೂರು | ಮುದ್ರಣ : ಇಳಾ ಗ್ರಾಫಿಕ್ಸ್, ಬೆಂಗಳೂರು

Website:http://www.sahitya-akademi.gov.in

ಅನುಕ್ರಮಣಿಕೆ

ಪ್ರಸ್ತಾವನೆ

ಸ್ವಾತಂತ್ರ್ಯೋತ್ತರ ಘಟ್ಟದ ಐದು ದಶಕಗಳ (೧೯೫೦-೨೦೦೦) ಕಾಲಾವಧಿಯಲ್ಲಿ ಪ್ರಕಟವಾದ ಆಧುನಿಕ ಕನ್ನಡ ಸಣ್ಣಕಥೆಗಳಿಂದ ಆಯ್ದ ಪ್ರಾತಿನಿಧಿಕ ಕಥಾಸಂಕಲನ ಇದು.

ಆಧುನಿಕ ಕನ್ನಡ ಸಣ್ಣಕಥೆಯ ಚರಿತ್ರೆ ಇಪ್ಪತ್ತನೆಯ ಶತಮಾನದ ಆರಂಭದಿಂದಲೇ ಪ್ರಾರಂಭವಾಗುತ್ತದೆ. ಕನ್ನಡದಲ್ಲಿ ಸಣ್ಣಕಥೆಗಳನ್ನು ಬರೆದು ಪ್ರಕಟಿಸಿದವರಲ್ಲಿ ಪಂಜೆ ಮಂಗೇಶರಾಯರು ಆದ್ಯರು. ಇವರ ಸಮಕಾಲೀನರಾಗಿ ಕೆರೂರು ವಾಸುದೇವಾಚಾರ್ಯ, ಎಂ.ವಿ. ಕಾಮತ್ ಅವರು ಕಥೆಗಳನ್ನು ಬರೆದರು. ಆರಂಭದ ಕಥೆಗಾರರ ಕಥೆಗಳಲ್ಲಿ ಆದರ್ಶ, ಆಧ್ಯಾತ್ಮಿಕತೆ, ಹಾಸ್ಯ, ಚಾರಿತ್ರಿಕತೆ ಹಾಗೂ ಸಾಮಾಜಿಕತೆಯ ವಸ್ತುಗಳು ಕಾಣಿಸಿ ಕೊಂಡವು. ಅನಂತರ ಮಾಸ್ತಿ ವೆಂಕಟೇಶ ಅಯ್ಯಂಗಾರ್ (ಶ್ರೀನಿವಾಸ) ಅವರು ಈ ಕಥಾಲೋಕವನ್ನು ಪ್ರವೇಶ ಮಾಡಿದ ಮೇಲೆ ಕನ್ನಡ ಸಣ್ಣ ಕಥಾಸಾಹಿತ್ಯಕ್ಕೆ ಒಂದು ಪ್ರಬುದ್ಧತೆ ಪ್ರಾಪ್ತವಾಯಿತು. ಅನಂತರ ಕುವೆಂಪು, ಆನಂದ (ಅಜ್ಜಂಪುರ ಸೀತಾರಾಮ್), ಕೊಡಗಿನ ಗೌರಮ್ಮ, ಅಶ್ವಥ್, ಆನಂದಕಂದ (ಬೆಟಗೇರಿ ಕೃಷ್ಣಶರ್ಮ) ಮುಂತಾದ ಕಥೆಗಾರರಿಂದ ಈ ಕ್ಷೇತ್ರ ಹುಲಸಾಗಿ ಬೆಳೆಯುತ್ತಾ ಸಾಗಿತು.

ಹೊಸಗನ್ನಡ ಸಾಹಿತ್ಯದ ಬೆಳವಣಿಗೆಯಲ್ಲಿ ಸಣ್ಣಕಥೆಯ ಸ್ಥಾನ ತುಂಬಾ ಮಹತ್ವ ಪೂರ್ಣವಾದುದು. ಹೊಸಗನ್ನಡ ಸಾಹಿತ್ಯ ಜನಿಸಿದ್ದೇ ಭಾವಗೀತೆ ಮತ್ತು ಸಣ್ಣಕಥೆಯ ಪ್ರಕಾರವಾಗಿ; ಭಾವಗೀತೆ ಪ್ರಧಾನವಾಗಿ ಪದ್ಯಜನ್ಯವಾದರೆ, ಸಣ್ಣಕಥೆ ಪ್ರಧಾನವಾಗಿ ಗದ್ಯ ಜನ್ಯ. ಈ ಎರಡೂ ಪ್ರಕಾರಜನ್ಯವಾಗಿ ಹೊಸಗನ್ನಡ ಸಾಹಿತ್ಯದಲ್ಲಿ ವಿಸ್ತೃತವಾಗಿ ಬೆಳೆದಿವೆ. ಸಮಾಜದ ವಾಸ್ತವಿಕತೆ, ಕಥನ ನಿರೂಪಣೆ ಮತ್ತು ಸರಳ ಸುಂದರ ಗದ್ಯಶೈಲಿ ಕಾಣಿಸಿ ಕೊಂಡಿದ್ದು ಮೊದಲು ಸಣ್ಣಕಥೆಗಳಲ್ಲಿ. ಕನ್ನಡದಲ್ಲಿ ಕಥನ ಪರಂಪರೆಗೆ ಸುದೀರ್ಘವಾದ ಚರಿತ್ರೆಯೇ ಇದೆ. ಈ ಕಥನ ಪರಂಪರೆ ನಿರಂತರವಾಗಿ ಜೀವಂತವಾಗಿ ಹರಿದು ಬಂದಿದೆ. ಆದರೂ ಇದಕ್ಕೆ ಆಧುನಿಕ ರೂಪ, ಪ್ರಭಾವ, ಪ್ರೇರಣೆ ದೊರೆತದ್ದು ಪಾಶ್ಚಾತ್ಯ ಸಾಹಿತ್ಯದ ವಿವಿಧ ಮಾದರಿಗಳಿಂದ; ಅಂದರೆ ಭಾರತೀಯ ಮತ್ತು ಕನ್ನಡದ ಹಳಗನ್ನಡ ಸಾಹಿತ್ಯದ ಪರಂಪರೆ ಇದಕ್ಕೆ ಇಲ್ಲವೆಂದು ಅರ್ಥವಲ್ಲ. ಭಾರತದ ಅಭಿಜಾತ ಹಾಗೂ ಮೌಖಿಕ ಪರಂಪರೆಗಳೆರಡೂ ಇದರ ಮೇಲೆ ಗಾಢವಾಗಿಯೇ ಪ್ರಭಾವ ಬೀರಿವೆ. ಆದರೆ ಸಣ್ಣಕಥೆ ಇಪ್ಪತ್ತನೆಯ ಶತಮಾನದ ಸಮಕಾಲೀನ ಸಮಾಜದ ಆವಶ್ಯಕತೆಗಳಿಗೆ ಅನುಗುಣವಾಗಿ ಆಧುನಿಕ ಹಾಗೂ ಪರಂಪರಾಗತ ಚಿಂತನ ಕ್ರಮಗಳನ್ನು ಅವಲಂಬಿಸುವ, ಅಳವಡಿಸಿ ಕೊಳ್ಳುವ ಸ್ವಾತಂತ್ರ್ಯವನ್ನು ತನ್ನ ಬೆಳವಣಿಗೆಯಲ್ಲಿ ಅಗಾಧವಾಗಿ ಕಂಡುಕೊಂಡಿತ್ತು.

ಆಧುನಿಕ ಕನ್ನಡ ಕಥಾಸಾಹಿತ್ಯವನ್ನು ಸಂವೇದನೆ, ವಸ್ತು, ತಂತ್ರ, ಶೈಲಿ, ಪ್ರಯೋಗ ಇತ್ಯಾದಿ ಬದಲಾವಣೆಗಳನ್ನು, ಬೆಳವಣಿಗೆಯನ್ನು ದೃಷ್ಟಿಯಲ್ಲಿಟ್ಟುಕೊಂಡು ಮೂರು ಕಾಲ ಘಟ್ಟಗಳಲ್ಲಿ ಪರಿಭಾವಿಸುವ ಪರಿಪಾಠ ನಡೆದಿದೆ. ಮೊದಲನೆಯದು ಸುಮಾರು ೧೯೦೦ ರಿಂದ ೧೯೫೦ರವರೆಗಿನ ನವೋದಯ ಹಾಗೂ ಪ್ರಗತಿಶೀಲ ಕಥಾಸಾಹಿತ್ಯದ ಅವಧಿ; ಎರಡನೆಯದು ೧೯೫೦ ರಿಂದ ೧೯೭೦ರವರೆಗಿನ ನವ್ಯ ಕಥಾಸಾಹಿತ್ಯದ ಅವಧಿ; ಮೂರನೆಯದು ೧೯೭೦ ರಿಂದ ಈಚೆಗಿನ ಇಲ್ಲಿಯ ವರೆಗಿನ ದಲಿತ, ಬಂಡಾಯ, ಮುಸ್ಲಿಂ, ಸ್ತ್ರೀವಾದ ಮುಂತಾದ ಕಥಾಸಾಹಿತ್ಯದ ಅವಧಿ. ಹೀಗೆ ಇದು ಸ್ಥೂಲವಾಗಿ ವಿಮರ್ಶಾವಲಯ ಗುರುತಿಸಿರುವ ಆಧುನಿಕ ಕನ್ನಡ ಕಥಾಸಾಹಿತ್ಯದ ವಿವಿಧ ಕಾಲಾವಧಿ. ಆದರೆ ಈ ಕಾಲಖಂಡಗಳ ಕಾಲಾವಧಿಯನ್ನು ಅಧ್ಯಯನದ ದೃಷ್ಟಿಯಿಂದ ಗುರುತಿಸ ಬಹುದಷ್ಟೇ. ಆದರೆ ಈ ಪರಿಭಾಷೆ ಆಯಾ ಮಾರ್ಗದ ಗುಣ ಲಕ್ಷಣಗಳನ್ನು ಸೂಚಿಸುತ್ತವೆ ಎಂಬ ಅರ್ಥಗಳಲ್ಲಿ ಮಾತ್ರ ಸ್ವೀಕರಿಸುವುದೇ ಸೂಕ್ತ.

ಏಕೆಂದರೆ, ಕಾಲಖಂಡ ಎಂಬುದು ಸೀಮಾತೀತವಾದುದು; ಯಾವುದೇ ಲೇಖಕ ಯುಗಧರ್ಮಕ್ಕೆ ಅನುಗುಣವಾಗಿ ಕ್ರಿಯಾಶೀಲನಾಗಿರುತ್ತಾನೆ. ಸ್ವಾತಂತ್ರ್ಯಪೂರ್ವದಲ್ಲಿ ಬರೆದ ಅನೇಕ ಕಥೆಗಾರರು ಸ್ವಾತಂತ್ರ್ಯೋತ್ತರದ ಕಾಲಘಟ್ಟಗಳಲ್ಲಿಯೂ ಕಥೆಗಳನ್ನು ಬರೆದಿದ್ದಾರೆ. ಹಾಗಾಗಿ ಲೇಖಕರು ಯುಗಧರ್ಮಕ್ಕೆ ಅನುಗುಣವಾಗಿಯೇ ಕಾಲಕಾಲಕ್ಕೆ ಸ್ಪಂದಿಸಿದವರೇ ಆಗಿರುತ್ತಾರೆ. ಲೇಖಕರು ತಮ್ಮ ಸಂವೇದನೆಗಳಲ್ಲಿ ಕಾಲದ ಪ್ರಭಾವಕ್ಕೆ ಒಳಗಾದವರೇ ಆಗಿರುತ್ತಾರೆ. ಅಂತಹ ಲೇಖಕರು ಸಮಕಾಲೀನವಾದ ಸಾಹಿತ್ಯಕ ಚಳುವಳಿಗಳ ಹಾಗೂ ರಾಜಕೀಯ ಒತ್ತಾಸೆಗಳ ಪ್ರೇರಣೆ, ಪ್ರಭಾವಗಳಿಂದ ತಪ್ಪಿಸಿಕೊಂಡು ಬರೆಯುವುದು ಕಷ್ಟ ಕರವಾಗಿರುತ್ತದೆ. ಹಾಗಾಗಿ ಕಾಲದ ಗೆರೆ ಎಳೆದು ವಿಂಗಡಿಸಿ ನೋಡುವುದು ಸರಿಯಾಗ ಲಾರದು.

ಸ್ವಾತಂತ್ರ್ಯಪೂರ್ವದ ನವೋದಯ ಹಾಗೂ ಪ್ರಗತಿಶೀಲ ಕಥಾ ಸಾಹಿತ್ಯ ಮುಖ್ಯವಾಗಿ ಒಂದು ಸಾಹಿತ್ಯಕ ಹಾಗೂ ಸಾಂಸ್ಕೃತಿಕ ಕ್ರಿಯೆ. ಆದರೆ ಪ್ರಗತಿಶೀಲ ಸಾಹಿತ್ಯ ಪ್ರಧಾನವಾಗಿ ಸಾಮಾಜಿಕ ಚಳುವಳಿಯ ರೂಪದಲ್ಲಿ ಕಾಣಿಸಿಕೊಂಡಿತು. ಇದರ ಹಿಂದೆ ರಷ್ಯಾದ ಎಡ ಪಂಥೀಯ ಲೇಖಕರ ದಟ್ಟ ಪ್ರಭಾವವಿತ್ತು. ಆದರೆ ನವೋದಯದ ಕಾಲ ಒಂದು ಸಮೃದ್ಧಿಯ ಕಾಲ. ಹಲವಾರು ಲೇಖಕರು ವೈವಿಧ್ಯಯಮವಾದ ವಿಷಯಗಳನ್ನು, ವಿಭಿನ್ನ ವಾದ ಸಮಾಜವನ್ನು ಕಥಾಲೋಕಕ್ಕೆ ತಂದರು. ಅನೇಕ ಪ್ರಯೋಗಗಳನ್ನೂ ಮಾಡಿದರು. ತಂತಮ್ಮ ಪ್ರದೇಶಗಳ ಭಾಷಾ ಪ್ರಭೇದಗಳ ನುಡಿಗಟ್ಟುಗಳನ್ನು ಕಥೆಯ ಶರೀರದೊಳಗೆ ತಂದರು. ತಮ್ಮ ಹಿಂದಿನ ಪ್ರಾಚೀನ ಕನ್ನಡ ಸಾಹಿತ್ಯದ ಕಥನ ಪರಂಪರೆಯನ್ನೂ ಮುಂದು ವರಿಸಿದರು. ತಮ್ಮ ಸಮಕಾಲೀನರಾದ ಗಾಂಧೀಜಿ ಹಾಗೂ ಅರವಿಂದರ ಚಿಂತನೆಗಳನ್ನೂ ಸ್ಫೂರ್ತಿಯಾಗಿ ಪಡೆದರು. ಸಾಮ್ರಾಜ್ಯಶಾಹಿಗೆ ಪೂರಕವಾಗಿದ್ದ ವಸಾಹತುಶಾಹಿಯನ್ನು ವಿರೋಧಿಸುತ್ತಾ ರಾಷ್ಟ್ರೀಯವಾದವನ್ನು ಪ್ರತಿಪಾದಿಸಿದರು. ನಾಡಿನ ಏಕೀಕರಣ, ಸಾಂಸ್ಕೃತಿಕ ಪುನರುಜ್ಜೀವನ, ಜಾತಿ ಪದ್ಧತಿ, ಅಸ್ಪೃಶ್ಯತೆ, ಸ್ತ್ರೀ ವಿದ್ಯಾಭ್ಯಾಸ, ಆದರ್ಶವಾದ, ಮಾನವತಾ

ವಾದ, ಆಧುನಿಕತೆ ಮತ್ತು ವೈಚಾರಿಕತೆಯ ಬಗ್ಗೆ ಸ್ಪಂದಿಸಿದರು. ಪ್ರಗತಿಶೀಲ ಕಥಾಸಾಹಿತ್ಯ ಸಾಮಾಜಿಕ ನ್ಯಾಯ ಪ್ರತಿಪಾದನೆ, ವರ್ಗ ಸಮಸ್ಯೆ, ವಂಚನೆ, ಶೋಷಣೆ, ದೌರ್ಜನ್ಯದ ವಿರುದ್ಧ ಪ್ರತಿರೋಧ ಪ್ರಕಟಿಸಿತು. ಬಸವರಾಜ ಕಟ್ಟೀಮನಿ, ಅನಕೃ, ನಿರಂಜನ, ಚದುರಂಗ, ತ್ರಿವೇಣಿ ಮುಂತಾದ ಕಥೆಗಾರರು ಪ್ರಗತಿಶೀಲ ಕಥಾಸಾಹಿತ್ಯ ಮಾರ್ಗದಲ್ಲಿ ತಮ್ಮ ಅಸ್ಮಿತೆ ಯನ್ನು ತೋರಿಸಿದವರು. ಆದರೆ ನವೋದಯ ಕಥಾಸಾಹಿತ್ಯದಲ್ಲಿ ಏಕಾಗ್ರತೆ, ಸಂಯಮ, ಸಹನೆ ಕಂಡುಬಂದರೆ, ಪ್ರಗತಿಶೀಲ ಕಥಾಸಾಹಿತ್ಯದಲ್ಲಿ ಆಕ್ರೋಶ, ಸಿಟ್ಟು, ಅಬ್ಬರ ಕಂಡು ಬಂದಿತು. ಆದರೆ ಈ ಕಾಲಾವಧಿಯ ಕಥಾ ಸಾಹಿತ್ಯದಲ್ಲಿ ಮುಖ್ಯವಾಗಿ ಮಾನವೀಯತೆಯ ಹುಡುಕಾಟ ನಡೆದದ್ದು ಇದರ ವಿಶೇಷ.

ಸ್ವಾತಂತ್ರ್ಯಪೂರ್ವದ ಕಥಾಸಾಹಿತ್ಯ ಮುಖ್ಯವಾಗಿ ಮಧ್ಯಮವರ್ಗದ ಓದುಗರಿಗೆ ಆಹ್ಲಾದಕರವಾಗಿ ಪರಿಣಮಿಸಿತು. ಪ್ರಗತಿಶೀಲ ಕಾಲದ ಕಥಾಸಾಹಿತ್ಯ ಅಂದರೆ ಕಥೆ ಮತ್ತು ಕಾದಂಬರಿ ಎರಡೂ ಪ್ರಕಾರಗಳು ಓದುಗ ವರ್ಗವನ್ನು ಆಕರ್ಷಿಸಿದವು. ನವೋದಯದಲ್ಲಿ ಶಿವರಾಮ ಕಾರಂತ, ಕುವೆಂಪು, ಮಾಸ್ತಿ ಅವರ ಕಥೆ ಹಾಗೂ ಕಾದಂಬರಿ ಗಳ ವಸ್ತುಗಳು ಮಧ್ಯಮ ವರ್ಗದ ಓದುಗ ವರ್ಗದ ಮೇಲೆ ತೀವ್ರ ಪರಿಣಾಮ ಬೀರಿದವು. ಆ ಸಂದರ್ಭದ ಮಧ್ಯಮ ವರ್ಗವೆಂದರೆ ಮುಖ್ಯವಾಗಿ ಅಕ್ಷರಸ್ಥ ಬ್ರಾಹ್ಮಣ ಓದುಗ ವರ್ಗವಾಗಿತ್ತು. ವಿಮರ್ಶಕ ಗಿರಡ್ಡಿ ಗೋವಿಂದರಾಜ ಅವರು ಆ ಚಾರಿತ್ರಿಕ ಸನ್ನಿವೇಶವನ್ನು ಕುರಿತು ಬರೆಯುವ ಮಾತುಗಳು ನಿಜವೆನ್ನಿಸುತ್ತವೆ :

> ನಮ್ಮ ನವೋದಯ ಕಾಲ ಒಂದೇ ವರ್ಗದ ಪ್ರಭಾವದಲ್ಲಿತ್ತು. ಹಾಗಾಗಿ ಅಲ್ಲಿ ಮಧ್ಯಮವರ್ಗದ ಬ್ರಾಹ್ಮಣ ಸಮಾಜಕ್ಕೆ ಸಂಬಂಧಿಸಿದ ವಸ್ತುಗಳೇ ಅಲ್ಲಿ ಪ್ರಧಾನ ವಾಗಿದ್ದವು. ಆದರೂ ಅಲ್ಲಿ ಕೆಲವು ಬ್ರಾಹ್ಮಣ ಲೇಖಕರೂ ಇದನ್ನು ಮೀರಿ ಉದಾರ ಮಾನವತಾವಾದದ ಜೀವನ ದೃಷ್ಟಿಯನ್ನು ಪ್ರಕಟಿಸಿದ್ದಾರೆ. (ಮರೆಯ ಬಾರದ ಕಥೆಗಳು ಸಂಕಲನ, ಮುನ್ನುಡಿ, ೧೯೯೫)

ಆದರೆ ಸ್ವಾತಂತ್ರ್ಯೋತ್ತರ ಭಾರತದಲ್ಲಿ ಅಕ್ಷರಲೋಕಕ್ಕೆ ತಡವಾಗಿ ತೆರೆದುಕೊಂಡ ಬ್ರಾಹ್ಮಣೇತರರೂ ಸಾಹಿತ್ಯ ರಚನೆಯ ಕ್ಷೇತ್ರವನ್ನು ಪ್ರವೇಶಿಸಿದರು. ಅದರಿಂದಾಗಿ ಮುಂದೆ ಕನ್ನಡ ಸಾಹಿತ್ಯದಲ್ಲಿ ಒಂದು ಬಗೆಯ ಹೊಸ ಅನುಭವ, ಹೊಸದನಿ, ಹೊಸ ನುಡಿಗಟ್ಟುಗಳು ಕಾಣಿಸಿಕೊಂಡವು. ಇವು ಸಣ್ಣಕಥೆಗಳಲ್ಲಿಯೂ ಕಾಣಿಸಿಕೊಂಡಿತು. ಮುಖ್ಯವಾಗಿ ಈ ಸಣ್ಣಕಥೆಯ ಸಾಹಿತ್ಯ ಗದ್ಯದ ಮೇಲೇ ನಿಂತಿದೆ. ಆದರೆ ಕಥೆಗಾರರು ಗದ್ಯವನ್ನು ಒಬ್ಬರಿ ಗಿಂತ ಒಬ್ಬರು ವಿಭಿನ್ನವಾಗಿ ಬಳಸಿದ್ದಾರೆ. ಕಥೆಗಾರರು ಬಳಸಿದ ಗದ್ಯದ ಬಗ್ಗೆ ವಿಮರ್ಶಕ ಜಿ.ಎಚ್.ನಾಯಕ ಅವರು ಹೇಳುವ ಮಾತುಗಳು ಸೂಕ್ತವಾಗಿಯೇ ಇದೆ:

> ಸ್ವಾತಂತ್ರ್ಯಪೂರ್ವದ ನವೋದಯ, ಪ್ರಗತಿಶೀಲರಿಗೆ ಹೇಳುವುದಕ್ಕೆ ಕಥನವಿರು ತ್ತಿತ್ತು. ಆ ಕಥಾಭಾಗದ ಹೃದಯಂಗಮತೆ ಅಥವಾ ಘಟನೆಗಳ ಸಂಯೋಜನಾ ಚಾತುರ್ಯ ಮನಸ್ಸಿನ ಮೇಲೆ ಮಾಡುವ ಪರಿಣಾಮವೇ ಅವರಿಗೆ ಮುಖ್ಯವಾಗಿರು ತ್ತದೆ. ಹಾಗಾಗಿ ಆ ಕಥೆಗಾರರು ಗದ್ಯವನ್ನು ವಿವರಣಾತ್ಮಕವಾಗಿಯೇ ಬಳಸಿದರು. ಆದರೆ ಸ್ವಾತಂತ್ರ್ಯೋತ್ತರ ಕಾಲದ ನವ್ಯಕಥೆಗಾರರು ಗದ್ಯವನ್ನು ತಿಳುವಳಿಕೆಯ ಸಾಧ್ಯತೆಗಾಗಿ ಬಳಸಿದರು. ನವ್ಯ ಕಥೆಗಾರರು ಸಣ್ಣಕಥೆಯ ಸೃಜನಾತ್ಮಕ ಪ್ರಕ್ರಿಯೆ

> ಮತ್ತು ಅದು ಮನಸ್ಸಿನ ಮೇಲೆ ಮಾಡುವ ಪರಿಣಾಮ ಒಂದು ಕವನದ ಸೃಜನಾತ್ಮಕ ಪ್ರಕ್ರಿಯೆ ಮತ್ತು ಪರಿಣಾಮಕ್ಕಿಂತ ಭಿನ್ನ ಅಲ್ಲ ಎಂಬ ತಿಳುವಳಿಕೆಯಲ್ಲಿ ಕಥೆಗಳನ್ನು ಬರೆದರು. ಹಾಗಾಗಿ ನವ್ಯಕಥೆಗಾರರು ಗದ್ಯವನ್ನು ಬರೀ ವಿವರಣಾತ್ಮಕ ಸಾಧ್ಯತೆಯನ್ನು ಮೀರಿದ ಸಾಂಕೇತಿಕತೆ, ಪ್ರತಿಮೆ, ರೂಪಕದ ಸ್ತರದಲ್ಲಿ ಅನ್ವೇಷಿಸಿದ್ದಾರೆ. (ಕನ್ನಡ ಸಣ್ಣ ಕಥೆಗಳು, ಪ್ರಸ್ತಾವನೆ, ೧೯೭೪)

ಸ್ವಾತಂತ್ರ್ಯೋತ್ತರ ಕಾಲದ ಐವತ್ತು ಮತ್ತು ಅರವತ್ತರ ದಶಕದಲ್ಲಿ ಸೃಷ್ಟಿಯಾದ ನವ್ಯಕಥೆಗಳು ಆಧುನಿಕ ಕನ್ನಡ ಸಾಹಿತ್ಯಕ್ಕೆ ವಿಶಿಷ್ಟ ಕೊಡುಗೆಗಳಾಗಿವೆ. ಈಗಾಗಲೇ ಸ್ವಾತಂತ್ರ್ಯೋತ್ತರದ ಕನ್ನಡ ಕಥಾಸಾಹಿತ್ಯವನ್ನು ನವ್ಯ, ದಲಿತ, ಬಂಡಾಯ, ಸ್ತ್ರೀವಾದಿ, ಮುಸ್ಲಿಂ ಸಂವೇದನೆ ಮುಂತಾದ ಪರಿಭಾಷೆಗಳಿಂದ ಕನ್ನಡ ಸಾಹಿತ್ಯ ಚರಿತ್ರೆಯಲ್ಲಿ ಗುರುತಿಸಲಾಗಿದೆ. ಸಾಮಾಜಿಕ, ರಾಜಕೀಯ, ಧಾರ್ಮಿಕ ಹಾಗೂ ಸಾಂಸ್ಕೃತಿಕ ಪ್ರಕ್ರಿಯೆಗಳಿಂದ ಹಿಡಿದು ವ್ಯಕ್ತಿಯ ಬದುಕಿನ ವೈಯಕ್ತಿಕ ಹಾಗೂ ಲೋಕದ ಅನುಭವದ ಗ್ರಹಿಕೆ, ಸ್ವರೂಪದವರೆಗೆ ಗ್ರಹಿಸುವ, ಚಿತ್ರಿಸುವ ಚೈತನ್ಯ ಶಕ್ತಿ ಸಾಹಿತ್ಯಕ್ಕಿದೆ. ಅದು ಮನುಷ್ಯನ ಆತ್ಮವಿಮರ್ಶೆ ಮತ್ತು ಅನ್ಯವಿಮರ್ಶೆಗಳನ್ನು ಪ್ರತಿಮೆ, ರೂಪಕ, ಸಂಕೇತಗಳ ಮೂಲಕ ಮಂಡಿಸುತ್ತದೆ. ಆ ಮೂಲಕ ಸಾಹಿತ್ಯ ಮನುಷ್ಯನ ಘನತೆಯನ್ನು, ಮಾನವೀಯತೆಯನ್ನು ಅತ್ಯುನ್ನತ ಮಟ್ಟದಲ್ಲಿ ಸ್ಥಾಪಿಸುವ ಬಹುಮುಖೀ ಸಾಧ್ಯತೆ ಹಾಗೂ ಬಹುರೂಪತೆಯ ಆಯಾಮಗಳನ್ನು ಹೊಂದಿರುತ್ತದೆ. ಸಾಹಿತ್ಯದ ಅಸ್ತಿತ್ವದ ಪರಿಧಿಯೊಳಗೇ ಮಾನವನ ಮನಸ್ಸು, ಅವನ ಜೀವನ ಕ್ರಮ, ನೋವು, ನಲಿವು ಇತ್ಯಾದಿ ಭಾವಗಳು ವ್ಯವಹರಿಸುತ್ತಿರುತ್ತವೆ. ಅದು ವಸ್ತು, ಸ್ವರೂಪ, ತಂತ್ರ ಎಲ್ಲವನ್ನೂ ಸಮೀಕರಿಸಿಕೊಂಡಿರುತ್ತದೆ. ಅದರ ವಸ್ತು ಬಲಿಷ್ಠತೆಗಳಿಗನುಗುಣವಾಗಿಯೇ ಅದರ ಭಾಷೆ, ಶೈಲಿ, ತಂತ್ರ, ಪ್ರತಿಮೆ, ಸಂಕೇತ, ರೂಪಕ, ಪರಿಕರ ಹಾಗೂ ಪ್ರಯೋಗಗಳೆಲ್ಲಾ ರೂಪುಗೊಳ್ಳುತ್ತಾ ಹೋಗುತ್ತವೆ. ಹಾಗಾಗಿ ಸಾಹಿತ್ಯ ಕೃತಿಗೆ ಆ ಸಮಾಜದ ಒಟ್ಟು ಸಂಸ್ಕೃತಿಯ ಬಹುತ್ವ ಪ್ರಾಪ್ತವಾಗಿರುತ್ತದೆ. ಆದರೆ ಇದೆಲ್ಲವೂ ಭಾಷೆಯ ಮೂಲಕ ಮೈದಾಳುವುದರಿಂದ ಭಾಷೆಗೊಂದು ವಿಶಿಷ್ಟವಾದ ಶಕ್ತಿ, ಸಂವಹನ ಕ್ರಿಯೆ ಇರುತ್ತದೆ. ನವ್ಯ ಕಥೆಗಾರರು ಅನನ್ಯವಾದ ರೀತಿಯಲ್ಲಿ ಕನ್ನಡ ಭಾಷೆಯ ಸಂಕೀರ್ಣತೆ ಹಾಗೂ ಸೂಕ್ಷ್ಮತೆಗಳನ್ನೆಲ್ಲಾ ತಂತಮ್ಮ ಕಥೆಗಳಲ್ಲಿ ಅಗಾಧವಾಗಿ ದುಡಿಸಿಕೊಂಡಿದ್ದಾರೆ. ಪಾತ್ರಗಳ ಒಳಮನಸ್ಸಿನ ಭಾವತರಂಗಗಳನ್ನು ಸಂಕೇತ, ರೂಪಕ, ಪ್ರತಿಮೆಗಳ ಮೂಲಕ ಬಿಂಬಿಸಿದ್ದಾರೆ.

ಆಧುನಿಕ ಕನ್ನಡ ಸಾಹಿತ್ಯದಲ್ಲಿ ನವ್ಯ, ನವ್ಯತೆ, ನವ್ಯ ಕಾವ್ಯ, ನವ್ಯ ಸಂಪ್ರದಾಯ, ನವ್ಯ ಕಥನ–ಇವೆಲ್ಲಾ ವಿಶಿಷ್ಟವಾದ ಅರ್ಥವನ್ನು ಪಡೆದುಕೊಂಡಿವೆ. ಈ ಪರಿಕಲ್ಪನೆ ಆಧುನಿಕತೆಯ ಜೊತೆ ಬೆಸೆದುಕೊಂಡಿದೆ. ನವ್ಯತೆ ಎನ್ನುವುದು ಒಟ್ಟು ಸಮಾಜದ, ಸಂಸ್ಕೃತಿಯ ಸಂಕೀರ್ಣತೆಗಳನ್ನೆಲ್ಲಾ ಒಳಗೊಂಡಂತಹ ಒಂದು ವಿಶಿಷ್ಟ ಗ್ರಹಿಕೆ. ವಿಶೇಷವಾಗಿ ಮಾನವನ ಅಂತಃಕರಣದ ಅಂತಃಸತ್ವಗಳನ್ನೆಲ್ಲಾ ಒಳಗೊಂಡಂತಹ ಈ ಘಟಕ ಸಮಾಜದೊಂದಿಗೆ ಹಾಸುಹೊಕ್ಕಾಗಿರುತ್ತದೆ. ಐವತ್ತರ ದಶಕದ ಆರಂಭದಲ್ಲಿ ನವ್ಯಕಾವ್ಯ ರಚನೆಯನ್ನು ಆರಂಭಿಸಿದ ಗೋಪಾಲಕೃಷ್ಣ ಅಡಿಗ, ಬಿ.ಸಿ.ರಾಮಚಂದ್ರಶರ್ಮ ಅವರಲ್ಲಿ ಪ್ರಮುಖರಾದ ವಿ.ಕೃ.ಗೋಕಾಕ ಅವರು 'ನವ್ಯತೆ'ಯ ಪರಿಕಲ್ಪನೆಯ ಬಗ್ಗೆ ಹೀಗೆ ವ್ಯಾಖ್ಯೆಯನ್ನು ನೀಡಿದ್ದಾರೆ :

೧. ಆಧುನಿಕವಾದದ್ದರೊಂದಿಗೆ ಸಹಾನುಭೂತಿ ಅಥವಾ ಸಾದೃಶ್ಯವನ್ನು ಪಡೆದಿರುವುದು.

೨. ಅಭಿವ್ಯಕ್ತಿ ವಿಧಾನ ಅಥವಾ ಪ್ರಯೋಗಗಳಲ್ಲಿ ಆಧುನಿಕ ಯುಗದ ಲಕ್ಷಣಗಳನ್ನು ಪಡೆದಿರುವುದು.

೩. ಆಧುನಿಕ ವೈಚಾರಿಕತೆ ಸತ್ವ ಅಥವಾ ಗುಣಗಳನ್ನು ಪಡೆದಿರುವುದು. (ನವ್ಯತೆ, ೧೯೭೫, ಪು. ೧೦೫)

ಆಧುನಿಕತೆ, ಅಭಿವ್ಯಕ್ತಿ, ವೈಚಾರಿಕತೆ–ಈ ಮೂರು ವಿಷಯಗಳ ಪ್ರಾಧಾನ್ಯತೆಯ ಬಗ್ಗೆ ಗೋಕಾಕರು ಗಮನ ಸೆಳೆದಿದ್ದಾರೆ. ಐವತ್ತರ ದಶಕದ ಆದಿಯಲ್ಲಿ ಶುರುವಾದ ಈ ನವ್ಯತೆ ಅರವತ್ತರ ದಶಕದ ಕೊನೆಯ ಹೊತ್ತಿಗೆ ಒಂದು ಉಚ್ಛ್ರಾಯ ಸ್ಥಿತಿಯನ್ನು ಮುಟ್ಟಿ ನಂತರ ಅದೂ ಬದಲಾವಣೆಯ ಬೇರೊಂದು ದಿಕ್ಕನ್ನು ಹಿಡಿಯಲು ಹವಣಿಸಿದ್ದು ನಿಜ. ಆದರೆ ಈ ಎರಡು ದಶಕಗಳಲ್ಲಿ ನವ್ಯತೆ ಬಲವಾಗಿ ಬೇರು ಬಿಟ್ಟಿತು. ನವ್ಯ ಕಥೆಗಳು ಭಾಷೆ, ತಂತ್ರಗಳೆರಡರಲ್ಲೂ ಸಾವಯವ ಶಿಲ್ಪವನ್ನು ಸಾಧಿಸಿದವು. ನವ್ಯ ಕಥೆಗಳು ಕವಿತೆಯ ರೀತಿಯಲ್ಲಿ ಗ್ರಥನ ಕೌಶಲವನ್ನೊಳಗೊಂಡು ಕಲಾತ್ಮಕತೆಯ ಯಶಸ್ಸನ್ನು ಸಾಧಿಸಿದವು. ವಿಮರ್ಶಕ ಕೆ.ನರಸಿಂಹಮೂರ್ತಿ ಅವರು ಈ ಬಗ್ಗೆ ಹೇಳುವ ಮಾತುಗಳನ್ನು ಇಲ್ಲಿ ದಾಖಲಿಸಬಹುದಾಗಿದೆ:

> ನವ್ಯ ಕಥೆಗಳು ದರ್ಶನದಲ್ಲಿ, ಕಥನ ಕಲೆಯಲ್ಲಿ, ಸಾವಯವತೆಯಲ್ಲಿ ಕ್ರಾಂತಿಯನ್ನುಂಟು ಮಾಡಿವೆ. ಇಲ್ಲಿ ಹೊಸ ಹೊಸ ಪ್ರಯೋಗಗಳು ನಡೆದಿವೆ. ಕಥನ ಕಲೆ, ನವೋದಯದ ಕಥನ ಕಲೆ ಎಲ್ಲಾ ಕಾಲದಲ್ಲೂ ಜೀವಂತವಾಗಿದೆ, ಪ್ರಬುದ್ಧವಾಗಿದೆ. ಮಾಸ್ತಿ ಸಂಪ್ರದಾಯದಲ್ಲಿ ಅನಂತಮೂರ್ತಿ, ಚಿತ್ತಾಲ ಮೊದಲಾದವರು ಕಥೆಗಳನ್ನು ಬರೆದಿದ್ದಾರೆ. ಮಾಸ್ತಿಯಿಂದ ಮುಂದುವರಿದು ಕನ್ನಡ ಕಥನದ ನಿರೂಪಣ ಶೈಲಿ ಅವ್ಯಾಹತವಾಗಿ ಹರಿದಿದೆ. (ಅತ್ಯುತ್ತಮ ಕನ್ನಡ ಕಥೆಗಳು: ಕೆ.ನರಸಿಂಹಮೂರ್ತಿ, ೧೯೫೮)

ನವ್ಯ ಕಥಾಸಾಹಿತ್ಯ ಒಂದು ಬಲವಾದ ಸಂಪ್ರದಾಯವಾಗಿ ನೆಲೆಯೂರಿತು. ಈ ಬಗ್ಗೆ ಶಾಂತಿನಾಥ ದೇಸಾಯಿ ಅವರು 'ಕನ್ನಡ ಸಣ್ಣಕಥೆಗಳಲ್ಲಿ ನವ್ಯತೆ' ಯನ್ನು ಕುರಿತು ತಮ್ಮ ಕೆಲವು ಲೇಖನಗಳಲ್ಲಿ ಹೀಗೆ ಅಭಿಪ್ರಾಯಪಡುತ್ತಾರೆ :

> ೧೯೫೦ರಿಂದ ಕನ್ನಡ ಸಾಹಿತ್ಯ ಸರ್ವ ಅಂಗಗಳಲ್ಲಿ ಪ್ರವಹಿಸಲು ಶುರುವಾದ ನವೀನ ಪ್ರಜ್ಞೆಯು ಮೊದಲು ಮೈದೋರಿದ್ದು ಮುಖ್ಯವಾಗಿ ಕಾವ್ಯ ಮತ್ತು ಸಣ್ಣ ಕಥೆಗಳಲ್ಲಿ; ಅನುಭವ ನಿರೂಪಣೆಯಲ್ಲಿ ಹೊಸತನ, ಪ್ರಾಯೋಗಿಕತೆ ಕಾಣಿಸಿತು. ತಾಂತ್ರಿಕ ಪ್ರಯೋಗ, ಭಾಷಾ ಪ್ರಯೋಗಗಳ ದೃಷ್ಟಿಯಿಂದ ಸಣ್ಣಕಥೆ ಕವಿತೆಗಿಂತ ಒಂದು ಹೆಜ್ಜೆ ಮುಂದೆ ಹೋಗಿದೆಯೇನೋ ಎಂದೆನಿಸಿತು. ಸಂಜ್ಞಾ ಪ್ರವಾಹದ ಕಥನ, ಕಾವ್ಯಾತ್ಮಕ ಕಥನ, ಸಾಂಕೇತಿಕ ತಂತ್ರ, ಚಲಚ್ಚಿತ್ರ ತಂತ್ರ, ಸ್ವಪ್ನ ಸ್ವರೂಪದ ನಿರೂಪಣೆ ಮುಂತಾದ ಪ್ರಯೋಗಗಳು ಕನ್ನಡ ಸಣ್ಣ ಕಥೆಗಳಲ್ಲಿ ಒಂದೇ ಸಮನೆ ನಡೆದೇ ಇವೆ (೧೯೬೭). ಆದರೆ 'ನವ್ಯತೆ' ಎನ್ನುವುದು ಕೆಲವೇ ಕೆಲವು ಸಾಹಿತಿಗಳಿಗೆ ಸೀಮಿತವಾಗಿ, ಐವತ್ತು ಮತ್ತು ಅರವತ್ತರ ದಶಕಗಳಲ್ಲಿ ಉತ್ಕರ್ಷ ಸ್ಥಿತಿಯಲ್ಲಿದ್ದ ನವ್ಯತೆ ಸೋಲಿನ ದಾರಿ ಹಿಡಿಯಿತು (೧೯೭೪). ನವ್ಯತೆ ಅಸಂಗತೆಯತ್ತ ಸಾಗಿದ ಕೂಡಲೇ ಕನ್ನಡದಲ್ಲಿ ನವ್ಯತೆಯ ವಿರುದ್ಧ ಬಂಡಾಯ ಶುರುವಾಯಿತು (೧೯೭೫)

ಪಿ.ಲಂಕೇಶ ಅವರು ತಮ್ಮ 'ನವ್ಯ ಕಥೆಗಳಲ್ಲಿ ಹೇಗೆ ನವ್ಯ?' (೧೯೭೦) ಎಂಬ ಲೇಖನದಲ್ಲಿ "ಕಥೆಯಲ್ಲಿ ವಸ್ತು ಬೇರೆ ಅಲ್ಲ, ತಂತ್ರ ಬೇರೆ ಅಲ್ಲ, ಅವು ಮನುಷ್ಯನ ದೇಹ ಮತ್ತು ಚರ್ಮದ ಅವಿನಾ ಸಂಬಂಧವಿದ್ದಂತೆ" ಎಂದು ಹೇಳುತ್ತಾ ನವ್ಯಕಥನ ತಾನು ಮುಂದೆ ಹಿಡಿಯಬೇಕಾದ ದಿಕ್ಕನ್ನು ಸೂಚ್ಯವಾಗಿ ಹೇಳುತ್ತಾರೆ. ಆದರೆ ಕೆ.ಪಿ.ಪೂರ್ಣಚಂದ್ರ ತೇಜಸ್ವಿಯವರು ತಮ್ಮ ಎರಡನೆಯ ಕಥಾ ಸಂಕಲನ 'ಅಬಚೂರಿನ ಪೋಸ್ಟಾಫೀಸು' (೧೯೭೩) ಕೃತಿಗೆ ಬರೆದ 'ಹೊಸ ದಿಗಂತದ ಕಡೆಗೆ' ಎಂಬ ಮುನ್ನುಡಿಯಲ್ಲಿ 'ನವ್ಯ ಸಾಹಿತ್ಯದ ನಿಸ್ತೇಜತೆ'ಯ ಬಗ್ಗೆ, ಅದರ ಸೋಲಿನ ಬಗ್ಗೆ ಹೀಗೆ ತಮ್ಮ ಅಭಿಪ್ರಾಯ ಮಂಡಿಸುತ್ತಾರೆ:

> ಕನ್ನಡ ಸಾಹಿತ್ಯದ ನವ್ಯ ಸಂಪ್ರದಾಯವನ್ನು ಸಂಪೂರ್ಣ ತೊರೆದು ಹೊಸ ದಿಕ್ಕಿಗೆ ಅನ್ವೇಷಿಸಬೇಕಾಗಿದೆ. ಇದಕ್ಕೆ ಕಾರಣ ಹೊಸ ಸಾಹಿತ್ಯ ಸೃಷ್ಟಿಸಬೇಕೆಂಬ ಹಂಬಲವಲ್ಲ; ಅಥವಾ ಹೊಸ ಪಂಥ ಒಂದರ ಸೃಷ್ಟಿಕರ್ತನಾಗಬೇಕೆಂಬ ಆಕಾಂಕ್ಷೆಯೂ ಇಲ್ಲ. ನನ್ನ ಜೀವನ ಮತ್ತು ಅದರ ಅಂಗವಾದ ಸಾಹಿತ್ಯಸೃಷ್ಟಿ ಇದು ಭಾರತೀಯ ಸಂದರ್ಭದ ನಮ್ಮ ವ್ಯಕ್ತಿತ್ವದ ಅಸಂಬದ್ಧತೆಯ ವಿರುದ್ಧ ಹೋರಾಡುವ ಮತ್ತು ಹೊಸ ನಾಗರೀಕತೆಯೊಂದನ್ನು ನಿರ್ಮಿಸುವ ಆಂದೋಲನ ವಾದರೆ ಮಾತ್ರ ನಾವು ನವ್ಯರಿಂದ ಭಿನ್ನವೆಂದು ಭಾವಿಸಬೇಕಾಗುತ್ತದೆ. ಒಟ್ಟಾರೆ ನವ್ಯ ಸಾಹಿತ್ಯ ಸಂಪೂರ್ಣ ನಿಸ್ತೇಜನಗೊಂಡಿದೆ. ಬದಲಾಗುತ್ತಿರುವ ಪರಿಸ್ಥಿತಿಗೆ ಪ್ರತಿಸ್ಪಂದಿಸಲು ಅದಕ್ಕೆ ಅಸಾಧ್ಯವಾಗಿದೆ. ಏಕೆಂದರೆ ಮೊದಲನೆಯದಾಗಿ ಯಾಂತ್ರಿಕ ವಾಗಿರುವ ಅದರ ಸಾಂಕೇತಿಕ ಸಿದ್ಧಶೈಲಿ ಮತ್ತು ತಂತ್ರಗಳು. ಎರಡನೆಯದಾಗಿ ಕೇವಲ ಉಪಾಧ್ಯಾಯರಿಂದಲೇ ತುಂಬಿರುವ ಅದರ ಸಾಹಿತಿ ವರ್ಗ, ಮೂರನೆಯ ದಾಗಿ ಸಾಹಿತ್ಯದ ಮಟ್ಟಿಗೆ ಸೀಮಿತಗೊಂಡಿರುವ ಅದರ ಕ್ರಾಂತಿಕಾರಕತನ. (ಹೊಸದಿಗಂತದ ಕಡೆಗೆ, ೧೯೭೩)

ನವ್ಯ ಮಾರ್ಗದಲ್ಲಿ ಕಥೆಗಳನ್ನು ಬರೆಯಲು ಆರಂಭಿಸಿದ ಪೂರ್ಣಚಂದ್ರ ತೇಜಸ್ವಿ ಯವರೇ ಅದರಿಂದ ಬಿಡುಗಡೆಯಾಗಲು ಈ ಪ್ರಶ್ನೆಗಳನ್ನು ಎತ್ತುತ್ತಾರೆ; ಮತ್ತು ಮುಂದೆ ಅವರು ನವ್ಯದಿಂದ ಬಿಡುಗಡೆಯಾಗಿ ಹೊಸ ಹಾದಿಯನ್ನು ಹಿಡಿಯುತ್ತಾರೆ. ಈ ಹಾದಿ ಯನ್ನು ಎಪ್ಪತ್ತರ ದಶಕದ ನಂತರ ಅನಂತಮೂರ್ತಿ, ಲಂಕೇಶ, ಚಿತ್ತಾಲ, ಮಹಾದೇವ ಮುಂತಾದವರೂ ಅನುಸರಿಸುತ್ತಾರೆ. ಲೋಹಿಯಾ ಅವರ ತತ್ವಚಿಂತನೆಯಿಂದ ಕೂಡ ತೇಜಸ್ವಿ, ಲಂಕೇಶ್, ಅನಂತಮೂರ್ತಿಯವರು ಪ್ರಭಾವಿತರಾಗುತ್ತಾರೆ. ಇಲ್ಲಿಂದ ಮುಂದೆ ಈ ಕಥೆಗಾರರೆಲ್ಲಾ ಜೀವನವನ್ನು ನೋಡುವ ವಿಧಾನದಲ್ಲಿ, ಗ್ರಹಿಸುವ ಕ್ರಮದಲ್ಲಿ, ಆಲೋಚನೆ ಹಾಗೂ ಅಭಿವ್ಯಕ್ತಿ ಕ್ರಮದಲ್ಲಿ ನವ್ಯಕ್ಕಿಂತ ಭಿನ್ನವಾದ ದೃಷ್ಟಿಕೋನವನ್ನು ಕಾಣಿಸುತ್ತಾರೆ. ಇಲ್ಲಿಂದ ಮುಂದೆ ಎಲ್ಲಾ ವರ್ಗದಲ್ಲೂ ಲೇಖಕರು ಕಾಣಿಸಿಕೊಳ್ಳುತ್ತಾರೆ. ನವ್ಯಕಥೆಗಾರರ ಈ ಬಗೆಯ ಪರಿಸ್ಥಿತಿಯನ್ನು ಕುರಿತು ವಿಮರ್ಶಕರಾದ ಡಿ.ಆರ್.ನಾಗರಾಜ ಅವರು ತಮ್ಮ ಒಂದು ಲೇಖನದಲ್ಲಿ ಹೀಗೆ ಗುರುತಿಸುತ್ತಾರೆ:

> ನವ್ಯ ಚಳುವಳಿಯಲ್ಲಿ ಎರಡು ಘಟ್ಟಗಳಿವೆ. ಮೊದಲನೆಯದು ಮೂಲನವ್ಯ. ಎರಡನೆಯದು ಪರಿವರ್ತನಶೀಲ ನವ್ಯ. ಕೃತಿಕೇಂದ್ರಿತವಾಗಿ ವರ್ಗೀಕರಣ ಮಾಡು ವುದಾದರೆ ಲಂಕೇಶರ 'ಬಿರುಕು' ಕಾದಂಬರಿ ಮೂಲ ನವ್ಯದ್ದು. ನಂತರದ

> ಅವರ 'ಮುಸ್ಸಂಜೆಯ ಕಥಾಪ್ರಸಂಗ' ಕಾದಂಬರಿ ಪರಿವರ್ತನಶೀಲ ನವ್ಯದ್ದು; ಹಾಗೆಯೇ ಯು.ಆರ್.ಅನಂತಮೂರ್ತಿಯವರ 'ಸಂಸ್ಕಾರ' ಕಾದಂಬರಿ ಮೂಲ ನವ್ಯದ್ದು. ನಂತರದ ಅವರ 'ಸೂರ್ಯನ ಕುದುರೆ' ಮುಂತಾದ ಕಥೆಗಳು ಪರಿವರ್ತನಾಶೀಲ ನವ್ಯದ್ದು; ಹಾಗೆಯೇ ತೇಜಸ್ವಿಯವರ 'ಸ್ವರೂಪ' ಕಾದಂಬರಿ ಮತ್ತು 'ಹುಲಿಯೂರಿನ ಸರಹದ್ದು' ಕಥೆಗಳು ಮೂಲ ನವ್ಯದ್ದು; ನಂತರದ ಅವರ 'ಅಬಚೂರಿನ ಪೋಸ್ಟಾಫೀಸು' ಕಥೆಗಳು ಮತ್ತು 'ಚಿದಂಬರ ರಹಸ್ಯ' ಮುಂತಾದವು ಪರಿವರ್ತನಶೀಲ ನವ್ಯದ್ದು. ಹೀಗೆಯೇ ಯಶವಂತ ಚಿತ್ತಾಲರ 'ಮೂರು ದಾರಿಗಳು', 'ಶಿಕಾರಿ' ಕಾದಂಬರಿಗಳು ಮೂಲ ನವ್ಯದ್ದು. ಈ ಪಟ್ಟಿ ಹೀಗೆ ಉದ್ದವಾಗಿದೆ. ಆದರೆ ಮೂಲ ನವ್ಯದಿಂದ ಪರಿವರ್ತನಶೀಲ ನವ್ಯದ ಕಡೆಗೆ ಈ ಚಳುವಳಿಯನ್ನು ಒಯ್ದವರು ಈ ನಾಲ್ವರು ಲೇಖಕರೇ-ಲಂಕೇಶ್, ತೇಜಸ್ವಿ, ಅನಂತಮೂರ್ತಿ, ಚಿತ್ತಾಲ. ಪರಿವರ್ತನಶೀಲ ನವ್ಯದಲ್ಲಿ ರಾಜಕೀಯ, ಸಾಮಾಜಿಕ ಆಶಯಗಳೇ ಪ್ರಧಾನ. ಅದು ನವ್ಯೋತ್ತರದ ಪ್ರಾಣ (ನವ್ಯ ಚಳುವಳಿ: ಕೆಲವು ಚೆಲ್ಲಾಪಿಲ್ಲಿಗಳು, ೧೯೮೯).

ನವ್ಯ ಕಥಾಸಾಹಿತ್ಯದ ಮುಂಚೂಣಿಯಲ್ಲಿದ್ದ ಅನೇಕ ಕಥೆಗಾರರು ನವ್ಯತೆಯಿಂದ ಬಿಡಿಸಿಕೊಂಡು ಬರೆಯಲು ತೊಡಗಿದರು. ದೇವನೂರು ಮಹಾದೇವರ ಆರಂಭದ ಕಥೆಗಳೂ ಕೂಡ ನವ್ಯದ ಸ್ವರೂಪದಲ್ಲಿಯೇ ಕಾಣಿಸಿಕೊಳ್ಳುತ್ತವೆ. ಕೊನೆಕೊನೆಗೆ ಚಿತ್ತಾಲ, ಮಹಾದೇವರ ಕಥೆಗಳೂ ಕೂಡ ನವೋದಯದ ಮಾಸ್ತಿಯವರ ರೀತಿಯಂತೆ ಕಥನ ನಿರೂಪಣೆಯ ದಿಕ್ಕನ್ನು ಹಿಡಿದದ್ದನ್ನು ಕಾಣುತ್ತೇವೆ. ಪಾಶ್ಚಾತ್ಯ ಮೂಲದ ಅಸ್ತಿತ್ವವಾದ, ಪ್ರಜ್ಞಾ ಪ್ರವಾಹದ ತಂತ್ರ ಮುಂತಾದ ಸಿದ್ಧಾಂತಗಳ ಪ್ರಭಾವ ಕೂಡ ನವ್ಯ ಕಥಾಸಾಹಿತ್ಯದ ಮೇಲೆ ಆಯಿತು; ಮತ್ತು ಹೊಸ ಮೌಲ್ಯಗಳ ಶೋಧನೆ, ವ್ಯಕ್ತಿತ್ವದಲ್ಲಿನ ಬಿರುಕು, ಕಾಮ, ದ್ವಂದ್ವ, ಆತ್ಮಪ್ರಜ್ಞೆ, ಅಸ್ತಿತ್ವದ ಪ್ರಶ್ನೆ, ಪರಕೀಯತೆ, ಅನಾಥ ಪ್ರಜ್ಞೆ, ಏಕಾಂಗಿತನ, ಅಂತರ್ಮುಖತೆ, ಸಾಂಕೇತಿಕತೆ ಮೊದಲಾದ ಪ್ರವೃತ್ತಿಗಳು ನವ್ಯಕಥೆಗಳಲ್ಲಿ ಕಾಣಿಸಿಕೊಂಡವು.

ಮೌಖಿಕ ಪರಂಪರೆಯ ಕಡೆ ನವ್ಯಕಥೆಗಾರರ ದೃಷ್ಟಿ ಅಷ್ಟಾಗಿ ಹರಿದಿರಲಿಲ್ಲ. ಇವರು ಕಥೆ ಮತ್ತು ಕವಿತೆಯ ನಡುವೆ ಅಂತರ ಕಾಯ್ದುಕೊಂಡಿರಲಿಲ್ಲ. ಆದರೆ ಮನುಷ್ಯನ ಅಂತರಂಗ ಮತ್ತು ಬಹಿರಂಗಗಳನ್ನು ಪ್ರತಿಮೆ, ರೂಪಕ, ಸಂಕೇತಗಳ ಮೂಲಕ ಶೋಧಿಸುವಲ್ಲಿ ಮತ್ತು ಭಾಷೆಯನ್ನು ಅತ್ಯಂತ ಎಚ್ಚರದಿಂದ ಪಾರದರ್ಶಕವಾಗಿ ಬಳಸುವಲ್ಲಿ ಮುಂದಿದ್ದರು. ತರುವಾಯ 'ಪರಿವರ್ತನೆಯ ನವ್ಯ'ದ ತಿರುವಿನಿಂದಾಗಿ ಕನ್ನಡ ನವ್ಯ ಕಥೆಗಳಲ್ಲಿ ಹೊಸ ಪರಿಸರ, ಹೊಸ ಹುಡುಕಾಟ, ಹೊಸ ಸಂವೇದನೆ, ಹೊಸ ಹೊಯ್ದಾಟಗಳು ಹುಟ್ಟಿಕೊಂಡವು. ಇದರಿಂದಾಗಿ ವಿಶಿಷ್ಟ ಮನೋಧರ್ಮದ, ತೀರ ಭಿನ್ನ ಸತ್ವದ, ಭಿನ್ನ ಸಂವೇದನೆಯ, ಭಿನ್ನ ಸಂಸ್ಕೃತಿಯ, ಭಿನ್ನ ಪರಿಸರದ, ಸ್ವತಂತ್ರ ಅಸ್ತಿತ್ವದ ಕಥೆಗಳು ರಚನೆಯಾದವು. ನವ್ಯಕಥೆಗಳು ಅಂತರ್ಮುಖಿಯಾಗಿ ಕಂಡರೂ ಬದುಕಿನ ಎಲ್ಲಾ ತಥ್ಯ-ಮಿಥ್ಯಗಳನ್ನು ಮೀರುವ ಕನಸುಗಾರಿಕೆಯನ್ನು ಪ್ರಕಟಿಸುತ್ತವೆ. ನವ್ಯ ಕಥೆಗಾರರು ಕೊನೆಕೊನೆಗೆ ತಮ್ಮ ವಸ್ತು ವ್ಯಾಪಕತೆಯಲ್ಲಿ ವೈವಿಧ್ಯತೆಯನ್ನು ತಂದುಕೊಂಡಿದ್ದರ ಬಗ್ಗೆ ಕಥೆಗಾರ ಕ.ವೆಂ.ರಾಜಗೋಪಾಲ ಅವರು ಹೇಳುವ ಮಾತುಗಳು ಇದನ್ನು ಇನ್ನಷ್ಟು ಸ್ಪಷ್ಟಪಡಿಸುತ್ತವೆ:

> ವ್ಯಕ್ತಿನಿಷ್ಠೆಯ ಕಲಾತ್ಮಕತೆಯನ್ನು ಸಾಧಿಸಲು ತೊಡಗಿದ ನವ್ಯ ಕಥೆಗಾರರು ತಮ್ಮ ವಿಷಯದ ವ್ಯಾಪಕತೆಯನ್ನೂ, ವೈವಿಧ್ಯತೆಯನ್ನೂ, ಖಚಿತವಾಗಿಸಿ ಲೋಹಿಯಾವಾದ, ಅಂಬೇಡ್ಕರ್‌ವಾದ, ದಲಿತರು, ಬಂಡಾಯಗಾರರು ಎಂದು ಬೇರೆ ಬೇರೆ ವಿಚಾರಗಳಿಗೆ ಹೆಚ್ಚಾಗಿ ಗಮನಕ್ಕೆ ತೊಡಗುವ ಪ್ರಯತ್ನವು ಒಡ ಮೂಡಿದ ಪರಿಣಾಮವಾಗಿ ಈ ಎಲ್ಲಾ ಬಗೆಯೂ ಕಲಾತ್ಮಕವಾಗಬೇಕೆಂಬ ತೀವ್ರ ಯತ್ನವಿರುವುದು ಅವರಲ್ಲಿ ಕಂಡುಬರುತ್ತದೆ. ಆದರೆ ಅತ್ಯಂತ ಶ್ರೇಷ್ಠ ಮಟ್ಟದ ಕಥೆಗಳು ಏಕಕಾಲದಲ್ಲಿ ನವ್ಯ, ದಲಿತ, ಬಂಡಾಯದ ರಚನೆಗಳಾಗು ವುದಲ್ಲದೆ ಮಾನವೀಯತೆಯ ದಾಖಲೆಗಳಾಗಿಯೂ ಧ್ವನಿಸುತ್ತವೆ ಎಂಬುದು ಬಹು ಮುಖ್ಯ ಲಕ್ಷಣವಾಗಿದೆ. (ಕ.ವೆಂ.ರಾಜಗೋಪಾಲ, ದಶವಾರ್ಷಿಕ ಸಣ್ಣ ಕಥೆಗಳು, ೧೯೭೪-೧೯೮೩. ಮುನ್ನುಡಿ, ೧೯೮೭)

ಶರ್ಮ, ಚಿತ್ತಾಲ, ಅನಂತಮೂರ್ತಿ, ದೇಸಾಯಿ, ಸದಾಶಿವ, ಲಂಕೇಶ್, ತೇಜಸ್ವಿ, ವೀಣಾ, ರಾಜಲಕ್ಷ್ಮಿ ಮುಂತಾದ ನವ್ಯ ಮಾರ್ಗದ ಕಥೆಗಾರರು ತಮ್ಮ ಕಥೆಗಳ ರಚನೆಗಳಲ್ಲಿ ಬಹುಮುಖೀ ವಿಚಾರಗಳಿಂದ 'ವಿಸ್ತರಣೆ'ಯನ್ನು 'ಪರಿವರ್ತನೆ'ಯನ್ನು ತಂದುಕೊಂಡು ನವ್ಯ ಕಥಾಸಾಹಿತ್ಯವನ್ನು ಶ್ರೀಮಂತಗೊಳಿಸಿದವರು. ಅನಂತರ ಇವರ ಪ್ರಭಾವ ಯುವ ಪೀಳಿಗೆಯ ಕಥೆಗಾರರ ಮೇಲೂ ದಟ್ಟವಾಗಿ ಬೀರಿ ಉಜ್ವಲವಾದ ನವ್ಯ ಕಥಾ ಪರಂಪರೆಯ ನಿರ್ಮಾಣಕ್ಕೆ ಕಾರಣವಾಯಿತು.

ಪೂರ್ಣಚಂದ್ರ ತೇಜಸ್ವಿಯವರು ತಮ್ಮ 'ಅಬಚೂರಿನ ಪೋಸ್ಟಾಫೀಸು' (೧೯೭೩) ಕಥಾ ಸಂಕಲನಕ್ಕೆ ಬರೆದ 'ಮುನ್ನುಡಿ'ಯಲ್ಲಿ ನವ್ಯ ಸಾಹಿತ್ಯದ ತಾತ್ವಿಕತೆಯನ್ನು ಪ್ರಶ್ನಿಸಿ ಅದರಿಂದ ಬಿಡಿಸಿಕೊಳ್ಳಲು ಘೋಷಿಸಿದ್ದು ನವ್ಯ ಕಥಾಸಾಹಿತ್ಯದ ಮಾರ್ಗದಲ್ಲಿ ಒಂದು ಬಹುಮುಖ್ಯ ತಿರುವಿಗೆ ಕಾರಣವಾಯಿತು. ಈ 'ಪರಿವರ್ತನೆಯ' ಭಾಗವಾಗಿ ಎಪ್ಪತ್ತರ ದಶಕದಲ್ಲಿ ತೇಜಸ್ವಿ ಅವರು ತಮ್ಮ ಕಥೆ, ಕಾದಂಬರಿಗಳ ಮೂಲಕ ತಮ್ಮ ಕಳಕಳಿಯ ಪ್ರಾಮಾಣಿಕತೆಯನ್ನು ಸಾಬೀತುಪಡಿಸಿದರು; ಆತ್ಮನಿಷ್ಠವಾಗಿದ್ದ ನವ್ಯದ ಬರವಣಿಗೆಯನ್ನು ವಸ್ತುನಿಷ್ಠತೆಯ ಕಡೆಗೆ ತಿರುಗಿಸಿದರು. ನವ್ಯಮಾರ್ಗವನ್ನು ತ್ಯಜಿಸಿ ಗ್ರಾಮ್ಯಜೀವನವನ್ನು ಅರಿತುಕೊಳ್ಳಬೇಕಾದ ಸಂದರ್ಭ ತಮ್ಮ ಬದುಕಿನಲ್ಲಿ ಬಂದುದ್ದನ್ನು ತೇಜಸ್ವಿಯವರು ಹೇಳಿದ್ದಾರೆ. ಅವರೇ ಹೇಳುವಂತೆ ಬದುಕನ್ನು 'ಸರಳವಾಗಿ', 'ನೇರವಾಗಿ' ವೀಕ್ಷಿಸುವ, ಅನ್ವೇಷಿಸುವ ಕ್ರಮವನ್ನು ಅವರು ಅನುಸರಿಸಿದರು. ಅವರ ಕಥೆ, ಕಾದಂಬರಿಗಳು ಎಪ್ಪತ್ತರ ದಶಕದ ಉತ್ತರಾರ್ಧದ ಹಾಗೂ ಎಂಬತ್ತರ ದಶಕದ ಯುವ ಬರಹಗಾರರ ಮೇಲೆ ಐತಿಹಾಸಿಕವೆನ್ನಬಹುದಾದ ಪ್ರಭಾವವನ್ನು ಬೀರಿರುವುದರಲ್ಲಿ ಅನುಮಾನವಿಲ್ಲ. ಅವರಂತೆಯೇ ನವ್ಯದಾಚೆಗೆ ನಿಂತು ಬರೆದ ದೇವನೂರ ಮಹಾದೇವರ ಪ್ರಭಾವ ಕೂಡ ಕಥೆಗಾರರು ಆರಿಸಿಕೊಳ್ಳುವ ವಸ್ತುವಿನ ಮೇಲೆ, ಅವರ ಕಥನ ಕ್ರಮದ ಮೇಲೆ ನಿಚ್ಚಳವಾಗಿರುವುದು ಮನವರಿಕೆಯಾಗುತ್ತದೆ.

ಎಪ್ಪತ್ತರ ದಶಕದ ನಂತರ ಕನ್ನಡ ಸಣ್ಣಕಥಾಸಾಹಿತ್ಯದಲ್ಲಿ ಮಹತ್ತರವಾದ ಬದಲಾವಣೆಯಾಯಿತು. ಅದುವರೆಗೂ ಮೂಕವಾಗಿದ್ದ ಅನೇಕ ಕಥೆಗಾರರು ಸೃಜನಶೀಲ ರಚನೆಗಳಿಗೆ ತೊಡಗಿದರು. ದಲಿತರು, ಮಹಿಳೆಯರು, ಮುಸ್ಲಿಂಮರು ಮುಂತಾದ ಕಥೆಗಾರರು ಕಥೆಗಳನ್ನು ಬರೆದು ಎಂಬತ್ತರ ದಶಕದಲ್ಲಿ ಕನ್ನಡ ಕಥಾಸಾಹಿತ್ಯವನ್ನು ಸಂಪದ್ಭರಿತವನ್ನಾಗಿ

ಮಾಡಿದರು. ಅದುವರೆಗೂ ಕಥಾಸಾಹಿತ್ಯದಲ್ಲಿ ಕಾಣದಿದ್ದ ಹೊಸ ಲೋಕವೊಂದು ಕಾಣಿಸಿಕೊಂಡಿತು. ತೇಜಸ್ವಿ ಮತ್ತು ದೇವನೂರ ಮಹಾದೇವ ಅವರು ತಮ್ಮ ಕಥೆಗಳಲ್ಲಿ ಸಾಧಿಸಿದ ಯಶಸ್ಸು ಮುಂದಿನ ಕಥೆಗಾರರಿಗೆ ಒಂದು ಹೊಸ ಬಗೆಯ ಉತ್ಸಾಹವನ್ನೂ, ಹೊಸ ಅನುಭವಲೋಕವನ್ನೂ ತೆರೆಯುವ ಯತ್ನವನ್ನು ಮಾಡಿಸಿತು. ಈ ಸಂದರ್ಭಗಳಲ್ಲಿ ಮೈದಾಳಿದ ದಲಿತ–ಬಂಡಾಯ ಸಾಹಿತ್ಯ ಚಳುವಳಿಗಳು ಮುಖ್ಯವಾಗಿ ದೇಸೀ ಸಾಂಸ್ಕೃತಿಕ ವಲಯವನ್ನು ಪ್ರವೇಶಿಸಿತು. ಕಥೆಗಾರನಿಗೆ ರಾಜಕೀಯ, ಸಾಮಾಜಿಕ ಪ್ರಜ್ಞೆ ಅತ್ಯವಶ್ಯಕ ಎಂಬುದನ್ನು ಈ ಚಳುವಳಿಗಳು ತೋರಿಸಿಕೊಟ್ಟವು. ಸಮಾಜದ ಅಸ್ಪೃಶ್ಯತೆ, ಜಾತಿಪದ್ಧತಿ, ಅನ್ಯಾಯ, ಅಸಮಾನತೆ, ಲಿಂಗಭೇದ ನೀತಿಯ ವಿರುದ್ಧ ಪ್ರತಿರೋಧ, ಆಕ್ರೋಶವನ್ನು ಇವು ಪ್ರಕಟಿಸಿದವು. ನೊಂದವರ, ಅಸಹಾಯಕರ, ದಲಿತರ, ಅವಮಾನಕ್ಕೆ ಒಳಗಾದವರ, ಅತ್ಯಂತ ಕೆಳಸಮುದಾಯಗಳ ಜನರ ಪರವಾಗಿ ಈ ಸಾಹಿತ್ಯ ತುಡಿಯಿತು. ಎಲ್ಲಾ ಬಗೆಯ ಶೋಷಣೆ, ವಂಚನೆ, ದೌರ್ಜನ್ಯಗಳಿಗೆ ಒಳಗಾದವರ ದನಿಯಾಗಿ ಈ ಮಾರ್ಗಗಳ ಕಥಾಸಾಹಿತ್ಯ ಮಾತನಾಡಿತು. 'ಖಡ್ಗವಾಗಲಿ ಕಾವ್ಯ, ಜನರ ನೋವಿಗೆ ಮಿಡಿಯುವ ಪ್ರಾಣಮಿತ್ರ' ಎಂಬ ಧ್ಯೇಯವಾಕ್ಯದೊಡನೆ ಎಪ್ಪತ್ತರ ದಶಕದ ಕೊನೆಯಲ್ಲಿ ಬಂಡಾಯ ಸಾಹಿತ್ಯ ಚಳುವಳಿ ಜನ್ಮ ತಾಳಿತು. ಎಪ್ಪತ್ತರ ಆ ದಶಕದಲ್ಲಿ ಘಟಿಸಿದ ಕೆಲವು ಐತಿಹಾಸಿಕ ಘಟನೆಗಳೂ ಕೂಡ ಈ ದಲಿತ–ಬಂಡಾಯ ಸಾಹಿತ್ಯ ಹುಟ್ಟಿಕೊಂಡು ಅಪರೂಪದ ಸಣ್ಣಕಥೆಗಳ ಸೃಷ್ಟಿಗೆ ಕಾರಣವಾಯಿತು. ಈ ಐತಿಹಾಸಿಕ ಸಂದರ್ಭದ ಕಾರಣಗಳನ್ನು ಕುರಿತು ನಾನು ಹಿಂದೆ ನನ್ನ ಒಂದು ಕೃತಿಯಲ್ಲಿ ಹೀಗೆ ಬರೆದದ್ದುಂಟು :

> ಎಪ್ಪತ್ತರ ದಶಕದ ನಂತರದಲ್ಲಿ ಕನ್ನಡ ಸಾಹಿತ್ಯ, ಸಂಸ್ಕೃತಿ, ರಾಜಕಾರಣದಲ್ಲಿ ನಡೆದ ಅನೇಕ ಸಂಗತಿಗಳು ಮುಂದಿನ ಕನ್ನಡ ಸಾಹಿತ್ಯದ ಹೊಸ ಸೃಷ್ಟಿಗೆ ಪ್ರೇರಣೆ, ಒತ್ತಾಸೆಯನ್ನು ಒದಗಿಸಿದವು. ಅವುಗಳಲ್ಲಿ ಮುಖ್ಯವಾಗಿ ಲೋಹಿಯಾ ಅವರ ಸಮಾಜವಾದಿ ರಾಜಕಾರಣ ಹಾಗೂ ಅವರ ತತ್ವಚಿಂತನೆ, ಅಂಬೇಡ್ಕರ್ ಅವರ ಸಾಮಾಜಿಕ ಮತ್ತು ರಾಜಕೀಯ ಚಿಂತನೆಗಳು, ತಮಿಳುನಾಡಿನ ವಿಚಾರವಾದಿ ಪೆರಿಯಾರ್ ಅವರ ವೈಚಾರಿಕ ವಿಚಾರಗಳು, ವಿಜ್ಞಾನಿ ಕೋವೂರರ ವೈಜ್ಞಾನಿಕ ವಿಚಾರಧಾರೆಗಳು, ಮೈಸೂರಿನಲ್ಲಿ ಮಹಾಕವಿ ಕುವೆಂಪು ಅವರ ಅಧ್ಯಕ್ಷತೆಯಲ್ಲಿ ನಡೆದ ಜಾತಿವಿನಾಶ ಸಮ್ಮೇಳನ, ಶೂದ್ರ–ಬ್ರಾಹ್ಮಣ ಒಕ್ಕೂಟಗಳ ಸಂಘರ್ಷ, ಬ್ಯಾಂಕ್ ರಾಷ್ಟ್ರೀಕರಣ, ಭಾರತದ ರಾಜಕೀಯ ಸ್ಥಿತ್ಯಂತರ, ತುರ್ತು ಪರಿಸ್ಥಿತಿ, ಬಸವಲಿಂಗಪ್ಪನವರ ಬೂಸಾ ಪ್ರಕರಣ, ಬಂಡಾಯ ಸಾಹಿತ್ಯ ಚಳುವಳಿ, ದಲಿತ ಹಾಗೂ ರೈತ ಚಳುವಳಿ–ಹೀಗೆ ಮುಂತಾದ ಹಲವು ಹತ್ತು ಸಾಮಾಜಿಕ, ರಾಜಕೀಯ, ಸಾಹಿತ್ಯಕ ಚಳುವಳಿಗಳು, ಸಂಘಟನೆಗಳು, ಹೋರಾಟಗಳು ಮುಖ್ಯ ಕಾರಣವಾದವು. ಇದರಿಂದ ಕನ್ನಡ ಸಾಹಿತ್ಯ ಹಾಗೂ ಸಂಸ್ಕೃತಿ ಕ್ಷೇತ್ರದಲ್ಲಿ ಹೊಸ ಸಂವೇದನೆ, ಹೊಸ ತಿಳುವಳಿಕೆ ಮೂಡಿಬಂದಿತು. (ಶತಮಾನದ ಕನ್ನಡ ಸಣ್ಣ ಕಥೆಗಳ ಸಮೀಕ್ಷೆ, ೨೦೦೩, ೨೦೧೧)

ಮಾನಸಿಕ ತುಮಲ, ನಗರದ ದ್ವಂದ್ವ ಬದುಕನ್ನು ಕುರಿತಂತೆ ನವ್ಯ ಕಥೆಗಳಲ್ಲಿ ಕಾಣಿಸಿಕೊಂಡ ಪ್ರಯೋಗಗಳ ಗ್ರಹಿಕೆ ಮತ್ತು ಭಾಷೆಯ ಬಗ್ಗೆ ಶ್ರೀಕಂಠ ಕೂಡಿಗೆ ಅವರು ತಮ್ಮ 'ಸಣ್ಣಕಥೆ' ಎಂಬ ಲೇಖನದಲ್ಲಿ ವಿವರಿಸುತ್ತಾ ಹೀಗೆ ಹೇಳುತ್ತಾರೆ:

> ವೈವಿಧ್ಯಮಯ ಅನುಭವ, ಗ್ರಹಿಕೆ, ಪ್ರಯೋಗ, ಪ್ರೇರಣೆಗಳಿಂದಾಗಿ ಕನ್ನಡ ಸಾಹಿತ್ಯದ ಕಥಾಜಗತ್ತು ಸಮೃದ್ಧವಾಗಿ ಬೆಳೆದಿದೆ. ಕಥೆಗಾರರು ಭಿನ್ನ ಧೋರಣೆ ಮತ್ತು ಪ್ರಯೋಗಗಳಲ್ಲಿ ತಮ್ಮ ಸಾಧ್ಯತೆ ಹಾಗೂ ಪರಿಮಿತಿಗಳನ್ನು ವಿಸ್ತರಿಸಿ ಕೊಂಡದ್ದು, ಸೂಕ್ಷ್ಮಾತಿಸೂಕ್ಷ್ಮಗಳನ್ನು ಭಾಷೆಯಲ್ಲಿ ಧರಿಸುವ ಸಾಮರ್ಥ್ಯ ಪಡೆದದ್ದು ಕಂಡುಬರುತ್ತದೆ. (ಶ್ರೀಕಂತ ಕೂಡಿಗೆ, ಸಣ್ಣಕಥೆ ಸಮೀಕ್ಷೆ, ಲೇಖನ, ೧೯೯೩)

ದಲಿತ-ಬಂಡಾಯ ಕಾಲಘಟ್ಟದ ಕಥೆಗಾರರು ಗ್ರಾಮ್ಯ ಭಾಷೆಯಲ್ಲಿ, ಶಿಷ್ಟ ಭಾಷೆಗಿಂತ ಭಿನ್ನವಾದ ಸ್ಥಳೀಯ ಭಾಷೆಯಲ್ಲಿ ಕಥೆ ಹೇಳುವುದನ್ನು ವಿಮರ್ಶಕರು ಈಗಾಗಲೇ ಗುರುತಿಸಿದ್ದಾರೆ. ಈ ಲೇಖಕರು ಹೇಗೆ ಬರೆದರೆ ತಮ್ಮ ಅನುಭವದ ದ್ರವ್ಯಕ್ಕೆ ಯಥಾವತ್ತಾದ ಅಭಿವ್ಯಕ್ತಿ ಕೊಡಬಹುದು ಎಂಬುದರ ಬಗ್ಗೆ ಕಾಳಜಿ ವಹಿಸುವುದು ಕಂಡುಬರುತ್ತದೆ. ಓದುಗರಲ್ಲಿ ಈ ಬಗೆಯ ಕಥೆಗಳು ಮಾಡುವ ಪರಿಣಾಮ ಅವರ ಮನಸ್ಸಿನಲ್ಲಿ ಮಾಸದೆ ಉಳಿಯುವಂತಹುದು. ಇದರ ಜೊತೆಗೆ ೧೯೬೯ರಲ್ಲಿ ಭಾರತದ ರಾಜಕೀಯ ಇತಿಹಾಸದಲ್ಲಿ ಆದ ಒಂದು ಮಹತ್ವದ ಬದಲಾವಣೆಯನ್ನು ರಂಜಾನ್ ದರ್ಗಾ ಅವರು ಗುರುತಿಸಿರುವುದನ್ನು ಇಲ್ಲಿ ಉದಾಹರಿಸಬಹುದಾಗಿದೆ:

> ಸ್ವತಂತ್ರ ಭಾರತದ ಇತಿಹಾಸದಲ್ಲಿ ೧೯೬೯ ಬಹು ಮಹತ್ವದ ವರ್ಷ. ದೈತ್ಯಾಕಾರ ವಾಗಿ ಬೆಳೆದಿದ್ದ ಭಾರತೀಯ ರಾಷ್ಟ್ರೀಯ ಕಾಂಗ್ರೆಸ್ ಆ ವರ್ಷ ಇಬ್ಭಾಗವಾಯಿತು. ಹೊರಗಿನ ವೈರುಧ್ಯಗಳು ಕಾಂಗ್ರೆಸ್‌ನ್ನು ಸೋಲಿಸಲು ಸಾಧ್ಯವಾಗದಾಗ ಒಳಗಿನ ವೈರುಧ್ಯಗಳು ಆ ಕೆಲಸ ಮಾಡಿದವು. ಮತ್ತೆ ಹೊಸ ಜೀವ ಪಡೆದುಕೊಂಡವು. ಆದರೆ ಇದು ಪಕ್ಷದ ಆಂತರಿಕ ವಿಚಾರವಾಗಿ ಉಳಿಯದೆ ಅದು ಶ್ರೇಣೀಕೃತ ಸಮಾಜದ ವಿವಿಧ ಸಾಮಾಜಿಕ ಸ್ತರಗಳ ಮೇಲೂ ತುಂಬಾ ಪರಿಣಾಮ ಬೀರಿತು. (ಬಂಡಾಯ ಕಥೆಗಳು, ಮುನ್ನುಡಿ, ೧೯೯೦)

ರಾಜಧನ ಪದ್ಧತಿ ಮತ್ತು ಬ್ಯಾಂಕ್ ರಾಷ್ಟ್ರೀಕರಣಗಳಂತಹ ರಾಜಕೀಯ ನಿರ್ಧಾರಗಳು ಪ್ರಜ್ಞಾವಂತರ ಮತ್ತು ಬಡವರ ಮೇಲೆ ಸಾಕಷ್ಟು ಪರಿಣಾಮ ಬೀರಿದವು. ಬಡವರಲ್ಲಿ ಒಂದು ಬಗೆಯ ಸಾಮಾಜಿಕ, ರಾಜಕೀಯ ಪ್ರಜ್ಞೆ ಮೂಡಿ ಶ್ರೀಮಂತರನ್ನು ಎದುರಿಸಿದ್ದು ಬಹುಮುಖ್ಯ ಸಂಗತಿಯಾಗಿತ್ತು. ೧೯೭೫-೭೭ರ ತುರ್ತು ಪರಿಸ್ಥಿತಿಯನ್ನು ಬಡವರು, ದಲಿತರು ಮತ್ತು ಅಲ್ಪಸಂಖ್ಯಾತರು ಅಷ್ಟು ಗಂಭೀರವಾಗಿ ಪರಿಗಣಿಸಿದಂತೆ ಕಾಣಲಿಲ್ಲ. ೮೦ ಮತ್ತು ೯೦ರ ದಶಕಗಳಲ್ಲಿ ಕಂಡ 'ಸಂಪೂರ್ಣಕ್ರಾಂತಿ'ಯ ಕಲ್ಪನೆ, ಜನತಾ ಸರ್ಕಾರದ ಸ್ಥಾಪನೆ, ಗ್ಯಾಟ್ ಒಪ್ಪಂದ, ಬಾಬರಿ ಮಸೀದಿ ಧ್ವಂಸ, ಜಾಗತೀಕರಣದ ಪ್ರಭಾವ, ಖಾಸಗೀ ಕರಣ ಮುಂತಾದ ಸಂಗತಿಗಳೆಲ್ಲಾ ಶಿಕ್ಷಣ, ಸಾಹಿತ್ಯ, ಭಾಷೆ ಹಾಗೂ ಸಂಸ್ಕೃತಿಯ ಮೇಲೆಲ್ಲಾ ಪರಿಣಾಮ ಬೀರಿದವು. ಇವುಗಳ ಜೊತೆ ಅನುಸಂಧಾನ ಮಾಡುವ ಹಾಗೂ ಇವುಗಳಿಗೆ ಎದುರಾಗಿ ದೇಸೀ ನೆಲೆಗಳನ್ನು ಮುಖಾಮುಖಿಯಾಗಿಸುವ ಅನಿವಾರ್ಯತೆ ಲೇಖಕರ ಮೇಲೆ, ಕಥೆಗಾರರ ಮೇಲೆ ಬಂದೊದಗಿತು.

ದಲಿತ-ಬಂಡಾಯದ ಮಾರ್ಗದ ಕಥಾಸಾಹಿತ್ಯದ ಜೊತೆಗೆ ಮುಸ್ಲಿಂ ಸಂವೇದನೆ ಮತ್ತು ಸ್ತ್ರೀ ಸಂವೇದನೆಗಳೂ ಸೇರಿಕೊಂಡವು. ಈ ಎರಡೂ ಸಂವೇದನೆಗಳು ಸಣ್ಣ ಕಥಾಸಾಹಿತ್ಯದಲ್ಲಿ ದಟ್ಟವಾಗಿ ಪ್ರಕಟವಾಗಿವೆ. ಸಾಮಾಜಿಕ ಬೆಳವಣಿಗೆಯ ಪ್ರಕ್ರಿಯೆಯಲ್ಲಿ

ಮುಸ್ಲಿಂ ಕಥೆಗಾರರ, ಕಥೆಗಾರ್ತಿಯರ ಹಾಗೂ ಮುಸ್ಲಿಂಯೇತರ ಲೇಖಕಿಯರ ಸಾಹಿತ್ಯಕ ಸಂವೇದನೆಯು ಸೇರಿಕೊಳ್ಳುವುದರ ಮೂಲಕ ಕನ್ನಡ ಕಥಾಸಾಹಿತ್ಯದ ಆಳ, ಅಗಲ ಮತ್ತಷ್ಟು ವಿಸ್ತರಿಸಿತು. ಎಲ್.ಹನುಮಂತಯ್ಯ ಮತ್ತು ಮೂಡ್ನಾಕೂಡು ಚಿನ್ನಸ್ವಾಮಿ ಅವರು ದಲಿತ ಸಾಹಿತ್ಯದ ಅನನ್ಯತೆಯ ಬಗ್ಗೆ ಹೇಳುವ ಮಾತುಗಳು ಇದನ್ನು ಸರಿಯಾಗಿಯೇ ಗ್ರಹಿಸಿವೆ:

> ಅನೇಕ ವರ್ಷಗಳಿಂದ ಅಕ್ಷರದಿಂದ ವಂಚಿತರಾಗಿದ್ದ ದಲಿತ ಸಮುದಾಯ ಮೊದಲ ಬಾರಿಗೆ ತಮ್ಮನ್ನು ಹೊಸಲೋಕಕ್ಕೆ ತೆರೆದುಕೊಂಡಿದೆ. ಮೌಖಿಕ ಪರಂಪರೆಯಲ್ಲಿದ್ದ ದಲಿತ ಕಥೆ, ಹಾಡು, ಕುಣಿತ ಮೊದಲಾದ ಕಲಾಪ್ರಕಾರಗಳು ಸಾಹಿತ್ಯಕವಾಗಿ ರೂಪಾಂತರಗೊಳ್ಳುತ್ತಿವೆ. ಇದು ಸಾಮಾಜಿಕವಾಗಿ ಮತ್ತು ಸಾಂಸ್ಕೃತಿಕವಾಗಿ ಬಹು ಮಹತ್ವದ ಸಂಗತಿಯಾಗಿದೆ. ಕತ್ತಲೆಯಿಂದ ಬೆಳಕಿನ ಕಡೆಗೆ ಹೆಜ್ಜೆ ಹಾಕುತ್ತಿರುವ ಸಮುದಾಯಗಳು ತಮ್ಮ ನಡಿಗೆಗೆ ಹೊಸ ಲಯವನ್ನು, ಮಾತಿಗೆ ಭಿನ್ನ ನುಡಿಗಟ್ಟನ್ನು ಕಂಡುಕೊಳ್ಳುತ್ತಿರುವುದು ಸಹಜವೇ ಆಗಿದೆ. ಮೂಕ ಸಂವೇದನೆಯ ಮೌನವನ್ನು ಮುರಿದು ಮಾತಿಗಾರಂಭಿಸಿದ ಜನಾಂಗಗಳು ತಮ್ಮ ಅನುಭವಕ್ಕೆ ಬೇಕಾದ ಭಾಷೆಯನ್ನು ತಮ್ಮ ಒಡಲಲ್ಲಿಟ್ಟುಕೊಂಡಿರುತ್ತವೆ. ಪಾರಂಪರಿಕ ಪ್ರತಿಮೆ, ರೂಪಕ, ಅಲಂಕಾರ, ಶೈಲಿಯನ್ನು ತೊರೆದು ಬದುಕಿನ ನೋವಿನ ಮೂಸೆಯಿಂದ ರೂಪುಗೊಂಡ ಪ್ರತಿಮೆ, ಪುರಾಣ, ಐತಿಹ್ಯ, ರೂಪಕ ಶೈಲಿಗಳನ್ನು ಬಳಸಲು ಹಾತೊರೆಯುತ್ತದೆ. ಆದ್ದರಿಂದ ಆ ರೀತಿಯ ಅಭಿವ್ಯಕ್ತಿಗೆ ಹೊಸತನ ಪ್ರಾಪ್ತವಾಗುತ್ತದೆ. ಪ್ರಸ್ತುತ ದಲಿತ ಸಾಹಿತ್ಯ, ನೆಲಮೂಲ ಸಂಸ್ಕೃತಿಯ ಪುನರ್ ನಿರ್ಮಾಣದ ಒಂದು ಭಾಗವಾಗಿ ಅಭಿವ್ಯಕ್ತಗೊಳ್ಳುತ್ತಿದೆ. (ದಲಿತ ಕಥೆಗಳು, ೧೯೯೭)

ಕಥೆಗಾರರಾದ ಕೃಷ್ಣಮೂರ್ತಿ ಹನೂರು ಮತ್ತು ಫಕೀರ್ ಮಹಮದ್ ಕಟ್ಪಾಡಿ ಅವರು ತಮ್ಮ ಸಂಪಾದಿತ ಕಥಾಸಂಕಲನದ 'ಪ್ರಸ್ತಾವನೆ'ಯಲ್ಲಿ ಹೇಳುವ ಮಾತುಗಳೂ ಈ ಸಂದರ್ಭವನ್ನು ಮತ್ತಷ್ಟು ಇದನ್ನು ಪುಷ್ಟಿಗೊಳಿಸುತ್ತವೆ:

> ನವ್ಯ ಪರಂಪರೆಯ ಇಳಿಗಾಲದ ಹೊತ್ತಿಗೆ ದಲಿತ ಬಂಡಾಯ ಲೇಖಕರು ಕನ್ನಡ ಕಥಾ ಪರಂಪರೆಗೆ ಮತ್ತೊಂದು ದಿಕ್ಕು ಕಾಣಿಸಿದರು. ಶತಮಾನಗಳ ಕಾಲದಿಂದ ತಮ್ಮ ಬಡತನದ ಹಿನ್ನೆಲೆಯ ದುಡಿಮೆ, ಅದರ ಹಿಂದಿನ ಹತಾಶೆ ಮತ್ತು ಶೋಷಣೆಯನ್ನು ತಮ್ಮದೇ ನುಡಿಗಟ್ಟುಗಳಲ್ಲಿ ಅಭಿವ್ಯಕ್ತಿಸತೊಡಗಿದರು. ಈ ದಿಸೆಯಲ್ಲಿ ಮಾಸ್ತಿ ಮತ್ತು ಅನಂತಮೂರ್ತಿಯವರ ಕಥಾಜಗತ್ತಿನ ಪಾತ್ರ ಮತ್ತು ಸನ್ನಿವೇಶಗಳಿಗಿಂತ ಸಂಪೂರ್ಣ ಬೇರೊಂದು ಸಮೂಹದವರ ಒಡಲಾಳದ ಕಥೆಗಳನ್ನು ಹೇಳಿದವರು ದೇವನೂರ ಮಹಾದೇವ, ಮೊಗಳ್ಳಿ ಗಣೇಶ್ ಮತ್ತು ಕುಂ.ವೀರಭದ್ರಪ್ಪ ಅವರು. ಕನ್ನಡ ಕಥಾ ಪರಂಪರೆಯಲ್ಲಿ ಅನೇಕಾನೇಕ ಉತ್ತಮ ಕಥೆಗಾರರು ಕಾಣಿಸಿಕೊಂಡರು. ಕಥಾಪ್ರಕಾರದಲ್ಲಿ ಮಹಿಳಾ ಕಥೆಗಾರ್ತಿಯರು ಮತ್ತು ಮುಸ್ಲಿಂ ಲೇಖಕರೂ ಹೆಚ್ಚಾಗಿಯೇ ಗುರುತಿಸಿಕೊಂಡಿರುವುದು ಗಮನಾರ್ಹ ಅಂಶವೇ ಆಗಿರುತ್ತವೆ. (ಕನ್ನಡದ ಮೂವತ್ತು ಕಥೆಗಳು, ಪ್ರಸ್ತಾವನೆ, ೨೦೧೪)

ವಸಾಹತುಶಾಹಿಯ ಪರಿಣಾಮದ ಫಲವಾದ ವಿದ್ಯೆಯನ್ನು ಪಡೆದುಕೊಂಡ ಮೊದಲ ತಲೆಮಾರಿನ ಕೆಳವರ್ಗ, ಕೆಳಜಾತಿ ಹಾಗೂ ಅಲ್ಪಸಂಖ್ಯಾತ ಜನವರ್ಗದಲ್ಲಿ ಪ್ರಜ್ಞೆಯ,

ತಿಳುವಳಿಕೆಯ ಜಾಗೃತಿಯಾಯಿತು. ಈ ಪ್ರಜ್ಞೆಯನ್ನು ವಿಶ್ಲೇಷಿಸುವ, ವಿಸ್ತರಿಸುವ ಕಾರ್ಯ ಕನ್ನಡ ಕಥಾಸಾಹಿತ್ಯದಲ್ಲಿಯೂ ಕಾಣಿಸಿಕೊಂಡಿತು.

ಈ ವಿಶಿಷ್ಟ ಬಗೆಯ ಹಾಗೂ ವಿಭಿನ್ನವಾದ ಸಂವೇದನೆಗಳು ವೈಶಿಷ್ಟ್ಯಪೂರ್ಣವಾದ ಗದ್ಯದ ಮೂಲಕ ಕಥಾಸಾಹಿತ್ಯಕ್ಕೆ ಹರಿದು ಬಂದಿದೆ. ಮುಸ್ಲಿಂ ಸಮುದಾಯದ ಸಂಪ್ರದಾಯ, ಆಚರಣೆ, ಧರ್ಮ, ನಂಬಿಕೆ, ಸಮಸ್ಯೆ, ದ್ವೇಷ, ಕೊಲೆ, ಮುಗ್ಧತೆ, ಅಸೂಯೆ, ಕ್ರೌರ್ಯ, ಸ್ತ್ರೀಶೋಷಣೆ, ತಲಾಖ್ ಪದ್ಧತಿ, ನಿಷಿದ್ಧತೆ, ನೋವು ಮುಂತಾದ ಹತ್ತಾರು ಸೂಕ್ಷ್ಮ ವಿವರಗಳನ್ನು ಮತ್ತು ವಿಶಿಷ್ಟ ಸಮಸ್ಯೆಗಳನ್ನು ಈ ಮುಸ್ಲಿಂ ಲೇಖಕರು ತಮ್ಮ ಕಥೆಗಳಲ್ಲಿ ತೆರೆದಿಟ್ಟಿದ್ದಾರೆ. ಧರ್ಮಾಂಧತೆ ಮತ್ತು ಅಮಾನವೀಯವಾದ ನಡವಳಿಕೆಗಳನ್ನು ಪ್ರಶ್ನಿಸುವ, ಪ್ರತಿರೋಧಿಸುವ ಪ್ರಕ್ರಿಯೆ ಮುಸ್ಲಿಂ ಸಂವೇದನೆಯ ಕಥೆಗಳಲ್ಲಿ ನಿಚ್ಚಳವಾಗಿ ಕಾಣಿಸಿಕೊಂಡಿತು. ಇದು ಕನ್ನಡ ಕಥಾಸಾಹಿತ್ಯಕ್ಕೆ ಹೊಸ ಅನುಭವವನ್ನು ಸೇರಿಸಿದ್ದಂತಾಗಿದೆ.

ಮಹಿಳಾ ಸಂವೇದನೆ ಎಪ್ಪತ್ತರ ದಶಕದ ಆದಿಯಿಂದಲೇ ಕನ್ನಡ ಸಾಹಿತ್ಯದಲ್ಲಿ ದಟ್ಟವಾಗಿ ಕಾಣಿಸಿಕೊಳ್ಳುವುದಕ್ಕೆ ಶುರುವಾಯಿತು. ನವೋದಯ, ನವ್ಯ ಕಥಾಸಾಹಿತ್ಯದಲ್ಲಿ ಬೆರಳೆಣಿಕೆ ಯಲ್ಲಿ ಕಾಣಿಸಿಕೊಂಡಿದ್ದ ಲೇಖಕಿಯರು ಈ ದಲಿತ-ಬಂಡಾಯ, ಮುಸ್ಲಿಂ, ಸ್ತ್ರೀ ಸಂವೇದನೆಯ ಕಾಲಘಟ್ಟಗಳಲ್ಲಿ ಅಪಾರ ಸಂಖ್ಯೆಯಲ್ಲಿ ಕಾಣಿಸಿಕೊಂಡಿದ್ದಾರೆ. ಸ್ತ್ರೀಯರ ಅನುಭವ ಹಾಗೂ ಸ್ತ್ರೀಯ ಅಭಿವ್ಯಕ್ತಿ ಸ್ವಾತಂತ್ರ್ಯದ ಅನನ್ಯತೆಗಳು ಈ ಮಹಿಳೆಯರ ಕಥೆ ಗಳಲ್ಲಿ ಪ್ರಶ್ನಾತೀತವಾಗಿ ಕಾಣಿಸಿಕೊಂಡಿವೆ. ಲೇಖಕಿಯರು ತಮ್ಮ ಕಥೆಗಳಲ್ಲಿ ಪುರುಷರ ಶೋಷಣೆ, ದಬ್ಬಾಳಿಕೆ, ದೌರ್ಜನ್ಯವನ್ನು ಚಿತ್ರಿಸಿದ್ದರ ಜೊತೆಗೆ ಆರ್ಥಿಕ ಹಾಗೂ ರಾಜಕೀಯ ಸ್ವಾತಂತ್ರ್ಯವನ್ನು, ಸ್ವಾಭಿಮಾನವನ್ನು, ಸಮಾನತೆಯನ್ನು ಬಯಸತೊಡಗಿದ್ದು ಕಂಡುಬರುತ್ತದೆ. ನವ್ಯ ಕಥೆಗಾರ್ತಿ ವೀಣಾ ಶಾಂತೇಶ್ವರ ಅವರು ಲೇಖಕಿಯರ ಕಥಾಸಾಹಿತ್ಯದ ವಿಶಿಷ್ಟತೆಯನ್ನು ಕುರಿತು ಹೀಗೆ ಹೇಳುತ್ತಾರೆ:

> ಎಪ್ಪತ್ತರ ದಶಕದ ಲೇಖಕಿಯರು ಅನೇಕ ಆಧುನಿಕ ಸಮಸ್ಯೆಗಳತ್ತ, ಸಾಮಾಜಿಕ ಕಳಕಳಿಯತ್ತ ಗಮನಹರಿಸಿದ್ದಾರೆ. ವ್ಯವಸ್ಥೆಯ ವಿರುದ್ಧ ಸಿಡಿದೇಳುವ ಮನೋ ಭಾವದ ಮಹಿಳೆಯ ಪಾತ್ರವನ್ನು ತಮ್ಮ ಕಥೆಗಳಲ್ಲಿ ಚಿತ್ರಿಸಿದ್ದಾರೆ. ಅನೇಕರು ನೈಜವಾದ ಪ್ರಾದೇಶಿಕ ಭಾಷೆ ಬಳಸುವಲ್ಲಿ ದಲಿತ ಹಾಗೂ ಶೋಷಿತ ವರ್ಗದ ಜೀವನ ಚಿತ್ರಿಸುವಲ್ಲಿ ಸಮಾಜದಲ್ಲಿನ ಹಲವು ರೀತಿಯ ಮುಖವಾಡಗಳ ವ್ಯಕ್ತಿಗಳ ಹಿಪಾಕ್ರಸಿಯನ್ನು ಬಯಲಿಗೆಳೆಯುವುದರಲ್ಲಿ ತಮ್ಮ ಪ್ರತಿಭೆ ತೋರಿದ್ದಾರೆ. ಇತ್ತೀಚೆಗೆ ಕಥೆಗಳಲ್ಲಿ ಹೆಣ್ಣು ತನ್ನತನವನ್ನು ಅಳೆಯುವ ಹಾಗೂ ಅರಿಯುವ ಪ್ರಾಮಾಣಿಕ ಪ್ರಯತ್ನ ಮಾಡುತ್ತಿರುವುದು ಕಂಡುಬರುತ್ತದೆ. (ಲೇಖಕಿಯರ ಕನ್ನಡ ಕಥಾ ಸಂಕಲನ, ಪ್ರಸ್ತಾವನೆ, ೧೯೮೬)

ಹೆಣ್ಣು ಭೌತಿಕವಾಗಿ ಗಂಡಿಗಿಂತ ಭಿನ್ನವಾದರೂ ಬೌದ್ಧಿಕವಾಗಿ ತಾನೂ ಬಲಿಷ್ಠಳು ಎಂಬುದನ್ನು ಈ ಸ್ತ್ರೀ ಸಂವೇದನೆಯ ಕಥೆಗಳಲ್ಲಿ ಕಾಣುತ್ತೇವೆ. ಜೊತೆಗೆ ಲಿಂಗಭೇದ ನೀತಿಯ ವಿರುದ್ಧ ಮತ್ತು ಜಾಗತೀಕರಣದ ವಿರುದ್ಧ ಹೋರಾಡುವ ಸ್ತ್ರೀ ಪುರುಷ ಪಾತ್ರಗಳು ಈ ಅವಧಿಯ ಕಥಾ ಸಾಹಿತ್ಯದಲ್ಲಿ ಕಂಡುಬರುತ್ತವೆ. ಪುರುಷ ಪ್ರಧಾನವಾದ ಸಾಂಸ್ಥಿಕ

ಮೌಲ್ಯಗಳನ್ನು ನಿರಾಕರಿಸುವ ಅಭಿಮಾನ ಹಾಗೂ ಆತ್ಮವಿಶ್ವಾಸ ಇವರ ಕಥೆಗಳಲ್ಲಿ ಮೂಡಿ ಬಂದಿವೆ. ಸ್ತ್ರೀಯರಲ್ಲಿ ಧಾರಣಾಶಕ್ತಿ ಮತ್ತು ಸೃಜನಶಕ್ತಿ ಎರಡೂ ಇದೆ ಎಂಬುದನ್ನು ಇವರು ಸ್ತ್ರೀ ಪಾತ್ರಗಳಲ್ಲಿ ತೋರಿಸಿಕೊಟ್ಟಿದ್ದಾರೆ. ಇಂದು ಸ್ತ್ರೀವಾದಿ ಚಳುವಳಿ ಒಂದು ಸಾಹಿತ್ಯಕ ಚಳುವಳಿಯಾಗಿಯೂ ರೂಪುಗೊಂಡು ಚಲನಶೀಲವಾಗಿದೆ. ಸಮಕಾಲೀನ ಕನ್ನಡದ ಕಥೆಗಳನ್ನು ಸಂಪಾದಿಸಿದ ಸಂಕಲನಕ್ಕೆ ಬಿ.ಸಿ.ರಾಮಚಂದ್ರಶರ್ಮ ಅವರು 'ಪ್ರಸ್ತಾವನೆ' ಬರೆಯುತ್ತಾ ದಲಿತರು ಮತ್ತು ಮಹಿಳೆಯರ ಕಥೆಗಳ ಬಗ್ಗೆ ಹೇಳುವ ಮಾತುಗಳು ಈ ಘಟ್ಟದ ಕಥಾಸಾಹಿತ್ಯದ ಗಟ್ಟಿತನಕ್ಕೆ ಸಾಕ್ಷಿಯಾಗಿವೆ:

> ಎಪ್ಪತ್ತರ ದಶಕದ ತನಕ ಮೂಕವಾಗಿದ್ದ ಅನೇಕರು ಸೃಜನಶೀಲ ಬರವಣಿಗೆಗೆ ಬಂದದ್ದಂತೂ ನಿಜ. ದಲಿತರು, ಮಹಿಳೆಯರು ಹಾಗೂ ಮುಸ್ಲಿಂಮರು ಎಂಬತ್ತರ ದಶಕದಲ್ಲಿ ಹೆಚ್ಚಿನ ಸಂಖ್ಯೆಯಲ್ಲಿ ಬಂದು ಕನ್ನಡ ಕಥಾಸಾಹಿತ್ಯವನ್ನು ಸಂಪದ್ಭರಿತ ವನ್ನಾಗಿ ಮಾಡಿದ್ದಾರೆ. ಅದುವರೆಗೂ ಕನ್ನಡ ಕಥಾಲೋಕಕ್ಕೆ ಅಷ್ಟಾಗಿ ಪರಿಚಯ ವಿರದಿದ್ದ ಜಗತ್ತುಗಳ ಕಿಟಕಿ ಬಾಗಿಲುಗಳನ್ನು ತೆರೆದು ನಮ್ಮ ಮನಸ್ಸನ್ನು ಹಿಗ್ಗಿಸುವ ಕೆಲಸ ಮಾಡಿದ್ದಾರೆ. (ಸಮಕಾಲೀನ ಕನ್ನಡ ಸಣ್ಣ ಕಥೆಗಳು, ಪ್ರಸ್ತಾವನೆ, ೧೯೯೯).

ಹೀಗೆ ಸಣ್ಣಕಥೆ ಒಂದು ಹೊಸ ಸಾಹಿತ್ಯ ಪ್ರಕಾರಜನ್ಯವಾಗಿ ಸಮಕಾಲೀನವಾದ ಪ್ರಶ್ನೆ ಗಳನ್ನು ಸಂಯಮದಿಂದಲೇ 'ಹಿಗ್ಗಲಿಸಿ' ಸ್ಪಂದಿಸಿ ಎದುರಿಸಿದೆ. ಆಧುನಿಕ ಪ್ರಭಾವಗಳು ಭಯವನ್ನು, ಆತಂಕವನ್ನು ಸೃಷ್ಟಿಸುತ್ತಿವೆ; ಇಂದಿನ ಶಿಕ್ಷಣ, ಪರಂಪರೆ, ಸಂಪ್ರದಾಯ, ಜಾಗತೀಕರಣ, ಖಾಸಗೀಕರಣ ಮುಂತಾದ ವಿಷಯಗಳು ಮನುಷ್ಯನಲ್ಲಿ ಅನುಮಾನ ವನ್ನೂ, ಅಧೈರ್ಯವನ್ನೂ ಉಂಟು ಮಾಡಿವೆ. ಇಂತಹ ಬಿಕ್ಕಟ್ಟುಗಳ, ದಾಳಿಗಳ ನಡುವೆ ಹೊಸವಿದ್ಯೆ, ಹೊಸಕಥೆ, ಹೊಸಕವನ, ಹೊಸ ಸಮಾಜ, ಹೊಸ ಸಂಸ್ಕೃತಿಯನ್ನು ಸೃಜಿಸುವ ಮತ್ತು ಬದುಕಿಗೆ ತೃಪ್ತಿ, ನೆಮ್ಮದಿಯನ್ನು ತಂದುಕೊಳ್ಳುವ ಹಾಗೂ ಮಾನವೀಯತೆಯನ್ನು ಹುಡುಕುವ ಅನನ್ಯತೆ ಎಂದೆಂದಿಗಿಂತ ಇಂದಿನ ಕಥೆಗಾರರ ಮೇಲೆ ಹೆಚ್ಚಿನ ಹೊಣೆಗಾರಿಕೆ ಯನ್ನು ಹಾಕಿದೆ. ಈ ಹೊಣೆಗಾರಿಕೆಯು ಪ್ರತಿಯೊಬ್ಬ ಲೇಖಕನೂ ತನ್ನ ಸಾಮಾಜಿಕ ಕರ್ತವ್ಯವೆಂದು ಭಾವಿಸಬೇಕಾಗಿದೆ. ನವೋದಯ ಹಾಗೂ ನವ್ಯಮಾರ್ಗದ ಕಥಾಸಾಹಿತ್ಯದಲ್ಲಿ ಕಾಣಿಸಿಕೊಂಡ ಸೃಷ್ಟಿಶೀಲತೆ ಹಾಗೂ ಪ್ರಯೋಗಶೀಲತೆ ಇಂದಿನ ಕಥೆಗಳಲ್ಲಿಯೂ ದಟ್ಟವಾಗಿ ಕಾಣಿಸಿಕೊಳ್ಳಬೇಕಾಗಿದೆ. ಇಂದಿನ ಸಂಘರ್ಷಗಳಿಗೆ, ಪ್ರಶ್ನೆಗಳಿಗೆ ಪ್ರತಿರೋಧಿಸುವ ಶಕ್ತಿ, ಸಾಧ್ಯತೆಗಳು ಸ್ಥಳೀಯ ಕಲೆ, ಭಾಷೆ, ಕಥನ, ಸಂಸ್ಕೃತಿಗೆ ಇದೆ ಎಂಬುದನ್ನು ಕಥೆಗಾರರು ತಿಳಿಯಬೇಕಾಗಿದೆ.

೨

ಸ್ವಾತಂತ್ರ್ಯೋತ್ತರ ಕಾಲದ ಕನ್ನಡ ಸಣ್ಣಕಥೆಗಳ ಸಂಕಲನವನ್ನು ದೀರ್ಘವಾದ 'ಪ್ರಸ್ತಾವನೆ' ಯೊಡನೆ ಸಂಪಾದಿಸಿಕೊಡಬೇಕೆಂದು, ಕೇಂದ್ರ ಸಾಹಿತ್ಯ ಅಕಾಡೆಮಿಯಂತಹ ಪ್ರತಿಷ್ಠಿತ ಸಂಸ್ಥೆಯಿಂದ ಆಹ್ವಾನ ಬಂದಾಗ, ಅದನ್ನು ವಿನಯದಿಂದಲೇ ನಾನು ಸ್ವೀಕರಿಸಿದೆ. ಆದರೆ ಈ ದೀರ್ಘ ಕಾಲಾವಧಿಯಲ್ಲಿ ಬಂದ, ಕನ್ನಡದ ಅತ್ಯುತ್ತಮ ಕಥೆಗಳ ಕಣಜ ತುಂಬಿರು

ವುದರಿಂದ, ಕಥೆಗಳನ್ನು ಆಯ್ದು ಅಳೆದು ಸಂಪಾದಿಸುವುದು ಎಷ್ಟು ಕಷ್ಟದ ಕೆಲಸ ಎಂಬುದು ನಿಧಾನವಾಗಿ ನನ್ನ ಅರಿವಿಗೆ ಬಂದು ಸಂಕಟಪಟ್ಟೆ.

ಕಥೆಗಳ ಆಯ್ಕೆ ಕೂಡ ವ್ಯಕ್ತಿಯ ಆಸಕ್ತಿ, ಅಭಿರುಚಿ ಮತ್ತು ಮನೋಧರ್ಮವನ್ನು ಅವಲಂಬಿಸುವುದರಿಂದ ಇದು ಹಾಗಾಗಬಾರದೆಂದು ಇದರ ಸಂಪಾದನೆಯಲ್ಲಿ ತುಂಬಾ ಎಚ್ಚರವಹಿಸಿದ್ದೇನೆ. ಓದುಗರಿಗೆ 'ಅವರ ಈ ಕಥೆಗಿಂತ ಆ ಕಥೆ ಚೆನ್ನಾಗಿತ್ತು; ಈ ಕಥಾ ಸಂಕಲನಕ್ಕೆ ಅವರ ಆ ಕಥೆ ಸೇರಿಸಬಹುದಾಗಿತ್ತು'-ಎಂದೆಲ್ಲಾ ಅನೇಕರಿಗೆ ಅನ್ನಿಸುವುದು ಸಹಜ. ಉದಾಹರಣೆಗೆ ನೆನೆಯುವುದಾದರೆ ಪುಟದಮಿತಿ ವಿಧಿಸಿದರಿಂದಾಗಿ ರಾಜಶೇಖರ ನೀರಮಾನ್ವಿ, ಗಿರಡ್ಡಿಗೋವಿಂದರಾಜ, ಖಾಸನೀಸ, ರಾಜಲಕ್ಷ್ಮಿ ಎನ್.ರಾವ್, ಭಾನುಮುಷ್ತಾಕ್, ಮನುಬಳಿಗಾರ, ರಾಜೇಂದ್ರ ಚೆನ್ನಿ, ಹಂದ್ರಾಳ, ಕೃಷ್ಣಮೂರ್ತಿ ಹನೂರು, ಅರವಿಂದ ಮಾಲಗತ್ತಿ, ಬಾಳಾಸಾಹೇಬ ಲೋಕಾಪುರ, ಟಿ.ಜಿ.ರಾಘವ, ಕೆ.ಸದಾಶಿವ, ಮಿತ್ರಾ ವೆಂಕಟ್ರಾಜ್, ಕಾ.ತ.ಚಿಕ್ಕಣ್ಣ, ಲೋಹಿತ್ ನಾಯ್ಕರ್, ಪ್ರಹ್ಲಾದ ಅಗಸನ ಕಟ್ಟೆ ಮುಂತಾದ ಕಥೆಗಾರರ ಕಥೆಗಳನ್ನು ಇಲ್ಲಿ ಸೇರಿಸಲಾಗಿಲ್ಲ. ಆದರೆ ಈ ಕಥೆಗಾರರಲ್ಲಿ ಕಂಡುಬರುವ ಅಂಶಗಳನ್ನು ಇಲ್ಲಿ ಆಯ್ಕೆ ಮಾಡಿರುವ ಕೆಲವು ಕಥೆಗಾರರ ಕಥೆಗಳಲ್ಲೂ ಕಾಣುವುದಕ್ಕೆ ಅವಕಾಶವಿದೆ. ಇವರಲ್ಲಿ ಇನ್ನೂ ಇಂದೂ ಕಥೆಗಳನ್ನು ಬರೆಯುತ್ತಿರುವವ ರಾಗಿದ್ದಾರೆ. ಹಾಗಾಗಿ ಈ ಕ್ಷೇತ್ರದಲ್ಲಿ ಇದೇ ಅಂತಿಮ ಕಥಾಸಂಕಲನವೆಂದೂ ಭಾವಿಸ ಬೇಕಾಗಿಲ್ಲ. ಇಂತಹ ಇತಿಮಿತಿಗಳ ನಡುವೆಯೂ ವಸ್ತುನಿಷ್ಠತೆಯನ್ನು ಕಾಯ್ದುಕೊಂಡು ೧೯೫೦-೨೦೦೦ರ ನಡುವೆ ಬಂದ ಐದು ದಶಕಗಳ ಅವಧಿಯಲ್ಲಿ ಪ್ರಕಟವಾದ ಕಥೆಗಳಿಂದ ಆಯ್ದು ಪ್ರಾತಿನಿಧಿಕ ಕಥಾಸಂಕಲನವನ್ನಾಗಿ ರೂಪಿಸಲು ಶ್ರದ್ಧಾಪೂರ್ವಕವಾಗಿ ಪ್ರಯತ್ನಿಸಿದ್ದೇನೆ.

ಇಲ್ಲಿನ ಕಥೆಗಳನ್ನು ಆಯ್ಕೆ ಮಾಡುವಾಗ ಕೆಲವು ಸೂಕ್ಷ್ಮವಾದ ಮಾನದಂಡಗಳನ್ನು ಗಮನದಲ್ಲಿಟ್ಟುಕೊಂಡಿದ್ದೇನೆ. ಕಥಾವಸ್ತು, ಪಾತ್ರ, ಭಾಷೆ, ಪ್ರದೇಶ, ಸನ್ನಿವೇಶ, ವೈವಿಧ್ಯತೆ, ಗ್ರಥನ ಕೌಶಲ, ಅನನ್ಯತೆ, ಸಮಾಕಾಲೀನತೆ, ಧ್ವನಿಪೂರ್ಣತೆ, ಸೃಜನಶೀಲತೆ, ಪ್ರಯೋಗ ಶೀಲತೆ-ಇತ್ಯಾದಿ ವಿಷಯಗಳನ್ನು ಪ್ರತಿನಿಧಿಸುವಂತಹ ಕಥೆಗಳನ್ನು ಆಯ್ಕೆ ಮಾಡಲು ಯತ್ನಿಸಿದ್ದೇನೆ; ದೇಸೀ ಕಥನ ಪರಂಪರೆ ಹಾಗೂ ಸಂಸ್ಕೃತಿಯ ಅಸ್ಮಿತೆಗಳ ಮೂಲಕ ಕಥೆಗೆ ಮುಕ್ತತೆಯನ್ನು ಮೌಲ್ಯವನ್ನು ತಂದಂತಹ ಕಥೆಗಳನ್ನು ಇಲ್ಲಿ ಆಯ್ಕೆ ಮಾಡಿದ್ದೇನೆ; ಮುಖ್ಯವಾಗಿ ಕನ್ನಡ ಸಣ್ಣ ಕಥೆಯ ಚಾರಿತ್ರಿಕ, ಸಾಮಾಜಿಕ ಹಾಗೂ ಸಾಹಿತ್ಯಕ ನಿರಂತರತೆ ಯನ್ನು ಪ್ರತಿನಿಧಿಸುವ ಕಥೆಗಳನ್ನು ಆಯ್ಕೆ ಮಾಡುವ ಉದ್ದೇಶವನ್ನು ಇಲ್ಲಿ ಇಟ್ಟುಕೊಂಡಿ ದ್ದೇನೆ. ಕಾಲಕಾಲಕ್ಕೆ ಕಥೆಗಾರರು ಹೇಗೆ ತಮ್ಮ ಸೃಜನಾತ್ಮಕ ಸಾಧ್ಯತೆಗಳನ್ನು ವಿಸ್ತರಿಸಿಕೊಳ್ಳುತ್ತಾ ಬಂದರು ಎಂಬುದನ್ನು ಗಮನದಲ್ಲಿಟ್ಟುಕೊಂಡು ಇಲ್ಲಿಯ ಕಥೆಗಳನ್ನು ಆಯ್ಕೆ ಮಾಡಿದ್ದೇನೆ. ಹಾಗಾಗಿ ಇಲ್ಲಿ ಹಳಬರು, ಹೊಸಬರು, ದಲಿತರು, ಮಹಿಳೆಯರು ಹೀಗೆ ಎಲ್ಲಾ ಕಥೆಗಾರರು ಸೇರಿದಂತೆ ಎರಡು ಮೂರು ತಲೆಮಾರಿನ ಕಥೆಗಾರರ ವಸ್ತು ವೈವಿಧ್ಯಮಯವಾದ ಕಥೆ ಗಳು ಇಲ್ಲಿವೆ. ಪ್ರಧಾನವಾಗಿ ಈ ಸಂಕಲನದ ಕಥೆಗಳು ಸ್ವಾತಂತ್ರ್ಯೋತ್ತರ ಕಾಲಾವಧಿಯ

(೧೯೫೦-೨೦೦೦) ಐದು ದಶಕಗಳ ಕನ್ನಡ ಸಣ್ಣಕಥೆಯ ಸಮ್ಯಗ್ ದರ್ಶನವನ್ನು ಬಿಂಬಿಸಬೇಕೆಂಬುದು ನನ್ನ ಅಭಿಲಾಷೆಯಾಗಿದೆ.

ಸ್ವಾತಂತ್ರ್ಯೋತ್ತರ ಕಾಲದ ಐದು ದಶಕಗಳ ಕನ್ನಡ ಕಥಾಸಾಹಿತ್ಯದಲ್ಲಿ ಹಲವಾರು ಪ್ರವೃತ್ತಿಗಳು ಮತ್ತು ಪ್ರಯೋಗಶೀಲತೆಗಳು ಕಾಣಿಸಿಕೊಂಡಿವೆ. ಈ ಬಗೆಯ ನವ್ಯ ಪ್ರವೃತ್ತಿಗಳು ಹಾಗೂ ನವ್ಯ ಸಂವೇದನೆಗಳು ಐವತ್ತರ ದಶಕದ ಆರಂಭದಲ್ಲಿ ಕಾವ್ಯದಲ್ಲಿಯೇ ಕಾಣಿಸಿಕೊಂಡಿತು. ತದನಂತರ ಈ ನವ್ಯತೆ ಕಥೆಗಳಲ್ಲಿಯೂ ಕಾಣಿಸಿಕೊಂಡು, ನವೋದಯದ ಕಥೆಗಳಿಗಿಂತ ಭಿನ್ನವಾಗಿ ಅಭಿವ್ಯಕ್ತವಾಯಿತು. ನವ್ಯಕಥೆಗಳ ರಚನೆಯಲ್ಲಿ ಬಿ.ಸಿ.ರಾಮಚಂದ್ರಶರ್ಮರ 'ಮಂದಾರ ಕುಸುಮ' (೧೯೫೩), 'ಏಳನೆಯ ಜೀವ' (೧೯೫೫), ಯು.ಆರ್.ಅನಂತಮೂರ್ತಿ ಅವರ 'ಎಂದೆಂದೂ ಮುಗಿಯದ ಕಥೆ' (೧೯೫೫), 'ಪ್ರಶ್ನೆ' (೧೯೬೩), ಕೆ.ಸದಾಶಿವರ 'ನಲ್ಲಿಯಲ್ಲಿ ನೀರು ಬಂದಿತು!' (೧೯೫೮), ಯಶವಂತ ಚಿತ್ತಾಲರ 'ಸಂದರ್ಶನ' (೧೯೫೭), 'ಆಬೋಲೀನಾ' (೧೯೬೦), 'ಆಟ' (೧೯೬೯), ಶಾಂತಿನಾಥ ದೇಸಾಯಿ ಅವರ 'ಮಂಜುಗಡ್ಡೆ' (೧೯೫೮), 'ಕ್ಷಿತಿಜ' (೧೯೬೯), ಪಿ.ಲಂಕೇಶರ 'ಕೆರೆಯ ನೀರನು ಕೆರೆಗೆ ಚೆಲ್ಲಿ' (೧೯೬೩), 'ನಾನಲ್ಲ' (೧೯೭೦), ಕೆ.ಪಿ.ಪೂರ್ಣಚಂದ್ರ ತೇಜಸ್ವಿಯವರ 'ಹುಲಿಯೂರಿನ ಸರಹದ್ದು' (೧೯೬೬) ಮುಂತಾದ ಕಥಾಸಂಕಲನಗಳು ನವ್ಯತೆಯ ಅಭಿವ್ಯಕ್ತಿಗೆ ರುಜುವಾತಾಗಿವೆ.

ವಸ್ತು, ಭಾಷೆ, ತಂತ್ರ, ಧೋರಣೆ, ವಿನ್ಯಾಸಕ್ಕೆ ಸಂಬಂಧಿಸಿದಂತೆ ಬಿ.ಸಿ.ರಾಮಚಂದ್ರ ಶರ್ಮರ 'ನಾಡು ಒಡೆಯಿತು' (೧೯೫೦), ಯು.ಆರ್.ಅನಂತಮೂರ್ತಿ ಅವರ 'ಎಂದೆಂದೂ ಮುಗಿಯದ ಕಥೆ' (೧೯೫೩), ಶಾಂತಿನಾಥ ದೇಸಾಯಿ ಅವರ 'ಮಂಜುಗಡ್ಡೆ' (೧೯೫೩), ಕೆ.ಸದಾಶಿವರ 'ನಲ್ಲಿಯಲ್ಲಿ ನೀರು ಬಂದಿತು!' (೧೯೫೫) ಕಥೆಗಳು ಸ್ವಾತಂತ್ರ್ಯೋತ್ತರದ ಆರಂಭದ ನವ್ಯಕಥೆಗಳೆನ್ನಬಹುದು. ಆರಂಭದಲ್ಲಿ ಈ ಕಥೆಗಾರರು ನವೋದಯ ಹಾಗೂ ಪ್ರಗತಿಶೀಲ ಕಥೆಗಾರರ ಪ್ರಭಾವದಿಂದ ಬಿಡಿಸಿಕೊಂಡು ಬರೆಯಲು ಪ್ರಯತ್ನಿಸುವುದನ್ನು ಕಾಣುತ್ತೇವೆ. ನವೋದಯದ ಕಥೆಗಳಲ್ಲಿ ಕಾಣಿಸಿಕೊಂಡಿದ್ದ ಕಥನದ ಗುಣ ಹಾಗೂ ಪ್ರಗತಿಶೀಲರಲ್ಲಿ ಕಾಣಿಸಿಕೊಂಡಿದ್ದ ಸಾಮಾಜಿಕ ಆಕ್ರೋಶವನ್ನು ಕಾವ್ಯಾತ್ಮಕವಾಗಿ ಸಂಯಮದ ಕಡೆಗೆ ತಿರುಗಿಸುವುದನ್ನು ಈ ಘಟ್ಟದ ಕಥೆಗಳಲ್ಲಿ ಗುರುತಿಸಬಹುದಾಗಿದೆ. ಸ್ವಾತಂತ್ರ್ಯಪೂರ್ವದಲ್ಲಿ ಕಂಡಿದ್ದ ಮನುಷ್ಯನ ಕನಸುಗಾರಿಕೆ, ಹಂಬಲ ಹಾಗೂ ನಿರೀಕ್ಷೆಗಳು ಸ್ವಾತಂತ್ರ್ಯೋತ್ತರ ಕಾಲದ ಕನ್ನಡ ಕಥಾ ಸಾಹಿತ್ಯದಲ್ಲಿ ಮೌಲ್ಯಮಾಪನಕ್ಕೆ, ಶೋಧನೆಗೆ ಒಳಗಾಗುವುದನ್ನು ಕಾಣುತ್ತೇವೆ.

ಈ ಸಂಕಲನದ ಪ್ರತಿಯೊಂದು ಕಥೆಯ ಬಗ್ಗೆಯೂ ದೀರ್ಘವಾದ ಲೇಖನ, ವಿಮರ್ಶೆ, ವ್ಯಾಖ್ಯಾನ ಬರೆಯಲು ಅವಕಾಶವಿದೆ. ಆದರೆ ಅದಕ್ಕೆ ಬದಲಾಗಿ ಪ್ರತಿಯೊಂದು ಕಥೆಯ ಬಗ್ಗೆಯೂ ಓದುಗರ ಗಮನ ಸೆಳೆಯುವ ಸಲುವಾಗಿ ನನ್ನ ಕೆಲವು ಮಾತುಗಳಲ್ಲಿ ಹೇಳ ಬಯಸುತ್ತೇನೆ. ಬಿ.ಸಿ.ರಾಮಚಂದ್ರಶರ್ಮರ ಕಥೆಗಳಲ್ಲಿ ಕಾಮ, ಸಮಾಜ, ಕುಟುಂಬ, ಕೋಮು ದ್ವೇಷ ಮುಂತಾದ ವಸ್ತುಗಳು ಕಾಣಿಸಿಕೊಳ್ಳುತ್ತವೆ. ಶರ್ಮರು ಕಾಮದ ಬಗೆಗೆ

ಕುತೂಹಲ ಮತ್ತು ಕೋಮು ದ್ವೇಷದ ಬಗ್ಗೆ ವಿಷಾದವನ್ನು ಪ್ರಕಟಿಸುತ್ತಾರೆ. ಇಲ್ಲಿಯ ಅವರ 'ನಾಡು ಒಡೆಯಿತು' (೧೯೫೦) ಕಥೆಯು ಭಾರತ ಮತ್ತು ಪಾಕಿಸ್ತಾನ ಬೇರೆ ಬೇರೆ ಯಾದರೂ ಅದರಿಂದಾಗಿ ಹಿಂದೂ ಮುಸ್ಲಿಂ ಸಮುದಾಯಗಳಲ್ಲಿ ಉಂಟಾದ ದಾರುಣ ವೇದನೆ, ಕ್ಷೋಭೆ, ದ್ವೇಷ, ಆಕ್ರಮಣ, ಸಾವು, ಕೊಲೆ ಮುಂತಾದ ಜನಾಂಗಗಳ ಕೋಮು ದ್ವೇಷದ ದಳ್ಳುರಿಯಲ್ಲಿ ಬೆಂದ ದುರಂತದ ಪರಿಣಾಮಗಳನ್ನು ಈ ಕಥೆಯಲ್ಲಿ ಹೃದಯ ವಿದ್ರಾವಕವಾಗಿ ಹಿಡಿಯಲಾಗಿದೆ. ಈ ಕ್ಷುದ್ರ ಜನಾಂಗಿಕ ಕೋಮುದ್ವೇಷದ ನಡುವೆ ಅರಳುವ ಮಾನವರ ಪ್ರೀತಿ ಪ್ರೇಮದ ಮಿಲನವನ್ನು ಅತ್ಯಂತ ಪರಿಣಾಮಕಾರಿಯಾಗಿ ಚಿತ್ರಿಸಲಾಗಿದೆ. ಈ ಕಾರಣದಿಂದಾಗಿ ಈ ಕಥೆಯು ಚಾರಿತ್ರಿಕವಾಗಿ ಕೂಡ ಒಂದು ಬಹುಮುಖ್ಯವಾದ ವಸಾಹತುಶಾಹಿಯ ದಾಖಲೆಯಾಗಿದೆ. ನವ್ಯಸಾಹಿತ್ಯದ ಅಗ್ರಗಣ್ಯ ಕಥೆಗಾರರಲ್ಲೊಬ್ಬರಾದ ಯು.ಆರ್.ಅನಂತಮೂರ್ತಿ ಅವರ 'ನವಿಲುಗಳು' (೧೯೭೨) ಕಥೆಯಲ್ಲಿ ಬೌದ್ಧಿಕವಾಗಿ, ವೈಚಾರಿಕವಾಗಿ ಬೆಳೆದ ಪ್ರಾಧ್ಯಾಪಕನೊಬ್ಬ ತನ್ನ ಬಾಲ್ಯಕಾಲದಲ್ಲಿ ಅನುಭವಿಸಿದ್ದ ಬಾಲ್ಯದ ತತ್ಪರತೆಯನ್ನು ತಂದುಕೊಳ್ಳಲು ನಗರದಿಂದ ತನ್ನ ಹಳ್ಳಿಗೆ ಹೋಗಿ ನಿಸರ್ಗದ ಜೊತೆ, ನವಿಲುಗಳ ಜೊತೆ ಪ್ರಯತ್ನಿಸುವ ವಸ್ತುವಿದೆ. ಆದರೆ ಕೊನೆಗೆ ಆತ ತನ್ನ ಆ ಬಾಲ್ಯಕಾಲದ ತತ್ಪರತೆಯನ್ನು ತಂದುಕೊಳ್ಳಲಾಗದೆ ವಿಫಲನಾಗುತ್ತಾನೆ. ಬಾಲ್ಯದಲ್ಲಿ ಅನುಭವಿಸಿದ್ದ ನವಿಲು ಗಳ ಕುಣಿತದ ಸಂತೋಷವನ್ನು ಈಗ ಆತ ಅನುಭವಿಸಲಾರ. ಕಾರಣ ಆತ ಆಧುನಿಕತೆಯ ಅನುಕೂಲತೆಗಳ ಪ್ರಭಾವದಿಂದಾಗಿ ಆತ ತನ್ನ ಬಾಲ್ಯದ ಮುಗ್ಧತೆ, ಕುತೂಹಲ ಮತ್ತು ತತ್ಪರತೆಯನ್ನು ತಂದುಕೊಳ್ಳಲಾರದ ಸ್ಥಿತಿಯಲ್ಲಿ ಆತ್ಮವಿಮರ್ಶೆ ಮಾಡಿಕೊಳ್ಳುತ್ತಾನೆ.

ಯಶವಂತಚಿತ್ತಾಲ ಅವರು ಕಥನ ನಿರೂಪಣ ವಿಧಾನದಲ್ಲಿ ಮಾಸ್ತಿಯವರ ಕಥನ ನಿರೂಪಣ ಪರಂಪರೆಗೆ ಸಮೀಪದವರು. ಆದರೆ ಚಿತ್ತಾಲರು ಪ್ರಯೋಗಶೀಲ ಕಥೆಗಾರ. ಅವರ ಬಹುಪಾಲು ಕಥೆಗಳ ವಸ್ತು ಹುಟ್ಟು, ಬದುಕು, ಯಾತನೆ, ಸಾವು ಮತ್ತು ಕಾಮ. ಅವರ 'ಸೆರೆ' (೧೯೬೬) ಕಥೆಯ ವಸ್ತು ಕಾಮ. ಈ ಕಾಮ ಕೂಡ ಇಲ್ಲಿ ಬದುಕಿನ ಸಂಕೇತವಾಗಿ ಬರುತ್ತದೆ. ಕಥೆಯ ನಾಯಕ ಬರ್ಮಚಾರಿ ಪುರುಷತ್ವಕ್ಕೆ ಸಂಕೇತವಾಗಿದ್ದಾನೆ. ಇಲ್ಲಿ ಬರುವ ದೇವಿ ಪ್ರಕೃತಿಗೆ ಸಂಕೇತವಾಗಿದ್ದಾಳೆ. ಈ ಬರ್ಮಚಾರಿ ತನ್ನ ತಾಯಿ ಬಿಚ್ಚಿದ ಮದುವೆಯ ಪುರಾಣದಿಂದ ವ್ಯಗ್ರನಾಗಿದ್ದಾನೆ. ದೇವಿಯ ಸ್ವಭಾವ ಅವನ ಕಾಮ ವನ್ನು ಕೆರಳಿಸುತ್ತದೆ. ಕಾಮವನ್ನು ನಿಗ್ರಹಿಸಿ ಮೀರಿ ಅದರಾಚೆ ಬದುಕನ್ನು ಶೋಧಿಸುವ ಪ್ರವೃತ್ತಿ ಇಲ್ಲಿದೆ. ಕೊನೆಗೆ ಆ ಸೆರೆಯಿಂದ ಅವನಿಗೆ ಬಿಡುಗಡೆಯಾಗುತ್ತದೆ. ಹಳೆಯ ಮನೆ, ಸೋದರತ್ತೆ, ತಂದೆಯನ್ನು ಬಲಿ ತೆಗೆದುಕೊಂಡ ಆ ಮನೆ ಸಾವಿನ ಭಯದ ಸಂಕೇತವಾಗಿದೆ. ಹೀಗೆ ಕಥೆಯು ಅನೇಕ ಪ್ರತೀಕಗಳನ್ನು ಸೃಷ್ಟಿಸುತ್ತದೆ. ಇಲ್ಲಿ ಬದುಕು ಮತ್ತು ಬಂಧನದ ಹೋರಾಟವಿದೆ. ಮನೆಯೊಳಕ್ಕೆ ನುಗ್ಗುವ ಹಾವು, ದನ, ಯುವಕನೊಬ್ಬನ ಸಹಜ ಕಾಮದ ಪ್ರತೀಕಗಳಾಗಿವೆ. ನಾಯಕನಿಗೆ ದಕ್ಕದ ಅನುಭವದ ಅರ್ಥವನ್ನು ಬಿಡಿಸುತ್ತಾ, ಭಾಷೆಯಲ್ಲಿ ಸಂಕೀರ್ಣತೆಯನ್ನು ಸಾಧಿಸುತ್ತಾ, ಮಾನಸಿಕ ಭಾವವನ್ನು ಸ್ಫುರಿಸುತ್ತಾ ಚಿತ್ತಾಲರು ನವ್ಯ ಸಂವೇದನೆಯನ್ನು ದಟ್ಟವಾಗಿ ಇಲ್ಲಿ ಕಾಣಿಸುತ್ತಾರೆ. ವಸ್ತು, ಬಂಧ, ಶಿಲ್ಪ ಮತ್ತು

ಭಾಷೆಯ ಉಪಯೋಗದಲ್ಲಿ ಸಫಲತೆಯನ್ನು ಸಾಧಿಸುವ ಈ ಕಥೆ ಕನ್ನಡ ಕಥಾಸಾಹಿತ್ಯದಲ್ಲಿ ಅಪರೂಪದ ಕಥೆಯಾಗಿದೆ.

ಯಶವಂತ ಚಿತ್ತಾಲ, ಶಾಂತಿನಾಥ ದೇಸಾಯಿ ಇವರೆಲ್ಲಾ ಮೊದಲಿಗೆ ಕಥೆಗಾರರು, ನಂತರ ಕಾದಂಬರಿಕಾರರು. ದೇಸಾಯಿ ಅವರ ಸಾಹಿತ್ಯ ರಚನೆಯೂ ಆರಂಭವಾದದ್ದೇ ಸಣ್ಣ ಕಥೆಯ ರಚನೆಯ ಮೂಲಕ; ದೇಸಾಯಿ ಅವರು ವೈಚಾರಿಕತೆ ಮತ್ತು ಅಸ್ತಿತ್ವವಾದೀ ಭೂಮಿಕೆಗೆ ಸಣ್ಣಕಥೆಯ ಪ್ರಕಾರವನ್ನು ಸಮರ್ಥವಾಗಿ ಉಪಯೋಗಿಸಿಕೊಂಡವರು. ಇವರ 'ಮಂಜುಗಡ್ಡೆ' (೧೯೫೩) ಕಥೆಯಲ್ಲಿ ವ್ಯಕ್ತವಾಗುವ ವ್ಯಕ್ತಿಯ ಅನ್ವೇಷಣೆ ಮತ್ತು ದರ್ಶನ ಆಧುನಿಕತೆಗೆ ಸಾಕ್ಷಿಯಾಗಿದೆ. ಆಧುನಿಕತೆ ಅಂದರೆ ನವ್ಯತೆಯ ಪ್ರಣಾಳಿಕೆಯನ್ನು ಈ ಕಥೆಯ ಶರೀರದೊಳಗೆ ಹೇಳಿರುವ ದೇಸಾಯಿ ಅವರ ರೀತಿ ನವೀನವಾಗಿದೆ. ಮಂಜುಗಡ್ಡೆ ಕಥೆಯ ಗೌರೀಶ ಹೃದಯವನ್ನು ಮಂಜುಗಡ್ಡೆ ಮಾಡಿಕೊಂಡರೇನೆ ಈ ಪ್ರಪಂಚದಲ್ಲಿ ಮೋಜು ಮಾಡಲು ಸಾಧ್ಯ ಎಂಬ ಅಸ್ತಿತ್ವವಾದೀ ನಿಲುವನ್ನು ಪ್ರಕಟಿಸುತ್ತಾನೆ. ಈ ಪಾತ್ರ ದೇಸಾಯಿ ಅವರು ತಮ್ಮ ಮುಂದಿನ ಕೃತಿಗಳಲ್ಲಿ ಕಾಣಿಸಿಕೊಂಡ ಕಾಳಜಿಗಳನ್ನು ಬೀಜ ರೂಪದಲ್ಲಿ ಕಾಣಿಸುತ್ತದೆ. ಗೌರೀಶನ ಒಳಮನಸ್ಸಿನ ತುಡಿತಗಳು, ಲೈಂಗಿಕ ಆಸೆಗಳು ಇಲ್ಲಿ ಸೂಕ್ಷ್ಮವಾಗಿ ವೈಚಾರಿಕವಾಗಿ ಶೋಧಿಸಲ್ಪಟ್ಟಿವೆ. ಗೌರೀಶ ತಾನು ಪ್ರೀತಿಸಿದ ಹೆಣ್ಣು ಕಲ್ಪಲತೆ ಶ್ರೀಮಂತನೊಬ್ಬನನ್ನು ಮದುವೆಯಾಗಿ ಹೊರಟಾಗ ಈತ ತನ್ನನ್ನು ಆತ್ಮವಿಮರ್ಶೆ ಮಾಡಿಕೊಳ್ಳುತ್ತಾನೆ; ಆಕೆಯ ಸ್ವಭಾವ, ವರ್ತನೆಯಿಂದ ತನ್ನ ಹೃದಯವನ್ನು ಮಂಜುಗಡ್ಡೆ ಮಾಡಿಕೊಂಡು ಕೊನೆಗೆ ಹಳ್ಳಿಯಲ್ಲಿ ನೋಡಿರುವ ಹುಡುಗಿಯನ್ನೇ ಮದುವೆ ಮಾಡಿಕೊಳ್ಳಲು ಆಲೋಚಿಸುತ್ತಾನೆ. ದೇಸಾಯಿ ಅವರ ಈ ಕಥೆ ನವ್ಯತೆಯ ಅಭಿವ್ಯಕ್ತಿಗೆ ಒಂದು ಉತ್ತಮ ಮಾದರಿಯಾಗಿದ್ದು, ಆಧುನಿಕ ಜೀವನಕ್ಕೆ ತೋರುವ ಪ್ರತಿಭಟನೆಯಾಗಿದೆ.

ಮಾನವನ ಮೂಲಭೂತ ಪ್ರವೃತ್ತಿಗಳನ್ನು ಶೋಧಿಸುವುದೇ ಸೃಷ್ಟಿಶೀಲ ಪ್ರತಿಭಾವಂತ ಪಿ.ಲಂಕೇಶರ ಕಥೆಗಳ ಮುಖ್ಯ ಆಶಯ. ಬದುಕಿನ ಅವಮಾನ, ದಿಗ್ಭ್ರಮೆ, ಪೀಡನೆ, ವ್ಯಂಗ್ಯ, ಜಾತಿ ಪದ್ಧತಿ, ಅಸ್ಪೃಶ್ಯತೆ ಮುಂತಾದ ವಿಷಯಗಳನ್ನು ಕುರಿತು ಇವರ ಕಥೆಗಳು ಅತ್ಯಂತ ಸೂಕ್ಷ್ಮವಾಗಿ ಮತ್ತು ಸಂಕ್ಷಿಪ್ತವಾಗಿ ಚಿತ್ರಿಸುತ್ತವೆ. ಜಾತಿ ಸಂಘರ್ಷಗಳು ಲಂಕೇಶರ ಕಥೆಗಳಲ್ಲಿ ವಿಶೇಷ. ಇವರ 'ಮುಟ್ಟಿಸಿಕೊಂಡವನು' (೧೯೮೮) ಕಥೆಯು ಸ್ಪೃಶ್ಯತೆ ಮತ್ತು ಅಸ್ಪೃಶ್ಯತೆಯ ನಡುವಿನ ಸಂಬಂಧವನ್ನು ಶೋಧಿಸುತ್ತದೆ. ಇದು ಒಂದು ಅತ್ಯಂತ ಸಣ್ಣ ಕಥೆ. ಇದು ಭಾರತೀಯ ಸಾಮಾಜಿಕ ಇತಿಹಾಸದೊಂದಿಗೆ ಹಾಗೂ ನವ್ಯ ಸಾಹಿತ್ಯದ ಉತ್ಕರ್ಷ ಕಾಲದೊಂದಿಗಿನ ಸಂಬಂಧವನ್ನು ಇಟ್ಟುಕೊಂಡೇ ಆರಂಭವಾಗುತ್ತದೆ. ಈ ಕಥೆಯಲ್ಲಿ ಬರುವ ಬಸಲಿಂಗ ಜಾತಿಯಲ್ಲಿ ಲಿಂಗಾಯತ. ಸ್ವಭಾವತಃ, ಮುಗ್ಧ, ದುರ್ಬಲ ಸ್ವಭಾವದವನು. ಅವನ ಕಣ್ಣಿಗೆ ಕಾಯಿಲೆ ಬಂದಿದೆ. ಅದನ್ನು ಗುಣಪಡಿಸುವವನು ಸರ್ಕಾರಿ ಆಸ್ಪತ್ರೆಯ ವೈದ್ಯ ತಿಮ್ಮಪ್ಪ, ಈತ ಜಾತಿಯಲ್ಲಿ ದಲಿತ. ಆದರೆ ಡಾಕ್ಟರಿಗೆ ರೋಗಿಗಳ ಬಗ್ಗೆ ಅಪಾರ ಪ್ರೀತಿ. ತನಗೆ ಚಿಕಿತ್ಸೆ ಮಾಡುವುದಕ್ಕೆ ಮುಂಚೆ ಬಸಲಿಂಗನಿಗೆ ತಿಮ್ಮಪ್ಪನ ಜಾತಿ ಗೊತ್ತಿಲ್ಲ, ಆಮೇಲೆ ಅವನಿಗೆ ಅವರ ಜಾತಿ ತಿಳಿದ ಮೇಲೆ ಆತ ಅವರು ತನ್ನನ್ನು ಮುಟ್ಟಿಸಿಕೊಂಡಿದ್ದರ ಬಗ್ಗೆ ದ್ವೇಷ, ಉಢಾಪೆ ಶುರು ಮಾಡುತ್ತಾನೆ. ಅದರಿಂದ ಆತನ

ಕಾಯಿಲೆ ಮತ್ತಷ್ಟು ಉಲ್ಬಣಿಸುತ್ತದೆ. ಕೊನೆಕೊನೆಗೆ ಬಸಲಿಂಗ ಮಾನಸಿಕ ಕ್ಷೋಭೆಗೆ ಒಳಗಾಗುತ್ತಾನೆ. ಕೊನೆಗೆ ತಿಮ್ಮಪ್ಪನೇ ಅವನಿಗೆ ಅನಿವಾರ್ಯ ಅನ್ನಿಸಿದಾಗ ಅವನ ಕಣ್ಣುಗಳನ್ನು ತಿಮ್ಮಪ್ಪನೇ ಆಪರೇಷನ್ ಮಾಡಿ ಉಳಿಸುತ್ತಾನೆ. ಮೇಲುಜಾತಿಯ ಬಸಲಿಂಗನ ರೋಗಕ್ಕೆ ಚಿಕಿತ್ಸೆ ಕೆಳಜಾತಿಯವರಲ್ಲಿದೆ ಎಂಬುದರ ಮಹತ್ವವನ್ನೂ ಈ ಕಥೆ ಒತ್ತಿಹೇಳುತ್ತದೆ. ತಿಮ್ಮಪ್ಪನ ಪ್ರಾಮಾಣಿಕತೆ, ಬಸಲಿಂಗನ ಮುಗ್ಧತೆ ಇವೆಲ್ಲಾ ಇಲ್ಲಿ ಪ್ರಕಟವಾಗಿವೆ. ಸಾಹಿತ್ಯಕವಾಗಿ ಕಥೆಯು ಸಾಧಿಸುವ ಕಲಾತ್ಮಕತೆ ಮತ್ತು ಸಾಮಾಜಿಕವಾಗಿ ಇಲ್ಲಿ ಕಾಣಿಸುವ ದರ್ಶನ ಅಪೂರ್ವವಾದುದು.

ಯು.ಆರ್.ಅನಂತಮೂರ್ತಿ, ಪಿ.ಲಂಕೇಶ್ ಮತ್ತು ಕೆ.ಪಿ.ಪೂರ್ಣಚಂದ್ರ ತೇಜಸ್ವಿಯವರು ರಾಮಮನೋಹರ ಲೋಹಿಯಾ ಅವರ ಸಮಾಜವಾದಿ ತತ್ವ ಮೀಮಾಂಸೆಯಿಂದ ಪ್ರೇರಣೆ ಪಡೆದವರು. ತೇಜಸ್ವಿ ತಾವೇ ಹೇಳುವಂತೆ ಲೋಹಿಯಾ ಅವರ ತತ್ವಚಿಂತನೆ, ಕುವೆಂಪು ಅವರ ಕಲಾಸೃಷ್ಟಿ ಮತ್ತು ಶಿವರಾಮಕಾರಂತರ ಜೀವನ ದೃಷ್ಟಿಯಿಂದ ಗಾಢವಾಗಿ ಪ್ರಭಾವಿತರಾದವರು. ಅವರ 'ಸ್ವರೂಪ' (೧೯೬೬) ಕಿರುಕಾದಂಬರಿ, 'ಹುಲಿಯೂರಿನ ಸರಹದ್ದು' (೧೯೬೬) ಕಥಾಸಂಕಲನ ಮತ್ತು 'ತ್ಯಕ್ತ' (೧೯೬೪) ಕಥೆ ಇವು ನವ್ಯಕಥಾ ಸಾಹಿತ್ಯ ಘಟ್ಟದ ಕೃತಿಗಳು. ನಂತರ ಅವರ ಕೃತಿಗಳೆಲ್ಲಾ ಜನಪದ ಸಂಸ್ಕೃತಿಯ ಬೇರುಗಳನ್ನು, ಜನಪದರ ಗೋಜಲುಗಳನ್ನು ನೇರವಾಗಿ ಅಭಿವ್ಯಕ್ತಿಸುವ ಕ್ರಮಕ್ಕೆ ಸೇರಿದಂತಹವು. ಅಂತಹ ಅವರ ಮಹತ್ವದ ಕಥೆಗಳಲ್ಲಿ ಒಂದಾದ 'ಅವನತಿ' (೧೯೭೩) ಕಥೆಯಲ್ಲಿ ಸಹಜವಾಗಿ ಒಂದು ಸಮಾಜದ ವಾಸ್ತವಿಕತೆಯ ರೋಗಗ್ರಸ್ತ ಮುಖವನ್ನು ಕಾಣುತ್ತೇವೆ. ಸೂರಾಚಾರಿಯ ಕಲೆಯ ದುರಂತ ಮತ್ತು ಗೌರಿಯ ಸೌಂದರ್ಯದ ನಾಶ ಈ ಎರಡು ಸಂಗತಿಗಳ ನಡುವೆ ಕೇಡನ್ನು ಬಯಸುವ ಕಣ್ಣುಗಳನ್ನು ಹೊಂದಿದ ಸಮಾಜದ ಅವನತಿಯನ್ನು ಕಾಣಿಸಲಾಗಿದೆ. ಇಲ್ಲಿ ಇವೆರಡರ ನಡುವೆ ರಾಜಕೀಯವಾಗಿ, ಸಾಂಸ್ಕೃತಿಕವಾಗಿ ಮತ್ತು ಸಮಗ್ರವಾಗಿ ಅವನತಿಯ ಹಾದಿ ಹಿಡಿದಿರುವ ದಟ್ಟವಾದ ಹಳ್ಳಿಯ ಜನಜೀವನದ ಕ್ರಮವೊಂದಿದೆ. ಸಮಾಜದಲ್ಲಿ ಅರ್ಥಪೂರ್ಣವಾದುದನ್ನು ಸೃಜಿಸಲಾಗಿದೆ ಒಟ್ಟು ಬದುಕಿನ ಕ್ಷಣಗಳ ವಿನಾಶದ ಅಂಚಿನಲ್ಲಿರುವ ಸಂಗತಿಯನ್ನು ಈ ಕಥೆಯು ಸಮರ್ಥವಾಗಿ ಮೆಲುದನಿಯಲ್ಲಿ ಧ್ವನಿಸುತ್ತದೆ. ತೇಜಸ್ವಿಯವರು ತಮ್ಮ ಸಹಜ ನಿರೂಪಣೆಯ ಸಹಜ ಲಯಗತಿಯನ್ನು ಬದುಕಿನ ಸಹಜ ಲಯಗತಿಯೊಂದಿಗೆ ಒಳಗೊಳ್ಳಿಸುತ್ತಲೇ ಸಾಂಕೇತಿಕ ಅರ್ಥಪರಂಪರೆಗಳನ್ನು ಸೃಜಿಸುವ ರೀತಿ ಅವರ ಪ್ರಯೋಗಶೀಲತೆಗೆ ಸಾಕ್ಷಿಯಾಗದೆ. ನಾಯಕಕೇಂದ್ರಪ್ರಜ್ಞೆಯಿಂದ ಸರಿದು ಸಾಕ್ಷಿಪ್ರಜ್ಞೆಯ ದೃಷ್ಟಿಕೋನದಿಂದ ಬದುಕನ್ನು ವೀಕ್ಷಿಸುವ, ಕಥೆಯ ಜಗತ್ತನ್ನು ಜೀವಂತವಾಗಿ ಸೃಷ್ಟಿಸುವ ತೇಜಸ್ವಿಯವರ ಕಥಾಕೌಶಲ ಇಲ್ಲಿ ಅದ್ಭುತವಾಗಿ ಮೂಡಿಬಂದಿದೆ.

ವೀಣಾ ಶಾಂತೇಶ್ವರ ಅವರು ಒಬ್ಬ ಪ್ರಮುಖ ನವ್ಯ ಕಥೆಗಾರ್ತಿ. ಇವರ 'ಕೊನೆಯದಾರಿ' (೧೯೭೦) ಈ ಘಟ್ಟದಲ್ಲಿ ಬಂದ ಒಂದು ವಿಶಿಷ್ಟವಾದ ಧೋರಣೆಯನ್ನು ಒಳಗೊಂಡ ಕಥೆ. ಇದರ ವಸ್ತು ಮತ್ತು ಅಭಿವ್ಯಕ್ತಿಯಲ್ಲಿ ಕಥೆಗಾರ್ತಿ ಪ್ರಕಟಿಸಿರುವ ಧೈರ್ಯ ಗಮನಾರ್ಹವಾದುದು. ಮದುವೆಯಾದ ಗಂಡನನ್ನು ಸಕಾರಣವಾಗಿಯೇ ಧಿಕ್ಕರಿಸಿ ಉದ್ಯೋಗಕ್ಕೆ ಸೇರಿದ ನಾಯಕಿ ಲೀಲಾ ಮತ್ತೆ ತನ್ನ ಜೀವನದಲ್ಲಿ ಎದುರಾದ ಅಂಜುಬುರಕ ಗಂಡಸರನ್ನೆಲ್ಲಾ

ನಿರಾಕರಿಸಿ, ತನ್ನ ಬಾಲ್ಯಕಾಲದ ಊರಿನ ಶಂಕರಗೌಡನನ್ನೇ ಮರುಮದುವೆಯಾಗಲು ನಿರ್ಧರಿಸುವ ಅವಳ ಆತ್ಮವಿಶ್ವಾಸ ಹೊಸತನದಿಂದ ಕೂಡಿದೆ. ಸಾಂಪ್ರದಾಯಕ ಸಭ್ಯತೆ, ಸಂಕೋಚ, ಹಂಗು ಹಾಗೂ ಮಡಿವಂತಿಕೆಯನ್ನು ಮೀರಿದ ಅಪರೂಪದ ಪಾತ್ರ ಇದು. ಗಂಡು ಹೆಣ್ಣಿನ ಆಕರ್ಷಣೆ ಹಾಗೂ ವಿಕರ್ಷಣೆಗಳ ಸಂಕೀರ್ಣತೆಯನ್ನು ಶೋಧಿಸುವಲ್ಲಿ ಈ ಕಥೆಯ ಮುಖ್ಯ ಧ್ವನಿ ಇದೆ.

ನವೋದಯ ಹಾಗೂ ನವ್ಯ ಕಥಾಪರಂಪರೆಗಳ ಇತ್ಯಾತ್ಮಕ ಅಂಶಗಳನ್ನು ಮೈಗೂಡಿಸಿ ಕೊಂಡು ಅವುಗಳಿಗಿಂತ ಭಿನ್ನವಾದ ಭಾವಲೋಕಕ್ಕೆ, ಗ್ರಾಮ್ಯಲೋಕಕ್ಕೆ, ಕೌಟುಂಬಿಕ ಲೋಕಕ್ಕೆ ಪ್ರವೇಶ ಮಾಡಿ ಕಥೆಗಳನ್ನು ಬರೆದವರಲ್ಲಿ ಬೆಸರಗರಹಳ್ಳಿ ರಾಮಣ್ಣ ಮತ್ತು ಸುಧಾಕರ ಅವರು ಮುಖ್ಯರು. ರಾಮಣ್ಣನವರ 'ಗಾಂಧಿ' (೧೯೭೬) ಅಮಾನವೀಯ ಪರಿಸ್ಥಿತಿಯೊಂದನ್ನು ಚಿತ್ರಿಸುವ ಒಂದು ಅಪರೂಪದ ಸತ್ವಶಾಲಿ ಕಥೆಯಾಗಿದೆ. ಮಹಾತ್ಮಗಾಂಧಿ ಹೆಸರನ್ನು ಹೊಂದಿದ ಹಳ್ಳಿಯ ರೋಗಗ್ರಸ್ತ ಬಡಬಾಲಕ ಆ ಹೆಸರಿನಿಂದಾಗಿಯೇ ಎಲ್ಲರ ವ್ಯಂಗ್ಯಕ್ಕೆ, ಹಾಸ್ಯಕ್ಕೆ ಗುರಿಯಾಗುತ್ತಾನೆ. ಆ ಹುಡುಗನಿಗೆ ಸಕಾಲಕ್ಕೆ ಸರಿಯಾಗಿ ಚಿಕಿತ್ಸೆ ಸಿಗದೆ ದುರಂತ ಸಾವಿಗೆ ತುತ್ತಾಗುವುದಕ್ಕೆ ಅವನ ಕುಟುಂಬದ ಅಜ್ಞಾನ, ಬಡತನದ ಜೊತೆಗೆ ಅಧಿಕಾರ ಶಾಹಿಯ ವೈದ್ಯಕೀಯ ನಿರ್ಲಕ್ಷ್ಯವೂ ಮುಖ್ಯ ಕಾರಣವಾಗುತ್ತದೆಂಬುದನ್ನು ಕಥೆಗಾರರು ಮನಕಲಕುವಂತೆ ತಮ್ಮ ವಿಶಿಷ್ಟ ಕಥನ ಶೈಲಿಯಲ್ಲಿ ನಿರೂಪಿಸಿದ್ದಾರೆ. ಕಥೆಯ ಉದ್ದಕ್ಕೂ ಗಾಂಧೀಜಿಯವರ ಮೌಲ್ಯಗಳು, ಆದರ್ಶಗಳು ಇಲ್ಲಿ ವಿಡಂಬನೆಗೆ ಗುರಿಯಾಗುವುದು ವಿಷಾದದ ಸಂಗತಿಯಾಗುತ್ತದೆ. ಸುಧಾಕರ ಅವರ 'ಕಣ್ಣಿ ಕಿತ್ತ ಹಸು' (೧೯೬೧) ಒಂದು ರೂಪಕತ್ಮಾಕವಾದ ಕಥೆ. ಮುತ್ತಮ್ಮ ಈ ಕಥೆಯ ಕೇಂದ್ರ ಪಾತ್ರ. ಆಕೆಯ ಗಂಡ ತನ್ನ ಮಗಳಿಗೆ ಮನೆವಾಳ್ತನದ ಗಂಡಿಗೆ ಮದುವೆ ಮಾಡಿ ತೀರಿಕೊಳ್ಳುತ್ತಾನೆ. ಆಮೇಲೆ ಮುತ್ತಮ್ಮ ಆಸ್ತಿನ್ನೆಲ್ಲಾ ತನ್ನ ಮಗಳ ಹೆಸರಿಗೆ ಮಾಡುತ್ತಾಳೆ. ಇದರಿಂದ ಆಸ್ತಿಯ ಮೇಲೆ ತನಗೆ ಅಧಿಕಾರವಿಲ್ಲದ್ದರ ಬಗ್ಗೆ ಅಳಿಯನಿಗೆ ಬೇಸರವಾಗುತ್ತದೆ. ಇದನ್ನು ಮೊದಲಿನಿಂದಲೂ ಮುತ್ತಮ್ಮನ ಆಸ್ತಿಯನ್ನು ಹೊಡೆದುಕೊಳ್ಳಲು ಕಾಯುತ್ತಿದ್ದ ಊರಿನ ಪಟೇಲ ಅಳಿಯನನ್ನು ಅತ್ತೆಯ ಮೇಲೆ ಎತ್ತಿಕಟ್ಟಿ, ಅವನು ತನ್ನ ಹೆಂಡತಿಯ ಜೊತೆ ಮುತ್ತಮ್ಮನ ಮನೆಯಿಂದ ಹೊರಬರುವಂತೆ ಪಿತೂರಿ ಮಾಡುತ್ತಾನೆ. ಇದರಿಂದ ಮುತ್ತಮ್ಮನಿಗೆ ಸತ್ತ ಗಂಡನ ಬಗ್ಗೆ, ಪಟೇಲನ ಬಗ್ಗೆ ಸಿಟ್ಟು; ತನ್ನ ತಮ್ಮನ ಬಗ್ಗೆ ಅನುಮಾನ; ಅಳಿಯನ ಬಗ್ಗೆ ಬೇಸರ. ಮಗಳ ಬಗ್ಗೆ ಸಿಟ್ಟು. ಆದರೆ ಊರಿನ ಶಾನುಭೋಗರಿಂದ ಬುದ್ಧಿಮಾತು ಕೇಳಿದ ಮುತ್ತಮ್ಮನ ಅಳಿಯನಿಗೆ ಮನೆಬಿಟ್ಟು ಹೊರಬಂದದ್ದು ತಪ್ಪಾಯ್ತು ಅನ್ನಿಸಿ, ಮತ್ತೆ ಮನೆಗೆ ಹಿಂತಿರುಗು ತ್ತಾನೆ. ಹಸು ತನ್ನ ಕರುವಿನ ಕೂಗನ್ನು ಕೇಳಿ ತಾನೆ ಕಣ್ಣಿ ಕಿತ್ತುಕೊಂಡು ಹೋಗಿ ಕರುವಿಗೆ ಹಾಲುಣ್ಣಿಸುವಂತೆ, ಮನೆಗೆ ವಾಪಸ್ಸು ಬಂದ ತುಂಬು ಗರ್ಭಿಣಿ ಮಗಳನ್ನು ಕಂಡು ಮುತ್ತಮ್ಮ ತಾಯ್ತನದ ತಲ್ಲಣವನ್ನು ಅನುಭವಿಸುತ್ತಾಳೆ. ಸುಧಾಕರರು ಈ ತಾಯ್ತನದ ಭಾವವನ್ನು ಹಸು ಕರು ಮತ್ತು ತಾಯಿ ಮಗಳು ಎಂಬ ರೂಪಕಗಳಲ್ಲಿ ಸಮೀಕರಿಸಿ ತಮ್ಮ ಸಹಜವಾದ ಜನಪದೀಯ ಆಡುಭಾಷೆಯ ಲಯದಲ್ಲಿ ಹಿಡಿದಿಟ್ಟಿದ್ದಾರೆ.

ಭಾಷೆಯನ್ನು ಅನುಭವಗಳ ಅಭಿವ್ಯಕ್ತಿಯ ಸಾಧನವನ್ನಾಗಿ ಮತ್ತು ಸಮಾಜ ಮುಖಿಯನ್ನಾಗಿ ಬಳಸಿದ ಶ್ರೀಕೃಷ್ಣ ಆಲನಹಳ್ಳಿ ಅವರ 'ಆಗಂತುಕ' (೧೯೭೦) ಕಥೆಯು ಚಾರಿತ್ರಿಕವಾಗಿ ಒಂದು ಉತ್ತಮ ಕಥೆಯಾಗಿದೆ. ಮನುಷ್ಯನ ಮುಗ್ಧತೆ ಮತ್ತು ನೈತಿಕತೆಗಳ ನಡುವಿನ ಸೂಕ್ಷ್ಮ ಸಂಬಂಧ ಇವೆರಡೂ ಆಲನಹಳ್ಳಿ ಅವರನ್ನು ತುಂಬಾ ಕಾಡಿದ ವಸ್ತುಗಳು. ಮುಗ್ಧ ಬಾಲಕನ ದೃಷ್ಟಿಕೋನದ ಮೂಲಕ ದೊಡ್ಡವರ ಜಗಳ, ಸಣ್ಣತನ, ಸುಳ್ಳು, ರಗಳೆ, ಕೋಪ ತಾಪಗಳನ್ನು ನೋಡುವ ಮೂಲಕ 'ಆಗಂತುಕ' ಕಥೆಯ ವಿನ್ಯಾಸಕ್ಕೆ ಹೊಸತನ ಬಂದಿದೆ. ಇಲ್ಲಿ ಮುಗ್ಧ ಬಾಲಕನ ಮನಸ್ಸಿನ ಮೇಲೆ ಬೀರುವ ಹಿರಿಯರ ಕ್ರೌರ್ಯ ಹಾಗೂ ಸಂಭವಿಸುವ ಅಜ್ಜಯ್ಯನ ಸಾವು ಆಘಾತಕಾರಿಯಾದುದು. ದೇವನೂರ ಮಹಾದೇವ ಅವರ 'ಮಾರಿ ಕೊಂಡವರು' ಕಥೆಯಷ್ಟೇ ಚಿಕ್ಕದಾದ, ಚೊಕ್ಕವಾದ ಇವರ ಮತ್ತೊಂದು ಒಳ್ಳೆಯ ಕಥೆ 'ಗ್ರಸ್ತರು' (೧೯೭೦). ಈ ಕಥೆಯ ನಾಯಕನ ಸಮಸ್ಯೆ ಮಹಾದೇವರ ಎಲ್ಲ ಮುಖ್ಯ ಕಥೆಗಳಲ್ಲಿ ಬರುವಂತೆಯೇ ಅಂತಸ್ಥವಾದುದು. ನಗರದಿಂದ ಊರಿಗೆ ಅಧ್ಯಾಪಕನ ಕೆಲಸ ಕಳೆದುಕೊಂಡು ಬಂದ ದಲಿತ ಯುವ ಅಧ್ಯಾಪಕ ಗೌಡರನ್ನು ನೋಡಲು ಹೋಗುತ್ತಾನೆ. ಗೌಡರು ಜಮಿನ್ದಾರಿ ವ್ಯಕ್ತಿ. ಅವರು ಆತನಿಗೆ ಅವನ ಜಮೀನು ಆಧಾರ ಮಾಡಿಕೊಂಡು ಓದಲು ಸಾಲ ಕೊಟ್ಟು ಕೆಲಸ ಕೊಡಿಸಿದವರು. ಈ ಅಧ್ಯಾಪಕನ ಅವ್ವ ಲಕ್ವಾ ಹೊಡೆದು ಮನೆಯಲ್ಲಿ ಮಲಗಿದ್ದಾಳೆ. ಬಡತನ ಇವರನ್ನು ಕಿತ್ತು ತಿನ್ನುತ್ತಿದೆ. ಆ ಹುಡುಗನ ಪ್ರೇಯಸಿ ಕೂಡ ಕಾರಣವಿಲ್ಲದೆ ಸಹ ದೂರವಾಗಿದ್ದಾಳೆ. ಗೌಡರು ಹೇಳಿಕಳಿಸಿದಂತೆ ಅಧ್ಯಾಪಕ ಮನೆಗೆ ಹೋದಾಗ ಗೌಡರು ಲೆಕ್ಕಪತ್ರ, ಲೇವಾದೇವಿ ನೋಡುತ್ತಿರುತ್ತಾರೆ. ಆತ ಗೌಡರನ್ನು ಪ್ರಶ್ನಿಸಲಾರ. ಕಾಲೇಜಿನಲ್ಲಿ ಸ್ವಾಮಿಗಳನ್ನು ತೆಗಳಿ ಅಧ್ಯಾಪಕನ ಕೆಲಸ ಕಳೆದು ಕೊಂಡು ಬಂದಿದ್ದಾನೆ. ಆಗ ಗೌಡರು ಅವನಿಗೆ 'ನಂದೂ ನಿಂದೂ ವ್ಯವಹಾರ ಮುಗಿತು, ಅಸ್ಲು ಬಡ್ಡಿ ತಂದೊಪ್ಪಿಸು. ಮುಂದಕ್ಕೆ ನೀನು, ನಿನ್ನ ಹಾದಿ' ಎಂದು ವ್ಯಗ್ರರಾಗುತ್ತಾರೆ. ಮುಂದಕ್ಕೆ ಆತ ಮಾತನಾಡಲು ಹೋದರೂ ಗೌಡರ ಮುಂದೆ ಅವಕಾಶವಿಲ್ಲ. ಆತ ಮನೆಗೆ ಮರಳಿ ಬಂದು ಅವ್ವನಿಗೆ ಎಲ್ಲವನ್ನೂ ಒಪ್ಪಿಸುತ್ತಾನೆ. ಆದರೆ ಮುಂದೆ ಅವನಿಗೆ ಬದುಕಲು ಅವಕಾಶಗಳೇ ಇಲ್ಲದಂತಾಗಿದೆ. ಅವನ ಮೌನವೇ ಅವ್ವನಿಗೆ ಇಷ್ಟವಾಗದು. ಸಮಾಜದ ಕಟ್ಟಳೆ, ಮುಲಾಜು, ಸಹನೆ ಹಾಗೂ ಅವಮಾನಗಳನ್ನು ಈ ಕಥೆ ಒಟ್ಟಿಗೆ ಹಿಡಿಯುತ್ತದೆ. ನವ್ಯದ ಸಂಕ್ಷಿಪ್ತತೆ, ಧ್ವನಿ ನವ್ಯೋತ್ತರದ ದಲಿತ ಕಥನದ ನಿರೂಪಣೆ, ಜನರ ಸುತ್ತಣ ಭಾಷೆ ಇಲ್ಲಿ ವಿಭಿನ್ನ, ಅನನ್ಯ.

ಕಾಳೇಗೌಡ ನಾಗವಾರ ಅವರ 'ಮಾಯೆ' (೧೯೮೨) ಹೆಣ್ಣುಗಂಡಿನ ನಡುವಿನ ಅವ್ಯಕ್ತ ಬದುಕಿನ ನಿಗೂಢತೆಗಳನ್ನು ಶೋಧಿಸುವ ಒಂದು ಬಹು ಮುಖ್ಯ ಕಥೆಯಾಗಿದೆ. ಮದುವೆ ಯಾಗಿ ಮನೆಯಲ್ಲಿ ಎಲ್ಲರ ತಿರಸ್ಕಾರಕ್ಕೆ ಗುರಿಯಾಗಿ ನೊಂದು ಅಪಮಾನಕ್ಕೆ ಒಳಗಾಗಿ ಬದುಕುವ ಆಸೆಯಿದ್ದರೂ ಆತ್ಮಹತ್ಯೆಗೆ ಯತ್ನಿಸುವ ಮೂವತ್ತರ ಪ್ರಾಯದ ಹೆಣ್ಣನ್ನು ತಡೆದು ತನ್ನ ಜೊತೆಯಲ್ಲಿ ಕರೆದುಕೊಂಡ ಬಂದ ವ್ಯಕ್ತಿಯು ತನ್ನ ಮನೆಯಲ್ಲಿ ತನ್ನ ಹೆಂಡತಿ ಮಕ್ಕಳ ಅನುಮಾನಗಳಿಗೆ ಹಾಗೂ ಊರಿನ ಜನಗಳ ವಿಸ್ಮಯಕ್ಕೆ ಗುರಿಯಾಗುತ್ತಾನೆ. ಕೊನೆಗೆ ಆಕೆ ಊರಿನ ಜನರಿಗೆ ಮಾಯೆ ಹಾಗೂ ಪೂಜನೀಯ ದೇವಿಯಾಗಿ

ಪರಿವರ್ತನೆಯಾಗುವ ಪ್ರಕ್ರಿಯೆ ಜನಪದರ ನಂಬಿಕೆ, ವಿಶ್ವಾಸದ ಪಾತ್ರಕ್ಕೆ ಹತ್ತಿರವಾಗಿದೆ. ಈ ಕಥೆಯು ಜೀವದಾಯಕವಾಗಿದೆ. ಜಿ.ಎಸ್.ಸದಾಶಿವರ 'ಮೀಸೆಯವರು' (೧೯೭೬) ತುರ್ತುಪರಿಸ್ಥಿತಿಯ ಕಾಲದಲ್ಲಿ ಬರೆದ, ಅದರ ಪರಿಣಾಮವನ್ನು ಧ್ವನಿಸುವ ಕಥೆಯಾಗಿದೆ. ವ್ಯಕ್ತಿ ಸ್ವಾತಂತ್ರ್ಯಕ್ಕೆ ತುರ್ತುಪರಿಸ್ಥಿತಿಯಿಂದ ಒದಗಿದ ಗಂಡಾಂತರವನ್ನು ಫ್ಯಾಂಟಸಿ ರೂಪದಲ್ಲಿ ಸಾಂಕೇತಿಕವಾಗಿ ಕಥೆಯಲ್ಲಿ ಪರಿಣಾಮಕಾರಿಯಾಗಿ ಹಿಡಿದಿಡಲಾಗಿದೆ.

ಸನಾತನ ಧರ್ಮದ ಸಂಘರ್ಷ, ವಿಘಟನೆ, ಅಸ್ಪೃಶ್ಯತೆ, ಅವಮಾನಿತನಾಗಿ ದಲಿತನೊಬ್ಬ ಊರುಬಿಡುವುದು, ಮಾನವೀಯತೆ ಕಳೆದುಕೊಂಡ ಮನುಷ್ಯರು, ಊರಿನ ಸಂಸ್ಕೃತಿ, ನಾಟಕೋತ್ಸವ, ಜನಪದ ಐತಿಹ್ಯ, ಸಮಕಾಲೀನ ರಾಜಕೀಯ ವಿಡಂಬನೆ ಮುಂತಾದ ಸಂಕೀರ್ಣವಾದ ವಿಷಯಗಳನ್ನು ಶ್ರೀಕಂಠ ಕೂಡಿಗೆ ಅವರು ತಮ್ಮ 'ಮೂಗೂರಿನ ಐತಿಹ್ಯ' (೧೯೮೫) ಕಥೆಯಲ್ಲಿ ವೈಚಾರಿಕ ನೆಲೆಗಟ್ಟಿನಲ್ಲಿ ಅರ್ಥಪೂರ್ಣವಾಗಿ ನಿರ್ವಹಿಸಿದ್ದಾರೆ. ಸಾಮಾಜಿಕ ಶೋಷಣೆಯ ವಿರುದ್ಧ ಪ್ರತಿಭಟನೆಯ ದನಿ ಸೇರಿಸುವ ಪ್ರಯತ್ನದ ಅಭಿ ವ್ಯಕ್ತಿಯಾಗಿ ಬರಗೂರು ರಾಮಚಂದ್ರಪ್ಪನವರ 'ಕ್ಷಾಮ' (೧೯೮೦) ಕಥೆಯು ಕಾಣಿಸಿ ಕೊಳ್ಳುತ್ತದೆ. ಆಮೇಲೆ ದುಡಿಯುವ ಶಕ್ತಿ ಮತ್ತು ಯೌವ್ವನದ ಬಲ ಇದ್ದಾಗ ದಣಿಯ ಕಾಮದ ಆಸೆಯನ್ನು ನಿರಾಕರಿಸಿದ ಚನ್ನಿ, ಕ್ಷಾಮ ಬಂದಾಗ ಕೂಡ ಹಸಿದು ಅಸಹಾಯಕ ಳಾದಾಗಲೂ ತನ್ನ ಸ್ವಾಭಿಮಾನವನ್ನು ಬಿಡದೆ, ಕೊನೆಗೆ ತನ್ನ ಎಲುಬಿನ ಮೈಯನ್ನು ದಣಿಗೆ ಒಡ್ಡಿ ನಿಲ್ಲುವ ಚಿತ್ರ ಆಕೆಯ ಅಸಾಯಕ ಸ್ಥಿತಿಗೆ ಪ್ರತಿಮೆಯಾಗಿದೆ. ಎಸ್.ದಿವಾಕರ ಅವರ 'ಕ್ರೌರ್ಯ' (೧೯೮೧) ಕಥೆ ಕೂಡ ನವ್ಯ ಸಂಪ್ರದಾಯದಲ್ಲಿ ಬಂದ ಒಂದು ಉತ್ತಮ ಕಥೆಯಾಗಿದೆ. ಸಾಂಪ್ರದಾಯಕ ಮನೆತನದ ವಿದ್ಯಾವಂತ ತಂದೆ ತಾಯಿಗಳಿಗೆ ಅಂಗವಿಕಲೆಯಾಗಿ ಹುಟ್ಟಿದ ಹೆಣ್ಣೊಬ್ಬಳು ಹೇಗೆ ಅವರ ಅನಾದಾರಕ್ಕೆ ಗುರಿಯಾಗಿ ಅನ್ಯ ಭಾವಗಳನ್ನು ಅನುಭವಿಸುತ್ತಾಳೆಂಬುದನ್ನು ಈ ಕಥೆಯು ಪ್ರಬುದ್ಧವಾಗಿ ನಿರೂಪಿಸುತ್ತದೆ. ಕೊನೆಗೆ ಆಕಸ್ಮಿಕವಾಗಿ ಕೊಲೆಯಾದಾಗ ಆಕೆಯ ರಕ್ಷಣೆಗೆ ಉದಾರತೆಯಿಂದ ಬಂದ ವ್ಯಕ್ತಿಯನ್ನೇ ಕೊಲೆಗಾರನನ್ನಾಗಿ ಮಾಡುವುದು ಆ ಸಮಾಜದ ಕ್ರೌರ್ಯಕ್ಕೆ ಸಾಕ್ಷಿಯಾಗಿದೆ. ಆಧುನಿಕ ನಗರದ ಜೀವನಕ್ರಮವನ್ನು ಮತ್ತು ಅವುಗಳ ಸಂಘರ್ಷಗಳನ್ನು ಜಯಂತ ಕಾಯ್ಕಿಣಿ ಅವರ ಕಥೆಗಳು ಚಿತ್ರಿಸುತ್ತವೆ. ವರನ ಮೆರವಣಿಗೆಯಲ್ಲಿದ್ದ ಕುದುರೆಯು ನಗರದ ಶಬ್ದಮಾಲಿನ್ಯಕ್ಕೆ ಬೆಚ್ಚಿ ವರನನ್ನೂ ಹೊತ್ತುಕೊಂಡು ನಗರದೊಳಕ್ಕೆ ನುಗ್ಗುವ ಪ್ರಸಂಗ ಹಾಸ್ಯವೆನ್ನಿಸಿದರೂ ನಗರದ ಜನರ ಹುಸಿಪ್ರತಿಷ್ಠೆ ಹಾಗೂ ಪ್ರೀತಿಯ ಭಾವನೆಗಳು ಕಾಯ್ಕಿಣಿ ಅವರ 'ದಗಡೂ ಪರಬನ ಅಶ್ವಮೇಧ' (೧೯೮೮) ಕಥೆಯಲ್ಲಿ ಕಲಾತ್ಮಕವಾಗಿ ಕಾಣಿಸಿಕೊಳ್ಳು ತ್ತವೆ. ನವ್ಯಕಥೆಗಳಿಗಿಂತ ಭಿನ್ನವಾದ ಕಥೆ ಇದು. ಕೊನೆಗೆ ದಗಡೂ ತಾನೂ ಮದುವೆಯಾಗ ಬೇಕಾಗಿದ್ದ ವಧುವನ್ನು ಬಿಟ್ಟು ಬೇರೆ ವಧುವಿನ ಜೊತೆ ಮದುವೆಯಾಗಬೇಕಾಗುತ್ತದೆ. ವೈಚಾರಿಕವಾಗಿ ಈ ಕಥೆಯು ಸ್ವಾತಂತ್ರ್ಯ ಮತ್ತು ಜವಾಬ್ದಾರಿಗಳ ನಡುವಿನ ಹೊಣೆಗಾರಿಕೆ ಯನ್ನು ಧ್ವನಿಸುತ್ತದೆ. ಸಾರಾ ಅಬೂಬಕರ್ ಅವರ 'ಪಯಣ' (೧೯೯೨) ಕಥೆಯಲ್ಲಿ ಮುಸ್ಲಿಂ ಸಮುದಾಯದ ಸಮಸ್ಯೆಗಳನ್ನು ಸರಳವಾಗಿ, ನೇರವಾಗಿ ಕಟ್ಟಿಕೊಡಲಾಗಿದೆ. ಮುಸ್ಲಿಂ ಸಮುದಾಯದ ಹೆಣ್ಣಿನ ಶೋಷಣೆಯ ವಿವಿಧ ಮುಖಗಳನ್ನು ಸಾರಾ ಅವರು

ಹೆಣ್ಣಿನ ನೋವಿನ ಕಣ್ಣಿನ ಮೂಲಕ ಕಾಣಿಸುತ್ತಾರೆ. ಆಕೆ ರೈಲಿನ ಪ್ರಯಾಣ ದುದ್ದಕ್ಕೂ ಹೊರಗಿನ ಪ್ರಪಂಚದಲ್ಲಿ ಹೆಣ್ಣಿನ ಮೇಲೆ ನಡೆಯುತ್ತಿರುವ ದೌರ್ಜನ್ಯಗಳನ್ನು ಕಂಡು ದುಗುಡಗೊಳ್ಳುತ್ತಾಳೆ. ಈಕೆ ಕೂಡ ಹಿಂದೆ ಗಂಡಿನ ಶೋಷಣೆಗೆ ವಂಚನೆಗೆ ಒಳಗಾದವಳು. ಪ್ರಯಾಣದಲ್ಲಿ ಸಿಕ್ಕುವ ಯುವಕನೊಂದಿಗೆ ಕೊನೆಗೆ ಹೊಸ ಬದುಕನ್ನು ಕಟ್ಟಿಕೊಳ್ಳಲು ನಿಶ್ಚಯಿಸುತ್ತಾಳೆ.

ಕನ್ನಡದ ಮುಖ್ಯ ಕಥೆಗಾರರಲ್ಲೊಬ್ಬರಾದ ರಾಘವೇಂದ್ರ ಪಾಟೀಲರ 'ಪ್ರತಿಮೆಗಳು' (೧೯೮೦) ಕಥೆಯು ಆಡುಮಾತಿಗೆ ಹತ್ತಿರದ ಲಯದಲ್ಲಿ, ಗಾಢ ನಿರೂಪಣೆಯಲ್ಲಿ ಗೆಳೆಯ ರಿಬ್ಬರ ಸಂಜೀವಿನಿ ಕಡ್ಡಿಯ ವ್ಯರ್ಥ ಹುಡುಕಾಟವನ್ನು ಕಟ್ಟಿಕೊಡುತ್ತದೆ. ಒಬ್ಬ ಕಾಯಕ ಜೀವಿಯೂ ಮತ್ತೊಬ್ಬ ವಿದ್ಯಾವಂತನಾಗಿಯೂ ತಂತಮ್ಮ ಬದುಕನ್ನು ಆಯ್ಕೆ ಮಾಡಿ ಕೊಳ್ಳುತ್ತಾರೆ. ಜೀವನೋಲ್ಲಾಸ ಮತ್ತು ದಾರುಣತೆ ಇವುಗಳ ನಡುವಿನ ವೈರುಧ್ಯಗಳನ್ನು ಈ ಇಬ್ಬರು ಪಾತ್ರಗಳ ಮೂಲಕ ಕಥೆಗಾರರು ಪ್ರತಿಮಾ ವಿಧಾನದಲ್ಲಿ ಸೂಕ್ಷ್ಮವಾಗಿ ಮೂಡಿಸುವ ವಿನ್ಯಾಸವು ಓದುಗರ ಮನಸ್ಸಿನಲ್ಲಿ ಅಚ್ಚಳಿಯದೆ ಉಳಿಯುತ್ತದೆ; ಕಥೆಯ ಆಶಯ ಅನುಭಾವಿಕ ನೈತಿಕ ಸೂಕ್ಷ್ಮಗಳನ್ನು ಸಾಧಿಸುತ್ತದೆ. ವಸ್ತು ಮತ್ತು ಅಭಿವ್ಯಕ್ತಿ ವಿಧಾನಗಳೆರಡರಲ್ಲೂ ಭಿನ್ನವಾಗಿ ಬರೆಯುವ ಲೇಖಕಿ ವೈದೇಹಿ; ವೀಣಾ, ಸಾರಾರಂತೆ ವೈದೇಹಿ ಅವರ ಕಥೆಗಳ ಕೇಂದ್ರ ಪಾತ್ರಗಳೂ ಹೆಣ್ಣು. ಹೆಣ್ಣಿಗೆ ಯಾವುದೇ ಜಾತಿ ಇಲ್ಲ. ಇವರ ಸ್ತ್ರೀಪಾತ್ರಗಳು ಗಾಢವಾದ ಸ್ತ್ರೀ ಸಂವೇದನೆಯಲ್ಲಿ ಕಾಣಿಸಿಕೊಳ್ಳುತ್ತಾರೆ. ಹೆಣ್ಣಿನ ಆತ್ಮವಿಶ್ವಾಸ ಮತ್ತು ಬಿಡುಗಡೆ ಇವುಗಳ ಸೂಕ್ಷ್ಮ ಸಂಬಂಧಗಳನ್ನು ಇವರ ಕಥೆಗಳು ಶೋಧಿಸುತ್ತವೆ. ಇವರ 'ಗುಲಾಬಿ ಮೃದು ಪಾದಗಳು' (೧೯೮೩) ಕಥೆಯು ಸ್ತ್ರೀಯ ಮೇಲೆ ಬೀರುವ ಪರಿಣಾಮ ಈ ಕಥೆಯೊಳಗೆ ಆಕಾರ ಪಡೆದಿರುವ ಬಗೆ ಅನನ್ಯವಾದುದು. ಈ ಕಥೆಯ ಪರಿಸರ ನಗರ ಪ್ರಧಾನವಾದುದು. ಸರಿತಾ ಕಛೇರಿಯೊಂದರಲ್ಲಿ ಉದ್ಯೋಗಿ. ಆಕೆ ಇರುವ ರಸ್ತೆಯಲ್ಲಿರುವ ಮನೆ, ದಾರಿ, ಜನ ಎಲ್ಲರೂ ಆಕೆಗೆ ಅಪರಿಚಿತ. ಒಂದು ದಿನ ಅಲ್ಲಿಯ ನೆರೆಮನೆಗೆ ಯಾರೋ ಬಂದಾಗ ಅವರ ಜೊತೆಯಿದ್ದ ಒಂದು ಎಳೆಯ ಮಗುವಿನ ಪಾದಗಳು ಆಕೆಗೆ ಕಾಣಿಸುತ್ತವೆ. ಆಗ ಆಕೆ ತಾನು ಹೋಗಿ ಆ ಮಗುವನ್ನು ನೋಡಬೇಕೆಂದು ಬಯಕೆ ಆಗುತ್ತದೆ. ಆದರೆ ಅದು ಆಕೆಗೆ ಸಾಧ್ಯವಾಗುವುದೇ ಇಲ್ಲ. ಮುಖ್ಯ ಕಾರಣ ಆಕೆಯ ಸಂಕೋಚ ಪ್ರವೃತ್ತಿ. ಈ ಸಂಕೋಚ ಭಾವನೆ ಅವಳಲ್ಲಿ ಹುಟ್ಟಿದ್ದು ತಾನು ಪಡೆದ ಆಧುನಿಕ ಶಿಕ್ಷಣದ ಪರಿಣಾಮದಿಂದಾಗಿ; ಹೀಗೆ ಅವಳ ಮಾನಸಿಕ ಸ್ಥಿತಿಯ ಸೂಕ್ಷ್ಮ ವಿಶ್ಲೇಷಣೆ ಈ ಕಥೆಯಲ್ಲಿ ಪರಿಣಾಮಕಾರಿಯಾಗಿ ಅಭಿವ್ಯಕ್ತಿ ಪಡೆದಿದೆ. ಕಣ್ಣಿಗೆ ಕಾಣದ ಮಗು ಈ ಕಥೆಯ ಉದ್ದಕ್ಕೂ ಇಲ್ಲಿ ಸಾಂಕೇತಿಕವಾಗಿದೆ. ಆಕೆಗೆ ತನ್ನ ಬಂಧು ಬಾಂಧವರ ಬಗ್ಗೆ ರೊಚ್ಚು, ಕಾಣದ ಮಗುವಿನ ಗುಲಾಬಿ ಮೃದು ಪಾದದ ಬಗ್ಗೆ ಆಕರ್ಷಣೆ ಇದೆ.

ಕೆ.ಸತ್ಯನಾರಾಯಣರ ಕಥೆಗಳ ಸ್ವರೂಪ, ಆಲೋಚನೆ ವಿಶಿಷ್ಟವಾದುದು. ಸಮಕಾಲೀನ ಸಾಮಾಜಿಕ ವಾಸ್ತವದ ಅನ್ವೇಷಣೆ ಇವರ ಕಥೆಗಳ ಕೇಂದ್ರ ಬಿಂದು. ಇಲ್ಲಿನ 'ಒಂದು ಸೈಕಲ್ ಸಾಕು' (೧೯೮) ಕಥೆಯ ನಾಯಕಿ ಕುಸುಮಳ ಸೈಕಲ್ ಸವಾರಿಯ ದಿನಚರಿ

ಬೆಂಗಳೂರು ನಗರದಲ್ಲೂ ತನ್ಮಯತೆಯಿಂದ, ಏಕಾಗ್ರತೆಯಿಂದ ಸಾಗುತ್ತದೆ. ಸಾಮಾನ್ಯರ ಜೀವನದ ಚಿತ್ರಣವನ್ನು ಇಲ್ಲಿ ಕಾಣುತ್ತೇವೆ. ಮ್ಯಾನೇಜ್‌ಮೆಂಟ್ ಗೇಮಿನಲ್ಲಿ ಭಾಗವಹಿಸುವ ಅಂತಾರಾಷ್ಟ್ರೀಯ ಕಂಪನಿಯ ಅಧಿಕಾರಿಗಳು, ವಿಶ್ವದ ದೇಶಗಳು ಲಾಭ-ಹಾನಿಗಳು ಅಂಕಿ ಸಂಖ್ಯೆಗಳಲ್ಲಿ ಮಾತ್ರ ಅಸ್ತಿತ್ವ ಪಡೆಯುವ ವಸ್ತುವೇ ವಿವೇಕ ಶಾನಭಾಗರ 'ಹುಲಿ ಸವಾರಿ' (೧೯೯೫) ಕಥೆಯ ವಸ್ತು. ಶಾನಭಾಗರು ಸಮಕಾಲೀನ ಜಾಗತಿಕ ಸಮಸ್ಯೆಯ ಹೊಸ ಜಗತ್ತಿನ ದುರಂತವನ್ನು ತಮ್ಮ ವಿಶಿಷ್ಟವಾದ ಗ್ರಹಿಕೆಯ ಸೂಕ್ಷ್ಮತೆಯೊಂದಿಗೆ ಈ ಕಥೆಯಲ್ಲಿ ಕಾಣಿಸಿದ್ದಾರೆ. ತಾಯ್ತನ ಬದುಕಿಗೆ ಅನಿವಾರ್ಯವಲ್ಲ ಎಂಬ ತತ್ವವನ್ನು ನೇಮಿಚಂದ್ರ ಅವರು ತಮ್ಮ 'ಹೊಸ ಹುಟ್ಟು' (೧೯೯೭) ಕಥೆಯಲ್ಲಿ ತೆರೆದಿಟ್ಟಿದ್ದಾರೆ. ಹೊಸ ತಲೆಮಾರಿನ ಹೊಸ ಅನುಭವ ವೈವಿಧ್ಯಗಳ ಬಗೆಗೆ ಇರುವ ಕುತೂಹಲ ಕಥೆಯಾಗಿ ವಿಶಿಷ್ಟವಾದ ಶೈಲಿಯಲ್ಲಿ ಪರಿಣಾಮಕಾರಿಯಾಗಿ ಮೂಡಿಬಂದಿದೆ. ಆಧುನಿಕ ಸಮಾಜದ ಸಂದರ್ಭದಲ್ಲಿ ಹೆಣ್ಣಿನ ಬಂಜೆತನ, ಆರ್ಥಿಕ ಹಾಗೂ ಸಾಮಾಜಿಕ ಸ್ಥಾನಮಾನಗಳ ಪಲ್ಲಟದ ತಿರುವನ್ನು ಇದು ಸೂಚಿಸುತ್ತದೆ.

ಈ ಐದು ದಶಕಗಳ ಅವಧಿಯಲ್ಲಿ (೧೯೫೦-೨೦೦೦) ಹೊಸ ಬಗೆಯ ಕಥೆಗಾರರು ಕಾಣಿಸಿಕೊಂಡಿದ್ದಾರೆ. ಇವರಲ್ಲಿ ನವ್ಯ ಕಥೆಗಾರರು, ನವ್ಯೋತ್ತರ ಕಥೆಗಾರರು, ದಲಿತ-ಬಂಡಾಯ ಚಳುವಳಿಗೆ ಸೇರಿದ ಕಥೆಗಾರರಿದ್ದಾರೆ. ಹೊಸ ಧೋರಣೆಯನ್ನುಳ್ಳ ಕಥೆಗಳನ್ನು ಈ ಕಾಲಘಟ್ಟಗಳಲ್ಲಿ ಕಾಣುತ್ತೇವೆ. ನಗರ ಜೀವನದ ಸಂಕೀರ್ಣತೆ, ಗ್ರಾಮೀಣ ಪರಿಸರದ ವಾಸ್ತವತೆಗಳನ್ನು ಚಿತ್ರಿಸಿದಂತೆ ಹಲವಾರು ಕಥೆಗಾರರ ಹಾಗೂ ಕತೆಗಾರ್ತಿಯರ ಸಣ್ಣಕಥೆಗಳಲ್ಲಿ ಸ್ಥಳೀಯ ಸಂಸ್ಕೃತಿಯ ಅನನ್ಯತೆಗಳನ್ನು ಸಮೃದ್ಧವಾಗಿ ಕಾಣುತ್ತೇವೆ. ಇಲ್ಲಿ ಮುಸ್ಲಿಂ ಸಮಾಜ, ಲಂಬಾಣಿ ಸಮಾಜ, ದಲಿತ ಸಮಾಜದ ವಿಶಿಷ್ಟತೆಗಳನ್ನು ದಾಖಲಿಸುವ ಯತ್ನ ಈ ಘಟ್ಟದ ಕಥೆಗಳಲ್ಲಿ ನಡೆದಿದೆ.

ಚೆನ್ನಣ್ಣ ವಾಲೀಕಾರರ 'ಅಗಸರ ಅಣ್ಣೆಮ್ಮ' (೧೯೬೮) ಕಥೆಯಲ್ಲಿ ದಲಿತ ಮಹಿಳೆ ಮೇಲುವರ್ಗದವರ ಲೈಂಗಿಕ ಶೋಷಣೆಗೆ ಗುರಿಯಾಗುವುದನ್ನು ಚಿತ್ರಿಸಲಾಗಿದೆ. ಯುವತಿ ಅಣ್ಣೆಮ್ಮ ಲೈಂಗಿಕ ಶೋಷಣೆಗೆ ಬಲಿಯಾಗುವುದನ್ನು ವಾಲೀಕಾರರು ತಮ್ಮ ವಿಶಿಷ್ಟವಾದ ಕಲ್ಯಾಣ ಕರ್ನಾಟಕದ ಕನ್ನಡ ಭಾಷೆಯಲ್ಲಿ ನಿರೂಪಿಸಿರುವುದನ್ನು ಕಾಣುತ್ತೇವೆ. ಶೂದ್ರ ಸಂಸ್ಕೃತಿಯ ವಿಭಿನ್ನ ಅಂಶಗಳನ್ನು ಬಳ್ಳಾರಿಯ ಆಡುಮಾತಿನ ಲಯವನ್ನು ಕಥೆಯಲ್ಲಿ ಸಹಜವಾಗಿ ಬಳಸಿಕೊಂಡು ಬದುಕನ್ನು ಕುತೂಹಲದಿಂದ ನೋಡುವ ದೃಷ್ಟಿ ಕುಂ.ವೀರಭದ್ರಪ್ಪನವರ ಕಥೆಗಳಲ್ಲಿ ಕಂಡುಬರುತ್ತದೆ. ಜಮೀನುದಾರಿ ಪದ್ಧತಿಯ ಕ್ರೌರ್ಯ, ಶೋಷಣೆಗಳನ್ನು ಉಗ್ರ ಪ್ರತಿಭಟನೆಯ ರೂಪದಲ್ಲಿ ಚಿತ್ರಿಸುವ ಕೌಶಲ ಇವರ ಕಥೆಗಳಲ್ಲಿ ಹೊಸ ಬಗೆಯಿಂದ ಕೂಡಿದೆ. ಇವರ 'ರುದ್ರಪ್ಪನ ಖಡ್ಗ' (೧೯೯೯) ಕಥೆಯಲ್ಲಿ ರುದ್ರಪ್ಪ ತನ್ನ ಪಿತ್ರಾರ್ಜಿತ ಆಸ್ತಿಯಾಗಿ ನಡುವೆ ಬಂದ ಖಡ್ಗದಿಂದ ಭಾವುಕನಾಗುತ್ತಾನೆ. ಆತ ನಿಂಗಜ್ಜಿಯ ಮನೆವಾಳ್ತನದ ಅಳಿಯ. ಅದರಿಂದ ಅವನು ಸೋಮಾರಿಯಾಗಿ ತನ್ನ ವಂಶಜರ ನೆನಪಿನಲ್ಲಿ ಕಾಲ ಕಳೆಯುತ್ತಾ ಕೂರುವುದು ಅವನ ಅತ್ತೆ ಮತ್ತು ಹೆಂಡತಿ ಗೌರವ್ವನಿಗೆ ಇಷ್ಟವಾಗದು.

ಅವರು ಕೊನೆಗೆ ಅವನ ಖಡ್ಗವನ್ನು ನಾಶಮಾಡಲು ಯತ್ನಿಸಿ ವಿಫಲರಾಗಿ, ಕೊನೆಗೆ ಅದನ್ನು ಅವರು ವೀರಭದ್ರನ ಗುಡಿಗೆ ಒಪ್ಪಿಸಿ ಬಿಡುವರು. ಆಗ ರುದ್ರಪ್ಪ ಅದನ್ನು ಗುಡಿಗೆ ಹೋದಮೇಲೆ ತರಲಾಗದೆ ಅಸಹಾಯಕನಾಗುವನು. ಇಂತಹ ವಿಶಿಷ್ಟವಾದ ವಸ್ತುವನ್ನು ಕುಂ.ವೀ. ಅವರು ಪ್ರಭಾವಪೂರ್ಣವಾಗಿ ನಿರ್ವಹಿಸಿದ್ದಾರೆ. ಬಿ.ಟಿ.ಲಲಿತಾ ನಾಯಕ್ ಅವರ 'ತಾಯಿ ಸಾಕೀಬಾಯಿ' (೧೯೮೯) ಕಥೆಯು ಸಾಂಸ್ಕೃತಿಕ ಸಂದರ್ಭದಲ್ಲಿ ಹೆಣ್ಣಿನ ಅನುಭವವನ್ನು ದಾಖಲಿಸುವ ಆಶಯವನ್ನು ಹೊಂದಿದೆ. ಸಾಕೀಬಾಯಿ ತಾನು ಬದುಕಿದ ಸಮುದಾಯದಲ್ಲಿ ಅವಳು ಮುನಿಯನ ಜೊತೆ ಹೊಂದಿರುವ ಪ್ರೀತಿ, ಸಂಬಂಧ ಅಪರಾಧ ವೆನ್ನಿಸುತ್ತದೆ. ಅವರಿಬ್ಬರ ಸಾವು ಅದು ಆತ್ಮಹತ್ಯೆಯೋ, ಕೊಲೆಯೋ ಎಂಬ ನಿಗೂಢತೆ ಯನ್ನು ಸೃಷ್ಟಿಸುತ್ತದೆ. ಆದರೆ ಆಕೆ ಮುನಿಯನ ಸಂಸಾರಕ್ಕೆ ಎರವಾಗದ ರೀತಿ ಯಲ್ಲಿ ಆಕೆ ತೋರುವ ಮಾನವೀಯತೆ ಗಮನಾರ್ಹವಾದುದು. ಮುಸ್ಲಿಂ ಸಮುದಾಯದ ಕುಟುಂಬವೊಂದರ ಮಾನವೀಯ ಸಂಬಂಧಗಳನ್ನು 'ದೃಷ್ಟಿ' (೧೯೯೨) ಕಥೆಯಲ್ಲಿ ಬೊಳುವಾರು ಮಹಮದ್ ಕುಂಞ ಅವರು ಬಹುಸೂಕ್ಷ್ಮವಾಗಿ ಚಿತ್ರಿಸಿದ್ದಾರೆ. ದೃಷ್ಟಿಹೀನ ಮಗುವನ್ನು ಪಡೆದ ಅಳಿಯ ಸುಲೇಮಾನ್ ಮಸ್ಕತ್‌ನಿಂದ ಮಾವನ ಮನೆಗೆ ಬಂದಾಗ ಆ ಮಗುವನ್ನು ನೋಡಿದಾಗ ಅಲ್ಲಿ ಘಟಿಸುವ ಸಂಗತಿಗಳು; ಎಲ್ಲಿಂದಲೋ ಬಂದು ಮುತ್ತುಪ್ಪಾಡಿಯಲ್ಲಿ ವ್ಯಾಪಾರ, ವ್ಯವಹಾರ, ಪಂಚಾಯ್ತಿ ಮಾಡುವುದರಲ್ಲಿ ಅಲ್ಲಿಯವನೇ ಆಗಿ ಬಿಟ್ಟಿರುವ ಒಬ್ಬಂಟಿ ಅಂದುಕಾಕ; ಪೊಡಿಯಜ್ಜನ ದೂರದೃಷ್ಟಿಯ ಆಲೋಚನೆ–ಈ ಎಲ್ಲಾ ಘಟನೆಗಳು ಕಥೆಯಲ್ಲಿ ಆಪ್ತವಾಗಿ ಚಿತ್ರಿತವಾಗಿರುವುದನ್ನು ಕಾಣುತ್ತೇವೆ.

ನನ್ನ (ಕರೀಗೌಡ ಬೀಚನಹಳ್ಳಿ ಈ ಕಥೆಯನ್ನು ವಿಮರ್ಶಕ ಎಚ್.ದಂಡಪ್ಪ ಅವರು ಆಯ್ಕೆ ಮಾಡಿಕೊಟ್ಟಿರುತ್ತಾರೆ) 'ಕೋಳಿಪಾಲು' (೧೯೮೭) ಕಥೆಯು ಪಾಲು, ಕಳವು, ಸತ್ಯ, ಮುಗ್ಧತೆ, ಆಸೆಬುರಕತನ, ಅಪನಂಬಿಕೆ ಮತ್ತು ಆಚರಣೆಗಳ ನಡುವಿನ ಸಂಬಂಧವನ್ನು ಸ್ಥಳೀಯ ನೆಲೆಯಲ್ಲಿ ಶೋಧಿಸುತ್ತದೆ. ಹಳ್ಳಿ ಬದುಕಿನ ಮನುಷ್ಯ ಸಂಬಂಧಗಳು ಮತ್ತು ಹೆಣ್ಣಿನ ತಾಯ್ತನದ ವಿವಿಧ ಮುಖಗಳನ್ನು ಚಿನ್ನವ್ವನ ಪಾತ್ರದ ಮೂಲಕ ಕ್ರಿಯಾತ್ಮಕವಾಗಿ ನಿರೂಪಿಸಲಾಗಿದೆ. ನಟರಾಜ್ ಹುಳಿಯಾರ್ ಅವರ 'ದಾದಾ ಕ ಪಹಾಡ್' (೧೯೯೫) ಕಥೆಯು ತನ್ನ ವಿಭಿನ್ನ ವಸ್ತುವಿನಿಂದಾಗಿ ಗಮನ ಸೆಳೆಯುತ್ತದೆ. ವರ್ತಮಾನವನ್ನು ವ್ಯಕ್ತಿ ಗತ ನೆಲೆಯೊಂದಿಗೆ ಸಾಮಾಜಿಕ ಎಚ್ಚರಗಳ ವಿನ್ಯಾಸಗಳನ್ನು ಇಟ್ಟುಕೊಂಡು ನಿರ್ಭೀತಿ ಹಾಗೂ ಅನುಮಾನದಿಂದ ಮನುಷ್ಯನನ್ನು ಮತ್ತು ಸಮಾಜವನ್ನು ನಿಷ್ಠುರವಾಗಿ ಪರಿಭಾವಿಸುವ ನಟರಾಜ್ ಅವರ ಕಥೆಗಳು ನವ್ಯ, ದಲಿತ ಬಂಡಾಯ ಚಳುವಳಿಗಳಿಗಿಂತ ಭಿನ್ನವಾಗಿ ತನ್ನ ನಿರೂಪಣೆ ಮತ್ತು ವಿಶ್ಲೇಷಣೆಯ ದೃಷ್ಟಿಯಿಂದ ಗಮನಾರ್ಹವಾದುವು. ಇಲ್ಲಿಯ 'ದಾದಾ ಕ ಪಹಾಡ್' ಕಥೆಯಲ್ಲಿ ರಹಮಾನ್ ಪಾಷಾನ ದೇಸೀ ವೈದ್ಯ ಪದ್ಧತಿಯನ್ನು ವೈಜ್ಞಾನಿಕ ಎನ್ನುವುದಕ್ಕಿಂತ ಅದನ್ನು ಒಂದು ಸ್ಥಳೀಯ ಜ್ಞಾನ ಪರಂಪರೆಯ ವಿದ್ಯೆ ಎಂಬಂತೆ ವಿಶ್ಲೇಷಣೆ ಮಾಡಲಾಗಿದೆ. ಆ ಸ್ಥಳೀಯ ಜ್ಞಾನ ಪರಂಪರೆಯನ್ನು ಉಳಿಸಬೇಕೆಂಬ ಆಶಯ ಇಲ್ಲಿದೆ. ಆಧುನಿಕ ಮನಸ್ಸುಗಳ ಹೋರಾಟದಿಂದ ಹಳ್ಳಿಗೆ ಬಂದ ಆಸ್ಪತ್ರೆ ಕೆಲವೇ

ದಿನಗಳಲ್ಲಿ ಭ್ರಷ್ಟ ವ್ಯವಸ್ಥೆಯ ಭಾಗವಾಗುವುದರ ಬಗ್ಗೆ ವಿಷಾದವಿದೆ. ಓದುಗರ ಮನಸ್ಸನ್ನು ಮುಟ್ಟುವ, ಅವರನ್ನು ಒಳಗೊಳ್ಳುವ ಈ ಕಥೆಯ ಶೈಲಿ ವಿಶಿಷ್ಟವಾಗಿದೆ.

ಫಕೀರ್ ಮಹಮದ್ ಕಟ್ಪಾಡಿಯವರ 'ಬುರ್ಖಾ' (೧೯೯೯) ಹಿಂದು ಮುಸ್ಲಿಂ ಕೋಮು ಗಲಭೆ, ಕೊಲೆ, ದೊಂಬಿ, ಲೂಟಿಗೆ ಸಂಬಂಧಿಸಿದಂತೆ ಬಂದಂತಹ ಕಥೆಗಳಲ್ಲಿ ಒಂದು ಉತ್ತಮ ಕಥೆಯಾಗಿದೆ. ಹಳ್ಳಿಯಿಂದ ಮಂಗಳೂರು ಪಟ್ಟಣಕ್ಕೆ ಅಳಿಯ-ಮಗಳ ಮನೆಗೆ ಅತ್ತೆ ಜೈನಾಬಿ ಬಂದಾಗ ಅಲ್ಲಿ ಹಿಂದು ಮುಸ್ಲಿಂ ಕೋಮುವಾರು ಶುರುವಾಗಿದೆ. ಆಕೆ ಮನೆಯಿಂದ ಹೊರಗೆ ಬರುವಂತಿಲ್ಲ. ಆಕೆಗೆ ನಗರದ ಜೀವನ ಹಿಡಿಸದು, ಅಲ್ಲಿಯೂ ತನ್ನ ಮನೆ, ಊರಿನ ಜನ, ಮಗ, ಸೊಸೆ, ಮೊಮ್ಮಗ, ಆಡು, ಕೋಳಿಗಳದೇ ಚಿಂತೆ. ಇಲ್ಲಿಗೆ ಬಂದಾಗ ತೀರಿಹೋದ ಗಂಡ ತನ್ನ ಮದುವೆಯಲ್ಲಿ ತಂದುಕೊಟ್ಟಿದ್ದ ಬಳಸಿ ಬಳಸಿ ತೂತು ಬಿದ್ದಿದ್ದ ಬುರ್ಖಾವನ್ನೂ ತಂದಿರುತ್ತಾಳೆ. ಆದರೆ ಅದನ್ನು ತನ್ನ ಹಳ್ಳಿಯಲ್ಲಿ ಬಳಸುವ ಅವಶ್ಯಕತೆ ಆಕೆಗೆ ಇರಲಿಲ್ಲ. ಅನಿವಾರ್ಯವಾಗಿ ಈಗ ಅದರ ತೂತುಗಳನ್ನು ತನ್ನ ಮಗಳ ಮನೆಯಲ್ಲಿ ಹೊಲಿದು ಧರಿಸಿಕೊಂಡು ಪಟ್ಟಣದ ದರ್ಗಾಕ್ಕೆ ಹೋಗಿಬರಲು ಹೊರಡುತ್ತಾಳೆ. ಆದರೆ ದಾರಿ ಮಧ್ಯೆ ಹಿಂದೂ ಗಂಡ ಹೆಂಡತಿ ಇಬ್ಬರು ಕೋಮುಗಲಭೆಗೆ ಸಿಕ್ಕಿ ಮುಸ್ಲಿಂರ ಕೇರಿಯಿಂದ ಪಾರಾಗಲು ಮರೆಯಲ್ಲಿ ಅಡಗಿರುತ್ತಾರೆ. ಆಗ ಜೈನಾಬಿ ತನ್ನ ಆ ಬುರ್ಖಾವನ್ನೇ ಕಳಚಿ ಆ ಹಿಂದೂ ಮಹಿಳೆಗೆ ಹಾಕಿ ಅವಳನ್ನು ಅಲ್ಲಿಂದ ಪಾರು ಮಾಡಿ, ದರ್ಗಾಕ್ಕೆ ಇನ್ನೊಂದು ದಿನ ಹೋದರಾಯ್ತು ಎಂದು ಮನೆಗೆ ವಾಪಸ್ಸು ಬರುತ್ತಾಳೆ. ಆಗ ಆಕೆ ತನ್ನ ಹಳೆ ಬುರ್ಖಾದ ಬಗ್ಗೆ ಮತ್ತಷ್ಟು ಅಭಿಮಾನ ತಾಳುತ್ತಾಳೆ. ಬುರ್ಖಾ ಸ್ತ್ರೀಮಾನ ಅಷ್ಟೇ ಅಲ್ಲದೆ ಪ್ರಾಣ ರಕ್ಷಣೆಯ ಸಂಕೇತವಾಗಿ ಇಲ್ಲಿ ಸಾರ್ಥಕತೆಯನ್ನು ಪಡೆದುಕಂಡಿದೆ. ಜೈನಾಬಿಯ ಮಾನವೀಯ ಮನಸ್ಥಿತಿಯನ್ನು, ಆಕೆಯ ಭಯವನ್ನು ಆಕೆಯ ಕೋಮು ಸೌಹಾರ್ದತೆಯ ಭಾವವನ್ನು ನವುರಾಗಿ ಹಿಡಿದಿಟ್ಟಿದ್ದಾರೆ.

ಅವಮಾನದ ಲೋಕವನ್ನು ಪ್ರತಿನಿಧಿಸುವ ಮೊಗಳ್ಳಿ ಗಣೇಶ್ ಅವರ 'ಬುಗುರಿ' (೧೯೯೨) ಒಂದು ವಿಶಿಷ್ಟವಾದ ಕಥೆ. ಶಾಲೆಗೆ ಹೋಗುವ ಮುಗ್ಧ ಬಾಲಕನ ಚೆಲುವನ ಬುಗುರಿ ತಮ್ಮ ಹಿತ್ತಲಲ್ಲಿ ಮದುವೆ ಸಂದರ್ಭದಲ್ಲಿ ಕಟ್ಟಿಸಿದ್ದ ಕಕ್ಕಸು ಗುಂಡಿಗೆ ಬಿದ್ದುಹೋದ ಸಾಮಾನ್ಯ ಘಟನೆಯಿಂದ ಆರಂಭವಾಗುವ ಈ ಕಥೆಯು ಸೃಷ್ಟಿಸುವ ಅವಾಂತರಗಳು ಹಲವಾರು. ಮುಗ್ಧ ಚೆಲುವನ ಪ್ರಜ್ಞೆಯಲ್ಲಿ ದೊಡ್ಡವರ, ವ್ಯವಸ್ಥೆಯ ಲೋಕದ ಕರಾಳ ಮುಖಗಳು ಬಿಚ್ಚಿಕೊಳ್ಳುತ್ತವೆ. ಇದು ಚೆಲುವನ ಮನೆಯವರ ಮತ್ತು ಸಮುದಾಯದ ಜೊತೆಗಿನ ಮನುಷ್ಯ ಸಂಬಂಧಗಳು ಮತ್ತು ದಲಿತರಿಗೂ ಇತರೆ ಜನಾಂಗದವರಿಗೂ ಇರುವ ಸಂಬಂಧಗಳನ್ನು ಶೋಧಿಸುತ್ತದೆ. ವ್ಯಾಪ್ತಿಯಲ್ಲಿ ಕಥೆ ದೀರ್ಘವಾದಾಗಿದ್ದು ದಲಿತರು ಪಡುವ ಬವಣೆ, ನೋವುಗಳನ್ನು ದಟ್ಟವಾಗಿ ಚಿತ್ರಿಸುತ್ತಾ ಕಥನ ಸಂಕೀರ್ಣವಾಗುತ್ತದೆ. ಕಕ್ಕಸು ಗುಂಡಿಗೆ ಬಿದ್ದ ಹಂದಿಯನ್ನು ಎತ್ತಲು ಇಳಿದು ಕಕ್ಕಸಿನಲ್ಲಿ ಮುಳುಗಿದ ಇಬ್ಬರು ಮನುಷ್ಯರು ಕೊನೆಗೆ ಪೊಲೀಸ್ ಠಾಣೆ ಹತ್ತುವುದು, ಸ್ಟೇಷನ್‌ನಲ್ಲಿರುವ ಕಕ್ಕಸ್ ಗುಂಡಿಯನ್ನೂ

ಕ್ಲೀನ್ ಮಾಡಲು ಅವರನ್ನು ಮತ್ತೆ ಇಳಿಸುವುದು, ಚೆಲುವನ ಅಪ್ಪನ ರೌದ್ರಾವತಾರ–ಈ ಎಲ್ಲಾ ವಿಕೃತಿಗಳನ್ನು ಕಂಡು ಚೆಲುವ ಕೊನೆಗೆ ತೀವ್ರವಾದ ಆಘಾತಕ್ಕೆ ಒಳಗಾಗುತ್ತಾನೆ.

ಬಿ.ಟಿ.ಜಾಹ್ನವಿ ಅವರ 'ಕಳ್ಳುಬಳ್ಳಿ' (೧೯೯೬) ಕಥೆಯು ದಲಿತ ಸಮುದಾಯದ ಸ್ವವಿಮರ್ಶೆ. ಆರ್ಥಿಕವಾಗಿ ಬಲಿಷ್ಠವಾದ ದಲಿತ ಕುಟುಂಬವೊಂದು ಸಾಮಾಜಿಕವಾಗಿ, ಆರ್ಥಿಕವಾಗಿ ಕನಿಷ್ಠವಾದ ಅದೇ ದಲಿತ ಸಮುದಾಯದ ವ್ಯಕ್ತಿಯನ್ನು ಶೋಷಣೆ ಮಾಡುವ ರೀತಿ ಗಂಭೀರವಾದ ಚರ್ಚೆಯನ್ನು ಹುಟ್ಟುಹಾಕುತ್ತದೆ. 'ಕಳ್ಳುಬಳ್ಳಿ' ಕಥೆಯ ತಿಪ್ಪ ಹತ್ತು ವರ್ಷದ ದಲಿತ ಬಾಲಕ. ದೂರದ ಸಂಬಂಧಿ ಅಧಿಕಾರಿಯಿಂದಲೇ ಶೋಷಣೆ, ಬಾಲಕ ಹಸಿವಿನಿಂದ ದುಡಿಯುವ ವೇದನೆ, ಹಳ್ಳಿಯಲ್ಲಿರುವ ಅವನ ತಾಯಿ ತನ್ನ ಕಳ್ಳುಬಳ್ಳಿಗಾಗಿ ಪಡುವ ಸಂಕಟ, ತಳಮಳ, ಕೊನೆಗೆ ಬಾಲಕನ ತಂದೆಯ ಪ್ರತಿಭಟನೆ ಇವೆಲ್ಲಾ ಈ ಕಥೆಯಲ್ಲಿ ಪರಿಣಾಮಕಾರಿಯಾಗಿ ಮೂಡಿಬಂದಿವೆ.

ಅಮರೇಶ ನುಗಡೋಣಿ ಅವರ ಕಥೆಗಳ ವಸ್ತು, ಭಾಷೆ ಬಹುಮಟ್ಟಿಗೆ ಕಲ್ಯಾಣ ಕರ್ನಾಟಕ ಪ್ರದೇಶಕ್ಕೆ ಸಂಬಂಧಿಸಿದ್ದಾಗಿರುತ್ತದೆ. ಇವರ ಕಥೆಗಳು ಬಡವರ, ದಲಿತರ, ಮಹಿಳೆಯರ ಸಮಸ್ಯೆಗಳನ್ನು ಅತ್ಯಂತ ಸೂಕ್ಷ್ಮವಾಗಿ ವಿಷಾದದಿಂದ ಚಿತ್ರಿಸುತ್ತವೆ. ಗಂಡು ಹೆಣ್ಣಿನ ಮಾನಸಿಕ ದೈಹಿಕ ಸಂಬಂಧಗಳನ್ನು ವಿವಿಧ ಸಾಮಾಜಿಕ ಆಯಾಮಗಳಲ್ಲಿ ವಿಶ್ಲೇಷಿಸುತ್ತವೆ. ಇಲ್ಲಿಯ 'ಮೀರುವ ಘನ' (೨೦೦೦) ಕಥೆಯು ಲೌಕಿಕ ಮತ್ತು ಅಲೌಕಿಕ ವ್ಯಕ್ತಿಗಳ ನಡುವೆ ನಡೆಯುವ ಒಂದು ಮುಖ್ಯ ತಾತ್ವಿಕತೆಯನ್ನು ಕಟ್ಟಿಕೊಡುತ್ತದೆ. ರೈಲಿನ ಪ್ರಯಾಣದಲ್ಲಿ ಎದುರಾಗುವ ಯೋಗಿಯ ಪ್ರಭಾವ ಕಥಾನಾಯಕನ ಮೇಲೆ ಗಾಢ ಪರಿಣಾಮ ಬೀರುತ್ತದೆ. ಜಯಪ್ರಕಾಶ ಮಾವಿನಕುಳಿ ಅವರ 'ಅನುಗಾಲವು ಚಿಂತೆ ಜೀವಕೆ' (೧೯೯೫) ಕಥೆಯ ವಸ್ತು ವಿಶಿಷ್ಟವಾದುದು. ಅನಂತಭಟ್ಟರು ಕಷ್ಟಪಟ್ಟು ಜಮೀನು, ತೋಟ, ಬಾವಿ ಮಾಡಿ ಕೃಷಿ ಮಾಡಿ ತಮ್ಮ ಒಬ್ಬನೇ ಮಗ ರಾಮುನನ್ನು ಓದಿಸಿ ವಿದ್ಯಾವಂತನ್ನಾಗಿ ಮಾಡಿದರು. ಕೃಷಿ ಮತ್ತು ಮಗನ ಓದಿಗಾಗಿ ಸಾಲವನ್ನೂ ಮಾಡಿದರು. ಆದರೆ ಓದಿದ ಮಗ ಮನೆಗೆ ಬಂದು ಪಂಚಾಯಿತಿಯವರನ್ನು ಕರೆತಂದು ತಂದೆಯ ಆಸ್ತಿಯಲ್ಲಿ ಪಾಲಿಗೆ ಕೂರುವನು. ಅಪ್ಪನ ಜೀವನಾಂಶಕ್ಕೆ ಎಂದು ನಾಲ್ಕು ಕಾಳು ಕೊಡಲು ನ್ಯಾಯದವರು ತೀರ್ಮಾನಿಸುವರು. ಆದರೆ ಅನಂತಭಟ್ಟರ ಹೆಂಡತಿ ಪಾರ್ವತಿ ಇದನ್ನು ವಿರೋಧಿಸುವಳು. ಆದರೆ ನ್ಯಾಯಕ್ಕೆ ಬಂದ ಶಿವರಾಮ ಅನಂತಭಟ್ಟರ ವೈರಿ. ಭಟ್ಟರು ಜಮೀನು ತೆಗೆದು ತೋಟ ಮಾಡಲು ಹೊರಟಾಗ ಆ ಜಮೀನನ್ನು ತಾವು ಕ್ರಯ ಮಾಡಬೇಕೆಂದಿದ್ದು, ಅದು ಅವರಿಂದ ತಪ್ಪಿ ಹೋಗಿತ್ತು. ಈಗ ಅವರು ಅದರ ಸೇಡನ್ನು ಭಟ್ಟರ ಮಗನಿಗೆ ಪಾಲು ಮಾಡಿಸುವುದರಲ್ಲಿ ತೀರಿಸಿಕೊಂಡಿದ್ದರು. ಇದನ್ನು ನೆನೆದು ಅನಂತಭಟ್ಟರಿಗೆ ಶಿವರಾಯನ ಮೇಲೆ ಸಿಟ್ಟು, ಆದರೆ ಅನಂತಭಟ್ಟರು ತಮ್ಮ ದುಡಿಮೆಗೆ, ಶ್ರಮಕ್ಕೆ, ಮಗನನ್ನು ಓದಿಸಿದ್ದಕ್ಕೆ ಆದ ಅವಮಾನದಿಂದಾಗಿ ತಮ್ಮ ಆಸ್ತಿ, ಮನೆ, ಜಮೀನು, ತೋಟ ಎಲ್ಲವನ್ನು ಮಗನಿಗೇ ಬಿಟ್ಟು ಹೆಂಡತಿಯ ಜೊತೆ ಹೊರಡಲು ಸಿದ್ಧರಾಗುತ್ತಾರೆ. ಅನಂತ ಭಟ್ಟರಿಗೆ

ಮಗನಿಗಿಂತ ಮಗಳಾಗಿದ್ದರೆ ಚೆನ್ನಾಗಿತ್ತು ಎಂದು ತಮಗೆ ಬಂದ ಭಾವನೆಯನ್ನು ಹೆಂಡತಿಯ ಜೊತೆ ಹಂಚಿಕೊಳ್ಳುತ್ತಾರೆ. ಈ ಕಥೆಯ ವಸ್ತು ಅಪ್ಪ, ಮಗ, ಅವ್ವ ಎಂಬುದಕ್ಕೆ ಕಳ್ಳುಬಳ್ಳಿಯ ಸಂಬಂಧ ಇಲ್ಲವೇ ಎಂಬ ಪ್ರಶ್ನೆಯಾಗಿ ಕಾಡುತ್ತದೆ.

ಕಲ್ಯಾಣ ಕರ್ನಾಟಕ ಪ್ರದೇಶದ ಪ್ರಖ್ಯಾತ ಕತೆಗಾರರಾದ ಶಾಂತರಸ, ನೀರಮಾನ್ವಿ, ಕುಂವೀ, ಮಲ್ಲಿಕಾರ್ಜುನ ಹಿರೇಮಠ, ಕಲಿಗಣನಾಥ ಗುಡದೂರು, ನುಗಡೋಣಿ ಅವರ ಪರಂಪರೆಯಲ್ಲಿಯೇ ಬಂದ ರಾಜಶೇಖರ ಹತಗುಂದಿ ಅವರ 'ಕಾಳ ಬೆಳದಿಂಗಳ ರಾತ್ರಿ' (೧೯೯೭) ಗುಲ್ಬರ್ಗಾದ ದೇಸೀ ಕನ್ನಡ ಭಾಷೆಯಲ್ಲಿ ಬರೆದ ಒಂದು ಅಪರೂಪದ ಸತ್ವ ಶಾಲಿಯಾದ ಕಥೆ. ಈ ಕಥೆಯ ವಸ್ತು ವಿಸ್ತಾರವಾದದ್ದು; ಇಲ್ಲಿ ಕೊಲೆ, ಹಾದರ, ಸಮಾಜ ವಾದ, ಸಮತಾವಾದ, ಅಂತರ್‌ಜಾತಿ ಮದುವೆ, ರಾಜಕಾರಣ, ಗಾಂಧೀಜಿಯ ಸ್ವಾತಂತ್ರ್ಯ ಹೋರಾಟ, ಪ್ರಗತಿಪರ ಚಳುವಳಿ, ಸ್ತ್ರೀ ಶಿಕ್ಷಣ, ವಂಚನೆಯ ಮದುವೆ, ಶಾಲಾ ಮಾಸ್ತರಿಕೆ –ಹೀಗೆ ಮುಂತಾದ ವಿಷಯಗಳ ಹಿನ್ನೆಲೆಯಲ್ಲಿ ಇಲ್ಲಿಯ ಪಾತ್ರಗಳು ಹುಟ್ಟಿ ಅರ್ಥ ಪೂರ್ಣವಾಗಿ ಬೆಳೆದು ಬದುಕುತ್ತವೆ. ಲ್ಯಾಂಡ್ ಸೀಲಿಂಗ್ ಆಕ್ಟ್‌ನಿಂದಾಗಿ ದಲಿತರಲ್ಲಿ ಬದಲಾವಣೆ, ಕೆಳಜಾತಿಗಳನ್ನು ಎತ್ತಿಕಟ್ಟಿ ಮೇಲು ಜಾತಿಯವರನ್ನು ಮಾಡಿಸುವ ಕೊಲೆ ಹೀಗೆ ಹಲವಾರು ವಿಷಯಗಳು ಇಲ್ಲಿ ಅತ್ಯಂತ ಸಮಕಾಲೀನ ಕಥನವಾಗಿ ಮೂಡಿ ಬಂದಿವೆ. ಮಗ ವಿರೂಪಾಕ್ಷಗೌಡನ ಕೊಲೆಗೆ ಕಾರಣ ಅಪ್ಪ ಸಾಹೇಬಗೌಡನಿಗೆ ಗೊತ್ತು. ಯಾರು ಕೊಲೆ ಮಾಡಿಸಿದರು, ಯಾಕೆ ಮಾಡಿಸಿದರು ಎಂದು. ಆದರೆ ಆತನ ವ್ಯಕ್ತಿತ್ವವೂ ಮಗನ ವ್ಯಕ್ತಿತ್ವದ ಹಾಗೆ ಕಳಂಕವಾದದ್ದು. ಗಂಡ ವಿರೂಪಾಕ್ಷಗೌಡನ ಕೊಲೆಯಾದ ಮೇಲೆ, ಮದುವೆ ಆಗಿ ಎರಡು ವರ್ಷವಾಗಿದ್ದರೂ ಮಕ್ಕಳಿಲ್ಲದ ಹೆಂಡತಿ ಮಾದೇವಿ, ತನ್ನ ಗಂಡನ ಆಸ್ತಿ, ಮನೆ, ಸಂಬಂಧನ್ನೆಲ್ಲಾ ತೊರೆದು ತನ್ನ ತಂದೆ, ತಾಯಿಯ ಜೊತೆ ಹೊರಟುಹೋದ ಆಘಾತವನ್ನು ಮಾವ ಸಾಹೇಬಗೌಡ ತಡೆದುಕೊಳ್ಳಲಾರದೆ ಸೋತು ಕೂರುತ್ತಾನೆ. ಹೀಗೆ ಕಥೆಯು ವಿಶೇಷವಾದ ಅನುಭವವನ್ನು ಇದು ಕಟ್ಟಿಕೊಡುತ್ತದೆ.

ಬಟ್ಟೆ, ಬ್ರೆಡ್ಡು, ಮನೆಯಿಲ್ಲದ ಒಂದು ಬಡಸಂಸಾರ. ಅವ್ವ ಕೂಲಿ ಮಾಡಿ ತಂದರೆ ಮಕ್ಕಳಿಗೆ ಗಂಜಿ ಉಂಟು. ಅಪ್ಪ ಕುಡಿತ ಹಾಗೂ ನಿತ್ಯ ಇಸ್ಪೀಟ್ ಜೂಜಿನ ವ್ಯಸನಿ. ಈಗ ಅವ್ವನೂ ದುಡಿದು ದುಡಿದು ದಣಿದು ಕಾಯಿಲೆ ಬಿದ್ದು ಮಲಗಿದ್ದಾಳೆ. ಹಿರಿಬಾಲಕ ಯಲ್ಲ ಊರಿನಲ್ಲಿ ಭಿಕ್ಷೆ ಬೇಡಿ ತಂದರೆ ತನ್ನ ಒಡಹುಟ್ಟುಗಳಿಗೆ ಗಂಜಿ ಉಂಟು. ಮುಂದಿನ ಯುಗಾದಿ ಹಬ್ಬಕ್ಕೆ ಹೊಸ ಅಂಗಿ ಕೊಂಡು ತೊಟ್ಟು ಓಡಾಡಬೇಕು ಎಂದು ಆತ ಭಿಕ್ಷೆ ಯಲ್ಲಿ ಬಂದ ಹಣವನ್ನು ಕೂಡಿಟ್ಟು ಕನಸು ಕಾಣುತ್ತಾನೆ. ಆದರೆ ಆ ಹಣವೂ ಅವ್ವನ ಕಾಯಿಲೆಗೆ ಅಂಥ ಕೊಟ್ಟಿದ್ದು ಅಪ್ಪನ ವ್ಯಸನಗಳಿಗೆ ಪಾಲಾಗುತ್ತದೆ. ಅವ್ವ ಔಷಧಿ ಇಲ್ಲದೆ ಸಾಯುತ್ತಾಳೆ. ಇದ್ದ ಸಣ್ಣ ಗುಡಿಸಲೂ ಅಪ್ಪನ ಆರ್ಭಟದಿಂದ ನೆಲಸಮವಾಗುತ್ತದೆ. ಮಕ್ಕಳು ತಬ್ಬಲಿಗಳಾಗುತ್ತಾರೆ. ಈ ಯಾವ ನೋವೂ ಅಪ್ಪನನ್ನು ಬಾಧಿಸುವುದಿಲ್ಲ. ಇಂತಹ ದಟ್ಟ ಬಡತನ, ಹಸಿವು ಕುರಿತ ಶೋಚನೀಯವಾದ ವಸ್ತುವನ್ನು ಕಲಿಗಣನಾಥ ಗುಡದೂರು

ಅವರು ತಮ್ಮ 'ಹೊಸ ಅಂಗಿ' (೧೯೮೮) ಕಥೆಯನ್ನು ರಾಯಚೂರು ಭಾಗದ ಪ್ರಾದೇಶಿಕ ಭಾಷೆಯಲ್ಲಿ ತಿಳಿಯಾಗಿ ಮತ್ತು ಪರಿಣಾಮಕಾರಿಯಾಗಿ ಹಿಡಿದಿಟ್ಟಿದ್ದಾರೆ.

ಕಲ್ಯಾಣ ಕರ್ನಾಟಕದ ಗ್ರಾಮೀಣ ರೈತರ, ಬಡವರ, ಮಧ್ಯಮವರ್ಗದ ಜನರ ಅಂತಃಕರಣವನ್ನು ಚಿತ್ರಿಸುವಲ್ಲಿ ಮಲ್ಲಿಕಾರ್ಜುನ ಹಿರೇಮಠ ಅವರ ಕಥೆಗಳು ಸಶಕ್ತವಾಗಿವೆ. ಇವರ 'ಅಮೀನಪುರದ ಸಂತೆ' (೧೯೯೦) ಕಥೆಯು ತನ್ನ ವಸ್ತು, ನಿರೂಪಣೆ ಹಾಗೂ ಪ್ರಚಲಿತ ವಿದ್ಯಮಾನದಿಂದಾಗಿ ಗಮನ ಸೆಳೆಯುತ್ತದೆ. ಬರಗಾಲ, ಹಸಿವು ಅವಮಾನ, ನಿರಾಸೆ ಬಡತನಕ್ಕೆ ತುತ್ತಾದ ಬಸಪ್ಪನೆಂಬ ರೈತ ತಾನು ಸಾಕಿದ ಎತ್ತನ್ನು ಅನಿವಾರ್ಯವಾಗಿ ಮಾರಲು ಸಂತೆಗೆ ಹೋಗುತ್ತಾನೆ. ಆದರೆ ಅಲ್ಲಿ ಅದನ್ನು ಬಡಕಲು ಎತ್ತು ಎಂದು ಯಾರೂ ಕೊಳ್ಳುವುದಿಲ್ಲ. ಕೊನೆಗೆ ಆತ ಬಂದ ಕಟುಕನಿಗೆ ಅದನ್ನು ಮಾರದೆ ಅದರೊಡನೆ ತಾನು ಹೊಂದಿದ್ದ ಪ್ರೀತಿಯ ಭಾವನೆಗಳಿಂದ ನಿರ್ಧರಿಸುತ್ತಾನೆ. ಆಮೇಲೆ ಸಂಜೆಗೆ ಖಾಲಿಯಾದ ಸಂತೆಯಲ್ಲಿ ತನಗೆ ಎದುರಾದ ಈ ಬಗೆಯ ಮಾನವೀಯ ನಿರ್ಣಾಯಕ ಘಟ್ಟದಲ್ಲಿ ಅಸಹಾಯಕನಾಗಿ ಆತ್ಮಹತ್ಯೆ ಮಾಡಿಕೊಳ್ಳುತ್ತಾನೆ. ಈ ಕಥೆಯ ವಸ್ತು ಹಾಗೂ ಭಾಷೆ ಎರಡೂ ಧ್ವನಿಶಕ್ತಿಯಿಂದ ಕೂಡಿದ್ದಾಗಿದೆ.

ಉತ್ತರ ಕನ್ನಡ ಜಿಲ್ಲೆಯ ಮುಖ್ಯ ಕಥೆಗಾರರಲ್ಲಿ ಒಬ್ಬರಾದ ಶ್ರೀಧರ ಬಳಗಾರ ಅವರ 'ಇಳೆಯೆಂಬ ಕನಸು' (೧೯೯೭) ಕಥೆಯಲ್ಲಿ ಕಾಳಿನದಿಗೆ ಕಟ್ಟಿದ ಅಣೆಕಟ್ಟಿನಿಂದ ನಿಸರ್ಗ, ಊರು, ಮನೆ, ಭೂಮಿ, ಜೀವಸಂಕುಲ ಮುಳುಗಡೆಯಾಗುವ ಚಿತ್ರ ಕಣ್ಮುಂದೆ ಬರುತ್ತದೆ. ಅದರಿಂದ ಜನತೆ ಅನುಭವಿಸುವ ಅವಾಂತರ, ಸ್ಥಳಾಂತರದ ಬಿಕ್ಕಟ್ಟು, ಆ ಜನತೆ ಊರಿ ನೊಡನೆ, ಧಾರ್ಮಿಕ ನಂಬಿಕೆಗಳೊಡನೆ, ಭೂಮಿಯೊಡನೆ ಹೊಂದಿದ್ದ ಭಾವನಾತ್ಮಕ ಹಾಗೂ ಮಾನಸಿಕ ಸಂಬಂಧಗಳೆಲ್ಲಾ ನೀರುಪಾಲು ಆಗುವಾಗ ಅವರು ಅನುಭವಿಸುವ ಯಾತನೆಗಳನ್ನು ಕಥೆಯಲ್ಲಿ ಮನಮುಟ್ಟುವಂತೆ ನಿರೂಪಿಸಲಾಗಿದೆ. ಆ ಅಣೆಕಟ್ಟನ್ನು ವಿರೋಧಿಸಿ ಹೋರಾಡಿ ಕೊನೆಗೆ ಸೋತು ಸುಣ್ಣವಾದ ಜನಕಜ್ಜ ಕೊನೆಗೆ ದೈವಿಕ ಸ್ಥಿತಿಗೆ ಒಳಗಾಗಿ ಆ ಕಾಡಿನ ನಡುವೆ ವನದೇವತೆಗಳ ರೀತಿಯಲ್ಲಿ ಮಾಯವಾಗುವ ಘಟನೆ ಹೃದಯವಿದ್ರಾವಕವಾಗಿದೆ. ಅವನ ಮನೆಯ ಜೀತದಾಳು ನಾಗು ಕೂಡ ತನ್ನ ವಂಶಜರು ಹಿಂದೆ ಭೂಮಿಯನ್ನು ಕಳೆದುಕೊಂಡು, ಒಮ್ಮೆ ಪ್ಲೇಗು ಬಂದು ಊರುಬಿಟ್ಟು ಹೋಗಿದ್ದನ್ನು ಆತ ಮರೆಯಲಾರ. ಅಭಿವೃದ್ಧಿಯ ಹೆಸರಿನಲ್ಲಿ ಸಂವೇದನೆ ಇಲ್ಲದ ಮಾನವನ ವಿಕೋಪಕ್ಕೆ ಗುರಿಯಾಗುವ ಪ್ರಕೃತಿಯ ದುರಂತಮಯವಾದ ಚಿತ್ರಣವೊಂದು ಈ ಕಥೆಯಲ್ಲಿ ಜೀವಂತ ವಾಗಿ ಮೂಡಿಬಂದಿದೆ.

ಹೆಚ್.ನಾಗವೇಣಿಯವರು ಕರಾವಳಿಯ ಪ್ರಾದೇಶಿಕ ಬದುಕನ್ನು, ಸಂಸ್ಕೃತಿಯನ್ನು ತಮ್ಮ ವಿಶಿಷ್ಟವಾದ ಭಾಷೆಯಲ್ಲಿ ದಟ್ಟವಾಗಿ ಹಿಡಿದುಕೊಟ್ಟ ಕಥೆಗಾರ್ತಿ. ಬ್ಯಾರಿಯೊಬ್ಬ ಸತ್ತು ಅವನ ಶವಯಾತ್ರೆ ಸ್ಮಶಾನಕ್ಕೆ ಹೊರಟಾಗ, ಆತನ ಹೆಂಡತಿ ತಮ್ಮ ಕುರಾನ್ ಸಂಪ್ರದಾಯದಂತೆ ಕತ್ತಲಕೋಣೆಯಲ್ಲಿ ಕೂತು 'ಇದ್ದತ್' ಸಂಪ್ರದಾಯವನ್ನು ಆಚರಿಸ ಬೇಕಾದವಳು. ಆದರೆ ಊರಿನಲ್ಲಿ ಹೆರಿಗೆಯಾಗದೆ ಯಾತನೆ ಪಡುತ್ತಿದ್ದ ಹೆಣ್ಣಿಗೆ, ಆ

ಆಚರಣೆಗಿಂತ ಜೀವ ದೊಡ್ಡದು, ಬದುಕು ದೊಡ್ಡದು ಎಂದು ತಿಳಿದು, ಆಕೆ ಹೋಗಿ ಆ ಹೆಣ್ಣು ಮಗಳಿಗೆ ಹೆರಿಗೆ ಮಾಡಿಸಿ, ಸ್ಮಶಾನಕ್ಕೆ ಹೆಣದ ಹಿಂದೆ ಹೋದ ಜನ ಮನೆಗೆ ಮರಳಿ ಬರುವಷ್ಟರಲ್ಲಿ ಆಕೆ ತನ್ನ ಮನೆಗೆ ಬಂದು ಸೇರಿಕೊಳ್ಳುವ ಘಟನೆ 'ತಾಯ್ತನ' (೨೦೦೦) ಕಥೆಯಲ್ಲಿ ಅಪೂರ್ವವಾಗಿ ಮೂಡಿಬಂದಿದೆ. ಆ ಬ್ಯಾರಿ ಕುಟುಂಬದ ಮೇಲೆ ಕೋಮುದ್ವೇಷ ಹಠದಿಂದಾಗಿ ಕೊನೆಗೆ ಕ್ರೌರ್ಯವನ್ನು ತೀರಿಸಿಕೊಳ್ಳಲು ತೀರ್ಮಾನಿಸಿದ್ದ ಜನ ತಮ್ಮ ಮನೆಯ ಮಗಳ ಮಗುವನ್ನು ಸುಲಭವಾಗಿ ಹೆರಿಗೆ ಮಾಡಿಸಿ ಉಳಿಸಿದ ಆಕೆಯ ತಾಯ್ತನವನ್ನು ಮೆಚ್ಚಿ ಸ್ಮರಿಸುತ್ತದೆ. ತನ್ನ ಗಂಡನ ಸಾವಿನ ಸಂದರ್ಭದ ಆಚರಣೆ ಗಿಂತ ಮುಖ್ಯವಾದದ್ದು ಆ ಕ್ಷಣದಲ್ಲಿ ನೋವು ತಿನ್ನುತ್ತಾ ಮಲಗಿರುವ ಹೆಣ್ಣು ಮಗಳಿಗೆ ಹೆರಿಗೆ ಮಾಡಿಸುವುದು ಮುಖ್ಯ ಎಂದು ತಿಳಿದು ತಾಯ್ತನದ ಮೂಲಕ ಮನುಷ್ಯತ್ವದ ದಾರಿಯನ್ನು ತೋರಿದ ಆ ಬ್ಯಾರಿ ಹೆಂಗಸಿನ ಮಾನವೀಯತೆಯು ಅನನ್ಯ. ಈ ಸಂಕಲನ ಬಿ.ಸಿ.ರಾಮಚಂದ್ರಶರ್ಮರ 'ನಾಡು ಒಡೆಯಿತು' ಕಥೆಯಿಂದ ಆರಂಭವಾಗಿ ಹೆಚ್.ನಾಗವೇಣಿ ಅವರ 'ತಾಯ್ತನ' ಕಥೆಯಿಂದ ಮುಕ್ತಾಯವಾಗುತ್ತಿರುವುದು ಆಕಸ್ಮಿಕ ವೇನಲ್ಲ. ಈ ಎರಡೂ ಕಥೆಗಳು ಚಾರಿತ್ರಿಕ ಬೆಳವಣಿಗೆಯ ದೃಷ್ಟಿಯಿಂದ ರಾಜಕೀಯ ಹಾಗೂ ಸಾಮಾಜಿಕ ಚರಿತ್ರೆಯ ಸಂದರ್ಭದಲ್ಲಿ ಬಹುಮುಖ್ಯವಾದವು.

ಸ್ವಾತಂತ್ರ್ಯೋತ್ತರ ಕಾಲದ 'ಐದು ದಶಕಗಳು' ಚರಿತ್ರೆಯಲ್ಲೇ ಒಂದು ಸಂಕ್ರಾಂತಿಯ ಸಂಕೀರ್ಣ ಕಾಲಘಟ್ಟ. ಮಾನವನ ಜೀವನದ ಗತಿಯಲ್ಲಿ ಕಾಣುವ ದ್ವಂದ್ವ, ಬಹುತ್ವ ಈ ಕಾಲಘಟ್ಟದ ಎಲ್ಲಾ ಸಮಸ್ಯೆಗಳ ತಾಯಿ ಬೇರು; ಮಾನವನ ದ್ವಂದ್ವಗಳೆಲ್ಲವನ್ನೂ ಗೆಲ್ಲುವುದೇ ಮಾನವನ ಪ್ರಗತಿ. ಮನುಷ್ಯನ ಬೆಳವಣಿಗೆ ಎಂದರೆ ಅವನ ಮನಸ್ಸಿನ ಅಥವಾ ಆತ್ಮದ ಬೆಳವಣಿಗೆ ಎಂದರ್ಥ. ಆಧುನಿಕ ಮನಸ್ಸಿನ ಮೂಲಗುಣ ಅದರ ಆತ್ಮಪ್ರಜ್ಞೆಯಲ್ಲಿದೆ. ಆಧುನಿಕ ಸಾಹಿತ್ಯ ಮುಖ್ಯವಾಗಿ ಅಂತರ್ಮುಖಿ. ಇಂದಿನ ಲೇಖಕ ಅನ್ಯವಿಮರ್ಶೆಗಿಂತ ಆತ್ಮವಿಮರ್ಶೆಯಲ್ಲಿ ಪರಿಣತ. ಎಲ್ಲವನ್ನೂ ಕೆದಕಿ ಅದರೊಳಗಿನ ಭಾವಪ್ರಪಂಚವನ್ನು ಜೀರ್ಣಿಸಿಕೊಳ್ಳುವ ಪ್ರಜ್ಞೆ, ಆಧುನಿಕತೆಯ ಮುಖ್ಯ ಲಕ್ಷಣವಾಗಿದೆ. ಲೇಖಕ ಈಗಿನ ಸಾಹಿತ್ಯ ದಲ್ಲಿ ಇದನ್ನು ಅಪೂರ್ವ ಸಂಯಮದಿಂದ ನಿರ್ವಹಿಸುತ್ತಾ ಬಂದಿದ್ದಾನೆ. ಈಗಿನ ಸಾಹಿತ್ಯವು ಬಿಗಿ, ಬನಿ, ಸಂಗ್ರಹಶೀಲತೆ, ಪ್ರಯೋಗಶೀಲತೆ, ಧ್ವನಿ, ವೈಚಾರಿಕತೆ, ಕಲಾತ್ಮಕತೆ–ಇವು ಬೆಳೆದು ಸುಂದರ ಶಿಲ್ಪದ ಪರಿಪೂರ್ಣತೆಯ ಕಡೆಗೆ ಸಾಗಿದೆ.

ಈ ಬಗೆಯ ಆಧುನಿಕ ನವ್ಯಪ್ರಜ್ಞೆ ಮೊಟ್ಟಮೊದಲು ಕನ್ನಡದ ಕಾವ್ಯ, ಕಥೆ, ಕಾದಂಬರಿ ಮುಂತಾದ ಸಾಹಿತ್ಯದ ಪ್ರಕಾರಗಳಲೆಲ್ಲಾ ಅಭಿವ್ಯಕ್ತವಾಗಿದೆ. ಈ ಆಧುನಿಕತೆ, ಐತಿಹಾಸಿಕತೆ ಮತ್ತು ಸಮಕಾಲೀನತೆ ಸಣ್ಣಕಥೆಗಳಲ್ಲಿ ಸಹಜ ಹಾಗೂ ಅನಿವಾರ್ಯ ಎಂಬಂತೆ ಪ್ರಕಟ ವಾಗಿದೆ. ಇಲ್ಲಿ ಆಯ್ದುಕೊಂಡಿರುವ ಕಥೆಗಳು ವಸ್ತು– ತಂತ್ರ–ಪ್ರಯೋಗ–ದರ್ಶನಗಳಲ್ಲಿ ಮೇಲುಮಟ್ಟದವು. ಕಥೆಯ ಬದುಕೂ ದೊಡ್ಡದು, ಕಥೆಗಾರರ ಪ್ರತಿಭೆಯೂ ದೊಡ್ಡದು ಎಂಬುದನ್ನು ಇವು ತೋರಿಸುತ್ತವೆ. ಇವು ನಿಜವಾದ ಸಾಹಿತ್ಯ ಕೃತಿಗಳು. ಇವು ಬಿಡಿ ಬಿಡಿ ಕಥೆಗಾರರ ಕಥೆಗಳಾದರೂ ಇಡಿಯಾಗಿ ಕನ್ನಡ ಕಥನಮೀಮಾಂಸೆಯನ್ನು ಕಟ್ಟಿ

ಕೊಡುವ ಇವುಗಳ ರೀತಿ ವಿಭಿನ್ನ, ಅನನ್ಯ; ಇಂತಹ ಒಂದು ಉತ್ತಮವಾದ ಐದು ದಶಕ
ಗಳ ಆಯ್ದ ಕಥಾಸಂಕಲನವನ್ನು ಸಿದ್ಧಪಡಿಸಿಕೊಡಲು ಕೊಟ್ಟ ಅವಕಾಶಕ್ಕಾಗಿ ಕೇಂದ್ರ
ಸಾಹಿತ್ಯ ಅಕಾಡೆಮಿಯ ಅಧ್ಯಕ್ಷರಾದ ಜ್ಞಾನಪೀಠ ಪ್ರಶಸ್ತಿ ವಿಜೇತರಾದ ಡಾ.ಚಂದ್ರಶೇಖರ
ಕಂಬಾರ ಅವರಿಗೆ ನನ್ನ ಕೃತಜ್ಞತೆಗಳು. ಈ ಸಂಕಲನ ರೂಪುಗೊಳ್ಳಲು ಒಪ್ಪಿಗೆ ನೀಡಿ
ಸಹಕರಿಸಿದ ಎಲ್ಲಾ ಕಥೆಗಾರರಿಗೆ ಹಾಗೂ ಅವರ ಸಂಬಂಧಿಗಳಿಗೆ ನಾನು ತುಂಬಾ
ಆಭಾರಿಯಾಗಿದ್ದೇನೆ. ಕನ್ನಡ ಸಲಹಾ ಸಮಿತಿಯ ಸಂಚಾಲಕರಾದ ಕವಿ ಡಾ.ಸಿದ್ಧಲಿಂಗಯ್ಯ
ನವರಿಗೆ, ಪ್ರಾದೇಶಿಕ ಕಾರ್ಯದರ್ಶಿಗಳಾದ ಶ್ರೀ ಎಸ್.ಪಿ.ಮಹಾಲಿಂಗೇಶ್ವರರಿಗೆ, ಸ್ನೇಹಿತರಾದ
ಡಾ.ಷಣ್ಮುಖಾನಂದ, ಶ್ರೀ ಕೆ.ಪಿ.ರಾಧಾಕೃಷ್ಣ, ಶ್ರೀ ಎಲ್.ಸುರೇಶ್‍ಕುಮಾರ್ ಅವರಿಗೆ ನನ್ನ
ವಂದನೆಗಳು. ಈ ಸಂಕಲನವನ್ನು ಅಚ್ಚುಕಟ್ಟಾಗಿ ಅಕ್ಷರ ಜೋಡಣೆ ಮಾಡಿದ ನೀತು
ಗ್ರಾಫಿಕ್ಸ್‍ನ ಶ್ರೀಮತಿ ಶಾರದ ಅವರಿಗೆ ಕೃತಜ್ಞತೆಗಳು.

–ಕರೀಗೌಡ ಬೀಚನಹಳ್ಳಿ

ಆಕರ ಹಾಗೂ ಆಧಾರ ಸಾಹಿತ್ಯ

* ಅತ್ಯುತ್ತಮ ಕನ್ನಡ ಕಥೆಗಳು : (ಸಂ) ಕೆ.ನರಸಿಂಹಮೂರ್ತಿ, ಕ.ಸಾ.ಪ., ೧೯೫೮
* ಕನ್ನಡ ಸಣ್ಣಕಥೆಗಳು : (ಸಂ.) ಜಿ.ಎಚ್.ನಾಯಕ, ನ್ಯಾಷನಲ್ ಬುಕ್ ಟ್ರಸ್ಟ್, ಇಂಡಿಯಾ, ೧೯೭೪
* ಕನ್ನಡ ಕಥಾಸಂಕಲನ : (ಸಂ) ಗಿರಡ್ಡಿ ಗೋವಿಂದರಾಜ, ಕ.ಸಂ.ಇಲಾಖೆ, ೧೯೮೩
* ಲೇಖಕಿಯರ ಕಥಾ ಸಂಕಲನ : (ಸಂ.) ವೀಣಾ ಶಾಂತೇಶ್ವರ, ಕ.ಸಂ.ಇಲಾಖೆ, ೧೯೮೩
* ದಶವಾರ್ಷಿಕ ಸಣ್ಣಕಥೆಗಳು (೧೯೭೪-೧೯೮೩) : (ಸಂ) ಕ.ವೆಂ.ರಾಜಗೋಪಾಲ, ಕರ್ನಾಟಕ ಸಾಹಿತ್ಯ ಅಕಾಡೆಮಿ, ೧೯೮೭
* ಬಂಡಾಯ ಕಥೆಗಳು : (ಸಂ.) ರಂಜಾನ್ ದರ್ಗಾ, ಚಂದ್ರಶೇಖರ ಆಲೂರು, ಕನ್ನಡ ಸಂಸ್ಕೃತಿ ಇಲಾಖೆ, ೧೯೯೦
* ಸ್ವಾತಂತ್ರ್ಯೋತ್ತರ ಕನ್ನಡ ಸಾಹಿತ್ಯ ಮತ್ತು ಸಂಸ್ಕೃತಿ : (ಸಂ.) ಎಲ್.ಎಸ್.ಶೇಷಗಿರಿರಾವ್, ಸಣ್ಣಕಥೆ ಸಮೀಕ್ಷೆ-ಶ್ರೀಕಂಠ ಕೂಡಿಗೆ, ಉದಯಭಾನು ಕಲಾ ಸಂಘ, ಬೆಂಗಳೂರು, ೧೯೯೩
* ದಲಿತ ಕಥೆಗಳು : (ಸಂ.) ಎಲ್.ಹನುಮಂತಯ್ಯ, ಬಿ. ಚಿನ್ನಸ್ವಾಮಿ, ಕ.ಸಂ.ಇಲಾಖೆ, ೧೯೯೬
* ಶತಮಾನದ ಸಣ್ಣ ಕಥೆಗಳು : (ಸಂ.) ಎಸ್.ದಿವಾಕರ, ಪ್ರಿಸಂ, ಬೆಂಗಳೂರು, ೧೯೯೭
* ಸಮಕಾಲೀನ ಕನ್ನಡ ಸಣ್ಣ ಕಥೆಗಳು : (ಸಂ.) ಬಿ.ಸಿ.ರಾಮಚಂದ್ರ ಶರ್ಮ, ನ್ಯಾಷನಲ್ ಬುಕ್ ಟ್ರಸ್ಟ್, ಇಂಡಿಯಾ, ೧೯೯೯
* ಅವಳ ಕಥೆಗಳು : (ಸಂ.) ಜಿ.ಎಸ್.ಆಮೂರ, ಪ್ರಿಸಂ., ಬೆಂಗಳೂರು, ೧೯೯೯
* ಮರೆಯಬಾರದ ಕಥೆಗಳು : (ಸಂ.) ಗಿರಡ್ಡಿ ಗೋವಿಂದರಾಜ, ಪ್ರಿಸಂ, ಬೆಂಗಳೂರು, ೧೯೯೯
* ಶತಮಾನದ ಸಣ್ಣಕಥೆಗಳು : (ಸಂ.) ಬೊಳುವಾರು ಮಹಮದ್ ಕುಂಞಿ, ಕರ್ನಾಟಕ ಸಾಹಿತ್ಯ ಅಕಾಡೆಮಿ, ೨೦೦೧
* ಸುವರ್ಣ ಕಥಾ ಸಂಕಲನ : (ಸಂ.) ಕೃಷ್ಣಮೂರ್ತಿ ಹನೂರು, ಭಾನು ಮಷ್ತಾಕ್, ಕ.ಸಂ.ಇ., ೨೦೦೬
* ದಲಿತ ಬಂಡಾಯ ಸಾಹಿತ್ಯ : (ಸಂ.) ಸರಜೂ ಕಾಟ್ಕರ್, ಕೇಂದ್ರ ಸಾಹಿತ್ಯ ಅಕಾಡೆಮಿ, ೨೦೧೨
* ಕನ್ನಡದ ಮೂವತ್ತು ಕಥೆಗಳು : (ಸಂ.) ಫಕೀರ್ ಮಹಮದ್ ಕಟ್ಪಾಡಿ, ಕೃಷ್ಣಮೂರ್ತಿ ಹನೂರು, ಕೇಂದ್ರ ಸಾಹಿತ್ಯ ಅಕಾಡೆಮಿ, ೨೦೧೪
* ವ್ಯಷ್ಟಿ ಸಮಷ್ಟಿ (ಕನ್ನಡ ನವ್ಯಕಥೆಗಳ ಅಧ್ಯಯನ) : ಡಾ.ಕರೀಗೌಡ ಬೀಚನಹಳ್ಳಿ, ಅಜಂತ ಪ್ರಕಾಶನ, ೧೯೯೧, ೨೦೦೭
* ಶತಮಾನದ ಕನ್ನಡ ಸಣ್ಣಕಥೆಗಳ ಸಮೀಕ್ಷೆ : ಕರೀಗೌಡ ಬೀಚನಹಳ್ಳಿ, ಕರ್ನಾಟಕ ಸಾಹಿತ್ಯ ಅಕಾಡೆಮಿ, ಬೆಂಗಳೂರು, ೨೦೦೩, ೨೦೧೧.
* ಕನ್ನಡ ಸಾಹಿತ್ಯ ಸಂಸ್ಕೃತಿ ಕಥನ : ಕರೀಗೌಡ ಬೀಚನಹಳ್ಳಿ, ಪ್ರಸಾರಾಂಗ, ಕನ್ನಡ ವಿಶ್ವವಿದ್ಯಾಲಯ, ಹಂಪಿ, ೨೦೧೭.

***

೧. ನಾಡು ಒಡೆಯಿತು

ಬಿ.ಸಿ.ರಾಮಚಂದ್ರ ಶರ್ಮ

ಮುರುಕು ಮನೆಯ ಜಗುಲಿಯ ಮೇಲೆ ಕಾಲು ಚಾಚಿ ಆಗಲೇ ಗಂಟೆಯ ಹೊತ್ತಾಗಿದ್ದರೂ ನಮ್ಮ ಮೂವರಲ್ಲಿ ಯಾರಿಗೂ ನಿದ್ದೆ ಬಂದಿರಲಿಲ್ಲ; ಬರುವಂತಿರಲಿಲ್ಲ.

ನನ್ನ ಒಂದು ಮಗ್ಗುಲಿಗೆ ನಮ್ಮೂರ ಗೌಡನ ಮಗ ಮಲಗಿದ್ದ. ನೆತ್ತಿಯ ನೇರಕ್ಕೆ ತಾನೆ ತಾನಾಗಿ ಮೆರೆಯುತ್ತಿದ್ದ ಚಂದ್ರನಲ್ಲಿ ಅವನ ದೃಷ್ಟಿ ಐಕ್ಯವಾಗಿತ್ತು. ಆರು ಅಡಿಗೂ ಮೀರಿದ ಅವನ ಆಕಾರದ ಉದ್ದಕ್ಕೂ ನನ್ನ ಕಣ್ಣನ್ನು ಓಡಾಡಿಸಿದೆ. ಹಣಿಗೆಯೊಡನೆ ಎಂದೂ ಹೆಣಗಾಡದಿದ್ದ ಅವನ ತಲೆಗೂದಲು, ಕ್ಷೌರ ಕಾಣದ ವಾರದ ಗಡ್ಡ, ಗುಂಡಿಗಳ ಹಿಡಿತಕ್ಕೆ ಸಿಗದೆ ತೊಟ್ಟ ಅಂಗಿ, ಬಯಲಿಗೆ ಎಳೆದಿದ್ದ ಅವನ ಎದೆಗೂದಲ ಕಪ್ಪು, ಇವು ನನ್ನ ಮನಸ್ಸಿಗೆ ಏನೋ ಒಂದು ತರ್ಕಬಾಹಿರವಾದ ಸಮಾಧಾನವನ್ನು ತಂದವು. ತಾಯಿ ಬಳಿಯಿರುವುದನ್ನು ನಂಬಿ ನಿದ್ದೆ ಹೋದ ಮಗು ಕಗ್ಗತಲಲ್ಲಿ ಕಣ್ಣು ಬಿಟ್ಟಾಗ ತಾಯಿ ನಿಜಕ್ಕೂ ಬಳಿಯಿರುವದನ್ನು ಕಂಡು ಮತ್ತೆ ನೆಮ್ಮದಿಗೊಳ್ಳುವಂತೆ ನಾನು ನೆಮ್ಮದಿಗೊಂಡೆ.

ನನ್ನ ಇನ್ನೊಂದು ಮಗ್ಗುಲಿಗೆ ನನ್ನ ಗೆಳೆಯ ಮಲಗಿದ್ದ. ಕಣ್ಣು ಮುಚ್ಚಿದ್ದರೂ ರೆಪ್ಪೆ ಬಡಿಯುತ್ತಿದ್ದುದರಿಂದ ನಿದ್ದೆ ಬಂದಿರಲಿಲ್ಲವೆಂದು ತಿಳಿಯಿತು. ಕೂಲಿಗಾರ ಮುಖಂಡರ ಲ್ಲೊಬ್ಬನಾದ ಅವನು ತನ್ನ ಅರ್ಧ ಜೀವಮಾನವನ್ನು ಸೆರೆಯಲ್ಲಿ ಕಳೆದಿದ್ದ. ಅವನ ವಾಸ ನಮ್ಮೂರಿನಲ್ಲಲ್ಲ; ನಮ್ಮೂರಿಗೆ ಸುಮಾರು ಐವತ್ತು ಮೈಲಿ ದೂರದಲ್ಲಿದ್ದ ಕೈಗಾರಿಕೆಯ ಕೇಂದ್ರವಾದ ನಗರವೊಂದರಲ್ಲಿ. ನಗರದ ನಾಗರಿಕ ಜೀವನ ನನ್ನ ಸ್ನೇಹಿತನ ನಡೆ ನುಡಿಗಳ ಮೇಲೆ ತನ್ನ ಪ್ರಭಾವ ಬೀರಿತ್ತು. ನಮ್ಮಲ್ಲಿ ಬಿಳಿಯ ಅಂಗಿ ತೊಡುತ್ತಿದ್ದವನೆಂದರೆ ಅವನು. ತಿಂಗಳ ಬೆಳಕು ಅವನ ಮುಖದ ಮೇಲೆ ಚೆಲ್ಲಾಟವಾಡಿ ಅವನ ಸಹಜ ಸೌಂದರ್ಯವನ್ನು ಬೆಳಗಿತ್ತು.

ನಡುವೆ ಮಲಗಿದ್ದ ನನಗೆ ಮೊದಲನೆಯವನ ಆತ್ಮಶಕ್ತಿಯಾಗಲಿ ಎರಡನೆಯವನ ಜ್ಞಾನಜನ್ಯವಾದ ಆತ್ಮವಿಶ್ವಾಸವಾಗಲಿ ಇರಲಿಲ್ಲ. ಅವರಿಬ್ಬರಿಗಿಂತ ವಯಸ್ಸಿನಲ್ಲಿ ನಾನು ಚಿಕ್ಕ ವನು; ಅನುಭವದಲ್ಲಿ ಮತ್ತೂ ಚಿಕ್ಕವನು.

ನಮ್ಮಲ್ಲಿ ಯಾರೂ ಮಾತನಾಡುವ ಧೈರ್ಯ ಮಾಡಲಿಲ್ಲ. ನನ್ನ ಮೇಲೆ ಆ ಮೌನದ ಪರಿಣಾಮ ಹಿತಕರವಾಗಿರಲಿಲ್ಲ. ರಸ್ತೆಯ ಮಗ್ಗುಲಿಗಿದ್ದ ಗಿಡಗಳ ನೆರಳು ಎದುರು ಸಾಲಿನ

ಮನೆಯ ಮೇಲೆ ಚಲಿಸಿದಂತೆ, ಸೊಂಟ ಮುರಿದ ಮುದಿ ಹೆಂಗಸಿನ ಓಡಾಟದ ಚಿತ್ರ ಮನಸ್ಸಿಗೆ ಬಂದು ನನ್ನನ್ನು ಕಾಡಿತು. ಆ ಬೆಳುದಿಂಗಳ ಮಹಿಮೆಗೆ ಪ್ರತಿಯೊಂದು ವಸ್ತುವೂ ಬೆಳೆದು, ಬೃಹದಾಕಾರವನ್ನು ತಳೆಯಲೆಳೆಸಿದಂತೆ ಮನಸ್ಸಿಗೆ ಭಾಸವಾಗಿ ಮೈ ಬೆವರಿಟ್ಟಿತು. ಹುಣ್ಣಿಮೆಯ ಬೆಳಕಿಗಿಂತ ಅಮಾವಾಸ್ಯೆಯ ಕಪ್ಪು ವಾಸಿ. ಸುತ್ತ ಕಪ್ಪು ಹೆಪ್ಪುಗಟ್ಟಿದ್ದಾಗ ಕಲ್ಪನೆ ರೆಕ್ಕೆ ಮುರಿದ ಹಕ್ಕಿಯಂತೆ; ಆ ಕತ್ತಲಲ್ಲಿ ನೆರಳಿನ ಅಮಾನುಷ ನಾಟ್ಯಕ್ಕೆ ಅವಕಾಶವಿಲ್ಲ. ಅರ್ಧ ಕಂಡ ವಸ್ತುವಿನ ಬಗೆಗೆ ಬೆಳೆದು ಕಲ್ಪನೆ ಉಳಿದರ್ಧಕ್ಕಿಂತಲೂ ಹೆಚ್ಚು ಊಹಿಸುವುದುಂಟು. ಕಣ್ಣಿಗೆ ಕಾಣದ ಭೂತಗಣ ನನ್ನೆದುರಿಗೆ ನರ್ತನ ಮಾಡುತ್ತಿದಂತೆ ಅನ್ನಿಸಲು ನಾನು ನಡುಗಿದೆ. ನುಡಿಗೆ ಸಿಗದ ನೋವೊಂದು ಬಟ್ಟೆ ಹಿಂಡುವ ಕೈಯಂತೆ ನನ್ನೆದೆಯನ್ನು ಹಿಂಡಿತು. ಕಾರಣವಿಲ್ಲದಿದ್ದರೂ ನೀರು ಸುರಿದ ಕಣ್ಣು ಮಂಜಾಯಿತು.

ಆಚೆ ಬೀದಿಯ ನಾಯಿಯ ಕೂಗು–ನರಳಿಕೆ ನನ್ನ ದುಃಖದ ಅಣೆಕಟ್ಟನ್ನು ಒಡೆದು ಉಚ್ಚಾರಣೆಗೆ ಅವಕಾಶ ಕೊಟ್ಟಿತು. ತನ್ನೆಲ್ಲ ಬಾಳ ಅಸಹಾಯತೆ, ವೇದನೆಗಳನ್ನು ಆ ಒಂದು ಕೂಗಿನಲ್ಲಿ ತುಂಬಿದ ನಾಯಿ ನನ್ನ ಸಹನೆಗೆ ಕೊನೆ ತಂದಿತು. ಮುಖ ಕೆಳಗೆ ಮಾಡಿ ಬಿಕ್ಕಿಬಿಕ್ಕಿ ಅಳಲಾರಂಭಿಸಿದೆ.

ನನ್ನ ಸ್ನೇಹಿತ ತನ್ನ ಸ್ಥಳದಿಂದೆದ್ದು ಬರುವುದರಲ್ಲಿ ಗೌಡನ ಮಗ ಮಾತನಾಡಿದ:

"ಅಳಲಿ ಬಿಡು, ಕಂಬನಿ ಮನಸ್ಸಿನ ಕೊಳೆ ಕಳೆಯುವುದು. ಚಿನ್ನದ ಪಾಲಿಗೆ ಕೆಂಡವಿದ್ದಂತೆ ಗಂಡಿನ ಪಾಲಿಗೆ ಕಣ್ಣೀರು. ನೀನು ಸುಮ್ಮನಿರು."

ನನ್ನ ಸ್ನೇಹಿತ ಸುಮ್ಮನಾದ. ಅತ್ತು ಅತ್ತು ಮಲಗುವ ಮಗುವಂತೆ ನಾನು ನಿದ್ದೆ ಹೋದೆ.

ಒರಟು ಕೈಯೊಂದು ನನ್ನನ್ನಲುಗಿಸಿದಾಗಲೇ ನನಗೆ ಎಚ್ಚರ. ಗೌಡನ ಮಗನೆಂದ:

"ಊರು ದೂರವಿದೆ. ಏಳು, ಹೊರಡೋಣ. ಆರು ಕಟ್ಟುವ ಹೊತ್ತಿಗೆ ಊರನ್ನು ತಲಪೋಣ."

ದಾರಿ ಸವೆದಂತೆ ನಾವು ನಮ್ಮ ಹಳ್ಳಿಯನ್ನು ಬಿಟ್ಟು ಈ ಊರಿಗೆ ಬಂದ ಕಾರಣ ನನ್ನ ಮನಸ್ಸಿನಲ್ಲಿ ಸುಳಿಯತೊಡಗಿತು.

ನಮ್ಮಲ್ಲಿ ಮೊದಲಿಗೆ ಎರಡೂ ಜಾತಿಯ ಜನರಿದ್ದರೂ ಈಗ ಅಲ್ಲಿ ವಾಸಿಸುತ್ತಿದ್ದವರು ನಮ್ಮ ಜನ ಮಾತ್ರ. ದೇಶದ ಮೂಲೆ ಮೂಲೆಯಲ್ಲೂ ನಡೆದಿದ್ದ ಕೋಮುವಾರು ಗಲಭೆಯ ಕಾರ್ಮುಗಿಲು ನಮ್ಮೂರಿನವರೆಗೂ ತನ್ನ ಜರಿ ನೆರಳನ್ನು ಎಸೆದಿತ್ತು. ದೆಹಲಿಯಲ್ಲಿ ನಡೆದ ಹಿಂದೂ, ಮುಸ್ಲಿಮ್ ನಾಯಕರ ಮಾತುಕತೆಗಳ ಸುಳಿವೂ ತಿಳಿಯದ ನಮಗೆ ಆ ಬಗೆಗೆ ಆಸಕ್ತಿಯಿರಲಿಲ್ಲ. ಆ ವಾದವಿವಾದಗಳ ಯಕ್ತಯುಕ್ತತೆಗಳನ್ನು ಪರಿಶೀಲನೆ ಮಾಡಿ ಅರ್ಥ ಮಾಡಿಕೊಳ್ಳುವ ಯೋಗ್ಯತೆಯೂ ಇರಲಿಲ್ಲ. ನಮ್ಮ ಹಳ್ಳಿಯ ನಿತ್ಯ ಜೀವನ ಎಂದಿನಂತೆಯೇ ಸಾಗಿತ್ತು. ಎರಡು ಜಾತಿಯವರೂ ಎಂದಿನಂತೆ ಸಂಜೆಯಲ್ಲಿ, ಸಂತೆಯಲ್ಲಿ ಕಲೆತು ಕಾಲ ಕಳೆಯುತ್ತಿದ್ದರು.

ತಿಂಗಳ ಹಿಂದಿನ ಮಾತು. ಆ ದಿನ ಬೆಳಿಗ್ಗೆ ಎದ್ದು ಹೊರಗೆ ಬಂದಾಗ ನನಗಂತೂ ಕಣ್ಣು ನಂಬುವುದೇ ಕಷ್ಟವಾಯಿತು. ಹತ್ತಾರು ಮನೆಯನ್ನು ತುಂಬಿದ್ದ ಆ ಜಾತಿಯ ಜನರು ಮನೆಗಳನ್ನು ಬರಿದುಮಾಡಿ ಯಾರಿಗೂ ತಿಳಿಸದೆ ಕಣ್ಮರೆಯಾಗಿದ್ದರು. ಮಧ್ಯಾಹ್ನದ ಹೊತ್ತಿಗೆ ಬಂದ ಸುದ್ದಿ ನಮಗೆ ಇನ್ನೂ ಹೆಚ್ಚಿನ ಆಶ್ಚರ್ಯವನ್ನುಂಟುಮಾಡಿತು. ನಮ್ಮ ನೆರೆಯ ಹಳ್ಳಿಗಳಲ್ಲೂ ಅದೇ ಪಲಾಯನ; ಅದೇ ಆಶ್ಚರ್ಯ.

ದಿನಗಳುರುಳಿದಂತೆ ವಿಷಯ ಹಳೆಯದಾಯಿತು; ಅವರ ಅಪನಂಬಿಕೆಯ ಫಲವಾಗಿ ನಮ್ಮ ಮನಸ್ಸಿಗಾಗಿದ್ದ ನೋವೂ ಮರೆಯಾಯಿತು.

ಆದರೆ ಹುಣ್ಣಿಮೆಗೆ ಮೂರು ದಿನದ ಹಿಂದೆ ಬಂದ ಸುದ್ದಿ ನಿಜಕ್ಕೂ ಆತಂಕಕ್ಕೆ ಕಾರಣವಾಯಿತು. ನಮ್ಮ ಊರ ಪಶ್ಚಿಮಕ್ಕೆ ಇಪ್ಪತ್ತು ಮೈಲಿ ದೂರದಲ್ಲಿ ಸಣ್ಣ ಹಳ್ಳಿಯೊಂದು. ಅಲ್ಲಿಯ ನಮ್ಮವರನ್ನೆಲ್ಲ ಯಾರೋ ದುರಾತ್ಮರು ದಾಳಿ ನಡೆಸಿ ಕೊಲ್ಲಲೆತ್ನಿಸಿದ ಪ್ರಸಂಗ ವರದಿಯಾಗಿ ನಮ್ಮನ್ನು ನಡುಗಿಸಿತು. ಅಳಿದುಳಿದವರಲ್ಲೊಬ್ಬ ನಮ್ಮೂರಿಗೆ ಬಂದು ಒಪ್ಪತ್ತಿನ ಮಟ್ಟಿಗೆ ತಂಗಿದ. ತನ್ನ ಭಾವಮೈದುನನಲ್ಲಿಗೆ ಹೊರಟ ಅವನು ಗೌಡನ ಮಗನನ್ನು ಕೇಳಿದ:

"ನಿಮ್ಮೂರಿನಲ್ಲಿ ಏನು ಏರ್ಪಾಟು ಮಾಡಿದ್ದೀರಿ?"

ನಾವು ಯಾವ ಬಗೆಯ ಮುಂಜಾಗರೂಕತೆಯ ಕ್ರಮವನ್ನೂ ಕೈಕೊಂಡಿರಲಿಲ್ಲ.

"ನಿಮ್ಮೂರ ಕಡೆಗೆ ಅವರ ಕಣ್ಣು ಹೊರಳಿದರೂ ಹೊರಳಬಹುದು; ಜೋಕೆ." ಹೋಗುವ ಮುನ್ನ ಹಿತ ನುಡಿದ.

ಸರಿ, ಜನ ಕಲೆತೆಡೆಯೆಲ್ಲ ಅದೇ ಮಾತಾಯಿತು. ಯಾರು ಭಯಗೊಂಡರೂ ನಮ್ಮೂರ ಗೌಡ ಮಾತ್ರ ದಿಗಿಲುಗೊಳ್ಳಲಿಲ್ಲ.

"ಹಾಲು ಚೆಲ್ಲಿದ ಹಾಗೆ ತಿಂಗಳ ಬೆಳಕಿದೆ. ಈಗ ಮುತ್ತಿಗೆ ಹಾಕುವ ಎದೆಗಾರಿಕೆ ಯಾವ ಗಂಡಿಗೂ ಇರದು."

ನಮ್ಮೂರಿನಲ್ಲಿ ಅನೇಕರಿಗೆ ಅವನ ಮಾತು ಒಪ್ಪೆನಿಸಿತು. ಹೌದು! ಯಾರಿಗೆ ತಾನೇ ಹಗಲು ಬಂದು ದಾಳಿಯಿಡುವ ಗುಂಡಿಗೆ ಇರಬಲ್ಲುದು? ಹಗಲು ಬರುವುದೂ ಒಂದೆ. ಹುಣ್ಣಿಮೆಯ ಅಕ್ಕಪಕ್ಕದ ಈ ರಾತ್ರಿಯ ಹೊತ್ತು ಬರುವುದೂ ಒಂದೆ!

ಇಷ್ಟಾದರೂ ಗೌಡ ಚತುರ್ದಶಿಯ ಸಂಜೆಗೆ ಊರ ಕುಲಗಳನ್ನೆಲ್ಲ ಒಂದು ಕಡೆ ಸೇರಿಸಿದ. ಊರ ಮನೆ, ಮಠಗಳ ಸಂರಕ್ಷಣೆಗೆ ಸರ್ಕಾರದ ಸಹಾಯ ಕೋರಬೇಕೆಂದು ಅವನ ಮತ. "ಸರ್ಕಾರವನ್ನು ಕೇಳಿ ಅವರು ಅಲ್ಲಿ ದಾಳಿ ಮಾಡಿದರೆ?" ಒಬ್ಬನ ಪ್ರಶ್ನೆ.

"ನಾವು ಕ್ರಮ ಕೈಗೊಳ್ಳಬೇಕೇ ವಿನಾ ಸರ್ಕಾರವನ್ನು ನಂಬಿ ಸುಮ್ಮನಿರುವುದರಲ್ಲಿ ಅರ್ಥವಿಲ್ಲ," ಮತ್ತೊಬ್ಬನೆಂದ.

"ನಮ್ಮ ಯಾವ ಏರ್ಪಾಟಿಗೂ ಸರ್ಕಾರದ ಬೆಂಬಲವಿದ್ದರೆ ಇನ್ನೂ ಹೆಚ್ಚಿನ ಬೆಲೆ ಬರುವುದು. ಸರ್ಕಾರಕ್ಕೆ ತಿಳಿಸದೆ ನಾವು ಕೆಲಸ ಮಾಡಬಾರದು. ನಮ್ಮದಲ್ಲವೆ ಸರ್ಕಾರ?" ನಮ್ಮೂರ ಹಿರಿಯನೊಬ್ಬನ ತರ್ಕ.

ನೆರೆದಿದ್ದ ಹೆಚ್ಚು ಜನಕ್ಕೆ ಅವನ ಮಾತು ಯುಕ್ತವೆನಿಸಿತು. ಸಂಬಂಧಪಟ್ಟ ಅಧಿಕಾರಿಗಳ ಬಳಿಗೆ ಒಂದು ನಿಯೋಗ ಹೋಗಬೇಕೆಂದು ತೀರ್ಮಾನವಾಯಿತು. ಗೌಡನ ಮಗ, ಅದೇ ಸಂಜೆ ನಮ್ಮೂರಿಗೆ ಬಂದಿದ್ದ ನನ್ನ ಗೆಳೆಯ ಮತ್ತು ನಾನು ಮಾರನೆಯ ಬೆಳಿಗ್ಗೆ ಹೊರಡ ಬೇಕೆಂದು ಇತ್ಯರ್ಥವಾಯಿತು.

ನನ್ನ ಗೆಳೆಯನನ್ನು ಊರಿನವರು ಆರಿಸಿದುದಕ್ಕೆ ಅವನ ಬಗೆಗೆ ಅವರಿಗಿದ್ದ ವಿಶ್ವಾಸ, ಗೌರವಗಳು ಕಾರಣ. ದೇಶವಿದೇಶಗಳಲ್ಲಿ ದಬ್ಬಾಳಿಕೆಯ ವಿರುದ್ಧ ನಡೆದ, ನಡೆಯುತ್ತಿರುವ ಹೋರಾಟದಲ್ಲಿ ಅವನಿಗೆ ಅಪರಿಮಿತ ಆಸಕ್ತಿ. ನಮ್ಮ ನಾಡ ಬಾನಂಚಿನಲ್ಲಿ ಸದ್ಯದಲ್ಲೇ ಕ್ರಾಂತಿಭಾನು ಮೂಡುವನೆಂದು ಅವನ ವಿಶ್ವಾಸ. ಬರಲಿರುವ ಸಮೃದ್ಧಿಯ ಬಗೆಗೆ ಅವನು ಮಾತನಾಡುತ್ತಿದ್ದಾಗ ಮುಖದಲ್ಲಿ ಅವರ್ಣನೀಯವಾದ ಕೆಂಪೊಂದು ರಾರಾಜಿಸಿ ಮುಖಕ್ಕೆ ಕಳೆ ಕೊಡುತ್ತಿತ್ತು. ಅವನಾಡಿದ ಮಾತಿನ ಪೂರ್ಣಾರ್ಥಗ್ರಹಣಶಕ್ತಿ ನಮಗಿರ ದಿದ್ದರೂ ಅವನ ಮಾತೆಂದರೆ ನಮಗೆ ಮೆಚ್ಚು. ನಮ್ಮ ಪಾಲಿಗೆ ಅವನೊಬ್ಬ ಕನಸಿಗ; ಅವನ ಕನಸು ಸುಂದರ ಕನಸು.

ಕನಸು ಕಾಣುವುದರಲ್ಲಿ ಸುಖ ಕಾಣದ ಜನ ವಿರಳ. ಅಂತೇ ಅವನ ಕನಸಿನ ಕತೆ ಕೇಳುವುದರಲ್ಲಿ ನಮಗೆ ಆನಂದ. ಸೆರೆಮನೆಯ ಸಂಕೋಚದಲ್ಲಿ ಗರಿಗೆದರಿದ ಅವನ ಕಲ್ಪನೆ ಕಂಡ ಅದ್ಭುತಗಳ ವರ್ಣನೆಗೆ ಕಿವಿಗೊಡುವವರು ನಮ್ಮೂರಿನಲ್ಲಿ ದೊರಕುತ್ತಿದ್ದುದೇ ಅವನ ಬರವಿಗೆ ಕಾರಣವೆಂದು ನಾನು ನಂಬಿದ್ದೆ. ಜನದ ದೃಷ್ಟಿಯಲ್ಲಿ ಅವನ ಬರವಿಗೆ ಬೇರೊಂದು ಆಕರ್ಷಣೆಯಿತ್ತು.

ನಮ್ಮ ಮನೆಯಲ್ಲಿ ನಾವಿದ್ದವರು ಮೂವರು—ನಾನು, ನಮ್ಮ ತಾಯಿ ಮತ್ತು ನನ್ನ ತಂಗಿ. ಹದಿನೆಂಟರ ನನ್ನ ತಂಗಿಯ ಕಣ್ಣ ನೋಟ ನನ್ನ ಗೆಳೆಯನ ಬರವಿಗೆ, ಇರವಿಗೆ ಕಾರಣವೆಂದು ಹಲವರ ಮತ; ಇದ್ದರೂ ಇರಬಹುದು.

ನನ್ನ ತಾಯಿಯಾಗಲಿ ನಾನಾಗಲಿ ಈ ಬಗೆಗೆ ಒಂದು ಮಾತನ್ನೂ ಆಡಿರಲಿಲ್ಲ. ಇದಿಷ್ಟು ಮಾತ್ರ ಸತ್ಯ: ನನ್ನ ಗೆಳೆಯನ ವಿಷಯದಲ್ಲಿ ನಮ್ಮ ತಾಯಿಗೆ ಅಭಿಮಾನವಿತ್ತು, ವಿಶ್ವಾಸವಿತ್ತು. ತನ್ನ ಮುದ್ದು ಹುಡುಗಿ ಈ ಹುಡುಗನೊಡನೆ ಮುಂದೆ ಎಂದಾದರೂ ಸಂಸಾರ ಮಾಡ ಬಹುದೆಂಬ ಸಂಭವದ ಸುಳಿವೇ ಆಕೆಗಿರಲಿಲ್ಲ ಎಂದೆನ್ನಲಾರೆ.

ನಾವು ನಗರವನ್ನು ಸೇರಿ ಪೊಲೀಸ್ ಅಧಿಕಾರಿಯ ಬಳಿಗೆ ಹೊರಟಾಗ ನಡು ಹಗಲ ಹೊತ್ತಾಗಿತ್ತು. ಅಧಿಕಾರಿ ನಮ್ಮನ್ನು ಕಾಣುವ ಮನಸ್ಸು ಮಾಡುವ ಹೊತ್ತಿಗೆ ಸಂಜೆಯಾಗಿತ್ತು.

ನನ್ನ ಗೆಳೆಯ ಇನ್ನೂ ನಾವು ಬಂದ ಕಾರಣವನ್ನು ಪೂರ್ಣವಾಗಿ ವಿವರಿಸಿರಲಿಲ್ಲ. ಅಧಿಕಾರಿ ಆಕಳಿಸುತ್ತ, ಗಂಟೆ ನೋಡಿ ತನ್ನ ಮೇಲುಡುಪಿನ ಕತ್ತ ಬಳಿಯ ಗುಂಡಿಗಳನ್ನು ಹಾಕಿಕೊಂಡು ನುಡಿದ:

"ವಿಷಯವನ್ನು ಪರಿಶೀಲಿಸಿ ಸಹಾಯ ಅಗತ್ಯವೆನಿಸಿದರೆ ನೋಡೋಣ."

"ಜನ ಸರ್ಕಾರವನ್ನೇ ನಂಬಿದೆ. ಉದಾಸೀನ ಬೇಡ."

ಗೌಡನ ಮಗನೂ ನಾನೂ ಬಾಗಿಲವರೆಗೆ ಹೋಗಿದ್ದವರು ನನ್ನ ಸ್ನೇಹಿತನ ಮಾತು ಕೇಳಿ ನಿಂತೆವು.

ಅಧಿಕಾರಿಗೆ ಈ ಮಾತು ಉದ್ಧಟತನದ ಮಾತು ಎನಿಸಿರಬೇಕು. "ನಿಮ್ಮ ಜೊತೆಗೇ ನಾನು ಬರಲೆಂದೆ? ಏನಾದರೂ ನಡೆಯಬಾರದ್ದು ನಡೆದರೆ ಬಂದು ತಿಳುಹಿಸಿ. ನೋಡೋಣ."

ನನ್ನ ಗೆಳಯನ ಉತ್ತರವನ್ನು ನಾನಂತೂ ನಿರೀಕ್ಷಿಸಿರಲಿಲ್ಲ: "ಹೌದು, ಹೆಣ ಹೂಳುವ ಕೆಲಸ ಸುಲಭದಲ್ಲಿ ಮುಗಿಯದು; ನಿಮ್ಮ ನೆರವು ಅಗತ್ಯ."

ಅವನು ಹೊಸ್ತಿಲು ದಾಟಿದುದೇ ತಡ ಇನ್ನೊಂದು ಮಾತನ್ನಂದ: "ನಡೆಯಬಾರದ್ದು ನಡೆಯಲಿ; ಇವನುಳಿಯುವ ಬಗೆ ನೋಡೋಣ."

"ನನ್ನನ್ನು ಜೊತೆಗೆ ಕರೆಯುವುದನ್ನು ಮಾತ್ರ ಮರೆಯಬೇಡ. ನೋಡು, ನನ್ನ ತೋಳಿನ ಗಾತ್ರ!" ಗೌಡನ ಮಗ ನಗುತ್ತ ನನ್ನ ಗೆಳೆಯನ ಹೆಗಲ ಮೇಲೆ ಕೈ ಬೀಸಿದ.

"ಊರಕಡೆ ಹೊರಡೋಣವೆ?," ನಾನು ಕೇಳಿದೆ,

"ಈಗಲೋ, ಬೆಳಿಗ್ಗೆಗೊ?," ನನ್ನ ಗೆಳೆಯ ಪ್ರಶ್ನಿಸಿದ.

ಗೌಡನ ಮಗ ನಮ್ಮೆಲ್ಲರ ಪರವಾಗಿ ನಿಶ್ಚಯ ಮಾಡಿದ: "ಈಗ ಹೊರಟರೂ ಒಂದೇ, ಬೆಳಿಗ್ಗೆ ಹೊರಟರೂ ಒಂದೇ. ಅಷ್ಟು ಹೊತ್ತಿಗೇ ಹೊರಟು ಸೂರ್ಯೋದಯದ ಹೊತ್ತಿಗೆ ಊರ ಸೇರಿದರಾಯಿತು."

ಮುರುಕು ಮನೆಯ ಜಗುಲಿಯೊಂದನ್ನು ಆಶ್ರಯಿಸಿದೆವು. ಬುತ್ತಿ ಬಿಚ್ಚಿ, ರೊಟ್ಟಿ ಕಚ್ಚಿ, ಬೀಡಿ ಎಳೆದು ಮಲಗಿದೆವು.

***

ಊರ ಹತ್ತಿರದ ನಮ್ಮ ಕಬ್ಬಿನ ಗದ್ದೆಯನ್ನು ಸೇರುವ ಹೊತ್ತಿಗೆ ಮುಂಜಾವಿನ ತಂಗಾಳಿ ಬೀಸತೊಡಗಿತ್ತು. ಹಠಾತ್ತನೆ ಎಚ್ಚರಗೊಂಡ ಕಾಗೆ ಅರಚಿದುದನ್ನು ಕೇಳಿ ಮಿಕ್ಕ ಹಕ್ಕಿಗಳು ಕಣ್ತೆರೆದು ಗೂಡ ಹೊರಗೆ ಇಣುಕಿ ನೋಡಿದುವು. ಇನ್ನೂ ಬೆಳಗಾಗಲು ಹೊತ್ತಿದೆಯೆಂದು ಕಂಡಾಗ, ಕಾಗೆಯನ್ನು ಶಪಿಸುತ್ತ ಮತ್ತೆ ನಿದ್ದೆ ಹೋದುವು.

ಕ್ರಮಕ್ರಮವಾಗಿ ನಮ್ಮೂರ ಮುಂದಿನ ಬಸ್ತಿಗುಡಿ ಮಬ್ಬಿನಿಂದೆದ್ದು ಆಕಾರ ಪಡೆಯಿತು. ಹತ್ತು ಹೆಜ್ಜೆ ಹಾಕಿರಲಿಲ್ಲ. ಗೌಡನ ಮಗ ಬೇಗ ಬೇಗ ಹೆಜ್ಜೆ ಹಾಕಿದ.

ಅರಳಿಮರದಡಿಯಲ್ಲಿ ನಮ್ಮ ಕಣ್ಣಿಗೆ ಬಿದ್ದ ದೃಶ್ಯ ನರಕಸದೃಶವಾಗಿತ್ತು.

ಮುಂದೆ ನಡೆದ ಗೌಡನ ಮಗ ಕೆರಳಿದ ಸಿಂಹದಂತೆ ಕೂಗಿದ. ಅಸ್ತವ್ಯಸ್ತವಾಗಿ, ಅಲ್ಲಿ ಇಲ್ಲಿ ಬಿದ್ದಿದ್ದ ಜೀವಂತ, ಜೀವರಹಿತ ಹೆಂಗಸರ ನಡುವೆ ಅವನ ಹೆಂಡತಿಯೂ ಇದ್ದಳು. ಉಟ್ಟಿದ್ದ ನೀಲಿ ಸೀರೆ ಮೈ ಮುಚ್ಚದೆ ಅವಳ ತೊಡೆಗಳು ನಮ್ಮ ಕಣ್ಣನ್ನು ಸೆಳೆದವು. ಕುಪ್ಪಸ ಕಳಚಿದ್ದುದರಿಂದ, ಮಗುವಿಗೆ ಹಾಲೆರವ ಮೊಲೆಗಳು ನೆತ್ತರಲ್ಲಿ ಮಿಂದು ಕೆಂಪು ತೋರಿದುವು. ನಿರ್ಜೀವವಾಗಿದ್ದ ಆಕೆಯ ಕೈ ತನ್ನ ಮಗುವಿನ ಮೇಲಿನ ಹಿಡಿತವನ್ನು ಸತ್ತ ಮೇಲೂ ಸಡಿಲಗೊಳಿಸಿರಲಿಲ್ಲ. ಚೂರಿಯೊಂದು ಮಗುವಿನೆದೆಯ ಬಳಿ ಮಿನುಗಿ ಎಳೆಗೂಸು ಇಳೆ ತೊರೆದ ರೀತಿಯನ್ನು ಹೇಳಿತು.

ತನ್ನ ಕಾಮತೃಪ್ತಿಗೆ ಮುಳ್ಳಿನಂತೆ ತೊಂದರೆ ಕೊಟ್ಟ ಆ ಮಗುವನ್ನು ಕೊಂದ ಕಾಮಿ, ಕೆಲಸ ಮುಗಿದ ಮೇಲೆ ಗೌಡನ ಸೊಸೆಯನ್ನೂ ಕೊಂದಿದ್ದ.

ಗೌಡನ ಮಗ ಹೆಂಡತಿಯ ಮೈ ಮುಚ್ಚುವಂತೆ ಸೀರೆಯನ್ನು ಸರಿ ಮಾಡಿದ. ಮಗುವನ್ನು ಮಗ್ಗುಲಿಗೆ ಮಾಡಿ ಅದರ ಬಿಡುಗಣ್ಣುಗಳನ್ನು ಮುಚ್ಚಿದ. ಸುತ್ತಣ ಭಯಾನಕ ದೃಶ್ಯ ಆ ಎಳೆ ಮಗುವಿನ ಕಣ್ಣಿಗೆ ಬೀಳದಿರಲಿ ಎಂಬ ಮಮತೆಗೆ ಸಹಜವಾದ ಯೋಚನೆಯೋ ಏನೋ!

ನನ್ನ ಗೆಳೆಯ ಒಂದು ಕಡೆಯಿಂದ ಹೊರಟವನೇ, ಎಲ್ಲ ಮುಖಗಳನ್ನೂ ಪರೀಕ್ಷಿಸಿದ. ನನ್ನ ತಂಗಿ ಅವರ ನಡುವೆ ಇಲ್ಲದುದನ್ನು ಕಂಡು ಅವನಿಗೆ ಮನಸ್ಸಿನ ಆಶಂಕೆ ಮರೆಯಾಗಿರಬೇಕು; ಸಮಾಧಾನದ ನಿಟ್ಟುಸಿರನ್ನೆಳೆದ. ನನಗಾಗ ತಾನೇ ತಿಳಿಯಿತು, ನನ್ನ ಸ್ನೇಹಿತನಿಗೆ ನನ್ನ ತಂಗಿಯನ್ನು ಕಂಡರೆ ಒಲವೆಂದು. ನಗು ಬರಲು ನಾನು ಗಹಗಹಿಸಿ ನಕ್ಕೆ. ಅವರಿಬ್ಬರ ಮದುವೆಯ ಬಗೆಗೆ ನನ್ನ ಕಲ್ಪನೆ ಓಡಿ ನನಗೆ ನಗು ಬಂದಿತ್ತು!

ಗೌಡನ ಮಗ ಎದ್ದು ಬಂದವನೇ ನನ್ನ ಮುಖಕ್ಕೆ ತನ್ನ ಕೈ ಬೀಸಿದ. ನನ್ನ ನಗು ಅಳುವಾಗದೆ ನಗುವಾಗಿಯೇ ಉಳಿಯಿತು. ಮತ್ತೊಮ್ಮೆ ನನ್ನ ಕೆನ್ನೆಗೆ ಹೊಡೆದ. ದಿಕ್ಕುಗೆಟ್ಟು ಓಡತೊಡಗಿದ್ದ ನನ್ನ ಬುದ್ಧಿ ಎಲ್ಲೆ ದಾಟದೆ ಹಿಂದಿರುಗಲು ಆ ಏಟುಗಳು ಸಹಾಯ ಮಾಡಿದುವು.

ಅರೆಗಳಿಗೆಯ ನಂತರ ಗೌಡನ ಮಗ ಹತ್ತಿರದಲ್ಲೇ ಬಿದ್ದಿದ್ದ ಬೆತ್ತಲೆ ಹೆಣ್ಣಿನ ಎದೆಗೆ ಕಿವಿಗೊಟ್ಟು ಲಾಲಿಸಿದ. ಅವನ ಮಾತಿನಲ್ಲಿ ಎದೆಯನ್ನು ತುಂಬಿರಬಹುದಾದ ಅಳಲಿನ ಸೂಚನೆ ಸ್ವಲ್ಪವೂ ಇರಲಿಲ್ಲ.

"ಇದಕ್ಕೆ ಜೀವವಿದೆ, ಬಾ ಇಲ್ಲಿ."

ಪಕ್ಕದ ಹೆಣ್ಣೊಂದರ ಸೀರೆ ಸೆಳೆದವನೆ ಎದುರಿನ ಮೈ ಮುಚ್ಚಿದ. ನನ್ನ ಸ್ನೇಹಿತನ ನೆರವು ಪಡೆದು, ಆಕೆಯನ್ನು ಹೊತ್ತು, ಊರ ಕಡೆಗೆ ಕಾಲೆಸೆದೆವು.

ನಮ್ಮ ಮನೆಯಿದ್ದ ಬೀದಿ ಸೇರುವಲ್ಲಿ ಎದೆ ಕರಗುವ ಕೂಗು ಕೂಗುತ್ತ ಅತ್ತ ಇತ್ತ ಏನನ್ನೋ ಹುಡುಕುತ್ತ ನಮ್ಮೆಡೆಗೇ ಓಡಿ ಬರುತ್ತಿದ್ದ ವ್ಯಕ್ತಿ ನನ್ನ ತಾಯಿಯೆಂದು ನನಗೆ ಮನವರಿಕೆಯಾಯಿತು. ನಮ್ಮನ್ನು ಕಂಡವಳೇ ಓಡತೊಡಗಿದ ಆಕೆಯನ್ನು ಕರೆದೆ; ನನ್ನ ಪರಿಚಯ ನುಡಿದೆ. ಉತ್ತರವಾಗಿ ನನ್ನ ಮೇಲೆ ಅವಾಚ್ಯ ಶಬ್ದ ವರ್ಷವನ್ನು ಕರೆದು ಆಕೆ ಓಡತೊಡಗಿದಳು; ಕಾಲಿಗೆ ಸೀರೆ ಸಿಕ್ಕಿ ಆಕೆ ನೆಲಗಂಡಳು. ಓಡಿಹೋದ ನನ್ನ ಗೆಳೆಯ ಮೇಲೆತ್ತಿದಾಗ ನನ್ನ ತಾಯಿ ಮಗುವಂತೆ ಕಂಬನಿ ಸುರಿಸುತ್ತ, ನನ್ನ ಗೆಳೆಯನಲ್ಲಿ ತನ್ನ ಗಂಡನನ್ನು ಭ್ರಮಿಸಿ, ಆಡಿದ ಲಲ್ಲೆಮಾತು ನನ್ನ ಕರುಳನ್ನು ಹಿಂಡಿತು.

ನಮ್ಮ ಹಳ್ಳಿಯ ನಾಲ್ಕು ನೂರು ಜನ ಸತ್ತಿದ್ದರು. ಗಾಯಗೊಂಡು ಅಲ್ಲಿ, ಇಲ್ಲಿ ಬಿದ್ದಿದ್ದವರನ್ನು ಎಣಿಕೆ ಮಾಡುವ ಗೋಜಿಗೆ ಯಾರೂ ಹೋಗಲಿಲ್ಲ.

ಬೆಳಕೇರಿದಂತೆ, ಪ್ರಾಣಸಹಿತವಾಗಿ, ಹೊಲದಲ್ಲಿ, ಕಾಡಿನಲ್ಲಿ, ತಲೆ ಮರೆಸಿಕೊಂಡಿದ್ದ ಜನ ಹಿಂದಿರುಗಿದರು. ನನ್ನ ತಂಗಿಯೂ ಇದೇ ರೀತಿ ಬರಬಹುದೆಂಬ ನನ್ನ ಆಸೆ ಸಂಜೆಯ ಹೊತ್ತಿಗೆ ದೂರವಾಯಿತು.

ನಡೆದುದಿಷ್ಟು. ಗೌಡನ ಮಾತಿನಲ್ಲಿ ನಂಬಿಕೆಯಿಟ್ಟು ನಿದ್ದೆ ಹೋದ ಜನ, ಮನೆಗೆ, ಹುಲ್ಲು ಮೆದೆಗೆ, ಬೆಂಕಿ ಬಿದ್ದುದನ್ನು ಕಂಡು, ಬೆದರಿ ದಿಕ್ಕಾಪಾಲಾಗಿ ಓಡಲಾರಂಭಿಸಿದ್ದರು. ದಾಳಿಯ ಮುನ್ಸೂಚನೆ ಇರದೆ ಸಾವು ಚೆಲ್ಲುತ್ತ ನುಗ್ಗಿದ ಸಾವಿರ ಜನದ ಮುಂದೆ ಪ್ರತಿಭಟನೆಯ ಪ್ರಯತ್ನವೂ ಸಾಧ್ಯವಾಗಲಿಲ್ಲ. ಮೃತ್ಯು, ಪಾಶವೀ ಶಕ್ತಿಗಳು ಸ್ವಚ್ಛಂದ ನರ್ತನ ನಡೆಸಿದ್ದವು.

ಸತ್ತವರನ್ನು ನೆಲಸಮ ಮಾಡುವದರಲ್ಲಿ ಮುಸ್ಸಂಜೆಯಾಯಿತು. ಚಂದ್ರೋದಯದ ಹೊತ್ತಿಗೆ ಮನೆ ಮನೆಯಿಂದ ಹೊಮ್ಮಿದ ರೊಟ್ಟಿ ಸುಟ್ಟ ವಾಸನೆ ದಿಕ್ಕು ದಿಕ್ಕಿಗೂ ಹಬ್ಬಿತು. ಜೀವ–ಮೃತ್ಯುವಿನ ಹೋರಾಟದಲ್ಲಿ ಮೊದಲ ಗೆಲುವು ಮೃತ್ಯುವಿನ ಪಾಲಿಗಾದರೂ ಅಂತಿಮ ಜಯ ಜೀವಕ್ಕೇ!

***

ಆ ರಾತ್ರಿಯ ಸುಖನಿದ್ರೆಯನ್ನು ನೆನೆದರೆ ನನಗೆ ಇವೊತ್ತಿಗೂ ಆಶ್ಚರ್ಯ. ಎಚ್ಚರವಾಗುವ ವೇಳೆಗೆ ಮೂಡಲ ಹೊನ್ನು ಬೆಳ್ಳಿಗೆ ತೆರವು ಮಾಡಿಕೊಡುತ್ತಿತ್ತು. ಮಗ್ಗುಲಲ್ಲಿ ಮಲಗಿದ್ದ ಗೆಳೆಯ ಕಾಣದಿರಲು ಹಳ್ಳದೆಡೆಗೆ ಹೋಗಿರಬಹುದೆಂದುಕೊಂಡೆ. ಮೈಮುರಿದು ಮೇಲೇಳುವ ಹೊತ್ತಿಗೆ ನಮ್ಮ ತಾಯಿ ಕೊಟಡಿಗೆ ಕಾಲಿಟ್ಟಳು. ಹಿಂದಿನ ದಿನದ ಅವಳ ಹುಚ್ಚು ಮಾತು ಮಳೆಗಾಲದ ಹಳ್ಳದಂತೆ ಏನನ್ನೂ, ಯಾರನ್ನೂ ಲೆಕ್ಕಿಸದೆ ಮಾರನೆಯ ಬೆಳಿಗ್ಗೆಯಾದರೂ ತುಂಬಿ ಹರಿದಿತ್ತು. ಅವಳ ಮಾತಿನ ಹುಚ್ಚು ಹೊಳೆ—ಹಿಂದಿನ ಕಹಿ ನೆನಹು ನನ್ನಲ್ಲಿ ಮರುಕಳಿಸಿತು.

ಗೌಡನ ಮಗ ಸುತ್ತಮುತ್ತಣ ಹಳ್ಳಿಗಳಿಗೆಲ್ಲ ದೂತರನ್ನು ಕಳುಹಿಸಿದನೆಂದೇ ಸಂಜೆಯ ಸಭೆಗೆ ಎರಡು ಸಾವಿರದಷ್ಟು ಜನ ಬಂದರು.

ಸಂಜೆಯಾದರೂ ಬಾರದಿದ್ದ ನನ್ನ ಗೆಳೆಯನ ಸಲಹೆ ನಮಗಿರದಾಯಿತು.

ಜನ ನುಡಿದೆಲ್ಲ ಸಲಹೆಗಳ ಅಡಿಗಲ್ಲಾಗಿ ಒಂದೇ ಒಂದು ಅಭಿಪ್ರಾಯವಿತ್ತು: 'ಪ್ರತೀ ಕಾರ!'

"ಮುಯ್ಯಿಗೆ ಮುಯ್ಯಿ!," ಜನ ಒಗ್ಗೊರಳಲ್ಲಿ ಕೂಗಿದರು.

"ಯಾರ ಮೇಲೆ ನಮ್ಮ ಈ ಕ್ರೋಧ! ಈ ಕೆಲಸ ಮಾಡಿದವರು ಯಾರೋ, ಏನೋ!," ಅವಿವೇಕಿಯೊಬ್ಬ ಗೊಣಗಿದ.

"ಆ ಜನ ಈ ಕೆಲಸವನ್ನು ಮಾಡಿದವರು! ಆ ಜನದ ಮೇಲೆ ನಮ್ಮ ಪ್ರತೀಕಾರ!," ಹತ್ತು ದಿಕ್ಕಿನಲ್ಲಿ ಸಿಡಿದು ನಿಂತ ಹತ್ತು ಜನ ಅವನಿಗೆ ಉತ್ತರ ಕೊಟ್ಟರು.

"ಅದು ಯಾವ ನ್ಯಾಯ? ಅವರಲ್ಲಿ ಎಲ್ಲರೂ ಅಪರಾಧಿಗಳಲ್ಲ. ಕೆಲವೇ ದುರ್ಜನರು ಮಾಡಿದ ಈ ಕೆಲಸಕ್ಕಾಗಿ ಹಲವು ನಿರಪರಾಧಿ ಜನರನ್ನು ಶಿಕ್ಷಿಸುವುದೇ?"

ಆ ಮಾತು ನಮ್ಮ ಕಿವಿ ಮುಟ್ಟಿದುದೇ ತಡ ಮೈಯ ನೆತ್ತರು ಕುದಿಯಲಾರಂಭಿಸಿತು. ಈ ಥರದ ಜಾತಿದ್ರೋಹವನ್ನು ನುಡಿದವನನ್ನು ಕೊಲ್ಲಹೊರಟವರಲ್ಲಿ ನಾನೂ ಒಬ್ಬ.

ಗೌಡನ ಮಗ ಅಡ್ಡ ಬರಲು ಆ ಪ್ರಾಣಿ ಬದುಕಿದ. "ಹೇಡಿ; ದ್ರೋಹಿ!" ಕೊಲ್ಲಲಾರದೆ ನಾವು ಹಲ್ಲು ಕಡಿದೆವು.

"ಅವನ ಮೈಯಲ್ಲಿ ನಮ್ಮ ರಕ್ತವಿಲ್ಲವೊ! ಅವನು ತಂದೆಗೆ ಹುಟ್ಟಿದ್ದರೆ ಈ ಮಾತ ನ್ನಾಡುತ್ತಿದ್ದನೆ?" ಇನ್ನೊಬ್ಬ ಪ್ರಶ್ನಿಸಿದ.

"ಪ್ರತೀಕಾರದ ಮುಹೂರ್ತ?" ಯುವಕನೊಬ್ಬ ಕೇಳಿದ.

"ಈ ರಾತ್ರಿ." ಗೌಡನ ಮಗನ ಈ ಮಾತಿಗೆ ಜನ ಕೂಗಿ ತನ್ನ ಸಮ್ಮತಿಯನ್ನು ಸೂಚಿಸಿತು.

ಸದ್ದು ಸತ್ತಮೇಲೆ ಗೌಡನ ಮಗ ಮಾತನ್ನು ಮುಂದುವರಿಸಿದ. "ಜನಕ್ಕೆ ದ್ರೋಹ ಬಗೆದವನಿಗೆ ಮರಣ. ನನ್ನ ಈ ಮಾತಿಗೆ ದೇವರಾಣೆ." ಅವನ ಕಣ್ಣು ಕೊಂಕು ನುಡಿ ದಿದ್ದವನ ಮುಖದ ಮೇಲೆ ಆಡಲು ಅವನು ಕತ್ತು ಕೆಳಗಿಳಿಸಿದ.

"ಎಲ್ಲಿಯ ದೇವರು, ಬಿಡು! ಅವನನ್ನು ನೆನೆಯಬೇಡ. ನೆನ್ನೆಗೇ ಅವನು ನಮ್ಮ ಪಾಲಿಗೆ ಸತ್ತ.' ಪಕ್ಕದ ಹಳ್ಳಿಯ ಪಟೇಲನೆಂದ.

ನಮಗವನ ಮಾತು ಅಪಚಾರವೆನಿಸಿತು. ನಮ್ಮಲ್ಲಿದ್ದಿರಬಹುದಾದ ದೈವತ್ತ್ವ ಮಣ್ಣು ಗೂಡಿದ್ದರೂ ದೇವರಲ್ಲಿ ನಮಗಿದ್ದ ನಂಬಿಕೆ ನಿಶ್ಚಲ. ನಮ್ಮ ಪ್ರತಿಭಟನೆಯ ಎದುರು ಪಟೇಲ ತನ್ನ ದುಡುಕು ಮಾತಿಗೆ ಪಶ್ಚಾತ್ತಾಪ ಸೂಚಿಸಿದ.

ಸಂಜೆಗತ್ತಲ ಹೊತ್ತಿಗೆ ಮೋಡ ಕವಿಯಲಾರಂಭಿಸಿತು. ಹೊತ್ತೇರಿದಂತೆ ಕಪ್ಪೇರಿದ ಮೋಡ ನಮಗೆ ನೆರವಾದುದನ್ನು ಕಂಡು ನಮಗಾದ ಆನಂದಕ್ಕೆ ಮಿತಿಯಿರದೆ ಹೋಯಿತು.

ಸಂತೆ ಕೂಡುವಲ್ಲಿ ಕಲೆತ ನಮ್ಮನ್ನು ಕಂಡ ಯಾರಿಗಾದರೂ ನಡುಕ ಬರುವುದರಲ್ಲಿ ಸಂದೇಹವಿರಲಿಲ್ಲ. ನಮ್ಮಲ್ಲಿ ನಾಲ್ಕಕ್ಕೆ ಮೂರು ಮಂದಿ ಕಪ್ಪು ಬಟ್ಟೆ ಉಟ್ಟಿದ್ದರು. ಕೆಲವರು ಮುಖದ ಗುರುತು ಸಿಗದಂತೆ ಮುಖವಾಡ ಧರಿಸಿದ್ದರು. (ಹಿಂದಿನ ದಿನದ ದಾಳಿಕಾರರೂ ಧರಿಸಿದ್ದರಂತೆ)

ಎಡಕ್ಕೆ, ಬಲಕ್ಕೆ ಕಪ್ಪಾಗಿ ಕಂಡ ಹಸುರು ಹೊಲಗಳ ಮಧ್ಯೆ ನೇರವಾಗಿ ಬೈತಲೆಯಂತೆ ಹರಿದ ರಸ್ತೆಯ ಮೇಲೆ ಹೇನಿನಂತೆ ನಾವು ನಡೆದವು. ನಮ್ಮಲ್ಲಿದ್ದ ಆಯುಧ—ಕತ್ತಿ, ಚೂರಿ, ಗುದ್ದಲಿ, ಒನಕೆ, ಕಲ್ಲು—ಸಾವು ನೋವುಗಳುಂಟುಮಾಡುವ ಎಲ್ಲ ಬಗೆಯ ಸಾಮಗ್ರಿಗಳೂ ಇದ್ದವು.

ಸಾಲಿಗೆ ನಾಲ್ಕರಂತೆ ನಡೆದ ನಮ್ಮಲ್ಲಿ ಯಾರೂ ಮಾತುಕತೆ ಆಡುವ ಧೈರ್ಯ ಮಾಡಲಿಲ್ಲ. ಸುತ್ತಣ ಹೆಪ್ಪು ಕಟ್ಟಿದ್ದ ಕಪ್ಪಿಗೆ ಭಂಗ ಬರುವುದೆಂಬ ಭೀತಿಯಿಂದ ನಾವು ಬೀಡಿಯನ್ನೂ ಸೇದಲಿಲ್ಲ. ಎದೆಯನ್ನು ತುಂಬಿದ್ದ ಮೃತ್ಯುದೇವತೆಯ ಆರಾಧನೆಗೆ ಅಡ್ಡಿ ಬರಬಹುದೆಂಬ ಶಂಕೆಯಿಂದ ಮಾತಿನ ಗೊಡವೆಗೇ ಹೋಗಲಿಲ್ಲ. ಮಾತು ತಾನೇ ಯಾಕೆ, ಯಾರಿಗೆ? ವಾದವಿವಾದಗಳಿದ್ದರೆ ತಾನೇ ಮಾತು, ಮರುಮಾತು?

ಪ್ರಾಣಹರಣಕಾರ್ಯದಲ್ಲಿ ಪ್ರಾಣಸೃಷ್ಟಿಕಾರ್ಯದಲ್ಲಿರುವಷ್ಟೇ ಉನ್ಮಾದವಿದೆಯೆಂದು ನನಗೆ ಅನುಭವವಾದುದು ಅಂದೇ ಮೊದಲು.

***

ನಮ್ಮೂರಿನ ಉತ್ತರಕ್ಕೆ ಹದಿನಾಲ್ಕು ಮೈಲಿ ಆಚೆಗಿದ್ದ ನಮ್ಮ ಅಂದಿನ ಗುರಿಯಾದ ಊರಿನಲ್ಲಿ ನಮ್ಮ ಜನರು ಯಾರೂ ಇರಲಿಲ್ಲ. ಊರಿಗೆ ಮೂರು ಮೈಲಿ ದೂರದಲ್ಲಿ ರಸ್ತೆಯನ್ನು ತೊರೆದು ಕಾಲುದಾರಿಯನ್ನು ಹಿಡಿದೆವು. ಮೋಡದ ವಜ್ರಮುಷ್ಟಿಗೆ ಸಿಕ್ಕ ಚಂದ್ರ ಬಿಡುಗಡೆಗೆ ಹೋರಾಡಿ ಕೊನೆಗೆ ತನ್ನ ಅಸಹಾಯಕತೆಯನ್ನು ನೆನೆದು ಸುಮ್ಮನಾದುದು ನನಗೆ ಸಾಂಕೇತಿಕವಾಗಿ ತೋರಿತು. ಗೆದ್ದ ಮುಗಿಲಂತೆ ನಾವೂ ನಮ್ಮ ಉದ್ಯಮದಲ್ಲಿ ಯಶಸ್ಸು ಪಡೆವೆವೆಂಬ ನಂಬಿಕೆ ನನಗಿತ್ತು.

ಮತ್ತೆರಡು ಮೈಲಿ ನಡೆದಾಯ್ತು. ಊರಿಗೂ ನಮಗೂ ನಡುವೆ ಹಬ್ಬಿದ್ದ ಕಾಡು ಕಣ್ಣಿಗೆ ಬಿತ್ತು. ಕಾಡಿನ ಮೂಲಕ ಹೋಗುವ ಯೋಚನೆ ನಮ್ಮದಾದುದರಿಂದ ಊರಿನ ಸೆರಗನ್ನು ನಾವು ಸೇರುವವರೆಗೂ ನಮ್ಮ ಸುಳಿವು ಯಾರಿಗೂ ಸಿಗುವಂತಿರಲಿಲ್ಲ.

ಕಾಡಿನ ಹೊಸ್ತಿಲ ಬಳಿ ನಾವು ನಿಂತೆವು. ನಾಲ್ಕು ಪಂಗಡಗಳಾಗಿ ಭಾಗವಾಗಿ ನಾವು ಬೇರೆ ಬೇರೆ ದಾರಿಯಿಂದ ಕಾಡನ್ನು ಹೊಕ್ಕೆವು.

ರಾತ್ರಿಯಲ್ಲಿ ನೀರಿಗಿಳಿದ ಅನುಭವ ನನಗಾಗ ಆಯಿತು. ಸುತ್ತ ಕಪ್ಪು ಕತ್ತಲೆ; ದಟ್ಟವಾದ ಕಾಡು ಬೇರೆ. ಹೆಜ್ಜೆಹೆಜ್ಜೆಗೂ ಒಣಗಿದೆಲೆಗಳ ನರಳಾಟ; ಮುರಿದು ನೆಲ ಕಂಡ ಸಣ್ಣ ಸಣ್ಣ ಕೊಂಬೆಗಳು ಸಿಡುಗುಟ್ಟುವ ಸದ್ದು. ನನ್ನೆದೆಗೆ ನಡುಕವುಂಟಾಗಿ ಹಣೆಯ ಮೇಲೆ ಬೆವರು ಹನಿಹನಿಯಾಗಿ ಮೂಡಿತು. ನಮ್ಮ ಓಡಾಟಕ್ಕೆ ಬೆದರಿದ ಹಕ್ಕಿಯೊಂದು ಕೂಗಿಕೊಂಡಾಗ ನಾನೇ ಬೆದರಿ ಕೂಗಿದೆ. ಒಂದೇ ಸಮನೆ ವಿಕಾರವಾಗಿ ಅರಚಿದ ಹಕ್ಕಿ ನಾವು ದೂರ ವಾದಂತೆ ಮನಸ್ಸಿಗೆ ಧೈರ್ಯ ತಂದುಕೊಂಡು ಸುಮ್ಮನಾಯಿತು.

ಇದ್ದಕ್ಕಿದ್ದಂತೆ ಮುಗಿದ ಕಾಡು ಊರಿನ ಹರಹನ್ನು ನಮ್ಮ ಕಣ್ಣಿಗೆಸೆಯಿತು. ಗೌಡನ ಮಗನ ಅಪ್ಪಣೆಯಂತೆ ನಾವು ನಿಂತೆವು. ಸುತ್ತಣ ಮೌನವನ್ನು ಒಡೆದು ಬಂದ ಗೂಬೆಯ ಕೂಗು ಕೇಳುವವರೆಗೆ ನಾವು ಅಲುಗಾಡದೆ, ಗಿಡಗಳಾಗಿ ಅಲ್ಲೇ ನಿಂತಿದ್ದೆವು. ಗೌಡನ ಮಗ ಆ ಕೂಗಿಗೆ ಉತ್ತರದಂತೆ ತಾನೂ ಕೂಗಿದ; ಹೊಳಲು ಕರಗುವಲ್ಲಿ ದೂರದ ಎಲ್ಲಿಂದಲೋ ಅದೇ ಕೂಗು ಜನ್ಮ ತಾಳಿತು. ನಾಲ್ಕೂ ಪಡೆಗಳು ತಮ್ಮ ತಮ್ಮ ನೆಲೆಗಳನ್ನು ಮುಟ್ಟಿದವೆಂಬ ಸುದ್ದಿ ಸಾರುವ ಕೂಗು ಮರೆಯಾಗುವಲ್ಲಿ ನಮ್ಮ ತಾಳ್ಮೆ ತೀರಿತ್ತು. ಸದ್ದು ಮಾಡದೆ, ಹುಲ್ಲು ಗಾವಲಿನಲ್ಲಿ ಸರಿದು ಬರುವ ನಾಗರದಂತೆ ನಾವು ಮುಂದುವರಿದೆವು.

ನಾಯಿಯೊಂದು ಬೊಗಳುತ್ತ ಹತ್ತಿರ ಬಂತು. ಗೌಡನ ಮಗ ಕಿಸೆಯಿಂದ ತುಂಡು ರೊಟ್ಟಿ ತೆಗೆದವನೇ ಅದರ ಬಳಿಗೆಸೆದ. ಮೊದಲು ಅನುಮಾನಿಸಿದ ನಾಯಿ ರೊಟ್ಟಿಯ ಕಂಪಿಗೆ ಬಲಿಯಾಗಿ ಹತ್ತಿರ ಬಂತು. ಆ ಚೂರು ಮುಗಿಯುವುದರಲ್ಲಿ ಗೌಡನ ಮಗ ಇನ್ನೊಂದನ್ನು ಅದರ ಮೂಗಿಗೇ ಹಿಡಿದ. ಕೃತಜ್ಞತೆಯಲ್ಲಿ ಬಾಲವನ್ನಾಡಿಸುತ್ತ ನಾಯಿ ಇದ್ದ ಅಲ್ಪ ಆಶಂಕೆಯನ್ನೂ ದೂರ ಮಾಡಿತು. ಗೌಡನ ಮಗನ ಕೈ ಅದರ ಮೈ ತಡವು ತ್ತಿದ್ದಂತೆಯೇ ಕುತ್ತಿಗೆಯನ್ನು ಬಳಸಿ ಅವುಕಿತು. ಸತ್ತ ನಾಯಿಯ ದೇಹ ನೆಲಕ್ಕುರುಳಿತು.

ಮುಂದೆ ಬನ್ನಿರೆಂದು ಸನ್ನೆ ಮಾಡಿದ ನಮ್ಮ ಆ ನಾಯಕ ತನ್ನ ಅಂಗೈಯನ್ನು ಕುಡಿಕೆ ಮಾಡಿ ಒಂದು ವಿಕಾರದ ಕೂಗು ಕೂಗಿದ. ಅರ್ಧ ಮೃಗ–ಅರ್ಧ ಮಾನವ ಸಹಜವಾದ ಆ ಕೂಗು ನಮ್ಮ ಆಗಿನ ಮನಸ್ಸಿನ ಮಟ್ಟದ ಸಂಕೇತವಾಗಿತ್ತು.

ಎಂಟೂ ದಿಕ್ಕಿನಿಂದ ನುಗ್ಗಿದ ಜನರು ಮನೆಗಳಿಗೆ ಬೆಂಕಿ ಇಟ್ಟರು. ಹೆಂಗಸರನ್ನು ಮನೆ ಯಿಂದ ಹೊರಗೆಳೆದು ಮನೆಯಲ್ಲಿದ್ದವರನ್ನು ಕೊಂದುದಾಯಿತು. ಸುಡಬಹುದಾದ ಎಲ್ಲವನ್ನೂ ಸುಟ್ಟು ಊರ ಹೆಂಡದಂಗಡಿಗೆ ನುಗ್ಗಿ ತೃಪ್ತಿಯೆನಿಸುವವರೆಗೂ ಕಳ್ಳು ಕುಡಿದು ದಾಯಿತು.

ಹೆದರಿದ ಹೆಂಗಸರ ಕೂಗು ನಮ್ಮ ಕಿವಿಯನ್ನು ಮುಟ್ಟಿದರೂ ಕನಿಕರವನ್ನು ಕರೆ ಯಲಿಲ್ಲ!

ಮೈಮರೆತ ನಮಗೆ ಮಹಡಿಮನೆಯೊಂದರ ಎದುರು ಬರುವವರೆಗೂ ಅದು ಕಣ್ಣಿಗೆ ಬಿದ್ದಿರಲಿಲ್ಲ.

ಮನೆಯ ಬಾಗಿಲಿಗೆ ಆರಡಿಗೂ ಮೀರಿದ ಕೆಂಪು ಮನುಷ್ಯ ನಿಶ್ಚಿಂತೆಯಲ್ಲಿ ನಿಂತಿದ್ದ. ಕೆಂಪು ಜನರ ಬಗೆಗೆ ನಮಗೆ ಯಾವ ಕ್ರೋಧವೂ ಇರಲಿಲ್ಲ; ಅವನ ಬಲಗೈಯಲ್ಲಿ ಪಿಸ್ತೂಲು ಬೇರೆ. ನಾವು ಸುಮ್ಮನೆ ಮುನ್ನಡೆಯತೊಡಗಿದೆವು.

"ನಮ್ಮ ನಮ್ಮ ಕಲಹಕ್ಕೆ, ನಮ್ಮ ಈ ರಕ್ತದ ಹೊಳೆಗೆ ಇವರ ಸಂಚು ಕಾರಣ!" ನನ್ನ ಗೆಳೆಯ ಹಿಂದೊಮ್ಮೆ ಆಡಿದ್ದ ಮಾತು ನೆನಪಿಗೆ ಬರಲು ನಾನು ನುಡಿದೆ.

ಅಮಲೇರಿತು. ನಮ್ಮ ಕ್ರೋಧಕ್ಕೆ ಆ ಮನುಷ್ಯ ಕೇಂದ್ರವಾದ. ಉಬ್ಬಿ ಬಂದ ಕಡಲು ಹತ್ತೂ ಕಡೆಯಿಂದ ಹಡಗನ್ನು ತಬ್ಬುವಂತೆ ನಾವು ಅವನೆಡೆಗೇ ಹೆಜ್ಜೆಯಿಡತೊಡಗಿದೆವು.

ಆ ಮನುಷ್ಯ ಏನೊ ಮಾತನ್ನಾಡಿದ. ನನಗವನ ಮಾತಿನ ಅರ್ಥ ತಿಳಿಯದಾದರೂ ಅವನ ಮಾತಿನ ಅರ್ಥವನ್ನು ಕೈಯ ಪಿಸ್ತೂಲು ನುಡಿಯುತ್ತಿತ್ತು. ಎದೆಗೆಡದೆ ನಮ್ಮನ್ನೇ ಎವೆಯಿಕ್ಕದೆ ನೋಡುತ್ತ ನಿಂತ ಅವನ ಹತ್ತಿರಕ್ಕೆ ಹೋಗುವ ಧೈರ್ಯವಿರದೆ, ಹಿಂದಿರುಗುವ ಮನಸ್ಸಿಲ್ಲದೆ ನಾವು ತಟಸ್ಥರಾಗಿ ನಿಂತೆವು.

ಹಿಂದಿನಿಂದ ಹಾರಿಬಂದ ಕಲ್ಲೊಂದು ಅವನನ್ನು ಸೇರದೆ ನನ್ನ ಮುಂದೆ ಬಿತ್ತು. ಇಟ್ಟಿಗೆಯೊಂದು ಅವನ ಹಣೆಗೆ ತಗಲಿತು. ಎದುರುಸಾಲಿನ ಮನೆ ಉರಿಯುತ್ತಿದ್ದುದರಿಂದ ಸುತ್ತ ಚೆಲ್ಲಿದ್ದ ಹೊನ್ನ ಬೆಳಕಿನಲ್ಲಿ ಅವನ ಕೆಂಪು ಮುಖ ನೆತ್ತರನ್ನು ಸುರಿಯಿತು. ಕೆರಳಿದವನೇ ಪಿಸ್ತೂಲನ್ನು ನಮ್ಮೆಡೆಗೆ ತಿರುಗಿಸಿ ಹೊಡೆದ.

ನನಗೆ ಮಾರು ದೂರದಲ್ಲಿ ನಿಂತಿದ್ದ ನಮ್ಮ ನೆರೆಯೂರಿನ ಪಟೇಲ ಕುಸಿದು ಬಿದ್ದ. ನಮ್ಮ ಜನಕ್ಕೆ ಆ ಒಂದು ಗುಂಡೇ ಸಾಕಾಯಿತು. ನಾವು ಹೆದರಿ ಚೆಲ್ಲಾಪಿಲ್ಲಿಯಾದೆವು.

ಅವನು ನಕ್ಕ.

ಅವನು ನಗದಿದ್ದರೆ ನಾವು ಹಿಂದಿರುಗುತ್ತಿರಲಿಲ್ಲ. ಅಲೆಅಲೆಯಾಗಿ ಹೊರಳಿದ ನಗು ನಮ್ಮ ಹೇಡಿತನವನ್ನು ಮುಖದ ಮುಂದೆ ಹಿಡಿದು ಅಪಹಾಸ್ಯ ಮಾಡಿತು. ನಮಗೆ ಯಾರೂ ನಿಲ್ಲಹೇಳಲಿಲ್ಲ. ಹುಟ್ಟರಿವಿನಿಂದ ಒಮ್ಮೆಗೇ ಓಡತೊಡಗಿದ್ದ ನಾವು ಅಷ್ಟೇ ಹಠಾತ್ತನೆ ನಿಂತೆವು.

ಅವನೆಡೆಗೆ ಮತ್ತೆ ತಿರುಗಿದಾಗ ಅವನಿಗೆ ನಮ್ಮ ನಿಶ್ಚಯದ ಅರಿವಾಗಿರಬೇಕು. ತಾನು ದುಡುಕಿದೆನೆಂಬ ನಂಬಿಕೆ ಬೆಳೆದು ಅವನ ಬೆನ್ನುದ್ದ ಒಂದು ನಡುಕ ಹೊಳೆಯಾಗಿ ಹರಿದಿರಬೇಕು.

ಅವನು ಗುಂಡಿನ ಮಳೆಗರೆದ. ನಾವು ಇಟ್ಟ ಹೆಜ್ಜೆಯನ್ನು ಹಿಂದೆಗೆಯಲಿಲ್ಲ. ಅಲ್ಲಿ, ಇಲ್ಲಿ ಒಬ್ಬ ಕೆಳಕ್ಕೆ ಬೀಳುತ್ತಿದ್ದ. ನಾವು ಮಾತ್ರ ಮಂತ್ರಮುಗ್ಧರಂತೆ ಅವನ ಹತ್ತಿರಕ್ಕೆ ಬಂದೆವು.

ಪಿಸ್ತೂಲುರುಳಿತು. ಗೌಡನ ಮಗ ನೆಲಕ್ಕೆ ಬಾಗಿ ಅದನ್ನೆತ್ತಿ ತನ್ನ ಕಿಸೆಗಿಟ್ಟ. ಹೆಜ್ಜೆಯ ಮೇಲೆ ಹೆಜ್ಜೆಯಿಡುತ್ತ ತನ್ನೆಡೆಗೇ ಬರುತ್ತಿದ್ದ ಅವನನ್ನು ಕಂಡ ಆ ಕೆಂಪು ಮನುಷ್ಯನ

ಮುಖದ ಮೇಲೆ ಮೂಡಿದ ಒಂದೊಂದು ಬೆವರು ಹನಿಯೂ ಮಿನುಗಲಾರಂಭಿಸಿತು. ಗೌಡನ ಮಗ ಅವನೆದೆಗೆ ಚೂರಿಯನ್ನೊತ್ತಿದ. ಹೆಬ್ಬಾಗಿಲಿಗೆ ಅಡ್ಡವಾಗಿ ಉರುಳಿದ ಅವನ ಶರೀರವನ್ನು ತುಳಿದು ನಾವು ಒಳಹೋದೆವು.

ಸತ್ತವನ ಹೆಂಡತಿ, ಮಕ್ಕಳನ್ನು ಬೀದಿಗೆಳೆದುದಾಯಿತು. ಒಬ್ಬ ಅವನ ಮಗಳೊಬ್ಬಳನ್ನು ಬಲಾತ್ಕಾರದಲ್ಲಿ ಮುತ್ತಿಟ್ಟ. ಅದೇ ಹೊತ್ತಿಗೆ ಇನ್ನೊಬ್ಬ ಅವಳ ಮೊಲೆಗೆ ಕೈ ಹಾಕಿದ. ಅವಳ ಹೆಣಗಾಟವನ್ನು ಕಂಡ ನಮ್ಮ ಸಂತೋಷಕ್ಕೆ ಮಿತಿಯಿರದೆ ತೃಪ್ತಿಯಲ್ಲಿ ಕೇಕೆ ಹಾಕಿದೆವು.

ಗೌಡನ ಮಗ ನನ್ನ ಕೈಯನ್ನೆಳೆದ. ಅವನ ಮುಖದಲ್ಲಿ ತಿರಸ್ಕಾರವಿತ್ತು; ಸಂತೋಷ ವಿರಲಿಲ್ಲ. ನಗು ಕರಗಿ ನಾನು ಗಂಭೀರನಾದೆ. ಮನೆಯೊಳಗಿನ ಕೊಟಡಿಯೊಂದನ್ನು ಅವನ ಹಿಂದೆ ನಾನೂ ಹೊಕ್ಕೆ.

ಅಲ್ಲಿ ಒಂದು ವೈಚಿತ್ರ್ಯ ನಡೆದಿತ್ತು. ತೊಟ್ಟಿಲೊಂದರಲ್ಲಿ ತಾನೆ ತಾನಾಗಿ ಮಲಗಿದ್ದ ಎರಡು ವರ್ಷದ ಚೆಲುವು ಕೂಸೊಂದು ಬಿಡುಗಣ್ಣನ್ನು ತನ್ನ ಸುತ್ತ ನೆರೆದಿದ್ದ ಜನದ ಮೇಲೆ ಆಡಿಸುತ್ತಿತ್ತು. ಸುತ್ತಣ ಸಾವು ನೋವುಗಳ ಪರಿವೆಯಿಲ್ಲದೆ ತನ್ನದೇ ಆದ ಸುಖಸ್ವಪ್ನಾನುಭವದಲ್ಲಿ ತಲ್ಲೀನವಾದ ಮಗು ನಗೆತಿಂಗಳನ್ನು ಚೆಲ್ಲಿತ್ತು. ಕೆಸರ ಕಮಲದಂತೆ ಚೆಲುವನ್ನು ಮೆರೆದಿತ್ತು.

ಒಬ್ಬ ತನ್ನ ಕೈಯನ್ನು ತೊಟ್ಟಿಲೆಡೆಗೆ ಚಾಚಿದ. ಅವನ ಉದ್ದೇಶ ಏನಿತ್ತೋ ಏನೋ! ಗೌಡನ ಮಗನ ಕೈ ಕ್ಷಣಾರ್ಧದಲ್ಲಿ ಚಿಮ್ಮಿಬಂದು ಆ ಕೈಯನ್ನು ಸೆರೆ ಹಿಡಿಯಿತು. ವಜ್ರ ಮುಷ್ಟಿಯ ಅನುಭವವಾಗಿ ಬೆವರಿಟ್ಟವನೇ ಕೆಟ್ಟ ಕೆಲಸ ಮಾಡಹೊರಟ ನಾಯಿ ಯಜಮಾನನನ್ನು ಕಂಡು ಬಾಲವನ್ನು ಕೆಳಗೆ ಮಾಡಿ ದೂರ ಹೋಗುವಂತೆ, ಮರೆಯಾದ.

ಗೌಡನ ಮಗ ಬಾಗಿ ಮಗುವನ್ನು ಮೇಲೆತ್ತಿದ. ಅವನ ಮುಖವನ್ನು ಕಂಡು ಮಗು ಅಳುವುದೆಂದೇ ನಾನು ನಂಬಿದ್ದೆ. ಆದರೆ ಹನಿಗೂಡಿದ ಅವನ ಕಣ್ಣಿನಲ್ಲಿ ಮೂಡಿದ್ದ ಮಾರ್ದವ ಮಗುವಿಗೆ ಸೊಗಸೆನಿಸಿರಬೇಕು. ಮಗು ನಗುತ್ತ ಅವನ ಮೂಗನ್ನು ಹಿಡಿದು, ಅದು ಕೈಗೆ ಕಳಚಿ ಬಾರದಿರಲು, ಮತ್ತೂ ಗಟ್ಟಿಯಾಗಿ ನರಗಲಾರಂಭಿಸಿತು. ವಿಶ್ವಾಸದಲ್ಲಿ ಗೌಡನ ಮಗ ಮುತ್ತಿಟ್ಟಾಗ ಮಾತ್ರ ಅದರ ಮುಖಭಂಗಿ ಬದಲಾಯಿಸಿತು. ಅವನ ವಾರದ ಗಡ್ಡ ಅದರ ಕೆನ್ನೆಯನ್ನು ತರದಿರಬೇಕು. ಮತ್ತೆ ಮಗು ಅವನನ್ನು ದಿಟ್ಟಿಸಿ ನೋಡಿದಾಗ ಅದರ ಮುಖದಲ್ಲಿ ಆಶ್ಚರ್ಯವಿತ್ತು. ಇಷ್ಟು ವಿಶ್ವಾಸ ತೋರಿದ ರಾಕ್ಷಸ ಕೊನೆಗೆ ಹೀಗೇಕೆ ಪೆಟ್ಟು ಮಾಡಿದನೆಂಬ ಯೋಚನೆಯೇನೊ!

ಗೌಡನ ಮಗ, ಮಗುವನ್ನು ಮಲಗಿಸಿ, ಕಣ್ಣುಜ್ಜಿಗೊಂಡು ಹೊರಗೆ ಹೋದ.

***

ವಾರವಾದ ಮೇಲೆ ನನ್ನ ಗೆಳೆಯನ ಸುದ್ದಿ ನಮಗೆ ತಿಳಿದುಬಂತು. ನಮ್ಮೂರಿನ ದುರಂತ ಪ್ರಕರಣದ ಅನಂತರ ಕಣ್ಮರೆಯಾದವನು ನೇರವಾಗಿ ನಾವು ಹಿಂದೆ ಭೇಟಿ

ಮಾಡಿದ್ದ ಅಧಿಕಾರಿಯ ಬಳಿಗೆ ಹೋಗಿ ಅವನ ಮೇಲೆ ಹಾರಿದನಂತೆ. ಪ್ರಾಣಹರಣದ ದುರುದ್ದೇಶದಿಂದ ಕೈಮಾಡಿದನೆಂಬ ಆಪಾದನೆಯ ಮೇಲೆ ಅವನಿಗೆ ಒಂದೂವರೆ ವರ್ಷ ಕಾರಾಗೃಹವಾಸ ಪ್ರಾಪ್ತಿಯಾಯಿತು.

ಅದಾದ ತಿಂಗಳಿಗೆ ನಮ್ಮ ತಾಯಿ ತನ್ನ ಇಹಲೋಕ ಯಾತ್ರೆಯನ್ನು ಮುಗಿಸಿದಳು. ಕೊನೆಯವರೆಗೂ ಅವಳ ಬುದ್ಧಿ ನೇರವಾಗಲಿಲ್ಲ.

೧೯೪೭ರಲ್ಲಿ ನಾಡು ಒಡೆಯಿತು. ಇದಾದ ಆರು ಏಳು ತಿಂಗಳಾದ ಮೇಲೆ ಎರಡೂ ಸರ್ಕಾರದ ಅಧಿಕಾರಿಗಳು ಒಕ್ಕಡೆ ಸೇರಿ ಇಲ್ಲಿಂದ ಅಲ್ಲಿಗೆ, ಅಲ್ಲಿಂದ ಇಲ್ಲಿಗೆ ಹೋದವರ ಬಂದವರ ಆಸ್ತಿಪಾಸ್ತಿಗಳ ಬಗೆಗೆ ಇತ್ಯರ್ಥಕ್ಕೆ ಬಂದವು. ಅಪಹೃತ ಸ್ತ್ರೀಯರನ್ನು ಅವರವರ ಜನದೆಡೆಗೆ ಸಾಗಿಸುವ ಏರ್ಪಾಟು ನಡೆಯಿತು.

ಹೀಗೆ ಹಿಂದಿರುಗಿದವರಲ್ಲಿ ನನ್ನ ತಂಗಿಯೂ ಒಬ್ಬಳು. ಅವಳು ಬಂದಾಗ ಅವಳಿಗೆ ದಿನ ತುಂಬಿತ್ತು. ನಮ್ಮಲ್ಲಿ ಯಾರೂ ಯಾವ ಪ್ರಶ್ನೆಯನ್ನೂ ಹಾಕಲಿಲ್ಲ. ಆಕೆ ಏನೊಂದು ವಿವರಣೆಯನ್ನೂ ನೀಡಲಿಲ್ಲ.

***

ಅಂದು ಹುಣ್ಣಿಮೆ. ನನ್ನ ತಂಗಿ ತನ್ನ ಏಳು ತಿಂಗಳ ಮಗುವನ್ನು ತೊಡೆಯ ಮೇಲೆ ಹಾಕಿಕೊಂಡು ಚಂದ್ರನನ್ನು ಬೆರಳುಮಾಡಿ ತೋರುತ್ತಿದ್ದಳು. ನಾನು ಜಗುಲಿಯ ಮೇಲೆ ಕುಳಿತು ಹಗ್ಗ ಹೊಸೆಯುತ್ತಿದ್ದೆ.

ನನ್ನ ತಂಗಿ, ಮಗುವಿನ ಮುಖದಿಂದ ತನ್ನ ಕಣ್ಣನ್ನು ತೆಗೆಯದೆ "ಅಣ್ಣ" ಎಂದಳು.

"ಏನು?"

"ಅಣ್ಣ" ಅರೆಗಳಿಗೆಯ ಅನಂತರ ಕೇಳಿದಳು, " 'ನನ್ನ ತಂದೆ ಯಾರು?' ಎಂಬ ಪ್ರಶ್ನೆಯನ್ನು ಈ ಮಗು ಮುಂದೆಂದಾದರೂ ಕೇಳಿದರೆ ನಾನು ಏನು ಉತ್ತರ ಕೊಡಲಿ?"

ಆಕೆ ತನ್ನ ಅನುಭವದ ಬಗೆಗೆ ಆಡಿದ ಮೊದಲ ಮಾತು ಅದು. ಆ ಪ್ರಶ್ನೆಯ ಹಿಂದಿನ ಮನಸ್ಸಿನ ದಾರುಣ ವೇದನೆಯ ಅರಿವಾಗಿ ನನಗೆ ಕೂಡಲೇ ಮಾತನಾಡುವುದೂ ಸಾಧ್ಯವಾಗಲಿಲ್ಲ.

"ಯಾರದು?"

ಬೆಳುದಿಂಗಳ ಬೆಳಕಿನಲ್ಲಿ ನಮ್ಮೆಡೆಗೇ ನಡೆದು ಬರುತ್ತಿದ್ದ ಇಬ್ಬರನ್ನು ಕಂಡು ನಾನು ಪ್ರಶ್ನಿಸಿದೆ. ಇಬ್ಬರಲ್ಲಿ ಒಬ್ಬ ಗೌಡನ ಮಗನೆಂದು ನನಗೆ ಕೂಡಲೇ ತಿಳಿದರೂ ಇನ್ನೊಬ್ಬನ ಪರಿಚಯು ಸಿಗದಾಯಿತು.

ನನ್ನ ತಂಗಿಗೆ ಆಗಂತುಕನ ಗುರುತು ಸಿಕ್ಕಿರಬೇಕು. ಕ್ಷಣಕ್ಷಣಕ್ಕೆ ಬದಲಾಗತೊಡಗಿದ್ದ ಅವಳ ಮುಖಭಾವ ಕೊನೆಗೆ ನಾಚಿಕೆಯಲ್ಲಿ ಪರ್ಯವಸಾನಗೊಂಡಿತು.

ಬಳಿಗೆ ಬಂದ ನನ್ನ ಗೆಳೆಯ ನನ್ನನ್ನು ಕಂಡು ನಸುನಕ್ಕ. ನನ್ನ ತಂಗಿಯೆಡೆಗೆ ಅವನು ಬೀರಿದ ನೋಟದಲ್ಲಿ ಕನಿಕರವಿತ್ತು, ಅನುಭೂತಿಯಿತ್ತು. ನನ್ನ ತಂಗಿಯೆಡೆಗೆ ತಿರುಗಿದೆ. ಎರಡೂ ಕಣ್ಣುಗಳಲ್ಲಿ ಒಂದೊಂದು ಹನಿ, ಬೀಳಲೋ ಬೇಡವೋ ಎಂದು ತರ್ಕಮಾಡುತ್ತ ಮಿನುಗುತ್ತಿದ್ದವು.

ಆ ಎರಡು ಜೀವನದಿಗಳ ಪ್ರೇಮಸಂಗಮದಲ್ಲಿ ಮಿಕ್ಕವರಿಗೆ ಸ್ಥಳವಿರಲಿಲ್ಲ. ನಾನು ಗೌಡನ ಮಗನ ಕೈಯನ್ನೆಳೆದುಕೊಂಡು ಗುಡಿಸಲೊಳಗೆ ಹೋದೆ.

(೧೯೫೦)

*

೨. ನವಿಲುಗಳು

ಯು.ಆರ್.ಅನಂತಮೂರ್ತಿ

ಬೆಂಗಳೂರಿನಲ್ಲಿ ಮನೆ ಕಟ್ಟಿಸಿದೆ; ಫೋನ್ ಹಾಕಿಸಿದೆ; ಎರಡು ಮಕ್ಕಳನ್ನೂ ಒಳ್ಳೆ ಸ್ಕೂಲಿಗೆ ಸೇರಿಸಿದೆ. ಇವುಗಳಿಂದಾಗಿ ಸಿಕ್ಕಿಬಿದ್ದಿರುವ ನಾನು ಸಿಟ್ಟು ಬಂದಾಗೆಲ್ಲ 'ಹೋಗಯ್ಯ' ಎಂದು ಕೆಲಸಕ್ಕೆ ರಾಜೀನಾಮೆ ಕೊಟ್ಟ ಅಪ್ಪನಂತೆ ಬದುಕಲಾರೆ. ನಾನು ಕೆಲಸಕ್ಕೆ ಸೇರುವ ತನಕ ಅಮ್ಮ ರೇಷ್ಮೆ ಸೀರೆ ಕಂಡಿರದದ್ದಕ್ಕೆ, ನಾವು ಅರ್ಧ ಹೊಟ್ಟೆಯಲ್ಲೆ ಬೆಳೆದದ್ದಕ್ಕೆ, ವಯಸ್ಸಾದಾಗ ಅಪ್ಪ ನಮ್ಮ ಗೌರವ ಕಳೆದುಕೊಂಡದ್ದಕ್ಕೆ ಅಪ್ಪನ ಈ ಸ್ವಾತಂತ್ರ್ಯಪ್ರಿಯತೆ, ಹಠಮಾರಿತನಗಳೂ ಬಹು ಮುಖ್ಯ ಕಾರಣ. ನೋಡಲು ಅಪ್ಪನಂತಿದ್ದರೂ ಸ್ವಭಾವದಲ್ಲಿ ನಾನು ಬೇರೆ. ಆದರೂ ಹೆಂಡತಿಯ ಜೊತೆ ಜಗಳವಾಡುವುದಕ್ಕೆ ಮುಂಚೆ ಅಪ್ಪನ ಅವಗುಣಗಳನ್ನು ಮರೆತು ಬೇಕೆಂದೇ ಅವರ ಸ್ವಾಭಿಮಾನವನ್ನು ಹೊಗಳುತ್ತೇನೆ. ಅರ್ಥಾತ್ ನಿನ್ನಿಂದಾಗಿ ನನ್ನಲ್ಲಿ ಅಪ್ಪನ ಈ ಗುಣ ಇಲ್ಲದಂತಾಯ್ತು ಎನ್ನೋದನ್ನ ಪರೋಕ್ಷವಾಗಿ ಅವಳಿಗೆ ಮನದಟ್ಟು ಮಾಡುತ್ತೇನೆ. ಎಲ್ಲ ಸೌಕರ್ಯಗಳನ್ನೂ ಮಕ್ಕಳಿಗಾಗಿ, ಹೆಂಡತಿಗಾಗಿ ಸಂಪಾದಿಸಲು ಮಾಡಬೇಕಾದ್ದನ್ನೆಲ್ಲ ಮಾಡಿ, ಕೊನೆಯಲ್ಲಿ ಹೆಂಡತಿಯನ್ನೆ ದೂರಿ, ನೀನು ಮೆಚ್ಚುವ ಈ ಸಾಮಾಜಿಕ ಪ್ರತಿಷ್ಠೆ ಕಸದ ಸಮ ಎಂದು ಅಟ್ಟಹಾಸದಿಂದ ಕೂಗಾಡಿ ನನ್ನ ಆತ್ಮಕ್ಕಷ್ಟು ಬೆಚ್ಚಗೆ ಶಾಖ ಕೊಟ್ಟುಕೊಳ್ಳುತ್ತೇನೆ.

ಆದರೆ ನಾನು ಎಂಥ ದುರ್ಬಲ ಮನುಷ್ಯನೆಂದರೆ ಹೆಂಡತಿಗೆ ಹೀಗೆ ನನ್ನನ್ನು ರೂಪಿಸಲು ಪ್ರೇರಣೆ ಕೊಡುವವನೂ ನಾನೆ. ಮದುವೆಯಾಗುವಾಗ ತೆಳ್ಳಗೆ ಉದ್ದಗೆ ಕಾಣುತ್ತಿದ್ದ ಅವಳಿಗೆ ಈ ಎಲ್ಲ ಆಸೆಯಿರಲಿಲ್ಲ; ಯಾವ ಹೆಣ್ಣಿಗೂ ಇರಲ್ಲ. ಪ್ರಾಯಶಃ ಅವಳು ನನ್ನನ್ನು ಉಪಯೋಗಿಸಿಕೊಂಡಳು ಎನ್ನುವುದಕ್ಕಿಂತ ಹೆಚ್ಚಿನ ಸತ್ಯ ನಾನೇ ಅವನ್ನು ಹೀಗೆಲ್ಲ ನನ್ನಿಂದ ಮಾಡಿಸಿಕೊಳ್ಳುವಂತೆ ಸೂಕ್ಷ್ಮವಾಗಿ ಉಪಯೋಗಿಸಿಕೊಳ್ಳುತ್ತ ಹೋದೆ ಎಂಬುದೇ ಯಾಕಿರಬಾರದು? ಮನುಷ್ಯನ ಮನಸ್ಸಿಗಿರುವ ದ್ರೋಹದ ಸಾಧ್ಯತೆ ಅಗಾಧ ವಾದ್ದು.

ಇವೆಲ್ಲಾ ನನಗೆ ಗೊತ್ತಾಗುತ್ತೆ. ಗೊತ್ತಾದರೂ ಇರುವಂತೆಯೇ ಇರುತ್ತೇನೇ ಹೊರತು ಬದಲಾಗಲ್ಲ. ಯಾರೂ ಬರಿಯ ತಿಳಿವಳಿಕೆಯಿಂದ ಬದಲಾಗಲ್ಲ.

ನಾನು ಬಾಲಕನಿದ್ದಾಗ ಪರಿಶುದ್ಧನಾಗಿದ್ದೆ ಎಂದು ಕೆಲವೊಮ್ಮೆ ಅಂದುಕೊಳ್ಳುತ್ತೇನಲ್ಲ ಅದು ನಿಜವೋ ಸುಳ್ಳೋ ನನಗೆ ತಿಳಿಯುವ ಆಸೆ. ನನ್ನ ಹೆಂಡತಿ ಜೊತೆ ಇವನ್ನೆಲ್ಲ

ಚರ್ಚಿಸಲಾರೆ. ನಾನು ದುಂದು ಖರ್ಚು ಮಾಡದಂತೆ, ನಿತ್ಯ ಕುಡಿಯದಂತೆ, ಆರೋಗ್ಯ ಕಾಪಾಡಿಕೊಳ್ಳುವಂತೆ ನೋಡಿಕೊಳ್ಳೋದರಲ್ಲೆ ಅವಳ ಶಕ್ತಿ ವ್ಯಯವಾಗುತ್ತೆ. 'ನೀನಿಲ್ಲದಿದ್ದರೆ ನಾನು ಉದಾತ್ತನಾಗಿರುತ್ತಿದ್ದೆ, ಸಾಹಸಿಯಾಗುತ್ತಿದ್ದೆ, ಕವಿಯಾಗುತ್ತಿದ್ದೆ' ಇತ್ಯಾದಿ ನನ್ನ ಅಂತರ–ಪಿಶಾಚತ್ವದ ವ್ಯಸನಗಳನ್ನೆಲ್ಲ ಕತ್ತರಿಸಲು ನಾಲಗೆಯನ್ನು ಇನ್ನಷ್ಟು ಹರಿತ ಮಾಡಿಕೊಳ್ಳುತ್ತ ಹೋಗುವ ಯತ್ನದಲ್ಲೆ ಅವಳು ತಾನು ಹುಡುಗಿಯಾಗಿದ್ದಾಗಿನ ಲವ ಲವಿಕೆಯನ್ನೆಲ್ಲ ಕಳೆದುಕೊಂಡಿದ್ದಾಳೆ. ನಮ್ಮ ಜಗಳ ಹೇಗಿರುತ್ತದೆಂದರೆ ಆಡುತ್ತ ಆಡುತ್ತ ಇಬ್ಬರೂ ಹಲ್ಕಗಳಾಗುತ್ತೇವೆ. ಇಬ್ಬರಿಗೂ ಫೋನು, ಮನೆ, ಕಾರು ಇತ್ಯಾದಿಯ ಬಗ್ಗೆ ರೋಸಿ ಹೋಗಿರುತ್ತೆ. ಅವಳಿಗೂ ಗೊತ್ತು: ನಾನು ಅವಳ ಜೊತೆ ಜಗಳವಾಡುವುದೆಲ್ಲ ಒಂದು ಬಗೆಯ ಆತ್ಮಹಿಂಸೆ ಅಂತ. ಅವಳಿಗೆ ನನ್ನ ಬಗ್ಗೆ ಕನಿಕರ ಹುಟ್ಟಿದ ದಿನ ನಾನು ಬರಿಹೊಗೆ ತುಂಬಿದ ಒಲೆಯಾಗಿಬಿಟ್ಟಿರುತ್ತೇನೆಂದು ನನಗೆ ದಿಗಿಲು. ನನಗಿಂತ ಬಡವ ನಾದ ಯಾರನ್ನಾದರೂ ಅವಳು ಪ್ರೀತಿಸಿದ್ದೇ ಆದಲ್ಲಿ ನನಗೆ ಅವಳ ಬಗ್ಗೆ ಗೌರವ ಹುಟ್ಟು ತ್ತಿತ್ತೋ ಏನೊ. ಆದರೆ ಯಾರೂ ಪ್ರೀತಿಸಲಾರದಂತೆ ನಾವು ಒಬ್ಬರನ್ನೊಬ್ಬರು ಅಸಹ್ಯ ಪಡಿಸಿಕೊಂಡಿದ್ದೇವೆ.

ನಾನು ಬಾಲಕನಾಗಿದ್ದಾಗ ಪವಿತ್ರನಾಗಿದ್ದೇನೆ ಎಂದು ತಿಳಿಯಲು ಆಸೆಯಾಗುತ್ತೆ ಎಂದೆನಲ್ಲ. ಯಾವಾಗ ಹಾಗನ್ನಿಸತ್ತೆ ಎಂದರೆ ನನ್ನ ಹೆಂಡತಿ ಯಾವಾಗಲೋ ಒಮ್ಮೊಮ್ಮೆ– ಈಚೆಗೆ ಅದೂ ಕಮ್ಮಿ–ಹಾಡುತ್ತ ಕೂತಾಗ, ಬಹಳ ಮಧುರವಾಗಿ ಹಾಡುತ್ತಾಳೆ. ಆಗ ನನಗೆ ಸಂಕಟವಾಗುತ್ತೆ. ಯಾಕೆ ಇಬ್ಬರೂ ಒಬ್ಬರನ್ನೊಬ್ಬರು ಹೀಗೆ ಗಲೀಜು ಮಾಡಿಕೊಂಡೆವು ಅನ್ನಿಸತ್ತೆ. ಅಥವಾ ಹೀಗೂ ಇರಬಹುದೆ? ಒಳ್ಳೆ ಕಂಠವಿದೆ, ಅದು ಶಬ್ದ ಮಾಡತ್ತೆ, ಹಾಡಾಗಿ ನನ್ನ ಕಿವಿ ಸೇರತ್ತೆ–ಹೊರತಾಗಿ, ಅವಳ ಸಂಗೀತ ಸೂಚಿಸುವಂಥದ್ದು ನಿಜ ವಾಗಿಯೂ ಅವಳ ಒಳಗಿಲ್ಲದಿದ್ದರೆ?

ಜೀವದ ಬೇರು ಅಲುಗಿಸುವಂಥದ್ದು ಏನೂ ಆಗುತ್ತಿಲ್ಲವಲ್ಲ ಎನ್ನುವ ನನ್ನ ಈ ದುಃಖವೂ ನನ್ನ ಜೀವನ ಕ್ರಮದ ದ್ರಾಬೆತನವನ್ನು ಮುಚ್ಚಿಕೊಳ್ಳಲೆಂದೋ, ಅಥವಾ ಇನ್ನಷ್ಟು ಪ್ರತಿಷ್ಠಿತ ವ್ಯಕ್ತಿಯಾಗಲು ಅವಶ್ಯವಾದ ಅಹಂಕಾರವನ್ನು ಜೀವಂತವಾಗಿ ಉಳಿಸಿಕೊಳ್ಳಲೆಂದೊ ನಾನು ಹೂಡಿರುವ ಉಪಾಯವಾಗಿದ್ದರೆ? ಈ ಮನೋಸೂಕ್ಷ್ಮದಿಂದ ಕೂಡ ಏನೂ ಪ್ರಯೋಜನವಿಲ್ಲ. ಯಾಕೆಂದರೆ ನಾನು ಇದ್ದಂತೆಯೇ ಇರುತ್ತೇನೆ. ಮಾಡೋ ದನ್ನೆಲ್ಲ ಮಾಡುತ್ತಲೇ ಹೋಗುತ್ತೇನೆ. ಆಫೀಸಿನಲ್ಲಿ ನನ್ನನ್ನು ನೋಡಿದರೆ ಗೊತ್ತಾಗುತ್ತೆ; ಎಷ್ಟು ಸಭ್ಯ, ಎಷ್ಟು ಪ್ರಾಮಾಣಿಕ, ಜವಾನರ ಬಗ್ಗೆಯೂ ಎಷ್ಟು ಕರುಣೆ–ಆದರೆ ಎಲ್ಲ ಮೇಲಕ್ಕೇರುವ ಉಪಾಯ.

ಯಾಕೆ ಮೇಲಕ್ಕೇರಬಾರದು? ನನ್ನ ಬಗ್ಗೆ ನಾನು ಅಸಹ್ಯಪಟ್ಟುಕೊಳ್ಳುವ ಈ ಮನೋ ಸೂಕ್ಷ್ಮ ಒಳ್ಳೆಯ ಊಟವನ್ನು ಜೀರ್ಣಿಸಿಕೊಳ್ಳುತ್ತ ಕಣ್ಣು ಮುಚ್ಚಿ ಕೂತಾಗ ಇರಲ್ಲವಲ್ಲ. ಆದರೆ ನಾನು ಸುಖಿ ಕೂಡ ಅಲ್ಲವಲ್ಲ.

ಹೀಗೆ ಎಡಬಿಡಂಗಿಯಾಗಿಬಿಟ್ಟ ನನಗೆ ಕೊನೆ ಪಕ್ಷ ಬಾಲಕನಾಗಿದ್ದಾಗ ತತ್ಪರತೆ ಸಾಧ್ಯವಿತ್ತೆ ಎಂದು ಹಂಬಲಿಸುತ್ತೇನೆ. ಅಪ್ಪ ಸತ್ತು ಆರುವರ್ಷವಾಯ್ತು. ಶ್ರಾದ್ಧಕ್ಕೆಂದು ಹಳ್ಳಿಗೆ ಹೋಗಿದ್ದೆ. ಅಮ್ಮ ಹಳ್ಳಿಯಲ್ಲೆ ಇದ್ದಾಳೆ. ನನ್ನ ಜೊತೆ ಬಂದಿರಲು ಒಪ್ಪಲಿಲ್ಲ. 'ನನಗೆ ಇಲ್ಲೇ ಸುಖ' ಎಂದು ಅಮ್ಮ ಹೇಳಿದ್ದನ್ನು ನನ್ನ ಹೆಂಡತಿ ಮೊದಲು ಒಪ್ಪದಂತೆ ನಟಿಸಿ, ಅಮ್ಮನಿಂದ 'ಇಲ್ಲ, ನಿಜವಾಗಿ, ನಾನ್ಯಾಕೆ ನಿಮ್ಮ ಸುಖಕ್ಕೆ ಅಡ್ಡಿಯಾಗಬೇಕು' ಇತ್ಯಾದಿ ನಮ್ಮನ್ನು ನೋಯಿಸುವ ಬೋಗಾರು ದುಃಖದ ಮಾತನ್ನಾಡಿಸುವಂತೆ ಜುಲುಮೆ ಮಾಡಿ, ತನ್ಮೂಲಕ ನನಗೆ ಮುಜುಗರವಾಗದಂತೆ ಅಮ್ಮ ಸ್ವಂತ ಇಚ್ಛೆಯಿಂದಲೇ ಹಳ್ಳಿಯಲ್ಲಿರಬೇಕು– ಹೀಗೆ ಏರ್ಪಾಟು ಮಾಡಿದ ನನ್ನ ಹೆಂಡತಿಯ ಘಾಟಿತನ ಕೂಡ ನನ್ನಿಂದಲೇ ಅವಳು ಕಲಿತದ್ದಿರಬಹುದು. ನನಗೆ ಹೇಸಿಗೆಯಾದರೂ ಬೇಕೆನ್ನಿಸುವುದನ್ನು ಅವಳು ಸಾಧಿಸುವ ಕ್ರಮ ಹೀಗೆ. ಯಾಕೆಂದರೆ ನಾನು ಮೇಲೇರುತ್ತ ಹೋಗಲು ನನಗಿಂತ ಮೇಲಿನವರನ್ನು ಊಟಕ್ಕೆ ಕರೆಯಬೇಕು. ಡ್ರಿಂಕ್ಸ್ ಕೊಡಬೇಕು; ಇತ್ಯಾದಿಗೆಲ್ಲ ಅಮ್ಮ ಮನೇಲಿ ಬಂದಿದ್ದರೆ ಕಷ್ಟ ಎಂದು ಇವಳಿಗೂ ಗೊತ್ತು. ಅಮ್ಮನಿಗೂ ಗೊತ್ತು–ಎಂದು ನನಗೂ ಗೊತ್ತು. ಒಟ್ಟಿನಲ್ಲಿ ಬೆಳೀತ ಬೆಳೀತ ತಾನು ಪಡಪೋಸಿಯಾಗಿಬಿಟ್ಟೆ. ಈ ಆತ್ಮಜ್ಞಾನದಿಂದಲೂ ಪ್ರಯೋಜನವಿಲ್ಲೆಂದು ನಾನು ಮತ್ತೆ ಹೇಳಬೇಕಾಗಿಲ್ಲ. ನನ್ನ ಬಾಸ್ ಇಂಥ ಆತ್ಮವಿಮರ್ಶೆಯನ್ನು ಮೆಚ್ಚುತ್ತಾನೆ. ನಾನು ಅವನೂ ಕೂತು ಇಂಥ ವಿಮರ್ಶೆಯನ್ನು ಮಾಡಿಕೊಳ್ಳುತ್ತ ವ್ಹಿಸ್ಕಿ ಚಪ್ಪರಿಸಿದ್ದೇವೆ–ಗೋಲ್ಫ್ ಕ್ಲಬ್ಬಿನಲ್ಲಿ.

ಅಪ್ಪನ ಶ್ರಾದ್ಧಕ್ಕೆಂದು ಹಳ್ಳಿಗೆ ಹೋಗಿದ್ದವನು ಹೆಂಡತಿ ಮಕ್ಕಳನ್ನು ಮನೆಯಲ್ಲೆ ಬಿಟ್ಟು ಬಾಲಕನಾಗಿದ್ದಾಗ ನಾವಿದ್ದ ಹದಿನೈದು ಮೈಲಿಯಾಚೆಯ ಹಳ್ಳಿಗೆ ಕಾರು ಬಿಟ್ಟುಕೊಂಡು ಹೋದೆ. ಇವತ್ತಿಗೂ ಬದಲಾಗದ ಕಾಡೊಳಗಿನ ಧೂಳು ರಸ್ತೆಯಲ್ಲಿ ಶರದೃತುವಿನ ಬೋಳು ಮರಗಳನ್ನು, ಕೆಂಪು ಹೂಗಳನ್ನು ಕುತೂಲಹದಿಂದ ನೋಡುತ್ತ ಅವಸರವಿಲ್ಲದೆ ಡ್ರೈವ್ ಮಾಡಿದೆ. ಎಂಟೋ ಹತ್ತೋ ವರ್ಷಗಳ ಹುಡುಗನಾಗಿದ್ದಾಗ ನಡೆದ ಒಂದು ಘಟನೆ ನೆನಪಾಗಿ ಹಾಡು ಕೇಳಿದಾಗ ಆಗುವಂತೆ ಸಂಕಟವಾಗಿತ್ತು.

ಅಮ್ಮನಿಗೆ ಕಾಯಿಲೆ–ಒಣಗಿದ ಗಂಜಿ ಬಟ್ಟಲು, ಔಷಧಿ ಸೀಸೆಗಳ ಮಧ್ಯೆ ಸದಾ ಮಲಗೇ ಇರುತ್ತಿದ್ದಳು. "ಕಿಟ್ಟು ನಿನ್ನ ಅಪ್ಪಯ್ಯ ಏನು ಮಾಡ್ತಿದಾರೆ ನೋಡಿ ಓಡಿ ಬಾ" ಎಂದು ಒಂದು ಭಾನುವಾರ ನರಳುತ್ತ ಗೊಣಗಿದಳು. ಅಮ್ಮನ ಜೊತೆ ಆಗ ಅಜ್ಜಯ್ಯ ಅಜ್ಜಿ ಇದ್ದರು. ಸಾಯಂಕಾಲವಾದೊಡನೆ ಮುಂಡಾಸು ಸುತ್ತಿ ತಾಳ ಮದ್ದಲೆಗೆ ಕೂತಿರುತ್ತಿದ್ದ ಅಜ್ಜಯ್ಯ. ಒಗೆದ ಅಂಗಿ ಚಡ್ಡಿ ಹಾಕಿಕೊಂಡು ಹೊರಟುಬಿಟ್ಟೆ. ಅಪ್ಪಯ್ಯನನ್ನು ನೋಡಿ ಬಾ ಎಂದರೆ ಹಲಸಿನ ಊರಿಗೆ ಹೋಗಿ ಬಾ ಅಂತ. ಅಪ್ಪಯ್ಯ ಹಲಸಿನ ಊರಿನ ಗೋವಿಂದರಾಯರ ಮನೇಲಿ ಲೆಖ್ಖಪತ್ರ ನೋಡಲು ಹೋಗುತ್ತಿದ್ದರು. ಗೋವಿಂದರಾಯರು ಅವರ ಸ್ನೇಹಿತರು. ಅಪ್ಪ ಜಗಳವಾಡಿ ಕುಂಸಿಯ ಪೋಸ್ಟ್ ಮಾಸ್ತರಿಕೆ ಬಿಟ್ಟಿದ್ದ ಕಾಲ ಅದು.

ಕಾಲೆದುರು ಸಿಕ್ಕಿದ ಕಲ್ಲನ್ನು ಹಾರಿಸುತ್ತ, ಅದು ಹಾರಿದ ದಿಕ್ಕಿಗೆ ಓಡುತ್ತ ಹೋದೆನೆಂದು ಕಾಣುತ್ತೆ. ಚೆನ್ನಾಗಿ ನೆನಪಿರೋದು: ನಡುವೆ ಶಾಲೆ ಸಿಕ್ಕಿತು ಎಂದು. ಶಾಲೆಯ ಮಣ್ಣು ಜಗುಲಿಯ ಮೇಲೆ ನುಣುಪಾದ ಧೂಳು. ಈ ಧೂಳಿನಲ್ಲಿ ಪುಟಾಣಿ ಗುಂಡಿಗಳನ್ನು ಮಾಡಿ ಅಡಗಿದ ಗುಬ್ಬಚ್ಚಿ ಎನ್ನೋ ಹುಳ. ಈ ಹುಳವನ್ನು ಕೈಮೇಲೆ ಬಿಟ್ಟುಕೊಂಡರೆ ಅದು ಓಡಾಡುವಾಗ ಸುಖವಾದ ಕಚಕುಳಿ. ಪುಟಾಣಿ ಗುಂಡಿಯ ಸುತ್ತ ಬೆರಳಿನಿಂದ ಕೆದಕುತ್ತ ನಾವು ಬಾಲಕರು, "ಕಾಶೀಗ್ಹೋಗೋ ದಾರಿ ತೋರ್ಸು, ಕಾಶೀಗ್ಹೋಗೋ ದಾರಿ ತೋರ್ಸು" ಎಂದರೆ ಕಂದು ಬಣ್ಣದ ದಪ್ಪ ಚರ್ಮದ ಗುಬ್ಬಚ್ಚಿ ಹುಳ ಹೊರಗೆ ಬಂದು ಹಿಂದೆ ಹಿಂದೆ ಹಿಂದೆ ನಡೀತಿದ್ದನ್ನ ನೋಡೋದು ಬಹಳ ಖುಷಿ ನಮಗೆ.

ಗುಬ್ಬಚ್ಚಿ ಜೊತೆಗೆ ಆಡಿ ಮುಂದೆ ಹೋದೆ. ಕಾಡಲ್ಲಿ ಅನಾಮತ್ತಾಗಿ ಬಾಯಿ ತೆರೆದ ಅಬ್ಬರಿ. ಅಬ್ಬರಿ ತಳನೋಡಿ ಮುಂದೆ ಹೋದೆ. ಗದ್ದೆ ಸಿಕ್ಕಿತು. ಗದ್ದೆಯ ಬಲಕ್ಕೆ ನವಿಲುಕಲ್ಲಿನ ಗುಡ್ಡ. ನವಿಲುಗಳು ಕೇಕೆ ಹಾಕೋದು ಬೆಳಿಗ್ಗೆ, ಸಂಜೆ, ರಾತ್ರೆ ನಮ್ಮ ಮನೆಯೊಳಕ್ಕೂ ಕೇಳಿಸುತ್ತ ಇದ್ದರೂ ಅಮ್ಮ ಅಲ್ಲಿಗೆ ಹೋಗಲು ಎಂದೂ ಬಿಟ್ಟೇ ಇರಲಿಲ್ಲ. ಅವು ಬಹಳ ಚಂದಾಗಿ ಕುಣಿಯುತ್ತವೆಂದು ಗರಿ ಮಾರಲು ಬಂದ ಆಳೊಬ್ಬ ಹೇಳಿದ್ದ-ನವಿಲನ್ನು ತಿನ್ನೋ ಜಾತಿಯವ. ಸಾಯಂಕಾಲ ಗೋವಿಂದರಾಯರ ಮನೇಂದ ಹಿಂದಕ್ಕೆ ಬರೋವಾಗ ಮರದ ಬುಡದಲ್ಲಿ ಅವಿತುಕೊಂಡು ಕೂತು ನವಿಲು ಕುಣಿಯೋದನ್ನ ನೋಡೋದು: ಬಿದ್ದ ಗರೀನ್ನ ಎತ್ತಿಕೊಂಡು ಬಂದು ಮರೀ ಹಾಕಕ್ಕೆ ಪುಸ್ತಕದ ಒಳಗೆ ಇಡೋದು- ಅಮ್ಮನಿಗೆ ಗೊತ್ತಾಗದ ಹಾಗೆ- ಎಂದುಕೊಂಡು ಮುಂದೆ ಹೋದೆ.

ಇವತ್ತು ಕಾರನ್ನು ನಿಲ್ಲಿಸಿ ಆ ದಾರೀಲೇ ನನಗೆ ಪ್ರಿಯವಾಗಿದ್ದ ನೀಲಿಯಂಗಿ, ಪ್ಯಾಂಟ್ ತೊಟ್ಟು, ಕತ್ತಿಗೆ ಸಿಲ್ಕ್ ಸ್ಕಾರ್ಫನ್ನು ಸಡಿಲವಾಗಿ ಸುತ್ತಿಕೊಂಡು ನಡೆದೆ. ಗೋವಿಂದರಾಯರ ವಿಧವೆ ಜಾನಕಮ್ಮನ್ನ ನೋಡಿ ಹಿಂದಕ್ಕೆ ಬರೋವಾಗ ಮತ್ತೆ ನವಿಲು ಕಲ್ಲಿನ ಗುಡ್ಡಕ್ಕೆ ಹೋಗೋದು, ಹೊತ್ತಾಗಿ ಹೆಂಡತಿ ರೇಗಿದರೂ ಚಿಂತೆಯಿಲ್ಲ ಎಂದುಕೊಂಡೆ.

ಸಾರ ದಾಟಿದೆ. ಬೇಲಿ ದಾಟಿದೆ. ಕೆಂಪು ಹೂಗೊಂಚಲುಗಳು ಬಿಟ್ಟ ಗುಡ್ಡದ ದಾಸವಾಳದ ಗಿಡಗಳು ಈಗಲೂ ಇವೆ. ಒಗರು ಸಿಹಿ ಬೆರೆತ ಪುಟಾಣಿ ಹಣ್ಣುಗಳು ಬಿಡುವ ಗಿಡ. ಈ ಹಣ್ಣು ಕೆಂಪಾದರೆ, ಕಾಕೆ ಹಣ್ಣು ಕಪ್ಪು-ಬಲು ರುಚಿ. ಈಗ ಇಷ್ಟು ಕಾಕೆ ಹಣ್ಣುಗಳು ಗಿಡದಲ್ಲಿ ಉಳಿದಿರೋದು ನೋಡಿದರೆ ಪ್ರಾಯಶಃ ಅಸುಪಾಸಿನಲ್ಲಿ ಮಕ್ಕಳೇ ಇಲ್ಲವೆಂದು ಕಾಣುತ್ತೆ. ಜಾನಕಮ್ಮನಿಗೆ ಸಂತಾವಿಲ್ಲದ್ದರಿಂದ ಚಿಕ್ಕಮಕ್ಕಳು ಎಲ್ಲಿ ಬರಬೇಕು?

ಹೆಂಚು ಹೊದೆಸಿದ ಸಾಮಾನ್ಯ ದೊಡ್ಡದಾಗಿ ಮಹಡಿಮನೆ ಎಂದು ಈಗ ಅನ್ನಿಸೋದು. ಆಗ ಬೃಹದಾಕಾರದ ಮನೆ ಎನ್ನಿಸಿತ್ತು. ನಾನು ಅಲ್ಲಿ ರಾತ್ರೆ ಕೆಲವೊಮ್ಮೆ ಮಲಗಿರುತ್ತಿದ್ದಾಗ ಜಾನಕಮ್ಮ ಹೇಳುತ್ತಿದ್ದ ಭಟ್ಟಿವಿಕ್ರಮಾದಿತ್ಯನ ಕಥೆಗಳಿಗೆ ತಕ್ಕುದಾದ ಮನೆ. ದೆವ್ವದ ಕಥೆಗಳು ನಿಜವೆನ್ನಿಸುವ ಅಟ್ಟಗಳು, ಕತ್ತಲೆ ಮೂಲೆಗಳು, ನಾಗಂದಿಗೆಗಳು, ಚಿತ್ರ ಕೆತ್ತಿದ ತೊಲೆಗಳು ಆ ಮನೆಗಿದ್ದುವು. ಮಹಡಿ ಮೇಲೆ ಜಾನಕಮ್ಮ ಮಲಗುತ್ತಿದ್ದ

ಕೋಣೆಯಂತೂ ರವಿವರ್ಮನ ಚಿತ್ರಗಳು, ದಪ್ಪ ಕಾಲಿನ ಅಗಲವಾದ ಎತ್ತರವಾದ ಮಂಚ, ಊದುಬತ್ತಿ, ಗಂಧದ ವಾಸನೆ–ಇತ್ಯಾದಿಗಳಿಂದಾಗಿ ಕಥಾ ನಾಯಿಕೆಯರು ನೂಲಿನೇಣಿಯಿಂದ ಚಂದದ ರಾಜಕುಮಾರರನ್ನು ಒಳಗೆ ಬಿಟ್ಟುಕೊಳ್ಳುವ, ಅಥವಾ ಗುಪ್ತ ಪ್ರಣಯಿಯನ್ನು ಹಗಲೆಲ್ಲ ಗಿಣಿರೂಪದಲ್ಲಿ ಸಾಕಿಕೊಳ್ಳುವ ಶಯ್ಯಾಗಾರದಂತಿತ್ತು.

ಕುಣಿಯುತ್ತ ನಡುಮನೆಗೆ ಹೋಗಿ ಕಂಗಾಲಾದೆ. ಅಲ್ಲೊಂದು ಹೆಳವ ಮೂಕ ಹೆಂಗಸು. ಜೋತುಬಿದ್ದ ಗದ್ದದ ಬೆಳ್ಳಗಿನ ಅಗಲವಾದ ಮುಖ, ಈ ಮುಖದ ಗಾತ್ರಕ್ಕೆ ಪುಟ್ಟದೆನ್ನಿಸುವ ಮೂಗು, ಇಷ್ಟು ದೊಡ್ಡ ಕುಂಕುಮ, ತಲೆ ತುಂಬ ಗುಂಗುರು ಕೂದಲಿನರಾಶಿ–ಬೇ ಬೇ ಬೇ ಎಂದು ಕೂಗಿತ್ತು. ಅದು ಯಾವತ್ತೂ ಅಲ್ಲೇ ನಡುಮನೆಯಲ್ಲೇ ಇರೋದು ಎಂದು ಗೊತ್ತಿದ್ದೂ ಹೆದರಿದ್ದೆ. ಜಾನಕಮ್ಮನ ನಾದಿನಿ ಕಲ್ಯಾಣಿ –ಅದರ ಹೆಸರು. ಕಲ್ಯಾಣಿ ಹೆಳವಿ ಮೂಕಿಯಾದ್ದರಿಂದ ಗುಡ್ಡೆಕೊಪ್ಪದ ಚೊಟ್ಟೆ ಕೈಯ ನಾಗಪ್ಪನಿಗೆ ಶಾಸ್ತ್ರಕ್ಕೆಂದು ಎರಡನೇ ಹೆಂಡತಿಯಾಗಿ ಮದುವೆಯಾಗಿತ್ತು. ಮೂಲೆಯಲ್ಲೊಂದು ಬೋಗಣಿ, ಒದ್ದೆ ಬಟ್ಟೆ. ಯಾವತ್ತೂ ಕಲ್ಯಾಣಿ ನಡುಮನೇನ್ನ ಒರೆಸುತ್ತ ತೆವಳುತ್ತಿರುತ್ತೆ. ಅಥವಾ ಮೂಲೆಯಲ್ಲಿ ಕೂತಿರುತ್ತೆ–ಸಿಂಬೆ ಸುತ್ತಿದ ಹಾವಿನ ಹಾಗೆ. ಅದರ ಈ ಕಾಯಕದ ಫಲವಾಗಿ ಸಿಮೆಂಟಿನ ನಡುಮನೆ ನೆಲ ಮುಖ ಕಾಣಿಸುವಂತೆ ಫಳಫಳ ಹೊಳೆಯುತ್ತಿರುತ್ತೆ. ಅವತ್ತು ಕಲ್ಯಾಣಿ ಬೇ ಬೇ ಬೇ ಎಂದು ಕೂಗಲು ಕಾರಣ ನನ್ನ ಧೂಳಿನ ಕಾಲುಗಳು. ನಾನು ಹೊರಗೆ ಹೋಗಿ ಕಾಲು ತೊಳೆದು ಒಳಗೆ ಬಂದೆ.

ಕಲ್ಯಾಣಿ ತೆವಳುತ್ತ ನನ್ನ ಹತ್ತಿರ ಬಂತು. "ಅಪ್ಪಯ್ಯ ಎಲ್ಲಿ" ಎಂದೆ. ಅದಕ್ಕೆ ಕೇಳಿಸದಿದ್ದರೂ ಗೊತ್ತಾಗಿರಬೇಕು. ಗೋಸುಂಬೆಯಂತೆ ಅದರ ಬಿಳುಚಿದ ಮುಖ ಕೆಂಪಾಯಿತು. ಖುಷಿಯಲ್ಲಿ ಮುಖವನ್ನೆಲ್ಲ ವಿಕಾರ ಮಾಡಿಕೊಂಡು ನನ್ನನ್ನು ಬಚ್ಚಲು ಮನೆಯ ಕಡೆ ತಳ್ಳಲು ಪ್ರಾರಂಭಿಸಿತು. ಅದು ತಳ್ಳಿತು–ನಾನು ಹೋದೆ. ಮಧ್ಯಾಹ್ನವಾದ ಮೇಲೆ ಬಚ್ಚಲು ಮನೇಲಿ ಅಪ್ಪಯ್ಯ ಯಾಕೆ ಇರಬೇಕೊ ತಿಳಿಯಲಿಲ್ಲ. ಅಡುಗೆ ಮನೆತನಕ ನನ್ನನ್ನು ತಳ್ಳುತ್ತ, ತೆವಳುತ್ತ ಬಂದ ಕಲ್ಯಾಣಿ 'ಇನ್ನು ಮುಂದೆ ನೀನೊಬ್ಬನೇ ಹೋಗು, ನಾನು ಬರಲ್ಲ' ಎಂದು ಕಣ್ಣು ಮೂತಿ ಕೈಗಳನ್ನೆಲ್ಲ ಹೊರಳಿಸಿ ಸನ್ನೆ ಮಾಡಿ, ನನಗರ್ಥವಾಯಿತೆಂದು ಸಮಾಧಾನದಿಂದ ತಲೆ ಹಾಕಿ ಮತ್ತೆ ನಡುಮನೆಗೆ ಹೋಯಿತು. ನನ್ನ ಹೆಜ್ಜೆ ಗುರುತು ಬಿದ್ದಲ್ಲಿ ನೆಲವನ್ನು ಒರೆಸಲು ಮತ್ತೆ ಅದು ಪ್ರಾರಂಭಿಸಿರಬೇಕು.

ನಾನು ಬಚ್ಚಲಿಗೆ ಹೋಗುತ್ತಿದ್ದಂತೆ ಚೊಂಬಿನಿಂದ ನೀರು ತುಂಬಿ ಸುರಿಯುತ್ತಿದ್ದ ಸದ್ದು ಕೇಳಿಸಿತು. ಹಾಗೆ ಅಪ್ಪಯ್ಯ ನಗೋದು ಕೇಳಿಸಿತು. ಮನೇಲಿ ಅಪ್ಪಯ್ಯ ನಗೋದನ್ನ ನಾನು ಕೇಳಿದ್ದೇ ಇಲ್ಲ. ಅಮ್ಮನ ಜೊತೆ ಮಾತಾಡುವಾಗೆಲ್ಲ ಉರಿ ಮೂತಿಯೇ. ಬಚ್ಚಲೊಳಗೆ ಹೋಗಿ ನೋಡಿದರೆ ಅಪ್ಪ ಬೆತ್ತಲೆ ಸ್ನಾನ ಮಾಡುತ್ತಿದ್ದಾರೆ; ಜಾನಕಮ್ಮ ಬೆನ್ನಿಗೆ ಸೀಗೆ ಉಜ್ಜುತ್ತಿದ್ದಾರೆ. ನನ್ನ ನೋಡಿದ್ದೇ ಜಾನಕಮ್ಮ ಎದ್ದು ಬಂದರು; ನನ್ನನ್ನು ಮುದ್ದಿಡುತ್ತ ಅಡಿಗೆ ಮನೆಗೆ ಕರೆದುಕೊಂಡು ಹೋಗಿ ರವೆಉಂಡೆ, ಕೋಡುಬಳೆ ಕೊಟ್ಟರು. ಎರಡು

ಚೆಡ್ಡಿಯ ಜೋಬುಗಳಲ್ಲೂ ಕೋಡುಬಳೆ ತುಂಬಿಸಿದರು. "ಅಪ್ಪಯ್ಯನಿಗೆ ಉಷ್ಣವಾಗಿತ್ತು, ಅಂದರು; ಅಮ್ಮನಿಗೆ ಹುಷಾರಿಲ್ಲವಲ್ಲ, ಅದಕ್ಕೇ ನಾನು ತಲೆಗೆ ಎಣ್ಣೆ ಸ್ನಾನ ಮಾಡಿಸಿದೆ" ಅಂದರು. ನನ್ನನ್ನು ಅವರ ಮಲಗುವ ಕೋಣೆಗೆ ಕರೆದುಕೊಂಡು ಹೋಗಿ ಕಿಟಕಿಯಿಂದ ನವಿಲು ಕಲ್ಲಿನ ಗುಡ್ಡ ತೋರಿಸುತ್ತ, "ಮರಿ, ನಿನಗೆ ಆ ಗುಡ್ಡದ ಮೇಲೆ ಹೋಗಲು ಇಷ್ಟವಾ?" ಎಂದರು. "ಅಪ್ಪಯ್ಯ ಸ್ನಾನಮಾಡ್ತ ಇದ್ರು ಅಂತ ಅಮ್ಮನಿಗೆ ಹೇಳಬೇಡ ಆಯ್ತ? ಹೇಳಿದ್ರೆ ಅವ್ರ ಜ್ವರ ಜಾಸ್ತಿ ಆಗತ್ತೆ" ಎಂದರು. ಎಲ್ಲದಕ್ಕೂ ನಾನು ಹು ಹು ಹು ಎನ್ನುತ್ತ ಹೊರಗೆ ಓಡಿಹೋಗುವಾಗ ಕಲ್ಯಾಣಿ ನಕ್ಕಿತು. ಸಿಂಬೆ ಸುತ್ತಿದ ಹಾವಿನಂತೆ ಕೂತು ಆಪ್ತವಾಗಿ ಹತ್ತಿರ ಕರೆಯಿತು. ನಾನು ನಿಲ್ಲದೇ ಓಡಿದೆ. ತೋಟದಲ್ಲಿ ಆಡಿಕೊಂಡಿದ್ದೆ –ಸಾಯಂಕಾಲವಾಗೋತನಕ.

ನಾನು ನೋಡಿದ್ದರ ಅರ್ಥ ಆಗ ನನಗೆ ಆಗಿರಲಿಲ್ಲ ಎಂದು ಈಗ ಅಂದುಕೊಳ್ಳುತ್ತೇನೆ. ಅಂದುಕೊಳ್ಳುತ್ತೇನೆ– ಅಷ್ಟೆ. ಗಂಡ ಮನೇಲಿ ಇಲ್ಲದಿದ್ದಾಗ ಅಪ್ಪಯ್ಯನ ಜೊತೆ ಜಾನಕಮ್ಮ ಏನು ಮಾಡುತ್ತಿದ್ದರು ಎಂದು ನನಗೆ ಮೊದಲು ಹೊಳೆದದ್ದು ಗುಡ್ಡದ ಮೇಲೆ ಒಂದು ದಿನ ಕನ್ಯಾಮಾಸದ ನಾಯಿ ಜೋಡಿ ನೋಡಿದಾಗಲೊ? ಅವು ಜೋಡಿಯಾಗಲಿ ದೇವರೇ ಎಂದು ಪ್ರಾರ್ಥಿಸುತ್ತ ಆಸೆಯಿಂದ ನೋಡುತ್ತ ನಿಂತದ್ದು ನೆನಪಾಗುತ್ತದೆ. ಅವು ಗಂಟು ಹಾಕಿಕೊಂಡಾದ ಮೇಲೆ ನನಗೆ ನಡೆದದ್ದೆಲ್ಲ ನೆನಪಾಗಿ ಓಹೋ, ಹೀಗೆ? ಎಂದು ಗೊತ್ತಾಯಿತೊ? ಹೀಗೆ ಗೊತ್ತಾಗಲು ವರ್ಷ ಬೇಕಾಯಿತೊ? ಅಥವಾ ಆಗಲೇ ಗೊತ್ತಾ ಗಿತ್ತೊ–ಈಗ ಹೇಗೆ ಹೇಳಲಿ?

ಆಮೇಲೆ ಬಹಳ ವರ್ಷವಾದ ಮೇಲೆ ಅಪ್ಪಯ್ಯನ ಜೀವನಕ್ರಮ ಸರಿ ಎಂದು ಅವರ ಧೈರ್ಯವಿಲ್ಲದೆ ನಾನು ವಾದಿಸಿದ್ದೆ. ನೋಡಿ, ಜೀವನ ಸಫಲವಾಗಲು ಒಳದಾರಿಗಳು ಯಾವತ್ತೂ ಇದ್ದೇ ಇವೆ ಎಂದಿದ್ದೆ. ಆದರೆ ಇವೆಲ್ಲ ನಾನು ಈಗ ಹೇಳೋದು ಅಪ್ರಕೃತ. ಯಾಕೆಂದರೆ ಮತ್ತೆ ನಾನು ಜಾನಕಮ್ಮನ ಮನೆಗೆ ಅಪ್ಪನ ಶ್ರಾದ್ಧ ಮುಗಿಸಿಬೇಕೆಂದೇ ಒಂಟಿಯಾಗಿ ಹೋದಾಗ ನನ್ನ ಮನಸ್ಸಲ್ಲಿದ್ದುದು ಇಷ್ಟೆ: ಬಾಲಕನಾಗಿದ್ದಾಗ ನಾನು ಹೇಗೆ ಇದ್ದೆ? ಆಗ ತತ್ಪರತೆ ನನಗೆ ಸಾಧ್ಯವಿತ್ತೆ? ನನ್ನ ಹೆಂಡತಿಯನ್ನು ಮೀರಿ ನಿಲ್ಲಲು ಈ ಪ್ರಶ್ನೆಗೆ ಉತ್ತರ ನನಗೆ ಬೇಕಿತ್ತು. ಹೆಂಡತಿಯನ್ನು ಮೀರಿ ನಿಲ್ಲಲು ಎಂದರೆ ನನ್ನ ನೌಕರಿ ಜೀವನವನ್ನೂ ಮೀರಲು ಎಂದು ಬೇರ್ಪಡಿಸಿ ಹೇಳೋದು ಬೇಡವಲ್ಲ.

ಆ ನಡುಮನೆಯಲ್ಲೆ ಅದೇ ಕಲ್ಯಾಣಿ ಇತ್ತು. ಈಗ ಮುದಿಯಾಗಿತ್ತು. ತಲೆ ಬೋಳಿಸಿ ದ್ದರಿಂದ ಸುಕ್ಕು ಸುಕ್ಕಾಗಿ ಬತ್ತಿದ ಅದರ ಮುಖ ಗಂಡಿಸಿನದೋ ಹೆಂಗಸಿನದೋ ತಿಳಿಯ ದಂತೆ ವಿಕಾರವಾಗಿತ್ತು. ಚೊಟ್ಟೆ ಕೈಯ ಶಾಸ್ತ್ರದ ಗಂಡ ತೀರಿರಬೇಕು. ಈಗಲೂ ಒರೆಸುತ್ತ ತೆವಳುತ್ತ ಇತ್ತು. ನನ್ನ ಗುರುತು ಅದಕ್ಕೆ ಹತ್ತಿದಂತೆ ಕಾಣಲಿಲ್ಲ. 'ಜಾನಕಮ್ಮ' ಎಂದು ಕರೆಯುತ್ತ ಮಹಡಿ ಹತ್ತಿದೆ.

ಅಪ್ಪಯ್ಯ ಈ ಜಾನಕಮ್ಮನಿಂದ ತೃಪ್ತಿಪಡೆದಿರಬೇಕು ಎಂದು ಒಮ್ಮೆ ಅಂದುಕೊಂಡರೆ ಇನ್ನೊಮ್ಮೆ ಏನು ತೃಪ್ತಿಯೋ ಎಂದು ಹೇಳಿಕೊಳ್ಳುತ್ತೇನೆ. ಮದುವೆಗೆ ಮುಂಚೆ ಕಾಮವೆಂದರೆ ಭರ್ಜರಿ ಸಂಗತಿಯೆಂದು ನಾನು ತಿಳಿದಿದ್ದೆ. ಆದರೆ ಕ್ರಮೇಣ ಕಾಮ ನನಗೆ ನಿದ್ದೆ ಬರುವುದಕ್ಕಿಂತ ಮುಂಚಿನ ಅಗತ್ಯವಾಗಿ ಕೊನೆಗೊಂಡಿದೆ. ಇವಳನ್ನಲ್ಲದೆ ನಾನು ಬೇರೆ ಹೆಣ್ಣನ್ನ ಮೋಹಿಸಿಲ್ಲವೆಂದಲ್ಲ. ಆದರೆ ತೊಡೆಗಳ ನಡುವೆ ಈಗ ಕಾಮ ಪಳಗಿದೆ. ಅಪ್ಪಯ್ಯನಿಗೂ ಹಾಗೆ ಪಳಗಿರಬೇಕು. ನಾನು ಮನೆ ಸೇರುವ ಮುಂಚೆ ಅವರೇ ಸೇರಿ, ಅಮ್ಮನ ಹತ್ತಿರ ಯಾಕೆ ನನ್ನ ಕಳಿಸಿದ್ದು ಎಂದು ಜಗಳವಾಡಿ, ಯಾಕೆ ಇಷ್ಟು ಹೊತ್ತಾಯ್ತೆಂದು ಅಮ್ಮ ನನ್ನನ್ನು ಬೈದು, ಅಪ್ಪ ನನ್ನನ್ನು ಹೊಡೆದು, ಹೊತ್ತಾಯ್ತೆಂದು ಓಡಿ ಬರುವಾಗ ಬಿದ್ದು ಮಂಡಿ ತರಿಯಿತೆಂದು ನಾನು ಅತ್ತು, ಕೆಲವು ದಿನ ಜಾನಕಮ್ಮನ ಮನೆಗೆ ಹೋಗೋದನ್ನ ಅಪ್ಪ ಬಿಟ್ಟು, ಮತ್ತೆ ಹೋಗಲು ಶುರುಮಾಡಿ, ಕೊನೆ ಕೊನೆಯಲ್ಲಿ ಗೋವಿಂದರಾಯರು ಸತ್ತಮೇಲೆ ಜಾನಕಮ್ಮನ ಜೊತೆ ಏನೂ ಇಲ್ಲವೆನ್ನುವ ಹಾಗೆ ಇದ್ದು, ಅವರನ್ನು ನೋಡುವುದನ್ನೂ ಕ್ರಮೇಣ ನಿಲ್ಲಿಸಿ, ಅಮ್ಮನ ಪರಚಾಟ ಕಿವಿ ಮೇಲೆ ಹಾಕಿ ಕೊಳ್ಳದೆ ತಮ್ಮ ಪಾಡಿಗೆ ತಾವು ಇದ್ದು ಬಿಟ್ಟಿದ್ದರು. ಜೀವನವೇ ಇಷ್ಟು ಎಂದು ನಾನು ಈ ಕಾರಣದಿಂದ ತೀರ್ಮಾನಕ್ಕೆ ಬಂದಿದ್ದರೂ ಜಾನಕಮ್ಮನನ್ನು ಮತ್ತೆ ನೋಡಲು ಮಹಡಿ ಹತ್ತುತ್ತಿದ್ದಾಗ ಪ್ರೀತಿಯ ಇನ್ನೇನೋ ಸಾಧ್ಯತೆ ಕಾಣುತ್ತೇನೆಂದು ನಾನು ಆಸೆಪಟ್ಟಿರಲಿಲ್ಲ ಎಂದು ಹೇಗೆ ಹೇಳಲಿ? ನಾನು ಯಾವುದಕ್ಕಾಗಿಯೋ ಇನ್ನೂ ಹುಡುಕುತ್ತಿದ್ದೇನೆಂಬುದಂತೂ ನಿಜ. ಹೆಂಡತಿಯನ್ನು, ನೌಕರಿ ಜೀವನವನ್ನು, ನನ್ನ ವಿಷಾದಪೂರ್ಣ ತೀರ್ಪುಗಳನ್ನು ಮೀರುವ ಹಂಬಲ–ಅಥವಾ ಚಟ–ನನಗಿಲ್ಲದಿದ್ದರೆ ಈ ಶ್ರಾದ್ಧೋತ್ತರ ಯಾತ್ರೆಯನ್ನು ನಾನು ಕೈಗೊಳ್ಳುತ್ತಿರಲಿಲ್ಲ.

ಜಾನಕಮ್ಮನಿಗೆ ಕೂಡಲೇ ಗುರುತು ಸಿಕ್ಕಿತು. ಈಗ ಅಷ್ಟೇನೂ ರಮ್ಯವೆನ್ನಿಸದ ಶಯ್ಯಾಗಾರದಲ್ಲಿ ಕೂತು ಹಲ್ಲಿಲ್ಲದ ಬಾಯಲ್ಲಿ ಎಲೆಯಡಿಕೆ ಜಗಿಯುತ್ತಿದ್ದ ಜಾನಕಮ್ಮ. "ಬಾರೋ ಕಿಟ್ಟಣ್ಣ, ಯಾವಾಗ ಬಂದದ್ದು? ಕಾಫಿ ಮಾಡ್ತೇನೆ" ಎಂದು ಕೆಳಗಿಳಿದರು. ನಾನೂ ಅವರ ಹಿಂದೆ ಹೋದೆ. ಕರಿ ಹಾಕಿ ಸಾರಿಸಿ ರಂಗೋಲಿ ಬಿಟ್ಟು ಶುಭ್ರವಾಗಿದ್ದ ಅಡಿಗೆ ಮನೆಯಲ್ಲಿ ಮಣೆ ಮೇಲೆ ಕೂತೆ. ಅಮ್ಮನ ಯೋಗಕ್ಷೇಮ ಕೇಳಿದರು. ಎಷ್ಟು ಮಕ್ಕಳು, ಹೆಂಡತಿ ಏನು ಕಲಿತಿದ್ದಾಳೆ, ಏನು ಸಂಬಳ, ಮನೆ ಕಟ್ಟಿಸಿದ್ದೀಯಂತೆ, ಕಾರಿದೆ ಯಂತೆ–ಇತ್ಯಾದಿ ವಿಚಾರಿಸಿಕೊಂಡರು. ಸ್ನಾನ ಮನೆಯಲ್ಲಿ ನಾನು ಪತ್ತೆ ಹಚ್ಚಿದ್ದು, ರಂಪ ವಾದದ್ದು, ಆಮೇಲೂ ಹಾಗೆ ಸಾಗಿಸಿಕೊಂಡು ಹೋದದ್ದು, ಕ್ರಮೇಣ ಕಳಚಿಕೊಂಡದ್ದು– ಏನೂ ಅವರನ್ನು ಬಾಧಿಸುತ್ತಿರುವಂತೆ ತೋರಲಿಲ್ಲ. ಈಗಲೂ ಲಕ್ಷಣವಾದ ಹೆಂಗಸು. ಗಂಟು ಕಟ್ಟಿದ ಬಿಳಿಕೂದಲು, ಬಿಳಿಸೀರೆ, ಕೈಗೆ ಒಂದೊಂದು ಬಂಗಾರದ ಬಳೆ, ಕತ್ತಿಗೆ ಒಂದೆಳೆ ಚೈನು– ವೈಧವ್ಯದಲ್ಲೂ ಅಮ್ಮನಿಗಿಂತ ಈಕೆ ಗೆಲುವಾಗಿದ್ದಂತೆ ಕಂಡಿತು. ನಾನು ಅದೂ ಇದೂ ಮಾತಾಡಿ ಹೊರಟು ನಿಂತಾಗ ಆಳಿಗೆ, "ಎರಡು ಬಾಳೆಗೊನೆ ತಗೊಂಡು ಹೋಗಿ ಕಾರಿನಲ್ಲಿಟ್ಟು ಬಾ" ಎಂದರು. "ಅಮ್ಮನಿಗೆ ಬಾಳೆ ಹಣ್ಣೆಂದರೆ ಇಷ್ಟ. ಕೊಡು.

ನಿನ್ನ ಮಕ್ಕಳಿಗೆ ಈ ಹಲಸಿನ ಹಣ್ಣಿನ ಚಟ್ಟುಕೊಡು" ಎಂದು ಕಾಗದಲ್ಲಿ ಸುತ್ತಿದ ಪೊಟ್ಟಣ ಕೊಟ್ಟರು-ಬೇಲಿಯ ತನಕ ಬಂದು ಕಳುಹಿಸಿದರು.

ಸಂಜೆ ಹೊತ್ತಾದ್ದರಿಂದ ನಾನು ಬೇಗ ಬೇಗ ನವಿಲು ಕಲ್ಲುಗುಡ್ಡದ ತಪ್ಪಲಿಗೆ ನಡೆದೆ. ಕಾರು ನಿಲ್ಲಿಸಿದ್ದಲ್ಲಿ ಬಾಳೆಗೊನೆ ತಗೊಂಡು ಹೋಗಿ ಕಾದಿರು ಎಂದು ಆಳಿಗೆ ಹೇಳಿದೆ.

ಅವತ್ತಿನಂತೆ ಇವತ್ತೂ ನವಿಲು ಕಲ್ಲಿನ ಗುಡ್ಡದಡಿ ಕೂರಬೇಕೆನ್ನಿಸಿತ್ತು. ಅವತ್ತು ಓಡುತ್ತೋಡುತ್ತ ಬಿದ್ದು ಮಂಡಿ ತರಿಸಿಕೊಂಡು ಮರದ ಸಂದಿ ಅವಿತು ನಿಂತಿದ್ದೆ. ಬಹಳ ಹೊತ್ತು ನಿಂತೇ ಇದ್ದ ಮೇಲೆ ನಾಲ್ಕೊ ಐದೊ ನವಿಲುಗಳು ಕುಪ್ಪಳಿಸುತ್ತ ಗುಡ್ಡ ಇಳಿದು ಗದ್ದೆಗೆ ಬಂದಿದ್ದವು. ಸೋಜಿಗದಿಂದ ನಾನು ನೋಡುತ್ತ ನಿಂತಾಗ ನನ್ನ ಕಣ್ಣೆದುರೇ ಎಗ್ಗಿಲ್ಲದೆ ಕುಣಿದಿದ್ದವು. ತುದಿಗಾಲ ಮೇಲಿನ ಬೆರಗಿನಲ್ಲೆನ್ನುವಂತೆ ನಿಂತು, ಅಷ್ಟೂ ರೆಕ್ಕೆ ಪುಕ್ಕಗಳನ್ನು ಬಿಚ್ಚಿ ಹರಡಿ, ಬಾವುಟದಂತೆ ಎತ್ತಿ ನೆಟ್ಟಗೆ ನಿಲ್ಲಿಸಿ, ಒಂದೊಂದು ಗರಿಯ ಒಂದೊಂದು ಕಣ್ಣೂ ಕಂಪಿಸುವಂತೆ, ಜಂಬದಿಂದ ಕತ್ತನ್ನೂ ಕಿರೀಟವನ್ನೂ ಎತ್ತಿ ಕುಣಿದಿದ್ದುವು. ಕುಣಿಯುವಾಗ ಗಾಳಿ ಹೊಕ್ಕ ಬಿದಿರು ಹಿಂಡಿಲಿನಂತೆ ತತ್ತರಿಸುತ್ತ ಕೇಕೆ ಹಾಕಿದ್ದುವು. ನಾನು ಯಾವ ಸೋಜಿಗದಿಂದ ಎಷ್ಟು ತತ್ಪರನಾಗಿ ನೋಡುತ್ತ ಗುಡ್ಡ, ಗದ್ದೆ, ಕಲ್ಯಾಣಿ, ಜಾನಕಮ್ಮ, ಅಪ್ಪಯ್ಯ, ಅಮ್ಮ, ತರಿದ ಮಂಡಿ, ಬಚ್ಚಲು ಎಲ್ಲವನ್ನೂ ಮರೆತೆ ಎನ್ನುವುದು ಈಗಲು ಮರುಕಳಿಸೀತೆ ಎಂದು ಆಸೆಪಡುತ್ತ ನಡೆದೆ. ಅದೇ ಮರದ ಹಿಂದೆ ಅವಿತು ನಿಂತೆ. ಸಿಗರೇಟ್ ಹಚ್ಚಿ ಕಾದೆ.

ಮತ್ತೆ ನವಿಲುಗಳು ಬಂದವು. ಕುಣಿದು ಹೋದವು. ರೈತರಿಗೆ ಈ ನವಿಲುಗಳೊಂದು ಪೀಡೆಯಿರಬೇಕು. ಅವು ಕುಣಿಯುವಾಗ ಗರಿ ಕಳಚಿಬಿದ್ದಿತ್ತು. ನನ್ನ ಮಗಳಿಗೆಂದು ಆ ಗರಿಗಳನ್ನು ಆರಿಸಿದೆ.

ಅವತ್ತೂ ಆರಿಸಿದ್ದೆ. ಈಗ ನೆನಪಾಗುತ್ತದೆ. ಥಟ್ಟನೇ ಅನುಮಾನವಾಗುತ್ತೆ. ಇವತ್ತು ಅವು ಕುಣಿದಾಗ ನಾನು ಮೈಮರೆಯದೇ ಇದ್ದುದಕ್ಕೆ ವಯಸ್ಸು ಕಾರಣವಲ್ಲವೆ? ಕಣ್ಣಿನಲ್ಲಿ ಹಿಂದಿದ್ದ ಹೊಳಪು ಈಗ ಇಲ್ಲವಲ್ಲ ಎಂದುಬಿಟ್ಟೇನು. ಆದರೆ ಅವತ್ತೂ ನಾನು ನಿಜವಾಗಿ ತತ್ಪರವಾಗಿ ನೋಡಿದೆನೊ, ಅಥವಾ ಬಿದ್ದ ಗರಿಯನ್ನು ಪುಸ್ತಕದಲ್ಲಿ ಮರಿ ಹಾಕಲು ಇಡಲು ಎತ್ತಿಕೊಳ್ಳಲೆಂದು ತವಕದಲ್ಲಿ ಕಾದೆನೊ? ಈಗ ತಿಳಿಯಲ್ಲ. ಈ ಜೀವನದಲ್ಲಿ ಯಾವ ಕಾಲವೂ ಪವಿತ್ರವಲ್ಲ ಎನ್ನುವ ತೀರ್ಮಾನಕ್ಕೆ ಬರಲು ಕೂಡ ಇಷ್ಟವಾಗಲ್ಲ. ಈ ನಲವತ್ತರ ಪ್ರಾಯದ ನಾನು ಹಿಂದಿನದನ್ನು ಹೇಗಾದರೂ ಮರುಕಳಿಸಿಕೊಂಡೇನು? ಈಗಿನ ನನಗೂ, ಯಾವತ್ತಿನದೋ ಕಾಲದ ಆ ಬಾಲಕನಿಗೂ ಏನು ಸಂಬಂಧ? ಆಗಲೂ ನಾನು ಹೀಗೇ ಇದ್ದೆ ಎಂದು ಹೇಳೋದು ಸತ್ಯವೊ, ಸುಳ್ಳೊ, ಈಗಿನ ವಿಷಾದವನ್ನು ಪರಿಹರಿಸಿಕೊಳ್ಳುವ ಉಪಾಯವೊ, ಈ ಮನಸ್ಸಿನ ಸೂಕ್ಷ್ಮ ದ್ರೋಹವೊ-ನಾನು ಮುಟ್ಟಿದ್ದು ಯಾವುದೂ ಪವಿತ್ರವಾಗಿ ಉಳಿದಿಲ್ಲವೆನ್ನುವ ಯಾತನೆ ಮಾತ್ರ ನಿಜ.

ಈಗ, ಹೀಗೆ ಹೇಳಿಕೊಳ್ಳುವಾಗ ಅಲ್ಲ; ಹೇಳಿಕೊಳ್ಳಲಾರದಂತೆ ನೋಯುತ್ತ, ಕಾರಿನ ಬಾಗಿಲು ತೆಗೆದು ಒಳಗೆ ಕೂರುತ್ತಿದ್ದಾಗ ಅನ್ನಿಸಿತ್ತಲ್ಲ ಆ ಯಾತನೆ–ಅದು ನಿಜ.

ಬಾಳೆಗೊನೆ ತೆಗೆದುಕೊಂಡು ಮನೆಗೆ ಬಂದೆ. ಗಂಡನಿಗೆ ತಾನೆಂದರೆ ಎಷ್ಟು ಇಷ್ಟ ವಿತ್ತೆಂದು ಅಮ್ಮ ನನ್ನ ಹೆಂಡತಿಗೆ ವಿವರಿಸುತ್ತಿದ್ದಳು. ಹೊತ್ತಾಗಿ ಬಂದೆನೆಂದು ಹೆಂಡತಿ ಸಿಟ್ಟಾಗಿದ್ದಳು. ಪುಸ್ತಕದಲ್ಲಿ ಗುರ್ತಿಗಿಡಲು ಚೆನ್ನಾಗಿದೆ ಅಂತ ನವಿಲು ಗರಿ ನೋಡಿ ನನ್ನ ಎಂಟು ವರ್ಷದ ಮಗಳು ಖುಷಿಪಟ್ಟಳು.

(೧೯೭೨)

*

೩. ಸೆರೆ

ಯಶವಂತ ಚಿತ್ತಾಲ

ಹೊನ್ನಪ್ಪಾಚಾರಿಯ ಮನೆಗೆ ಹೋಗಿ ಒಂದು ಸಂಜೆಯ ಮಟ್ಟಿಗೆ ಸ್ವಲ್ಪ ಕರಗಸ ಬೇಕಾಗಿತ್ತು ಎಂದು ಹೇಳಿ, ಪಡಕೊಂಡು, ಹಾಗೇ ಏಕನಾಥ ಶೆಟ್ಟಿಯ ಅಂಗಡಿಯಲ್ಲಿ ಪಾವು ಸೇರು ಮೊಳೆಗಳನ್ನು ಕೊಂಡು ಆ ಹಳೆ ಮನೆಯನ್ನು ತಲುಪುವುದರೊಳಗೆ ಹೊತ್ತು ಕಂತಲಿಕ್ಕೆ ಬಂದಿತ್ತು. ಮನೆಯಲ್ಲಂದು ಪಿತೃಪಕ್ಷ. ಊಟಕ್ಕೆ ತಡವಾಗಿತ್ತು. ಊಟ ಮುಗಿದಿದ್ದೇ ಭಟ್ಟರಿಂದ ಮಂತ್ರಾಕ್ಷತೆ, ಆಶೀರ್ವಾದ ಪಡೆದು, ತಲೆ ನೋಯುತ್ತದೆ ಎಂದು ಕೋಣೆಯನ್ನು ಸೇರಿ, ಮಂಚದ ಮೇಲೆ ಅಡ್ಡವಾದವನ ಕಿವಿಯಲ್ಲಿ ಭಟ್ಟರೊಂದಿಗೆ ಅಮ್ಮ ಬಿಚ್ಚಿದ ತನ್ನ ಮದುವೆಯ ಪುರಾಣ ಬಿದ್ದದ್ದೇ ಕಿಡಿಕಿಡಿಯಾದ. ಥತ್ ಇವರ; ಅಮ್ಮನಿಗೆ ಬುದ್ಧಿಯಿಲ್ಲ. ಈ ಪುರೋಹಿತ ಭಟ್ಟನಿಗೆ ಬೇರೆ ದಂಧೆಯಿಲ್ಲ ಎಂದುಕೊಂಡವನೇ ಮಂಚದಿಂದ ಎದ್ದು ಹೊರಗೆ ಹೋಗುವ ಉಡುಪು ಮಾಡಹತ್ತಿದ. ತಾಯಿ 'ಎಲ್ಲಿಗೆ ಹೊರಟೆಯೋ?' ಎಂದು ಕೇಳಿದಾಗ, 'ಹಳೇ ಮನೆಗೆ ಹೋಗಿಬರುತ್ತೇನಮ್ಮಾ,' ಎಂದ.

'ಅಡಿಗೆಮನೆಯ ಬಾಗಿಲ ದೂಡಿ ಮೊನ್ನೆ ದನ ಒಳಹೊಕ್ಕಿತಂತೆ. ಆ ಹೊನ್ನಪ್ಪಾಚಾರಿಗೆ ಹೇಳಿ ವ್ಯವಸ್ಥೆ ಮಾಡುತ್ತೇನೆ ಎಂದಿದ್ದೆಯಲ್ಲ?'

'ಅದಕ್ಕೇ ಹೊರಟೆ. ಹೊನ್ನಪ್ಪಾಚಾರಿಗೆ ಪುರಸತ್ತಿಲ್ಲವಂತೆ. ನಾನೇ ಹೋಗಿ ಏನು ಮಾಡಲಾಗುತ್ತದೋ ನೋಡುತ್ತೇನೆ.'

'ಇಷ್ಟು ಹೊತ್ತು ಮಾಡಿ ಒಬ್ಬನೇ ಹೋಗುತ್ತೀಯಾ?' ಎಂದುದನ್ನು ಪೂರ ಕಿವಿಯ ಮೇಲೆ ಹಾಕಿಕೊಳ್ಳುವ ಮೊದಲೇ ಜಗಲಿ ಇಳಿದ. ಆದರೆ ಅಂಗಳ ದಾಟುವ ಮೊದಲು, 'ಹೋದ ವಾರ ನಮ್ಮ ಹಳೇ ಮನೆಯ ಹಿತ್ತಲ ಮೂಲೆಯಲ್ಲಿಯ ಬಿದಿರಿನ ಹಿಂಡಿನಲ್ಲಿ ಹಾವು ಹೊಕ್ಕಿದ್ದು ಕಂಡಿತಂತೆ ಭಟ್ಟರೇ.' ಎಂದು ಅಮ್ಮ ತೆಗೆದ ಕಾತರದ ರಾಗ ಮಾತ್ರ ಕೇಳಿಸದೆ ಇರಲಿಲ್ಲ...

ಹಳೆ ಮನೆಯ ಹಿತ್ತಲಲ್ಲಿ ಕಾಲಿಟ್ಟದ್ದೇ, ಧುತ್ ಎಂದು ಕಣ್ಣಿಗೆ ಬಿದ್ದವಳು ಶಂಕರ ರಾಯರ ಮನೆಯ ಕೆಲಸದ ಹುಡುಗಿ-ದೇವಿ, ಅಂಗಳದಲ್ಲಿ ಬಿದ್ದ ಮಾವಿನ ಮರದ ಜಿಗ್ಗುಗಳನ್ನು ಹೆಕ್ಕುತ್ತಿದ್ದವಳು ಇವನ ಹೆಜ್ಜೆಯ ಸದ್ದು ಕೇಳಿದ್ದೇ ತಲೆಯನ್ನೆತ್ತಿ ನೋಡಿ, 'ಓ; ಬರ್ಮಚಾರೀ ಒಡೆದೀರು?' ಎನ್ನುತ್ತ ತುಂಟವಾಗಿ ನಕ್ಕಳು. ಬೆತ್ತಲೆ ಎದೆಯಿಂದ ಬದಿಗೆ

ಸರಿದ ಸೀರೆಯ ಸೆರಗನ್ನು ಸರಿಪಡಿಸಿಕೊಳ್ಳುತ್ತ ನಾಚುತ್ತ, 'ಅದೇನು ಇಷ್ಟು ಸಂಜೆಮಾಡಿ ಬಂದಿರಿ ಒಡೆಯಾ–ಒಬ್ಬರೆ?' ಎಂದು ಕೇಳಿದಳು. ಬೇಡ ಬೇಡವೆಂದರೂ ಕಣ್ಣಿಗೆ ಬಿದ್ದ ದೇವಿಯ ಬೆತ್ತಲೆ ಮೊಲೆಗಳಿಂದ ಗೊಂದಲಿಸಿದವನು ಅವಳನ್ನು ಮಾತನಾಡಿಸದೇ ಲಗುಬಗೆಯಿಂದ ಮನೆಯ ಮೆಟ್ಟಲು ಏರಿದ. ಹೊರಜಗಲಿ ಸೇರಿ, ಕದಕ್ಕೆ ಹಾಕಿದ ಬೀಗವನ್ನು ತೆಗೆಯಲೆಂದು ಅಂಗಿಯ ಬಗಲಕಿಸೆಯಿಂದ ಕೀಲಿಕೈ–ಪೊತ್ತೆಯನ್ನು ಹೊರತೆಗೆಯುತ್ತಿದ್ದಾಗ, ಇನ್ನೂ ಅಂಗಳದಲ್ಲೇ ಇದ್ದ ದೇವಿ ಜಗಲಿಯ ಮೆಟ್ಟಿಲುಗಳನ್ನು ಸಮೀಪಿಸುತ್ತ, 'ಹಾಗೇನು ಬಿಟ್ಟ ಮನೆಯನ್ನು ಒಬ್ಬರೇ ಹೊಕ್ಕತೀರಿ ಒಡೆಯಾ–ಇಷ್ಟು ಸಂಜೆಯ ಹೊತ್ತಿಗೆ?' ಎಂದಳು. ತನ್ನ ಮಾತುಗಳನ್ನು ಕಿವಿಯಲ್ಲಿ ಹಾಕಿಕೊಳ್ಳದೇ ಬೀಗದ ತೂತಿನಲ್ಲಿ ನೆಟ್ಟ ಕೈಯನ್ನು ತಿರುವುತ್ತಿದ್ದಂತೆ, 'ಶಂಕರ ಒಡೆದೀರ ಅಮ್ಮನಿಗೆ ಬಹಳ ಸೀಕು ಒಡೆಯಾ. ನಾಲ್ಕು ದಿನ ಮನೆಯಲ್ಲೇ ಮಲಗೋಕೆ ಬಾ ಎಂದರು. ಉಂಬೂಕು ಇಲ್ಲೇ ಇರು ಎಂದರು. ಅವರ ಮನೇಲಿ ಮೀನಾ ತಿಂಬೂದಿಲ್ಲ. ನಿಮ್ಮ ಮನೆಯ ಹಿಂದಿನ ಜಗಲೀ ಮೇಲೇ ಒಲೀ ಹೂಡಿದ್ದೇನೆ. ಶಂಕರ ಒಡೆದೀರೇ ನಿಮ್ಮ ಅಮ್ಮನಿಗೆ ತಾವು ಹೇಳ್ತೇವೆ ಎಂದಿದ್ದರು. ನಾನೂ ಹೇಳೋಣ ಎಂತ ನಿನ್ನೆ ಹೋಗಿದ್ದೆ. ನೀವು ಇದ್ದಿರಲಿಲ್ಲ' ಎಂದಳು. ಅವನಿನ್ನೂ ತನ್ನತ್ತ ನೋಡಲೂ ಅಳುಕುತ್ತಿದ್ದುದನ್ನು ನೋಡಿ, ಒಮ್ಮೆ ಸಣ್ಣಗೆ ನಕ್ಕಳು. ಬೀಗ ತೆರೆದರೂ ಜಂಗುತಿಂದ ಬಾಗಿಲ ಚಿಲಕ ಒಮ್ಮಿಗಿಲೇ ತೆಗೆಯಲಾಗಲಿಲ್ಲ. ಅವನು ಚಿಲಕ ತೆಗೆಯಲು ಪರಿಶ್ರಮಿಸುತ್ತಿದ್ದಂತೆ, ಕೈ ಬಳೆಗಳನ್ನು ಕಿಂಕಿಣಿಸುತ್ತ. 'ಮನೆಯಲ್ಲೆಲ್ಲ ಎಷ್ಟು ಧೂಳು ತುಂಬಿದೆಯೋ ಒಡೆಯಾ, ಹೇಳಿದರೆ ನಾನೇ ಬಂದು ಗುಡಿಸಿ ಹೋಗುತ್ತಿದ್ದೆ' ಎಂದಳು. ಅವನು ಅವಳತ್ತ ಲಕ್ಷ್ಯವನ್ನೇ ಕೊಡದೆ, ಒಳಜಗಲಿ ಹೊಕ್ಕವನು ತನ್ನ ಹಿಂದೆಯೇ ಹೊರ ಜಗಲಿಯ ಕದ ಮುಚ್ಚಿ, ಅಗಳಿ ಇಟ್ಟು, ನಡುವಿನ ಕೋಣೆ ಸೇರಿ, ಒಳಗಿನ ಮಬ್ಬು ಗತ್ತಲೆಯಲ್ಲಿ ಸರಿಯಾಗಿ ಕಾಣದಾದ.

ಒಂದು ತಿಂಗಳ ಹಿಂದೆ ಸತ್ತ ಅವನ ಸೋದರತ್ತೆಯ ಮರಣದ ವೇಳೆ ಬಹಳ ಕೆಟ್ಟದ್ದಾಗಿತ್ತಂತೆ. ಮೂರು ತಿಂಗಳು ಮನೆ ಬಿಡಬೇಕು ಎಂದು ಭಟ್ಟರು ಹೇಳಿದ್ದರಿಂದ ಆ ಮನೆಯನ್ನು ಖಾಲಿಮಾಡಿದ್ದರು. ಮೂರು ತಿಂಗಳ ಮೇಲೆ ಶಾಂತಿ, ರಾಕ್ಷಸಹೋಮ. ಮತ್ತೇನೇನೋ ಆದ ಮೇಲೇ ಆ ಮನೆ ವಾಸಕ್ಕೆ ಯೋಗ್ಯವಂತೆ. ನಾಲ್ಕು ವರ್ಷಗಳ ಹಿಂದೆ ಅವನ ತಂದೆ ಸತ್ತ ಹೊತ್ತೂ ಕೆಟ್ಟದ್ದಾಗಿತ್ತು. ಆದರೆ ಮನೆ ಬಿಡುವ ಮನಸ್ಸಿದ್ದರೂ ಹಾಗೆ ಮಾಡುವುದು ಶಕ್ಯವಿರಲಿಲ್ಲವಾದ್ದರಿಂದ ಬರೇ ಶಾಂತಿಯನ್ನಷ್ಟೇ ಮಾಡಿ ಅಲ್ಲೇ ಉಳಿದಿದ್ದರು. ತಂದೆ ಸತ್ತ ಆರೇ ತಿಂಗಳ ಒಳಗೆ ಅವನ ಒಬ್ಬಳೇ ಒಬ್ಬ ತಂಗಿ ಮೈಲೀಬೇನೆಯಿಂದ ತೀರಿಕೊಂಡಿದ್ದಳು. ಮನೆ ಬಿಡದೇ ಇದ್ದದ್ದೇ ಕಾರಣವೆಂದು ಜನ ಆಡಿಕೊಂಡಿದ್ದರು. ಅಮ್ಮ, ಸೋದರತ್ತೆ ಅವನೂ ಕೂಡ ಹೆದರಿದ್ದರು. ಎಂತಲೇ, ಈಗ ಸೋದರತ್ತೆ ಸತ್ತ ವೇಳೆ ಕೂಡ ಬಹಳ ಕೆಟ್ಟದ್ದು; ಮನೆ ಬಿಡಬೇಕು ಎಂದು ಭಟ್ಟರು ಸಲಹೆಯಿತ್ತಾಗ ಹಾಗೆ ಮಾಡಲು ಹಿಂದುಮುಂದು ನೋಡಲಿಲ್ಲ. ಕೆಲವೇ ತಿಂಗಳ ಮೊದಲಷ್ಟೇ ಹಳ್ಳಿಯ ಪೋಸ್ಟ್ ಆಫೀಸ್ ನಡೆಸಲು ಬಾಡಿಗೆಯಿಂದ ಕೊಟ್ಟ ಅವರ ಇನ್ನೊಂದು ಮನೆ ಖಾಲಿಯಾಗಿತ್ತು. ಅದನ್ನಿನ್ನೂ ತಿರುಗಿ ಯಾರಿಗೂ ಬಾಡಿಗೆಗೆ ಕೊಟ್ಟಿರಲಿಲ್ಲ. ಸೋದರತ್ತೆ ಸತ್ತ ಹನ್ನೆರಡು ದಿನಗಳು

ಕಳೆದದ್ದೇ ಹೊಸ ಮನೆಗೆ ಬಿಡಾರ ಸಾಗಿಸಿದ್ದರು. ಬಿಟ್ಟ ಮನೆ ಬಹಳ ಹಳೆಯದೂ ಆಗಿತ್ತಾದ್ದರಿಂದ ಸೂತಕದ ಮೂರು ತಿಂಗಳು ಕಳೆದ ಮೇಲೂ ತಿರುಗಿ ಅಲ್ಲಿ ಹೋಗುವ ಮನಸ್ಸಿದ್ದಿರಲಿಲ್ಲ, ಶಾಂತಿ ರಾಕ್ಷಸಹೋಮಗಳಾದ ಮೇಲೆ ಆ ಮನೆಯನ್ನು ತುಸು ದುರುಸ್ತ ಮಾಡಿ ಯಾರಿಗಾದರೂ ಬಾಡಿಗೆಗೆ ಕೊಟ್ಟರಾಯಿತು ಎಂದುಕೊಂಡಿದ್ದರು.

ಮೊನ್ನೆ, ಆ ಮನೆಯ ಹಿಂದಿನ ಹರಕು-ಮುರುಕು ಬಾಗಿಲವನ್ನು ದೂಡಿ ದನ ಒಳಗೆ ಹೊಕ್ಕಿತಂತೆ. ರಿಪೇರಿಗಾಗಿ ಹೊನ್ನಪ್ಪಾಚಾರಿಯನ್ನು ಕರೆಕಳಿಸಿದಾಗ ತುರ್ತು ಪುರಸತ್ತಿಲ್ಲ; ಇನ್ನೊಂದು ವಾರದ ಮೇಲಾದರೆ ಆಗಬಹುದು ಎಂದಿದ್ದ. ಅವನು ಹಾಗೆ ಹೇಳಿದಾಗ ತಾನೇ ಹೋಗಿ ರಿಪೇರಿ ಮಾಡುವ ವಿಚಾರ ಮಾತ್ರ ಅವನ ತಲೆಯಲ್ಲಿ ಸುತರಾಮ್ ಬಂದಿರಲಿಲ್ಲ. ಮಂಚದ ಮೇಲೇ ಅಡ್ಡವಾದಲ್ಲೇ ಹೊರಗೆ, ಅಮ್ಮ-ಪುರೋಹಿತರು ತನ್ನ ಮದುವೆಯನ್ನು ಕುರಿತು ಚರ್ಚೆ ಆರಂಭಿಸಿದ್ದನ್ನು ಕೇಳಿದ್ದೇ ಕಿಡಿಕಿಡಿಯಾದವನಿಗೆ ಎಲ್ಲಾದರೂ, ಇಲ್ಲಿಂದ ದೂರ ಹೊರಗೆ, ಹೋಗಬೇಕೆಂದು ಅನಿಸಿತ್ತೇ ಹೊರತು ಇಂಥಲ್ಲೇ ಹೋಗಬೇಕೆಂಬ ವಿಚಾರ ಬಂದಿರಲಿಲ್ಲ. ಆದರೆ ತಾಯಿ 'ಎಲ್ಲಿಗೆ ಹೊರಟೆ?' ಎಂದು ಕೇಳಿದ ಕ್ಷಣದಲ್ಲೇ ಆ ಅನಿಸಿಕೆ ಹಳೇ ಮನೆಗೆ ಹೋಗುವ ವಿಚಾರದಲ್ಲಿ, ಮುಂದೆ ತಾಯಿ ಅಡಿಗೆಮನೆಯ ಬಾಗಿಲ ನೆನಪು ಮಾಡಿದಾಗ ಬಾಗಿಲ ರಿಪೇರಿ ತಾನೇ ಮಾಡಬೇಕು ಎಂಬ ನಿರ್ಧಾರದಲ್ಲಿ ಅವನಿಗರಿವಾಗುವ ಮೊದಲೇ ಕೊನೆಗೊಂಡಿತ್ತು. ಮರುಕ್ಷಣ ಹೊನ್ನಪ್ಪಾಚಾರಿಯ ಮನೆಗೆ ಹೋಗಿ ಕರಗಸ ಬೇಡಿ ತರಬೇಕು ಎಂದೂ ಹೊಳೆಯಿತು. ಕರಗಸ ತಂದರೆ ಬಚ್ಚಲುಮನೆಯಲ್ಲಿ ರಾಶಿ ಒಟ್ಟಿದ ರೀಪುಗಳಲ್ಲಿಯ ಒಂದು ರೀಪಿನ ಮೂರು ತುಂಡು ಮಾಡಿ ಬಾಗಿಲಿಗೆ ಹೊರಗಿನಿಂದ ಅಡ್ಡ ಹೊಡೆದುಬಿಟ್ಟರೆ ಹೊನ್ನಪ್ಪಾಚಾರಿಯ ಕೈಗೆ ಪುರಸತ್ತಾಗುವ ತನಕವಾದರೂ ತಿರುಗಿ ದನ ಮನೆಗೆ ಹೋಗುವುದನ್ನು ತಡೆಯಬಹುದು ಎಂದೆನಿಸಿತು. ಆದರೆ 'ಎಲ್ಲಾದರೂ ದೂರ ಹೊರಗೆ ಹೋಗಬೇಕು' ಎನ್ನುವ ವಿಚಾರ ಮುಂದಿನ ಯೋಜನೆಗಳಲ್ಲಿ ಎಷ್ಟೊಂದು ವೇಗದಿಂದ ರೂಪಾಂತರವಾಗಿತ್ತೆಂದರೆ ತಿರುಗೆಂದೂ ಹೊನ್ನಪ್ಪಾಚಾರಿಯ ಮನೆಗೆ ನಾನು ಒಂಟಿಯಾಗಿ ಹೋಗಬಾರದು ಎಂದು ಹಿಂದೊಮ್ಮೆ ಆಣೆಮಾಡಿ ನಿರ್ಧರಿಸಿಕೊಂಡುದ್ದರ ನೆನಪು ಆದದ್ದು, ಹೊನ್ನಪ್ಪಾಚಾರಿಯ ಮನೆಯ ಅಂಗಳದಲ್ಲಿ ಹೋಗಿ ನಿಂತ ತನ್ನನ್ನು ಅವನ ಹೆಂಡತಿ ಮುರಕ ಮಾಡುತ್ತ 'ಅಯ್ಯ ನೀವುಃ?' ಎಂದು ಕೇಳಿದಾಗಲೇ; ಹೊನ್ನಪ್ಪಾಚಾರಿ ಈ ಹೊತ್ತಿಗೆ ಮನೆಯೊಳಗೆ ಇರುವುದಿಲ್ಲ ಎಂಬುದೂ ನೆನಪಿಗೆ ಬಂದದ್ದು, ಅವನ ಹೆಂಡತಿ 'ಇವರು ದಿನವೂ ನಸುಕಿನಲ್ಲೇ ಗಂಗಾವಳಿಗೆ ಹೋದವರು ತಿರುಗಿ ಮನೆಗೆ ಬರುವುದು ತುಂಬ ರಾತ್ರಿಯಾದ ಮೇಲೆ,' ಎಂದು ಇನ್ನೊಮ್ಮೆ ವಯ್ಯಾರ ಮಾಡಿದಾಗಲೇ. ಮನೆಯ ಅಂಗಳದಲ್ಲಿ ಕೂತು ಮಗುವಿನ ಕೂದಲು ಹಿಕ್ಕುತ್ತಿದ್ದವಳು, 'ನೀನೀಗ ಆಡಲಿಕ್ಕೆ ಹೋಗೆ' ಎಂದು ಅದನ್ನು ಓಡಿಸುತ್ತ ಇವನತ್ತ ತಿರುಗಿ 'ಏನು ಬೇಕಿತ್ತೋ?' ಎಂದು ಕೇಳಿದಾಗಲೇ; ಥತ್ ಇವಳ; ಹೊನ್ನಪ್ಪಾಚಾರಿಯ ಹೆಂಡತಿ ಬಹಳ ಹಲ್ಕಟ್ ಹೆಂಗಸಂತೆ. ಊರಲ್ಲಿಯ ಒಬ್ಬಿಬ್ಬರು ಗಂಡಸರನ್ನು (....) ಥೂಥೂಥೂ ಹ್ಯಾಗಾದರೂ ತನಗಿದೆಲ್ಲ ಮರೆತೇ ಹೋಯಿತೋ; ಯಾಕಾದರೂ

ಇಲ್ಲಿಗೆ ಬಂದೆನೋ; ಮೈಮೇಲೆ ಮುಳ್ಳು ನಿಂತವು, ತಲೆಯಲ್ಲೆಲ್ಲ ಗೊಂದಲವೇ ಗೊಂದಲ, ತಾನು ಇಲ್ಲಿ ಬಂದದ್ದಾದರೂ ಯಾಕೆ ಎಂಬುದು ಕೂಡ ಮರತೇ ಹೋದಂತಿತ್ತು. ಇನ್ನೂ ಮಾತನಾಡದೇ ನಿಂತವನನ್ನು ಕೆಣಕುತ್ತ ಹೊನ್ನಪ್ಪಾಚಾರಿಯ ಹೆಂಡತಿ, 'ಏನಾದರೂ ಬೇಕಿತ್ತೆ?' ಎಂದು ಕೇಳಿದಳು. ಅಬ್ಬಾ ಅವಳ ಕಣ್ಣುಗಳೆ; ಏನೂ ಬೇಡ ಎಂದು ಹೇಳಿ ಹಾಗೇ ಅಲ್ಲಿಂದ ಹೊರಟುಬರುವವ. ಆದರೆ ಅವನ ಸುದೈವ ಆಯತ ಹೊತ್ತಿಗೆ ತಾನು ಬಂದುದರ ಉದ್ದೇಶ ನೆನಪಾಗಿತ್ತು. ಇಲ್ಲವಾದರೆ ಹೊನ್ನಪ್ಪಾಚಾರಿಯ ಹೆಂಡತಿ ತನ್ನ ಬಗ್ಗೆ ಏನು ತಿಳಕೊಳ್ಳುತ್ತಿದ್ದಳೋ; 'ಒಂದು ಸಂಜೆಯ ಮಟ್ಟಿಗೆ ಸ್ವಲ್ಪ ಕರಗಸ ಬೇಕಾಗಿತ್ತು' ಎಂದ, ತಡವರಿಸುತ್ತ. ಹೊನ್ನಪ್ಪಾಚಾರಿಯ ಹೆಂಡತಿ ಒಳಗೆ ಹೋಗಿ ಕರಗಸ ತಂದುಕೊಡುತ್ತ, 'ಇಷ್ಟೇನೆ?' ಎಂಬಂತೆ ಪ್ರಶ್ನಾರ್ಥಕವಾಗಿ ನೋಡುತ್ತ, 'ನಿಮ್ಮ ಹಳೇ ಮನೆಯ ಹಿಂದಿನ ಜಗಲಿಯ ಮೇಲೆ ದೇವಿ ಒಲಿ ಹೂಡಿದ್ದಾಳಂತಲ್ಲ? ಆಗ ಏಕನಾಥ ಶೆಟ್ಟರ ಅಂಗಡಿಗೆ ಸಾಮಾನು ತರಲಿಕ್ಕೆ ಹೋದಾಗ ಭೆಟ್ಟಿಯಾಗಿದ್ದಳು. ಅವಳ ಧೈರ್ಯವಾದರೆ ಧೈರ್ಯವಪ್ಪ; ಹಾಗೆ ಬಿಟ್ಟ ಮನೆಯ ಜಗಲೀ ಮೇಲೆ...' ಎನ್ನುತ್ತ ಮುಗುಳು ನಕ್ಕಳು.

ಹೊನ್ನಪ್ಪಾಚಾರಿಯ ಹೆಂಡತಿ ದೇವಿಯನ್ನು ಕುರಿತು ಮಾತನಾಡುವಾಗ ಮುಗುಳು ನಕ್ಕದ್ದು ಲಕ್ಷ್ಯಕ್ಕೆ ಬಂದದ್ದು, ಹಳೆ ಮನೆಯ ಹಿತ್ತಲನ್ನು ಹೊಕ್ಕು ಅಂಗಳದಲ್ಲಿ ಜಿಗ್ಗು ಹೆಕ್ಕುತ್ತಿದ್ದ ದೇವಿಯನ್ನು ಕಂಡನಂತರವೇ; ನಿನ್ನೆ ರಾತ್ರಿ ತಾನು ಅಂಗಡಿಯಿಂದ ಹಿಂತಿರುಗಿ ಬಂದ ಮೇಲೆ ಅಮ್ಮನೂ ಹೇಳಿದಂತಿರಲಿಲ್ಲವೆ; ತಾನು ಅಂಗಡಿಗೆ ಹೊರಟು ಹೋದದ್ದೇ ದೇವಿ ಬಂದಿದ್ದಳಂತೆ. ಹಿಂದಿನ ಜಗಲಿಯ ಮೇಲೆ ಒಲಿ ಹೂಡಿದ್ದನ್ನು, ಅಡಿಗೆ ಮನೆ ಹೊಕ್ಕ ದನವನ್ನು ಓಡಿಸಿ ಕದ ಅಡ್ಡ ಮಾಡಿ... ಎಲಾ ಎಲಾ ಎಲ್ಲ ಈಗ ನೆನಪಾಗುತ್ತಿದೆಯಲ್ಲ; ಥೂ ಥೂ ಥೂ ಬೆಂಕಿ ಬಿದ್ದ ನನ್ನ ಮರವೇ ಹಾಳು ಮರವೆ... ದೇವಿಯನ್ನು ಕಂಡದ್ದೇ ಅವನಿಗರಿವಾಗುವ ಮೊದಲೇ ಅವನ ಮೊದಲಿನ ಯೋಜನೆಯಲ್ಲಿ ಬದಲಾಗಿತ್ತು. ಮನೆಯ ಹಿಂದುಗಡೆ ಹೋಗಿ ಬಚ್ಚಲಮನೆಯಿಂದ ರೀಪನ್ನು ತಂದು ಕದಕ್ಕೆ ಹೊರಗಿನಿಂದ ಬಡೆದರಾಯಿತು ಎಂದುಕೊಂಡಿದ್ದ, ಆದರೆ ಈ ಯೋಜನೆಯಲ್ಲಿ ಬದಲಾದದ್ದು ಅವನ ಲಕ್ಷ್ಯಕ್ಕೆ ಬಂದದ್ದು 'ಬಿಟ್ಟ' ಮನೆಯನ್ನು ಹೊಕ್ಕು ಹೊರ ಜಗಲಿಯ ಕದಕ್ಕೆ ಒಳಗಿನಿಂದ ಅಗಲಿ ಇಟ್ಟು ನಡುವಿನ ಕೋಣೆಯ ಬಾಗಿಲ ತೆರದದ್ದೇ ಒಳಗಿನ ಮಬ್ಬುಗತ್ತಲೆಯೊಳಗಿಂದ ಫಟ್ ಫಟ್ ಫಟ್ ಎಂದು ರೆಕ್ಕೆ ಬಡೆಯುತ್ತ ಬಾವಲಿಗಳು ಮೈಮೇಲಿಂದಲೇ ಹಾದು ಹೋದಾಗ ಸೋದರತ್ತೆ ಸಾಯುವಾಗ ಮಲಗಿದ ಕೋಣೆಯನ್ನು ದಾಟುವಾಗ ಗುಮ್ಮೆಂದು ಬಂದ ವಿಚಿತ್ರ ವಾಸನೆಗೆ ಹೊಕ್ಕುಳದ ಸುತ್ತಲಿನ ಹೊಟ್ಟೆಯ ಭಾಗ ತತ್ಥರ ನಡುಗಿತು; ಅವಸರ ಅವಸರವಾಗಿ ಹೆಜ್ಜೆ ಇಡುತ್ತ ಅಡಿಗೆ ಮನೆಯತ್ತ ಸಾಗಿದ. ದೇವರ ಕೋಣೆ ಯಲ್ಲಂತೂ ಕತ್ತಲೆಯೇ ಕತ್ತಲೆ; ದಾಟುವಾಗ ಕಾಲಡಿಯಿಂದ ಇಲಿಯೋ, ಚ್ಚುಂದರಿಯೋ (ಸುಂಡಲಿ) ಚೆಂವ್ ಚೆಂವ್ ಎನ್ನುತ್ತ ಓಡಿಹೋದಾಗ ಜಿಗಿದುಬಿದ್ದ. ಅಡಿಗೆಮನೆ ಸೇರಿದ ಮೇಲೆ ಜೀವಕ್ಕೆ ತುಸು ಸಮಾಧಾನವೆನಿಸಿತ್ತು; ಹಿಂದಿನ ಹರಕು ಮುರುಕು ಕದದ ಸಂದಿ-ಬಿರುಕುಗಳೊಳಗಿಂದ ತುಸು ಬೆಳಕು ಒಳಗೆ ಬರುತ್ತಿತ್ತು. ಲಗುಬಗೆಯಿಂದ ಪಶ್ಚಿಮದ ದಿಕ್ಕಿನ

ಕಿಡಕಿಯನ್ನು ಸಮೀಪಿಸಿ ಕದ ತೆರೆದ, ಇನ್ನು ತುಸು ಬೆಳಕು, ಗಾಳಿ ಒಳಗೆ ಬಂದವು. ಇಲ್ಲೆಲ್ಲೋ ಮೂಲೆಯಲ್ಲಿ ನಾಗಂದಿಯ ಮೇಲಿನ ಡಬ್ಬಿಗಳನ್ನು ಇಡಲು-ತೆಗೆಯಲು ಉಪಯೋಗಿಸುತ್ತಿದ್ದ ಸ್ಟೂಲು ಇದ್ದುದರ ನೆನಪು ಬಂತು, ಮಬ್ಬುಗತ್ತಲೆಯಲ್ಲೀ ಹುಡುಕಾಡಿ ತಂದು ಅದರ ಮೇಲೆ ಕುಳಿತ.

ಸೋದರತ್ತೆ ಸತ್ತವೇಳೆ ಕೆಟ್ಟದ್ದಾಗಿತ್ತು ಎಂದು ಬಿಟ್ಟ ಹಳೆಯ ಮನೆ; ಮೂರು ಸಂಜೆಯ ಹೊತ್ತಿನಲ್ಲಿ ಹಬ್ಬಿಕೊಂಡ ಮಬ್ಬುಗತ್ತಲೆ; ತಿಂಗಳಿಡೀ ಕದಗಳೆಲ್ಲವನ್ನೂ ಮುಚ್ಚಿಕೊಂಡು ಗಾಳಿಯಾಡದ ಮನೆಯಲ್ಲಿ ನೆರೆನಿಂತ ಎಂತಹದೋ ಹಳೆತ ವಾಸನೆ; ಕಾಲಿಟ್ಟಲ್ಲೆಲ್ಲ ಧೂಳು, ತಾನು ಇದ್ದ ಪರಿಸ್ಥಿತಿಯ ಅರಿವು ಈಗ ಅಯಿತೆನ್ನುವಂತೆ ಸ್ಟೂಲಿನ ಮೇಲೆ ಕುಳಿತಲ್ಲೇ ನಡುಗಿದ. ಇಷ್ಟೆಲ್ಲ ಆದದ್ದು ಈ ಹಾಳು ದೇವಿಯಿಂದ. ಹಿಂದಿಲ್ಲ ಮುಂದಿಲ್ಲದ ಹುಡುಗಿ. ಥುತ್ ಎಂದು ಅಂಗಳದಲ್ಲಿ ಪ್ರಕಟವಾಗಿ ಮಾತನಾಡಿಸಿದ (ಮೊಲೆ ತೋರಿಸಿದ!) ಅವಳಿಗೆ ಹೆದರಿಯೇ ಅಲ್ಲವೇ ತಾನು ಇಲ್ಲಿಗೆ ಬಂದು ಸಿಕ್ಕಿಕೊಂಡದ್ದು. ಆ ಇಲ್ಲದ ವಯ್ಯಾರದ ಹೆಣ್ಣು-ಹೊನ್ನಪ್ಪಾಚಾರಿಯ ಹೆಂಡತಿ-ದೇವಿಯ ಬಗ್ಗೆ ಮಾತನಾಡುತ್ತ ಹಾಗೆ ಮುಗುಳು ನಕ್ಕಿರದಿದ್ದರೆ ಇಷ್ಟೆಲ್ಲ ಆಗುತ್ತಿರಲಿಲ್ಲವೇನೋ. ಶ್ರಾದ್ಧದ ಊಟವಾದದ್ದೇ ಅಮ್ಮ-ಭಟ್ಟರು ತನ್ನ ಮದುವೆಯ ಬಗ್ಗೆ ಮಾತನಾಡಿರದಿದ್ದರೆ ತಾನು ಹೊರಗೆ ಹೋಗುವ ವಿಚಾರವನ್ನೇ ಮಾಡುತ್ತಿರಲಿಲ್ಲವೇನೋ, ಅಥವಾ ಇಂದು ಮನೆಯಲ್ಲಿ ಪಿತೃಪಕ್ಷವೇ ಇದ್ದಿರದಿದ್ದರೆ ತಾನು ಇಷ್ಟು ಹೊತ್ತಿಗೆ ಹಾಯಾಗಿ ಅಂಗಡಿಯಲ್ಲಿ ಕೂತಿರುತ್ತಿದ್ದೆನೇನೊ... ಅಮ್ಮ-ಭಟ್ಟರ ಮೇಲೆ ಅಂದು ಮಧ್ಯಾಹ್ನವೇ ಪಿಂಡಗಳನ್ನರ್ಪಿಸಿಕೊಂಡ ಪಿತೃಗಳ ಮೇಲೂ ಅವನಿಗೆ ಸಿಟ್ಟು ಬಂತು. ಅಮ್ಮನಿಗಂತೂ ತನ್ನ ಮದುವೆಯನ್ನು ಕುರಿತು ಮಾತನಾಡಲು ಹೊತ್ತು ಗೊತ್ತು ಎಂಬುದೇನೂ ಇಲ್ಲ. ಇಡಿಯ ದಿನ ಕರಿಯ ಎಳ್ಳು, ದರ್ಭೆ, ಪಿಂಡ, ಸವ್ಯಂ ಅಪಸವ್ಯಂಗಳ ಗದ್ದಲದಲ್ಲಿ ತಲೆ ಚಿಟ್ಟುಹಿಡಿದಾಗ ಬಿಚ್ಚಿದಳಲ್ಲ, 'ಇವನಿಗೀಗ ಕಡಿಮೆ ವಯಸ್ಸೇ ಭಟ್ಟರೆ? ಇವನ ಸರೀಕರಿಗೆಲ್ಲ ಲಗ್ನವಾಗಿ ಎರಡೆರಡು ಮಕ್ಕಳಾಗಿವೆ. ಕೇಳಿದಾಗೆಲ್ಲ ತಾನು ಬ್ರಹ್ಮಚಾರಿ ಯಾಗಿಯೇ ಇರುತ್ತೇನೆ; ತನಗೆ ಮದುವೆಯೇ ಬೇಡ ಅನ್ನುತ್ತಾನೆ. ಮೊದಮೊದಲು ನಾವು ಬರೇ ಚೇಷ್ಟೆಗೆ ಅನ್ನುತ್ತಿರಬಹುದು ಎಂದುಕೊಂಡಿದ್ದೆವು. ಆ ಸ್ವಾಮಿ ಈ ಸ್ವಾಮಿ ಎಂದು ಯಾರ ಯಾರವೋ ಪುಸ್ತಕಗಳನ್ನು ಓದುತ್ತಾನಂತೆ. ದಿನವೂ ಸೂರ್ಯನಮಸ್ಕಾರ ಆಸನಾ ಮಾಡುತ್ತಾನೆ. ಇವನ ಈ ಇಲ್ಲದ ಹುಚ್ಚನ್ನು ಬಿಡಿಸುವ ಹೆಣ್ಣು ಎಲ್ಲಿ ಕೂತಿದ್ದಾಳು ಅಂತೇನೆ. ಸೊಸೆಯ ಮೋರೆ ನೋಡಬೇಕು, ಮೊಮ್ಮಗನನ್ನು ನೋಡಬೇಕು ಎಂಬ ಆಸೆ ಇಟ್ಟು ಕೊಂಡೇ ಇವರು ಕಣ್ಣು ಮುಚ್ಚಿದರು. ಅಂತಹದೇ ಆಸೆ ಇಟ್ಟುಕೊಂಡ ಸೋದರತ್ತೆನೂ ಈಗ ಸತ್ತಳು. ಇವನು ಮದುವೆಯಾಗದಿದ್ದರೆ ನಮ್ಮ ವಂಶ ಹೇಗೆ ಮುಂದುವರಿಯಬೇಕು ಭಟ್ಟರೇ, ನಮಗೆ ಬೇರೆ ಮಕ್ಕಳಿವೆಯೇ?' ಅಮ್ಮನ ದನಿಯಲ್ಲಿ ಅಳು ಸೇರಿತ್ತು. ಅದನ್ನು ಕೇಳಿದ್ದೇ ಎದ್ದೆ. ಆದರೆ ಎದ್ದದ್ದೇ ಹೀಗೆಲ್ಲ ಆಗುತ್ತದೆಯೆಂದು ಯಾರು ತಿಳಿದಿದ್ದರು; ಕತ್ತಲೆ ಕವಿಯುವ ಹೊತ್ತಿಗೆ ಈ ಬಿಟ್ಟ ಮನೆಯಲ್ಲಿ ಸಿಕ್ಕುಬಿದ್ದೆನಲ್ಲ; ಈಗಿಂದೀಗ ಇಲ್ಲಿಂದ ಹೊರಟು ಹೋದರೆ ಹೇಗೆ? ನಾಳೆ ಹೊನ್ನಪ್ಪಾಚಾರಿಯ ಕೈಗೆ ಪುರಸತ್ತಾದಾಗ ಅವನಿಂದಲೇ ರಿಪೇರಿ ಮಾಡಿಸಿದರಾಯಿತು. ತನಗೆ ಹೇಳಿದ ಕೆಲಸವೇ ಇದು? ಎಂದುಕೊಂಡ. ಮರು ಕ್ಷಣ,

ಅದಾಗಲೇ ಎಚ್ಚರಗೊಂಡಿದ್ದ ಸ್ವಾಭಿಮಾನ ಅಡ್ಡ ಬಂತು; ಇಲ್ಲಿಯವರೆಗಂತೂ ಬಂದದ್ದಾಗಿದೆ. ಇಷ್ಟೆಲ್ಲ ಕಷ್ಟಪಟ್ಟು (ಸಂಜೆಯ ಹೊತ್ತಿಗೆ, ಹೊನ್ನಪ್ಪಾಚಾರಿ ಮನೆಯಲ್ಲಿ ಇಲ್ಲದ ವೇಳೆಯಲ್ಲಿ, ಅವನ ಹೆಂಡತಿಯನ್ನು ಕಾಣುವುದೇನು ಕಡಿಮೆ ಕಷ್ಟದ ಕೆಲಸವೇ?) ಕರಗಸ ತಂದಾಗಿದೆ. ದೇವಿ ಬಿಟ್ಟ ಮನೆಯ ಹೆದರಿಕೆ ಹಾಕಿದಾಗಲೂ ಅದರ ಪರಿವೆ ಇಲ್ಲದವನಂತೆ ಮನೆಯನ್ನು ಹೊಕ್ಕಾಗಿದೆ. ತಂದ ಕರಗಸವನ್ನು ಹಿಂದಕ್ಕೆ ಒಯ್ಯುವಾಗ ದೇವಿ, ನೋಡಿದರೆ ತನಗೆ ಹೆದರಿಯೇ ಹಿಂತಿರುಗಿದ ಎಂದು ತಿಳಿಯಲಾರಳೇ? ಇಷ್ಟಕ್ಕೂ ಮನೆ ತಲುಪಿದ ಮೇಲೆ ಅಮ್ಮ ಕೇಳಿದರೆ ಅಥವಾ ನಾಳೆ ಹೊನ್ನಪ್ಪಾಚಾರಿ ಕರಗಸ ಏಕೆ ಒಯ್ದದ್ದು ಎಂದು ವಿಚಾರಿಸಿದರೆ ಏನು ಹೇಳುವುದು? ಕದಕ್ಕೆ ಪಟ್ಟಿ ಹೊಡೆಯೋಣ ಎಂತ ಹೋಗಿದ್ದೆ; ಆದರೆ ಅಲ್ಲಿದ್ದ ದೇವಿಗೆ ಹೆದರಿ ಹಾಗೇ ಹಿಂತಿರುಗಿದೆ ಎನ್ನಬಹುದೇ? ಏನಿಲ್ಲ ಕದಕ್ಕೆ ಅಡ್ಡಪಟ್ಟಿ ಹೊಡೆದ ಹೊರತು ತಿರುಗಿ ಹೋಗುವ ಹಾಗಿಲ್ಲ. ಇಷ್ಟೇ, ಮೊದಲು ಹೊರಗಿನಿಂದ ಹೊಡೆಯಬೇಕು ಎಂದುಕೊಂಡ ಪಟ್ಟಿಗಳನ್ನು ಈಗ ಒಳಗಿನಿಂದ ಹೊಡೆದರಾಯಿತು (ಹಿಂದಿನ ಜಗಲಿಯ ಮೇಲೆ ಒಲೇ ಹೂಡಿದ ದೇವಿಯ ಕಣ್ಣಿಗೆ ತಿರುಗಿ ಬೀಳುವ ಪ್ರಸಂಗವೂ ತಪ್ಪುತ್ತದೆ!) ಎಂದುಕೊಂಡ. ಈ ನಿಶ್ಚಯ ಮೂಡಿದ್ದೇ ಒಳಗಿನ ಭಯ ಆ ಕ್ಷಣಕ್ಕಂತೂ ತುಸು ದೂರವಾದಂತೆನಿಸಿತು. ಹಿಂದಿನ ಜಗಲಿಯ ಮೇಲೆ ಹೆಜ್ಜೆಗಳ ಸದ್ದು, ಬಳೆಗಳ ಕಿಂಕಿಣ, ದೇವಿ ಅಲ್ಲಿಗೆ ಬಂದಿರಬೇಕು ಎಂದೆನಿಸಿತು. ಮರುಗಳಿಗೆ, ಹೊಸತೇ ಒಂದು ಪೇಚು ಮುಂದೆ ಬಂದು ನಿಂತಿತು. ಎಲಾ ಎಲಾ ತನಗಿಂದು ಆದದ್ದಾದರೂ ಏನು? ಕದಕ್ಕೆ ಪಟ್ಟಿ ಹೊಡೆಯಲು ರೀಪನ್ನು ತರುವುದಾದರೆ ಬಚ್ಚಲಮನೆಗೆ ಹೋಗಬೇಕು. ಬಚ್ಚಲಮನೆ ಇದ್ದದ್ದು ಹಿಂದಿನ ಜಗಲಿಯ ಬಲತುದಿಯಲ್ಲಿ. ಅಂತೂ ದೇವಿಯ ಕಣ್ಣಿಗೆ ಬೀಳುವ ಪ್ರಸಂಗ ತಪ್ಪಿದ್ದಲ್ಲ. ಹಾಗಾದರೆ; ಥತ್ ಯಾಕಾದರೂ ಎಲ್ಲ ಬಿಟ್ಟು ಇಲ್ಲಿ ಬರುವ ವಿಚಾರ ಬಂದಿತೋ, ಎರಡು ತಾಸುಗಳ ಮಟ್ಟಿಗಾದರೂ ಅಂಗಡಿ ತೆರೆದು ಕೂಡ್ರಬಹುದಿತ್ತು. ಈಗಲೂ ಹೋಗಬಹುದಲ್ಲ. ಕೀಲಿಕೈ ಪೊತ್ತೆಯಂತೂ ಕಿಸೆಯಲ್ಲೇ ಇದೆ. ಆದರೆ ಈ ಕರಗಸದ್ದೇನು ಮಾಡಲಿ? ಇದನ್ನು ಹೊತ್ತುಕೊಂಡೇ ಅಂಗಡಿಗೆ ಥತ್; ಇಷ್ಟಕ್ಕೂ ದೈವ ಅವನ ಕೈಬಿಡಲಿಲ್ಲ. ಸ್ಟೂಲಿನಿಂದ ಎದ್ದು ಅಡಿಗೆಮನೆಯಲ್ಲಿ ಒಲೆಯ ಕಟ್ಟಿಗೆ ಒಟ್ಟುವ ಮೂಲೆಯನ್ನು ಹುಡುಕಾಡಿದಾಗ ದಪ್ಪ ಹಲಗೆಯ ತುಂಡೊಂದು ಕೈಗೆ ಹತ್ತಿತ್ತು. ಹಾಂ ಎಂದ. ಇದನ್ನೇ ಕರಗಸದಿಂದ ಸೀಳಿ ಮೂರು ಪಟ್ಟಿಗಳನ್ನು ಸಿದ್ಧಗೊಳಿಸಬಹುದಲ್ಲ ಎನ್ನಿಸಿತು. ವಿಚಾರ ಬಂದದ್ದೇ ಎಲ್ಲಿಲ್ಲದ ಹುರುಪಿನಿಂದ ಹಲಗೆಯನ್ನು ಕೊಯ್ಯಹತ್ತಿದ. ಕೋಣೆಯ ಮಬ್ಬುಗತ್ತಲೆಯಲ್ಲಿ ಹಲಗೆಯ ದಪ್ಪ, ಉದ್ದ–ಅಗಲಳತೆಗಳು ಸ್ಪರ್ಶ ಗೋಚರವಾದವೇ ಹೊರತು ಕಟ್ಟಿಗೆಯ ಜಾತಿ ತಿಳಿಯಲಿಲ್ಲ. ಹಿಂದೆಂದೋ ಗಣಪತಿಯ ಮಣೆ ಮಾಡಿಸಲಾದೀತೆಂದು ತಂದಿಟ್ಟ ಆ ಹಲಗೆ ಹೊನ್ನಪ್ಪಾಚಾರಿ ಬಹಳ ದಿನಗಳಿಂದ ಉಪಯೋಗಿಸದೇ ಬೊಟ್ಟುಬಿದ್ದ ಕರಗಸಕ್ಕೆ ಸುಲಭವಾಗಿ ಬಗ್ಗುವಂತಹದಾಗಿರಲಿಲ್ಲ. ಆಗಿರದಿದ್ದರೇನಂತೆ; ಕದಕ್ಕೆ ಅಡ್ಡ ಪಟ್ಟಿ ಹೊಡೆದ ಹೊರತು ಹಿಂತಿರುಗಬಾರದು ಎಂಬ ನಿರ್ಧಾರವಾದರೂ ಸುಳ್ಳಾಗುವುದಿಲ್ಲವಲ್ಲ! ಈ ವಿಷಯವಾಗಿ ಅವನ ಮನಸ್ಸಿನಲ್ಲೆದ್ದ ರೊಚ್ಚು, ಕರಗಸದ ಬೊಡ್ಡು ಹಲ್ಲುಗಳ ಕೆಳಗೆ ಹಲಗೆ ಮಾಡುತ್ತಿದ್ದ ಕರ್ಕಶ ದನಿಯಲ್ಲಿ; ಮೈಮೇಲೆ

ಹನಿಗೂಡುತ್ತಿದ್ದ ಬೆವರಿನಲ್ಲಿ, ಅಂಗೈಯ ಮೇಲೆ ಏಳುತ್ತಿದ್ದ ದಡ್ಡು ಬೊಕ್ಕೆಗಳಲ್ಲಿ ವ್ಯಕ್ತವಾಗಿತ್ತು. ಹೊರಗಿನಿಂದ ದೇವಿ ಏನೋ ಅಂದಿರಬೇಕು. ಆದರೆ ಕರಗಸದ ಕರಕರೆಯಲ್ಲಿ ಸರಿಯಾಗಿ ಕೇಳಿಸಲಿಲ್ಲ. ಕೇಳುವ ವ್ಯವಧಾನವೂ ಇದ್ದಿರಲಿಲ್ಲ. ಕೊನೆಗೊಮ್ಮೆ ಕೊಯ್ಯುವ ಕೆಲಸ ಮುಗಿದಾಗ ಹುಸ್ಸಪ್ಪಾ ಎಂದ. ಆದರೆ ಆ ಉದ್ಗಾರದಲ್ಲಿ ತನಗಾದ ದಣಿವಿನ ಅರಿವು ಎಳ್ಳಷ್ಟೂ ಇದ್ದಂತಿರಲಿಲ್ಲ. ಮೈಮೇಲೆ ಧಾರೆಯಾಗಿ ಇಳಿಯಹತ್ತಿದ ಬೆವರಿನ ಗುರುತೂ ಅವನಿಗೆ ಸಿಗುತ್ತಿರಲಿಲ್ಲವೇನೋ. ಅದನ್ನು ಒರೆಸುವ ತಾಳ್ಮೆಯೂ ಇಲ್ಲದವನಂತೆ ಕೊಯ್ದು ಸಿದ್ಧವಾದ ಕಟ್ಟಿಗೆಯ ಪಟ್ಟಿಗಳಲ್ಲೊಂದನ್ನು ಎತ್ತಿ, ಕದದ ಮೇಲೆ ಅಡ್ಡಹಿಡಿದು ಮೊಳೆ ಹೊಡೆಯುವ ತಯಾರಿ ಮಾಡುವಾಗ ಪಟ್ಟಿಯನ್ನು ಹಿಡಿಯಲು ಯಾರಾದರೂ ಇದ್ದರೆ ಒಳಿತಾಗುತ್ತಿತ್ತಲ್ಲ ಎಂದುಕೊಳ್ಳುತ್ತಿರುವಾಗಲೇ, ಹೊರಗಿನಿಂದ ದೇವಿಯ ಕೆಮ್ಮಿನ ದನಿ, ಬಳೆಗಳ ಸದ್ದು ಕೇಳಿಬಂದವು. ಹಾಳಾದವಳು ಇನ್ನೂ ಇಲ್ಲೇ ಇದ್ದಾಳೇನೋ, ಹರಕು–ಮುರುಕಾದ ಬಾಗಿಲ ಸಂದಿಗಳೊಳಗಿಂದ ಒಳಗೆ ಇಣಿಕಿ ನೋಡುತ್ತಿಲ್ಲವಷ್ಟೇ? ನಾಚಿಕೆ ಬಿಟ್ಟವಳು; ಯಾರಾದರೂ ನೋಡಿದರೆ?

'ದೀಪ ಹಚ್ಚುವ ಹೊತ್ತು. ಹೀಗೆ ಬಿಟ್ಟ ಮನೆಯನ್ನು ಹೊಕ್ಕು ಒಳಗೆ ಏನು ಮಾಡುತ್ತಿದ್ದಾರೋ? ಈ ಬರ್ಮಚಾರಿಯ ಧೈರ್ಯವಾದರೆ ಧೈರ್ಯವಪ್ಪಾ,' ದೇವಿಯ ಈ ಮಾತಿನಿಂದ ಅವನಿಗೆ ಸಿಟ್ಟು ಬರುವ ಬದಲು ವಿಲಕ್ಷಣ ಭೀತಿಯಿಂದ ಮೈ ನಡುಗಿತು. ತಾನಿನ್ನೂ ಬಿಟ್ಟ ಮನೆಯ ಒಳಗೇ ಇದ್ದೇನೆ ಎನ್ನುವ ಅರಿವು ಈಗ ಬಂದಿತು ಎನ್ನುವಂತೆ. ಹೊರಗೆ ಮತ್ತೆ ಬಳೆಗಳ ಕಿಂಕಿಣ. ಏಕೋ ಈಗ ದೇವಿ ಇನ್ನೂ ಅಲ್ಲೇ ಇದ್ದಾಳೆ ಎಂಬ ಅನಿಸಿಕೆಯಿಂದ ತುಸು ಧೈರ್ಯವೆನಿಸಿತು. ಕದದ ಹೊರಗೇ ಆಗಲೊಲ್ಲದೇಕೆ, ಇನ್ನೊಂದು ಮನುಷ್ಯ ಜೀವ ಹತ್ತಿರವಿದೆಯಲ್ಲ ಎಂಬ ಭಾವನೆಯಿಂದ ಸಮಾಧಾನವೆನಿಸಿತು. ಪಟ್ಟಿಯನ್ನು ಅಡ್ಡಹಿಡಿದು, ಒಂದು ಕೊನೆಗೆ ಮೊಳೆ ಹೊಡೆಯ ಹತ್ತಿದ. 'ಇದೆ: ಹೊನ್ನಪ್ಪಾಚಾರಿಯ ಕೆಲಸ ಇವರೇ ಮಾಡ್ತಾರೋ ನೋಡ್ತೇ, ಕದಕ್ಕೆ ಮೊಳೆ ಹೊಡೆಯುವುದೇ ಇದ್ರೆ ಹೊರಗಿನಿಂದ ಹೊಡೆಯಲು ಆಗುತ್ತಿರಲಿಲ್ಲವೇ? ಹೀಗೆ ಕತ್ತಲೆಯ ಹೊತ್ತಿಗೆ, ಬಿಟ್ಟ ಮನೆಯನ್ನು ಹೊಕ್ಕ ಬೇಕಿತ್ತೇ?'–ದೇವಿ ಗುಣಗುಣಿಸಿದಳು. ಮೊಳೆ ಹೊಡೆಯುವ ಸದ್ದನ್ನು ಕೇಳಿ, ಮಗ್ಗುಲು ಹಿತ್ತಲಲ್ಲಿಯ ಶಂಕರರಾಯರ ಮನೆಯ ಜಗಲಿಯಿಂದ ಅವರ ಅಡಿಗೆಯವಳು, ಆಳೆತ್ತರ ಬೇಲಿಯಾಚೆಯ ದೇವಿ ತನಗೆ ಸರಿಯಾಗಿ ಕಾಣದಿದ್ದರೂ, ದೊಡ್ಡ ದನಿಯಲ್ಲಿ, 'ಅಧ್ಯಾರೇ ದೇವಿ? ಬಿಟ್ಟ ಮನೆಯ ಒಳಗೆ ಮೊಳೆ ಬಡೆದ ಸದ್ದು' ಎಂದು ಕೇಳಿದಳು.

'ಬರ್ಮಚಾರಿ ಒಡೆದೀರು ಬಂದೀರು. ಮೊನ್ನೆ ಕದಾ ಮುರ್ದು ದನಾ ಒಳಗೆ ಹೊಕ್ಕಿತ್ತಲ್ಲ; ಹಾಗೆಂದು ಸರಿ ಮಾಡಲಿಕ್ಕೆ ಬಂದಿರಬೇಕು' ಎನ್ನುತ್ತ ದೇವಿ ನಿಷ್ಕಾರಣವಾಗಿ 'ಖಿಕ್' ಎಂದಳು. ದೇವಿಯ ಈ ಅಧಿಕಪ್ರಸಂಗದಿಂದ ಮಾತ್ರ ಅವನಿಗೆ ಸಿಟ್ಟು ಬರದೇ ಇರಲಿಲ್ಲ. ಅವಳು ಎಷ್ಟೊಂದು ಭಿಡೆಯಿಲ್ಲದೇ ತನ್ನನ್ನು 'ಬರ್ಮಚಾರಿ ಒಡೆದೀರು' ಎನ್ನುವುದು ಎಳ್ಳಷ್ಟೂ ಸೇರುತ್ತಿರಲಿಲ್ಲ. ಹಾಗೆಂದು ಅವಳನ್ನು ಪ್ರತಿಭಟಿಸುವ ಧೈರ್ಯವೂ ಅವನಿಗೆ

ಈವರೆಗೂ ಆಗಿರಲಿಲ್ಲ. ಏನೆಂದರೂ ದೇವಿ ನಾಚಿಕೆ ಬಿಟ್ಟ ಹುಡುಗಿ, ಅವಳ ಬಾಯಲ್ಲಿ ಬೀಳುವ ನಿರ್ಲಜ್ಜತನ ಅವನೇಕೆ ಮಾಡಿಯಾನು; ಮೊನ್ನೆ ಮೊನ್ನೆಯದೇ ಸಂಗತಿ. ಈ ಮನೆ ಬಿಡುವ ಒಂದೆರಡು ತಿಂಗಳ ಮೊದಲಷ್ಟೇ ನಡೆದದ್ದು. ಸ್ನಾನದ ಹಂಡೆಗೆ ನೀರು ತರಲೆಂದು ಬಾವಿಗೆ ಹೋದಾಗ, ದೇವಿ ಬಾವಿಯ ಹತ್ತಿರದ ಕಲ್ಲು ಮರಗಿಯಲ್ಲಿ ನಿಂತು ನೀರಿನಲ್ಲಿ ನೆನೆಯಲು ಹಾಕಿದ್ದ ಅರಿವೆಗಳನ್ನು ಕಾಲಿನಿಂದ ಮೆಟ್ಟುತ್ತಿದ್ದಳು. ಒದ್ದೆಯಾಗ ಬಾರದೆಂದು, ಸೀರೆಯನ್ನು ಮೊಣಕಾಲಗಳಗಿಂತ ಬಹಳ ಮೇಲಕ್ಕೆತ್ತಿ, ಗಟ್ಟಿಯಾಗಿ ಹಿಂದಕ್ಕೆ ಕಚ್ಚೆ ಕಟ್ಟಿದ್ದಳು. ದೇವಿಯನ್ನು ಅವನು ಆ ವೇಷದಲ್ಲಿ ಹಿಂದೆಂದೂ ನೋಡಿರಲಿಲ್ಲ, ನುಣುಪಾದ ಮಾಂಸಲ ಬೆತ್ತಲೆ ತೊಡೆಗಳನ್ನು ಆಶ್ಚರ್ಯಚಕಿತನಾಗಿ ನೆಟ್ಟ ದೃಷ್ಟಿಯಿಂದ ನೋಡುತ್ತ ನಿಂತವನು ಎಚ್ಚರಗೊಂಡದ್ದು 'ಇದೆ; ಅದೇನು ಹಾಗೆ ನೋಡ್ತೀರಾ' ಎಂದು ದೇವಿ ಕೇಳಿದ ಮೇಲೇ. ದೇವಿಯ ಈ ಪ್ರಶ್ನೆಗೆ ಶಂಕರರಾಯರ ಮನೆಯ ಅಡುಗೆ ಮನೆಯಿಂದ ಯಾರೋ ಒದಗಿ ಕೇಳಿದರು, 'ಯಾರ ಹತ್ತರ ಮಾತನಾಡ್ತೀಯೇ ದೇವಿ?' ದೇವಿ, 'ಬರ್ಮಚಾರಿ ಒಡೆದೀರು' ಎನ್ನುತ್ತಿರುವಾಗ ಇವನು 'ದಮ್ಮಯ್ಯಾ' ಎನ್ನುವಂತೆ ತನ್ನ ತುಟಿಯ ಮೇಲೆ ತಾನೇ ಕೈಯಿಟ್ಟುಕೊಂಡಾಗ ದೇವಿ 'ಖಿಕ್' ಎಂದು ನಕ್ಕಿದ್ದಳು. ದೇವಿ ಯಾವಾಗಲೂ ಹೀಗೆಯೇ, ಹಿಂದಿಲ್ಲ-ಮುಂದಿಲ್ಲ. ಈಗಲ್ಲ, ಚಿಕ್ಕಂದಿನಿಂದಲೂ ಅವನು ಅವಳನ್ನು ಬಲ್ಲ. ಶಂಕರರಾಯರ ಮನೆಯಲ್ಲೇ ದೊಡ್ಡವಳಾದದ್ದಲ್ಲವೇ ಅವಳು. ಈಗಂತೂ ಮೈಯಲ್ಲಿ ಪ್ರಾಯ ತುಂಬಿ 'ಮುಸು ಮುಸು' ಎನ್ನುವಂತೆ ಅವಳಿಗೆ-ಶಂಕರ ರಾಯರೇ ಹಿಂದೊಮ್ಮೆ ಅವಳನ್ನು ಬಯ್ಯುವಾಗ ಅಂದ ಮಾತುಗಳು. ಎರಡು ವರ್ಷಗಳ ಹಿಂದಷ್ಟೇ ಅವಳ ಲಗ್ನವಾಗಿತ್ತು. ಆದರೆ ಲಗ್ನವಾದ ಕೆಲ ದಿನಗಳಲ್ಲೇ ಗಂಡ ಓಡಿಹೋದ. ಎಲ್ಲಿ ಹೋದನೋ, ಯಾಕೆ ಹೋದನೋ ಯಾರಿಗೂ ಗೊತ್ತಾಗಲಿಲ್ಲ. ಸೈನ್ಯ ಸೇರಿದ್ದಾ ನೆಂದು ಮೊನ್ನೆ ಯಾರೋ ಸುದ್ದಿ ತಂದಿದ್ದರು. ಸೈನ್ಯ ಸೇರಲಿ ಇಲ್ಲ ಮಸಣಕ್ಕೆ ಹೋಗಲಿ, ತನಗೇನಂತೆ; ದೇವಿಯ ಮೇಲೆ ಅನಾವರವಾಗಿ ಬಂದ ಸಿಟ್ಟು ಮೊಳೆಗಳ ಮೇಲೆ ಬೀಳು ತ್ತಿದ್ದ ಕಲ್ಲಿನ ಪೆಟ್ಟಿನಲ್ಲಿ ಸರಿಯಾಗಿ ವ್ಯಕ್ತವಾಗಹತ್ತಿತ್ತು. 'ಇದೆ; ಹೀಂಗೆಲ್ಲಾ ಮೊಳೆ ಹೊಡ್ದ್ರೆ ನಾಳೆ ಕದಾ ತೆರೀಲಿಕ್ಕೆ ಆಗ್ಲಿಕ್ಕಿಲ್ಲಾ' ಎಂದು ದೇವಿ ಹೇಳಿದ ಮಾತು ಕೇಳಿ ದಾಗಂತೂ ಮೊದಲು ಯೋಚಿಸಿದ್ದಕ್ಕಿಂತ ಎರಡು ಮೊಳೆಗಳು ಹೆಚ್ಚಿ ಪಟ್ಟಿಯಲ್ಲಿ ಸೇರಿದವು.

ಮುಂದಿನ ಕೆಲ ಹೊತ್ತು, ಒಂದೊಂದೇ ಪಟ್ಟಿಯನ್ನು ಅಡ್ಡ ಹಿಡಿದು ಮೊಳೆ ಹೊಡೆದು ಭದ್ರವಾಗಿ ಜೋಡಿಸುತ್ತಿದ್ದಂತೆ, ಕದದ ಹೊರಗೇ ಉಳಿದು, ಏನೇನೋ 'ಗುಣಗುಣು-ಗುಜುಗುಜು' ಮಾತನಾಡುವ ದೇವಿಯ ಮೇಲೆ ಬಂದ ಸಿಟ್ಟು; ಇಂತಹ ಅವೇಳೆಯಲ್ಲಿ ಬಿಟ್ಟ ಮನೆಯನ್ನು ಹೋಗುವಂತೆ ಮಾಡಿದ ಹೊನ್ನಪ್ಪಾಚಾರಿಯ ಹೆಂಡತಿಯ ಮೇಲೆ ಬಂದ ಸಿಟ್ಟು; ಇದೆಲ್ಲಕ್ಕೂ ಮೂಲ ಕಾರಣರಾದ ಅಮ್ಮ, ಪುರೋಹಿತಭಟ್ಟ, ಸತ್ತ ಪಿತೃಗಳ ಮೇಲೆ ಬಂದ ಸಿಟ್ಟು, ಏಕನಾಥ ಶೆಟ್ಟಿಯ ಅಂಗಡಿಯಿಂದ ತಂದ ಪಾವುಸೇರು ಮೊಳೆ ಗಳನ್ನೂ ಕದಕ್ಕೆ ಬಡೆದ ಪಟ್ಟಿಗಳಲ್ಲಿ ಸೇರಿಸಿತ್ತು.

ಕೊನೆಗೊಮ್ಮೆ ಮೊಳೆ ಹೊಡೆಯುವ ಕೆಲಸ ಮುಗಿದು 'ಹುಸ್ಸಪ್ಪಾ' ಎನ್ನುತ್ತ ಮೊಳೆ ಹೊಡೆಯಲು ಎತ್ತಿಕೊಂಡ ಕಲ್ಲನ್ನು ಕೆಳಗಿಡುತ್ತಿದ್ದಂತೆ ಮನೆಯೊಳಗಿನ ಕತ್ತಲೆ ಒಮ್ಮಿಗಲೇ ಹೆಚ್ಚಿದ್ದರ ಅರಿವು ಬಂದು ತಣ್ಣಗಿನ ಭೀತಿಯಿಂದ ನಡುಗಿದ. ಅಗಲಿ ಮುರಿದು ಹೋಗಿ ಹರಕು–ಮುರುಕಾದ ಕದಗಳನ್ನು ಜೋಡಿಸಿ, ಪಟ್ಟಿ ಹೊಡೆಯುವವರೆಗೂ ಇದ್ದ ಧೈರ್ಯ, ಪಟ್ಟಿ ಹೊಡೆದು ಕದಗಳನ್ನು ಭದ್ರಮಾಡಿದ್ದೇ ಉಡುಗಿ ಹೋಗಿದೆ. ಯಾವುದೋ ಸಿಟ್ಟಿನ ಭರದಲ್ಲಿ ಅನಿಸಿದ್ದ ಧೈರ್ಯ, ಸಿಟ್ಟು ತನ್ನ ಗುರಿಯನ್ನು ಕಂಡಾದುದೇ ಅವ್ಯಕ್ತ ಭೀತಿಗೆ ಎಡೆಗೊಟ್ಟಿದೆ. ಮನೆಗೆ ಹೋಗಲು ಹೆದರದೇ ಇದ್ದವನು, ಒಳಗಿನ ಕೆಲಸ ಈಗ ಮುಗಿದಿದೆ. ಈಗ ತಾನು ಹೊರಗೆ ಹೋಗಬೇಕು ಎನ್ನುವ ವಿಚಾರಕ್ಕೆ ಹೆದರಿದ್ದಾನೆ. ಕತ್ತಲೆ ತುಂಬಿದ ದೇವರ ಕೋಣೆ, ಸೋದರತ್ತೆ ಸಾಯುವಾಗ ಮಲಗಿದ ಕೋಣೆ, ಇವೆಲ್ಲವುಗಳನ್ನು ದಾಟಿ ಒಳಜಗಲಿ, ಆಮೇಲೆ ಹೊರಜಗಲಿ; ಇವೆಲ್ಲವುಗಳನ್ನು ಹಾದು ಹೇಗೆ ಹೊರಗೆ ಹೋಗಬೇಕೋ, ಯಾವುದೋ ಆವೇಶದ ಭರದಲ್ಲಿ ಅಡುಗೆ ಮನೆಯವರೆಗೆ ಬಂದವನು ಈಗ ತಾನು ತಿರುಗಿ ಹೋಗುವ ದಾರಿಯ ಉದ್ದ ಹೇಗೋ ಒಮ್ಮಿಗಲೇ ಬೆಳೆದಿದೆ ಎಂಬ ಅನಿಸಿಕೆಯಿಂದ ತಲ್ಲಣಗೊಂಡಿದ್ದಾನೆ. ದೇವರ ಕೋಣೆ ದಾಟುವಾಗ ಕಾಲಡಿಯಲ್ಲಿ ಆಗಿನಂತೆ ಇಲಿಯೋ, ಚುಚ್ಚುಂದರಿಯೋ ಹಾದುಹೋದರೆ; (ಹಿತ್ತಲ ಮೂಲೆಯಲ್ಲಿಯ ಬಿದಿರಿನ ಹಿಂಡಿನಲ್ಲಿ ಹಾವು ಹೊಕ್ಕಿದ್ದು ಕಂಡಿತಂತೆ ಭಟ್ಟರೆ) ಅದರಾಚೆಯ ಕೋಣೆಯನ್ನು ದಾಟುವಾಗ ಸೋದರತ್ತೆಯೇ ಕಣ್ಣಮುಂದೆ ನಿಂತಂತಾದರೆ; ಲಗ್ನವಾದ ವರ್ಷ–ಎರಡು ವರ್ಷಗಳಲ್ಲೇ ಗಂಡ ಸತ್ತು ಬೋಳಿಯಾದ ಸೋದರತ್ತೆ ಮಕ್ಕಳು–ಮರಿಗಳಿಲ್ಲದೇ ಇಡಿಯ ಆಯುಷ್ಯವನ್ನು ತಮ್ಮನ ಮನೆಯಲ್ಲೇ ಕಳೆದು, ಮುದಿವಯಸ್ಸಿನಲ್ಲಿ ಸಂಧಿವಾತದಿಂದ ತಿಂಗಳುಗಟ್ಟಲೆ ಹಾಸಿಗೆ ಹಿಡಿದು, ಬಿದ್ದಲ್ಲೇ ನವೆದು ನವೆದು ಸತ್ತಿದ್ದಳು. ತುಂಬ ಅತೃಪ್ತ ವಾಸನೆಯ ಈ ಮುದಿಜೀವ ಸತ್ತ ವೇಳೆಯೂ ಕೆಟ್ಟದ್ದಾಗಿತ್ತೆಂದು ಬಿಟ್ಟ ಮನೆ;–ಅಡುಗೆ ಮನೆಯಲ್ಲಿ ನಿಂತಲ್ಲೇ ಅವನಿಗೆ ತನ್ನ ಮೈ ಬೆವರುತ್ತಿದ್ದುದರ ಅರಿವು ಬಂದಿತು.

'ಕದಕ್ಕೆ ಮೊಳೆ ಹೊಡೆದಾದ ಮೇಲೂ ಇವರು ಒಳಗೆ ಒಬ್ಬರೇ ಏನು ಮಾಡುತ್ತಿರಬಹುದೋ!' ಪಟ್ಟಿ ಹೊಡೆದು ಭದ್ರಮಾಡಿದ ಕದವನ್ನು ದೂಡಿ ನೋಡಿದಳೇನೋ ದೇವಿ. ಕೈಮುಟ್ಟಿಗೆಯಿಂದ 'ಟಿಕ್–ಟಿಕ್' ಎಂದು ಬಡೆದಂತೆಯೂ ಕೇಳಿಸಿತು. ಇವನು ಒಮ್ಮೆಲೇ ಎಚ್ಚರಗೊಂಡು ಕೊರಳ ಮೇಲೆ ಮೂಡಿದ ಬೆವರಿನ ಹನಿಗಳನ್ನು ಅಂಗಿಯ ತುದಿಯಿಂದಲೇ ಒರಸಿಕೊಂಡ. ಕರಗಸವನ್ನು ಕೈಯಲ್ಲಿ ಗಟ್ಟಿಯಾಗಿ ಹಿಡಿದ. ಹೆಜ್ಜೆಯಿಡುತ್ತ ದೇವರ ಕೋಣೆಗೆ ಬಂದದ್ದೇ 'ಔಕ್' ಎಂದ. ಭೀತಿಯಿಂದ ಚೀರಿಕೊಳ್ಳಬಾರದು ಎನ್ನುವಂತೆ ಬಲಗೈಯಿಂದ ಬಾಯನ್ನು ಮುಚ್ಚಿಕೊಂಡ; ದೇವರ ಕೋಣೆಯಿಂದ ಆಚೆಯ ಕೋಣೆಗೆ ಹೋಗುವ ಹೊಸತಿಲಲ್ಲಿ. ಇವನತ್ತ ಬೆನ್ನು ಮಾಡಿ ಕುಳಿತಿದೆ–ದೊಡ್ಡದೊಂದು ಮಂಗನಂತಹ ಆಕೃತಿ. ಮಂಗವೇ ಅದು. ಅಲ್ಲಲ್ಲ ಸತ್ತು ಹೋದ ಸೋದರತ್ತೆ; ಅವನ ಸೋದರತ್ತೆ. ಹಾಸಿಗೆಯಲ್ಲಿ ಮಲಗಿ ಮಲಗಿ ಬೇಸರ ಬಂದಾಗ, ಹೊರಗಿನ ಬೆಳಕು ನೋಡ

ಲೆಂದು, ಹೀಗೆಯೇ. ಹೊಸತಿಲ ಬಳಿ ಮೈ ಮುದುಡಿ ಕೂಡ್ರುತ್ತಿದ್ದಳು. ಬೋಳು ತಲೆಯ ಮೇಲೆ ಬಿಳಿಯ ಸೆರಗನ್ನು ಹೊತ್ತು. ಹೌದೌದು. ಸೋದರತ್ತೆಯೇ:

ಇವನ ಹೆಜ್ಜೆಯ ಸುಳಿವು ಹತ್ತಿತೇನೋ ಎಂಬಂತೆ ಅವನ ದಾರಿಗಟ್ಟಿ ಕೂತ ಪ್ರಾಣಿ ಒಮ್ಮಿಗಲೇ ಜಿಗಿದು ಇವನ ಕಡೆ ಮೋರೆಮಾಡಿ ಕುರಿತು, 'ಖೆಕ್' ಎಂದಿತು. ಓ ಹೌದು, ಮಂಗ–ಹೆಗ್ಗೋಡಗ; ಇಷ್ಟು ಸಂಜೆಯ ಹೊತ್ತಿನಲ್ಲಿ, ಹೀಗೆ ಬಿಟ್ಟ ಮನೆಯಲ್ಲಿ ಈ ಮಂಗ ಹೇಗೆ ಬಂದಿತೋ; ಇದೇಕೆ ತನ್ನ ದಾರಿ ಕಟ್ಟಿಕೂತಿತೋ, ಇಲ್ಲದ ಧೈರ್ಯ ತಂದುಕೊಂಡು ಅಥವಾ ಭೀತಿ ಮೊದಲಿಗಿಂತ ಹೆಚ್ಚೇ ಆಗಿಯೋ 'ಹೆತ್' ಎಂದ. ಮಂಗವನ್ನು ಓಡಿಸ ಲೆಂಬಂತೆ. ಮಂಗ ಕೂತಲ್ಲಿಂದ ಹಂದಾಡಲಿಲ್ಲ. ಇನ್ನೊಮ್ಮೆ 'ಖಿಸ್' ಎಂದು ಹಲ್ಲು ಕಿಸಿದಿತು ಅಷ್ಟೇ. ಇವನ ಎದೆ 'ಝಲ್' ಎಂದಿತು. ಕತ್ತಲೆಯ ಹೊತ್ತು; ಬಿಟ್ಟ ಮನೆ; ದೇವರ ಕೋಣೆಯಿಂದ ಮುಂದೆ ಹೋಗುವ ದಾರಿಗಟ್ಟಿ ಎಲ್ಲಿಂದಲೋ ಓಡಿ ಬಂದ ಮಂಗ ಕುಳಿತಿದೆ. ತನ್ನಂತೆಯೇ ಯಾವುದೋ ಅನಪೇಕ್ಷಿತ ಕಾರಣದಿಂದ ಈ ಮನೆಯಲ್ಲಿ ಸಿಕ್ಕಿ ಕೊಂಡಿದೆ. ಇನ್ನೂ ಹೆದರಿಸಲು ಹೋದರೆ ಮೊದಲೇ ಹೆದರಿದ ಮಂಗ ಇನ್ನಷ್ಟು ಕೆರಳಿ ತನ್ನ ಮೈಮೇಲೇ ಜಿಗಿಯಬಹುದೇನೋ. ಮಂಗನ ಉಗುರು ತಾಗಿದರೆ ಹುಚ್ಚು ಹಿಡಿ ಯುತ್ತಂತೆ, ಗೋಕರ್ಣದ ಅಪ್ಪಣ ಭಟ್ಟರ ಹುಡುಗನಿಗೆ ಹುಚ್ಚು ಹಿಡಿದಿದ್ದೇ ಹಾಗಂತೆ; ಅವಸರ ಅವಸರವಾಗಿ ಹಿಂದಿನ ಹೆಜ್ಜೆಗಳಿಂದ ಅವನು ಅಡುಗೆಮನೆ ಸೇರಿದ. ಸೇರಿದ್ದೇ ಭಡಭಡನೆ ದೇವರ ಕೋಣೆ–ಅಡುಗೆ ಮನೆಗಳ ನಡುವಿನ ಕದ ಮುಚ್ಚಿಕೊಂಡ. ಅಗಳಿ ಹಾಕಬೇಕು ಎಂದರೆ ಕದಕ್ಕೆ ಅಗಳಿಯೇ ಇರಲಿಲ್ಲ. (ಹಳೆ ಮನೆಯ ಹಾಳು ಕದಗಳೇ) ತನ್ನ ಮೈಯೆಲ್ಲ ಧಾರಾಳವಾಗಿ ಬೆವತಿದೆ ಎಂಬ ಅರಿವಿನಿಂದ ಇನ್ನಷ್ಟು ಹೆದರಿದ. ಹೊತ್ತು ಹೋದಂತೆ ಒಳಗಿನ ಕೋಣೆಯ ಹೊಸತಿಲಲ್ಲಿ ಕೂತ ಮಂಗ ದೊಡ್ಡದಾಗುತ್ತ ನಡೆದಿದೆ ಎಂಬ ಭಾಸವಾಗುತ್ತಿದ್ದಂತೆ, ಮಂಗ 'ಫೂಕ್' ಎಂದಿತು. ಎದೆಯಲ್ಲಿ ಭೀತಿಯ ತೆರೆ ಎದ್ದಿತು. ಓಡೋಡಿ ಕಿಡಿಕಿಗೆ ಬಂದ. ಕಿಡಕಿಯ ಹೊರಗಿನ ನೀರ ಹಲಸಿನ ಮರದ ಕೆಳಗೆ, ಇವನತ್ತ ಬೆನ್ನು ಮಾಡಿ ಕುಳಿತು ದೇವಿ ಏನನ್ನೋ ಮಾಡುತ್ತಿದ್ದಳು. ಇವನು ಹಿಂದು–ಮುಂದಿನ ವಿಚಾರ ಮಾಡದೇ 'ದೇವೀ' ಎಂದು ಕರೆದ. ಹಾಗೆ ಕರೆದ ಮೇಲೇ ಅವಳು 'ದೇವಿ' ಎಂಬುದನ್ನು ಅರಿತವನಂತೆ ಒಮ್ಮೆಲೇ ಅವಳ ದೃಷ್ಟಿಯಿಂದ ತನ್ನನ್ನು ಅಡಗಿಸಿ ಕೊಳ್ಳಲು ತಲೆ ತಗ್ಗಿಸಿದ. ತನ್ನ ಈ ಕೃತ್ಯದಿಂದ ತಾನೇ ನಾಚಿಕೆಪಟ್ಟಾಗ, 'ದೇವಿಯನ್ನು ಕರೆದಾದರೂ ಏನು ಹೇಳಲಿ? ಮುಂದಿನ ಕೋಣೆಯಲ್ಲಿ ಮಂಗ ಬಂದು ಕುಳಿತಿದೆ. ನನ್ನ ದಾರಿ ಅಡ್ಡಗಟ್ಟಿದೆ. ಮಂಗನಿಗೆ ಹೆದರಿ ನಾನು ಹೊರಗೆ ಬರಲಾಗದೇ ಇಲ್ಲೇ ಉಳಿದಿದ್ದೇನೆ ಎಂದು ಹೇಳಬಹುದಿತ್ತೇ?' ಎನ್ನುತ್ತ ತನ್ನ ಕೃತ್ಯವನ್ನು ಸಮರ್ಥಿಸಿಕೊಂಡ. ಕಿಡಕಿಯಿಂದ ಓಡಿ ಬಂದು ಮೊಳೆ ಹೊಡೆದು ಭದ್ರ ಮಾಡಿದ ಕದದ ಹತ್ತಿರವಿದ್ದ ಸ್ಟೂಲಿನ ಮೇಲೆ ಕುಳಿತ. ತಾನು 'ಕರೆದಿದ್ದನ್ನು ದೇವಿ ನಿಜಕ್ಕೂ ಕೇಳಿದ್ದರೆ? ತಾನು ಅವಳನ್ನು ಕರೆದು ತಲೆ ತಗ್ಗಿಸಿ ಅಡಗಿದ್ದನ್ನು ಅವಳು ನಿಜಕ್ಕೂ ನೋಡಿದ್ದರೆ? ಇಲ್ಲ, ಇಲ್ಲ, ಕೇಳಿರಲಾರಳು, ಆದರೂ ಸ್ಟೂಲಿನಿಂದ ಎದ್ದು, ತಿರುಗಿ ಕಿಡಕಿಯ ಹತ್ತಿರ ಹೋಗಿ ಗೋಡೆಗೆ ಅಡ್ಡ ನಿಂತು ಕಿಡಕಿಯ

ಕದ ಎಳೆದುಕೊಂಡ. ಕೋಣೆಯೊಳಗಿನ ಕತ್ತಲೆ ಒಮ್ಮಿಗೆಲೇ ಹೆಚ್ಚಾಯಿತು. ಅಂತೆಯೇ ಜೀವಕ್ಕೆ ಹಿಡಿದ ಭೀತಿಯೂ ಕೂಡ. ಮುಂದಿನ ಬಾಗಿಲಿನಿಂದ ಹೋಗೋಣವೇ? ಮಂಗ ದಾರಿಕಟ್ಟಿದೆ. ಈಗ ಹೊರಗೆ ಹೋಗಲು ಒಂದೇ ಉಪಾಯ. ಆಗ ಅರ್ಧ ಗಂಟೆಯವರೆಗೆ ಬೆವರು ಸುರಿಸುತ್ತ ಮೊಳೆ ಹೊಡೆ ಹೊಡೆದು ಗಟ್ಟಿಯಾಗಿ ಜೋಡಿಸಿದ ಕದಗಳನ್ನು ತೆರೆಯುವದು, ಆದರೆ ಆಗ ಯಾವುದೋ ಸಿಟ್ಟಿನ ಭರದಲ್ಲಿ ಕದಕ್ಕೆ ಬಡೆದ ಮೊಳೆಗಳನ್ನು ತೆಗೆಯುವದು ಅಷ್ಟೊಂದು ಸುಲಭವಾಗಿರಲಿಲ್ಲ. ಹಾಗೆ ತೆಗೆಯುವ ಸಾಧನವನ್ನೂ ಜೊತೆಗೆ ತಂದಿರಲಿಲ್ಲ. ಉಳಿದುದೊಂದೇ ದಾರಿ. ಎರಡೂ ಕದಗಳು ಒಂದಕ್ಕೊಂದು ಹೊಂದಿಕೊಳ್ಳುವ ಸಂಧಿಭಾಗದಲ್ಲಿ ಪಟ್ಟಿಗಳನ್ನು ಕರಗಸದಿಂದ ಕೊಯ್ಯುವುದು. ಹಾಗೇ ಕೊಯ್ಯುಹತ್ತಿದ. ಹಾಗೆ ಕೊಯ್ಯುತ್ತಿದ್ದಂತೆ, ಹಿಂದಿನ ಮನೆಯಲ್ಲಿ ಅದೇ ಜಗಲಿ ಏರಿ ಬಂದ ಶಂಕರರಾಯರು ತಮ್ಮ ಹೆಂಡತಿಗೋ, ಇನ್ನಾರಿಗೋ ಹೇಳಿದ ಮಾತುಗಳು ಕೇಳಿ ಬಂದವು: 'ಬಿಟ್ಟ ಮನೆಯಲ್ಲಿ ಇವತ್ತು ಮಂಗ ಹೊಕ್ಕಿತ್ತೆಂದು ತೋರುತ್ತದೆ. ಅವರ ಅಂಗಳ ಹಾದು ಬರುವಾಗ, ಕಟೆಕಟೆಯ ಸರಳುಗಳನ್ನು ಹತ್ತಿ ಮಾಡಿನ ಕಿಂಡಿಯೊಳಗಿಂದ ಹೊರಗೆ ಬರುವುದು ಕಂಡಿತು' ಓಹೋ ಒಳಗೆ ಕಂಡದ್ದು ಮಂಗನೆ ಹಾಗಾದರೆ; ಸೋದರತ್ತೆಯ ಭೂತ ಅಲ್ಲ ಹಾಗಾದರೆ; ಅಹುದಲ್ಲ, ತಾನು ಆಗ ಪಟ್ಟಿಗಳಿಗೆ ಮೊಳೆ ಹೊಡೆಯುವಾಗ 'ಈ ಮಂಗಗಳಿಗೆ ಬಂದ ರೋಗವೇ. ಮನೆ ಮಾಡಿನ ಮೇಲೇ ಆಡ್ತಾವಲ್ಲ ಇವು' ಎಂದು ದೇವಿ ಎಂದದ್ದು ಈಗ ಮೆಲ್ಲನೆ ನೆನಪಾಯಿತು. ಮನೆಯಲ್ಲಿ ಹೋಗುವಾಗ ಜಲಿಯ ಮಾಡಿನ ಮೇಲೆ ತೆಂಗಿನ ಹೆಡೆಯೋ, ಕಾಯೋ ಬಿದ್ದು ಹಂಚು ಒಡೆದುಹೋಗಿ ಕಂಡಿ ಆದದನ್ನು ನೋಡಿದ್ದೂ ಈಗ ನೆನಪಿಗೆ ಬಂತು. ಮನೆಯ ಮಾಡಿನ ಮೇಲೆ ಆಡುತ್ತಿದ್ದ ಮಂಗ ಈ ಕಂಡಿಯೊಳಗಿಂದ ಹೇಗೋ ಒಳಗೆ ಬಿದ್ದಿರಬೇಕು. ಓಹ್; ಸುಳ್ಳೇ ಹೆದರಿದೆನಲ್ಲ ಎಂದು ಕೊಳ್ಳುತ್ತಿರುವಾಗಲೇ ಕದಕ್ಕೆ ಬಡೆದ ಮೂರೂ ಪಟ್ಟಿಗಳೂ ತುಂಡಾಗಿದ್ದವು. ಆಗಿನಿಂದಲೂ ಭದ್ರವಾಗಿ ಮುಚ್ಚಿಕೊಂಡ ಕದಗಳು ಮೆಲ್ಲನೆ ತೆರೆದಿದ್ದವು. ತಂಪು, ಸ್ವಚ್ಛ ಗಾಳಿಯ ಸುಳಿ ಬಂದಿತ್ತು. ಅದರ ಹಿಂದೆಯೇ ದೇವಿ ಒಳಗೆ ಬಂದಳು. 'ಆಗ ನೀವು ಕಿಡಕಿಯೊಳಗಿಂದ ಕರೆದಾಗಲೇ ನನಗೆ ತಿಳಿದಿತ್ತು ಒಡೆಯಾ' ಎನ್ನುತ್ತ ತನ್ನ ಹಿಂದೆಯೇ ಕದ ಮುಚ್ಚಿಕೊಂಡಳು.

(೧೯೬೭)

*

೪. ಮಂಜುಗಡ್ಡೆ

ಶಾಂತಿನಾಥ ದೇಸಾಯಿ

ಇಂದು ಮಾರ್ಚ ಒಂದನೆಯ ತಾರೀಖು.

೨೯೦ ರೂಪಾಯಿ—ಕಿಸೆಯಲ್ಲಿ!

ಗೌರೀಶ ಕಿಸೆ ಮುಟ್ಟಿ ನೋಡಿದ. ದಪ್ಪವಾದ ಪಾಕೀಟು ಕೈಗೆ ಹತ್ತಿತು. ಮನಸ್ಸಿನಲ್ಲಿ ಸಮಾಧಾನ ತೂರಿ ಬಂತು.

ನಾಲ್ಕು ವರುಷಗಳ ಹಿಂದೆ ಬರಿಯ ೧೫೦ ರೂ. ದೊರೆಯುತ್ತಿದ್ದವು. ಸ್ಕೇಲಿನಲ್ಲಿ ಬದಲಾವಣೆ, ಅಕಸ್ಮಾತ್ತಾಗಿ ದೊರೆತ ಹೋದ ವರುಷದ ಪ್ರೊಮೋಶನ್—ಇವುಗಳ ಮೂಲಕ ಇಂದು ೩೦೦ಕ್ಕೆ ಸಮೀಪಿಸಿದ್ದಾನೆ. ಖಾರಿನಲ್ಲಿ ಒಳ್ಳೆಯ ಹೋಟೆಲಿನಲ್ಲಿ ಸಿಂಗಲ್ ರೂಮು: ವಸೀಲೆ, ಕೊಂಚ ಲಂಚ—ಆದರೂ ಅಡ್ಡಿಯಿಲ್ಲ. ೧೪೦ ರೂ. ತಿಂಗಳಿಗೆ ಊಟ ಹಿಡಿದು. ೬೦ ರೂ. ಉಳಿದ ಖರ್ಚು. ಸಿನೇಮ, ಲಾಂಡ್ರಿ, ಚಹ, ಟ್ರೇನು ಮುಂ..೯೦ ರೂ. ತಿಂಗಳಿಗೆ ಬಾಂಕಿನಲ್ಲಿ ಜಮಾ... ಈಗಾಗಲೇ ಒಟ್ಟು ೧೪೦೦ ರೂ. ಇವೆ. ಇನ್ನು ತಿಂಗಳಿಗೆ ೧೦೦ ರೂಪಾಯಿಗಳನ್ನು ಉಳಿಸಬೇಕು. ಅಂದರೆ ೧೦೦ ಗುಣಿಲೆ ೧೨=೧೨೦೦ ರೂ. ವರ್ಷಕ್ಕೆ. ಇನ್ನು ೫ ವರ್ಷಗಳಲ್ಲಿ ೧೨೦೦ ಗುಣಿಲೆ ೫=೬೦೦೦ ರೂ. ಅಧಿಕ ಭಡತಿಯಿಂದ ಬರಬಹುದಾದ ೧೨೦+೨೪೦ ಅಂದರೆ ೩೬೦ ಅಧಿಕ ೩೬೦—ಅಧಿಕ ೪೮೦ ಅಧಿಕ ೬೦೦... ಸುಮಾರು ೨೦೦೦ ರೂ. ಹೆಚ್ಚಿಗೆ ೫ ವರ್ಷಗಳಲ್ಲಿ...

—ಓಹ್, ಈ ಎಲ್ಲ ಮೀನಮೇಷೆ ಏಕೆ? ಹಣ ಕೂಡಿಟ್ಟು ಬಂಗಲೆ, ಕಾರು ತೆಗೆದು ಕೊಳ್ಳುವದು ಅಷ್ಟರಲ್ಲಿಯೇ ಇದೆ!

ಹಾರ್ನಬಿ ರೋಡು. ಶನಿವಾರ ಬೇರೆ. ಗದ್ದಲ ಕೇಳಬೇಕೆ? ರೋಡು ಕ್ರಾಸು ಮಾಡಿ, ಆ ಬದಿಯ ನೆರಳಿನಲ್ಲಿ ನಡೆಯಬೇಕೆಂದು ಗೌರೀಶ ನಿಶ್ಚಯಿಸಿದ. ಕಾರುಗಳ ಸಾಲೇ ನಡೆದಿತ್ತು —ಇರುವೆಯ ಸಾಲಿನಂತೆ...

—ಒಂದು ದಿನ, ೫ ಅಲ್ಲ ೧೦ ವರ್ಷಗಳ ನಂತರ ತಾನೂ ಆ ಸಾಲಿನಲ್ಲಿರಬಹುದು! ತನ್ನಷ್ಟಕ್ಕೆ ತಾನೇ ನಕ್ಕ ಗೌರೀಶ... ಐದು-ಹತ್ತು ವರುಷ! ಅಷ್ಟರೊಳಗೆ ಏನೇನಾಗುವದೋ ಏನೋ! ಮೂರನೆಯ ಮಹಾಯುದ್ಧ ಸುರುವಾಗಿ ಮುಗಿಯಬಹುದು... ಅಥವಾ ಕಾರಿನ ಕೆಳಗೆ ಬಿದ್ದು ತಾನು ಸತ್ತರೂ ಸಾಯಬಹುದು... ಅಥವಾ ತಾನು ಲಗ್ನವಾಗಿ...

ಲಗ್ನದ ವಿಚಾರ ಸುಳಿಯುತ್ತಲೆ, ಗೌರೀಶನ ಮುಖದ ತೇಜ ಕೊಂಚ ಇಳಿಯಿತು, ತುಟಿಗಳ ತುದಿಗಳು ಕೊಂಚ ಕೆಳಗಿಳಿದವು. ಹುಬ್ಬು ಸ್ವಲ್ಪ ಗಂಟಿಕ್ಕಿದವು. ಇವುಗಳನ್ನೆಲ್ಲ, ಇಸ್ತ್ರೀ ಹೊಡೆದು ಚೊಕ್ಕ ಮಾಡುವವನಂತೆ, ಕರಚೀಫಿನಿಂದ ಮುಖ ಒರೆಸಿದ.

ಹಾಂ—ಸದ್ಯಕ್ಕೆ ಆ ಬದಿಗೆ ಜಾರಬಹುದು—ದಾರಿಯಲ್ಲಿ ಯಾವ ಟ್ರಾಫಿಕ್ಕು ಇಲ್ಲ—ಆ ಕಾರು ಇನ್ನೂ ದೂರವಿದೆ: ಸ್ಟೂಡಬೇಕರ್? ಅಲ್ಲ, ವ್ಹಾಕ್ಸ್ಹೋಲ್!

ಗೌರೀಶ ರೋಡು ದಾಟಿ, ನೆರಳಿದ್ದ ಫುಟಪಾಥದ ಮೇಲಿಂದ, ಬೋರೀ ಬಂದರದ ಕಡೆಗೆ ನಡೆಯತೊಡಗಿದ.

ತಾರಾಪೋರವಾಲಾ ಬುಕ್ ಸ್ಟಾಲ್! ಓಹ್! ಹಿಂದೆ ತಾನು ಒಂದು ಕನಸು ಕಟ್ಟಿದುದರ ನೆನಪಾಯಿತು: ಮನೆಯಲ್ಲಿ ಒಳ್ಳೆಯ ಲಾಯಬ್ರರಿ ಕಟ್ಟಬೇಕು—ಎಲ್ಲ ಕ್ಲಾಸಿಕ್ಸು—ಎಲ್ಲ ತರದ ಒಳ್ಳೊಳ್ಳೆಯ ಪುಸ್ತಕಗಳು—ಸುಪ್ರಸಿದ್ಧ ಮ್ಯಾಗಝೀನಗಳು—ಇವೆಲ್ಲ ಓರಣವಾಗಿ ಇಡಲ್ಪಟ್ಟ, ನಾಲ್ಕೆಂಟು ಕನ್ನಡಿಯ ಕಪಾಟುಗಳಿರಬೇಕು... ಹಾಗೂ ತಾನು..ಒಂದು ಕಟುನಗೆ ಸುಳಿದು ಹೋಯಿತು ಗೌರೀಶನ ಮುಖದ ಮೇಲೆ!—ಒಳಗೆ ಹೋಗಿ ಕೆಲವು ಪುಸ್ತಕಗಳನ್ನು—ಬರ್ಟ್ರಾಂಡ್ ರಸೆಲನ ಎಲ್ಲ ಪುಸ್ತಕಗಳನ್ನು ಕೊಳ್ಳಬೇಕೆಂದೆನಿಸಿತು... ಹುಚ್ಚು! ತನಗೆ ಹುಚ್ಚು ಹಿಡಿದಿಲ್ಲವಷ್ಟೆ! ಅವುಗಳನ್ನು ಓದಿ ದೊಡ್ಡ ತತ್ವಜ್ಞಾನಿಯಾಗುವದು ಅಷ್ಟರಲ್ಲಿಯೇ ಇದೆ! ತಲೆಗೆ ಒಣ ತಾಪ...! ಒಂದು ಕಾದಂಬರಿಯನ್ನಾದರೂ ಕೊಳ್ಳೋಣ ಎಂದು ನಿಶ್ಚಯಿಸಿ, ಒಳಗೆ ಸೇರಿದ.

ಎಷ್ಟೋ ವರ್ಷಗಳ ನಂತರ ಈ ಬುಕ್ ಸ್ಟಾಲಿನಲ್ಲಿ ಗೌರೀಶ ಹೋಗುತ್ತಿದ್ದಾನೆ—ಏನು ಕೇಳಬೇಕು, ಯಾರಿಗೆ ಕೇಳಬೇಕು ಎಂದು ಯೋಚಿಸತೊಡಗಿದ. ಅಷ್ಟರಲ್ಲಿ ಒಬ್ಬ ಸ್ಮಾರ್ಟ್ ಮನುಷ್ಯ ನಗೆಯಿಂದ ಸ್ವಾಗತಿಸಿದ:

"ನಿಮಗೇನು ಬೇಕು—ಪ್ಲೀಜ?" ಎಂದು ಇಂಗ್ಲಿಷನಲ್ಲಿ ಕೇಳಿದ.

ಗೌರೀಶ ಸ್ವಲ್ಪ ವಿಚಾರ ಮಾಡುವವನಂತೆ ನಿಂತ. ಒಬ್ಬ ಒಳ್ಳೆಯ ಕಾದಂಬರಿಕಾರನ ಹೆಸರು ನೆನಪಾಗಬಾರದೇ? ಥೂ ಇದರ... ಒಂದೆರಡು ಪೆಂಗ್ವಿನ್ ಪುಸ್ತಕ ಒಯ್ದರಾಯಿತು. ಹಣವೂ ಹೆಚ್ಚು ಹೋಗುವದಿಲ್ಲ.

"ನನಗೆ ಕೆಲವು ಪೆಂಗ್ವಿನ್ ಪುಸ್ತಕ ಬೇಕಾಗಿವೆ" ಎಂದು ಧೈರ್ಯವಾಗಿ ಉಸುರಿದ.

"ಹಾಗಾದರೆ ಇತ್ತ ಬನ್ನಿ" ಎಂದು ಗೌರೀಶನನ್ನು ಕರೆದೊಯ್ದು ಒಂದು ದೊಡ್ಡ ಪುಸ್ತಕಗಳ ಶೆಲ್ಫಿನ ಮುಂದೆ ನಿಲ್ಲಿಸಿದ ಆ ನಗುಮುಖದ ಮನುಷ್ಯ. ಮೇಲಿನಿಂದ ಕೆಳಗೆ, ಎಡದಿಂದ ಬಲಕ್ಕೆ ನೋಡುತ್ತ ನಿಂತ ಗೌರೀಶ. ಅಲ್ಲಿ 'ವೋಡಹೌಸ'ನ ಒಂದು ಪುಸ್ತಕ ಕಣ್ಣಿಗೆ ಬಿತ್ತು. ಹೆಸರು ಪರಿಚಿತವಿದ್ದಂತೆ ತೋರಿತು. ಕೂಡಲೆ ಗೌರೀಶ ಆ ಪುಸ್ತಕದ ಮನುಷ್ಯನಿಗೆ ಕೇಳಿದ:

"ನಿಮ್ಮ ಹತ್ತಿರ ವೋಡಹೌಸ ಉಂಟೇನು?"

"ಹೌದು ಇಲ್ಲಿ ನೋಡ್ರಿ, ಎರಡು ಇದ್ದಾವೆ. ವೋಡಹೌಸ್—ಓಹ್, ಬಹಳ ಚೆನ್ನಾಗಿ ಬರೆಯುತ್ತಾನೆ."

ಅಬ್ಬ, ತನಗಿಂತ ಹೆಚ್ಚು ಗೊತ್ತಿದೆ ಎಂದು ತೋರಿಸುತ್ತಿದ್ದಾನಲ್ಲ ಈ ಪೋರ ಎಂದೆನಿಸಿತು ಗೌರೀಶನಿಗೆ—

"ಹೌದು, ನನಗೆ ಗೊತ್ತಿದೆ, ನಾನೂ ಓದಿದ್ದೇನೆ ಅವನನ್ನು, ಇವೆರಡನ್ನು ಕಟ್ಟಿಕೊಡಿ" ಎಂದು ಗಂಭೀರವಾಗಿ ಹೇಳಿದ.

ವೋಡಹೌಸ್ ಒಳ್ಳೆಯ ಹಾಸ್ಯ ಕತೆಗಳನ್ನು ಬರೆಯುತ್ತಾನೆ ಎಂದು ಹಿಂದೆ ಎಂದೋ ಅವನ ಮಿತ್ರರು ಅನ್ನುತ್ತಿದ್ದರು—ಕಾಲೇಜಿನಲ್ಲಿ... ಹಾಗೂ ಅವನ ಬಗ್ಗೆ 'ಇಲಸ್ಟ್ರೇಟೆಡ್ ವೀಕ್ಲಿ'ಯಲ್ಲಿಯೋ ಎಲ್ಲೋ ಓದಿದ್ದರೆ ನೆನಪಾಯಿತು... 'ಇಲಸ್ಟ್ರೇಟೆಡ್ ವೀಕ್ಲಿ!'—ಇನ್ನು ಮೇಲೆ ಕ್ರಾಸ್‌ವರ್ಡ್ ತುಂಬಿ ಕಳಿಸಲು ಏಕೆ ಸುರುಮಾಡಬಾರದು? ಸಿಕ್ಕರೂ ಸಿಗಬಹುದು ಒಂದು ೪೦-೫೦ ಸಾವಿರ ರೂಪಾಯಿ ಒಮ್ಮೆಲೆ—ಮೊನ್ನೆ ಆ ರಿಝರ್ವ ಬ್ಯಾಂಕಿನ ಕ್ಲಾರ್ಕನಿಗೆ ಸಿಕ್ಕವಂತೆ ೬೦,೦೦೦ ರೂ... 'ಗೆಲ್ಲಲೇಬೇಕು ೨ ಲಕ್ಷ ರೂಪಾಯಿ!' ಅಹುದು ಹಣ—ಹಣ...

ಬಿಲ್ಲು ನೋಡಿ, ಮೂರು ರೂಪಾಯಿ ಕೊಟ್ಟು ಪುಸ್ತಕ ತೆಗೆದುಕೊಂಡು ಹೊರಗೆ ಬಂದ.

—ಹಣ—'ಹಣವೆಂದ ಕೂಡಲೆ ಹೆಣ ಕೂಡ ಬಾಯಿ ಬಿಡುವದಂತೆ' ಹೌದು, ನಾನೊಂದು ಹೆಣವಲ್ಲದೆ ಮತ್ತೇನು? ನಾನು ಸತ್ತರೆ ಯಾರು ಇದ್ದಾರೆ ಅಳಲಿಕ್ಕೆ?—ತಾಯಿ! ಅಲ್ಲಿ ದೂರದ ಹಳ್ಳಿಯಲ್ಲಿ ದೊಡ್ಡಪ್ಪನ ಮನೆಯಲ್ಲಿದ್ದಾಳೆ... ತಾಯಿ—ನಂತರ ತಮ್ಮ! ಅವನ ವಿದ್ಯಾಭ್ಯಾಸ ದೊಡ್ಡಪ್ಪ ನೋಡಿಕೊಳ್ಳುತ್ತಾನೆಂದು ಚೆನ್ನು. ತಾಯಿ ಮೊನ್ನೆ ಒಂದು ಪತ್ರ ಹಾಕಿಸಿದ್ದಳಲ್ಲವೇ—'ಬೈಲಹೊಂಗಲದ ಕುಲಕರ್ಣಿಯವರ ಹೆಣ್ಣು ಬಂದಿದೆ...'

ಹೆಣ್ಣು! ಅವನ ಬಲಬದಿಗೆ ಓರ್ವ ಪಾರ್ಸಿ ಹುಡಿಗೆ ನಡೆದಿದ್ದಳು. ತುಂಬಿದ ದೇಹ, ಬಾಬ್‌ಕಟ್ಟು, ಒಳ್ಳೆಯ 'ಫಾರ್ಮು,' ಚಂದಾಗಿ ಚಾಚಿದ 'ಬ್ರೆಸ್ಟು'—ಮಗು ಸ್ವಲ್ಪ ಉದ್ದು...! ಅವಳ ಆದಷ್ಟು ಹತ್ತಿರದಿಂದ ಹೋಗತೊಡಗಿದ ಗೌರೀಶ... ಲಗ್ನವಾದ ಮೇಲೆ ಹೆಂಡತಿಯೊಡನೆ ಹೀಗೆಯೇ ಹೋಗಬಹುದಲ್ಲವೇ ಹಾದಿಯ ಮೇಲೆ, ತನ್ನ ಕೈಯು ಅವಳ ದೇಹಕ್ಕೆ ತಾಗಿ...

—ಕೂಡಲೆ ಒಂದು ನೆನಪು ಹರಕು—ಹರಕಾಗಿ ಸುಳಿದು ಬಂತು ಅವನ ಮನಸ್ಸಿನಲ್ಲಿ. ಮಧೂ-ಅವನ ಈಗೀಗಿನ ಗೆಳೆಯ, ಜೀವನದಲ್ಲಿ ಮಜಾದ ಹೊರತು ಬೇರೆ ಏನೂ ಇಲ್ಲ ಎನ್ನುವ ಮಧೂ-ಅಂದು ಅವನು ತಂದ ಹುಡುಗಿ-ಜುಹೂದಲ್ಲಿ ಬಾಡಿಗೆ ಕೋಣೆ—ಆ ಹೊಲಸು ನಾರುವ ಅವಳ ಬಾಯಿ-ಅತ್ತರಿನ ಘಮಘಮಾಟವಿದ್ದ ಅವಳ ಒಳಗಿನ ಎದೆಕಟ್ಟು—ಆ ಕರಿಯ ಮೆತ್ತಗಿನ ಲಠ್ಠ ದೇಹ—ಅವಳ ಹೊಲಸು ಕುಲುಕುಲು ನಗೆ...

—ಗೌರೀಶನ ಮುಖ ಗಂಟಕ್ಕಿತು; ಅಯ್ಯೋ, ಎಂಥ ಜೀವನ! ಲಗ್ನ—ತಾನು ಎಂದೂ ಲಗ್ನ ಆಗಲಾರೆ. ಒಂದು ಹೆಣ್ಣನ್ನು ಮನೆಯಲ್ಲಿ ಸಾಕಿ ದಿನಾಲು ಉಪಭೋಗಿಸಿದರೆ, ಎಂಟೇ ದಿನಗಳಲ್ಲಿ ಜೀವನದ ಬಗ್ಗೆ ತಿರಸ್ಕಾರ ಹುಟ್ಟಬಹುದು! ಲಗ್ನ—ಹೆಣ್ಣು—ಉಪಭೋಗ—ಮಕ್ಕಳು—ಟ್ಯಾಂ—ಪ್ಯಾಂ—ಅವುಗಳ ಸಂರಕ್ಷಣೆ—ಸಾಲೆ—ಕಾಲೇಜು—ಓಹ್—ಈ ಚಕ್ರ ಬೇಡ. ಆ ಮಕ್ಕಳೂ ಮುಂದೆ ತನ್ನಂತೆ ಆಗಬಹುದು—ನಿಷ್ಪ್ರಯೋಜಕ, ದುಃಖಿ! ಜಗತ್ತಿನಲ್ಲಿ ಮತ್ತೇಕೆ ದುಃಖ—ಸಂತಾಪ—ಜಂಜಾಟ ಹೆಚ್ಚಿಸಬೇಕು? ತನ್ನಿಂದ ಇಂಥ ತಪ್ಪು—ಅಪರಾಧ ಆಗಕೂಡದು. ತಾನೊಬ್ಬನೇ ಜಗತ್ತಿನಲ್ಲಿದ್ದದ್ದು ಸಾಕು. ಏಕೆ ಆ ಮಕ್ಕಳು—ಮರಿ...? ಯಾಕೆ ಅವರ ಜೀವನ–ಜಂಜಾಟ? ಲಗ್ನವನ್ನೇ ಆಗಕೂಡದು... ತಾನೊಬ್ಬನೇ ಇರಬೇಕು. ಆರಾಮಾಗಿ, ನಿಶ್ಚಿಂತೆಯಿಂದ. ಮುದುಕನಾದರೆ ಅಥವಾ ಸಂಸಾರದ ಬೇಸರ ಬಂದರೆ ಒಂದು ರಾತ್ರಿ ವಿಷ—ಅದರಲ್ಲೇನು ವಿಶೇಷ—ಮುಂಬಯಿಯಲ್ಲಿ ದಿನಾಲು ನೂರಾರು ಮಂದಿ ಸಾಯುತ್ತಿರಬೇಕು. ಮರಣಕ್ಕೆ ಯಾಕೆ ಹೆದರಬೇಕು? ಒಂದು ದಿನ ಸಾಯುವದು ಇದ್ದೇ ಇದೆ... ನಾಲ್ಕು ಜನ ತನ್ನನ್ನು ಸುಡುಗಾಡಿಗೆ ಒಯ್ಯುವ ಚಿತ್ರ ಕಣ್ಣು ಕಟ್ಟಿತು. ಸುಡುಗಾಡಿಗೆ ಒಯ್ದು, ತನ್ನನ್ನು ಚಿತೆಯ ಮೇಲೆ ಇರಿಸಿದ್ದಾರೆ—ತನಗೆ ಥಟ್ಟನೆ ಜೀವ ಬಂದಿದೆ. 'ಹಾ—ಹಾ—ಹಾ—ಮರಣಕ್ಕೆ ಯಾಕೆ ಹೆದರುತ್ತೀರಿ, ಲೇಡೀಜ ಆ್ಯಂಡ್ ಜಂಟಲ್‌ಮೆನ್—ನೋಡಿರಿ, ಬೇಕಾದರೆ ನಾನು ಜೀವಂತ ಚಿತೆಯ ಮೇಲೆ ಕೂಡ್ರೂತ್ತೇನೆ.' ಬೆಂಕಿಯ ಜ್ವಾಲೆಗಳು ಮೇಲೇರುವುವು—ಆದರೆ ತಾನು ಮಾತ್ರ ಗಂಭೀರನಾಗಿ, ಶಾಂತ ನಾಗಿ ನಿಂತಿದ್ದಾನೆ—ಜೋನ್ ಆಫ್ ಆರ್ಕಳಂತೆ! ತಾನು ಮತ್ತು ಜೋನ್—ಏನು ಭೇದ ಇಬ್ಬರಲ್ಲಿ? ಅವಳು ಏನೋ ಮಹತ್ಕಾರ್ಯ ಮಾಡಿದಳು—ಮಹತ್ಕಾರ್ಯವಂತೆ ಮಣ್ಣು!–—ಮತ್ತು ತಾನು ಏನೂ ಆಡಿಲ್ಲ—ಜೀವಿಸುವದೆಂದರೇನೇ ಮಹತ್ಕಾರ್ಯವಲ್ಲವೆ...? ಇನ್‌ಗ್ರಿಡ್ ಬರ್ಗಮನ್ ಚೆನ್ನಾಗಿ ಕೆಲಸ ಮಾಡಿದ್ದಾಳೆ 'ಜೀನ್ ಆಫ್ ಆರ್ಕ' ಪಿಕ್ಚರಿನಲ್ಲಿ! ಇಂದು ನ್ಯೂ ಎಂಪಾಯರ ಥಿಯೇಟರಿನಲ್ಲಿ 'A Street Car Named Desire' ಅಂತೆ!... ಯಾಕೆ ಹೋಗಬಾರದು? ಸಿನೆಮಾ ನೋಡುವಾಗ ಹತ್ತಿರ ಒಂದು ಹುಡಿಗೆ ಇದ್ದರೆ ಎಷ್ಟು ಚಂದ, ಏನು ಮಜಾ... ಲಂಡನದಲ್ಲಿಯಂತೆ ಇಲ್ಲಿ 'ಪಿಕ್–ಅಪ್' ಹುಡಿಗೆಯರು ಏಕೆ ದೊರೆಯುವದಿಲ್ಲವೋ...? ಇಂದು ಆಫೀಸಿನಲ್ಲಿಯ ಆ ಟೈಪಿಸ್ಟ ಕ್ರಿಶ್ಚಿಯನ್ ಕಾಳಿಗೆ ಕರೆದರೆ ಬರುತ್ತಿತ್ತೋ ಏನೋ—

—ಒಂದು ದಿನ ಆಫೀಸಿನ ಅಟ್ಟದ ಮೂಲೆಯಲ್ಲಿ ಅವಳನ್ನು ಜಗ್ಗಿ, ಅಪ್ಪಿ ಮುತ್ತು ಕೊಟ್ಟಿದ್ದರ ನೆನಪಾಯಿತು ಗೌರೀಶನಿಗೆ... ಅವಳೇ ಪ್ರೋತ್ಸಾಹಿಸಿದ್ದಳು—'ನಿನ್ನ ಕಣ್ಣು ಬಹಳ ಚಂದವವೆ!' ಅವನದೇನು ತಪ್ಪು? ತಾನಾಗಿಯೇ ಯಾವ ಭಾನಗಡಿಯಲ್ಲಿ ಬೀಳುವ ಮನುಷ್ಯನಲ್ಲ ಗೌರೀಶ. ಆದರೆ ಯಾರಾದರೂ ಆಮಿಷ ತೋರಿಸಿದರೆ, ಸ್ವಲ್ಪ ಹೊತ್ತು ರುಚಿ ನೋಡಿದುದರಲ್ಲಿ ತಪ್ಪೇನು? ಆ ಹುಡುಗಿ ಸಾವಕಾಶ ಅವನನ್ನು ಬುಟ್ಟಿಯಲ್ಲಿ ಹಾಕಲು ಯತ್ನಿಸಿದ್ದಳು. ವಾಹವಾ! ಅವನು ಅವಳ ಗಾಳಕ್ಕೆ ಬಲಿಬೀಳುವ ಮೀನೇ...? ಅಥವಾ ಅವಳನ್ನು ಲಗ್ನವಾದರೆ ಹೇಗೆ? ಬೆಟ್ಟಿ–ಬೆಟ್ಟಿ ಫರ್ನಾಂಡಿಸ—ಹಾಗೆ ನೋಡಿದರೆ ತೀರ ಕೆಟ್ಟೇನೂ ಇಲ್ಲ. ಅಂದ ಹಾಗೆ ಅವಳನ್ನು ಲಗ್ನವಾದರೆ ಏನಾಗಬಹುದು? ಮನೆಯಲ್ಲಿ

ಎಲ್ಲರೂ ಸಿಟ್ಟಿಗೇಳಬಹುದು—ಏಳಲಿ!... ಅವನು ಕ್ರಿಶ್ಚಿಯನ್‌ನಾಗಬೇಕೆಂದು ಅವಳು ಹಟ ಹಿಡಿದರೆ...

ಹುಚ್ಚು! ಎಂದು ಆ ಹುಚ್ಚ ಕಲ್ಪನೆಯನ್ನು ಜಾಡಿಸಿ ಒಗೆದ, ಕೋಟಿನ ಮೇಲೆ ಕುಳಿತ ಕೆಟ್ಟ ಕೀಟಕವನ್ನು ಜಾಡಿಸಿ ಒಗೆಯುವಂತೆ!

ನ್ಯೂ ಎಂಪಾಯರ ಥಿಯೇಟರಿಗೆ ಹೋಗಿ ಕ್ಯೂದಲ್ಲಿ ನಿಂತ. ಕ್ಯೂ ಸಾಕಷ್ಟು ಉದ್ದ ವಿದ್ದುದರಿಂದ ತಿಕೀಟು ಸಿಗಬಹುದೋ ಎಂದು ಸಂಶಯ. ಅವನ ಮುಂದೆ ಪಾರ್ಸಿ ಮುದಕೆಯೊಬ್ಬಳು ನಿಂತಿದ್ದಳು. ಅವಳನ್ನು ನೋಡಿ ಪಾಪವೆನಿಸಿತು ಗೌರೀಶನಿಗೆ: ಈ ಮುದುಕಿಗೆ ಇನ್ನೂ ಚಿತ್ರಪಟ ನೋಡುವ ಹುಚ್ಚು, ಅದೂ ಒಬ್ಬಳೇ ಬಂದಿದ್ದಾಳೆ. ಮಕ್ಕಳು-ಗಂಡ ಯಾರೂ ಇರಲಿಕ್ಕಿಲ್ಲ. ಈ ತೋಳಿಲ್ಲದ ಬ್ಲಾವುಜೇಕೆ ಹಾಕುತ್ತಾರೋ ಇವರು? ಅಸಹ್ಯವಾದ ತೋಳುಗಳು—ಜೋತುಬಿದ್ದಂಥ ತೊಳಗಳು... ಅವಳು ಸೀರೆಯಿಲ್ಲದೆ ಹೇಗೆ ಕಾಣಬಹುದು ಎಂದು ಗೌರೀಶ ತನ್ನ ಮನಃಚಕ್ಷುವಿನ ಮುಂದೆ ಕಲ್ಪಿಸಿದ. ಅವನು ಸ್ವಲ್ಪ ನಡುಗಿದ!—ಓ ಡಿಯರ್, ಇದು ಜೀವನವೇ! ಅವನು ಲಗ್ನವಾದ ಹೆಣ್ಣು ಮುಂದೆ ಇದೇ ಸ್ಥಿತಿಗೆ ಬಂದರೆ, ಅವಳೊಡನೆ ಸಂಸಾರ ಮಾಡುವದು ಹೇಗೆ—ದಿನಾಲು ಅವಳೊಡನೆ ಇರುವದು ಹೇಗೆ?—ಛೆ!

'೧-೫-೦ ಟಿಕೇಟ ಪ್ಲೀಜ. ಧಿಸ್ ಶೋ' ಎಂದ. ಟಿಕೇಟು ತೆಗೆದುಕೊಂಡು ಕ್ಯೂದಿಂದ ಸರಿದ. ಜನರನ್ನು ನೋಡೋಣ ಎಂದು ಒಳ್ಳೆಯ ಮೂಲೆಯ ಜಾಗೆಯಲ್ಲಿ ಹೋಗಿ ನಿಂತ. ನೂರೆಂಟು ಮುಖಗಳು, ಒಂದಾದರೂ ಪರಿಚಯದ ಮುಖವಿರಬಾರದೇ? ಸಿನೇಮಾದ ಚಿತ್ರಗಳನ್ನು ಅಲ್ಲಿ ಇರಿಸಿದ್ದು ಕಂಡುಬಂತು. ಆ ಚಿತ್ರಗಳನ್ನಾದರೂ ನೋಡೋಣ ಎಂದು ಅತ್ತ ಸರಿದ. ಅವನು ಇಂದು ನೋಡಲಿರುವ ಪಿಕ್ಚರಿನಲ್ಲಿ ವ್ಹಿ ವ್ಹಿಯನ್ ಲೇ—

ವ್ಹಿ ವ್ಹಿಯನ್ ಲೇನೆ? ಹಾಗಿದ್ದರೆ ಸಿನೇಮಾ ಚೆನ್ನಾಗಿರಬೇಕು! ಬಂದದ್ದು ಸಾರ್ಥಕ ವಾಯಿತು. ಹಿಂದೆ—'ಸೀಜರ್ ಆ್ಯಂಡ್ ಕ್ಲಿಯೋಪಾತ್ರಾ' ಬಂದಾಗ ವ್ಹಿ ವ್ಹಿಯನ್ ಲೇ ಇದ್ದಳೆಂದು—ನಾಲ್ಕು ಸಲ ಸಿನೇಮಾ ನೋಡಿದ್ದ ಗೌರೀಶ. ಯಾಕೆ? ವ್ಹಿ ವ್ಹಿಯನ್ ಲೇ ಅವಳು ಕಲ್ಪಲತೆಯಂತೆ ಕಾಣುತ್ತಿದ್ದಳು. ಅದಕ್ಕಾಗಿ! ಕಲ್ಪಲತೆ! ಗೌರೀಶನ ಮನಸ್ಸಿನಲ್ಲಿ ವಿದ್ಯುಲ್ಲತೆ ಮಿಂಚಿದಂತಾಯಿತು. ಕುತೂಹಲದಿಂದ ಆ ಫೋಟೋಗಳನ್ನು ಕೂಲಂಕಷ ವಾಗಿ ನೋಡತೊಡಗಿದ. ಹೌದು, ಕಲ್ಪಲತಯೇ ಹೌದು! ಕೆಲವು 'ಪೋಜು'ಗಳಲ್ಲಿ—ವ್ಹಿ ವ್ಹಿಯನ್ ಲೇಳಿಗೆ ಎರಡು ಹೆರಳು ಜೋಡಿಸಿದರೆ ಕಲ್ಪಲತೆಯಂತೆಯೇ ಕಾಣಿಸು ವಳು... ಗೌರೀಶನ ತಲೆಯಲ್ಲಿ ಕಲಮಲವೆದ್ದಿತು. ಕಲ್ಪಲತೆಯ ವಿಚಾರ ಅವನ ಮನಸ್ಸಿನ ಮೇಲೆ ಮೂಡುವದೇ ತಡ, ಅಲಾರ್ಮ ಬೆಲ್ಲು ಒತ್ತಿದಂತೆ ಅವನ ತಲೆ ತುಂಬ ಗುಲ್ಲೋಗುಲ್ಲು:—

ಕಲ್ಪಲತೆಯನ್ನು ಸುಮ್ಮನೆ ಬಿಡಬಾರದಿತ್ತು... ಎಷ್ಟೊಂದು ಸಹಜವಾಗಿ ಅವಳು ನನ್ನನ್ನು ನಿರಾಕರಿಸಿದಳಲ್ಲ. ಸ್ವಲ್ಪವೂ ಕರುಣೆಯಿದ್ದಿಲ್ಲವೇ ಅವಳಿಗೆ? ಅವಳ ಮನಸ್ಸೆಂದರೆ ಹಿಮದ

ಮುದ್ದೆ—ಮಂಜುಗಡ್ಡೆಯಾಗಿತ್ತೇ? ಈ ಜಗತ್ತಿನಲ್ಲಿ ಯಾವುದಾದರೂ ಹೆಣ್ಣಿನ ಬಗ್ಗೆ ಪ್ರೇಮ ಎಂಬ ಭಾವನೆ ನನ್ನ ಹೃದಯದಲ್ಲಿ ಮೂಡಿದ್ದರೆ, ಅದು ಕಲ್ಪಲತೆಯ ಬಗ್ಗೆ!... ಅವಳ ಸಲುವಾಗಿ ಏನು ಬೇಕಾದರೂ ಮಾಡಲು ತಯಾರಾಗಿದ್ದೆ. ಮನೆ-ಮಠ ಎಲ್ಲ ಬಿಟ್ಟು, ಅವಳ ದಾಸನಾಗಲು ಒಂಟಿಕಾಲಮೇಲೆ ಸಿದ್ಧನಾಗಿದ್ದೆ... ಅವಳ ಬೆನ್ನುಹತ್ತಿ ಎರಡು ವರ್ಷ ಬಿ.ಎ. ನಪಾಸಾದೆ... ತ್ಯಾಗ! ತ್ಯಾಗ! ಆಯ್ ಏ ಎಸ್ ಪರೀಕ್ಷೆಗೂ ಕೂಡಲಾಗಲಿಲ್ಲ—ವಯಸ್ಸಾಯಿ ತೆಂದು ಒಳ್ಳೆಯ ನೌಕರಿ ದೊರೆಯಲಿಲ್ಲ—ಎಲ್ಲ ಇವಳ ಸಲುವಾಗಿ! ಇಷ್ಟೆಲ್ಲ ಗೊತ್ತಿದ್ದೂ ಇವಳು ನನ್ನನ್ನು... ನಾನು ಇವಳ ದೆಸೆಯಿಂದ ಕೊರಗಿದ್ದೇನೆ, ದುಃಖಪಟ್ಟಿದ್ದೇನೆ—ಇವಳು ಮಾತ್ರ ನನ್ನ ದುಃಖ-ಕೊರಗು-ಕೂಗು ಎಲ್ಲವುಗಳನ್ನು ಕಡೆಗಣಿಸಿ ಮೂಗು ಮೇಲೆ ಮಾಡಿ ಹೋದಳು. ಎರಡು ವರ್ಷದ ಸಾಂಗತ್ಯ-ಸಹವಾಸ! ದಿನಾಲು ಕಾಲೇಜಿಗೆ ಹೋಗ ಬೇಕಾದರೆ ಅವಳ ಹಾದಿ ಕಾಯುವ ಪರಿಪಾಠ—ಅವಳು ಹಾದಿಯ ಮೇಲೆ ಕಾಣುತ್ತಲೆ ಓಡಿಹೋಗಿ ಅವಳನ್ನು ಬಸ್‌ಸ್ಟಾಪ್‌ದ ಮೇಲೆ—ಸಹಜವಾಗಿ ಅನ್ನುವಂತೆ—ಭೆಟ್ಟಿ ಯಾಗುವುದು... ಆಮೇಲೆ 'ಈ' ರೂಟಿನಿಂದ ಅರ್ಧತಾಸು ಪ್ರಯಾಣ—ಹರಟೆ—ಚೇಷ್ಟೆ— ಮಾತು—ನಗುವುದು—ಕಲೆಯುವದು... ಎರಡು ವರ್ಷ-ತಲೆಕೆಡಿಸಿದಳು. ನನ್ನ ಮನಸ್ಸು ಬಿಚ್ಚಿ ಇಟ್ಟಾಗ, ಎಷ್ಟೊಂದು ಬಿಗುವಿನಿಂದ, ಶಾಂತತೆಯಿಂದ, 'ನನಗೆ ಅನಿಸಿರಲಿಲ್ಲ ಬಿಡು— ನೀನು ಇಷ್ಟು ತಪ್ಪು ತಿಳಿದುಕೊಳ್ಳುವಿಯೆಂದು. ದಯವಿಟ್ಟು ಇಂಥ ಹುಚ್ಚು ವಿಚಾರಗಳಿಗೆ ಎಡೆಗೊಡಬೇಡ...' ಎಂದು ಅಂದಳು—ಅವಳನ್ನು ಒಮ್ಮೆ ಎಳೆದೊಯ್ದು ಅವಳ ಮೇಲೆ ಬಲಾತ್ಕಾರ ಮಾಡಬೇಕಾಗಿತ್ತು... ಹೌದು, ಆಗ ಅವಳಿಗೆ...

ಗೌರೀಶನ ಕಣ್ಣುಗಳು ಬರುವ ಹೋಗುವ ಜನರನ್ನು ನೋಡುತ್ತಿದ್ದವು... ಕ್ಯೂ ಉದ್ದಾಗುತ್ತ ನಡೆದಿತ್ತು. ಒಮ್ಮೆಲೆ ಅವನ ಮನಸ್ಸಿನ ಮೇಲೆ ಬರೆ ಎಳೆದಂತಾಯಿತು!

ಕಲ್ಪಲತೆ! ಹೌದು ಕಲ್ಪಲತೆಯೇ ಅವಳು-ಸಂಶಯವಿಲ್ಲ! ಏನಿದು ವಿಚಿತ್ರ—ಎಷ್ಟೋ ದಿನಗಳ ಮೇಲೆ ಅವಳ ವಿಚಾರ ಬರುವದಕ್ಕೂ, ಅವಳೇ ಪ್ರತ್ಯಕ್ಷವಾಗುವದಕ್ಕೂ ಗಂಟು ಬಿತ್ತಲ್ಲ...! ಅವನಾರು ಅವಳ ಮುಂದೆ...? ಅವಳ ಗಂಡನಿರಬಹುದು... ಕಾರಿನಿಂದ ಇಳಿದು ಬಂದಿದ್ದನಲ್ಲವೇ ಆ ವ್ಯಕ್ತಿ? ಇವಳೂ ಅದೇ ಕಾರಿನಿಂದ ಇಳಿದಿರಬೇಕು. ನನ್ನ ಲಕ್ಷ್ಯ ವಿರಲಿಲ್ಲ, ಅಷ್ಟೆ... ಅವಳು ನನ್ನೆಡೆಗೆ ನೋಡಿದರೆ—ಗೌರೀಶನ ಬಾಯಿ ಒಣಗತೊಡಗಿತು. ಕಿಸೆಯಿಂದ ಕರವಸ್ತ್ರ ಹೊರತೆಗೆದು ಬೆವರನ್ನು ಒರೆಸತೊಡಗಿದ—

ನೋಡಿದರೆ—ಮುಂದೇನು? ನಗಬೇಕು—ಮಾತನಾಡಬೇಕು... ಏನೇನು ಮಾತನಾಡ ಬೇಕು?—'ಹಲ್ಲೊ, ಕಲ್ಪಲತಾ, ಗುಡ್ ಈವ್ನಿಂಗ! ಹೇಗಿದ್ದೀ? ಎಲ್ಲ ಸೌಖ್ಯ ತಾನೇ? ಇವನಾರು? ಈ ದಿಮಾಕಿನವ? ನಿನ್ನ ಗಂಡನೇ? ವಾಹ್, ಅಡ್ಡಿಯಿಲ್ಲ. ಒಳ್ಳೆಯ ರೊಕ್ಕಸ್ಥ ನೆಂದು ಕಾಣಿಸುತ್ತಾನೆ—ಘುಟಬಾಲ್! ನಿನ್ನ ಜೀವನ ಸುಖಮಯವಾಗಲಿ! ಎಷ್ಟು ಮಕ್ಕಳು?— ಲಗ್ನವಾಯಿತೇ? ಎಂದು...?' ಛೇ, ಛೇ... ಈ ರೀತಿ ಒಳ್ಳೆಯದಲ್ಲ... ಮೃದುವಾಗಿ, ಸಹಜವಾಗಿ ಮಾತನಾಡಬೇಕು, ಎಳ್ಳಷ್ಟೂ ಎಕ್ಸೈಟ ಆಗದೆ—'ಹಲ್ಲೋ— ಕಲ್ಪಲತಾ—ಹೇಗಿದ್ದೀ? ಸೌಖ್ಯ ತಾನೇ? ನಿನ್ನ ತಾಯಿ-ತಂಗಿ-ತಮ್ಮ, ಎಲ್ಲರೂ ಕ್ಷೇಮ

ವಷ್ಟೇ?' ಸಾಕು–ಇಷ್ಟು ಕೇಳಿದರೆ ಸಾಕು. ಮುಂದೆ ಅವಳೇ ತನ್ನ ಸಂಗಾತಿಯ ಪರಿಚಯ ಮಾಡಿಕೊಡಬಹುದು. ಅವನು ಗಂಡನಿದ್ದರೆ, 'ನಿಮ್ಮ ಭಾಗ್ಯ ಬಹಳ ದೊಡ್ಡದು. ಕಲ್ಪ ಲತೆಯಂಥ ಹೆಣ್ಣು ನಿಮಗೆ ದೊರೆತದ್ದು ನಿಮ್ಮ ಸೌಭಾಗ್ಯ—ನನ್ನ ದುರ್ಭಾಗ್ಯ...'—ಥೂ, ಅವಳು ನನ್ನನ್ನು ನೋಡಿಯೇಬಿಟ್ಟಳೆಂದು ಕಾಣುತ್ತದೆ. ಇನ್ನು ಹಾಗೆಯೇ ತಪ್ಪಿಸಿಕೊಂಡು ಒಳಗೆ ನುಸುಳಲು ಸಾಧ್ಯವಿಲ್ಲ... ಹೇಡಿಯಂತೆ ಏಕೆ ನುಸುಳಿ ಹೋಗಬೇಕು ನಾನು? ಬಂದ ಪರಿಸ್ಥಿತಿಗೆ ಧೈರ್ಯದಿಂದ ಎದೆಗೊಡಬೇಕು... ನನಗೆ ಯಾತರ ಹೆದರಿಕೆ? ಯಾರಪ್ಪನ ದೇನು ಗಂಟು ತಿಂದಿಲ್ಲ!—ಆದದ್ದು ಆಗಿಹೋಗಿದೆ. ಬರಿಯ ಔಪಚಾರಿಕ ನಾಲ್ಕು ಮಾತು ಆಡಿದರೆ ತೀರಿತು—ಅದರಲ್ಲೇನು ಮಹಾ! ಆದರೆ—ನಡುವೆ ನಾಲಗೆ ಅಡ್ಡ–ತಿಡ್ಡ ಹೋದರೆ, ಧ್ವನಿಯಲ್ಲಿ ಕಂಪ ಉತ್ಪನ್ನವಾದರೆ—ಕಣ್ಣಿಗೆ ಕತ್ತಲೆಬಂದರೆ—ಧಪ್ಪೆನೆ ಕೆಳಗೆ ಬಿದ್ದರೆ... ಅಷ್ಟೆಲ್ಲಾ ಆಗಲಾರದು—ಆಗಲಾರದು... ಕಲ್ಪಲತೆ! ಆಗ ಮೊದಲಿನಕಿಂತ ದಪ್ಪವಾಗಿದ್ದಾಳೆ; ಪ್ರೌಢಕಳೆ ಬಂದಂತಿದೆ ಮುಖದ ಮೇಲೆ—ಸಮಾಧಾನ—ಸುಖಗಳ ಲೇಪವಿದೆ. ಒಬ್ಬ ಭಿಕ್ಷುಕಿ ಹೋಗಿ 'ಯವ್ವಾ' ಅಂದರೆ ಎರಡಾಣೆ ಕೊಡದೆ ಬಿಡಲಿಕ್ಕಿಲ್ಲ!

ಕಲ್ಪಲತೆ ತನ್ನ ಸಂಗಾತಿಯನ್ನು ೨–೧೧–೦ರ ಕ್ಯೂದಲ್ಲಿ ಬಿಟ್ಟು, ಗೌರೀಶನ ಕಡೆಗೆ ಬರತೊಡಗಿದಳು. ಗೌರೀಶನಿಗೆ ದಿಕ್ಕೇ ತೋಚದಾಯಿತು. ಆದರೂ ಸಾವರಿಸಿ ನಿಂತ. ಬಂದ ಸಂಕಟವನ್ನು ಧೈರ್ಯದಿಂದ ಎದುರಿಸಲೇಬೇಕು...

"ಗೌರೀಶ, ಸಿನೇಮ ನೋಡಲು ಬಂದಿರುವೆಯ?"

"ಹೌದು!–ನೀನು...? ಎಲ್ಲ ಸೌಖ್ಯತಾನೇ?"

"ಹುಂ."

ಸ್ವಲ್ಪ ವೇಳೆ ಮೌನ. ಕಲ್ಪಲತೆಯ ಧ್ವನಿಯಲ್ಲಿ ಒಂದು ಬಗೆಯ ಸ್ಥೈರ್ಯ, ಗಾಂಭೀರ್ಯ ಬಂದಿದೆ ಎಂದೆನಿಸಿತು ಗೌರೀಶನಿಗೆ.

"ಅವರು ನಿನ್ನ...?" ಮುಗುಳು ನಗೆ ನಕ್ಕ, ಪ್ರಶ್ನಾರ್ಥಕವಾಗಿ.

"ಹೌದು..." ಕಲ್ಪಲತೆ ಸೂಕ್ಷ್ಮವಾಗಿ ನೋಡಿದಳು ಗೌರೀಶನ ಕಣ್ಣಲ್ಲಿ.

"ಮಕ್ಕಳು...?"

"ಒಂದು ಗಂಡು ಮನೆಯಲ್ಲಿದೆ. ಗೌರೀಶ ಅವನ ಹೆಸರು... ತಪ್ಪು ತಿಳಿದುಕೊಳ್ಳಬೇಡ... ಎಂದಾದರೂ ಒಂದು ದಿನ ಬಾ, ನಮ್ಮ ಮನೆಗೆ ಚೋಪ್ರಾನಗರ, ಹ್ಯೂಜಿಸ ರೋಡ."

"ಹೆಸರು?"

"ಮೋಡಕ... ಅವರು ಕಾಯುತ್ತಿದ್ದಾರೆ, ಹೋಗುತ್ತೇನೆ, ನೀನು ಆರಾಮಾಗಿದ್ದೀಯಾ?"

"ಹೌದು..."

"ಲಗ್ನವಾಗಿರಬೇಕು...?"

"ಇಲ್ಲ."

"ಯಾಕೆ...? ಅದೊ ಅವರೇ ಇತ್ತಕಡೆಗೆ ಬರುತ್ತಿದ್ದಾರೆ... ಇವರು ನನ್ನ ಕ್ಲಾಸಮೇಟ ಮಿ. ಪಾಟೀಲ... ಇವರು ನನ್ನ—" ಎಂದು ಕಲ್ಪಲತೆ ನಕ್ಕಳು.

"How do you do Mr. Patil...? ಸಿನೇಮ ಸುರುವಾಗುವ ವೇಳೆಯಾಯಿತು. ಒಳಗೆ ಹೋಗೋಣವೆ?"

"ಬರಬೇಕು ಮನೆಯ ಕಡೆಗೆ" ಕಲ್ಪಲತೆ ಮತ್ತೊಮ್ಮೆ ಹೇಳಿದಳು.

"ಬರ್‍ರಿ, ಮಿ.ಪಾಟೀಲ... ಹ್ಯೂಜಿಸ್ ರೋಡ..."

"ಹೂಂ" ಎಂದು ಉಗುಳು ನುಂಗಿ ಉಸುರಿದ ಗೌರೀಶ!

ಕಲ್ಪಲತೆ ಮತ್ತು ಅವಳ ಗಂಡ ಒಳಗೆ ನುಸುಳಿದರು. ಗೌರೀಶನಿಗೆ ಏಕೋ ಮುಖದ ಮೇಲೆ ಹೊಡೆದಂತಾಯಿತು... ಕಲ್ಪಲತೆ ಕೊನೆಗೆ ಹಣವಿದ್ದವನನ್ನೇ ಲಗ್ನವಾದಳು. ಜಾಣೆ ಅವಳು! ಪ್ರೇಮ-ಪ್ರೇಮವೆಂದು ಯಾವ ಭಾನಗಡಿಯಲ್ಲಿ ಬೀಳಲಿಲ್ಲ—ಪ್ರೇಮದ ದಂಡೆಯ ಮೇಲೆ ಒಡ್ಡಾಡಿದರೂ, ಅದರ ನೀರಿನಲ್ಲಿ ಕಾಲಿರಿಸಲಿಲ್ಲ... ತನ್ನನ್ನು ಇಷ್ಟು-ಎಷ್ಟು?—ದುಃಖಿತನನ್ನಾಗಿ ಮಾಡಿ, ಏನೂ ಆಗದಿದ್ದಂತೆ ನಿಶ್ಚಿಂತೆಯಿಂದ ಇದ್ದಾಳೆ ಇವಳು. ಕರುಳೇ ಇಲ್ಲವೇನೂ ಇವಳಿಗೆ? ಅವಳು ಮಾತನಾಡುವ ರೀತಿ ನೋಡಿದರೆ, ಅಟ್ಟದ ಮೇಲಿನಿಂದ, ಕನಿಕರದಿಂದ ಭಿಕ್ಷುಕನೊಡನೆ ಮಾತನಾಡುತ್ತಿದ್ದಂತೆ...

"ನಿಮ್ಮ ಕಡೆಗೆ ಒಂದು ಹೆಚ್ಚಿನ ತಿಕೀಟು ಉಂಟೇ?" ಯಾರೋ ಕೇಳಿದರು.

"ಹೌದು" ಎಂದ ಗೌರೀಶ. ಕಿಸೆಯೊಳಗಿನ ಅದೇ ಕೊಂಡಂಥ ಟೀಕೀಟು ಕೊಟ್ಟ, "ನಾನು ನನ್ನ ಮಿತ್ರನ ಹಾದಿ ಕಾಯ್ದೆ. ಅವನು ಬರಲಿಲ್ಲ ತೆಗೆದುಕೊಳ್ಳಿರಿ..."

"ಹಿಡಿಯಿರಿ ಒಂದು ರೂಪಾಯಿ... ಐದಾಣಿ ಚಿಲ್ಲರ ಇಲ್ಲ... ನಿಮ್ಮ ಹತ್ತಿರ ಚಿಲ್ಲರೆ ಉಂಟೆ?"

"ಅವಶ್ಯವಿಲ್ಲ ಇರಲಿ ಬಿಡಿ."

"ನಾನು ಹೋಗಿ ತೆಗೆದುಕೊಂಡು ಬರುವೆ."

"ಸಿನೇಮ ಸುರುವಾಗಿದೆ ಹೋಗಿರಿ ಒಳಗೆ. ಬರಿಯ ಐದಾಣೆಯ ಬಗ್ಗೆ ಇಷ್ಟು ತೊಂದರೆ ತೆಗೆದುಕೊಳ್ಳಬೇಡಿರಿ."

ಆ ಮನಸ್ಥಿತಿಯಲ್ಲಿ ಸಿನೇಮಾ ನೋಡಿ ಪ್ರಯೋಜನವಿಲ್ಲವೆಂಬ ನಿರ್ಧಾರಕ್ಕೆ ಗೌರೀಶ ಆಗಲೇ ಬಂದಿದ್ದ... ಆ ಅನಾಮಿಕನ ಮುಖದ ಮೇಲಿನ ೫ ಆಣೆ-ಲಾಭದ ಸಮಾಧಾನ ನೋಡಿ, ಸ್ವಲ್ಪ ಹಗುರೆನಿಸಿತು...! ಮೇಲಾಗಿ, ಕಲ್ಪಲತೆಯಂತೆ ಕಾಣುವ ವ್ಹಿ ವ್ಹಿಯನ್ ಲೇಳನ್ನು ಎರಡು ತಾಸುಗಳವರೆಗೆ ನೋಡುವ ತೊಂದರೆ ತಪ್ಪಿಸಿಕೊಂಡುದಕ್ಕೆ ತನಗೆ ತಾನೇ ಧನ್ಯವಾದಗಳನ್ನಿತ್ತ.

ಇನ್ನು ಹೊರಡಬೇಕು-ಮನೆಯ ಕಡೆಗೆ—

ಮನೆ—ಏನಿದೆ ಮನೆಯಲ್ಲಿ? ಏನಿದೆ ಆ ಹೋಟಲಿನ ರೂಮಿನಲ್ಲಿ? ಯಾರಿದ್ದಾರೆ ದಾರಿ ಕಾಯಲು? ಯಾರಿದ್ದಾರೆ ಯೋಗಕ್ಷೇಮ ನೋಡುವವರು? ಮಧೂನ ಕಡೆಗೆ ಹೋದರೆ...? ಛೆ—ಅವನು ಮತ್ತೆ ಒಂದು ಸಾಹಸೀ ಯೋಜನೆ ಹೂಡದೆ ಇರಲಾರನು... ಮನೆಗೆ ಹೋಗಬೇಕು-ಎಷ್ಟು ದಿನ ಹೀಗೇಯೇ ಬರಿ ಮನೆಗೆ, ಬರಿ ಮನದಿಂದ ಹೋಗ ಬೇಕು...? ಕಲ್ಪಲತೆ ಸುಖವಾಗಿ ಕಾಲಕಳೆಯುತ್ತಿದ್ದಾಳೆ—ಸಂಸಾರ ಹೂಡಿದ್ದಾಳೆ. ಗಂಡ—ಮಕ್ಕಳು—ಹಣ—ಕಾರು—ಸಿನೇಮಾ—ಮಜಾ... ಬಹಳೇ ಆರಾಮದಿಂದ ಇದ್ದಾಳೆ. ನನಗೆ ಇಷ್ಟೆಲ್ಲ ಸೌಕರ್ಯ ಅವಳಿಗೆ ಒದಗಿಸುವುದು ಸಾಧ್ಯವಿತ್ತೇ? ಪ್ರೇಮ ಒಂದು ಕೊಡ ಬಹುದಿತ್ತು... ಅಲ್ಲ—ಈ ಪ್ರೇಮವೆಂದರೆ ಏನು? ಪ್ರೇಮ—ಅದರ ಅನುಭವವೇ ಈಗ ಮರೆತಂತಾಗಿದೆಯಲ್ಲ: ಏನಿತ್ತು ಅದರಲ್ಲಿ ಅಷ್ಟೊಂದು ದಿವ್ಯವಾದದ್ದು? ಕಲ್ಪಲತೆಯ ಕೂಡ ಮಾತನಾಡಬೇಕು, ಅವಳ ಕೈ ಹಿಡಿಯಬೇಕು, ಅವಳನ್ನು ಅಪ್ಪಿ ಮುದ್ದಿಡಬೇಕು—ಇದರ ಹೊರತು ಮತ್ತೇನಾದರೂ ಇತ್ತೆ? ತಲೆ ಕೆದರಿ ಕೆದರಿ ಯೋಚಿಸಿದೆ... ಮಾತು—ಮೈಯು—ಮುತ್ತು ಅವಳಿಗಂತೂ ದೊರತಿವೆ... ನನಗೂ ದೊರೆತಿವೆಯಲ್ಲ ಒಂದು ರೀತಿ ಯಾಗಿ... ನನಗೂ ದೊರೆಯಬಹುದಲ್ಲ 'ಪರ್ಮನಂಟಾಗಿ'—ಲಗ್ನವಾದರೆ... ಹೃದಯ ವನ್ನು ಅಖಂಡ ಮಂಜುಗಡ್ಡೆ ಮಾಡಿದರೇನೇ ಈ ಜಗತ್ತಿನಲ್ಲಿ ಮೋಜು...! ನನ್ನ ಹೃದಯ ಮಂಜುಗಡ್ಡೆಯಾಗುತ್ತ ನಡೆದಿದೆಯೇ...?

ಗೌರೀಶ ತನ್ನಷ್ಟಕ್ಕೆ ತಾನೇ ಕಟುವಾಗಿ ನಕ್ಕ!

ಒಳ್ಳೆಯ ಸುಂದರವಾದ ಹೆಣ್ಣು ಹೋಗುತ್ತಿತ್ತು. ನಿಟ್ಟಿಸಿ ನೋಡಿದ.—ಹೌದು ಚಂದಾಗಿದ್ದಾಳೆ. ಮೂಗು ಸ್ವಲ್ಪ ನೆಟ್ಟಗಿದ್ದರೆ ಚೆನ್ನಾಗಿತ್ತು. ಹಣೆ ಸ್ವಲ್ಪ ಹರವಾಗಿರಬೇಕಿತ್ತು... ನಾಳೆ ತಾಯಿಗೆ ಪತ್ರ ಬರೆಯಬೇಕು. ಬೈಲಹೊಂಗಲದ ಕುಲಕರ್ಣಿಯವರ ಹೆಣ್ಣು ಸುಂದರವಾಗಿದ್ದರೆ ನಾನು ಒಪ್ಪಿದೆ; ಇಲ್ಲದಿದ್ದರೆ ಇಲ್ಲ, ಹೌದು-ಲಗ್ನವಾಗುವದಾದರೆ-ಸೌಂದರ್ಯವೇ ಮುಖ್ಯಬಿಂದು... ಅದೂ ದೊರೆಯದಿದ್ದರೆ ಇಲ್ಲ...ಹಣ—ಉಪಭೋಗ!

ಹಣ! ಉಪಭೋಗ!—ಸೌಂದರ್ಯ ಮನೆಗೆ ಬರುವತನಕ ಉಪಭೋಗ—ಮೋಜು! ಮಧೂನ ಕಡೆಗೇ ಹೋಗೋಣ... ಹಣ ಸಾಕಷ್ಟಿದೆ ಇಂದು. ಯಾವ ಕಾಳಜಿಯೂ ಇಲ್ಲ—ಗೌರೀಶ ಕಿಸೆಯನ್ನು ಮುಟ್ಟಿ, ಪಾಕೀಟು ಇದೆಯೆಂದು ಖಾತ್ರಿ ಮಾಡಿಕೊಂಡ.

೨೯೦ ರೂಪಾಯಿ!

ಒಂದು ವಿಚಿತ್ರ ರೀತಿಯ ಸಮಾಧಾನ ತೂರಿ ಬಂತು ಗೌರೀಶನ ಹೃನ್ಮನಗಳಲ್ಲಿ!

(೧೯೫೩)

*

೫. ಮುಟ್ಟಿಸಿಕೊಂಡವನು

ಪಿ.ಲಂಕೇಶ್

ಬಸಲಿಂಗನಿಗೆ ಅದು ಪುರುಸೊತ್ತಿಲ್ಲದ ಕಾಲ. ಗೇಯುವುದನ್ನು ನಾಲ್ಕು ದಿನ ತಡಮಾಡಿದರೆ ಕುಳ ನೆಲದಲ್ಲಿ ನಾಟುವುದಿಲ್ಲ. ಆದರೆ ಇರುವ ಎರಡು ಎತ್ತುಗಳಲ್ಲಿ ಒಂದು ನೊಗ ಇಟ್ಟೊಡನೆ ಮಲಗಿಬಿಡುತ್ತದೆ. ಎಷ್ಟು ಹೊಡೆದರೂ ಏಳುವುದಿಲ್ಲ. ಇನ್ನೊಂದು ಕೂಡ ತನ್ನ ಸಹೋದ್ಯೋಗಿಯಂತೆಯೇ ಆಗಿಬಿಡುವ ಸೂಚನೆಗಳಿವೆ. ಮಲಗಿದ್ದು ಒಂದು ಏಟು ಕೊಟ್ಟೊಡನೆ ಏಳುತ್ತದೆ. ಜೊತೆಗಾರ ಏಳುವುದನ್ನೇ ಕಾದು ಕೆಲಸವಿಲ್ಲದ ಬಗ್ಗೆ ಖುಷಿ ಗೊಳ್ಳುವಂತೆ ಕಂಡುಬರುತ್ತದೆ. ಆದ್ದರಿಂದ ಬಸಲಿಂಗ ಎರಡೂ ಎತ್ತುಗಳನ್ನು ಯಾರಾದ ರೊಬ್ಬರಿಗೆ ಸಾಟಿಯಲ್ಲಿ ಕೊಟ್ಟು ಹೊಸ ಎತ್ತುಗಳನ್ನು ಹೊಂಚಿಕೊಳ್ಳಬೇಕು. ಮಗುವಿಗೆ ಮೈಯಲ್ಲಿ ಸರಿಯಿಲ್ಲ. ಶಿವನೂರು ಸ್ವಾಮಿಗಳಿಗೆ ತೋರಿಸಬೇಕು ಎಂದು ಹೆಂಡ್ತಿ ಸಿದ್ಲಿಂಗಿ ಹೇಳುತ್ತಲೇ ಇದ್ದಾಳೆ. ಮಗುವಿನ ಕೆಮ್ಮು ಹೋಗುತ್ತಲೇ ಇಲ್ಲ. ಈ ನಡುವೆ ಬಸಲಿಂಗನಿಗೆ ಇನ್ನೊಂದು ತೊಂದರೆ ಕಾಣಿಸಿಕೊಂಡಿತು. ಈ ತೊಂದರೆ ತನ್ನನ್ನು ಇಷ್ಟೊಂದು ಗಾಸಿ ಗೊಳಿಸೀತೆಂದು ಬಸಲಿಂಗ ಊಹಿಸಿರಲಿಲ್ಲ. ತನ್ನ ಮಲಗುವ ಎತ್ತುಗಳನ್ನು ಸಾಟಿಮಾಡಲು ಹೇಳಬೇಕಾದ ಸುಳ್ಳು ಅವನ ತಲೆ ತಿನ್ನತೊಡಗಿತ್ತು. ಸುಳ್ಳು ಹೇಳಲು ಬೇಕಾದ ಛಾತಿ, ಮಾತುಗಾರಿಕೆ ಅವನಲ್ಲಿರಲಿಲ್ಲ. ಎತ್ತುಗಳ ಬಗ್ಗೆ ಹೇಳಲು ಒಳ್ಳೆಯದನ್ನು ಲೆಕ್ಕ ಹಾಕಿದಂತೆಲ್ಲ ತಲೆ ಬಿಸಿಯಾಗುತ್ತಿತ್ತು. ಅದೇನೇ ಆದರೂ ಈ ಸಮಯದಲ್ಲಿ ಬಸಲಿಂಗನ ಎಡಗಣ್ಣಲ್ಲಿ ಕಾಣಿಸಿಕೊಂಡ ನೋವು ಹೆಚ್ಚಾಗುತ್ತಲೇ ಹೋಯಿತು.

ಮೊದಮೊದಲು ಅದು ಕಣ್ಣುಬೇನೆ ಇರಬಹುದೆಂದು ತಿಳಿದ. ಆದರೆ ಕಣ್ಣು ಕೆಂಪಾಗಲಿಲ್ಲ. ಕಣ್ಣಿನ ಸುತ್ತ ನೋವು ಮಾತ್ರ ಹೆಚ್ಚಾಯಿತು. ಈ ನೋವು ಬಲಗಣ್ಣಿನಲ್ಲಿರಲಿಲ್ಲ. ಎಡಗಣ್ಣು ನೋವಿನೊಂದಿಗೆ ಸ್ವಲ್ಪ ಮಂದವಾಗುತ್ತಿದ್ದಂತೆ ಅನ್ನಿಸತೊಡಗಿತು. ಹೆದರಿಕೆ ಶುರುವಾಯಿತು. ನಗರದ ತನ್ನ ಎಂದಿನ ವೈದ್ಯರಿಗೆ ತೋರಿಸಿದ. ಅವರು ನೋವಿನ ವಿವರಗಳನ್ನೆಲ್ಲ ಕೇಳಿ ರೆಪ್ಪೆ ಅಗಲಿಸಿ ನೋಡಿದರು. ಅವರಿಗೆ ಅರ್ಥವಾಗದಿದ್ದರೂ ಬಸಲಿಂಗನಿಗೆ ಧೈರ್ಯ ತುಂಬಲು ಒಳ್ಳೊಳ್ಳೆಯ ಮಾತನಾಡಿದರು, ತಮ್ಮ ವೈದ್ಯಕೀಯ ಪವಾಡಗಳನ್ನು ವಿವರಿಸಿ ದರು. ಹಚ್ಚಿಕೊಳ್ಳಲು ಒಂದು ಲೇಹ್ಯ ಕೊಟ್ಟರು. ಸ್ವಲ್ಪ ಸಮಾಧಾನದಿಂದ ಮನೆಗೆ ಬಂದ ಬಸಲಿಂಗನಿಗೆ ಹಲವು ದಿನ ಲೇಹ್ಯ ಹಚ್ಚಿಕೊಂಡು ವೈದ್ಯರು ಹೇಳಿದಂತೆ ಬಟ್ಟೆಯ ಕಾವು, ಉಪ್ಪಿನ ಕಾವು ಕೊಟ್ಟುಕೊಂಡ. ಆದರೆ ಕಣ್ಣಿನ ನೋವು ಮತ್ತು ಮಂದಸ್ಥಿತಿ ಕಡಿಮೆಯಾಗ ಲಿಲ್ಲ. ಹಾಗೆಂದು ಹೇಳಿದರೆ ಹೆಂಡತಿ ಸಿದ್ಲಿಂಗಿ ನಂಬಲಿಲ್ಲ. ಅದು ಆತನ ಕಲ್ಪನೆ ಎಂಬಂತೆ

ಮಾತಾಡಿದಳು. ಬಸಲಿಂಗನಿಗೆ ಸಿಟ್ಟು ಬಂತು. ಒಂದು ರೀತಿಯ ಅಸಹಾಯಕತೆ ಶುರುವಾಯಿತು. ನೋವನ್ನು ಸುಮ್ಮನೆ ವಿವರಿಸದೆ ಕೆಲವರಲ್ಲಿ ತನ್ನ ಕಷ್ಟ ತೋಡಿಕೊಂಡ. ಉಳಿದಿರುವ ನೆಲ, ಮಗುವಿನ ಕಾಯಿಲೆ ಎಲ್ಲವೂ ಅವನಿಗೆ ಗೌಣವಾಗಿ ಕಾಣತೊಡಗಿದ್ದವು. ಯಾರೋ ಒಬ್ಬರು ಸರ್ಕಾರಿ ಆಸ್ಪತ್ರೆಯ ಡಾಕ್ಟರ್ ತಿಮ್ಮಪ್ಪನಿಗೆ ತೋರಿಸಲು ಹೇಳಿದರು. ಸರ್ಕಾರಿ ಆಸ್ಪತ್ರೆ ಅಂದರೆ ದಿಕ್ಕು ದಿವಾಳಿ ಇಲ್ಲದವರು ಹೋಗುವ ಜಾಗ ಎಂದು ತಿಳಿದಿದ್ದ ಅವನಿಗೆ ಇದು ಕೊನೆಯ ಪ್ರಯತ್ನವಾಗಿ ಕಾಣಿಸಿತು. ಆದರೆ ಅವನಿಗೆ ತಿಮ್ಮಪ್ಪನ ಬಗ್ಗೆ ಹೇಳಿದ್ದವರು ಧೈರ್ಯ ತುಂಬಿದರು. ಖಾಸಗಿ ವೈದ್ಯರು ಕೂಡ ಎಷ್ಟು ಕೆಟ್ಟವರೆಂದು ವಿವರಿಸಿದರು.

ಡಾ॥ ತಿಮ್ಮಪ್ಪ ಬಿಡುವಿಲ್ಲದ ವೈದ್ಯರು. ಅವರ ಆಸ್ಪತ್ರೆಯಲ್ಲಿ ಹತ್ತಾರು ಜನ ಸಾಲುಗಟ್ಟಿ ನಿಂತಿದ್ದರು. ಎಲ್ಲರೂ ಬಡವರು, ಬಸಲಿಂಗ ಕಾಯುತ್ತಾ ಕೂತ. ಅವನ ಸರದಿ ಬಂದಾಗ ತಿಮ್ಮಪ್ಪನವರ ಎದುರು ನಿಂತ ಒಟ್ಟಿಗೇ ತನ್ನ ಕಷ್ಟಗಳನ್ನು ತೋಡಿಕೊಂಡ. ತನ್ನ ಮಲಗುವ ಎತ್ತುಗಳಿಂದ ಹಿಡಿದು ತನ್ನ ನೋವು, ತನ್ನ ನಿದ್ರೆ, ನೆಮ್ಮದಿಯನ್ನೆಲ್ಲ ಕೆಡಿಸಿರುವುದನ್ನು ಹೇಳಿದ. ತಿಮ್ಮಪ್ಪ ಅವನನ್ನು ಪರೀಕ್ಷಿಸಿದರು. ಸೂಟಿಯಾದ ಬೆರಳುಗಳ, ವಿಶ್ವಾಸ ತುಂಬಿದ ಮಾತುಗಳ ಡಾಕ್ಟರು. ಬಸಲಿಂಗನ ದೃಷ್ಟಿಯ ಅಳತೆ, ಸ್ಪಷ್ಟತೆಯನ್ನು ನೋಡಿದರು; ನೋವಿನ ಕಾರಣಕ್ಕಾಗಿ ಹುಡುಕಿದರು. ಕೊನೆಗೆ ಹೇಳಿದರು; "ನಿನ್ನ ಕಣ್ಣು ಸರಿಹೋಗುತ್ತೆ, ಆದರೆ ಆಪರೇಶನ್ ಆಗಬೇಕು, ಪರವಾಗಿಲ್ಲವಾ?"

ಖಂಡಿತಾ ಸರಿಹೋಗುತ್ತಾ ಎಂಬಂತೆ ಬಸಲಿಂಗ ನೋಡಿದ.

ತಿಮ್ಮಪ್ಪ ವಿಶ್ವಾಸದಿಂದ ಮಾತಾಡಿದರು. ಬಸಲಿಂಗ ಇದನ್ನೂ ತನ್ನ ಮನಸ್ಸಿನಲ್ಲಿಯೇ ಇಟ್ಟುಕೊಂಡ. ಸಿದ್ಲಿಂಗಿ ಕೇಳಿದಾಗ ಡಾಕ್ಟರ ಹೆಸರನ್ನು ಮಾತ್ರ ಹೇಳಿದ. ವಿವರಗಳನ್ನು ತಿಳಿಸುವ ಉತ್ಸಾಹ ಅವನಲ್ಲಿರಲಿಲ್ಲ. ಮರುದಿನ ಹಕ್ಕೆ, ಹಿತ್ತಿಲು, ನೀರುನಿಡಿಯ ಕೆಲಸವನ್ನೆಲ್ಲ ಮುಗಿಸಿ ಆಸ್ಪತ್ರೆಗೆ ಹೊರಟ. ತಿಮ್ಮಪ್ಪ ಎಷ್ಟು ಒಳ್ಳೆಯವರೆಂದರೆ ಅವರು ಅವನಿಗಾಗಿ ಕಾಯುತ್ತಿದ್ದಂತಿತ್ತು. ಬಸಲಿಂಗನಲ್ಲಿ ಅವರಿಗೆ ವಿಶೇಷ ಆಸಕ್ತಿ, ಪ್ರೀತಿ ಮೂಡಿದ್ದವು. ಅವನ ಹೊಲ, ಎತ್ತು, ಮಗು ಕೂಡ ಅವರಲ್ಲಿ ನಿಂತಿದ್ದವು. ಅನುಭವಿ ವೈದ್ಯರಾದ ತಿಮ್ಮಪ್ಪ ಬಸಲಿಂಗನನ್ನು ಆಪರೇಶನ್‌ಗೆ ಸಿದ್ಧಗೊಳಿಸಿ ಕೆಲವೇ ನಿಮಿಷಗಳಲ್ಲಿ ಆಪರೇಶನ್ ಮುಗಿಸಿದರು. ಅವನ ಕೈ ಹಿಡಿದುಕೊಂಡು ಹೇಳಿದರು, "ನೋಡು, ಇದು ಸೂಕ್ಷ್ಮವಾದ ಶಸ್ತ್ರ ಚಿಕಿತ್ಸೆ, ನೀನು ಎರಡುವಾರ ತಲೆಗೆ ನೀರನ್ನು ಸೋಂಕಿಸಬಾರದು. ನೀರು ಬಿದ್ದರೆ ಕಣ್ಣು ಕೆಟ್ಟುಹೋಗುವ ಅಪಾಯ ಇದೆ. ಇದನ್ನು ಸರಿಯಾಗಿ ನೆನಪಿಟ್ಟುಕೋ."

ಬಸಲಿಂಗನಲ್ಲೂ ತಿಮ್ಮಪ್ಪನವರ ಬಗ್ಗೆ ವಿಚಿತ್ರ ಪ್ರೀತಿ ಬೆಳೆದಿತ್ತು. ಆದರೆ ಅವನು ಮನೆಗೆ ಹೋದ ಮೇಲೆ ಸಿದ್ಲಿಂಗಿ ದೊಡ್ಡ ರಾದ್ಧಾಂತವನ್ನೇ ಎಬ್ಬಿಸಿದಳು. ಆಕೆಗೆ ಅದು ಹೇಗೋ ತಿಮ್ಮಪ್ಪ ಹೊಲೆಯರೆಂಬುದು ಗೊತ್ತಾಗಿತ್ತು; ತನಗೇ ಗೊತ್ತಿಲ್ಲದ ವಿಷಯ ಆಕೆಗೆ ಹೇಗೆ ತಿಳಿಯಿತೆಂದು ಬೆರಗಾದ. ತನ್ನ ತಿಮ್ಮಪ್ಪನ ನಡುವಿನ ಸಂಬಂಧ ಅವನಿಗೆ ಬೇರೆ ಎರಕದಲ್ಲಿ ಹೊಯ್ದಂತೆ ಕಾಣಿಸಿಕೊಳ್ಳತೊಡಗಿತು. ತನ್ನನ್ನು ಮುಟ್ಟುವ ಮುನ್ನ ಅವರು ತಮ್ಮ ಜಾತಿಯ ಬಗ್ಗೆ ಒಂದು ಮಾತು ಹೇಳಿದ್ದರೆ ಒಳ್ಳೆಯದಿತ್ತೆಂದು ಕ್ಷಣ

ಅನ್ನಿಸಿತು. ಆದರೆ ಅಂಥ ಯೋಚನೆ ಕೆಟ್ಟದೆಂದು ಬೈದುಕೊಂಡ. ತನ್ನ ಆಳ್ತನದಲ್ಲಿ ಏನೋ ಕಮ್ಮಿಯಾದಂತೆ ಬಸಲಿಂಗನಿಗೆ ಅನ್ನಿಸಿತು. ಇದರಿಂದ ನೊಂದುಕೊಂಡ. ಈ ವಿಷಯವನ್ನು ಯಾರಿಗೂ ಹೇಳಕೂಡದೆಂದು ತೀರ್ಮಾನಿಸಿದ. ಸಿದ್ಲಿಂಗಿ ಕೂಡ ಇದನ್ನು ಒಪ್ಪಿದಳು. ಸೂತಕವನ್ನು ಪರಿಹರಿಸಲು ಬಸಲಿಂಗ ಮೈ ತೊಳೆದುಕೊಳ್ಳಬೇಕು. ತಿಮ್ಮಪ್ಪ ನವರ ಹಿತವಚನವನ್ನು ಮರೆಯದಿದ್ದರೂ ಅದು ಅಸ್ಪಷ್ಟವಾಗತೊಡಗಿತ್ತು. ಸಿದ್ಲಿಂಗಿ ಅವನಿಗೆ ಕಣ್ಣು ಮಾತ್ರ ನೆನೆಯದಂತೆ ಬಿಸಿ ಬಿಸಿ ನೀರು ಹೊಯ್ದು ಸ್ನಾನ ಮಾಡಿಸಿದಳು.

ಮನಸ್ಸು ಹಗುರಾದರೂ ಪಟ್ಟುಗಳಲ್ಲಿ ಭದ್ರವಾಗಿದ್ದ ಎಡಗಣ್ಣು ಎರಡು ದಿನ ನೋವಿ ನಿಂದ ಮುಕ್ತವಾಗಿದ್ದು ಮೂರನೆಯ ದಿನದಿಂದ ತುಡಿಯತೊಡಗಿತು; ಮತ್ತೆ ನೋವು ಶುರುವಾಯಿತು. ಈಗ ಬಸಲಿಂಗ ಇಕ್ಕಟ್ಟಿಗೆ, ಪಶ್ಚಾತ್ತಾಪಕ್ಕೆ ಸಿಕ್ಕಿಹಾಕಿಕೊಂಡ. ಸುಳ್ಳು ಹೇಳಲಾರದ ಬಸಲಿಂಗ ಒಂದು ವಾರದೊಳಗೆ ತಿಮ್ಮಪ್ಪನವರನ್ನು ಬಿಟ್ಟು ಬೇರೆಲ್ಲ ಡಾಕ್ಟರು ಗಳಿಗೆ ತನ್ನ ಕಣ್ಣು ತೋರತೊಡಗಿದ. ಆದದ್ದು ಹೇಳಿದ. ಅವರು ನೀಡಿದ ಸಲಹೆ, ಔಷಧಿ ಸರಿಹೋಗಲೇ ಇಲ್ಲ. ಬೇರೆ ದಾರಿ ಕಾಣದೆ ತಿಮ್ಮಪ್ಪನವರ ಬಳಿಗೇ ಹೋದ. ಅವರು ಅವನನ್ನು ಪ್ರೀತಿಯಿಂದಲೇ ಪ್ರಶ್ನೆ ಕೇಳತೊಡಗಿದರು. ಬಸಲಿಂಗ ಉತ್ತರಿಸಿದ. ತಾನು ತನ್ನ ತಲೆಗೆ ನೀರನ್ನು ಸೋಂಕಿಸಿಯೇ ಇಲ್ಲ ಎಂದು ಸುಳ್ಳು ಹೇಳಿದ. ಅವನು ನಡು ಗುತ್ತಿರುವುದನ್ನು ನೋಡಿ ತಿಮ್ಮಪ್ಪ ತಮಗನ್ನಿಸಿದ್ದನ್ನು ಹೇಳಿದರು. ತನ್ನ ಸುಳ್ಳು ಡಾಕ್ಟರಿಗೆ ಗೊತ್ತಾಗಿರುವುದನ್ನು ಕಂಡ ಬಸಲಿಂಗ ಇನ್ನೂ ತಬ್ಬಿಬ್ಬಾದ.

"ಬಸಲಿಂಗಪ್ಪ, ನೀನು ತುಂಬ ಒಳ್ಳೆಯವನು. ಆದದ್ದು ಆದಹಾಗೆ ಹೇಳು" ಎಂದು ತಿಮ್ಮಪ್ಪ ತಣ್ಣಗೆ ಹೇಳಿದರು.

ಬಸಲಿಂಗ ಜಡಗೊಳ್ಳತೊಡಗಿದ್ದ. ಸುಳ್ಳು ಹೇಳಿದ್ದ ಬಸಲಿಂಗ ಈಗ ಯಾಂತ್ರಿಕವಾಗಿ ಆದದ್ದನ್ನೆಲ್ಲ ಹೇಳಿದ. ತನ್ನ ಎದೆಯ ಭಾರ ಇಳಿದಂತೆ ಸುಮ್ಮನೆ ಮೌನವಾಗಿ ಕೂತ. "ಹೆಂಗಾದ್ರೂ ಮಾಡಿ ನಂಗೆ ಇನ್ನೊಂದ್ಸಲ ಆಪರೇಶನ್ ಮಾಡಿ ಬಿಡ್ರಿ, ನಿಮ್ಮ ಮಾತು ಮೀರೊಲ್ಲ" ಅಂದ.

ತಿಮ್ಮಪ್ಪ ಕತ್ತು ಅಲ್ಲಾಡಿಸಿದರು. ಇನ್ನೊಂದು ಆಪರೇಶನ್‌ನಿಂದ ಏನೂ ಆಗುವುದಿಲ್ಲ ಎಂದು ಹೇಳಿದರು. "ಈಗಿರೋ ಗಾಯಕ್ಕೆ ಔಷಧಿ ಕೊಡ್ತೇನೆ. ತಪ್ಪದೆ ಹಚ್ಚಿಕೋ" ಎಂದು ಹೇಳಿದರು.

ಅದೇಕೋ ಬಸಲಿಂಗನಿಗೆ ಸಿಟ್ಟು ಬಂದಿತ್ತು. ತನ್ನ ಜಾತಿಯನ್ನು ಕೆಡಿಸಿದ ತಿಮ್ಮಪ್ಪ ತನ್ನ ಬಗ್ಗೆ ನಿರ್ಲಕ್ಷ ಬೆಳೆಸಿಕೊಳ್ಳುತ್ತಿರುವಂತೆ ಅನ್ನಿಸತೊಡಗಿತ್ತು. ತನ್ನ ಕಣ್ಣು ಹೋಗಲು ತಿಮ್ಮಪ್ಪ ಅದ್ಯಾವುದೋ ರೀತಿಯಲ್ಲಿ ಕಾರಣರಾದಂತೆ ತಿಳಿದ. ಆದದ್ದನ್ನೆಲ್ಲ ತಾನು ಬಲ್ಲವರಲ್ಲಿ ಹೇಳಿಕೊಂಡು ತಿಮ್ಮಪ್ಪನವರನ್ನು ಟೀಕಿಸಿದ; ಅವರಲ್ಲೂ ತಿಮ್ಮಪ್ಪನ ಬಗ್ಗೆ ಸಿಟ್ಟು ಬರುವಂತೆ ವಿಷಯಗಳನ್ನ ತಿರುಚಿ ಹೇಳಿದ. ಹೇಳುತ್ತ ಹೋದಂತೆ ತಾನು ತಿರುಚಿ ಹೇಳುತ್ತಿರುವುದೇ ಸತ್ಯವಿರುವುದಾಗಿ ನಂಬಿದ. ಒಮ್ಮೊಮ್ಮೆ ಇಡೀ ದಿನ ಏನೂ ಅರ್ಥವಾಗದವನಂತೆ ಕೂತುಬಿಡುವ; ತನ್ನಲ್ಲಿ ಬೆಳೆಯುತ್ತಿದ್ದ ಸಣ್ಣತನಕ್ಕೆ ದಂಗಾಗಿಬಿಡುವ. ಇದು ಎತ್ತಿನ ಸಾಟಿಗೆ

ಅನುಕೂಲವಾಗಬಹುದು, ಸುಳ್ಳು ತನ್ನ ಕುಟುಂಬಕ್ಕೆ ಸಹಾಯವಾಗಬಹುದು, ಹೀಗೂ ಅನ್ನಿಸಿತು. ಹೆಂಡತಿ ಸಿದ್ಲಿಂಗಿಯ ಜೊತೆಗೆ ಮಾತಾಡುವಾಗ ಹೆಚ್ಚಿನ ಗೆಲುವು ಅವನ ದನಿಯಲ್ಲಿ ಕಾಣಿಸಿಕೊಂಡಿತು. ಉಡಾಫೆಯ ಮಾತಾಡುವುದನ್ನು ಕಲಿಯಬೇಕೆನ್ನಿಸಿತು. ಗೇಯುವುದು ತಡವಾದರೆ ಸಾಲ ಎತ್ತಿ ಬದುಕಲು ಕೂಡ ಉಡಾಫೆ ಸಹಾಯಕ.

ಆದರೆ ಬಸಲಿಂಗನ ದುರಂತ ಆ ದಿಕ್ಕಿನಲ್ಲಿರಲಿಲ್ಲ. ತನ್ನ ಎಡಗಣ್ಣು ಪೂರ್ತಿ ಇಲ್ಲವಾಗಿ ನೋವು ಹೊರಟುಹೋಗುತ್ತಿದ್ದಂತೆ ಬಲಗಣ್ಣಿನಲ್ಲಿ ನೋವು ಕಾಣಿಸಿಕೊಂಡಿತು. ಎಡಗಣ್ಣಿನ ನೋವು ಆರಂಭವಾದಾಗಿನ ಅವನ ಮುಗ್ಧತೆ ಕೂಡ ಮತ್ತೆ ಮನಸ್ಸಿಗೆ ಬಸಿಯತೊಡಗಿತು. ಈ ಸಲ ಹೆಚ್ಚು ಚುರುಕಾಗಿರಬಲ್ಲ 'ಛಾತಿ' ಪಡೆದಿದ್ದರಿಂದ ಅನೇಕ ಡಾಕ್ಟರ್‌ನನು ಕಂಡ; ತಾನು ಬಲ್ಲ ತನ್ನ ಲಿಂಗಾಯತ ಜಾತಿಯ ರಾಜಕಾರಣಿ ರುದ್ರಪ್ಪನನ್ನು ಜೊತೆಗೇ ಕರೆದು ಕೊಂಡು ಡಾಕ್ಟರಲ್ಲಿಗೆ ಅಲೆದ. ಕೆಲವು ಡಾಕ್ಟರುಗಳು, "ಇದಕ್ಕೆ ಆಪರೇಶನ್ನೇ ಬೇಕಿಲ್ಲ, ಆ ಡಾ॥ ತಿಮ್ಮಪ್ಪನಿಗೆ ಬುದ್ಧಿ ಇಲ್ಲ–ಅದಕ್ಕೇ ಆಪರೇಶನ್ ಮಾಡಿದ್ದಾರೆ" ಎಂದು ಹೇಳಿದರು. ಔಷಧಿ ನೀಡಿ ಹಿತವಚನ ಕೊಟ್ಟರು. ಆದರೆ ಬಸಲಿಂಗನ ನೋವು ಕಡಿಮೆಯಾಗಲಿಲ್ಲ; ಆತಂಕ ಹೋಗಲಿಲ್ಲ. ಈ ಕಣ್ಣಿನ ರೋಗಕ್ಕೆ ಔಷಧಿ ಇದ್ದೇ ಇರುತ್ತದೆಂದು ನಂಬತೊಡಗಿದ್ದ ಬಸಲಿಂಗ ಆಸುಪಾಸಿನಲ್ಲಿ ಇದ್ದ ಡಾಕ್ಟರನ್ನೆಲ್ಲಾ ನೋಡಿದ. ಕೊನೆಗೆ ತನ್ನ ಉಡಾಫೆಯ ಶೈಲಿಯಲ್ಲೇ ತಿಮ್ಮಪ್ಪನವರನ್ನು ನೋಡಿದ.

ತಿಮ್ಮಪ್ಪ ತನ್ನ ರೋಗಿಯಲ್ಲಿ ಆಗಿದ್ದ ಬದಲಾವಣೆ ಗಮನಿಸಿದರು; ಆತನ ಗಂಟಲು ದೊಡ್ಡದಾಗಿತ್ತು. ಅವನು ತನಗರಿವಿಲ್ಲದಂತೆಯೇ ಸಣ್ಣವನಾಗತೊಡಗಿದ್ದ. ಅವನ ಕಾಯಿಲೆ ದೇಹದ ಮಟ್ಟದಿಂದ ಮಾನಸಿಕ ಸ್ತರವನ್ನು ತಲುಪತೊಡಗಿತ್ತು.

ತಿಮ್ಮಪ್ಪ ನೋವಿನಿಂದಲೇ ಹೇಳಿದರು, "ಬಸಲಿಂಗಪ್ಪ, ನಾನು ನಿನ್ನನ್ನು ಮುಟ್ಟಿದ್ದು ಡಾಕ್ಟರಾಗಿ; ಆದರೆ ನಿನ್ನಂಥ ಮುಗ್ಧ ಮನುಷ್ಯನಲ್ಲಿ ಕೂಡ ಈ ಮುಟ್ಟುವಿಕೆ ನಾನು ಊಹಿಸದೆ ಇದ್ದದ್ದನ್ನು ಮಾಡಿದೆ. ಅದು ನಿನ್ನ ತಪ್ಪಲ್ಲ. ಇದಕ್ಕಾಗಿ ನಾನು ಯಾರನ್ನೂ ಬೈಯುವುದಿಲ್ಲ. ನೀನು ಈ ಸಲ ಒಂದು ಕೆಲಸ ಮಾಡು. ನನ್ನ ಹೆಸರನ್ನು ಹೇಳಿ ಡಾಕ್ಟರ್ ಚಂದ್ರಪ್ಪನವರನ್ನು ನೋಡು. ಅವರು ನನ್ನಷ್ಟೇ ಒಳ್ಳೆಯ ಡಾಕ್ಟರು. ಏನೂ ತಪ್ಪು ತಿಳಿಯಬೇಡ" ಅಂದರು.

ಈಗ ಕೂಡ ಬಸಲಿಂಗ ಡಾ॥ ತಿಮ್ಮಪ್ಪನವರನ್ನು ದ್ವೇಷಿಸದಿದ್ದರೂ ಅವರ ಬಗ್ಗೆ ಒಂದು ರೀತಿಯ ಸವಾಲು ಬೆಳೆದಿತ್ತು. ತಾನು ಅವರ ಬಗ್ಗೆ ಮತ್ತು ಅವರ ಜಾತಿಯನ್ನು ಕುರಿತು ಮಾತಾಡಿದ್ದೆಲ್ಲ ಅವರಿಗೆ ಗೊತ್ತಾಗಿರಬಹುದೆಂಬ ಆತಂಕ ಹುಂಬತನವಾಗಿ ಜಂಬವಾಗಿ ಬದಲಾಗಿತ್ತು. ಆತ ತಿಮ್ಮಪ್ಪನವರಿಂದ ಹೊರಗೆ ಬಂದೊಡನೆ ರಾಜಕಾರಣಿ ರುದ್ರಪ್ಪನನ್ನು ಕೇಳಿ ಚಂದ್ರಪ್ಪನ ಜಾತಿ ತಿಳಿದುಕೊಂಡ. ತಿಮ್ಮಪ್ಪನ ಜಾತಿಯಷ್ಟು ಕೆಟ್ಟದಾಗಿಲ್ಲದ್ದು ಅರಿತು ನಿಸೂರಾದ. ಕೂಡಲೆ ಹೋಗಿ ಡಾ॥ ಚಂದ್ರಪ್ಪನವರನ್ನು ನೋಡಿದ.

ಅಲ್ಲಿ ಬಸಲಿಂಗನಿಗೆ ಅನಿರೀಕ್ಷಿತವಾದದ್ದು ಕಾದಿತ್ತು. ಬಸಲಿಂಗನ ಎಡಗಣ್ಣಿನ ಪೂರ್ತಿ ಚರಿತ್ರೆಯನ್ನು—ಬಸಲಿಂಗನ ತಿರುಚುವಿಕೆಯೊಂದಿಗೆ—ಕೇಳಿದ ಚಂದ್ರಪ್ಪ ಹೇಳಿದರು.

"ಡಾ॥ ತಿಮ್ಮಪ್ಪನವರಿಂದ ಆಗದ ಕೆಲಸ ನನ್ನಂಥವರಿಂದ ಸಾಧ್ಯವಿಲ್ಲ. ನಮ್ಮ ವೈದ್ಯಲೋಕ ಬಲ್ಲ ಅತ್ಯಂತ ಪ್ರಾಮಾಣಿಕ, ಪ್ರತಿಭಾವಂತ ಡಾಕ್ಟರು ತಿಮ್ಮಪ್ಪ. ಈ ಕಣ್ಣಿನ ರೋಗ ಅವರ ವಲಯಕ್ಕೆ ಸೇರಿದ್ದು. ನೀನು ಅವರನ್ನು ನೋಡಿದರೆ ಮಾತ್ರ ಇರುವ ಒಂದು ಕಣ್ಣು ಉಳಿಯುತ್ತೆ."

ರಾಜಕಾರಣಿ ರುದ್ರಪ್ಪನೊಂದಿಗೆ ಹೊರಗೆ ಬಂದ ಬಸಲಿಂಗ. ಬಿಸಿಲಲ್ಲಿ ತಲೆಯ ಮೇಲೆ ಕೈಹೊತ್ತು ಕೂತ. ಯಾರು ಮಾತಾಡಿಸಿದರೂ ಮಾತಾಡಲೇ ಇಲ್ಲ. ಹೆಂಡತಿಯ ಮಾತು ಕಿವಿಗೆ ಬೀಳಲೊಲ್ಲವು. ಬಲಗಣ್ಣಿನ ನೋವು ಭೀಕರವಾಗಿತ್ತು. ಬರುಬರುತ್ತ ದೃಷ್ಟಿ ಮಂದವಾಗುತ್ತಿರುವುದು ಬಸಲಿಂಗನಿಗೆ ಗೊತ್ತಿತ್ತು. ತನ್ನ ಉಡಾಫೆ, ಸುಳ್ಳು, ಜಾತಿ, ಮಠದ ಗುರು—ಯಾರೂ ತನ್ನ ಕಣ್ಣು ಉಳಿಸುವುದಿಲ್ಲ ಎಂಬುದು ನಿಶ್ಚಿತವಾಗತೊಡಗಿತ್ತು. ನೋವು, ದೈಹಿಕ ನೋವನ್ನು ಮೀರಿದ ನೋವು ಅವನನ್ನು ತುಂಬತೊಡಗಿತ್ತು. ಡಾ॥ ತಿಮ್ಮಪ್ಪನವರ ಮಿಂಚಿನಂತಹ ಬೆರಳು, ಪ್ರೀತಿ ತುಂಬಿದ ಮುಖ ನೆನಪಾದವು. ತನ್ನ ಹೊಲ, ತನ್ನ ಎತ್ತುಗಳು, ತನ್ನ ಗದ್ದೆಯ ವಾರೆಯಲ್ಲಿರುವ ಮಾವಿನಮರ, ಪಾರಿಜಾತದ ಹೂವು...

ನೇರವಾಗಿ ತಿಮ್ಮಪ್ಪನವರಲ್ಲಿಗೆ ಹೋದ. ನೋವು ತುಂಬಿದ ಬಲಗಣ್ಣು ಕಂಬನಿ ಸುರಿಸುತ್ತಿತ್ತು. ತಿಮ್ಮಪ್ಪನವರ ಕೈಹಿಡಿದುಕೊಂಡ. ಅವರನ್ನು ಅಪ್ಪಿಕೊಂಡು ಗಟ್ಟಿಯಾಗಿ ಅಳತೊಡಗಿದ. ತಿಮ್ಮಪ್ಪ ಚಲಿಸಲಿಲ್ಲ. ತಲೆ ನೇವರಿಸಲಿಲ್ಲ ಕೂಡ. ಉಸಿರು ಹತೋಟಿಗೆ ಬಂದಾಗ ಬಸಲಿಂಗ ಏನೇನೋ ಬಡಬಡಿಸಿದ. ಅದು ಅವನಿಗೆ ಮತ್ತು ತಿಮ್ಮಪ್ಪನವರಿಗೆ ಮಾತ್ರ ಗೊತ್ತಾಗುವಂತಿತ್ತು.

ಎದುರಿಗೆ ಕುಳಿತಿದ್ದ ಬಸಲಿಂಗನನ್ನು ತಿಮ್ಮಪ್ಪ ಎವೆ ಇಕ್ಕದೆ ನೋಡಿದರು. ಆತನನ್ನು ತಾವು ಇಷ್ಟಪಡಲು ಕಾರಣವೇನೆಂದು ಚಿಂತಿಸಿದರು. ಅದು ಆತನಲ್ಲಿ ಒಮ್ಮೆ ಇದ್ದು ಈಗ ಮರುಕಳಿಸಿರುವ ಮುಗ್ಧತೆ ಇರಬಹುದು. ಅವನನ್ನು ಕಂಡರೆ ಅವನ ಜಾತಿ ಯಾವುದಿರಬಹುದು ಎಂಬ ಪ್ರಶ್ನೆ ಕೂಡ ತಮ್ಮಲ್ಲಿ ಸುಳಿಯದಿದ್ದುದು ಇರಬಹುದು. ಮನುಷ್ಯನ ನೋವಿಗೆ, ಮನುಷ್ಯನ ತೊಳಲಾಟಕ್ಕೆ, ಮನುಷ್ಯನಿಗೆ ಸಾಧ್ಯವಾಗುವ ಸಣ್ಣತನ ಮತ್ತು ಒಳ್ಳೆಯತನಕ್ಕೆ ಸಾಕ್ಷಿಯಾಗಿ ಕಾಣುತ್ತಿದ್ದುದು ಇರಬಹುದು.

ಬಸಲಿಂಗ ಅವರ ನಿಶ್ಚಲ ಕಣ್ಣನ್ನು ನೋಡುತ್ತಲೇ ಇದ್ದ. ತಿಮ್ಮಪ್ಪನವರ ಕಣ್ಣಲ್ಲಿ ತೇವ ಒಸರತೊಡಗಿತು. ಅದು ಕಂಬನಿಯಾಗುವುದಕ್ಕೆ ಮುನ್ನ ಹೇಳಿದರು:

"ಈ ಸಲ ತಲೆಗೆ ನೀರು ಸೋಂಕಿಸಕೂಡದು, ಈ ಕಣ್ಣು ಸರಿಹೋಗುತ್ತೆ" ಎಂದು ಮಾತ್ರ ಹೇಳಿ ಶಸ್ತ್ರಚಿಕಿತ್ಸೆಗೆ ಸಿದ್ಧತೆಗೆ ಮಾಡಿಕೊಳ್ಳತೊಡಗಿದರು.

ಸುಳ್ಳುಗಳಿಂದ ಮುಕ್ತವಾಗಿದ್ದ ಬಸಲಿಂಗ ಮಗುವಿನಂತೆ ಅವರ ಚಲನವಲನ ನೋಡುತ್ತ ಕೂತ.

(೧೯೮೮)

*

೬. ಅವನತಿ

ಕೆ.ಪಿ.ಪೂರ್ಣಚಂದ್ರ ತೇಜಸ್ವಿ

ಇಸ್ಲಾಪುರ, ಇತ್ತಾವರ, ಜೋಗತಿಪೇಟೆ, ಮಾಲೂರು, ಈ ಹಳ್ಳಿಗಳನ್ನು ಒಂದೇ ಊರು ಎಂದು ಕರೆದಿದ್ದರೂ ನಡೆಯುತ್ತಿದ್ದಿತು. ಏಕೆಂದರೆ ನಾಲ್ಕೈದು ಮೈಲಿಯ ಕೂಗಳತೆಯೊಳಗೇ ಆ ಹಳ್ಳಿಗಳೆಲ್ಲಾ ಇದ್ದುವು. ಎಲ್ಲಾ ಜಾತಿಯವರೂ ಎಲ್ಲ ಹಳ್ಳಿಗಳಲ್ಲೂ ಸಮಪ್ರಮಾಣದಲ್ಲಿ ಇದ್ದರು. ಅನೇಕ ಮುಸಲ್ಮಾನ ಮತ್ತು ಕ್ರಿಶ್ಚಿಯನ್ ಕುಟುಂಬಗಳೂ ಕೂಡ ಅಲ್ಲಿದ್ದುವು. ಇಸ್ಲಾಪುರದಲ್ಲಿ ಒಂದು ಮಸೀದಿಯೂ ಇತ್ತು.

ಆ ಊರುಗಳ ಜನರೆಲ್ಲಾ ಒಂದು ಬಗೆಯ ವಿಚಿತ್ರವಾದ ವ್ಯವಹಾರಿಕ ಜನ. ಹತ್ತಕ್ಕೆ ಏರದೆ ನಾಲ್ಕಕ್ಕೆ ಇಳಿಯದೆ, ಲಾಭವಿಲ್ಲದ ನಷ್ಟವರಿಯದ ಅಸಲಿನಲ್ಲೇ ಓಡಾಡುವ ಜನ. ಸುಮ್ಮನೆ ಕಾಲ ಕಳೆಯಲು ನಡೆಸುವ ವ್ಯವಹಾರಗಳಂತೆ, ಅವರದು. ಹೋಗೋದು, ಬರೋದು, ಕೂರೋದು, ನಿಲ್ಲೋದು, ಈ ಥರ... ಚುನಾವಣೆಯ ಕಾಲದಲ್ಲಿ ಇವರಿಗೆ ಏನು ಪ್ರಲೋಭನೆ ತೋರಿಸಿ ಇವರಿಂದ ಓಟು ಕಸಿಯಬೇಕೆಂಬುದೇ ಅಭ್ಯರ್ಥಿಗಳಿಗೆ ಒಂದು ಸಮಸ್ಯೆಯಾಗಿತ್ತು, ಅಂಥ ನಿಷ್ಕಾಮಕರ್ಮಿಗಳು ಇವರು. ಹಿಂದೂ ಮುಸ್ಲಿಂ ಸಮಸ್ಯೆಯನ್ನೂ ಎತ್ತುವಂತಿರಲಿಲ್ಲ. ಏಕೆಂದರೆ ಭೂತ ಪ್ರೇತ ಮಾರಿ ಮಸಣಿಗಳ ತಾಪತ್ರಯದಲ್ಲಿ ಸಿಲುಕಿದ್ದ ಅಲ್ಲಿಯ ಮುಸಲ್ಮಾನರಿಗೂ ಹಿಂದೂಗಳಿಗೂ ತಮ್ಮ ಮೂಲ ಧರ್ಮದ ಪ್ರಜ್ಞೆಯೇ ಇದ್ದಂತಿರಲಿಲ್ಲ. ಇನ್ನು ಬಡವ ಶ್ರೀಮಂತ ಪ್ರಜ್ಞೆ ಎತ್ತೋಣೆಂದರೆ ನಾಲ್ಕಾರು ಶ್ರೀಮಂತರಿದ್ದರಾದರೂ ಅವರ ಬವಣೆ ದರಿದ್ರರಿಗಿಂತ ಕಡಿಮೆ ಇರಲಿಲ್ಲ. ಅಂಗಡಿ ಕಂಬಯ್ಯ, ಅಕ್ಕಿ ವ್ಯಾಪಾರದ ಜೂಗಪ್ಪ, ರಾಜಪ್ಪ, ಕೃಷ್ಣೇಗೌಡ ಮುಂತಾದ ಶ್ರೀಮಂತರು ವಸೂಲಿಗಾಗಿ ತಿರುಗುತ್ತಾ ಸಾಲ ತೆಗೆದುಕೊಂಡವರ ಬಳಿ ಗೋಳಾಡುತ್ತಾ, ವಸೂಲಿ ಸಾಬರಿಗೆ ಸಲಾಮು ಹೊಡೆದು ಸಹಾಯಕ್ಕೆ ಅಂಗಲಾಚುತ್ತಾ "ಕೈಯಾಗಿನ ಕಾಸೂ ಹೋಯ್ತು, ಮೈಯಾಗಿನ ಮಾನಾನೂ ಹೋಯ್ತು" ಎಂದು ಗೊಣಗುತ್ತಾ ತಿರುಗುವುದನ್ನು ನೋಡಿದರೆ ಯಾರೂ ಅವರ ವಿರುದ್ಧ ಹೋರಾಡಲಿಕ್ಕಾಗಿ ಓಟು ಚಲಾಯಿಸಲು ಬಯಸುತ್ತಲೇ ಇರಲಿಲ್ಲ. ಹೀಗಾಗಿ ಪ್ರಸಕ್ತ ರಾಜಕೀಯಕ್ಕೂ ಆ ಹಳ್ಳಿಗಳು ಸವಾಲಾಗಿದ್ದವು.

ಇಂಥವರಲ್ಲಿ ಒಬ್ಬನಾಗಿ ಇಸ್ಲಾಪುರದಲ್ಲಿ ಸೂರಾಚಾರಿ ಇದ್ದ. ಆದರೂ ಆ ಪ್ರದೇಶದಲ್ಲಿದ್ದ ಎರಡು ಮಹತ್ತಾದುದೆನ್ನಬಹುದಾದುದರಲ್ಲಿ ಅವನೂ ಒಬ್ಬನಾಗಿದ್ದ. ಇನ್ನೊಂದು ಎಂದರೆ ಇತ್ತಾವರದ ಸುಬ್ಬಯ್ಯನ ಹೆಂಡತಿ ಗೌರಿ.

ಸೂರಾಚಾರಿ, ಈರೇಗೌಡ, ಇಬ್ಬರೂ ಇಸ್ಲಾಪುರದಿಂದ ಆ ದಿನ ಹೊರಟಾಗ ಒಂದೇ ಸಮನೆ ಮಳೆ ಸುರಿಯುತ್ತಿತ್ತು. ಇಬ್ಬರೂ ಮಾತನಾಡುತ್ತಾ ಇತ್ತಾವರದ ಅಭಿಮುಖವಾಗಿ ಹೊರಟರು. ದಾರಿ ಸಾಗಲೆಂದು ಯಾವ ರಭಸ ಕುತೂಹಲಗಳಿಲ್ಲದ ಏರಿಳಿತಗಳಿಲ್ಲದ ದನಿಯಲ್ಲಿ ಕೊಯ ಪಯ ಕೊಯ ಪಯ ಮಾತನಾಡುತ್ತಾ ಕಾಲು ಹಾಕತೊಡಗಿದರು. ಇತ್ತಾವರದ ಸುಬ್ಬಯ್ಯನ ಮನೆಯಲ್ಲಿ ಎತ್ತೊಂದನ್ನು ಖರೀದಿ ಮಾಡಲು ಅವರು ಹೊರಟಿದ್ದು. ಅವನ ಮನೆಯಲ್ಲಿ ಎತ್ತೊಂದು ಮಾರಾಟಕ್ಕಿದೆ ಎಂದು ಈರೇಗೌಡನಿಗೆ ತಿಳಿಸಿದವನು ಸೂರಾಚಾರಿ. ಈಗ ಅದನ್ನು ಖರೀದಿ ಮಾಡಲು ಮಧ್ಯಸ್ಥಿಕೆಗಾಗಿ ಈರೇಗೌಡ ಸೂರಾಚಾರಿಯನ್ನೇ ಕರೆದುಕೊಂಡು ಹೊರಟಿದ್ದನು.

ಸೂರಾಚಾರಿ ಹಾಲಿ ಇಸ್ಲಾಪುರ ವಾಸಿಯೇ ಆದರೂ ಅವನು ಹಳೇಬೀಡಿನ ಹತ್ತಿರಿದ್ದ ಪನ್ನಾಥಪುರದಿಂದ ಬಂದಿದ್ದನು. ಆತನು ಇಸ್ಲಾಂಪುರದ ಹತ್ತಿರ ಈಶ್ವರ ದೇವಸ್ಥಾನ ಕಟ್ಟುತ್ತಾರೆಂದೂ, ಅದರ ಕಲ್ಲಿನ ಕೆಲಸ, ಚಿತ್ತಾರದ ಕೆಲಸ, ಕುಸುರಿ ಕೆಲಸಗಳನ್ನು ತಾನು ವಹಿಸಿಕೊಳ್ಳಬೇಕೆಂದೂ ಆಲೋಚಿಸಿ ಬಂದಿದ್ದ. ಆದರೆ ಈಶ್ವರ ದೇವಸ್ಥಾನ ಕಟ್ಟುವ ಕಾರ್ಯಕ್ರಮ ರದ್ದಾಗಿಹೋಯ್ತು. ಏಕೆಂದರೆ ಅದಕ್ಕಾಗಿ ಶೇಖರಿಸಿದ ಹಣವನ್ನು ಅಲ್ಲಿನ ಪೂಜಾರಿಗಳಾಗಬೇಕಾಗಿದ್ದ ಶಂಕರಭಟ್ಟರು ಮಗಳ ಮದುವೆ ಇತ್ಯಾದಿಗಳಿಗೆ ಉಪಯೋಗಿಸಿ ಉಡುಪಿಗೆ ಓಡಿ ಹೋದರು. ಸೂರಾಚಾರಿ ಅಲ್ಲಿಯೇ ನಾಲ್ಕಾರು ಜನಕ್ಕೆ ತುಳಸಿ ಕಟ್ಟೆ ಇತ್ಯಾದಿಗಳನ್ನು ಮಾಡಿಕೊಟ್ಟು ದೂರದ ಸಂಬಂಧಿಕನಾದ ವಾಸಾಚಾರಿಯಲ್ಲಿ ಕೆಲವು ಕಾಲ ತಂಗಿದ್ದು ಅನಂತರ ಊರಿಗೆ ಹಿಂದಿರುಗುವವನಿದ್ದನು. ವಾಸಾಚಾರಿಗೆ ಹೆಂಡಿರು ಇರಲಿಲ್ಲ. ಒಬ್ಬಳೇ ಮಗಳು. ಆಕೆಯ ಹೆಸರು ಯಶೋಧ ಎಂದು. ಸೂರಾಚಾರಿಗೆ ಇಳಿ ವಯಸ್ಸಾಗಿದ್ದರೂ ಏನು ಕಾರಣವೋ ಮದುವೆಯಾಗಿರಲಿಲ್ಲ. ವಾಸಾಚಾರಿ ಬಹಳ ಪುಸಲಾಯಿಸಿ ಯಶೋದಳನ್ನು ಸೂರಾಚಾರಿಗೆ ಕಟ್ಟಿದ. ಮದುವೆ ಸಂದರ್ಭದಲ್ಲಿ ಮುದುಕ ವಾಸಾಚಾರಿಯು ಸಾಯುವವರೆಗೂ ಸೂರಾಚಾರಿ ಇಸ್ಲಾಪುರದಲ್ಲೇ ಇರಬೇಕೆಂತಲೂ ಅನಂತರ ಅವನ ಹೆಂಡತಿಯನ್ನು ಕರೆದುಕೊಂಡು ಎಲ್ಲಿಗೆ ಬೇಕಾದರೂ ಹೋಗಬಹುದೆಂದೂ ಕರಾರು ಆಯ್ತು. ಸೂರಾಚಾರಿಗೂ ಸಹ ಇಳಿವಯಸ್ಸೇ. ಆದರೆ ವಾಸಾಚಾರಿ ಮುಪ್ಪಿನ ಮುದುಕ. ಸೂರಾಚಾರಿ ಯಶೋದೆಯನ್ನು ಮದುವೆಯಾದಾಗ "ಅವ ಎಲ್ಲಿ ನಿಭಾಯಿಸುತ್ತಾನೋ ಅವಳನ್ನ" ಎಂದು ಅನೇಕರು ಒಳಗೊಳಗೇ ಲೇವಡಿ ಮಾಡಿದರು. ಮುದುಕ ವಾಸಾಚಾರಿಯ ಕುಟುಕುಜೀವ ಹೋಗಲು ತಡವಾದಂತೆ ಸೂರಾಚಾರಿಯ ಅಸಹನೆ ಹೆಚ್ಚುತ್ತಿದ್ದಿತು. "ಈ ಹೆಣ್ಣಿನ ಸಲುವಾಗಿ ಈ ಊರಲ್ಲಿ ನಾನು ಉಳಿಯಬೇಕಾಯ್ತೆ ಶಿವಾಯಿ ಇಲ್ಲದಿದ್ದರೆ ನಾನು ಎಂದೋ ಈ ಮಲೆಸೀಮೆ ಬಿಟ್ಟಿರುತ್ತಿದ್ದೆ" ಎಂದು ಸೂರಾಚಾರಿ ಎಲ್ಲರ ಬಳಿಯೂ ಹೇಳಿ ಪರಿತಪಿಸುತ್ತಿದ್ದ. ಈ ರೀತಿ ವಾಸಾಚಾರಿಯ ಸಾವಿನ ಪ್ರತೀಕ್ಷೆಯಲ್ಲಿ ವರುಷಗಳೇ ಸಂದುವು. ಸೂರಾಚಾರಿಗೂ ವಯಸ್ಸಾಗ ತೊಡಗಿತು. ಕೊನೆಗೆ ಒಂದು ದಿನ ಅವನ ಹಾರೈಕೆಯಂತೆ ವಾಸಾಚಾರಿ ಪ್ರಾಣಬಿಟ್ಟ.

ಆದರೆ ಸೂರಾಚಾರಿಯ ಹಣೆಬರಹವೇ ಬೇರೆ ರೀತಿಯಲ್ಲಿತ್ತು. ಅವನು ಮಾವನ ಕರ್ಮಗಳನ್ನೆಲ್ಲಾ ಮುಗಿಸಿ ಹೆಂಡತಿ ಕರೆದುಕೊಂಡು ಪನ್ನಾಥಪುರದ ಕಡೆಗೆ ಹೊರಟ. ಆದರೆ ಮಲೆಸೀಮೆ ಗಡಿ ದಾಟುವಲ್ಲಿ ದಿಡ್ಡಿ ಎನ್ನುವ ಹಳ್ಳಿ ದಾಟಿದೊಡನೆಯೇ ಯಾವುದೋ ಒಂದು ಪಿಚಾಚಿಯೋ ದೆವ್ವವೋ ಅವನ ಹೆಂಡತಿ ಮೈಮೇಲೆ ಬಂದು ಕಾಟ ಕೊಡ ತೊಡಗಿತು. ಮತ್ತೆ ಗಡಿ ದಾಟಿ ಮಲೆಸೀಮೆಗೆ ಹಿಂದಿರುಗುವವರೆಗೂ ತೊಂದರೆ ಕೊಡು ವುದನ್ನು ಬಿಡಲೇ ಇಲ್ಲ. ಏನು ಮಾಡಿದರೂ ಪರಿಸ್ಥಿತಿ ಹತೋಟಿಗೆ ಬರದೆ ಕೊನೆಗೆ ನಿರುಪಾಯನಾಗಿ ಇಸ್ಲಾಪುರಕ್ಕೆ ಹಿಂದಿರುಗಿದನು.

ಹೆಂಡತಿಗೆ ಕಸಬರಿಕೆ ತೆಗೆದುಕೊಂಡು ಹೊಡೆಯುವುದು, ಮೆಟ್ಟಿನಲ್ಲಿ ಹೊಡೆಯು ವುದು, ಹೊಗೆ ಹಾಕಿ ಸೆಗಣಿ ನೀರು ಕುಡಿಸುವುದು, ಇತ್ಯಾದಿಗಳನ್ನೆಲ್ಲಾ ಮಾಡಿ ಮುಗಿಸಿದ. ಹೀಗೇ ದಂಡಿಸುವಾಗೆಲ್ಲಾ ಯಾರು ಯಾರೋ “ಸೂರಿಚಾರಿ ಹೆಂಡತಿಗೆ ಬೇರೆ ಏನೋ ಚಾಳಿ ಇರಬೇಕು. ಅದಕ್ಕೆ ಇಸ್ಲಾಪುರ ಬಿಡಕ್ಕ ಒಲ್ಲೆ ಒಲ್ಲೆ ಅನ್ತದೆ” ಅಂದಿದ್ದೆಲ್ಲಾ ಜ್ಞಾಪಕಕ್ಕೆ ಬಂದು ಹೆಂಡತಿಗೆ ಹಿಡಿದ ದೆವ್ವ ಬಿಡಿಸುವುದಿರಲಿ ಹೆಂಡತಿಯೇ ದೆವ್ವವೆಂದು ತಿಳಿದು ಜಪ್ಪಿಹಾಕಿದ್ದನು. ಕೊನೆಗೆ ಪಿಶಾಚಿಯ ಕಾಟದಿಂದ ಹಿಂದಿರುಗಬೇಕಾಯ್ತೆಂಬುದನ್ನು ಜಾಹೀರು ಮಾಡಲು ಸಹಾಯವೂ ಆಯ್ತೆಂದು ಮಸೀದಿಯಲ್ಲಿ ಇರುತ್ತಿದ್ದ ಭೂತ ವೈದ್ಯ ಫಕೀರಪ್ಪನ ಜೊತೆಗೆ ಸಮಾಲೋಚನೆಯನ್ನೂ ಮಾಡಿದನು. ಏನೇ ಆದರೂ ಸೂರಾಚಾರಿ ಹೆಂಡತಿ ಯಶೋದೆಯನ್ನು ದಿಡ್ಡಿ ಗಡಿ ದಾಟಿಸಲು ಸಾಧ್ಯವಾಗಲಿಲ್ಲ.

ಸೂರಾಚಾರಿ ದಿಡ್ಡಿ ಗಡಿಯನ್ನು ಹೆಂಡತಿಯೊಂದಿಗೆ ದಾಟಲು ಸಾಧ್ಯವಾಗದೆ ಇಸ್ಲಾ ಪುರಕ್ಕೆ ಬಂದನಂತರ ಅವನಿಗೆ ಒಂದು ಕಾಟ ಆರಂಭವಾಯ್ತು. ಮಲೆಸೀಮೆಯ ಥಂಡಿ ಹವೆ ಸೂರಾಚಾರಿಗೆ ಒಗ್ಗದೆ ಗೂರಲು ತರದ ಕೆಮ್ಮು ಹಾಗೂ ಉಬ್ಬಸವೂ ಆಗಾಗ್ಗೆ ಬರಲು ಆರಂಭವಾಯ್ತು.

ಸೂರಾಚಾರಿಯ ಮೂಲ ಕಸುಬು ಕಲ್ಲಿನ ಕೆತ್ತನೆಯ ಕೆಲಸ. ಹೊಯ್ಸಳರ ಕಾಲದಿಂದ ಶಿಲ್ಪಿಗಳಾಗಿದ್ದ ಮನೆತನ ಅವನದು. ದೇವಸ್ಥಾನದ ಕಂಭ, ಮಾಡು, ತುಳಸೀಕಟ್ಟೆ, ದೇವರ ಸುಂದರ ವಿಗ್ರಹಗಳು ಇತ್ಯಾದಿಗಳನ್ನು ಮಾಡುತ್ತಿದ್ದನು. ಅವನು ಕೊಂಚವೂ ತನ್ನ ಅಸಾಮಾನ್ಯ ಕಲೆಗಾರಿಕೆಯ ಬಗ್ಗೆ ಪ್ರಜ್ಞಾವಂತನಾಗಿಲ್ಲದಿದ್ದರೂ ಶ್ರೇಷ್ಠ ಕಲಾವಂತಿಕೆ ಸೂರಾಚಾರಿಯ ಕೈಗಳಿಗೆ ಸಿದ್ಧಿಸಿತ್ತು. ಸೂರಾಚಾರಿ ಕೆಲಸ ಅಚ್ಚುಕಟ್ಟಾಗಬೇಕೆಂಬ ಆಲೋಚನೆಯಿಂದ ಕೆಲಸವನ್ನು ಶ್ರದ್ಧೆಯಿಂದ ಮಾಡುತ್ತಿದ್ದನು. ಆದರೆ ಅದನ್ನೊಂದು ಕಲೆ ಎಂದು ತಿಳಿಯು ವುದೇ ಆಗಲಿ ಅಥವಾ ಒಂದು ಅಭಿವ್ಯಕ್ತಿ ಮಾಧ್ಯಮ ಎಂದು ತಿಳಿಯುವುದೇ ಆಗಲಿ ಅವನಿಂದ ಕನಸಿನಲ್ಲೂ ಸಾಧ್ಯವಿರಲಿಲ್ಲ. ಆದರೂ ಅವನೊಬ್ಬ ಮಹಾನ್ ಕಲಾವಿದನೇ ಆಗಿದ್ದ, ಇಸ್ಲಾಪುರಕ್ಕೆ ಬರುವ ಮುಂಚೆ.

ಮಲೆಸೀಮೆಗೆ ಬಂದನಂತರ ಸೂರಾಚಾರಿಗೆ ಆ ಬಗೆಯ ಕೆಲಸಗಳು ಸಿಗುತ್ತಲೇ ಇರಲಿಲ್ಲ. ಅವನಿಗೆ ಸಿಗುತ್ತಿದ್ದ ಕಲ್ಲಿನ ಕೆಲಸವೆಂದರೆ ಅವರಿವರ ಮನೆಯ ನುಣ್ಣಗಾದ ಒರಳುಕಲ್ಲುಗಳಿಗೆ ಉಳಿಹಾಕಿ ಕೊಡುವುದಷ್ಟೇ. ಹೀಗಾಗಿ ಸೂರಾಚಾರಿ ಬೇರೆ ಕೆಲಸಗಳಿಗೆ

ಕೈ ಹಾಕಿದನು. ಮರದ "ಮಾರಿಗೊಂಬೆ"ಗಳನ್ನು ಮಾಡಿಕೊಡುತ್ತಿದ್ದ. ಚಕ್ರದ ಗಾಡಿಯ ಮೇಲೆ ಈ ಉಗ್ರದೇವತೆಗಳನ್ನು ಕೂರಿಸಿ ಅವಕ್ಕೆ ಬಣ್ಣ ಬಳಿದು ಕತ್ತಿಯನ್ನೋ ತ್ರಿಶೂಲ ವನ್ನೋ ಕೊಟ್ಟು ದೇವರನ್ನು ತಯಾರಿ ಮಾಡುತ್ತಿದ್ದ. ಆದರೆ ಜನಗಳಿಗೆ ಕಲಾವಿದ ಸೂರಾಚಾರಿಯ ಮಾರಿಗೊಂಬೆಗಳಲ್ಲಿ ಏನೋ ನ್ಯೂನತೆ ಕಾಣತೊಡಗಿತು.

"ಅಲ್ಲಾ, ಆಚಾರ್ರೆ ಪೊರಕೆಯಲ್ಲಿ, ಮೊರ, ಮೆಟ್ಟಿನಲ್ಲಿ ಸೇವೆ ಮಾಡಿ ಊರಾಚೆಗೆ ದೂಡಿಬರ್ತೀವಿ. ಅಂಥದಕ್ಕೆ ಯಾಕೆ ಇಷ್ಟೊಂದು ವೈಯ್ಯಾರ ಮಾಡ್ತೀರಿ" ಎಂದು ಹಲವರು ಗೊಣಗಿದರು. ಆ ಗೊಂಬೆಗಳ ಪ್ರಮಾಣಬದ್ಧ ನಿಲುವು, ಮುಖದ ಅಭಿವ್ಯಕ್ತಿ, ಸಮ ಪ್ರಮಾಣದ ಕುಚಗಳು, ಕರಾರುವಾಕ್ಕಾದ ಭಂಗಿಗಳನ್ನು ಕಂಡು, "ನಿಮ್ಮ ಗೊಂಬೆ ನೋಡಿದರೆ ಮಾರಿ ಜ್ಞಪ್ತಿಗೆ ಬರೋದೇ ಇಲ್ಲ!" ಎಂದು ಕೆಲವರು ವಿಮರ್ಶಿಸಿದರು. ಸೂರಾಚಾರಿ ಬೇರೆ ದಾರಿಕಾಣದೆ ಕೊನೆಗೆ ಕೊಕ್ಕರೆ ಮೂಗು ಬಿಡುಗಣ್ಣಿನ ಕಿಸುಬಾಯಿಯ ಮಡಕೆ ಮೊಲೆಗಳ ಮಾರಿಗೊಂಬೆಗಳನ್ನು ಮಾಡಿಕೊಡತೊಡಗಿದ. ಕೊನೆಕೊನೆಗೆ ಕೋರೆ ಹಲ್ಲು ಗಳನ್ನೂ ಸೃಷ್ಟಿಸಿದ. ಚಕ್ರದ ವೇದಿಕೆಯ ಮೇಲೆ ಎಳೆದೊಯ್ಯುವಾಗ ಗಲಗಲ ಅಲಗುವ ಅವುಗಳು ಓಡಾಡಿದಂತೆಲ್ಲಾ "ಹಾಗೇ ಆಗಬೇಕು ನಿನಗೆ" ಎಂದು ಸೂರಾಚಾರಿ ಕಡೆಗೆ ಅಣಕಿಸಿದಂತೆ ಅವನಿಗೆ ಕಾಣಿಸುತ್ತಿತ್ತು.

ಇದೂ ಸಾಲದೆ ಸೂರಾಚಾರಿ ಇನ್ನೂ ಇತರ ಕಸಬುಗಳನ್ನೂ ಮಾಡತೊಡಗಿದ. ಮಂತ್ರ, ತಂತ್ರ, ತಾಯಿತೆ ಕೊಡುವುದು, ಮದ್ದು ತೆಗೆಯುವುದು ಮುಂತಾದುವನ್ನು ಅಭ್ಯಸಿಸಿದ. ಏಕೆಂದರೆ ತನ್ನ ಕಲೆಗೆ ಬೇಕಾದ ಬೇಡಿಕೆಗಳನ್ನೂ ಗಿರಾಕಿಗಳನ್ನೂ ತಾನೇ ಸೃಷ್ಟಿಸಬೇಕಿತ್ತು. ಇದರೊಡನೆಯೇ ಇನ್ನೂ ನೂರಾರು ಅರ್ಥಹೀನವಾದ ಅಸಂಬದ್ಧವಾದ ಯಾವು ಯಾವುವೋ ಕಸುಬುಗಳನ್ನು ಮಾಡತೊಡಗಿದನು. ಭತ್ತದ ವ್ಯಾಪಾರ, ಅಂಗಡಿ ಕೃಷ್ಣೇಗೌಡರ ಬಾಕಿ ವಸೂಲಿ, ಹೆಣ್ಣಿಗೆ ಗಂಡು ಇಂಥಲ್ಲಿದೆ ಎಂದು ತಿಳಿಸುವುದು, ಎತ್ತಿನ ವ್ಯಾಪಾರ, ಹೀಗೇ ನೂರಾರು. ಈ ಯಾವುದೇ ವ್ಯವಹಾರದಿಂದಲೂ ಸೂರಾಚಾರಿಗೆ ಒಂದೇ ಒಂದು ಕಾಸಿನ ಲಾಭವೂ ಇರಲಿಲ್ಲ. ಸುಮ್ಮನೆ ಕಾಲ ಕಳೆಯಲೆಂದೇ ಸೂರಾಚಾರಿ ಇಷ್ಟನ್ನೆಲ್ಲಾ ಹಚ್ಚಿಕೊಂಡು ಲಾಟರಿ ಹೊಡೆಯುತ್ತಿದ್ದುದು. ಯಾವೊಂದು ವ್ಯವಹಾರದಿಂದಲೂ ವಿಮುಕ್ತನಾಗಿ ಸೂರಾಚಾರಿ ಕೈತೊಳೆದುಕೊಂಡು "ಖಲಾಸ್" ಆಗಿರಲಿಲ್ಲ. ಆ ಊರಿನ ಜನಗಳ ಸಹನೆ ಸಹಿಷ್ಣುತೆಗಳಿಗೆ ಸೂರಾಚಾರಿ ಒಂದು ಉದಾಹರಣೆಯಾಗಿದ್ದನು. ಆದರೆ ಈ ಸದ್ಗುಣಗಳು ಯಾವುದೇ ಅನುಭವ ವಿವೇಕಗಳಿಂದ ಬರದೆ ರೂಢಿಮಾತ್ರದಿಂದ ಅವರೆಲ್ಲರಿಗೂ ಸಿದ್ಧಿಸಿತ್ತು. ಸೂರಾಚಾರಿಯ ಸ್ವಭಾವವೋ ಅಥವಾ ಅವನ ಕರ್ಮವೋ ಅಥವಾ ಅವನಿದ್ದ ಊರು ಹಾಗೋ ಆ ಜನಗಳೇ ಅಂಥವರೋ ಅಂತೂ ಊರುಬಿಟ್ಟು ಹೋಗುವುದೊಂದೇ ಈ ಕರ್ಮಜಾಲದಿಂದ ವಿಮುಕ್ತನಾಗುವ ಏಕಮಾತ್ರ ಮಾರ್ಗವೆಂದು ಸೂರಾಚಾರಿಗೆ ಅನ್ನಿಸಿತ್ತು.

ಆದರೆ ಅವನ "ಶನಿ" ಹೆಂಡತಿಯೊಬ್ಬಳು ದಿಡ್ಡಿ ಗಡಿದಾಟುವ ಹಾಗೆ ಇರಲಿಲ್ಲ. ಈ ವಯಸ್ಸಿನಲ್ಲಿ ಮತ್ತೆ ಒಬ್ಬನೇ ಜೀವನವನ್ನು ಎದುರಿಸುವಷ್ಟು ಚೈತನ್ಯ ಸೂರಾಚಾರಿಗೆ

ಬರಲಿಲ್ಲ. ಸೂರಾಚಾರಿಯೂ ಅಜಮೀರಿನ ಫಕೀರಪ್ಪನೂ ಕೈಗೊಂಡ ಭೂತೋಚ್ಚಾಟನಾ ವಿಧಾನಗಳಿಂದ ಯಶೋದೆ ನವೆದುಹೋದಳು. ಜೋಲು ಮೋಲೆಯ ಗುಳಿಗಣ್ಣಿನ ಯಶೋದೆಗೆ ಕೈಗೆ ಒಂದು ಖಡ್ಗವನ್ನೋ ತ್ರಿಶೂಲವನ್ನೋ ಕೊಟ್ಟರೆ ಮಾರಿಗೊಂಬೆ ಯಂತೆಯೇ ಕಾಣಬಹುದಾದ ಸ್ಥಿತಿಗೆ ಬಂದಿದ್ದಳು.

ಸೂರಾಚಾರಿಯೂ ಈರೇಗೌಡನೂ ನಡೆ ನಡೆಯುತ್ತಾ ಇತ್ತಾವರಕ್ಕೆ ಹತ್ತಿರ ಹತ್ತಿರಾದರು. ಸೂರಾಚಾರಿ "ಏನು ಮಾರಾಯ ಸುಬ್ಬಯ್ಯ ಊರಾಗಿರ್ತಾನೋ ಇಲ್ಲೋ" ಎಂದ.

"ಇರದೆ ಎಲ್ಲಿಗೆ ಹೋಗ್ತಾನೆ! ಮೊನ್ನೆ ಬೇರೆ ಅವನದೊಂದು ಕೂಸು ತೀರಿಹೋಯ್ತಂತೆ" ಎಂದ ಈರೇಗೌಡ.

"ಇದೊಂದು ಎಡವಟ್ಟು ಸೂಳೇಮಗನ ಊರು, ಯಾವುದೂ ಸುಸೂತ್ರ ಆಗೋಲ್ಲ. ಅದಕ್ಕೇ ಹೇಳಿದೆ" ಎಂದ ಸೂರಾಚಾರಿ.

"ಅದು ಹೇಳಿದಿರಲ್ಲ, ಈ ಪೈಕೀನೇ ಎಡವಟ್ಟು ಅಂತ, ಅದು ಯಾರೂ ಒಪ್ಪಬೇಕಾದ್ದೆ! ವ್ಯಾಪಾರ ತಗೊಳ್ಳಿ, ನಂಟಸ್ತಿಕೆ ತಗೊಳ್ಳಿ, ಬೇಸಾಯ ತಗೊಳ್ಳಿ, ಎಲ್ಲಾ ಎಡವಟ್ಟೆ. ನನಗೆ ಪಾಯಿಖಾನೆ ಸಹಿತ ಸುಸೂತ್ರ ಆಗೋಲ್ಲ" ಎಂದು ತನ್ನ ಮೂಲವ್ಯಾಧಿಯನ್ನೂ ಜ್ಞಾಪಿಸಿ ಕೊಂಡ ಈರೇಗೌಡ.

"ಸುಬ್ಬಯ್ಯ ಇನ್ನೂ ಮಗೀನ ಹೆಚ್ಚುಗಟ್ಲೆ ಮುಗಿಯೋವರೆಗೆ ಸೂತಕದಾಗೆ ವ್ಯಾಪಾರ ಬ್ಯಾಡಾಂತಾನೋ ಏನೋ. ನನಗಂತೂ ರೇಜಿಗೆ ಹಿಡಿದುಹೋಗಿದೆ" ಎಂದು ಸೂರಾಚಾರಿ ಹೇಳಿದ.

"ಸುಬ್ಬಯ್ಯನಿಗೇನು ಮಕ್ಕಳ ಯೋಗ ಇಲ್ಲ ಅಂತ ಕಾಣ್ತದೆ. ಮೂರ್‍ನಾಲ್ಕು ಮಕ್ಕಳಾದವು. ಆದರೇನು, ಆದವು! ಹೋದವು! ಸುಬ್ಬಯ್ಯನಾಗೆ ಏನಾದರೂ ಒಳರೋಗ ದೋಸ ಉಂಟಾ?" ಎಂದು ಈರೇಗೌಡ ಕೇಳಿದ. ಹೀಗೆಂದು ಈರೇಗೌಡ ನಾಲ್ಕಾರು ಕಡೆ ಮಾತಾಡಿಯೂ ಇದ್ದ. ಇದು ಸುಬ್ಬಯ್ಯನ ಕಿವಿವರೆಗೂ ಹೋಗಿತ್ತು. ಅದನ್ನು ಕೇಳಿ ಅವನ ಕಿವಿ ತಲುಪಿಸಿದವನ ಬಳಿ ಸುಬ್ಬಯ್ಯ "ಅವನ ಹೆಂತಿ ಕಳಿಸಲಿ, ತೋರುಸ್ತೀನಿ ದೋಸ" ಎಂದು ಹೇಳಿಕೊಂಡು ನಕ್ಕಿದ್ದ ಮತ್ತು ಹಲ್ಲು ಕಡಿದಿದ್ದ.

"ನಮಗೆ ಏಕೋ ಆ ಪಂಚಾತಿಗಿ" ಎಂದು ಗೊಣಗಿ ಸೂರಾಚಾರಿ ಇತ್ತಾವರದತ್ತ ಕಾಲು ಸರಸರ ಹಾಕಿದ.

***

ಇತ್ತಾವರ ನಲವತ್ತು ಜನಸಂಖ್ಯೆಯ ಏಳೆಂಟು ಮನೆಗಳ ಒಂದು ಸಣ್ಣ ಹಳ್ಳಿ. ಇಸ್ಲಾ ಪುರದಿಂದ ಬರುವದಾರಿಗೆ ತದ್ವಿರುದ್ಧವಾಗಿ ಇನ್ನೊಂದು ದಾರಿ ಇತ್ತಾವರದಿಂದ ಹೊರಟು ಸಂತೆಮಾಳಕ್ಕೆ ಹೋಗುತ್ತಿತ್ತು. ಇತ್ತಾವರದ ಆ ಪಾರ್ಶ್ವದಲ್ಲಿ ಒಂದು ಅತ್ಯಂತ ವಿಸ್ತಾರವಾದ

ಈಚಲು ಬಯಲು ಇತ್ತು. ಈಚಲು ಬಯಲಿನಲ್ಲಿ ನಿಂತು ವೀಕ್ಷಿಸುವವರಿಗೆ ದಾರಿ ನೇರವಾಗಿ ಹೋಗಿ ಇತ್ತಾವರಕ್ಕೆ ತಾಗಿಕೊಂಡಿರುವುದು ಕಾಣುತ್ತಿತ್ತು. ಆ ದಾರಿಯಲ್ಲಿ ಏಳೆಂಟು ಜನ ಹೆಂಗಸರು ಆ ಊರಿಗೆ ವಿಮುಖವಾಗಿ ನಡೆಯುತ್ತಾ ಸಂತೆಮಾಳದ ಕಡೆಗೆ ಹೊರಟಿದ್ದರು. ಉಧೊ ಎಂದು ಮಳೆ ಬೀಳುತ್ತಿದ್ದುದರಿಂದ ಎಲ್ಲರೂ ಒಂದೊಂದು ಕಂದು ಬಣ್ಣದ ಗೊರಬು ಕೌಚಿಕೊಂಡಿದ್ದರು. ಸೀರೆಯನ್ನು ಎತ್ತಿಕಟ್ಟಿದ್ದರಿಂದ, ಹಿಂದುಗಡೆಯಿಂದ ನೋಡುವವರಿಗೆ ಕೇವಲ ಒಂದು ಗೊರಬು ಕೆಳಗೆ ಎರಡು ಬೆತ್ತಲೆ ಕಾಲುಗಳು ಕಾಣುತ್ತಿದ್ದುವು. ಇಡೀ ವಾರ ಮೌನವಾಗಿ ಗಂಭೀರವಾಗಿ ಕಾಲಯಾಪನೆ ಮಾಡಿದುದಕ್ಕೆ ಪ್ರತಿಯಾಗಿ ಮುಯ್ಯಿ ತೀರಿಸುವಂತೆ ಎಲ್ಲರೂ ಏಕಕಾಲದಲ್ಲಿ ಮಾತನಾಡುತ್ತಾ ನಡೆಯುತ್ತಿದ್ದುದರಿಂದ ಗಿಲಕಿ ಅಲ್ಲಾಡಿಸಿದಂತೆ ಆ ಗುಂಪಿನಿಂದ ಶಬ್ದ ಹೊರಹೊಮ್ಮುತ್ತಿತ್ತು. ಎಲ್ಲರೂ ಏಕ ಕಾಲದಲ್ಲಿ ಕೇಳುತ್ತಾ ಹರಟುತ್ತಾ ಕೈಬಾಯಿ ಕಿವಿ ಕಣ್ಣುಗಳೆಲ್ಲಕ್ಕೂ ಒಟ್ಟಿಗೆ ಕೆಲಸ ಕೊಟ್ಟು ಸಂತೆ ಕಡೆಗೆ ನಡೆದಿದ್ದರು. ಅದರಲ್ಲಿ ಸುಬ್ಬಯ್ಯನ ಹೆಂಡತಿ ಗೌರಿ ಮಾತ್ರ ಹೆಚ್ಚು ಮಾತನಾಡದೆ ನಡೆಯುತ್ತಿದ್ದಳು. ಮಿಕ್ಕವರ ದೃಷ್ಟಿಯಲ್ಲಿ ಕೆಲವು ದಿನಗಳ ಹಿಂದೆ ಆಕೆಯ ಮಗು ತೀರಿಕೊಂಡಿದ್ದರಿಂದ ಅವಳು ಹಾಗೇ ಇರಬೇಕಾದ್ದು ಸಹಜವೇ ಆಗಿತ್ತು. ಆದರೆ ಅವಳ ಕಿವಿಗೆ ಪುರುಸೊತ್ತು ಕೊಡದೆ ಇಬ್ಬರು ಹೆಂಗಸರು ಸ್ಲೇಟಿನ ಮೇಲೆ ಬಳಪ ಗೀಚಿದಂತೆ ಹರಟೆ ಗೀಚುತ್ತಿದ್ದರು.

ಅಲ್ಲಿ ಗೌರಿ ಒಂದು ಆಶ್ಚರ್ಯಾದ್ಭುತವಾಗಿದ್ದಳು. ಸೌಂದರ್ಯದಲ್ಲಿ ಸಕಲ ಶಿಲ್ಪ ಶಾಸ್ತ್ರ ಲಕ್ಷಣಗಳ ಅವತಾರದಂತೆ ಕಾಣುತ್ತಿದ್ದಳು. ಮೂಗು ಕಣ್ಣು ಹುಬ್ಬು ಕೂದಲು ತುಟಿ ರೇಖೆಗಳು ಕತ್ತು ಸ್ತನಗಳು ನಡು ಕಾಲು ಎಲ್ಲ ಇನ್ನೇನು ಮಾಡಿಯೂ ಅವಳ ಸೌಂದರ್ಯವನ್ನು ಹೆಚ್ಚಿಸದಷ್ಟು ಅದ್ಭುತ ಸಾಮರಸ್ಯದಲ್ಲಿ ಮಿಳಿತವಾಗಿದ್ದುವು. ಅದಕ್ಕಿಂತ ಮಿಗಿಲಾಗಿ ಆಕೆಯ ನಡೆ, ಚರ್ಯೆ, ನಿಲ್ಲುವ ನಡೆಯುವ ಭಂಗಿ ಇವುಗಳ ವಿನ್ಯಾಸವಂತೂ ಸೌಂದರ್ಯವೇ ಛಂದೋಬದ್ಧವಾದಂತೆ ಕಾಣುತ್ತಿತ್ತು. ಕುಳಿತರೆ, ನಿಂತರೆ, ನಕ್ಕರೆ ಒಂದೊಂದು ಸಾರಿಯೂ ಒಂದೊಂದು ಸಾಕ್ಷಾತ್ಕಾರವಾದಂತಾಗುತ್ತಿತ್ತು. ಆದರೆ ಯಾರಿಗೆ ಆಗುತ್ತಿತ್ತು ಎನ್ನುವುದು ಮಾತ್ರ ಸಂಶಯಾಸ್ಪದ ಪ್ರಶ್ನೆ. ಏಕೆಂದರೆ ಯಾರಿಗೂ ಅದರತ್ತ ಗಮನವೇ ಇರಲಿಲ್ಲ.

ಆಕೆ ಮಕ್ಕಿಗದ್ದೆಯಿಂದ, ಕೆಳಮನೆ ಸುಬ್ಬಯ್ಯನನ್ನು ಮದುವೆಯಾಗಿ ಇತ್ತಾವರಕ್ಕೆ ಬಂದು ನಾಲ್ಕು ವರ್ಷವಾಗಿತ್ತು. ತನ್ನ ಸೌಂದರ್ಯದ ಬಗ್ಗೆ ಆಕೆಗಿದ್ದ ಅಸ್ಪಷ್ಟ ಪ್ರಜ್ಞೆಯೊಂದನ್ನು ಬಿಟ್ಟರೆ ಬೇರಾರಿಗೂ ಅತ್ತ ಗಮನ ಹೋದಂತಿರಲಿಲ್ಲ. ಅವಳು ಸುಂದರಿ ಎಂದು ಕ್ಷೀಣವಾಗಿ ಅನಿಸಿದ ಕೆಲವರು "ಈ ಬಿಲ್ಲೋರ ಜಾತಿಯಾಗೆ ಹ್ಯಂಗೆ ಮಾರಾಯ ಇಂತಾ ಬಾಲೆ ಹುಟ್ಟು. ಯಾವ ಬ್ರಾಮರಿಗೆ ಅಡ್ಡ ಹುಟ್ತೋ" ಎಂದು ಮಾತಾಡಿದ್ದರು. ಇನ್ನು ಕೆಲವರು "ಈ ಸುಬ್ಬಯ್ಯನಂಥ ಮನಿಸ್ಯನನ್ನು ಕೈಹಿಡೀಬೇಕಾರೆ, ಏನು ಆಚಾರ ತಪ್ಪಿದ್ದಳೋ!" ಎಂದು ಇತ್ಯಾದಿಯಾಗಿ ವಕ್ರವಾಗಿ ಗಮನಿಸಿದ್ದರು, ಆಕೆಯ ಪವಾಡ ಸದೃಶ ಸೌಂದರ್ಯವನ್ನು.

ಇತ್ತಾವರಕ್ಕೆ ಬಂದ ನಾಲ್ಕು ವರುಷದಲ್ಲಿ ಮೂರು ಮಕ್ಕಳಾಗಿದ್ದವು ಆಕೆಗೆ. ಆದರೆ ಆ ಮಲೆನಾಡಿನ ಶೀತಕ್ಕೊ ಅಥವಾ ಮತ್ತೇನು ಕಾರಣಕ್ಕೊ ಹುಟ್ಟಿದ ಕೆಲವೇ ವಾರಗಳಲ್ಲಿ ಅವು ತೀರಿಕೊಂಡಿದ್ದವು. ಅವು ಶೈಶವಾಸ್ಥೆಯಲ್ಲೇ ಹುಟ್ಟಿದ ಕೂಡಲೇ ತೀರಿಕೊಳ್ಳುತ್ತಿದ್ದುದ ರಿಂದ ಗೌರಿಗೆ ಏನೂ ವಿಪರೀತ ಎನ್ನುವಂಥ ದುಃಖವಾಗುತ್ತಿರಲಿಲ್ಲ. ಇನ್ನೂ ಅತ್ತೆ ರುದ್ರಮ್ಮನೇ ಮಕ್ಕಳ ಭಾಗ್ಯ ಮಗನಿಗಿಲ್ಲವಲ್ಲಾ ಎಂದು ಇತ್ಯಾದಿಯಾಗಿ ಉದ್ಗರಿಸಿ ಗೌರಿ ಯನ್ನು ಅಳಿಸುತ್ತಿದ್ದಳು. ಗೌರಿ ಮಳೆಗಾಲದಲ್ಲಿ ಮಕ್ಕಳು ಹುಟ್ಟುವುದರಿಂದಲೇ ಸಾಯುತ್ತ ವೆಂದು ತೀರ್ಮಾನಕ್ಕೆ ಬಂದಿದ್ದಳು. ಆದುದರಿಂದ ಮುಂದಿನ ಸಾರಿ ಬಸುರಾದಾಗ ಬಯಲುಸೀಮೆಗೆ ಹತ್ತಿರವಿರುವ ಮಳೆ ಕಡಿಮೆ ಇರುವ ತವರು ಮನೆಗೇ ಹೋಗಬೇಕೆಂದು ತೀರ್ಮಾನಿಸಿದ್ದಳು.

ಆದರೆ ಈ ದಿನ ಗಂಭೀರವಾಗಿ ಅವಳು ಯೋಚನೆ ಮಾಡುತ್ತಿದ್ದುದು ಅದಲ್ಲ. ಅವಳು ಆ ದಿನ ಅವಳ ಮನೆ ಹಿಂದಿನ ಈಚಲು ಬಯಲಿನಲ್ಲಿ ಮೂರು ಸಣ್ಣ ತಲೆ ಬುರುಡೆ ಎಲುಬುಗಳನ್ನು ನೋಡಿದ್ದಳು. ಗುಳಿಕಣ್ಣು, ಚಿಲಿದ ಹಲ್ಲಿನ ಆ ಬುರುಡೆಗಳನ್ನು ನೋಡಿ ಅವಳಿಗೆ ಏನೋ ಒಂದು ತರದ ಅವ್ಯಕ್ತ ಭೀತಿ ಆರಂಭವಾಯ್ತು. ತನ್ನ ತೀರಿಹೋದ ಮಕ್ಕಳಿಗೂ ಆ ಬುರುಡೆಗಳಿಗೂ ಯಾವುದೋ ಅವ್ಯಕ್ತ ಸಂಬಂಧವೇರ್ಪಟ್ಟು ಮತ್ತೆ ಮತ್ತೆ ಅವಳ ತಲೆಯೊಳಗೆ ಆ ಬುರುಡೆಗಳೇ ಜ್ಞಾಪಕಕ್ಕೆ ಬರುತ್ತಿದ್ದುವು. ಗಾಢವಾಗಿ ಆಲೋಚನೆ ಮಾಡುತ್ತಿದ್ದ ಗೌರಿ ನಿಧಾನವಾಗಿ ಹೆಜ್ಜೆ ಹಾಕತೊಡಗಿದಳು. ಗುಂಪಿನಿಂದ ಹಿಂದಾದಳು. ಗೊರಬದಲ್ಲಿ ಅಕ್ಕಪಕ್ಕ ಕಾಣುವುದಿಲ್ಲವಾದುದರಿಂದ ಪಕ್ಕದಲ್ಲಿದ್ದ ಹೆಂಗಸರು ಗೌರಿ ಹಿಂದಾದುದನ್ನು ಗಮನಿಸಲೇ ಇಲ್ಲ. ಅವರು ಮಾತನಾಡುತ್ತಲೇ ಬರುತ್ತಿದ್ದರು. ಅಷ್ಟಕ್ಕೂ ಅವರಿಗೆ ಗೌರಿ ಪಕ್ಕದಲ್ಲಿರುವ ಕಲ್ಪನೆಯೇ ಸಾಕಾಗಿತ್ತು. ಗೌರಿ ಆಲೋಚನೆಯಲ್ಲಿ ಹಿಂದಾ ಗುತ್ತಾ ಬಂದಂತೆ, ಪಕ್ಕ ಓಟಗುಡುತ್ತಿದ್ದ ಹೆಂಗಸರ ವ್ಯಕ್ತಿತ್ವವೆಲ್ಲಾ ಮಾಸಿ, ಕರಿಯ ಚೂಪನೆಯ ಗೊರಬುಗಳಿಗೆ ಕಾಲು ಬಂದು ನಡೆದುಕೊಂಡು ಹೋಗುತ್ತಾ ಇರುವಂತೆ ಕಂಡವು.

ಗೌರಿ ತನ್ನ ಮಕ್ಕಳು ಸತ್ತಾಗ ತಾನು ಸ್ಮಶಾನಕ್ಕೆ ಹೋಗಿರಲಿಲ್ಲ. ಅತ್ತೆಯೊಂದಿಗೆ ಕಣ್ಣೀರು ಹಾಕುತ್ತಾ ಮನೆಯಲ್ಲಿ ಕುಳಿತಿದ್ದಳು. ಇವರು ಮಕ್ಕಳನ್ನು ತೆಗೆದುಕೊಂಡು ಹೋದವರು ಏನು ಮಾಡಿದರು? ಮನೆಯ ಹಿತ್ತಿಲಲ್ಲೇ ಎಲ್ಲಾದರೂ ಹುಗಿದರೋ? ಅಥವಾ ಸ್ಮಶಾನದಲ್ಲಿ ಹುಗಿದಿದ್ದನ್ನು ನರಿ ನಾಯಿ ಕಿತ್ತು ತೆಗೆದುವೊ! ಎಂದು ಚಿಂತಿಸಿದಳು. ಏನೋ ಎಲ್ಲರೂ ತನ್ನನ್ನು ಉಪೇಕ್ಷೆ ಮಾಡಿದ್ದಾರೆಂದು ಅವಳಿಗೆ ಅನ್ನಿಸಿತು. ಹೀಗೆ ಆಲೋಚಿಸುತ್ತಾ ನಡೆಯುತ್ತಿದ್ದ ಅವಳ ಪ್ರಜ್ಞೆ ಫಕ್ಕನೆ ವಾಸ್ತವಕ್ಕಿಳಿದಾಗ ಕೊಂಚ ದೂರದಲ್ಲಿ ಸಾಗುತ್ತಿದ್ದ ಹೆಂಗಳೆಯರು ಓಲಾಡುತ್ತಾ ಸಾಗುವ ಕರಿಯ ಗೊರಬುಗಳಂತೆ ಕಂಡು ಬೆಚ್ಚಿಬಿದ್ದಳು. ತನ್ನ ಕಲ್ಪನೆಗಳನ್ನು ಹತ್ತಿಕ್ಕಲೋ ಎಂಬಂತೆ ಸರಸರ ಮುಂದುವರಿದು ಗುಂಪನ್ನು ಕೂಡಿಕೊಂಡಳು. ಮಳೆ ಒಂದೇ ಸಮ ಬೀಳುತ್ತಾ ಗೊರಬದ ಮೇಲೆ ಟರಪರ ಟರಪರ ಶಬ್ದ ಮಾಡುತ್ತಿತ್ತು.

"ಗೌರಿ, ಗೌರಮ್ಮ ಓಯ್" ಎಂದು ಬಹಳ ಹೊತ್ತಿನಿಂದಲೂ ತನ್ನ ಮಾತಿಗೆ ಓಗೊಳ್ಳದಿರುವುದನ್ನು ನೋಡಿ ಸಂಶಯದಿಂದ ಇತ್ತ ತಿರುಗಿದಳು ಪಕ್ಕದಲ್ಲಿ ಬರುತ್ತಿದ್ದ ಸೀತಮ್ಮ. ಗೌರಿ ಆ ವೇಳೆಗೆ ಎಚ್ಚರಾದಂತಾಗಿ "ಆ ಏನಂದಿ" ಎಂದು ತಿರುಗಿದಳು ಬೆಚ್ಚಿ.

"ಥೂ ನಿನ್ನ, ನಾ ಹೇಳೋದನ್ನ ಆಲೈಸ್ತಿಲ್ಲೇನು. ಬಾ ಏನೇನನ್ನೋ ಮನಸ್ಸಿಗೆ ಹಚ್ಚಿಕೊಂಡು ಕೊರಗಬೇಡ" ಎಂದು ಸೀತಮ್ಮ ಹೇಳಿದಳು.

"ಇಲ್ಲ ಕೇಳ್ತಿದ್ದೀನಿ ನಿನ್ನ ಮಾತು"

"ಮತ್ತೆ ನಾ ಕೂಗಿದರೆ ಒಕ್ಕುಣಲಿಲ್ಲ?"

ಗೌರಿ ಮಾತನಾಡಲಿಲ್ಲ. ಸೀತಮ್ಮನ ಮನೆ ಗೌರಿಯ ಮನೆಗೆ ಒಂದು ನೂರು ಗಜ ದೂರ ಇತ್ತು. ಹಾಗಾಗಿ ಇಬ್ಬರೂ ಓರಗೆಯವರಾಗಿದ್ದರು.

"ಮಳೆ ಯಾಕೊ ಜೋರಾಗೋ ಹಾಗೆ ಕಾಣ್ತದೆ. ಸಂತೆ ಸೇರ್ತದೊ ಇಲ್ಲೋ" ಎಂದಳು ಗೌರಿ.

"ಮೊನ್ನೆ ಅಂತಾ ಮಳೇಲೆ ಸೇರಿತ್ತಂತೆ. ಇವತ್ತು ಈ ಮಳೆಗೆ ಸಂತೆ ಕೈದು ಮಾಡ್ತಾರಾ?" ಎಂದು ಸೀತಮ್ಮ ಆಶ್ವಾಸನೆ ಕೊಟ್ಟಳು.

ಮಳೆ ಅಡ್ಡಡ್ಡಾ ಬೀಸುತ್ತಾ ಜೋರಾಗುವಂತೆ ಕಂಡಿತು. ಎಲ್ಲಾ ಗೊರಬು ಅಡ್ಡ ಮಾಡಿಕೊಂಡು ಮುಂದುವರಿಯತೊಡಗಿದರು.

ಮಳೆಯಲ್ಲಿ ಆ ಗೊರಬಲಿನ ಗುಂಪು ಈಚಲು ಹರದ ಕೊನೆ ಸಾರುವವರೆಗೆ ಬಂದಿತ್ತು. ಅಷ್ಟರೊಳಗೆ ಯಾರೋ ಹಿಂದಿನಿಂದ ಕೂಗಿದಂತಾಯ್ತು. ಮಳೆಯ ಇರಿಚಲಿಗೆ ಅಡ್ಡನಿಂತು ಉಪಾಯವಾಗಿ ಎಲ್ಲರೂ ತಿರುಗಿ ನೋಡಿದರು. ದೂರದಲ್ಲಿ ಇನ್ನೊಂದು ಗೊರಬು ಓಡಿಬರುತ್ತಾ ಇರುವಂತೆ ಕಂಡರು. ಹತ್ತಿರ ಹತ್ತಿರಾದಂತೆ ಗೌರಿಗೆ ಅವನ ಗುರುತು ಹತ್ತಿತು.

"ಓ ಇಸ್‌ನಾಥ, ಇವನನ್ನು ಯಾಕೆ ಕಳಿಸಿದ್ರಪ್ಪಾ, ಈ ಮಳೇಲಿ ಬ್ಯಾಡಾಂತ ಒಪ್ಪಿಸಿ ಕೂರಿಸಿ ಬಂದಿದ್ದೆ" ಎಂದು ತನ್ನೊಳಗೇ ಹೇಳಿಕೊಂಡಳು.

ವಿಶ್ವನಾಥ ಸುಬ್ಬಯ್ಯನ ಚಿಕ್ಕಪ್ಪನ ಮಗ. ತಂದೆ ತಾಯನ್ನು ಚಿಕ್ಕಂದಿನಲ್ಲೇ ಕಳೆದು ಕೊಂಡುದದರಿಂದ ಸುಬ್ಬಯ್ಯನ ಮನೆಯೇ ಅವನ ಮನೆಯಾಗಿತ್ತು. ಹುಡುಗ ಓಡೋಡಿ ಓಡೋಡಿ ಬಂದುದರಿಂದ ಏದುಸಿರು ಬಿಡುತ್ತಾ ಮಾತಾಡದೆ ನಿಂತನು.

"ಎಂಥದೋ ಹುಡುಗಾ!"

"ಯಾಕೋ ಓಡಿಬಂದೆ?"

"ಮೆಲ್ಲಕೆ ಬಂದಿದ್ದರೆ ಆಗ್ತಿರಲಿಲ್ಲವೇನೋ?"

"ಹುಚ್ಚು ಮುಂಡೇಗಂಡಾ. ನಾವೇನು ಕಳೆದು ಹೋಗ್ತಿದ್ದೇವೇನೋ!"

“ಏನು ಹೇಳು ಹೋಗಲಿ!”

ಈ ಬಗೆಯ ನಾನಾ ಪ್ರಕಾರದ ಪ್ರಶ್ನೆಯನ್ನು ಉತ್ತರ ನಿರೀಕ್ಷಿಸದ ಎಲ್ಲಾ ಹೆಂಗಸರು ಹಾಕಿದರು. ಒಟ್ಟಿನಲ್ಲಿ ಆ ಹುಡುಗ ಬಂದುದ್ದನ್ನು ಅವರು ಗಮನಕ್ಕೆ ತಂದುಕೊಂಡ ರೀತಿ ಅದಾಗಿತ್ತು.

“ಗೌರತ್ತಿಗಮ್ಮಾ ದಡಪ್ಪಯ್ಯನ ಕಣ್ಣಿಗೆ ಬಿಡಕ್ಕೆ ಔಷಧಿ ಬೇಕಂತೆ” ಎಂದು ನಾಚಿ ನಾಚಿ ಹೇಳಿದ. ಹುಡುಗ ಚಿಕ್ಕವನಾದರೂ ಬಹಳ ಸಭ್ಯನಾಗಿ ಸೌಮ್ಯವಾಗಿದ್ದ.

ಗೌರಿಗೂ ನಾಚಿಗೆಯಾಯ್ತು “ಮನ್ನಿನದೆಲ್ಲಾ ಮುಗಿತೇನು” ಎಂದು ಕೇಳಿದಳು.

“ಏನೋ! ದಡಪ್ಪಯ್ಯ ಹೇಳಿದರು. ಅದಕ್ಕೆ ಬಂದೆ.”

“ಏನು ತಂದೀಯೋ” ಎಂದು ಗೌರಿ ಕೇಳಿದಳು.

ಗೌರಿಯೂ ನಾಚಿಕೆಯಿಂದ ಹೆಸರೆತ್ತದೆ ಔಷಧಿ ಎಂದೆ ಮಾತಾಡಿದಳು. ಪಕ್ಕದಲ್ಲಿದ್ದ ಹೆಂಗಸೊಬ್ಬಳು “ಬಾರೋ ಮಗಾ, ನಿನ್ನ ಕಳಿಸ್ಯಾರಲ್ಲಾ ಹೇಳು ಈ ಮಳೇಲಿ” ಎಂದು ಸಮೀಪಕ್ಕೆ ಕರೆದಳು.

“ಎಂತದಪ್ಪೂ ಸರಿಯಾಗಾದ್ರೂ ಹೇಳೋ” ಎಂದು ಸೀತಮ್ಮ ಕೇಳಿದಳು. ಗೌರಿ ಮತ್ತು ವಿಶ್ವನಾಥನ ಸಂಭಾಷಣೆಗಳು ಅವರಿಬ್ಬರಿಗೇ ಅರ್ಥವಾಗುವ ಸಂಕೇತ ಭಾಷೆ ಯಂತೆ ಕಂಡಿತು ಅವಳಿಗೆ. ವಿಶ್ವನಾಥ ಮತ್ತೂ ನಾಚಿ ಗೊರಬನ್ನು ಓರೆಮಾಡಿ ಮುಖ ಮರೆಸಿಕೊಂಡನು. ಗೌರಿ “ಮಾವನದು ಇಂಥವೇ!” ಎಂದು ರೇಗಿದಂತೆ ನಟಿಸುತ್ತಾ ನಾಚಿಕೆ ಮರೆಸಲೆತ್ನಿಸಿದಳು. ಇದರಿಂದ ಆ ಹೆಂಗಸರಿಗೆ ಇನ್ನೂ ಕುತೂಹಲ ಕೆದರಿತು.

ವಿಶ್ವನಾಥ ಒತ್ತಿ ಹಿಡಿದ ಸಂಯಮದಿಂದ ಈ ಕಡೆಗೆ ತಿರುಗಿ “ದಡಪ್ಪಯ್ಯನಿಗೆ ಕಣ್ಣಿಗೆ ಬಿಡಕ್ಕೆ ಯದೆ ಹಾಲು ಬೇಕಂತೆ, ಒಳಲೆ ಕೊಟ್ಟು ಕಳಿಸಿದಾರೆ!” ಎಂದು ಹೇಳಿ ಅಷ್ಟರೊಳಗೇ ನಾಚಿ ಸರಕ್ಕನೆ ಮುಖ ತಿರುಗಿಸಿಕೊಂಡ.

“ಅಯ್ಯಯ್ಯೋ ನಾಚಿಕೆ ನೋಡ್ರೋ ಇವನಿಗೆ” ಎಂದು ಹಲವು ಹೆಂಗಸರೂ “ಮೊನ್ನೆ ಮೊನ್ನೆ ಮಲೆ ಕುಡಿಯಾದು ಬಿಟ್ಟಿದ್ದಾನೆ. ದೊಡ್ಡ ಗಂಡಸು ಆಡಿಧಂಗೆ ಆಡ್ತಾನೆ” ಎಂದು ಕೆಲವರೂ, “ಈ ಹುಡುಗರು ಹಿಂಗೇಂತ ಹೇಳಾ ಹಂಗಿಲ್ಲ ನೋಡಿದಿರಾ ಅಬ್ಬಬ್ಬಾ!” ಎಂದು ಮತ್ತೆ ಹಲವರೂ ವಿಶ್ವನಾಥನನ್ನು ಮನಸ್ವಿಯಾಗಿ ಲೇವಡಿ ಮಾಡಿ, ಅವನ ಕಣ್ಣಿನಲ್ಲಿ ಹನಿಗೂಡುವಂತೆ ನಾಚಿಸಿದರು. ಈ ನಡುವೆ ಗೌರಿಯೂ ನಾಚಿದಳು.

ಗೌರಿ ಹೇಗೋ ಚೇತರಿಸಿಕೊಂಡು, ನಾಚಿಕೆಯಿಂದ ಮುಖದಿರುಹಿ ನಿಂತಿದ್ದ ವಿಶ್ವ ನಾಥನಿಂದ ಒಳಲೆ ತೆಗೆದುಕೊಂಡು ಮಳೆಯಲ್ಲೇ ಕೊಂಚ ಪಕ್ಕಕ್ಕೆ ಸರಿದು ಮರೆ ಮಾಡಿ ಕೊಂಡು ಹಾಲು ಹಿಂಡಿದಳು. ಅವಳ ಸೌಂದರ್ಯಕ್ಕೆ ಅವಳ ಕುಚಗಳು ಅದ್ಭುತ ಮೆರುಗನ್ನಿ ತ್ತಿದ್ದುವು. ವಿಶ್ವನಾಥನ ವಿಪರೀತ ನಾಚಿಕೆಯು ಅವಳಲ್ಲಿನ ಸ್ತ್ರೀತ್ವವನ್ನೂ ಸೌಂದರ್ಯವನ್ನೂ ದಿಗ್ಗನೆ ಜ್ಞಾಪಿಸಿದುವು.

ಮತ್ತೆ ಒಳಲೆಯನ್ನು ವಿಶ್ವನಾಥನ ಬಳಿಗೆ ತಂದು "ತಗೊ ಮರಿ" ಎಂದು ಮುದ್ದಿನಿಂದ ಕೊಟ್ಟಳು. ವಿಶ್ವನಾಥನಿಗೆ ನಾಚಿಕೆಯ ಅಮಲು ಇನ್ನೂ ಇಳಿದಿರಲಿಲ್ಲ. ತಲೆ ತಗ್ಗಿಸಿಕೊಂಡು ಒಳಲೆ ತುಳುಕದಂತೆ ಅಂಗೈಯನ್ನು ಒತ್ತಿಹಿಡಿದು "ಸೂರಾಚಾರ‍್ರು ಬಂದಿದ್ದಾರೆ ಅತ್ತಿಗಮ್ಮ ಔಸ್ತಿ ಮಾಡಕ್ಕೆ" ಎಂದು ಹೇಳಿ ತಡೆದರೆ ಇನ್ನೇನು ಹೇಳಿ ಈ ಹೆಂಗಸರ ಗುಂಪು ಲೇವಡಿ ಮಾಡಿ ನಾಚಿಸುತ್ತದೋ ಎಂದು ಒಂದೇ ಸಮನೆ ಹಿಂದಿರುಗಿ ಓಟ ಕಿತ್ತನು.

ಗೌರಿ ಗುಂಪಿನ ಕಡೆ ತಿರುಗಿದಳು; "ಏನಂತೆ? ಏನಾಯ್ತೆ ನಿನ್ನ ಮಾವಗೆ?" ಎಂದು ಗುಂಪು ಪ್ರಶ್ನೆ ಹಾಕಿತು.

"ಏನಿಲ್ಲ ಮೊನ್ನೆ ಮನೆಮಾಡು ಪೂರ್ತಾ ಸೋರ‍್ತಿತ್ತು ಎಂದು ಈಚಲು ಹೊದಿಸೋದಿಕ್ಕೆ ಮಾವ ಈಚಲು ಕೊಯ್ಯಲು ಹೋಗಿದ್ದರು. ಈಚಲು ಮುಳ್ಳು ಕಣ್ಣಿಗೆ ಹೊಡೆದು ಗಾಯ ಆಗಿದೆಯಂತೆ. ಇವರು ಉದಾಸಿನ ಮಾಡಿ ಮೊನ್ನೆಯಿಂದ ಜೋರಾಗಿದೆಯಂತೆ. ಅದಕ್ಕೇ ಸೂರಾಚಾರ‍್ರು ಎದೆ ಹಾಲು ಬಿಟ್ಟುಕೋ ಅಂದಿದ್ದಾರಂತೆ" ಎಂದಳು ಕೊಂಚ ನಾಚಿಕೆಯಿಂದಲೇ.

ಅನಂತರ ಗುಂಪು ಮುಂದುವರಿಯತೊಡಗಿತು. ಏನೇನೋ ಮಾತಾಡಿಕೊಂಡು ಕೆಲವರು ಕಿಸಿ ಕಿಸಿ ನಕ್ಕರು. ಮಳೆ ಉರವಣಿಸಿ ಹುಯ್ಯ ತೊಡಗಿತು.

ಗೌರಿ "ಸೀತಕ್ಕ ನಮ್ಮೂರಿನ ಸುಡುಗಾಡು ಯಾವುದೆ?" ಎಂದು ಕೇಳಿದಳು.

"ಯಾಕವ್ವಾ ನಿಂಗೀಗ ಸುಡುಗಾಡಿನ ಯೋಚನೆ?" ಎಂದು ಸೀತಮ್ಮ ಕೇಳಿದಳು.

"ಸುಮ್ಮನೆ ಕೇಳಿದೆ ಅಷ್ಟೇ" ಎಂದು ಗೌರಿ ಮಾತಾಡದೆ ನಡೆಯತೊಡಗಿದಳು. ಕೊಂಚ ದೂರ ಕ್ರಮಿಸಿದರು.

"ನಾನ್ಯಾಕೆ ಕೇಳಿದ್ದೂ ಅಂದರೆ ನಮ್ಮ ಮನೆ ಹತ್ತಿರ ಏನಾದರೂ ಸುಡುಗಾಡಿತ್ತೆ" ಎಂದು ಮತ್ತೆ ಕೇಳಿದಳು ಗೌರಿ.

"ಏನು ಅನಿಷ್ಟಾ ಯೋಚನೆ ಮಾಡ್ತೀಯೇ! ಕಾಲಾಂತರದಾಗೆ ಯಾರ ಯಾರ ಮನೆ ಹತ್ರ ಏನೇನಿತ್ತೊ! ಯಾರಿಗೆ ಗೊತ್ತವ್ವ! ನಮ್ಮ ಮನೆ ಹತ್ತಿರ ಗುಂಡಿ ತೋಡಿಸಬೇಕಾದರೆ ಸತ್ತೋರ ತಲೆದೆಸೆಯಲ್ಲಿಡೋ ಹಣತೆ ಸಿಕ್ಕಿತಂತೆ."

"ಸೈಯ್ಯೇನು!"

"ಎಲ್ಲಾ ಜಾಗದಾಗೆ ಜನ ಹುಟ್ಟಿರ‍್ತಾರೆ ಸತ್ತಿರ‍್ತಾರೆ ಅದಕ್ಕೆ ಯಾಕೆ ಯೋಚನೆ."

"ಹಾಗಲ್ಲಾ ಸೀತಕ್ಕಾ. ನಮ್ಮ ಹಿತ್ತಲು ಹಿಂದೆ ಈಚಲು ಹರನಾಗೆ ಅರಮರಲು ಗಿಡ ಇದೆಯಲ್ಲಾ ಅಲ್ಲಿ"–

"ಹ್ಞೂ ಸರಿ"

"ಅಲ್ಲಿ ಮೂರು ತಲೆಬುಳ್ಡೆ ಗೂಡು ಬಿದ್ದಿದ್ವಕ್ಕಾ. ಕಣ್ಣಿನ ಖಾಲಿ ನನ್ನನ್ನೇ ನೋಡ್ದಂಗಾಗಿ ಬೆಚ್ಚಿಬಿದ್ದೆ ನಾನು."

"ಹುಚ್ಚಿ, ಮನೆ ಹಿಂದೆ ಹೆಂಗಸರು ಮಕ್ಕಳು ಓಡಾಡೋ ಜಾಗದಾಗೆ ಸುಡುಗಾಡು ಮಾಡಿ ಹೆಣ ಹುಗೀತಾರೇನೆ? ಅದಕ್ಕೇನೇನು ನೀನು ಸುಡುಗಾಡು ಯಾವುದೂಂತ ಕೇಳಿದ್ದು."

"ಮತ್ತೆ ಹ್ಯಾಂಗೆ ಬಂತು ಬುಳ್ಡೆ ಚಿಪ್ಪು."

"ಅದು ಯಾವುದೋ ಮುಸಿಯನದೋ ಮಂಗನದೋ ಇರಬೇಕು!"

"ಥೂ ನಾವು ಭಿಲ್ಲೋರು ಮಂಗನನ್ನು ತಿನ್ನೋದಿಲ್ಲ."

"ಮತ್ತೇನು ನಾವು ತಿಂದು ಅಲ್ಲಿ ಎಸೆದಿವಿ ಅಂತಾನ. ನಾವು ಮಂಗ ಇರಲಿ ಹಂದೀನೂ ತಿನ್ನಲ್ಲ. ನಿಮ್ಮ ಮಾವ ಅದಾರಲ್ಲ, ಗೂರಲು ಅಂತ ಸುಮಾರು ದಿನ ಮಂಗನ ಮಾಂಸ ತಿಂದಿದ್ದಾರೆ. ಆಗೇನಾದ್ರೂ ಎಸೆದವ್ರೋ ಏನೋ!" ಎಂದಳು ಸೀತಮ್ಮ.

"ಇದೇನಕ್ಕಾ ಹಿಂಗಂತಿ. ನಮ್ಮ ತಾಯೀ ಊರಲ್ಲಿ ಹೊಲೇರೂ ಸಹ ತಿಂತಿರಲಿಲ್ಲ ಮಂಗನ್ನ. ಮಾವ ತಿಂದಿದ್ರ!"

"ಔಸ್ತಿ ಅಂತ ಏನಾದರೂ ಮಾಡಬೇಕಾಗುತ್ತೆ. ಈಗ ಎದೆ ಹಾಲಿಗೆ ಒಳಲೆ ಕೊಟ್ಟು ಕಳಿಸಿರಲಿಲ್ಲವೇನು! ರೋಗ ಗುಣ ಆಗ್ಬೇಕಂತಿದ್ರೆ ಏನಾರೂ ಮಾಡಲೇಬೇಕು."

"ಆದರೆ ಮಂಗನ್ನ ತಿಂದ ಮೇಲೆ ಮನಸರನ್ನ ತಿಂದಂಗೇನೆ ಸೈ."

"ನೀನು ಕುರಿ ಕೋಳಿ ತಿಂದಿಲ್ಲಾ."

"ಕುರಿ ಕೋಳಿಗೂ ಮಂಗನಿಗೂ ಒಂದೇನಾ?"

"ಎರಡೂ ಜೀವ ಅಲ್ಲೇನು?"

"ಆದರೂ ಮಂಗಕ್ಕೆ ಮನಸರ ಹಂಗೇ ಕೈ ಇರುತ್ತೆ! ತುರಿಸಿಕೊಳ್ಳುತ್ತೆ! ಎರಡು ಕಾಲಿನ ಮ್ಯಾಲೆ ನಿಲ್ಲುತ್ತೆ! ಹೇನು ತಕ್ಕೊಳ್ಳುತ್ತೆ! ಕೂಸು ಕರಕೊಂಡಿರುತ್ತೆ!"

"ಕುರೀಗೂ ಕೋಳಿಗೂ ಮಕ್ಳೂ ಮರಿ ಇರ್ತದವ್ವಾ, ಅಂತ ದೇವರೇ ಕೊಲ್ಲತಾನಂತೆ! ಇನ್ನು ನಾವು ಕೊಲ್ಲೋದೇನು ಮಹಾ ದೊಡ್ಡದು. ಈಗ ನಿನ್ನ ಮೂರು ಮಕ್ಕಳು ಏನು ಮಾಡಿದ್ವಂತೆ?"

ಸೀತಮ್ಮ ಕೊನೆಗೆ ಎಲ್ಲಾ ತಪ್ಪನ್ನು ಆ ಭಗವಂತನ ತಲೆ ಮೇಲೆ ಹೊರಿಸಿ ಬಿಟ್ಟಳು. ಗೌರಿ ಮಾತು ಮುಂದುವರಿಸಲಿಲ್ಲ. ಆದರೂ ಮಾವ ಮಂಗನನ್ನು ತಿಂದದ್ದು ಅವಳಿಗೆ ಅಸಹ್ಯಪಡುವಂತಾಯ್ತು.

ಒಂದಷ್ಟು ಜನ ಎದುರಿಂದ ಬರ್ತಿದ್ದವರು ಸಿಕ್ಕರು. ಹೆಂಗಸರ ಗುಂಪು ಸಂತೆಯ ಬಗ್ಗೆ ವಿಚಾರಿಸಿತು. ಅಕ್ಕಿ ದರ ಇಳಿದಿತ್ತು. ಮೀನು ಸಂತೆಗೆ ಬಂದಿರಲಿಲ್ಲ. ಕಾರಣ ಸಮುದ್ರದಲ್ಲಿ

ಭಾರಿ ತುಫಾನು ಎದ್ದಿದ್ದರಿಂದ ಮೀನು ಹಿಡಿಯಲಿಕ್ಕೆ ಯಾರೂ ಸಮುದ್ರಕ್ಕೆ ಹೋಗಿಲ್ಲೆಂದು ಇಸ್ಲಾಪುರದ ಮೀನು ಬೇರಿ ತಿಳಿಸಿದನಂತೆ. ಹೀಗೆ ಏನೇನನ್ನೋ ಕೊಂಚ ಹೊತ್ತು ಮಾತನಾಡಿ ಆ ಹೆಂಗಸರ ಗುಂಪು ಮತ್ತೆ ಮುಂದುವರೆಯಿತು.

***

ಸೂರಾಚಾರಿ ಈರೇಗೌಡನಿಗೆ ಇಸ್ಲಾಪುರ ಖಾದರುಬೇರಿಯ ಹೆಂಡತಿ ಫಾತಿಮ ಮೂಲವ್ಯಾಧಿಗೆ ಚಿಕಿತ್ಸೆ ನಡೆಸುತ್ತಾಳೆಂದೂ; ಆಸನ ದ್ವಾರದಿಂದ ಮೂಲವ್ಯಾಧಿ ಮೊಳಕೆಯನ್ನು ಕಿತ್ತು ತೆಗೆಯುತ್ತಾಳೆಂದೂ, ನೀನೂ ಅವಳ ಬಳಿ ಚಿಕಿತ್ಸೆ ಪಡೆಯುವುದು ಒಳ್ಳೆಯದೆಂದೂ ದಾರಿ ಸಾಗುತ್ತಿದ್ದಂತೆಯೇ ಸೂಚಿಸಿದ.

"ಹೌದು ಹಂಗಂತ ಕೇಳಿದ್ದೆ. ಆದರೆ ಸಾಬರ ಹೆಂಗಸಿನ ಹತ್ರ ಏನೂ ಅಂತ ಸುಮ್ಮನಿದ್ದೆ" ಎಂದ ಈರೇಗೌಡ.

"ರೋಗ ಗುಣಾಗಬೇಕಂತಿದ್ದರೆ ಏನಾರಾ ಮಾಡಬೇಕು. ನಾನು ಬೇಕಾದರೆ ಔಷದಿ ಕೊಡ್ತೀನಿ. ಆದರೆ ಅದು ತತ್ಕಾಲಕ್ಕೆ. ಮತ್ತೆ ಗರ್ಮಿ ಏನಾದರೂ ತಿಂದರೆ ತೊಂದರೆ ಶುರು ಆಗುತ್ತೆ" ಎಂದು ಸೂರಾಚಾರಿ ಹೇಳುತ್ತಿದ್ದ.

ಆ ವೇಳೆಗೆ ಇಬ್ಬರು ಸುಬ್ಬಯ್ಯನ ಮನೆ ಎದುರು ಇದ್ದರು.

"ಬನ್ನಿ ಬನ್ನಿ" ಎಂದು ಹಲ್ಕಿರಿದು ಸ್ವಾಗತಿಸಿದ ಸುಬ್ಬಯ್ಯ. ಈರೇಗೌಡ ಹಸನ್ಮುಖಿಯಾಗಿ ಮಾತಾಡೋದನ್ನ ನೋಡಿ ತಾನು ಅವನ ಹೆಂಡತಿ ಬಗ್ಗೆ ಮಾಡಿದ ಲೇವಡಿ ಅವನನ್ನು ಮುಟ್ಟಿಲ್ಲೆಂದು ಸುಬ್ಬಯ್ಯನಿಗೆ ಖಾತರಿಯಾಯ್ತು. ಅವರು ಬಂದಿರುವುದು ಏನಕ್ಕೆಂದು ಸುಬ್ಬಯ್ಯನಿಗೆ ಗೊತ್ತಾಗಿತ್ತು. ಆದರೆ ಅದೇನು ಪದ್ಧತಿಯೋ ರೂಢಿಯೋ ವ್ಯವಹಾರದ ಮರ್ಜಿಯೋ, ಈರೇಗೌಡ, ಸೂರಾಚಾರಿ, ಸುಬ್ಬಯ್ಯ ಮೂರು ಜನವೂ ಅದೊಂದನ್ನು ಬಿಟ್ಟು ಮಿಕ್ಕುದ್ದೆಲ್ಲಾ ಮಾತನಾಡುತ್ತಿದ್ದರು. ಆದರೂ ಅವರ ತಲೆಯಲ್ಲಿ ಕುಣಿಯುತ್ತಿದ್ದುದು ಎತ್ತಿನ ವಿಚಾರವೇ.

"ಏನು ಅಗೇಡಿ ಎಲ್ಲಾ ಚೆನ್ನಾಗಿ ಬಂದಿದಿಯೋ?"

"ಚಂದ ಏನು ಬಂತು ಎಲ್ಲಾ ವರುಷ ಇದ್ದಂಗೆ!"

"ಸರಿ ಮತ್ತೆ ಹಾಗಂತ ಅಂದರೆ ಚೆನ್ನಾಗಿದೇ ಅಂತ ಆಯ್ತಲ್ಲ!"

"ಏನು ಚಂದಾ! ವರ್ಷಾ ವರ್ಷಾ ಇಳುವರಿ ಕಡಿಮೆ ಆಗ್ತಾ ಇದೆ. ಏನು ಕತೆಯೋ ಏನೋ!"

"ಯಾಕೆ ಗೊಬ್ಬರಗಿಬ್ಬರ ಸರಿಯಾಗಿ ಬೀಳ್ತಿದೆಯೋ!"

"ಕಡಿಮೇನೋ ಹೆಚ್ಚೊ, ಇದ್ದೋಟು ಹಾಕ್ತೀವಿ"

"ಅಲ್ಲಾ ಸೂರಾಚಾರ್ರೆ ಗದ್ದೆ ಗೇಣಿಗೆ ಮಾಡಿಸುತ್ತಿದ್ರಲ್ಲಾ ಹೇಗಾಯ್ತು ಅದು."

“ಏ ಸುಮ್ಮನಿರಲಾರದೆ ನಾನು ಆ ಲುಕ್ಸಾನಿನ ವ್ಯವಹಾರಕ್ಕೆ ಕೈಹಾಕಿದ್ದು. ಕುಯ್ದ ಕೂಲಿ ಗೀಟಲಿಲ್ಲ.”

“ಓ ನೀವು ಕೋಮಟಿಗರ ಹಂಗೆ ಲೆಕ್ಕಾಚಾರ ಹಾಕೋದಾದರೆ ಬೇಸಾಯಕ್ಕೆ ಯಾಕೆ ಬಂದಿರಿ.”

“ಆತರ ಕೋಮಟಿಗರ ಲೆಕ್ಕಾಚಾರ ಅಲ್ಲೋ ಮಾರಾಯ. ಮನೆಗೆ ಉಣ್ಣಾಕೆ ಭತ್ತ ಬ್ಯಾಡೇನು.”

ಇದೇ ರೀತಿ ಬಹಳ ಹೊತ್ತು ಮಾತನಾಡಿ ಮೂರು ಜನರಿಗೂ ಬೇಸರ ಬಂತು. ಸೂರಾಚಾರಿ “ನಾನು ಹೇಳಿದ್ದು ಏನು ಮಾಡಿದೆ ಮಾರಾಯ?” ಎಂದು ಸುಬ್ಬಯ್ಯನನ್ನು ಕೇಳಿದ,

“ಯಾವುದು ಆಚಾರ್ರೆ?”

“ಯಾವುದು! ಇದೊಳ್ಳೆ ಮರೆವಾಯ್ತಲ್ಲಾ ನಿನ್ನದು.”

“ಓಹೋ ಸರಿ ಸರಿ ಹೇಳಿದೆನಲ್ಲಾ ಆಗಲೇ.”

“ಹೇಳ್ದೆ ಸರಿ, ಹಾಗೆ ಎಲ್ಲಾ ಹೇಳಿ ಹೇಳಿದಂಗೆಲ್ಲಾ ಆಗೋ ಹಾಗಿದ್ದರೆ, ಈ ಲೋಕ ಯಾಕೆ ಹೀಗಿರುತ್ತಿತ್ತು.”

“ಹೌದೌದು ನೀವು ಹೇಳಿದಂಗೆ ಎಲ್ಲಾ ಆಗಿಬಿಟ್ಟರೆ ಎಲ್ಲಾ ಸಾಫ್ ಸೀದಾ ಇಲ್ಲದಿದ್ದರೆ ಉಲ್ಟಾ ಸೀದಾ.”

“ನಾನು ಹಾಗಂದನಾ ನೀನೇ ಹೇಳು. ವಿನಾಕಾರಣ ಒಬ್ಬರ ಮೇಲೆ ತಪ್ಪು ಹೊರಿಸ ಬಾರದು.”

“ಮತ್ತಿನ್ನೇನು? ನೀವು ಹೇಳೋದು ಹಂಗೇ ಆಯ್ತು.”

ಎತ್ತಿನ ವ್ಯಾಪಾರಕ್ಕೆ ಮಧ್ಯಸ್ತಿಕೆಗೆ ಸೂರಾಚಾರಿಯನ್ನು ಕರೆದುಕೊಂಡು ಬಂದಿದ್ದ ಈರೇಗೌಡ. ಇವರ ಸಂಕೇತ ಭಾಷೆಗಳ, ಅನ್ಯೋಕ್ತಿಗಳ ಯುದ್ಧವನ್ನು ವೀಕ್ಷಿಸುತ್ತಾ ಒಗಟು ಗಳನ್ನು ಬಿಡಿಸಿಲೆತ್ನಿಸುತ್ತಿದ್ದ. ಅವರ ವ್ಯಾಪಾರಗಳು ಎಂದರೆ ಮಾತಾಡಿ ಮಾತಾಡಿ ಬೇಸತ್ತು ಬಾಯಾರಿಸಿ ಹಸಿವಾಗಿ ದೈಹಿಕವಾಗಿಯೂ ಸೋತು, ಈ ಚೌಕಾಸಿಯ ಜಂಜಾಟದಲ್ಲಿ ಮಾನಸಿಕವಾಗಿಯೂ ಸೋತು, ಒಟ್ಟಿನಲ್ಲಿ ಕಂಗೆಟ್ಟು ಹಾಳಾಗಿ ಹೋಗಲಿ ಎಂದು ಯಾವನಾದರೂ ಏನಾದರೊಂದಕ್ಕೆ ಒಪ್ಪಿಬಿಡಬೇಕು. ಅಲ್ಲಿಯವರೆಗೂ ಈ ಚೌಕಾಸಿಯ ವ್ಯವಹಾರದ ಗರಗಸ ಎಳೆದಾಡಲ್ಪಡುತ್ತಲೇ ಇರುತ್ತದೆ. ಅಲ್ಲಿಯವರಾರಿಗೂ ಈ ರೀತಿಯ ವ್ಯವಹಾರದ ಬಗ್ಗೆ ಜಿಗುಪ್ಸೆ ನಿರಾಶೆಗಳಿರಲಿಲ್ಲ. ಏಕೆಂದರೆ ಬೇಗ ವ್ಯವಹಾರ ಮುಗಿಸಿದರೆ ಇನ್ನೇನು ಕೆಲಸ, ಅದು ಬಿಟ್ಟರೆ ಅಂಥದೇ ಇನ್ನೊಂದು ತಾನೆ! ಮತ್ತ್ಯಾವ ಮಹದರ್ಥ ಇದೆ ಜೀವನಕ್ಕೆ? ಸೃಷ್ಟಿ, ಸ್ಥಿತಿ ಲಯಗಳೇ ಅಲ್ಲಿ ಒಂದು ಬಗೆಯ ಚೌಕಾಸಿಯಂತಾಗಿ

ಹೋಗಿರುವಾಗ! ಸುಬ್ಬಯ್ಯನ ಮದುವೆ, ಗೌರಿಯ ಹೆರಿಗೆ, ಮಕ್ಕಳ ಸಾವು, ಸೂರಾಚಾರಿಯ ಚೌಕಾಸಿ, ಎಲ್ಲ ಒಂದೇ ಬಗೆಯವು–

ಎತ್ತಿನ ವಿಷಯ ಯಾರು ಮೊದಲು ಎತ್ತಿದರೂ ಆ ಬಗ್ಗೆ ತಮಗೆ ಉತ್ಸಾಹ ಇದೆ ಎಂದು ಮತ್ತೊಂದು ಪಕ್ಷದವರು ಬೆಲೆ ಏರಿಸುವುದೋ ಅಥವಾ ಕೊಳ್ಳುವ ಬೆಲೆ ಇಳಿಸುವುದೋ ಮಾಡುತ್ತಾರೆಂಬ ಗುಮಾನಿ ಉಭಯತ್ರರಿಗೂ! ಆದರೆ ಇದು ಅವರ ಆಲೋಚನೆಗಿಂತ ವ್ಯವಹಾರದ ಸಂಪ್ರದಾಯವೇ ಹೀಗಿತ್ತು. ಈರೇಗೌಡನೂ ಸೂರಾಚಾರಿಯೂ ಬಹಳ ಹೊತ್ತು ಮಾತನಾಡಿ ಕೊನೆಗೆ ಆ ಎತ್ತಿನ ಅಪ್ಪ ಅಮ್ಮ ಅಜ್ಜ ಇತ್ಯಾದಿಗಳ ಮೀಮಾಂಸೆ ನಡೆಯಿತು. ಸೂರಾಚಾರಿಯೇ ಹೊಲೆಯರ ರುದ್ರನ ಹತ್ತಿರ ಇದಕ್ಕೆ ಜೋಡಿ ಇನ್ನೊಂದಿದೆ ಎಂದು ಹೇಳಿದ. ಅದಕ್ಕೆ ಸುಬ್ಬಯ್ಯ "ಅವನನ್ನು ಮೊದಲು ಕೇಳಿ ವ್ಯಾಪಾರ ಕುದುರಿಸಿಕೊಳ್ಳಿ ನನ್ನದೇನು ಇದ್ದೇ ಇರ್ತದಲ್ಲ" ಎಂದ. "ಇಲ್ಲಾ ಮಾರಾಯ ಅವನೂ ಹೀಗೇ ಹೇಳಿ ಕಳ್ಸಿದ್ದಾನೆ" ಎಂದ ಸೂರಾಚಾರಿ.

ಈರೇಗೌಡ, ಒಂದು ಪಶುವಿನಂತೆ ನಿಂತಿದ್ದ. ಇದೆಲ್ಲಾ ಆದನಂತರ ಎತ್ತಿನ ಬೆಲೆಯ ಬಗ್ಗೆ ಬಂದಿತು. "ನಿಮ್ಮ ಬೆಲೆಗೆ ಒಪ್ಪೋದೂ ಸಾಧ್ಯವೇ ಇಲ್ಲ."

"ನಿನ್ನದಕ್ಕೆ ಒಪ್ಪೋದು ಸಾಧ್ಯವಿಲ್ಲ" ಎಂದು ಈರೇಗೌಡನ ಎದುರು ಸೂರಾಚಾರಿಯೂ ಸುಬ್ಬಯ್ಯನೂ ಪರಸ್ಪರ ಬಾಯಿಗೆ ಬಾಯಿ ಮಿಲಾಯಿಸಿ ಚೌಕಾಸಿ ಮಾಡತೊಡಗಿದರು.

ಒಟ್ಟಿನಲ್ಲಿ ಈರೇಗೌಡನಿಗೆ ಎತ್ತಿನ ಬೆಲೆ ಇಬ್ಬರೂ ಎಷ್ಟೆಂದು ನಿರ್ಣಯ ಮಾಡಿಕೊಂಡಿದ್ದಾರೆ ಎಂದು ತಿಳಿಯಲಿಲ್ಲ. ಅದೊಂದು ಆತ್ಮದಂತೆ ಕೈಗೆ ಸಿಗದ ವಸ್ತುವಾಗಿ ಹೋಗಿತ್ತು. ಆದರೂ ಇಬ್ಬರೂ ಒಬ್ಬರ ಬೆಲೆಯನ್ನು ಇನ್ನೊಬ್ಬರು ಒಪ್ಪದೆ ಜಗ್ಗಾಡುವುದನ್ನು ನೋಡಿ ಈ ವ್ಯವಹಾರದಲ್ಲಿ ಉದ್ಭವಿಸುವ ನಿರ್ಣಯದಿಂದ ಬಹುಶಃ ತನಗೆ ಮೋಸವಿರಲಾರದು ಎಂದು ಭಾವಿಸಿದ. ಆದರೂ ತಾನು ಒಪ್ಪದೇ ಸುಮ್ಮನಿದ್ದು ಇವರದು ಇತ್ಯರ್ಥ ಆದ ಮೇಲೆ ಕೇಳಿಕೊಂಡು ಮಾತನಾಡೋದು ಒಳ್ಳೆಯದು ಎಂದು ಆಲೋಚಿಸಿದನು.

"ಈಗೇನು ನಿನ್ನದೆಷ್ಟಪ್ಪಾ ಕರಾರುವಕ್ಕಾಗಿ ಹೇಳು?" ಎಂದು ಸೂರಾಚಾರಿ ಕೇಳಿದ. ಸುಬ್ಬಯ್ಯ ಅಪ್ರತಿಭವಾಗಿ ನಿಂತ. ಚೌಕಾಸಿಯ ಜಗ್ಗಾಟದಲ್ಲಿ ತಾನೆಷ್ಟು ಹೇಳಿದ್ದೆ ಎಂದು ಅವನಿಗೆ ಗೊತ್ತೇ ಇರಲಿಲ್ಲ. ಒಂದು ಕ್ಷಣ ಬಿಡುಗಣ್ಣು ಬಿಟ್ಟುಕೊಂಡು ಭ್ರಾಂತನಂತೆ ನಿಂತ. ತೀರ ಸಂದಿಗ್ಧ ಪರಿಸ್ಥಿತಿಯೊದಗಿತು. ಹೇಳಿದ್ದು ವಿಪರೀತ ಹೆಚ್ಚಾದರೆ ಅವರು ಅನಾಸಕ್ತರಾಗಿ ಹೊರಟೇಹೋಗುತ್ತಾರೆ. ಕಡಿಮೆಯಾದರೆ ಚೌಕಾಸಿಯ ಕಪಟ ನಾಟಕ ಆಡಿ ಕೊನೆಗೆ ಒಪ್ಪಿ ನನಗೆ ಮೋಸ ಮಾಡ್ತಾರೆ. ಈಗೇನು ಮಾಡುವುದು?

ಕೊನೆಗೆ ಹೆಗಲಿಗೆ ಹಾಕಿಕೊಂಡಿದ್ದ ಗಲೀಜು ಟವಲು ತೆಗೆದುಕೊಂಡು ಬಿಚ್ಚಿ ತನ್ನ ಬಲಗೈಯನ್ನು ಅದರೊಳಗೆ ಹಾಕಿ ಹಿಡಿದ. ಇದೊಂದು ತರದ ಗುಪ್ತ ವ್ಯವಹಾರ. ಎಷ್ಟು ರೂಪಾಯಿಗಳು ಎಂದು ಬಟ್ಟೆಯೊಳಗೇ ಬೆರಳು ಲೆಕ್ಕ ಮಾಡಿ ಉಭಯತ್ರರೂ ಒಂದು

ನಿರ್ಣಯಕ್ಕೆ ಬರುವುದು. ಸೂರಾಚಾರಿ ಕೈಬೆರಳಿಗೆ ಹಿಡಿದಿದ್ದ ಎಲಡಿಕೆ ಸುಣ್ಣವನ್ನು ಪಂಚೆಗೆ ಒರಸಿಕೊಳ್ಳುತ್ತಾ ಸುಬ್ಬಯ್ಯನ ಬಳಿ ಬಂದು ಕುಳಿತ. ಕುಳಿತು ಆಚಾರಬದ್ಧವಾದ ಕರ್ಮಗಳನ್ನು ಮಾಡುವವನಂತೆ ಕೆಮ್ಮಿ ಉಗುಳಿ ಈರೇಗೌಡನ ಕಡೆಗೊಮ್ಮೆ ನೋಡಿ ನಿಧಾನ ಬಲಗೈಯನ್ನು ಟವಲ್ಲಿನ ಒಳಗೆ ಹಾಕಿದ. ಈರೇಗೌಡ ಕುಸ್ತಿಯ ರೆಫ್ರಿ ತರಹ ಕೈಯನ್ನು ಹಿಂದಕ್ಕೆ ಕಟ್ಟಿಕೊಂಡು ವೀಕ್ಷಿಸತೊಡಗಿದ. ಸೂರಾಚಾರಿ ಕೈ ಒಳಗೆ ಹಾಕಿದವನೆ ಏಕ್‌ದಂ ಕೋಪದಿಂದ–

"ನೋಡು ಸುಬ್ಬಯ್ಯ, ನನ್ಮಾತು ಕೇಳು. ಈ ತರ ವ್ಯವಹಾರ ಸರಿ ಅಲ್ಲ."

"ನೋಡಿ ಮತ್ತೂ ನನಗೆ ಹೇಳ್ತಿರಲ್ಲಾ. ಇಳಿಸಿ ಇಳಿಸಿ ಸಾಕಾಗಿದೆ ನಾ ಇನ್ನೆಂತ ಇಳಿಸಲಿ?"

"ಬೆರಳಿಗೆ ಎಷ್ಟು ಒಂದೋ ಹತ್ತೋ ನೂರೋ? ಅದು ಮೊದಲು ಹೇಳು ಮಾರಾಯ" ಎಂದ ಸೂರಾಚಾರಿ.

"ಅಯ್ಯೋ ಅಯ್ಯೋ ಬೆರಳಿಗೆ ನೂರರ ವ್ಯವಹಾರ ಮಾಡೋ ಹಾಗಿದ್ದೀವಾ ನಾವು ನೀವೇ ಹೇಳಿ" ಎಂದು ಸುಬ್ಬಯ್ಯ ಕಂಕ ನರಿಯಂಥ ವಿನಯ ತೋರಿಸಿದ.

"ಹಾಗಾದರೆ ಒಂದೊ."

"ಇಲ್ಲಾ ಇಲ್ಲಾ ಹತ್ತು!"

"ಹಾಗಾದರೆ ಮಡಿಚು ಇದನ್ನು."

ಸುಬ್ಬಯ್ಯ ಮಡಿಚಿದನೆಂದು ಕಾಣುತ್ತದೆ.

"ಹ್ಞಾ ಹ್ಞಾ ಹಾಂಗೆ. ಎಲ್ಲಿ ಇದೊಂದನ್ನು ಮಡಿಚು" ಎಂದು ಸೂರಾಚಾರಿ ದಾರಿಗೆ ಬಂದ ಸುಬ್ಬಯ್ಯ ಎನ್ನುವ ಭಂಗಿ ತೋರಿಸಿದನು.

"ಸೂರಾಚಾರ್‍ರೆ ನೀವೇನು ವ್ಯವಹಾರಕ್ಕೆ ಬಂದಿದ್ದೀರೋ, ಯಾರಾನ್ನಾದರೂ ಖೂನಿ ಮಾಡಕ್ಕೆ ಬಂದಿದ್ದೀರೊ. ನನ್ನ ಹೊಟ್ಟೆ ಉರಿಸಿದರೆ ನಿಮಗೇನು ಗಂಟು ಸಿಗ್ತದೆ" ಎಂದ ಸುಬ್ಬಯ್ಯ.

"ನೋಡು ಹೋಗಲಿ ಇಷ್ಟು ಮಾಡಿಕೋ ಎಂದ ಸೂರಾಚಾರಿ. ಈರೇಗೌಡ ಬಟ್ಟೆಯನ್ನೇ ದೃಷ್ಟಿಸಿ ನೋಡಿದ. ಬಟ್ಟೆಯಡಿ ನಡೆಯುತ್ತಿದ್ದ ರಹಸ್ಯಪೂರ್ಣ ಸಂವಾದವನ್ನು ಶ್ರದ್ಧೆಯಿಂದ ಗಮನಿಸಿದ."

ಸುಬ್ಬಯ್ಯ ಸೂರಾಚಾರಿಯ ಕೈಯನ್ನು ಗಮನಿಸಿದನೆಂದು ಕಾಣುತ್ತದೆ. ಸಿಟ್ಟುಬಂದು ಬಟ್ಟೆಯಿಂದ ಕೈಯನ್ನು ಹೊರಗೆಳೆದುಕೊಂಡು "ನೀವು ಉದ್ಧಾರ ಮಾಡೋಕೆ ಬಂದಿಲ್ಲ ನನ್ನ. ಆ ಮಾಲು ತಗೊಂಡು ಹೋದವ ನಾಳೆ ಬದುಕ ಬೇಕೋ ಬ್ಯಾಡೋ!" ಎಂದು ಸುಮ್ಮನೆ ಕೂತುಬಿಟ್ಟ.

ಅಷ್ಟರಲ್ಲಿ ಯಾರೋ ಕೆಮ್ಮುತ್ತಾ ಹೊರಗಡೆ ನಡೆದುಕೊಂಡು ಬರುವ ಸದ್ದು ಕೇಳಿತು. ಎಲ್ಲ ತಿರುಗಿದರು. ಸುಬ್ಬಯ್ಯನ ವಯಸ್ಸಾದ ತಂದೆ ಭೈರಪ್ಪ ತಲೆ ಮೇಲೊಂದು ಗೊರಬು ಕೌಚಿಕೊಂಡು ಒಳಗೆ ಬಂದರು. ಎಡಕಣ್ಣಿಂದ ಕಿಸುರು ನೀರು ಸೋರುತ್ತಿತ್ತು. ಆಗಾಗ ಹೆಗಲಿನ ಮೇಲಿದ್ದ ಟವಲ್ಲಿನಲ್ಲಿ ಒರೆಸಿಕೊಳ್ಳುತ್ತಿದ್ದರು.

"ಓ ಹೊ ಹೊ ಏನು ಯಾರ್‍ಯಾರೋ ಇರಾ ಹಂಗಿದೆಯಲ್ಲಾ, ಓ ಈರೇಗೌಡ, ಓ ಸೂರಾಚಾರ್ರು" ಎಂದು ಇಬ್ಬರನ್ನು ಗಮನಿಸಿದರು.

"ಹೋಯ್ ಸೂರಾಚಾರ್ರೆ, ನಿನ್ನೆ ಇಸ್ವನಾಥನನ್ನು ಇಸ್ಲಾಪುರಕ್ಕೆ ಎರಡೆರಡು ಬಾರಿ ಓಡಿಸಿದ್ದು ಯಾಕೆ ಅಂತ ಮಾಡೀರಿ. ಹುಡುಗ ಮುಂಡೇಗಂಡ ಸರಿಯಾಗಿ ಕೆಲಸ ಕೊಟ್ಟಿದ್ದಾ. ನೀವು ಎದೆ ಹಾಲು ಬಿಟ್ಟುಕಾ ಅಂತ ಹೇಳಿದರೆ ಇಲ್ಲಿ ಬಂದು ಎಲೇ ಹಾಲು ಅಂತ ಹೇಳಿದ್ದಾನೆ ನೋಡಿ. ನನಗೇ ಅನುಮಾನ ಬಂದು ಮತ್ತೆ ಓಡಿಸಿದ್ದು."

"ಈಗ ಹ್ಯಾಗಿದೆ. ನಿನ್ನೆ ಒಂದು ಕೆಲಸ ಆಯ್ತು. ನನಗೆ ಪುರಸೊತ್ತಿರಲಿಲ್ಲ. ಇಲ್ಲದ್ದಿರೆ ಎದೆ ಹಾಲಿಗೆ ಒಂದೆರಡು ಪದಾರ್ಥ ಹಾಕಿ ಔಸ್ತಿ ಮಾಡೇ ಕಳಿಸುತಿದ್ದೆ. ಅಲ್ಲದೆ ಆ ಹೊತ್ನಾಗೆ ಯಾರು ಮಕ್ಕಳಿಗೆ ಮಲೆ ತಿನ್ನುಸೋ ಅವ್ವಂದಿರು ಇದಾರೆ ಅಂತ ಹುಡುಕೋದು ಅಂತ ಸುಮ್ಮನಾದೆ."

"ಹಾಂಗಿದ್ದರೆ ಈಗ್ಯಾಕೆ ಮಾಡಿಕೊಡಬಾರ್ದು?" ಭೈರಪ್ಪ ಕೇಳಿದರು.

"ಆಗಬೋದು, ಸ್ವಲ್ಪ ಒಣ ಸುಂಠಿ ಸುಟ್ಟು ಭಸ್ಮಮಾಡಿ ಕೊಡಬೇಕು. ಚೂರು ಎದೆಯ ಹಾಲು ಬೇಕು."

"ಆಗಲಿ ಮಾರಾಯರ ನನಗೆ ಕಣ್ಣೊಂದು ಚೂರು ವಾಸಿಯಾದರೆ ಸಾಕಾಗಿದೆ. ಓ ಅಣ್ಣಾ ಇಸ್‌ನಾಥೂ" ಎಂದು ವಿಶ್ವನಾಥನನ್ನು ಕೂಗಿದರು.

ವಿಶ್ವನಾಥ ಬಾಗಿಲ ಮರೆಯಲ್ಲೇ ಇಣುಕಿ "ಏನು ದಡಪ್ಪಯ್ಯ" ಎಂದು ಕೇಳಿದ.

"ಸುಬ್ಬಯ್ಯನ ಹೆಂಗ್ಸಿಗೆ ಹೇಳಿ ಒಂದು ವಳಲೇಲಿ ಈಟು ಹಾಲು ಇಸುಗಾ."

"ಅತ್ತಿಗಮ್ಮ ಇಲ್ಲ"

"ಎಲ್ಲಿಗೆ ಹೋತೋ"

"ಸಂತಿಗೆ ಹೋತೀನಂತ ಸೀತಮ್ಮನ ಮನಿಗೆ!"

"ಸೀತಮ್ಮನ ಮನಿಂದ ಈಗತಾನೆ ಸಂತಿ ಕಡೀಗೆ ಹೋತು ನಾನು ನೋಡ್ದೆ" ಎಂದು ಯಾವುದೋ ದನಿ ಒಳಗಿನಿಂದ ವಿಶ್ವನಾಥನ ತಪ್ಪು ಹೇಳಿಕೆಯನ್ನು ಸರಿ ಮಾಡಿತು.

"ಹಂಗಾಂಗೆ ಒಂಚೂರು ಓಡ್ಹೋಗಿ ಇಸುಗುಂಬರ್ತೀಯೇನೊ ಇಸೂ."

"ಮಳೆ ಬರ್ತಿದೆಯಲ್ಲ"

"ನಿಂಗೆ ಬೇಕಾದರೆ ಬಿಸಿಲು ಮಳೆ ಒಂದೂ ಲೆಕ್ಕಕ್ಕೆ ಇರಲ್ಲ ಕಣೊ."

"ನನ್ನ ಗೊರಬು ಹಾಳಾಗಿದೆ."

"ನಂದು ತಗುಂಡು ಹೋಗೋ."

"ನಿಂದು ನಂಗೆ ನೆಲಕ್ಕೆ ತಾಗ್ತದೆ."

"ಥೂ ಹೋಗೂ ಮಾರಾಯ."

ವಿಶ್ವನಾಥ ಭೈರಪ್ಪ ರೇಗಿದ್ದನ್ನು ನೋಡಿ ಇನ್ನೇನೂ ಮಾಡಲಾರದೆ ಒಳಕ್ಕೆ ಹೋದ ತನ್ನ ಗೊರಬು ತರಲು.

ಇತ್ತ ತಿರುಗಿ ಸುಬ್ಬಯ್ಯ "ಹ್ಞೂ ಸೂರಾಚಾರ‍್ರೆ ನಮ್ಮ ಯಾಪಾರ ವ್ಯವಹಾರ ಮುಗಿದಂಗೆ ಕಾಣ್ತದೆ. ನಾ ಬರ್ತೀನಿ ಗದ್ದೆ ಕೆಲಸ ಇದೆ. ನೀವು ಔಸ್ತಿ ಪೌಸ್ತಿ ನೋಡಿ" ಎಂದು ನಿಶ್ಚಯ ವಾದವನಂತೆ ಸೋಗು ಹಾಕಿ ಎದ್ದ.

ಸೂರಾಚಾರಿ "ನೋಡು ಸುಬ್ಬಯ್ಯ, ಮಾಲು ನಿಂದು. ನೀನು ಸಾವಿರ ರೂಪಾಯಿ ಹೇಳು, ನಿನ್ನಿಷ್ಟ. ನಾನು ಒಂದು ಕಾಸಿಗೆ ಕೇಳ್ತೀನಿ. ನಾನು ಕೇಳಿದೆ ಅಂತ ನೀನೇನು ಕೊಟ್ಟೆಯಾ. ಕೂತು ಮಾತಾಡಬೇಕು ಯವಹಾರ ಕುದುರಿಸಬೇಕೂ ಅಂತಾದರೆ. ನನಗೆ ಯಾವ ತೆವಲೋ ಮಾರಾಯ ನಿನ್ನ ಹತ್ರ ಜಗ್ಗಾಡಕ್ಕೆ" ಎಂದ.

"ಹೋಗಲಪ್ಪ ನಂದೊಂದು ಕೊನೇದು" ಎಂದು ಸುಬ್ಬಯ್ಯ ಮತ್ತೆ ಟವಲ್ಲಿನೊಳಗೆ ಕೈಹಾಕಿದ.

"ಆ ಹಾಹಾಹಾ ಪರ್ವಾಗಿಲ್ಲೊ. ಎರಡೂ ಕೈ ಒಳಗಿಟ್ಟು ಹತ್ತುಬೆರಳು ಹಿಡಿಸಿಬಿಡು" ಎಂದು ಸೂರಾಚಾರಿ ಜೋರು ಮಾಡಿದ.

ಅಷ್ಟರಲ್ಲಿ ವಿಶ್ವನಾಥ ಅವನದೊಂದು ಸಣ್ಣ ಗೊರಬು ತೆಗೆದುಕೊಂಡು ಬಂದ.

"ಏ ಹುಡುಗಾ ಒಳಲೆ ತಗುಂಡಿಯಾ. ನೀ ಹೀಗೆ ನಿಧಾನ ಮಾಡಿದರೆ ಹ್ಯಾಂಗೋ? ಬಾ ಇಲ್ಲಿ, ಏನು ಹೇಳ್ತಿಯಾ ಹೇಳು" ಎಂದ ಭೈರಪ್ಪ.

"ಗೊತ್ತು ಹೇಳ್ತೀನಿ!"

"ಎಂತ ಗೊತ್ತೊ ಹುಚ್ಚು ಮುಂಡೇಗಂಡ. ಎದೆ ಹಾಲು ಅಂದರೆ ಬಂದು ಎಲೆ ಹಾಲು ಅಂದ್ಯಲ್ಲ ಹಂಗ? ಏನು ಹೇಳ್ತೀಯ ಸರಿಯಾಗಿ ಹೇಳು?" ಎಂದು ಭೈರಪ್ಪ ಹಿಡಿದುಕೊಂಡ.

ವಿಶ್ವನಾಥನಿಗೆ ಕುತ್ತಿಗೆಗೆ ಬಂತು. ನಾಚಿಗೆಯೆಂದರೆ ನಾಚಿಗೆಯಾಯ್ತು.

"ನಂಗೊತ್ತು ನಾ ಹೇಳ್ತೀನಿ."

"ಏನೇಳ್ತಿಯಾ ಹೇಳೋ."

ವಿಶ್ವನಾಥ ಮಾತನಾಡಲಿಲ್ಲ. ಅವನ ಕಣ್ಣಿಂದ ಇದ್ದಕ್ಕಿದದಂತೆ ನೀರು ಬಂತು. ಎಲ್ಲೋ ಮಳೆಯಲ್ಲಿ ಹೋಗಲು ಹಿಂದೆಗೆದು ಅಳುತ್ತಿದ್ದಾನೆ ಎಂದು ಬೈರಪ್ಪ ಬಗೆದರು. ಅದಕ್ಕೇ ಸುಬ್ಬಯ್ಯ ವಿಶ್ವನಾಥನನ್ನು ಕರೆದು ಸಮಾಧಾನ ಮಾಡ್ತ "ನನಗೆ ಬ್ಯಾರೆ ಕೆಲಸ ಇದೆ ಕಾಣೋ! ಇಲ್ಲದಿದ್ದರೆ ನಾನೇ ಹೋಗ್ತಿದ್ದೆ. ಪಕ್ಕನೆ ಹೋಗಿ ಹೇಳು, ಸೂರಾಚಾರ್ರು ಬಂದಿದ್ದಾರೆ ಒಂದು ತಟ್ಟು ಮಲೆಹಾಲು ಬೇಕಂತೆ ಔಸ್ತಿಗೆ ಅಂತ ಆಯ್ತಾ" ಎಂದು ಹೇಳಿದ. ಅವರೆಲ್ಲಾ ಕಿಂಚಿತ್ತೂ ನಾಚದೆ ಮೊಲೆಯಂಥ ಗೋಪ್ಯ ವಸ್ತುವಿನ ಬಗ್ಗೆ, ಅದೂ ಗೌರತ್ತಿಗಮ್ಮನ ಬಗ್ಗೆ ಮಾತನಾಡುವುದು ಅಮಾನುಷ ವಸ್ತುನಿಷ್ಠತೆಯಾಗಿ ಕಂಡಿತು ವಿಶ್ವನಾಥನಿಗೆ.

ಒಳಲೆ ತೆಗೆದುಕೊಂಡು ವಿಶ್ವನಾಥ ಮಳೆಯಲ್ಲಿ ಓಡಿದನು.

"ಸೂರಾಚಾರ್ರೆ, ನನ್ನದು ಒಂದು ಕತೆಯಾಗಿ ಹೋಗಿದೆ ಮಾರಾಯರೆ! ಹಡೆದವು ಒಂದು ಉಳಿಯಾದಿಲ್ಲಲ್ಲ ನನ್ನ ಹೆಂಗ್ಸಿಗೆ! ಏನು ಮಾಡದು ಹೇಳಿ?" ಎಂದು ಸುಬ್ಬಯ್ಯನು ಸೂರಾಚಾರಿಯನ್ನು ಕೇಳಿದ. ಬೇಕೆಂದೆ ಅವನು ಈರೇಗೌಡನ ಎದುರು ವಿಷಯ ಎತ್ತಿದ್ದ. ಏಕೆಂದರೆ "ನನಗೆ ಒಳರೋಗ ಅಂದನಲ್ಲ ಸೂರಾಚಾರ್ರೆ ಹೇಳಲಿ" ಎಂದು ಒಳಗೇ ಅಂದುಕೊಂಡ.

ಸೂರಾಚಾರ್ರು ಸುಮಾರು ಹೊತ್ತು ಯೋಚಿಸಿ "ಹುಟ್ಟಿದ ಕೂಡಲೇ ಸಾಯ್ತಾವೋ ನಾಲ್ಕು ದಿನ ಇದ್ದು ಸಾಯ್ತವೋ" ಎಂದರು.

"ನಾಕು ದಿನ ಇರ್ತವೆ, ವೈನಾಗಿರ್ತವೆ, ಹಾಲು ಕುಡಿದು ಅತ್ತು ನಕ್ಕು. ಎಲ್ಲ ಒಂದು ತಿಂಗಳ ಮಟ್ಟಿಗೆ. ಕೊನೆಗೆ ಏನಾರೂ ಒಂದಾಗಿ ಸಾಯ್ತವೆ! ಒಂದಲ್ಲಾ ಎರಡಲ್ಲಾ ನನ್ನವು ಮೂರು ಮಕ್ಕಳೂ ಹ್ವಾದ್ವು."

"ಇನನೇನಿಲ್ಲಾ ಏನಾರೂ ಮಲೆಗಿಲೆ ದೋಸಾನಾ! ಅಂತ" ಎಂದು ಯೋಚಿಸುತ್ತಾ ಸ್ವಗತದ ಧಾಟಿಯಲ್ಲಿ ಸೂರಾಚಾರ್ರು ಗೊಣಗಿದರು.

"ಹ್ವಾ, ನೋಡಿ ನಾನೂ ಅದೇ ಯೋಚ್ನೇ ಮಾಡ್ತಿದ್ದೆ ಮನಸ್ಸಿನ ಒಳಗೇ" ಎಂದು ಖುಷಿಯಿಂದ ಹೇಳಿದ ಸುಬ್ಬಯ್ಯ. ಅವನಿಗೆ "ಒಳರೋಗ" ಎಂದು ಸೂರಾಚಾರ್ರು ಹೇಳದಿದ್ದುದು ಸಂತೋಷ ತಂದಿತ್ತು. ಅಷ್ಟಲ್ಲದೆ ಅವನೂ ಅದನ್ನೇ ಗುಮಾನಿಸುತ್ತಿದ್ದುದರಿಂದ ವೈದ್ಯರಾದ ಸೂರಾಚಾರಿಯೂ ಅದೇ ನಿರ್ಣಯಕ್ಕೆ ಬರುವಂತೆ ರೋಗ ಚಿಹ್ನೆಗಳನ್ನು ಹೇಳಿದ್ದ.

"ಸೈ ಬಿಡು ಇದು ಮಲೆ ದೋಸಾನೆ. ನೀ ಬೇರೆ ಯೋಚನೆ ಮಾಡೋದೆ ಬ್ಯಾಡ. ಮಲೇಲಿ ಮೇಲುಗಡೆ ಒಂದು ನೀಲಿ ನರ ಇರ್ತದೆ. ಅದರೊಳಗಿರ್ತದೆ ನೋಡು ಹುಳ. ಅರಿಶಿನದ ಕೊಂಬಿನ ಕೆಂಡಾ ಮಾಡಿ ಅದನ್ನು ಸುಟ್ಟು ತಗೀಬೇಕು. ಇಲ್ಲದಿದ್ದರೆ ಒಂದಲ್ಲಾ ಮೂರಲ್ಲಾ ನೂರು ಮಕ್ಕಳಾದರೂ ಒಂದೂ ಉಳಿಯಕ್ಕಿಲ್ಲ" ಎಂದ ಸೂರಾಚಾರಿ.

"ಹೌದ್ರಪ್ಪಾ ಹೌದು, ನಾನು ಕೇಳಿದ್ದೀನಿ. ಅದೊಂದು ದರಿದ್ರ ಕಾಯಿಲೇನ, ಮಲೇಗೆ ಬರೆ ಹಾಕ್ತಾರಂತೆ. ಈ ಸುಡುಗಾಡು ಕಾಯಿಲೆ ನನ್ನ ಹಣೆಬರ್ದಾಗೇ ಇದೇಂತ ಗೊತ್ತಿರಲಿಲ್ಲ ನೋಡಿ, ತುತ್" ಎಂದು ದುಃಖಿಸಿದ ಸುಬ್ಬಯ್ಯ.

"ನೋಡಾನ, ಈಗೇನಾದ್ದು, ಇನ್ನೊಂದು ಮೊಗ ಆಗಲಿ. ಆಮೇಲೂ ತೊಂದರೆ ಕಂಡರೆ ಸೂರಾಚಾರ್ರಿದ್ದಾರಲ್ಲಾ" ಎಂದು ಇಷ್ಟು ಹೊತ್ತೂ ತೆಪ್ಪನಿದ್ದ ಈರೇಗೌಡ ತಟ್ಟನೆ ಮೈ ತಿಳಿದವನಂತೆ ಮಾತನಾಡಿದ.

"ನೋಡಾನಂದರೆ ಇನ್ನೆಂತ ನೋಡದು. ಈಗಾಗಲೇ ಮೂರು ಹೋದ್ವು. ಬೇಗ ಅದಕ್ಕೇನಾದರೂ ಔಷಧಿ ಮಾಡದಿದ್ದರೆ ನಾನೇನು ಮಕ್ಕಳ ಮಾರೆ ನೋಡ ಹಂಗಿಲ್ಲ. ಸತ್ತರೆ ಹಾಲೂ ತುಪ್ಪ ಇಲ್ಲ" ಎಂದು ಸೂರಾಚಾರ್ರ ಕಡೆ ಸುಬ್ಬಯ್ಯ ಆರ್ತದೃಷ್ಟಿ ಬೀರಿದ. ಇಷ್ಟು ಹೊತ್ತೂ ಚೌಕಾಸಿಯ ಹಮ್ಮಿನಲ್ಲಿದ್ದವನ ಧಾಟಿ ಆಶ್ಚರ್ಯಕಾರಕವಾಗಿ ಬದಲಾಯಿಸಿ ಹೋಯ್ತು.

ಸೂರಾಚಾರಿ ತನ್ನ ವಿಧಿಯನ್ನು ತಾನೇ ಶಪಿಸತೊಡಗಿದ. ಸಿಕ್ಕುಬಿದ್ದ ಕೂದಲಿನಲ್ಲಿ ಓಡಾಡುವ ಬಾಚಣಿಗೆಯಂತೆ ಕರ್ಮಜಾಲದ ಬಾಗಿಲಿಲ್ಲದ ಕೋಣೆಯೊಳಗೆ ಬಿದ್ದಂತಾಯ್ತು ಅವನಿಗೆ.

"ಆಚಾರ್ರೆ ನೀವು ಹೇಳಿದ್ದಿನ ಬರ್ತೀನಿ ಮಾರಾಯರೆ, ಆಕಿ ರೋಗ ಒಂದು ಸರಿಮಾಡಿ ಕೊಡಿ" ಎಂದು ಮತ್ತೆ ಸುಬ್ಬಯ್ಯ ಅಂಗಲಾಚಿದನು.

"ಸರಿಯಪ್ಪ ಇರಾತನಕ ಮಾಡಾದೆ ನನ್ನ ಕರ್ಮ" ಎಂದು ಭಾರದ ದನಿಯಲ್ಲಿ ಹೇಳಿದ ಸೂರಾಚಾರಿ.

ಸುಬ್ಬಯ್ಯ ಬಟ್ಟೆಯೊಳಗೇ ಕೈ ಇಟ್ಟು ಕೊಂಡಿದ್ದವನು ಫಕ್ಕನೆ ತಮ್ಮ ವ್ಯವಹಾರವನ್ನು ಜ್ಞಾಪಿಸಿಕೊಂಡವನು –

"ಅರ್ರರ್ರೆ ಕೊಟ್ರಲ್ಲಾ ಕೈ" ಎಂದ.

ಎಲ್ಲರೂ ಅಪ್ರತಿಭರಾಗಿ ಈ ಉದ್ಗಾರ ಯಾವುದಕ್ಕೆ ಸಂಬಂಧಿಸಿದ್ದೆಂದು ತಿಳಿಯದೆ ಅತ್ತಿತ್ತ ನೋಡಿದರು.

"ಅಲ್ಲಾ ಯಾವುದೋ ಮಾತ್ನಾಡ್ತಿರಬೇಕಾದರೆ ನನ್ನದೊಂದು ಬೆರಳು ಮಡಿಚೇ ಬಿಟ್ಟಿದ್ದೀರಲ್ಲಾ" ಎಂದ. ಎಲ್ಲರಿಗೂ ಸುಬ್ಬಯ್ಯ ವ್ಯವಹಾರಕ್ಕೆ ಹಿಂದಿರುಗಿದ್ದು ಅರ್ಥವಾಯ್ತು.

"ಹೋಗಲಿ ಇದು ಕೊನೇದು. ಅದೊಂದನ್ನು ಅರ್ಧ ಮಡಿಚು. ಮನೇವರಿಗೂ ಈರೇಗೌಡನ್ನ ಕರಕೊಂಬಂದಿದ್ದಕ್ಕೆ ಒಂದು ಮರ್ಯಾದೆ ಕೊಡು. ಹ್ಞಾ, ಇಷ್ಟು ಸರಿಯಾ! ಸರಿಯಾಗಿ ಜ್ಞಾಪಕದಾಗೆ ಇಟ್ಟುಗಾ" ಎಂದು ಸೂರಾಚಾರಿ ಒಂದು ಇತ್ಯರ್ಥಕ್ಕೆ ಬಂದವನಂತೆ ಬಟ್ಟೆಯೊಳಗಿನ ಕೈ ತೆಗೆದ. ಸುಬ್ಬಯ್ಯ ಟವಲ್ಲಿನಲ್ಲಿ ಸಿಂಬಳ ಸೀಟಿದ. ಈರೇಗೌಡ ಏನೋ

ಮಾತಾಡಲು ಬಾಯಿ ತೆರೆದ. "ಷ್ ಈಗ ಬಾಯಿ ಬಿಡಬೇಡ. ಒಳ್ಳೆ ಗಳಿಗೇಲಿ ಒಂದು ಮನಸ್ಸಿಗೆ ಬಂದಿದ್ದೀವಿ. ಅದೂ ಇದು ಮಾತು ತೆಗೆದು ಹಳೆಚೌಕಾಸಿಗೆ ಇಳೀಬಾರ್ದು" ಎಂದು ಸೂರಾಚಾರಿ ಅವನ ಕೊಳಕು ಬಾಯನ್ನು ಮುಚ್ಚಿಸಿದ. ಈರೇಗೌಡ ಏನು ಹೇಳಬೇಕೆಂದಿದ್ದನೋ ಏನೋ! ಸೂರಾಚಾರಿಯ ಮಾತಿಗೆ ಜೋಭದ್ರ ಮೋರೆ ಹಾಕಿ ಕೊಂಡು ಹೆಡ್ಡುಹೆಡ್ಡಾಗಿ ತಲೆದೂಗುತ್ತಾ ಸುಮ್ಮನಾದ.

ಅಷ್ಟರಲ್ಲಿ ವಿಶ್ವನಾಥ ಬಂದ. ಓಡೋಡಿ ಬಂದುದರಿಂದ ಏದುತ್ತಾ ಇದ್ದ. ಸೂರಾಚಾರ್ರು "ನಾಳಿದ್ದಿನ ಅಮಾಸೆ ಕಳಕುಂಡು ಹೆಂಗ್ಸು ಕರಕೊಂಡು ಬಾ. ಏನಾರು ಒಂದು ಮಾಡಾನ" ಎಂದು ಹೇಳಿದರು.

(೧೯೭೩)

*

೭. ಕೊನೆಯ ದಾರಿ

ವೀಣಾ ಶಾಂತೇಶ್ವರ

ಜುಲೈ ೨೪, ೧೯೫೮

ಇಂದು ಇಡಿಯ ದಿನ ತಿರುಗಾಡಿ ಸಾಕಾಯಿತು. ಅಬ್ಬ, ಎಂತಹ ಹಸಿವು ಆ ಗೋವಿಂದ ಮೂರ್ತಿಗೆ! ಎಷ್ಟೆಲ್ಲ ತಿಳಕೊಂಡಿದ್ದಾನೆ ಅವನು ಈ ವಿಷಯದ ಬಗ್ಗೆ! ಡಾಕ್ಟರ್ ಅಲ್ಲವೆ? ಛಿ, ಈ ಡಾಕ್ಟರರೆಲ್ಲಾ ಹೊಲಸು ಜನರಪ್ಪ. ಮನುಷ್ಯನ ದೇಹವನ್ನು ಕೊಯ್ದು... ಕೊಯ್ದು ಎಲ್ಲ analyse ಮಾಡಿ ಎಲ್ಲ ನೋಡಿದವರು ಇವರು. ಅದಕ್ಕೇ ಗೋವಿಂದಮೂರ್ತಿಗೆ ಈ ಬಗ್ಗೆ ಏನು ಮಾತಾಡಲಿಕ್ಕೂ ನಾಚಿಕೆಯಿಲ್ಲ; ಇದು ಹೀಗೆ, ಅದು ಹಾಗೆ ಅಂತ ನನಗೇ ವಿವರಿಸಿ ಹೇಳುತ್ತಾನೆ. 'ಲಿಲಿ, You are a perfect woman–ಅಂದ ನನಗೆ ಇವತ್ತು ಕೆರೆಯ ಪಕ್ಕದ ದಿನ್ನೆಯ ಆಚೆ ಕೂತಿದ್ದಾಗ. ನನಗೆ ಅಭಿಮಾನ ಅನ್ನಿಸಿತೆ ನನ್ನ ಬಗ್ಗೆ? ಹೌದು ಅಂತ ಕಾಣುತ್ತದೆ. ಯಾಕನ್ನಿಸಬಾರದು? ನಿನ್ನ ದೇಹರಚನೆ ಚೆನ್ನಾಗಿದೆ. ಪೂರ್ಣವಾಗಿದೆ ಅಂತ ಹೇಳಿದಾಗ ಯಾವ ಹೆಂಗಸಿಗೆ ಅಭಿಮಾನ ಅನ್ನಿಸುವುದಿಲ್ಲ?

ಆದರೆ, ಛೇ, ಗೋವಿಂದಮೂರ್ತಿಯೊಂದಿಗೆ ಇಡೀ ದಿನ ತಿರುಗಿ ಕೂತು ಮಲಗಿ ಏನು ಮಾಡಿದರೂ ಒಮ್ಮೆ ಸಹ ಮೈ ಜುಮ್ ಅನ್ನಲಿಲ್ಲ. ನನಗೆ ಇಂಥವರ ಗೆಳೆತನ ಈಗ ಬೇಡವಾಗಿದೆ. ಇವರಿಂದ ಏನೂ ಉಪಯೋಗವಿಲ್ಲ. ಭಯಂಕರ ಮನುಷ್ಯ ಈ ಗೋವಿಂದಮೂರ್ತಿ. ಎಂದೂ ತೀರದ ದಾಹ ಅವನದು. ಬೇರೆ ಮಾತಿಗೆ ಅವಕಾಶವೇ ಕೊಡುವುದಿಲ್ಲ ಅವನು. 'ಜೀವನ ಇರೋದೇ ಸುಖ ಅನುಭವಿಸೋದಕ್ಕೆ ಲಿಲಿ. ಈಗಲ್ಲ ದಿದ್ದರೆ ಇನ್ನಾವಾಗ ನಾವು ಮಜವಾಗಿರುವುದು? ಮುದುಕರಾದ ಮೇಲೆಯೇ ಏನು? ಪಾಪ? ಪಾಪ ಬಂದೀತು ಅನ್ನುತ್ತೀಯಾ?'–ಅಂತ ಅಂದು ಅವನು ಭಯಂಕರವಾಗಿ ನಕ್ಕದ್ದು ಇನ್ನೂ ನೆನಪಿದೆ ನನಗೆ. 'ಇಲ್ಲಿ ಕೇಳು ಲಿಲಿ. ಪಾಪ ಪುಣ್ಯ ಎಲ್ಲಾ ಸುಳ್ಳು. ನನ್ನ ಪಾಲಿಗಂತೂ ಇದೊಂದೇ ಖರೆ–ಇದೊಂದೇ ಖರೆ' ಅನ್ನುತ್ತಾನೆ ಅವನು. ಅವನಂದದ್ದು ಖರೆ ಅಂತ ನನಗೂ ಅನ್ನಿಸಿತ್ತಲ್ಲ!

ಈ ಗೋವಿಂದಮೂರ್ತಿಗೂ ಆ ವಿನಯ ಸಾಳಕರಗೂ ಎಲ್ಲಿಂದಲ್ಲಿಯ ಹೋಲಿಕೆ! ಮಾತೆತ್ತಿದರೆ ಪಾಪ–ಪುಣ್ಯ Morality ethicsದ ಗಂಟನ್ನೇ ಬಿಚ್ಚುತ್ತಾನೆ ಅವನು. ಕಾಲೇಜಿನಲ್ಲಿ ಹುಡುಗರಿಗೆ ಫಿಲೊಸೂಫಿ ಕಲಿಸಿ–ಕಲಿಸಿ ಅಭ್ಯಾಸ ಅವನಿಗೆ. ಏನು ಮಾಡ

ಬೇಕು, ಏನು ಮಾಡಬಾರದು ಅಂತ ವಿವೇಚಿಸುವುದರಲ್ಲೇ ಜೀವನ ಸವೆಸುತ್ತಿದ್ದಾನೆ ವಿನಯ. ಒಮ್ಮೆ ಏನಾದರೂ ಪ್ರಯತ್ನ ಮಾಡಿ ಅವನನ್ನು ದಾರಿಗೆ ಹಚ್ಚಬೇಕು.

ದಾರಿ? ಗೋವಿಂದಮೂರ್ತಿಯ ದಾರಿಗೇ? ಊಹ್ಞೂ ವಿನಯನ ಕೂಡ ನಿಷ್ಠೆ, ಪಾವಿತ್ರ್ಯ, ಜೀವನದ ಮೌಲ್ಯಗಳು ಇತ್ಯಾದಿ ಬಗ್ಗೆ ತಾಸುಗಟ್ಟಲೆ ಸೀರಿಯಸ್ಸಾಗಿ ಚರ್ಚೆ ಮಾಡುವಾಗ ಸಿಗುವ ಏನೋ ಒಂದು ಬಗೆಯ ಗಾಳಿಯಲ್ಲಿ ತೇಲಿಸಿದಂತಹ ಅನಿಸಿಕೆಯನ್ನು ವ್ಯರ್ಥ ಕಳೆದುಕೊಳ್ಳಲು ಮನಸ್ಸಿಲ್ಲ ನನಗೆ.

ನಿದ್ದೆ ಬರುತ್ತಿದೆ. ಮೈ-ಕೈ ನೋವು... ಥೆ ಇನ್ನು ಈ ಗೋವಿಂದಮೂರ್ತಿಯ ಜೊತೆಗೆ outingಗೆ ಹೋಗಬಾರದು. ಅವನ ಸಹವಾಸವೇ ಸಾಕು ಇನ್ನು. ಅವನೆಂದೂ ನನಗೆ ಬೇಕಾದದ್ದು ಕೊಡಲಾರ.

ನಾಳೆ ಬಾಸ್‌ಗೆ ಕಳೆದ ತಿಂಗಳ accounts ಒಪ್ಪಿಸಬೇಕು. ಆಫೀಸ್ ಬಿಟ್ಟ ಮೇಲೆ ಸಂಜೆ ಮನೆಗೆ ಬಾ ಅಂದಿದ್ದರು ನಿನ್ನೆ. ಯಾಕೆ ಬರಲಿಲ್ಲ ಅಂತ ಕೇಳಬಹುದು ನಾಳೆ. ಹೇಳಿ ಬಿಡುತ್ತೇನೆ ಸ್ಪಷ್ಟವಾಗಿ–ನಿಮ್ಮ ಹೆಂಡತಿ ಊರಿಗೆ ಹೋದಾಗ ಇನ್ನು ನಿಮ್ಮ ಮನೆಗೆ ಬರುವುದಿಲ್ಲ ಎಂದು. ಇವರಿಗೆ ತಮ್ಮ ಆ ಟಿ.ಬಿ. ಹೆಂಡತಿ ಬುರ್ಖಾ ಹಾಕಿಕೊಂಡು ಏಳೂ ಮಕ್ಕಳನ್ನು ಕಟ್ಟಿಕೊಂಡು ತವರಿಗೆ ಹೋದಾಗಲೆಲ್ಲಾ ಆಫೀಸಿನ ಕೆಲಸಕ್ಕಾಗಿ ನನಗೆ ಮನೆಗೆ ಬಾ ಅಂತ ಹೇಳುವ ಹುಕಿ ಬರುತ್ತದೆ. ಅಯ್ಯೋ, ಅವರ ಆ ಗಡ್ಡ, ಉದ್ದನ್ನ ಟೋಪಿ, ಮಾತಿಗೊಮ್ಮೆ 'ಅಲ್ಲಾಕೆ ಕಸಮ್' ಪಲ್ಲವಿ–ಈ ಯಾವುದೂ ನಾನು ಲೈಕ್ ಮಾಡುವುದಿಲ್ಲ. ಆ ಪುಷ್ಪಾ ಕುಲಕರ್ಣಿ ಹೇಗೆ ಸಹಿಸುತ್ತಾಳೋ? ಟೈಪ್ ಎಲ್ಲಾ ಅವರ ಮನೆಯಲ್ಲಿಯೇ ಕೂತು ಮಾಡುತ್ತಾಳೆ.

ನನಗೆ ಆಗುವುದಿಲ್ಲ ಎಂದು ಹೇಳಿಬಿಡುತ್ತೇನೆ ನಾಳೆ. ಮೆಮೋ ಕಳಿಸಿದರೆ ಕಳಿಸಲಿ. ಕೆಲಸದಿಂದ ತೆಗೆದುಬಿಡಲಿ ಬೇಕಾದರೆ. 'ನಿನಗೆ ಬೇಕು ಅನಿಸಿದಾಗ ಬಂದುಬಿಡು. ನನ್ನ ಎಸ್ಟೇಟು ನೋಡಿಕೊಂಡು ಇದ್ದುಬಿಡು. ನನಗರೆ ಬ್ಯಾರ ಯಾರಿದ್ದಾರೆ?' ಅಂದರು ಶಂಕರ ಗೌಡರು ಮೊನ್ನೆ, ದೇವೂರು ಸಣ್ಣ ಹಳ್ಳಿಯಾದರೂ ಅಡ್ಡಿಯಿಲ್ಲ. ಈ ಬಾಸ್‌ನ 'ಅಲ್ಲಾಕೆ ಕಸಮ್' ನಾನು ತಾಳಲಾರೆ...

ಜುಲೈ ೨೮, ೧೯೬೮

ಬೇಸರ... ಬೇಸರ. ಈ ಬಾಸ್ ಬಹಳ ಕಾಡುತ್ತಿದ್ದಾನೆ. ಇವತ್ತು ಸಂಜೆ ಆ ಎಲ್ಲಾ accounts ಬರೆದು ಮುಗಿಸುವ ತನಕ ನನ್ನ ಭುಜದ ಮೇಲಿನ ಕೈ ತೆಗೆಯಲೇ ಇಲ್ಲ. ಮುದುಕನಾದರೂ ಇಷ್ಟು ಚಪಲ ಅವನಿಗೆ. ಚಪಲ ಹ್ಞಾ ಬರೇ ಚಪಲ. ಅದಕ್ಕಿಂತ ಹೆಚ್ಚಿನದು ಏನೂ ಇಲ್ಲ. ನಾನು ವಿರೋಧಿಸುತ್ತೀನಿ ಅಂತ ತಿಳಿದಿದ್ದನೇನೋ ನಾನು ಏನೂ ವಿರೋಧ ಮಾಡದೇ ಇದ್ದಾಗ ಎಷ್ಟು ಆಶ್ಚರ್ಯ ಅವನಿಗೆ!... ಗೋವಿಂದಮೂರ್ತಿಯಿಂದ ಸಿಗಲಾರದ್ದು ಇವನಿಂದಲಾದರೂ ಸಿಕ್ಕೀತೆಂದು ಹ್ಞೂ ಅಂದೆ. ಆದರೆ ಥೆ, ಇವನೂ

ಹೇಡಿಯೇ 'ಏನಂದಿ ಲಿಲಿ? ಮಗು ಬೇಕೆ ನಿನಗೆ? ತೋಬಾ ತೋಬಾ, ನೀನು ಇನ್ನೂ ಮದುವೆಯಾಗದ ಹುಡುಗಿ. ನಮ್ಮಿಂದ ಇಂಥ ಪಾಪದ ಕೆಲಸ ಆಗೋದಿಲ್ಲ. 'ಅಲ್ಲಾಕೆ ಕಸಮ್'-ಅಂತ ತಡವರಿಸಿದ.

ಇವನ ಗಡ್ಡಕ್ಕೆ ಬೆಂಕಿ ಹಚ್ಚಬೇಕು. ಮದುವೆಯಾಗದ ಹುಡುಗಿಯ ಕೂಡ ಮಲಗಲಿಕ್ಕೆ ಬೇಕು ಈ ಸಾಬನಿಗೆ. ಆದರೆ ಅವಳಿಗೆ ಇಸ್ಟೊಂದು ಅವಶ್ಯವಾಗಿರುವ ಒಂದು ಸಣ್ಣ favour ಮಾಡಲಿಕ್ಕೆ ಬೇಡ ಅವನಿಗೆ ಪಾಪವಂತೆ. ಥೂ...

ಗೋವಿಂದಮೂರ್ತಿಯಿಂದ ಆಗಬೇಕಿತ್ತು ಈ ಕೆಲಸ. ಅವನೇನೂ ಪಾಪ-ಪುಣ್ಯದ ಬಗ್ಗೆ ಕೇರ್ ಮಾಡುವುದಿಲ್ಲ. ಆದರೆ ಅವನು ಸದಾ ಜಾಗರೂಕನಾಗಿರುವ ಮನುಷ್ಯ. ನನಗೆ ಬೇಕಾದ್ದನ್ನು ಕರುಣಿಸಿ ಬಂಧನದಲ್ಲಿ ಸಿಲುಕಿಕೊಳ್ಳುವ ಇಚ್ಛೆಯಿಲ್ಲ ಅವನಿಗೆ. ಈ ಬಂಧನದ ಒಂದು ಎಳೆಯನ್ನೂ ಅವನಿಗೆ ಸೋಕಿಸಿಕೊಡುವುದಿಲ್ಲವೆಂದು, ಈಗಿನ ಹಾಗೆಯೇ ನಂತರವೂ ಅವನು ಫ್ರೀ ಆಗಿರಬಹುದೆಂದು ನಾನೆಷ್ಟು ಹೇಳಿದರೂ ಕೇಳುವುದಿಲ್ಲ ಅವನು, 'ಲಿಲಿ, excuse me ನನ್ನನ್ನು ಇಂಥ ಜಂಜಡದೊಳಗೆ ಸಿಗಿಸಬೇಡ. ನಾನೇನು ಮನುಷ್ಯ ನಲ್ಲವೆ? ನೀನು ನನಗ ಬಂಧನ ಹಾಕದಿದ್ದರೂ ನನ್ನಿಂದ ನಿನಗೆ ಹುಟ್ಟಿದ ಮಗು ಬಗ್ಗೆ ತಾನಾಗಿಯೇ ನನ್ನಲ್ಲಿ ಪ್ರೀತಿ-ಗೀತಿ ಹುಟ್ಟಿದರೆ? ಆಗ? ನನ್ನ ಜೀವದೊಳಗಿನ ಮಜಾ ಎಲ್ಲಾ ಖಲಾಸ್'-ಅನ್ನುತ್ತಾನೆ.

ಇವರೆಲ್ಲ ನಿರುಪಯೋಗಿಗಳು...
ವಿನಯ ಸಾಳಕರನನ್ನೇ ಸಾದು ಮಾಡಬೇಕು.

ಜುಲೈ ೩೧, ೧೯೫೮

ಆಫೀಸಿನಿಂದ ಬರುವಾಗ ತಂದಿದ್ದ ಚಾಕಲೇಟನ್ನು ಬಾಗಿಲಲ್ಲಿ ನಿಂತಿದ್ದ ಮುನ್ನಿಗೆ ಕೊಟ್ಟಾಗ ಮುನ್ನಿಯ ಮಮ್ಮಿ ಕೇಳಿದಳು. 'ಮಕ್ಕಳನ್ನು ಇಷ್ಟು ಪ್ರೀತಿ ಮಾಡ್ತೀರಿ, ಲಗೂನ ಲಗ್ನಾ ಆಗಿಬಿಡ್ರಲ್ಲ?'

-ಹ್ಞ ಲಗ್ನ. ಲಗ್ನ ಅಂದಕೂಡಲೆ ನೆನಪಾಗುವುದು ಆ ಕತೆಯೆಲ್ಲ. ಆ ಗದ್ದಲ, ಬಜಂತ್ರಿ ಅರಿಷಿಣ ಮತ್ತು ಆ ಮನುಷ್ಯ ನನ್ನ ಕೈ ಹಿಡಿದಿದ್ದ ಆ ಪಶು, ಪತಿ 'ದೇವರು'. ಅವನೊಂದಿಗೇ ನೆನಪಾಗುವುದು ಅವನ ಆ ಅಬ್ಬರ, ಅವನ ಆ ಕುಡಿತ, ಅವನ ಸೂಳೆಯರು, ಅವನು ನನಗೆ ಕೊಟ್ಟ ಹಿಂಸೆ...

-ಥೂ ಕೆಟ್ಟ ಕನಸು. ಎಲ್ಲ ಹರಿದುಕೊಂಡು ಚೆಲ್ಲಿಕೊಟ್ಟು ಬಿಟ್ಟು ಬಿಟ್ಟು ಹೇಗೆ ಇಷ್ಟು ದೂರ ಬಂದೆ, ಹೇಗೆ ದಿನ ಕಳೆದೆ, ಹೇಗೆ ಹೊಸ ಮನುಷ್ಯಳಾದೆ-ಈ ಎಲ್ಲ ಎಂದಾದರೂ ಮರೆತೇನೆ?

ಲಗ್ನವಂತೆ ಲಗ್ನ. ಮತ್ತೊಂದು ಪಶುವಿನ ಕೂಡ ಛಿ...

ಎಲ್ಲಾ ಗಂಡಸ್ರೂ ಕೆಟ್ಟವರಿರೋದಿಲ್ಲ ಲೀಲಾ, ನೀ ಸಣ್ಣ ಹುಡುಗಿ ಒಬ್ಬಾಕೀನೇ ಇರ ಬಾರದು ಮತ್ತು ಬ್ಯಾರೆ ಲಗ್ನಾ ಆಗು. ನೀ ಹ್ಞೂ ಅಂದರ ನಾ ಅದರ ವ್ಯವಸ್ಥಾ ಮಾಡ್ತೀನಿ– ಅನ್ನುತ್ತಾರೆ ಶಂಕರಗೌಡರು.

ಹೌದು. ಶಂಕರಗೌಡರಂಥ ಒಳ್ಳೆಯ ಗಂಡಸರು ಇರುತ್ತಾರೆಂದು ನನಗೆ ಗೊತ್ತು. ಎಂತಹ ಮನುಷ್ಯ ಮಾಡಿಕೊಂಡ ಹೆಂಡತಿಗೆ ಮದುವೆಯಾಗಿ ಇಪ್ಪತ್ತೈದು ವರ್ಷ ಗಳಾದರೂ ಮಕ್ಕಳಾಗದೇ ಇದ್ದರೂ ಸ್ವಲ್ಪವೂ ಬೇಸರಿಸದೆ ನಿಷ್ಠೆಯಿಂದಿರುವ ಮನುಷ್ಯ. ಯಾರು ಏನು ಕೇಳಿದರೂ ಇಲ್ಲ ಅಂದವರಲ್ಲ. ಎಂತಹ ಮನಸ್ಸು! ಅವರ ಪ್ರೀತಿ– ಅನುಕಂಪ ಎಂದೋ ಸತ್ತು ಹೋದ ಅಪ್ಪನ ನೆನಪು ತರುತ್ತದೆ.

ಆದರೆ ಹಾಗೆಂದು ನಾನು ಅವರ ಉಪದೇಶದಂತೆ ಮತ್ತೆ ಮದುವೆಯಾಗಲಿಕ್ಕೆ ಹೇಗೆ ಶಕ್ಯವಿದೆ? ಒಮ್ಮೆ ಬಿದ್ದು ಎದ್ದ ಬಾವಿಯಲ್ಲೇ ಮತ್ತೆ ಬೀಳಲೊಲ್ಲೆ ನಾನು.

–ಹಾಗಾದರೆ ಮುನ್ನಿ? ಎಷ್ಟು ಮುದ್ದು ಮಗು. ನನಗೆ ಬೇಕು ಅಂಥ ಒಂದು ಮಗು. ಬರೇ ಮಗು. ಯಾರಿಂದಲಾದರೂ ಸರಿಯೆ. ಹೇಗಾದರೂ ಸರಿಯೆ. ಆದರೆ ಹೇಗೆ?

ಮಧ್ಯಾಹ್ನ ಆಫೀಸಿನಲ್ಲಿ ಲೆಕ್ಕ ಬರೆಯುತ್ತಾ ಇದನ್ನ ಯೋಚಿಸುತ್ತಿದ್ದಾಗ ಎದುರಿನ ಟೇಬಲಿಗೆ ಕೂತಿದ್ದ ವಿಲಿಯಮ್ಸ್ ಕಾಣಿಸಿದ. ಇನ್ನು ವಿಲಿಯಮ್ಸ್‌ನನ್ನು ನೋಡಿ ಉಪ ಯೋಗವಿಲ್ಲ. ಮೊನ್ನೆ ಸ್ಪಷ್ಟ ಹೇಳಿಬಿಟ್ಟಿದ್ದಾನೆ–ಇನ್ನು ನನ್ನ ಭೆಟ್ಟಿಯಾಗುವುದಿಲ್ಲ ಅಂತ. ಹಾಗೇನಾದರೂ ಭೆಟ್ಟಿಯಾದರೆ ಅವನ ದಪ್ಪ ಹೊಟ್ಟೆಯ ಆಂಟಿ ತನ್ನ ಆಸ್ತಿಯಲ್ಲಿ ಚಿಕ್ಕಾಸೂ ಅವನಿಗೆ ಕೊಡುವುದಿಲ್ಲ ಅಂತ. ಅಷ್ಟೇ ಅಲ್ಲ, ಆ ಆಂಟಿಯ ಮಗಳು ತೆಳು ನಡುವಿನ ಇವನ ಕಸಿನ್ ಇವನೊಂದಿಗಿನ ತನ್ನ engagement ಸಹ break ಮಾಡಿಕೊಳ್ಳುತ್ತಾಳೆ ಅಂತ. ಇಷ್ಟೆಲ್ಲಾ ಲುಕ್ಸಾನು ಎದುರಿಸಿ ಅವನೇಕೆ ನನ್ನನ್ನು ಪ್ರತಿ ರವಿವಾರ ಪಿಕ್ಚರಿಗೆ ಕರೆದೊಯ್ಯ ಬೇಕು? ನನ್ನೊಂದಿಗೆ ರಾತ್ರಿ ಕಳೆಯಬೇಕು? ಮತ್ತು ಹೇಗೆ?–'ನಿನ್ನ ಕೂಡ ಕಳೆದ ಸುಖದ ದಿನಗಳನ್ನು ನಾನೆಂದೂ ಮರೆಯೋದಿಲ್ಲ ಲಿಲಿ, ದಿನಾ ನಿನಗಾಗಿ–ನಿನ್ನ ಒಳ್ಳೆಯದಕ್ಕಾಗಿ ನಾನು ಜೀಸಸ್‌ನಲ್ಲಿ ಪ್ರಾರ್ಥನೆ ಮಾಡುವೆ. God bless you' ಅಂತ ಹೇಳಿ ನನ್ನ ಕೈ ಅದುಮಿ ತುಂಬ ಚಿಂತಾಜನಕ ರೀತಿಯಲ್ಲಿ ತಲೆ ಕೊಡವಿ ಹೊರಟು ಹೋಗಿದ್ದ ಈ ವಿಲಿಯಮ್ಸ್... ಇಂದು ತಲೆ ಕೆಳಗೆ ಹಾಕಿ ಕೂತು ಏನೋ ಗ್ರಾಫ್ ತಯಾರಿಸುತ್ತಿದ್ದ. ಅವನ ಹಣೆಯ ಮೇಲೆ ಸುರುಳಿಯಾಗಿ ಬಿದ್ದ ಅಲೆಗೂದಲನ್ನ ನೋಡುತ್ತಿದ್ದೆ ಎಷ್ಟೋ ಹೊತ್ತಿನ ತನಕ.

–ವಿಲಿಯಮ್ಸ್‌ನ ಈ ಅಲೆಗೂದಲೇ ಅಲ್ಲವೆ ಅವನು 'ಬಾ' ಅಂದಾಗ ನಾನು ಹ್ಞೂ ಅನ್ನಲು ಕಾರಣವಾದದ್ದು? ಗೋವಿಂದ ಮೂರ್ತಿಯ ಹಾಗೆ ಕಾಡು–ಒರಟು ಅಲ್ಲ ವಿಲಿಯಮ್ಸ್. ತೀರ ಮೃದು. ತೀರ gentle ಹ್ಞಾ, ಎಲ್ಲಾ ವಿಷಯದಲ್ಲೂ. ಅವನ ಹಾಗೇ gentle ಆದ ನೀಲ ಕಣ್ಣಿನ, ಅಲೆಗೂದಲಿನ ಒಂದು ಮಗು ಅವನಿಂದ ನನಗೆ ಆಗೇ

ತೀರುವುದೆಂದು ಎಷ್ಟು ಆಸೆ ಹೊತ್ತಿದ್ದೆ. ಮೂರು ತಿಂಗಳ ಶ್ರಮ ವ್ಯರ್ಥವಾಗಿ ಹೋಯಿತು. ವಿಲಿಯಮ್ಸ್‌ನ ಸಹವಾಸ ಫಲಿಸುವ ಮೊದಲೇ ಅವನು ದೂರ ಹೋದ. ಅವನ ಕಸಿನ್, ಅವನ ಆಂಟಿ, ಎಲ್ಲಕ್ಕಿಂತ ಮುಖ್ಯವಾಗಿ ಆ ಆಂಟಿಯ ಆಸ್ತಿ–ಅವನನ್ನು ದೂರ ಒಯ್ಯಿತು.

–ಮುನ್ನಿ. ಮುನ್ನಿಯ ನೆನಪು ನನ್ನನ್ನು ಅಸ್ತವ್ಯಸ್ತ ಮಾಡುತ್ತದೆ... ವಿನಯ ಸಾಳಕರ ನೊಂದಿಗೆ appointment ನಾಳೆ ಸಂಜೆ ಐದು ಗಂಟೆಗೆ ಅಪೇರಾದಲ್ಲಿ.

ಆಗಸ್ಟ್ ೦೪, ೧೯೫೪

ಶಂಕರಗೌಡರು ಯಾಕೋ ಬಹಳ ಚಿಂತೆಯಲ್ಲಿದ್ದ ಹಾಗಿತ್ತು. ಅರ್ಧ ತಾಸು ಸಹ ನಿಲ್ಲಲಿಲ್ಲ. 'ಹೈಬ್ರೀಡ್ ಬೆಳೆಗೆ ಗೊಬ್ಬರ ಕೊಳ್ಳಲಿಕ್ಕೆ ಬಂದಿದ್ದೆ. ಹಾಗೇ ನಿನ್ನ ನೋಡಿ ಹೋಗೋಣ ಅಂತ ಈ ಕಡೆ ಬಂದೆ. ಹೋಗ್ತೀನವ್ವಾ, ಕತ್ತಲಾಗೂದರಾಗ ದೇವೂರು ಮುಟ್ಟಬೇಕು, ಹ್ಯಾಂಗಿದ್ದೀ?

–ಅವರ ಮಾತಿನ ಕಡೆ ಲಕ್ಷ್ಯವಿರಲಿಲ್ಲ ನನಗ. ಅವರ ಹೊಸ ಇಂಪಾಲಾ ನೋಡುತ್ತಿದ್ದೆ. ಆರಡಿ ಎತ್ತರದ, ಅಗಲವಾದ ಎದೆಯ, ಗಿರಿಜಾಮೀಸೆಯ ಶಂಕರಗೌಡರಿಗೆ ಆ ಮೊದಲಿನ ಫಿಯಾಟ್‌ಗಿಂತ ಇದೇ ಹೆಚ್ಚು ಒಪ್ಪುತ್ತದೆ–ಅಂದುಕೊಳ್ಳುತ್ತಿದ್ದೆ.

–ಕಾಲ, ದುಃಖ, ಬೇಸಿಗೆ ಈ ಯಾವುದೂ ಗುಡ್ಡಗಳನ್ನು–ಗಿಡಗಳನ್ನು ದಾಟಿ ದೇವೂರು ಮುಟ್ಟಿ ಈ ಗೌಡರ ತನಕ ಎಂದೂ ಹೋಗಿಯೇ ಇಲ್ಲವೇನೋ ಅನಿಸುವುದು. ಬಹಳ ಹಿಂದೆ, ನಾನು ಕನ್ನಡ ಶಾಲೆಯಲ್ಲಿದ್ದಾಗ ಮೊದಲ ಸಲ ಅಪ್ಪ ಅವರನ್ನು ಮನೆಗೆ ಕರೆದು ಕೊಂಡು ಬಂದು 'ಏ ಏನು ನಡೆಸೀಯೆ?' ಅಂತ ಅವ್ವನನ್ನು ಕೂಗಿ ಕರೆದು, 'ನೋಡು, ಶಂಕರು–ನನ್ನ ಜಾನಿದೋಸ್ತ ಬಂದಾನೆ. ಶ್ಯಾವಿಗೆ ಹಾಕು'– ಅಂತ ಹೇಳಿದಾಗ ನನ್ನನ್ನು ಆ ಆಜಾನುಬಾಹು ಹೆಗಲ ಮೇಲೆ ಹೊತ್ತು ಮೂರು ಸುತ್ತು ಕುಣಿದಾಗ, ಹೇಗಿದ್ದರೋ ಇನ್ನೂ ಹಾಗೆಯೇ ಇದ್ದಾರೆ. ಅವರ ಜೀವನದಲ್ಲಿ ಎಂದೂ ಏನೂ ಬದಲಾಗಿಲ್ಲ. ಆ ಅರ್ಧಾಂಗ ವಾಯುವಿನಿಂದ ಹಾಸಿಗೆ ಹಿಡಿದ ಹೆಂಡತಿ, ಮನೆಯಲ್ಲಿ ನಿತ್ಯ ದಾಸೋಹ, ನೂರಾ ಎಂಟು ಕಮಿಟಿಗಳ ಮೆಂಬರಶಿಪ್ಪು, ತೋಟಕ್ಕೆ ಹೊಸ ಬಾವಿ, ಹೊಲಕ್ಕೆ ಟ್ರ್ಯಾಕ್ಟರ್, ಆ ಜೋಡು ನಳಿಯ ಬಂದೂಕು–ಎಲ್ಲ ಹಾಗೆಯೇ ಇವೆ. ಅದರೊಂದಿಗೆ ಈ ಗೌಡರ ಎತ್ತರ, ಅಗಲ, ಮೀಸೆಯ ಹುರಿ ಸಹ–ಹಾಗೇ ಇವೆ.

–'ನಿನ್ನ ಜೀವನ ಸುಖೀ ಆಗಲಿಕ್ಕೆ ನನ್ನ ಜೀವಾ ಕೊಟ್ಟೇನು!' ಅಂತ ಎಷ್ಟು ಸಲ ಹೇಳಿಲ್ಲ ಈ ಗೌಡರು...

ಅಂಥ ಮನುಷ್ಯನಿಗೆ ಏನು ಚಿಂತೆಯೋ. ಇಂದು ಮೊದಲ ಸಲ ಆ ದೊಡ್ಡ ಹಣೆಯ ಮೇಲೆ ನಿರಿಗೆ ಕಂಡೆ. ಮಾತಾಡದೆ ಆತ ಸುಮ್ಮನೆ ಕೂತಿದ್ದಾಗ ಓಡಿಹೋಗಿ ಅವರ

ತಲೆಯನ್ನೆ ನನ್ನ ಎದೆಯೊಳಗೆ ಬಚ್ಚಿಟ್ಟುಕೊಂಡು ಮಗುವನ್ನು ರಮಿಸುವಂತೆ ರಮಿಸಬೇಕು ಅನ್ನಿಸಿತು.

ಧೂಳೆಬ್ಬಿಸುತ್ತ ಆ ಇಂಪಾಲಾ ಕಣ್ಮರೆಯಾದಾಗ ಕೋಣೆಯ ಕಡೆ ತಿರುಗಿ ಬರುತ್ತ ದಾರಿಯೊಳಗೆ ಮತ್ತೆ ಮುನ್ನಿ–'ಆಂಟಿ, ಚಾಕಲೇಟು ತಂದಿಲ್ಲ?'

ಈ ಮುನ್ನೀಯನ್ನೇ Kidnap ಮಾಡಿಕೊಂಡು ಹೋದರೆ...

ಆಗಸ್ಟ್ ೧೪, ೧೯೫೮

ಎಷ್ಟು ದಿನಗಳ ನಂತರ ಇಂದು ವಿನಯ ಸಾಳಕರನ ಭೆಟ್ಟಿ... ದುಃಖಾಂತ ಸಿನೇಮದ ಹೀರೋನ ಹಾಗೆ ಗದ್ಗದಿತ ದನಿಯಲ್ಲಿ ನನ್ನನ್ನು ಬೈಯ್ದು, ಶಪಿಸಿ ಅವನು ಹೊರಟು ಹೋದ ಮಾತಿಗೆ ಆರು ತಿಂಗಳು ಕಳೆದುಹೋಗಿತ್ತು.

'ನಿನ್ನನ್ನ ದೇವಿಯ ಹಾಗೆ ಪೂಜಿಸಿದ್ದೆ ಲಿಲಿ, ಎಷ್ಟೋ ಜನ್ಮಗಳಿಂದ ನನ್ನ ಅಂತರಾತ್ಮ ಹುಡುಕುತ್ತಿದ್ದ ವ್ಯಕ್ತಿ ನೀನೇ ಅಂತ ನಂಬಿದ್ದೆ. ನಿನ್ನ ಬಿಟ್ಟು ನನಗೆ ಜೀವನವೇ ಇಲ್ಲ ಅಂತ ತಿಳಿದಿದ್ದೆ'–ವಿನಯ ಕೆಂಪು ಕಣ್ಣು ಮಾಡಿಕೊಂಡು ಹೇಳಿದ್ದ, 'ನೀನು ನನ್ನ ಹೃದಯ ಹೊಸಕಿ ಹಾಕಿದಿ. ನನ್ನ ಕನಸುಗಳನ್ನು ಮಣ್ಣು ಮುಕ್ಕಿಸಿದಿ. ನನ್ನ ಜೀವನಕ್ಕೆ ಬೆಂಕಿ ಹಚ್ಚಿದಿ'...

–ನಾನು ಸುಮ್ಮನೇ ಇದ್ದೆ. ವಿನಯ ಹೇಳುತ್ತಿದ್ದುದರಲ್ಲಿ ಸತ್ಯಾಂಶ ಇತ್ತೇನೋ. ಎಷ್ಟೋ ಸಲ ಅವನು ನನ್ನ ಕಾಲ ಬಳಿ ಕೂತು ನನ್ನ ಪಾದಗಳನ್ನು ಚುಂಬಿಸಿದ್ದುಂಟು. 'ನೀನು ನನ್ನ ಸರ್ವಸ್ವ' ಅಂದಿದ್ದುಂಟು. ಕಾಲೇಜು ಬಿಟ್ಟೊಡನೆ ದಿನಾ ಮನೆಯಲ್ಲಿ ಎರಡು ಮಕ್ಕಳ ಕೂಡ ದಾರಿ ಕಾಯುವ ಹೆಂಡತಿಯ ಕಡೆ ಹೋಗುವುದು ಬಿಟ್ಟು ನನ್ನ ಕಡೆ ಸೀದಾ ಬರುತ್ತಿದ್ದುದುಂಟು. ಎಲ್ಲ ಸರಿಯಾಗೆ ನಡೆದಿತ್ತು. ಇನ್ನೂ ಸ್ವಲ್ಪ ದಿನ ಹಾಗೇ ನಡೆದಿದ್ದರೆ ಅವನ ಮಡಿವಂತಿಕೆಯ ವಿಚಾರಗಳನ್ನೆಲ್ಲ ಅವನ ಓದಿ–ಓದಿ ಬೊಕ್ಕವಾಗತೊಡಗಿರುವ ಆ ತಲೆಯಿಂದ ಹೊರಗೆ ಹಾಕಿ ಅವನನ್ನು ದಾರಿಗೆ ತರುವುದು ನನಗೆ ಶಕ್ಯವಾಗಲೂ ಬಹುದಿತ್ತು. ಆದರೆ ಅಷ್ಟರಲ್ಲೇ, ವಿನಯನೇ ಹೇಳುವ ಹಾಗೆ, ನಾನು ಅವನ ಹೃದಯ ಹೊಸಕಿ ಹಾಕಿದ್ದೆ.

ಕಾರಣ–ಡಾಕ್ಟರ್ ಗೋವಿಂದಮೂರ್ತಿಯೊಂದಿಗಿನ ನನ್ನ ಸ್ನೇಹದ ಬಗ್ಗೆ ನಾನು ಅವನಿಗೆ ಏನೂ ಹೇಳಿರಲಿಲ್ಲ ಎಂಬುದು.

–ವಿನಯನನ್ನು ಮೋಸಗೊಳಿಸಲು ನಾನೆಂದೂ ಉದ್ದೇಶಿಸಿರಲಿಲ್ಲ. ಆದರೂ ಅವನಿಗೆ ನಾನು ಯಾರ ಬಗ್ಗೆಯೂ ಹೇಳಿರಲಿಲ್ಲವೇಕೆ?

ವಿನಯ ಅಥೆಲೋನಂತಹ ಕಟ್ಟಾ ಪ್ರೇಮಿ. ಪ್ರೀತಿ, ಆತ್ಮ, ಜನ್ಮಾಂತರದ ನಂಟು ಇತ್ಯಾದಿ ಬಗ್ಗೆ ಅವನು ಲೆಕ್ಚರ್ ಕೊಡುವಾಗೆಲ್ಲ ನನಗಿದು ಚೆನ್ನಾಗಿ ಗೊತ್ತಾಗಿತ್ತು. ಮಾತಿನಿಂದ ಕೇವಲ ಮಾತಿನಿಂದ ಅದೂ ಸಹಾ ಯಾವಾಗಲೂ ಒಂದೂವರೆ ಫೂಟು ದೂರವೇ ಕೂತು

ಆಡುವ ಮಾತಿನಿಂದ ಅವನಿಗೆ ನನ್ನನ್ನು ಮುಗಿಲಲ್ಲಿ ತೇಲಿಸಬಲ್ಲ ಸಾಮರ್ಥ್ಯವಿತ್ತು. ಅಂಥ ವಿನಯನನ್ನು ಸುಮ್ಮನೆ ಕಳೆದುಕೊಳ್ಳುವುದೆ? ಅವನಿಗೆ ಗೋವಿಂದಮೂರ್ತಿಯಂಥ 'ಛಿ' materialistic ಮನುಷ್ಯನ ಬಗ್ಗೆ ಹೇಳುವುದೆ?

'ಆಯಿತು, ನಾ ಇನ್ನ ಹೋಗ್ತೀನಿ. ಛಲೋ ಪಾಠ ಕಲಿಸಿದಿ. ನಿನ್ನಿಂದ ನನ್ನ ಜೀವನಕ್ಕ ಆದ ಈ ಆಘಾತ ನಾ ಸಾಯೋತನಕ ನನ್ನ ಕೊಲ್ಲತಾನೆ ಇರತದ ಅನ್ನೋದು ಮರೀಬ್ಯಾಡ. ನಂದೇ ತಪ್ಪು. ನಾನೇ ಸರ್ವಸ್ವ ಅಂತ ನಂಬಿದ ಹೆಂಡತೀ ಬಿಟ್ಟು ನಿನ್ನ ಬೆನ್ನು ಹತ್ತಿದೆ. ದೇವರು ಛಲೋ ಶಿಕ್ಷೆ ಕೊಟ್ಟ'–ಇಷ್ಟಂದು ದಾಪುಗಾಲು ಹಾಕುತ್ತ ಹೊರಟು ಹೋಗಿದ್ದ ವಿನಯ–ಅವನೇ ಸ್ವರ್ಗವೆಂದು ತಿಳಿದಿದ್ದ ಹೆಂಡತಿಯ ಕಡೆ–'ನೀನೇ ಸರ್ವಸ್ವ'ವೆಂದು ಹೇಳುವಾಗ ಮರೆತಿದ್ದ ಹೆಂಡತಿಯ ಕಡೆ.

ಇಂದು ಎಷ್ಟು ದಿನಗಳ ನಂತರ ಭೆಟ್ಟಿಯಾದ. 'ಲಿಲಿ, ನಿನ್ನ ಮರೆಯೂದು ಆಗಲಿಲ್ಲ ನನಗ, ನಾ ಜೀವನಾದಗ ಒಮ್ಮೆ ಪ್ರೀತಿ ಮಾಡಿದೆ. ಅದು ನಿನ್ನನ್ನ. ನೀನು ಹೇಗೆಯೇ ಇರು–ಅದು ಬದಲಾಗುವುದಿಲ್ಲ' ಅಂದ. 'ಇದೇ, ಖರೆ ಪ್ರೀತಿಯ ಲಕ್ಷಣ'–ಅಂತ ವಿವರಣೆ ಸಹ ಕೊಟ್ಟ.

ವಿನಯನಿಂದ ಉಪಯೋಗವಾದೀತು ಅನ್ನಿಸುತ್ತಿದೆ...

ಆಗಸ್ಟ್ ೧೪, ೧೯೫೪

ಮಧ್ಯಾಹ್ನ ಇಂದು ಎಷ್ಟು ಆರಾಮು ನಿದ್ದೆ ಹತ್ತಿತ್ತು. ಎಷ್ಟೋ ದಿನಗಳಿಂದ ಮಧ್ಯಾಹ್ನ ಮಲಗಿರಲಿಲ್ಲ. ಇವತ್ತು ಸತ್ತಂತೆ ನಿದ್ದೆ ಮಾಡಿದೆ. ಆಫೀಸಿನ ಚಿಂತೆಯಿಲ್ಲ. ಅಕೌಂಟಿನ ಚಿಂತೆಯಿಲ್ಲ. ಮತ್ತು ಹ್ಞಾ ಮುಖ್ಯವಾಗಿ ಆ ಗಡ್ಡದ ಬಾಸ್‌ನ ಚಿಂತೆಯಿಲ್ಲ.

ನಾನು ಕ್ಷಮೆ ಕೇಳುತ್ತೀನಿ, ಅವನು ಹೇಳಿದ ಹಾಗೆ ಕೇಳುತ್ತೀನಿ–ಅಂತ ತಿಳಿದಿದ್ದ ಆ ಸಾಬ. 'ಇಲ್ಲಿ ನೋಡು ಲಿಲಿ, ನಿನ್ನನ್ನ ಕೆಲಸದಿಂದ ಡಿಸ್‌ಮಿಸ್ ಮಾಡಿದ ಆರ್ಡರು ಬಂದಿದೆ–ಜನರಲ್ ಮ್ಯಾನೇಜರ್‌ರಿಂದ' ಅಂದ ನನ್ನನ್ನೇ ನೋಡುತ್ತ.

ನನಗ ಗೊತ್ತಿರಲಿಲ್ಲವೆ ಅದರ ಇತಿಹಾಸ? ಯಾರು ನನ್ನ ಬೇಜವಾಬ್ದಾರಿಯ ಬಗ್ಗೆ ನಡತೆಯ ಬಗ್ಗೆ ದೂರು ಕೊಟ್ಟಿದ್ದರೆಂದು, ಯಾಕೆ ಕೊಟ್ಟಿದ್ದರೆಂದು ಎಲ್ಲ ಪುಷ್ಪಾ ಕುಲಕರ್ಣಿ ಹೇಳಿದ್ದಳು. ಈ ಬಾಸ್‌ನ ಪಿ.ಎ. ಅಲ್ಲವೆ ಆಕೆ.

ವಿಚಾರ ಮಾಡು ಲಿಲಿ, ನಿನ್ನ ಕೆಲಸ ಉಳಿಸಿಕೊಡ್ತೀನಿ ಬೇಕಾದರೆ. ಅಲ್ಲಾಕೆ ಕಸಮ್–ನನಗೆ ಬೇಕಾಗಿರಲಿಲ್ಲ. ಈ ಬಾಸ್‌ನ ಟಿ.ಬಿ. ಹೆಂಡತಿ ಊರಿಗೆ ಹೋದಾಗಲೆಲ್ಲ ಅವನ ಹಾಸಿಗೆಯ ಸಂಗಾತಿಯಾಗುವುದು ಅದೂ ಸಹ ಅದರಿಂದ ಏನೂ ಉಪಯೋಗವಾಗದೇ ಇರುವಾಗ, ಬರೇ ಈ ನೌಕರಿಯ ಸಲುವಾಗಿ ಅವನ ಕುರುಚಲು ಗಡ್ಡ–ಅವನ 'ಅಲ್ಲಾಕೆ ಕಸಮ್' ಸಹಿಸುವುದು ನನಗೆ ಬೇಕಾಗಿರಲಿಲ್ಲ.

ಮನೆಗೆ ಬಂದಾಗ ಮೈ-ಮನಸ್ಸು ಭಾರ ಭಾರ. ಗಾಢ ನಿದ್ದೆ ಬಂತು... ಕನಸಿನಲ್ಲಿ ಯಾರೋ ನನ್ನನ್ನು ಗಟ್ಟಿಯಾಗಿ ಎದೆಗೊತ್ತಿಕೊಂಡ ಹಾಗೆ; 'ನಾ ಇದ್ದೀನಿ ನಿನ್ನ ಕೂಡ ಎಂದೂ ನಿನ್ನ ಕೈಬಿಡೊಲ್ಲ. ನಿನಗೆ ಬೇಕಾದ್ದೆಲ್ಲ ಕೊಡ್ತೀನಿ. ಹ್ಞಾ, ಮಗು ಕೂಡ. ಎಷ್ಟು ಬೇಕು ಹೇಳು? ಒಂದು? ನಾಲ್ಕು?'–ಅಂದ ಹಾಗೆ.

ಯಾರದು ಆ ಬಿಗಿಯಾದ ಅಪ್ಪುಗೆ? ಆ ಬೀಸಾದ ತೋಳುಗಳು?

–ಎಷ್ಟೊತ್ತು ಕಂಡೆನೋ ಇದೇ ಕನಸನ್ನ! ನನ್ನ ಸುತ್ತಲೆಲ್ಲ ಸಣ್ಣ ಸಣ್ಣ ಮಕ್ಕಳು. ಎಷ್ಟೊಂದು ಮುದ್ದಾಗಿದ್ದ ಮಕ್ಕಳು... ಎಲ್ಲ ನನ್ನವೇ. ಎಲ್ಲ ನನ್ನವೇ. ಎಲ್ಲ ನನ್ನವೇ. ಅವುಗಳ ಮಧ್ಯೆ ಆ ಮಕ್ಕಳನ್ನು ನನಗೆ ಕೊಟ್ಟ ಆ ಅಗಲ ಎದೆಯ ಗಂಡಸು.

–ಯಾರು?

ಫಕ್ಕನೆ ಎಚ್ಚರವಾಗಿತ್ತು.

ಆಗಸ್ಟ್ ೨೦, ೧೯೫೮

ಛಿ, ವಿನಯ ಸಾಳಕರ ತೀರ ಹೇಡಿ. ತೀರ ನಿರುಪಯೋಗಿ. ಅವನ ಫಿಲೋಸಫಿ ಅವನ ಪ್ಲೇಟೋನಿಕ್ ಪ್ರೀತಿ, ಅವನ ವಾದ–ಎಲ್ಲ bogus.

ಎಷ್ಟು ಆಸೆ ಹೊತ್ತು ಹೋಗಿದ್ದೆ ಅವನ ಕಡೆ! ನನ್ನ ಮೇಲಿನ ತನ್ನ ಪ್ರೀತಿಯ ಬಗ್ಗೆ ಇಷ್ಟೆಲ್ಲ ಮಾತಾಡುತ್ತಾನೆ, ನನಗೊಂದು ಸಣ್ಣ ಉಪಕಾರ ಮಾಡಲಿಕ್ಕಾಗಲಿಲ್ಲ ಅವನಿಂದ. ಹೇಗೆ ಬೆಚ್ಚಿಬಿದ್ದ ನನ್ನ ಮಾತು ಕೇಳಿ ಹಾವು ಮೆಟ್ಟಿದವರ ಹಾಗೆ!

'ಛೆ, ಲಿಲಿ, ಇಂಥಾ ವಿಚಾರ ಕನಸಿನ್ಯಾಗೂ ತರಬ್ಯಾಡ ನಂದು–ನಿಂದು ಆತ್ಮದ ಸಂಬಂಧ. ದೈಹಿಕ ಮೋಹಕ್ಕೊಳಗಾಗಿ ನಾವು ನಮ್ಮ ಆತ್ಮದ ಸಂಬಂಧ ಹದಗೆಡಿಸಿ ಕೋಬಾರದು. ದೇಹದ ವ್ಯಾಮೋಹ ಕ್ಷಣಿಕ. ಆ ಕ್ಷಣಿಕ ವ್ಯಾಮೋಹದ ಸಲುವಾಗಿ ಶಾಶ್ವತ ವಾದದ್ದನ್ನ ನಾವು ಅಪವಿತ್ರಗೊಳಿಸಬಾರದು...' ಅಂತೆಲ್ಲ ಲೆಕ್ಚರ್ ಕೊಟ್ಟ.

ವಿನಯ ನನ್ನನ್ನೆಂದಿಗೂ ಅರ್ಥ ಮಾಡಿಕೊಳ್ಳಲಾರ... ಎಂದಿಗೂ ಎಂದಿಗೂ ಶಕ್ಯ ವಿಲ್ಲ... 'ದೇವರು ನಮ್ಮಿಬ್ಬರನ್ನ ಈ ಜನ್ಮದಾಗ ಯಾಕೋ ಕೂಡಿಸಲಿಲ್ಲ ಲಿಲಿ, ಬಹುಶಃ ದೂರ ಇದ್ದು, ದುಃಖ ಅನುಭವಿಸಿ, ಇನ್ನೂ ಹೆಚ್ಚು ಗಟ್ಟಿ ಆಗಲಿ ನಮ್ಮ ಪ್ರೀತಿ–ಅಂತ ಅವರ ಉದ್ದೇಶ ಇದ್ದಿರಬೇಕು. ನಾ ಅವನ ಇಚ್ಛಾದ ವಿರುದ್ಧ ಹೋಗೋದಿಲ್ಲ. ನಾ ದೂರನೇ ಇರ್ತೀನಿ. ನಮ್ಮ ಪ್ಲೇಟೋನಿಕ ಪ್ರೀತಿ ಹಿಂಗ ಉಳೀಲಿ, ಬೆಳೀಲಿ. ಮುಂದಿನ ಜನ್ಮದಾಗ ಮಾತ್ರ...'

ಆಗಸ್ಟ್ ೨೪, ೧೯೫೮

ಸಂಜೆ ಐದು ಗಂಟೆ.

ಎಲ್ಲ ಸಿದ್ಧವಾಗಿದೆ. ನನ್ನ ಬಟ್ಟೆಗಳು, ಪುಸ್ತಕಗಳನ್ನು ತುಂಬಿಕೊಂಡ ಸೂಟ್‌ಕೇಸ್; ಕೋಣೆಯ ಬಾಡಿಗೆ, ಹಾಲಿನವನ ಲೆಕ್ಕ, ಮುನ್ನಿಗೆ ಕೊನೆಯ ಬಾರಿ ಚಾಕಲೇಟ್–ಎಲ್ಲ ಕೊಟ್ಟಾಗಿದೆ. ಹೊರಗುಳಿದಿದ್ದು ಈ ಡೈರಿ ಒಂದೇ.

–ಮುಂಜಾನೆ ಬಾಗಿಲಲ್ಲಿ ನಿಂತಿದ್ದಾಗ ಸ್ಪೀಡಿನಿಂದ ಬಂದ ಶಂಕರ ಗೌಡರ ಇಂಪಾಲಾ ಗಕ್ಕನ್ ನಿಂತಿತ್ತು.

'ಲೀಲಾ...'

–ನಾನು ಸುಮ್ಮನೆ ಇದ್ದೆ.

'ಲೀಲಾ ನಿನ್ನ ಪತ್ರ ಮುಟ್ಟಿತು.'

ಆಗಲೂ ನಾನು ಸುಮ್ಮನೆ ನಿಂತಿದ್ದೆ.

'ಸ್ವಲ್ಪ ಮಾರ್ಕೆಟ್ಟಿನೊಳಗೆ ಕೆಲಸದ; ಹೋಗಿ ಮುಗಿಸಿಕೊಂಡು ಬರ್ತೀನಿ ಸಂಜೀ ಐದು ಘಂಟೇದ ಸುಮಾರಿಗೆ. ತಯಾರಾಗಿರು ಹೋಗೋಣಂತ.'

–ಸರಳ.

ಕಾರು ಬಂದಷ್ಟೆ ವೇಗದಿಂದ ತಿರುಗಿ ಹೋಗಿತ್ತು.

–ನನಗೆ ಗೊತ್ತಿತ್ತು.

ಎಂದೂ ಯಾತಕ್ಕೂ ಯಾರಿಗೂ ಇಲ್ಲವೆಂದವರೇ ಅಲ್ಲ ಆತ.

–ನನ್ನ ಮೈ ಗಾಳಿಯಲ್ಲಿ ತೇಲುವಷ್ಟು ಹಗುರ. ಕಣ್ಣ ತುಂಬ ಮೊನ್ನೆ ಮಧ್ಯಾಹ್ನ ಕಂಡ ಕನಸು.

ಓ ಹಾರ್ನ್....

(೧೯೭೨)

*

೮. ಗಾಂಧಿ

ಬೆಸಗರಹಳ್ಳಿ ರಾಮಣ್ಣ

ಒಂದು ದಿನ:

ಇಂಡಿಯಾ ದೇಶದ ಕರ್ನಾಟಕ ರಾಜ್ಯದ ಪ್ರಾಥಮಿಕ ಆರೋಗ್ಯ ಕೇಂದ್ರ ಒಂದರಲ್ಲಿ—ಆ ದಿನ ಸೋಮವಾರವಾದುದರಿಂದ ಜನವೋ ಜನ. ದೊಡ್ಡ ಆಸ್ಪತ್ರೆಯ ರೀತಿಯಲ್ಲಿ ರೋಗಿಗಳು ತಮ್ಮ ಹೆಸರು ದಾಖಲು ಮಾಡಿಸಿ, ಗುಮಾಸ್ತನ ಅಮೃತಹಸ್ತದಿಂದ ತಮ್ಮ ಹೆಸರು, ಕುಲಗೋತ್ರ, ವಯಸ್ಸು ಮುಂತಾದುವನ್ನು ಒಳಗೊಂಡು ಚೀಟಿಯ ಮೂಲಕ ವೈದ್ಯಾಧಿಕಾರಿಗಳನ್ನು ಕಾಣುವ ವ್ಯವಸ್ಥೆಗೆ ಇಲ್ಲಿ ಅವಕಾಶವಿಲ್ಲದ್ದರಿಂದ; ಮೊದಲು ಬಂದ ರೋಗಿ ಯಾವುದೋ ಮೂಲೆಯಲ್ಲೋ ಅಥವಾ ವೈದ್ಯಾಧಿಕಾರಿಗಳ ಕೊಠಡಿಯ ಬಾಗಿಲಲ್ಲೋ ನಿಂತು ಅಸಹಾಯಕವಾಗಿ ಪಿಳಪಿಳನೆ ಕಣ್ಣಾಡಿಸುತ್ತ, ಅವನ ಕೃಪೆಗಾಗಿ ಕಾಯುತ್ತ, ಒಮ್ಮೊಮ್ಮೆ ಸುಸ್ತಾಗಿ ವರಾಂಡದಲ್ಲಿ ತಂದ ಸೀಸೆಯನ್ನು ತಲೆದಿಂಬಾಗಿ ಮಾಡಿಕೊಂಡು ತಾನು ಅಥವಾ ತಾವು ಬಂದ ಕೆಲಸವನ್ನೇ ಮರೆತು ನರಳುತ್ತ ಮಲಗಿಬಿಡುವುದು. ಹೀಗೆ ಏನೇನೋ ನಂಬಲಾರದಂಥ ವಿಷಯಗಳು. ಕೊನೆಯಲ್ಲಿ ಬಂದವನಿಗೆ ವೈದ್ಯಾಧಿಕಾರಿಗಳಿಂದ ಹಾರ್ದಿಕ ಸ್ವಾಗತ. ಇನ್ನೂ ವರ್ಣಿಸಲು ಅವಕಾಶವಿಲ್ಲದಂಥ ವರ್ಗದ ಜನ ಬಂದಾಗ ಕೃತಕ ವಿಧೇಯತೆ ತುಂಬಿದ ಸ್ವಾಗತ—ಇವೆಲ್ಲಕ್ಕೂ ಪೂರ್ಣ ಅವಕಾಶ ಇದ್ದುದರಿಂದ ಬಳ್ಳೇಕೆರೆ ಎಂಬ ಹಳ್ಳಿಯಿಂದ ಹೊತ್ತು ಮೂಡುವುದಕ್ಕೇ ಮುಂಚೇಯೇ ಬಂದು ಆಸ್ಪತ್ರೆಯಲ್ಲಿ ಕಾಯುತ್ತಿದ್ದ ಒಬ್ಬ ಹೆಂಗಸು ಮತ್ತು ಸುಮಾರು ಹದಿನೈದು ವರ್ಷದ ಹುಡುಗ ಬಹಳ ಹೊತ್ತಿನವರೆಗೂ ಯಾರ ಗಮನಕ್ಕೂ ಬರದೆಯೇ ಬಿದ್ದಿದ್ದರು. ಆ ಹೆಂಗಸು ಆ ಹುಡುಗನ ತಾಯಿ, ಸುಮಾರು ನಲವತ್ತರ ಪ್ರಾಯ. ಹುಡುಗ ವರಾಂಡದಲ್ಲಿ ಕಂಬಕ್ಕೆ ಒರಗಿ, ಆಸ್ಪತ್ರೆಗೆ ಬಂದು ಹೋಗುವವರನ್ನು ಯಾವ ಕುತೂಹಲವು ಇಲ್ಲದೆ ನೋಡುತ್ತ ಕುಳಿತಿದ್ದ. ಅವನಿಗೆ ಹದಿನೈದು ವರ್ಷಕ್ಕೇ ಪ್ರಪಂಚದ ಮೇಲೆ ಒಂದು ಬಗೆಯ ಜುಗುಪ್ಸೆ ಮೂಡಿ ನಿಂತಿತ್ತು. ಕುಳಿತು ಕುಳಿತು ಸಾಕಾಗಿ ಅವನು ಪಕ್ಕದಲ್ಲಿಯೇ ನಿಂತಿದ್ದ ತನ್ನ ಅವ್ವನ ಸೀರೆಯನ್ನು ಬಲವಾಗಿ ಎಳೆದು ಹೇಳಿದ:

“ಅವ್ವ, ಬಿಸ್ಲು ಜಾಸ್ತಿ ಆಯ್ತಾ ಅದೆ, ನಡಿ ಊರಿಗೆ ಹೋಗ್ವ.”

“ಒಸಿ ಸುಮ್ನಿರು, ಬಂದೋರು ಬಂದೋ ತೋರಿಸ್ಕೊಂಡೇ ಹೋಗುವ.”

"ಹೊತ್ತೂಡಕೆ ಮುಂಚೆ ಬಂದೋ ನಾವು..."

"ಇಲ್ಲಿ ನನ್ನ ನಿನ್ನ ರಾಗವ ಯಾರು ಕೇಳಾರು?"–

ತನ್ನ ತಾಯಿಯ ಧ್ವನಿಯ ಹಿನ್ನೆಲೆಯ ಅಸಹಾಯಕತೆ, ಸುತ್ತಮುತ್ತಲಿನ ವಾತಾವರಣ ನಿಷ್ಕರುಣೆಯಿಂದ ತುಂಬಿರುವುದನ್ನು ಪರಿಚಯ ಮಾಡಿ ಕೊಡುವ ರೀತಿಯಲ್ಲಿ ಮೂಡಿ ಬಂದ ರೀತಿಯನ್ನು ಗಮನಿಸಿಯೋ ಅಥವಾ ತನಗಾಗಿ ತನ್ನನ್ನು ಹೆತ್ತವಳು ಮೌನವಾಗಿ ನೋವನ್ನು, ಅವಮಾನವನ್ನು ಸಹಿಸಿಕೊಂಡು ನಿಂತಿರುವುದನ್ನು ಕಂಡೋ ಹುಡುಗ ಹೇಳಿದ: "ನಾನು ಇದ್ದರೆಷ್ಟು, ಸತ್ತರೆಷ್ಟು ನಡಿಯವ್ವಾ ಹೋಗುವ, ಊರಿಗೆ."

"ಮೂರೊತ್ತೂ 'ಸಾಯ್ತೀನಿ, ಸಾಯ್ತೀನಿ' ಇದೇ ನಿನ್ನ ನಾಲಿಗೆ ಮೇಲೆ."

"ಇದ್ದು ನಾನು ಯಾವ ರಾಜ್ಯ ಆಳಬೇಕು"–ವಯಸ್ಸಿಗೆ ಮೀರಿದ ಅನುಭವದ ಮಾತುಗಳು ತನ್ನ ಮಗನ ಬಾಯಿಯಿಂದ ಬಂದದ್ದು ತಾಯಿಗೆ ಆಶ್ಚರ್ಯವಾಗಲಿಲ್ಲ. ಈ ವಯಸ್ಸಿಗೆ ಅನುಭವಿಸಿದ್ದ ನೋವಿನ ಮೂಸೆಯಿಂದ ಬಂದ ಮಾತುಗಳಾಗಿದ್ದವು. ಹೆತ್ತ ಕರುಳು ಚುರುಕ್ಕೆಂದು ಸೆರಗಿನಿಂದ ಕಣ್ಣೊರಸಿಕೊಂಡಳು. ತನ್ನ ದೇಹದಲ್ಲಿರುವ ಕಾಯಿಲೆಯ ನೋವನ್ನೂ, ತಾಯಿಯ ಅಸಹಾಯಕತೆಯನ್ನೂ, ತಮಗಾಗುತ್ತಿರುವ ಅವಮಾನವನ್ನೂ ಇನ್ನು ಸಹಿಸಲಾಗದು ಎನ್ನುವ ರೀತಿಯಲ್ಲಿ ಹುಡುಗ ದಢಕ್ಕನೆ ಮೇಲೆದ್ದು ಮುಂದುವರಿದ–

"ಎಲ್ಲಿಗೋ ಮಗ?"

"ಡಾಕ್ಟ್ರ ನೋಡೋಕೆ..."

"ಲೋ; ಮೊದಲೇ ತೂರಾಡ್ತಿ, ಬಿದ್ದು ಗಿದ್ದು ಬುಟ್ಟ ಕನಪ್ಪ" ಎಂದು ಹಿಡಿದುಕೊಳ್ಳಲು ಬಂದ ತಾಯಿಯ ಕೈಗಳಿಂದ ಕೊಸರಿಕೊಂಡವನೆ ವೈದ್ಯಾಧಿಕಾರಿಗಳ ಕೊಠಡಿಯನ್ನು ಪ್ರವೇಶಿಸಿ, ನೆರೆದಿದ್ದ ಜನರಗುಂಪನ್ನು ಸೀಳಿ ವೈದ್ಯಾಧಿಕಾರಿಯ ಮೇಜಿನ ಮುಂದೆ ನಿಂತು, ಜೋರಾಗಿ ಹೇಳಿದ: 'ಸಾ! ನಾನು ನಮ್ಮವ್ವ ಒತಾರೆಯಿಂದ ಕಾಯ್ಕೊಂಡೀವಿ."

ವೈದ್ಯಾಧಿಕಾರಿ ಕತ್ತೆತ್ತಿ ನೋಡಿದ. ಸುಮಾರು ಎತ್ತರದ, ನರಪೇತಲ, ಅಗಲ ಕಿವಿಗಳ ಹೊಟ್ಟೆ ಡುಬ್ಬಣ್ಣನೊಬ್ಬ ತನ್ನ ಮುಂದೆ ಬಂದು ನಿಂತಿದ್ದಾನೆ. ಅವ್ಯಕ್ತ ನೋವಿನ ರೋಷ ಅವನ ಮುಖದ ಮೇಲೆ ನಿಂತಿದೆ.

ಹುಡುಗನೇ ಮತ್ತೆ ಹೇಳಿದ: "ನನ್ನೊಸಿ ನೋಡಿ ಸಾ!" ವೈದ್ಯಾಧಿಕಾರಿಗೆ ಈ ಅಪರೂಪದ ವ್ಯಕ್ತಿಯನ್ನು ಕಂಡು ಸ್ವಲ್ಪ ಕುಚೇಷ್ಟೆ ಮಾಡಬೇಕೆನಿಸಿ, ಅವನನ್ನೇ ದೃಷ್ಟಿಸಿ ಹೇಳಿದ: "ವಸಿ ಏನೋ ಚೆನ್ನಾಗೇ ನೋಡ್ದೆ. ನಿನ್ನ ಹೊಟ್ಟೆ ದಪ್ಪ, ಕೈಕಾಲು ಸಣ್ಣ, ಕಿವಿಗಳು ಮಾತ್ರ ಗಾಂಧಿ ಕಿವಿಗಳು ಇದ್ದಾಗಿವೆಯಪ್ಪಾ."

ಹುಡುಗ ತನ್ನ ಬಲಗೈಯನ್ನು ಮುಂದೆ ಚಾಚಿ; "ನನಗೆ ಕಾಯಿಲೆ ಏನು ನೋಡಿ ಸಾ" ಎಂದು ಬೇಡಿದ.

"ನಿಮ್ ದಮ್ಮಯ್ಯ ಕೋಪ ಮಾಡ್ಕೊಳ್ದೇ ನೋಡಿ ಸ್ವಾಮಿ, ಇವನೊಬ್ಬನೇ ನನಗೆ ಗಂಡು ಮಗ ಅಂತ ಇರೋನು!" ಹೆಂಗಸೊಬ್ಬಳು ಗೋಗರೆದಳು.

ವೈದ್ಯಾಧಿಕಾರಿಗೆ ತನ್ನ ಮುಂದೆ ನಿಂತಿರುವ ವ್ಯಕ್ತಿಗಳು ತನ್ನಂತೆಯೇ ಮನುಷ್ಯ ವರ್ಗಕ್ಕೆ ಸೇರಿದವರು ಎಂಬುದು ಜ್ಞಾಪಕಕ್ಕೆ ಬಂದೋ ಅಥವಾ ವೈದ್ಯರಾಗಬೇಕಾದವರಿಗೆ ಅನುಕಂಪದಿಂದ ಕೂಡಿದ ಹೃದಯ ಇರಬೇಕು ಎಂಬ ಮಾತು ನೆನಪಾಗಿಯೋ, ಏನು ಕತೆಯೋ, ಒಟ್ಟಿನಲ್ಲಿ ಈ ತಾಯಿ-ಮಗನ ಮೇಲೆ ಕರುಣೆ ಬಂದು ಕೇಳಿದ: "ಇವನು ನಿನ್ನ ಮಗನೇನಮ್ಮ?"

"ಹೂಂ! ಸ್ವಾಮಿ, ದೇವರಾಣೆಗೂ!"

"ಇವನ ಹೆಸರೇನಮ್ಮ?"

"ಗಾಂಧಿ ಸ್ವಾಮಿ!"

"ಏನಮ್ಮ ಹುಡುಗಾಟಕ್ಕೇ ನಾನು ಇವನ ಕಿವಿಗಳು ಗಾಂಧೀಜಿಗೆ ಇದ್ದಂತಿವೆ ಅಂದ್ರೆ ಇವನ್ನ ಸಾಕ್ಷಾತ್ ಗಾಂಧಿ ಅಂತ್ಲೇ ತಿಳ್ಕೊಂಡು ಬಿಟ್ರ?"

"ಇಲ್ಲ ಸ್ವಾಮಿ, ಸುಳ್ಳು ಹೇಳಿದ್ರೆ ನನ್ನ ನಾಲ್ಗೆಗೆ ಉಳಾ ಬೀಳ್ಲಿ: ಸೇದೋಗ್ಲಿ, ನನ್ನಾಣೆಗೂ ಇವನ ಹೆಸರು ಗಾಂಧಿ ಅಂತ."

"ನನ್ನ ಹೆಸರು ದೇವರ ಸತ್ಯವಾಗ್ಲೂ ಸಾ ಮಹಾತ್ಮ ಗಾಂಧಿ ಅಂತ" ಹುಡುಗ ಧೈರ್ಯವಾಗಿ, ದೃಢ ನಿಲುವಿನಿಂದ ನುಡಿದ.

ವೈದ್ಯಾಧಿಕಾರಿ ಬೆಪ್ಪಾಗಿ ಹೋದ. ಅವನ ವೈದ್ಯಕೀಯ ಈವರೆಗಿನ ಅವಧಿಯಲ್ಲಿ ಈ ರೀತಿಯ ಕಾಕತಾಳ ನ್ಯಾಯವನ್ನು ಅವನು ಕಂಡಿರಲಿಲ್ಲ. ಕೇಳಿಯೂ ಇರಲಿಲ್ಲ. ತನ್ನ ಜೀವಿತದಲ್ಲಿ ಒದಗಿಬಂದ ಈ ಘಟನೆ ತೀರ ಅಪರೂಪ ಎನ್ನಿಸಿ ಇದನ್ನು ತನ್ನ ಸಹೋದ್ಯೋಗಿಗಳೊಂದಿಗೆ ಪಾಲು ಮಾಡಿಕೊಳ್ಳಲು ಮತ್ತು ಮುಂದೆ ತಾನು ಯಾರಿಗಾದರೂ ವರ್ಣಿಸಿದಾಗ ಇದೊಂದು ಬಿಳಿ ಸುಳ್ಳೇಂದು ಹೇಳಿದರೆ, ಇಂಥಿಂಥವರು ಇದ್ದರು; ಬೇಕಾದರೆ ಕೇಳಿಕೊಳ್ಳಿ ಎಂದು ಸಾಕ್ಷಿಗಳನ್ನು ದಾಖಲುಪಡಿಸಿಕೊಳ್ಳಲು ಜವಾನನನ್ನು ಜೋರಾಗಿ ಕರೆದು ಹೇಳಿದ.

"ನೋಡೋ ನಾಯ್ಡು, ನರಸಿಂಹಮೂರ್ತಿ, ಸರಸಮ್ಮ ಇವರನ್ನು ಬೇಗನೆ ನಾನು ಬರಹೇಳ್ದೆ ಅಂತ ಕೂಗಯ್ಯ." ಎಲ್ಲರೂ ಬಂದರು. ವೈದ್ಯಾಧಿಕಾರಿ ಹೇಳಿದ್ದನ್ನು ಕೇಳಿ ಕಿಸಕ್ಕನೆ ನಕ್ಕುಬಿಟ್ಟರು. ಅದರಲ್ಲಿಯೂ ಈಗ ತಾನೆ ಕುಟುಂಬ ಯೋಜನೆಯ ವಿಸ್ತರಣಾಧಿಕಾರಿಯಾಗಿ ಕೆಲಸಕ್ಕೆ ಸೇರಿದ ನರಸಿಂಹಮೂರ್ತಿ ತಾನು ಇದನ್ನು ನಂಬುವುದಿಲ್ಲ ಎನ್ನುವಂತೆ ಕಿಸಕ್ಕನೆ ನಕ್ಕ. ವೈದಾಧಿಕಾರಿಗೆ ಸ್ವಲ್ಪ ಕೋಪ ಕೆರಳಿ, "ಬೇಕಾದ್ರೆ ಅವನ್ನೇ ಕೇಳ್ರಿ" ಎಂದ.

ನರಸಿಂಹಮೂರ್ತಿ ವೈದ್ಯಾಧಿಕಾರಿಗಳ ಕುರ್ಚಿಯ ಮೇಲೆ ಗೋಡೆಗೆ ತೂಗು ಹಾಕಿರುವ ಫೋಟೋ ಒಂದನ್ನು ತೋರಿಸಿ ಕೇಳಿದ: "ಲೋ ಹುಡುಗ ಆ ಫೋಟೋ ಯಾರದಯ್ಯಾ."

"ಮಹಾತ್ಮ ಗಾಂಧಿಯೋರ್ದು ಸಾ, ಇದ ನಾ ಕಾಣನೆ?"

"ನಿನ್ನ ಹೆಸರೇನಯ್ಯ?"

"ಮಹಾತ್ಮ ಗಾಂಧಿ ಸಾ."

"ಸುಳ್ಳು ಹೇಳಬ್ಯಾಡ."

"ಸುಳ್ಳು ಹೇಳಿ ನಿಮ್‌ತಾವು ನಾನು ಯಾವ ಸಾಮ್ರಾಜ್ಯ ಈಸ್ಕೋಬೇಕು."

ಎಲ್ಲರೂ ನಾಲಿಗೆ ಸೇದಿ ಹೋದವರಂತೆ ನಿಂತರು. ಮಹಾತ್ಮ ಗಾಂಧೀಜಿಯ ಫೋಟೋವನ್ನು ಒಮ್ಮೆ; ನಂತರ ರಕ್ತ ಮಾಂಸ ತುಂಬಿಕೊಂಡು ಉಸಿರಾಡುತ್ತ ನೋವನ್ನು ಅನುಭವಿಸುತ್ತ ನೆಲದ ಮೇಲೆ ತಮ್ಮ ಕಣ್ಣೆದುರಿಗೆ ನಿಂತಿರುವ ಮಹಾತ್ಮ ಗಾಂಧಿಯ ಕಡೆಗೊಮ್ಮೆ ದೃಷ್ಟಿಯನ್ನು ಬೀರುತ್ತ ನಿಂತರು. ವೈದ್ಯಾಧಿಕಾರಿ ಮತ್ತು ಅವನ ಬಳಗ ಜಗತ್ತಿನ ಮೇಲೆ ತೀರ ಸೋಜಿಗದ ವಿಷಯವನ್ನು ಕಂಡವರಂತೆ ನಿಂತುದನ್ನು ಕಂಡು ಮಹಾತ್ಮಾ ಗಾಂಧಿಗೆ ಬೇಸರವಾಯಿತು.

"ನನ್ನ ಕಾಯಿಲೆ ನೋಡಿ ಸಾ! ನನ್ನ ಹಣೇಬರ" ಎಂದ.

"ನಿನಗೆ ಈ ಹೆಸರು ಯಾರು ಕಟ್ಟಿದೋರು."

"ನಮ್ಮ ಅಯ್ಯ ಕರಿಸಿದ್ದೇಗೌಡ ಅಂತವ್ನೆ, ಅವ್ನು." ವೈದ್ಯಾಧಿಕಾರಿ, ಮಿಡ್‌ವೈಫ್ ಅಮ್ಮನವರನ್ನು ಕರೆದು ಗಾಂಧಿಯನ್ನು ಪರೀಕ್ಷೆಯ ಕೊಠಡಿಗೆ ಕರೆದುಕೊಂಡು ಹೋಗಿ ಮಲಗಿಸುವಂತೆ ಹೇಳಿದರು. ಅವಳು ಹಾಗೆಯೇ ಮಾಡಿದಳು. ನಾಲಿಗೆ, ಕಣ್ಣು, ಗಂಟಲು ನೋಡಿದ ಮೇಲೆ ಹೃದಯ ಶ್ವಾಸಕೋಶಗಳ ಪರೀಕ್ಷೆ ಮುಗಿಸಿ, ಹೊಟ್ಟೆಯನ್ನು ಪರೀಕ್ಷೆ ಮಾಡಿದ ವೈದ್ಯಾಧಿಕಾರಿ ಗಾಂಧಿಯ ತಾಯಿಯ ಕಡೆ ತಿರುಗಿ; "ನಿನ್ನ ಹೆಸರೇನಮ್ಮ" ಎಂದರು.

"ನಿಂಗಮ್ಮ ಸ್ವಾಮಿ."

"ನೋಡಮ್ಮ ನಿಮ್ಮುಡುಗನಿಗೆ ಹೊಟ್ಟೇಲಿ ನೀರು ಸೇರ್ಕೊಂಡಿದೆ. ಜೊತೆಗೆ ಕಾಲುಗಳೂ ಊದಿಕೊಂಡಿವೆ. ಇದು ಹೃದಯಕ್ಕೆ ಸಂಬಂಧಪಟ್ಟ ಕಾಯಿಲೆ. ಆಗಲೇ ಕಪ್ಪು ಈಲಿಗೂ (ಲಿವರ್) ಕಾಯಿಲೆ ಹಬ್ಬಿ ಅದು ಮುಟ್ಟಿದರೆ ಸಾಕು, ಗಾಂಧಿ ನೋವು ಅಂತ ಬಡ್ಕೋತಾನೆ."
"ಏನೋ ಸ್ವಾಮಿ ನಿಮ್ಮ ಎಕ್ಡ. ಮೂರು ಮೈಲಿ ನಡೀಬೇಕಾದ್ರೆ ಮೂವತ್ತು ತಾವು ಕುಂತ್ಕಂಡು, ತೆವಳ್ಕೊಂಡು ಬಂದ. ಉಳಿಸಿಕೊಡಿ, ನಾಳಾಕೆ ನಮ್ಮಪ್ಪನ ಕರ್ಕೊಂಡು ಬತ್ತೀನಿ... ತಂದೆ ಇಲ್ಲದ ತಬ್ಬಲಿ."

"ನಿನ್ನ ಗಂಡನಿಗೆ ಏನಾಗಿತ್ತು?"

"ಸ್ವಾಮಿ, ಸೇಂದಿ ಇಳಿಸೋಕೆ ಸಾಹುಕಾರ್ರು ತಾವು ಇದ್ರು, ಒಂದು ದಿನ 'ಮರದ ಮೇಲಿಂದ ಬಿದ್ದು ಫಕ್ಕನೆ ಪ್ರಾಣ ಬುಟ್ಟು–ಬುಟ್ರು."

"ಅಯ್ಯೋ ಪಾಪ! ನೋಡಮ್ಮ ನಿಮ್ಮುಡುಗನಿಗೆ ಎಕ್ಸರೇ ಆಗಬೇಕು, ಹೃದಯದ ಪರೀಕ್ಷೆ ಮಾಡಬೇಕು, ರಕ್ತ ಮೂತ್ರ ಪರೀಕ್ಷೆ ಮಾಡಬೇಕು. ಇಲ್ಲಾಗೋ ವಿಷಯವಲ್ಲ ಇದು, ಇವನ್ನ ಡಿಸ್ಟ್ರಿಕ್ಟ್ ಆಸ್ಪತ್ರೆಗೆ ಸೇರಿಸಬೇಕು. ನಾನು ಎಲ್ಲಾನು ಬರೆದು ಕೊಡ್ತೀನಿ. ಹೊಟ್ಟೇಲಿರೋ ನೀರು ಕಡಿಮೆ ಆಗೋಕೆ ಈಗ ಎರಡು ಗುಳಿಗೆ ನುಂಗಿಸ್ತೀನಿ" ಎಂದು ಹೇಳಿ ನೀರು ತರಿಸಿ, ಗುಳಿಗೆಗಳನ್ನು ನುಂಗಿಸಿಯೇ ಬಿಟ್ಟರು. ಸರಸರನೆ ದೊಡ್ಡಾಸ್ಪತ್ರೆಗೆ ಗಾಂಧಿಯ ಕಾಯಿಲೆಯ ವಿಷಯವಾಗಿ ತಾವು ಪತ್ತೆ ಹಚ್ಚಿರುವ ವಿವರಗಳನ್ನೂ ನಮೂದಿಸಿ ಅವಳ ಕೈಗೆ ಕೊಟ್ಟರು.

***

ಮೊಮ್ಮಗನ ಸ್ಥಿತಿ ಚಿಂತಾಜನಕವಾದುದೆಂಬುದನ್ನು ಕರಿಸಿದ್ದೇಗೌಡನಿಗೆ ಯಾರೂ ಹೇಳಿ ಕೊಡಬೇಕಾಗಿರಲಿಲ್ಲ. ಅವನ ಆಸೆಯ ಕುಡಿ ತನ್ನ ಮಗಳು ನಿಂಗಮ್ಮ ಮತ್ತು ಅವಳ ಮಕ್ಕಳು ಪದ್ದಿ ಮತ್ತು ಗಾಂಧಿ. ಪದ್ದಿ ಎಷ್ಟೇ ಆದರೂ ನೆರೆಮನೆಗೆ ಹೋಗುವ ಹೆಣ್ಣು. ಗಾಂಧಿಯ ಮೇಲೆ ಕರಿಸಿದ್ದೇಗೌಡನಿಗೆ ಎಲ್ಲೂ ಇಲ್ಲದ ಪ್ರೀತಿ. ತನ್ನ ಈ ಮೊಮ್ಮಗನಿಗೆ ಹೆಸರು ಕಟ್ಟಿದ್ದೇ ಒಂದು ಮರೆಯಲಾಗದ ಘಟನೆ; ಕರಿಸಿದ್ದೇಗೌಡನ ಜೀವನದಲ್ಲಿ ಹದಿನೈದು ವರ್ಷಗಳ ಹಿಂದಿನ ಮಾತು. ಹೊಲ ಉತ್ತು ಸಾಕಾಗಿ ತಾನೂ ಮತ್ತು ಅಳಿಯ ಬುಕ್ಕೇಗೌಡ ಹೊತ್ತು ಮುಳುಗಿದ ಮೇಲೆ ಬಂದಾಗ ಮೊರತುಂಬ ರಗರಗನೆ ಉರಿಯುತ್ತ ಮೊಮ್ಮಗು ಮಲಗಿತ್ತು. ಕರಿಸಿದ್ದೇಗೌಡ ಹಿಗ್ಗಿ ಹೀರೇಕಾಯಿ ಆದ. ತನ್ನ ಮೊಮ್ಮಗನ ಅಗಲವಾದ ಕಿವಿಗಳನ್ನು ಕಂಡು ಆನಂದಿಸುತ್ತ ಜೋಯಿಷರ ಮನೆಗೆ ಹಾರಿದ. ಜೋಯಿಷರು ಮಗು ಬಹು ಪ್ರಶಸ್ತವಾದ ಘಳಿಗೆಯಲ್ಲಿ ಹುಟ್ಟಿದೆ ಎಂದು ಲೆಕ್ಕಾ ಹಾಕಿ ಹೇಳಿ, ಮಗುವಿನ ಕಿವಿ ಅಗಲವಾಗಿರುವುದರಿಂದಲೂ ಮತ್ತು ಕರಿಸಿದ್ದೇಗೌಡ ಬಹಳ ವರ್ಷಗಳ ಹಿಂದೆ ಶಿವಪುರಕ್ಕೆ ಹೋಗಿ ಮಹಾತ್ಮಾ ಗಾಂಧೀಜಿಯವರನ್ನು ಖುದ್ದಾಗಿ ದರ್ಶನ ಪಡೆದು ಬಂದವನು ಈ ಸುತ್ತಮುತ್ತಲಿಗೆ ಇವನೊಬ್ಬನೇ ಆದುದರಿಂದ ಮಗುವಿಗೆ 'ಮಹಾತ್ಮಾ ಗಾಂಧಿ' ಎಂದು ಹೆಸರಿಡಬೇಕೆಂದೂ ತೀರ್ಮಾನ ಹೇಳಿದರು. ಕರಿಸಿದ್ದೇಗೌಡ ಎಷ್ಟು ಮುಗ್ಧ ಎಂದರೆ, 'ಮಹಾತ್ಮಾ ಗಾಂಧೀಜಿಯವರೇ ಮತ್ತೆ ಜನ್ಮ ಪಡೆದು ನಿನ್ನ ಮಗಳ ಗರ್ಭದಲ್ಲಿ ಜನಿಸಿದ್ದಾರೆ' ಎಂದರೆ ಅದನ್ನೂ ನಂಬಿಬಿಡುತ್ತಿದ್ದ. ಸದ್ಯ ಜೋಯಿಷರು ಅಂಥ ಘೋರ ಅಪರಾಧ ಮಾಡಲಿಲ್ಲ.

ಕರಿಸಿದ್ದೇಗೌಡನಿಗೆ ಎರಡು ಎಕರೆ ಹೊಲ. ಒಂದೇ ಮನೆ. ಇತ್ತೀಚೆಗೆ ಈ ಹೊಲದಲ್ಲಿ ಒಂದು ಎಕರೆಯನ್ನು ಬಡವರಿಗೆ ಮನೆ ಕಟ್ಟಿಕೊಳ್ಳಲೆಂದು ಹಂಚುವುದಕ್ಕಾಗಿ ಸರ್ಕಾರ ವಶಪಡಿಸಿಕೊಂಡಿತ್ತು. ಇದು ಕರಿಸಿದ್ದೇಗೌಡನಿಗೆ ತನ್ನ ಅಳಿಯ ಸತ್ತುದಕ್ಕಿಂತಲೂ ತೀವ್ರ ಚಿಂತೆಗೆ ಗುರಿ ಮಾಡಿತ್ತು. ಚಿಂತೆಯಲ್ಲಿ ಮುಳುಗಿ ಸರ್ಕಾರ ವಶಪಡಿಸಿಕೊಂಡಿರುವ ಒಂದು

ಎಕರೆ ಭೂಮಿಯಲ್ಲಿರುವ ಸೊಗಸಾದ ಫಲ ನೀಡುವ ಹಲಸಿನ ಮರವನ್ನು ಕಡಿದು ಕೊಳ್ಳುವುದೋ ಬೇಡವೋ ಎನ್ನುವ ಜಿಜ್ಞಾಸೆಯಲ್ಲಿ ಸಿಕ್ಕಿಬಿದ್ದುದರಿಂದ ಅವನು ತನ್ನ ಮೊಮ್ಮಗನ ಆರೋಗ್ಯದ ಕಡೆಗೆ ಅಷ್ಟು ಗಮನ ಕೊಟ್ಟಿರಲಿಲ್ಲ.

ಮಗಳು ವೈದ್ಯರು ಬರೆದುಕೊಟ್ಟ ಚೀಟಿಯನ್ನು ಕೊಟ್ಟು ಗಾಂಧಿಯನ್ನು 'ದೊಡ್ಡಾಸ್ಪತ್ರೆಗೆ ಸೇರಿಸಬೇಕಂತೆ' ಎಂದು ಹೇಳಿದಾಗ ಕರಿಸಿದ್ದೇಗೌಡನಿಗೆ ಎದೆ ಧಸಕ್ಕೆಂದಿತು.

ಮಾರನೆಯ ದಿನವೇ ಇಡೀ ಸಂಸಾರವೇ ಬಸ್ಸಿನಲ್ಲಿ ಅಷ್ಟೋ ಇಷ್ಟೋ ಇದ್ದ ಪುಡಿ ಗಂಟನ್ನು ತೆಗೆದುಕೊಂಡು 'ದೊಡ್ಡಾಸ್ಪತ್ರೆ' ಇರುವ ತಮ್ಮ ಜಿಲ್ಲಾ ಕೇಂದ್ರಕ್ಕೆ ಪಯಣ ಬೆಳೆಸಿತು.

ಆಸ್ಪತ್ರೆ ತಲುಪಿದಾಗ ಮಧ್ಯಾಹ್ನವಾಗಿತ್ತು. ಹೊರ ರೋಗಿಗಳನ್ನು (ಔಟ್ ಪೇಷೆಂಟ್) ಪರೀಕ್ಷೆ ಮಾಡುವ ವಿಭಾಗದಲ್ಲಿ ರೋಗಿಗಳ ಹೆಸರು ದಾಖಲು ಮಾಡಿಕೊಂಡು ಚೀಟಿ ಯನ್ನು ಕೊಟ್ಟು ವೈದ್ಯರ ಬಳಿಗೆ ಕಳಿಸುವ ಗುಮಾಸ್ತರಿಗೆ ತಮ್ಮ ತಾಲೂಕಿನ ಪ್ರಾಥಮಿಕ ಆರೋಗ್ಯ ಕೇಂದ್ರದ ವೈದ್ಯಾಧಿಕಾರಿಗಳು ಕೊಟ್ಟಿದ್ದ ಕಾಗದವನ್ನು ಕೊಟ್ಟಾಗ, ಗುಮಾಸ್ತ ಎಲ್ಲವನ್ನೂ ಓದಿ, ರೋಗಿಯ ಹೆಸರನ್ನು ಎರಡು ಮೂರು ಸಾರಿ ಓದಿ, ಏನೋ ಅನು ಮಾನ ಬಂದವನಂತೆ, ಕರಿಸಿದ್ದೇಗೌಡನ ಕಡೆ ನೋಡಿ "ಯಾರನ್ನು ತೋರಿಸೋಕೆ ಕರ್ಕೊಂಡು ಬಂದಿರೋದು" ಎಂದು ಕೇಳಿದಾಗ, ಕರಿಸಿದ್ದೇಗೌಡ ತನ್ನ ಮೊಮ್ಮಗನನ್ನು ತೋರಿಸಲು ಎಂದಾಗ: "ಓಹೋ! ಇವನ ಹೆಸರು 'ಮಹಂತೇಗೌಡ' ಅಂತ ಅಲ್ವೆ? ನಿಮ್ಮ ಡಾಕ್ಟ್ರು ಇವನ್ನ 'ಮಹಾತ್ಮ ಗಾಂಧಿ' ಅಂತ ಬರೆದು ಬುಟ್ಟವರಲ್ಲ!" ಎಂದು ನಕ್ಕ.

ಕರಿಸಿದ್ದೇಗೌಡ, "ಬರೆದಿರೋದು ಸರಿಯಾಗೆ ಅದೆ ಸ್ವಾಮಿ. ಇವನ ಹೆಸರು ಮಹಾತ್ಮಾ ಗಾಂಧಿ ಅಂತ್ಲೆ!" ಎಂದ. ಗುಮಾಸ್ತ ಬಿಟ್ಟ ಬಾಯಿ ಬಿಟ್ಟುಕೊಂಡೇ ಮಹಾತ್ಮ ಗಾಂಧಿಯನ್ನು ನೋಡಿದ. "ಸರಿಯಪ್ಪ ತಗೋ ಈ ಚೀಟಿ" ಎಂದವನೆ ಹಳೆಯ ಕಾಗದ, ಜೊತೆಗೊಂದು ಹೊಸ ಚೀಟಿಯನ್ನು ಕೊಟ್ಟು, ಆ ಕಡೆಗೆ ಹೋಗು ಎಂದು ತೋರಿಸಿದ.

ಅಲ್ಲೊಬ್ಬ ಇವರು ಕೊಟ್ಟ ಕಾಗದಗಳನ್ನೂ ಮತ್ತು ಇನ್ನೂ ಅನೇಕ ಹೊರ ರೋಗಿಗಳು ಕೊಟ್ಟ ಕಾಗದಗಳನ್ನೂ ತೆಗೆದುಕೊಂಡು ಒಳಗೆ ಹೋಗಿ ಒಂದು ದೊಡ್ಡ ಮೇಜಿನ ಸುತ್ತ ಕುರ್ಚಿಗಳಲ್ಲಿ ಕುಳಿತಿದ್ದ ವೈದ್ಯರ ಗುಂಪಿನ ಮುಂದೆ ಇಟ್ಟು ಬಂದ.

ಮಹಾತ್ಮಾ ಗಾಂಧಿಯ ಸರದಿ ಬಂದಾಗ: ವೈದ್ಯರ ಗುಂಪು ಗಹಗಹಿಸಿತು. ಜೋರಾಗಿ ಕೂಗಿ ಕರೆದರು: "ಯಾರಪ್ಪಾ ಮಹಾತ್ಮಾ ಗಾಂಧಿ?'

"ಕರ್ಕೊಂಡು ಬಂದೇ ಸ್ವಾಮಿ ಇಲ್ಲವನೆ" ಎಂದು ಕರಿಸಿದ್ದೇಗೌಡ ತನ್ನ ಮೊಮ್ಮಗನನ್ನು ಕರೆದುಕೊಂಡು ಒಳಗೋದ. ನಿಂಗಮ್ಮನನ್ನೂ ಮತ್ತು ಪದ್ದಿಯನ್ನೂ ಹೊರಗಡೆಯೇ ಜವಾನ ತಡೆದ.

ಕರಿಸಿದ್ದೇಗೌಡ ತಮ್ಮ ಮುಂದೆ ಕರೆದು ತಂದು ನಿಲ್ಲಿಸಿದ ವ್ಯಕ್ತಿಯನ್ನು ವೈದ್ಯ ಮಹಾಶಯರುಗಳೆಲ್ಲ ಒಂದು ವಿಚಿತ್ರ ಕಾಯಿಲೆಯನ್ನು ಪತ್ತೆ ಹಚ್ಚಿದಾಗಲೋ ಅಥವಾ ಕ್ಯಾನ್ಸರ್ ವ್ಯಾಧಿಗೆ ಔಷಧಿ ಕಂಡುಹಿಡಿದಾಗಲೋ ಆಗುವ ವಿಸ್ಮಯದಂತೆಯೇ ನೋಡಿದರು.

'ಮಹಾತ್ಮಾ ಗಾಂಧಿ' ಎಂದು ಕರೆಯಲ್ಪಡುವ ವ್ಯಕ್ತಿಯನ್ನು ಕಂಡು ಅವರಿಗೆ ಅಳಬೇಕೋ ನಗಬೇಕೋ ಅಥವಾ ನಂಬದಿರುವಂಥ ಒಂದು ಸ್ಥಿತಿಯಲ್ಲೇ ಇದ್ದುಬಿಡಬೇಕೋ, ಏನೂ ತೋಚದೆ ಪರೀಕ್ಷೆಯ ಕೊಠಡಿಗೆ ಕರೆದುಕೊಂಡು ಹೋಗಿ ಪರೀಕ್ಷೆಮಾಡಿ, ಕರಿಸಿದ್ದೇಗೌಡನನ್ನು ಕರೆದು, "ನೋಡಯ್ಯ, ನಿನ್ನ ಮೊಮ್ಮಗನಿಗೆ ಹೃದಯ ಹಾಗೂ ಮೂತ್ರಪಿಂಡಗಳ ಕಾಯಿಲೆ. ಔಷಧಗಳೆಲ್ಲಾನೂ ಬರೆದು ಕೊಡ್ತೀವಿ. ತಗೋ. ಹೇಗೆ ಸೇವಿಸಬೇಕು ಅನ್ನೋದ್ನೂ ಹೇಳ್ತೀವಿ. ಹಾಗೆ ಕೊಡು. ಸ್ವಲ್ಪ ಹುಷಾರಾಗುತ್ತೆ" ಎಂದರು. ಕರಿಸಿದ್ದೇಗೌಡನನ್ನು ಕತ್ತಿಡಿದು ನೀರಿಗೆ ಅದುಮಿದಂತಾಯಿತು.

"ನಿಂದಮ್ಮಯ್ಯ, ಏನೋ ನನ್ನ ಮೊಮ್ಮಗನ್ನ ಕಾಪಾಡಿ. ಇಲ್ಲೇ ಒಸಿ ದಿನ ಇಟ್ಕೊಂಡು ಉಳಿಸಿಕೊಡಿ. ನೀವು ಇವನಿಗೆ ಮಾಡೋ ಉಪಕಾರ. ಈ ನನ್ನ ಅಪ್ಪನಿಗೆ ಮಾಡೋ ಉಪಕಾರ ಅಂತ ತಿಳ್ಕೊಂಡು ಮಾಡಿ; ನಿಮ್ಗೆ ಪುಣ್ಯ ಬತ್ತದೆ" ಎಂದು ಅಲ್ಲಿಯೇ ನೇತು ಹಾಕಿದ್ದ ಭಾರತದ ಭಾಗ್ಯವಿದಾತ ಮಹಾತ್ಮಾ ಗಾಂಧೀಜಿಯವರ ಭಾವಚಿತ್ರಕ್ಕೆ ಕೈ ಜೋಡಿಸಿ, ಕಣ್ಣೀರು ಹಾಕುತ್ತ ನಿಂತು ಬಿಟ್ಟ. ವೈದ್ಯರು ಮರು ಮಾತಾಡದೆ ಚೀಟಿಯಲ್ಲಿ ಬರೆದು ಗಂಡಸರ ವಾರ್ಡಿನಲ್ಲಿ ಮಹಾತ್ಮಾ ಗಾಂಧಿಯನ್ನು ಸೇರಿಸುವುದೆಂದು ಒಬ್ಬ ಜವಾನನನ್ನು ಕರೆದು ಜೊತೆಯಲ್ಲಿ ಕಳುಹಿಸಿದರು.

***

ಮುಂದಿನ ವಿಷಯವನ್ನು ಹೆಚ್ಚಿಗೆ ಬೆಳೆಸದೆ ಮುಗಿಸುವುದು ಒಳ್ಳೆಯದೆಂದು ಕಾಣಿಸುತ್ತದೆ. ಮಹಾತ್ಮ ಗಾಂಧಿಯನ್ನು ಮೂವತ್ತು ಜನರು ಇರಬೇಕಾದ ವಾರ್ಡಿನಲ್ಲಿ ಅರವತ್ತು ಜನರಿರುವಕಡೆ ನೆಲದ ಮೇಲೆ ಒಂದು ಹಾಸಿಗೆ ಕೊಟ್ಟು ಹಾಕಿದರು. ಎಕ್ಸರೇ, ತೊಂಟೆ ಪರೀಕ್ಷೆಗಳ ಜೊತೆಗೆ ಔಷಧೋಪಚಾರವೂ ನಡೆಯತೊಡಗಿತು. ವೈದ್ಯರು ಬರೆದುಕೊಟ್ಟ ಔಷಧಿಗಳನ್ನು ತಂದುಕೊಡುವುದಕ್ಕೆ ಮೂರು ದಿವಸಕ್ಕೇ ಕರಿಸಿದ್ದೇಗೌಡನ ಪುಟ್ಟಗಂಟು ಕರಗಿಹೋಯಿತು.

ನಾಲ್ಕನೆಯ ದಿನ ತನ್ನ ಅವ್ವ ನಿಂಗಮ್ಮ, ತನ್ನ ತಂಗಿಯ ಕಿವಿಯ ಮತ್ತು ತನ್ನ ಕಿವಿಯ ಓಲೆಗಳನ್ನು ಬಿಚ್ಚಿ ತನ್ನ ಅಯ್ಯನಿಗೆ ಏಕೆ ಕೊಡುತ್ತಿದ್ದರೆಂಬುದನ್ನು ಊಹಿಸಿ, ತನ್ನ ಪ್ರೀತಿಯ ಅಯ್ಯನನ್ನು ಕರೆದು ಗಾಂಧಿ ಕೇಳಿದ: "ಅಯ್ಯಾ ನನ್ನ ಊರಿಗೇ ಕರ್ಕೊಂಡು ನಡಿ. ನನ್ನ ಹಣೇಬರಹ ಇದ್ದಂಗಾಯ್ತದೆ."

"ಅಂಗೆಲ್ಲ ಮಾತಾಡಬ್ಯಾಡ... ನಾನು ಇನ್ನೂ ಬದುಕಿವ್ನಿ ಕಲ ಮಗ... ನಿನ್ನ ಉಳಿಸಿ ಕೋತೀನಿ."

ತನ್ನ ಮೇಲೆ ಅಯ್ಯನಿಗಿರುವ ಪ್ರೀತಿಗಾಗಿ ಗಾಂಧಿಗೆ ಅಳು ಒಳಗಿಂದ ಗುದ್ದುಕೊಂಡು ಬಂತು. ತನ್ನ ಪ್ರೀತಿಯ ಅಯ್ಯನ ತೊಡೆಯ ಮೇಲೆ ತಲೆ ಮಡಗಿಕೊಂಡು ದೃಷ್ಟಿಗೆ ದೃಷ್ಟಿ ಸೇರಿಸಿ ಹೇಳಿದ: "ಅಯ್ಯ ನಾನು ಸತ್ತೋದ್ರೆ ನನ್ನ ನಮ್ಮ ಅಲಸಿನ ಮರದ ಬುಡದಲ್ಲೇ ಹಾಕಬೇಕು." ಕರಿಸಿದ್ದೇಗೌಡ ಬಿಕ್ಕಿ ಬಿಕ್ಕಿ ಅತ್ತುಬಿಟ್ಟ. ನಿಂಗಮ್ಮ 'ಬುಡ್ತು ಅನ್ನು' ಎಂದು ಗಾಂಧಿಯನ್ನು ಗದರಿಕೊಂಡಳು. ಪದ್ದಿ: 'ಅಣ್ಣಾ ಅಣ್ಣಾ' ಎಂದು ಬಿಕ್ಕಳಿಸಿ ಅತ್ತುಬಿಟ್ಟಳು.

ಇಷ್ಟೆಲ್ಲಾ ನಡೆಯುತ್ತಿರುವಾಗ ಎಂ.ಡಿ.ಪಾಸು ಮಾಡಿರುವ ದೊಡ್ಡ ಡಾಕ್ಟರ್ ಸಾಹೇಬರು ದಯಮಾಡಿಸಿ, ಗಾಂಧಿಯನ್ನು ಪರೀಕ್ಷೆಮಾಡಿ, ಒಂದು ಚೀಟಿಯಲ್ಲಿ ಔಷಧಿಯನ್ನು ಬರೆದು ಆದಷ್ಟು ಬೇಗ ತರಿಸಬೇಕೆಂದು ಅಪ್ಪಣೆ ಮಾಡಿ, ಬೇರೆ ರೋಗಿಗಳನ್ನು ನೋಡ ತೊಡಗಿದರು. ಮಗಳು ಮತ್ತು ಮೊಮ್ಮಗಳ ಓಲೆಗಳನ್ನು ತೆಗೆದುಕೊಂಡು ಊರಿಗೆ ಬಂದು ಕರಿಸಿದ್ದೇಗೌಡ ಗಿರವಿ ಇಡಲು ಪ್ರಯತ್ನಿಸಿದ. ಯಾರೂ ಒಪ್ಪಲಿಲ್ಲ. ಸಾಲ ಪಡೆಯಲು ಯತ್ನಿಸಿದ. ಎಲ್ಲೂ ಒಂದು ಪೈಸೆ ಹುಟ್ಟಲಿಲ್ಲ. ಅಲಸಿನಮರ ಕೊಡುವುದಾದರೆ ಕೊಂಡು ಕೊಳ್ಳುವುದಾಗಿ ಸುಳಿವು ಸಿಕ್ಕಲು, ಇನ್ನೂರ ಐವತ್ತು ರೂಪಾಯಿಗಳಿಗೆ ಮರವನ್ನು ಮಾರ ಬೇಕಾದರೆ ಎರಡು ದಿವಸಗಳು ಹಿಡಿದವು. ಹಣ ಪಡೆದು ಕರಿಸಿದ್ದೇಗೌಡ ಬಸ್ಸು ಹತ್ತಿ ಆಸ್ಪತ್ರೆಯ ಬಳಿಗೆ ಬಂದಾಗ ಮಗಳು ನಿಂಗಮ್ಮ ಬಾಗಿಲಲ್ಲೆ ಪದ್ದಿಯನ್ನು ನಿಲ್ಲಿಸಿಕೊಂಡು ಅಳುತ್ತ ನಿಂತಿದ್ದಳು. ಕರಿಸಿದ್ದೇಗೌಡ, 'ಗಾಂಧಿ ಹೇಗಿದ್ದಾನೆ?' ಎಂದು ಕೇಳಲೇ ಇಲ್ಲ. ಬದಲು 'ಯಾವಾಗ ಜೀವ ಹೊಯ್ತು?' ಎಂದು ಕೇಳಿದ.

"ರಾತ್ರಿ ಸರೊತ್ತಿನಲ್ಲಿ. ಹೆಣಾನ ಮನೇಲಿ ಮಲಗಿಸವ್ರೆ" ಎಂದು ಅಳಲು ಪ್ರಾರಂಭಿಸಿದ ಮಗಳನ್ನು ಸಂತೈಸುತ್ತ ಕರಿಸಿದ್ದೇಗೌಡ ಹೇಳಿದ: "ಮನುಷ್ರು ಸಾಯ್ದೆ ಕಲ್ಲು ಸತ್ತಾದ. ಸುಮ್ಕಿರು ಮಂತೆ" ಎಂದು ಗಾಂಧಿಯ ಹೆಣವನ್ನು ಪಡೆಯಲು ಅಪ್ಪಣೆಗಾಗಿ ದೊಡ್ಡ ಸಾಹೇಬರ ರೂಮಿನ ಕಡೆ ಹೆಜ್ಜೆ ಹಾಕಿದ.

(೧೯೭೯)

*

೯. ಕಣ್ಣೆ ಕಿತ್ತ ಹಸು

ಸುಧಾಕರ

"ಎದ್ ಬಾರೇ."

"....."

"ಏನೇ ನೋಡ್ತಾ ಇದ್ದೀ...ಎದ್ ಬಾರೆ."

"ಎಲ್ಲಿಗೆ ಅಂದ್ರೆ ಬರೋದು?"– ಶಾಂತವಾಗಿಯೇ ಕೇಳಿದಳು ಹೆಂಡತಿ ಚೆನ್ನಮ್ಮ.

"ಆ ಕಂತೆ ಪುರಾಣ ಎಲ್ಲ ನಿನಗ್ಯಾಕೆ...? ಸುಮ್ನೆ ನನ್ನ ಹಿಂದೆ ಬಾ."

ಮಧ್ಯಾಹ್ನದಿಂದ–ತನ್ನ ತಮ್ಮ ತೌರೂರಿನಿಂದ ಬಂದ ಲಾಗಾಯ್ತು–ಮುಖವನ್ನು ಗಡಿಗೆ ಗಾತ್ರ ಮಾಡಿಕೊಂಡು, ನೀರಿಗೆ ಬಿದ್ದ ಉದ್ದಿನಂತೆ ಊದಿಕೊಂಡೇ ಇದ್ದು, ರಾತ್ರಿ ಇನ್ನೇನು ಮಾಡಿದ ಗಿಣ್ಣನ್ನು ಉಣ್ಣಬೇಕು ಎನ್ನುವ ಹೊತ್ತಿನಲ್ಲಿ, ಕಾಲು ಕೆರೆದು ಕ್ಯಾತೆ ತೆಗೆಯುತ್ತಿದ್ದ ಕೋಡಂಗಿಯಂಥ ಅಳಿಯನ್ನ ಕೊಂಗತನವನ್ನು ಕಂಡು, ಅತ್ತೆಯಾದ ಮುತ್ತಮ್ಮ ಹೇಳಿದಳು: "ಒಬ್ ಮಗಳ್ನ ನಿನ್ ಹಿಂದೆ ಕಳಿಸಾಕಲ್ಲ ಕಣೋ ಅಣ್ಣ, ನಿನ್ನ ಮನವಾಳ್ತನಕ್ಕೆ ತಂದು ಮದುವೆ ಮಾಡಿದ್ದು."

ಅತ್ತೆಯಾಡಿದ ಈ ಮಾತು ಕೇಳಿಸದವನಂತೆ ಮತ್ತೊಮ್ಮೆ ಹೆಂಡತಿಗೆ ಗದರುವಂತೆ ಹೇಳಿದ:

"ನ್ಯಾಯವಾದ ಮಾತ್ನಲ್ಲಿ ಎದ್‌ಬರ್ತಿಯೋ...ಇಲ್ಲ...ನಿನಗಾಗ್ಬೇಕೋ ಮೋಕ್ಷ?"

ಊರಿನ ಜನ ಇಷ್ಟು ಹೊತ್ತಿಗಾಗಲೇ ಪೌಜುಪೌಜಾಗಿ ಬಂದು ಮುತ್ತಮ್ಮನ ಮನೆಯಲ್ಲಿ 'ಅದ್ದು' ಬಿಟ್ಟಿತು. ನಗುವವರಿಗೆ ನಗೆಪಾಟಲಾಗುವಂತೆ, ಆಡಿಕೊಳ್ಳುವರಗೆ ಅವಕಾಶ ವಾಗುವಂತೆ ಸರಿಖರ ಮುಂದೆ ಮನೆತನದ ಗೌರವವನ್ನು ದುಡ್ಡಿಗೆ ಪಂಚೇರು ಮಾಡುತ್ತಾ ಇದ್ದಾನಲ್ಲ ಎಂದುಕೊಂಡ ಮುತ್ತಮ್ಮ ಮನೆಯ ಯಜಮಾನಿ ಎಂಬ ಅಧಿಕಾರ ವಾಣಿಯಿಂದ ಹೇಳಿದಳು:

"ಬರದಿದ್ರೇನ್ ಮಾಡ್ತೀಯಾ...? ಇಷ್ಟು ಜರ್ಬಾಗಿ ಕೇಳ್ತಿಯಲ್ಲ."

"ಏನ್ ಮಾಡೋದು ನೀನು...? ಹುಣಿಸೆಕಾಯಿ ತೊಟ್ನ...? ಹೋಗ್ ಬೇಡ ಕಣೆ ತಾಯಿ, ಏನ್ ಮಾಡ್ತಾನೋ ನೋಡಾನ?"

ಕಡದು ಗಾರಳಾದ ಅತ್ತೆಯ ಈ ಖೈಡು ಮಾತನ್ನು ಕೇಳಿ, ಅಳಿಯ ಹಿಂದು ಮುಂದು ನೋಡುತ್ತಿದ್ದುದನ್ನು ಕಂಡು, ನೆರೆದಿದ್ದ ಜನರ ಮಧ್ಯೆ ಇದ್ದ ಪಟೇಲನ 'ನಡುಕಲ' ತಮ್ಮ ದೊಡ್ಡ ನರಸಯ್ಯ ಹೇಳಿದ:

"ಏನ್ ನೋಡ್ತಾ ಇದ್ದೀಯೋ, ನಾಮರ್ದ ನನ್‌ಮಗ್ನೆ...ಗಂಡನ ಹಿಂದೆ ಹೆಂಡ್ತಿ ಹೋಗಬಾರ್ದು ಅಂತ ಯಾವ ಕಾನೂನದ್ದೋ...? ಕೋಣೆಗೆ ನುಗ್ಗಿ ಜುಟ್ಟಿಡಿದು ಎಳ ಕೊಂಡು ಬಾರೋ, ಹೆಂಡ್ತೀನೆ...ನಿಮ್ಮತ್ತೆ ಏನ್ ಕಡಿದು ಕಟ್ಟೆ ಹಾಕ್ತಾಳೆ, ನಾವು ನೋಡ್ಕೋ ಳ್ತೀವಿ."

"ಅವಳ್ನ ಮುಟ್ ನೋಡು, ನಿನ್ ಹುಟ್ಟಿಲ್ಲಾ ಅನ್ನಿಸಿಬಿಡ್ತೀನಿ" ಎಂದು ಹೇಳುತ್ತಾ, ಹೆಂಡತಿಯನ್ನು ಎಳತರಲು ಒಳನುಗ್ಗಿದ ಅಳಿಯನ ಕಡೆ ಮುತ್ತಮ್ಮ ಈದ ಹುಲಿಯಂತೆ ನುಗ್ಗಿದಳು–ಕಿಡಿಕಿಡಿಯಾಗಿ, ಕೆಂಡದವಲಾಗಿ! ಅಷ್ಟರಲ್ಲಿ ಆಕೆಯ ಮಗಳೇ ಎದ್ದು ತಾಯಿಗೆ ಅಡ್ಡ ಬಂದು ಹೇಳಿದಳು:

"ಸುಮ್ನಿರಮ್ಮ. ನನ್ನ ಗಂಡ್ನಿಂದೆ ನಾನ್ ಹೋತೀನಿ...ಮುಂದೆ ಕೈ ಹಿಡಿದ ಗಂಡಾ ತಾನೇ ಹೊರ್ತಾಗಿ ಅಪ್ಪನೂ ಆಗೋಲ್ಲ, ಅವ್ವನೂ ಆಗೋಲ್ಲ...ಯಾರೂ ಆಗೋಲ್ಲ."

ಮಗಳ ಈ ಮಾತನ್ನು ಕೇಳಿದ ಮುತ್ತಮ್ಮನಿಗೆ ರಕ್ತಚಲನೇ ನಿಂತಂತಾಗಿ, ಕಂಬದಂತೆ ಹಾಗೆಯೇ ನಿಂತುಕೊಂಡಳು, ನಿಶ್ಚೇಷ್ಟಿತಳಾಗಿ.

"ಎಲ್ಲಿಗೆ ಬರ್ಬೇಕೋ ಬನ್ನೀಂದ್ರೆ, ಬರ್ತಿನಿ" ಎಂದು ಚೆನ್ನಮ್ಮ ಗಂಡನೊಡನೆ ಹೊರಟು ಬಂದಳು, ಮನೆಯಿಂದ. ಅವರ ಹಿಂದೆಯೇ ಅಲ್ಲಿ ನೆರೆದಿದ್ದ ಜನರೂ ಕಡೆದರು, ಒಬ್ಬೊಬ್ಬರಾಗಿ.

ಅವರೆಲ್ಲ ಹೋದ ತಕ್ಷಣ, ಕಂಬದಂತೆ ನಿಂತಿದ್ದ ಮುತ್ತಮ್ಮ ಕವಣೆಯ ಕಲ್ಲಿನಂತೆ ಬಾಗಿಲ ಬಳಿಗೆ ಹೋಗಿ, ದಢಾರನೆ ಕದವನ್ನು ಮುಚ್ಚಿ, ಭದ್ರವಾಗಿ ಅಗುಳಿ ಹಾಕಿ, ಹಾಗೆಯೇ ಕದಕ್ಕೆ ಒರಗಿ ನಿಂತುಕೊಂಡು–

'ಶಸ್ತ್ರವನ್ನು ನೆಲಕ್ಕೆ ಹಾಕಿ,' ತಲೆಯ ಮೇಲೆ ಕೈ ಹೊತ್ತುಕೊಂಡು ಪಡಶಾಲೆಯ ಗೋಡೆ ಗೊರಗಿ ಕುಳಿತಿದ್ದ ತನ್ನ ತಮ್ಮನನ್ನು ನೋಡುತ್ತಿದ್ದಂತೆಯೇ ಯಾರದೋ ಮೇಲಿನ ರೋಷ ತಮ್ಮನ ಮೇಲೆ ಆಸ್ಫೋಟನಗೊಂಡಿತು:

"ಈಗ ಸಮಾಧಾನವಾಯ್ತೇನಪ್ಪ ನಿನಗೆ?"

"ಏನಕ್ಕ...ನೀನು ಹೇಳೋ ಮಾತು" ಎಂದು, ತಬ್ಬಿಬ್ಬಾದ ತಮ್ಮ, ನೊಂದ ದನಿಯಲ್ಲಿ ಏನೋ ಹೇಳುವುದರಲ್ಲಿದ್ದ. ಆದರೆ ಮುತ್ತಮ್ಮ ಮಧ್ಯದಲ್ಲಿಯೇ ಬಾಯಿಹಾಕಿ,

"ಊಕಣಪ್ಪ, ನಾನು ಹೇಳೋ ಮಾತು ಸರಿಯಿಲ್ಲ...ಉಂಡು, ತಿಂದು, ಏನಾದರೂ 'ಗಿಲುಬಿ'ಕೊಂಡ್ ಹೋಗಾಕ್ ಮಾತ್ರ ನೀನ್ ಜಾಣ...ಅಕ್ಕ-ಅಕ್ಕನ ಮಗಳ್ನೆ ಊರ್ನವರು

ಚಚ್ಚಿಹಾಕಿದ್ರೂ ಸುಮ್ನೇ ಇರ್ತಿಯಾ... ಸತ್ತರೆ, ಸೊತ್ತೆಲ್ಲ ನನಗೇ ಸಿಕ್ತದೇಂತ" ಎಂದು ಹೇಳಿದವಳೇ ಬಿರುಗಾಳಿಯಂತೆ ಹೋಗಿ ಹಾಸಿಗೆಯ ಮೇಲೆ ಕುಸಿದು, ದಿಂಬಿನಲ್ಲಿ ಮುಖ ಹುದುಗಿಸಿದಳು. ನಡೆದುದೆಲ್ಲಕ್ಕೂ ಸಾಕ್ಷಿಯಾಗಿ, ನಡುಮನೆಯ 'ದೀಪದಲಕಿ'ನ ಮೇಲೆ ಎಣ್ಣೆಯ ದೀಪ ಶಾಂತವಾಗಿ ಉರಿಯುತ್ತಿತ್ತು!

***

ಚೆನ್ನಮ್ಮ, ಬಹಳ ಕಾಲದವರೆಗೂ ಮಕ್ಕಳಿಲ್ಲದ ಮುತ್ತಯ್ಯ ಮತ್ತು ಮುತ್ತಮ್ಮನಿಗೆ ತೀರ ಮುಪ್ಪಿನಲ್ಲಿ ಹುಟ್ಟಿದ ಒಬ್ಬಳೇ ಒಬ್ಬ ಮಗಳು. ನೆಲದ ಮೇಲೆ ಬಿಡದಂತೆ ಸಾಕಿದರು, ಒಬ್ಬಳೇ ಮಗಳೆಂದು. ಅವಳು ಬೆಳೆದು, 'ದೊಡ್ಡವ'ಳಾದಮೇಲೆ, ಮದುವೆಯ ಪ್ರಸ್ತಾಪ ಬಂದು, ಒಬ್ಬ ಮಗಳನ್ನು ಮದುವೆ ಮಾಡಿ ಗಂಡನ ಮನೆಗೆ ಕಳಿಸಿದರೆ ತಮಗೆ ಮುಪ್ಪಿನಲ್ಲಿ ದಿಕ್ಕಾರು? ಮನೆಯ ದೀಪ ಹಚ್ಚುವವರಾರು? ಈ ಆಸ್ತಿಪಾಸ್ತಿಯ ಉಸ್ತುಬಾರಿ ನೋಡಿ ಕೊಳ್ಳುವವರು ಯಾರು? ಎಂದು ತಂದೆ ತಾಯಿಗಳು ಯೋಚಿಸಿ, ಯಾರದರೂ 'ಗಾಳಿ ಗಂಟ್ಲು' ಅಲ್ಲದ ಯೋಗ್ಯ ಹುಡುಗನನ್ನು ತಂದು 'ಮನೆವಾಳ್ತನ'ಕ್ಕೆ ಮದುವೆ ಮಾಡ ಬೇಕೆಂದು ನಿರ್ಧರಿಸಿಕೊಂಡರು.

ಅಂಗೈ ಮುಂಗೈ ಮಾಡಿ, ಮುಂಗೈ ಅಂಗೈ ಮಾಡಿ, ತಲೆಯಲ್ಲೇ ಮೆರೆಯುವ ಥಳುಕು-ತಟವಟದ ಹುಡುಗರನ್ನು ತಂದರೆ ಆಸ್ತಿಯನ್ನು ಹಾಳಿಗಿಕ್ಕಿ, ಮನೆಯನ್ನು ತೊಳೆಯುವ ರೆಂದು ಯೋಚಿಸಿ, ಹೊತ್ತಾರೆಯಿಂದ ಬೈಸಾರೆಯವರೆಗೂ ಕತ್ತೆಯಂತೆ ಗೆಯ್ಯುತ್ತ, ಕಾಲಲ್ಲಿ ತೋರಿಸಿದ ಕೆಲಸವನ್ನು ಕೈಯಲ್ಲಿ ಮಾಡುತ್ತ ಪಟೇಲನ ಮನೆಯಲ್ಲಿ ನಿರ್ಗತಿಕನಾಗಿ ಜೀತಕ್ಕಿದ್ದ ಚಿಕ್ಕಣ್ಣನನ್ನು ಏನೂ ತಿಳಿಯದವನೆಂದೂ ಮುತ್ತಯ್ಯ ಯೋಚಿಸಿ, ಮನೆವಾಳ್ತನಕ್ಕೆ ತಂದು ಲಗ್ನ ಮಾಡಿ ವರ್ಷದೊಳಗಾಗಿ ತೀರಿಹೋದ.

ತನ್ನ ಗಂಡ ತೀರಿಹೋದ ಮೇಲೆ, ಮುತ್ತಮ್ಮ ಆಸ್ತಿಯನ್ನೆಲ್ಲ ತನ್ನ ಮಗಳ ಹೆಸರಿಗೆ ಬರೆದುಬಿಟ್ಟಳು-ವಯಸ್ಸಾದ ತಾನೂ ಯಾವ ಗಳಿಗೆಯಲ್ಲಿ ಕಣ್ಣು ಮುಚ್ಚಿಕೊಳ್ಳುತ್ತೇನೋ ಎಂದು.

ಈ ಸಂದರ್ಭವನ್ನು ಸದುಪಯೋಗಪಡಿಸಿಕೊಳ್ಳಲಾರಂಭಿಸಿದರು, ಆ ಊರಿನ ಅನ್ಯ ಜಾತಿಯ ಜನ. ಕಾರಣ, ಮುತ್ತಯ್ಯನ ಆಸ್ತಿ ಆ ಊರಿಗೇ ಫಲವತ್ತಾದುದು. ಮೇಲಾಗಿ ಆ ಊರಿಗೆ ಹೊಸದಾಗಿ ಕೆರೆಯಾದ ಮೇಲೆ ಮುತ್ತಯ್ಯನ ಆಸ್ತಿಯೆಲ್ಲವೂ ತೋಟ ತುಡಿಕೆ ಮಾಡುವಂಥ ನೀರಾವರೀ ಜಮೀನಾಯಿತು. ಇದನ್ನು ಕಂಡು ಬಾಯಲ್ಲಿ ನೀರೂರಿ, ಹೇಗಾದರೂ ಮಾಡಿ ಶತದಡ್ಡನಾದ ಅಳಿಯನನ್ನು ಎತ್ತಿಕಟ್ಟಿ, ಆಸ್ತಿಯನ್ನು ಹೊಡೆದು ಕೊಳ್ಳಬೇಕೆಂದು ಯೋಚಿಸಿದವರ ಪೈಕಿ ಊರ ಪಟೇಲನೂ ಒಬ್ಬ. ಅವನೋ ಇಂಥ ಧೋಕ-ದಗಲ ಬಾಜಿಯಲ್ಲಿ, ತರಲೆ-ತಕರಾರಿನಲ್ಲಿ, ಕೆಡು-ಕಿತಾಪತಿಯಲ್ಲಿ ಖದೀಮ.

ಸ್ವಂತ ವಿವೇಚನಾಶಕ್ತಿಯಿಲ್ಲದ ಜೇಡಿಮಣ್ಣು ತುಂಬಿದ ತಲೆಯ ಚಿಕ್ಕಣ್ಣನಿಗೆ ದುರ್ಭೋದನೆ ಮಾಡಿದ:

"ಮಂಕ್ ನಮ್ಮಗ್ನೆ...ನಿಮ್ಮತ್ತೆ ನಿನ್‌ಕೈಗೆ ಚಿಕ್‌ನಾಯ್ಕನಳ್ಳಿ ಚಿಪ್ಪು ಕೊಟ್ಲಲ್ಲೋ...! ಆಸ್ತೀನಾ ಮಗಳ ಹೆಸರಿಗೆ ಬರದ್ಲೇ ಹೊರ್ತು ನಿನ್ನ ಹೆಸರಿಗೆ ಬರದ್ಲೇನೊ...? ಅವಳ ತಮ್ಮ ಮೂರು ದಿನಕ್ಕೊಂದು ಸಾರಿ ಓಡೋಡಿ ಬರ್ತಾನೆ... ಅವನ ಕೈಲಿ ವಡವೆ, ವಸ್ತ್ರ, ಹಣ- ಎಲ್ಲ ತವರಿಗೆ ಸಾಗಿಸ್ತಾಳೆ... ನಿನ್ನ ತೆಳ್ಗೆ ಮಾಡ್ತಾಳೆ."

ಮೊಟ್ಟಮೊದಲು ತಮ್ಮ ಮನೆಯಲ್ಲೇ ತನಗೆ ಆಶ್ರಯ ನೀಡಿದ್ದ ಪಟೇಲರು, ತನ್ನ ಒಳಿತಿಗಾಗಿಯೇ ಹೇಳುತ್ತಿದ್ದಾರೆಂದು ನಂಬಿ, ಚಿಕ್ಕಣ್ಣ ಇದಕ್ಕೇನು ಮಾಡಬೇಕೆಂದು ಕೇಳಿದ. ಆಗ ಪಟೇಲರು ಉಪಾಯ ಹೇಳಿದರು.

"ಅವಳ ತಮ್ಮ ಇಲ್ಲಿಗೆ ಬಂದ್‌ದಿನ 'ನನ್ ಹೆಂಡ್ತೀನ ನನ್ನ ಹಿಂದೆ ಕಳ್ಸಿ; ನಾನೀ ಮನೇಲಿ ಇರೋಲ್ಲ' ಅಂತಾನ್ನು. ಒಬ್ಬ ಮಗಳ್ನ ಅವರು ಕಳಿಸೋಲ್ಲ. ಪಲಾನ್ ಪಿಸ್ತಾನ್ ಅಂತಾರೆ. ನೀನು ಜುಲ್ಮೆಯಿಂದ ಹೆಂಡ್ತೀನ ಎಳಕೊಂಡು ಬರೋಕೆ ಹೋಗು. ಅಕ್ಕ, ತಮ್ಮ ತಡೆಯೋಕೆ ಬರ್ತಾರೆ. ನಾವು ನಿನ್ ಹಿಂದಿಯೇ ಕುಮ್ಮಕ್ ಆಗಿದ್ದು, ಗಂಡನ ಹಿಂದೆ ಹೆಂಡ್ತಿ ಕಳಿಸಲ್ಲ ಅನ್ನೋದು ಗ್ರಾಸ್ತಾ ಆಡೋ ಮಾತೇನಯ್ಯ ಅಂತ ಛೀಗುಟ್ಟಿ, ಅವನೇನಾದ್ರೂ ಗರ್ ಮಿರ್ ಅಂದ್ರೆ ಹಿಡಕೊಂಡು ಚೆನ್ನಾಗಿ ಮೂಳೆ ಮುರಿಯೋಂಗೆ ತದಕಿ, ಜಾನ್ ನಿಕಲ್ ಗಯಾ ಮಾಡಿ, ಮತ್ತೆ ಈ ಊರಿಗೆ ಬರದಂಗೆ ಮಾಡಿಬಿಡಾನ...ಆಮೇಲೆ ನಾನು ಹೇಳದ್ದಂಗೆ ಮಾಡು ಆಸ್ತಿ ನಿನ್ನ ಹೆಸರಿಗೆ ಹೆಂಗಾಗಲ್ವೊ ನಾನು ನೋಡ್ತೀನಿ."

ತನಗಾದ ಅನ್ಯಾವನ್ನು ಸರಿಮಾಡಲು ಬಂದ ತನ್ನ ಭಾಗದ ದೇವರೆಂದೇ ನಂಬಿದ ಚಿಕ್ಕಣ್ಣ, ಈ ಸಂಚಿಗೆ ಸಮ್ಮತಿಯನ್ನು ಸೂಚಿಸಿದ. ಎಲ್ಲರೂ ಲಿಂಗಪ್ಪನ ಬರವಿಗಾಗಿ ಕಾಯುತ್ತಿದ್ದರು, ಹೊಂಚುಹಾಕಿಕೊಂಡು.

ಇದೇ ಸಮಯದಲ್ಲಿ ಮುತ್ತಮ್ಮನ ಮನೆಯಲ್ಲಿ ಹಸುವೊಂದು ಈದಿತು. ಮುತ್ತಮ್ಮ 'ಗಿಣ್ಣುಹಾಲು' ಕೂಡಿಹಾಕಿ, ಗಿಣ್ಣು ಮಾಡಲು ತನ್ನ ತಮ್ಮನನ್ನು ಕರೆಸಿಕೊಂಡಳು. ಕಾರಣ, ಚಿಕ್ಕಂದಿನಿಂದಲೂ ಈ ಮನೆಯ ಮಗನಾಗಿ ಗಾಣದೆತ್ತಿನಂತೆ ದುಡಿದಿದ್ದ ಅವನನ್ನು ಯಾವ 'ಹೆಚ್ಚುಗಟ್ಟಲೆ' ಅಡಿಗೆ ಮಾಡಿದರೂ ಕರೆಸಿಕೊಳ್ಳದೆ ಇರುತ್ತಿರಲಿಲ್ಲ.

ಆ ರಾತ್ರಿ ಮಾಡಿದ ಗಿಣ್ಣನ್ನು ಸಂತೋಷವಾಗಿ ಉಣ್ಣಬೇಕು ಎನ್ನುವಷ್ಟರಲ್ಲಿ ಮಿಗವನ್ನು ಕೆಡವಲು ತಮ್ಮ ಸಂಚಿನ ಬಲೆ ಬೀಸಿದರು. ಆದರೆ ಇವರ ಮರ್ಜಿ ಹೀಗೇ ಎಂದು ತಿಳಿದು ಕೊಳ್ಳುವಷ್ಟು ಲೋಕಾನುಭವವಿದ್ದ ಲಿಂಗಪ್ಪ, ಅವರು 'ಸುಪ್ವಿ' ಎನ್ನುವಾಗಲೇ 'ರಾಗ' ಯಾವುದೆಂದು ತಿಳಿದುಕೊಂಡು, ಅವರನ್ನು ತಡೆಯ ಹೋಗುವುದಿರಲಿ, ಒಂದು ಮಾತನ್ನೂ ಆಡಲಿಲ್ಲ. ಇದಕ್ಕೆ ಸರಿಯಾಗಿ ಚಾಲೋಕು ಹೆಣ್ಣಾದ ಚೆನ್ನಮ್ಮ, ತನ್ನ ತಾಯಿ ಮತ್ತು ಸೋದರಮಾವ ತಡೆಯಲು ಬಂದರೆ ಅವಮಾನ ಪ್ರಸಂಗ ಒದಗುವುದೆಂದು

ತಿಳಿದು, ಹೋಗಲು ಮೊಂಡುತನ ಮಾಡದೆ ಸಲೀಸಾಗಿ ತಾನೇ ಗಂಡನ ಹಿಂದೆ ಹೊರಟು ಬಂದಳು. ಆಗಲೇ ಸಂಚು ಹೂಡಿದವರೆಲ್ಲರೂ ಕೈಕೈ ಹಿಸುಕಿಕೊಂಡರು, ಕೆಲಸ ಕೆಟ್ಟಿತೆಂದು.

***

ಮನೆಯಿಂದ ಹೊರಟುಬಂದ ಚೆನ್ನಮ್ಮ ಹೊರಬಂದಮೇಲೆ, ಗಂಡನಿಗೆ ಕುಮ್ಮಕ್ ಆಗಿ ಬಂದಿದ್ದ ಊರ ಜನರನ್ನು ಮಾರ್ಮಿಕ ಮಾತಿನಿಂದ ಹಿಂದು ಮುಂದಿನೆದೆಲ್ಲವನ್ನೂ ಎತ್ತಿಕುಕ್ಕಿ, ಧೂಳು ಕೊಡವಿ, ಜನ್ಮಜಾಲಾಡಿಸಿ ಬಳಿಕ ಗಂಡನನ್ನು ತರಾಟೆಗೆ ತೆಗೆದು ಕೊಂಡಳು.

'ಇರೋಕೆ ಮನೆ ಎಲ್ಲಿ? ತೋರಿಸಿ.'

'ಹಸಿವಾತದೆ, ಊಟ ಹಾಕ್ಸಿ.'

'ಚಳಿಯಾತದೆ ಹೊದಿಯೊಕೆ ಕೊಡಿ.'

'ನಿಂತ್ಕೊಳ್ಳಲಾರೆ, ನಿದ್ದೆ ಬತ್ತದೆ–ನಿಮ್ಮನೆ ತೋರ್ಸಿ.'

ಗಂಡನಾದ ಚಿಕ್ಕಣ್ಣ ಹೆಂಡತಿಯನ್ನು ಯಾವ ಮನೆಗೆ ಕರೆದುಕೊಂಡು ಹೋದಾನು? ಅವನಿಗೆ ತನ್ನದೆಂಬ ಮನೆ ಮಠ ಇದ್ದರೆ ತಾನೆ...? ಹೆಂಡತಿಯನ್ನು ಎಳೆಯುವಾಗ ಲಿಂಗಪ್ಪ ತಡೆಯಲು ಬಂದೇ ಬರುತ್ತಾನೆ, ಆಗ ಅವನಿಗೆ ಅವಮಾನ ಮಾಡಬೇಕು–ಎಂಬುದು ಅವನ 'ಪಳಾನು' ಆಗಿತ್ತೇ ವಿನಾ, ತಾನು ಬೀಸಿದ ಬಲೆ ತನಗೇ ಉರುಳಾಗುತ್ತದೆಯೆಂದು ಭಾವಿಸಿರಲಿಲ್ಲ. ಏನೂ ತೋಚದೆ ಚಿಕ್ಕಣ್ಣ ದಿಙ್ಮೂಢನಾಗಿ ನಿಂತುಕೊಂಡ. ಊರ ನಾಯಿಗಳು ಮಾತ್ರ ಗಳ್ಳು ಹಾಕುತ್ತಿದ್ದುವು.

ಅದೇ ಸಮಯದಲ್ಲಿ ಪಕ್ಕದ ಹಳ್ಳಿಗೆ ಹೋಗಿದ್ದ ಶ್ಯಾನುಭೋಗರು ಹಿಂದಿರುಗಿ ಬರುದತ್ತಿದ್ದಾಗೆ, ಚಾವಡಿಯ ಬಳಿಯಲ್ಲಿ ಇವರನ್ನು ಕಂಡು. ವಿಷಯ ತಿಳಿದುಕೊಂಡು, ಬಳಿಕ ಚಿಕ್ಕಣ್ಣನಿಗೆ ಛೀಮಾರಿ ಮಾಡಿದರು:

"ಕೂಲಿ ಮಾಡ್ತಾ ಇದ್ದೋನ್ನ ಕರೆತಂದು, ಅಂಥ ಮನೆಗೆ ಧಣಿ ಮಾಡಿದ್ರೆ, ನಿಮ್ಮಾವ ತೀರಿಹೋದ ಮೇಲೆ ಇದೇನೇನೋ ನೀನು ಮಾಡಿದ್ದು? ಯಾರ್ಯಾರದೋ ಚಾಡಿಖೋರರ ಮಾತು ಕೇಳಿಕೊಂಡು ಉಂಡ ಮನೆಗೆ ಜಂತೆ ಎಣಿಸೋಕೆ ಷುರು ಮಾಡ್ದೇನೋ?"

"ಅಲ್ಲ ಸ್ವಾಮಿ, ನಮ್ಮತ್ತೆ ನನಗೆ ಅನ್ನೇಯ ಮಾಡಿದ್ಲಲ್ಲ ಸ್ವಾಮಿ...ಆಸ್ತೀನೀ ಮಗಳ ಹೆಸರಿಗೆ ಬರ್ದ್ಲೇ ಹೊರ್ಟುಲ್, ನನ್ ಹೆಸರೀಗೆ ಬರದ್ಲೇನ್ ಸ್ವಾಮಿ?"

"ಅಯ್ಯೋ ಮಂಕು ಮುಂಡೇದೇ, ಹೆಂಡ್ತಿ ಹೆಸರಿಗೆ ಜಮೀನಿದ್ದರೆ ಕೊಳ್ಳೆ ಹೋಗಿದ್ದೇನೋ? ಹೆಂಡ್ತಿ ಹೆಸರಿಗಿದ್ರೇನು? ಗಂಡನ ಹೆಸರಿಗಿದ್ರೇನು? ನಿನ್ನ ಮಕ್ಕಳಿಗಾಗುತ್ತೆ, ಎಲ್ಲಿ ಹೋಗುತ್ತೇ? ಆಯ್ಕೊಂಡು ತಿನ್ನೋರಿಗೇನೊ, ನಾಲ್ಕು ಅವಲಿನಾಸೆಗೆ ಒಟ್ಟು ಅವರೆ ಗಿಡದ

ಸಾಲಿಗೇ ಬೆಂಕಿ ಇಡ್ತಾರೆ...! ಚಾಡಿ ಮಾತು ಕೇಳಿದೆ, ಹೆಂಡ್ತಿ ಕರಕೊಂಡು ಬಂದ್ಬಿಟ್ಟೆ... ಒಂದು ಪಕ್ಷ ಮುತ್ತಮ್ಮನಿಗೆ ಮನಸು ಕೆಟ್ಟು ಹೋಗಿ, ಆಸ್ತೀನೆಲ್ಲ ತಮ್ಮನ ಹೆಸರಿಗೆ ಬರೆದು ಬಿಟ್ರೆ ಏನ್ ಮಾಡ್ತಿ? ಮತ್ತೆ ಪಟೇಲನ ಮನೆಯಲ್ಲಿ ಜೀತಕ್ಕಿರ್ತೀಯೇನು...! ಮಾಘ ಮಾಸ, ವಿಪರೀತ ಚಳಿ...ಆಯಮ್ಮ ಗರ್ಭಿಣಿ ಬೇರೆ, ತಂದು ಬೀದೀಲಿ ಕೂಡ್ಸಿಕೊಂಡಿದ್ದಾನೆ, ಮೊದಲು ಮನೆಗೆ ಕರೆದುಕೊಂಡು ಹೋಗಿ ಬಿಡು" ಎಂದು ಬುದ್ಧಿ ಹೇಳಿ, ಮನೆಯ ದಾರಿ ಹಿಡಿದರು ಶ್ಯಾನುಭೋಗರು.

ಅಷ್ಟು ಮೀಸೆ ಹುರಿ ಮಾಡಿಕೊಂಡು, ಮನೆಯಿಂದ ಹೆಂಡತಿಯನ್ನು ಜಬರ್‌ದಸ್ತಿನಿಂದ ಕರೆದುತಂದ ಚಿಕ್ಕಣ್ಣನಿಗೆ, ಮತ್ತೆ 'ಮಕ ಅದರಾಕಿ'ಕೊಂಡು ಹಿಂದಕ್ಕೆ ಹೋಗುವುದು ಹೇಗೆ ಎನ್ನಿಸಿತು. ಅಷ್ಟರಲ್ಲಿಯೇ ಪಟೇಲ ಬಂದು, ಹೀಗೇ ಬಿಟ್ಟರೆ ಕೆಲಸ ಕೆಡುವುದೆಂದು, ಊರಿನ ಇನ್ನೂ ಕೆಲ ತಲೆಯಾಳುಗಳೊಡನೆ ಮಧ್ಯಸ್ತಿಕೆ ವಹಿಸಲು ಮುಂದೆ ಬಂದ, ತುಂಬ 'ಸಾಬಸ್ತೆ' ಎಂದು ಜನರಿಗೆ ತೋರಿಸಿಕೊಳ್ಳಲು.

***

ಮುತ್ತಮ್ಮನ ಮನೆಯೊಳಗೆ ಉಸಿರುಕಟ್ಟುವಂಥ ಮೌನವಿದ್ದರೂ ಅವಳ ಮನದೊಳಗೆ ಅಷ್ಟೇ ಗದ್ದಲ ನಡೆಯುತ್ತಿತ್ತು...

ಎಷ್ಟು ದಿನದಿಂದ ಸಾಧಿಸಿಕೊಂಡಿದ್ದರು, ಹಿಂಗ್ ಮಾಡೋಕೆ? ಎಷ್ಟು ಬಿರನೆ ಸದರವಾಗಿ ಬಿಡ್ತು...? ಕುಂಟನೋ, ಕುರುಡನೋ, ಹೆಳವನೋ ಎಂಥೋನೋ ಮನೆಗೆ ಯಜಮಾನಾಂತ ಅನ್ನೊಕಂಡು, ಮೂಳೆ ಚಕ್ಕಳಾಗಿದ್ರೂ ಸಮನೆ, ಗಂಡ ಮೂಲೇಲಿ ಉಸಿರಾಡಿಕೊಂಡು ಮಲಗಿದ್ರೆ ಹಿಂಗಾತಿತ್ತ?

...ತೀರುಹೋದ ತನ್ನ ಗಂಡನ ನೆನಪಾಗಿ, ಗಂಡನ ಬಲವಿಲ್ಲದ ಹೆಣ್ಣು ಮುಂಡೆ ಎಂಬ ಭಾವನೆಯುದಿಸಿ, ಮುತ್ತಮ್ಮನಿಗೆ ಕೊರಳ ಸೆರೆ ಬಿಗಿದವು...

ಬೇರೆಯವರ ಮನೇಲಿ 'ಅನ್ನಾನಗತಿಕ'ನಾಗಿ ಆಯ್ಕೊಂಡು ತಿನ್‌ತಿದ್ದೋನ್ನ ತಂದು, ಇಷ್ಟು ಗಾತ್ರ ಆಸ್ತಿ ಮೇಲೆ ಕುಂಡ್ರಿಸಿ, ಮನೆಗೆ ಧಣಿ ಮಾಡಿದ್ರೆ ಇವೊತ್ತು ಎಂಥ ಕೆಲ್ಸ ಮಾಡಿದ...? ನಾನು ಮೊದಲೇ ಬಡ್ಕೊಂಡೆ, ಇವನು ಬ್ಯಾಡಾ ಬ್ಯಾಡಾ ಅಂತ–ನನ್ನ ಮಾತ್ನ ಕೇಳಿದ್ರೆ ತಾನೇ 'ಅವರು?' ಕೋಡಂಗಿ ಅಂತೋನ್ನ ತಂದು ಅಳಿಯನನ್ನಾಗಿ ಮಾಡಿ, ನೀನು ಅನುಭವಿಸು ಮುಂಡೆ ಅಂತ ನಿಸುರಾಗಿ ಅವರೇನೋ ಕಣ್ಮುಚ್ಚಿಕೊಂಡರು.

ಮುತ್ತಮ್ಮನಿಗೆ ದುಃಖ ಉಕ್ಕಳಿಸಿ ಮಗ್ಗುಲಾದಳು. ಅದೇ ಸಮಯಕ್ಕೆ ಸರಿಯಾಗಿ, ಪಡಶಾಲೆಯ ಇನ್ನೊಂದು ಪಕ್ಕದಲ್ಲಿ ಮಲಗಿದ್ದ ಲಿಂಗಪ್ಪ ನಿಟ್ಟುಸಿರುಬಿಟ್ಟು ಒಂದು ಕಡೆಯಿಂದ ಮತ್ತೊಂದು ಕಡೆಗೆ ಹೊರಳಿದ್ದನ್ನು ಕಂಡು, ಮುತ್ತಮ್ಮನ ವಿಚಾರಲಹರಿ ಬೇರೊಂದು ಕಡೆಗೆ ಹರಿಯಿತು.

ಮಕ್ಕಳು ಯಾರ್ಗೋ, ಮರಿ ಯಾರ್ಗೋ... ಅಣ್ಣ ಯಾರ್ಗೋ, ತಮ್ಮ ಯಾರ್ಗೋ... ಎಲ್ಲ ತಿನ್ವಾಗ, ಉಣ್ವಾಗ, ಹೊತ್ಕೊಂಡು ಹೋಗ್ವಾಗ...ನಮ್ಮ ಪ್ರಾಣ ಹೋಗ್ವಾಗ ಯಾರೂ ಆಗೋಲ್ಲ...ಅಲ್ಲ ನನ್ಮೇಲೆ ಊರೆಲ್ಲ ಹೀಂಗ್ ಕತ್ತಿಮಸೆಗೊಂಡು ಬಂದಾಗ, ತಡೆಯೋಕ್ ಬರೋದಿರ್ಲಿ, "ನೀನು ಯಾರೋ? ನಿಮಗೂ ಇದಕ್ಕೂ ಸಂಬಧವೇನೋ?" ಅಂತ ಒಂದ್ ಮಾತು ದೇಖಿಲ್ ಆಡ್ಲಿಲ್ಲವಲ್ಲ... ಅವನ ಮಗಳ್ನೆ ಒಂದು ಪಕ್ಸ ಹಿಂಗೆ ಎಳಕೊಂಡು ಹೋಗ್ತಿದ್ದರೆ, ಸುಮ್ಕಿರ್ತಿದ್ನ?

ಮುತ್ತಮ್ಮನಿಗೆ ಖಂಡುಗ ದುಃಖವಾಯಿತು. ಮತ್ತೊಂದು ಕಡೆಗೆ ಹೊರಳಿದಳು.

ಇವನು ಒಬ್ಬನೇ ಒಬ್ಬ ತಡೆಯೋಕ್ ಬಂದಿದ್ರೆ ತಾನೇ ಆ ಕಾಕೋಳ್‌ಗುಂಪು ಸುಮ್ನೆ ಬಿಡ್ತಿತ್ತೆ? ಏಟು ಹಾಕ್ತಿದ್ದರು! ನನ್ನ ತಮ್ಮನಿಗೆ ಅವಮಾನ ಮಾಡ್ತಿದ್ದರು, ಅವನು ಸ್ವಲ್ಪ ದುಡುಕಿದ್ದರೆ...! ಆಮೇಲೆ, ಅಡಿಕೇಗೆ ಹೋದ ಮಾನ ಆನೆ ಕೊಟ್ರೆ ತಾನೆ ಬರ್ತಿತ್ತಾ? ಸದ್ಯ, ಅವನು ಹುಷಾರಾಗಿ ತಡೆಯಾಕ್ ಬರದ್ದೇ ವಾಸಿಯಾಯ್ತು.

ತನ್ನ ತಮ್ಮ ಗಂಡಾಂತರದಿಂದ ಪಾರಾದೆನಂಬ ಭಾವನೆ ಬಂದು, ಒಂದು ಭಾರ ಕಳೆದಂತಾದರೂ, ಆ ಬಿಸಿಯಲ್ಲಿ ತನ್ನ ತಮ್ಮನನ್ನು ದುಡುಕಿ ಅಂದ ಮಾತು ನೆನಪಿಗೆ ಬಂದು ಚುಚ್ಚತೊಡಗಿತು:

'ಉಂಡು ತಿಂದು ಏನಾದರೂ ಗಿಲುಬಿಕೊಂಡು ಹೋಗಾಕ್ ಮಾತ್ರ ನೀನ್ ಜಾಣಾ... ಕೊನೆಗೆ ಅಕ್ಕ-ಅಕ್ಕನ ಮಗಳ್ನ ಊರ್‍ನವರು ಚಚ್ಚಿ ಹಾಕಿದ್ದರೂ ಸುಮ್ನಿರ್ತಿದ್ದೆ, ಸತ್ರೆ ಆಸ್ತಿ ಎಲ್ಲ ನನಗೇ ಸಿಕ್ತದೇಂತ.'

"ಛೆ! ಆತರ ನಾನು ಅನ್ಯಾಬರ್ದಾಗಿತ್ತು...ಎಂದಾದ್ರೂ, ಅವನು ಈ ಆಸ್ತಿಗೆ ಆಸೆಪಟ್ಟಿದ್ನ? ನಾನೇ ಒಂದ್ ಸಾರಿ, ಇಷ್ಟು ಗಾತ್ರ ಆಸ್ತಿ ಬೇರೆಯವರ ಪಾಲಾಗ್ತದೇಂತ, ಅವನ್ನ ಹತ್ತಿರಕ್ಕೆ ಕರ್‍ದು 'ನಿನ್ ಮಗಳ್ನ ನನ್ನ ಮಗನಿಗೇ ಕೊಡು ಮಾವ' ಅಂತ ನೀನು 'ಅವರ್‍ನ' ಒಂದು ಮಾತು ಕೇಳು, ಉಳಿದದ್ದನ್ನು ನಾನು ನೋಡ್ಕೋಳ್ತಿನಿ-ಎಂದಾಗ ಅವನು ನನಗೆ ಕೊಟ್ಟ ಉತ್ತರ? 'ಬೇಡಕಣಕ್ಕ, ಅಂಥ ದೇವರಂಥ ಮಾವ ಎಲ್ಲಿ ಸಿಕ್ತಾನೆ? ಅವನು ನನ್ ಮೇಲೆ ಇಟ್ಕೊಂಡಿರೋ ನಂಬಿಕೇನೇ-ಪ್ರೇಮಾನೇ ನನಗೊಂದು ದೊಡ್ಡ ಆಸ್ತಿ...! ನನ್ನ ಭಾಮೈ ದ್ನನ್ನ ರಾಶಿ ಮೇಲೆ ಬಿಟ್ರೂ ಒಂದ್ ಹುಲ್ಲಗಡ್ಡಿಗೆ ಧೋಕ ಬರೋಲ್ಲ-ಅಂತ ಎಲ್ಲರ ಕೈಲೂ ಸಂತೋಷದಿಂದ ಹೇಳ್ಕೊಂಡು ಪೆಟ್ಟಿಗೆ ಬೀಗದಕೈನೇ ನನ್ ಕೈಲಿ ಕೊಟ್ಟವ್ನೆ...ಅವನು ಕೈಯೆತ್ತಿ ಕೊಡುದ ವಸ್ತು ನನಗೆ ವಿಷಕ್ಕೆ ಸಮಾನ; ಅವನು ಕೈಯೆತ್ತಿ ಒಂದ್ ಹುಲ್ಕಡ್ಡಿ ಕೊಟ್ರೂ ಅದು ನನಗೆ ರಾಮೋಕ್ಸ...! ಈಗ ನಾನು ಈ ಆಸ್ತಿಗೆ ಆಸೆ ಪಡ್ಲ? ಆಸ್ತಿಮೇಲೆ ಆಸೆ ಬಿದ್ದು ಓರಿಗೆ ಇಲ್ಲದ ಹುಡುಗನಿಗೆ ಮಗಳ್ನ ಕೇಳಾಕ್ ಬಂದ್ನಲ್ಲ-ಅಂತ ನಮ್ಮಾವ ನೊಂದ್ಕೊಂಡ್ರೆ ನಾನಿದ್ರೇನು, ಸತ್ರೇನು...? ಬೇಡಕಣಕ್ಕ, ಮಾವ ಯಾರನ್ನಾದ್ರೂ ತರಲಿ... ನಮ್ಮಾವನ ಮನೆ ದೀಪ ಆರ್ದಂಗೆ ಉರೀತಿದ್ರೆ, ಅಷ್ಟೇ ಸಾಕು ನನಗೆ."

ಇಂಥ ತಮ್ಮನಿಗೆ ಯಾರದೋ ಮೇಲಿನ ಕೋಪದಲ್ಲಿ ಕರುಳು ಕೊಯ್ಯುವ ಮಾತಾಡಿದೆನಲ್ಲ–"ಅಲ್ಲ–ಅಕ್ಕನ ಮಗಳು ಸತ್ರೆ, 'ಸತ್ತು' ನನಗೇ ಸಿಕ್ತದೇಂತ ಸುಮ್ನೆ ಇರ್ತೀಯಾ!":

ಛೆ! ಆ ಸಮಯದಲ್ಲಿ 'ತುಟಾಗ್ರ'ಕ್ಕೆ ಬಂದ ಮಾತನ್ನ ತಡೆಯದೆ ಉಚಾಯಿಸಿ ಅಂದುಬಿಟ್ಟೆ. ಆ ಥರ ಅನ್ಬಾರ್ದಾಗಿತ್ತು. ಎಷ್ಟು ನೊಂದ್ಕೊಂಡನೋ ನನ್ನ ಅಕ್ಕ ಇಂಥ ಮಾತ್ನ ಆಡಿಬಿಟ್ಲಲ್ಲಾಂತ...

"ಅಯ್ಯಾ ಲೋ"–ಮುತ್ತಮ್ಮನಿಗೆ ಅರಿವಿಲ್ಲದೆಯೇ ಈ ಮಾತು ಬಾಯಿಂದ ಹೊರ ಬಿತ್ತು. ಅಕ್ಕನ ಈ ಕೂಗಿಗೆ ತಮ್ಮನಿಂದ ಉತ್ತರ ಬರಲಿಲ್ಲ. ಬದಲಾಗಿ ಅವನು ಬಿಕ್ಕುವುದು ಕೇಳಿಸಿತು! ಮುತ್ತಮ್ಮನಿಗೆ ಕರುಳು ಕಿವುಚಿದಂತಾಯ್ತು...

ಅವನನ್ನು ಸಮಾಧಾನಪಡಿಸಬೇಕು; ಹಸಿದುಬಿಟ್ಟನೇನೋ, ಎಬ್ಬಿಸಿ ಉಣ್ಣಾಕಿಕ್ಕಬೇಕು. ಮಾಡಿದ ಗಿಣ್ಣು ಮಡಕೆಯಲ್ಲಿ ಆರಿ ಅತ್ತೀಕಾಯಿ ಆತಾ ಅದೆ, ಎಂದುಕೊಂಡ ಮುತ್ತಮ್ಮಾ "ಅಯ್ಯಾ ಲೋ" ಎಂದು ಮತ್ತೊಮ್ಮೆ ತಮ್ಮನ್ನನ್ನು ಕೂಗಬೇಕೆನ್ನುವಷ್ಟರಲ್ಲಿ, ಹೊರಗಡೆ ಯಿಂದ ಕೇಳಿ ಬಂದ ಕೂಗು ಅವಳ ಬಾಯನ್ನು ಕಟ್ಟಿತು.

"ಮೊ, ಮುತ್ತಮ್ಮ...ಬಾಗಿಲು ತೆಗೆಮ್ಮಾ."

ಹೊರಗಡೆ ಹತ್ತಾರು ಜನಗಳ ಮಾತುಕತೆ, ನಡಿಗೆಯ ಶಬ್ದ, ಗುಸುಗುಸು ಪಿಸಪಿಸ.

"ಏನು ಇಷ್ಟು ಬಿರನೆ ಮಲಗಿಬಿಟ್ಲ ಮುತ್ತಮ್ಮ...? ಮೋ, ಮುತ್ತಮ್ಮ, ಕದ ತೆಗೆಮ್ಮ ರವಷ್ಟು."

ಯಾವೋನು ಇವನು ಕೂಗ್ತಾ ಇರೋನು?–ಎಂದುಕೊಂಡ ಮುತ್ತಮ್ಮ ಅವನ ಧ್ವನಿಯ ಜಾಡನ್ನು ಹಿಡಿದು, ವ್ಯಕ್ತಿಯ ಪತ್ತೆ ಹಚ್ಚತೊಡಗಿದಳು.

ನಾನಮ್ಮ ಪಟೇಲ, ಕೂಗ್ತಿರೋದು...ಕದ ತೆಗೆಮ್ಮ...ಏನೋ ಬುದ್ಧಿ ಇಲ್ಲದ ನನ್ಮಗ ದುಡುಕಿಬಿಟ್ಟ...ಚೆನ್ನಾಗಿ ಛೀಮಾರಿ ಮಾಡಿದ್ದೀನಿ, ಇನ್ ಮಾಡ್ದಂಗೆ."

...ಇದನ್ನು ಕೇಳಿ ಮುತ್ತಮ್ಮನ ಎದೆಯಲ್ಲಿ ಸೇಡಿನ ಸರ್ಪ ಭುಸುಗುಟ್ಟಿತು. ಆಹಹ... ಮಾಯಕಾರ; ಮಳ್ಳಿ ಅಂತೋನು... ಆ ಕಡೆ ಮಗಾನೂ ಜಿಗಟ್ತಾನೆ, ಈ ಕಡೆ ತೊಟ್ಲೂ ತೂಗ್ತಾನೆ...! ಮಧ್ಯಾಹ್ನದಿಂದ ಮಳ್ಳಿಬಿಟ್ರು, ಕುದಿಯೋ ನೀರು ಮಳ್ಳಿದಂಗೆ.

"ಮೋ, ಮುತ್ತಮ್ಮ ಕೇಳಿಸ್ತದೇನಮ್ಮ." ಮತ್ತೆ ಹೊರಗಡೆಯಿಂದ ಕೂಗು. ಒಬ್ಬರಾದ ಮೇಲೆ ಒಬ್ಬರು ಕೂಗಿದರು. ಊಹುಂ. ಮುತ್ತಮ್ಮ ಜುಂ ಅನ್ನಲಿಲ್ಲ; ಜಪ್ಪಯ್ಯ ಅನ್ನಲಿಲ್ಲ.

ಕೊನೆಗೆ ಪಟೇಲ ಲಿಂಗಪ್ಪನ ಹೆಸರನ್ನು ಹಿಡಿದು ಕೂಗಿದ. ಲಿಂಗಪ್ಪ ಮುಷ್ಟಿ ಬಿಗಿದು ತುಟಿಕಚ್ಚಿ ಉಸಿರು ಬಿಚ್ಚನೇ ವಿನಾ ಉತ್ತರ ಕೊಡಲಿಲ್ಲ. ಒಳಗಡೆ ದನಕರುಗಳ ಉಸಿರಾಡು

ತ್ತಿದ್ದಾರೋ ಅಥವಾ ಇಲ್ಲವೋ ಎನ್ನಿಸಿತು, ಹೊರಗಡೆಯ ಜನಕ್ಕೆ. "ಮೋ, ಮುತ್ತಮ್ಮ... ಊರ ಪಟೇಲರ ಮಾತಿಗೆ ನೀನು ಗೌರವ ಕೊಡ್ತೀಯೋ ಇಲ್ವಮ್ಮಾ... ಹೋಗ್ಲೇನಮ್ಮಾ ಅಂಗಾದ್ರೆ."

ತನ್ನ ಅಕ್ಕನಿಗೆ ಏನೂ ಗೊತ್ತಾಗುವುದಿಲ್ಲ; ತಿಕ್ಕಲು ಹೆಂಗಸು; ಪಟೇಲನ ಈ ಬೇಳ್ಯದ ಮಾತಿಗೆ ಬೆರಗಾಗಿ ಎಲ್ಲಿ ಕದ ತೆಗೆದುಬಿಡುತ್ತಾಳೋ–ಎಂದು ಲಿಂಗಪ್ಪ ಪಕ್ಕಕ್ಕೆ ಹೊರಳಿ, ಅಕ್ಕನ ಕಡೆ ನೋಡಿ, ಅವಳ ನಿರ್ಧಾರದ ಬಗ್ಗೆ ಖಾತ್ರಿಯಾಗಿ, 'ಏನೋ ದೇವರು ಬುದ್ಧಿ ಕೊಟ್ಟಂಗೆ ಕಾಣ್ತದೆ' ಎಂದು ಸಮಾಧಾನದ ನಿಟ್ಟುಸಿರುಬಿಟ್ಟ. "ಮಗಳುಂಟು, ಅಳಿಯ ಉಂಟು; ಅವರಪ್ಪರಾಣೆ, ಏನ್ನ ಮಾಡಿಕೊಳ್ಳಲಿ ಬನ್ರಯ್ಯ...ನಾವ್ಯಕೆ ಹಣ್ಣಾಕೋ ತಿಮ್ಮಣ್ಣಾ ಅಂತ ಈ ಚಳೀಲಿ ನಿಂತ್ಕೊಂಡು ನಡುಗೋದು" ಎಂದು ಎಲ್ಲರನ್ನೂ ಹೊರಡಿಸಿಕೊಂಡು ಪಟೇಲ ಹೊರಟ.

...ಮುತ್ತಮ್ಮ ಎಂಥ ಚಲಗಾರ ಹೆಣ್ಣು ಅನ್ನೋದು ಇನ್ನೂ ಗೊತ್ತಿಲ್ಲ ಅಣ್ಣನಿಗೆ? ಈಗ ನಾನು ಎದ್ದು ಕದ ತೆಗೆಯದ್ದು, ಅವನ 'ಮಕ'ಕ್ಕೆ ಸಗಣ್ನೀರು ಹಾಕ್ದಂಗಾಯ್ತು. ಹಂಗೇ ಆಗ್ಬೇಕು ನನ್ಮಗನಿಗೆ! ನನ್ನ ತಮ್ಮನಿಗೆ ಅವಮಾನ ಮಾಡಿಸೋಕೆ ಎಂಥ ಹೂಟ ಹೂಡಿಸಿದ್ದ.

...ಮುತ್ತಮ್ಮ ತನ್ನ ಚಲಕ್ಕೆ ತಾನೇ ಮೆಚ್ಚಿಕೊಂಡಳು. ಪಟೇಲಿನಿಗೆ ಉತ್ತರಕೊಡದೆ ಮುಖ ಮುರಿದು ಕಳಿಸಿದ್ದಕ್ಕೆ ಕೊಂಚ ಸಮಾಧಾನವಾಯಿತು. ಹೊರಗಡೆ ನಿಶ್ಯಬ್ದವಾದುದನ್ನು ಕಂಡು, ಎಲ್ಲರೂ ಹೊರಟುಹೋದರೇನೋ ಕದ ತೆಗೆದು ನೋಡಬೇಕಿತ್ತು–ಎಂದು ಕೊಳ್ಳುತ್ತಿದ್ದಂತೆಯೇ ಕುಳಿರ್ಗಾಳಿ, ಸುಯ್ಯೆಂದು ಬೀಸಿತು. ವಯಸ್ಸಿನಿಂದ ಆಗಲೇ ಜಗ್ಗಿ ಹೋದ ಮುತ್ತಮ್ಮನ ದೇಹ 'ಗಡಗಡನೆ' ನಡುಗಿ ಹಲ್ಲುಗಳು ಒಂದಕ್ಕೊಂದು ತಾಟುಯ್ದುವು. ಥೂ! ಕದದ ಕಂಡಿಗೆ ಕಂಬಳಿ ಕೋರಿಯನ್ನು ಪಟ್ಟಾಗಿ ಗಿಡಿಕಿದ್ದರೂ ಎಲ್ಲಿಂದ ಬರ್ತಾ ಅದೋ ಹಾಳು ಗಾಳಿ–ಎಂದುಕೊಂಡ ಮುತ್ತಮ್ಮ ಕೈಕಾಲುಗಳನ್ನು ಹೊಟ್ಟೆಯ ಬಳಿಗೆ ಗುಡ್ಡಿಗೆ ತಂದುಕೊಂಡು, ಕಂಬಳಿಯನ್ನು ಮೇಲೆಳೆದುಕೊಂಡಾಗ ನೆನಪಾಯಿತು...

ಹೊದಿಯೋಕಿಲ್ಲ, ಹಾಸಾಕಿಲ್ಲ, ಚಳೀಲಿ ಎಲ್ಲಿ ನಡಗ್ತಾ ಅವಳೋ, ಬಸಿರಿ ಹೆಂಗಸು... ಪಾಪಿ, 'ಬವಸಿ'ಮಾಡಿದ ಗಿಣ್ಣನ್ನು ತಿನ್ನೋಕು ಪುಣ್ಯ ಇರಲಿಲ್ಲ...ಬರೇ ಹೊಟ್ಟೇಲೇ ಹೊಂಟೋದ್ಲು!

...ಮುತ್ತಮ್ಮನ ಹೆತ್ತಕರುಳು ಮಿಡಿದ ಕಂಬನಿ ಕೆನ್ನೆಯ ಮೇಲಿಳಿದು, ಬಂದ್‌ಗಿಂದಿ ದ್ದಾಳೇನೋ ಕದ ತೆಗೆದು ನೋಡಬೇಕು–ಎಂದು ಮೇಲೇಳುತ್ತಿದ್ದ ಹಾಗೆಯೇ–

"ಅವ್ವ...ಬಾಗಿಲು ತೆಗೆವ್ವ" ಎಂದು ಮಗಳೇ ಕೂಗಿದಾಗ, ಮುತ್ತಮ್ಮನನ್ನು ಯಾವುದೋ ಛಲ ನೆಲಕ್ಕು ಜಗ್ಗಿತು–ಉಕ್ಕೇರಿದ್ದ ಕರುಳ ತುಡಿತವನ್ನು ಹತ್ತಿಕ್ಕಿ.

"ಅವ್ವ...ಅವ್ವ... ಕದ ತೆಗೆವ್ವ" ಮತ್ತೆ ಮಗಳ ಕೂಗು. ಊಹುಂ. ಮುತ್ತಮ್ಮ "ಆಂ' ಎನ್ನಲಿಲ್ಲ. ಗಟ್ಟಿ ಮನಸ್ಸು ಮಾಡಿ ಪಕ್ಕಕ್ಕೆ ಹೊರಳಿದಳು.

"ಅವ್ವ...ಕೇಳಿಸ್ತದೇನವ್ವ...ಕದ ತೆಗೆವ್ವ."

...ನಿಮ್ಮವ್ವ ಸತ್‌ಹೋದ್ಲು ಹೋಗಿ... ಇನ್ನೂ ಉಳಿಸಿದ್ದೀಯಾ ಅವಳ್ನ. ಜೀವಬೆರಸೆ...? ಹೆತ್ತೋಳ್ ನಿನಗಾತಾಳಾ...? ನಾನ್ಯಾರು ನಿನಗೆ? ನಾನೇನು ನಿನ್ನನ್ನ ಹೊತ್ತಿದ್ನ? ಹೆತ್ತಿದ್ದನ...? ಕಕ್ಕಿದ್ದೆ!!

...ಮುತ್ತಮ್ಮನಿಗೆ ಈ ಮಗಳನ್ನು ಹೆರುವಾಗ ಪಟ್ಟ ವೇದನೆ ನೆನಪಿಗೆ ಬಂತು. 'ಕಷ್ಟ'ವಾಗಿ ನಾಲ್ಕು ದಿನವಾದರೂ ಹೆರಿಗೆಯಾಗದೆ ಐದನೇ ದಿನ ಇವಳನ್ನು ಹೆತ್ತಾಗ ತಾನೊಮ್ಮೆ ಸತ್ತು, ಮಗಳ ಜೊತೆಯಲ್ಲಿಯೇ ಮತ್ತೆ ಹುಟ್ಟಿದಂತಾಯ್ತು...! ನಾನು ಪಟ್ಟ ಕಷ್ಟಕ್ಕೆ, ಇವೊತ್ತು ಮಗಳಿಂದ ಬಂದ ಬೋಮಾನ? 'ಸುಮ್ನಿರಮ್ಮ ಕೈಹಿಡಿದ ಗಂಡಾತಾನೇ ಹೊರ್ತಾಗಿ ಅಪ್ಪನೂ ಆಗಲ್ಲ, ಅವ್ವನೂ ಆಗಲ್ಲ'–ಅದೂ, ಅವರೆಲ್ಲರ ಮುಂದೆಯೂ 'ಮಕ'ದ ಮೇಲೆ ಹೊಡೆದಂತೆ ಅಂದ್‌ಬಿಟ್ಟಲ್ಲ!

...ಆ ಮಾಘಮಾಸ ಚಳಿಯಲ್ಲೂ ಮುತ್ತಮ್ಮನಿಗೆ ಸೆಕೆಯಾದಂತಾಗಿ, ಕಂಬಳಿಯನ್ನು ಸರಿಸಿ, ಕೈಕಾಲುಗಳನ್ನು ಆಕಡೆ ಈಕಡೆಗೆ ಚಾಚಿ, ಜಂತೆಯನ್ನು ನಿಟ್ಟಿಸತೊಡಗಿದಳು.

"ಚಳ್ಯಾತದೆ...ಕದ ತೆಗೆವ್ವ" ಮತ್ತೆ ಮಗಳ ಕೂಗು.

...ನಿನ್ನ ಗಂಡನ ಮನೆಗೆ ಹೋಗು–ಗಂಡಾತಾನೇ ಹೊರ್ತಾಗಿ ನಾನಾತೀನಾ...? ಹೋಗು, ನಿನ್ನ ಗಂಡನ್ನ ಕೇಳು, ಹೊದಿಯೋಕೆ ಕೊಡ್ತಾನೆ.

...ಮುತ್ತಮ್ಮ ಪಕ್ಕಕ್ಕೆ ಹೊರಳಿದಳು.

'ಅಂಬಾऽऽ'–ಬಾಗಿಲ ಬಳಿ ಕಟ್ಟಿದ್ದ ಎಳಗರು ಅರಚಿತು. ತಾಯಿಹಸು ಮರು ಉತ್ತರ ಕೊಟ್ಟಿತು.

...ಈ ರೇಡಿನಲ್ಲಿ ಕರ ಬಿಟ್ಟುಕೊಳ್ಳೋ ಹಂಬಲವೇ ಮರೆತುಹೋಯ್ತಲ್ಲ...? ಕರ ಹಸಿದು ಅರಚಿಕೊಳ್ತಾ ಅದೆ...ಏನ್ ಮಾಡೋದು? ಅದೋ ಲಗಾಡಿ ಹಸ–ಆ ದೌಸಾಳನೇ (ಅಳಿಯನೇ) ಹಾಲು ಕರೀಬೇಕು...! ಬೇರೆಯವರು ಕರಿಯೋಕೆ ಹೋದ್ರೆ 'ಸೊರ' ಇರಕಿಸಿಕೊಂಡು ಒದ್ ಬಿಡ್ತದೆ...! ಉಂ...ಏನ್ ಮಾಡೋದು? ಎಳಗರ ಹಸಿವಿಗೆ ತಡೀತದ (ಚೆನ್ನ?!)

...ಮುತ್ತಮ್ಮ ಮಗ್ಗುಲಾದಳು. ಕರು ಮತ್ತೆ 'ಅಂಬಾ' ಎಂದಿತು. ಹಸುವೂ 'ಅಂಬಾ' ಎಂದು ಕಣ್ಣಿಯನ್ನು ತುಯ್ದಿತು; ನಿಂತಲ್ಲಿಯೇ ತಾಟುಯ್ದಿತು. ಆ ಕಡೆಯಿಂದ ಈ ಕಡೆಗೆ ಈ ಕಡೆಯಿಂದ ಆ ಕಡೆಗೆ ತೊನೆದಾಡಿ 'ಚಟಪಟ' ಎಂದು ನೆಲ ತುಳಿಯುತ್ತ ಚಟಪಡಿಸತೊಡಗಿತು.

...ಮುತ್ತಮ್ಮ ತಾನು ಮಗುವಿಗೆ ಹಾಲು ಕುಡಿಸದೆ ಇದ್ದಾಗ ಆಗುತ್ತಿದ್ದ ಎದೆಯ 'ಬಿಗಿತ'ವನ್ನು ನೆನಸಿಕೊಂಡಳು... ತನ್ನ ಮಗಳು ಒಂದು ಕಡೆಯ 'ಎದೆ'ಯನ್ನು ಕುಡಿಯು ವಷ್ಟರಲ್ಲೇ ಸಾಕಾಗಿ, ಇನ್ನೊಂದು 'ಎದೆ'ಯ ಮೊಲೆ ತೊಟ್ಟನ್ನು ಮಗುವಿನ ಬಾಯಿಗಿಟ್ಟರೂ ಕುಡಿಯದೆ ಇದ್ದಾಗ, ಹಾಲು ತುಂಬಿದ ಆ 'ಎದೆ'ಯ ಬಿಗಿತವನ್ನು ಸಹಿಸಲಾರದೆ ಬಟ್ಟಲಿಗೆ ಹಾಲನ್ನು ಕರೆಯುತ್ತಿದ್ದುದ ನೆನಪಾಯಿತು...

...ಎಳಹಂದಿ, ನಾಲ್ಕು ಮೊಲೆಗೂ ಹಾಲಿಳಿದುಕೊಂಡು 'ಬಿಗಿ'ಯುತ್ತಿರಬಹುದು; ಆ 'ಬಿಗಿತ'ವನ್ನು ತಾಳಲಾರದೆ ಈ ತರ ತಾಟುಯ್ತಾ ಅದೆ, ಏನ್ ಮಾಡೋದು?– ಎಂದು ಕೊಂಡು ಮುತ್ತಮ್ಮ ಪಕ್ಕಕ್ಕೆ ಹೊರಳಿದಳು.

...ಮುತ್ತಮ್ಮ ಇನ್ನೊಂದು ಮಗ್ಗುಲಾದಳು.

"ಅಂಬಾ"–ಮತ್ತೆ ಕರುವಿನ ಕೂಗು. ತಾಯಿ ಹಸು ನಿಂತ ಕಾಲಮೇಲೆ ನಿಲ್ಲದೆ, ತೊಣಚಿ ಹೊಕ್ಕಂತೆ, ಒಂದೇ ಸಮನೆ ನೆಲ ತುಳಿಯತೊಡಗಿತು–ಕುಂಬಾರ ಮಣ್ಣು ತುಳಿಯುವಂತೆ.

...ಅರೆರೆ! ಪಕ್ಕದಲ್ಲೆ ಈಲಾದ ಹಸು 'ಗೌರಿ' ಮಲಗಿದೆ. ಅವಸ್ತೆಗೆಟ್ಟದ್ದು ಈ ಲಗಾಡಿ ಹಸ, ಎಲ್ಲಿ ತುಳುದುಬಿಡ್ತಾದೋ ಈಲಾದ ಹಸಾನ! ಆಮೇಲೆ ಹೋದ ಸಾರಿಯಂತೆ ಅದು 'ಕಂದಾಕಿ'ಬಿಟ್ಟರೆ...! ಸದ್ಯ ಹಂಗಾಗೋದು ಬೇಡ ಈ ಸಾರಿ. (ಹಂಗಾದ್ರೆ... ಅದರ 'ತಳಿ' ಒಂದು ಇಲ್ದಂಗಾತದೆ ಮನೇಲಿ!!)

ಮಲಗಿದ್ದ ಆ ಹಸು ನಾಲ್ಕು ಕಾಲುಗಳನ್ನು ಚಾಚಿ ಕತ್ತನ್ನೂ ಹಿಂದಕ್ಕೆ ನೀಡಿ ನಿಡಿದಾದ ಉಸಿರುಬಿಟ್ಟಿತು.

...ಇನ್ನೆಲ್ಲ ಒಂದು ವಾರ ಎರಡು ವಾರದಲ್ಲಿ ಈಯುತ್ತದೆ. ಅದಕ್ಕೇ ದಣಿವು–ಹೆಚ್ಚು ಹೊತ್ತು ನಿಲ್ಲಲಾರದೆ ಮಲಗಿದೆ.

ಮುತ್ತಮ್ಮ ಮತ್ತೊಂದು ಕಡೆ ಮಗ್ಗುಲಾದಳು.

...ತನ್ನ ಮಗಳೂ 'ದಿನತುಂಬಿ'ದವಳು, ಬಿಮ್ಮನಸೆ, ಜೀವದ ಒಳಗೊಂದು ಜೀವ! (ಹೇಗೆ ನಿಂತುಕೊಂಡಾಳು, ದಣಿವಾಗುವುದಿಲ್ಲವೆ!)... ಬಸರಿಯ ಮನಸ್ಸು ಸೂಕ್ಷ್ಮದೊಳಗೆ ಸೂಕ್ಷ್ಮ...ನನ್ನ ಈ ಪಟ್ಟಿನಿಂದ ಮನಸ್ಸಿನ ಮೇಲೆ ನೋವಾಗಿ–

(ಹದಿನೈದು ದಿನದ ಹಿಂದೆ, ಆಚೆಯ ಮನೆಯ ಕೆಂಪಮ್ಮನ ಮಗಳು ಸತ್ತ ಮಗುವನ್ನು ಮಣ್ಣುಮಾಡಿ 'ನೀರುಯ್ದು'ಕೊಂಡಳು... ಹಂಗೇನಾದ್ರು, ಆಗಿಬಿಟ್ರೆ?)

...ಮುತ್ತಮ್ಮನ ತಲ್ಲಣಗೊಂಡ ತಾಯ್ತನದ ಹೃದಯ ಹೌಹಾರಿತು–

(ದೇವರೆ, ಹಂಗ್ಮಾಡ್‌ಬೇಡ... ಸಲೀಸಾಗಿ ಅಗಳೊಂದು ಕಡೆ ಗಂಜಿ ಒಂದ್ಕಡೆ ಮಾಡಿ ಬಿಡು)

"ಅಂಬಾಽಽ–ಕರುಳನ್ನು ಭೇದಿಸುವ ಕೂಗು.

("ಅವ್ವ ತಗೇಲ್ವೇನವ್ವ"–ಗದ್ಗದ ದನಿ)

...ಕರುವಿನ ಕರುಳನ್ನು ಭೇದಿಸುವ ಕೂಗನ್ನು ಕೇಳಿ, ನಿಲ್ಲಲಾರದೆ, ಬಲವಾಗಿ ಹಿಂದಕ್ಕೆ 'ಜೋತು', ಪಟಕ್ಕನೆ ಕಣ್ಣಿಕಿತ್ತುಕೊಂಡ ಹಸು, ('ಬಂದೇ' ಎನ್ನುವಂತೆ!) 'ಅಂಬಾ' ಎಂದು, ಬಾಗಿಲ ಬಳಿ ಕಟ್ಟಿದ್ದ ಕರುವಿನ ಬಳಿಗೆ ಧಾವಿಸಿತು!

(೧೯೬೧)

*

೧೦. ಆಗಂತುಕ

ಶ್ರೀಕೃಷ್ಣ ಆಲನಹಳ್ಳಿ

ಬೆಳಗ್ಗೆ ನಿದ್ದೆಯಿಂದ ಎಚ್ಚರವಾಗುತ್ತಿದ್ದ ಹಾಗೆ ಕಿಟ್ಟಿಗೆ ಧುತ್ತನೆ ಇವತ್ತು ಯಾರೋ ಬತ್ತಾರೆ ಎನ್ನಿಸಿತು. ಕಣ್ಣುಜ್ಜುತ್ತ ಎದ್ದು ಕೂತವನೆ ಅವ್ವನಿಗೆ ಕರೆದು ಹೇಳಬೇಕೆನ್ನಿಸುವಷ್ಟರಲ್ಲಿ ಅದಾಗಲೆ ಅಜ್ಜಿ, ಅವ್ವ ಮಾಮೂಲು ಲಟಾಪಟಿ ಜಗಳಕ್ಕೆ ತೊಡಗಿದ್ದರು. ದಿನವೂ ಅಷ್ಟೆ. ಏಳುತ್ತಿದ್ದಂತೆ ಏನಾದರೊಂದು ಅಜ್ಜಿಯ ರಾಮಾಯಣ ಇದ್ದೇ ಇರುತ್ತಿತ್ತು. ಇವತ್ತೇಕೋ ಅವ್ವ ತುಂಬ ಗಡುಸಾಗಿ ಮಾತಾಡುವುದು ಕೇಳಿ ಭಯವಾಯಿತು. ಅಜ್ಜಿ, ಅವ್ವ ಜಗಳ ಕಾದಾಗಲೆಲ್ಲ ಅಪ್ಪ ಅವ್ವನಿಗೆ ಸಾಯಬೀಳ ದನಕ್ಕೆ ಬಡಿದ ಹಾಗೆ ಬಡಿಯುತ್ತಿದ್ದುದು ನೆನಪಾಗಿ ಅಪ್ಪನ ಬಗ್ಗೆ ಕೋಪ ಬಂತು. ಮುಖ ತೊಳೆದು ರೊಟ್ಟಿ ತಿನ್ನಲು ಹಜಾರದಲ್ಲಿ ಕೂತಾಗ ಅಂಗಳದ ಸೂರಿನಲ್ಲಿ ಕೂತಿದ್ದ ಕಾಗೆ ಒಂದೇ ಸಮನೆ ಅರಚುತ್ತಿತ್ತು. ಒಳಗಿನ್ನೂ ಅಜ್ಜಿಯ ವಟವಟ ನಿಂತಿರಲಿಲ್ಲ. ಮತ್ತೆ ಹಾಗೆ ಕಿರುಚುತ್ತಿರುವುದು ಕಂಡು ಇವತ್ತು ಯಾರೋ ಬತ್ತಾರೆ, ಬಂದೇ ಬತ್ತಾರೆ, ಕಾಗೆಯೂ ಕರೆಯುತ್ತಿದೆ ಎಂದು ಧುತ್ತನೆ ಮತ್ತೆ ಮತ್ತೆ ಅನ್ನಿಸಿದ್ದನ್ನು ಅವ್ವನಿಗೆ ಹೇಳಿದಾಗ–'ಬತ್ತಾನೆ, ಬಂದ್ರೆ ಅವನೇ ಬರ್ಬೇಕು' ಎಂದು ಸಿಟ್ಟಿನಿಂದ ಮಾತನಾಡಿದ್ದು ಅರ್ಥವಾಗದೆ ಕಿಟ್ಟಿ 'ಯಾರವ್ವ ಅವನು' ಅಂದ ತುಂಬಾ ಕುತೂಹಲ ದಿಂದ, ಮತ್ತೆ ರೇಗಿ 'ಇನ್ಯಾರು ಒಂದೇ ಸಲ ಕರ್‍ಕೊಂಡು ಹೋಗವನು' ಅನ್ನುತ್ತ 'ತಿಂದೇಳೊ' ಎಂದು ತನ್ನ ಬಗ್ಗೆ ಸಿಟ್ಟಾದುದೇಕೆ? ಅವ್ವನೆ ಹೇಳಿತ್ತಲ್ಲವ ಕಾಗೆ ಕರೆದರೆ ಅವತ್ತು ಯಾರಾದರೂ ಬಂದೇ ಬತ್ತಾರೆ ಅಂತ? ಅದಕ್ಯಾಕೆ ಇಷ್ಟು ಕೋಪ?

* * *

ದಾರಿಯುದ್ದಕ್ಕೂ ತುಳಿದು ಬಂದಿದ್ದ ಕೆಸರು ಕಾಲುಗಳಲ್ಲಿ ಅಂಟಿಕೊಂಡಿದ್ದು ಇದೀಗ ಒಣಗಿ ಬಿರುಕು ಬಿರುಕಾಗಿ ಚಕ್ಕೆಯೇಳತೊಡಗಿತ್ತು. ಅನಂತಯ್ಯನವರ ಮಗ್ಗಿ ಪಾಠಕ್ಕಿಂತ ಕೆಸರು ಚಕ್ಕೆಗಳನ್ನು ಒಂದೊಂದೇ ಬಿಡಿಸುತ್ತ ಕೂರುವುದೇ ವಾಸಿ ಅನ್ನಿಸಿತು–ಕಿಟ್ಟಿಗೆ. ಕಿಟಕಿಯಾಚೆ ಬರ್‍ರನೆ ಕಾರು ಹೋದ ಸದ್ದು ಕೇಳಿಸಿ ಕೂತಲ್ಲೆ ಕತ್ತು ನಿಗರಿಸಿ ನೋಡಿದ. ಕಪ್ಪು ಬಣ್ಣದ ಕಾರು ಒಂದಿಷ್ಟು ಕಾಣಿಸಿ ಮಾದನ ಹೊಲದ ಉತಾರಿನಲ್ಲಿ ಇಳಿಯಿತು. ಇದ್ದಕ್ಕಿದ್ದ ಹಾಗೆ ಕಿಟ್ಟಿಗೆ 'ಯಾರೋ ಬತ್ತಾರೆ' ಅಂತ ಅನ್ನಿಸಿದ್ದು ನೆನಪಾಗಿ, ಈ ಕಾರಿನಲ್ಲಿ ಬಂದವರು ಅವರೇ ಇರಬೇಕು ಎನಿಸಿ, ಅದು ಮುಂದೆ ಹೊಲಗೇರಿ ಚಡಾವು ಹತ್ತಿ ಬಸಿರಿ ಮರದ ತಿರುವಿನಲ್ಲಿ ತಮ್ಮೂರ ಕಡೆಯ ಓಣಿಗೆ ತಿರುಗುತ್ತದೇನೋ ನೋಡ

ಬೇಕೆಂದುಕೊಂಡು ಎದ್ದು ನಿಂತೊಡನೆ ಅನಂತಯ್ಯ ಗದರಿಸುತ್ತ 'ಲೋ, ಯಾಕೊ ನಿಂತೆ' ಅಂತ ಕೇಳಿದಾಗ ಏನು ಹೇಳಬೇಕೆಂದು ತೋಚದೆ ತೆಪ್ಪಗೆ ಕೂತ.

ಮೊನ್ನೆ ಹಿಡಿದ ಹಾಳು ಜಡಿಮಳೆ ಧೋ ಎಂದು ಕಣ್ಣು ಮುಚ್ಚಿ ಸುರಿದು ಬೆಳಗಷ್ಟೇ ನಿಂತಿತ್ತು. ಆದರೂ ಪೂರ ಹೊಳುವಾಗಿರಲಿಲ್ಲ. ಈಗಲೋ ಇನ್ನೊಂದು ಗಳಿಗೇಲೋ ಹನಿಯೊಡೆಯಲು ಬಿಕ್ಕುತ್ತಿರುವಂತೆ ಕಟ್ಟಿಕೊಂಡಿದ್ದ ಮೋಡಗಳು ಕದಲಿರಲಿಲ್ಲ. ಮತ್ತೆ ಕ್ವಾಟೆ ಮುಗಿಲೆದ್ದು ದಪ್ಪ ದಪ್ಪ ಬಂಡೆಗಳಂಥ ಮೋಡಗಳು ಜಮಾಯಿಸುತ್ತ ಸಂಜೆಗೆ ಮುಂಚೆ ಮಬ್ಬುಕವುಚಿ ಗಂವನ್ನತೊಡಗಿತ್ತು. ಗುಡುಗುವ ಸದ್ದು ಕೇಳಿಸಿದ್ದೆ, ಸ್ಕೂಲು ಬಿಡುವ ಗಂಟೆಯಿನ್ನೂ ಬಾರಿಸುವ ಮುಂಚೆಯೇ ಪುಸ್ತಕದ ಚೀಲ ಬಗಲಿಗೇರಿಸಿ ನಿಂತುಬಿಟ್ಟ ಕಿಟ್ಟಿಯನ್ನು ಕಂಡ ಅನಂತಯ್ಯ 'ಸರಿ, ನೀನು ಹೋಗೋ. ಏರಿ ಮೇಲೆ ಜ್ವಾಕೆ, ಜಾರ್ತದೆ. ಗುರುಬಸವನ ಅಂಗಡಿ ಅತ್ರ ನಿಮ್ಮೂರವ್ರು ಯಾರಾದ್ರೂ ಇದ್ರೆ ಅವರ ಜೊತೆ ಹೋಗ್ರೊ' ಎಂದು ಹೇಳುತ್ತಿದ್ದಂತೆಯೇ ಸ್ಕೂಲ ಜಗಲಿ ಧುಮುಕಿದ ಕಿಟ್ಟಿ ಬೀದಿಗಿಳಿದಿದ್ದ. ಕೆಸರು ತುಂಬಿದ ಬೀದಿಯಲ್ಲಿ ಹೆಜ್ಜೆ ಇಟ್ಟಾಗಲೆಲ್ಲ ಪಿಚಕ್ಕನೆ ಬೆರಳುಗಳ ನಡುವೆ ರಾಡಿ ಚಿಮ್ಮಿವಾಗೆಲ್ಲ ಕಿಟ್ಟಿಗೆ ಏನೋ ಒಂದು ಥರ ಖುಷಿ. ಇನ್ನೂ ದನಕರುಗಳು ಕಾಡಿಂದ ಮೇದು ಮರಳದೆ ಬೀದಿ ಬಿಡುವಾಗಿತ್ತು. ಇಲ್ಲದಿದ್ದರೆ ಇಕ್ಕಟ್ಟಾದ ಬೀದಿಯಲ್ಲಿ ಅವುಗಳ ನಡುವೆ ತಾವು ಮಾಡಿಕೊಂಡು ನಡೆವುದೆ ಸಾಕಾಗಿ ಬಿಡುತ್ತಿತ್ತು. ಕಿಟ್ಟಿ ಏನೋ ಅವಸರವೆನ್ನುವಂತೆ ಕೆಸರು ಚಿಮ್ಮಿಸುತ್ತ, ಚಡ್ಡಿ ಅಂಚಿಗೆ ಅದರ ಕರೆ ಕಟ್ಟುವುದನ್ನು ಗಮನಿಸದೆ ನಡೆಯತೊಡಗಿದ.

ಊರಿನ ಎಲ್ಲ ಕೇರಿಯ ಬೀದಿಗಳು ಬಂದು ಕೂಡುವ ಚಾವಡಿ ಚೌಕದಲ್ಲೆ ಗುರುಬಸವನ ಅಂಗಡಿ. ಸುತ್ತಮುತ್ತಿನ ಹಳ್ಳಿಯಿಂದ ಸಾಮಾನಿಗೆ ಬಂದಿದ್ದ ಜನ ಮಳೆ ಬಂದುಬಿಡುತ್ತದೆಂದು ಆತುರ ಮಾಡುತ್ತಿದ್ದರು. ಅವರ ಗುಂಪಿನಿಂದ ಪರಿವಾರದ ಚಾಮ ಗೋಣಿಚೀಲದ ಕೊಪ್ಪೆ ಹಾಕಿಕೊಂಡು ಸೀಮೆಎಣ್ಣೆ ಶೀಶೆ ಹಿಡಿದು ಹೊರಗೆ ಬಂದವನೆ ದಾಪುಗಾಲು ಹಾಕುತ್ತ ಹೊರಟ್ಟಿದ್ದು ಕಂಡು ಕಿಟ್ಟಿ ತಟ್ಟನೆ ಕೂಗಿದ. ಚಾಮ ತಿರುಗಿ ನೋಡಿ 'ಬನ್ನಿ ಕಿಟ್ಟಪ್ಪ ಕೆಳ್ಗಟ್ಟಿ ಚೆನ್ನಮಲ್ಲಪ್ಪರ ಜಗಲಿಮ್ಯಾಗೆ ನಿಮ್ಮ ಅಯ್ನೋರು ಕೂತವ್ರೆ' ಎಂದು ಕೊಪ್ಪೆ ಹೆಗಲಿಂದ ತಲೆಗೆ ವರ್ಗಾಯಿಸಿ ಹೆಜ್ಜೆಯ ಬೀಸನ್ನು ಕಡಿಮೆ ಮಾಡಿದ. ಚನ್ನಮಲ್ಲಪ್ಪ ನವರನ್ನು ಕಿಟ್ಟಿ 'ಮಾವಯ್ಯ' ಅಂತ ಕರೆಯುತ್ತಿದ್ದ. ಅಜ್ಜ ಇಲ್ಲಿಗೆ ಬಂದಾಗಲೆಲ್ಲ ಅಲ್ಲೆ ಕೂತು ಮಾತಾಡುತ್ತಿದ್ದರು. ಎಷ್ಟೋ ಸಲ ಮಾವಯ್ಯ ಕರೆದು ತಿಂಡಿ ಕೊಟ್ಟಿದ್ದರು. ಅವರ ಹಟ್ಟಿ ಮುಂದೆ ಹಾದು ಹೋಗುವಾಗಲೆಲ್ಲ ಅತ್ತ ಕಣ್ಣು ಹಾಯಿಸದೆ ಕಿಟ್ಟಿ ಹೋಗುತ್ತಿರಲಿಲ್ಲ. ಕಾಯಿಲೆ ಅಂತ ಅವರು ಮೈಸೂರಿಗೆ ಹೋದದ್ದೇ ಬಂದೇ ಇರಲಿಲ್ಲ. ದಿನವೂ ಇವತ್ತು ಬಂದಾರೇನೊ ನಾಳೆ ಬಂದಾರೇನೋ ಅಂತ ನೋಡಿ ನೋಡಿ ಸಾಕಾಗಿಬಿಟ್ಟಿತ್ತು. ಯಾರಾದರೂ ಕೂತೇ ಇರುತ್ತಿದ್ದ ಅವರ ದೊಡ್ಡ ಜಗುಲಿಗಳು ಬಣಬಣ ಅನ್ನಿಸುತ್ತಿದ್ದುವು. ಅವರ ಹೆಂಡತಿಯನ್ನೆ 'ಯಾವಾಗ ಬತ್ತಾರೆ ಮಾವಯ್ಯ' ಅಂತ ಕೇಳಿಬಿಡಬೇಕೆನ್ನಿಸಿದರೂ ಯಾಕೊ ಅವರನ್ನು ಕಂಡದ್ದೇ ಮಾತು ಬರುತ್ತಿರಲಿಲ್ಲ. ಅವರನ್ನು ಕಂಡರೆ ಯಾಕೊ ಭಯ. ಆಗೀಗ 'ದೇವ್ರಂತ ಮನಸ್ರು ಮಲ್ಲಪ್ಪ, ಅಂತವ್ರಗೆ ಈ ರಾಕಾಸತಾಯಿ ಸಿಕ್ಕಿದ್ಲು'

ಅಂತಲೊ, ಇಲ್ಲ 'ಅವಳು ಬುಡಿ ಬೇವನಹಟ್ಟಿ ಕಾಳವ್ವನೆ' ಅಂತಲೊ ಜನ ಅನ್ನುತ್ತಿದ್ದುದು ಕೇಳಿದ್ದ ಕಿಟ್ಟಿಗೆ ಅವರು ತುಂಬಾ ಕೆಟ್ಟವರೆನ್ನಿಸಿಬಿಟ್ಟಿತ್ತು.

ಇದೀಗ ಚಾಮ ಅಜ್ಜಯ್ಯ ಅವರ ಹಟ್ಟಿ ಹತ್ರ ಕೂತವ್ರೆ ಅಂದರೆ ಮಾವಯ್ಯ ಬಂದಿರ ಬೇಕೆಂದು ಊಹಿಸಿದ ಕಿಟ್ಟಿ ಚಾಮನನ್ನು ಕೇಳಿದ. ಚಾಮ 'ಬಂದವ್ರೆ' ಅಂತ ಉದ್ದವಾಗಿ ಉಸಿರು ಬಿಟ್ಟ. ತುಂಬಾ ವಿಚಿತ್ರವೆನಿಸಿತು. ವಾಜರ ತಮ್ಮಣ್ಣನ ಹಟ್ಟಿ ತಿರುವು ದಾಟಿದ ಕೂಡಲೇ ಕಾಣಿಸುವ ಮಾವಯ್ಯನ ಹಟ್ಟಿ ಮುಂದೆ ಸುಮಾರು ಜನರ ಗುಂಪೇ ಕೂಡಿತ್ತು. ಕಪ್ಪು ಬಣ್ಣದ ಆಗ ಕಂಡಿದ್ದ ಕಾರು ಅಲ್ಲಿಯೇ ನಿಂತಿದ್ದು ಕಂಡುದೆ ಯಾಕೋ ಕಿಟ್ಟಿಯ ಎದೆ ಧಸಕ್ಕೆಂದಿತು. ಸ್ಕೂಲಿನಲ್ಲಿದ್ದಾಗ ಹೋದ ಕಾರು ಇಲ್ಲಿಗೇ ಬಂದು ಬಿಟ್ಟಿದೆ? ಅವನೇ, ಬೆಳಿಗ್ಗೆ ಬರುತ್ತಾನೆ ಅನ್ನಿಸಿದ್ದವನೆ ಈ ಕಾರಲ್ಲೆ ಬಂದು ಬಿಟ್ಟಿದ್ದರೆ?

ಹಟ್ಟಿಯ ಸಮೀಪ ಬಂದಾಗ ತುಂಬ ಜನ ಹಟ್ಟಿಯೊಳಗೆ ಹೋಗಿ ಬರುತ್ತಿದ್ದರು. ಅಜ್ಜಯ್ಯ ಜಗುಲಿಯಲ್ಲಿ ಕಾಣಿಸಲಿಲ್ಲ. ಸ್ವಲ್ಪ ಹೊತ್ತು ಹಾಗೆ ನಿಂತಿದ್ದ ಕಿಟ್ಟಿ ಮೆಲ್ಲಗೆ ಹಟ್ಟಿ ಯೊಳಗೆ ನಡೆದ. ಅಜ್ಜಯ್ಯ ಅಂಗಳದ ಮೂಲೆ ಕಂಬಕ್ಕೊರಗಿ ನಿಂತಿದ್ದರು. ಹಜಾರದ ಮಂಚದ ಮೇಲೆ ಯಾರೋ ಮಲಗಿದಂತಿತ್ತು. ಸುತ್ತೆಲ್ಲ ಸುಮಾರು ಜನ ಗೋಡೆ ಕಟ್ಟಿದ್ದರು. ಅವರ ನಡುವೆ ತಲೆ ತುರುಕಿದ ಕಿಟ್ಟಿಯ ಕಣ್ಣಿಗೆ ರಪ್ಪನೆ ಮಂಚದ ಕಾಲುಬುಡಕ್ಕೆ ಚಾಚಿದ ಬಿಳುಚಿ ಸೆಟೆದುಕೊಂಡಿದ್ದ ಪಾದಗಳು ಕಾಣಿಸಿದವು. ಕಂಡುದೆ ಬೆಚ್ಚಿ ತಲೆ ಹೊರಕ್ಕೆಳೆದು ಅಜ್ಜಯ್ಯನ ಹತ್ತಿರ ನಡೆದ, ಅಜ್ಜಯ್ಯನ ಕಣ್ಣಲ್ಲೂ ನೀರು ಬಟ್ಟಾಡುತ್ತಿದ್ದುದನ್ನು ಕಂಡು ಕಿಟ್ಟಿಗೆ ಕಸಿವಿಸಿಯಾಗಿ ಇದೆಲ್ಲ ಏನಂತ ಅರ್ಥವಾಗದೆ ಇನ್ನೊಮ್ಮೆ ಮಂಚದ ಕಡೆ ನಿಂತಲ್ಲೆ ಎಟುಕಿಸಿ ನೋಡತೊಡಗಿದ. ತಟ್ಟನೇ ಅದೇ ಅಂಗಾತ ಸತ್ತು ಬಿದ್ದಿದ್ದ ಮೀನಿನ ಹೊಟ್ಟೆಯ ಹಾಗೆ ಬಿಳುಚಿಕೊಂಡು ಸೆಟೆದಿದ್ದ ಪಾದಗಳು ಯಾರವೆಂದು ನೋಡಿಬಿಡುವ ಎಂದು ಕೊಳ್ಳುತ್ತಿದ್ದಂತೆ ಅವು ಮಾವಯ್ಯ ಅವರವೇ ಆಗಿ ಬಿಟ್ಟಿದ್ದರೆ? ಭಯವಾಯಿತು. ಹಾಗೇಕೆ ಬಿಳಿಚಿ ಸೆಟೆದುಕೊಂಡು ಬಿಟ್ಟಿವೆ? ಯಾಕೊ ಭಯ ಹೆಪ್ಪುಗಟ್ಟುತ್ತ ನಿಂತಲ್ಲೆ ನಡುಕ ಬಂತು. ಅಂಗಿಯ ಅಂಚು ಹಿಡಿದು ನಡುಗುತ್ತಿದ್ದ ಕಿಟ್ಟಿಯನ್ನು ಅಜ್ಜಯ್ಯ 'ಬಾ ಎದುರ್‍ಕೊಂಡೀಯ ಮತ್ತೆ' ಎಂದು ಹಟ್ಟಿ ಹೊರಗೆ ಕರೆತಂದರು.

ಹೊರಗೆ ಬಂದುದೆ ಹಟ್ಟಿ ಮುಂದೆ ನಿಂತಿದ್ದ ಕಾರು ಅದಾಗಲೆ ಕರ್‍ರಗೆ ಹೊಗೆಯನ್ನು ಬುಗುಬುಗ ಉಗುಳುತ್ತ, ಕಿವಿಚಿಟ್ಟಾಗುವಂತೆ ಶಬ್ದ ಮಾಡುತ್ತ, ಬೀದಿಯ ಕೆಸರನ್ನು ಎರಡು ಕಡೆಗೂ ಚಿಮ್ಮಿಸುತ್ತ, ಹುಣಿಸೆಮರದ ಓಣಿಗೆ ಇಳಿದಾಗ ಅದು ಹಾಗೆಯೇ ತಮ್ಮ ಊರ ಕಡೆಗೇ ಹೊರಟೀತೇನೋ ಅನ್ನಿಸಿತು ಕಿಟ್ಟಿಗೆ.

ತಾವು ಬರುವುದನ್ನೇ ಕಾಯುತ್ತಿದ್ದ ಗಾಡಿ ಮೂಕಿ ಮೇಲೆ ಕೂತಿದ್ದ ಚಾಮ ಕೊಪ್ಪೆ ತಲೆಗೇರಿಸಿ 'ಮಳೆ ಭಾರಿ ಕಾವಾಗದೆ ಗೌಡ್ರೆ, ದಯ್ಮಳೆ ಬಂದ್ರೂ ಬತ್ತೆ ಗೊರಗಿಲ್ಲವಾ' ಅಂದ. ಅಜ್ಜಯ್ಯ 'ನಡಿಯೋ ಅಲ್ಲಿ ಆಚಾರಿ ಕುಲುಮೆ ಅಟ್ಟಿತವು ಇಟ್ಟಿವ್ನಿ' ಎಂದು ಕೆರೆ ಓಣಿಯ ಕಡೇ ಮನೆಯಾಗಿದ್ದ ಅಂಕನಹಳ್ಳಿ ಆಚಾರಿ ಕುಲುಮೆ ಹಟ್ಟಿಗೆ ಬಂದಾಗ ಕುಲುಮೆ ತಿದಿ ಒತ್ತಿದಾಗೆಲ್ಲ ಬೊರ್‍ರನೆ ಮೊರೆಯುತ್ತ ಚಟಪಟ ಕಿಡಿ ಹಾರುತ್ತ ಉರಿಯುತ್ತಿದ್ದ ಬೆಂಕಿ

ಯಲ್ಲಿ ಗುಳ ಕೆಂಪಗೆ ಕಾದು ಗಣಗುಡುತ್ತಿತ್ತು. ಕೊಟ್ಟಿಗೆಯಲ್ಲಿ ಕೂತಿದ್ದವರು ಅಜ್ಜ ಬಂದುದಕ್ಕೆ ಎದ್ದು ನಿಂತೇ ಇದ್ದರು. ಆಚಾರಿ ಚಿಮಟಿಗೆಯಲ್ಲಿ ಗುಳ ಹಿಡಿದು ಸುತ್ತಿಗೆಯಿಂದ ಬಡಿದು ತೊಟ್ಟು ಮಾಡುವಾಗ ಕೆಂಪಗೆ ಕಬ್ಬಿಣದ ಚೂರು ಸಿಡಿಯುವುದನ್ನೆ ಕಿಟ್ಟಿ ದುರುಗುಟ್ಟಿ ನೋಡುತ್ತ ನಿಂತ. ಕೆಂಪಗಿದ್ದ ಗುಳ ಹಾಗೆ ಕರ್ರಗಾಗಿಬಿಟ್ಟಮೇಲೆ ಮತ್ತೆ ಅದನ್ನು ಕುಲುಮೆಯೊಳಗಿಟ್ಟು ಎದ್ದು ಹೋಗಿ ಬಾಯಲ್ಲಿ ತುಂಬಿದ್ದ ಕವಳ ಪಿಚಕ್ಕನೆ ಉಗಿದು ಬಂದು 'ಅಲ್ಲ ಗೌಡ್ರೆ, ಮಲ್ಲಪ್ಪೋರು ಯಂಗಿದ್ದಾಳು. ಯಂಗಾಗ್ಬುಟ್ಟವರೆ! ಅಂಗೆ ರಸಾನೆ ಯಿಂಡಾಕ್ಬುಟ್ಟದೆ, ಅಲ್ಲ ಅದೆಂತ ಕಾಯ್ಲೆ ಅಂತಿನಿ! ಉಳಿಯಾಕಿಲ್ಲ ಅಂತ ಮೈಸೂರಿಂದ್ಲೆ ತಂದ್ಬುಟ್ಟವ್ರೆ ಅಂದ್ರು' ಅನ್ನುತ್ತ ಅಜ್ಜ ಕೂರಲು ಮೋಟುಗೋಡೆ ಮೇಲಿದ್ದ ಹಲಗೆ ತುಂಡನ್ನು ತಂದಿಡುತ್ತಿದ್ದ ಹಾಗೆ ಅಜ್ಜಯ್ಯ 'ಯಾರು ತಾನೆ ಸಾಸ್ವತ ಬುಡು ಆಚಾರಿ. ಎಲ್ಲಾರು ಒಂದಿನ ಅವನು ಬಂದು ಕರದ ಅಂದ್ರೆ ಮುಗೀತು' ಎಂದವರೆ ಹಲಸಿನ ಎಲೆಯಲ್ಲಿ ತಾವೆ ಕಟ್ಟಿದ ಹೊಗೆ ಬತ್ತಿ ಹತ್ತಿಸಿಕೊಂಡು 'ಬತ್ತೀನಿ ಆಚಾರಿ, ಭಾರಿ ಮಳೆನೆ ಬರಂಗದೆ ನಮ್ಮೆದ ಬ್ಯಾರೆ ಅದೆ' ಅಂದವರೆ ಗೊರಗನ್ನೆತ್ತಿ ತಲೆಮೇಲೆ ಕವುಚಿಕೊಂಡು ಕಿಟ್ಟಿಯ ಕೈಹಿಡಿದು ಹೊರಟೇಬಿಟ್ಟರು. ಕಿಟ್ಟಿಗೆ ಮತ್ತೆ ಸೋಜಿಗ. ಹೊತ್ತಾರೆ ತನಗೆ ಅನ್ನಿಸಿತ್ತು. ಅದನ್ನೆ ಮತ್ತೆ ಈಗ ಅಜ್ಜಯ್ಯ ಅಂದಿದ್ದು? ಅವರಿಗೂ ಅದೇ ಬೆಳಗಿನಿಂದ ಒಳಗಿಂದೊಳಗೆ ಕಟ್ಟಿಕೊಳ್ಳುತ್ತಿದ್ದ ಭಯ ಬಿಗಿಯತೊಡಗಿತು.

ಮಳೆ ಕಾವಿಗೆ ಬೆದರಿದ ಆಡು ದನಗಳು ಹಿಂಡು ಓಣಿ ತುಂಬ ನುಗ್ಗಿ ಬರತೊಡಗಿತ್ತು. ದನಕಾಯುವ ಐಕಳ 'ಅಲಲ...ವದಾ...ಒಓಕೀೀ' ಎಂಬ ಕಾಕು ಓಣಿಯುದ್ದಕ್ಕೂ ಇಡುಗಿತ್ತು. ಓಣಿ ದಾಟಿ ಕೆರೆ ಕೋಡಿಯ ತೋಪಿಗೆ ಬಂದಾಗ ಸಣ್ಣನೆ ಹನಿ ಸಿಡಿಯತೊಡಗಿದುವು. 'ವಸಿ ಚುರುಕಾಗಿ ನಡಿ ಮೊಗ, ಯಾಕೊ ಮೋಡಾನೆ ಇಸ್ಕಂಡು ಬೀಳ ಅಂಗೆ ಕಾಣ್ತದೆ' ಎಂದು ಚೂಟಾಗಿ ಹೆಜ್ಜೆ ಹಾಕುತ್ತ, ಬುಸ ಬುಸ ಹೊಗೆ ಬತ್ತಿಯ ಹೊಗೆ ಬಿಡುತ್ತ ನಡೆಯುತ್ತಿದ್ದ ಅಜ್ಜನ ಜೊತೆ ಕಿಟ್ಟಿ ಮೆಲ್ಲಗೆ ಓಡಲೇ ಬೇಕಾಯಿತು. ಸಿಡಿಯುತ್ತಿದ್ದ ಹನಿಗಳು ಏರಿ ಮೇಲೆ ಬಂದಾಗ ಮತ್ತೆ ನಿಂತವು. ಜಿಡಿಯಿಂದಾಗಿ ಏರಿಯ ಜಿನುಗು ಮಣ್ಣು ತಪ್ಪು ಹೆಜ್ಜೆ ಇಟ್ಟರೆ ಸಾಕು, ಸರ್ರನೆ ಜಾರಿ ಬಿಡುತ್ತಿತ್ತು. ಜಾಲದ ಮರದಡಿಗೆ ಬಂದಾಗ ಮನಗನಹಳ್ಳಿ ಪಟೇಲರು ಸಿಕ್ಕಿದ್ದೆ ಮಳೆ ಗದುಗುಡುವುದನ್ನು ಗಮನಿಸಿದೆ ಅಜ್ಜಯ್ಯ ಮಾತಾಡುತ್ತ ನಿಂತುಬಿಟ್ಟರು. 'ಮಲ್ಲಪ್ಪ ಉಳಿಯಂಗೆ ಕಾಣಾಕಿಲ್ಲ ಪಟೇಲ್ರೆ. ಈಗ್ಲೊ ಆಗ್ಲೊ. ನೀವೇನೇ ಅನ್ನಿ ಬಡ್ಡಿ ಮಗಂದು ಒಳರೋಗಕ್ಕಿಂತ ಕೆಟ್ಟು ಇನ್ನಿಲ್ಲ ಬುಡಿ ಪಟೇಲ್ರೆ' ಎಂದ ಅಜ್ಜಯ್ಯನ ಮಾತಿಗೆ ಪಟೇಲರು 'ಅಲ್ಲ ಗೌಡ್ರೆ ಮಲ್ಲಪ್ಪನ ಯೆಡ್ತಿ ನೋಡಿದ್ರೆ ಅಂಗೆ. ಇರೋ ಒಬ್ಳು ಮಗ್ಳು ಅಂತ ಅವಯ್ಯ ಅಪಾಟಿ ಮಾಡ್ದ. ಕಡೇಲಿ ಅವಳು ಅಂಗಾಗ್ಬುಟ್ಲು ಅಂದ್ರೆ, ಅಂಥ ಛಲ ಮಾಡ್ಬಾರ್ದು. ಹೋಗ್ಲಿ ಈಗಾದ್ರು ಬಂದ್ಲಂತ' ಎಂದು ಕೇಳಿದೊಡನೆ ಅಜ್ಜಯ್ಯ ಸ್ವಲ್ಪ ತಡೆದು 'ಇಲ್ಲ ಪಟೇಲ್ರೆ ಆಸ್ಪತ್ರೆಗೆ ತಂದಾಕವ್ರೆ ಅಂತ ಸುದ್ದಿ ಕೇಳಿದ್ರೂ ಒಂದೇ ಸಲ ಈ ಯೆಣ್ಣು ಅತ್ಲಾಗೆ ಮೊಕಾನೆ ಅಕ್ಕಿಲ್ಲವಂತೆ' ಎಂದು ನಿಟ್ಟುಸಿರು ಬಿಟ್ಟು 'ಸರಿ ನಡಿರಿ ಮಳೆ ಬಂದ್ಬುಡಂಗದೆ' ಎಂದು ಹೊರಟಾಗ ಕಿಟ್ಟಿಗೆ ಸದ್ಯ ಮುಗಿಯಿತಲ್ಲ ಅನ್ನಿಸಿದರೂ ಗಕ್ಕನೆ 'ಮಾವಯ್ಯನ ಮಗಳು' ಎಂಬ ಸುದ್ದಿ ಸಿಕ್ಕಿಕೊಂಡಿತು. ಅವನೆಂದೂ ಅವಳನ್ನು ನೋಡಿದ್ದಿಲ್ಲ.

ಕುತೂಹಲ ಉಕ್ಕಿ ಅವಳು ಎಲ್ಲಿಗೆ ಹೋಗಿಬಿಟ್ಟಳು? ಮಾವಯ್ಯನನ್ನು ಬಿಟ್ಟು ಯಾಕೆ? ಎಷ್ಟು ಒಳ್ಳೆಯದು ಮಾವಯ್ಯ? ಯಾಕೆ ಬಂದೇ ಇಲ್ಲಂತೇ? ಈ ರಾತ್ರಿಯೇ ಬಂದುಬಿಟ್ಟರೆ?...

ಏರಿ ಮುಗಿದು ಹುಣಿಸೇಮರದ ಓಣಿಗೆ ಇಳಿದು ಬಂದಾಗ ಮತ್ತೆ ಹನಿಯಿಡಲಾರಂಬಿಸಿತು. ಕಿಟ್ಟಿ ಓಣಿಯ ಉದ್ದಕ್ಕೂ ಎಲ್ಲಾದರೂ ಕಾರಿನ ಚಕ್ರದ ಗುರುತು ಕಂಡೀತೆ ಎಂದು ಅರಸಿದ. ಹಿಂಡು ಹಿಂಡು ದನಕರುಗಳ ಹೆಜ್ಜೆ ಗುರುತುಗಳೇ ದಟ್ಟಯಿಸಿ ಎಲ್ಲೂ ಚಕ್ರದ ಗುರುತು ಕಾಣಿಸಲಿಲ್ಲ. ಮೆಲ್ಲಗೆ ಮುಸುಕಾಡುತ್ತಿದ್ದ ಮೋಡಗಳು ಈಗ ಇದ್ದಕ್ಕಿದ್ದ ಹಾಗೆ ಗುದ್ದಾಡತೊಡಗಿದ್ದವು. ಓಣಿಯ ಇಬ್ಬದಿಗೂ ದೆವ್ವದ ಹಾಗೆ ಬೆಳೆದು ನಿಂತಿದ್ದ ಕಳ್ಳಿಬೇಲಿ ಕತ್ತಲನ್ನು ಕಕ್ಕುತ್ತಿತ್ತು. ಗಾಳಿಯೇ ಸುಳಿಯದ ಓಣಿಯಲ್ಲಿ ಉಸಿರು ಕಟ್ಟಿದಂತಾಗಿ, ಹುಣಿಸೆ ಮರದಡಿಗೆ ಬಂದಾಗ ಧೊಪ್ಪನೆ ಕತ್ತಲೆ ತಮ್ಮ ತಲೆಯ ಮೇಲೆಯೆ ಹರಿದು ಬಿದ್ದಂತಾಗಿ ಕಿಟ್ಟಿ ಬೆಚ್ಚಿದ್ದೆ ಅಜ್ಜಯ್ಯನ ಗೊರಗಿನೊಳಕ್ಕೆ ಹುದುಗಿಕೊಂಡ.

ಹಾಳು ಹನುಮಂತರಾಯನ ಗುಡಿಯ ಪಕ್ಕದ ತೋಪಿನ ಹತ್ತಿರ ಬಂದಾಗ ಬಾವಲಿಗಳ ಕೀಚುದನಿ, ಪಟಪಟ ರೆಕ್ಕೆ ಬಡಿವ ಸದ್ದಿನೊಡನೆ ಮಳೆಯೂ ಪಟಪಟ ಸಿಡಿಯತೊಡಗಿತ್ತು. ತಿಮ್ಮಕ್ಕನ ಹಿತ್ತಲು ದಾಟಿ ಅಂಕದ ಬೇವಿನ ಮರದಡಿ ಬಂದಾಗ ದೊಡ್ಡನಸೆ ಕಾಡಿಂದ ದಡಗುಟ್ಟುತ್ತ ಬರುತ್ತಿದ್ದ ದನಕರುಗಳಿಗೆ ಹಾದಿ ಬಿಟ್ಟು ಮರದ ಬುಡಕ್ಕೆ ಒರಗಿ ನಿಂತ ಅಜ್ಜಯ್ಯನ ಗೊರಗಿನೊಳಗೆ ಹುದುಗಿಕೊಂಡಿದ್ದ ದೇಹವನ್ನು ಮೆಲ್ಲಗೆ ಅನಾವರಣ ಮಾಡಿದ ಕಿಟ್ಟಿ, ತಮ್ಮ ಮನೆ ಮುಂದೆ ಏನಾದರೂ ನಿಂತಿದೆಯೆ ಅಂತ ನೋಡಿದ. ಬೇಸಿಗೆಯಲ್ಲಿ ನೀರು ತುಂಬಿ ತರುವ ಮುರುಕಲು ಪೀಪದ ಗಾಡಿ ಮಾತ್ರ ಹಾಗೆ ನಿಂತಿತ್ತು. ಮತ್ತೇನೂ ಕಾಣಿಸಲಿಲ್ಲ. ಯಾರೊ ಏನೊ ಅಟ್ಟಿಸಿಕೊಂಡು ಬರುತ್ತಿರುವಂತೆ ಅವರಿಂದ ತಪ್ಪಿಸಿಕೊಳ್ಳಲೆಂಬಂತೆ ಕಿರುಚುತ್ತ ದನಗಳನ್ನು ದಬ್ಬುತ್ತ ಬಂದ ಆಳುಮಕ್ಕಳು ಮರದಡಿ ನಿಂತ ಅಜ್ಜಯ್ಯನನ್ನು ಕಂಡವರೆ ತಟ್ಟನೆ ತಡೆದು ಕೊಟ್ಟಗೆಯತ್ತ ದನಗಳ ಹಿಂದೆ ಮೆಲ್ಲಗೆ ತೆವಳಿದರು.

ತೋಟದ ಕೆಲಸಕ್ಕೆ ಹೋಗಿದ್ದ ಆಳುಗಳಿನ್ನೂ ಹಟ್ಟಿಗೆ ಬಂದಿರಲಿಲ್ಲ. ಕವುಚಿಕೊಂಡಿದ್ದ ಗೊರಗನ್ನು ತೆಗೆದಿಡದೆ ಅಂಗಳದಲ್ಲಿ ನಿಂತಿದ್ದ ಅಜ್ಜಯ್ಯ ಕಾಲು ತೊಳೆಯಲು ನೀರು ತಂದು ನಿಂತ ಅವ್ವನಿಗೆ 'ವಸಿ ಇರು ಮೊಗ, ಅಂಗೆ ತ್ವಾಟದ ಕಡೆ ಕಾಲಾಡ್ಕಂಡು ಬಂದ್ಬುಡ್ತೀನಿ' ಎಂದವರೆ ಹೊರಟೆ ಬಿಟ್ಟದ್ದು ಕಂಡು ಕಿಟ್ಟಿ ಅಜ್ಜನಿಗೆ ಕೂಗಿ ಏನೋ ಹೇಳಬೇಕೆಂದಿದ್ದವನು, ಅವ್ವ ತಕ್ಷಣ 'ಬಾರೊ ಕಿಟ್ಟ ಕೈ ಕಾಲು ತೊಳ್ಕೊ' ಅಂತ ಕರೆದ ಕೂಡಲೆ ಮಾತಾಡದೆ ಅಂಗಳದ ಬಚ್ಚಲ ಮೂಲೆಗೆ ನಡೆದ. ಅವ್ವ ಹಜಾರದ ದೀಪ ಹತ್ತಿಸಿ ಉಣ್ಣಲು ಇಕ್ಕುವ ತಡಿ ಅಂದರೂ ಕೇಳದೇ ತಾನೆ ತಣಿಗೆ ಎತ್ತಿಕೊಂಡು ಕೋಣೆಗೆ ನಡೆದ, ಅಜ್ಜಿಯಿಂದ ಹೆಚ್ಚು ತುಪ್ಪ ಗಿಟ್ಟಿಸಬಹುದೆಂದು.

ಉಂಡು ಹೊರಗೆ ಬಂದಾಗ ತೋಟದಿಂದ ಅಪ್ಪ ಆಳುಗಳು ಎಲ್ಲಾ ಬಂದಿದ್ದರು. ಎಮ್ಮೆ ಕಾಯಲು ಹೋಗಿ ನೆನೆದು ಬಂದಿದ್ದ ಬೊಬ್ಬರಸಿ ಹಳೆ ಒಲೆ ಮೂಲೆಯಲ್ಲಿ ಬೆಂಕಿ ಉರುಬುತ್ತ ಕೂತಿದ್ದ ಅಪ್ಪ ಇರದಿದ್ದರೆ ಅಷ್ಟರಲ್ಲಿ ಆಗಲೆ ಕಿಟ್ಟಿ ಅಲ್ಲಿಗೆ ಹಾರಿರುತ್ತಿದ್ದ. ಅಪ್ಪ ಉಣ್ಣಲು ಒಳಗೆ ಹೋಗುವುದನ್ನೆ ಕಾಯುತ್ತ ನಿಂತಿದ್ದ ಹಾಗೆ ಇದುವರೆಗೂ ಸಿಡಿಯುತ್ತಲೆ

ಇದ್ದ ಮಳೆ ಅನಾಮತ್ತಾಗಿ ದೊಡ್ಡ ದೊಡ್ಡ ಬಕೆಟ್ಟುಗಳಿಂದ ಎತ್ತಿ ಬಗ್ಗಿಸಿದ ಹಾಗೆ, ಅಂಗಳದ ಮೋತಿಯಿಂದ ಕೆರೆಯ ತೂಬೆತ್ತಿ ಬಿಟ್ಟ ಹಾಗೆ ಸುರಿಯತೊಡಗಿ ಅಂಗಳವೆಲ್ಲ ತುಂಬಿ ನೀರು ಹಜಾರಕ್ಕೂ ಏರತೊಡಗಿತು. ಇಡೀ ಹಟ್ಟಿಯನ್ನೇ ಒಮ್ಮೆ ಎತ್ತಿ ಕುಕ್ಕಿದಂತೆ ಫಳಾರನೆ ಮಿಂಚಿಗುಡುಗಿದಾಗ ಎಲ್ಲರಿಗೂ ಜೀವ ಜಲ್ಲೆನಿಸಿತು. ಹಜಾರದ ಮಂಚದ ಮೇಲೆ ಕೂತಿದ್ದ ಅಪ್ಪ 'ಆ ಸಿಡ್ಲು ಮಳೆ ಅಂಗಳಕ್ಕೆ ಒಂದು ಮಚ್ಚೊ ಕೊಡ್ಲಿನೋ ತಂದಾಕೋ ಕಿಟ್ಟ' ಎಂದಾಗ ಅಲ್ಲೆ ನಿಂತಿದ್ದ ಅವ್ವ ನಡುಮನೆಯ ಸಣ್ಣದೀಪ ತಂದು 'ಬಾ ಕಿಟ್ಟ ದೀಪ ಇಡ್ಕೊ ಕಿರುಮನೇಲಿ ಅವೆ ಕೊಡ್ತೀನಿ' ಎಂದು ಕಿರುಮನೆ ಬಾಗಿಲು ದೂಡಿ ಒಳಗೆ ನಡೆದದ್ದೆ ಕಿಟ್ಟಿ ಇಷ್ಟು ಹೊತ್ತು ಮರೆತುಬಿಟ್ಟೆದ್ದೆಲ್ಲ ನೆನೆಸಿಕೊಂಡು ತಟ್ಟನೆ 'ಅವ್ವ ಅವನು ಬಂದನ' ಅಂತ ಕೇಳಿದ.

'ಯಾರೋ ಕಿಟ್ಟಿ?'

'ಅವನೆ ಕಣವ್ವ'

'ಅವನೆ ಅಂದ್ರೆ ಯಾರೋ?'

'ನೀನೇ ಯೇಳ್ನಿಲ್ಲವ ವೊತ್ತಾರೆ...'

'ಥೂ ಅನಿಷ್ಟ... ಬುಡ್ತು ಅನ್ನು. ಅಂಗೆಲ್ಲ ಮಾತಾಡ್ಬಾರ್ದು ಕಣೊ ನಡಿ ಆಚೆ'– ಎಂದು ಮಚ್ಚನ್ನು ಎತ್ತಿಕೊಂಡು ಬಂದು ಅಂಗಳಕ್ಕೆ ಬಿಸಾಕಿ ಅಪ್ಪನನ್ನು ಉಣ್ಣಲು ಕರೆದದ್ದೆ, ಅಪ್ಪ ಎದ್ದು ನಿಂತು ಏನೋ ನೆನಪಾದವರಂತೆ, 'ಅಲ್ಲ ಮುದುಕಯ್ಯರು ಬ್ಯಾಡಿ ಇನ್ಯಾಕೆ ಬನ್ನಿ, ಮಳೆ ಬತ್ತದೆ ಅಂದ್ರು ಕೇಳ್ದೆ ಒಂಟೆಬಿಟ್ರು. ಇವ್ರು ಆ ದಯ್ಯಳೆಗೆ ಸಿಕ್ಕಾಕಂಡು ಎಲ್ಲಿ ವದ್ದಾಡ್ತ ಅವ್ರೊ' ಎಂದು ಹಜಾರದ ಸೂರಿಗೆ ಕಟ್ಟಿದ್ದ ಲಾಟೀನು ಬಿಚ್ಚಿ ಕೊಂಡವರೆ 'ನೋಡ್ಕಂಡು ಬರನ ಬನ್ರೊ' ಎಂದು ಆಳುಗಳ ಜೊತೆ ಹೊರಟೇ ಬಿಟ್ಟರು.

ಅವ್ವ ಅಂದ ಮಾತಿನ ಗುಂಗಿನಲ್ಲೆ ಇದ್ದ ಕಿಟ್ಟ ಹಳೆ ಒಲೆ ಹತ್ತಿರ ಕಜ್ಜಿ ತುರಿಸುತ್ತ ಕೂತ ಬೊಬ್ಬರಸಿಯ ಹತ್ತಿರ ಜಿಗಿದ. ಕತ್ತಲು ಪೂರಾ ಕವಿದುಬಿಟ್ಟಿತ್ತು. ಮಳೆ ಜೋರಾಗುತ್ತಲೇ ಇತ್ತು. ಬೊಬ್ಬರಸಿಯ ಪಕ್ಕವೆ ನಿಂತಿದ್ದ ಕಿಟ್ಟಿಗೆ ಬೆಂಕಿ ಉರಿಯ ಆಚೆ ಅಂಗಳದ ಮೂಲೆಯಲ್ಲಿ ಯಾರೊ ಧುತ್ತನೆ ಬಂದು ನಿಂತುದು ಕಂಡು ಬೆಳಗಿನಿಂದ ಬರುತ್ತಾನೆ ಅನ್ನಿಸಿದ್ದವನು ಬಂದೇ ಬಿಟ್ಟನೇನೋ ಎಂದು ಮೈಮೇಲೆ ಮುಳ್ಳು ನಿಂತು ಕಣ್ಣಗಲಿಸಿ ನೋಡಿದ. ಮಸಕು ಮಸಕು. ಅಲ್ಲಿ ನಿಂತಿದ್ದವನು ಮೆಲ್ಲಗೆ ಬೆಂಕಿಯೊಳಗಿಂದ ನುಗ್ಗಿ ಬಂದು ಪಕ್ಕದಲ್ಲೆ ಕೂತು ಬಿಟ್ಟಂತೆ. ಕಿಟ್ಟಿ ಪಕ್ಕದಲ್ಲಿದ್ದ ಬೊಬ್ಬರಸಿಯನ್ನೇ ಗಾಬರಿಯಿಂದ ನೋಡಿದ. ಕರ್‍ರಗೆ ದೆವ್ವದ ಹಾಗೆ, ಕುರುಚಲು ಗಡ್ಡ ಮೀಸೆಯ, ಪರ ಪರ ಕಜ್ಜಿ ಕೆರೆಯುತ್ತ ಕೂತಿರುವ ಇವನೆ? ಇವನಲ್ಲ. ಇವನು ದಿನವೂ ಇದ್ದವನೆ. ಯಾವತ್ತು ಇವನು ಬಂದದ್ದು? ಮನೆಯೇ ಇಲ್ಲ ವಂತೆ. ಇವನಿಗೂ ಹೆಂಡತಿ ಮಕ್ಕಳು ಒಬ್ಬರೂ ಇಲ್ಲವಂತೆ. ಪಾಪ, ಜಗಲಿಯ ಮೇಲೆ ಒಬ್ಬನೇ ಮಲಗಿಬಿಡುತ್ತಾನೆ. ಎಲ್ಲೆಲ್ಲೂ ಸುತ್ತಿ, ಏನೆಲ್ಲ ಕಂಡುಬಂದವನ ಹಾಗೆ ಎಂಥೆಂಥ ಚಂದದ ಕಥೆ ಹೇಳುತ್ತಾನೆ. ಇದ್ದಕ್ಕಿದ್ದ ಹಾಗೆ, ಒಬ್ಬನೇ ಅಳುತ್ತ ಕೂತುಬಿಟ್ಟಿರುತ್ತಾನೆ ಒಂದೊಂದು ಸಲ. ಅದೆಲ್ಲ ನೆನಪಾಗಿ ಕಿಟ್ಟಿಗೆ ಮತ್ತೆ ಅಯ್ಯೋ ಅನ್ನಿಸಿತು. ಆದರೂ

ಯಾಕೋ ಈಗ ಅವನನ್ನು ನೋಡಲು ಭಯ. ಅವನ ಕಡೆ ಮೆಲ್ಲಗೆದ್ದು ಕೈಕಾಲು ಬಡಿಯ ತೊಡಗಿದ.

'ಬತ್ತಾನೆ ನೋಡ್ರಯ್ಯಾ ಕರ್‍ರಗೆ ಅಂದ್ರೆ ಕರ್‍ರಗೆ, ಕರಿಮಂಟಿ ಅಂಗೆ ಗೊತ್ರ? ಏನು ಕಾಣಾಕೆ ಇಲ್ಲ. ಕಣ್ಣು, ಮೂಗು ಮುಸುಡಿ ಏನೂ ಕಾಣಾಕೆ ಇಲ್ಲ ಗೊತ್ರ? ಬಂದ ನೋಡ್ಕಲಿ, ಅಂಗೆ ಉದ್ದದ ಹಗ್ಗದ ಸುರುಳಿ ಸುತ್ಕೊಂಡು, ಕ್ವಾಣನ ಮ್ಯಾಲೆ ಧಿಮಾಕ್ಮಾಡ್ಕಂಡು ಯಂಗೆ ಬತ್ತಾನೆ ಗೊತ್ರಾ? ಬಂದವನೆ ಮೊಕಗಿಕ ನೋಡಾಕೆ ಇಲ್ಲ ಗೊತ್ರಾ?

ತಗದ, ಬಿಗದ, ವಗದ–ಆಗೋಯ್ತು ಗೊತ್ರ?'

ಕಿಟ್ಟಿ ಕಣ್ಣುಜ್ಜಿ ನೋಡಿದ. ಬೊಬ್ಬರಸಿಯೆ ಆದರೂ ಭಯವಾಗತೊಡಗಿ; ಅವನ ಪಕ್ಕವೇ ನಿಂತುಬಿಟ್ಟಿದ್ದೇನೆಂದು ಇನ್ನೂ ಭಯವಾಗಿ; ಅವ್ವನನ್ನು ಕೂಗಿ ಕರೆಯಬೇಕು ಅನ್ನುವಷ್ಟರಲ್ಲಿ, ಕೋಣೆಯೊಳಗಿನಿಂದ ವಟಗುಡುತ್ತ ಬಂದ ಅಜ್ಜಿ ಬೀದಿ ಕದ ತೆರೆದದ್ದೆ ತಡ ಗಾಳಿ ಬರ್‍ರೆಂದು ಒಳಗೆ ನುಗ್ಗಿತು. ಬೀಸಿದ ಗಾಳಿಗೆ ಹಳೆ ಒಲೆ ಬೆಂಕಿ ಧಗ ಧಗ ಉರಿಯತೊಡಗಿ ಹಟ್ಟಿ ತುಂಬೆಲ್ಲಾ ಬೆಳಕು ತುಂಬಿಕೊಂಡು ಆ ಬೆಳಕಿನಲ್ಲಿ ಯಾರೂ ಕಾಣಿಸದೆ ಕಿಟ್ಟಿಗೆ ಸ್ವಲ್ಪ ನೆಮ್ಮದಿಯೆನಿಸಿತು. ಮಾಡು ಮುಟ್ಟುತ್ತಿದ್ದ ಒಲೆ ಉರಿ ಕಡಮೆ ಮಾಡುತ್ತ ಅವ್ವ ಬೊಬ್ಬರಸಿಯ ಕಡೆ ತಿರುಗಿ ಭರತಕ್ಕೆ ತೊಡಗಿತು. ಬೊಬ್ಬರಸಿ 'ಇಲ್ಲ ಕಣ್ರವ್ವ ನೆಲ್ಲುಲ್ಲು ವಂದಿಷ್ಟು ಉರಿತಾಕ್ಸಿದರೆ ಸಾಕು. ಆಳುದ್ದ ವುರಿತದೆ' ಅಂದ. ಉರಿ ಕಡಿಮೆಯಾಗುತ್ತಾ ಮತ್ತೆ ಕತ್ತಲು ತುಂಬಿಕೊಳ್ಳುವ ಮೊದಲೆ ಕಿಟ್ಟಿ ಬೊಬ್ಬರಸಿಯ ಹತ್ತಿರ ದಿಂದ ಎದ್ದು ನಡುಮನೆಯತ್ತ ನಡೆದ.

ಭಯಂಕರ ಗುಡುಗು. ಕಡಮೆಯಾಗದೆ ಸುರಿಯುತ್ತಲೇ ಇರುವ ಮಳೆ. ಅಜ್ಜನನ್ನು ನೋಡಿ ಬರಲು ಹೋದವರು ಸುಮಾರು ಹೊತ್ತಾದರೂ ಬರಲೇ ಇಲ್ಲ. ಅಜ್ಜಿ, ಅವ್ವ, ಬೊಬ್ಬರಸಿ ಹಟ್ಟಿ ಬಾಗಿಲಲ್ಲಿ ನಿಂತು ಇನ್ನೂ ಯಾಕೆ ಬರಲಿಲ್ಲ ಅಂತ ಆತಂಕದಿಂದ ಕಾಯತೊಡಗಿದರು. ಬೊಬ್ಬರಸಿ ಚಳಿಗೆ ಕಟ ಕಟ ಹಲ್ಲು ಕಡಿಯುತ್ತ ಮತ್ತೆ ಪರಪರನೆ ಕಜ್ಜಿ ಕೆರೆದುಕೊಳ್ಳುತ್ತ ಹಳೆ ಒಲೆಯ ಕೆಂಡ ಕೆದಕುತ್ತ ಕೂತ. ಅವ್ವನ ಸೆರಗು ಕಚ್ಚಿನಿಂತಿದ್ದ ಕಿಟ್ಟಿಗೆ ಅವನು ಅಲ್ಲಿ ಹೋಗಿ ಕೂತಿದ್ದೆ ವಾಸಿ ಅನ್ನಿಸಿತು. ಹೊರಗೆ ಏನೊಂದೂ ಕಾಣಿಸದಂತೆ ಕಾಡುಗತ್ತಲೆ. ಮನೆಯ ಮುಂದಿನ ತೆಂಗಿನ ಮರಗಳನ್ನು ಮುರಿದು ಬೀಳುವ ಹಾಗೆ ಮುಲುಕಿಸುತ್ತಿರುವ ಗಾಳಿ. ಎಲ್ಲರ ಮುಖಕ್ಕೂ ಇರಿಚಲು ಬಡಿದು ಕಿಟ್ಟಿಯ ಜೀವ ಪುಕಪುಕ ಅನ್ನತೊಡಗಿತು. ಬೆಳಗಿನಿಂದ ಬಿಮ್ಮನೆ ಬಿಗಿದುಕೊಂಡಿದ್ದು ಇನ್ನೂ ಬಿಗಿಯತೊಡಗಿತು. ಕಣ್ಣು ಕುಕ್ಕುವ ಹಾಗೆ ಜಗ್ಗನೆ ಮಿಂಚಿದಾಗ ಕತ್ತಲು, ಮಳೆಯಲ್ಲಿ ಮುಳುಗಿದ್ದೆಲ್ಲ ಹಠಾತ್ತನೆ ತೆರೆಕೊಂಡಂತೆ; ಕಣದ ಹೊಲದ ಬೇಲಿಯ ಹತ್ತಿರ ಯಾರೋ ನಿಂತಂತೆ; ಇನ್ನೊಮ್ಮೆ ಮಿಂಚಿದಾಗ ಅವನೆ ಬೆಳೆಯುತ್ತಿದ್ದಂತೆ; ಮಿಂಚಿದಾಗೆಲ್ಲ ಬೆಳೆಯುತ್ತ ಬೆಳೆಯುತ್ತ ಕಣದ ಹೊಲದ ಬೇಲಿಯಾಚೆನ ಬಸಿರಿ ಮರವಾಗಿ ವಾಲಾಡತೊಡಗಿದಂತೆ; ಕಿಟ್ಟಿ ನಿಂತಲ್ಲೆ ಗಡಗಡ ನಡುಗಿದ. ಅವ್ವನ ನಿರಿಗೆಯಲ್ಲಿ ಮುಖ ಮುಚ್ಚಿಕೊಂಡ.

ಕಣದ ಹೊಲದ ಕಡೆಯಿಂದ ಯಾರೋ ದಪದಪ ಓಡಿ ಬರುವ ಸದ್ದಿಗೆ ಎಲ್ಲರಿಗೂ ಉಸಿರು ಕಟ್ಟಿದಂತಾಗಿ ಓಡುತ್ತ ಬಂದ ಹಲಗ ತೊದಲುತ್ತ ತೊದಲುತ್ತ ಆಗಿಬಿಟ್ಟದ್ದು ಹೇಳಿದ್ದೇ, ಎಲ್ಲರೂ ನಿಂತಲ್ಲೆ ಮಳೆಯ ಸದ್ದನ್ನು ಮೀರಿಸುವ ಹಾಗೆ ಅಳುತ್ತ ತಲೆ ಚಚ್ಚಿಕೊಳ್ಳತೊಡಗಿದ್ದು; ದಿಗ್ಭ್ರಾಂತನಾಗಿ ನಡುಗುತ್ತ ನಿಂತಿದ್ದ ಕಿಟ್ಟಿಗೆ ತಡಕೊಂಡಿದ್ದೆಲ್ಲ ಉಕ್ಕಿದಂತಾಗಿ ತಾನೂ ಕಿಟಾರನೆ ಕಿರುಚತೊಡಗಿದ.

ಅಕ್ಕಪಕ್ಕದವರೆಲ್ಲ 'ಏನಾಯಿತು' ಅಂತ ಓಡಿ ಬಂದು ಕವಚಿಕೊಂಡರು. ಹಟ್ಟಿಯ ಮಾಡೆ ಕಿತ್ತು ಹೋಗುವಂತೆ ಅಳುತ್ತಿದ್ದವರನ್ನೆಲ್ಲ ಕೆಳಗಲ ಹಟ್ಟಿ ಚಿಕ್ಕಜ್ಜ ಗದರಿಸಿ, 'ಸ್ವಲ್ಪ ತಡಿರಿ, ಎಲ್ರೂ ಕಿರಚಿ ಇನ್ನೂ ಗಾಬರಿ ಮಾಡಬ್ಯಾಡಿ' ಎಂದರು. ಗುಡುಗು, ಮಿಂಚು, ಗಾಳಿ, ಮಳೆ ಏನೂ ಮಾಡಿದರೂ ಯಾರೂ ಅಳು ನಿಲ್ಲಿಸಲಿಲ್ಲ. ಕಣ್ಣು ಮೇಲಾಗಿ ಬಾಯಿ ತೆರಕೊಂಡ ಅಜ್ಜಯ್ಯನ ಗಂಟಲಲ್ಲಿ ಗೊರಗೊರ ಸದ್ದಾಗುತ್ತಿತ್ತು.

ಅಜ್ಜಯ್ಯನನ್ನು ಹೊತ್ತು ಜಗಲಿಗೊಯ್ದರು.

ಹಟ್ಟಿಯೊಳಗಿದ್ದವರೂ ಬಾಯಿ ಬಡಿದುಕೊಳ್ಳುತ್ತ ಜಗಲಿಗೆ ಹೊರಟರು. ಉಡಿಯಲ್ಲಿ ಕಿರುಚುತ್ತಿದ್ದ ಕಿಟ್ಟಿಯನ್ನು ಗಮನಿಸದೆ ಅವ್ವ ಕೂಡ ಅಳುತ್ತ ಜಗಲಿಗೆ ನಡೆದದ್ದೆ ಜೀವಕ್ಕೆ ಬಂದಂತಾಗಿ ಕೂತಲ್ಲೆ ಮುಲುಗುಟ್ಟುತ್ತ ಸುತ್ತ ನೋಡಿದ.

ಹಟ್ಟಿ ತುಂಬ ದೀಪಗಳು ಉರಿಯುತ್ತಿದ್ದರೂ ಕತ್ತಲೆ ತುಂಬಿಕೊಂಡಂತೆ;

ತಾನೊಬ್ಬನೇ ಆಗಿಬಿಟ್ಟಂತೆ;

ಕೂಗಲಾಗದಂತೆ ಉಸಿರೇ ಇಂಗಿಬಿಟ್ಟಂತೆ;

ಎದ್ದು ಓಡಲು ಆಗದೆ ಕಾಲುಗಳು ಬಿಗಿದುಕೊಂಡಂತೆ;

ಎಲ್ಲ ಎಲ್ಲಾ ಭಯಂಕರವಾಗುತ್ತಿದ್ದಂತೆ;

ಹಾಗೆಯೇ ಧಡಕ್ಕನೆ ಆಗ ಕಂಡಿದ್ದವನು ಅಂಗಳದ ನಡುವೆಯೇ ಬಂದು ಉದ್ದಕ್ಕೆ ನಿಂತುಬಿಟ್ಟಂತೆ;

ಉದ್ದನೆ ಕೈ ಚಾಚುತ್ತಿದ್ದಂತೆ;

ಒಳಗಿದ್ದ ಶಕ್ತಿಯೆಲ್ಲ ಬಾಯೊಳಗಿಂದ ಒಮ್ಮೆಲೆ ಉಕ್ಕಿ ಬಂದಂತೆ ತಟ್ಟನೆ 'ಅವ್ವ ಅವನು ಬಂದ, ಬಂದ' ಎನ್ನುತ್ತ ಕಿರುಚಿ;

ಕಿಟ್ಟಿ ಪ್ರಜ್ಞೆ ತಪ್ಪಿದ.

(೧೯೭೦)

*

೧೧. ಗ್ರಸ್ತರು

ದೇವನೂರ ಮಹಾದೇವ

ಹೀಗೇ ಯೋಚಿಸುತ್ತಾ ಕುಳಿತುಬಿಟ್ಟರೆ ನೆಲಕ್ಕೆ ಹೂತುಹೋಗುವಷ್ಟು ಭಾರ ಬಂದು ಬಿಡುವ ಭಯ ಬಂತು. ಹಿಂದುಮುಂದು ನೋಡದೆ ಮೇಲಕ್ಕೆ ನಿಂತು ಮಾಡುವುದು ಏನೂ ಕಾಣಲಿಲ್ಲ. ಅಲ್ಲೇ ನೀಟಾಗಿ ಹೆಜ್ಜೆ ಹಾಕುವಾಗ ಲಾಟೀನು ಬೆಳಕಿಗೆ ನೆರಳು ಹಿಗ್ಗುತ್ತ ಕುಗ್ಗುತ್ತ ಇಲ್ಲವಾಗುತ್ತ ತುಂಬ ಕಸಿವಿಸಿ ಹೆಚ್ಚಿತು. ಸುತ್ತ ಕಣ್ಣಾಡಿಸಲು ಎದುರು ಗೋಡೆಯಲ್ಲಿ ಬಸವಣ್ಣ, ತಪಸ್ಸು ಮಾಡುತ್ತಿರುವ ಶಿವ, ದೊಡ್ಡದು ಮಾಡಿಸಿರುವ ಅಪ್ಪನ ಪೋಟೊ ದೃಷ್ಟಿಗೆ ಬಂದವು. ಮುಂದಿನ ಕಿರುಮನೆ ದಾಟಿ ಕಣ್ಣು ಹೋಗಲಿಲ್ಲ. ಅವ್ವ ಕಣ್ಣು ಮುಚ್ಚಿರ ಬೇಕು. ಇಲ್ಲದಿದ್ದರೆ ಗೌಡರ ಹಟ್ಟಿಗೆ ಹೋಗಲೇ ಇಲ್ಲವಾ ಎಂದು ಕೇಳುತ್ತಿದ್ದಳು. ಕಿರುಮನೆ ಹೊಸ್ತಿ ಬಳಿ ಹೋಗಿ ನಿಂತೆ. ಕುತ್ತಿಗೆವರೆಗೆ ದುಪ್ಪಟಿ ಹೊದ್ದು ಗೋಡೆ ಕಡೆ ತಿರುಗಿ ಅವ್ವ ಮಲಗಿದ್ದಳು. ಲಾಟೀನು ಬೆಳಕು ಕಿರುಮನೆಗೆ ನುಗ್ಗಿ ಆದಷ್ಟು ಸ್ಪಷ್ಟ ಮಾಡಲು ನೋಡುತ್ತಿತ್ತು.

ಅವ್ವ ಎದ್ದು ಓಡಾಡಿದ್ದು ಮರೆತು ಹೋಗುವಷ್ಟು ದಿನಗಳಾದವು. ಜಡ್ಡು ಬಿದ್ದ ಹಟ್ಟಿಗೆ ಅವ್ವನ ಎದೆ ಬಡಿತ ಒಗ್ಗಿಬಿಟ್ಟಿದೆ. ನೆನೆಸಿಕೊಳ್ಳುವುದಕ್ಕೆ ಅಸಹನೀಯವಾಗಿ ತೋರಿತು. ಗೌಡರು ಬಂದು ಕಿರುಮನೆ ಮುಂದು ನಿಂತು ಠೀವಿಯ ಮಾತು ಒಗೆಯತೊಡಗಿದಾಗ ಅವ್ವನ ಜೀವ ಏಳುವುದಕ್ಕಾಗದೆ ಕೂರುವುದಕ್ಕಾಗದೆ ಒದ್ದಾಡಿ ಹೋಗಿರಬೇಕು. ಬಂದ ತಕ್ಷಣವೆ ಅಳು ಕಚ್ಚಿಕೊಂಡು ಹೇಳಿದಳು: “ಗೌಡರು ಚಾರಮಾರ ಅಂದರು. ನೀನು ಎದುರು ನಡೆಯುವುದು ಎಂದರೇನು? ಎಷ್ಟಾದರೂ ಅವರು ದೊಡ್ಡೋರು.” ಅವ್ವನ ಮಾತುಗಳಿಂದ ಗೌಡರು ಮೂಡಿಬಂದರು: ಒಂದು ಕೈಲಿ ಉರಿಯುವ ಸಿಗರೇಟು, ಇನ್ನೊಂದು ಕೈ ಅಲ್ಲಾಡಿಸುತ್ತ “ಹುಡ್ಗ ಯೋಗ್ಯ ಅಂತ ಸಾವಿರ್ದವರ್ರೂಗ್ಗ ಸಾಲಕೊಟ್ಟೆ. ಸ್ವಾಮಿ ಗಳ ಕಾಲ್ಗೆ ಬಿದ್ದು ಕೆಲ್ಸ ಕೊಡ್ಸಿದವ ನಾನು ಇವ್ಕೆ. ಈಗ ಎಷ್ಟರವನು ಅಂತ ಗೊತ್ತಾಯ್ತು ತಕ್ಕೊ. ನಾ ಹೇಳೋದು ಇಷ್ಟೆ. ಅಸ್ಲು ಬಡ್ಡಿ ಜೊತ್ಮಾಡ್ಕೊಂಡು ಹಟ್ಟಿ ಬಾಗ್ಲು ಮೆಟ್ಟೋದಕ್ಕೆ ಹೇಳು. ಇಲ್ಲ, ನೀನೆ ಕಂಡಿದ್ದಿ, ಹೊಲ ಅಂಗೈಯಗ್ಲ ಉಳಿಯಾಕಿಲ್ಲ.” ಇದಕೇಳಿ ಅವ್ವಗೆ ಮಾತು ನಿಂತು ಹೋಗಿ ಗೌಡರು ಗತ್ತಿನಿಂದ ಹೆಜ್ಜೆ ಹಾಕಿ ಹೋಗಿರಬೇಕು. ಕಲ್ಲಿನಂತೆ ಒಂದೆಸಮ ನಿಂತಿರುವುದಕ್ಕೆ ಆಗಲಿಲ್ಲ. ಅವ್ವಾ ಎಂದರೆ ಕಣ್ಣು ತೆರೆಯಬಹುದು. ಕಣ್ಣಲ್ಲೆ ಜೀವ ತುಂಬಿಕೊಂಡು ಇಡೀ ನನ್ನನ್ನು ನೋಡಬಹುದು. ನಿಲ್ಲಲು ಆಗಲಿಲ್ಲ ಬಾಗಿಲು ತೆರೆದುಕೊಂಡು ದೊಡ್ಡವ್ವ ಒಳಬಂದಳು. ಇಷ್ಟೊತ್ತಿಗೇನೆ ಎಷ್ಟೊಂದು ಕತ್ತಲು ನೋಡು

ಅಂದಳು. ದೊಡ್ಡವ್ವನ ದಿಟ್ಟಿಸಿದೆ. ನೋಡುವುದಕ್ಕಾಗದಷ್ಟು ಕಂಗೆಟ್ಟಿದ್ದಳು. ದುಡಿದುಡಿದು ಹಗಲೂ ರಾತ್ರಿ ಮಾಡುವುದು. ಯಾತಕ್ಕಾಗಿ ಇದು ಅನಿಸಿತು. ಟೀ ಬೇಕಾದರೆ ಇಡ್ತೀನಿ ಅಂದಾಗ 'ಹ್ಞೂ' ಅಂದೆ. ಏನಾದರೂ ಮಾತಾಡಬಹುದು ಅನಿಸಿ ಕೋಣೆಗೆ ಬಂದು ಮಣೆ ಹಾಕಿ ಕುಳಿತುಕೊಂಡೆ. ದೊಡ್ಡವ್ವ ಬೆಂಕಿ ಹಾಕಿ ನಿಮಿಷಕ್ಕೆ ದಗ ದಗ ಒಲೆ ಉರಿಸ ತೊಡಗಿದಳು. ಬೆಂಕಿ ಉರಿಯಿಂದ ಮೊಖ ತೆಗೆದು "ನೀನು ಮದ್ವೆಯಾಗ್ದೆ ದಿನಾ ನಂಗೆ ಈ ಕಷ್ಟ ಕೊಡ್ತಿ ನೋಡು. ಎರ್ಡು ದಿಕ್ಲ ಕೆಲ್ಸ" ಅಂದಳು. "ಏನು ದೊಡ್ಡವ್ವ" ಅಂದೆ. "ನೀ ಇನ್ನು ಕೂಸು" ಅಂದುದು ಬಾಳ ಅಕ್ಕರೆ ಅನ್ನಿಸಿತು. ದೊಡ್ಡವ್ವ ಕರಗುವ ಹಾಗೆ ಬೆಂಕಿಗೆ ಮೈಕೊಟ್ಟು ಕುಳಿತಿದ್ದಳು. ಬಹಳ ಹೊತ್ತು ಬಿಟ್ಟು "ಮದ್ವೆ ಅಂದ್ರ ನಿಂಗ್ಯಾಕಪ್ಪ ಮಾತೇ ಬರಲ್ಲ" ಅಂದಳು. ಚಿಗುರು ಮೇಯುವ ಜಿಂಕೆ ಥರ ಅವಳ ನೆನಪು ಒಡೆದುಕೊಂಡು ಬಂತು. ದೊಡ್ಡ ದೊಡ್ಡ ಎರಡು ಕಣ್ಣು, ದೊಡ್ಡ ಹಣೆ, ದೊಡ್ಡ ಹೃದಯ, ಅಲ್ಲೇ ತಾನು ಮಲಗುವಷ್ಟು ತಾವು. ಅಲ್ಲಿ ರಾತ್ರಿಯೆಲ್ಲ ಸಿಗರೇಟು ಸೇದಿ, ಬೆಳಗ್ಗೆ ಹೊತ್ತಾಗಿ ಎದ್ದು ಅವಳ ಕೈಲಿ ಬೈಗಳು–ಬಹಳ ಗೆಲು ಗೆಲು ಅನಿಸಿತು. ನಗು ತಡೆಹಿಡಿದುಕೊಂಡು ದೊಡ್ಡವ್ವನ ಕಡೆ ನೋಡಿದೆ. ದೊಡ್ಡವ್ವ ನಕ್ಕು ಏನು ಅಂತ ಕೇಳಿದಳು. ಏನೋ ನೆನಪು ಬಂತು ಅಂದೆ. ಹೊಡೆದ ಹಾಗೆ "ನಂಗೊತ್ತು. ಆಗದಿದ್ದನ್ನೆಲ್ಲ ಕಟ್ಕೊಂಡು ಕೊರಗ್ತೀಯಾ" ಎಂದು ಟೀ ಬಸಿದು ಲೋಟದೊಡನೆ ನಡು ಮನೆಯಲ್ಲಿರಿಸಿ ಬಂದು ಅಲ್ಲೆ ಕುಳಿತಳು. ನಡುಮನೆಗೆ ಬಂದು ಟೀ ಕಚ್ಚಿ ದೊಡ್ಡವ್ವನ ಕಡೆ ನೋಡಿದೆ. ಉರಿಯುವ ಬೆಂಕಿಯಲೆ ದೊಡ್ಡವ್ವನ ಮುಖಕ್ಕೆ ರಾಚುತಿತ್ತು. ಎದ್ದು ಗೌಡರ ನೋಡಿ ಬರುವೆ ಹೇಳಿ ಹೊರಬಂದೆ. ಬಹಳ ಹೊತ್ತಾಗಿ ರಾತ್ರಿ ಹೆಚ್ಚು ಕತ್ತಲು ಕೂಡಿ ಹಾಕಿತ್ತು.

ಅವ್ವ, ದೊಡ್ಡವ್ವರ ಬಿಳುಚಿಕೊಂಡ ಮುಖಗಳು ಬೆನ್ನ ಹಿಂದೆ ಬರುತ್ತಿರುವ ಹಾಗೆ ಅನ್ನಿಸಿ ಹಿಂದಕ್ಕೆ ನೋಡಬೇಕು ಎನ್ನುವಷ್ಟು ಅನುಮಾನ–ಬಹಳ ಸಲ ಹೀಗೆ. ಗೆದ್ದಲು ತಿನ್ನುತ್ತ ನಿಂತ ಹಟ್ಟಿಯ ಥರ ಅವ್ವ ತೋರಿದಳು. ಅಲ್ಲಾಡದೆ ಮಲಗಿ ಕಣ್ಣು ತೆರೆದಿದ್ದರೆ ಕಿರು ಮನೆಯಲ್ಲಿ ಸುತ್ತುವರೆದುದ ನೋಡುವುದು. ಅದು ಮುಗಿದರೆ ನನ್ನ ನೆನೆಸಿಕೊಂಡು ಮನೆದೇವರ ನೆನೆಯುವುದು. ಆ ಹಟ್ಟಿ ಕೆಲ್ಸ ಮುಗಿಸಿ ದೊಡ್ಡವ್ವ ಬಂದು ಕುಂತರೆ "ಕಾಗ್ದ ಏನಾದ್ರು ಬರ್ದಿದ್ನಾ, ಎಂದು ಬತ್ತಾನಂತೆ" ಎಂದು ಕೇಳುವುದು–ಇಲ್ಲಿಗೆ ಮುಗಿಯುತ್ತದೆ. ಇನ್ನು ದೊಡ್ಡವ್ವನದು–ಹೊಲ ಮನೆ ಕೆಲಸಕ್ಕೆ ದೇಹ ತೇಯುವುದು. ಅವ್ವನಿಗೆ ಎರಡು ಹೊತ್ತು ಗಂಜಿ ಕುಡಿಸಿ ನಿಂಬಳ ಕಾಣುವುದು. ನನ್ನನ್ನು ಯಾರಾದರೂ ಹಾಗೆ ಹೀಗೆ ಅಂದರೆ ರೇಗುವುದು. ಇವರ ಇದು ತನ್ನನ್ನು ಇಲ್ಲವಾಗಿಸುತ್ತದೆ ಎನ್ನಿಸಿ ಚಿಟ್ಟಾಯಿತು. ಅವ್ವನ ಲಕ್ವ ಹೊಡೆದ ಬಿಳುಪು ದೇಹ ಊರ ತುಂಬ ಓಡಾಡಿದ ಹಾಗೆ ಕಲ್ಪಿಸಿಕೊಂಡೆ. ಕತ್ತಲಿಗೆ ಊರ ಮುಂದಲಿನ ಅರಳಿ ಮರಗಳು ಗವ್ವ ನಿಂತಿದ್ದವು. ಹಟ್ಟಿಗಳ ಕಿಂಡಿಗಳಿಂದ ನೆಸೆಯುವ ಬೆಳಕುಗಳು ಹೊರಬಂದು ಕರಗಿಹೋಗುತ್ತಿದ್ದವು. ರೋಡಿನ ದಿಕ್ಕಿಗೆ ಮೊಖ ಹಾಕಿ ನಿಂತ ಗೌಡರ ಹಟ್ಟಿಯ ದೊಡ್ಡ ನಿಲುವು ಕತ್ತಲಿಗೆ ಮುಚ್ಚಿಹೋಗಿತ್ತು.

ಎರಡು ಸಲ ದಾರಂದ ಕುಟ್ಟಿದ ಮೇಲೇ ತೆರೆದುಕೊಂಡು ನಾಗವ್ವ ಕಾಣಿಸಿ 'ಎಂದು ಬಂದುದು' ಕೇಳಿ ಒಳಹೋದರು. ಗೌಡರು ಹಜಾರಕ್ಕೆ ಸೇರಿದ ಮಂಚದ ಮೇಲೆ ಮುಂದಕ್ಕೆ ಲಾಟೀನು ಇರಿಸಿ ಕಾಗದ ಪತ್ರ ಹರಡಿ ನಡುವೆ ಗುಂಡತಗೆ ಕುಳಿತಿದ್ದರು. ಅಂತು ಕತ್ತು ಎತ್ತಿ ಕುಣಿಸಿ "ಬಾ ಇವನೆ" ಅಂದರು. ಹೋಗಿ ಸಾವರಿಸಿಕೊಂಡು ಮುಂಡಿಗೆಗೆ ಒರಗಿ ಕೂತು ಕೊಟ್ಟಿಗೆಯಲ್ಲಿ ಸಾಲಾಗಿ ಉದ್ದಕ್ಕೆ ಕಟ್ಟಿದ್ದ ದನ, ಕರುಗಳ ನೋಡಿದೆ. ಗೌಡರು "ಇವಳೇ ಟೀ ಕಾಯ್ಸು" ಅಂದುದು ನಾಗವ್ವ "ಆಯ್ತು" ಅಂದುದು ನಾನು "ಏನು ಬೇಡಿ" ಅಂದೆ. ಗೌಡರು 'ಪರವಾಯಿಲ್ಲ' ಹೇಳಿ ಕಾಗದ ನೋಡಿ ತಲೆ ಎತ್ತಿ "ನಿನ್ನದನ್ನೆ ನೋಡುತ್ತಿದ್ದೆ" ಅಂದರು. ಮಾತಾಡುವುದಕ್ಕೆ ತೊಡಕಾಗಿ ಉಗುಳು ನುಂಗಿ "ನಿಧಾನಿಸಿದರೆ ಆಗುತ್ತಿತ್ತು" ಅಂದೆ. ಸಿಗರೇಟು ಹಚ್ಚಿ ಹೊಗೆ ಬಿಟ್ಟು ಮೇಲಕ್ಕೆ ನೋಡಿ "ಹೇಗಾಗುತ್ತೆ ಹೇಳು" ಅಂದು ಬಹಳ ಹೊತ್ತು ನನ್ನ ಕಡೆ ನೋಡಲೇ ಇಲ್ಲ. ನಾಗವ್ವ ಟೀ ತಂದು ಮಂದೆ ಇರಿಸಿ ಒಳಹೋದರು. "ಈಗೆಲ್ಲಿಂದ ತರ್ಲಿ ಹ್ಹೇಳಿ. ಕೆಲ್ಸ ಬಿಟ್ಟು ಬಂದುದು ಗೊತ್ತೆ ಇದೆ." ಗೌಡರು ಗುರಗಾಯಿಸುವ ಥರ ನೋಡಿದರು. ಆಡುವ ಮಾತುಗಳಿಗೆ ಭಾರ ಹಾಕುತ್ತ "ಸರಿಯಪ್ಪ, ನೀಯೇನೊ ಕೆಲ್ಸ ಬಿಟ್ಟೆ, ಕೆಲ್ಸ ಕೊಡ್ಸಿದವ್ರ ಮಾನ ಏನಾಗಬೇಕು" ಎಂದು ಅವರದೇ ನಗು ತಂದುಕೊಂಡಾಗ ಹೇಗೆ ಹೇಳಬೇಕೊ ಗೊಂದಲಿಸಿಕೊಂಡಿತು. "ಹಾಗಲ್ಲ, ಅದು ನಿಮಗೆ ಗೊತ್ತಾಗಲ್ಲ" ಅಂದೆ. ತಗುಲಿದ ಹಾಗೆ ಎಗರಿ ಕುಳಿತರು. "ಏನಂದೆ?" ಎಂದು ಜೋರಾಗಿ ಅಂದು ದನಿ ಏರಿಸಿ "ನಂಗೆಲ್ಲಯ್ಯ ಗೊತ್ತಾಗುತ್ತೆ? ಸ್ವಾಮಿಗಳ ಮುಂದೆ ಎಷ್ಟರವು ನೀನು? ಸ್ವಾಮಿಗಳೆಲ್ಲ ಹಾಗೆ ಹೀಗೆ ಅಂಥ ಭಾಷಣ ಬೇರೆ ನಿಂಗೆ. ಈಗ್ಯಾಕೆ ಪಂಚಾಯ್ತಿ. ನಂದೂ ನಿಂದೂ ವ್ಯವಹಾರ ಮುಗೀತು. ಅಸ್ಲು ಬಡ್ಡಿ ತಂದೊಪ್ಪಿಸು. ಮುಂದಕ್ಕೆ ನೀನೂ ನಿನ್ನ ಹಾದಿ." ದುಮುಗುಡುತ್ತ ಕುಳಿತುಬಿಟ್ಟರು. ಸುಮ್ಮನೆ ಕೂರಲು ಆಗಲಿಲ್ಲ. "ಹಾಗಲ್ಲ ಗೌಡರೆ" ಅಂದೆ. ನೋಡಿದರು. "ಹೇಳಿದ್ರೆ ನಿಮ್ಗೆ ಗೊತ್ತಾಗಲ್ಲ" ಎಂದು ಮುಂದೆ ಹೇಳಹೊರಟೆ. ಗೌಡರು ಕತ್ತರಿಸದ ಹಾಗೆ "ಈಗ ಗೊತ್ತಾಗುತ್ತೆ ತಕ್ಕೊ" ಎಂದು ಸೀಳುವ ಥರ ನೋಡಿದರು. ಚಡಪಡಿಸಿ ಮೇಲಕ್ಕೆ ಎದ್ದು "ಸರಿ, ಬರ್ತೀನಿ" ಎಂದು ತಿರುಗಿ ನೋಡದೆ ಹೊರಬಂದೆ. ನಿಂತ ಕತ್ತಲೊಳಗೆ ಹಾದಿ ಸಿಕ್ಕದ ಥರ ಆಯಿತು.

ದೊಡ್ಡವ್ವ ಬಾಗಿಲು ತೆರೆದುಕೊಂಡು ನಿಂತಿದ್ದಳು. ಕಂಡವಳೆ "ಯಾಕಿಷ್ಟೊತ್ತು ಮಾಡ್ದೆ" ಎಂದು ನೋಡಿದಳು. "ಇಷ್ಟೊತ್ತಾಯ್ತು" ಅಂದೆ. "ನಿನ್ನೊಂದ್ಗ ಎಷ್ಟು ಮಾತಾಡಿದ್ರೂ ಅಷ್ಟೇನೆ" ಎಂದಳು. ನಗಲು ನೋಡಿದೆ, ತಟ್ಟನೆ "ಬಾಳನೆ ಹೊತ್ತಾಯ್ತು. ಆ ಹಟ್ಟೀಲು ಏನಾರು ಮಾಡ್ಬೇಕಲ್ಲ, ಹೋಯ್ತಿನಿ" ಅಂದಳು. ಒಂದೆರಡು ಹೆಜ್ಜೆ ಹಾಕಿ ತಿರುಗಿ "ಅವ್ವಗೂ ನೀನೇ ಗಂಜಿ ಕೊಡು" ಎಂದು ಸರಸರ ನಡೆದಳು. ತೆರಕೊಂಡ ಬಾಗಿಲಿನಿಂದ ಬೆಳಕು ಚಾಚಿದ್ದವರೆಗೂ ದೊಡ್ಡವ್ವ ಕಾಣುತ್ತಿದ್ದು, ಆಮೇಲೆ ಕಾಣಲಿಲ್ಲ. ಸುಮಾರು ಹೊತ್ತು ಅಲ್ಲೆ ನಿಂತೆ. ಗಾಳಿ ಜೋರು ಬೀಸಿ ಅಲ್ಲೊಂದು ಇಲ್ಲೊಂದು ಮಳೆಹನಿ ಉದುರತೊಡಗಿದಾಗ ಒಳಕ್ಕೆ ಬಂದುದು.

ಊಟ ಒಗ್ಗಲಿಲ್ಲ. "ಉಣ್ಣಾಕೆ ತರಲವ್ವ" ಎಂದು ಕೇಳಿದೆ. ಕಿರುಮನೆಯಿಂದ "ಎರ್ಡು ದಿಕ್ಲ ರೈಲು ಹೊಯ್ತಾ" ಎಂದುದು ಕೇಳಿಸಿತು. "ಹೋಗಿರಬೇಕು. ಇನ್ನೂ ಇದ್ದದಾ" ಅಂದೆ. ಇನ್ನೊಸಿ ಹೊತ್ತೋಗ್ಲಿ ಎಂದ ಅವ್ವನ ದನಿ ಜೊತೆ ಸೊಯ್ಯ ಬೀಸಿದ ಗಾಳಿಯ ಸದ್ದಿ ಅಲೆಯಿತು. ಸ್ವಲ್ಪ ಹೊತ್ತ ಬಿಟ್ಟು "ಮಳೆ ಬಂದದಾ" ಎಂದು ಕೇಳಿದಳು. "ಬರಬಹುದು" ಅಂದೆ. "ನಾನು ಬಡ್ಕೊಂಡೆ. ಬೇಸಿಗೇಲೆ ಹಂಚು ಕೈಯಾಡ್ಸು ಅಂತ. ಈಗ ಹಟ್ಟಿ ತುಂಬ ಸೋರ್‍ತಾದೆ." ಅವ್ವ ದನಿ ಜೋರು ಮಾಡಿ ಅಂದುದು ಚಿಟ್ಟು ಹಿಡಿಸಿತು. ದಿಕ್ಕಾಪಾಲು ಹಂಚಿಹೋದಂತನಿಸಿ ಸರಿಯಾಗಿ ಕುಳಿತೆ. ಸಿಗರೇಟು ಹಚ್ಚಿ ಬಲವಾಗಿ ಹೊಗೆ ಎಳೆದು ಹೊಗೆಯೊಡನೆ ಅವಳ ನೆನಪು ಕೂಡಿಸಲು ನೋಡಿದೆ. ನಡುಗುವ ಚಳಿಯಲ್ಲಿ ಕುಳಿತು "ನನಗೂ ಮದುವೆಗೂ ದೂರ" ಅಂದಳು. "ಎಷ್ಟು ದೂರ" ಎಂದು ಕೇಳಲು ಅನಿಸಿ ಆಗದೆ ಅವಳ ತುಂಬಿಕೊಳ್ಳುತ್ತ ಕುಳಿತೆ. ತುಂಬ ಕ್ಲಿಷ್ಟವಾಗಿ ಕಂಡಳು. ಯಾಕೊ ಗೊತ್ತಿಲ್ಲ, ನನಗೆ ದುಃಖವಾದಾಗಲೆಲ್ಲ ನೀನು ಬೇಕು ಅನ್ನಿಸುತ್ತೆ ಎಂದು ಹೇಳುವುದು ಹುಚ್ಚಾಗಿ ತೋರಿತು. ಹೇಳಿದರೆ ಬರೀ ಮಾತಾಗಿಬಿಡುತ್ತವೆ. ಅನಿಸುತ್ತಿದ್ದುದನ್ನೆಲ್ಲ ಒಟ್ಟಾಗಿಸಿ ನೋಡಿದೆ. ನನಗೆ ನಿಜವಾಗಿ ಯಾರೂ ಇಲ್ಲ ಅನಿಸುತ್ತೆ. ಇರೋದೆಲ್ಲ ಸುಳ್ಳು ಅನಿಸುತ್ತೆ. ನೀನು ಎಲ್ಲ ಅನಿಸುತ್ತಿ. ಅವ್ವ ಅಕ್ಕ ತಂಗಿ ಮಗು ಗೆಳತಿ ಹೆಂಡತಿ ಎಲ್ಲ. ತುಂಬ ಅಸಹಜವಾಗಿ ಕಂಡವು. ಅವಳಿಗೆ ಏನು ಅನಿಸಬಹುದು ಅಂತ ಅನುಮಾನ ಬಂತು. "ಹೀಗೆ ಪದೇ ಪದೇ ನೋಡುವುದು ಬೇಡಿ, ಗುಲ್ಲಾಗುತ್ತೆ" ಅಂದಳು. ಬರದ ನಗುವನ್ನಾದರೂ ಬರಿಸಿಕೊಂಡು ನಗಬೇಕು. ಅವಳು, ಅವಳ ಅಪ್ಪ ಅಮ್ಮ, ಕತ್ತರಿಸಿ ಇಟ್ಟಿರುವ ಜಾತಿ, ಬಂಧು ಬಳಗ, ಇವುಗಳ ನಡುವೆ ನಾನು ಅವಳು ಹದ್ದುಗಳಿಗೆ ಎಸೆದ ಹೆಣಗಳ ಹಾಗೆ–ಎದ್ದು ನಿಂತು 'ಹೋಗಲಾ' ಅಂದೆ.

ಬಲವಾಗಿ ಬೀಸಿದ ಗಾಳಿಗೆ ದಾರಂದ ಅರೆತೆರೆದು ಮುಚ್ಚಿ, ತುಂಬಿ ಮಿಗುವಷ್ಟು ಗಾಳಿ ಒಳಕ್ಕೆ ಬಂದು ಲಾಟೀನು ಬೆಳಕು ಕತ್ತು ಹಿಚುಕಿಸಿಕೊಂಡ ಥರ ಆಡಿತು. ಅವ್ವ ಜ್ಞಾಪಿಸಿ ಕೊಂಡು "ಗೌಡರ ಹಟ್ಟಿಗೆ ಹೋಗಿದ್ಯಾ" ಎಂದು ಕೇಳಿದಳು. ನಿಧಾನಿಸಿಯೆ "ಹೋಗಿದ್ದೆ" ಎಂದೆ. ಏನಂದರು ಅಂದುದಕ್ಕೆ ಏನು ಹೇಳಬೇಕು ಕಾಣಲಿಲ್ಲ. ಅವ್ವ ಮತ್ತೆ ಅದೇ ಕೇಳಿದಾಗ "ಇನ್ನೇನಂತಾರೆ ಅದೇ" ಅಂದೆ. ಅವ್ವ ಸಿಡುಕಿ "ಅದೇ ಅಂದ್ರ ಏನ?" ಅಂದಳು. ಎಂಥದು ಮಾತಾಡಲು ಆಗದೆ ಸಹಿಸುವುದಕ್ಕಾಗದಂತೆ ತೋರಿತು. "ಸುಮ್ಮನೆ ಮಲಿಕವ್ವ" ಅಂದೆ. ಉಸಿರು ಹಿಡಿದುಕೊಂಡೆ "ನನ್ಮಾತು ಅಂದ್ರ ನಿಂಗ್ಯಾಕ ಹಿಂಗ ಹೇಳು" ಜೋರು ಅಂದಳು. ಮಾತು ಹಟ್ಟಿ ತುಂಬೆಲ್ಲ ತುಂಬಿ ದಿಕ್ಕು ದಿಕ್ಕು ಅಲೆಯಿತು. ರೋಸಿ ಎದ್ದು ಹೋಗಿ ಕಿರುಮನೆ ಬಾಗಿಲಿಗೆ ನಿಂತು "ಏನು ಕೇಳು" ಅಂದೆ. ಹಾಗೆ ಮಲಗಿದ್ದಳು. ದಿನಕ್ಕಿಂತ ಹೆಚ್ಚು ಬಿಳಿಚಿ ಕೊಂಡ ಥರ ತೋರಿತು. ಮೊಖದ ತುಂಬ ದಿನಾ ಬೆಳೆಯುತ್ತಿದ್ದ ಸುಕ್ಕುಗಳು ದಿಗಿಲು ಬೀಳುವಷ್ಟು ಹೆಚ್ಚಾಗಿಬಿಟ್ಟಿದ್ದುವು. ಕಣ್ಣುಗಳು ತೆರೆದುಕೊಂಡು ನೋಡುತ್ತಿದ್ದುವು. ಎದೆ ಏರಿಳಿತಕ್ಕೆ ಹೊದುಪು ನಿಧಾನ ಮೇಲು ಕೆಳಗಾಗುತ್ತಿತ್ತು. "ಬಾ ಕೂತುಕೊ" ಅಂದಳು. ಹೋಗಿ ಹಾಸಿಗೆಯ ಪಕ್ಕ ಕುಳಿತು ಹೇಗೆ ಹೇಳಬೇಕು ಎಂದು ತೊಡಕಾಡಿದೆ. "ಹೇಳು" ಅಂದು ನೋಡಿದಳು. ಎಷ್ಟೋ ಹೊತ್ತು ಸುಮ್ಮನಿದ್ದು ಹಾಗೂ ಇರಲು ಆಗದೆ "ನಂಗ ಸರಿ

ಅನ್ನಿಸಿದ್ದನ್ನು ಹೇಳೋದು ತಪ್ಪಾ" ಅಂದೆ. "ಸರಿ" ಅಂದಳು. "ನಂಗ ಸರಿಕಾಣ್ತು. ಧರ್ಮ ಕರ್ಮ ಮತ ಸ್ವಾಮಿಗಳೆಲ್ಲ ಸೋಗು ಅಂತ ಹೇಳ್ದೆ." ಅವ್ವ ದುರುದುರು ನೋಡ ತೊಡಗಿದಳು. "ಯಾವುದೂ ಬೇಡ. ಹೊಲ ಮನೆ ಅಂತ ಇರೋದು ಅಂತ ಬಂದ್ರೆ ಈಗ ಗೌಡ್ರಿಗೆ ಚುಚ್ಕೊಟ್ಟವರೆ..." ಎಂದು ಅಂದು ನೋಡಿದೆ. ತುಂಬ ನೋವು ತಿನ್ನುತ್ತಿದ್ದಳು. ಸುಮ್ಮನೆ ನೋಡಿದೆ. ಅವ್ವ ಜೋರು ಉಸಿರು ತೆಗೆದುಕೊಂಡು ಹಣೆ ಚಚ್ಚಿಕೊಂಡಳು. ಬಹಳ ಕಷ್ಟಪಟ್ಟು ಕಣ್ಣು ತೆಗೆದು ಸೂರಿಗೆ ನೆಟ್ಟು ಆಗದೆ ಮತ್ತೆ ನೋಡಿದಾಗ ಅವ್ವನ ಬಿರಿಯುವ ತುಟಗಳು, ಕಣ್ಣಿಂದ ದೊಳದೊಳ ನೀರು. ದಿಮುಗುಡುತ್ತಿದ್ದ ಅವ್ವ ಕೆಟ್ಟ ದನಿಯಲ್ಲಿ "ಈಗ್ಲೆ ಹೋಗಿ ತಪ್ಪಾಯ್ತು ಅಂತ ಕೇಳ್ಕೊ. ದೇವ್ರಂಥವರತ್ರ ನಿಂದು ನಿಷ್ಠುರ. ಇಷ್ಟಕ್ಕೂ ನಾ ಮಾಡ್ದ ಕರ್ಮ, ಈಗ್ಲೇ ಹೋಗು" ತವಕಿಸತೊಡಗಿದಳು. "ಆಗೋದಿಲ್ಲ" ಅಂದೆ. ತಕ್ಷಣ "ನಾನೇ ಕೇಳ್ತೀನಿ" ಎಂದುದಕ್ಕೆ "ಯಾರೂ ಕೇಳೋದು ಬೇಕಾಗಿಲ್ಲ" ಎಂದು ಎರಡು ಕೈಗಳಿಂದಲೂ ತಲೆ ಅದುಮಿ ಸಮನಾಗಲು ನೋಡಿದೆ. ಸೊರಕಿನೊಡನೆ ಕಳೆಯುತ್ತಿದ್ದ ಕೆಟ್ಟ ಮೌನ ನಿಂತು ಅವ್ವ "ಹೀಗಂದ್ರೆ ನಾವು ಬದ್ಕೋದು?" ಅವ್ವ ಚೀರಿದ್ದು ಕೇಳಲಾಗಲಿಲ್ಲ. ಚೂಪಾಗಿ ನೋಡಿ "ಈಗ ನಾವು ಬದ್ಕಿದ್ದೀವಾ" ಅಂದೆ. ಅವ್ವನ ಕತ್ತಿನ ನರಗಳು ಬಿಗಿದುಕೊಂಡು ಉಬ್ಬಿದವು. ಎದ್ದು ದಪ ದಪ ಹೆಜ್ಜೆ ಹಾಕಿ ದಾರಂದ ತೆಗೆದು ಹೊರಬಂದು ಕತ್ತಲಲ್ಲೆ ತಡವರಿಸಿ ಜಗುಲಿಯ ಮುಂಡಿಗೆ ಹಿಡಿದು ಕುಸಿದು ನಿಂತೆ, ಬಹಳ ಹೊತ್ತು.

(೧೯೭೦)

*

೧೨. ಮಾಯೆ

ಕಾಳೇಗೌಡ ನಾಗವಾರ

ಹೋರಿ ಮಾರಿದ ಹಣ ಒಳಜೇಬನ್ನು ಜಡಿಯುತ್ತಿದ್ದಾಗ, ಅಷ್ಟು ಹೊತ್ತಿನಲ್ಲಿ ಒಬ್ಬನೇ ಆರು ಮೈಲಿ ದೂರದ ತನ್ನ ಊರಿಗೆ ಹೊರಡಲು ಪೆದ್ದಯ್ಯನ ಮನಸ್ಸು ಒಂದು ಕ್ಷಣ ಹಿಂಜರಿಯಿತು. ಹೋಟಲಿನಲ್ಲಿ ಊಟ ಮುಗಿಸಿ, ದುಡ್ಡು ಕೊಟ್ಟು ಹೊರ ಬರುವಾಗ ಗಲ್ಲಾದ ಮೇಲೆ ಕೂತವನನ್ನು ಟೈಮು ಕೇಳಿ, ಒಂಬತ್ತೂವರೆ ಅಂತ ತಿಳಿದ ಮೇಲೂ–ಇಲ್ಲಿ ಅವರಿವರ ಪಡಸಾಲೆಯಲ್ಲಿ ಕಾಡುಹೆಣದಂತೆ ಬಿದ್ದುಕೊಳ್ಳುವ ಬದಲು, ಮನೆ ತಲುಪು ವುದೇ ಮೇಲೆಂದು ಆಗಲೇ ಹತ್ತು ಸಲ ನಿರ್ಧರಿಸಿದ್ದ: ಅಯ್ಯೋ–ಹಾಲಿನದು ಹಾಲಿಗೆ, ನೀರಿನಲ್ಲಿ ಬಂದದ್ದು ನೀರಿಗೆ; ನನ್ನ ನಿಯತ್ತು ನನ್ನ ಕಾಪಾಡಬೇಕಲ್ಲದೆ, ಕಂಡವರ ಗಂಟು ಮುಟ್ಟಿದೋರು ಬದುಕುವುದು ಅಷ್ಟರಲ್ಲೇ ಅದೇ ಅಂತ ಗೊಣಗಿಕೊಳ್ಳುತ್ತಾ, ಸಮಾಧಾನ ಪಟ್ಟುಕೊಳ್ಳುತ್ತಾ ನಡೆಯುತ್ತಿದ್ದ. ನೀರುಹೊಳೆ ದಾರಿಯಷ್ಟು ಚಿರಪರಿಚಿತವಾದ ಆ ಹಾದಿ ಯಲ್ಲಿ ತಿಂಗಳ ಬೆಳಕಿನಲ್ಲಿ ಹೋಗಲು ಮನಸ್ಸು ಹಿಂದೇಟು ಹಾಕಿದ್ದು ಕಂಡು ಆತನಿಗೆ ನಾಚಿಕೆಯಾಯಿತು.

ಹಗಲಿನಷ್ಟು ಸ್ಪಷ್ಟವಾಗಿದ್ದ ಬೆಳ್ದಿಂಗಳಲ್ಲಿ ಕೆರೆಯ ನೀರು ಹೊಳೆಯುತ್ತಿತ್ತು. ಉದ್ದವಾದ ಏರಿಯ ಮೇಲೆ ಆತ ಒಬ್ಬನೇ ಸುಮಾರು ಒಂದೂಕಾಲ ಮೈಲಿ ನಡೆಯಬೇಕಾಗಿತ್ತು. ಆ ಹಳೆಯ ಕೆರೆ ಚೋಳರ ಕಾಲದ್ದೆಂದು ಜನ ಹೇಳುತ್ತಿದ್ದರು. ಏರಿಯ ಈ ತುದಿಯಲ್ಲಿ ಅಷ್ಟೇ ಹಳೆಯದಾದ ಶಿವನ ಗುಡಿ ಇತ್ತು. ಗುಡಿಗೆ ಎದುರಾಗಿ ಬಟ್ಟೆ ಒಗೆಯಲು, ಸ್ನಾನ ಮಾಡಲು ಅನುಕೂಲವಾದ ಸ್ನಾನಘಟ್ಟ, ಮೆಟ್ಟಿಲು ಮೆಟ್ಟಿಲಾಗಿ ಹಾಸಿದ ಚಪ್ಪಡಿಗಳು, ಹಗಲಲ್ಲಿ ಸದಾ ಗಿಜಗುಡುವ ಜನ. ಈಗ ಸಹ ಯಾರೋ ಅಲ್ಲಿ ಕೂತಿದ್ದರು: ಪೆದ್ದಯ್ಯ ತನ್ನ ಕಣ್ಣನ್ನು ತಾನೇ ನಂಬದೆ ಹೆದರಿ, ದೃಷ್ಟಿಸಿ ನೋಡಿದಾಗ ನೀರಿನ ತಡಿಯ ಕೊನೆಯ ಮೆಟ್ಟಿಲಲ್ಲಿ ಹೆಂಗ ಸೊಂದು ಕೂತಿರುವುದು ದೃಢಪಟ್ಟಿತು. ಜಕ್ಕನೆ ನಿಂತ. ನಿಂತಲ್ಲಿಂದಲೇ ತನ್ನ ಅಳುಕೆಲ್ಲವೂ ಬಿದ್ದೋಡುವಂತೆ ಗಟ್ಟಿಯಾಗಿ "ಯಾರ್ಲ ಹೈಕ್ಲೇ ಅದು?" ಅಂದ. ಮಂಡಿಗಳ ಮೇಲೆ ತಲೆಯಿಟ್ಟು ನೀರಿಗೆ ಎದುರಾಗಿ ಬಾಗಿ ಕೂತಿದ್ದ ಆಕೆ ಮಾತಾಡಲಿಲ್ಲ; ಈ ಕಡೆಗೆ ತಿರುಗಲಿಲ್ಲ. ಪೆದ್ದಯ್ಯ ಹೆಜ್ಜೆ ಕಿತ್ತಿಡದೆ ಪುನಃ "ಅಯ್ಯೋ ಬಯಲಾದ್ದೆ, ಯಾರು ನೀನು?" ಅಂತ ಕೂಗಿದ. ಈ ಅಬ್ಬರಕ್ಕೆ ಕೊಂಚ ಅಲುಗಾಡಿದ ಹೆಂಗಸು ಪಕ್ಕಕ್ಕೆ ಹೊರಳಿ ನೋಡಿದಳು: ಕರೆಯುತ್ತಿದ್ದವನು ತನ್ನ ಬೆನ್ನಿನ ನೇರಕ್ಕೆ ಸರಿಯಾಗಿ ನಿಂತಿದ್ದರಿಂದ ಅವಳಿಗೆ ಕಾಣಲಿಲ್ಲ.

ಪೆದ್ದಯ್ಯ ಮತ್ತೊಮ್ಮೆ ಗಟ್ಟಿಯಾಗಿ ಕರೆದ; ಅವನಲ್ಲಿ ಕೈಕಾಲು ನಡುಕ ಮತ್ತು ಆದುದ್ದಾಗಲಿ ಅನ್ನುವ ಸಣ್ಣ ಧೈರ್ಯ ಎರಡೂ ತೆಕ್ಕೆ ಹಾಕಿ ಸ್ಪರ್ಧಿಸಿದ್ದವು. ಆಕೆ ಸಂಪೂರ್ಣ ಹಿಂದೆ ತಿರುಗಿ "ನಾನು" ಅಂದಳು. ದನಿ ಪರಿಚಿತವಾಗಿರಲಿಲ್ಲ. "ನಾನು ಅಂದ್ರೆ ಯಾರಮ್ಮ?" ಅಂದ. ಆ ಕಡೆಯಿಂದ ಪುನಃ ಮಾತಿಲ್ಲ.

ಧೈರ್ಯಮಾಡಿ ಪೆದ್ದಯ್ಯ ಅವಳ ಹತ್ತಿರ ಬಂದ. ಆಕೆ ಕೂತಲ್ಲಿಯೇ ತಲೆಯೆತ್ತಿದಳು. ಸುಮಾರು ಮೂವತ್ತರ ಪ್ರಾಯದ ಹೆಂಗಸು; ಗುರುತು ಸಿಗಲಿಲ್ಲ. ಅವಳ ನಿರ್ಭಾವುಕ ಸ್ಥಿತಿ ಅವನನ್ನು ಆತ್ಮೀಯವಾಗಿ, ಬಲವಾಗಿ ಕಲಕಿತು. ಊರು, ಕೇರಿ, ಹೆಸರು ಮತ್ತು ಇಷ್ಟು ಹೊತ್ತಿನಲ್ಲಿ ಇಲ್ಲಿಗೆ ಬರಲು ಕಾರಣ–ಮುಂತಾದವುಗಳನ್ನು ಕೇಳುತ್ತಾ ಹೋದ. ಆಕೆ ಯವುದಕ್ಕೂ ಉತ್ತರಿಸಲಿಲ್ಲ. ಮೂಗಿಯಲ್ಲ ಅನ್ನುವುದು ಮಾತ್ರ ಖಾತ್ರಿಯಾಗಿತ್ತು. ಆತ್ಮ ಹತ್ಯೆಯ ಪ್ರಯತ್ನದಲ್ಲಿರುವ, ಆದರೆ–ಬದುಕುವ ಆಸೆಯ ವ್ಯಕ್ತಿ ಇರಬಹುದೆನ್ನಿಸಿತು. ಆ ನಿಶ್ಯಬ್ದದಲ್ಲಿ ತಾನೊಬ್ಬನೇ ಮಾತನಾಡಿ ಆಯಾಸಗೊಂಡ. ಅವನಿಗೆ ಈಗ ಭಯ ಕಾಣ ಲಿಲ್ಲ. ಈ ವಿಚಿತ್ರ ಸ್ಥಿತಿಯಲ್ಲಿ ದಿಕ್ಕೆಟ್ಟು, ತಾನೂ ಕೂತು ಆಲೋಚಿಸಿದ.

ನೀಲಾಕಾಶದ ಚಂದ್ರನ ಹಾಗೆ, ಬೆಳ್ದಿಂಗಳಿನಲ್ಲಿ ಸಣ್ಣ ಅಲೆಗಳೊಡನೆ ಮೋಹಕವಾಗಿ ತುಳುಕಾಡುವ ಆ ದೊಡ್ಡ ಕೆರೆಯಂತೆ ಪಕ್ಕದ ಹೆಂಗಸು ಕೂಡ ತನ್ನೆಲ್ಲ ಗೂಢಗಳ ಜತೆ ಮೌನವಾಗಿ ಸಂಭಾಷಿಸುತ್ತಿದ್ದಳು. ಪೆದ್ದಯ್ಯನಿಗೆ ಕುತೂಹಲ ಹೆಚ್ಚಾಗತೊಡಗಿತು. ಆಕೆ ಯನ್ನು ಮಾತಾಡಿಸುವ, ಅರ್ಥಮಾಡಿಕೊಳ್ಳುವ ಬಗೆಗಾಗಿ ತಡಕಾಡಿದ. "ನೋಡಮ್ಮ, ನಾನೂ ಬೆಳಕು ಹರಿಯೂಗಂಟ ಬೇಕಾದ್ರೆ ಹಿಂಗೇ ಕುಂತ್ಕೊಬಲ್ಲೆ. ಅದರಿಂದ ಏನು ಪ್ರಯೋಜ್ನ ಹೇಳು? ಕಷ್ಟ ಕೋಟ್ಲೆಗಳು ಮನುಷ್ಯನಿಗೆ ಬರದೆ ಇನ್ನೇನು ಮರಕ್ಕೆ, ಈ ಕಲ್ಗೆ ಬಂದಾವೇನು...?" ಅಂತ ನಿಧಾನಕ್ಕೆ ಮಾತಾಡತೊಡಗಿದ. ಇದೇ ಮುಂತಾಗಿ ಆತ ಎಷ್ಟೋ ಹೊತ್ತು ಏಕಮುಖವಾಗಿ ಹೇಳುತ್ತಲೇ ಇದ್ದಾಗ, ಆಕೆ "ನೋಡಿ ನೀವು ನಿಮ್ಮ ಕೆಲಸಕ್ಕೆ ಹೋಗಿ" ಅಂತಂದು ಸೆರಗಿನಿಂದ ಕಣ್ಣೀರು ಒರಸಿಕೊಂಡಳು. ಪೆದ್ದಯ್ಯ ಖುಷಿ ಬಿದ್ದ: "ಹೆಣ್ಣು–ಹೆಂಗಸು ಸರಿಹೊತ್ತಲ್ಲಿ ಒಂಟಿಯಾಗಿ ದುಃಖಿಸೋದು ನೋಡಿ ಅವಳ ಗಾಯ–ನೋವು ಏನು ಅಂತ ತಿಳಿದುಕೊಳ್ಳುವುದು ನನ್ನಂಥ ನರಮನುಷ್ಯನ ಕೆಲಸವೇ ಅಲ್ವೆ?" ಅಂದ. ಈ ಮಾತುಗಳನ್ನು ಅವಳು ಗಮನವಿಟ್ಟು ಕೇಳಿಸಿಕೊಳ್ಳುತ್ತಿದ್ದಂತೆ ಇತ್ತು.

ಮತ್ತೂ ಆಕೆ ನಿಶ್ಯಬ್ದವಾಗಿಯೇ ಇದ್ದಳು. ಅವಳ ಅಂತರಂಗ ಏನು ಅಂತ ತಿಳಿಯಲು ಕಿಂಚಿತ್ತೂ ಸಾಧ್ಯವಾಗಲಿಲ್ಲ. ಪದೇ ಪದೇ ಒತ್ತಾಯಪೂರ್ವಕವಾಗಿ ಕೇಳಿ, ಪ್ರಶ್ನಿಸಿದವನಿಗೇ ಬೇಸರವಾಯ್ತು. ಕೊನೆಗೂ ಆತ ಅಷ್ಟೆಲ್ಲ ಪ್ರಯತ್ನಗಳ ನಡುವೆ ಅವಳನ್ನು ಸ್ನಾನಘಟ್ಟದ ಎದುರಿಗೆ ಏರಿಯ ಮೇಲಿರುವ ಗುಡಿಯ ಪಡಸಾಲೆಗೆ ಕರೆತರುವಲ್ಲಿ ಸಫಲನಾದ. ಆದ್ದ ರಿಂದ ಆತನಿಗೆ ಎಷ್ಟೋ ಸಮಾಧಾನವಾಯಿತು.

ಮೂಲೆಯಲ್ಲಿ, ಗೋಡೆಗೊರಗಿದ ಆಕೆ ಮಂಡಿಗಳ ಮೇಲೆ ತಲೆಯಿಟ್ಟು ಕೂತಿದ್ದಳು. ಪೆದ್ದಯ್ಯ ಅದೇ ಪಡಸಾಲೆಯ ಈ ತುದಿಯಲ್ಲಿ ಕಲ್ಲುಚಪ್ಪಡಿಯ ಮೇಲೆ ಕಾಲುಚಾಚಿ

ಮಲಗಿದ. ಕೈಚೀಲದ ಬುತ್ತಿಯನ್ನು ತಲೆದಿಂಬು ಮಾಡಿಕೊಂಡ. ನಿದ್ರೆಗೆ ಕಣ್ಣೆಳೆಯುತ್ತಿದ್ದವು. ಆಕಳಿಕೆಗಳು ಹೆಚ್ಚಾದಾಗ "ನೋಡಮ್ಮ, ಈಗ ನಿನ್ನ ಕಷ್ಟ ಹೇಳ್ದೇ ಇದ್ದರೂ ಪರವಾ ಇಲ್ಲ; ನಿನಗೆ ಈ ಶಿವ ಮನಸ್ಸು ಕೊಟ್ಟರೆ ಹೊತ್ತಾರೆಗಾದ್ರು ಹೇಳು; ಆದ್ರೆ ನನಗೆ ನಿದ್ದೆಬಂದಾಗ ನೀನು ಕದ್ದು ಮರೆಯಾಗಬ್ಯಾಡ. ಈ ಶಿವನ ಮೇಲೆ ಆಣೆ ಇಟ್ಟು ಹೇಳ್ತೀನಿ, ಕೈಲಾದ ಉಪಕಾರ ಮಾಡಲು ಏನಾದರೂ ನನಗೆ ಸಾಧ್ಯ ಇದ್ರೆ ಮಾಡ್ತೀನೇ ಶಿವಾಯಿ, ಅಪಕಾರ ಅಂತು ನಾನು ಮಾಡೊಲ್ಲ ನನ್ನವ್ವ, ನಿನ್ನ ದಮ್ಮಯ್ಯ ಅಂತೀನಿ. ನೀನು ಕೂತಲ್ಲಿಂದ ಅಲುಗಾಡ ಬಾರದು..." ಅಂತ ಹೇಳಿದ. ಇದು ಮತ್ತೆ ಅವನ ಏಕಮುಖ ಸ್ವಗತವೇ ಆಗಿತ್ತು. ಹೆಂಗಸು ಕೆರೆಯ ತಡಿಯಿಂದ ಇಷ್ಟು ದೂರ ಬಂದು ಕೂತದ್ದು ಅವನಿಗೆ ಒಂದು ಪವಾಡ ದಂತೆ ಕಂಡಿತ್ತು. ಅವಳ ಕಡೆಗೆ ನೋಡುತ್ತ ಎಳೆಯುವ ಕಣ್ಣುಗಳನ್ನು ಕಷ್ಟಪಟ್ಟು ತೆರೆಯಲು ಯತ್ನಿಸಿ ವಿಫಲನಾಗುತ್ತಿದ್ದ. ಆಕೆ ತಲೆ ಎತ್ತಲಿಲ್ಲ; ಅಲುಗಲಿಲ್ಲ; ಅದು ನಿದ್ರೆಯೋ ಇಲ್ಲವೇ ಎಚ್ಚರದ ಸ್ಥಿತಿಯೋ ಅನ್ನುವುದು ಕೂಡ ಈತನಿಗೆ ತಿಳಿಯಲಿಲ್ಲ.

***

ನಿದ್ದೆಯ ನಡುವೆ ಪೆದ್ದಯ್ಯ ಸಣ್ಣದಾಗಿ ಕನವರಿಸಿದ: ಹಿತ್ತಲಿನಲ್ಲಿ ಹೊಲದ ನಡುವೆ, ಮೆದೆಯ ಮೇಲೆ ಕುಣಿದಾಡುವ ನವಿಲು ಜೋಡಿಯನ್ನು ಕಂಡ. ಬಹಳ ಹಿಂದೆ ಬಾಲ್ಯದಲ್ಲಿ ಸಾಕಿದ್ದ ಜೋಡಿ ಅದು. ಕಾಡಿನಲ್ಲಿ ತಂದಿದ್ದ ನವಿಲಿನ ಮೊಟ್ಟೆಗಳನ್ನು ಮನೆಯಲ್ಲಿ ಕಾವು ಕೂತ ಕೋಳಿಯ ಮಡಿಲಲ್ಲಿ ಇಟ್ಟಿದ್ದ. ಉಳಿದ ಕೋಳಿಮರಿಗಳೊಡನೆ ನವಿಲು ಹೂಮರಿ ಗಳು ಸಹಜವಾಗಿಯೇ ಬೆಳೆದವು. ಸೊಂಪಾಗಿ, ಚೆಲುವಾಗಿ, ಸದಾ ಚೆಲ್ಲಾಟವಾಡುತ್ತಾ ಬೆಳೆಬೆಳೆದವು. ಸಂಜೆ ಮುಂಜಾನೆಗಳಲ್ಲಿ ಕಂಡ ಚಿತ್ರಗಳು ಈಗ ಕಣ್ಣುಗಳಲ್ಲಿ ಚಿಗು ರೊಡೆಯುತ್ತಿದ್ದಂತೆ ಹದವಾದ ಚಳಿಯ ಅರೆ ಎಚ್ಚರ: ಬೆಳಕು ಹರಿಯುವ ಹೊತ್ತು, ಅಲ್ಲೆಲ್ಲೊ ದೂರದಲ್ಲಿ ಗುಡ್ಡಗಳ ಆಚೆಗೆ ಇಣುಕುತ್ತಿರುವ ಸೂರ್ಯ. ಪಡಸಾಲೆಯ ಅದೇ ಮೂಲೆಯಲ್ಲಿ ಕೂತ ಪಳಪಳ ಹೊಳೆವ ಕಣ್ಣುಗಳ ಹೆಂಗಸು, ನಾಚಿ ಕಾಲೆಳೆದುಕೊಂಡು, ಕಲ್ಲುಕಂಬಕ್ಕೆ ಒರಗಿ ಅವಳಿಗೆ ಎದುರಾಗಿ ಕೂತ. ರಾತ್ರಿ ಆತ ಊಹಿಸಿದುದಕ್ಕಿಂತಲೂ ಚಿಕ್ಕ ವಯಸ್ಸಿನ, ಹಳ್ಳಿಯ ಹಿನ್ನೆಲೆಯ, ಗಂಭೀರಮುಖಭಾವದ ಸುಂದರ ಹೆಣ್ಣು ಅವಳು. ಕಣ್ಣು ಮತ್ತು ಮನಸ್ಸುಗಳಿಗೆ ಆಕೆ ಒಬ್ಬ ದೇವಕನ್ನಿಕೆಯಂತೆ ಕಂಡು–ಆಶ್ಚರ್ಯ, ಆನಂದ ಮತ್ತು ಭಯ ಮಿಶ್ರಿತವಾದ ಭಾವನೆಗಳಲ್ಲಿ ನಡುಗಿದ. ಆಕೆ ಇವನ ಒರಟು ಗಡ್ಡ ಮೀಸೆಗಳು ಮತ್ತು ಎಣ್ಣೆ ಕಾಣದ, ಬಾಚದಿರುವ ತಲೆಗೂದಲು ಕಡೆಗೆ ಕಣ್ಣಾಡಿಸಿದಳು. ಮೌನದ ಮೀಸಲು ಇನ್ನೂ ಮುರಿದಿರಲಿಲ್ಲ. ಮುಂದೆ ಇದ್ದ ಮರಗಿಡಗಳನ್ನು ನೋಡತೊಡಗಿದಳು.

"ಯಾವೂರಮ್ಮ ನೀವು?" ಅಂತ ಮತ್ತೆ ಕುಶಲ ಆರಂಭಿಸಿದ. ಈಗಿನ ದನಿಯಲ್ಲಿ ಅವನಿಗೆ ಗೊತ್ತಿಲ್ಲದಂತೆಯೇ ಬಹುವಚನ ಸೇರಿಕೊಂಡಿತ್ತು. ಈ ಪ್ರಶ್ನೆ ಮತ್ತು ಅದರ ಸುತ್ತಲ ಇತರ ಉಪಪ್ರಶ್ನೆಗಳಿಗೆ ಸಹ ಅವಳಿಂದ ಉತ್ತರ ಬರಲಿಲ್ಲ.

ಹೊರಗೆ ಅಡ್ಡಾಡಿ, ಕೈಕಾಲುಮುಖ ತೊಳೆದು ಹಿಂದಿರುಗುವಾಗ ಇಡ್ಲಿ ಮಾರುವ ಅಜ್ಜಿ ಬಂದಳು. ಜೊತೆಯ ಹೆಂಗಸನ್ನೂ ಕರೆದು ಬಲವಂತದಿಂದ ಮುಖ ತೊಳೆಸಿದ. ಇಡ್ಲಿ ತಿಂದರು. ಹೊಟ್ಟೆ ತುಂಬ ತಿನ್ನುವಂತೆ ಉಪಚರಿಸಿದ. ನೋಟು ತೆಗೆದುಕೊಂಡು, ಚಿಲ್ಲರೆ ಕೊಟ್ಟು ಅಜ್ಜಿ ಹೊರಡುವಾಗ "ಈ ಮಗಾ ನಿನಗೆ ಏನಾಗಬೇಕಪ್ಪ?" ಅಂದಳು. "ಅಕ್ಕನ ಮಗಳು." "ಊರು?" "ಶಿವಗಂಗೆಸೀಮೆ." "ಮದುವೆ?" "ಆಗದೆ." "ಮಕ್ಕಳು?" "ಅವೆ." "ಮತ್ಯಾಕೆ ಹಿಂಗೆ ಬರೀ ಕಂಕಳೇಲಿ ಹೋದಿಯವ್ವ?" ಅನ್ನುತ್ತಾ ಅಜ್ಜಿ ಮುಖ ಸಿಂಡರಿಸಿ ಕೊಂಡಳು. ಈ ಚಕಚಕ ಸಂಭಾಷಣೆಯ ಲಯಬದ್ಧತೆಗೆ ಅನುಗುಣವಾಗಿ ಹೆಂಗಸು ಮುಗುಳ್ನಕ್ಕಳು. ಅದನ್ನು ಗಮನಿಸಿದ ಪೆದ್ದಯ್ಯ "ದೊಡ್ಡವ್ವನ ಮಗಳು" ಅಂತ ಪರಿಚಯ ಹೇಳಿಕೊಳ್ಳಬೇಕಿತ್ತೇನೊ ಅಂತ ತೆಳ್ಳಗೆ ಪರಿತಪಿಸಿದ.

***

ನಾಲ್ಕು ಹೆಜ್ಜೆ ಜೋಡಿಯಾಗಿ ನಡೆದ ನರಮನುಷ್ಯರು ತಮ್ಮ ಕಷ್ಟ ಸುಖ ಹಂಚಿಕೊಂಡು ಹಗುರಾಗುತ್ತಾರಂತೆ. ರಾತ್ರಿ ಇಡೀ ಜೊತೆಯಲ್ಲಿದ್ದು ಈಗ ಒಂದೂವರೆ ಮೈಲಿ ಒಟ್ಟಿಗೆ ನಡೆದಿದ್ದರೂ ಅವರಿಬ್ಬರಲ್ಲಿ ಒಬ್ಬರ ಒಳಗು ಮತ್ತೊಬ್ಬರಿಗೆ ಅರ್ಥವಾಗಿರಲಿಲ್ಲ. ಅವರನ್ನು ಬಂಧಿಸಿದ್ದ ಮೂಕವಾದ ಹೊಂದಾಣಿಕೆ ಮಾತ್ರ ವಿಲಕ್ಷಣವಾದುದಾಗಿತ್ತು. ಅವನೆದುರು ತನ್ನ ಅಂತರಂಗ ಬಿಚ್ಚಿಡಲು ಆಕೆ ಮುಂದಾಗಲಿಲ್ಲ. ಅವನಿಗೆ ಎಲ್ಲಾ ಹೇಳಿಕೊಳ್ಳುವ ತವಕ. ಅದರಲ್ಲಿ ಕೂಡ ಅವಳಿಗೆ ಆಸಕ್ತಿ ಕಡಿಮೆ. ಬಳುಕಿ ಬಾಗಿ ಹರಿಯುವ ಆ ಕಾಲುದಾರಿಯಲ್ಲಿ ಮುಂದೆ ಹೊರಟ ಅವನು "...ನೋಡು, ಇನ್ನು ಎರಡು ಮೈಲಿ ನಡೆದರೆ ಕಗ್ಗಲಿ ಅಂತ ನಮ್ಮೂರು. ಅಲ್ಲಿ ದನ, ಕರ, ಎಮ್ಮೆ, ಕುರಿ ಮರಿ, ಹೊಲ, ತ್ವಾಟ–ಎಲ್ಲಾ ಅದೆ. ಹೆಂಡತಿ, ಮಕ್ಕಳು, ತರಾವರಿ ಜನ ಅವ್ರೆ. ಮೇಘದ ಮಳೆ, ಭೂಂತಾಯ್ ಬೆಳೆ. ಯಾವ ಕೊರತೆಯೂ ಇಲ್ಲ. ಮನುಷ್ಯನ ಮನಸ್ಸು ಇಕ್ಕಟ್ಟಾದಾಗ ಮಾತ್ರ ಅವನಿಗೆ ದೆವ್ವ ಮೆಟ್ಕೊತ್ತದೆ; ದರಿದ್ರ ಸುತ್ಕೊತ್ತದೆ, ಯಾವ ರೂಪದಲ್ಲಾದರೂ ಸರಿ ನಾಲ್ಕುದಿನ ತಂಗಬೇಕು–ಅಂತ ನಿನಗೆ ಅನ್ನಿಸಿದರೆ ಇರು. ಇಲ್ಲಾ ನಿನ್ನ ತಳ–ಬುಡ ಏನಂತ ಹೇಳುದ್ರೆ, ಸ್ವಂತ ನನ್ನ ಖರ್ಚೇಲಿ ಅಲ್ಲಿಗೆ ಬುಟ್ಟು ಬರ್ತೀನಿ ನಡಿ. ನಾನೂ ದೇಶ, ಕಾಲ ಸುತ್ತಿದ ಮಗ. ಬಾಳಾ ಕೆರೆಕಟ್ಟೆ ನೀರು ಕುಡಿದೋನು, ನೀನು ಈ ಸೀಮೆ ಹೆಣ್ಣಲ್ಲ–ಅಂತ ನನಗೆ ಗೊತ್ತಮ್ಮ..." ಎನ್ನುತ್ತಾ ಅರ್ಧ ಸಮಾಧಾನ, ಕೊಂಚ ಹೆಮ್ಮೆ, ಮತ್ತಷ್ಟು ಸಂಶಯದ ನಡುವೆ ನಿಧಾನಕ್ಕೆ ನಡೆಯುತ್ತಿದ್ದ. ಅವಳು ನೆರಳಿನಂತೆ ಅನುಸರಿಸುತ್ತಿದ್ದಳು. ಸೂರ್ಯ ಪೂರ್ವದಲ್ಲಿದ್ದ. ಅವಳ ಉದ್ದ ನೆರಳು ಅವನ ನೆತ್ತಿಯತನಕ ಹಬ್ಬಿತ್ತು.

ಮುಂದೆ ಪುಟ್ಟ ಕೆರೆಯ ಏರಿಯ ಮೇಲೆ ನಡೆಯುವಾಗ ಆಕೆಗೆ ತನ್ನ ಊರಿನ, ಗದ್ದೆ ಬಯಲು ನೆನಪಾಯಿತು. ಜೊತೆಗೆ ನಿನ್ನೆ ದಿನ ಕೋಳಿಕೂಗುವ ಹೊತ್ತಿಗೆ ಅಜ್ಜಿಯ ಮನೆ ಬಿಟ್ಟು ಹೊರಟಾಗಿನಿಂದ ಈ ತನಕದ ಘಟನೆಗಳು ಮತ್ತದರ ಹಿನ್ನೆಲೆ ಮನಸ್ಸಲ್ಲಿ ಮರು ಕಳಿಸಿದವು. ಹೀಗೆ ಅನಿರ್ದಿಷ್ಟವಾದುದ್ದರಲ್ಲಿ ಕಂಡುಬರುತ್ತಿರುವ ತಾತ್ಕಾಲಿಕ ನೆಮ್ಮದಿ ಸಹ ತನ್ನಂಥವಳಿಗೆ ಅಲ್ಲಿ ಸಿಗದುದ್ದನ್ನು ನೆನೆದು ದುಗುಡ ಹೆಚ್ಚಾಯಿತು... ಹುಟ್ಟುತ್ತಲೇ ತಾಯಿ

ಮತ್ತು ಬೆಳೆಯುತ್ತ ತಂದೆಯನ್ನು ಕಳೆದುಕೊಂಡು, ಅಣ್ಣನ ಆಶ್ರಯದಲ್ಲಿ ಬೆಳೆದ ತನಗೆ ಮದುವೆ ಆಯಿತು. ಹೊಸತರಲ್ಲಿಯೇ ಒಗ್ಗದ ಸೋಮಾರಿಗಂಡ. ತನ್ನ ಸ್ವಾಭಿಮಾನ ತನಗೆ ಮುಳ್ಳಾಗಿ, ರೋಗಪೀಡಿತವಾಗಿದ್ದ ಮಗು ಸತ್ತು, ಅತ್ತೆ ಮತ್ತು ಗಂಡನೊಡನೆ ಅನುದಿನದ ಜಗಳ ಉಲ್ಬಣಿಸಿ, ಹೊರಬಿದ್ದಳು. ಕೊಟ್ಟ ಮನೆಯಲ್ಲಿ ಬಾಳದವಳೆಂದು ಅಣ್ಣ–ಅತ್ತಿಗೆ ಜರಿದಾಗ ತಾಯಿಯ ತವರಿಗೆ ಬಂದಳು. ಅಲ್ಲಿ ಈಗಲೋ ಆಗಲೋ ಅನ್ನುವ ಅಜ್ಜಿ, ವರ್ಷಾನುಗಟ್ಟಲೆ ಹೊಲಗದ್ದೆಯ ದುಡಿತ; ಎಮ್ಮೆ ದನ ಕಾಯುವ ಕೆಲಸ; ನಾಲ್ಕು ಮಂದಿ ಸೋದರಮಾವಂದಿರು ಕಚ್ಚಾಡಿ ಬೇರೆ ಬೇರೆ ಆದರು. ಯಾರ ಬಳಿ ಹೋಗುವುದೆಂದು ತಿಳಿಯದೆ, ಸಾಯುವ ಅಜ್ಜಿಯ ಆರೈಕೆಯಲ್ಲಿದ್ದಾಗ ಆ ಮನೆಯ ಆಳೊಬ್ಬನ ಜೊತೆ ಮುಸ್ಸಂಜೆಯ ಹೊತ್ತು ಹಿತ್ತಲಲ್ಲಿ ನಗನಗುತ್ತ ಮಾತಾಡಿದಳೆಂದು ಆರೋಪ ಹೊರಿಸಿ, ರಾತ್ರಿ ನ್ಯಾಯ ಮಾಡಿ ಅಪಮಾನ ಮಾಡಿದರು. ಹಿಂದಿನಂತೆ, ಗಂಡ ಬಿಟ್ಟುದ್ದನ್ನೇ ಪದೇ ಪದೇ ಎತ್ತಾಡಿದರು. ಹೆಣ್ಣು ಮಾಯೆ ಅಂದರು... ಅಷ್ಟು ಹೊತ್ತಿಗೆ ಅವಳಿಗೆ ನಕ್ಕದ್ದು ತಾನೊ, ಅವನೊ ಅನ್ನುವುದಾಗಲಿ; ಅದರ ಕುಂಟು ಕಾರಣವಾಗಲಿ ನೆನಪಲ್ಲಿ ಉಳಿದಿರಲಿಲ್ಲ. ಅಪರಾಧ ಎಂಬುದರ ಸುಳಿವು ಮತ್ತು ಸ್ವರೂಪ ತಿಳಿಯಲಿಲ್ಲ.

ರಾತ್ರಿ ಕಣ್ಣಿಗೆ ನಿದ್ದೆ ಹತ್ತಲಿಲ್ಲ; ತಾನೇ ಸಾಕಿ ಬೆಳೆಸಿದ್ದ ದೊಡ್ಡ ಹುಂಜ ಕೊರಳೆತ್ತಿ ದೀರ್ಘವಾಗಿ ಕೂಗಿತು. ಹಳೆಯ ಟ್ರಂಕಿನ ತಳದಲ್ಲಿ ಇಟ್ಟಿದ್ದ ಹದಿನೆಂಟು ರೂಪಾಯಿ ಹಣ ತೆಗೆದುಕೊಂಡಳು. ಅಜ್ಜಿ ಅಪರೂಪಕ್ಕೆ ನಿದ್ರಿಸುತ್ತಿತ್ತು. ದೀಪ ಹಚ್ಚಿ, ಕೊನೆಯ ಸಲ ಆಕೆಯನ್ನು ಕಣ್ಣಾರೆ ನೋಡಿ ಹೋಗಬೇಕೆನ್ನಿಸಿತು. ಅಂಥ ಬಯಕೆಗಳು ಅಲ್ಲೇ ಕಮರಿದವು. ಸದ್ದಾಗದಂತೆ ಹಿತ್ತಲ ಬಾಗಿಲು ತೆಗೆದು ಹೊರಬಂದಳು. ತಿಂಗಳ ಬೆಳಕು ಸ್ಪಷ್ಟವಾಗಿತ್ತು. ಸುತ್ತಲೂ ನಿಶ್ಯಬ್ದ: ದಾರಿ ಕರೆದೊಯ್ದ ದಿಕ್ಕಿನಲ್ಲಿ ನಡಿಗೆ.

ಹೊತ್ತು ಹುಟ್ಟಿದಾಗ ಬಸ್ಸಿನ ಜಾಡಿನಲ್ಲಿ ನಡೆಯುತ್ತಿದ್ದಳು. ಮುಂದೆ ಮರದ ಕೆಳಗೆ ನಿಂತ ಜನ ನೋಡಿ ತಾನೂ ನಿಂತಳು. ಬಸ್ಸು ಬಂದಾಗ ಹತ್ತಿದಳು. ಕಂಡಕ್ಟರ್ ಹತ್ತಿರ ಬಂದಾಗ ತಾನೇ ಆ ಬಸ್ಸು ಹೋಗುವ ಊರನ್ನು ವಿಚಾರಿಸಿದಳು. ಹದಿನಾಲ್ಕು ರೂಪಾಯಿ ಕೊಟ್ಟು ಟಿಕೆಟ್ ತೆಗೆದುಕೊಂಡಳು. ರಾತ್ರಿ ಎಂಟು ಗಂಟೆಗೆ ಬಸ್ಸು ಆ ಊರನ್ನು ತಲಪುವುದೆಂದು ಆ ಕಂಡಕ್ಟರ್ ಆಕೆಗೆ ತಿಳಿಸಿದ. ಆತನ ಉತ್ತರದಿಂದ ಅವಳಿಗೆ ಅಂಥ ವ್ಯತ್ಯಾಸವೇನೂ ಕಾಣಲಿಲ್ಲ.

ಮಧ್ಯಾಹ್ನ ಹಸಿವು ಹೆಚ್ಚಾದಾಗ ಬಸ್ ನಿಂತಲ್ಲಿ ಮಾರುವ ಹುಡುಗರಿಂದ ಅಲ್ಲಲ್ಲಿ ಸೀಬೆ, ಕಲ್ಲಂಗಡಿ, ಕಡ್ಲೆಕಾಯಿ ಕೊಂಡು ತಿಂದಳು. ಇನ್ನೊಂದು ಕಡೆ ನಲ್ಲಿಯಲ್ಲಿ ನೀರು ಕುಡಿದಳು. ಅಷ್ಟೇ ಆತುರದಲ್ಲಿ ಯಾವುದೋ ಮರೆಯಲ್ಲಿ ಮೈನೀರಿಗೆ ಹೋಗಿ ಬಂದು ಬಸ್ಸೇರಿದಳು.

ದೂರದ ದೊಡ್ಡಬೆಟ್ಟದ ಹಿಂದೆ ಕೆಂಪುಸೂರ್ಯ ಮರೆಯಾಗುತ್ತಿದ್ದ. ಇಷ್ಟು ದೂರದ ಪ್ರಯಾಣದಲ್ಲಿ ತಾನು ತೀರಾ ಅಪರಿಚಿತ ಸ್ಥಳಕ್ಕೆ ಬಂದಿರುವುದು ಖಾತ್ರಿಯಾಯಿತು. ಪ್ರತಿಕ್ಷಣದಲ್ಲಿ ಮುಂದೆ ಏನು ಮಾಡುತ್ತೇನೆಂಬುದರ ಕಲ್ಪನೆ ಇರಲಿಲ್ಲ. ತನ್ನಂಥವರಿಗೆ ಸಾವಿನಲ್ಲಿ

ಮಾತ್ರ ನಿಶ್ಚಿಂತೆ ಅಂತ ನೂರಾರು ಸರಿ ಅಂದುಕೊಂಡಿದ್ದಳು. ಈಗ ಕಡುನಿರ್ಧಾರ ಮಾಡಿದ್ದಳು.

ಬಲಗಡೆ ದೂರದಲ್ಲಿ ವಿಸ್ತಾರವಾದ ಕೆರೆ, ಒತ್ತರಿಸಿ ಹಿಂದಕ್ಕೆ ನಿಂತ ನೀರು ಸಮೀಪ ದಲ್ಲಿತ್ತು. ಬಸ್ಸಿನಲ್ಲಿ ಗದ್ದಲ, ಕಿರುಚಾಟ. ಅದು ಅಲ್ಲಿ ನಿಂತು, ಕೆಲವರು ಇಳಿಯುತ್ತಿದ್ದರು. ತಾನೂ ಇಳಿದಳು. ಕೆರೆಯ ತಡಿಯಲ್ಲಿ ಹೊರಟ ಕಾಲುದಾರಿಯಲ್ಲಿ ಏರಿಯ ಬುಡ ಹುಡುಕಿ ಹೊರಟಳು.

ಯಾವ ತಂಟೆಯೂ ಇಲ್ಲದೆ, ಸಾಯಲು ಒಳ್ಳೆಯ ಜಾಗ ಸಿಕ್ಕಾಗಲೂ ಯಾಕೆ ತಾನು ತಡಮಾಡಿದೆ–ಅಂತ ನೊಂದುಕೊಂಡಳು. ಅಷ್ಟರಲ್ಲಿ ಈಗ ಎದುರಿಗೆ ನಡೆಯುತ್ತಿರುವ ವ್ಯಕ್ತಿ ಬಂದ. ಮುಂದಿನ ಕ್ಷಣದಲ್ಲಿ ಏನೋ, ಯತ್ತೋ ಎನ್ನುವ ಆತಂಕ ಅವಳಲ್ಲಿ ಕಾಣಲಿಲ್ಲ. ಯಾಕೆಂದರೆ ತನ್ನ ಈಗಿನ ಸ್ಥಿತಿಗಿಂತಲೂ ಭೀಕರವಾಗಿದ್ದದ್ದು ಮತ್ತೊಂದು ಇದೆ ಅಂತ ಅವಳು ಭಾವಿಸಲು ಕಾರಣಗಳಿರಲಿಲ್ಲ...

***

ಆ ಕಾಡುಪ್ರದೇಶದ ಕಗ್ಗಲಿ ಅನ್ನುವ ಚಿಕ್ಕ ಹಳ್ಳಿಯಲ್ಲಿ ಇನ್ನೂ ಯಾರೂ ದನಕರುಗಳನ್ನು ಬಯಲಿಗೆ ಬಿಟ್ಟಿರಲಿಲ್ಲ, ಜೊತೆಗೆ ಒಕ್ಕಣೆಕಾಲ ಮುಗಿದುದ್ದರಿಂದ ಹೊಲಗಳಲ್ಲಿ ತುರ್ತಿನ ಕೆಲಸಗಳೂ ಇರಲಿಲ್ಲ. ಹೆಚ್ಚಿನ ಜನರು ಬಗೆ ಬಗೆಯ ಪ್ರಮಾಣದ ಸೋಮಾರಿಗಳೇ ಆಗಿದ್ದರು. ಸಣ್ಣ ವಯಸ್ಸಿನ ಹೆಂಗಸೊಂದನ್ನು ಹಿಂದೆ ಬಿಟ್ಟುಕೊಂಡು ಪೆದ್ದಯ್ಯ ಊರಿಗೆ ಬಂದಾಗ ಅವನ ಹಿಂದೆ ಜನಜಾತ್ರೆಯೆಲ್ಲ ಇರುವೆ ಸಾಲಿಕ್ಕಿತು. ಅವನು ತನ್ನ ಮನೆ ಸೇರುವಷ್ಟರಲ್ಲಿ ಊರಿನ ಮುಕ್ಕಾಲುಪಾಲು ಜನರು ಓಡೋಡಿ ಬಂದು ಪರಸ್ಪರ ಕಾಲು ತುಳಿಯುತ್ತ ನೆರೆದಿದ್ದರು. ಅವರಿಬ್ಬರೂ ಊರಾಚೆ ಇನ್ನೂ ಅರ್ಧಮೈಲಿ ದೂರದಲ್ಲಿ ದ್ದಾಗಲೇ, ಆ ಕಡೆಯಿಂದ ಬಂದ ಸೈಕಲ್ ಸವಾರನೊಬ್ಬ, ಪೆದ್ದಯ್ಯ ಯಾರೊ ಸುರ ಸುಂದರಿಯ ಜೊತೆಗೆ ಬರುತ್ತಿದ್ದಾನೆಂದು ಆತುರದಲ್ಲಿ ಕಂಡದ್ದು ಬಣ್ಣಿಸಿ ಸುದ್ದಿ ಹರಡಿದ್ದ.

ಆಗಲೇ, ಆ ಸುದ್ದಿಗೆ ಕೈಕಾಲು ಮೂಡಿ, ಅತ್ಯಂತ ಸ್ವಾರಸ್ಯಪೂರ್ಣವಾಗಿ ಸಿಕ್ಕಸಿಕ್ಕಲ್ಲಿ ಪ್ರಯಾಣ ಆರಂಭಿಸಿತ್ತು. ಜಾತ್ರೆಗೆ ಹೋದವನು ಹೋರಿ ಮಾರಿದ ಹಣದಲ್ಲಿ ಯಾರಿಗೋ ಮನಸೋತು ಮದುವೆಯಾದನೆಂದು, ತನ್ನ ಹಳೆಯ ರಖಾವುದಾರ್ತಿಯನ್ನು ಹೊಸ ತಾಗಿ ಧೈರ್ಯಮಾಡಿ ಕರೆತರುತ್ತಿದ್ದಾನೆಂತಲೂ ಕತೆಗಳು ಹಬ್ಬಿದ್ದವು. ಈ ಸುದ್ದಿ ಆಗಲೇ ಪೆದ್ದಯ್ಯನ ಹೆಂಡತಿ ಸಾಕಮ್ಮನನ್ನು ತಲುಪಿ, ಅವಳು ಎದೆಎದೆ ಬಡಿದುಕೊಂಡು ನೆಲದ ಮೇಲೆ ಒದ್ದಾಡುತ್ತಿದ್ದಳು. ಅವ್ವ ಹೀಗೆ ಕಷ್ಟಪಡುತ್ತಿರುವುದನ್ನು ನೋಡಿದ ಹಿರಿಯ ಮಗ ಕರಿಸಿದ್ದು ತಾನು ಏನು ಮಾಡಬೇಕೆಂಬುದು ಅರ್ಥವಾಗದೆ ನಿಂತಿದ್ದ. ಅದನ್ನು ಕಂಡ ಸಾಕಮ್ಮ "ಅಯ್ಯೋ ನಾಮರ್ದ ನನ್ ಮಗನೆ, ನೋಡ್ತ ನಿಂತಿದ್ದಿಯೇನೋ? ನಿಮ್ಮಪ್ಪ ಯಾವೊಳೊ ನಾಯಕಸಾನಿ ಕರಕೊಂಡು ಬತ್ತಿದ್ದಾನಂತೆ. ಮನೆಮೆಟ್ಲು ಹತ್ತಿಸಬ್ಯಾಡ..." ಅಂತ ರಾಗ ಪಾಡಿದಳು. ಕರಿಸಿದ್ದು ದೊಡ್ಡದೊಂದು ದೊಣ್ಣೆ ಹಿಡಿದು ಬಾಗಿಲಲ್ಲಿ ನಿಂತಿದ್ದ.

ಯಾವುದೊಂದೂ ಅರ್ಥವಾಗದೆ, ಪೆದ್ದಯ್ಯ ಜನಸಂದಣಿಯನ್ನು ನೂಕಿ ಮಗ ನಿದ್ದಲ್ಲಿಗೆ ಬಂದ. ಮಗ ಕೊಡಸರಾಡುತ್ತಿದ್ದ; ಹೆಂಡತಿ ವಿಚಿತ್ರವಾಗಿ ಅಳುತ್ತಿದ್ದಳು. ಹೊಸ ತಾಗಿ ಬಂದ ಹೆಂಗಸನ್ನು ಜನಗಳು ಸುತ್ತವರಿದು, ಕಾಣುವ ಆತುರದಲ್ಲಿ ಮೇಲೆ ಬೀಳ ತೊಡಗಿದರು. ಅವರಲ್ಲೇ ಕೆಲವರು ಮುಂದೆ ಬಂದು, ನೂಕಾಟ ತಪ್ಪಿಸಿ, ಆಕೆಯನ್ನು ಸುರಕ್ಷಿತ ಸ್ಥಳಕ್ಕೆ ಒಯ್ಯಲು ಯತ್ನಿಸಿದರು. ಅದು ಇನ್ನಷ್ಟು ತಪ್ಪು ತಿಳಿವಳಿಕೆಗೆ ಕಾರಣವಾಗಿ, ದೊಡ್ಡ ಗದ್ದಲ ಆರಂಭವಾಯಿತು. ಪೆದ್ದಯ್ಯ ಕಕ್ಕಾವಿಕ್ಕಿಯಾಗಿ ಪಡಸಾಲೆಯ ಕಂಬಕ್ಕೆ ಒರಗಿ, ತಲೆಗೆ ಕೈಕೊಟ್ಟು, ಹೆಂಡತಿ ಸತ್ತವನಂತೆ ನಿಸ್ತೇಜನಾಗಿ ಕುಳಿತ.

***

ಊರ ಹೊರಗಿನ ಸಣ್ಣ ತೋಪಿನ ಬಸವಣ್ಣನ ಗುಡಿಯ ತಣ್ಣನೆಯ ಆವರಣದಲ್ಲಿ ನ್ಯಾಯದ ಸಭೆ ಮಧ್ಯಾಹ್ನವೇ ಸೇರಿತ್ತು. ಸಾಮಾನ್ಯವಾಗಿ ಈ ಬಗೆಯ ಯಾವುದೇ ನ್ಯಾಯ ಊರೊಳಗಿನ ಮಾರಿಗುಡಿ ಪಡಸಾಲೆಯಲ್ಲಿ ರಾತ್ರಿ ಊಟದ ನಂತರ ಆರಂಭವಾಗಿ, ನಡುರಾತ್ರಿ ತನಕ ನಡೆಯವುದು–ಅಲ್ಲಿನ ವಾಡಿಕೆಯಾಗಿತ್ತು. ಬಡಪಟ್ಟಿಗೆ ಅರ್ಥವಾಗದೆ, ಪೆದ್ದಯ್ಯ ತಂದ ಹೊಸ ತೊಡಕನ್ನು ಸಾರ್ವಜನಿಕವಾಗಿಯೇ ಇತ್ಯರ್ಥಮಾಡಲು ಜನರು ತೀರ್ಮಾನಿಸಿದರು. ಇದಕ್ಕಾಗಿ ಸಂಜೆಯ ತನಕ ಕಾಯುವ ತಾಳ್ಮೆ ಯಾರಲ್ಲೂ ಕಂಡು ಬರಲಿಲ್ಲ. ದನ, ಕರು, ಕುರಿಮರಿಗಳನ್ನು ಬಯಲಿಗೆ ಬಿಡುವ ಕೆಲಸವನ್ನು ತಂತಮ್ಮ ಮನೆ ಗಳಲ್ಲಿ ಎಲ್ಲರೂ ತಮಗಿಂತಲೂ ಕಿರಿಯರಾದವರಿಗೆ ಹೇಳತೊಡಗಿದರು. ಇನ್ನು ಕಿರಿಯ ರಾದವರು ಆ ವಿಷಯವನ್ನೇ ಮರೆತವರಂತೆ ನಟಿಸಿ, ಅಲ್ಲಿ ಇಲ್ಲಿ ಹರಿದಾಡಿ ತೋಪಿನ ಸುತ್ತಲೇ ಸುತ್ತುತ್ತಿದ್ದರು. ಇದನ್ನು ಗಮನಸಿದ ಒಬ್ಬಿಬ್ಬ ಹಳೆಯತಲೆಗಳು ಕೋಪೋದ್ರಿಕ್ತರಾಗಿ "ನರಿಗೆ ಹೇಳಿದರೆ, ಅದು ತನ್ನ ಬಾಲಕ್ಕೆ ಹೇಳಿತಂತೆ ಕಣ್ರಲಾ–ಹೋಗ್ರೋ ಮನೆಹಾಳ ನನ್ಮಕ್ಕಳ..." ಅಂತ ಮನಸಾರೆ ಬೈದರು. ಗಂಡಸರ ನ್ಯಾಯದ ಸಭೆಗಳಲ್ಲಿ ಹೆಂಗಸರಿಗೆ ಪ್ರವೇಶ ಇಲ್ಲದಿರುವ ಮಾಮೂಲು ಸಂಗತಿಯೂ ಈಗ ಬುಡ ಮೇಲಾಗಿತ್ತು. ಅವರೆಲ್ಲ ಅಕ್ಕಪಕ್ಕದ ಮರಗಳ ಮರೆಯಲ್ಲಿ ಗುಂಪಾಗಿ ಸೇರಿ, ಕ್ರಮೇಣ ಹತ್ತಿರ ಹತ್ತಿರ ಬರತೊಡಗಿದರು.

ನ್ಯಾಯಗಾರರ ಎದುರಿಗೆ ಪೆದ್ದಯ್ಯ ಅಪರಾಧಿಯಂತೆ ಕೈಕಟ್ಟಿ ಕೂತಿದ್ದ. ಆತ ಕರೆತಂದಿದ್ದ ಹೆಂಗಸು ಅವನಿಗೆ ಎದುರಾಗಿ ನಾಲ್ಕಾರು ಮಾರು ಅಂತರದಲ್ಲಿ ಯಾವ ದುಗುಡವೂ ಇಲ್ಲದೆ ಕೂತಿದ್ದಳು. ಈ ಸಂಬಂಧದಲ್ಲಿ ನಡೆದುದ್ದನ್ನೆಲ್ಲ, ವಿವರವಾಗಿ ಮುಚ್ಚುಮರೆಯಿಲ್ಲದಂತೆ ಬಸವಣ್ಣನ ಆಣೆಯಾಗಿ ವರದಿಮಾಡಬೇಕೆಂದು ಪೆದ್ದಯ್ಯನಿಗೆ, ಅಪ್ಪಣೆಯಾಯ್ತು. ಅವನು ಹಸುಮಗುವಿನ ಧಾಟಿಯಲ್ಲಿ–ನಿನ್ನೆ ರಾತ್ರಿ ತಿಂಗಳ ಬೆಳಕ್ಕಲಿ ಕೆರೆಯ ತಡಿಯಲ್ಲಿ ಒಬ್ಬಳೇ ಕೂತ ಅಪರಿಚಿತ ಹೆಣ್ಣನ್ನು ಕಂಡದ್ದು–ಮೊದಲಾಗಿ ಈ ದಿನ ಹೊತ್ತಾರೆ ತನ್ನ ಮನೆ ಬಾಗಿಲು ತಲುಪುವ ತನಕ ನಡೆದದ್ದೆಲ್ಲ ತಿಳಿಸಿದ. "ಈ ಮಾತಿನಲ್ಲಿ ಎಳ್ಳುಕಾಳು ಮುಳ್ಳುಮೊನೆಯಷ್ಟೂ ತಪ್ಪಿಲ್ಲ, ತಾಕಿಲ್ಲ ನನ್ನಪ್ಪ ಬಸವಣ್ಣ ಕಾಪಾಡು" ಅಂತ ಎದ್ದುನಿಂತು, ಅಷ್ಟು ಎತ್ತರದಲ್ಲಿ ಮಲಗಿ ರುವ ಕಪ್ಪುಕಲ್ಲಿನ ಬಸವನಿಗೆ ಕೈಮುಗಿದು ನಿಂತಲ್ಲೇ ಒಂದು ಬಳಸು ಸುತ್ತಿದ. ಸಭೆಯ ಗುಸು ಗುಸು ನಿಲ್ಲಿಸಲೆಂಬಂತೆ ಎಂಬತ್ತು ದಾಟಿದ ಬಿಳಿಮೀಸೆಯ ಹಿರಿಯ ನ್ಯಾಯಗಾರ "ಓ" ಎಂದು

ಜೋರಾಗಿ ಚೀರಿದಾಗ ನಿಶ್ಯಬ್ದ ಆವರಿಸಿತು. "ನೋಡು ತಾಯಿ, ನೀನೂ ಅಷ್ಟೆ; ನಿಜ ಮಾತ್ರ ಹೇಳಬೇಕು" ಎಂದು ಆತ ಅಲ್ಲಿ ಕೂತ ಹೆಂಗಸನ್ನು ಕುರಿತು "ಪೆದ್ದಯ್ಯ ಹೇಳುದ್ದೆಲ್ಲ ಸತ್ಯವೇನಮ್ಮ?" ಅಂತ ಪ್ರಶ್ನಿಸಿದ.

"ಸತ್ಯ."

"ಹಂಗಾರೆ ನಿನ್ನ ಊರು ಯಾವುದು?'

"ಶಿವ ಕೊಟ್ಟ ಸೀಮೆ."

"ಹೆಸರು?"

"ಗಂಗಮ್ಮ."

"ಜಾತಿ?"

"ನರಮನ್ಸನ ಜಾತಿ."

ಮುಂದಿನ ಪ್ರಶ್ನೆಗಳಿಗೆ ಆಕೆಯಲ್ಲಿ ಉತ್ತರ ಇರಲಿಲ್ಲ; ಮೊದಲಿನಂತೆ ದೀರ್ಘಮೌನದ ಒಡನಾಡಿಯಾದಳು. ಈ ಮೌನಕ್ಕೆ ಉತ್ತರ ಅಲ್ಲಿ ಸೇರಿದ ನಾನಾ ಜನಗಳ ಮನಸ್ಸಿನಲ್ಲಿ ಹತ್ತೆಂಟು ಬಗೆಯಾಗಿ ಪಲ್ಲವಿಸಿತು. ಅಜ್ಜ ಮತ್ತೊಮ್ಮೆ ಹುಚ್ಚು ಹಿಡಿದವನಂತೆ, ಗಟ್ಟಿಯಾಗಿ ಚೀರಿ, ಗಂಟಲು ಸರಿಪಡಿಸಿಕೊಂಡು "ನೋಡ್ರಪ್ಪ, ನಾನು ಮಸಾಣದ ಕಡೆಗೆ, ಮೊಕ ಮಾಡ್ಕೊಂಡಿರು ಮುದುಕ: ಯಾವ ಹೊಸಭಾಗ್ಯಕ್ಕೆ ಸುಳ್ಳು ಹೇಳ್ಲಿ: ಈ ಹೆಂಗಸು ಸಾಮಾನ್ಯಳಲ್ಲ. ನನ್ ಬುದ್ಧಿಗೆ ದೇವಮಾನ್ಯಳಂತೆ ತೋರ್ತಾಳೆ. ಆದಿಶಕ್ತಿಯ ಮಾಯಾ ರೂಪ ಇರಬೋದು; ನರರೂಪ ಅಷ್ಟೆ ನಮಗೆ ಕಾಣೂದು. ಅದನ್ನ ಇಟ್ಟಕಡೆಗೆ ಇರಗೊಡದೆ ಕರತಂದದ್ದು ಈ ಪೆದ್ದಯ್ಯನ ತಪ್ಪು. ಈಗ ಆದದ್ದು ಆಯ್ತು. ಆಕೆ ಇಲ್ಲಿ ಇರುವಷ್ಟು ದಿವಸ ನಮ್ಮಿಂದ ಯಾವ ಅಪಚಾರವೂ ಆಗಬಾರದು. ಇದೇ ತೋಪಿನಲ್ಲಿ ಒಂದು ಆಶ್ರಮ ಕಟ್ಟಿ ನೆಲೆಗೊಳಿಸಬೇಕು. ಅದೊಂದೇ ಈ ಗ್ರಾಮಕ್ಕೆ ಶ್ರೇಯಸ್ಕರ..." ಎಂದು ದೇವರು ಬಂದವನಂತೆ ನಡುಗುತ್ತ ತಿಳಿಸಿ, ಹೆಂಗಸಿಗೆ ಕೈಮುಗಿದ. ದೊಡ್ಡ ಗದ್ದಲವಾಗಿ ಮಿಶ್ರ ಪ್ರತಿಕ್ರಿಯೆಯಲ್ಲಿ ಎಲ್ಲರೂ ಮೇಲೆದ್ದರು.

ಅಷ್ಟರಲ್ಲಿ ಸಾಕಮ್ಮನಿಗೆ ನಿಂತಕಡೆಯೇ ನಾಲ್ಕನೆಯ ಸಲಕ್ಕ ಚೊಳ್ಳನೆ ಭೇದಿಯಾಗಿ ನೆಲಕ್ಕುರುಳಿದಳು. ಇದೆಲ್ಲ ನೋಡಿ, ಪೂರ್ಣ ಕತೆ ಕೇಳುತ್ತಿದ್ದ ಕರಿಸಿದ್ದುವಿನ ಮೈಯಲ್ಲಿ ಕ್ರಮೇಣ ಜ್ವರ ಬೇಯತೊಡಗಿತು; ಆತ ಏದುಸಿರು ಬಿಡುತ್ತಿದ್ದ. ಜನರು ಹೆದರಿ ಇಬ್ಬರನ್ನು ಎಳೆದು ತಂದು ಗಂಗಮ್ಮನ ಪಾದದ ಮೇಲೆ ಕೆಡವಿದರು. "ತೆಪ್ಪಾಯ್ತು ನಮ್ಮವ್ವೋ ನಾವು ಕರ್ಮ ಗೇಡಿಗಳು, ಕೆಟ್ಟದ್ದು ಆಡಿ ಚೊಟ್ಟಕಟ್ಟಿಸ್ಕೊತೀವಿ, ನೀನೇ ಗತಿ, ನೀನೇ ಮತಿ, ಕಾಪಾಡಬೇಕು." ಅಂತ ಕರಿಸಿದ್ದು ಹಣೆ ಹಣೆ ಬಡಿದುಕೊಂಡ. ಗಂಗಮ್ಮನಿಗೆ ಮಂಕು ಹಿಡಿದಂತಾಗಿ, ಅಯ್ಯೋ ಅನ್ನಿಸಿ, ಅವರನ್ನು ಎತ್ತಿಕೂರಿಸಿ ಸಮಾಧಾನ ಪಡಿಸಿದಳು. ಇನ್ನೂ ಎಷ್ಟೋ ಜನಕ್ಕೆ ನಿಂತಲ್ಲಿಯೇ ಕಾಲು ಸುಸ್ತಾಗಿ, ತೊಳ್ಳೆ ನಡುಗಿ, ಆಕೆಯ ಎದುರಿಗೆ ಬಂದು, ಮಂಡಿಯೂರಿ ಕೈಜೋಡಿಸಿದರು; ಹೆಂಗಸರೆಲ್ಲ ಅದನ್ನೇ ಅನುಸರಿಸಿದರು.

***

ಗಂಗಮ್ಮ ಕಗ್ಗಲಿ ಆಶ್ರಮಕ್ಕೆ ಬಂದು, ಬರುವ ಹುಣ್ಣಿಮೆಗೆ ನಾಲ್ಕು ವರ್ಷ ತುಂಬುತ್ತದೆ: ತನ್ನ ಊರು, ಕೇರಿಯ ಬಗ್ಗೆ ಯಾವುದೇ ಸಣ್ಣ ಸೂಚನೆಯನ್ನೂ ಆಕೆ ಯಾರೊಬ್ಬರಿಗೂ ನೀಡಿಲ್ಲ. ಜನಕ್ಕೆ ಅದೆಲ್ಲದರ ಬಗ್ಗೆ ಈಗ ಕುತೂಹಲವೂ ಇಲ್ಲ. ತನ್ನ ಹೆಸರನ್ನು ಸಹ ಆತುರಕ್ಕೆ ಏನೋ ಒಂದು ಹೇಳಿ, ಈಗ ಅದೇ ಗಟ್ಟಿಯಾಗಿ ನಿಂತುಕೊಂಡಿದೆ. ರೋಗರುಜಿನ, ಮಕ್ಕಳ ಫಲ, ಬೆಳೆ, ದನಕರುಗಳ ಸಾವು, ಲಗ್ನ ಮುಂತಾದ ಎಲ್ಲ ಸಂದರ್ಭಗಳಲ್ಲೂ-ಕಾಣಿಸಿಕೊಂಡ ಎಲ್ಲ ಸಣ್ಣ ದೊಡ್ಡ ಆನಂದೋತ್ಸಾಹಗಳಿಗೆ ಅಮ್ಮನ ದಯವೇ ಕಾರಣವೆಂದು, ಜನ ಭಾವಿಸಿ ಹರಕೆ ಹೊತ್ತು, ಹಣ, ಒಡವೆ, ವಸ್ತ್ರಗಳನ್ನು ಕಾಣಿಕೆ ನೀಡುತ್ತಾರೆ. ಹಾಲೀ ಕೆಟ್ಟದಾಗುತ್ತಿದ್ದಲ್ಲಿ ಅಂಥದ್ದೆಲ್ಲ ಆಗದಿರಲಿ ಅಂತಲೋ, ಇಲ್ಲವೇ ಅಮ್ಮ ಮುನಿದಿದ್ದಾಳೆಂತಲೋ ಭಾವಿಸಿ ದೊಡ್ಡ ದೊಡ್ಡ ಹರಕೆಗಳನ್ನು ಹೊರುತ್ತಿದ್ದಾರೆ.

ದಿನದಿನಕ್ಕೆ ತೋಪಿನ ಸುತ್ತಲೂ ಇನ್ನಷ್ಟು ಮರಗಳು ಏಳುತ್ತಿವೆ. ತನ್ನ ಮೌನ ಮತ್ತು ಕೊಂಚ ಒರಟಾದ ನಡವಳಿಕೆಗಳಿಗೂ ಜನ ಹಿಗ್ಗಿ, ಹೆಚ್ಚು ಭಯಭೀತರಾಗುತ್ತಿರುವುದನ್ನು ಕಂಡು ಗಂಗಮ್ಮನಿಗೆ ಆಶ್ಚರ್ಯವಾಗುತ್ತಿದೆ. ಕಾಲೇಜು ಕಟ್ಟೆ ಹತ್ತಿ, ಇಳಿದು ಅನೇಕ ವರ್ಷಗಳ ಕಾಲ ನಿರುದ್ಯೋಗಿಯಾಗಿದ್ದು ಸೋತು ಸುಣ್ಣವಾಗಿದ್ದ ಮರಿಸ್ವಾಮಿ ಎಂಬಾತ ಅಮ್ಮನವರ ಕಾರ್ಯದರ್ಶಿಯಾಗಿದ್ದಾನೆ. ಅವನ ತಾಳ್ಮೆ, ನೆಮ್ಮದಿ, ವ್ಯಾವಹಾರಿಕ ಗುಣಗಳು ಮನೆ ಮಾತಗಿವೆ. ಮುಂದೆ ಈತನೇ ಈ ಕ್ಷೇತ್ರದ ಧರ್ಮಾಧಿಕಾರಿಯಾಗಲಿರುವನೆಂಬ ಸುಳಿವು ಸಿಕ್ಕಿರುವ ಅನೇಕರು ಇವನಿಗೆ ಹೆಣ್ಣು ಕೊಡಲು ಮುನ್ನುಗ್ಗುತ್ತಿದ್ದಾರೆ. ಊಟಾನಂತರ ಬೆಳ್ದಿಂಗಳ ರಾತ್ರಿಗಳಲ್ಲಿ ಅವನೊಡನೆ ಗಂಗಮ್ಮ ಅಪರೂಪಕ್ಕೆ ಮಾತ್ರ ಹರಟುತ್ತ, ಅಡ್ಡಾಡುವ ಘಳಿಗೆಗಳು ದೀರ್ಘಗೊಳ್ಳುತ್ತಿವೆ; ಕತ್ತಲ ದಿನಗಳು ಅವರನ್ನು ಇನ್ನಷ್ಟು ಹತ್ತಿರ ತಂದಿವೆ. ಅಂಥ ಒಂದು ಕಗ್ಗತ್ತಲು ರಾತ್ರಿ ಮುಂಜಾನೆಯ ಚಳಿಯಲ್ಲಿ ಆಕೆ ಮರಿಸ್ವಾಮಿಯನ್ನು ಅಪ್ಪಿಕೊಳ್ಳುತ್ತ, "ಎಲ್ಲಾದರೂ ದೂರದ ಊರಿನಲ್ಲಿ, ಹೊಸ ಜಾಗದಲ್ಲಿ ನಿಶ್ಚಿಂತೆಯಾಗಿ ಬದುಕೋಣ" ಅಂತ ಪಿಸುಗುಟ್ಟಿದಳು: ಆತನಿಗೆ ರೋಮಾಂಚನವಾಯಿತು; ಕೂಡಲೇ ಏನು ಮಾತಾಡಬೇಕೆಂದು ತಿಳಿಯಲಿಲ್ಲ: ನಿಧಾನಕ್ಕೆ ತಡವರಿಸುತ್ತಾ ಈಗ ಆಶ್ರಮದಲ್ಲಿ ಇರುವ ಒಟ್ಟು ಹಣ ಮತ್ತು ಎಲ್ಲ ಬಗೆಯ ವಡವೆಗಳ ಒಂದು ಅಂದಾಜು ಬೆಲೆಯನ್ನು ಮನಸ್ಸಿನಲ್ಲೇ ಗುಣಿಸಿ, ಕೂಡುತ್ತ, ಧಣಿಯ ಗತ್ತಿನಲ್ಲಿ ಆಕೆಗೆ ಲೆಕ್ಕ ಒಪ್ಪಿಸಿದ.

(೧೯೮೨)

*

೧೩. ಮೀಸೆಯವರು

ಜಿ.ಎಸ್.ಸದಾಶಿವ

ಬೀದಿಯ ದೀಪಗಳು ಹತ್ತಿಕೊಂಡವು. ಅಂಗಡಿ, ಸಿನಿಮಾ, ಹೋಟೆಲುಗಳ ನಿಯಾನ್ ಜಗ್ಗನೆ ಬಣ್ಣವನ್ನು ಚೆಲ್ಲಿದವು. ಕಪ್ಪು ರಸ್ತೆಯ ಮೇಲೆ ಸರ್ರನೆ, ಬುರ್ರನೆ ಓಡುತ್ತಿರುವ ವಾಹನಗಳ ತಲೆದೀಪಗಳು ಒಂದನ್ನು ಮತ್ತೊಂದು ಕತ್ತರಿಸುತ್ತ ಕೊನೆಯ ತಿರುವಿನವರೆಗೂ ಬೆಳಕಿನ ಪಟ್ಟಿಯನ್ನು ಕಟ್ಟಿದವು.

ಸಂಜೆ ಎಷ್ಟು ಸುಂದರ ಎಂದುಕೊಳ್ಳುತ್ತ ಆತ ಫುಟ್‌ಪಾತಿನ ಮೇಲೆ ಆರಾಮವಾಗಿ ನಡೆಯುತ್ತಿದ್ದ. ಬಗಲಿಗೊಂದು ಚೀಲವನ್ನು ಇಳಿಬಿಟ್ಟು ತಾನು ಗ್ರಹಿಸುತ್ತಿರುವ ಸೌಂದರ್ಯವನ್ನೆಲ್ಲ ಒಳಗೆ ಸೆಳೆದುಕೊಳ್ಳುತ್ತಿರುವವನಂತೆ ದೀರ್ಘ ಉಸಿರನ್ನು ಎಳೆಯುತ್ತಾ ಹೋಗುತ್ತಿದ್ದ.

ಹೆಗಲಿನ ಮೇಲೆ ಒಂದು ಭಾರವಾದ ವಸ್ತು ಬಿದ್ದಂತಾಗಿ ಗಕ್ಕನೆ ನಿಂತ. ಭಾರವಾದ ವಸ್ತು ಭುಜವನ್ನು ಮತ್ತಷ್ಟು ಅಮುಕಿದಂತಾಗಿ ತಿರುಗಿ ನೋಡಿದ. ಅವನಿಗಿಂತ ಕೇವಲ ಒಂದು ಅಡಿ ಎತ್ತರವಿದ್ದ ಭಾರೀ ಆಸಾಮಿ ತನ್ನ ಕೈಯನ್ನು ಇವನ ಬಲ ಭುಜದಿಂದ ತೋಳಿಗೆ ಜಾರಿಸಿ, ತೋಳನ್ನು ಗಟ್ಟಿಯಾಗಿ ಹಿಡಿದು, ಅನಾಯಾಸ ಈತನನ್ನು ತನ್ನ ಕಡೆ ತಿರುಗಿಸಿದ.

ಇವನಿಗೆ ಏನೊಂದೂ ಹೊಳೆಯಲಿಲ್ಲ. ಆ ಎತ್ತರದ, ಕಟ್ಟುಮಸ್ತಾದ, ಭಾರೀ ಆಸಾಮಿಯ ಜತೆ ಪ್ರಶ್ನೆ ಕೇಳದೇ ಇರುವುದೇ, ಮಾತಾಡದಿರುವುದೇ ಕ್ಷೇಮ ಎಂದು ಹೇಗೋ ಆತನ ಅಂತಃಪ್ರಜ್ಞೆಗೆ ಹೊಳೆದು ಸುಮ್ಮನೆ ಪಿಳಿ ಪಿಳಿ ಕಣ್ಣು ಬಿಡುತ್ತಾ ನಿಂತ. ಎತ್ತರದ ವ್ಯಕ್ತಿ ಈತನ ತೋಳಿಂದ ತನ್ನ ಹಿಡಿತವನ್ನು ಸಡಿಲಿಸಿ, ಎಡಗೈಯಲ್ಲಿ ಚಿಟಿಕೆ ಹೊಡೆದು ಬಾ ಎನ್ನುವಂತೆ ಸನ್ನೆ ಮಾಡಿ ಇವನು ಬಂದ ದಿಕ್ಕಿಗೇ ತಿರುಗಿ ನಡೆಯತೊಡಗಿದ.

ಈತನಿಗೆ ಕ್ಷಣಕಾಲ ತಾನು ಅಲ್ಲಿಂದ ಓಡಿಹೋಗಬೇಕೆನಿಸಿತು. ಎತ್ತರದ ವ್ಯಕ್ತಿ ಒಮ್ಮೆಯೂ ಕೂಡಾ ತಿರುಗಿ ನೋಡದೆ ಮುಂದೆ ಹೋಗುತ್ತಿದ್ದ ಓಡಿಹೋಗುವುದೂ ಸುಲಭವಲ್ಲವೆಂದು, ಆತನ ಪ್ರಯತ್ನವಿಲ್ಲದೆಯೇ ಕಾಲುಗಳು ಎತ್ತರದ ವ್ಯಕ್ತಿಯನ್ನು ಹಿಂಬಾಲಿಸಿದವು.

ಎತ್ತರದ ವ್ಯಕ್ತಿ ತನ್ನ ಭಾರೀ ದೇಹವನ್ನು ಗುಂಪಿನಲ್ಲಿ ನಿರಾಯಾಸವಾಗಿ ಆ ಕಡೆ ಈ ಕಡೆ ಹೊರಳಿಸಿಕೊಳ್ಳುತ್ತ ಮುಂದೆ ನಡೆದ. ಒಂದು ಫರ್ಲಾಂಗ್ ಹೋದ ಮೇಲೆ ರಸ್ತೆಯನ್ನು ಕ್ರಾಸ್ ಮಾಡಿ ಒಂದು ಜೀಪಿನ ಬಳಿ ಹೋಗಿ ನಿಂತ.

ಅಂಥ ವಿಶೇಷವೇನೂ ಇಲ್ಲದ ಒಂದು ಸಾಧಾರಣ ಜೀಪ್ ಅದು ಎನಿಸಿತು ಈತನಿಗೆ. ತುಟಿ ಪಿಟಕ್ ಎನ್ನದೆ ಜೀಪಿನ ಬಳಿ ಈತನೂ ಬಂದು ನಿಂತಾಗ ಎತ್ತರದ ಆಸಾಮಿ ಮತ್ತೊಂದು ಚಿಟಿಕೆ ಹೊಡೆದು ಹಿಂದಿನಿಂದ ಜೀಪನ್ನು ಏರು ಎನ್ನುವಂತೆ ಸನ್ನೆ ಮಾಡಿದ. ಇವನು ಹಿಂದೆ ಹೋಗಿ ಹತ್ತುತ್ತಿರುವಾಗ ಎತ್ತರದ ವ್ಯಕ್ತಿ ಸಣ್ಣ ಧ್ವನಿಯಲ್ಲಿ ಡ್ರೈವರಿಗೆ ಏನೋ ಸೂಚನೆ ಕೊಟ್ಟ. ಅದು ಯಾವ ಭಾಷೆಯೋ ಈತನಿಗೆ ಅರ್ಥವಾಗಲಿಲ್ಲ. ಈತ ಒಳಗೆ ಹೋದಮೇಲೆ ಈಗಾಗಲೇ ಮೂರು ಬದಿಗೆ ಟಾರ್ಪಲಿನ್ ಮರೆ ಇದ್ದ ಜೀಪಿನ ಪ್ರವೇಶವನ್ನೂ ಮುಚ್ಚಿ ಎತ್ತರದ ವ್ಯಕ್ತಿ ಒಳಕ್ಕೆ ನುಸುಳಿದ. ತಟ್ಟನೆ ದೀಪಗಳೆಲ್ಲಾ ಆರಿಹೋದಂತಾಗಿ ಕತ್ತಲು ಆವರಿಸಿತು. ಆ ಕತ್ತಲಲ್ಲಿ ಒಂದು ಬಗೆ ದಿಗಿಲು ಆರಂಭವಾಯಿತು. ಇದ್ದಕ್ಕಿದ್ದಂತೆ ಈ ಕತ್ತಲಲ್ಲಿ ತಾನು ಮತ್ತು ಆ ಎತ್ತರದ ವ್ಯಕ್ತಿ ಇಬ್ಬರೇ ಅಲ್ಲ, ಇನ್ನೂ ಒಂದು ಆಸಾಮಿ ಇದೆ ಎನಿಸಿತು. ಇಷ್ಟು ಹೊತ್ತಿಗೆ ಜೀಪು ಚಲಿಸಲಾರಂಭಿಸುತು. ಮೂರನೆಯ ಒಂದು ವ್ಯಕ್ತಿ ಸಣ್ಣಗೆ ಧ್ವನಿ ಮಾಡಿತು. ಎತ್ತರದ ವ್ಯಕ್ತಿ—ಬಹುಶಃ—ಅಷ್ಟೇ ಸಣ್ಣಗೆ ಉತ್ತರ ಕೊಟ್ಟಿತು. ಅದೇನೆಂದು ಇವನಿಗೆ ಅರ್ಥವಾಗಲಿಲ್ಲ.

ಜೀಪು ಸುಮಾರು ಒಂದೆರಡು ಮೈಲು ಹೋಗಿರಬಹುದೋ ಏನೋ. ಯಾರೋ ಒಬ್ಬರು ಜೀಪಿನ ಸೀಟಿನ ಕಬ್ಬಿಣದ ಪಟ್ಟಿಯ ಮೇಲೆ ಎರಡು ಬಾರಿ ಶಬ್ದ ಮಾಡಿದರು. ತಕ್ಷಣ ಸಣ್ಣ ಬಲ್ಬೊಂದು ಮಿಣ್ಣಗೆ ಬೆಳಗಿತು.

ಈತನ ಊಹೆ ನಿಜವಾಗಿತ್ತು. ಅಲ್ಲಿ ಇನ್ನೊಬ್ಬ ಇದ್ದ. ಆತನೂ ತಾನು ಮೊದಲು ನೋಡಿದ ವ್ಯಕ್ತಿಯಂತೆಯೇ ಇದ್ದ. ಅವಳಿ–ಜವಳಿ ಎನ್ನಬಹುದಾದಷ್ಟು ಇಬ್ಬರಿಗೂ ಹೋಲಿಕೆ. ಇದುವರೆಗೂ ಯೋಚನೆಗೆ ಗರಬಡಿದಂತಿದ್ದ ಈತ, ಈಗ ಇವರು ಯಾರು ಎಂದು ಮೊದಲ ಪ್ರಶ್ನೆಯನ್ನು ತನಗೇ ಕೇಳಿಕೊಂಡ. ಆದರೆ ಆ ಪ್ರಶ್ನೆ ಅಸಂಬದ್ಧ ಎನಿಸಿತು ಅವನಿಗೆ, ಕೂಡಲೇ. ಯಾವುದೋ ಬಿಸಿನೆಸ್ ಎಕ್ಸಿಕ್ಯೂಟಿವ್ಸ್ ಥರ ವೇಷ ಭೂಷಣ. ಆದರೆ ಅವರು ಅದು ಅಲ್ಲ ಎಂದೂ ಇವನ ಒಳಮನವು ಒಲಿದು, ಒಂದು ರೀತಿಯಲ್ಲಿ ಕಸಿವಿಸಿಯಲ್ಲಿ ಅವರನ್ನು ಸುಮ್ಮನೆ ನೋಡತೊಡಗಿದ. ಅವರು ಮುಖದಲ್ಲಿ ಏನೊಂದು ಭಾವನೆಯನ್ನೂ ತೋರದೆ ಸೀಟಿಗೆ ಅಂಟಿಕೊಂಡು ಕೂತಿದ್ದರು. ಜೀಪು ಈಗ ಕೊಂಚ ವೇಗವಾಗಿ ಓಡುತ್ತಿದೆ ಎನಿಸಿತು. ಕುಲುಕುತ್ತಿತ್ತು. ಕುಲುಕಿದಾಗೆಲ್ಲ ಅವರ ಮೀಸೆ...

ಹಾಂ... ಈತನಿಗೆ ಬೆಳಕು ಹೊಡೆದಂತಾಗಿ ಸತ್ಯ ಅವರ ಮೀಸೆಯಲ್ಲಿದೆ ಎಂದು ಕಂಡುಕೊಂಡ. ಆ ಮೀಸೆ ಮೊದಲೂ ಇತ್ತು. ಆದರೆ ತಾನೇಕೆ ಅದನ್ನು ಗಮನಿಸಲಿಲ್ಲ. ಆ ಮೀಸೆಯಿಲ್ಲದಿದ್ದರೆ ಅವರು ಪೊಲೀಸರೆಂದು ತನಗೆ ಈ ಜನ್ಮದಲ್ಲಿ ಗೊತ್ತಾಗುತ್ತಿರಲಿಲ್ಲ. ಜೀಪು ಕುಲುಕಿದಂತೆಲ್ಲ ಆ ಮೀಸೆ ಕುಣಿಯುತ್ತಿತ್ತು. ಕಣ್ಣು ಉಜ್ಜಿಕೊಂಡು ನೋಡಿದ. ಅದು ಬೆಳೆಯುತ್ತಲೂ ಇತ್ತು.

ತೀರಾ ಹತಾಶನಾಗಿ 'ನನ್ನನ್ನ ಎಲ್ಲಿಗೆ ಒಯ್ತೀರಿ?" ಎಂದು ಕೇಳಿದ. ಅಥವಾ ಕೇಳಿದೆ ಎಂದು ತಿಳಿದುಕೊಂಡ. ಮೀಸೆಯವರು ಕಣ್ಣು ಮಿಟುಕಿಸಲಿಲ್ಲ, ತುಟಿ ಒಡೆಯಲಿಲ್ಲ.

ಈತ ಮತ್ತೊಮ್ಮೆ ತನ್ನ ಒಳಗೇ ತಿರುಗಿಕೊಂಡ. ಆ ಮೀಸೆ ಕುಣಿಯುವ ಕ್ರಮ, ಅದು ಕ್ಷಣಕ್ಷಣಕ್ಕೂ ಬೆಳೆಯುವ ರೀತಿಯನ್ನು ನೋಡಿ ಅವರು ಪೋಲಿಸರೆಂಬುದರಲ್ಲಿ ಈತನಿಗೆ ಸಂಶಯ ಉಳಿಯಲಿಲ್ಲ. ಆದರೆ ತನ್ನನ್ನು ಒಯ್ಯುತ್ತಿರುವುದಾದರೂ ಎಲ್ಲಿಗೆ? ತಾನೇನಾದರೂ ಅಪರಾಧ ಮಾಡಿದ್ದೇನೆಯೇ? ಎಂದು ನೂರಾರು ಪ್ರಶ್ನೆಗಳನ್ನು ಹಾಕಿಕೊಂಡ. ಬೆಳಗಿನಿಂದ ನಡೆದದ್ದನ್ನು ಜ್ಞಾಪಿಸಿಕೊಂಡ.

ಹೆಂಡತಿಯೊಡನೆ ಜಗಳಾಡಿದ್ದ. ಹಿಂದಿನ ರಾತ್ರಿ ತಡವಾಗಿ ಬಂದಿದ್ದಕ್ಕೆ ಆಕೆ ಕೊಂಕು ನುಡಿದಿದ್ದಳು.

ಮಕ್ಕಳನ್ನು ಎತ್ತಿ ಮುದ್ದಾಡಿದ್ದ. ಅವು ಬಂದು ಇವನನ್ನು ಲಲ್ಲೆಗರೆದಿದ್ದವು.

ಹಿಂದಿನ ದಿನ ಸಂಜೆ ಮಾರ್ಕೆಟ್ಟಿನ ಚೌಕದ ಬಳಿ ಗೆಳೆಯರೊಡನೆ ನಿಂತು "ಹಹ" ಎಂದು ನಕ್ಕಿದ್ದ. ಅವರು ಜೋಕ್ ಮಾಡಿದ್ದರು.

ಬೆಲೆ ಜಾಸ್ತಿ ಎಂದು ಗೊಣಗಿದ್ದ. ಅವರು ಸರಕು ನಾಪತ್ತೆ ಎಂದಿದ್ದರು.

ದಾರಿಯಲ್ಲಿ ಕೈ ಬೀಸಿಕೊಂಡು ನಡೆದಿದ್ದ. ತನ್ನ ಕೈ ಯಾರಿಗೂ ತಾಗಿರಲಿಲ್ಲ.

ತರಕಾರಿ ತರಲು ಹೋಗಿದ್ದ. ಒಂದಕ್ಕೆ ಎರಡು ಬೆಲೆ ಹೇಳಿದರೂ ದೂಸರಾ ಮಾತಿಲ್ಲದೆ ತಂದಿದ್ದ. ತರಕಾರಿ ಕೊಳೆತು ಹೋಗಿತ್ತು. ಸೊಪ್ಪು ಹುಳ ಹಿಡಿದಿತ್ತು.

ಇದಕ್ಕಿಂತ ಹೆಚ್ಚಿನ ಮಹತ್ವದ ಘಟನೆಗಳೇನೂ ತನ್ನ ಜೀವನದಲ್ಲಿ ನಡೆದಿದೆ ಎನಿಸಲಿಲ್ಲ ಅವನಿಗೆ.

ಜೀಪು ಇನ್ನೂ ಹೋಗುತ್ತಲೇ ಇತ್ತು. ತಿರುವು–ಮುರುವುಗಳನ್ನು ದಾಟುತ್ತಿತ್ತು. ಹಾರ್ನ್ ಹೊಡೆಯುತ್ತಿತ್ತು. ಅದರ ಪಕ್ಕದಲ್ಲಿ ಯಾವ ಯಾವುದೋ ವಾಹನಗಳು ಹಾದು ಹೋಗುತ್ತಿದ್ದವು. ಅಂದರೆ ಈ ಜೀಪು ಇನ್ನೂ ಈ ನಗರದಲ್ಲೇ ಸುತ್ತುತ್ತಿದೆ. ಮೀಸೆಯವರನ್ನು ನೋಡಿದ. ಅವರ ತುಟಿಯಲ್ಲಿ ಕೊಂಚ ನಗೆ ಇದೆ ಎನಿಸಿತು ಆತನಿಗೆ. ಆದರೆ ಅದಕ್ಕಿಂತ ಹೆಚ್ಚಾಗಿ ಅವರ ಮೀಸೆ ಒಂದು ದೊಡ್ಡ ಪೊದೆಯಾಗಿ ಅವರ ಮುಖದ ಮೇಲೆ ಬೆಳೆದು ನಿಂತಿದೆ. ಬಳ್ಳಿಯಾಗಿ ಚಾಚಿಕೊಳ್ಳುತ್ತಿದೆ. ನಿಧಾನವಾಗಿ ಇಂಚು ಇಂಚಾಗಿ ಉದ್ದವಾಗುತ್ತ ಎರಡು ಮೀಸೆಗಳ ನಾಲ್ಕು ತುದಿಗಳು ಇವನ ಕಾಲ ಬಳಿಬಂದಿದ್ದವು. ಇನ್ನೇನು ಕೆಲವೇ ಸೆಕೆಂಡುಗಳಲ್ಲಿ ಅವು ತನ್ನ ಕಾಲನ್ನು ಸುತ್ತುತ್ತವೆ, ತನ್ನ ದೇಹವನ್ನು ಸುತ್ತುತ್ತವೆ; ಕೈಗಳನ್ನು ಮುಖವನ್ನು, ಪ್ರಜ್ಞೆಯನ್ನು, ಮನಸ್ಸನ್ನು, ಬುದ್ಧಿಯನ್ನು ಬಂಧಿಸುತ್ತವೆ. ಉಸಿರನ್ನು ಕಟ್ಟುತ್ತವೆ. ಜೀವವನ್ನು ರಕ್ಷಿಸುತ್ತದೆ. ಪ್ರಾಣವನ್ನು ಕಬಳಿಸುತ್ತದೆ...

ಒಂದು ದೀರ್ಘವಾದ, ಕೊನೆಯೇ ಇಲ್ಲವೇನೋ ಅನ್ನುವಂಥ ದುಃಸ್ವಪ್ನವೊಂದು ತಟ್ಟನೆ ಕಡಿದಂತೆ ಕಣ್ಣು ಬಿಟ್ಟ, ಜೀಪ್ ಗಕ್ಕನೆ ನಿಂತಿತ್ತು. ಅವರನ್ನು ನೋಡಿದ. ಮೀಸೆ ತಾನು ಮೊದಲು ನೋಡಿದ ಪ್ರಮಾಣದಲ್ಲಿ ಅವರ ಮುಖವನ್ನು ನೀಟಾಗಿಸಿ, ಭಾವವನ್ನು ಮರೆಯಾಗಿಸಿ ಕೂತಿತ್ತು.

ಮೀಸೆ-೨ ಚಿಟಿಕೆ ಹೊಡೆದ. ಈ ಚಿಟಿಕೆಯ ಭಾಷೆಯೊಂದೇ ತಮ್ಮ ನಡುವಣ ಸಂಭಾಷಣೆ ಎಂದುಕೊಂಡ. ಈ ಮೂರನೆಯ ಚಿಟಿಕೆಯ ಅರ್ಥ ಕೆಳಗಿಳಿ ಎಂದಿರಬೇಕು. ಜೀಪಿನಿಂದ ಕೆಳಗಿಳಿದ.

ಆ ಜಾಗ ತೀರಾ ಅಪರಚಿತ ಎನಿಸಿತು. ಇಷ್ಟು ಹೊತ್ತು ಆ ಜೀಪು ತಾನಿದ್ದ ನಗರದಲ್ಲೇ ಗಸ್ತು ಹೊಡೆಯುತ್ತಿತೆಂಬುದರಲ್ಲಿ ಅವನಿಗೆ ಸಂದೇಹವಿಲ್ಲ. ಆದರೂ ಈ ಜಾಗವನ್ನು ತಾನು ಹಿಂದೆಂದೂ ನೋಡಿಲ್ಲ. ಇಲ್ಲಿ ಜನ ಸಂಚಾರ ಕಡಿಮೆ. ಅಲ್ಲೊಂದು ಇಲ್ಲೊಂದು ಮನೆಗಳು ಚದರಿದ್ದವು. ರಾತ್ರಿ ತುಂಬಾ ಹೊತ್ತಾಗಿರಬೇಕು. ತಾನು ಜೀಪಿನಲ್ಲಿ ಗಂಟೆ ಎರಡು ಗಂಟೆ ಕಳೆದಿರಬೇಕು. ತಾನು ಬಂದ ಜೀಪ್ ಒಂದು ಹಳೆಯ ಕಟ್ಟಡದ ಎದುರು ನಿಂತಿತ್ತು. ಡ್ರೈವರ್ ಕೆಳಗಿಳಿಯಲಿಲ್ಲ. ಮೀಸೆಯ ಇಬ್ಬರು ಇಳಿದು ಡ್ರೈವರ್‌ಗೆ ಮತ್ತೇನೋ ತನಗೆ ಅರ್ಥವಾಗದ ಭಾಷೆಯಲ್ಲಿ ಸೂಚನೆ ಕೊಟ್ಟು ಚಿಟಿಕೆ ಹೊಡೆದು ಹಳೆಯ ಕಟ್ಟಡದ ಕಡೆ ಹೊರಟರು. ಈತ ಅವರ ಹಿಂದೆ ನಡೆದ.

ಆ ಕಟ್ಟಡವನ್ನು ಹೊಕ್ಕ ಕೂಡಲೇ ಇದು ಮತ್ತೊಂದೇ ಪ್ರಪಂಚ ಎನ್ನುವಷ್ಟು ಬೇರೆಯಾಗಿತ್ತು. ಅದು ಹೊರಗೆ ನೋಡುವಷ್ಟು ಹಳೆಯದಾಗಲೀ, ಸಾಧಾರಣದ್ದಾಗಲೀ ಅಲ್ಲ ಎನಿಸುವಷ್ಟು ಭಿನ್ನವಾಗಿತ್ತು. ಒಂದು ವಿಶಾಲವಾದ ಹಾಲು. ಅಲ್ಲಿ ಎಂತೆಂಥದೋ ಅತ್ಯಾಧುನಿಕ ಎಲೆಕ್ಟ್ರಾನಿಕ್ ಉಪಕರಣಗಳು. ಈ ಉಪಕರಣಗಳ ಶಬ್ದವನ್ನು ಬಿಟ್ಟು ಅಲ್ಲಿ ಇನ್ನು ಯಾವ ಶಬ್ದವೂ ಇಲ್ಲ. ಸುಮಾರು ೩೦-೪೦ ಮಂದಿ ಅತ್ತಿಂದಿತ್ತ, ಇತ್ತಿಂದತ್ತ ಓಡಾಡುತ್ತಿದ್ದರು. ಟೆಲಿಫೋನಿನಲ್ಲಿ "ಹಲೋ" ಎನ್ನುತ್ತಿದ್ದರು. "ಎಸ್" ಎನ್ನುತ್ತಿದ್ದರು. "ಓಕೆ" ಎನ್ನುತ್ತಿದ್ದರು. ಅಷ್ಟನ್ನು ಬಿಟ್ಟು ಬೇರೆ ಮಾತಿಲ್ಲ. ವಿಚಿತ್ರವಾದ ಶಿಸ್ತಿನಿಂದ ಸ್ಟಾಪ್ ವಾಚಿಗನುಗುಣವಾಗಿ ಕೆಲಸ. ಅವನು ಎರಡೇ ನಿಮಿಷಗಳಲ್ಲಿ ಇದನ್ನೆಲ್ಲ ಗ್ರಹಿಸಿದ. ಅಷ್ಟರಲ್ಲೇ ಮತ್ತೊಂದು ಚಿಟಿಕೆ. ಮೀಸೆಯವರು ಆ ಹಾಲಿನ ಒಂದು ಕಡೆ ಹೋಗಿ ಬಾಗಿಲು ತೆಗೆದು ಒಳಗೆ ಹೋದರು. ಈತ ಹಿಂಬಾಲಿಸಿದ.

ಅದೊಂದು 'ಸೆಲ್' ಇದ್ದಹಾಗಿತ್ತು. ಬಿಳೀ ಬಣ್ಣ ಬಳಿದ ಖಾಲಿ ಗೋಡೆಗಳು. ಅದಕ್ಕೆ ಬಾಗಿಲನ್ನು ಬಿಟ್ಟು ಬೇರೆ ಏನೂ ಇಲ್ಲ. ಒಂದು ಸಣ್ಣ ಟೇಬಲ್. ಎರಡು ಕುರ್ಚಿ. ಟೇಬಲ್ ಮೇಲೊಂದು ಟೆಲಿಫೋನ್. ಇಷ್ಟು ಬಿಟ್ಟರೆ ಅಲ್ಲಿ ಇನ್ನೇನೂ ಇಲ್ಲ. ಈ ಕೋಣೆಗೆ ಪ್ರವೇಶಿಸಿ, ಬಾಗಿಲು ಹಾಕಿದ ಮೇಲೆ ಹೊರಗಿನ ಎಲ್ಲ ಶಬ್ದವೂ ತಟಸ್ಥವಾಗಿ ಒಂದು ಬಗೆಯ ಮೌನ ನೆಲೆಸಿತು. ಮೀಸೆಯವರಿಬ್ಬರೂ ಅಲ್ಲಿದ್ದ ಎರಡು ಕುರ್ಚಿಗಳ ಮೇಲೆ ಕೂತರು. ಈತ ನಿಂತೇ ಇದ್ದ.

"ಏನು ನಿನ್ನ ಹೆಸರು?" ಒಬ್ಬ ಮೀಸೆಯವ ಮೊದಲ ಬಾರಿ ಈತನ ಬಳಿ ಬಾಯಿಬಿಟ್ಟ.

"ನನ್ನ ಹೆಸರು ನಿಮಗೆ ಗೊತ್ತಿಲ್ವೆ?" ಎಂದ ಈತ ಆಶ್ಚರ್ಯದಿಂದ. ಅವನ ಆಶ್ಚರ್ಯಕ್ಕೆ ಕಾರಣ ತನ್ನ ಹೆಸರು ಅಷ್ಟು ಜನಪ್ರಿಯವಾಗಿತ್ತೆಂದಲ್ಲ. ಇಲ್ಲಿಯವರೆಗೆ ತನ್ನನ್ನು ತರುವ

ಶ್ರಮ ವಹಿಸಿದ ಅವರು ಮೊದಲೇ ಅದನ್ನು ತಿಳಿದಿರುತ್ತಾರೆಂಬ ನಂಬಿಕೆ ಇದ್ದುದಕ್ಕಾಗಿ ಆಶ್ಚರ್ಯ.

ಇಬ್ಬರೂ ಒಂದು ಕ್ಷಣ ಮೌನವಾಗಿದ್ದರು. ಒಬ್ಬರನ್ನೊಬ್ಬರು ನೋಡಿಕೊಂಡು ತಲೆ ಯಾಡಿಸಿ ಮೀಸೆಯಲ್ಲಿ ನಕ್ಕರು. ಈತನಿಗೆ ಅವರ ಮೀಸೆಯ ಕುಡಿಗಳು ಮತ್ತೊಮ್ಮೆ ಉದ್ದವಾಗುತ್ತಿದೆ ಎನಿಸತೊಡಗಿತು.

"ವಯಸ್ಸೆಷ್ಟು?" ಎಂದ ಮತ್ತೊಬ್ಬ.

"ಇವತ್ತಿಗೆ ೨೯ ತುಂಬಿತು" ಎಂದ. ಅದಕ್ಕೂ ಅವರು ತಲೆಯಾಡಿಸಿದರು. ಒಬ್ಬ ಕುರ್ಚಿಯಿಂದ ಎದ್ದು ಬಂದು ಈತನ ಹೆಗಲಿಗೆ ಜೋತುಬಿದ್ದ ಚೀಲವನ್ನು ತೆಗೆದುಕೊಂಡು ಹೋಗಿ ಮತ್ತೆ ಕುರ್ಚಿಯಲ್ಲಿ ಕೂತ. ತನ್ನ ಚೀಲದಲ್ಲಿ ಏನೇನಿದೆ ಎಂದು ಮನಸ್ಸಿನಲ್ಲೇ ಯೋಚಿಸಿದ. ಒಂದು ನೋಟ್ ಬುಕ್. ಅದರಲ್ಲಿ ಮನಸ್ಸಿಗೆ ತೋಚಿದ್ದನ್ನು ಗೀಚುತ ಇದ್ದ. ಒಂದೆರಡು ಪತ್ರಗಳು. ಒಂದು ಬಾಲ್ ಪಾಯಿಂಟ ಪೆನ್. ಬಸ್ ಕ್ಯೂಗೆ ಕಾಯುವ ಬೋರ್ ತಪ್ಪಿಸಿಕೊಳ್ಳಲೆಂದು ಇಟ್ಟುಕೊಂಡಿದ್ದ ಒಂದು ಪೇಪರ್ ಬ್ಯಾಕ್ ಜನಪ್ರಿಯ ಕಾದಂಬರಿ. ಇನ್ನೇನೂ ಇದ್ದಂತಿಲ್ಲ. ಚೀಲದ ವಸ್ತುಗಳನ್ನೆಲ್ಲ ಟೇಬಲ್ ಮೇಲೆ ಚೆಲ್ಲಿದ. ಮತ್ತೊಬ್ಬ ಮೀಸೆಯವ ಈತನ ಹಿಂದಿನ ಗೋಡೆಯನ್ನೇ ತದೇಕ ದೃಷ್ಟಿಯಿಂದ ನೋಡು ತ್ತಿದ್ದ. ಚೀಲ ತೆಗೆದುಕೊಂಡವನು ತನ್ನ ನೋಟ್ ಬುಕ್ ತಗೆದು ಅಲ್ಲಿರುವುದನ್ನು ಓದ ತೊಡಗಿದ.

"ಅದು ನನ್ನ ಖಾಸಗಿ ವಿಷಯ" ಎಂದು ಹೇಳಲು ಈತ ಬಾಯಿತೆರೆದ. ಶಬ್ದಗಳು ಗಂಟಲಲ್ಲೇ ಉಳಿದವು. ತನಗೇಕೆ ಪ್ರತಿಭಟಿಸಲು ಸಾಧ್ಯವಾಗುತ್ತಿಲ್ಲ ಎಂದು ತನ್ನ ಮೇಲೆ ಕೋಪ ಮಾಡಿಕೊಂಡ. ತಾನು ಜಗಳಾಡಿದ ಹೆಂಡತಿ, ಮುದ್ದು ಮಾಡಿದ ಮಕ್ಕಳು ನೆನಪಿನಲ್ಲಿ ಸುಳಿದರು.

ನೋಟ್‌ಬುಕ್ ನೋಡುತ್ತಿದ್ದವನು ಈತ ಬರೆದ ಯಾವುದನ್ನೋ ಬೆರಳು ಮಾಡಿ, ಗೋಡೆಯನ್ನು ನೋಡುತ್ತಿದ್ದವನಿಗೆ ತೋರಿಸಿದ. ಅವನು ನಕ್ಕ. ಮೀಸೆ ಕುಣಿಯಿತು.

"ನಿನ್ನೆ ಸಂಜೆ ಚೌಕದ ಬಳಿ ಏನು ಮಾಡಿದೆ?" ಎಂದು ನಗುತ್ತ ಕೇಳಿದ.

ಈತ ಸುಮ್ಮನಿದ್ದ.

"ಹಹ ಎಂದು ನಗಲಿಲ್ಲವ?" ಎಂದ.

ಈತ ತಲೆಯಾಡಿಸಿದ. ನಗುವುದು ಅಪರಾಧ ಇರಬಹುದೆ?

"ಕೈ ಬೀಸಿಕೊಂಡು ನಡೆಯಲಿಲ್ಲವ?" ಎಂದ.

"ಆದರೆ ನನ್ನ ಕೈ ಯಾರಿಗೂ ತಾಗಲಿಲ್ಲ."

"ಎದುರು ಮಾತಾಡಬೇಡ." ಸುಮ್ಮನಾದ.

ಚಿಟಿಕೆ ಹೊಡೆದು ಹತ್ತಿರ ಕರೆದ. "ತಲೆ ಹಿಡುಕ ಯಾರು?" ಎಂದ.

ಅರ್ಥವಾಗದವನಂತೆ ನಿಂತ. ನೋಟ್‌ಬುಕ್‌ನಲ್ಲಿ ಬೆರಳಿಟ್ಟು ತೋರಿಸಿದ. ಅಲ್ಲಿ "ಅವನೊಬ್ಬ ತಲೆಹಿಡುಕ" ಎಂದು ಈತ ಬರೆದಿದ್ದ.

"ನಿನ್ನ ಮೇಲಧಿಕಾರೀನ?" ಎಂದು ಕೇಳಿದ.

ತಲೆಯಾಡಿಸಿದ.

"ನಿನಗೆ ಶಿಸ್ತಿಲ್ಲ. ೨೯ ವರ್ಷ ಆದ್ದು ದಂಡ. ಅಧಿಕಾರಾನ ಪ್ರಶ್ನೆಮಾಡಬಾರದು, ತಿಳೀತಾ?" ಎಂದ. ತಿಳಿಯಲಿಲ್ಲ ಎನ್ನುವಂತೆ ಸುಮ್ಮನೆ ನಿಂತಿದ್ದ.

ಟೆಲಿಫೋನ್ ಶಬ್ದ ಮಾಡಿತು. ಒಬ್ಬ ಎತ್ತಿಕೊಂಡು "ಹಲೋ" ಎಂದ, "ಇದಾನೆ" ಎಂದ. "ಒದೆ ಕೊಟ್ಟರೆ ಸರಿಹೋಗ್ತಾನೆ" ಎಂದ. "ಹಾಗೇ ಮಾಡ್ತೀನಿ" ಅಂದ.

ಮೀಸೆಯವರಿಬ್ಬರ ಮೀಸೆಗಳೂ ಈಗ ಉದ್ದವಾಗುತ್ತ, ಈತನ ದೇಹವನ್ನೆಲ್ಲ ಸುತ್ತಿಕೊಳ್ಳುತ್ತ ಬೆಳೆಯುತ್ತಿತ್ತು. ಈ ಬಾರಿ ಅದು ಕಾಯಂ ಆಗಿ ತನ್ನನ್ನು ಸುತ್ತಿಕೊಂಡೇ ಇರುತ್ತದೆ ಎನ್ನುವ ದಿಗಿಲು. ಭಯದಲ್ಲಿ ಪಿಳಿಪಿಳಿ ಕಣ್ಣು ಬಿಡುತ್ತ ನಿಂತಿದ್ದ. ಒಬ್ಬ ಅಲ್ಲಿಂದಲೆ ಕಾಲು ಚಾಚಿ "ಒಪ್ಪಿಕೋ" ಎಂದು ಹೊಟ್ಟೆಯ ಮೇಲೆ ಒಂದು ಒದ್ದ.

ಪ್ರಜ್ಞೆ ಮಸುಕಾಯಿತು. ತಲೆ ರಾಕೆಟ್ಟಿನ ವೇಗದಲ್ಲಿ ಸುತ್ತಿತ್ತು. ಮರುಕ್ಷಣ ಆ ಜಾಗದಲ್ಲಿ ಕತ್ತಲು ತುಂಬಿಕೊಂಡಿತು.

***

ಎಷ್ಟೋ ಹೊತ್ತಿನ ಮೇಲೆ ಎಚ್ಚರಾಯಿತು. ತಾನೊಂದು ವಿಶಾಲವಾದ ಬಯಲಿ ನಲ್ಲಿದ್ದೇನೆನಿಸಿತು. ಮರಗಿಡಗಳಿದ್ದವು. ದೂರದಲ್ಲಿ ಕಟ್ಟಡಗಳಿದ್ದವು. ಆದರೆ ಈ ಬಯ ಲೊಂದು ಜೈಲು ಅನ್ನಿಸತೊಡಗಿತು ಆತನಿಗೆ.

(೧೯೭೬)

*

೧೪. ಮೂಗೂರಿನ ಐತಿಹ್ಯ

ಶ್ರೀಕಂಠ ಕೂಡಿಗೆ

ನಾರಾಯಣಿಪುರ ಎಂದಾಗ ಹಲವರಿಗೆ ಪರಿಚಿತ ಊರು ಅದಾಗಿರಬಹುದು ಅಥವಾ ಇಲ್ಲದಿರಬಹದು. ಇಲ್ಲಿ ನಾರಾಯಣಿಪುರ ಭರತಕ್ಷೇತ್ರದ ಜಂಭೂದ್ವೀಪದ ವಿದೇಹಪಟ್ಟಣ ಎನ್ನುವ ಹಾಗಿನದು. ಇಲ್ಲವೇ ಭರತಕ್ಷೇತ್ರವೇ ಆಗಿರಬಹುದು. ಕತ್ತಲೆಯಿಂದ ಬೆಳಕಿಗೆ ಬರುವ ಹಂಬಲ ಹೊತ್ತೇ ಅದು ಹಲವು ಶತಮಾಣಗಳಿಂದ ಉಳಿದು ಬಂದಿತ್ತು. ಗುಡ್ಡ ಬೆಟ್ಟಗಳ ನಡುವೆ ಹಾವಿನ ನಡಿಗೆಯ ತರಹ ಅಡರಿಬಿದ್ದ ಆ ಊರಿನ ಹಾದಿ ರಿಪೇರಿ ಗೊಂಡು ಇಲ್ಲೊಂದು ಊರಿದೆ ಎಂದು ಗುರ್ತಿಸುವ ಸ್ಥಿತಿಯಲ್ಲಿದೆ. ಸೊಂಟದ ಮೇಲೆ ನೂರಾರು ವರ್ಷಗಳಿಂದ ಅರಿವೆ ಕಾಣದ ಜನರು ಡೊಗರು ಬಿದ್ದ ತಮ್ಮ ಗುಂಡಿಗೆಯನ್ನು ಮುಚ್ಚಿಕೊಳ್ಳುವ ಸ್ಥಿತಿ ತಲುಪಿದ್ದಾರೆ. ಮನೆಯ ಸೂರು ಸೋಗೆ ಬಿಟ್ಟು ನಾಡಹೆಂಚಿನ ಕಡೆ ತಿರುಗಿವೆ. ಊರಿನ ಹೈಕಳ್ಳಲ್ಲಿ ಕೆಲವರು ಕಾಲೇಜು ಓದಿ ಕೆಲಸವಿಲ್ಲದೆ ಊರಿನ ಸೋಮಾರಿ ಜನಗಳ ನಡುವೆ ಕುಳಿತುಕೊಳ್ಳಲು ಶುರುಮಾಡಿದ್ದಾರೆ. ಒಂದು ಆಂತರಿಕ ಚೇತನ ದೀರ್ಘ ಕಾಲದ ಜಡತ್ವವನ್ನು ನಿವಾರಿಸಿಕೊಂಡು ಮೈಕೊಡವಿ ನಿಂತಂತೆ ಭಾಸವಾಗುತ್ತದೆ. ಸರ್ಕಾರಿ ಸಾಲಸೌಲಭ್ಯ ಪಂಪುಸೆಟ್ಟುಗಳಿಗೆ ದೊರೆತು ಬಂಜರುಭೂಮಿ ಈಗ ಹಸಿರು ಒಡೆಯಲು ಆರಂಭಮಾಡಿದೆ. ಒಂದು ಬ್ಯಾಂಕು ಈ ಊರನ್ನು ದತ್ತು ಸ್ವೀಕರಿಸಿ ಇದಕ್ಕೆ ನಾರಾಯಣಿ ಪುರ ಎಂದು ನಾಮಕರಣ ಮಾಡಿದೆ. ಊರಿನ ಪುನರ್‌ನಾಮಕರಣ ಸಂಪ್ರದಾಯಸ್ಥ ಹಳಬರಿಗೆ ಅಸಮಾಧಾನ ಮಾಡಿದೆ. ಮೂಗೂರೆಂಬ ಹಳಯ ಹೆಸರೇ ಇರಬೇಕಿತ್ತೆಂಬ ಅವರ ಅಭಿಪ್ರಾಯಕ್ಕೆ ಶಿಕ್ಷಿತ ಯುವಕರ ಬೆಂಬಲವೂ ದೊರೆಯಹತ್ತಿದೆ. ಈ ಬೆಂಬಲ ಒಂದು ಅರ್ಥಪೂರ್ಣ ಐತಿಹ್ಯವುಳ್ಳ ಹಳೆಯ ಹೆಸರು ಮಾಯವಾಯಿತೆಂಬ ಕಾರಣಕ್ಕಾಗಿ ಅಲ್ಲ, ನಾರಾಯಣಿಪುರ ಶಿಷ್ಟಸಂಸ್ಕೃತಿಯ ಪ್ರತಿನಿಧಿಯೆಂಬ ಆಕ್ರೋಶಕ್ಕಾಗಿ. ಈಗೀಗ ಪಾರ್ಟಿವಾರು ಪಂಚಾಯ್ತಿ ಎಲೆಕ್ಷನ್ನುಗಳು ಈ ಹೆಸರಿನ ಪರ ವಿರೋಧ ಗುಂಪುಗಳನ್ನು ಇನ್ನೂ ಬಿಗಿಮಾಡಿವೆ. ಊರಬಾಗಿಲಿಗೆ ಎದೆಯಂತೆ ನಿಂತು 'ನಾರಾಯಣಿಪುರ' ಎಂಬ ಹೆಸರು ಹೊತ್ತ ಬಿಳಿಕಲ್ಲು ಇಂಥ ಎಲೆಕ್ಷನ್ನು ಪಲೆಕ್ಷನ್ನುಗಳಲ್ಲಿ ಡಾಂಬರು ಮಸಿ ಬಳಿಸಿ ಕೊಳ್ಳುತ್ತಿರುವುದು ವಾಡಿಕೆಯಾಗಿದೆ. ಊರಗುಂಪುಗಳ ನಡುವೆ ಹೊಗೆಯಾಡುತ್ತಿರುವ ಆಕ್ರೋಶದ ವ್ಯಕ್ತರೂಪವಾಗಿ ಈ ಹೆಸರಿನ ಕಲ್ಲು ನಿಂತಿದೆ.

ಗುಂಪಿನ ಹುಡುಗರು 'ಮೂಗೂರು ಯುವಕ ಸಂಘ' ಕಟ್ಟಿಕೊಂಡು ವರ್ಷಕ್ಕೆ ಐದಾರು ಪ್ರೋಗ್ರಾಂ ನಡೆಸುತ್ತವೆ. ಮಾತನಾಡುವವರನ್ನು ಕರೆಸಿ ಭಾಷಣ ಮಾಡಿಸುತ್ತವೆ. ಸಾಮಾಜಿಕ ಬದಲಾವಣೆ, ಶೋಷಣೆ ಮುಂತಾಗಿ ಚರ್ಚಿಸುತ್ತವೆ. ಊರವರಲ್ಲಿ ಕೆಲವರು ಹುಡುಗರ ಕಾಟಕ್ಕೆ ಬಂದು ಕುಳಿತು, ಸ್ವಲ್ಪ ಹೊತ್ತು ಕೇಳಿ ಕೊನೆಗೆ ಆಕಳಿಸಿ 'ಇವೆಲ್ಲ ನಮಗೆ ಅರ್ಥವಾಗಲ್ಲಪ್ಪ!' ಅಂತ ಎಲೆಯಡಿಕೆ ಜಗಿದು ಕುಳಿತಲ್ಲಿಯೇ 'ಪಿಚಕ್' ಎನ್ನಿಸುತ್ತಾರೆ. ಅರ್ಥಮಾಡಿಕೊಂಡ ಒಂದಿಬ್ಬರು ಮೂವರು ಪ್ರಶ್ನೆ ಕೇಳಿ ಏನೇನೊ ಚರ್ಚಿಸುತ್ತಾರೆ. ಇತರರಿಗೆ ಅವರ ಭಾವಭಂಗಿ ತಾವು ಕಂಡ ಬಯಲಾಟದ ಪುರಾಣಪಾತ್ರಗಳ ಅಭಿನಯದ ನೆನಪು ತರುತ್ತವೆಯೇ ಹೊರತು ಬೇರೇನೂ ಅರ್ಥವಾಗುವುದಿಲ್ಲ. ಸಭೆ ಮುಗಿದು ಹೊರಬರುವಾಗ ಯುವಕನೊಬ್ಬ ಅಲ್ಲಿ ಬಂದಿದ್ದವನೊಬ್ಬನಿಗೆ 'ಏನನ್ನಿಸ್ತು ತಿಮ್ಮಣ್ಣ' ಅಂದ್ರೆ 'ನಂಗೆ ಹೊಲಗದ್ದೆ ಕಡೆ ಹೋಗಿದ್ದಾಗ ಮಾಡಿದ್ರಿ ಅಷ್ಟೇ–ತಮ್ಮರ್‍ರಾ' ಅಂದ. ನಾರಾಯಣಿಪುರ ಹೆಸರಿನ ಬೆಂಬಲಿಗ ಗುಂಪು ಊರೊಟ್ಟು ಮುರಿಯಬಾರದೆಂಬ ಐಕ್ಯಕ ಉದ್ದೇಶದಿಂದ ಮೂಗೂರು ಹೆಸರನ್ನು ಹೊರಗೆ ಸಮರ್ಥಿಸಿ ಒಳಗೊಳಗೆ ರೋಷ ಕಾರುತ್ತಿತ್ತು. ಒಮ್ಮೆ ನಾರಾಯಣಿಪುರ ಸಮರ್ಥನೆಯ ಗುಂಪು ಪ್ರಸಿದ್ಧ ಭಾಗವತರೊಬ್ಬ ರಿಂದ 'ಹರಿಕಥಾ ಕಾಲಕ್ಷೇಪ' ಮಾಡಿಸಬೇಕೆಂದು ಸೂಚಿಸಿದಾಗ ಮತ್ತೊಂದು ಗುಂಪು ವಿರೋಧಿಸಿದ್ದರಿಂದ ಸಂಘದಲ್ಲಿ ಒಡಕು ಕಾಣಿಸಹತ್ತಿತು. ಕಾರ್ಯಕ್ರಮಗಳಿಲ್ಲದೆ ಯುವಕ ಸಂಘದ ಚಟುವಟಿಕೆ ಸ್ತಬ್ದವಾಯಿತು.

ಒಂದು ಮುಂಜಾನೆ ತಾರಕದಲ್ಲಿ ಮೈಕ್ ಅರಚುತ್ತಿತ್ತು. ನಾರಾಯಣಿಪುರದ ದೇವಾ ಲಯದ ಸುತ್ತ ಹಸಿರು ತೋರಣ. ಅವರಸರವಸರವಾಗಿ ಓಡಾಡುವ ಯುವಕರು. 'ಗಜಾನನ ಯುವಕ ಸಂಘದ ಉದ್ಘಾಟನೆ' ಎಂಬ ಬರಹ ಹೊತ್ತ ದೊಡ್ಡದೊಂದು ಬ್ಯಾನರು. ನೋಡುವವರಿಗೆಲ್ಲಾ ಆಶ್ಚರ್ಯ. 'ಶುದ್ಧ ಹುಡುಗ ಮುಂಡೇವು ಒಂದು ಸಂಘ ಸಾಕಾಗ್ದೆ ಇನ್ನೊಂದು ಮಾಡ್ತಾವೆ' ಎಂಬ ಹಿರಿಯರ ಗುಸುಗುಸು.

ಕೆಲವು ತಿಂಗಳು ಕಳೆದಿವೆ. ಒಂದಿಷ್ಟು ಹುಡುಗರು ದೊಣ್ಣೆ, ಚೈನು, ಕತ್ತಿ ಹಿಡಿದು ಓಡಾಡುತ್ತಿದ್ದಾರೆ. ಓಣಿಯ ಧೂಳಿನ ಮೇಲೆ ಬೀಳುತ್ತಿದ್ದ ದಪದಪ ಹೆಜ್ಜೆಯ ಸದ್ದು ಊಟ ಮಾಡಿ ಚಾವಡಿಯಲ್ಲಿ ಒರಗಿದವರನ್ನು, ಒಳಗಿದ್ದವರನ್ನು ಹೊರಬಂದು ನೋಡುವಂತೆ ಮಾಡಿತು. 'ಎಡಗೈ ತಿಮ್ಮಣ್ಣನನ್ನು ಕಂಬಕ್ಕೆ ಕಟ್ಟಿಹಾಕಿದ್ದಾರಂತೆ ಬನ್ರೋ–ಬನ್ರೋ' ಎನ್ನುತ್ತಾ ಕೆಲವರು ದೌಡಾಯಿಸುತ್ತಿದ್ದರು. ವಿಷಯವೇನೆಂದು ಅರ್ಥವಾಗದ ಇನ್ನು ಕೆಲವರು ಹಿಂಬಾಲಿಸಿ ಓಡಿದರು. ಮುದುಕರು ಹುಡುಗರು ಹೆಂಗಸರ ನೂಕುನುಗ್ಗಲಿನಲ್ಲಿ ಏನೊಂದು ಮಾತು ಅರ್ಥವಾಗುತ್ತಿರಲಿಲ್ಲ. ತಿಮ್ಮಣ್ಣನ ಮುಖದಲ್ಲಿ ಮಾತ್ರ ಸಣ್ಣಪುಟ್ಟ ಗಾಯವಾಗಿ ರಕ್ತ ಇಣುಕುತ್ತಿತ್ತು. ತಲೆಗೂದಲು ಅಸ್ತವ್ಯಸ್ತವಾಗಿತ್ತು. ದೇವಸ್ಥಾನದ ಅಂಗಳಕ್ಕೆ ಎಂದೂ ಕಾಲಿಡದ ಕೆಲವರು ಇಂದು ಒಳನುಗ್ಗಿ ವಹಿವಾಟುದಾರ ಶಾಮಯ್ಯನವರ ಹತ್ತಿರ ಏರುಧ್ವನಿಯಲ್ಲಿ ಕೂಗಾಡುತ್ತಿದ್ದರು. ಈ ಕಡೆ ಅವರು ಸಮಾಧಾನದ ಮಾತನಾಡು

ತ್ತಿದ್ದಾಗಲೆ ಆ ಕಡೆ ತಿಮ್ಮಣ್ಣನನ್ನು ಕಟ್ಟಿಹಾಕಿದ್ದ ಜಾಗದಲ್ಲಿಯೇ ಗುಂಪು ಗುದ್ದಾಟಕ್ಕೆ ತೊಡಗಿದ್ದು ಕಾಣಿಸಿತು. ಒಬ್ಬ ಕೆಳಕ್ಕೆ ಬಿದ್ದು ಒಂದಿಷ್ಟು ಜನ ಅಮರಿ ಹೋದಾಗ ಹೆಂಗಸರ ರೋಧನ ಏರತೊಡಗಿತು. 'ನೀರು ತನ್ನಿ...' ಎಂದು ಯಾರೊ ಕೂಗಿದರು. "ಅಯ್ಯೋ ಹೇಡಿಗಳ್ರಾ! ತೋಳಲ್ಲಿ ತಾಕತ್ತಿಲ್ಲದೆ ಕಣ್ಣಿಗೆ ಖಾರದಪುಡಿ ಉಗ್ತೀರನ್ರೋ" ಅನ್ನುತ್ತಾ ದಕದಕ ಬಡಿದ ಸದ್ದು. ಅದೊಂದಷ್ಟು ಹೊತ್ತು ವಾತಾವರಣವೆ ಗೊಂದಲವಾಗಿ ಹೋಯಿತು. ಗಲಾಟೆಯ ನಡುವೆ ತಿಮ್ಮಣ್ಣನ ಕೈಕಟ್ಟನ್ನು ಯಾರೊ ಬಿಡಿಸಿದ್ದಿರಬೇಕು. ಹಣೆಗುಡ್ಡೆಗೆ ಔಷಧಿ ಹಚ್ಚುತ್ತಾ ರಕ್ತ ತೊಟ್ಟಿಕ್ಕುವುದನ್ನು ಹೆಬ್ಬೆರಳಿನಿಂದ ಒತ್ತಿ ಹಿಡಿದಿದ್ದ ಯುವಕನಿಗೆ ಶಾಮಯ್ಯ ಹೇಳಿದರು. 'ಇಷ್ಟಕ್ಕೆ ಈವೊಂದು ರಾದ್ಧಾಂತ ಮಾಡಿದ್ರಲ್ಲಾ ಮಾಠಾಯನ ಮಕ್ಕಳೆ! ನಾವು ಹಿರೇರು ಇದ್ದೂ ಸತ್ತಂಗೆ ಆಯಿತು.'

ಒಮ್ಮೆಲೆ ಯುವಕರ ಗುಂಪೊಂದು ಅವರ ಮೇಲೆ ಏರಿಹೋಯಿತು. 'ಪಾಪ! ಅವುಂದೇನು ತಪ್ಪು? ಬಟ್ಟೆ ಸೆಳೆಯುತ್ತಿದ್ದ ಹೆಣ್ಣುಮಗಳು ಕಾಲುಜಾರಿ ನೀರಿಗೆ ಬಿದ್ರೆ ಮೇಲೆತ್ತಿದ್ದು ತಪ್ಪಾ? ಮೇಲುವರ್ಗದ ಹುಡುಗೀನ ಬೇಕಂತಲೆ ಮುಟ್ಟಿದ ಅಂತ ಹೀಗೆ ದನಬಡಿಯುವಂಗೆ ಬಡಿಯೋದು ನ್ಯಾಯಾನ? ಸಾಯೋರ್ನ ಬದುಕಿಸಿದರೆ ಅದು ಅಧರ್ಮನಾ?' ಮೂಗೂರು ಯುವಕ ಸಂಘದ ಹುಡುಗರು ಕೂಗಾಡಿದರು. ನೀರಿನಲ್ಲಿ ಮುಳುಗುತ್ತಿದ್ದವಳನ್ನು ಮುಟ್‌ಬಾರ್ದಿತ್ತು ಅನ್ನೋದಾದ್ರೆ ಇನ್ನ್ಯಾರಾದ್ರು ಇಂಥ ಸ್ಥಿತೀಲಿ ಇದ್ದರೆ ಬದುಕಿಸ್‌ಬಾರ್ದು ಅಂಥ ತಾಕೀತು ಕೊಟ್ಟಂಗಾಯ್ತು. ಮುಟ್ಟೋದ್ರಿಂದ ಮೈಲಿಗೆ ಯಾಗೋದಾದ್ರೆ ನಾವೆಲ್ಲ ಈಗ ಕುಸ್ತಿ ಆಡೀವಿ. ಆ ಹೆಣ್ಣುಮಗಳ ಹಾಗೆ ಮುಟ್ಟಿಸಿ ಕೊಂಡವರೆಲ್ಲ ಈಗ ಪ್ರಾಯಶ್ಚಿತ್ತ ಮಾಡ್ಕೊಬೇಕು. ಉದ್ವೇಗದಲ್ಲಿ, ಭಯದಲ್ಲಿ ಇದ್ದಾಗ ಹೊಳೆಯದೆ ಇರುವ ಧರ್ಮ ಸಾಮಾಜಿಕತೆ ತಣ್ಣನೆಯ ವಾತಾವರಣದಲ್ಲಿ ಮೊಳೆ ಯೋದನ್ನು ಕಂಡು ಕುಪಿತರಾದ ಯುವಕರು ಗುಂಪಾಗಿ 'ಮಾನವೀಯತೆಯ ಮೇಲಿನ ದಬ್ಬಾಳಿಕೆಗೆ ಧಿಕ್ಕಾರ' ಎಂದು ಕೂಗಿದರು. ಒಂದು ಗುಂಪು ಮತ್ತೊಂದು ಗುಂಪನ್ನು ಕೆಂಗಣ್ಣುಗಳಲ್ಲೇ ನೋಡಿಕೊಳ್ಳುತ್ತಾ ದೂರ ಸರಿಯಿತು.

ತಿಮ್ಮಣ್ಣ ಈ ಊರಿನಲ್ಲಿ ಕೆಳಸ್ತರದ ಗುಂಪಿಗೆ ಸೇರದವನಾದರೂ ಎಲ್ಲರಿಗೂ ಬೇಕಾ ದವನು. ಊರಿನಲ್ಲಿ ಯಾವೊಂದು ವಿಶೇಷ ಕೆಲಸವಾಗಲಿ ಫಲಾಪೇಕ್ಷೆ ಇಲ್ಲದೆ ಚಪ್ಪರ ಕಟ್ಟುವುದು, ಕಷ್ಟಸುಖದಲ್ಲಿ ಬೇರೆಯವರಿಗೆ ಸುದ್ದಿ ಮುಟ್ಟಿಸುವುದು ಮುಂತಾದ ಕೆಲಸ ಮಾಡುತ್ತಿದ್ದ. ಬೆಳ್ಳನೆಯ ಒಳ್ಳೆಯ ಮೈಕಟ್ಟಿದ್ದ ಅವನು ರೊಡ್ಡನಾದದ್ದರಿಂದ 'ಎಡಗೈ ತಿಮ್ಮಣ್ಣ' ಎಂಬ ಹೆಸರಿನಲ್ಲಿ ಪರಿಚಿತನಾಗಿದ್ದ. ಆತನ ಪರೋಪಕಾರದ ಹಿಂದೆ ಸ್ವಾರ್ಥದ ಎಳೆಯೂ ಕೂಡಿಕೊಂಡಿದೆ ಎಂಬ ಅನುಮಾನ ಕೆಲವು ಯುವಕರದ್ದು. ಸರಸದಿಂದ ಮಾತಾಡಿಸುತ್ತಿದ್ದ ಸ್ತ್ರೀಸಮೂಹದಿಂದಾಗಿ ಅವನು ಹಲವರ ಕಣ್ಣಕೆಂಡವಾಗಿದ್ದ.

ನಾರಾಯಣೇಶ್ವರ ದೇವಾಲಯದ ಹಿಂದೆಯೇ ತುಂಗಾನದಿಯ ಒಂದು ಹಾಸುಗಲ್ಲು ಇದೆ. ಊರಿನವರೆಲ್ಲಾ ಬಟ್ಟೆಸೆಳೆಯುವ ಜಾಗ ಇದೊಂದೇ. ಹೆಂಗಸರು ಹೆಚ್ಚಾಗಿ ಈ ಹಾಸಿಗೆ ಹೋಗಲು ಕಾರಣ ಅಲ್ಲಿ ಮೊಣಕಾಲು ಮಟ್ಟ ನೀರಿರುವುದೇ ಆಗಿತ್ತು. ಅದರ

ಬಲಭಾಗಕ್ಕಿರುವ ಕಿರಿದಾದ ಹಾಸುಗಲ್ಲಿಗೆ ಹೋಗಬೇಕಾದರೆ ಎದೆಮಟ್ಟ ನೀರು ಹಾದು ಹೋಗಬೇಕು. ಈಜು ಬರುವ ಗಂಡಸರು ಹುಡುಗರು ಅಲ್ಲಿಗೆ ಹೋಗುತ್ತಾರೆ. ಸ್ತ್ರೀಯರು ಬಟ್ಟೆಸೆಳೆಯುವ ಹಾಸಿನ ಬಲಭಾಗಕ್ಕೆ ತುಂಬಾ ಆಳವಾದ ಗುಂಡಿ. ಆ ದಿನ ಮಧ್ಯಾಹ್ನ ಬಟ್ಟೆಸೆಳೆಯುತ್ತಿದ್ದ ಹೆಂಗಸರ ಗುಂಪಿನಿಂದ 'ಅಯ್ಯಯ್ಯೋ' ಎಂಬ ರೋಧನ ಕೇಳಿಸಿತು. 'ಲೀಲಾವತಿ ಕೆಳಕ್ಕೆ ಬಿದ್ಲು ಬನ್ನಿ ಬನ್ನಿ' ಅಂತ. ಗಂಡಸರ ಕಲ್ಲಿನಲ್ಲಿದ್ದ ಕೆಲವು ಹುಡುಗರು ಈಜಿಕೊಂಡು ಹೋದರೂ ನೀರು ಜಾಸ್ತಿ ಇದ್ದುದರಿಂದ ಆಕೆ ಬಿದ್ದಜಾಗ ತಲುಪಲಾಗಲಿಲ್ಲ. ತಿಮ್ಮಣ್ಣ ಕೊಂಚ ಹೊತ್ತು ಕಾಯ್ದು ತಾನೇ ಮುಳುಗಿ ಆಕೆಯನ್ನು ಎತ್ತಿ ಕಲ್ಲುಹಾಸಿಗೆಗೆ ಹಾಕಿದ. ಆಕೆ ಅಷ್ಟರಲ್ಲಿ ನೀರು ಕುಡಿದುಬಿಟ್ಟಿದ್ದಳು. ಅವಳು ಹೆಚ್ಚು ಆಳದ ನೀರಿಗೆ ಬಿದ್ದಿರಲಿಲ್ಲವೆಂದೂ, ಕೆಳವರ್ಗದ ತಿಮ್ಮಣ್ಣ ಮುಟ್ಟಿ ರಕ್ಷಿಸುವ ಅಗತ್ಯವಿರಲಿಲ್ಲವೆಂಬುದೂ 'ಗಜಾನನ ಯುವಕ ಸಂಘದ' ಕೆಲವು ಸದಸ್ಯರ ವಾದವಾಗಿತ್ತು. ಆದರೆ ಕೆಲವು ಮಂದಿ ಹಿರಿಯರ ಮನಸ್ಸಿಗೂ ಇದು ಸರಿಯೆಂದು ಅನ್ನಿಸಿದರೂ ಅವರು ಅದನ್ನು ಬಾಯಿಬಿಟ್ಟು ಆಡಲಿಲ್ಲ. ಅದೇ ಗಜಾನನ ಯುವಕ ಸಂಘದ ವಿರೂಪಾಕ್ಷ ಮಾತ್ರ ತಿಮ್ಮಣ್ಣ ಮಾಡಿದ್ದು ಸರಿಯೆಂದೂ. ಹಾಗೆ ಮಾಡದಿದ್ದರೆ ಆಕೆಯ ಜೀವ ಉಳಿಯುತ್ತಿತ್ತಾ? ಎಂದು ಕೇಳಿದ್ದು ಅನೇಕರ ಅಸಹನೆಗೆ ಕಾರಣವಾಯ್ತು. ಕೆಲವರು ಅವನನ್ನು ವಿರೋಧಿಸಿ 'ಮೊದಲೆ ಇವು ಹೆಚ್ಚಾಗಿ ಕುಣೀತಿವೆ... ನೀನು ಹೀಗೆ ಹೇಳೋದಾ ವಿರೂಪಾಕ್ಷ' ಎಂಬ ವಾಗ್ವಾದ ಬಹಿರಂಗವಾಗಿಯೆ ನಡೆಯಿತು. ಲಘುಮಾತುಗಳು ಗುಂಪಿನ ರೋಷ ಕೆಣಕಿ ಕೈಮಿಲಾವಣೆಯಲ್ಲಿ ಮುಕ್ತಾಯವಾಯ್ತು.

ಘಟನೆ ನಡೆದು ಹಲವು ತಿಂಗಳು ಕಳೆದಿದೆ. ಊರು ಮೊದಲಿನ ಹಾಗೆ ಕಾಣಿಸುತ್ತಿದೆ. ವಿಶೇಷ ಕೆಲಸಗಳು ಬಂದಾಗ ಜನ ತಿಮ್ಮಣ್ಣನನ್ನು ನೆನೆಸಿಕೊಳ್ಳುತ್ತಾರೆ. ತಾನು ಮಾಡಿದ ಅಪರಾಧವೇನೆಂದು ಕೇಳಿ ಸಮರ್ಥಿಸಿಕೊಳ್ಳಲಾಗದ ಅವನ ಹೃದಯವಂತಿಕೆ ಊರು ಬಿಡುವಂತೆ ಮಾಡಿದೆ. ಈ ಪ್ರಸಂಗ ಆತನ ಅಭಿಮಾನಿಗಳಲ್ಲಿ ಒಳಗುದಿಯಾಗಿಯೇ ಉಳಿದಿದೆ.

ನಾರಾಯಣಿಪುರಕ್ಕೆ ಹೊಸಚೇತನ ಪ್ರಾಪ್ತವಾಗಿದೆ. ಹೈಸ್ಕೂಲು. ಜೂನಿಯರ್ ಕಾಲೇಜು ಆರಂಭವಾಗಿವೆ. ವ್ಯವಸ್ಥೆಯ ಬದಲಾವಣೆಗೆ ಹಾತೊರೆಯುವ ಅಧ್ಯಾಪಕರು, ಯುವಕರು ಒಂದುಗೂಡಿ ದೇಶದ ಆಗುಹೋಗುಗಳ ಬಗ್ಗೆ ಚರ್ಚಿಸುತ್ತಾರೆ. ಬಸ್ಸು ಸಂಚಾರ, ನಾಟಕ, ಸಮಾರಂಭಗಳು ಆರಂಭವಾಗಿರುವುದರಿಂದ ಊರು ಮುಂದುವರಿಯಿತು ಎನ್ನುವ ಪರಿಸ್ಥಿತಿ ಬಂದಿದೆ.

ಹಬ್ಬ, ಜಾತ್ರೆಗಳಲ್ಲಿ ಹೊರಗಿನಿಂದ ನಾಟಕ ತಂಡಗಳನ್ನು ಕರೆಸಿ ಆಡಿಸುವುದು ರೂಢಿಯಲ್ಲಿತ್ತು. ಈಚೀಚೆಗೆ ವಿದ್ಯೆಕಲಿತ ಹುಡುಗರು ಹೆಚ್ಚಾದ್ದರಿಂದ ತಾವೇ ನಾಟಕ ಕಲಿತು ಆಡುತ್ತಿದ್ದುದು ಇತ್ತು. ಪ್ರತಿಬಾರಿಯೂ ಪೌರಾಣಿಕ ವಿಷಯ ಕುರಿತ ನಾಟಕಗಳೇ ಅವು ಆಗಿರುತ್ತಿದ್ದರಿಂದ ಹೊಸತಿಳುವಳಿಕೆಗೆ ಪೂರಕವಾಗುವ ನಾಟಕ ಆಡಲು ತಯಾರಿ ನಡೆಸಿದರು.

ರಂಗುರಂಗಿನ ಮಂಟಪ. ಮೈಕಾಸುರನ ಕಿರುಚಾಟ. ಆ ಸದ್ದು ಹಿಂದೆ ಸರಿದಹಾಗೆ ಬಣ್ಣ ಬಣ್ಣದ ಬೆಳಕು ಮಿಂಚುತ್ತದೆ. ತೆರೆ ಸರಿಯುತ್ತದೆ.

ರಾಜಬೀದಿಯ ದೃಶ್ಯ ಪರದೆಯ ಮೇಲೊಂದು ಅರಮನೆ. ಅದರ ಆಧಾರದ ಮೇಲೆ ನಾವು ಅದನ್ನೊಂದು ರಾಜ್ಯವೆಂದು ತಿಳಿಯಬೇಕು. ಮೋಟುಕಚ್ಚೆಯ ತಂಬೂರಿ ಹಿಡಿದ ವ್ಯಕ್ತಿ ದಾಸರ ಭಂಗಿಯಲ್ಲಿ ಕಾಣಿಸುತ್ತಾನೆ. ರಾಗವಾಗಿ ಹಾಡುತ್ತ ಬರುತ್ತಾನಾದರೂ ಪ್ರೇಕ್ಷಕರಿಗೆ ಪಾತ್ರ ಯಾವುದೆಂದು ಸ್ಪಷ್ಟವಾಗುವುದಿಲ್ಲ. ಆತನ ಕತ್ತರಿಸಿದ ಮೂಗಿನಲ್ಲಿ ಗಾಯ ಹಸಿಹಸಿಯಾಗಿ ಕಾಣಿಸುತ್ತದೆ. ಪ್ರೇಕ್ಷಕರ ಕಡೆ ಮುಖಮಾಡಿ 'ರಾಜ ಬರೋ ಹಾಗೆ ಕಾಣಿಸುತ್ತದೆ. ನಾನು ಈಗ ನಿಮಗೆ ಕಾಣಿಸೋದು ಸರಿಯಲ್ಲ. ಮತ್ತೆ ನಿಮ್ಮನ್ನು ಕಾಣುತ್ತೇನೆ' ಎಂದು ಹೇಳಿ ಮರೆಯಾಗುತ್ತಾನೆ. ಮೊದಲನೆಯ ದೃಶ್ಯ ಮುಗಿದದ್ದರ ಸೂಚನೆಯಾಗಿ ದೀಪ ಆರುತ್ತದೆ.

ದೀಪ ಹೊತ್ತಿದಾಗ ಮೂವರೂ ರಾಜರು ರಂಗದ ಮೂರು ದಿಕ್ಕಿಗೆ ಬಂದು ನಿಲ್ಲುತ್ತಾರೆ. ಅವರಲ್ಲಿ ಮಧ್ಯೆ ನಿಂತವನು ಮೊದಲು ಮಾತನಾಡತೊಡಗುತ್ತಾನೆ. 'ಮಹಾಶಯರೆ! ನಮ್ಮ ವಂಶಸ್ಥರು ಎಷ್ಟು ಕಷ್ಟದಿಂದ ನಾಡು ಕಟ್ಟಿದರು ಎಂಬುದು ನಿಮಗೆ ಗೊತ್ತು. ನಿಮ್ಮ ನಿಮ್ಮ ಊರುಗಳನ್ನು ಪಾರಂಬರಿಸಿದರೂ ಸಾಕು. ನಮ್ಮ ಕಾಲದಲ್ಲಿ ದೇಶ ಎಂಥ ಸ್ಥಿತಿಗೆ ಬಂದಿದೆ ಎಂಬುದು ನಿಮಗೆ ತಿಳಿಯುತ್ತೆ. ಅನೇಕರ ಹತಭಾಗ್ಯ ಬದುಕಿಗೆ ನನ್ನ ಅನುಕಂಪೆ ಇದೆ...' ಎನ್ನುತ್ತಿದ್ದಾಗಲೆ ಮೇಲ್ಚಾವಣಿಯಲ್ಲಿ ಕುಳಿತಿದ್ದ ಗುಬ್ಬಚ್ಚಿ 'ಇಸ್ಸಿ' ಮಾಡಿತು. ತನ್ನ ಬಿಳಿ ಅಂಗಿ, ಧೋತ್ರಗಳನ್ನು ಗಾಬರೀಲಿ ನೋಡಿಕೊಂಡ. ಪ್ರೇಕ್ಷಕರು, ರಂಗ ಎಲ್ಲಾ ಮರೆತು 'ಭಟರೆ ಉಡುಪು ಗಲೀಜಾಯಿತು. ಶುದ್ಧಮಾಡುವ ವ್ಯವಸ್ಥೆ ಮಾಡಿರಿ.' ಅವರು ಬಟ್ಟೆಬಿಚ್ಚುತ್ತಿರುವಾಗಲೆ ಅವನು ಹೇಳಿದ ಕೊನೆಯ ಮಾತು: ನನ್ನ ಅಕ್ಕಪಕ್ಕ ನಿಂತವರು ನನ್ನ ಅಣ್ಣ ತಮ್ಮಂದಿರೇ. ನಮ್ಮದು ಮೂಲದಲ್ಲಿ ಒಂದೇ ತಂಡೆ. ಬರುಬರುತ್ತಾ ಬೇರೆಯಾಗಿ ನಿಂತಿದ್ದೇವೆ. ಜೀವಕೋಶಗಳು ಒಂದು ಹಲವಾಗಿ ಒಡೆಯುವಂತೆ. ಆದ್ರೆ ಕೊನೆಯ ಮಾತಾಗಿ ಹೇಳ್ತೀನಿ. ಅವರು ನನ್ನ ಥರಾನೆ ಕಾಣ್ತಾರೆ. ಕೊನೆಗೆ ಎಲ್ಲಾದರೂ ಅವರ್ನೆ ನನ್ನ ಅಂತ ತಿಳ್ಕಂಡು ಓಟ್ಹಾಕಿ ಬಿಟ್ಟೀರಿ ಜೋಕೆ! ಇನ್ನೊಮ್ಮೆ ಸರಿಯಾಗಿ ನೋಡ್ಕೊಳ್ಳಿ. ನನಗೆ ಮೀಸೆ ಇಲ್ಲ, ಹೊಟ್ಟೆ ಅವರಿಗಿಂತ ಕಡಿಮೆ. ನಿಲ್ಲಲು ದೊಣ್ಣೆ ಬೇಕಿಲ್ಲ.

ದೃಶ್ಯ ಮೂರು ಶುರುವಾಗುವ ಹೊತ್ತಿಗೆ ಮೊದಲನೆಯ ರಾಜ ನಿರ್ಗಮಿಸಿದ್ದು. ಆತ ತೆರವು ಮಾಡಿದ ಮೈಕಿನ ಮುಂದೆ ಉಳಿದ ಇಬ್ಬರು ಅವಸರದಿಂದ ಬಂದು ನಿಂತರು. ಮೈಕಿಗೆ ಏಕಕಾಲದಲ್ಲಿ ಇಬ್ಬರೂ ಬಾಯಿ ಒಡ್ಡಿದ್ರಿಂದ ಮಾತುಗಳು ಕಲಸಿ ಜನ ತಬ್ಬಿಬ್ಬಾಗಬಾರದೆಂದು ಅವರಲ್ಲೊಬ್ಬ ಹಿಂದೆ ಸರಿದ. ಎರಡನೆ ರಾಜ ಮಾತನಾಡತೊಡಗಿದ. 'ನಾನೇ ಹೆಚ್ಚುಕಾಲ ರಾಜ್ಯಭಾರ ಮಾಡ್ದೋನು. ನನ್ನ ಆಡಳಿತ ಕಾಲದಲ್ಲಿ ಎಷ್ಟೊಂದು ಶಿಸ್ತಿತ್ತು ಪ್ರಗತಿ ಇತ್ತು. ಜನ ಕುಳಿತು ಸೋಮಾರಿಗಳಾಗಲು ಬಿಡದೆ ದುಡಿಮೆಗೆ ಹಚ್ಚಿದೋನು ನಾನು. ನಾವು ಮೂವರು ಇಂದು ಬೇರೆ ಬೇರೆ ನಿಂತು ಮಾತನಾಡ್ತಿರಬೌದು. ನಾಳೆ ನಾವು ಒಂದೂ ಆಗ್ಬಹುದು. ರಾಜಮನೆತನದ ಇತಿಹಾಸದ ಕಥೇನೆ ಇದು. ನಾನ ಬಡವರಾದ

ನಿಮ್ಮುದ್ಧಾರಕ್ಕೆ ಜೀವ ಮುಡುಪಿಡ್ತೀನಿ. ಇದು ಖರೆ—' ಅಂದಾಗ ಸಭೆ ಜೋರಾಗಿ ಚಪ್ಪಾಳೆ ತಟ್ಟಿತು.

ದೃಶ್ಯ ನಾಲ್ಕು ಮೂರನೆಯ ರಾಜನ ಸರದಿ. ಮಾತು ಕೇಳುತ್ತಾ ನಿಲ್ಲಲು ತ್ರಾಣವಿಲ್ಲದೆ ಕುಳಿತಿದ್ದ ಈತ ಎರಡ ಮೂರು ಬಾರಿ ಎದ್ದ ನಿಲ್ಲಲು ಪ್ರಯತ್ನಿಸುತ್ತಾನೆ. ಸಭೆಯ ನಡುವೆ 'ಎತ್ತಲು ಬರಬೇಕಾ?' ಕೂಗು ಕೇಳಿಬರುತ್ತದೆ. ಕಷ್ಟಪಟ್ಟು ನಿಂತು ಆವೇಶ ಬಂದವನಂತೆ ಮಾತನಾಡತೊಡಗುತ್ತಾನೆ. ನನ್ನ ವೃದ್ಧಾಪ್ಯದಲ್ಲೂ ಇಲ್ಲಿ ನಾನು ಯಾಕೆ ಇರೋಕೆ ಪ್ರಯತ್ನಿಸುತ್ತೀನಿ ಗೊತ್ತಾ? ನನ್ನ ದೀರ್ಘ ಆಡಳಿತಾನುಭವ ನಾಡಿನ ಪಾಲಿಗೆ ನಷ್ಟವಾಗಬಾರದು ಅಂತ. ಮತ್ತೆ ನನ್ನನ್ನು ನೀವು ಚುನಾಯಿಸಿದರೆ ಪ್ರಪಂಚದಲ್ಲೇ ಅತಿವೃದ್ಧನೊಬ್ಬನನ್ನು ರಾಜನನ್ನಾಗಿ ಹೊಂದಿದ ಕೀರ್ತಿ ನಿಮ್ಮದಾಗುತ್ತದೆ.

ರಂಗದ ದೀಪ ಆರಿ ಮತ್ತೆ ಬೆಳಕು ಬರುವ ಹೊತ್ತಿಗೆ ಎರಡನೆಯ ಮತ್ತು ಮೂರನೆಯ ರಾಜ ಒಬ್ಬರಿಗೊಬ್ಬರು ಆಸರೆ ಕೊಟ್ಟುಕೊಂಡು ನಿಂತು ಜನರಿಗೆ ಕೈಮುಗಿಯುತ್ತಾರೆ. ಅಭಿಪ್ರಾಯ ಭೇದದಿಂದ ಮೊನ್ನೆ ಮೊನ್ನೆಯವರೆಗೆ ನಾವು ಬೇರೆಯಾಗಿದ್ವಿ. ಈಗ ಇಬ್ಬರೂ ಒಂದಾಗಿದ್ದೇವೆ. ನಮ್ಮ ವಿರೋಧವೇನಿದ್ದರೂ ಸರ್ವಾಧಿಕಾರಿ ಮೊದಲ ರಾಜನ ಮೇಲೆ. ಜನ ಮತ್ತೆ ಚಪ್ಪಾಳೆ ತಟ್ಟಿತು.

ಬೀದಿಯ ದೃಶ್ಯ ಮೊದಲು ಕಾಣಿಸಿದ ಮೂಗು ಹರುಕ ಸ್ವಾಮಿ ಹಾಗೂ ಆತನ ಸಂಗಡಿಗರು ರಂಗದ ಮೇಲೆ ಕಾಣಿಸುತ್ತಾರೆ. ಜಾಗಟೆ, ತಂಬೂರಿ, ತಾಳಗಳ ಧ್ವನಿ. ಕತ್ತರಿಸಿದ ಮೂಗುಗಳಿಗೆ ಕುಂಕುಮ ಮೆತ್ತಿಕೊಂಡಿರುವುದರಿಂದ ಪ್ರತಿಯೊಬ್ಬರ ಮುಖ ಭಯಂಕರವಾಗಿ ಕಾಣಿಸುತ್ತದೆ. ಯಾರ ಮುಖದಲ್ಲೂ ನೋವಿನ ಸುಳಿವಿಲ್ಲ 'ನಾರಾಯಣ! ನಾರಾಯಣ!' ಅಂತ ಆವೇಶಭರಿತವಾಗಿ ಕುಣಿಯತೊಡಗುತ್ತಾರೆ. ರಂಗದ ಮತ್ತೊಂದು ಮೂಲೆಯಿಂದ ಮೂವರು ರಾಜರು ಪ್ರವೇಶಿಸುತ್ತಾರೆ. ಮೊದಲನೆ ರಾಜ 'ಇಷ್ಟೊಂದು ಮಂದಿ ಮೂಗು ಕತ್ತರಿಸಿಕೊಂಡು ಸಂತೋಷದಿಂದ ಕುಣಿಯುವುದನ್ನು ನೋಡಿದರೆ ಇವರಿಗೆ ಖಂಡಿತಾ ಭಗವಂತನ ದರ್ಶನ ಆಗಿರಬೇಕು. ನಮ್ಮೆಲ್ಲರ ಜೀವನದ ಪರಮಗುರಿ ಪರಮಾತ್ಮನ ಸಾಕ್ಷಾತ್ಕಾರವೇ ಅಲ್ಲವೆ? ಒಬ್ಬಿಬ್ಬರು ಹೇಳುವುದು ಅರ್ಧಸತ್ಯ; ಬಹುಜನರು ಹೇಳುವುದು ಪರಮಸತ್ಯ ಎನ್ನುವುದೇ ನಮ್ಮ 'ಆಡಳಿತ ನೀತಿ' ಎಂದು ಹೇಳಿ ಸಭೆಯನ್ನು ದೃಷ್ಟಿಸಿದ. 'ಮಹಾರಾಜನಿಗೆ ಜಯವಾಗಲಿ' ಎಂಬ ಪ್ರತಿಕ್ರಿಯೆ ಬಂತು ಆ ಕಡೆಯಿಂದ. ಮಹಾರಾಜ ಮುಖ್ಯ ಸಂನ್ಯಾಸಿಗೆ ಮೂಗು ಕತ್ತರಿಸುವಂತೆ ನಿವೇದಿಸಿಕೊಳ್ಳುತ್ತಿದ್ದಾಗ ಉಳಿದಿಬ್ಬರು ತಮಗೆ ಮೊದಲು ನಾರಾಯಣನನ್ನು ಕಾಣುವ ಅವಕಾಶ ದೊರೆಯಲೆಂದು ಸ್ಪರ್ಧೆಯಿಂದ ಮುಂದಾದರು. ಸಂನ್ಯಾಸಿ ಮಂತ್ರ ಪಠಿಸಿ, ದೀಕ್ಷೆ ಬೋಧಿಸಿ ಮೂಗು ಕತ್ತರಿಸಿದ. ಮಹಾರಾಜನಿಗೆ ಬವಳಿ ಬಂದಂತಾಯ್ತು. ನಾರಾಯಣ ದರ್ಶನದ ಆವೇಶದಲ್ಲಿ ಸಂನ್ಯಾಸಿಯ ಮುಖವನ್ನೇ ನೋಡಿದ. ಬಹಳ ಹೊತ್ತು ಏನೂ ಕಾಣಿಸಲಿಲ್ಲ. ಬದಲಾಗಿ ಹಿಂದೆ ರಾಜದ್ರೋಹ ಜನತಾದ್ರೋಹದ ಶಿಕ್ಷೆಗೊಳಗಾಗಿ ಮೂಗು ಕಳೆದುಕೊಂಡು ಪರಾರಿಯಾಗಿದ್ದ ತನ್ನ ಅಣ್ಣನ ಮಗನ ಮುಖವೇ ಸಂನ್ಯಾಸಿಯ ಗಡ್ಡದ ನಡುವೆ

ಕಾಣಿಸಿದಂತಾಯ್ತು. ಮಹಾರಾಜ ಆವೇಶದಿಂದ ಕುಣಿಯಹತ್ತಿದ. ನಾರಾಯಣ ದರ್ಶನವಾಗುತ್ತಿರಬೇಕೆಂದು ಹಲವರು ಭಾವಿಸಿ ಸ್ವಯಂ ಇಚ್ಛೆಯಿಂದ ರಾಜನ ದಾರಿ ಹಿಡಿದರು. ಅನಂತರ ಮಹಾರಾಜ ಜನರಿಗೆ ನಾರಾಯಣನನ್ನು ಕಾಣಲನುಕೂಲವಾಗುವಂತೆ ಮೂಗು ಕತ್ತರಿಸಿಕೊಳ್ಳಲು ರಾಜಾಜ್ಞೆ ಹೊರಡಿಸಿದ.

ನಾಟಕದ ಸಮಾರೋಪ. 'ಮೂಗೂರು ಯುವಕ ಸಂಘ'ದ ಅಧ್ಯಕ್ಷರಿಂದ. 'ಮೂಗೂರಿನ ಐತಿಹ್ಯ'ವನ್ನು ಆಧರಿಸಿ ರಚನೆಗೊಂಡ ಈ ನಾಟಕ ಮಾರ್ಮಿಕವಾಗಿತ್ತು. ನಾಟಕ ವೀಕ್ಷಿಸಿದ ಮೇಲೆ ನಮ್ಮೂರಿಗೆ ಮೂಗೂರು ಎಂಬ ಹೆಸರೇ ಅನ್ವರ್ಥವೆಂದು ತೋರುತ್ತದೆ. ಭಾಷಣ ಮುಗಿಯಿತು. ಏನೊ ಗುಜುಗುಜು ಗೊಂದಲ. ಹರ್ಷೋದ್ಗಾರ, ಧಿಕ್ಕಾರ. ವಿದ್ಯುದ್ದೀಪ ಆರಿರಬೇಕು. ಮಂದ ಬೆಳಕಿನ ಪೆಟ್ರೋಮ್ಯಾಕ್ಸ್ ಅಡಿಗಳಲ್ಲಿ ನೆರಳುಗಳು ಒಂದರ ಮೇಲೊಂದು ಬಿದ್ದು ಗುದ್ದಾಡುವಂತೆ ಕಾಣಿಸುತ್ತಿತ್ತು.

(೧೯೮೫)

*

೧೫. ಕ್ಷಾಮ

ಬರಗೂರು ರಾಮಚಂದ್ರಪ್ಪ

ರಾಮನ ಗೂರಲು ನಿಲ್ಲಲಿಲ್ಲ. ಎಂದಿಗಿಂತ ಹೆಚ್ಚಾಗಿ ಕೆಮ್ಮು ದಬಾಯಿಸಿಕೊಂಡು ಬರುತ್ತಿತ್ತು. ಪಕ್ಕದಲ್ಲಿಟ್ಟುಕೊಂಡಿದ್ದ ಚಿಪ್ಪಿನಲ್ಲಿ ಉಗಿದ. ಕೆಮ್ಮುತ ಉಗುಳುತ್ತ ಚಿಪ್ಪು ತುಂಬ್ತ ಬಂದಾಗ ಅದನ್ನೇ ನೋಡುತ್ತ ಅವನಿಗೇ ಅಸಹ್ಯವೆನಿಸಿ "ಹಾಳು ಪ್ರಾರಬ್ಧಕರ್ಮ; ಸತ್ತಾದ್ರೂ ಹೋಗ್ಬಾರ್ದ" ಎಂದುಕೊಂಡು ಚನ್ನಿಯ ಕಡೆ ನೋಡಿದ. ಹತ್ತಲಾರದ ಹಸಿ ಸೌದೆಕಡ್ಡಿ ಗಳು; ಒಂದೇ ಸಮ ಊದುತ್ತಿದ್ದಳು. ಬೆಂಕಿ ಹತ್ತದೆ ಹೊಗೆ ಸುತ್ತಿಕೊಂಡು ಕಣ್ಣಲ್ಲಿ ನೀರು ಬರುತ್ತಿತ್ತು. ಹರಿದ ಸೆರಗಿನಿಂದ ಒರೆಸಿಕೊಳ್ಳುತ್ತಲೇ ಊದುತ್ತಲೇ ಒಳಗೊಳಗೇ "ಅಯ್ಯೋ ನನ್ನ ಬಾಳೆ" ಎಂದು ಹಳಿದುಕೊಳ್ಳುತ್ತಲೇ ವಿಧಿಯಿಲ್ಲವೆನ್ನುವಂತೆ ಊದುತ್ತಿದ್ದಳು. ಏನಾದರೂ ಮಾಡಿ ಅಡುಗೆಗೆ ಅಣಿ ಮಾಡಬೇಕಿತ್ತು. ಬಿಟ್ಟರೆ ಬೇರೆ ಗತಿಯಿಲ್ಲದೆ ಕಂಬಳಿಯ ಮೇಲೆ ಕೂತು ಕೆಮ್ಮುತ್ತಿದ್ದ ರಾಮನ ಕಡೆ ನೋಡಿದಳು. ಕೆಮ್ಮು ಯಾಕೋ ಬಿಡುವಂತೆ ಕಾಣಲಿಲ್ಲ; ಸೌದೆ ಹತ್ತುವ ಸೂಚನೆಯೂ ಕಾಣಲಿಲ್ಲ. ರಾಮ ಒಮ್ಮೆ ತನ್ನ ದೇಹವನ್ನು ನೋಡಿಕೊಂಡ. ದೇಹವೆಲ್ಲ ಮೂಳೆ ಎಂದುಕೊಂಡ. ಮದುವೆಯಾಗಿ ಮೂರು ವರ್ಷವಾಯಿತು. ಒಂದು ವರ್ಷದ ಹಿಂದೆ ಕಾಣಿಸಿಕೊಂಡ ಕೆಮ್ಮು ಅಸ್ತಮ ಅನ್ನಿಸಿದ್ದು ಸ್ವಲ್ಪ ದಿನಗಳಾದ ಮೇಲೆ. ಆಗ ಅವರಿವರ ಬಾಯಿಗಳು ಚನ್ನಿಯನ್ನು ಬೇಯಿಸಿ ಮೆತ್ತಗೆ ಮಾಡಿದ್ದವು. "ಕಾಲ್ಗುಣ ಸರ್ರ್ಯಾಗಿಲ್ಲ. ಅದ್ಕೇ ಗೂರ್ಲು ಬ್ಯಾರೆ ಬಂತು, ಮಕ್ಳು ಬ್ಯಾರೆ ಆಗ್ಲಿಲ್ಲ" ಎಂದು ಆರೋಪ ಹೊರಿಸಿದ್ದವು. ಚನ್ನಿಯ–ಆಗ ತುಂಬಿದ್ದ–ಮೈಕಟ್ಟು ಕಂಡು ಜೊಲ್ಲು ಸುರಿಸಿದವರು, ಆಕೆ ದಕ್ಕದಿದ್ದಾಗ "ಯೇ ಬಿಡೋ ಅದೆಲ್ಲೊ ಗೊಡ್ಡು" ಎಂದು ಮಾತು ಉಚಾಯಿಸಿದ್ದರು... ಚನ್ನಿ ತನ್ನ ಆದ್ಯ ಕರ್ತವ್ಯವೆಂಬಂತೆ ಊದುತ್ತಲೇ ಇದ್ದಳು. ರಾಮ ಕೆಮ್ಮುತ್ತಲೇ ಇದ್ದ. ಚನ್ನಿಯನ್ನು ನೋಡಿದ. ಎಷ್ಟು ಸೊರಗಿದ್ದಾಳೆ ಎನ್ನಿಸಿತು. ಊರಿಗೇ ಅಚ್ಚುಕಟ್ಟಾದ ಮೈಕಟ್ಟಿದ್ದ ಚನ್ನಿ ಔಡಲಕಡ್ಡಿಯಾಗಿದ್ದಾಳೆ. ಈ ವರ್ಷ ಬಂದ ಕ್ಷಾಮ ಊರನ್ನೇ ಗಡಗಡ ನಡುಗಿಸಿ ಸುಖದ ತಲೆಯ ಮೇಲೆ ಗಧಾರಿಯಿಂದ ಹೊಡೆದಿತ್ತು. ದನಕರು ಸತ್ತವು. ಹೊಲ ಒಣಗಿ ವ್ಯಥೆಯನ್ನು ಬರೆಯುತ್ತಿದ್ದವು. ಕೂಲಿಯೂ ಗಿಟ್ಟದಿದ್ದಾಗ ಕೆಲವು ಕುಟುಂಬಗಳು ಊರುಬಿಟ್ಟವು. ಚನ್ನಿ ಅರಸಾಹಸಪಟ್ಟು ಹೇಗೊ ಉಪವಾಸವೊ ವನವಾಸವೊ ಕಾಲ ತಳ್ಳುತ್ತಿದ್ದಳು. ಎರಡು ದಿನದ ಹಿಂದೆ ಭರ್ಜರಿ ಮಳೆಯೇನೋ ಬಂದು ತರಿ ಜಮೀನಿನವರಿಗೆ ಅನುಕೂಲ ಮಾಡಿತ್ತು. ಆ ಊರಿನಲ್ಲಿ ಆರೇಳು ಮನೆಗೆ ಮಾತ್ರ ಕೆರೆ

ಹಿಂದಿನ ಜಮೀನೆಲ್ಲ ಸೇರಿತ್ತಾದ್ದರಿಂದ ಖುಷ್ಕಿಯನ್ನೇ ನಂಬಿದವರಿಗಾದ ಅನುಕೂಲ ಅಷ್ಟಕಷ್ಟೆ. ಬೆಳೆಯೆಲ್ಲ ಒಣಗಿ ಇನ್ನು ಎಷ್ಟು ಹೆಣಗಿದರೂ ಫಲವಿಲ್ಲವೆನ್ನುವಾಗ ಮಳೆ ಧೋ ಎಂದು ಹುಯ್ದಿತ್ತು. ಬರಗಾಲದ ಕಾಮಗಾರಿಗೆ ಮಂಜೂರು ಮಾಡಿದ್ದ ಸರ್ಕಾರ ಸಮೃದ್ಧ ಮಳೆ ಬಂದ ಕಾರಣ ತೋರಿಸಿ ಬಹಳಷ್ಟು ಕಾರ್ಯಗಳನ್ನು ನಿಲ್ಲಿಸಿತು. ಚನ್ನಿಯಂಥವರು "ಹೊತ್ತಲ್ಲದ ಹೊತ್ನಾಗೆ ಈ ಮಳೆನಾದ್ರೂ ಯಾಕ್ ಬಂತೊ ಹಾಳಾದ್ದು" ಎಂದು ಬಯ್ದು ಕೊಳ್ಳದೆ ವಿಧಿಯಿರಲಿಲ್ಲ. ಚನ್ನಿ ಪಾಲಿಗೆ ಮತ್ಯಾವ ಹೊಲವೂ ಇರಲಿಲ್ಲ. ಇರುವ ಹೊಲ ವೆಂದರೆ ಗೂರಲು ರಾಮು–ತನ್ನ ಗಂಡ–ಒಬ್ಬನೇ. ಈ ಹೊಲದ ಉಳುವಿಗಾಗಿ ದಿನ ಬೆಳಗ್ಗೆ ದುಡಿದು ಎರಡು ಹೊತ್ತು ಕೂಳು ಹುಟ್ಟಿಸಬೇಕಿತ್ತು. "ಮಗನಂತು ವುಟ್ಲಿಲ್ಲ. ಇವ್ರಿಗೆ ಕೂಳು ವುಟ್ಸಾದೆ ನನ್ ಬಾಳು" ಎಂದು ಎಷ್ಟೋ ಸಾರಿ ಅಂದುಕೊಂಡಿದ್ದಳು... ಎಷ್ಟು ಊದಿ ದರೂ ಒಲೆ ಹತ್ತಲಿಲ್ಲ. "ಥೂ! ಇದ್ರ್ ಮನೆ ಕಾಯ್ವಾಗ" ಎದು ಬಯ್ದಳು. ರಾಮ ಮಾತಾ ಡದೆ–ಮಾತನಾಡಲಾಗದೆ–ಎಂದಿನಂತೆ ನಿಸ್ಸಹಾಯಕ ಸ್ಥಿತಿಯಲ್ಲಿ ಅತ್ತಲೇ ನೋಡುತ್ತಿದ್ದ. ವಿಲವಿಲನೆ ಒದ್ದಾಡುತ್ತಿದ್ದ. ಕ್ಷಾಮ ಬೇರೆ; ಇವಳಿಗೆ ಇಂಥ ಸ್ಥಿತಿ ಬರಬಾರದಿತ್ತೆಂದುಕೊಂಡ. ನೋಡ ನೋಡುತ್ತ "ಚನ್ನಿ" ಎಂದ. ತಿರುಗಿದಳು. ಸೊರಗಿದ ಮುಖದಲ್ಲಿ ಹರಿಯುವ ನೀರು; ಕೆದರಿದ ಕೂದಲು; ಕೂದಲ ಮೇಲೆ ಅಲ್ಲಲ್ಲೆ ಬಾಳು ಬರೆಯುತ್ತಿದ್ದ ಬೂದಿ. "ಚಿಪ್ಪು ತುಂಬ್ತು" ಎಂದ. ಎದ್ದು ಬಂದಳು. ಚಿಪ್ಪು ತೆಗೆದುಕೊಂಡು ಹೊರತಂದು ಮೂಲೆಯಲ್ಲಿ ಮಾಡಿಕೊಂಡಿದ್ದ ಸಣ್ಣ ಗುಂಡಿಯಲ್ಲಿ ಹಾಕಿ ತೊಳೆದು, ಮತ್ತೆ ತಂದಿಟ್ಟು ಒಲೆ ಊದಲು ತೊಡಗಿ ಸಾಕುಸಾಕಾಗಿ, ಹತ್ತುವುದು, ಸ್ವಲ್ಪ ಹೊತ್ತಾದ ಕೂಡಲೆ ಆರುವುದು, ಹೊಗೆ ಸುತ್ತು ವುದು–ಹೀಗೆ ಕಣ್ಣುಮುಚ್ಚಾಲೆಯಾಡುತ್ತಿದ್ದಾಗ ಕಣ್ಣುತೆರೆಯುವುದೇ ಕಷ್ಟವೆನ್ನಿಸುವಂತಾಗಿ ಎದುರುಮನೆ ಮಲ್ಲಿಯನ್ನು ಕೇಳಿ ಊದುಗೊಳವಿನಾದ್ರೂ ತಂದು ಊದೋಣ ಎಂದು ಕೊಂಡು ಹೊರಬಂದಾಗ ಮಲ್ಲಿಯ ಹಜಾರದಲ್ಲಿ, "ನಾಳೆ ಗದ್ದೆ ಕಳೆ ತಗೀತೀವಿ ಬರ್ಬೇಕು" ಎಂದು ಒಳಗಿದ್ದ ಮಲ್ಲಿಗೆ ಕೂಗಿ ಹೇಳಿದ ಧ್ವನಿ ಕೇಳಿ, "ಓ ತೀಟೆರಂಗಪ್ಪ ಬಂದವ್ನೆ ಆಗ್ಲೆ" ಎಂದುಕೊಂಡು ಕ್ಷಣಕಾಲ ನಿಂತಲ್ಲೇ ನಿಂತಳು. ಒಳಗಡೆಯಿಂದ ಮನೆ ಯತ್ತ ಬಂದ ಮಲ್ಲಿ ಅವನಿಗೆ ತೀರಾ ಹತ್ತಿರ ನಿಂತಾಗ, ಅವನು ಅವಳ ಹೊಟ್ಟೆಗೆ ಮೃದು ವಾಗಿ ಒಂದೇಟು ಕೊಟ್ಟು ಯಾರಾದರೂ ಕಂಡರೋ ಎಂದು ಅತ್ತಿತ್ತ ನೋಡಿದಾಗ, ನೋಡಲಾಗದೆ ಸರಕ್ಕನೆ ಒಳಬಂದು, ಒಲೆಯ ಮುಂದೆ ಕುಳಿತು ರಪರಪನೆ ಯಾವಾಗಿನ ದಕ್ಕಿಂತ ಬಿರುಸಾಗಿ ಊದಿದಳು. "ಹಾಳ್ ಮಿಂಡ ಎಲ್ಲೋದ್ರು ಕಾಲಿಗೆ ತೂರಿಕೊಳ್ತಾನೆ. ಊರಾಗಿರೋ ಚೆಲ್ವೇರೆಲ್ಲ ಬೇಕಿವ್ನಿಗೆ" ಎಂದು ಒಳಗೊಳಗೇ ಸಿಡಿಮಿಡಿಗೊಳ್ಳುತ್ತ ಊದು ಗೊಳವಿ ತರಲೂ ಅಡ್ಡ ಬಂದ ಬೇವರ್ಸಿ ಎಂದೇ ಶಪಿಸುತ್ತ ಸೌದೆಯನ್ನಷ್ಟು ಛೀಮಾರಿ ಗೊಳಿಸುತ್ತ "ಕಟ್ಕೊಂಡ ಹೆಂಡ್ತಿ ಬಾಳ್ಸೋದ್ ಬಿಟ್ಟು ಊರಾಡ್ಕಂಡು ವೈನಾಗಿರೋ ಕೋಗ್ತಾನೆ. ಇವ್ನೊಬ್ಬ ಕಂಡೋರ್ ಮಿಂಡ" ಎಂದು ಯಾಕೊ ಮತ್ತೆ ಮತ್ತೆ ಒಳಗೇ ಉಗುಳಬೇಕೆನ್ನಿಸಿ ವಿಧಿಯಿಲ್ಲದೆ ಒಲೆ ಊದುತ್ತಿದ್ದಳು. ಒಮ್ಮೆ ಊದುವುದು, ಮತ್ತೊಮ್ಮೆ ಕೆಮ್ಮುವ ಗಂಡನನ್ನು ನೋಡುವುದು–ಹೀಗೆ ಸಾಗಿತ್ತು. ಎಂದಿಗಿಂತ ಇವತ್ತು ಹೆಚ್ಚು ಹೊಗೆ

ಯಾದರೂ ತುಟಿಪಿಟಕ್ಕೆನ್ನದೆ ಚಳಿಗಾಳಿಗೆ ಎದ್ದು ಹೊರಬರಲೂ ಆಗದೆ ಗೂರಲು ಹೆಚ್ಚುತ್ತಿದ್ದುದರಿಂದ ಕೂರಲೂ ಆಗದೆ ಅವನು ಪಡುವ ಪಾಡು ಕಂಡು ಕನಿಕರದಿಂದ ಎದ್ದು ಅತ್ತ ಇತ್ತ ಹೊಯ್ದಾಡುತ್ತಿದ್ದ ಮಣ್ಣಿನ ದೀಪ ನೋಡಿ, “ಸೀಮೆಎಣ್ಣೆ ಬುಡ್ಡಿನಾರ ಇದ್ದಿದ್ರೆ ಚೆನ್ನಾಗಿತ್ತು. ಅದೂ ಕೆಟ್ಟೋಯ್ತು” ಎಂದು ಆತಂಕಪಟ್ಟುಕೊಂಡು ಕಡೆಗೆ, ಕೆಟ್ಟಿದ್ದನ್ನೇ ಹುಡುಕಿ ನೋಡಿ ತಳದಲ್ಲಿ ಸ್ವಲ್ಪ ಸೀಮೆಯೆಣ್ಣೆ ಕಂಡು ಆನಂದವಾಗಿ, ಬಾನಗಳ ಸಂದಿ ಯಲ್ಲಿದ್ದ ಬಟ್ಟೆ ಚೂರು ತೆಗೆದುಕೊಂಡು ಒಂದು ತೊಗರಿಕಡ್ಡಿಯ ತುದಿಗೆ ಸುತ್ತಿ ಅದನ್ನ ಬುಡ್ಡಿಯ ತಳಕ್ಕೆ ಅದ್ದಿದಾಗ ಸೀಮೆಯೆಣ್ಣೆಯನ್ನು ಕ್ಷಣದಲ್ಲಿ ಹೀರಿತು. ಕಡ್ಡಿ ತಂದು ಸೌದೆ ತಳಕ್ಕೆ ಇಟ್ಟು ಊದಿದಾಗ ಭಗ್ಗೆಂದು ಹತ್ತಿ, ರಾಮ ಬೆಚ್ಚಿ, “ಏನೇ ಅದು?” ಎಂದ. “ಕೋಲನ್ನೆ ಸಪ್ಪು ಬೇಯಿಸ್ತಿದ್ದೀನಿ” ಎಂದಷ್ಟೇ ಹೇಳಿ ಉರಿಯುವ ಒಲೆಯನ್ನು ಏನೋ ಸಮಾಧಾನದಿಂದ ನೋಡುತ್ತಿರುವಾಗ “ಗದ್ದೆ ಕಳೆ ತಗೀತೀವಿ ಬರ್‍ರಮ್ಮಣ್ಣಿ ನೀವಿಬ್ರೂ” ಎಂದು ಪಕ್ಕದಲ್ಲೇ ಕೂಗಿದ್ದು ಗೊತ್ತಾಗಿ, ತನಗೆ ಕೇಳಿಸಲೆಂದೇ ಹೀಗೆ ಪ್ರತಿಸಾರಿ ಗಟ್ಟಿ ಯಾಗಿ ಕೂಗಿ ಅಕ್ಕಪಕ್ಕದವರಿಗೆ ಹೇಳಿ ಹೋಗುತ್ತಾನೆಂದು ಅರಿವಿದ್ದುದರಿಂದ “ಕೊರಮ” ಎಂದು ನೆಟಿಗೆ ಮುರಿದು, “ಹೋರಿ ಆಡ್ದಂಗಾಡ್ತಾನೆ ಊರ್‍ನಾಗೆಲ್ಲ” ಎಂದು ಮತ್ತೆ ಬಯ್ದು ಕೊಳ್ಳಲು ಹೋಗಿ ಯಾಕೋ ಅವನ ನೆನಪೇ ಹೊಟ್ಟೆ ತೊಳಸುವಂತೆ ಮಾಡುವುದರಿಂದ ಉರಿಯುವ ಒಲೆ ನೋಡುತ್ತ ಕುಳಿತಳು.

ಹಾಳು ಕ್ಷಾಮ ಬಂದು ಊರೆಲ್ಲ ಬಂಜೆ ಮಾಡಿತಲ್ಲ ಎಂದು ನೋವಿನ ನೆಲದಲ್ಲಿ ಬೀಜ ಬಿತ್ತುತ್ತಿರುವಾಗ ಫಕ್ಕನೆ ನಗು ಕಿವಿಗೆ ಅಪ್ಪಳಿಸಿ ನಿಟ್ಟು ಬಿದ್ದಂತಾಗಿ “ಅವ್ನ್‌ದೇ ಆ ರಂಗಪ್ಪಂದು. ಆ ಮಲ್ಲೀಗೂ ಗಂಡ ಜಮಾಕರ್ಚಿನಾಗಿಲ್ಲ. ಪಾಪ! ಸಾಧು ಪ್ರಾಣಿ. ಯಾವ್ದೊ ಊರಿಗೆ ಬ್ಯಾರೆ ಹೋಗ್ಯೆತೆ. ಈಗ ಇವ್ನೆ ಮಾರಾಜ ಆಗವ್ನೆ” ಅಂದುಕೊಂಡು ತನ್ನ ಮೈ ಕೈಯನ್ನು ಮುಟ್ಟಿ ನೋಡಿಕೊಳ್ಳುತ್ತ, ಹೊತ್ತಿಗೊತ್ತಿಗೆ ಕೂಳಿಲ್ಲದೆ ಕಡ್ಡಿಯಾದೆ ಅನ್ನಿಸಿ, “ಯಾವ್ ಜಲ್ಮದ್ ಪಾಪನೊ” ಎಂದು ತನ್ನನ್ನೇ ಹಳಿದುಕೊಳ್ಳುವಾಗ “ಹೊತ್ತಿಗ್ ಸರ್‍ಯಾಗ್ ಬರ್‍ರವ್ವ, ಬರಗಾಲ್ದಾಗ್ ಬಾಯಿಗ್ ಮಣ್ಣು ಹಾಕ್ಕೊಬಾರ್‍ದು. ಅಮ್ಯಾಲ್ ನನ್ನ ಹೊಲಕ್ಕೆ ಬರೋಲ್ಲ ಅಂತ ನೀವೂನು ಪ್ರತಿಜ್ಞೆ ಮಾಡ್ಬಿಟ್ಟೀರ” ಎಂದು ರಂಗಪ್ಪ ದೊಡ್ಡದಾಗಿ ನಗುತ್ತ ಯಾರಿಗೊ ಹೇಳುತ್ತಿರುವುದು ಕೇಳಿಸಿ, ಬರಗಾಲ್ದಾಗ್ ಬಾಯಿಗ್ ಮಣ್ಣು, ಪ್ರತಿಜ್ಞೆ–ಇವೆಲ್ಲ ತನ್ನ ಕುರಿತ ಮಾತುಗಳೆಂದು ಗೊತ್ತಾಗಿ ಕುಳಿತಲ್ಲೇ ಕೋಪದಿಂದ ಬರಿ ಬಾಯನ್ನು ಪಿಟಿ ಪಿಟಿ ಎಂದು ಒಳಗೆ ಹೊಗೆಯಾಡಿಸಿದಳು. ಉರಿಯುವ ಒಲೆ ನೋಡುತ್ತ ಒಂದು ರೀತಿ ಅಸಹಾಯಕತೆ ಬರುತ್ತ ನಿಟ್ಟುಸಿರುಬಿಟ್ಟು ಮಡಕೆಯ ಮುಚ್ಚಳ ತೆಗೆದು ಈಗಿನ್ನೂ ನೀರಿಗೆ ಬಿಸಿ ಬರುತ್ತಿದೆ, ಸೊಪ್ಪಿನ್ನೂ ಜುಮ್ಮಂದಿಲ್ಲವೆಂದು ಖಾತ್ರಿ ಮಾಡಿಕೊಂಡು ರಂಗಪ್ಪನ ಮಾತುಗಳು ಮರುಕಳಿಸಿ, ಚಳಿಯಾಗುತ್ತಿರುವಂತೆ ಭಾಸವಾಗಿ ಗಾಳಿಗೆ ದಡಬಡವೆನ್ನುವ ಹಳೆಯ ಬಾಗಿಲನ್ನು ಮುಂದು ಮಾಡಲು ಬಂದಳು. ಕ್ಷಾಮದ ಬೇಗೆಯಲ್ಲಿ ಬದುಕು ವುದೂ ದುಸ್ತರವಾಗಿ, ದಿನ ಒಪ್ಪೊತ್ತಿಗೆ ಕೂಳು ಗಿಟ್ಟಿಸುವುದೂ ಕಷ್ಟವಾದಾಗಲೆ ಬಾಗಿಲು

ಅಲ್ಲಲ್ಲೇ ಸೀಳುಬಿಟ್ಟು, ಒಳಚಿಲಕ ಬೇರೆ ಒಂದು ಸಾರಿ ಜಾಡಿಸಿದರೆ ಕಿತ್ತುಬರುವಷ್ಟು ಸಡಿಲ ವಾಗಿತ್ತು. ಹಲಗೆಗಳು ಸಡಿಲವಾಗಿ ತಾನೊಬ್ಬಳೇ ದುಡಿದು ಗಂಡನನ್ನು ಸಾಕುತ್ತ ತಾನು ಜೀವ ಹಿಡಿದುಕೊಳ್ಳುವ ದಾರುಣತೆ ಒಳಗೆಲ್ಲ ಕೊರೆದು ಕಂಠದಲ್ಲಿ ಒದ್ದುಬರುವ ಅಳಲಿ ನೊಂದಿಗೆ ಗುದ್ದಾಡುತ್ತಿರುವಾಗ ರಂಗಪ್ಪ ಯಾರೊಂದಿಗೋ ಫಕಫಕನೆ ನಗುತ್ತ ಹೋದದ್ದು ಮಸಕು ಮಸುಕಾಗಿ ಕಂಡು ಅವನ ಹೊಲಕ್ಕೆ ಹೋಗುವುದಿಲ್ಲವೆಂದು ಹಟ ಮಾಡದಿದ್ದರೆ ಅಷ್ಟು ಇಷ್ಟು ಹಣ ಗಿಟ್ಟುತ್ತಿತ್ತೇನೊ ಎನ್ನಿಸಿ ತಕ್ಷಣ "ಥೂ, ಆ ನಾಯಿ ವೊಲಕ್ಕೆ ವೋಗ್ಬಾರ್ದು" ಎಂದು ಒತ್ತು ಹಾಕಿಕೊಳ್ಳುತ್ತ, ಬಾಗಿಲಿನ ಅಗಣಿಪಟ್ಟಿಯ ಸಡಿಲಗೊಂಡ ಮೊಳೆಗಳನ್ನು ಗುಂಡುಕಲ್ಲಿನಿಂದ ದಬ ದಬ ಕುಟ್ಟಿ ಕೈ ಸೋತಂತಾಗಿ ಹಾಗೇ ಕುಳಿತಳು. ಮತ್ತೆ ಎದ್ದು ಒಳಚಿಲಕವನ್ನು ನೋಡಿ "ಇದ್ಕೂ ಬಂದೈತೆ ಕೆಟ್ಟಾವತ್ತು" ಎಂದು ಸಿಟ್ಟೊ, ಅಳಲೊ, ಅಸಹಾಯಕತೆಯೊ, ಬೇಸರವೊ ಅಥವಾ ಎಲ್ಲ ಸೇರಿದೆಯೊ ಗೊತ್ತಾಗದ ಭಾವ ಬಿಂಬಿಸಿ ಹಾಳಾಗಿಹೋಗಲಿ ಎನ್ನಿಸಿ ಹಾಗೇ ಬಂದು ಮತ್ತೆ ಸುಮ್ಮನಿರಲಾರದೆ ಅಲ್ಲಿನ ಮೊಳೆ ಗಳನ್ನು–ಗುಂಡುಕಲ್ಲಿನ ಪೆಟ್ಟಿಗೆ ಸಿಕ್ಕದಿದ್ದರೂ–ಹೊಡೆದು ಬಿಗಿ ಮಾಡಲು ಯತ್ನಿಸಿ ಹೊಡೆದದ್ದಷ್ಟೇ ಸಮಾಧಾನ ಎನ್ನಿಸಿ, ಒಲೆ ಮೇಲೆ ಉಕ್ಕಿದಂತಾಗಿ ದಡಬಡನೆ ಅತ್ತ ಬಂದಳು. ಮುರುಕುಸೌಟಿನ ತುದಿಯಲ್ಲಿ ಸೊಪ್ಪು ತೆಗೆದುಕೊಂಡು ಕೈಯಲ್ಲಿ ಹಿಸುಕಿ ಸರಿಯಾಗಿ ಬೆಂದಿದೆಯೊ ಇಲ್ಲವೊ ಪರೀಕ್ಷಿಸಿ ಇನ್ನೇನು ಬೇಯುತ್ತೆ ಎಂದುಕೊಂಡು ಕುಳಿತಾಗ, ಬಾಗಿಲು ಬಡಬಡಿಸಿ, ಏನಾದರೂ ಮಾಡಿ ಇದನ್ನು ಸರಿಮಾಡಲು ಸಾಧ್ಯವೆ, ಏನು ಬಂತು ಇದಕ್ಕೆ? ಬಾಗಿಲು ಬಿದ್ದು ಹಾರೊಡೆದುಕೊಂಡರೆ... ಎಂದು ಕುಳಿತಲ್ಲೇ ಕಂಪಿಸಿ ನೆಲ ತನ್ನದೋ ಅಲ್ಲವೊ, ನೆಲದ ಮೇಲಿದ್ದೇನೋ ಇಲ್ಲವೊ ಮುಟ್ಟಿ ನೋಡ ಬೇಕೆನ್ನಿಸಿ, ಏನೋ ಭಯವಾಗಿ ಯಾಕೊ ಮೈಮನಸ್ಸು ಅಸ್ವಸ್ಥವಾಗಿ ಗಂಡನಿಗೆ ಕೆಮ್ಮು ಹೆಚ್ಚಾದ್ದು ಕಂಡು ಯಾವುದಕ್ಕೆ ಪ್ರತಿಕ್ರಿಯಿಸಬೇಕೆಂದು ಗೊತ್ತಾಗದೆ ಮೊಣಕಾಲುಗಳ ಮಧ್ಯೆ ತಲೆಯಿಟ್ಟುಕೊಂಡು ಸುಮ್ಮನೆ ಕುಳಿತಳು.

ರಾಮ "ಯಾಕೊ ಚಳಿ, ಗಾಳಿ ಜಾಸ್ತಿ ಆಗಿದ್ದಂಗೈತೆ ಕಣೆ. ಬಾಗಿಲು ಬಿಗಿಯಾಗಿಲ್ಲ ಏನಾಗೈತೋ ಏನ್ಕತೆಯೊ" ಎಂದಾಗ ಚನ್ನಿಗೆ ಚುರುಗುಟ್ಟಿ ಬೆಚ್ಚಿದಂತಾಗಿ ನಿಸ್ತೇಜ ಭಾವದಿಂದ ಸುಮ್ಮನೆ ಗಂಡನ ಮುಖ ನೋಡಿ, ಏನೂ ಹೇಳಲು ತೋಚದೆ ಮತ್ತೆ ಹಾಗೇ ತಲೆಕುಟ್ಟಿಕೊಂಡಳು. "ಎಲ್ಲಾ ಸರ್ಯೋಗ್ತೈತೆ ಬಿಡು. ಯಾಕ್ ಸುಮ್ಕೆ ಚಿಂತೆ ಮಾಡ್ತೀಯ" ಎಂದ ಗಂಡನ ಮುಖವನ್ನು ಕ್ಷಣಕಾಲ ನೋಡಿ, ವಿಷಾದದ ನಸುನಗೆಯಿಂದ ಮತ್ತೆ ಸೊಪ್ಪು ಬೆಂದಿದೆಯೊ ಇಲ್ಲವೊ ನೋಡಲು ಮುಚ್ಚಳ ತೆಗೆದಾಗ ಬಾಳಿನುದ್ದಕ್ಕೂ ಸೆರೆ ಯಲ್ಲಿರಬೇಕಾಗಬಹುದೆಂದು ತಳಮಳಿಸುತ್ತಿದ್ದವರನ್ನು ಇದ್ದಕ್ಕಿದ್ದಂತೆ ಬಿಡುಗಡೆ ಮಾಡಿ ದಂತೆ ನೀರಿನ ಬೇಗೆ ಭಗ್ಗನೆ ನುಗ್ಗಿ ಬಂದು ಮುಖಕ್ಕೆ ಕಾವು ತಗುಲಿ ಮನಸ್ಸಿನಾಳಕ್ಕೆ ಇಳಿದಂತಾಗಿ ಕೈಕಾಲು ಬಂಧಿಸಿದಂತಾಗಿ ಸೌಟು ಹಿಡಿದು ಸ್ವಲ್ಪ ಹೊತ್ತು ಹಾಗೇ ಕುಳಿತು ಬಿಟ್ಟಳು.

ರಂಗಪ್ಪ ತನ್ನ ಹೊಲಕ್ಕೆ ಕೂಲಿಗೆ ಬರುತ್ತಿದ್ದವರೊಂದಿಗೆ ಚಲ್ಲಾಟದ ಮಾತಾಡುತ್ತಲೇ ಬಲೆ ಬೀಸುವುದರಲ್ಲಿ ನಿಸ್ಸೀಮನೆಂದೇ ರಾಮ ಚನ್ನಿಗೆ ಮೊದಲೇ ಹೇಳಿದ್ದ–"ಅವ್ನ್ ಕಚ್ಚೆ ಬದ್ರಯಿಲ್ಲ ಚನ್ನಿ. ಜ್ವಾಪಾನ" ಅಂತ. ಕೂಲಿ ಮಾಡದೆ ವಿಧಿಯಿಲ್ಲದ್ದರಿಂದ ಹೋಗಬೇಕಾಗಿ ಬಂದು, ಒಂದು ಸಾರಿ ರಂಗಪ್ಪ ಚನ್ನಿಯ ಹತ್ತಿರ ನಾಲಗೆ ಉದ್ದಮಾಡಿ ಚಲ್ಲಾಟದ ಮಾತಾಡಿದ್ದನ್ನು ಸಹಿಸದೆ "ನಿಮ್ಮನೆ ಹಾಳಾಗ, ನಿನ್ನ ನಾಲ್ಗೇಗೆ ವುಳ ಬೀಳ, ನಿನ್ನೊಲ್ದಾಕೆ ಕಾಲಿಟ್ರೆ ಕೇಳು" ಎಂದೆಲ್ಲ ರಾಚಿ ಬಂದ ಚನ್ನಿ ಅಂದಿನಿಂದ ಅವನ ಹೊಲಕ್ಕೆ ಕಾಲಿಟ್ಟಿರಲಿಲ್ಲ. ರಂಗಪ್ಪ ಬುಟ್ಟಿಗೆ ಬಿದ್ದಾಳೇನೊ ಎಂದು ಕೀಟಲೆ ಬಿಟ್ಟಿರಲಿಲ್ಲ.

ಪಕ್ಕದ ಮನೆ ಕಾಳಮ್ಮ ಬಂದು "ಕೆರೇಗೆ ಮಂಗೆ ಬಿದ್ದೈತಂತೆ ಕಣಮ್ಮ ಚನ್ನಕ್ಕ, ಬೋಲ್ ಜೋರಾಗೋಗ್ತ ಐತಂತೆ ನೀರು. ಜತ್ಗೆ ಒಂದ್ಕಡೀಕೆಲ್ಲೋ ಏರಿ ಬಿರುಕು ಬಿಟ್ಟೈತಂತೆ. ಈಗೇನಾರ ಸರ್ಮಾಡ್ದಿದ್ರೆ ಕೆರೇಗೆ ಅಪಾಯ್ವಂತೆ. ಮಣ್ಣು ಗಿಣ್ಣು ಆಕಾಕೋಗ್ಬೇಕಂತೆ ಊರಾರು. ಬಾರಮ್ಮಣ್ಣಿ ನೀನೂನು" ಎಂದಾಗ, ರಾಮ "ಏನವ್ವ" ಎಂದ ಆಶ್ಚರ್ಯದಿಂದ. "ಹೂಂ ಕಣಣ್ಣ" ಎಂದಳು ಕಾಳಮ್ಮ. "ಅಯ್ಯೋ!" ಎಂದ. ತನಗೇ ಆಘಾತವಾದಂತೆ ಚನ್ನಿಗೂ ಕಳವಳ; ಜತೆಗೆ ಬೆಳೆಯುವ ತಳಮಳ. "ಈ ಮಳೆ ನೋಡ್ದಾಗ ನಂಗೂ ಯಿಂಗಾಗ್ತೈತೆ ಅಂಬ್ತ ಅನ್ನಿಸ್ತು" ಎಂದಳು. "ಜಲ್ದು ಏರಿ ಸರ್ಮಾಡ್ದಿದ್ರೆ, ಜೋರಾಗ್ ಮಳೆ ಬಂದಾಗ ಕಿತ್ಕಂಡೋಗ್ಬವ್ದು, ನಮ್ಮೂರ್ ಕೆರೇಗೆ ಎಂದೂ ಯಿಂಗಾಗಿರ್ಲಿಲ್ಲ ಕಣಾ ಕಾಳಮ್ಮ" ಎಂದು ಆತಂಕಪಟ್ಟ ರಾಮ. "ಉಂಡೂ ತಿಂದು ಬತ್ತೀನ್ ಕಣವ್ವ" ಎಂದಳು ಚನ್ನಿ.

ಸೊಪ್ಪು ಬೆಂದಿತ್ತು. ಇದ್ದ ಸ್ವಲ್ಪ ರಾಗಿಹಿಟ್ಟಿಗೇ ಎಸರು ಇಟ್ಟು ಮುದ್ದೆ ಮಾಡಿ ರಾಮನಿಗೆ ಬಡಿಸಿ ತಾನು ಬರೀ ಸೊಪ್ಪು ತಿಂದು ಕುಳಿತಳು. ಇದನ್ನು ಗಮನಿಸಿದ ರಾಮನಿಗೆ ಕರುಳು ಕುಯ್ದಂತಹ ವೇದನೆಯಾಗಿ ನಿಸ್ಸಾಹಾಯಕ ಸ್ಥಿತಿಯಿಂದ ಒಳಗೇ ಒದ್ದಾಡಿದ. "ಚನ್ನಿ ಯಾಕಿಂಗ್ಮಾಡ್ತೀಯ? ನೀನೂ ಅಷ್ಟುಂಡು ನಂಗಿಷ್ಟಿಟ್ಟಿದ್ರಾಗ್ತಿರ್ಲಿಲ್ವ? ದಿನಾ ಯೋಳಾ ಕಾಗ್ತೈತ?" ಎಂದ–"ಒಬ್ರೀಗೆ ಆಗಾಕಿಲ್ಲ–ಇನ್ನು ಇಬ್ರು ಉಂಬಾಂದೆಂಗೆ? ಕಾಯ್ಲೆ ಕಸಾಯ್ಲೇರು ಉಂಡ್ರೆ ಸಾಕು" ಎಂದಳು. ಸುಮ್ಮನಾದ; ಜಂತೆಯ ಕಡೆ ನೋಡುತ್ತ ಮಲಗಿದ. ಗಾಳಿ ಬೀಸಿ ಬಾಗಿಲು ಕಿರ್‍ರೆಂದಾಗ "ಇವತ್ತೇನೊ ಬಂದೈತೆ ಇದ್ಕೆ. ಯಾವತ್ತಿದ್ದಂಗಿಲ್ಲ; ಈ ಗಾಳಿ ನೋಡು ಏನ್ ಚಿರ್‍ರಂಬ್ತೈತೆ" ಎನ್ನುತ್ತ ದುಪ್ಪಟಿಯನ್ನು ಮೈತುಂಬ ಹೊದ್ದು ಗೂಡರಿಸಿಕೊಂಡ.

ಚನ್ನಿ ಕುಳಿತಿದ್ದಳು: ಏನೋ ಹಟ ಸಾಧಿಸಿದ್ದಾಯಿತು; ಮೈಗೆ ಸುಖವಿಲ್ಲ; ಮನಸ್ಸಿಗೆ ಶಾಂತಿಯಿಲ್ಲ; ಹೇಗೆ ಏಗುವುದೆಂದೇ ತಿಳಿಯುತ್ತಿಲ್ಲ ಎಂದು ಚಿಂತಿಸುತ್ತಿರುವಾಗ ಗುಡುಗು ಮಿಂಚುಗಳ ಆರ್ಭಟ ಕಂಡು, ಮಳೆ ಬರಬಹುದು, ಕೆರೆ ಏನಾಗಬಹುದು? ಒಡೆದೇ ಬಿಟ್ಟರೆ? ಎಂದು ಕಲ್ಪಿಸಿಕೊಂಡಾಗ ನೆಲ ನಡುಗಿದಂತಾಗಿ, ಗಾಳಿ ಧೂಳು ಎದ್ದು, ಬಾಗಿಲು ರೊಯ್ಯನೆ ಹಿಂದಕ್ಕೆ ಬಂದು, ಮತ್ತೆ ಮುಂದಕ್ಕೆ ಹೋಗಿ ಒಳಬಂದ ಮಳೆವಾಸನೆ ಅಲ್ಲೇ ಸುತ್ತಿಕೊಂಡು ಮೂಗಿಗೆ ಬಡಿದು, ಕೆರೆ ಕಣ್ಣ ಮುಂದೆ ಬಂದು ಜೊತೆ ಜೊತೆಯಾಗೇ

ಭವಿಷ್ಯ ಭೀಕರವೆನಿಸಿ, ಕೊತಕೊತ ಕುದಿತದ ಮಧ್ಯೆ ಸಿಕ್ಕಿದಂತೆ ಭಾಸವಾಗಿ, ಯಾವುದೋ ಬಹುದಿನ ಮಲಗಿದ್ದ ಶಕ್ತಿ ಮೈಯೆಲ್ಲವನ್ನು ಹಿಂಡಿ ಹಿಪ್ಪೆ ಮಾಡುತ್ತಿರುವಂತೆ, ಶಕ್ತಿಯೇ ಇಲ್ಲದವಳಂತೆ ಮೆಲ್ಲನೆ ಎದ್ದು ಬಾಗಿಲನ್ನು ಮುಂದು ಮಾಡುವಾಗ ಗಂಡಸರು ಹೆಂಗಸರು ಸಲಿಕೆ, ಗುದ್ದಲಿ, ತಟ್ಟಿ ಸಮೇತ ಹೋಗುತ್ತ, "ಮಳೆ ಬರಂಗಾಗ್ತೈತೆ ಮೂಡ್ಲಗಡೀಕೆ ಮಿಂಚ್ತಾ ಐತೆ ಬರ್ರಮ್ಮ ಅಂಗೆ ಜಲ್ದು" ಎಂದು ಅವರಿವರನ್ನು ಕೂಗುತ್ತಿರುವಾಗ ಮುಂದಾಳತ್ವ ವಹಿಸಿದ್ದ ಊರ ಪಟೇಲ, "ಬರ್ರಿ ಬರ್ರಿ ಜಲ್ದು ಆಮ್ಯಾಕೆ ತಾರಾತಿಗ್ಡಿ ಆಗ್ಬಿಡ್ತೈತೆ. ಊರ್ಕೆಲ್ಸ ಮಾಡ್ವಾಗ ಕೀಸ್‌ಬುದ್ಧಿ ಇರ್ಬಾರ್ದು. ಐ... ಕಾಳಮ್ಮ, ಚನ್ನಕ್ಕ, ಮಲ್ಲಕ್ಕ... ಬರ್ರಮ್ಮ ಬರ್ರೀ..." ಎಂದು ಕೂಗುತ್ತಿದ್ದಾಗ ಚನ್ನಿ "ಬಂದೇ ಕಣಣ್ಣ ಈಗ" ಎನ್ನುತ್ತ ಹಾಗೇ ನಿಂತಳು. ಅವರೆಲ್ಲ ಮುಂದುವರಿದಾಗ ಬಾಗಿಲಿಗೆ ಒಳಚಿಲಕ ಹಾಕಿದಳು. ಒಳಚಿಲಕ ಭದ್ರವಿಲ್ಲದ್ದರಿಂದ ಬಾಗಿಲು ಗಾಳಿಗೆ ದಬದಬ ಬಡಿದುಕೊಳ್ಳುತ್ತಿತ್ತು. "ಮಲ್ಲಿ ಕೆರೆ ಕೆಲ್ಸಕ್ಕೊಗ್ತಾಳೊ ಇಲ್ವೊ" ಎಂದುಕೊಂಡಳು. "ಒಳ್ಳೇ ವೈನಾಗವ್ಳೆ ಮೈತುಂಬ್ಕೊಂಡು" ಎಂದುಕೊಂಡು "ತೋಟ ತ್ತಾವಿರೊ ರಂಗಪ್ಪನ ರೂಮ್ನಾಕೆ ವೋಗಿ ಮಲಗಿದ್ದು ಬರಾದ್‌ಬಿಟ್ಟು ಮಲ್ಲಿ ಕೆರೆ ತಾವೆಲ್ಲೋಗ್ತಾಳೆ" ಎಂದು ಯೋಚಿಸಿ ನೋಡೋಣವೆಂದು ಬಾಗಿಲು ತೆರೆದು ಹಟ್ಟಿಗೆ ಬಂದು ಹಜಾರದ ಮೂಲೆಯಲ್ಲಿ ಮುದುಡಿ ಕುಳಿತಿದ್ದ ಮಲ್ಲಿಯನ್ನು ನೋಡಿ "ಕೆರೆತಾವ ವೋಗಾ ಕಿಲ್ವ ಮಲ್ಲಕ್ಕ" ಎಂದಳು. ಮಲ್ಲಿಯೇ "ಬಿಡ್ ಬಿಡು ಚನ್ನಕ್ಕ ನಂಗ್ಯಾಕೆ. ಇಷ್ಟ ಇರಾರೋಗ್ತಾರೆ. ನಿಮ್ಮಂಥೋರು ವೋಗಂಗಿದ್ರೆ ವೋಗ್ರಮ್ಮ ಮಾರಾಗಿತ್ತೀರಂಗೆ" ಎಂದು ಕ್ಷಣಕಾಲ ಸುಮ್ಮನಿದ್ದು, "ನಾನು ಸ್ವಲ್ಪವೊತ್ತಿಗ್ಮುಂಚೇಲಿ ವೊರೀಕಾಗಿದ್ದೀನಿ ಕಣೇ ಚನ್ನಕ್ಕ" ಎಂದಳು. ಚನ್ನಿ "ಓ" ಎನ್ನುತ್ತ ಆಕಾಶದ ಕಡೆಗೆ ನೋಡಿದಳು. ಮಳೆ ಬರುವ ಸೂಚನೆಯಿದೆ. ನಿಮಿಷಕ್ಕೋ ಎರಡು ನಿಮಿಷಕ್ಕೋ ಒಂದೊಂದೇ ಹನಿ ಬೀಳುತ್ತಿದೆ. ಆದರೂ ಯಾಕೊ ಕೆರೆಯ ಮಂಗೆ ಮುಚ್ಚುವುದಕ್ಕೆ ಹೋಗುವ ಮನಸ್ಸೇ ಬಾರದೆ ಒಳಬಂದು ಬಾಗಿಲು ಹಾಕಲು ಹೋಗಿ ಹಾಳು ಚಿಲಕ ಎಂದು ಬೈದುಕೊಂಡಳು. ಎತ್ತ ಕಡೆ ಹೋಗುವುದು? ಕೆರೆ ಕೆಲಸಕ್ಕೊ ಅಥವಾ ಅಥವಾ... ಹೇಗಿದ್ದರೂ ಮಲ್ಲಿ ಇವತ್ತು ರಂಗಪ್ಪನಿಗೆ ಮಗ್ಗುಲಾಗೂಲ್ಲ. ಅ...ಲ್ಲಿ...ಗೆ...

ಏನೋ ಆವೇಶ ಬಂದಂತೆ ಗುಂಡುಕಲ್ಲು ತೆಗೆದುಕೊಂಡು ಒಳಚಿಲಕದ ಮೊಳೆಯನ್ನು ಯರಿಬಿರಿ ಕುಟ್ಟಿದಳು. ಏಟು ಮೊಳಗೆ ಬೀಳದೆ ಚಿಲಕಕ್ಕೆ ಬಿದ್ದು ಅದು ಲಬುಕಿ ಇನ್ನೂ ಸಡಿಲವಾಗಿ ಸಿಕ್ಕಾಪಟ್ಟೆ ಬೇಸರ ಬಂದು, ಗಾಳಿಗೆ ಬಡಿದಾಡುತ್ತ ಕಿರುಗುಟ್ಟುವ ಬಾಗಿಲ ಮೇಲೆ ಸಿಟ್ಟುಬಂದು ಹೇಗೂ ಒತ್ತಿ ಹಿಡಿದುಕೊಂಡು ಚಿಲಕವನ್ನು ಸರಿ ಮಾಡಲೇಬೇಕೆಂದು ಹಾಗೂ ಹೀಗೂ ಪ್ರಯತ್ನಿಸುತ್ತಿರುವಾಗಲೇ ಮಳೆ ಇಷ್ಟಿಷ್ಟೇ ಹನಿಯಲು ಪ್ರಾರಂಭಿಸಿ ಹೆಚ್ಚಾಗುವ ಸೂಚನೆ ಕಂಡು ಬಂದು, ಇವಳ ಪ್ರಯತ್ನ ಇನ್ನೂ ಹೆಚ್ಚಾಗಿ, ಆದರೆ ವಿಫಲ ವಾಗುತ್ತ ಬಂದು ಮನಸ್ಸು ಉದ್ವಿಗ್ನವಾಗಿ ಮೈಯೆಲ್ಲ ಉರಿಯೆದ್ದು ತಡೆಯಲಾಗದೆ ಒಳಚಿಲಕವನ್ನೇ ಕಿತ್ತೆಸೆದುಬಿಟ್ಟಾಗ ಬಾಗಿಲು ಬರ್ರನೆ ತೆಗೆದುಕೊಂಡು ತಣ್ಣನೆಯ ಗಾಳಿ ನುಗ್ಗಿ, ಹಾಯೆನಿಸಿ, ಮುಖದ ಮೇಲಿನ ಬೆವರನ್ನು ಸೆರಗಿನಿಂದ ಒರಸಿಕೊಳ್ಳುತ್ತ ಹಿಂದಕ್ಕೆ

ತಿರುಗಿಯೂ ನೋಡದೆ ಹೊರಟುಬಿಟ್ಟಳು. ಹಜಾರದಲ್ಲಿ ಕುಳಿತಿದ್ದ ಮಲ್ಲಿ "ಕೆರೆ ಕೆಲ್ಸ ಕ್ಕೊರ್ಟೆನೆ ಚನ್ನಕ್ಕ" ಎಂದರೂ ಕಿವಿಗೆ ಬೀಳದವಳಂತೆ ಬಿರಬಿರನೆ ಹೆಜ್ಜೆ ಹಾಕಿದಳು.

ಹಸಿವು ಹೆಚ್ಚಾಗುತ್ತಿತ್ತು. ಅದೂ ರಾಮ ಖಾಯಿಲೆ ಬಿದ್ದ ಮೇಲೆ ಸರಿಯಾಗಿ ಊಟಕ್ಕೂ ಅನುಕೂಲವಾಗದೆ ಉಪವಾಸವೆನ್ನುವುದು ವಿಶೇಷವೇನೂ ಆಗಿರಲಿಲ್ಲ. ಕೆಲವು ದಿನ ಗಳಿಂದಂತೂ ಹಸಿವು ಕಿತ್ತು ತಿನ್ನುತ್ತಿತ್ತು. ದೇಹದ ನರಗಳೆಲ್ಲ ಹುರಿಗಟ್ಟಿ ಎತ್ತಲೊ ಕೊಂಡೊಯ್ದಂತಾಗುತ್ತಿತ್ತು. ಒತ್ತಿ ಹಿಡಿಯಲು ಎಷ್ಟು ಸಾಧ್ಯ? ಇಂದು ಬೆಳಿಗ್ಗೆ ಒಂದು ಮುದ್ದೆ ಉಂಡಿದ್ದು, ಈ ಬರೀ ಸೊಪ್ಪು ತಿಂದು-ಅದೂ ಯಾಕೊ ಹಿಡಿಸದಿದ್ದರೂ ಇರಲಿ ಬರೀ ಹೊಟ್ಟೆ ಎಂದು ಸ್ವಲ್ಪ ತಿಂದು-ಈಗ ಹೊಟ್ಟೆಯಲ್ಲೆಲ್ಲ ತಳಮಳ; ತೊಳಸುತ್ತಿರುವ, ಸುತ್ತುತ್ತಿರುವ ಅನುಭವ; ಹಸಿವು ಹಬ್ಬುತ್ತ ಇಡೀ ದೇಹಕ್ಕೆ ಆವರಿಸಿದಂತಾಗಿ ಹುತ್ತದಲ್ಲಿ ಹೂತು ಹೋಗುತ್ತಿರುವ ತೀವ್ರತೆ ಹೆಚ್ಚಾಗಿ ಸತ್ತಂತಿದ್ದ ಶರೀರದಲ್ಲಿ, ಏನೋ ಅಡಗಿ ತರಾಟೆಗೆ ತೆಗೆದುಕೊಳ್ಳುತ್ತಿರುವ ಅನುಭವವಾಗುತ್ತ ಬಂದು ಚನ್ನಿಯ ಉದ್ವಿಗ್ನತೆಗಿಂತ ವೇಗವಾಗಿ ಕಾಲು ಮುಂದುವರಿದವು.

ಕೆರೆಯ ಕೆಲಸ ಅಲ್ಲಿ ಸಾಗುತ್ತಿತ್ತು. ಅವರಾಡುವ ಮಾತುಗಳು ರಾತ್ರಿಯ ಗಾಳಿಯಲ್ಲಿ ತೇಲಿ ಬರುತ್ತಿದ್ದವು.

"ಜಲ್ದು ಮಳ್ಳೀನ್ ಮೂಟೆ ಹಾಕ್ರಯ್ಯ ಒಳಭಾಗಕ್ಕೆ. ಹೊರ್ಗಡೇಲಿ ಮಂಗೆ ಕಾಣುಸ್ತೈತಲ್ಲ ಅಲ್ಲೆ ಮಣ್ಣುಗಿಣ್ಣು ಹಾಕ್ರಮ್ಮ ಜಲ್ದ್‌ಜಲ್ದು" "ಅರರೇ! ಅಲ್ನೋಡ್ರಯ್ಯ ಅಲ್ಲಿ ಮ್ಯಾಲ್ಗಡೀಕ್ ಮಳೆ ಜೋರಾಗಾಗ್ಯೆತೆ. ಅದ್ಕೇ ಹಳ್ಳ ನೋಡ್ರಯ್ಯ ಎಸ್ಟ್ ಬಿರ್ಸಾಗ್ ಬರ್ತಾ ಐತೆ! ಆಗ್ಲೇ ಕೆರೆಗೆ ಎಷ್ಟೊಂದು ನೀರ್ ಬಂದ್ಬುಟ್ಟು. ಮುಗುಸ್ರಪ್ಪ ನಿಮ್ ಧರ್ಮ ಜಲ್ದು. ಮೊದ್ಲೇ ಆ ಕಡೇಲಿ ಏರಿ ಬ್ಯಾರೆ ಬಿರುಕು ಬಿಟ್ಟೈತೆ ಹೊಡ್ಕಂಡ್ರೆ ಏನ್ಗತಿ ಏನ್ಕತೆ. ರಾಮ! ರಾಮ! ಹೂಂ ತರ್ರೀ ತರ್ರೀ ಜಲ್ದ್‌ಜಲ್ದು"-ಪಟೇಲ ಸೂಚನೆ ಕೊಡುತ್ತಿದ್ದ-ಆತಂಕದಿಂದ; ಅವಸರದಿಂದ.

ಚನ್ನಿ ಹೋಗುತ್ತಿದ್ದಳು; ಕೆರೆ ರಿಪೇರಿಯ ಸದ್ದು ಕೇಳಿ ಬರುತ್ತಿದ್ದರೂ ತನ್ನ ಪಾಡಿಗೆ ತಾನು ಹೋಗುತ್ತಿದ್ದಳು. ಮಳೆಯ ಹನಿಗಳು ಸ್ವಲ್ಪ ಹೆಚ್ಚಾಗುತ್ತ ಪಟಪಟ ಬಡಿಯ ಹತ್ತಿದ್ದವು. ರಿಪೇರಿಯ ಕಡೆಯಿಂದ ಬಂದ ಗೊಂದಲ ಸದ್ದು, ಆಳಿಗೊಂದು ಮಾತು, ರಭಸದಲ್ಲಿ ಕಾರ್ಯ ನಡೆಯುತ್ತಿದ್ದುದನ್ನು ಸೂಚಿಸುತ್ತಿದ್ದವು. ಎಲ್ಲೋ ದೂರದಲ್ಲಿ ನಡೆಯುವ ಅಸ್ಪಷ್ಟ ಜಟಿಲ ಬಲೆಯ ವಾತಾವರಣದಂತೆ ಏನೂ ಸಂಬಂಧ ಕಲ್ಪಿಸಿಕೊಳ್ಳಲು ಸಾಮರ್ಥ್ಯ ಪಡೆಯದಂತೆ ಕೇಳಿಸಿ, ಚನ್ನಿ ಅದರ ಪರಿವೆಯೇ ಇಲ್ಲದೆ ವೇಗವಾಗಿ ಬರುತ್ತ, ಮಳೆ ಬಿರುಸಾಗಿ ಸುರಿಯಲಾರಂಭಿಸಿದಾಗ ಮತ್ತೂ ಜೋರಾಗಿ ಕಾಲು ಹಾಕುತ್ತ ಸೀದಾ ರಂಗಪ್ಪನ ತೋಟಕ್ಕೆ ಬರುವ ಹೊತ್ತಿಗೆ, ಧಾರಾಕಾರವಾಗಿ ಬೀಳುವ ಸೂಚನೆಯನ್ನು ಸೆಳೆಮಿಂಚು ಮತ್ತು ಭೂಮಿಗೆ ಕಂಬಳಿಯ ಕೊಪ್ಪೆ ಇಟ್ಟಂತಿದ್ದ ಆಕಾಶ ಸೂಚಿಸಿದವು. ಹಳ್ಳ ತುಂಬಿ ಹರಿದು ಬರುತ್ತಿರುವಾಗಲೇ ಇಲ್ಲೂ ಮಳೆ ತುಂಬಾ ಜಾಸ್ತಿಯಾಗಿ ರೊಯ್ಯೆಂದು ಬಡಿಯಲು ಪ್ರಾರಂಭಿಸಿ ಕೆರೆ ರಿಪೇರಿಯ ಸ್ಥಳದಲ್ಲಿ ಅತ್ಯಂತ ಉದ್ವೇಗದ ವಾತಾವರಣ

ಮೂಡಿ ಯಾರು ಏನು ಮಾತನಾಡುತ್ತಿದ್ದಾರೆ ಏನು ಮಾಡುತ್ತಿದ್ದಾರೆ ಯಾವುದೂ ಗೊತ್ತಾಗದ ಸನ್ನಿವೇಶ ನಿರ್ಮಾಣವಾಗಿ ಅಂತೂ ಎಲ್ಲರೂ ಏನೋ ಹೇಳುತ್ತಿದ್ದರು. ಏನೋ ಮಾತಾಡುತ್ತಿದ್ದರು. ಮಳೆಯಲ್ಲಿ ತೋಯುತ್ತಲೇ ಚನ್ನಿ ರಂಗಪ್ಪನ ತೋಟದ ರೂಮಿನ ಬಾಗಿಲ ಬಳಿಗೆ ಬಂದಳು. ಎದೆ ಡವಡವ ಎನ್ನತೊಡಗಿತು. ಭಯದ್ದೋ ಉದ್ವೇಗದ್ದೋ ಆಕೆಗೇ ಗೊತ್ತಾಗದ ರೀತಿಯಲ್ಲಿ ಹೃದಯ ಹಾರಾಡುತ್ತಿರುವಂತೆ ಭಾಸ ವಾಯಿತು. ರೂಮಿನ ಒಳಗೆ ಬೆಳಕಿತ್ತು. ಬಾಗಿಲ ಸಂದಿಯಲ್ಲಿ ನೋಡಿದಾಗ ರಂಗಪ್ಪ ಒಬ್ಬನೇ ಅಡ್ಡಾಗಿ ಸಿಗರೇಟು ಸೇದುತ್ತ "ಅನುರಾಗದ ಅಮರಾವತಿ" ಎಂದು ಸಿನಿಮಾ ಹಾಡನ್ನು ಗುಂಯ್ ಗುಡುತ್ತ ಮಧ್ಯೆ ಮಧ್ಯೆ "ಹಾಳ್ ಮಳೆ; ಮಲ್ಲಿ ಬ್ಯಾರೆ ಬರ್ಲಿಲ್ಲ. ಥೂ!" ಎಂದು ಒಬ್ಬನೇ ಗೊಣಗುತ್ತ ಇದ್ದಾಗ, ಇದ್ದಕ್ಕಿದ್ದಂತೆ ಕೆರೆಯ ಕಡೆಯಿಂದ ಹಾಹಾ ಕಾರವೆದ್ದು ಸುತ್ತಮುತ್ತಲ ವರ್ತುಲವೆಲ್ಲ ಬೆಚ್ಚಿ ಬೀಳುವಂತೆ ಮಾಡಿತ್ತು. "ಅಯ್ಯೋ ಬಿರುಕುಬಿಟ್ಟಿತ್ತಾವ ಏರಿ ಕುಸೀತಾ ಐತೆ. ಅಗಾ! ಆಗ್ಲೇ ನೀರ್ ನುಗ್ಗಿದ್ವು. ದ್ಯಾವ್ರೆ ಏನಪ್ಪ ಗತಿ! ಬರ್‍ರಯ್ಯೋ ಬರ್‍ರೀ, ಬರ್‍ರೋ" ಎಂಬ ಧ್ವನಿ ಮೈಕೂದಲನ್ನು ನಿಮಿರಿಸುವಂತೆ ಮಾಡಿ ಆ ಹಾಹಾಕಾರ ಹವ್ವನೆ ಹಬ್ಬಿ ರಂಗಪ್ಪ ಜಗ್ಗನೆ ಎದ್ದು ನಿಲ್ಲುವುದಕ್ಕೂ ಚನ್ನಿ ಬಾಗಿಲನ್ನು ದಡಾರನೆ ನೂಕಿ ಒಳಬರುವುದಕ್ಕೂ ಸರಿಯಾಯಿತು. ರಂಗಪ್ಪ ಆಶ್ಚರ್ಯದಿಂದ ಥಟ್ಟನೆ ಹಾಗೇ ನಿಂತ. ಚನ್ನಿಗೆ ಏನು ಹೇಳಬೇಕೆಂದು ತೋಚದೆ ಏದುಸಿರುಬಿಡುತ್ತ ಸುಮ್ಮನೆ ಅವನ ಮುಖ ನೋಡಿದಳು. ಎರಡು ಮೂರು ನಿಮಿಷ ಬರೀ ಮಳೆಯ ಸದ್ದು; ಸುಯ್ಯೆಂದು ಹನಿಗಳನ್ನು ಅಳ್ಳಾಡಿಸುತ್ತ ಆಟವಾಡುವ ಗಾಳಿ; ಇವುಗಳ ಮಧ್ಯೆ ದಾರಿ ಬಿಡಿಸಿಕೊಂಡು ಬರಲು ಯತ್ನಿಸುವ ಏರಿಯ ಬಳಿಯ ತಡಬಡಿಕೆ. ಕಡೆಗೆ ರಂಗಪ್ಪನೇ "ಏನ್ ಬಂದೆ?" ಎಂದ. "ನ... ನ... ನಾನು ನಿನ್ನ ವೊಲ್ದಾಕ್ ಬತ್ತೀನಿ. ಆವತ್ತು ಕಾಲಿಕ್ಕಲ್ಲ ಅಂಬ್ತ ಹಟ ಮಾಡಿದ್ದು ತಪ್ಪಾತು" ಎಂದಳು. ರಂಗಪ್ಪ ಓ ಎಂದು ಉದ್ಗರಿಸಿದ. "ಹೌದಾ" ಎಂದು ಕಣ್ಣಲ್ಲಿ ತುಂಟತನ ಚಿಮ್ಮಿದ. "ಕರಿಯಮ್‌ದ್ಯಾವ್ರಾಣ್ಗೂ ಬತ್ತೀನಿ. ಅದ್ಕೇ ನಾನ್ ಓಡೋಡ್ ಬಂದೆ ನಿನ್ತಾವೀಗ. ನಿನ್ ವೊಲ್ದಾಗಿರೋ ಕಳೇನೆಲ್ಲ ಒಬ್ಳೇ ಬೇಕಿದ್ರು ತೆಗೀತೀನಿ. ಆಮ್ಯಾಲೆ ಯಾವಾಗ ಕರುದ್ರೂ ಬತ್ತೀನಿ" ಎಂದು ಚನ್ನಿ ಉದ್ವೇಗದ ಧ್ವನಿಯಲ್ಲಿ ಮಳೆ ಯನ್ನು ಸರಿಗಟ್ಟುವವಳಂತೆ ಹೇಳಿದಾಗ ರಂಗಪ್ಪ ನಗುತ್ತ ಏನೋ ಒಂದು ಥರಾ ಶೈಲಿಯಲ್ಲಿ "ಭೇಷ್, ಪರವಾಗಿಲ್ಲ" ಎಂದ.

ಚನ್ನಿಯಲ್ಲಿ ಉತ್ಸಾಹ ಹರಿಯಿತು. ಹತ್ತಿರಕ್ಕೆ ಬಂದಳು; ಮೆಲ್ಲನೆ ಅವನ ಕೈ ಹಿಡಿದು ಕೊಂಡಳು; ನಡುಗುವ ಕೈಗಳಿಂದ ಅವನನ್ನು ಮತ್ತೆ ಮತ್ತೆ ಸ್ಪರ್ಶಿಸುತ್ತ ಪುಳಕದ ಪಲ್ಲವಿಗೆ ಪಕ್ಕಾದಾಗ ಆತ ಇವಳ ಎರಡು ತೋಳುಗಳನ್ನೂ ಹಿಡಿದುಕೊಂಡ; ಹಾಗೇ ದಿಟ್ಟಿಸಿದ. ಮಳೆಯಲ್ಲಿ ತೋಯ್ದು ಬಂದ ದೇಹವನ್ನು ಕಣ್ಣಪಟ್ಟಿಯಲ್ಲಿ ಅಳೆದ. ಹಿಡಿದ ತೋಳುಗಳು ಬರೀ ಮೂಳೆ ಎಂದುಕೊಂಡ. ಮೈಗೆ ಅಂಟಿದ ಬಟ್ಟೆ ಬರೆಯಲ್ಲೂ ದೇಹದ ಏರುಪೇರು ಕಾಣದೆ ಮುಖ ಸಿಂಡರಿಸಿಕೊಂಡ. ಚನ್ನಿಯ ಕೈ ಕಂಪಿಸುತ್ತಿದ್ದವು; ತುಟಿ ಅದುರುತ್ತಿದ್ದವು. ಕಣ್ಣು ಅರೆ ಮುಚ್ಚಿಕೊಳ್ಳುತ್ತ, ಮೈಯಲ್ಲಿ ರೋಮಾಂಚನದ ಸೆಲೆಯೊಡೆಯುತ್ತ ಅವನ

ಮೈಯನ್ನು ತಡವರಿಸುತ್ತಿದ್ದಳು. ರಂಗಪ್ಪ ಅವಳನ್ನೇ ದಿಟ್ಟಿಸುತ್ತ ಹಿಂದಿನ ಚನ್ನಿಯನ್ನು ಚಿತ್ರಿಸಿಕೊಂಡು, ಈಗಿವಳನ್ನು ಕಣ್ಣಲ್ಲೆ ಅಳೆದು, ನೆಣವಿಲ್ಲದ ಹೆಣ್ಣು ಅನ್ನಿಸಿ, ಅವಳ ಮೂಳೆದೋಳನ್ನು ಹಾಗೇ ಹಿಡಿದುಕೊಂಡು ಬಾಗಿಲ ಕಡೆಗೆ ಬಂದು ರಪ್ಪನೆ ಹೊರದಬ್ಬಿ, ಥುತ್ತೆಂದು ಉಗಿದು, ಬಾಗಿಲು ಹಾಕಿಕೊಂಡು, "ಈಗ್ ಬಂದವ್ಳೆ ಈಗ, ಮೂಳೆ ಮ್ಯಾಲ್ ಚರ್ಮ ಮೆತ್ಕಂಡು. ಕೇಳಾಕಿಲ್ಲ ಇವ್ಳ್ ಸೆಡವು! ಈಗ್ ಮಹಾ ಬಂದ್ಬಿಟ್ಳು" ಎಂದು ಏನೇನೋ ಅಂದುಕೊಳ್ಳುತ್ತಿರುವಾಗ ಚನ್ನಿ ದೊಪ್ಪನೆ ನೆಲಕ್ಕೆ ಬಿದ್ದು ಸ್ತಂಭಿತಳಾಗಿ, ಭಯಾನಕ ಸ್ಥಳದಲ್ಲಿ ಕಣ್ಣು ಕಟ್ಟಿ ತಂದುಬಿಟ್ಟಂತೆ ಭಯಗ್ರಸ್ತಳಾಗಿ, ಬೀಳುತ್ತಿರುವ ಮಳೆ, ಬೆಂಕಿ ಮೊಳೆಯಂತಾಗಿ ಭೂಮಿಯನ್ನು ತಡಕುತ್ತಿದ್ದಳು.

(೧೯೮೦)

*

೧೬. ಕ್ರೌರ್ಯ

ಎಸ್.ದಿವಾಕರ

ಪ್ರೊಫೆಸರ್ ತಿರುಚ್ಚೆಂದೂರ್ ಶ್ರೀನಿವಾಸ ರಾಘವಾಚಾರ್ಯರ ಮತ್ತು ಅವರ ಧರ್ಮಪತ್ನಿ ಕಲ್ಯಾಣಮ್ಮನವರ ಏಕಮಾತ್ರ ಪುತ್ರಿ ಅಲಮೇಲು ಮೊನ್ನೆ ಸತ್ತಳು. ಮೈಯ ಚರ್ಮವನ್ನು ತೂರಿ ಎಲುಬು ಕೊರೆಯುವಂಥ ರಣಬಿಸಿಲು; ಕೋಡಂಬಾಕ್ಕಂ ಸ್ಟೇಷನ್ ಬಳಿ ಬೆಂದು, ಕರಗಿ ಹಬೆಯಾಡುತ್ತಿದ್ದ ಡಾಂಬರಿನ ಮೇಲೆ ಸಾಯುತ್ತ ಬಿದ್ದಿರುವ ಅಲಮೇಲು.

ಅನಿರೀಕ್ಷಿತವಾಗಿ ಬೀಸಿ ಬಂದ ಚೂರಿಯೊಂದು ಅಲಮೇಲುವಿನ ಬೆನ್ನನ್ನು ಇರಿದಿತ್ತು. ತಳ್ಳುಗಾಡಿಯಲ್ಲಿ ಉಪ್ಪು ಮಾರುವ ಪಳನಿಚಾಮಿ ಅವಳನ್ನು ತನ್ನ ಬತ್ತಲೆದೆಗೆ ಒರಗಿಸಿಕೊಂಡಿದ್ದ. ಗುಂಪುಗೂಡಿದ ಜನ ಅಂಬುಲೆನ್ಸಿಗಾಗಿ ಕಾಯುತ್ತಿದ್ದರು.

ಅಲಮೇಲು ಅಗಲವಾಗಿ ಕಣ್ಣು ತೆರೆದಾಗಲೆಲ್ಲ ಕಾಣುತ್ತಿದ್ದದ್ದು ಅನಂತ ನೀಲಿ. ತನ್ನ ಸುತ್ತ ವೃತ್ತ ಕಟ್ಟಿದ ಕರಿ ತಲೆಗಳ ಮೇಲೆ ಇನ್ನೇನು ಬಂದು ಅಮರಿಕೊಳ್ಳುವೆನೆಂಬ ನೀಲಿ. ನಾಯಿ ಬೊಗಳಿನ ಜೊತೆಜೊತೆಗೆ ರೈಲಿನ ಕೂಗು. ಹಬೀಬುಲ್ಲಾ ರಸ್ತೆಯ ತನ್ನ ಮನೆಯಂಗಳದ ಹೂಗಂಪು ಕರೆಯುತ್ತಿದೆಯೇನೋ ಎಂದು ಮೂಗರಳಿಸಿದಳು. ಸುತ್ತ ತಲೆಗೊಂದರಂತೆ ಆಡುತ್ತಿದ್ದ ಮಾತುಗಳು ಅರ್ಥವಾಗಲಿಲ್ಲ. ಓಡುವ ರೈಲಿನೊಡನೆ ದಡದಡ ಸದ್ದು ಮಾಡುತ್ತ ಕಾಲ ಸರಿಯುತ್ತಿರುವ ಭ್ರಮೆ. ಇದ್ದಕ್ಕಿದ್ದಂತೆ ತನ್ನನ್ನು ಎದೆಗೊರಗಿಸಿಕೊಂಡವನ ಬಾಯಿಂದ ನುಸುಳಿ ಬಂದ ಹುಳಿ ವಾಸನೆ ಅಸಹ್ಯವೆನಿಸಲಿಲ್ಲ.

ಅಲಮೇಲುವಿಗೆ ಮೂವತ್ತಾರು ವರ್ಷವಾದರೂ ಅವಳೊಬ್ಬ ಮಹಿಳೆಯಾಗಿ ಬೆಳೆಯಲೇ ಇಲ್ಲ. ಪ್ರೊಫೆಸರ್ ತಿರುಚ್ಚೆಂದೂರ್ ಶ್ರೀನಿವಾಸ ರಾಘವಾಚಾರ್ಯರು ಹದಿನೆಂಟಕ್ಕೇ ಮದುವೆಯಾದದ್ದು ನಿಜ. ವಡಗಲೈ ಸಂಪ್ರದಾಯದಲ್ಲಿ ಅತೀವ ಭಕ್ತಿಯಿದ್ದ ಕಲ್ಯಾಣಮ್ಮ ಅವರ ಮೆಚ್ಚಿನ ಪತ್ನಿಯಾದದ್ದೂ ಅಷ್ಟೇ ನಿಜ. ಆದರೆ ಅಲಮೇಲು ಹುಟ್ಟಬೇಕಾದರೆ ಪ್ರೊಫೆಸರರಿಗೆ ನಲವತ್ತು ವರ್ಷವಾಗಬೇಕಾಯಿತು. ತಮ್ಮ ವಂಶೋದ್ಧಾರಕನಿಗಾಗಿ ಕಾದ ಅವರಿಗೆ ಹುಟ್ಟಿದೊಡನೆ ಪೋಲಿಯೋ ರೋಗಕ್ಕೆ ತುತ್ತಾಗಿ ಹೆಳವಳಾದ ಅಲಮೇಲು ಮುದ್ದು ಮಗುವೂ ಆಗಲಿಲ್ಲ, ಕಣ್ಮನ ಸೆಳೆಯುವ ಹುಡುಗಿಯೂ ಆಗಲಿಲ್ಲ.

ಹಬೀಬುಲ್ಲಾ ರಸ್ತೆಯಲ್ಲಿದ್ದ 'ಆಂಡಾಳ್ ಮಂದಿರ'ದಲ್ಲಿ ಅಲಮೇಲು ತನ್ನ ಬದುಕಿನ ಬಹು ಕಾಲವನ್ನು ಕಳೆದಳು. ಮತ್ತೆ ಅಲ್ಲಿಯೇ ತಾನು ಸಾಯುತ್ತೇನೆಂದುಕೊಂಡಿದ್ದಳು.

ಹಳೆಕಾಲದ ತಾರಸಿ ಬಂಗಲೆ. ಗೇಟುದಾಟಿ ಹೋದರೆ ಎರಡೂ ಬದಿಗೆ ಬೆಳೆಸಿದ ಹೂಗಿಡಗಳು. ಮನೆಯಿಂದ ಮುಂಚಾಚಿಕೊಂಡು ಎರಡು ಕಂಭಗಳ ಮೇಲೆ ನಿಂತಿದ್ದ ಕೈಸಾಲೆ. ಮುಂದುಗಡೆಯ ವಿಶಾಲ ಹಾಲಿನಲ್ಲಿ ಕಿಟಕಿ ತೆರೆದರೂ ಮಬ್ಬುಮಬ್ಬು. ಎರಡೂ ಪಕ್ಕಗಳಲ್ಲಿ ಎದ್ದ ಮಹಡಿ ಮನೆಗಳು ಈ ಮನೆಗೆ ಬೆಳಕು ನುಗ್ಗದಂತೆ ನೋಡಿಕೊಂಡಿದ್ದುವು. ತೊಟ್ಟಿಗೆ ಕರೆದೊಯ್ಯುವ ಬಾಗಿಲಿನ ಎಡಮೂಲೆಯಲ್ಲೊಂದು ನಿಲುವುಗನ್ನಡಿ. ಎಡಗಡೆಗೆ ಎರಡು ಬೆತ್ತದ ಕುರ್ಚಿಗಳು. ಬಲಮೂಲೆಯಲ್ಲೊಂದು ಟೇಬಲ್ಲು. ಒಂದು ಗೋಡೆಯ ಮೇಲೆ ಉದ್ದಕ್ಕೂ ಸಾಲಿಟ್ಟಿದ್ದ ತಾತ ಮುತ್ತಾತಂದಿರ ಕಾಲದ ಚಿತ್ರ ಪಟಗಳು. ಎಲ್ಲಾದರೂ ಹೋಗಿ ಬಂದ ಅಲಮೇಲು ಟೇಬಲ್ಲಿನ ಮೇಲೆ ತನ್ನ ವಸ್ತುಗಳನ್ನಿಟ್ಟು ಅಮ್ಮನೊಡನೆ ಮಾತಾಡಲು ಅಡಿಗೆ ಮನೆಗೆ ನುಸುಳುವುದು ಪದ್ಧತಿ. ಅವಳ ಉಡುಗೆತೊಡುಗೆಯಿಂದ ಹಿಡಿದು, ಲೈಬ್ರರಿಯಿಂದ ಅವಳು ತರುತ್ತಿದ್ದ ಪುಸ್ತಕಗಳವರೆಗೆ ಹೊರ ಜಗತ್ತಿಗೆ ಸಂಬಂಧಿಸಿದ ಎಲ್ಲ ವಿಷಯಗಳ ಮೇಲೆಯೂ ಪ್ರೊಫೆಸರರು ಮತ್ತು ಅವರ ಧರ್ಮಪತ್ನಿ ಕಣ್ಣಿಟ್ಟಿರುತ್ತಿದ್ದರು.

ಸಂಜೆಯ ಹೊತ್ತು ಇದೇ ಹಾಲಿನಲ್ಲಿ ಪ್ರೊಫೆಸರ್ ತಿರುಚ್ಚೆಂದೂರ್ ಶ್ರೀನಿವಾಸ ರಾಘವಾಚಾರ್ಯರೂ ಅವರ ಧರ್ಮಪತ್ನಿಯೂ ಬೆತ್ತದ ಕುರ್ಚಿಗಳಲ್ಲಿ ಕೂತು ವಿಶಿಷ್ಟಾದ್ವೈತ ಚರ್ಚೆಯಲ್ಲಿ ತೊಡಗಿದ್ದುಂಟು. ದಟ್ಟಿ ಉಟ್ಟುಕೊಂಡು ಅರೆ ತೋಳಿನ ಅಂಗಿ ತೊಟ್ಟ ಪ್ರೊಫೆಸರರು ಮಣಕು ವಾಸನೆ ಹೊಡೆಯುವ ಓಬೀರಾಯನ ಕಾಲದ ಪುಸ್ತಕವೊಂದನ್ನು ತೆರೆಯುತ್ತ ಮೊದಲು ಓರೆ ಕಣ್ಣಿನಿಂದ, ಆಮೇಲೆ ಸಂಪೂರ್ಣವಾಗಿ ತಮ್ಮ ಧರ್ಮಪತ್ನಿಯನ್ನು ನೋಡಿ ಬಿಗಿದ ತುಟಿಗಳ ನಡುವೆ ಮುಂದೆ ಚಾಚಿದ ಎರಡೇ ಎರಡು ಹಲ್ಲು ತೋರಿಸಿ ಮುಗುಳ್ನಗುತ್ತಾರೆ. ಕಲ್ಯಾಣಮ್ಮನವರ ಜೋತುಬಿದ್ದ ಗಲ್ಲ ಅರಳುತ್ತಿರುವಂತೆಯೇ ಅವರ ಎಡಗೈ ಮೂಗಿನ ತುದಿ ಹಿಡಿಯುತ್ತದೆ.

'ನೋಡು ಕಲ್ಯಾಣು, ತಿರುಕ್ಕೋವಿಲೂರಿನಲ್ಲಿ ಪೊಯ್‌ಹೈ ಆಳ್ವಾರ್ರು ಮಲಗಿದ್ದ ಜಗಲಿ ಅವರಿಗಷ್ಟೇ ಸಾಕಾಗಿತ್ತು. ಪೂದತ್ತಾಳ್ವಾರರು ಬಂದಾಗ ಅವರು ಎದ್ದು ಕೂಡಬೇಕಾಯಿತು. ಇಬ್ಬರೂ ಕೂತಿದ್ದಾಗ ಪೇಯಾಳ್ವಾರರು ಬರಬೇಕೆ? ಮೂವರೂ ಕೂರಲು ಸ್ಥಳವಿಲ್ಲದೆ ಎಲ್ಲರೂ ಎದ್ದು ನಿಲ್ಲಬೇಕಾಯಿತು. ಆದರೂ ನಾಲ್ಕನೆಯವನೊಬ್ಬ ಅಲ್ಲಿದ್ದಾನೆಂದು ಮೂವರಿಗೂ ಜ್ಞಾನೋದಯವಾಯಿತಂತೆ.'

'ಮಹಾ ಮಹಿಮರು! ಮಹಾ ಮಹಿಮರು!' ಎಂದ ಕಲ್ಯಾಣಮ್ಮನವರು ಮೂಗಿನ ತುದಿಯನ್ನು ಬಲವಾಗಿ ತಿಕ್ಕುತ್ತ, ತುಟಿಗಳೇ ಇಲ್ಲದ ಮುಚ್ಚಿದ ಬಾಯನ್ನು ಹಿಗ್ಗಿಸಿ, ಕಣ್ಣನ್ನು ಅರೆಮುಚ್ಚಿ, 'ಪೂದತ್ತಾಳ್ವಾರ್ರ ಅನ್ಬೇತ ಅಳಿಯಾಹ ಪಾಶುರವೇ ಎಷ್ಟು ಚೆನ್ನ! ಭಕ್ತಿಯೇ ಹಣತೆ, ಆಸೆಯೇ ತುಪ್ಪ, ಆನಂದದಿಂದ ಕರಗುವ ಚಿಂತೆಯೇ ಬತ್ತಿ. ಈ ರೀತಿ ನನ್ನ ಆತ್ಮದಿಂದ ನಾರಾಯಣನಿಗೆ ಜ್ಞಾನಜ್ಯೋತಿಯನ್ನು ಬೆಳಗಿದೆ ಅನ್ನುತ್ತಾರಲ್ಲಾ!' ಎಂದು ಪರಮಾಶ್ಚರ್ಯ ಪಡುತ್ತಾರೆ.

ಇಂಥ ಸಂದರ್ಭಗಳಲ್ಲಿ ಅಲಮೇಲು ಏನಾದರೂ ಕಣ್ಣಿಗೆ ಬಿದ್ದರೆ ತಕ್ಷಣ ಪ್ರೊಫೆಸರರು ಸಿಟ್ಟಿನಿಂದ 'ಎಷ್ಟು ಸಲ ಹೇಳೋದು ನಿಂಗೆ, ಸೆರಗು ಹೊದ್ದುಕೊ ಅಂತ. ಮಾನ ಇಲ್ಲ. ಮರ್ಯಾದೆ ಇಲ್ಲ' ಎಂದು ಹುಬ್ಬುಗಂಟಿಡುತ್ತಿದ್ದರು. ಮದರಾಸು ಯೂನಿವರ್ಸಿಟಿಯಲ್ಲಿ ದೀರ್ಘಕಾಲ ತತ್ತ್ವಶಾಸ್ತ್ರ ಬೋಧಿಸಿ ವಿಶ್ರಾಂತರಾಗಿದ್ದ ಪ್ರೊಫೆಸರ್ ಶ್ರೀನಿವಾಸ ರಾಘವಾಚಾರ್ಯರಿಗೆ ಇತ್ತೀಚೆಗೆ ವಿಶಿಷ್ಟಾದ್ವೈತವೊಂದೇ ಮನಶ್ಶಾಂತಿ ಕೊಡುತ್ತಿತ್ತು. ಒಂದು ಕಾಲದಲ್ಲಿ ಶೋಪೆನ್‌ಹಾವರನ ಸಂಕಲ್ಪ ಸಿದ್ಧಾಂತಕ್ಕೆ ಮಾರುಹೋಗಿದ್ದ ಅವರು ಈಗೀಗ ಭಗವಾನ್ ರಾಮಾನುಜರ ಕರ್ಮಯೋಗದ ಮುಂದೆ ಉಳಿದ ಎಲ್ಲ ತತ್ತ್ವಗಳನ್ನೂ ನಿವಾಳಿಸಿ ಹಾಕಬೇಕೆನ್ನುತ್ತಿದ್ದರು. ತಮ್ಮ ತಂದೆ ತಾತಂದಿರ ಧರ್ಮನಿಷ್ಠೆ, ಶುಚಿ ಜೀವನವನ್ನು ನೆನೆಸಿಕೊಂಡೇ ಪುಲಕಿತರಾಗಿದ್ದ ಅವರಿಗೆ ಅಲಮೇಲು ಪರಕೀಯಳಾಗಿ ಕಂಡಿದ್ದರೆ ಆಶ್ಚರ್ಯವಿಲ್ಲ. ಅಪ್ಪ, ಅಮ್ಮನಾದರೂ ತನ್ನನ್ನು ಪ್ರೀತಿಸಬಾರದೆ ಎಂಬ ಕೊರಗು ಅಲಮೇಲುವಿಗೆ. ಮನೆಯಲ್ಲಿ ಅವಳಿಗಿದ್ದ ಸ್ವಾತಂತ್ರ್ಯ ಅಷ್ಟಕಷ್ಟೆ. ಅಪ್ಪ, ಅಮ್ಮ ಬಯಸುವ, ಮೆಚ್ಚುವ ಗುಣಗಳಿಗೆ ತೀರ ವಿರುದ್ಧವಾಗಿದ್ದ ಅವಳು ತನ್ನ ಕೋಣೆಯ ಕಿಟಕಿಯನ್ನೂ ತೆರೆಯುವಂತಿರಲಿಲ್ಲ.

ಅಲಮೇಲುವಿಗೆ ಇಪ್ಪತ್ತು ತುಂಬಿದ ಮೇಲೆ ಒಂದು ದಿನ ಮನೆಯ ಮುಂದೆ ಹಾದು ಹೋದ ಇಬ್ಬರು ಪುಂಡರು ಅವಳನ್ನು ಕುಹಕದಿಂದ 'ಮುದುಕಿ' ಎಂದರು. ಮೂವತ್ತು ತುಂಬುವ ಹೊತ್ತಿಗೆ ಅವಳು ಮುದುಕಿಯೇ ಆಗಿ ಹೋಗಿದ್ದಳು.

ಕೋಲು ಮುಖದ ಅಲಮೇಲು ಬಿಳಿಚಿಕೊಂಡಿದ್ದಳು. ಸಣ್ಣ ಕಣ್ಣುಗಳ ಕೆಳಗೆ ಚರ್ಮ ಕಪ್ಪಾಗಿತ್ತು. ಉದ್ದವಾಗಿಯೇ ಇದ್ದ ಮೂಗು ಬುಡದಲ್ಲಿ ಚಪ್ಪಟೆಯಾಗಿತ್ತು. ತೆಳ್ಳಗೆ ಬೆಳೆದ ಕಪ್ಪು ಕೂದಲು ಕೊರಳಿನಿಂದ ಕೆಳಗಿಳಿದಿರಲಿಲ್ಲ. ಬಲಗೆನ್ನೆಯ ಮೇಲೆ ಪೋಲಿಯೋ ಬಂದಾಗ ಹಾಕಿಸಿದ ಬರೆ. ನಡೆಯುವಾಗ ಕಿರಿದಾಗಿ ಕಡ್ಡಿಯಂತಿದ್ದ ಬಲಗಾಲನ್ನು ಊರಿ ಎಡಗಾಲನ್ನು ಎತ್ತಿಡುತ್ತಿದ್ದಳು.

ಒಂದಾನೊಂದು ಕಾಲದಲ್ಲಿ ಈ ಅಲಮೇಲುವೂ ಪ್ರೇಮಪಾಶದಲ್ಲಿ ಸಿಕ್ಕಿಬಿದ್ದಳೆಂದು ಇಡೀ ಹಬೀಬುಲ್ಲಾ ರಸ್ತೆಗಾಗಲಿ, ಪ್ರೊಫೆಸರ್ ದಂಪತಿಗಳಿಗಾಗಲಿ ಗೊತ್ತಿರಲಿಲ್ಲ. ಸ್ವಲ್ಪ ಕಾಲದ ಪ್ರೀತಿ ಅಷ್ಟೆ. ತನ್ನನ್ನು ಪ್ರೀತಿಸಿದವನು ಸತ್ತೇಹೋದನೇ ಎಂದು ಆಗಾಗ ಅಲಮೇಲುವಿಗೆ ಅನ್ನಿಸುತ್ತದೆ. ಒಂದೇ ಒಂದು ಸಲ ತನ್ನ ತಾಯಿಯ ತವರಾದ ಕಾಂಚೀಪುರಕ್ಕೆ ಹೋಗಿದ್ದಾಗ ನಡೆದ ಘಟನೆ. ದೇವಸ್ಥಾನದ ಮಗ್ಗುಲಲ್ಲೇ ಇದ್ದ ಮನೆಯಲ್ಲಿ ತನ್ನ ಚಿಕ್ಕಮ್ಮನ ಮದುವೆಯ ಸಂಭ್ರಮ. ಕಂಡು ಕೇಳದ ನೆಂಟರಿಷ್ಟರು. ತನ್ನ ವಯಸ್ಸಿನವರಿಗೆ ಹಬ್ಬವಾಗಿ ಎಲ್ಲೆಂದರಲ್ಲಿ ಸುತ್ತಾಡಲು ಅವಕಾಶವಿದ್ದ ಸಮಯ. ಅವನ ಹೆಸರೇನು? ರಾಮಾನುಜನಲ್ಲವೆ? ದೇವಸ್ಥಾನದ ಹೊಸ್ತಿಲನ್ನು ತನ್ನ ಕೈಹಿಡಿದೇ ದಾಟಿಸಿದನಲ್ಲ! ಸುಂದರ ಯುವತಿಯರೆಲ್ಲ ತನ್ನನ್ನು ತಾತ್ಸಾರದಿಂದ ನೋಡಿ ಬಳಿ ಸುಳಿಯಲು ಬಿಗುಮಾನ ತೋರಿಸುತ್ತಿದ್ದಾಗ ಅವನು ಕಣ್ಣಲ್ಲೇ ಪ್ರೀತಿ ಉಕ್ಕಿಸುತ್ತ ಪಕ್ಕದಲ್ಲೆ ನಡೆಯುತ್ತಿದ್ದ. ಅಷ್ಟೇಕೆ

ಮದುವೆಯೆಲ್ಲ ಮುಗಿದ ಮಾರನೆಯ ದಿನ ತಾವು ಹದಿನೈದು ಜನ 'ನೆಂಜಿಲ್ ಒರು ಆಲಯಂ' ಸಿನಿಮಾ ನೋಡಲು ಹೋಗಿದ್ದಾಗ ರಾಮಾನುಜ ತನ್ನ ಪಕ್ಕದಲ್ಲೇ ಕೂತಿದ್ದ. ಥಿಯೇಟರಿನ ಕತ್ತಲಲ್ಲಿ ಅವನ ಕೈ ತನ್ನ ಮೈಯನ್ನೆಲ್ಲ ಮಾತಾಡಿಸಿತ್ತು.

ಯೌವನಕ್ಕೆ ಸಹಜ ನಾಚಿಕೆಯಲ್ಲಿ, ಒಲ್ಲೆನೆಂಬ ತೋರಿಕೆಯಲ್ಲಿ ಅಲಮೇಲುವೂ ಪ್ರೀತಿಸಿದ್ದಳು–ಗುಟ್ಟಾಗಿ. ಕಾಂಚೀಪುರದಿಂದ ಬಂದ ಮೇಲೆ ಅನೇಕ ತಿಂಗಳ ಕಾಲ ಆ ಹುಡುಗ ಪ್ರತ್ಯಕ್ಷನಾಗದೆ ಕಾಡಿದ. ಈಗವನು ಬದುಕಿದ್ದಾನೋ ಇಲ್ಲವೋ ಯಾರಿಗೆ ಗೊತ್ತು! ಅಲಮೇಲು ಮಾತ್ರ ಪೇಟೆಯಿಂದ ಸಣ್ಣಪುಟ್ಟ ಸಾಮಾನು, ತರಕಾರಿ ತರುತ್ತ, ಮನೆಯಲ್ಲಿ ಅಮ್ಮನಿಗೆ ನೆರವಾಗುತ್ತ ಜೀವ ತೇಯತೊಡಗಿದಳು.

ಈಗ ತನ್ನ ಮೂವತ್ತಾರನೇ ವರ್ಷದಲ್ಲಿ ಸೌಂದರ್ಯವಾಗಲಿ, ಕನಿಕರ ಹುಟ್ಟಿಸುವ ರೂಪವಾಗಲಿ ಇಲ್ಲದ ಅಲಮೇಲು ಸಾಯುತ್ತ ಬಿದ್ದಿದ್ದಳು. ರಸ್ತೆಯಂಚಿಗೆ ಕುಸಿದು ಬಿದ್ದ ರಭಸಕ್ಕೆ ಕೈಯಲ್ಲಿದ್ದ ಪ್ಲಾಸ್ಟಿಕ್ ಬ್ಯಾಸ್ಕೆಟ್ಟು ಅಷ್ಟು ದೂರಕ್ಕೆ ಹಾರಿತು. ಅಸ್ತವ್ಯಸ್ತವಾದ ಸೀರೆ, ಒಂದೊಂದು ದಿಕ್ಕಿಗೆ ಚಾಚಿಕೊಂಡ ಕೋಲುಕಾಲುಗಳನ್ನು ಮಂಡಿಯುವರೆಗೆ ಒಂದೇ ಗಾತ್ರದಲ್ಲಿ ತೋರಿಸುತ್ತಿತ್ತು. ಪಳನಿಚಾಮಿ ಅವಳನ್ನು ನೆಟ್ಟಗೆ ಕೂರಿಸಿ ತನ್ನ ಎದೆಗಾನಿಸಿ ಕೊಂಡು ಕಾಲಿನ ಮೇಲೆ ಸೀರೆ ಸರಿಪಡಿಸಿದ.

ಚೂರಿ ಹಾಕಿದ ಸುದ್ದಿ ಕೇಳಿದೊಡನೆ ಪಳನಿಚಾಮಿ ಓಡಿಬಂದಿದ್ದ. ನಡುವಿನಲ್ಲೊಂದು ಪಪ್ಪುಳಿ ಲುಂಗಿಯಷ್ಟೇ ಸುತ್ತಿಕೊಂಡಿದ್ದ ಅವನು ಮಲಗಿದ್ದನೋ ಏನೋ. ದಷ್ಟಪುಷ್ಟನಾದ ಆಸಾಮಿಯೇ. ಇದ್ದಿಲಿನಂತಹ ಕಪ್ಪು ದೇಹ. ಎದೆಯಲ್ಲಿ ಹರವಾಗಿ ಬೆಳೆದ ಕೂದಲು. ಮುಖದಲ್ಲಿ ತೀರ ಉಬ್ಬಿಕೊಂಡು ಹೊರನೆಗೆಯುವಂತಿದ್ದ ಅವನ ಕಣ್ಣುಗಳಲ್ಲಿ ಅಲಮೇಲು ಕಂದು ಬಣ್ಣದ ಕಲೆಗಳನ್ನು ಕಂಡಳು. 'ಇವನೊಬ್ಬ ಗುಡಿಸಲು ಮನುಷ್ಯ, ಆದರೂ ನನಗೆಷ್ಟು ಹಿತವಾಗಿದೆ' ಎಂದುಕೊಂಡಳು. ಕ್ರಮೇಣ ಅವಳ ಮುಖ ಮಂಕು ಕಳೆದು ಕೊಂಡು ಗೆಲುವಾಯಿತು. ದೀರ್ಘವಾಗಿ ಬರುತ್ತಿದ್ದ ಅವನ ಉಸಿರು ತನ್ನ ಶ್ವಾಸ ತುಂಬು ತ್ತಿದೆಯೆನ್ನಿಸಿತು.

'ನೀರು...' ಎಂದು ಅಲಮೇಲು ಬಿಕ್ಕಳಿಸಿದಳು.

'ನೀರು, ನೀರು ತಂದುಕೊಡಿ' ಎಂದು ಸುತ್ತ ನೆರದವರತ್ತ ಕೂಗಿಕೊಂಡ ಪಳನಿಚಾಮಿ. ಇನ್ನಾರೋ 'ನೀರು ಬೇಡ, ಸೋಡ ತಂದುಕೊಡಿ' ಎಂದರು.

ಅಲಮೇಲುವಿಗೆ ವಿಚಿತ್ರ ಸುಖ ಎನ್ನಿಸಿತು. ಈ ಕರಿಯ, ಅಮ್ಮ ಅಪ್ಪನಿಂದ ನಾನು ಬಯಸಿದ ಪ್ರೀತಿಯ ನೋಟವನ್ನು ಬೀರುತ್ತಿದ್ದಾನಲ್ಲ! ಮತ್ತೆ ಇವನಿಗೂ ನನಗೂ ಎಷ್ಟು ಅಂತರವಿದೆ! ನಾನು ಕಪ್ಪಗೇ ಹುಟ್ಟಿದ್ದು ಇವನ ಮಗಳಾಗಿದ್ದಿದ್ದರೆ ನನ್ನನ್ನು ಎಷ್ಟೆಲ್ಲ ಪ್ರೀತಿ ಸುತ್ತಿದ್ದಿರಬಹುದು. ಅಥವಾ ಇವನೇ ಬೆಳ್ಳಗಿದ್ದು ನನ್ನ ಅಪ್ಪನಾಗಿದ್ದಿದ್ದರೆ ನನ್ನನ್ನು ಮೃದು ವಾಗಿ ಮಾತಾಡಿಸುತ್ತ ವಾತ್ಸಲ್ಯದಿಂದ ನೋಡುತ್ತಿದ್ದನೇನೊ. ಈ ಯೋಚನೆ ಬಂದಾಗ

ಅಲಮೇಲು ಸಣ್ಣಗೆ ನಕ್ಕಳು. ಬಲಕ್ಕೆ ಬಾಯಿ ಹಿಗ್ಗಿಸಿ ನಕ್ಕ ಆ ನಗೆ ನೆರೆದ ಸ್ಲಮ್ಮಿನವರಿಗೆ ನೋವಾಗಿ ಕಾಣಿಸಿತು. ತನ್ನನ್ನು ಎದೆಗೊರಗಿಸಿಕೊಂಡಿದ್ದವನ ಕಣ್ಣಿನಲ್ಲಿ ಉಕ್ಕಿದ ಕರುಣೆಯನ್ನು ಬೇರೆ ಯಾರಲ್ಲೂ ಅವಳು ಕಂಡಂತಿರಲಿಲ್ಲ.

ಕಳೆದ ಮೂರು ವರ್ಷದಿಂದ ಅಲಮೇಲು ಸಾಮಾನುಗಳನ್ನು ತರುವುದಕ್ಕಾಗಿ ಬೆಳಗ್ಗೆ ಸಂಜೆ ಪಾಂಡಿಬಜಾರಿಗೆ ಇದೇ ರಸ್ತೆಯಲ್ಲಿ ಹೋಗುತ್ತಿದ್ದಳು. ಹಬೀಬುಲ್ಲಾ ರಸ್ತೆಯಿಂದ ಮಾಸಿಲಮಣಿ ಮುದಲಿ ರಸ್ತೆಗೆ ತಿರುಗಿ ನೇರವಾಗಿ ಪಾಂಡಿಬಜಾರಿಗೇ ಹೋಗಬಹುದಿತ್ತು. ಆದರೆ ಅವಳು ಮಾಸಲಿಮಣಿ ಮುದಲಿ ರಸ್ತೆಗೆ ತಿರುಗದೆ ಕೋಡಂಬಾಕ್ಕಂ ರೈಲ್ವೇ ಸ್ಟೇಷನ್ನಿಗೆ ಹೋಗಿ, ರೈಲು ಹಳಿಗಳಗುಂಟ ಸಾಲುಗಟ್ಟಿದ ಗುಡಿಸಲುಗಳ ಮಾರ್ಗದಲ್ಲಿ ಸುತ್ತಿಕೊಂಡು ಹೋಗುತ್ತಿದ್ದಳು. ಇದಕ್ಕೆ ಕಾರಣವಿಷ್ಟೆ. ಒಮ್ಮೆ ಆಕಸ್ಮಿಕವಾಗಿ ಕುಂಟುತ್ತ ನಡೆಯುತ್ತಿದ್ದಾಗ ಅಪರಿಚಿತನೊಬ್ಬ ತನ್ನ ಭುಜಕ್ಕೆ ಮೈಯುಜ್ಜಿಕೊಂಡು ಹೋಗಿದ್ದ. ವಿಪರೀತ ಹೆದರಿಕೆಯಾಗಿ ಕಾಲು ನಡುಗಿದರೂ, ಅವನೆಂದ ಒಂದು ಮಾತು ಅಲುಮೇಲುವಿನ ಬಿಳಿಚಿಕೊಂಡ ಕೆನ್ನೆಗೂ ಕೆಂಪು ತಂದಿತ್ತು. ಅಲುಮೇಲು ಅವತ್ತು ಪಾಂಡಿಬಜಾರಿಗೆ ಹೋಗಬೇಕೆಂದುಕೊಂಡು ಉದ್ದಕ್ಕೆ ಕೋಡಂಬಾಕ್ಕಂ ಸ್ಟೇಷನ್ನಿನತ್ತ ನಡೆಯತೊಡಗಿದ್ದಳು. ಅವಸರದಲ್ಲಿ ಕಾಲೆಳೆಯುತ್ತಿದ್ದ ಅವಳಿಗೆ ಚೌಕವೊಂದರ ಮೂಲೆಯಲ್ಲಿ ಹಾವಾಡಿಗನೊಬ್ಬ ಒಂದು ಭಾರಿ ಗುಂಪನ್ನೇ ಆಕರ್ಷಿಸಿದ್ದರಿಂದ, ರಸ್ತೆಯ ನಾಲ್ಕೂ ಕಡೆಗಳಿಂದ ಏನಾಗಿದೆಯೋ ಏನೋ ಎಂದು ಅವಸರವಸರವಾಗಿ ಓಡಿಬರುತ್ತಿದ್ದ ಜನರನ್ನು ಕಂಡು ವಿಚಿತ್ರವೆನಿಸಿತು. ಜನರ ಗುಂಪನ್ನು ದಾಟಿದರೂ ಆ ಕಡೆಯೇ ಒಂದು ಕಣ್ಣಿಟ್ಟು ನಡೆಯುತ್ತಿದ್ದವಳ ಭುಜವನ್ನು ಇದ್ದಕ್ಕಿದ್ದಂತೆ ಯಾರೋ ಉಜ್ಜಿದ ಹಾಗಾಯಿತು. ಹರಕಲು ಚಡ್ಡಿ ತೊಟ್ಟ ಮೆಳ್ಳಗಣ್ಣಿನ ಕುಳ್ಳ. ಹೆಗಲಿನ ಮೇಲೊಂದು ಚೌಕವಿಟ್ಟು. ಕೆದರಿದ ತಲೆಯಿಂದ ಇಳಿಯುತ್ತಿದ್ದ ಬೆವರು ಕೆನ್ನೆಯ ಮೇಲೆ ಗೆರೆಗಳಾಗಿದ್ದವು. ಎದೆಯ ಮೇಲಿನ ಕೂದಲು ಮಿಂಚುತ್ತಿತ್ತು. ಕೆಳದುಟಿಯ ಮೇಲೊಂದು ಹುಣ್ಣು ಬಿರಿಯುವ ಹಂತದಲ್ಲಿತ್ತು. ಅಲಮೇಲು ತಿರುಗಿದಾಗ ಅವನು ಎಡಕ್ಕೆ ಬಿದ್ದು ಹೋಗುವವನಂತೆ ನಟಿಸಿ, ತನ್ನ ಕಡೆ ಕಣ್ಣಗಲಿಸಿ 'ಎನ್ನ ಅಯ್ಯರ್ ಕುಟ್ಟಿ?' ಎಂದ. ಎಡಗೈಲಿದ್ದ ಪರ್ಸನ್ನು ಎದೆಗೆ ಅವಚಿಕೊಂಡ ಅಲಮೇಲುವಿಗೆ ಅವನು ಕಿಸಿಕಿಸಿ ನಕ್ಕು ಕಣ್ಣು ಹೊಡೆದಂತಾಯಿತು. ಆ ಕ್ಷಣ ಅವಳು ಹುಬ್ಬುಗಂಟಿಕ್ಕಿದ್ದು ನಿಜ. ಆದರೆ ಮರುಕ್ಷಣ 'ಎನ್ನ ಅಯ್ಯರ್ ಕುಟ್ಟಿ?' ಎಂಬ ಮಾತಿನಲ್ಲಿ ಮಾರ್ದವವಿದ್ದಂತೆ, ಪ್ರೀತಿಯುಕ್ಕಿದಂತೆ ಅನಿಸಿತು. ಬೇಗ ಬೇಗ ಹೆಜ್ಜೆ ಹಾಕಿದಳು. ಎಡಗಡೆಗಿದ್ದ ಮಾಂಸದಂಗಡಿಯ ಕಡೆ ಎಂದೂ ಕಣ್ಣೆತ್ತದಿದ್ದವಳು ಇಂದು ಅಲ್ಲಿ ಜೋತು ಹಾಕಿದ್ದ ಕುರಿಯ ಪಕ್ಕೆಲುಬುಗಳನ್ನೇ ಎವೆಯಿಕ್ಕದೆ ನೋಡಿದಳು. ಅಲ್ಲಿದ್ದ ಕೆಲವರು ತನ್ನ ಕಡೆ ತಿರುಗಿದಂತಾಯಿತು. ಮುಖ ಕೆಂಪಾಗಿ, ಮದುವಣಿಗಿತ್ತಿಯಂತೆ ನಾಚಿಕೊಂಡಳು.

ಭಗವಾನ್ ರಾಮಾನುಜಾಚಾರ್ಯರು ನಿರೂಪಿಸಿದ ಸ್ಥಿತಪ್ರಜ್ಞತೆಯ ಹಂತಗಳಾದ ಯತಮಾನ ಸಂಜ್ಞೆ, ವ್ಯತಿರೇಕ ಸಂಜ್ಞೆ, ಏಕೇಂದ್ರಿಯ ಸಂಜ್ಞೆ ಮತ್ತು ವಶೀಕಾರ ಸಂಜ್ಞೆ

ಗಳನ್ನು ಕಲ್ಯಾಣಮ್ಮನವರಿಗೆ ಸವಿಸ್ತಾರವಾಗಿ ಬೋಧಿಸುತ್ತಿದ್ದ ಪ್ರೊಫೆಸರ್ ತಿರುಚ್ಚಂದೂರ್ ಶ್ರೀನಿವಾಸ ರಾಘವಾಚಾರ್ಯರಿಗೆ ವಿಶೇಷ ಸದ್ದು ಮಾಡುತ್ತ ಹಸನ್ಮುಖಿಯಾಗಿ ಒಳಗೆ ಕಾಲಿಟ್ಟ ಅಲಮೇಲುವಿನಿಂದ ರಸಭಂಗವಾಯಿತು. 'ಏನೇ ನಕ್ಕೊಂಡು ಬರುತ್ತಿ? ಏನಾಯಿತೇ ನಿನಗೆ, ನಗು ಬರುವುದಕ್ಕೆ! ಹುಚ್ಚು ಮುಂಡೇದೆ!' ಎಂದು ಗದರಿಕೊಂಡವರು, ಅಲುಮೇಲು ಒಳ ನುಸುಳಿ ಕಣ್ಮರೆಯಾದ ಮೇಲೆ ಭಗವಂತನನ್ನೇ ವಿವಾಹವಾಗುವುದಾಗಿ ನಿಶ್ಚಯಿಸಿದ ಅಂಡಾಳ್, ದೇವರಿಗಾಗಿ ಕೋದ ಹೂವನ್ನು ತಾನೇ ಮುಡಿದುಕೊಂಡು, 'ಆ ಭಗವಂತನಿಗೆ ತಾನು ಒಪ್ಪಿತವಾಗಬಲ್ಲೆನೇ?' ಎಂದು ಕನ್ನಡಿ ನೋಡಿಕೊಳ್ಳುತ್ತಿದ್ದ ಪ್ರಸಂಗ ವನ್ನು ಎತ್ತಿಕೊಂಡರು.

ಊಟದ ಮನೆಯಲ್ಲಿ ಅಪ್ಪನ ಎದುರಿಗೆ ತಟ್ಟೆಯ ಮುಂದೆ ಬಲತೊಡೆಯನ್ನು ನೆಲ ಕ್ಕೂರಿ ಎಡೆತೊಡೆಯನ್ನು ನಿಲ್ಲಿಸಿ, ಎಡಗೈಯಿಂದ ಅದನ್ನು ಬಳಸಿ ಕೂತುಕೊಳ್ಳಬೇಕಾದರೆ ಅಲಮೇಲುವಿಗೆ ತೀರ ಬೇಸರವೆನಿಸಿತು. ಅಪ್ಪ ಎದುರಿಗಿದ್ದರೂ ಅವಳು ಕಳೆಗುಂದಲಿಲ್ಲ. ಪ್ರೊಫೆಸರ್ ಶ್ರೀನಿವಾಸ ರಾಘವಾಚಾರ್ಯರು ಅವಳ ಮುಖದಲ್ಲಿ ಕಂಡ ಹೊಸ ಚಹರೆ ಯಿಂದ ಅಸಮಾಧಾನ ಹೊಂದಿ ಹೆಂಡತಿಯ ಕಡೆ ತಿರಸ್ಕಾರ ರಂಜಿತ ಗಾಂಭೀರ್ಯದಿಂದ ನೋಡಿದ್ದು ಒಂದೆರಡು ಸಲವಲ್ಲ.

ಊಟವಾದ ಮೇಲೆ ಕಲ್ಯಾಣಮ್ಮನವರು 'ಕಲ್ಕಿ' ಪತ್ರಿಕೆಯನ್ನು ತಿರುಗಿಸುತ್ತಾ ಕೂತರೆ, ಪ್ರೊಫೆಸರು ಎರಡನೆಯ ಬಾರಿ 'ಹಿಂದೂ' ಪತ್ರಿಕೆಯಲ್ಲಿ ಕಣ್ಣಾಡಿಸುವುದು ವಾಡಿಕೆ. ಎಂದಿ ಗಿಂತ ವಿಶಾಲವಾಗಿ ಕಂಡ ಹಾಸಿಗೆಯಲ್ಲಿ ಅಲಮೇಲು ಬೋರಲು ಬಿದ್ದುಕೊಂಡು ಹಾವಾಡಿಗನನ್ನು, ಸುತ್ತ ನೆರದ ಜನರನ್ನು, ತನ್ನ ಭುಜ ಉಜ್ಜಿ ಕಣ್ಣು ಮಿಟುಕಿಸಿದವನನ್ನು, ಮಾಂಸದಂಗಡಿಯಲ್ಲಿ ತನ್ನ ಕಡೆ ಕಣ್ಣಿಟ್ಟ ಮುಖವನ್ನು ಕಣ್ಣ ಮುಂದೆ ತಂದುಕೊಂಡಳು. ರೂಢಿಯಂತೆ ಇವತ್ತೂ ರಾಮಾನುಜನೊಡನೆ ಕಳೆದ ದಿನಗಳನ್ನು ನೆನೆಸಿಕೊಂಡಳು. ಅವನ ತೋಳುಗಳಲ್ಲಿ ಹುದುಗಿದ ಹಾಗೆ, ಅವನ ಕೈ ತನ್ನ ಮೈಯ ಮೃದುಭಾಗಗಳನ್ನು ಒತ್ತಿದ ಹಾಗೆ ಅನ್ನಿಸಿ ನಿದ್ದೆ ಹೋದಳು.

ಅಂದಿನಿಂದ ಅಲುಮೇಲು ಪಾಂಡಿ ಬಜಾರಿಗೆ ಹೋಗಲು ಮಾಸಿಲಮಣಿ ಮುದಲಿ ರಸ್ತೆಗಿಳಿಯದೆ ಕೋಡಂಬಾಕ್ಕಂ ರೈಲ್ವೇ ಹಳಿಗಳಗುಂಟ ಕರೆದೊಯ್ಯುವ ದಾರಿಯನ್ನೇ ಹಿಡಿದಳು. ಜನರ ಗಿಜಿಗಿಜಿಯಿದ್ದಷ್ಟೂ ಅವಳಿಗೆ ಸಂತೋಷ. ಈ ರಸ್ತೆಗಿದ್ದ ಎರಡು ಫುಟ್ ಪಾತುಗಳಲ್ಲಿ ಒಂದರ ಉದ್ದಕ್ಕೂ ಗುಡಿಸಲುಗಳು. ಇನ್ನೊಂದು ಫುಟ್‌ಪಾತಿನಲ್ಲಿ ಜನ, ಜನ. ಬ್ಯಾಸ್ಕೆಟ್ ಹಿಡಿದುಕೊಂಡು ಕುಂಟುತ್ತ ನಡೆಯುವ ಅಲುಮೇಲು ಯಾರಿಗಾದರೂ ಮೈ ತಾಕಿಸಿದರೆ ನೋಡಿದವರಿಗೆ ಅವಮರ್ಯಾದೆಯೆನಿಸಲಿಲ್ಲ! ಈ ಪ್ರದೇಶದಲ್ಲಿ ಜಗಳ, ಹೊಡೆ ದಾಟ, ಕೊಳ್ಳೆ ತೀರಾ ಸಾಮಾನ್ಯವೆಂದು ತಿಳಿದಿದ್ದರೂ ಅವಳು ಹೆದರಲಿಲ್ಲ. ಆಕಸ್ಮಿಕವಾಗಿ ಮೈಸೋಕುವ ಜನರಿಂದ, ಕುತೂಹಲ ಬಿಚ್ಚುವ ಕಣ್ಣುಗಳಿಂದ, ಒಮ್ಮೊಮ್ಮೆ ಗೇಲಿ ಮಾಡುವ ಧಾಟಿಯಲ್ಲಿ ಕೇಳಿ ಬರುತ್ತಿದ್ದ ಶಿಳ್ಳೆಯಿಂದ ಅವಳು ಪುಲಕಗೊಳ್ಳುತ್ತಿದ್ದಳು.

ತನ್ನ ಬದುಕಿನ ಮೂವತ್ತಾರನೇ ವರ್ಷದಲ್ಲಿದ್ದ ಅಲಮೇಲುವಿಗೆ ಇದೇ ರಸ್ತೆ ಚೂರಿ ಹಾಕಿತು. ಬೆಳಗಿನ ಹನ್ನೊಂದು ಗಂಟೆ. ಮಾಂಸದಂಗಡಿಯ ಎದುರಿಗೆ ಒಂದು ದೊಡ್ಡ ಗುಂಪು ಸೇರಿತ್ತು. ಬರಿಮೈಯ್ಯ ಧಡಿಯನೊಬ್ಬ ಹದಿನಾರು-ಹದಿನೆಂಟು ವರ್ಷದ ಹುಡುಗ ನೊಬ್ಬನನ್ನು ಜುಟ್ಟು ಹಿಡಿದು ನೆಲಕ್ಕೆ ಕುಕ್ಕಿ ಮುಖ ಮೂತಿ ನೋಡದೆ ಬಾರಿಸುತ್ತಿದ್ದ. ಹುಡುಗನ ಬಾಯಿಂದ ರಕ್ತ ಒಸರುತ್ತಿತ್ತು. ತೊಟ್ಟಿದ್ದ ಷರಟು ಚಿಂದಿಯಾಗಿತ್ತು. ಸ್ವಲ್ಪ ದೂರದಲ್ಲಿ ಸಗಣಿಯ ಮಂಕರಿಯೊಡನೆ ಕೂತು ಎಲೆ ಅಡಿಕೆ ಜಗಿಯುತ್ತಿದ್ದ ಇಬ್ಬರು ಹೆಂಗಸರು ಈ ಜಗಳವನ್ನೇ ನೋಡುತ್ತಿದ್ದರು. ಮೂಗಿನ ಎರಡೂ ಬದಿಗಳಲ್ಲಿ ಮೂಗುತಿ ಮಿನುಗಿದ್ದ ಒಬ್ಬಳು ಕ್ಷಣ ಕ್ಷಣಕ್ಕೂ ಹಲ್ಲು ಕಚ್ಚುತ್ತಿದ್ದಳು. ಧಡಿಯ ಹೊಡೆದ ಪ್ರತಿಯೊಂದು ಏಟಿಗೂ ಅವಳು ಭುಜ ಕುಣಿಸುತ್ತಿದ್ದಳು. ಇನ್ನೊಬ್ಬಳು ಎರಡೂ ಕಾಲು ಚಾಚಿಕೊಂಡು ಕಂಕುಳು ಕೆರೆಯುತ್ತಾ ತನ್ನದೇ ಲೋಕದಲ್ಲಿದ್ದಳು. ಇವರೆಲ್ಲರನ್ನು ನೋಡಿದ ಅಲಮೇಲು ಕುಂಟುತ್ತ, ಬೇಗ ಬೇಗ ನೆರೆದ ಗುಂಪಿನ ಅಂಚನ್ನು ಬಳಸಿ ಹಿಂದೆ ತಿರುಗದೆ ನಡೆಯ ತೊಡಗಿದಳು. ಹತ್ತು ಮಾರು ನಡೆದಿರಬೇಕಷ್ಟೆ. ಹುಡುಗ, 'ಬೋಳೀಮಗನೆ, ನಿನಗೆ ಮಾಡ್ತೀನಿರು' ಎಂದು ಕೂಗುತ್ತ ಧಡಿಯನ ಕೈಯಿಂದ ಬಿಡಿಸಿಕೊಂಡು ಅಲಮೇಲುವಿನತ್ತ ಓಡಿಬಂದ. ಧಡಿಯ 'ಏಯ್' ಎಂದು ಅಟ್ಟಿಸಿಕೊಂಡು ಬಂದ. ಗುಂಪಿನವರಲ್ಲೊಬ್ಬ ಧಡಿಯನನ್ನು ಹಿಡಿದು ನಿಲ್ಲಿಸಲು ಪ್ರಯತ್ನಪಟ್ಟ. ಹುಡುಗ ಸರ್ರನೆ ಅಲಮೇಲುವಿನ ಮುಂದೆ ಬಂದು ಎರಡೂ ಕೈಗಳಿಂದ ಅವಳ ಭುಜಗಳನ್ನು ಹಿಡಿದು ನಿಲ್ಲಿಸಿ ಧಡಿಯನ ಕಡೆ ನೋಡುತ್ತ ಬಾಯಿಗೆ ಬಂದಂತೆ ಬೈಯತೊಡಗಿದ. ಇದ್ದಕ್ಕಿದ್ದಂತೆ ತನ್ನ ಭುಜ ಹಿಡಿದು ಮೈಗೆ ಒತ್ತಿಕೊಂಡು ನಿಂತವನನ್ನು ಕಂಡು ಅಲಮೇಲು ಮುಖ ಅರಳಿಸಿದಳು. ಮರುಕ್ಷಣ ಆ ಹುಡುಗನ ಬಾಯಿಂದ ಒಸರುತ್ತಿದ್ದ ರಕ್ತ ನೋಡಿ ನಡುಗಿದಳು. ಈಗ ಧಡಿಯನನ್ನು ಇಬ್ಬರು ಹಿಡಿದು ನಿಲ್ಲಿಸಿದರು. ಅವನು ಸಿಕ್ಕಾಪಟ್ಟೆ ಕೂಗಾಡುತ್ತಾ ಇದ್ದಕ್ಕಿದ್ದಂತೆ ಒಂದು ಚೂರಿ ಹೊರತೆಗೆದ. ರಣಬಿಸಿಲಿಗೆ ಚೂರಿಯ ಅಲಗು ಫಳಫಳ ಹೊಳೆಯಿತು. ಹುಡುಗ ಅಲಮೇಲುವಿನ ಮುಂದೆ ಬಾಗುವುದಕ್ಕೂ ಧಡಿಯ ಎಸೆದ ಚೂರಿ ಅಲಮೇಲುವಿನ ಬೆನ್ನಿಗೆ ನಾಟುವುದಕ್ಕೂ ಸರಿಯಾಯಿತು. ಹುಡುಗ ಅವಳನ್ನು ಬಿಟ್ಟು ಮುಂದೆ ಓಡಿದ. 'ಯಾರೋ ಹೊಡೆದರು' ಎಂದಷ್ಟೇ ಅನ್ನಿಸಿದ ಅಲಮೇಲು ಸಣ್ಣಗೆ ಚೀರಿದಳು. ಚೂರಿ ಎಸೆದ ಧಡಿಯನೂ ಅವಳನ್ನು ಬಳಸಿಕೊಂಡು ಹುಡುಗನನ್ನು ಹಿಡಿಯಲು ಓಡಿದ. ಕಣ್ಣಿಗೆ ಕತ್ತಲೆ ಕವಿದು ಉಸಿರಾಡುವುದಕ್ಕೆ ಕಷ್ಟವಾಗಿ ನೆಲಕ್ಕುರುಳುವ ಸಮಯದಲ್ಲೇ ಅಲಮೇಲು, ಅವರಿಬ್ಬರೂ ಗುಡಿಸಲುಗಳ ನಡುವೆ ಮರೆಯಾದದ್ದನ್ನು ನೋಡಿದಳು.

ಅಷ್ಟು ಹೊತ್ತೂ ಜಗಳ ನೋಡುತ್ತಿದ್ದ ಗುಂಪು ಈಗ ಅಲುಮೇಲುವಿನತ್ತ ಧಾವಿಸ ತೊಡಗಿತು. ಯಾರೋ ಪೊಲೀಸಿಗೆ ಫೋನ್ ಮಾಡಿ ಎಂದರು. ಎಲ್ಲಿಂದಲೋ ಪಳನಿ ಚಾಮಿ ಅಯ್ಯೋ ಎಂದು ಕೂಗುತ್ತಾ ಓಡಿಬಂದ. ಎರಡು ಮೂಗುತಿಗಳ ಹೆಂಗಸು ಅಲ ಮೇಲುವನ್ನು ಇರಿದು ಕೆಳಗೆ ಬಿದ್ದಿದ್ದ ಚೂರಿಯನ್ನು ತನ್ನ ಮಂಕರಿಯಲ್ಲಿದ್ದ ಸಗಣಿಯಲ್ಲಿ

ತೂರಿಸಿದಳು. ಇನ್ನೊಬ್ಬಳು ಅಲಮೇಲುವಿನ ಪರ್ಸನ್ನು ಲಪಟಾಯಿಸಿದಳು. ಕಣ್ಣುಮುಚ್ಚಿ ತೆರೆಯುವುದರೊಳಗೆ ಅವರಿಬ್ಬರೂ ಮಾಯವಾಗಿದ್ದರು.

ಹುಡುಗನೊಬ್ಬ ಓಡುತ್ತ ಸೋಡ ತಂದಾಗ ಪಳನಿಚಾಮಿ ಅದನ್ನು ಅಲಮೇಲುವಿನ ಬಾಯಿಗೆ ಹಿಡಿದ. ಅವಳು ಮೇಲುಗಣ್ಣು ಮಾಡಿಕೊಂಡು ಒಂದು ಗುಟುಕು ಕುಡಿದವಳೇ ಬಲಕ್ಕೆ ತಲೆ ಹೊರಳಿಸಿದಳು. 'ನೀರೇಕೆ ಮರಳಿನಂತೆ ಗಂಟಲಿಗೆ ಸಿಕ್ಕಿಕೊಳ್ಳುತ್ತಿದೆ' ಎನ್ನಿಸಿತು.

'ಅಂಬುಲೆನ್ಸ್ ಬರೋವರೆಗೆ ಬದುಕಿರ್ತಾಳೋ ಇಲ್ಲವೋ' ಎಂದನೊಬ್ಬ.

ಅಲಮೇಲುವಿನ ಸ್ಥಿತಿಗೆ, ಅವಳ ಬೆನ್ನು ಪಳಿನಿಚಾಮಿಯ ಎದೆಯನ್ನು ತೊಯ್ಸುತ್ತಿದ್ದ ರಕ್ತಕ್ಕೆ, ಹೊಂದಿಕೊಂಡಿದ್ದ ಜನ ಗದ್ದಲ ಕಡಮೆ ಮಾಡಿದ್ದರು.

ಅಲಮೇಲು ತನ್ನ ಶಕ್ತಿಯೆಲ್ಲ ಬಿಟ್ಟು ಪಳನಿಚಾಮಿಯ ಎದೆಗೆ ಒರಗಿದಳು. ಉಸಿ ರಾಡುವುದು ಕಷ್ಟವಾಯಿತು. ಬಾಯಿ ತೆರೆದಳು. ಪಳನಿಚಾಮಿ, 'ದೂರ ಸರಿಯಿರಿ, ಸ್ವಲ್ಪ ಗಾಳಿಯಾಡೋಕೆ ಬಿಡಿ' ಎಂದು ಕೂಗಿಕೊಂಡ. ಕಣ್ಣು ಮುಚ್ಚಿಕೊಂಡ ಅಲಮೇಲುವಿಗೆ ಪಳನಿಚಾಮಿಯ ಹೃದಯದ ಬಡಿತ ಕೇಳಿಸುತ್ತಿತ್ತು. ಅವನ ತೋಳುಗಳ ಮಾಂಸಖಂಡ ಗಳು ತನ್ನ ಕಂಕುಳನ್ನು ಒತ್ತುತ್ತಿದ್ದುವು. ಕಣ್ಣು ತೆರೆದಾಗಲೆಲ್ಲ ಅವನ ಉಬ್ಬಿದ ಕಣ್ಣುಗಳಲ್ಲಿ ಕರುಣೆ ಕಾಣಿಸುತ್ತಿತ್ತು. ಅವನ ಹುಳಿವಾಸನೆಯ ಉಸಿರು, ಅವನ ಹಣೆಯಿಂದಿಳಿದು ತನ್ನ ತಲೆಯ ಮೇಲೆ ತೊಟ್ಟಿಡುತ್ತಿದ್ದ ಬೆವರು ನಿಜವಾದ ಬದುಕನ್ನು ಕರೆತಂದ ಹಾಗೆ, ಒದ್ದೆಯಾಗುತ್ತಿದ್ದ ಅವನ ಕೈಯಲ್ಲಿ ಉಯ್ಯಾಲೆ ತೂಗಿಕೊಂಡ ಹಾಗೆ ಭಾಸವಾಯಿತು.

ಪೊಲೀಸ್ ವ್ಯಾನ್ ಬಂದು ಮೂವರು ಪೇದೆಗಳು ಕೆಳಗಿಳಿಯುತ್ತಿದ್ದಂತೆ ಗುಂಪು ಚದುರತೊಡಗಿತು. ಅಲಮೇಲುವಿಗೆ ಮತ್ತೆ ಪಳನಿಚಾಮಿಯ ಮಾತು ಕೇಳಿಸಿತು. ಆ ಮಾತುಗಳು ಅರ್ಥವಾಗದಿದ್ದರೂ, ಅವನ ಧ್ವನಿಯಲ್ಲಿ ಮನುಷ್ಯ ಮನುಷ್ಯನಿಗೆ ತೋರಿಸ ಬೇಕಾದ ಅನುಕಂಪವಿದ್ದಂತಿತ್ತು. ಇಬ್ಬರು ಪೇದೆಗಳು ಪಳನಿಚಾಮಿಯನ್ನು ಎಬ್ಬಿಸಿ, ಚೂರಿ ಇರಿತದ ಗಾಯ ನೋಡುತ್ತಿರುವಂತೆ ಅಲಮೇಲು ಕೊನೆಯಬಾರಿಗೆ ಸಣ್ಣಗೆ ನರಳಿ, ಒಮ್ಮೆ ಬಿಕ್ಕಳಿಸಿ ಸಂಪೂರ್ಣವಾಗಿ ಕಣ್ಣು ಮುಚ್ಚಿದಳು. ಪೇದೆಗಳು 'ಚೂರಿ ಎಲ್ಲಿಟ್ಟಿದ್ದೀಯ?' ಎಂದು ಪಳನಿಚಾಮಿಯ ತನಿಖೆ ಆರಂಭಿಸಿದರು.

(೧೯೮೧)

*

೧೭. ದಗಡೂ ಪರಬನ ಅಶ್ವಮೇಧ

ಜಯಂತ ಕಾಯ್ಕಿಣಿ

ಮುಲುಂಡಿನ ಲಾಲಬಹದ್ದೂರ ಶಾಸ್ತ್ರ ರಸ್ತೆಯಿಂದ ಸ್ಟೇಷನ್ನಿನೆಡೆಗೆ ಮೆಲ್ಲಗೆ ಹೊರಳಿದ ಆ ಮದುವೆಯ ಮೆರವಣಿಗೆ ಈಗ ಮುಖ್ಯ ಬಜಾರಿನ ರಸ್ತೆಯಲ್ಲಿ ನಡೆಯತೊಡಗಿತು. ಅತೀ ಮುಂದೆ ಜರತಾರಿ ಜಗದ್ಗುರುಗಳಂತೆ ನಡೆಯುತ್ತಿರುವ ಬ್ಯಾಂಡಿನವರು, ಹಿಂದೆ ಹೊಳಪು ಮೀಸೆಯ ಹದಿಹರೆಯದ ಪೋರರು, ಹಿಂದೆ ಟೀ ಶರ್ಟಿನಲ್ಲಿ ಹೊಟ್ಟೆಗಳನ್ನು ಬಿಗಿದು ಕೊಂಡು ಅಭಿಮಾನದಿಂದ ಬಜಾರನ್ನೂ ನಡುನಡುವೆ ಹಿಂದಿರುವ ತಮ್ಮ ಹೆಂಡಂದಿ ರನ್ನೂ ಗಮನಿಸುತ್ತ ನಡೆದ ಮಧ್ಯಮ ವಯಸ್ಸಿನ ಗಂಡಸರು, ನಂತರ ಕುಡಿಸಿಕೊಂಡು ಕುಣಿಸಿಕೊಳ್ಳುತ್ತಿರುವ ಗುಲಾಲು ಬಡಿದುಕೊಂಡ ಚಿತ್ರ ವಿಚಿತ್ರ ಮಂದಿ. ಎಲ್ಲಕ್ಕೂ ಹಿಂದೆ ಬ್ರೇಕ್ ವ್ಯಾನಿನಂತೆ ನಡೆಯುತ್ತಿರುವ ಹೆಂಗಸರ ಗುಂಪು. ಇವೆಲ್ಲವುಗಳ ನಡುವೆ ನಸು ಕಂದು ಬಣ್ಣದ ಉಪಾಶಿ ಕಾಣುವ ಕುದುರೆಯ ಮೇಲೆ ಆ ಕುದುರೆಯದೇ ಬೆನ್ನೆಲುಬಿನ ಭಾಗವೋ ಎಂಬಂತೆ ಕೂತಿದ್ದ ಅವಕುಂಠಿತ ಮದುಮಗ. ಅವನ ಜರಿ ಪೇಟದಿಂದ ಇಳಿಬಿದ್ದ ಮಲ್ಲಿಗೆ ಹಾರಗಳು ಅವನ ಮುಖ ಮುಚ್ಚಿದ್ದವು. ಪೇಟದ ಮೇಲಿನ ಗರಿಯೊಂದು ಇನ್ನೇನು ಬೀಳಬೇಕು ಅನ್ನುವಂತಿತ್ತು. ಮೆರವಣಿಗೆಯಲ್ಲಿ ಯಾರಿಗೂ ಮದುಮಗ ದಗಡೂ ಪರಬ್‌ನ ಮುಖವೇ ನೆನಪಾಗುತ್ತಿರಲಿಲ್ಲ.

ಕುದುರೆಯ ತುಸು ಮುಂದೆ ಬಲಭಾಗದಲ್ಲಿ ರಾಷ್ಟ್ರಪತಿಯಂತೆ ನಡೆಯುತ್ತಿರು ವವನೇ ಬಾಲಚಂದ್ರ ಪರಬ್–ಮದುಮಗನ ಅಣ್ಣ–ಮದುವೆಗೆ ಕುದುರೆ ಮೆರವಣಿಗೆಯ ಆಕರ್ಷಣೆಯನ್ನು ನಿಯೋಜಿಸಿದವನು–ಸ್ವತಃ ಆಗ್ರಹಪಡಿಸಿ ಹೆಣ್ಣಿನವರಿಗೆ ಹೇಳಿ– ಕುದುರೆ ಯನ್ನು ತಾನೇ ಅಲೆದಾಡಿ ಗೊತ್ತುಮಾಡಿಸಿ ಮನೆಯಿಂದ ಹಿಡಿದು ಹೆಣ್ಣಿನವರ ಚಾಳಿನಲ್ಲಿ ಹಾಕಿದ ಮಂಟಪದವರೆಗಿನ ಮೆರವಣಿಗೆಯ ಉಸ್ತುವಾರಿ ವಹಿಸಿದವನು. ಹೀಗಾಗಿ ಆಗಾಗ ಬಜಾರಿನ ಮಂದಿಯನ್ನೂ ಮತ್ತು ಕುದುರೆಯ ಮೇಲಿನ ತಮ್ಮನನ್ನು ಗಮನಿಸುತ್ತ ನಡೆಯುತ್ತಿದ್ದನು. ತಮ್ಮ ಬಾಳಿನಲ್ಲಿ ಮೊಟ್ಟಮೊದಲ ಬಾರಿ ಕುದುರೆ ಮೆರವಣಿಗೆ ಆಗುತ್ತಿ ರುವದು ತನ್ನಿಂದಲೇ ಎಂಬುದನ್ನು ಎಲ್ಲರಿಗೂ ಹೇಳುವಂತಿತ್ತು ಅವನ ನೋಟ.

ಬಜಾರಿನಲ್ಲಿ ನಡೆದ ಮೆರವಣಿಗೆ ಶಿವಾಜಿ ಪುತ್ಥಳಿಯ ಸಮೀಪ ಬರುತ್ತಿತ್ತು. ಇನ್ನೇನು ಅದು ಶಿವಾಜಿ ಪುತ್ಥಳಿಯನ್ನು ಹಾಯಬೇಕು ಅಷ್ಟರಲ್ಲಿ–ಅಲ್ಲೇ ಬದಿಯಲ್ಲಿದ್ದ ಗರಾಜಿನಲ್ಲಿ

ಕಂಗೆಟ್ಟ ಮೋಟಾರ್ ಸೈಕಲ್ಲೊಂದು ಒದೆ ತಿಂದಿದ್ದೇ ಕಿಟಾರನೆ ಕಿರುಚಿಕೊಂಡಿತು. ಒಮ್ಮೆಗೇ ಘಟಿಸಿದ ಈ ಗಗನಭೇದಿ ಸದ್ದಿಗೆ ಒಂದು ಕ್ಷಣ ಬಜಾರಿಗೆ ಬಜಾರೇ ಮೈ ತೆಗೆಯಿತು ಮತ್ತು ಕಣ್ಣು ಮಿಟುಕಿಸುವದರೊಳಗೆ ಮೆರವಣಿಗೆಯ ಮಧ್ಯದಿಂದ ಅಶ್ವ ವರನಸಮೇತ ಓಡಿಹೋಯಿತು.

ಒಂದು ಕ್ಷಣ ಅಶ್ವ ಮುಂಗಾಲುಗಳನ್ನೆತ್ತಿ ಕೆನೆದದ್ದು, ವರನೂ ವಿಚಿತ್ರ ಆವಾಜಿನಲ್ಲಿ ಒದರಿಕೊಂಡಿದ್ದು ಮತ್ತು ಆ ಬದಿಗೆ ಬೀಳಲೋ ಈ ಬದಿಗೆ ಬೀಳಲೋ ಎಂಬಂಥ ಸಂದೇಹದಲ್ಲಿ ಓಲಾಡಿದ್ದು ಮತ್ತು ಮಿಂಚಿನಂತೆ ಕುದುರೆ ವರನನ್ನು ಹೊತ್ತುಕೊಂಡೇ ಮಾಯವಾದದ್ದು-ಇವೆಲ್ಲ ಜರುಗಿದ ಅವಾಕ್ಕು ಕ್ಷಣಗಳ ನಂತರ ತಕೋ ಹಾಹಾಕಾರ ಶುರುವಾಯಿತು. ಕಣ್ಣಿಗೆ ಬಿದ್ದ ಬೀದಿಗಳಲ್ಲಿ ಮೆರವಣಿಗೆಯ ಮಂದಿ ನುಗ್ಗಿದರು. ಬಾಲ ಚಂದ್ರ ಪರಬ್ ಆಘಾತದಿಂದ ಚೇತರಿಸಿಕೊಳ್ಳುತ್ತಲೆ ಪೆಪೆಪೆಪೆ ತಡವರಿಸುತ್ತ ಇಡೀ ಮೆರವಣಿಗೆಯನ್ನುದ್ದೇಶಿಸಿ ಏನೋ ಹೇಳಿದಂತೆ ಮಾಡಿ ಎಡಬದಿಯ ತರಕಾರಿ ಮಾರ್ಕೆಟ್ಟಿ ನಲ್ಲಿ ರಭಸದಿಂದ ನುಗ್ಗಿದ. ಅಲ್ಲಿ ಮಂದಿ ಕೈಚೀಲ-ಚಿಲ್ಲರೆ -ತರಕಾರಿಗಳ ನಡುವೆ ಮಗ್ನ ರಾಗಿದ್ದರು. ಕುದುರೆ ಹಾದುಹೋದದ್ದರ ಫರಕೇ ಅವರಿಗಿದ್ದಂತಿರಲಿಲ್ಲ. ಬಾಲಚಂದ್ರ ಪರಬ ಸರಕ್ಕನೆ ಏನೋ ಹೊಳೆದವನಂತೆ ಮರಳಿ ಓಡುತ್ತ ಶಿವಾಜಿ ಪುತ್ಥಳಿಯ ಸಮೀಪ ಬಂದು ಅಲ್ಲೇ ನಿಂತಿದ್ದ ಹೆಂಗಸರನ್ನು ಅಳಿದುಳಿದ ಬ್ಯಾಂಡಿನವರನ್ನು-ಅಲ್ಲೇ ನಿಲ್ಲಲು ಹೇಳಿದ. ರಸ್ತೆ ನಡುವೆಯೇ ನಿಲ್ಲುವದು ಅಶಕ್ಯವಾದದ್ದರಿಂದ ಹೆಂಗಸರು ಬದಿಗೆ ಸರಿದರು. ಆದರೆ ಅದು ಹಣ್ಣಿನಂಗಡಿಯನ್ನು ಸುತ್ತುವರಿದಿದ್ದರಿಂದ ಅಂಗಡಿಯವ ಬೊಬ್ಬೆ ಹಾಕಿ ಅವರನ್ನು ಮತ್ತೆ ರಸ್ತೆಯುದ್ದಕ್ಕೂ ಅಟ್ಟಿಬಿಟ್ಟ.

ಈ ಘಟನೆ ನಡೆಯುವಾಗ ಹೆಂಗಸರ ನಡುವೆ ಹೇಹೇಹೇ ಎಂದು ನಕ್ಕುಬಿಟ್ಟವಳೇ ಬಾಲಚಂದ್ರ ಪರಬನೆ ಹೆಂಡತಿ. ತಮ್ಮ ಮದುವೆಯಲ್ಲಿ ತನ್ನ ಅಪ್ಪ ಕುದುರೆ ತರಲಿಲ್ಲ ಎಂಬ ಸತ್ಯವನ್ನು ಚುಚ್ಚಿ ಹೇಳುವುದಕ್ಕೇ ಗಂಡ ಈ ಕುದುರೆಯ ಬೃಹತ್ ಯೋಜನೆಯನ್ನು ಜಿದ್ದಿನಿಂದ ಕೈಗೊಂಡಿದ್ದ ಎಂಬುದು ಅವಳಿಗೆ ಗೊತ್ತಿತ್ತು. ಅಂತೆಯೇ ನಕ್ಕು ಸುಮ್ಮನಾದಳು. ಪರಬ್ ಮಾತ್ರ ಪೂರಾ ಗೊಂದಲದಲ್ಲಿದ್ದ. 'ದಗಡೂ... ದಗಡೂ...' ಎಂದು ಬಡಬಡಿ ಸುತ್ತಲೇ ತರಕಾರಿ ಮಾರ್ಕೆಟ್ಟು ಮುಗಿಸಿ-ಗೋಶಾಲಾ ರೋಡು ತಲುಪಿದ. ಎದುರಿಗಿರುವ ಘೋರ ಪ್ರಶ್ನೆ ಕುದುರೆಯನ್ನು ಎಲ್ಲಿ ಹುಡುಕುವದು. ಸಿಕ್ಕರೆ ದಗಡೂ ಅದರ ಮೇಲೆ ಇನ್ನೂ ಇರಬಹುದೆ? ಅಥವಾ ದಗಡೂನನ್ನೇ ಹುಡುಕುವದೆ? ಇತ್ತ ಬೇರೆ ಬೇರೆ ಹಾದಿಗಳಲ್ಲಿ ಅರಸಲು ನುಗ್ಗಿದ ಸ್ವಯಂ ಸೇವಕರು-ರಸ್ತೆ ಬದಿಯನ್ನೆಲ್ಲ ಹುಡುಕಿದರು-ದಗಡೂ ಬಿದ್ದಿರ ಬಹುದೆಂದು. ಗೋಶಾಲಾ ರೋಡಿನಲ್ಲಿ ಶಾಲೆಯೊಂದು ಬಿಟ್ಟು ಮಕ್ಕಳು ಬೀದಿ ಪಾಲಾಗಿ ದ್ದರು. ಬಾಲಚಂದ್ರ ಅವರನ್ನು ನಿಲ್ಲಿಸಿ 'ಈ ದಾರಿಯಲ್ಲಿ ಕುದುರೆ ಹಾದು ಹೋದದ್ದನ್ನು ನೋಡಿದ್ದೀರಾ?' ಎಂದು ಕೇಳಿದ. ಮತ್ತೂ ಮುಂದೆ ಬಸ್‌ಸ್ಟಾಪಿನಲ್ಲಿ ಕಾದಿದ್ದ ಕೆಲವರಲ್ಲಿ ಇದೇ ಪ್ರಶ್ನೆ ಮತ್ತೆ ಕೇಳುವಾಗ ಪರಬನಿಗೆ ತೀರ ಬೇಸರವಾಗಿಹೋಯಿತು ಮತ್ತು ಇದೇ

ಕ್ಷಣಕ್ಕೆ ಕುದುರೆಯನ್ನು ತಂದ ಸಾರಥಿ ಗುಲಾಮನೆಲ್ಲಿ?–ಎಂಬ ಪ್ರಶ್ನೆ ಅವನೆದುರು ಬಂತು. ಇರಲಿ ಅವನೂ ಕುದುರೆಯನ್ನು ಹುಡುಕುತ್ತ ಹೋಗಿರಬೇಕು. ಎಲ್ಲರಿಗಿಂತ ಜಾಸ್ತಿ ಕುದುರೆಯ ಫಿಕಿರು ಅವನಿಗೇ ಇರಬೇಕಲ್ಲ. ನಾನು ಮಾತ್ರ ಈಗ ತಮ್ಮ ದಗಡೂನನ್ನೇ ಹುಡುಕುವದು ಎಂದು ಖಚಿತ ಮಾಡಿಕೊಂಡು ರಿಕ್ಷಾ ಒಂದನ್ನು ಕರೆದು ಅದರಲ್ಲಿ ಕೂತು ರಸ್ತೆ ಗಲ್ಲಿಗಳನ್ನು ಅಲೆಯಲು ಆರಂಭಿಸಿದ. ಇಲ್ಲಿ ನಿಲ್ಲಿಸು, ಅಲ್ಲಿ ನಿಲ್ಲಿಸು ಎಂದು ಪದೇ ಪದೇ ನಿಲ್ಲಿಸುತ್ತಿದ್ದ. ದೂರದಲ್ಲಿ ಬುಟ್ಟಿಗಳು ಕೂಡ–ಕುದುರೆಯಂತೆ ಕಾಣುತ್ತ, ರಸ್ತೇ ಬದಿ ಯಲ್ಲಿ ಎಲ್ಲೋ ದಗಡೂನನ್ನು ಕಂಡಂತೆ ಆಗುತ್ತ–ಕಂಗೆಟ್ಟು ಹದಿನಾರು ರೂಪಾಯಿಗೆ ಮೀಟರು ಬರುತ್ತಲೇ ನಿಲ್ಲಿಸಿಬಿಟ್ಟ.. ಈಗ ಅವನು ಉಪನಗರದಿಂದ ತೀರ ದೂರವಿದ್ದ– ಒಂದು ಆಟದ ಬಯಲಿನ ಸಮೀಪ.

ಕುದುರೆಯನ್ನು ತಂದ ಹುಡುಗ ಗುಲಾಮ ಮಾತ್ರ ಈ ಎಲ್ಲ ಗೊಂದಲದಲ್ಲಿ ಯಾರ ಕಣ್ಣಿಗೂ ಬೀಳದೆ ಮಾಯವಾಗಿದ್ದ. ಕುದುರೆ ಕೆನೆದು ಮಾಯವಾಗಿದ್ದೇ–ಗುಲಾಮ ಓಡುತ್ತ ಸ್ಟೇಷನ್ನಿಗೆ ಬಂದು ರೈಲಿನಲ್ಲಿ ಕೂತು ವಿ.ಟಿ.ಗೆ. ಹೊರಟುಬಿಟ್ಟ. ಆ ಕುದುರೆ ಅವನ ದಾಗಿರಲಿಲ್ಲ. ಅದು ಅವನು ಗುಟ್ಟಾಗಿ ಮೋಹಿಸಿ ಮನದಲ್ಲೇ ಕಾಮಿಸಿ ವಿಲಿ ವಿಲಿ ಒದ್ದಾಡಿದ ಭಾನುಮತಿಯ ಅಪ್ಪನದು. ಗುಲಾಮ ಕೆಲಸ ಮಾಡುತ್ತಿದ್ದದ್ದು ಕಲವಾದಲ್ಲಿಯ ಕಿರಾಣಿ ಅಂಗಡಿಯೊಂದರಲ್ಲಿ. ಪೊಟ್ಟಣ ಕಟ್ಟುತ್ತಿರುವಾಗಲೇ ಒಮ್ಮೆ ಅವನ ಕಣ್ಣಿಗೆಬಿದ್ದಳು ಎದುರಿನ ಲಾಯದಂತಿರುವ ಮನೆಯೊಂದರಲ್ಲಿ ಆ ಹುಡುಗಿ. ಅವಳ ತೋಳುಗಳು ಅವನನ್ನು ಆಕರ್ಷಿಸುತ್ತಿದ್ದವು. ಆ ತೋಳುಗಳನ್ನು ಬೀಸಿ ಬಳಸಿ ಕಂಕುಳನ್ನು ಗುಟ್ಟಾಗಿ ಅಡಗಿಸಿ ಅವಳು ಬಟ್ಟೆ ಒಣ ಹಾಕುವದನ್ನು ನೋಡುತ್ತ ಗುಲಾಮು ಗುಲಾಮನಾದ. ಭಾನುಮತಿಯ ಅಪ್ಪನದು ಕುದುರೆಗಳದೇ ಧಂದೆ. ಬಹಳ ಹಿಂದೆ ಟಾಂಗಾವಾಲಾ ಇದ್ದನಂತೆ. ಈಗ ನಾಲ್ಕೈದು ಟಾಂಗಾ ಇಟ್ಟಿದ್ದಾನೆ. ರಜೆಯ ಸೀಸನ್ನಿನಲ್ಲಿ ಕುದುರೆಗಳನ್ನು ಟಾಂಗಾಗಳನ್ನು ಜುಹೂ ಸಮುದ್ರ ತೀರಕ್ಕೆ ಮಕ್ಕಳ ಸವಾರಿ ಬಾಡಿಗೆಗೆಂದು ಕಳಿಸುತ್ತಾನೆ. ಬರೇ ಟಾಂಗಾ, ಲದ್ದಿ, ಕುದುರೆ ಬಾಲ, ಮೇವು ಹುರಳಿಗಳ ಕೊಟ್ಟಿಗೆಯಂತಿರುವ ಆ ಮನೆಯಲ್ಲಿ ಪುರಿ ಯಂತೆ ಉಬ್ಬುತ್ತ ಹಂಸದಂತೆ ಕಂಡು ನಕ್ಕು ಮಾಯವಾಗುವ ಭಾನುಮತಿಯ ಕಣ್ಣಿಗೂ ಗುಲಾಮ ಬೀಳತೊಡಗಿದ. ತನ್ನ ಕಣ್ಣಿನಲ್ಲೇ ಅವನನ್ನು ಅವಳು ಆಡಿಸ ತೊಡಗಿದಳು. ಒಂದು ದಿನ ಏನಾಯಿತೋ, ರಾಜಾರೋಷದಿಂದ ನಡೆದುಹೋಗಿ ಗುಲಾಮ ಅವಳಪ್ಪನ ಎದುರು ನಿಂತು ಅವಳ ಕೈಬೇಡಿದ. ಅವಳಪ್ಪ ಇದಕ್ಕೆ ಬದಲಾಗಿ ರಪಾಲನೆ ತನ್ನ ಕೈಕೊಟ್ಟ. ಅಪಮಾನದಿಂದ ಗುಲಾಮ ಸತ್ತೇಹೋದ. ಆದರೂ ಪ್ರೇಮದ ಗೆಲುವಿನ ಕುರಿತು ಹಿಂದೆ ಸಿನೆಮಾಗಳಿಂದ ಅಚಲ ಶ್ರದ್ಧೆ ಪಡೆದವನಾದ್ದರಿಂದ ಪೊಟ್ಟಣ ಕಟ್ಟುತ್ತಲೇ ಬಿಳಿಯ ತೋಳು ಗಳ ಕಡೆ ನೋಡುವ ತನ್ನ ಕಾಯಕ ನಿಲ್ಲಿಸಲಿಲ್ಲ. ಯಾಕೋ ವಿಚಿತ್ರ ಛಲದ ಸಿಟ್ಟಿನಿಂದ ಪ್ರೇಮದ ನೋಟವನ್ನು ಬಿಡಲಾರಂಭಿಸಿದ. ಟಾಂಗಾವಾಲರ ದೋಸ್ತಿ ಮಾಡಿದ. ಸಾಮಾನಿಗೆ ಬಂದವರಲ್ಲಿ ಎಳೆಹುಡುಗಿಯರಿದ್ದರೆ ತಡವಾಗಿ ಸಾಮಾನು ಕೊಡುತ್ತ ಅವರೊಡನೆ ಲಲ್ಲೆಗರೆಯುತ್ತ ಭಾನುಮತಿಯ ಲಕ್ಷ್ಯವನ್ನು ಕೆರಳಿಸುವ ಪ್ರಯತ್ನವನ್ನೂ

ಮಾಡಿದ. ಅವನ ಈ ನಾಟಕ ಅತಿಯಾದ ಮೇಲೆ ಒಂದು ದಿನದಿಂದ ಭಾನುಮತಿ ಇವನ ಕಡೆ ನೋಡುವದನ್ನೂ ಬಿಟ್ಟುಕೊಟ್ಟಳು. ಆಗ ಬೇಜಾರೋ ಸಿಟ್ಟೋ ತಿಳಿಯದೆ ಅಂಗಡಿಯಲ್ಲಿ ಕೂರದೆ ಎದುರಿನ ಟಾಂಗಾವಾಲನ ದೋಸ್ತಿಯಿಂದ ಠಾಣಾದ ಟಾಂಗಾ ಸ್ಟ್ಯಾಂಡಿನಲ್ಲಿ ಕಾಡು ಹರಟೆ ಮಾಡುತ್ತ ವೇಳೆ ಕಳೆಯತೊಡಗಿದ. ಇವನ ಇಂಥ ಒಂದು ಕಾಡು ಹರಟೆಯ ನಡುವೆಯೇ–ಬಾಲಚಂದ್ರ ಪರಬ್ ಮದುವೆ ಸವಾರಿಗೆ ಕುದುರೆಬೇಕು ಎಂದು ಚೌಕಾಶಿ ಮಾಡಲು ಬಂದ. ಗುಲಾಮನಿಗೆ ವಿಚಿತ್ರ ಸೇಡಿನ ಸಾಹಸ ಬಂತು. 'ದುಡ್ಡು ಕೈಲಾದ್ದು ಕೊಡಿ. ನಾಳೆ ನಸುಕಿಗೇ ಕುದುರೆ ತರುತ್ತೇನೆ. ಅಲಂಕಾರ ವಗೈರೆ ಮಾತ್ರ ಆಗಲಿಕ್ಕಿಲ್ಲ'–ಎಂದು ವಾಗ್ದಾನ ಮಾಡಿದ. ಮರುದಿನ ನಚ್ಚ ನಸುಕಿನಲ್ಲಿ ಎದ್ದು ಭಾನುಮತಿಯ ಅಪ್ಪನ ಲಾಯದಲ್ಲಿಯ ಟಾಂಗಾದ ಕುದುರೆಯೊಂದನ್ನು ಬಿಡಿಸಿಕೊಂಡು ನಡೆಸಿಕೊಂಡೇ ಮುಲುಂಡಿನಲ್ಲಿ ಪರಬನ ಖೋಲಿಯೆದುರು ಹಾಜರಾದ. ಪರಬನ ಚಾಳಿನವರೆಲ್ಲ ಸ್ಫೂರ್ತಿಯಿಂದ ಕುದುರೆ ಸಿಂಗರಿಸಲು ಬಂದವರು ಕುದುರೆಯ ಸಿಡಿಮಿಡಿಯನ್ನು ನೋಡಿ ಹಿಂಜರಿದರು. ಕೊನೆಗೂ ಸಿಂಗಾರ ಮಾಡಲಾಗದೆ, ಸಿಂಗರಿಸಿದ ಮದುಮಗನನ್ನೇ ಸ್ಟೂಲಿಟ್ಟು ಏರಿಸಲಾಯಿತು. ಸಿನೇಮಾ ಪೋಸ್ಟರುಗಳಿಂದ ಸೀದ ಜಿಗಿದು ಮನೆಯೆದುರು ಬಂದಂತಿದ್ದ ಕುದುರೆ ನೋಡೇ ಹೆದರಿದ ದಗಡೂ ಪರಬ್ –ತಾನು ಮದುಮಗನೆಂಬುದನ್ನೇ ಮರೆತು ಕಂಗೆಟ್ಟ. ಕುದುರೆ ತುಸು ತಲೆ ಕೊಸರಿದರೂ ಸಾಕು –ಮುಗಿಯಿತು ತನ್ನ ಅವತಾರ ಅನಿಸುತ್ತಿತ್ತು ಅವನಿಗೆ. ಮೆರವಣಿಗೆ ಶುರುವಾಗುವಷ್ಟರಲ್ಲಿ ಬೆವರು ಬಿಟ್ಟು ಯಾಕಪ್ಪಾ ಈ ಅಣ್ಣನಿಗೆ ತಮ್ಮನಾಗಿ ಹುಟ್ಟಿದೆ ಎಂದೆನಿಸಿತು. ಮೆರವಣಿಗೆಯ ಬ್ಯಾಂಡು ಶುರುವಾದದ್ದೇ ಕುದುರೆ ಸಣ್ಣಗೆ ಜಿಗಿದಂತೆ ಮಾಡಿ –ದಗಡೂನ ಪೃಷ್ಠಕ್ಕೆ ಬಲವಾದ ಪೆಟ್ಟು ಬಂತು. ನೋವನ್ನು ಅರಗಿಸಿಕೊಳ್ಳಲು ತುಸು ಕುಂಡೆ ಜರುಗಿಸಿದ್ದೇ ಮತ್ತೊಮ್ಮೆ ಅಲ್ಲೇ ಪೆಟ್ಟು ಬಂದು ನರ ಜನ್ಮವನ್ನೇ ಕುರಿತು ದಗಡೂ ಪರಿತಪಿಸಿದ. ಇದೆಲ್ಲದಕ್ಕೂ ನಿರ್ವಿಕಾರವಾಗಿಯೇ ನಡೆದಿದ್ದ ಗುಲಾಮ.

ಆದಷ್ಟು ಬೇಗ ಕುದುರೆಯ ಸನಿಹದಿಂದ ಇಲ್ಲವಾಗುವ ಹವಣಿಕೆಯಲ್ಲಿದ್ದ. ಆದರೂ ಮದುವೆ ಅಂದ ಮೇಲೆ ವಯಸ್ಸಿಗೆ ಮೀರಿದ ಕುಪ್ಪಸ ತೊಟ್ಟು ಪದೇ ಪದೇ ಅತ್ತರು ಹಚ್ಚಲು ಬರುವ ಚಂದದ ತರಳೆಯರು ಇದ್ದೇ ಇರುತ್ತಾರಲ್ಲ, ಆ ಆಕರ್ಷಣೆಗೆ ಬಲಿಯಾದ ಗುಲಾಮ ಇನ್ನೂ ಮೆರವಣಿಗೆಗೆ ಅಂಟಿಕೊಂಡೇ ಇದ್ದ. ಬಾಲಚಂದ್ರ ಪರಬನಂತೂ ಗುಲಾಮನಿಗಾಗಿ ನಡೆಯುತ್ತಿರುವಾಗಲೇ ಗೋಲ್ಡ್ ಸ್ಪಾಟ್ ತರಿಸಿ ಒಡೆಸಿಕೊಟ್ಟ. ಶಿವಾಜಿ ಪುತ್ಥಳಿಯ ಸಮೀಪ ಗುಲಾಮನ ಗೋಲ್ಡ್ ಸ್ಪಾಟ್ ಮುಗಿಯುವದಕ್ಕೂ ಕುದುರೆಯ ಪಲಾಯನಕ್ಕೂ ಸರಿಹೋಯಿತು. ಅತ್ತ ಇತ್ತ ನೋಡದೇ ಸ್ಟೇಷನ್ನಿನೆಡೆ ಓಡಿದವನೇ ವಿ.ಟಿ.ಗೆ. ಹೋಗಿ ಸಿನಿಮಾ ನೋಡುವಾ ಎಂದು ರೈಲಿನಲ್ಲಿ ಕೂತುಬಿಟ್ಟ. ಭಾನುಮತಿ ಮತ್ತು ಅವಳಪ್ಪನ ಮನೆ ಹಾಳಾಗಲಿ ಎಂದು ಶಪಿಸುವುದನ್ನು ಮರೆಯಲಿಲ್ಲ.

ಇತ್ತ ಕಲವಾದಲ್ಲಿ ಎಂಟಕ್ಕೆ ಎದ್ದ ಭಾನುಮತಿಯ ಅಪ್ಪ ಸುದ್ದಿ ತಿಳಿದಿದ್ದೇ ಸಿಟ್ಟಿನಿಂದ ಕುಣಿದಾಡಿದ. ತನ್ನ ಟಾಂಗಾಗಳನ್ನು ಕಲವಾ ಠಾಣಾ ಪ್ರದೇಶದಲ್ಲಿ ಕುದುರೆ ಹುಡುಕಲೆಂದೇ

ಅಡ್ಡಾಡಿಸಿದ. ಪೊಲೀಸ್ ಸ್ಟೇಷನ್ನಿಗೆ ಹೋಗಿ ಪುಕಾರು ಕೊಟ್ಟ. ಕುದುರೆಯ ಕುರಿತು ವಿವರ ಕೊಡುವಾಗ ಬಣ್ಣ ಏನೆಂದು ತಿಳಿಯದೇ 'ಕುದುರೆಯ ಬಣ್ಣ' ಎಂದ. ಭಾನುಮತಿ ಮೀಯಲು ನಿಂತಳು. ಮೈ ತೊಳೆಯುತ್ತ ತಿಕ್ಕುತ್ತ ಲಲ್ಲಲ್ಲಾ ಎಂದು ಹಾಡಿದಳು. ಬೆಳಗಿನಿಂದಲೇ ಏನೋ ಹುರುಪು ಅವಳಿಗೆ.

ಇತ್ತ ಆಟದ ಬಯಲಿನ ಬದಿಯಲ್ಲಿ ಬಿಸಿಲಲ್ಲಿ ಹೈರಾಣಾಗಿ ನಡೆಯುತ್ತಿದ್ದ ಬಾಲಚಂದ್ರ ಪರಬನನ್ನು ಯಾರೋ 'ಅರೇ-ನೀವಿಲ್ಲಿ? ಇಂದು ನಿಮ್ಮ ತಮ್ಮನ ಮದುವೆ ಇತ್ತಲ್ಲ...' ಎಂದು ಹೇಳಿ ಪೆಟ್ಟು ತಿನ್ನುವದನ್ನು ಸ್ವಲ್ಪದರಲ್ಲಿ ತಪ್ಪಿಸಿಕೊಂಡರು. ಒಂದು ಕ್ಷಣ ಅವನಿಗೆ ಮದುವೆ ಮಂಟಪ-ಊರು-ತನ್ನ ಚಾಳು ಎಷ್ಟೋ ದೂರ ಇರುವಂತೆ ಅನಿಸಿತು. ಕುದುರೆ ಮತ್ತು ದಗಡೂ ಇದ್ದಿದ್ದರೆ ಇಷ್ಟು ಹೊತ್ತಿಗೆ ಧಾರೆ ನಡೆಯುತ್ತಿತ್ತು ಅನಿಸಿತು. ಕುದುರೆ ಮತ್ತು ದಗಡೂ ಈಗಾಗಲೇ ಮಂಟಪ ತಲುಪಿ ಎಲ್ಲರೂ ತನ್ನನ್ನು ಅರಸುತ್ತಿರಬಹುದೇ ಎಂದು ಗಲಿಬಿಲಿಯೂ ಆಯಿತು. ಪೊಲೀಸು ಸ್ಟೇಷನ್ನಿಗೆ ಹೋಗುವಾ ಎಂದರೆ ಮಂಟಪದ ಲೈಸನ್ಸು, ಸ್ಪೀಕರುಗಳ ಬಳಕೆ, ಪೊಲೀಸರ ಹಫ್ತಾ ಇತ್ಯಾದಿ ಬಲೆಗಳು ಅವನನ್ನು ಕಂಗೆಡಿಸಿದವು. ಕಾಲುಗಳನ್ನು ಎಳೆಯುತ್ತಾ ಮಧ್ಯಾಹ್ನ ಎರಡರ ಹಾಗೆ ಮಂಟಪ ತಲುಪಿದ. ಮಂಟಪ ಕಾದು ಕಾದು -ಹೆಂಗಸರು ಕೂತಲ್ಲೇ ನಿದ್ದೆ ಹೊಡೆಯುತ್ತಿದ್ದರು. ಬ್ಯಾಂಡಿನವರು, ಸ್ಪೀಕರಿನವರು ಅಡಿಗೆ ಕೋಣೆ ಹೊಕ್ಕು ಹೊಕ್ಕು ಹಲ್ಲು ಗಿಂಜುತ್ತ ಹೊರಬರುತ್ತಿದ್ದರು. ಪರಬ್ ಸುಮಾರು ಮೂರು ಗಂಟೆಗೆ ಸರಕ್ಕನೆ ಎದ್ದು ನಿಂತು ಅಳಿದುಳಿದವರನ್ನೆಲ್ಲ ಉದ್ದೇಶಿಸಿ-'ಎಲ್ಲಾ ದೇವರ ಇಚ್ಛೆ. ಆಗುವದೆಲ್ಲಾ ಆಗುತ್ತದೆ'-ಎಂದು ಊಟ ಬಡಿಸಲು ಆಜ್ಞಾಪಿಸಿದ. ಹಸಿದ ಎಲ್ಲರಿಗೂ ಊಟ ಭರ್ಜರಿ ಸೇರಿತು. ಊಟದ ಮಧ್ಯ ಕುದುರೆ ಬರದಿದ್ದರೆ ಸಾಕು ಅವಸರಪಡಿಸಲು ಎಂದುಕೊಂಡರು ಕೆಲವರು. ಪರಬ್ ಮಾತ್ರ ಹೆಂಡತಿಯ ಒತ್ತಾಯದ ಮೇರೆಗೆ ಅನ್ಯಮನಸ್ಕನಾಗಿ ಜಿಲೇಬಿ ತಿಂದ. ಎರಡೇ ಹಾಡು ಬಾರಿಸಿದ ಬ್ಯಾಂಡಿನವರಿಗೆ ಪೂರಾ ಹಣ ಕೊಡಬೇಕಾದಾಗ ಪರಬನಿಗೆ ಹೃದಯ ಗಂಟಲಿಗೆ ಬಂತು. ಆದರೂ ಸುತ್ತಮುತ್ತ ಜನ ನೋಡುತ್ತಿರುವದನ್ನು ಖಾತ್ರಿ ಪಡಿಸಿಕೊಂಡೇ ನೋಟುಗಳನ್ನು ಎಣಿಸಿಕೊಟ್ಟ. ಸ್ಪೀಕರಿನವ ಸಂಜೆಯ ತನಕ ಉಳಿಯಲೋ ಎಂದು ಕೇಳಿದಾಗ-'ಬೇಕಾದರೆ ಹೋಗು' ಎಂದು ದಬಾಯಿಸಿದ. ನಂತರ ತಾನು ಖುರ್ಚಿಯೊಂದರಲ್ಲಿ ಕೂತು ತೂಕಡಿಸಿದ.

ಶಿವಾಜಿ ಪುತ್ಥಳಿಯ ಬಳಿ ಗರಾಜಿನ ಆ ಸಿದ್ದಗೆ ಕುದುರೆಗೆ ಆದದ್ದೇನು? ಆ ಕುದುರೆ ಈ ಹಿಂದೆ ಕೆಲ ಕಾಲ ಸರ್ಕಸ್ಸಿನಲ್ಲಿತ್ತು. ನಂತರ ಕೆಲ ತಿಂಗಳು ಸಿನಿಮಾ ಶೂಟಿಂಗಿನಲ್ಲೂ ಇತ್ತು. ಕುದುರೆಯ ನೆನಪುಗಳು ಸಾದಾ ಅಂತೂ ಇರಲಿಲ್ಲ. ಮೋಟರ ಸೈಕಲಿನ ಘಟಘಟಿಸುವ ಸದ್ದು -ಕುದುರೆಯಲ್ಲಿ ಸರ್ಕಸ್ಸಿನ ಯಾವ ನೆನಪುಗಳನ್ನು ಎಗರಿಸಿತೋ ಯಾವ ಬಲ್ಲ. ಆ ಕ್ಷಣಕ್ಕೆ ಕುದುರೆ ಮೈ ತೆಗೆದು ಜಿಗಿದು ಮುಂಗಾಲುಗಳನ್ನೆತ್ತಿ ಓಟ ಕಿತ್ತಿತ್ತು. ನಸುಕಿನಿಂದ ಶುರುವಾದ ಇಲ್ಲದ ಉಸಾಬರಿಯಲ್ಲಿ ಅದು ಮೊದಲೇ ರೇಗಿ ಹೋಗಿತ್ತು. ಈ ಸದ್ದೇ ಸಾಕಾಯಿತು. ಧಡಕ್ ಧಡಕ್ ಎಂದು ಎಗರುತ್ತ ರಾಜಾಜಿ ತರಕಾರಿ ರಸ್ತೆಯಲ್ಲಿ ಹೊಕ್ಕಿದ

ಅದು ಸೆಕೆಂಡುಗಳಲ್ಲಿ ಅದನ್ನು ದಾಟಿ ಅಡ್ಡ ತಿರುಗಿ ಝುವೇರ್ ರಸ್ತೆಯಲ್ಲಿ ಹೊಕ್ಕು ಅಲ್ಲಿಂದ ಗೋಶಾಲಾ ರೋಡಿಗೆ ಹೊರಳಿ ಓಡಿತು. ಅದರ ಬೆನ್ನ ಮೇಲೆ ಬೆಂಡಿನ ಪದಕದಂತೆ ದಗಡೂ ಅಲಗುತ್ತಿದ್ದ. ಕುದುರೆಯ ಕತ್ತನ್ನು ಅದ್ಯಾವ ರೀತಿಯಲ್ಲಿ ಅಪ್ಪಿ ಹಿಡಿದಿದ್ದನೋ ಅದ್ಯಾವ ಶಕ್ತಿಯಿಂದ ಕಣ್ಣು ಮುಚ್ಚಿದ್ದನೋ ಕುದುರೆಯ ಜಿಗಿತದಲ್ಲಿ ಒಂದಾಗುತ್ತಾ –ಅರೇ ತಾನಿನ್ನೂ ಬಿದ್ದೇ ಇಲ್ಲವಲ್ಲ ಎಂಬ ಅಚ್ಚರಿಯನ್ನೂ ಮರೆತು ವಿಚಿತ್ರವಾಗಿ ಕೆನೆಯ ತೊಡಗಿದ. ಗೋಶಾಲಾ ರೋಡಿನಲ್ಲಿಯೂ ಯಾವುದೋ ಶಾಲೆಯ ಮಕ್ಕಳು ಹೇ ಎಂದು ಕಿಕ್ಕಿರಿದು ಕೂಗಿದರು. ಅದೂ ಅವನನ್ನೂ ವಿಚಲಿತನನ್ನಾಗಿಸಲಿಲ್ಲ. ಅವನ ಪೇಟ ಮಾತ್ರ ಅಲ್ಲಿ ಬಿದ್ದು ಹೋಯಿತು. ಕೆಲವು ಮಕ್ಕಳು ಅದನ್ನು ಹಿಡಿದು ಕೆಲವು ನಿಮಿಷ ಕುದುರೆಯ ಹಿಂದೇ ಓಡಿದರು. ಆ ರಸ್ತೆಯಿಂದ ಅಡ್ಡ ತಿರುಗಿ ಕುದುರೆ ವಿಶಾಲ ಸೇಂಟ್ ಪೈಸ್ ಆಟದ ಬಯಲಿನ ನಡುವೆ ಹಸುಗಳ ನಡುವಿನಿಂದ ಎರಡು ಮೂರು ಕ್ರಿಕೆಟ್ ಪಿಚ್‌ಗಳ ಮೇಲಿಂದ ಹಾಯುತ್ತ ಸಣ್ಣ ಗೋಡೆಯನ್ನೂ ಹಾರಿ ಪೆಟ್ರೋಲ್ ಬಂಕಿನ ಬದಿಯ ಸಣ್ಣ ಜಾಗದಿಂದ ಆಗ್ರಾ ರಸ್ತೆಯನ್ನು ಸೇರಿ ಧಡೂತಿ ವಾಹನಗಳು, ಟ್ರಕ್ಕುಗಳು, ಡಬಲ್‌ಡೆಕ್ಕರುಗಳ ನಡುವೆ ಓಡತೊಡಗಿತು. ಪೇಟ ಕಳಚಿಬಿದ್ದ ದಗಡೂನನ್ನು ಬಸ್ಸಿನಿಂದ ಜನ ವೀಕ್ಷಿಸಿದರು. ಹೆದ್ದಾರಿಯ ವಾಹನಗಳ ನಡುವೆ ಕುದುರೆ ಈಗ ನೆಗೆಯತೊಡಗಿತು. ಈ ಒಂದು ಹಂತ ದಲ್ಲೇ ದಗಡೂ ಈ ವ್ಯವಹಾರಿಕ ಜಗತ್ತಿನೊಡನೆಯ ತನ್ನ ಕಿಂಚಿತ್ತೂ ಕಾರ್ಯಕಾರಣ ಸಂಬಂಧ ಕಳೆದುಕೊಂಡು, ವಿಲಕ್ಷಣ ಹಗುರುತನವನ್ನು ಅನುಭವಿಸುತ್ತ ಕುದುರೆಯೊಡನೆ ಒಂದಾಗಿ ಹೋದ. ತನ್ನ ಮಿಲ್ಲಿನ ನೌಕರಿ, ಅಣ್ಣನ ದಾದಾಗಿರಿ, ಗೊರಟುಹಲ್ಲಿನ ಮದು ವಣಗಿತ್ತಿ, ತನ್ನ ಸುಡುಗಾಡು ದಿನಚರಿ ಎಲ್ಲವನ್ನೂ ಒಂದೇ ನೆಗೆತದಲ್ಲಿ ಒದ್ದಂತೆ ಅನಿಸಿ ಗಟ್ಟಿಯಾಗಿ ಕುದುರೆಯ ಕತ್ತನ್ನು ಅವಚಿಕೊಂಡ. ಒಂದು ಕ್ಷಣದಲ್ಲಿ ತಾನೇ ಶಿವಾಜಿಯಾಗಿ ರಾಯಗಡ ಕೋಟೆಯನ್ನು ಹತ್ತುತ್ತಿರುವಂತೆಯೂ ಅವನಿಗೆ ಭ್ರಮೆ ಆಯಿತು. ಕುದುರೆ ರಭಸದಿಂದ ಹೆದ್ದಾರಿಯಗುಂಟ ಓಡುತ್ತಿತ್ತು–ಆಕ್ಟ್ರಾಯ್ ನಾಕೆಯನ್ನು ದಾಟಿ, ಸಿಗ್ನಲ್ಲು ಗಳನ್ನು ಹಾರಿಸಿ ಕೇವಲ ತನಗೇ ಗೊತ್ತಿದ್ದಂತಿರುವ ಗುರಿಯ ಕಡೆಗೆ.

ಹೀಗೇ ಎಷ್ಟೋ ಹೊತ್ತು ಓಡಿದ್ದೇ ಹೆದ್ದಾರಿ ಬಿಟ್ಟು ಪರಿಚಿತ ಒಳದಾರಿಗಳನ್ನು ತುಳಿ ಯುತ್ತ ಉಪನಗರ ಒಂದನ್ನು ಹೊಕ್ಕು–ತೇಕುತ್ತ–ಶ್ವಾಸ ಬಿಡುತ್ತ–ತೀರ ಇಕ್ಕಟ್ಟು ಗಲ್ಲಿ ಯೊಳಗೆ ನುಸುಳಿ ಮನೆಯೊಂದರ ಲಾಯದಂಥ ಚಾವಡಿಯಲ್ಲಿ ನಿಂತು ಬಿಟ್ಟಿತು. ಆ ಮನೆಯಿಂದ ಆಳುಗಳು ಬಂದು ಸೋತು ಜೋತಿದ್ದ ದಗಡೂನನ್ನು ಇಳಿಸಿಕೊಂಡರು. ಅವನ ಜರತಾರಿಯ ಬಟನ್ನುಗಳನ್ನು ತೆಗೆದು ಗಾಳಿ ಹಾಕಿ ಹಗ್ಗದ ಮಂಚದ ಮೇಲೆ ಒರಗಿಸಿದರು. ಅವನ ತೇಲುಗಣ್ಣುಗಳ ಬಳಿಗೆ ಒಬ್ಬಳು ಹುಡುಗಿ ತಂಬಿಗೆ ತುಂಬ ನೀರು ತಂದು ನಿಂತಳು. ಅವನು ಗಟಗಟಾ ಸದ್ದು ಮಾಡುತ್ತ ನೀರು ಕುಡಿಯುತ್ತಿರುವಾಗಲೇ ಲಲ್ಲಲಾ ಎಂದು ಹಾಡುತ್ತ ಮರೆಯಾದಳು. ಎರಡು ಮಾತಿಲ್ಲದೆ ಎರಡೇ ನಿಮಿಷದಲ್ಲಿ ಭಾನುಮತಿಯ ಅಪ್ಪ ಕುದುರೆ ಹಿಡಿದು ತಂದ ಈ ವೀರ, ಸಿದ್ಧಮದುಮಗನನ್ನು ಅಳಿಯ ನನ್ನಾಗಿ ಸ್ವೀಕರಿಸಿ ಬಿಟ್ಟ.

ಎಷ್ಟೋ ತಿಂಗಳುಗಳ ನಂತರ ಬಾಲಚಂದ್ರ ಪರಬನ ಕಿವಿಯ ಮೇಲೆ ಯಾರೋ ಸುದ್ದಿ ಹಾಕಿದರು–ಜುಹೂ ಸಮುದ್ರತೀರದಲ್ಲಿ ದೊಡ್ಡ ಚಂದ ಟಾಂಗಾದ ಮೇಲೆ ಮಕ್ಕಳನ್ನು ಕೂರಿಸಿಕೊಂಡು ದಗಡೂ ಬಾಡಿಗೆಗೆ ಹೊಡೆಯುತ್ತಿದ್ದಾನೆ ಎಂದು. ಅದೇ ದಿನ ಸಂಜೆ ಹೆಂಡತಿ ಮಕ್ಕಳನ್ನು ಕರೆದುಕೊಂಡು ಒಂದು ರೈಲು ಎರಡು ಬಸ್ಸುಗಳನ್ನು ಬದಲಿಸಿ ಬಾಲಚಂದ್ರ ಪರಬ್ ಜುಹೂ ತಲುಪಿದ. ಅಲ್ಲಿಯ ಬೀಚಿಗೆ ಹೋದರೆ ಎಷ್ಟೊಂದು ಜನ ಸಮುದ್ರ, ಎಷ್ಟೊಂದು ಟಾಂಗಾ ಕುದುರೆಗಳು ಒಂಟೆಗಳು ಮಕ್ಕಳು, ಬಲೂನು ಇವೆಲ್ಲವು ಗಳ ನಡುವೆ ದಗಡೂನೂ ಕಾಣುತ್ತಿಲ್ಲ. ಅವನನ್ನು ಹೊತ್ತ ಟಾಂಗಾವೂ ಕಾಣುತ್ತಿಲ್ಲ. ಕಾಲು ನೋಯುವತನಕ ಸುತ್ತಾಡಿದ. ಹೆಂಡಿರು ಮಕ್ಕಳನ್ನು ಒಂದೆಡೆ ಕಡಲೇಪೊಟ್ಟಣ ಕೊಟ್ಟು ಕೂಡ್ರಿಸಿ ಪುನಃ ಸುತ್ತಾಡಿ ದಣಿದು ಬಂದು ಕೂತ. ಅವನ ನಿರಾಸೆ ನೋಡಿ ಹೆಂಡತಿ 'ಸಿಗಲಿಲ್ಲವೆ. ದಗಡೂ ಸಿಕ್ಕಿದ್ದರೆ ಕಡೇ ಪಕ್ಷ ಆ ದಿನ ಮಂಟಪಕ್ಕೆ, ಮದುವೆಯೂಟಕ್ಕೆ ನಾವು ಮಾಡಿದ ಖರ್ಚನ್ನಾದರೂ ಕೇಳಬಹುದಿತ್ತು' ಎಂದು ಗೊಂಯ್‌ಗುಟ್ಟಿದಳು. ಅದಕ್ಕವನು ಅಳುಬುರುಕು ದನಿಯಲ್ಲಿ ರೇಗಿ 'ಛೇ, ಅಣ್ಣ ಅಂತ ನಾನು ಅಷ್ಟೂ ಮಾಡದಿದ್ದರೆ ಹ್ಯಾಗೆ?' ಎಂದು ತೀರ ನಿರುಪಾಯನಾಗಿ ಸಮುದ್ರ ನೋಡಿದ.

(೧೯೮೮)

*

೧೮. ಪಯಣ

ಸಾರಾ ಅಬೂಬಕ್ಕರ್

ಆಕೆ ಪಯಣ ಹೊರಟಿದ್ದು ವಸಂತದ ಒಂದು ಬೆಳಗಿನಲ್ಲಿ, ಕವಿದಿದ್ದ ಮಂಜು ಆಗಲೇ ಕರಗಿ ಹೋಗಿ ವಾತಾವರಣ ಶುಭ್ರವಾಗಿ ಪಯಣಕ್ಕೆ ತಕ್ಕುದಾದ ಹವಾಮಾನ ಉಂಟಾಗಿತ್ತು. ವಸಂತಾಗಮನಕ್ಕಾಗಿ ಕಾದು ಕಾತರಿಸಿದ ಕೊಂಬೆಗಳು ಎಲೆಗಳನ್ನುದುರಿಸಿ ಮೊಗ್ಗ ಚಿಗು ರೊಡೆದು ಬಣ್ಣ ಬಣ್ಣದ ಹೂಗಳನ್ನು ಹೊತ್ತು ನಿಂತಿದ್ದುವು. ಕೆಂಪು, ನೀಲಿ, ಹಳದಿ ಬಣ್ಣದ ಹೂಗಳು. ಎತ್ತ ನೋಡಿದರೂ ಹೂ, ಹಣ್ಣುಗಳಿಂದ–ತುಂಬಿತುಳುಕುವ ಪ್ರಕೃತಿ. ಗಿಡ, ಬಳ್ಳಿಗಳೂ ಹಳೆ ಎಲೆಗಳನ್ನುದುರಿಸಿ ಹೊಚ್ಚ ಹೊಸದಾದ, ತಿಳಿಹಸಿರು, ಕಡು ಹಸಿರು ಎಲೆಗಳಿಂದ ತಮ್ಮನ್ನಲಂಕರಿಸಿಕೊಂಡು ನಿಂತಿದ್ದವು. ಆಕೆ ಮೈಮರೆತು ಸುತ್ತಲೂ ನೋಡ ತೊಡಗಿದಳು. ಕೋಗಿಲೆಯ ಕುಹೂ.... ಕುಹೂ... ಎಂಬ ಮಧುರವಾದ ಹಿನ್ನೆಲೆ ಸಂಗೀತ ದೊಡನೆ ಗಾಡಿ ನಿಲ್ದಾಣವನ್ನು ಬಿಟ್ಟು ನಿಧಾನವಾಗಿ ಮುಂದುವರಿಯಿತು.

ದೊಡ್ಡದಾದ ನೀರಿನ ಡಬ್ಬ, ಸಾಕಷ್ಟು ಆಹಾರ ಪದಾರ್ಥಗಳ ಬುತ್ತಿ ಆಕೆಯ ಬಳಿ ಯಲ್ಲಿದ್ದುವು. ಸೂಟುಕೇಸುಗಳ ತುಂಬಾ ಬಟ್ಟೆಬರೆ ಆಭರಣಗಳೂ ಇದ್ದುವು ಎಂದ ಬಳಿಕ ಈ ಪಯಣವು ಆಹ್ಲಾದರಕವಾಗಿ ರೋಮಾಂಚನವನ್ನುಂಟು ಮಾಡದಿದ್ದೀತೇ? ಕಿಟಕಿ ಯಿಂದ ಕಾಣುವ ಕೋಟೆ ಕೊತ್ತಳಗಳು, ತುಂಬಿ ಹರಿಯುತ್ತಿರುವ ನದಿಗಳು. ಗೋಧಿ, ಭತ್ತ, ಕಬ್ಬಿನ ಹೊಲಗಳ ಮಧ್ಯೆ ಹರಿಯುವ ಕಾಲುವೆಗಳು. ಆಕೆಯ ಕಣ್ಣಿಗೆ ಬಿದ್ದುದೆಲ್ಲವೂ ಈ ನಯನಮನೋಹರವಾದ ದೃಶ್ಯಗಳೇ. ಬೆಂಕಿಯಲ್ಲಿ ಕರಟಿಹೋದ ಬಳ್ಳಿಗಳು, ನೀರಿನ ಒರತೆಯೇ ಇಲ್ಲದ ಬಂಜರು ಭೂಮಿ, ಜಿಂಕೆಗಳನ್ನು ನುಂಗುವ ಹುಲಿಗಳು ಮುಂತಾದು ವುಗಳ ಕುರಿತು ಆಕೆ ಕಂಡೂ ಕೇಳರಿಯಳು. ದೂರದಲ್ಲಿ ಕಾಣುತ್ತಿರುವ ಬೆಟ್ಟಗಳೆಲ್ಲವೂ ಬಹಳ ನುಣ್ಣಗಿವೆಯೆಂದೇ ಆಕೆ ಕಲ್ಪಿಸಿಕೊಂಡಿದ್ದಳು.

ಹೊರಭಾಗದ ಈ ಸುಂದರ ದೃಶ್ಯಗಳಲ್ಲೇ ಮೈಮರೆತ ಆಕೆಗೆ ತನ್ನ ಪಕ್ಕದಲ್ಲಿ ಪುರುಷ ನೊಬ್ಬ ಬಂದು ಕುಳಿತುದರ ಅರಿವಾಗಿರಲೇ ಇಲ್ಲ.

'ಕ್ಷಮಿಸಿ ನಾನು ಇಲ್ಲಿ ಕುಳಿತುಕೊಳ್ಳಬಹುದೇ?' ಆಕೆ ತಿರುಗಿ ನೋಡುತ್ತಲೇ ಕೇಳಿದ ನಾತ.

'ಅದಕ್ಕೆ. ನನ್ನ ಅನುಮತಿಯ ಅಗತ್ಯವಿದೆಯೇ?' ಮುಗುಳ್ನಗುತ್ತಾ ಕೇಳಿದಳಾಕೆ.

ಹೀಗೆ ಪ್ರಾರಂಭವಾಯಿತು ಸಂಭಾಷಣೆ, ಈಗ ಆಕೆ ಹೊರಗಿನ ದೃಶ್ಯವನ್ನು ಪೂರ್ತಿ ಮರೆತಳು. ಪಕ್ಕದಲ್ಲಿ ಕುಳಿತುಕೊಂಡ ಈ ಯುವಕನಲ್ಲಿಯೇ ಕೇಂದ್ರೀಕರಿಸಿತು ಆಕೆಯ ಗಮನ, ತಾನೇತಾನಾಗಿ ಆಕೆಯ ಪಕ್ಕದ ಸ್ಥಳವನ್ನಾಕ್ರಮಿಸಿದವನು ಆಕೆಯ ಹೃದಯ ದೊಳಕ್ಕೂ ನುಸುಳುವ ಸಿದ್ಧತೆ ನಡೆಸಿದ್ದನು.

'ಹಣ್ಣು ತಿನ್ನುವಿರಾ?' ಬುತ್ತಿ ಬಿಚ್ಚುತ್ತಾ ಕೇಳಿದನಾತ.

ಆಕೆ ನೋಡಿದಳು, ಆತನ ಬುತ್ತಿ ತೀರಾ ಚಿಕ್ಕದು, ಆದರೂ ಆಕೆ ಕೈ ನೀಡಿದಳು. 'ಹೂಂ... ಕೊಡಿ.'

ಆಕೆಯ ಬೃಹದಾಕಾರದ ಬುತ್ತಿ ನೋಡುತ್ತಾ ಆಕೆಗೆ ಹಣ್ಣು ನೀಡಿದನಾತ, ಮುಂದಿನ ಊಟದ ವೇಳೆಗೆ ಆಕೆಯ ಬುತ್ತಿಯಿಂದಲೇ ಉಣ್ಣುವ ಕನಸು ಕಾಣುತ್ತಿದ್ದನಾತ. ಆಕೆ ಯೊಡನೆ ಹರಟುತ್ತಾ ತೀರಾ ಆತ್ಮೀಯನಾಗಿಬಿಟ್ಟನು.

ಆಕೆಯೊ, ಸಂಪೂರ್ಣ ಪರವಶಳಾಗಿದ್ದಳು. 'ನನ್ನಲ್ಲೇ ಬೇಕಾದಷ್ಟು ಆಹಾರ ಪದಾರ್ಥ ಗಳಿವೆ, ನಾವು ಒಟ್ಟಿಗೆ ಹಂಚಿಕೊಂಡು ಉಣ್ಣುವಾ' ಎಂಬ ಆಕೆಯ ಸಲಹೆಗಾಗಿಯೇ ಕಾದಿದ್ದವನಂತೆ ಕೂಡಲೇ ಒಪ್ಪಿಕೊಂಡನು. ಆಕೆ ತನ್ನ ಬುದ್ದಿಯೆಲ್ಲವನ್ನೂ ಬಿಚ್ಚಿ ಆತ ನೆದುರು ಹರಡಿದಳು. ಆತನು ಮನಃಸ್ಸೇಚ್ಛೆಯಂತೆ ಬೇಕು ಬೇಕಾದುದನ್ನೆಲ್ಲ ಬೇಕಾದಂತೆ ಭುಂಜಿಸಿದನು. ಆತನ ವಾಕ್ಚಾತುರ್ಯ ಆಕೆಯನ್ನು ಮರುಳುಗೊಳಿಸಿತು. ಈಗ ಆಕೆಯ ಬುತ್ತಿಯನ್ನು ಆತನು ತನ್ನಿಷ್ಟದಂತೆ ಬಳಸುತ್ತಿದ್ದನು.

ಎದುರು ಬೆಂಚಿನ ಮಹಿಳೆ ಪಕ್ಕದಲ್ಲಿರುವಾಕೆಯೊಡನೆ ಪಿಸುಗುಟ್ಟಿದಳು.

'ಆತ ಅವಳ ಬುತ್ತಿಗಾಗಿಯೇ ಆಕೆಯ ಬಳಿ ನುಸುಳಿದ್ದಾನೆ! ಅದನ್ನೆಲ್ಲ ಖಾಲಿ ಮಾಡಿ ಪರಾರಿಯಾಗುತ್ತಾನೊ ಏನೊ!'

'ಆಕೆಯ ಕೈಗೊಂದು ಮಗುವನ್ನೂ ಕೊಡುತ್ತಾನೇನೊ!' ಇನ್ನೊಬ್ಬಾಕೆಯೂ ದನಿ ಗೂಡಿಸಿದಳು. ಕ್ರಮೇಣ ಆ ಬೋಗಿಯಲ್ಲಿದ್ದ ಇತರರೂ ಕೂಡಾ ಇವರೆಡೆಗೆ ನೋಡುತ್ತಾ ಪಿಸುಗುಟ್ಟ ತೊಡಗಿದರು, ಇದ್ಯಾವುದೂ ತನ್ನ ಅರಿವಿಗೇ ಬಾರದಂತೆ ಆಕೆ ಆತನಲ್ಲಿ ತನ್ಮಯಳಾಗಿದ್ದಳು.

ಗಾಡಿ ಮುಂದುವರಿಯುತ್ತಲೇ ಇತ್ತು. ತಣ್ಣನೆಯ ಗಾಳಿ, ತಂಪಾದ ಹವೆ, ತುಂಬಿದ ಹೊಟ್ಟೆ, ಮಾತುಮಾತಿಗೂ ನಗಿಸುತ್ತಿದ್ದ ಜೊತೆಗಾರ. ಈ ಪಯಣ ಎಷ್ಟೊಂದು ಆಹ್ಲಾದಕರ! ಆಕೆ ಕುಳಿತದಲ್ಲೇ ತೂಕಡಿಸತೊಡಗಿದಳು. ಆಕೆ ಮಲಗಲಣಿಯಾಗುತ್ತಿದ್ದಂತೆ ಆತನು ಪಕ್ಕಕ್ಕೆ ಸರಿದನು. ಕಿಟಕಿಯಿಂದ ಕಾಣುತ್ತಿದ್ದ ಝುಗ ಝುಗಿಸುತ್ತಿದ್ದ ತಾರೆಗಳನ್ನು ಮೋಡವೊಂದು ಮರೆಮಾಡಿದಾಗ ಆಕೆ ಗಾಢ ನಿದ್ದೆಯಲ್ಲಿದ್ದಳು. ಎಲ್ಲೊ ಮಗುವಿನ ಅಳು ಕೇಳಿ ಎಚ್ಚತ್ತಳಾಕೆ.

ಆಕೆ ಎದ್ದು ಕುಳಿತು ಸುತ್ತಲೂ ದಿಟ್ಟಿಸಿದಳು. ಗಾಢಾಂಧಕಾರ ಕವಿದ ಹಾದಿಯಲ್ಲಿ ಗಾಡಿ ಮುಂದುವರಿಯುತ್ತಲೇ ಇತ್ತು. ಆಕೆ ಪಕ್ಕಕ್ಕೆ ಹೊರಳಿ ಸುತ್ತಲೂ ದೃಷ್ಟಿ ಹರಿಸಿದಳು.

ಅತನೆಲ್ಲಿ? ಎದುರು ಬೆಂಚಿನಲ್ಲಿದ್ದಾನೆಯೇ? ಎಲ್ಲಿಯೂ ಕಾಣುತ್ತಿಲ್ಲವಲ್ಲ?

ಜೋರಾಗಿ ಮಗುವೊಂದರ ಅಳು ಕೇಳಿಸಿದೆಡೆಗೆ ತಿರುಗಿ ನೋಡಿದಳು.

ಅರೆ, ಮಗು! ಇದೆಲ್ಲಿಂದ ಬಂತು ಈ ಮಗು? ಪಕ್ಕದಲ್ಲಿ ಅಳುತ್ತಾ ಕುಳಿತಿದ್ದ ಮಗುವನ್ನೇ ದಿಟ್ಟಿಸಿದಳು. ಹೌದು, ಆತನದೇ ಕಣ್ಣು, ಮೂಗು ಎಲ್ಲ! ಅಂದರೆ ಆತ ತನ್ನ ಬಳಿ ಬಂದಾಗ ಆತನ ಬಳಿಯಲ್ಲಿ ಮಗುವಿತ್ತೆ? ಅದು ತನ್ನ ಅರಿವಿಗೆ ಬಂದೇ ಇರಲಿಲ್ಲವಲ್ಲ? ಇರಲಿ, ಈಗ ಆತನೆಲ್ಲಿ?

ಗಾಡಿಯ ತುಂಬ ಓಡಾಡಿ ಆತನನ್ನು ಹುಡುಕಿದಳಾಕೆ. ಉಹುಂ, ಈಗಾತ ಎಲ್ಲೂ ಕಣ್ಣಿಗೆ ಬೀಳುತ್ತಿಲ್ಲ. ತಾನು ಮೈಮರೆತು ಮಲಗಿದ್ದಾಗ ಅಳುತ್ತಿದ್ದ ಮಗುವನ್ನು ತನ್ನ ಬಳಿ ಬಿಟ್ಟು ಯಾವುದೊ ನಿಲ್ದಾಣದಲ್ಲಿಳಿದು ಗಾಢಾಂಧಕಾರದಲ್ಲಿ ಎಲ್ಲೊ ಮರೆಯಾಗಿದ್ದನಾತ. ತನ್ನ ಬುತ್ತಿ ಎಲ್ಲವೂ ಮೊದಲಿದ್ದಂತಿದೆಯೇ ಎಂದು ಈಗ ಆಕೆ ಪರೀಕ್ಷಿಸಿದಳು. ಇಲ್ಲ, ಆತನ ಕೈಚೀಲದಲ್ಲಿ ತುಂಬುವಷ್ಟನ್ನು ಕೊಂಡೊಯ್ದಿದ್ದನಾತ! ಅದು ಬಹಳ ದೊಡ್ಡ ಬುತ್ತಿಯಾದು ದರಿಂದ ಪೂರ್ತಿ ಒಯ್ಯಲು ಸಾಧ್ಯವಾಗಲಿಲ್ಲವೇನೋ!

ಆಕೆ ಅವಮಾನದಿಂದ ಕುಗ್ಗಿ ಹೋದಳು. ಎಂತಹ ವಂಚನೆಗೊಳಗಾದೆನಲ್ಲ ತಾನು? ಎಂತಹ ಉಪಾಯದಿಂದ ತನ್ನ ಬಳಿ ಮಗುವನ್ನು ಬಿಟ್ಟು ಹೋದನಾತ! ತನ್ನೆದುರಿಗೇ ಕುಳಿತ ಮಹಿಳೆಯರು ಪಿಸುಗುಟ್ಟಿದಾಗಲೂ ತಾನೇಕೆ ಎಚ್ಚರಗೊಳ್ಳಲಿಲ್ಲ?

ಕಣ್ಣೀರಿನ ತೆಳು ಪೊರೆ ತುಂಬಿ ತುಳುಕದಂತೆ ಪ್ರಯತ್ನಪೂರ್ವಕವಾಗಿ ತಡೆದಳು. ಕಡೆಗಣ್ಣಿನಿಂದ ಅತ್ತಿತ್ತ ನೋಡಿದಳು. ಈಗ ಎಲ್ಲರೂ ಮಗುವನ್ನು ಕುಹಕವಾಗಿ ದಿಟ್ಟಿಸುತ್ತಾ ಮುಸಿಮುಸಿ ನಗುತ್ತಿದ್ದಂತೆ ಭಾಸವಾಯಿತವಳಿಗೆ. ಎದುರು ಬೆಂಚಿನಾಕೆ ಆಕೆಗೆ ಕೇಳಿಸು ವಂತೆಯೇ ಗೊಣಗಿದಳು.

'ಹೆಣ್ಣೆಂದೂ ಎಚ್ಚರ ತಪ್ಪಬಾರದು.'

ಇದೇ ಬೋಗಿಯೊಳಗಿದ್ದರೆ ಹುಚ್ಚೇ ಹಿಡಿದೀತೆಂದು ತೋರಿತವಳಿಗೆ. ಹೃದಯಕ್ಕೆ ಆತ ಮಾಡಿದ ಗಾಯಕ್ಕೆ ಆರೈಕೆ ಮಾಡಲೂ ಪುರುಸೊತ್ತಿಲ್ಲದಂತೆ ಮಗು ಅಳುತ್ತಿತ್ತು. ಆಕೆ ಮಗುವನ್ನೆತ್ತಿಕೊಂಡು ತನ್ನ ಸಾಮಾನು ಸರಂಜಾಮುಗಳೊಡನೆ ಆ ಬೋಗಿಯಿಂದಿಳಿದು ಇನ್ನೊಂದು ಬೋಗಿಯನ್ನು ಹತ್ತಿ ಕುಳಿತಳು.

ಬೇರೆಯೇ ಪರಿಸರ: ಬೇರೆಯೇ ಜನರು. ಹೊರಭಾಗದ ದೃಶ್ಯವೂ ಈಗ ಬೇರೆ ಯಾಗಿಯೇ ಕಂಡಿತವಳಿಗೆ. ವಸಂತವೆಲ್ಲ ಕಳೆದು ಹೋಗಿತ್ತು. ಕೆಂಪು, ನೀಲಿ, ಹಳದಿ ಹೂಗಳಿಂದ ತುಂಬಿದ ಮರಗಳಲ್ಲಿ ಹೂಗಳೆಲ್ಲವೂ ಉದುರಿ ಬೋಳಾಗಿ ಬರೀ ಅಡ್ಡಡ್ಡ ಹರಡಿದ ಕೊಂಬೆ ರೆಂಬೆಗಳು ತನ್ನನ್ನು ಅಣಕಿಸುವಂತೆ ತೋರಿತವಳಿಗೆ. ಕೋಗಿಲೆಗಳೆಲ್ಲವು

ಹಾರಿ ಹೋಗಿದ್ದವೇನೊ. ಕಾಗೆಗಳ ಕರ್ಕಶ ಸ್ವರ ಮಾತ್ರ ಈಗವಳಿಗೆ ಇನ್ನಷ್ಟು ಕರ್ಣ ಕಠೋರವಾಗಿ ಕೇಳಿಸುತ್ತಿತ್ತು. ಸಹಪ್ರಯಾಣಿಕರ ಹೃದಯದಲ್ಲಿ ವಾತ್ಸಲ್ಯದೊರತೆಯೂ ಇರಲಿಲ್ಲ.

ಹೃದಯಕ್ಕಾಗದ ಗಾಯವನ್ನಾಕೆ ಮೆಲ್ಲಮೆಲ್ಲನೆ ಹೊಲಿದುಕೊಂಡಳು. ಮಗು ಆಕೆಯ ಮುಖ ನೋಡಿ ನಗುತ್ತಿದ್ದಂತೆ, 'ಅಮ್ಮ' ಎಂದು ತೊದಲುತ್ತಿದ್ದಂತೆ ಪೂರ್ತಿ ಬೆಳಗಾಯಿತು. ಪೂರ್ವದಲ್ಲಿ ಸೂರ್ಯಕಿರಣಗಳು ಮಸಿ ತುಂಬಿದ ಬಾನಂಗಳವನ್ನು ಗುಡಿಸಿದವು.

ಗಾಡಿ ಮುಂದುವರಿಯುತ್ತಲೇ ಇತ್ತು.

ಮೆಲ್ಲಮೆಲ್ಲನೆ ಹೊರಗಿನ ದೃಶ್ಯ ಬದಲಾಗುತ್ತಿತ್ತು. ಮತ್ತೆ ವಸಂತದ ಹೂಗಳು ಅರಳ ದಿದ್ದರೂ ಒಣಗಿದಂತಿದ್ದ ಮರಗಳು ಚಿಗುರತೊಡಗಿದ್ದುವು. ನೆಲವೂ ಒಣ ಮರುಭೂಮಿ ಯಲ್ಲ; ಅಲ್ಲಲ್ಲಿ ನೀರಿನ ಒರತೆ ಇದೆ.

ಯಾರೀತ? ಎಲ್ಲೊ ನೋಡಿದಂತಿದೆಯಲ್ಲಾ? ನಿಲ್ದಾಣವೊಂದರಲ್ಲಿ ತನ್ನ ಬೋಗಿ ಹತ್ತಿ ತನ್ನ ಬಳಿ ಕುಳಿತುಕೊಂಡಾತನನ್ನು ಕಡೆಗಣ್ಣಿನಿಂದಲೇ ನೋಡಿದಳು. ಈಗಾಕೆ ಮೊದಲಿ ನಂತೆ ಮೈಮರೆಯಲಾರಳಲ್ಲ? ಸರಿದು ಹೋದ ವಸಂತದ ನೆನಪಿನ್ನೂ ಅಚ್ಚ ಹಸಿರು. ಒಂದು ವೇಳೆ ಆಕೆ ಮರೆತರೂ ನೆನಪಿಸಿಕೊಡಲು ಪಕ್ಕದಲ್ಲೇ ಇತ್ತಲ್ಲ ಮಗು? ನಿರ್ಲಿಪ್ತಳಾದ ಆಕೆ ಹೊರಗಡೆಗೆ ದೃಷ್ಟಿ ಹರಿಸಿದಳು.

'ಬಾ ಮಗು, ನನ್ನ ಬಳಿ ಬಾ, ಚಾಕಲೇಟು ಕೊಡುತ್ತೇನೆ.' ಅಳುತ್ತಿದ್ದ ಮಗುವನ್ನು ಸಂತೈಸುತ್ತಾ ನುಡಿದನಾತ. ಹೊಸಬನನ್ನು ಕಂಡ ಮಗು ಆಕೆಯ ಮಡಿಲಲ್ಲಿ ಮುಖ ಹುದುಗಿಸಿತು. ಕೊಂಚ ಹೊತ್ತಿನ ಬಳಿಕ ಮೆಲ್ಲಗೆ ತಲೆ ಎತ್ತಿ ನೋಡಿದ ಮಗುವನ್ನು ಆತ ಇನ್ನೊಮ್ಮೆ ಕರೆದ. ಮಗುವನ್ನು ಆತ ರಮಿಸುತ್ತಾ ಹೋದಂತೆ ಅದು ಆತನೆಡೆಗೆ ಒಂದೊಂದೇ ಹೆಜ್ಜೆ ಹಾಕತೊಡಗಿತು. ಮಗು ನಿಧಾನವಾಗಿ ಆತನ ಆಕರ್ಷಣೆಗೊಳಗಾಗು ತ್ತಿತ್ತು.

ಆತ ಹಣ್ಣು ತಂದು ಮಗುವಿನ ಕೈಯಲ್ಲಿಟ್ಟು, 'ಅಮ್ಮನಿಗೆ ಕೊಡು' ಎಂದು ನುಡಿದು ಆಕೆಯಡೆಗೆ ದೃಷ್ಟಿ ಹರಿಸಿದನು. ಆತನ ತುಟಿಯಲ್ಲಿ ಮರಳುಗೊಳಿಸುವ ನಗೆಯರಳಿತ್ತು.

ಆಕೆಗೆ ಅರ್ಥವಾಯಿತು. ಈತ ಮಗುವಿನ ಮೂಲಕ ತನ್ನ ಹೃದಯದ ಹೆಬ್ಬಾಗಿಲನ್ನು ತಟ್ಟಲು ಪ್ರಯತ್ನಿಸುತ್ತಿದ್ದಾನೆ! ಆಕೆ ಹೃದಯವನ್ನು ಕೆದಕಿದಳು. ಹಿಂದಿನ ಗಾಯಕ್ಕೆ ಧೂಳು ಮುಸುಕಿತ್ತು. ಆದರೆ ಧೂಳು ಜಾಡಿಸಿ ಕೆದಕಿದ್ದಾಗಿ ಗಾಯ ನಿಚ್ಚಳವಾಗಿ ಎದ್ದು ತೋರಿತು. ಹಿಂದಿನ ಬಾರಿ ರಕ್ತ ಹರಿದ ಗುರುತಿನ್ನು ಮಾಸಿರಲಿಲ್ಲ. ಅದನ್ನು ಹಾಗೆಯೇ ತೆರೆದು ಈತನ ಮುಂದಿಡಬೇಕೆಂದುಕೊಂಡವಳು ಕೊಂಚ ಯೋಚಿಸಿ ಹಿಂಜರಿದಳು. ಇಲ್ಲ ಈ ಬಾರಿ ತಾನೇ ಬುದ್ಧಿವಂತಳಾಗಬೇಕು.

'ನಿಮ್ಮ ಬಳಿ ನೀರಿದೆಯೇ?' ಕೇಳಿದಳಾಕೆ.

'ಓ... ಧರಾಳವಾಗಿ.' ನಗುತ್ತಾ ನುಡಿದು ತನ್ನ ನೀರಿನ ಬಾಟಲಿಯನ್ನು ಆಕೆಗೆ ನೀಡಿದನು. ತನ್ನಲ್ಲಿದ್ದ ಬುತ್ತಿ ಬಿಚ್ಚಿ ಧಾರಾಳವಾಗಿ ಆಕೆಗೂ ಮಗುವಿಗೂ ಹಂಚಿದನು. ಆಕೆ ಏನೂ ತಿಳಿಯದಂತೆ ಎಲ್ಲವನ್ನೂ ಸ್ವೀಕರಿಸಿದಳು. ಆದರೆ ಈ ಬಾರಿ ಬಹಳ ಜಾಗ್ರತ ಳಾಗಿದ್ದಳು.

ಚೆನ್ನಾಗಿ ಎಚ್ಚರಗೊಂಡಿದ್ದ ಆಕೆ ತಾನೇ ಆತನನ್ನು ಸುಲಿಯಲು ಪ್ರಾರಂಭಿಸಿದಳು. 'ನಾನು ತಂದ ಬುತ್ತಿ ಎಲ್ಲವೂ ಮುಗಿದೇ ಹೋಯಿತು. ಮುಂದಿನ ನಿಲ್ದಾಣದಲ್ಲಿ ನೀವೇ ಏನನ್ನಾದರೂ ಕೊಂಡು ತನ್ನಿರಿ' ಎಂದಾಕೆ ಸೂಚಿಸಿದಳು. ಊಟವಾದ ಬಳಿಕ, 'ಮಗುವನ್ನು ಕೊಂಚ ನೋಡಿಕೊಳ್ಳಿರಿ ನಾನೀಗಲೇ ಬಂದೆ.' ಎನ್ನುತ್ತಾ ನಿಲ್ದಾಣಗಳಲ್ಲಿಳಿದು ಹಾಯಾಗಿ ಅತ್ತಿತ್ತ ತಿರುಗಿದಳು. ಈ ಮಗುವಿನ ಆರೈಕೆ ಮಾಡುವ ಕೆಲಸ ತನಗೇಕೆ ಗಂಟು ಬಿತ್ತು ಎಂದಾತ ಚಿಂತಿಸಿದ. ಆಕೆಗಾಗಿ ಮಗುವಿನ ಸೇವೆ ಮಾಡಿದ. ಆದರೆ ಆಕೆ ಪ್ರಸನ್ನಳಾಗುವ ಸುಳಿವೇ ಇಲ್ಲವಲ್ಲ?

ಆಕೆಗಾಗಿ ಆತ ಕಾದೇ ಕಾದ. ತನ್ನ ಮನದ ಭಾವನೆಗಳನ್ನೆಲ್ಲ ಕಣ್ಣುಗಳ ಮೂಲಕ ಹೊರಗೆಡಹಿದ.

ಆದರೆ,

ಆಕೆಗೆಂದೊ ಮನವರಿಕೆಯಾಗಿತ್ತು; ತನ್ನ ಪ್ರಯಾಣದ ಕೊನೆಯವರೆಗೆ ಈತ ತನ್ನೊಂದಿಗಿರಲಾರನೆಂದು. ಮೊದಲಿನಾತನಂತೆಯೇ ಪ್ರಯಾಣ ಮಧ್ಯದ ನಿಲ್ದಾಣದಲ್ಲೆಲ್ಲೊ ಈತನೂ ಇಳಿದು ಕಣ್ಮರೆಯಾಗುತ್ತಾನೆಂಬುದನ್ನು ಆಕೆ ಕಂಡುಕೊಂಡಿದ್ದಳು. ಪ್ರಯಾಣದ ಒಂದು ಚಿಕ್ಕ ಅವಧಿಗೆ ಮಾತ್ರ ಜೊತೆಗಾತಿಯೊಬ್ಬಳ ಅವಶ್ಯಕತೆ ಆತನಿಗಿತ್ತು ಎಂಬುದು ಆಕೆಗೆ ತಿಳಿದುಹೋಗಿತ್ತು. ಆದರೆ ಅಂತಹ ಜೊತೆಗಾರನ ಅಗತ್ಯ ಆಕೆಗಂತೂ ಖಂಡಿತ ಇರಲಿಲ್ಲ. ಹಾಗೆಂದೇ ತನ್ನ ಹೃದಯದ ಹೆಬ್ಬಾಗಿಲನ್ನು ಆತನಿಗಾಗಿ ತೆರೆದಿಡುವ ಯೋಚನೆಯನ್ನಾಕೆ ಮಾಡಲೇ ಇಲ್ಲ.

ಆತನ ಕಣ್ಣಿನ ಹಿಂಸೆ ತಾಳದಾದಾಗ ಆಕೆ ತನ್ನ ಹೃದಯದ ಗಾಯದ ಹೊಲಿಗೆ ಬಿಚ್ಚಿ. ಇನ್ನೂ ರಕ್ತ ಕರೆಗಟ್ಟಿದ್ದ ಹೃದಯವನ್ನು ಆತನ ಮುಂದಿಟ್ಟಳು. ಬಳಿಕ,

'ಈ ಹೃದಯಕ್ಕೆ ಇಂತಹ ಇನ್ನೊಂದು ಗಾಯವಾದರೆ ಹೊಲಿಗೆ ಹಾಕಿ ಕೂಡಿಸುವ ಶಕ್ತಿಯ ನನ್ನಲ್ಲಿಲ್ಲ; ನಿನ್ನ ಬಳಿ ಇರುವ ಮಗುವಿನ ಅಗತ್ಯವೂ ನನಗಿಲ್ಲ! ಎಂದು ಕಟುವಾಗಿಯೇ ನುಡಿದಳು.

ಅವಳಂದುಕೊಂಡಿದ್ದಂತೆಯೇ ಆತ ಅದಾವುದೊ ನಿಲ್ದಾಣದಲ್ಲಿಳಿದು ಕಣ್ಮರೆಯಾದ. ಆಕೆ ದೊಡ್ಡದಾಗಿ ನಿಟ್ಟುಸಿರು ಬಿಟ್ಟಳು. ಸದ್ಯ, ಆತನಲ್ಲಿರುವ ಮಗುವನ್ನು ತನ್ನ ಬಳಿ ಬಿಡಲು

ತಾನು ಅವಕಾಶ ನೀಡಲೇ ಇಲ್ಲವಲ್ಲ ಎಂದಾಕೆ ತನ್ನನ್ನು ತಾನೇ ಅಭಿನಂದಿಸಿಕೊಂಡಳು. ಕಿಟಕಿಯಲ್ಲಿ ಮುಖವಿಟ್ಟು ಹೊರನೋಡುತ್ತಾ ಪ್ರಕೃತಿಯ ವ್ಯವಹಾರಗಳನ್ನು ಅಭ್ಯಸಿಸುವಂತೆ ಅದರಲ್ಲೇ ತನ್ಮಯಳಾದಳು.

ದೂರದಲ್ಲೊಂದು ಬಹುಮಹಡಿ ಕಟ್ಟಡ ಕಣ್ಣಿಗೆ ಬಿದ್ದಾಗ ತಲೆ ಎತ್ತಿ ನೋಡಿದಳು. ಬಿಳಿ ಟೊಪ್ಪಿಗಳಿಂದಲಂಕೃತವಾದ ಹಲವಾರು ತಲೆಗಳು ಆಕೆಗೆ ಗೋಚರಿಸಿದುವು. ಜುಬ್ಬಾ ಧರಿಸಿದ ಈ ಜನರು ಗರಿಮುರಿಯಾದ ಪ್ಯಾಂಟು ಶರ್ಟು ತೊಟ್ಟುಕೊಂಡು ಟೈ ಕಟ್ಟಿಕೊಂಡ ಜನರೊಡನೆ ಯಾವುದೊ ಸಮಾರಂಭದಲ್ಲಿ ಭಾಗವಹಿಸುತ್ತಿದ್ದಂತೆ ಕಾಣುತ್ತಿದ್ದರು. ಎಲ್ಲರ ಕೈಗಳಲ್ಲೂ ಬಣ್ಣ ಬಣ್ಣದ ಪಾನೀಯಗಳಿಂದ ತುಂಬಿದ ಗಾಜಿನ ಲೋಟಗಳು. ಅದನ್ನು ಮೆಲ್ಲಮೆಲ್ಲನೆ ಹೀರುತ್ತಾ ಈ ಜನರುಗಳು ಹಾಡುತ್ತಾ ಕುಣಿಯುತ್ತಾ ಮೈಮರೆತಿದ್ದರು.

ಹಾಗೆಯೇ ಆಕೆ ಆ ಕಟ್ಟಡದ ಕೆಳಭಾಗಕ್ಕೆ ದೃಷ್ಟಿ ಹರಿಸಿದಳು.. ಕಟ್ಟಡದ ತಳಭಾಗದ ಬಾಗಿಲನ್ನು ಭದ್ರವಾಗಿ ಮುಚ್ಚಲಾಗಿತ್ತು. ಬಡಕಲು ದೇಹದ, ಚಿಂದಿ ಬಟ್ಟೆ ತೊಟ್ಟ ನೂರಾರು ಜನರು ಆ ಬಾಗಿಲನ್ನು ಜೋರಾಗಿ ಬಡಿಯುತ್ತಿದ್ದರು. ಕೆಲವರು ಸಿಟ್ಟಿನಿಂದ ಕುದಿಕುದಿದು ಕೈ ಮಡಚಿ ಬಾಗಿಲನ್ನು ಗುದ್ದುತ್ತಿದ್ದರು; ಇನ್ನು ಕೆಲವರು ಕಾಲಿನಿಂದ ಒದೆಯುತ್ತಿದ್ದರು. ಬಹಳಷ್ಟು ಜನರು ದೂರದಿಂದಲೇ ಗೊಣಗುತ್ತಾ ಸುಮ್ಮನಾಗುತ್ತಿದ್ದರು.

ಕೆಳಭಾಗದ ಬಾಗಿಲ ಬಳಿಯ ಈ ಯಾವ ಗಲಾಟೆಗಳೂ ಮೇಲ್ಭಾಗದ ಜನಗಳ ಕಿವಿ ತಲುಪುತ್ತಲೇ ಇರಲಿಲ್ಲ. ಬಾಗಿಲಿನಲ್ಲಿ ಕುಳಿತ ಕಾವಲುಗಾರನು ತನಗಿಷ್ಟ ಬಂದಾಗ ಇಷ್ಟ ಬಂದಂತೆ ಲಾಠಿ ಬೀಸಿ ಈ ಜನರನ್ನು ಓಡಿಸುತ್ತಿದ್ದನು. ಈ ಬಹು ಮಹಡಿ ಕಟ್ಟಡದ ಈ ಮೇಲಂತಸ್ತಿಗೆ ಏರಿ ಹೋಗಲು ಹಿಂಭಾಗದಲ್ಲಿ ಬೇರೆಯೇ ಒಂದು ಬಾಗಿಲು ಇರುವುದನ್ನಾಕೆ ಗುರುತಿಸಿದಳು. ಆ ಬಾಗಿಲು ಮಾತ್ರ ಈ ಮುಂಭಾಗದಲ್ಲಿ ಸೇರಿದ ಜನಗಳಿಗೆ ಕಾಣುವಂತಿರಲಿಲ್ಲ. ಆ ಬಾಗಿಲಿನ ಮೂಲಕ ಈ ಮೇಲಂತಸ್ತಿಗೆ ಹೋಗುವ ಜನರು ಬೇರೆಯೇ ಜನರಾಗಿದ್ದರು. ಅವರು ಅದೇ ಬಿಳಿ ಟೊಪ್ಪಿ, ಜುಬ್ಬಾ ಧರಿಸಿದವರು ಅಥವಾ ಟೈ ಕಟ್ಟಿಕೊಂಡವರಾಗಿದ್ದರು. ಅವರೆಲ್ಲರ ಕಾಲುಗಳಲ್ಲಿ ಮಾತ್ರ ದಪ್ಪದಪ್ಪವಾದ ಬೂಟುಗಳಿದ್ದವು. ಅವರು ಹೆಜ್ಜೆ ಇಟ್ಟಲ್ಲೆಲ್ಲ ರಕ್ತದ ಕಲೆಗಳು ಹರಡಿದಂತೆ ಕಾಣುತ್ತಿತ್ತು.

ಈಗ ಆಕೆ ಕಿಟಕಿಯಿಂದ ತಲೆ ತಿರುಗಿಸಿ ಬೋಗಿಯೊಳಗಿದ್ದವರ ಮುಖಗಳನ್ನು ಪರೀಕ್ಷಿಸಿದಳು. ಯಾವುದೇ ರೀತಿಯ ಆತಂಕ, ಭಯ, ರೋಷ, ತಿರಸ್ಕಾರ ಆ ಮುಖಗಳಲ್ಲಿ ಮನೆ ಮಾಡಿವೆಯೇ ಎಂದಾಕೆ ಪರೀಕ್ಷಿಸಿದಳು.

ಉಹುಂ. ಆ ಮುಖಗಳಲ್ಲಿ ಅಂತಹ ಯಾವ ಭಾವಗಳೂ ಇಲ್ಲ. ಎಲ್ಲರೂ ಈ ಬಹುಮಹಡಿ ಕಟ್ಟಡದ ಆಗು ಹೋಗುಗಳನ್ನು ಕಂಡವರೇ ಆದರೂ ಯಾರೂ ಯಾವ ವಿಧದ ಪ್ರತಿಕ್ರಿಯೆಯನ್ನೂ ನೀಡಲೇ ಇಲ್ಲ. ಸ್ತ್ರೀಯರೆಲ್ಲರೂ ತಮ್ಮ ಉಡುಗೆ ತೊಡುಗೆಗಳಲ್ಲಿ, ಊಟ ತಿಂಡಿಗಳಲ್ಲಿ, ಮಕ್ಕಳಿಗೆ ಸಮವಸ್ತ್ರ ತೊಡಿಸುವುದರಲ್ಲಿ ತಲ್ಲೀನರಾಗಿದ್ದರು. ಪುರುಷರು ಕತ್ತಿಗೆ ನೀಟಾಗಿ ಟೈ ಕಟ್ಟುವುದರಲ್ಲೇ ಹೆಚ್ಚಿನ ವೇಳೆ ಕಳೆಯುತ್ತಿದ್ದರು. ಪತ್ರಿಕೆ

ಗಳಲ್ಲಿರುವ ಜಾಹೀರಾತುಗಳೇ ಇವರ ಚರ್ಚೆಯ ವಿಷಯವಾಗಿತ್ತು. ಆಗೊಮ್ಮೆ, ಈಗೊಮ್ಮೆ ಕಿಟಕಿಯ ಹೊರಗಿನ ದೃಶ್ಯವನ್ನು ಗಮನಿಸಿದರೂ ಅದಕ್ಕೆ ಇವರ ಪ್ರತಿಕ್ರಿಯೆ ವ್ಯಂಗ್ಯ ನಗೆಯೊಂದೇ.

ಗಾಡಿ ಮುಂದೆ ಸರಿಯುತ್ತಲೇ ಇತ್ತು.

ಈಗ ಇನ್ನೊಂದು ದೃಶ್ಯ ಆಕೆಯ ಗಮನ ಸೆಳೆಯಿತು. ದೂರದಲ್ಲೊಂದು ಕಡೆ ದಟ್ಟವಾದ ಹೊಗೆ ಏಳುತ್ತಿತ್ತು. ಆಕೆ ನೋಡುತ್ತಿದ್ದಂತೆ ಅಗ್ನಿಯ ಕೆನ್ನಾಲಗೆ ಬಾನೆತ್ತರಕ್ಕೆ ಚಾಚಿತು. ಸುತ್ತಲೂ ಬಹಳಷ್ಟು ಪುರುಷರು ಸೇರಿದ್ದರು. ಜನರೆಲ್ಲರೂ ಯಾವುದೊ ಮನರಂಜನೆ ನೋಡುವಂತೆ ಸುತ್ತಲೂ ನೆರೆದಿದ್ದರು. ಆಕೆ ಪಕ್ಕದಲ್ಲಿದ್ದವರೊಡನೆ ವಿಚಾರಿಸಿದಳು, 'ಅಲ್ಲಿ ಏನಾಗುತ್ತಿದೆ?'

ಆತ ನಿರ್ವಿಕಾರ ಭಾವದಿಂದ ಉತ್ತರಿಸಿದ, 'ಅಲ್ಲೋರ್ವ ಮಹಿಳೆ ಸತೀ ಸಹಗಮನ ಮಾಡುತ್ತಿದ್ದಾಳೆ!'

ಆಕೆಯ ರೋಮ ರೋಮಗಳು ನಿಮಿರಿ ನಿಂತವು. ಅದುಮಿಡಲಾರದ ರೋಗ, ಅಸಹನೀಯ ವೇದನೆ, ಅಸಹಾಯಕತೆಯಿಂದ ಆಕೆಯ ಮುಖ ವಿಕಾರಗೊಂಡಿತು.

'ಏನು? ಹೆಣ್ಣು ಮಗಳೊಬ್ಬಳನ್ನು ಜೀವಂತ ಸುಡುತ್ತಿದ್ದಾರೆಯೇ?' ಗರ್ಜಿಸಿದಳಾಕೆ.

ಈಗಲೂ ಬೋಗಿಯೊಳಗಿನ ಪುರುಷರು ಉದಾಸೀನರಾಗಿ ಕುಳಿತಿದ್ದು ತಮ್ಮ ಜಾಹೀರಾತಿನ ಚರ್ಚೆಯಲ್ಲಿ ಮುಳುಗಿದ್ದರು. ಆದರೆ ಬೆರಳೆಣಿಕೆಯಷ್ಟು ಮಹಿಳೆಯರು ಮೈ ಕೊಡವಿ, ಬಟ್ಟೆ ಕೊಡವಿ ಎದ್ದು ನಿಂತರು.

'ಎಲ್ಲಿ? ಎಲ್ಲಿ? ಹೆಣ್ಣೋರ್ವಳನ್ನು ಜೀವಂತ ದಹನ ಮಾಡಿದವರಾರು? ಹಿರಿಯಿರಿ ಅವರನ್ನು! ಶಿಕ್ಷಿಸಿರಿ ಅವರನ್ನು!'

ಧ್ವನಿ ಎತ್ತಿ ಕಿರುಚಿದವರು ಕೆಲವೇ ಮಹಿಳೆಯರಾದರೂ ಅದು ಅಲ್ಲಲ್ಲಿ ಮಾರ್ದನಿಸಿತು. ಕೂಗು ಗಗನ ಮುಟ್ಟಿತು. ಕೆಲವು ಗಡ್ಡಧಾರಿ ಪುರುಷರು ಮತ್ತೂ ಗೊಣಗಿದರು.

'ಅದರಲ್ಲೇನು ತಪ್ಪು!'

ಆಕೆ ಮೂಗಿನ ಮೇಲೆ ಬೆರಳಿಟ್ಟುಕೊಂಡಳು. 'ಇಂತಹವರೂ ಇದ್ದಾರೆಯೇ? ಈ ನೆಲ ನೀರಿನ ಒರತೆಯೇ ಇಲ್ಲದ ಮರಳುಗಾಡಾಯಿತೆ?' ಎಂದಾಕೆ ಗೊಣಗಿಕೊಂಡಳು.

ಆಕೆ ಪುನಃ ಕಿಟಕಿಯಲ್ಲಿ ಮುಖವಿಟ್ಟು ಕುಳಿತಾಗ ಇನ್ನೊಂದು ದೃಶ್ಯವನ್ನು ಕಂಡು ಎದೆ ಭಾರವಾಯಿತು.

ಅಲ್ಲೊಂದೆಡೆ ದೊಡ್ಡದಾದ ಪಂಜರವೊಂದರಲ್ಲಿ ಹಲವಾರು ಹೆಣ್ಣು ಹಕ್ಕಿಗಳನ್ನು ಕೂಡಿ ಹಾಕಲಾಗಿತ್ತು. ಕಪ್ಪು ಹಕ್ಕಿಗಳ ಕೊಕ್ಕುಗಳನ್ನು, ಅವು ಬಾಯಿ ತೆರೆಯದಂತೆ ಹಗ್ಗದಿಂದ ಬಿಗಿಯಾಗಿ ಕಟ್ಟಲಾಗಿತ್ತು. ಹಲವಾರು ಪುರುಷರು ಈ ಪಂಜರವನ್ನು ಸುತ್ತುವರಿದು

ಹಕ್ಕಿಗಳು ಹಾರಿ ಹೋಗದಂತೆ ಕಾವಲು ಕಾಯುತ್ತಿದ್ದರು. ಆ ಪುರುಷರ ಕೈಯಲ್ಲೂ ಬಹು ಮಹಡಿ ಕಟ್ಟಡದ ಕಾವಲುಗಾರನ ಕೈಯಲ್ಲಿದ್ದಂತಹ ಲಾಠಿಗಳಿದ್ದುವು.

ಈ ದೃಶ್ಯವನ್ನು ಕಂಡು ಆಕೆಯ ರಕ್ತ ಕುದಿಯಿತು. ಆ ಗಂಡಸರನ್ನು ಹೊಡೆದೋಡಿಸಿ ಆ ಹಕ್ಕಿಗಳನ್ನು ಪಂಜರದಿಂದ ಬಿಡುಗಡೆಗೊಳಿಸಬೇಕೆಂಬ ಮಹತ್ವಾಕಾಂಕ್ಷೆ ಆಕೆಯಲ್ಲುದಿಸಿತು. ಆದರೆ ಆ ಪುರುಷರನ್ನು ಸಮೀಪಿಸಲು ಕೂಡಾ ತನ್ನಿಂದ ಸಾಧ್ಯವಾಗದೆಂಬುದನ್ನು ಆಕೆ ಕೂಡಲೇ ಮನಗಂಡಳು. ಯಾಕೆಂದರೆ ಆ ಪುರುಷರು ಗಟ್ಟಿಯಾಗಿ ಒದರಿಕೊಳ್ಳುತ್ತಿದ್ದರು. 'ಈ ಹಕ್ಕಿಗಳಿಗೆ ಈ ಬಂಧನವೆಂದರೆ ತುಂಬಾ ಇಷ್ಟ! ಅವು ಈ ಪಂಜರದೊಳಗೆ ಸುಖ ವಾಗಿವೆ!'

ಇನ್ನೂ ಆಶ್ಚರ್ಯದ ಸಂಗತಿಯೆಂದರೆ ಆ ಪುರುಷರ ಜೊತೆಯಲ್ಲಿ ಇನ್ನುಳಿದ ಹಲ ವಾರು ಪುರುಷರು ಕೂಡಾ ದನಿಗೂಡಿಸುತ್ತಿದ್ದರು. 'ಹೌದು ಆ ಹಕ್ಕಿಗಳು ಆ ಪಂಜರ ದೊಳಗೇ ಸುಖವಾಗಿವೆ!'

ಇಷ್ಟು ದೊಡ್ಡ ಪಡೆಯೆದುರು ಒಂಟಿಯಾಗಿ ಹೋರಾಡಲು ಸಾಧ್ಯವೇ?

ಆಕೆ ಮೂಲೆಯಲ್ಲಿ ಮುದುರಿ ಕುಳಿತು ಮತ್ತೊಮ್ಮೆ ಕಿಟಕಿಯಲ್ಲಿ ಮುಖವಿಟ್ಟಳು. ಪಯಣದ ಆಹ್ಲಾದಕತೆ ಎಲ್ಲವೂ ಮಾಯವಾಗಿ ಪಯಣ ಬರೇ 'ಬೋರ್' ಎನಿಸ ತೊಡಗಿತ್ತು.

ಗಾಡಿ ಓಡುತ್ತಲೇ ಇತ್ತು.

ಗಾಡಿ ಸೇತುವೆಯ ಮೇಲೆ ಹೋಗುತ್ತಿದ್ದಾಗ ಆಕೆ ಕೆಳಗೆ ನೋಡಿದಳು. ನೂರಾರು ಸ್ತ್ರೀಯರು ಆ ನದಿಯಲ್ಲಿ ಮುಳುಗೇಳುತ್ತಿದ್ದರು: ಈಜಿ ದಡ ಸೇರಲು ಸರ್ವಸಾಹಸ ಮಾಡುತ್ತಿದ್ದರು. ಬಡಕಲು ದೇಹದ, ಚಿಂದಿ ಬಟ್ಟೆ ತೊಟ್ಟ ಆ ಮಹಿಳೆಯರ ಬೆನ್ನ ಹಿಂದೆ ಮಕ್ಕಳೂ ನೇತಾಡುತ್ತಿದ್ದವು. ಕೆಲವು ಪುರುಷರೂ ಆ ಮಹಿಳೆಯರೊಡನೆ ಈಜುತ್ತಾ ಅವರನ್ನು ದಡ ಸೇರಿಸಲು ಪ್ರಯತ್ನಿಸುತ್ತಿದ್ದರು. ಆದರೆ ಅಂತಹವರ ಸಂಖ್ಯೆ ಮಾತ್ರ ಕಮ್ಮಿ. ಸ್ತ್ರೀ ಪುರುಷರೆಂಬ ಭೇದವಿಲ್ಲದೆ ಕೊಲೆಯಾದವರು ಮತ್ತು ಆತ್ಮಹತ್ಯೆ ಮಾಡಿಕೊಂಡವರ ಹೆಣಗಳು ಒಟ್ಟೊಟ್ಟಿಗೆ ತೇಲುತ್ತಿದ್ದವು. ಸ್ತ್ರೀಯರ ತೊಡೆಗಳಲ್ಲಿ ಕೆಂಪುರಕ್ತದ ಕಲೆಗಳಿನ್ನೂ ಉಳಿದಿದ್ದವು.

ತೀರದಲ್ಲಿ ನಿಂತಿದ್ದ ದಪ್ಪ ದಪ್ಪ ಮಾಂಸ ಖಂಡಗಳ ಹಲವಾರು ಪುರುಷರು ಗಹಗಹಿಸಿ ನಗುತ್ತಿದ್ದರು.

ಬೋಗಿಯೊಳಗಿನ ಜನರು ಜಡವಾಗಿ ಬಿದ್ದುಕೊಂಡು ತೂಕಡಿಸುತ್ತಿದ್ದರು.

ಈಗಾಕೆಯ ಮನ ಮರಗಟ್ಟಿ ಹೋಗಿತ್ತು. ಏನೆಲ್ಲವನ್ನು ಕಂಡರೂ ನಿರ್ವಿಕಾರ ಭಾವ ದಿಂದ ಎತ್ತಲೊ ನೋಡುತ್ತಾ ಕುಳಿತುಕೊಳ್ಳಲು ಆಕೆಗೂ ಸಾಧ್ಯವಾಗತೊಡಗಿತು. ತನ್ನ

ಬುತ್ತಿ, ತನ್ನ ನೀರು, ತನ್ನ ಮಗು ಇಷ್ಟನ್ನು ಯಾರೂ ಕೊಂಡೊಯ್ಯದಂತೆ ತಾನು ಜಾಗ್ರತೆ ಯಿಂದಿದ್ದರೆ ಸಾಕೆಂದು ತೋರತೊಡಗಿತ್ತವಳಿಗೆ.

ಆಕೆ ಪಕ್ಕಕ್ಕೆ ತಿರುಗಿ ನೋಡಿದಾಗ ಪುರುಷನೋರ್ವನು ಯಾವಾಗಲೊ ತನ್ನ ಬಳಿ ಕುಳಿತುದನ್ನು ಕಂಡಳು, 'ಹೂಂ... ಮೂರನೇಯವನೇನೊ.' ಮನದಲ್ಲಂದುಕೊಳ್ಳುತ್ತಾ ಮುಖ ತಿರುಗಿಸಿದಳಾಕೆ.

ಕೆಲ ಹೊತ್ತಿನ ಬಳಿಕ ಆಕೆ ಮತ್ತೊಮ್ಮೆ ಆತನೆಡೆಗೆ ದೃಷ್ಟಿ ಹರಿಸಿದಳು. ಆತ ಅದೇನನ್ನೊ ಬರೆಯುತ್ತಾ ಕುಳಿತಿದ್ದ. ಆಕೆಯಲ್ಲಂತೂ ತೀರಾ ನಿರಾಸಕ್ತನೇ. ಊಟದ ವೇಳೆಯಾದೊಡನೆ ತನ್ನ ಬುತ್ತಿ ಬಿಚ್ಚಿ ಉಂಡ. ಊಟವಾದೊಡನೆ ತನ್ನ ಬರಹದಲ್ಲಿ ಮುಳುಗಿದ.

ಆತನ ಈ ವರ್ತನೆ ಆಕೆಗೆ ತೀರಾ ಹೊಸದು, ಈವರೆಗೆ ಪರಿಚಯವಾದವರೆಲ್ಲ ಆಕೆಯ ಬಳಿ ಇದ್ದ ಆಹಾರಕ್ಕಾಗಿ ಬಾಯ್ಬಿಡುತ್ತಿದ್ದರು; ಕೈ ಚಾಚುತ್ತಿದ್ದರು. ಆಕೆಯ ಗಮನ ಸೆಳೆಯಲು ಮಗುವಿನೊಡನೆ ಆಟವಾಡುತ್ತಿದ್ದರು. ಆಕೆಯ ಕೃಪಾಕಟಾಕ್ಷಕ್ಕಾಗಿ ಸರ್ವ ಪ್ರಯತ್ನ ಮಾಡು ತ್ತಿದ್ದರು.

ಆದರೆ ಈತ ಅಂತಹ ಯಾವ ಪ್ರಯತ್ನವನ್ನೂ ಮಾಡಲಿಲ್ಲ. ಆಕೆಯ ಬುತ್ತಿ, ಸೂಟು ಕೇಸುಗಳನ್ನು ಕಣ್ಣೆತ್ತಿಯೂ ನೋಡಲಿಲ್ಲ. ತಲೆ ತಗ್ಗಿಸಿ ಬರೆಯುತ್ತಲೇ ಇದ್ದನು.

ಆಕೆಗೆ ಆತನ ಗಮನ ಸೆಳೆಯಬೇಕೆಂಬ ಯೋಚನೆ ಬಂತು. ಕುಳಿತಲ್ಲಿಂದ ಎದ್ದು ಅತ್ತಿತ್ತ ನಡೆದಾಡಿದಳು. ಮಗುವನ್ನಲ್ಲೇ ಬಿಟ್ಟು ಸ್ನಾನದ ಕೋಣೆಗೆ ನಡೆದಳು.

ಆಕೆ ಹಿಂತಿರುಗಿ ಬಂದಾಗ ಮಗು ಆತನ ಪಕ್ಕದಲ್ಲಿತ್ತು. ಆಕೆಯ ಮುಖ ಕಂಡೊಡನೆ ಆತ, 'ಮಗುವನ್ನು ಒಬ್ಬನನ್ನೇ ಬಿಟ್ಟು ಎಲ್ಲಿ ಹೋದಿರಿ? ನಾನಿಲ್ಲಿ ಇಲ್ಲದೇ ಹೋಗಿದ್ದರೆ ಅದು ಈಗಾಗಲೇ ಗಾಡಿಯಿಂದ ಕೆಳಗುರುಳುತ್ತಿತ್ತು. ಅಪಘಾತಗಳು ಸಂಭವಿಸುವುದು ನಿಮ್ಮಂತಹವರಿಗೇ, ನೋಡಿ.'

ಆತನ ಮಾತಿಗೆ ಉತ್ತರವೀಯದೆ ಆಕೆ ಆತನ ಮುಖ ನೋಡಿದಳು. ಆತನ ಮಾತು ಗಳಲ್ಲಿದ್ದ ಕಠೋರತೆ ಮುಖಭಾವದಲ್ಲಿ ಕಂಡು ಬರಲಿಲ್ಲ. ಯಾಕೊ. ಆತನ ದೃಷ್ಟಿಯನ್ನು ಸಂಧಿಸಿದೊಡನೆ ಆಕೆಯ ಕಣ್ಣಾಲಿಗಳು ತುಂಬತೊಡಗಿದುವು. ಮೌನವಾಗಿ ತನ್ನ ಸ್ಥಳ ದಲ್ಲಿ ಕುಳಿತುಕೊಂಡು ಕಣ್ಣೊರೆಸಿಕೊಳ್ಳುತ್ತಾ ಆತನ ಮಾತುಗಳನ್ನು ಮನದಲ್ಲೇ ಮೆಲು ಕಾಡಿದಳು.

ಆತ ಆಕೆಯ ಕಣ್ಣೀರನ್ನು ಗಮನಸಿದನೇನೊ; ಕೊಂಚ ಮೆತ್ತಗಾಗಿ ನುಡಿದ,

'ಈ ಒಂಟಿ ಪ್ರಯಾಣವೇಕೆ? ಮಗುವಿನ ತಂದೆಯೆಲ್ಲಿ?' ಕೊಂಚ ಕಾಲ ಮೌನವಾಗಿದ್ದ ಆಕೆ ನುಡಿದಳು, 'ಪ್ರಯಾಣದ ಮಧ್ಯದಲ್ಲೆಲ್ಲೋ ಇಳಿದು ಹೋದರು!'

'ಓ...'

ಎಲ್ಲವೂ ಅರ್ಥವಾದಂತಹ ಒಂದು 'ಓ' ಎಂಬ ಶಬ್ದ ಮಾತ್ರ ಆತನ ಬಾಯಿಯಿಂದ ಹೊರಬಿತ್ತು. ಮುಂದೆ ಆತ ಆಕೆಯ ಹೃದಯದ ಗಾಯವನ್ನು ಕೆದಕುವ ಪ್ರಯತ್ನವನ್ನೇನೂ ಮಾಡಲಿಲ್ಲ. ಆಗೊಮ್ಮೆ ಈಗೊಮ್ಮೆ ಆಕೆಯಡೆಗೆ ದೃಷ್ಟಿ ಹರಿಸುತ್ತಿದ್ದ. ಭಾವನೆಗಳಿಗೆ ತೆರೆ ಎಳೆದ ನಿರ್ಲಿಪ್ತ ದೃಷ್ಟಿ.

ಊಟದ ವೇಳೆಯಾದೊಡನೆ ಬುತ್ತಿ ಬಿಚ್ಚಿದ ಆಕೆ ಕೆಲವು ಹಣ್ಣುಗಳನ್ನು ಮಗುವಿನ ಕೈಯಲ್ಲಿಟ್ಟು 'ಅಂಕಲ್‌ಗೆ ಕೊಡು' ಎಂದಳು.

'ಬೇಡ, ನನ್ನ ಬಳಿ ಇದೆ.' ಗಡುಸಾಗಿಯೇ ನುಡಿದನಾತ. ಕಳೆ ಗುಂದಿದ ಮುಖವನ್ನಾಕೆ ಪಕ್ಕಕ್ಕೆ ತಿರುಗಿಸಿಕೊಂಡಳು. ಆತನಿಗೆ ಏನೆನಿಸಿತೊ; 'ಕೊಡು ಮಗೂ...' ಎಂದು ಹಣ್ಣು ಗಳನ್ನು ಕೈಗೆತ್ತಿಕೊಂಡನು. ಆಕೆ ಆತನೆಡೆಗೆ ತಿರುಗಿಕೊಂಡಳು, ಆತನಿಗೆ ಏನೆನಿಸಿತೊ; 'ಕೊಡು ಮಗೂ...' ಎಂದು ಹಣ್ಣುಗಳನ್ನು ಕೈಗೆತ್ತಿಕೊಂಡನು. ಆಕೆ ಆತನೆಡೆಗೆ ತಿರುಗಿ,

'ನೋಡಿ, ಮಗುವಿನ ಪ್ರಾಣ ಉಳಿಸಿದ್ದಕ್ಕೆ ಅದು ನನ್ನ ಕೃತಜ್ಞತೆಯಷ್ಟೆ. ಹಣ್ಣುಗಳ ಮೂಲಕ ನಿಮ್ಮ ಹೃದಯಕ್ಕೆ ಪ್ರವೇಶ ಬಯಸುತ್ತೇನೆಂದೇನೂ ತಿಳಿದು ಗಾಬರಿಯಾಗ ಬೇಡಿ!' ಅಸಹನೆಯಿಂದ ಸಿಡುಕುತ್ತಾ ನುಡಿದಳಾಕೆ.

ಗಂಟಿಕ್ಕಿದ್ದ ಆತನ ಮುಖದ ಗಂಟು ಸಡಿಲವಾಯಿತು.

'ನನ್ನ ಹೃದಯ ಪ್ರವೇಶಕ್ಕೂ ಅರ್ಜಿಗಳಿವೆಯೆಂಬುದು ನನ್ನ ಅರಿವಿಗೆ ಬಂದೇ ಇರಲಿಲ್ಲ!' ಮುಗುಳ್ನಗುತ್ತ ನುಡಿದನಾತ. ಈಗ ಆಕೆಯ ಮುಖದಲ್ಲಿ ಪ್ರಸನ್ನತೆ ಮೂಡಿತು.

ಆಗೊಮ್ಮೆ ಈಗೊಮ್ಮೆ ಕಣ್ಣು ತೆರೆದು ಹೊರಗಿನ ದೃಶ್ಯವನ್ನು ನೋಡಿ ಅಸಹ್ಯವಾದಂತೆ ಗೊಣಗಿಕೊಂಡು ಪುನಃ ತೂಕಡಿಕೆಯಲ್ಲಿ ಮಗ್ನರಾಗುತ್ತಿದ್ದ ಜನರ ಮುಂದೆ ಈಗ ದೂರ ದರ್ಶನವೊಂದನ್ನು ತಂದಿಡಲಾಗಿತ್ತು. ಈಗ ಅವರೆಲ್ಲರೂ ಹೊರಗಡೆಯ ದೃಶ್ಯಗಳಿಂದ ಸಂಪೂರ್ಣ ವಿಮುಖರಾಗಿದ್ದರು. ಹಗಲಿರುಳೂ ಕೇಳಿದ ಮಾತುಗಳನ್ನೇ ಕೇಳುತ್ತಿದ್ದರೂ, ಕಂಡ ಮುಖಗಳನ್ನೇ ಪುನಃ ಪುನಃ ಕಾಣುತ್ತಿದ್ದರೂ ಈ ಜನರು ಅದನ್ನೇ ನೋಡುತ್ತಾ ಕುಳಿತುಕೊಳ್ಳುತ್ತಿದ್ದರು. ತುಂಬ ಬೇಸರವಾದಾಗಲೊಮ್ಮೆ ಮೆಲ್ಲಗೆ ಗೊಣಗುತ್ತಿದ್ದರಷ್ಟೆ. ಬಹು ಮಹಡಿ ಕಟ್ಟಡಗಳಾಗಲಿ, ತೇಲುತ್ತಿರುವ ಹೆಣಗಳಾಗಲಿ ಕಣ್ಣಿಗೇ ಬೀಳದಂತೆ ಕಿಟಕಿಗಳನ್ನು ಮುಚ್ಚಿಕೊಂಡಿದ್ದರು.

'ನೀವೇನು ಬರೆಯುತ್ತಿದ್ದೀರಿ?' ಆಕೆ ಕೇಳಿದಳು.

'ಹೊರಗೆ ಕಾಣುತ್ತಿರುವ ದೃಶ್ಯಗಳನ್ನೆಲ್ಲ ಕಥೆಯಾಗಿ ಹೆಣೆಯುತ್ತಿದ್ದೇನೆ.' ತಲೆ ಎತ್ತದೆ ಬರೆಯುತ್ತಲೇ ಆತನೆಂದ.

'ಬಹು ಮಹಡಿ ಕಟ್ಟಡದ ಮೇಲಂತಸ್ತಿನ ಮೋಜಿನ ಕುರಿತು, ಬಾಗಿಲು ಬಡಿಯುವ ಜನಗಳ ಕುರಿತು, ಪಂಜರದ ಹೆಣ್ಣು ಹಕ್ಕಿಗಳ ಕುರಿತು, ನದಿಯಲ್ಲಿ ತೇಲುತ್ತಿರುವ ಹೆಣಗಳ

ಕುರಿತು, ಗಹಗಹಿಸಿ ನಗುವ ಪುರುಷರ ಕುರಿತು; ಈ ಎಲ್ಲರ ಕುರಿತೂ ನೀವು ಬರೆಯುತ್ತೀರಾ?' ಕುತೂಹಲದಿಂದ ಕೇಳಿದಳಾಕೆ.

ಆತ ತಲೆ ಎತ್ತಿ ಆಕೆಯ ಮುಖ ನೋಡಿದನು. ಆ ಕಣ್ಣುಗಳಲ್ಲಿ ಅಚ್ಚರಿ ಮೂಡಿತ್ತು. ಎಂದೂ ಇಂತಹ ಮಾತುಗಳನ್ನೇ ಕೇಳದವನಂತೆ ಬೆರಗಾಗಿ ಆಕೆಯ ಮುಖವನ್ನೇ ದಿಟ್ಟಿಸಿದನಾತ.

'ಹಾಗೇಕೆ ನೋಡುತ್ತಿರುವಿರಿ?' ಆಕೆ ಕೇಳಿದಳು.

'ಈ ಬೋಗಿಯೊಳಗಿರುವವರಾರೂ ಹೊರಗಿನ ಈ ದೃಶ್ಯಗಳೆಡೆಗೆ ಗಮನ ಹರಿಸಿದಂತೆ ಕಾಣಲಿಲ್ಲ. ಆದರೆ ನೀವು... ಓರ್ವ ಮಹಿಳೆ ಇವನ್ನೆಲ್ಲ ಗಮನಿಸಿದ್ದೀರಲ್ಲಾ ಎಂದು ನನಗೆ ಆಶ್ಚರ್ಯವಾಯಿತು. ತುಂಬ ಸಂತೋಷವೂ ಕೂಡಾ.' ನಿರ್ಮಲವಾಗಿ ನಗುತ್ತಾ ನುಡಿದನಾತ.

'ಹೋಗಲಿ. ನೀವು ಇವನ್ನೆಲ್ಲ ಬರೆದು ಏನು ಮಾಡುವಿರಿ?'

'ಇವನ್ನೆಲ್ಲ ಬರೆದು ಹೊರಗಿರುವ ಆ ಜನಗಳಿಗೆ ಓದಲು ಕೊಡುವೆ. ಅವರನ್ನು ಎಚ್ಚರಿಸುವೆ.'

ಈಗ ಆಕೆ ಮಾರ್ಮಿಕವಾಗಿ ನಕ್ಕಳು. ನೋಟದಲ್ಲಿ ವ್ಯಂಗ್ಯ ಇಣುಕುತ್ತಿತ್ತು,

'ನಗುವೆ ಏಕೆ? ನನ್ನ ಬರಹಗಳ ಮೂಲಕ ಅವರಲ್ಲಿ ತಿಳುವಳಿಕೆ ಮೂಡಿಸುವ.' ಅಸಹನೆ ಆತನ ಧ್ವನಿಯಲ್ಲಿ ಹೊರಸೂಸುತ್ತಿತ್ತು. 'ಇವನ್ನೋದಿದರೆ ಅವರಲ್ಲಿ ಕವಿದಿರುವ ಮಂಕು ಕಳೆಯುತ್ತದೆ.'

ಆಕೆ ಉಕ್ಕಿ ಬಂದ ನಗುವನ್ನು ತಡೆದುಕೊಳ್ಳುತ್ತಾ, 'ನೀವು ಬರೆಯುತ್ತಿರುವ ಒಂದೇ ಒಂದು ಅಕ್ಷರವನ್ನಾದರೂ ಓದಲು ಆ ಚಿಂದಿ ಬಟ್ಟೆಯುಟ್ಟ ಬಡಕಲು ದೇಹದ ಜನರಿಂದ ಸಾಧ್ಯವೇ? ನೀವು ಅವರಿಗೆ ಅಕ್ಷರ ಕಲಿಸಿದ್ದೀರ?'

ಈಗ ಆತನ ಮುಖ ಕಳೆಗುಂದಿತು. ಆತನು ಯೋಚನಾಪರನಾದ, ಬಹಳ ಹೊತ್ತಿನ ಬಳಿಕ ಆತನೆಂದ, 'ನೀವನ್ನುವುದು ಸರಿ. ನಾವು ಮಹಡಿ ಕಟ್ಟುತ್ತಿರುವುದು ಆಕಾಶದಲ್ಲಿ, ತಳಪಾಯ ಇನ್ನೂ ಹಾಕಿಯೇ ಇಲ್ಲ. ನಾವೀಗ ತಳಪಾಯದ ಕೆಲಸವನ್ನೇ ಆರಂಭಿಸಬೇಕಾಗಿದೆ.'

ಕೊಂಚ ಹೊತ್ತು ಇಬ್ಬರೂ ಮೌನವಾಗಿ ಕುಳಿತರು. ಆತನೇ ಮಾತಿನ ಎಳೆಯ ನೆತ್ತಿಕೊಂಡ.

'ಮಧ್ಯಾಹ್ನವೂ ಕಳೆಯಿತು. ಪಯಣ ಮುಗಿಯಲು ಇನ್ನು ಬಹಳ ವೇಳೆ ಇದ್ದಂತೆ ಕಾಣುತ್ತಿಲ್ಲ. ಪಯಣದ ಕೊನೆಯವರೆಗೆ ನಾವು ಜೊತೆಯಾಗಿರಬಹುದಲ್ಲವೇ? ಬಹುಶಃ ನಾವಿಬ್ಬರೂ ಸೇರಿ ಈ ತಳಪಾಯದ ನಾಲ್ಕು ಕಲ್ಲುಗಳನ್ನಾದರೂ ಜೋಡಿಸಲು ಸಾಧ್ಯವೇ

ಎಂದು ಪ್ರಯತ್ನಿಸಬಹುದಲ್ಲ? ಮುಂದಿನ ಪ್ರಯಾಣದುದ್ದಕ್ಕೂ ನಮ್ಮಲ್ಲಿರುವುದನ್ನು ಹಂಚಿಕೊಂಡು ಉಣ್ಣೋಣ, ನಮ್ಮ ಮುಂದಿನ ಪ್ರಯಾಣ ಆಹ್ಲಾದಕವಾಗಿರಲೂಬಹುದು; ಯಾರು ಬಲ್ಲರು?'

'ನನ್ನ ಮಗುವಿನಿಂದ ನಿಮಗೆ ತೊಂದರೆಯಾಗಬಹುದು. ಆತ ನಿಮಗಂಟಿಕೊಂಡು ಬಿಡಬಹುದು.' ಆತನ ಮನದಿಂಗಿತವನ್ನು ತಿಳಿಯಬಯಸಿದಳಾಕೆ.

'ಓರ್ವ ತಾಯಿಯೊಡನೆ ಒಂದು ಮಗುವಿನ ಜವಾಬ್ದಾರಿಯನ್ನೂ ಹೊತ್ತುಕೊಳ್ಳುವ ಶಕ್ತಿ ನನಗಿದೆ.'

'ಆದರೆ ಮಗುವನ್ನು ನೀವು...' ಮುಂದಿನ ಮಾತು ಗಂಟಲಲ್ಲೇ ಉಳಿಯಿತು.

ಆಕೆಯ ಗಂಟಲಲ್ಲಡಗಿದ ಮಾತುಗಳಿಗೆ ಆತನೇ ಉತ್ತರ ನೀಡಿದ.

'ಪ್ರಾಣಿಗಳನ್ನಾದರೂ ಪ್ರೀತಿಸುವ ಮನುಷ್ಯನಿಗೆ ಒಂದು ಮಗುವನ್ನು, ಇನ್ನೊಂದು ಮಾನವ ಜೀವಿಯನ್ನು ಪ್ರೀತಿಸಲು ಸಾಧ್ಯವಿಲ್ಲವೇ?'

ಹೃದಯದ ಗಾಯವನ್ನಾಕೆ ಕೆದಕಿ ನೋಡಿದಳು. ಇಲ್ಲ. ಈಗ ಅಲ್ಲಿಂದ ಮೊದಲಿನಂತೆ ರಕ್ತ ಜಿನುಗುತ್ತಿಲ್ಲ. ಈಗ ಜೊತೆಯಲ್ಲಿದ್ದರೆ ತನಗೆ ಆ ಗಾಯದ ನೆನಪೂ ಇರಲಾರದೇನೂ ಎಂದು ಮನದಲ್ಲಿ ಅಂದುಕೊಳ್ಳುತ್ತಾ ಆತನೊಡನೆ ಪಯಣ ಮುಂದುವರಿಸಲು ಸಿದ್ಧತೆ ಮಾಡಿಕೊಳ್ಳತೊಡಗಿದಳು.

(೧೯೯೨)

*

೧೯. ಪ್ರತಿಮೆಗಳು

ರಾಘವೇಂದ್ರ ಪಾಟೀಲ

ನನಗೆಷ್ಟೋ ಸಲ, ಅನ್ನಿಸಿದೆ–ನಾನೇ ಇದನ್ನು ಬೇರೆಯವರ ಬಾಯಿಂದ ಕೇಳಿದ್ದರೆ...? ಹೌದು, ನಾನೇ ಅನುಭವಿಸಿದ ಅನುಭವಗಳು ತಮ್ಮಷ್ಟಕ್ಕೆ ತಾವೇ ಘಟನೆಗಳಾಗಿ ಉಳಿದು ಬಿಡುತ್ತವೆ. ಯಾಕೆಂದರೆ ಅವುಗಳನ್ನು ನೆನಸಿಕೊಂಡಾಗೆಲ್ಲ ಯಾವ ಕಲ್ಪನೆಗಳೂ ಬೆಳೆಯದೇ ಅವುಗಳ ಯಥಾತ್ ಚಿತ್ರ ಕಣ್ಣ ಮುಂದೆ ನಿಂತಾವು ಅಷ್ಟೇ. ಬದಲಿಗೆ ನೀವೇ ಒಂದು ಘಟನೆಯನ್ನು ಹೇಳಿದಿರೆಂದು ಇಟ್ಟುಕೊಳ್ಳಿ–ಆಗ ನಾನು ಆ ಘಟನೆಯ ಬಗ್ಗೆ ಯೋಚಿಸುವಾಗೆಲ್ಲ ಅದರ ಒಂದೊಂದು ಭಾಗವೂ ನನ್ನ ಕಲ್ಪನೆಗಳನ್ನು ಹಿಗ್ಗಿಸಿ–ಹಿಂಜಿ ನೂಲಿನಂತೆ ಮೀಟರುಗಟ್ಟಲೇ ಅರ್ಥ ಬಿಟ್ಟಾವು. ಅದೇಕೆ–ಸತ್ಯವಾಗಿಯೂ ಹೇಳಿ–ಕಥೆಗಳನ್ನು ಓದಿ ಅದರಲ್ಲಿನ ವಿವಗಳನ್ನೆಲ್ಲ ಸಂಕೇತ ಪ್ರತಿಮೆಗಳೆಂದು ಹಿಗ್ಗಿಸ್ಯಾಡುವ ನೀವೇ ನಿಮ್ಮ ಜೀವನದಲ್ಲಿಯ ಘಟನೆಗಳನ್ನು ಅದೇ ನಿಷ್ಟೆಯಿಂದ–ನಿರ್ಲಿಪ್ತತೆಯಿಂದ ನೋಡುವದು ಸಾಧ್ಯವಾದೀತೆ? ದಯವಿಟ್ಟು ತಪ್ಪು ತಿಳಕೊಳ್ಳಬೇಡಿ. ನನ್ನ ಮಾತಿನ ಧರತಿಯೇ ಹಾಗೆ. ಅನಿಸಿದ್ದನ್ನು ಅನಿಸಿದಂಗೇ ಹೇಳಿ ಬಿಡುವರೂ ಒಂದು ಕೆಟ್ಟ ಚಟವೇ ಅನ್ನುವದು ನನಗೂ ಇತ್ತಿತ್ತಲಾಗಿ ಅನಿಸಿದೆ. ಹಾಗೆ ನೋಡಿದರೆ ನಾನು ಹೇಳುವದೇನೂ ನನ್ನ ಕಥೆ ಅಲ್ಲವೇ ಅಲ್ಲ. ಹೀಗೇ ಕಂಡದ್ದು–ಪ್ರತ್ಯಕ್ಷ ಕಂಡದ್ದು. ಅಲದೇ ಅದರಲ್ಲಿ ಒಳಗೊಂಡವನು ನನ್ನ ಖಾಸಾ ಸ್ನೇಹಿತ. ಆದ್ದರಿಂದಲೇ ನನಗೆ ಇದನ್ನು ಬೇರೆಯವರ ಬಾಯಿಯಿಂದ ಕೇಳಿದ್ದರೆ ಹ್ಯಾಗೆ... ಎಂದು ಅನಿಸಿದ್ದು.

ಬಸೂ ಮತ್ತು ನನ್ನ ಗೆಳೆತನ ಎಷ್ಟು ದಿವಸದ್ದೆಂದು ಕೇಳಿದರೆ ಏನು ಹೇಳೇನು. ಒಮ್ಮೆ ಸಣ್ಣಗೇ ನಕ್ಕೇನು ಅಷ್ಟೇ. ನಾವಿಬ್ಬರೂ ಚಡ್ಡಿ ಹಾಕಿಕೊಳ್ಳುವದಕ್ಕಿಂತ ಮೊದಲೇ ಒಬ್ಬರನ್ನೊಬ್ಬರು ಕಂಡು ಗೆಳೆಯರಾದವರು. ಆಗಿನಿಂದ ಕೂಡಿಯೇ ಆಡಿ ಕೂಡಿಯೇ ಬೆಳೆದಿದ್ದೇವೆ. ದಿನಾಲು ಸಂಜೆ ನಮ್ಮ ಮನಿಕಟ್ಟೆಯ ಮೇಲೆ ಕೂತು ನಮ್ಮಜ್ಜನ ಕಾಲು ಹಿಚುಕುತ್ತ ಅವನು ಹೇಳುವ ಕಥೆಗಳನ್ನು ಕೇಳಿ ಸರತಿಯಂತೆ 'ಹೂಂ' ಅಂದಿದ್ದೇವೆ. ಒಮ್ಮೊಮ್ಮೆ ನಾನು 'ಹೂಂ' ಅನ್ನುತ್ತೇನೆಂದು ಅವನು, ಅವನು 'ಹೂಂ' ಅನ್ನುತ್ತಾನೆಂದು ನಾನು. ಇಬ್ಬರೂ 'ಹೂಂ' ಅನ್ನದೇ ಅಜ್ಜ ಸಿಟ್ಟಿಗೆದ್ದು ತನ್ನ ಕತೆ ನಿಲ್ಲಿಸಿದಾಗ ನಾವಿಬ್ಬರೂ ದೈನಾಸಪಟ್ಟು "ಅಜ್ಜಾ ಹೂಂ ಅಂತೇವು... ನಕ್ಕೀ ಅಂತೇವು... ಕಥೀ ಹೇಳೋ" ಎಂದು ಅವನ ಕಾಲನ್ನು ಒತ್ತುವದು ಬಿಟ್ಟು ಕಾಡತೊಡಗಿದ್ದಾಗ ಅಜ್ಜ "ಇನ್ನೊಮ್ಮೆ ಹೂಂ ಅನ್ನೂದೇನಾರ ಬಿಟ್ರ ಆಮ್ಯಾಗ ಒಟ್ಟs ಕಥಿ ಹೇಳಾಣಿಲ್ಲ ನೋಡ"–ಎಂದು ಕರಾರು ಹಾಕಿ– "ಹೂಂ... ನೀವು

ಕಾಲ ಹಿಚಕರಿ. ನಾ ಕಥಿ ಹೇಳತೇನು" ಎಂದು ಮತ್ತೆ ಕಥೆ ಹೇಳುತ್ತಿದ್ದನು. ಬೆಳಗೆದ್ದು ಇಬ್ಬರೂ ಸೇರಿದೆವೆಂದರೆ ಮುಂಜಾನೆಯ ಸಾಲಿ ಮುಗಿಸಿ ಪಾಟಿ ಗಂಟು ಮನೆಯಲ್ಲಿ ಎಸೆದು–ನೆಹರೇ ಮಾಡಿ–ಚಡ್ಡಿಯನ್ನು ಸುರುಳಿ ಸುತ್ತಿಕೊಂಡು ಮಾವಿನ ಗಿಡಾ–ಬಾರೀ ಗಿಡಾ ಎಂದು ಅಲೆದಾಡಿ ಹಳ್ಳದ ಮಡಾ ಇಲ್ಲಾ ಬಾವಿಗಳಲ್ಲಿ ಜಿಗದಾಡಿ ಸ್ನಾನ ಮುಗಿಸಿ ಕೊಂಡು ಮನೆಗೆ ಬಂದು ಊಟ ಮುಗಿಸಿ ಸಾಲಿಗೆ ಹೋಗುತ್ತಿದ್ದೆವು. ಮಧ್ಯಾಹ್ನದ ಸಾಲಿ ಮುಗಿಸಿ ಮಂಚ–ಹೂತುತು ಅಡಿ ಅಜ್ಜನ ಕೈಯಿಂದ ಕಥೆ ಕೇಳಿಸಿಕೊಂಡು ಉಂಡು ಮಲ ಗಲು ಅಗಲುವ ತನಕ ದಿನವೆಲ್ಲ ನಾವು ಕೂಡಿಯೇ ಇದ್ದವರು. ಅಜ್ಜ ಹೇಳಿದ ರಾಜ ಕುಮಾರ–ಮಂತ್ರಿಯ ಮಗನ ಗೆಳತನದ ಕಥೆ ಕೇಳಿ ನಾವಿಬ್ಬರೂ ಅವರ ಗೆಳೆತನವನ್ನು ಕೆಡಿಸಿದ ಮುದುಕಿಯ ಮೇಲೆ ಕಂಡಾಪಟ್ಟಿ ಸಿಟ್ಟಿಗೆದ್ದಿದ್ದೆವು. "ಯಾವದರೇ ಮುದುಕಿ ನಿಂಗೊಂದು ಮಾತ ಹೇಳತನ ಬಾರೋ ತಮ್ಮ ಅಂತ ಕರದರ ಹೋಗೂದು ಬ್ಯಾಡಲೇ" ಎಂದು ಮಾತಾಡಿಕೊಂಡಿದ್ದೇವು. ಅದಕ್ಕೇ ಹೇಳಿದ್ದು–ಇದು ನಂದೇ ಕಥೆಯಲ್ಲದಿದ್ದರೂ ಬ್ಯಾರೆಯವರ ಕಥೆಯಂತೆ ಇದನ್ನು ಅಂದುಕೊಳ್ಳುವುದು ಸಾಧ್ಯವಾಗುವದಿಲ್ಲವೆಂದು.

***

ಆಗಿನ ದಿನಗಳದೆಲ್ಲ ಒಮ್ಮೊಮ್ಮೆ ಸಟಕ್ಕನೇ ಆಳದಿಂದ ಮೇಲಕ್ಕೆದ್ದು ಬಂದು ಚುಚ್ಚಿ ಕಾಡುತ್ತವೆ. ನಾನೂ–ಬಸೂ ಆ ತಿಪ್ಪನ ಮಾತು ಕೇಳಿ ರಗಡಸಲ ಹಳ್ಳದಗುಂಟ ಮೈಲು ಗಟ್ಟಲೇ ಹೋಗಿ ಕಾಲಲ್ಲಿ ಜಾಲಿಯ ಮುಳ್ಳು ಮುರಿಸಿಕೊಂಡದ್ದು ನೆನಪಾದ ಕೂಡಲೇ ಮೊದಲು ನಗೆ ಬರುತ್ತದೆ. ಸಾಲಿಯಲ್ಲಿ ಮಾಸ್ತರು ರಾಮಾಯಣದ ಕಥೆ ಹೇಳುತ್ತ ಹಣಮಂತ ಸಂಜೀವಿನಿ ಗಿಡ ತಂದು ಲಕ್ಷ್ಮಣ ಇತರ ಮಂಗ–ಹೀಗೆ ಬಿದ್ದವರನ್ನೆಲ್ಲ ಮೇಲಕ್ಕೆ ಎಬ್ಬಿಸಿದ್ದು ಹೇಳಿದಾಗ ನಮಗೆ ಸಂಜೀವಿನಿ ಕಂಟಿ ಹುಡುಕುವದು ಹವ್ಯಾಸ ಆಗಿ ಬಿಟ್ಟಿತು. ಬರೀ ಬಣಜುರಿಗಿ–ಕಾರಿಕಂಟಿಗಳೇ ಇರುವ ನಮ್ಮೂರ ಗುಡ್ಡದ ಎಲ್ಲ ಏರು ತಗ್ಗುಗಳಲ್ಲಿಯೂ ಹಣಕಾಡಿದ್ದೇ ಹಣಕಾಡಿದ್ದು. ಅಲ್ಲಿ ನಮಗೆ ಕಾಣಿಸುವ ಹೊಸದೆನ್ನಿಸುವ ಎಲ್ಲ ಮೂಲಿಕೆ–ಸೊಪ್ಪು ಸೊಗಡುಗಳನ್ನು ಕಿತ್ತು ಅಲ್ಲೇ ಹೋಗುವ ಇರಿವೆ–ಇಣಚಿ–ಗುಬ್ಬಿ ದುಡ್ಡಿನಹುಳ ಇಲ್ಲಾ ಇನ್ಯಾವುದಾದರೂ ಒಟ್ಟು ಒಂದು ನಡೆದಾಡುವದನ್ನು ಹಿಡಿದು, ಅದನ್ನು ಜಜ್ಜಿಕೊಂಡು–ಆ ಸೊಪ್ಪನ್ನು ಅದಕ್ಕೆ ತಗಲಿಸಿ ಅದು ಮತ್ತೆ ನಡೆದಾಡದ್ದಾಗಿಯೇ ಉಳಿದಾಗ ಆ ಸೊಪ್ಪನ್ನು ಬಿಸುಟಿ ಮತ್ತೊಂದು ಹುಡುಕುವದು. ಈ ರೀತಿಯ ಪ್ರತಿ ಯೊಂದು ಪ್ರಯೋಗದ ಕೊನೆಯಗಳಿಗೆ ವಿಫಲವಾದಾಗ ನಾವಿಬ್ಬರೂ ಒಬ್ಬರ ಮುಖ ಒಬ್ಬರು ನೋಡುತ್ತಿದ್ದೆವು. ಆಮೇಲೆ ಹಾಗೆ ನೋಡಲಾರದೇ ಬೇರೆ ಬೇರೆ ಕಡೆ ನೋಡು ತ್ತಿದ್ದೆವು. ಇಂಥಾ ಒಂದು ಕ್ಷಣದಲ್ಲಿಯೇ ತಿಪ್ಪ ನಮ್ಮನ್ನು ನೋಡಿ ಬಿಟ್ಟಿದ್ದು. ಅವನು ಜಂಗಳಿಯ ಆಕಳುಗಳನ್ನು ಅಟ್ಟಿಕೊಂಡು ಬಂದಿದ್ದ. ನಾವಿಬ್ಬರೂ ಒಂದಿಷ್ಟು ಯಾವದೋ ಬಳ್ಳಿಯನ್ನು ಕಿತ್ತಿ ಓತೀಕಾಟವೊಂದನ್ನು ಕೊಂದು ಅದಕ್ಕೆ ಆ ಬಳ್ಳಿಯ ಎಲಿ–ದೇಟು ಅದರ ರಸ ಎಲ್ಲ ಸವರಿ ಆ ಓತೀಕಾಟ ಓಡಿಹೋದೀತೇ ಎಂದು ಉಸಿರು ಬಿಗಿಹಿಡಿದು ನೋಡು ತ್ತಿದ್ದುದು–ಒಟ್ಟು ಎಲ್ಲವನ್ನೂ ತಿಪ್ಪ ಗಮನಿಸಿಬಿಟ್ಟಿದ್ದ. ಅವನು ನಮಗೆ ಅಷ್ಟು ಸಮೀಪ ಬಂದಿದ್ದರೂ ನಾವು ಹೇಗೆ ಗಮನಿಸಲಿಲ್ಲವೊ ಏನೋ! ತಿಪ್ಪ ಬಂದವನೇ "ಏನ್ರೋ ಅದು"

ಅಂದಾಗ ನಾವಿಬ್ಬರೂ ಧಡಕ್ಕನೇ ಮೇಲೆಕ್ಕೆದ್ದು ನಿಂತಿದ್ದೆವು. ನಮಗಿಬ್ಬರಿಗೂ ಒಂದು ರೀತಿಯ ಗಾಬರಿಯಾಗಿ ಬೆವರು ಬಿಟ್ಟಿತ್ತು. ಒಂದು ಮಿನಿಟು ಸುಧಾರಿಸಿಕೊಂಡವರೇ ಕೈಜಾಡಿಸಿಕೊಂಡು ಚಡ್ಡಿಯ ತೋಳುಗಳಿಗೆ ಕೈ ಒರೆಸಿಕೊಂಡು ಉಸಿರು ಬಿಟ್ಟೆವು. ತಿಪ್ಪ ನಮ್ಮಿಬ್ಬರನ್ನೂ ಕುತೂಹಲದಿಂದ ಮಿಕಿ ಮಿಕಿ ನೋಡಿ ಮತ್ತೆ ಕೇಳಿದ- 'ಏನ್ರೋ—ಏನಮಾಡಾಕತ್ತಿದ್ರಿ?' ನಾನು ಬಸೂನ ಮುಖ ನೋಡುತ್ತ 'ಏನಿಲ್ಲ-ಏನಿಲ್ಲ' ಅಂದೆ. ತಿಪ್ಪ ಬಿಟ್ಟರಲ್ಲ 'ಹೇಳ್ರಲೇ...ಹೇಳ್ರಲೇ...' ಎಂದು ಗಂಟೇ ಬಿದ್ದು ಬಿಟ್ಟು, ನಾವು ಅಲ್ಲಿಂದ ಹೊರಟು ಬಿಡಬೇಕೆಂದರೆ ದೆವ್ವಿನಂಥ ತಿಪ್ಪ ನಮ್ಮಿಬ್ಬರ ಕೈಗಳನ್ನು ಗಟ್ಟಿಯಾಗಿ ಏಡಿ ಹಿಡಿದಂಗೆ ಹಿಡಿದಿದ್ದ. 'ಏನಿಲ್ಲ ಬಿಡಲೇ...' ಎಂದು ನಾವು ಎಷ್ಟು ಕೊಸರಾದರೂ ಅವನು ಕೈಬಿಡದೇ ಹಿಂಸೆ ಮಾಡಿದ. ಕೊನೆಗೆ ತಾಳಲಾರದೇ ಬಸ್ಯಾ ಹೇಳಿದ: 'ಒಂದ ಕಂಟೀ ಹುಡುಕಾಕತ್ತಿದ್ದಿವು ಕೈಬಿಡಲೇ' ಎಂದು ಮತ್ತೆ ಕೊಸರಾಡಿದ ತಿಪ್ಪ 'ಈ ಗುಡ್ಡದಾಗಿರೋ ಗಿಡಾ-ಕಂಟಿ ಎಲ್ಲಾ ನನಗ ಗೊತ್ತಾದವು. ಯಾವ್ದ ಬೇಕು ಹೇಳ್ರಿ, ಹುಡುಕಿ ಕೊಡತನು' ಅಂದಾಗ ಮೊದಲು ಕೈ ಬಿಡಿಸಿಕೊಂಡರೆ ಸಾಕಾಗಿದ್ದ ನಮಗೆ ಒಂದು ಆಸೆಯೂ ಮೂಡಿತು. ನಾನು ಬಸ್ಯಾನ ಮುಖ ನೋಡಿದವನೇ ತಿಪ್ಪನಿಗೆ ನಾವು ಹುಡುಕುತ್ತಿದ್ದ ಕಂಟಿಯ ಹೆಸರು-ಸಂದರ್ಭ ಎಲ್ಲ ಹೇಳಿಯೇ ಬಿಟ್ಟೆ. ತಿಪ್ಪ ನಮ್ಮ ಕೈ ಬಿಟ್ಟವನೇ 'ಓ... ಅದಾ' ಅಂದ ಸರಿ, ನಮ್ಮ ದೈನಾಸಸುರೂ ಆತು. ತಿಪ್ಪ ಬಿಗಿಯಾದ. ಎಷ್ಟು ಕೇಳಿದರೂ ಕರಗದೇ ಕೈ ಜಾಡಿಸಿ ಬಿಟ್ಟ. 'ಹೇಳೋ ತಿಪ್ಪಣ್ಣಾ...' ಎಂದು ಕೇಳಿಕೊಂಡಂತೆಲ್ಲ ಅವನು ಇನ್ನೂ ಬಿಗಿಯೇ ಆದ. ಕೊನೆಗೆ ಬಾಯಿಬಿಟ್ಟು 'ಹಂಗs ಪುಗಸೆಟ್ಟೆ ಹೇಳಾಕ ಅದೇನ ದಾಸರಕತೀ ಏನ್ರಲಾ' ಎಂದು ತನ್ನ ಇಂಗಿತ ಸೂಚಿಸಿದ. ನಮಗೋ ಆ ಸಂಜೀವಿನಿ ಸಿಕ್ಕರೆ ಸಾಕಿತ್ತು. ಅಜ್ಜ ಸತ್ತು ಹೋದರೆ ತಟಕ್ಕನೇ ಅದನ್ನು ತಾಗಿಸಿ ಮತ್ತೆ ಬದುಕಿಸಿಬಿಟ್ಟು ದಿನಾಲು ಕಥೆ ಕೇಳಿಕೋತ ಇರಬಹುದಲ್ಲ! ಅವ್ವ ಸಾಯಂಗಿಲ್ಲ-ಅಪ್ಪ ಸಾಯಂಗಿಲ್ಲ-ಅತ್ತೆ ಮತ್ತು ಅತ್ತೆ ಮಗಳು ಸುರೇಕ... ಸತ್ತರೂ ಮತ್ತೆ ಎಬ್ಬಿಸಿ ಕೂಡಿಸಿ ಬಿಡಬಹುದು.

ತಿಪ್ಪನಿಗೆ ಮೂರುದಿನಗಳಲ್ಲಿಯೇ ನಾನು-ಬಸೂ ಸೇರಿ ಒಟ್ಟು ಹತ್ತು ರೂಪಾಯಿ ಕೂಡಿಸಿಕೊಟ್ಟೆವು. ಅವನು, ನಾವು ಯಾರಿಗೂ ಹೇಳುವದಿಲ್ಲವೆಂದು ಆಣೆ ತಕ್ಕೊಂಡ. ಯಾರಿಗರೇ ಹೇಳಿದರೆ ಸಂಜೀವಿನಿ ಕಡ್ಡಿ ಹಾವಾಗಿ ಕಚ್ಚುವದೆಂದು ಹೆದರಿಸಿ ಹೇಳಿದ- 'ನೋಡ್ರೋ... ರತ್ನಪಕ್ಷಿ ಇರತಾವಲಾ...ಅವು ತಮ್ಮ ಗೂಡಿನಾಗ ಸಂಜೀವಿನಿ ಕಡ್ಡಿ ಹೆಣದಿರತಾವು' ತಿಪ್ಪ ಹೇಳಿದಾಗ ನನಗೆ ಸಂಜೀವಿನಿ ಕಡ್ಡಿ ಸಿಕ್ಕಷ್ಟೇ ಸಂತೋಷವಾತು. ಆದರೆ ಬಸ್ಯಾ ಮಾತ್ರ ಅಪಸ್ವರ ತೆಗೆದ- 'ಆ ಗೂಡು ಹೆಂಗ ಇರತಾವೋ ಏನೋ... ಮತ್ತ ಗೂಡಿನಾಗಿನ ಸಂಜೀವಿನಿ ಕಡ್ಡಿ ಗುರ್ತ ಹಿಡಿಯೂಥೆಂಗ?' ಬಸೂ ಲಾಯರಿ ಪ್ರಶ್ನೆ ಹಾಕಿದ. ತಿಪ್ಪಣ್ಣ 'ಅದೇನ ಅಗಿದೀ ಸಸಾರ... ಕಡ್ಡಿಗೋಳ ಎಲ್ಲಾ ಗಿಂಜಿಕ್ಯಾರ ಹಳ್ಳದಾಗ ಹರಿಬಿಡಬೇಕು. ನಿಮ್ಮನ್ನು ಬಿಟ್ಟು ಸನೇದಾಗ ಯಾರೂ ಇಲದಲ್ಲಿ ಆ ಕಡ್ಡಿ ಹಳ್ಳಕ ಇದಿರಾಗಿ ಇರುದ್ದ ದಿಕ್ಕಿನಾಗ ಹರೀತೈತಿ. ಅದs ಸಂಜೀವಿನಿ ಕಡ್ಡಿ.' ಈಗ ರತ್ನಪಕ್ಷಿಯ ಗೂಡಿನ ಹುಡುಕಾಟ ಸುರುವಾತು. ಕಂಡ ಕಂಡ ಗಿಡಗಳ ಟೊಂಗಿ ಏರಿ ಅಲ್ಲಿ ಏನಾದರೂ ಗೂಡುಗಳು ಇವೆಯೇ ಎಂದು ಹುಡುಕಾಡುವದು. ಜಾಲಿಗಿಡ-ಸಿಂದಿಗಿಡ ಸಹಿತ ಹತ್ತಲು ಹಿಂದೆ ಮುಂದೆ ನೋಡುತ್ತಿದ್ದಿಲ್ಲ

ನಾವು. ಗಿಡಗಳಲ್ಲಿ ಗೂಡು ಕಂಡೆವೆಂದರೆ ಟಣ-ಟಣ ಹತ್ತುವವರೇ. ಆದರೆ ಆ ಗೂಡು ಯಾವದರದು ಎಂದು ತಿಳಿಯೂದೆಂಗೆ? ನಾವು ಗೂಡು ಕಿತ್ತಿಕೊಂಡು ಅದರಲ್ಲಿರುವ ತತ್ತಿಗಳು ಯಾವ ಪಕ್ಷಿಯವೆಂದು ಅವುಗಳನ್ನು ತಿರುಗಿಸಿ ತಿರುಗಿಸಿ ನೋಡಿ ಏನೂ ಹೊಳೆಯದೇ ತತ್ತಿಗಳನ್ನು ಸಿಟ್ಟಿನಿಂದ ಬಿಸಾಡಿ ಒಗೆಯುತ್ತಿದ್ದೆವು. ಆಮೇಲೆ ಆ ಗೂಡು ರತ್ನಪಕ್ಷಿಯದೇ ಇರಬಹುದೇ... ಅಂತ ಆಸೆಯಿಂದ ಅದನ್ನು ಒಯ್ದು ಹಳ್ಳಕ್ಕೆ ಹರಿಬಿಟ್ಟು ಮೈಲಿಗಟ್ಟಲೇ ಅದರ ಬೆನ್ನುಹತ್ತಿ 'ಅಲ್ಲಂತ ಕಾಣತೈತಿ...' ಎಂದು ನಿರಾಸೆಯಿಂದ ಮನೆಗೆ ಮರುಳುತ್ತಿದ್ದೆವು. ಇನ್ನು ಪ್ರತ್ಯಕ್ಷ ರತ್ನಪಕ್ಷಿಯೇ ಕಂಡರಂತೂ ಮುಗಿದೇ ಹೋಯ್ತು. ಹೊತ್ತು ಮುಳುಗುವ ತನಕ ಅದು ಹಾರಿದತ್ತೆಲ್ಲ ಓಡಾಡಿ ಬೇಲಿ-ಬೇಲಿ ಜಿಗಿದಾಡಿ ಕಡಿಕ ಅದು ಯಾವದೋ ಒಂದು ಗಿಡದಲ್ಲಿ ಗಪ್ಪಗಡದ್ದಾಗಿ ಬಿಟ್ಟಾಗ ಒಬ್ಬರನ್ನೊಬ್ಬರು ಮಿಕಿ ಮಿಕಿ ನೋಡಿ ಅಲ್ಲಿಂದ ಹೊರಡುವದು. ಹತ್ತು ರೂಪಾಯಿ ಹೋದದ್ದಷ್ಟು ಖರೆಯಾತು... ಸಂಜೀವಿನಿ ಕಡ್ಡಿ ಮಾತ್ರ ಸಿಗಲೇ ಇಲ್ಲ. ಹೀಗೇಯೇ ನೋಡಿ-ಬಸೂನ ಮಾತು ಬಂತೆಂದರೆ ನನ್ನ ಸಣ್ಣವನಿದ್ದಾಗಿನ ಇಂಥವೇ ಅನುಭವಗಳು ಪಾತಾಳಗರಡಿ ಹಾಕಿ ಗದಬಡಿಸಿಧಂಗೆ ಮೇಲೆ ಬರುತ್ತವೆ.

***

ಆದರೆ ಆಮೇಲೆ ಮಾತ್ರ ಬಸೂ-ನಾನು ಬೇರೆ ಬೇರೆಯಾದೆವು. ನಾನು ಏಳನೇಯತ್ತಾ ಪಾಸಾಗಿ ಹೈಸ್ಕೂಲಿಗೆ ಹೋದರೆ ಬಸೂ ನಪಾಸಾಗಿ ಊರಲ್ಲಿಯೇ ಉಳಿದ. ಒಬ್ಬನೇ ಮಗ ಬಸೂ ಪಾಸಾಗಿದ್ದರೂ ಅವರಪ್ಪ ಚಿಂತಪ್ಪ ಅವನನ್ನು ಓದಲು ಮುಂದೆ ಕಳಿಸುತ್ತಲೇ ಇರಲಿಲ್ಲ. ಅವನೇನೂ ಅವನನ್ನು ಪೋಜಾರನ್ನ ಮಾಡಬೇಕೆಂದು ಆಸೆ ಇಟ್ಟುಕೊಳ್ಳದ್ದ ರಿಂದ ಹೊಲಾ ಮನಿ ನೋಡಿಕೊಂಡು ಕಣ್ಣ ಮುಂದೇ ಇರಬೇಕೆಂದು ಅವನ ಇಚ್ಛಾ ಇದ್ದದ್ದರಿಂದ ಬಸೂ ಪಾಸಾಗದದ್ದು ಅವನಿಗೇನೂ ಅನಿಸಲೇ ಇಲ್ಲ. ಅವನೂ ಅವರಪ್ಪನ ಜೋಡಿ ಒಕ್ಕಲುತನದ ಕೆಲಸಕ್ಕೆ ನಿಂತುಬಿಟ್ಟನು. ಹೊತ್ತು ಹೊತ್ತಿಗೆ ಊಟಾ... ಹಾಲು ಹೈನಾ ಮತ್ತೆ ಮೈತುಂಬ ಕೆಲಸ ಅಂಟಿದ್ದರಿಂದ ಬಸೂ ಗೂಳೀ ಹಂಗೆ ಬೆಳೆದ. ಅಲ್ಲದೇ ದಿನಾ ಸಂಜೀ ವ್ಯಾಳ್ಯಕ್ಕೆ ಗರಡೀ ಮನಿಗೆ ಹೋಗೂದಕ್ಕ ಸುರೂ ಮಾಡಿದ್ದ. ಬಸೂನ್ನ ನೋಡಿದರ ದುರಗವ್ವಗ ಬಿಟ್ಟ ಕ್ವಾಣಿನಂಗ ಕಾಣಸತಿದ್ದ. ಸುತ್ತಲಿನ ಮೂರು ನಾಕು ಹರದಾರಿಯೊಳಗೆ ನಡಿಯುವ ಕುಸ್ತಿಗಳೊಳಗೆ ಬಸೂನಿಗೆ ಬಂದ ಬೆಳ್ಳಿಯ ಖಡೆಗಳಿಗೆ ಲೆಕ್ಕವೇ ಇಲ್ಲ. ಮೊನ್ನೆ ನಾನು ಅವರ ಮನೆಗೆ ಹೋದಾಗ ಅವರವ್ವ ಅವನ್ನೆಲ್ಲ ಗುಂಪಿ ಹಾಕಿ ತೋರಿಸಿದ್ಲು. ಗೋಸ ಬಾಳ ಓಕಳೀ ಕುಸ್ತಿಯೊಳಗ ಬಸೂನ ಸಮಗಡೀ ಸಿಗದೇ ಅವನು ಚಡ್ಡಿ ಏರಿಸಿಕೊಂಡು ಕುಸ್ತೀಕಣದ ನಡಕ ಬಂದು ನಿಂತು ದುಂಡಗೇ ಸುತ್ತು ಹಾಕುತ್ತ ಸೆಡ್ಡು ಹೊಡೆದನಂತೆ. ಆಗ ನಮ್ಮೂರ ಜನ ಖುಶಿಯಿಂದ 'ಹೋ' ಎಂದು ಕೇಕೆ ಹಾಕುತ್ತ ಕುಸ್ತಿ ಕಣದೊಳಗೆ ನುಗ್ಗಿ ಅವನನ್ನು ಹೊತ್ತುಕೊಂಡು ಕುಣಿಯತೊಡಗಿದರಂತೆ. ಅಲ್ಲದೇ ಆ ಪರ ಊರಲ್ಲಿಯೇ ಅವನ ಮೆರವಣಿಗೆ ಮಾಡಿದರಂತೆ. ಹಾಗೆಯೇ ನಮ್ಮೂರ ಹಣಮಂತ ದೇವರ ಗುಡಿಯ ಮುಂದಿನ ದೊಡ್ಡ ಕರಿಕಲ್ಲಿನ ಗುಂಡನ್ನು ನಿರಾಯಾಸವಾಗಿ ಎದೆಯ ಮೇಲೆ ತಕ್ಕೊಂಡು

ಹೆಗಲ ಮೇಲಿಂದ ಉರುಳಿಸಿ ಹಿಂದಕ್ಕೆ ಬಿಡುತ್ತಿದ್ದನು. ಬೇರೆ ಯಾರಿಗೂ ಮಿಸುಕದ ಆ ಗುಂಡಿಗೆ ಬಸಪ್ಪನ ಗುಂಡು ಅಂತ ಕರೆಯುವದು ಅಗದೀ ಬರೊಬ್ಬರಿ ಆಗಿತ್ತು.

ಬಸೂನದು ಹೀಗೆ ನಡೆದಿದ್ದರೆ ನಾನು ಹಾಗೂ ಹೀಗೂ ಕುಂಟುತ್ತ ಒಂದು ಬಿ.ಎ. ಮಾಡಿಕೊಂಡು ಊರಿಗೆ ಬಂದೆ. ನಾನು ಆ ವರ್ಷದಿಂದಲೂ ಆ ಆರೆಂಟು ವರ್ಷಗಳೆಲ್ಲ ಕೆಲಸ ಹುಡುಕುತ್ತ ಊರಲ್ಲಿಯೇ ಉಳಿದಿದ್ದೇನೆ. ಪೇಪರನ್ನು ನೋಡಿ ಅದರಲ್ಲಿ 'ಬೇಕಾಗಿದ್ದಾರೆ' ಹುಡುಕಾಡಿ ಪೋಷ್ಟಮ್ಯಾನ್ ಕೆಲಸದಿಂದ ಹಿಡಿದು ಡೀಸೀ ಪೋಷ್ಟತನಕ ಎಲ್ಲಕ್ಕೂ ಅರ್ಜಿ ಗುಜರಾಯಿಸಿ ಸೋತಿದ್ದೇನೆ. ನಾನು ಎಲ್ಲರಿಗೂ ಬೇಡವಾಗಿದ್ದೇನೆ. ನನ್ನದರ ಬಗ್ಗೆ ಏನನ್ನು ಸಾಧಿಸಲಾಗದೇ ಊರಲ್ಲಿಯೇ ಉಳಿದ ನಾನು ಬಸೂನ ಜೀವನವನ್ನು ಮಾತ್ರ ಅತೀ ಸಮೀಪದಿಂದ ನೋಡಿದ್ದೇನೆ. ಅವನ ಸುಖ ದುಃಖಗಳನ್ನೆಲ್ಲ ಒಂದೇ ಕೈಮಾರಿ ನಂತರದಲ್ಲಿ ಕಂಡಿದ್ದೇನೆ... ನಾನು ಊರಿಗೆ ಬಂದ ವರ್ಷವೇ ಬಸೂನ ಮದಿವೆಯಾದದ್ದು. ಮದಿವೆಯ ಅರಿಶಿಣ ಮೆತ್ತಿದ ಮುಖ... ಬಿಳೀ ಮಲ್ಲಿನ ಅಂಗಿ-ಧೋತರಗಳಲ್ಲಿ ಬಸೂ ಒಡೆದು ಕಾಣುತ್ತಿದ್ದ. ಚಿಂತಪ್ಪನ ತಂಗಿ ಬಸೂನ ಅತ್ತೆ-ಹಗಲೆಲ್ಲ ನಿವಾಳಿಸಿ ದೃಷ್ಟಿ ತೆಗೆದದ್ದೇ ತೆಗೆದದ್ದು. ಸಿಂದೀಕುರು ಬೇಟಿನ ಬೀಗರೂ ಭರ್ಜರಿಯಾಗಿದ್ದವರೇ. ಅಳಿಯನಿಗೆ ಒಂದು ವಾಚು ಬಂಗಾರದ ಚೈನು-ಧೋತರ ಜೋಡಿ-ಟರಿಲಿನ್ ಅಂಗಿಯ ಅರಿವೆ ಆಹೇರ ತಂದಿದ್ದರು. ಹುಡುಗಿಯೂ ನಿವ್ವಳಾಗಿದ್ದಳು. ಅಕ್ಕೀಕಾಳಿಗೆ ಬಂದವರೆಲ್ಲ ಜೋಡಿಯನ್ನು ಹೊಗಳಿದ್ದೇ ಹೊಗಳಿದ್ದು. ಮದಿವೆಯಲ್ಲಿ ಎರಡು ದಿನ ಊರಲ್ಲೆಲ್ಲ ಒಂದು ರೀತಿಯ ಕಿವಿ ಗಡಚಿಕ್ಕುವ ಗದ್ದಲವೇ ಗದ್ದಲ 'ಬಾಗಿಲಾಽ ತೊಳಬಿಡ ತಂಗಿ ಕಾಲಽಽ ಸೋಽಽ' ಎಂದು ಲೌಡಸ್ಪೀಕರ್ರು ಚೀರುತ್ತಲೇ ಇತ್ತು. ಬ್ಯಾಂಡಿನವರ ಟರ್... ...ರ್ರ... .... ಕರ್ಕಶ ಧ್ವನಿ-ಸನಾದಿಯವರ 'ಏಯ್... ...' ಒಟ್ಟು ವಾತಾವರಣವೆಲ್ಲ ಧ್ವನಿ ತರಂಗಗಳಿಂದಲೇ ತುಂಬಿ ಹೋಗಿತ್ತು. ನನಗೆ ಸಹಿಸಲಿಕ್ಕಾಗದಷ್ಟು ತಲೆಬ್ಯಾಸರೆದ್ದು 'ಯಾತರ ಸಲುವಾಗಿ ಇಷ್ಟು ಗದ್ದಲವೋ' ಎಂದೆನ್ನಿಸಿತು.

ಮದಿವಿಯಾದ ಮರುವರ್ಷವೇ ಬಸೂನ ಹೆಂಡತಿ-ಕಮಲವ್ವ ಅತ್ತೆಮನೆ ನಡೆಯಲು ಬಂದಳು. ಬೀಗರ ಒಂದು ಹಿಂಡೇ ಬಂದಿತ್ತು. ಚಿಂತಪ್ಪ ಕಾಕಾ ಬುಂದೇ ಮಾಡಿಸಿದ್ದನಂತೆ. ಸಾಲಿಯ ತಟ್ಟೆಗೆ ಮಲಗಿದ ನಾವು ಬೆಳಿಗ್ಗೆ ಏಳುವದಕ್ಕೇ ಕೆಂಪು ಹಸುರು-ಬಿಳೀ ಪಟಕಾ ಸುತಿಗೊಂಡ ಗಂಡು ಬೀಗರು ಚರಿಗೆ ಹಿಡಿದು ಸಾಲೀ ಮುಂದೆ ಹಾಯಿಸಿ ಮರಡಿಗೆ ಹೊಂಟಾಗ- 'ಇವ ಬಸೂನ ಮಾನ...' 'ಇವ ಬಸೂನ ಚಿಕಮಾವ...' 'ಇವ ಹುಡುಗೀಸ್ವಾದರ ಮಾವ...' 'ಇವಯಾರ ಏನೋಪಾ...' ಎಂದು ನಮ್ಮ ನಮ್ಮೊಳಗೆ ಮಾತಾಡಿಕೊಂಡಿದ್ದೆವು. ದಿನಾ ರಾತ್ರಿ ಸಾಲಿ ಕಟ್ಟೆಗೆ ಮಲಗಲು ಬರುತ್ತಿದ್ದ ಬಸೂ ಅಂದಿನಿಂದ ಮನೆಯಲ್ಲಿಯೇ ಮಲಗಲು ಸುರುಮಾಡಿದ. ಬಸೂ ಬರದ್ದರ ಬಗ್ಗೆ ನಾವೆಲ್ಲಾ ಮಾತಾಡಿಕೊಂಡು ನಗಾಡಿದೆವು. ಯಾವಾಗಲಾದರೂ ಒಮ್ಮೊಮ್ಮೆ ಕಟ್ಟೆಗೆ ಮಲಗಲು ಬರುತ್ತಿದ್ದ ಬಸೂನಿಗೆ ನಾವು 'ನಿನಗೆ ಇಲ್ಲಿ ಜಾಗಾ ಇಲ್ಲಪಾ...' ... 'ಬಸೂ ನಿನ್ನ ಹಾಸಿಗೀ ನನ್ನ ಮಗ್ಗಲಕ ಹಾಸಬ್ಯಾಡಪಾ...' ಎಂದೋ, ಏನೇನೋ ಅಂದು ನಗಾಡಿದರೆ ಅವನೊ

ನಗುತ್ತಲೇ 'ಅದ್ಯಾಕ ಜಾಗಾ ಇಲ್ರೆಪಾ. ನಿಮ್ಮ ಸ್ವಂತದ್ದೇನ ಈ ಸಾಲಿ' ಎಂದು ಖಾಲಿ ಜಾಗಾದಲ್ಲಿ ತನ್ನ ಹಾಸಿಗೆ ಬಿಚ್ಚುತ್ತಿದ್ದ... ಬಸೂ ಈಗ ಯಜಮಾನನಂತಾಗಿ ಬಿಟ್ಟಿದ್ದ. ಅವನ ಜೊತೆಗೆ ಮಾತಾಡುವಾಗ ಯಾರೋ ಒಬ್ಬ ದೊಡ್ಡವರ ಜೊತೆ ಮಾತಾಡುತ್ತಿದ್ದಂತೆ ಅನಿಸುತ್ತಿತ್ತು. ಆಗಾಗ ಕಂಡಾಗ ನಾನು 'ಹೆಂಗ ನಡೆದೈತಿ ನಿನ್ನ ಒಕ್ಕಲತನಾ...' ಅಂದರೆ ಅವನು 'ಹಿಂಗs... ಈಗೊಂದ ಮಳೀ ಬಿದಿದ್ದರ ಗೊಂಜಾಳಕ್ಕ ಪಾಡಾಗ್ತಿತ್ತು... ಹೂಂ... ನಿನ್ನ ಕೆಲಸದ್ದು ಎಲ್ಲೀ ತನಕಾ ಬಂದೈತಿ...' ಎಂದು ಕೇಳಿದ್ದಕ್ಕೆ ನನ್ನ ಮುಗುಳು ನಗೆಯೇ ಉತ್ತರವಾಗಿ ನಮ್ಮ ಸಂಭಾಷಣೆಯು ಅಲ್ಲಿಗೇ ಮುಗಿದು ಇಬ್ಬರೂ ಮಕ ಮಕ ನೋಡಿ ಗೋಣಾಡಿಸಿ ಹೊರಡುತ್ತಿದ್ದೆವು. ಆದರೂ ನನಗೆ ಬಸೂನನ್ನು ಮಾತಾಡಿಸಿ ಬಿಟ್ಟು ಹೊಂಟಾಗ ಒಬ್ಬ ಖಾಸಾ ವ್ಯಕ್ತಿಯನ್ನು ಬಿಟ್ಟು ಹೊರಟಂಗೆ ಅನಿಸುತ್ತಿದ್ದುದು ಮಾತ್ರ ಖರೆ.

ಪಂಚಮಿ ಇನ್ನೂ ಎಂಟು ದಿನವಿರುವಾಗ ಬಸೂನ ಮಾವನ ಮನೆಯಿಂದ ಅವನ ಮಾವ-ಅತ್ತೆ ಮತ್ತು ಅವನ ಬೀಗ-ಬೀಗನ ಹೆಂಡತಿ ಬಂದರು. ಸಂಜೆಗೆ ನಾನು ಸಾಲೀ ಕಡೆಯಿಂದ ಬರುವಾಗ ಬಸೂ ತನ್ನ ಬೀಗನ ಜೋಡಿ ಮನೆಯಿಂದ ಹೊರಬಿದ್ದ. ಮರುದಿವಸ ಮುಂಜಾನೆ ನಾನು ಅವ್ವನ ಮುಂದೆ 'ಬಸೂನ ಬೀಗ ಬಂದಾಗ ಕಾಣತೈತ' ಅಂದಾಗ 'ಅವ ಒಬ್ಬನs ಯಾಕ. ಕಮಲವ್ವನ ಅಪ್ಪಾ-ಅವ್ವಾ ಮತ್ತು ನಾದ್ನಿನೂ ಬಂದಾರು' ಅಂದಳು. 'ಈಗೇನು ಪಂಚಮಿಗೆ ಕರೆಯಾಕೇನು... ಅದಕ್ಕೆ ಎಲ್ಲಾರೂ ಯಾಕ ಬಂದಾರೋ...' ಅಂದುಕೊಂಡಾಗ ಅವ್ವ 'ಕರಿಯಾಕಲ್ಲ ಕಮಲವ್ವಗೆ ಕುಬಸಾ ಮಾಡತಾ ರಂತ. ಅದಕ್ಕs ಬಂದಾರು' ಅಂದಳು. ಓಹೋ ಹೀಗೋ ಸಮಾಚಾರ ಅಂದುಕೊಂಡೆ. ಮನ್ನೆ ಬಸೂ ಎದುರಿಗೆ ಬಂದಾಗ ಅದು-ಇದು ಮಾತಾಡಿದ್ದೇವಾದರೂ ಈ ಸುದ್ದಿಯನ್ನು ಅವ ಹೇಳಿರಲಿಲ್ಲ. ಅಥೆಂಗ ಹೇಳ್ಯಾನು... ಸಂಜೀವಿನಿ ಕಡ್ಡಿ ಹುಡುಕುವಾಗಿನಂಥ-ಒಬ್ಬರಿ ಗೊಬ್ಬರು ಎಲ್ಲವನ್ನೂ ಹೇಳುವಂಥ ಸಂಬಂಧ ಇನ್ನೂ ಇರು ಅಂದರೆ ಆದೀತೇ ಅಂದು ಕೊಂಡೆ. ಅವ್ವ, ನಾನು ಸುಮ್ಮನಾಗಿದ್ದು ಕಂಡು 'ಕಮಲವ್ವ ತನ್ನ ತವರು ಮನಿಗೆ ಹೋಗೂ ದ್ರಾಗ ಒಮ್ಮೆ ಮನಿಗೆ ಕರೆದು ಒಂದ ಕುಬಸಾ ಅಂತ ಮಾಡಿ ಬಿಟ್ರಾತು... ಬಸೂನ ಅವ್ವ ನಿಮ್ಮ ಶಂಕ್ರಣ್ಣನ ಮದಿವಿ ಎಂದ ಮಾಡವರು ಅಂತ ಹಗಲೆಲ್ಲಾ ಕೇಳತಿರತಾಳ...' ಎಂದು ಏನೇನೋ ಹೇಳುತ್ತಿದ್ದಳು. ನಾನು ನಕ್ಕು ಚಪ್ಪಲಿ ಮೆಟ್ಟಿಕೊಂಡು ಪೋಷ್ಟಿನ ಕಡೆ ನಡೆದೆ.

ಮರುದಿವಸ ಬಸೂನ ಹೆಂಡತಿಯ ಉಡಿತುಂಬುವ ಕಾರ್ಯಕ್ರಮ ಜರ್ಬಾಗಿಯೇ ನಡೆಯಿತೆಂದು ಕಾಣುತ್ತದೆ. ಊದಿಸಿ ಬಾರಿಸುವದು-ಬಂದು ಹೋಗುವ ಜನರು... ಎಲ್ಲ ಜೋರಾಗಿದ್ದವು. ಅವ್ವ ಆರತಿಗೆ ಹೋಗಿ ಬಂದು ಬಸೂನ ದೈವವನ್ನು ಹೊಗಳಿದ್ದೇ ಹೊಗಳಿದ್ದು- "ನೀ ಏನs ಹೇಳು, ಬಸಣ್ಣನ ದೈವ ಚಲೂ ನೋಡ. ಲಕ್ಷ್ಮೀ ಹಂತಾ ಹೆಂಡತಿ ಸಿಕ್ಕಾಳು. ಇನ್ನ ಒಬ್ಬ ಮಗನ್ನ ಹಡದ ಬಿಟ್ಟನಂದರ... ಇನ್ನೇನ ಬೇಕು...' ಅನ್ನುತ್ತ ನನ್ನನ್ನು ನೋಡಿ ನಿಟ್ಟುಸಿರು ಬಿಟ್ಟು ಒಳಗೆ ಹೋದಳು. ನಾನು ಅವ್ವನಿಗೆ 'ಇದೊಂದೇ ಸುದ್ದಿ' ಅಂದುಕೊಳ್ಳುತ್ತ ಹಣಮಂತ ದೇವರ ಗುಡಿಯ ಕಟ್ಟೆಗೆ ನಡೆದೆ. ಪ್ರತಿವರ್ಷ ಗುಡಿಯ ಎದುರಿಗಿನ ಅರಳೀ ಮರಕ್ಕೆ ಪಂಚಮಿ ಜೋಕಾಲಿ ಕಟ್ಟುತ್ತಾರೆ. ಅರಳೀಮರ ಎತ್ತರಕ್ಕೆ

ಬೆಳೆದು ನಿಂತಿದೆ. ಅದರ ಒಂದು ಟೊಂಗಿ ಬಹಳ ಎತ್ತರದ ಮೇಲೆ-ಭೂಮಿಗೆ ಸಮಾನಾಂತರದಲ್ಲಿ ಗುಡಿಯ ಶಿಖರದ ಕಡೆಗೆ ವಾಲಿದೆ. ಅದಕ್ಕೇ ಯಾವಾಗಲೂ ಜೋಕಾಲಿ ಕಟ್ಟುವರು. ಈ ಸಲವೂ ಕಟ್ಟಿದ್ದರು. ದೊಡ್ಡ ಜೋಕಾಲಿ ಅದು. ಮುಗಿಲಗೇ ಕಟ್ಟಿದಂತಿರುತ್ತದೆ. ಅದನ್ನು ಜೀಕತೊಡಗಿದರೆ ಅದು ನಿಧಾನವಾಗಿ ಮೇಲೆ ಏರಿ ಏರಿ ಎಲ್ಲಿ ಮುಗಿಲಲ್ಲಿಯೇ ಕರಗಿ ಹೋಗುತ್ತದೋ ಎಂದೂ ಅನಿಸಿ ಅಂಜಿಕೆ ಬರುತ್ತದೆ. ಅದಕ್ಕೇ ನಾನು ಎಷ್ಟೇ ಒತ್ತಾಯ ಮಾಡಿದರೂ ಆ ಜೋಕಾಲಿ ಆಡುತ್ತಿದ್ದಿಲ್ಲ. ಆದರೆ ಗುಡಿಯ ಕಟ್ಟೆಯ ಮೇಲೆ ಕೂತು ಆಡುವವರಿಗೆ ಹುರುಪುಕೊಡುತ್ತಿದ್ದೆ. ಸಂಜೆಗೆ ಜೋಕಾಲಿ ಆಡಲು ಹೆಂಗಸರ ಗುಂಪೂ ಬಂದು ಒಂದಿಷ್ಟು ಗಂಡು ಬೀರೆಯರು ಗಂಡಸರೊಂದಿಗೇ ಜೋಕಾಲಿ ಆಡುತ್ತಾರೆ. ಅಂತೂ ಜೋಕಾಲಿ ಇರುವ ಸುಮಾರು ಹದಿನೈದು ದಿನಗಳ ತನಕ ಗುಡಿಯಕಟ್ಟೆ ಮೋಜಿನ ತಾಣವಾಗಿರುತ್ತದೆ.

ಈ ಸಲ ಎರಡು ದಿನಗಳಷ್ಟೇ ಹಿಂದೆ ಉಡಿ ತುಂಬಿಸಿಕೊಂಡ ಕಮಲವ್ವನೂ ಜೋಕಾಲಿ ಆಡಲು ಬಂದಾಗ ಕಟ್ಟೆಯ ಮೇಲೆ ಕೂತ ನಾವೆಲ್ಲ ಬಸೂನಿಗೆ-'ಏಲೋ ಬಸೂ... ಇಬ್ಬರದೂ ಜೋಡಿ ಜೋಕಾಲಿ ಆಟ ಆಗ್ಲಿ' ಎಂದು ಹುರಿದುಂಬಿಸಿ ಹವಾ ಹಾಕಿದೆವು. ಕಮಲವ್ವ ನಾಚಿ ನೀರಾದಳು. ಬಸೂ ನಕ್ಕೋತ ಎದ್ದವನೇ ಜೀಕಿಕೋತಿದ್ದ ಜೋಕಾಲಿ ಯನ್ನು ನೋಡಿ ಹಿಡಿದವನೇ ಅವರನ್ನು ಇಳಿಸಿ ತನ್ನ ಹೆಂಡತಿಯನ್ನು ಕರೆದ, ಕಮಲವ್ವ ನಾಚಿಕೋತ 'ಏಲ್ಲ...ವಲ್ಲ...' ಅಂದರೂ ಅವಳ ಜೊತೆಗೆ ಇರುವ ಹೆಣ್ಣು ಮಕ್ಕಳೆಲ್ಲ 'ಇರವಲ್ಯಾಕ ಹೋಗss ಎಷ್ಟ ಸೋಗು ನಿಂದಾ...' ಎಂದು ಅವಳನ್ನು ಮುಂದೆ ನೂಕಿದರು. ಜೋಕಾಲಿ ನಿಧಾನವಾಗಿ ಏರತೊಡಗಿತು. ಅದು ಇನ್ನೂ ತನ್ನ ಭರಾಟೆಯ ಅರ್ಧಕ್ಕಿದೆ ಎನ್ನುವಾಗ ಕಮಲವ್ವ ಕಿರಿಚಿಕೊಳ್ಳತೊಡಗಿದಳು. ಅವಳು ಬಸೂನ ಕಾಲನ್ನು ಗಟ್ಟಿಯಾಗಿ ಹಿಡಿದುಕೊಂಡು ಕುಳಿತುಬಿಟ್ಟಳು. ನಾವೆಲ್ಲ ಗಾಬರಿಯಾಗಿ ಅತ್ತೊಮ್ಮೆ-ಇತ್ತೊಮ್ಮೆ ತೂಗಾ ಡುವ ಜೋಕಾಲಿಯನ್ನು ಕಣ್ಣು ಕಿಸಿದು ನೋಡುತೊಡಗಿದೆವು. ಚನ್ನ ಓಡಿಹೋದವನೇ ತೂಗಿ ಬರುತ್ತಿದ್ದ ಜೋಕಾಲಿಯನ್ನು ಗಬಕ್ಕನೇ ಹಿಡಿದು ಸ್ವಲ್ಪ ಹಿಂದಕ್ಕೆ ಓಡಿ-ಮತ್ತೆ ಮುಂದೆ ಓಡಿ-ಅಂತೂ ನಿಲ್ಲಿಸಿದನು. ಜೋಕಾಲಿ ನಿಲ್ಲುತ್ತಿದ್ದಂತೆಯೇ ಕಮಲವ್ವ ಹಂಗೇ ನೆಲಕ್ಕೆ ಹೊಳ್ಳಿಕೊಂಡು ಬಿದ್ದು ಬಿಟ್ಟಳು. ಬಸೂ ಏನಾಯಿತೆಂದು ತಿಳಿಯದೇ ಮಿಕ ಮಿಕ ನೋಡು ತ್ತಿದ್ದಂತೆಯೇ ನಾಕು ಜನ ಹೆಣ್ಣು ಮಕ್ಕಳು ಕಮಲವ್ವನನ್ನು ಅಮಾತಾಗಿ ಎತ್ತಿಕೊಂಡು ಮನೆಗೆ ಒಯ್ದರು. ಆಮೇಲೆ ಯಾರೂ ಆಡದೇ ನೇರಕ್ಕೆ ಜೋತುಬಿದ್ದ ಜೋಕಾಲಿಯನ್ನು ಎರಡು ದಿನಗಳಲ್ಲಿಯೇ ಬಿಚ್ಚಿಹಾಕಿದರು... ಬಸೂ ಮಾತ್ರ ತಿಂಗಳುಗಟ್ಟಲೇ ಮಂಕನಂತೆ ಅಡ್ಡಾಡಿದ.

ಮುಂದಿನ ಸಲ ಕಮಲವ್ವ ಬಸಿರಾದಾಗ ಚಿಂತಪ್ಪ ಕಾಕಾನ ಮನೆಯಲ್ಲಿ ಅವಳು ಕುಡಿದ ನೀರೂ ಅಲುಗಾಡಲು ಬಿಡಲಿಲ್ಲವಂತೆ. ನೀರು ತರುವುದು ಏಕದಂ ಬಂದ. ಬಸೂ ಇಲ್ಲ ಚಿಂತಪ್ಪ ಕಾಕಾನೇ ನೀರು ತರತೊಡಗಿದರು. ಅವಳು ಆಯಾಸಪಟ್ಟುಕೊಳ್ಳದಂತೆ ಅವಳಿಗೆ ಒಂದಿಷ್ಟೂ ಕೆಲಸ ಹಚ್ಚುತ್ತಿದ್ದಿಲ್ಲವಂತೆ. ಬೆಳಿಗ್ಗೆ ಚಹಕುಡಿದು ಒಂದಿಷ್ಟು ರೊಟ್ಟಿ ಬಡಿದರೆ

ಅವಳ ಕೆಲಸ ಮುಗಿದೇ ಹೋಯಿತಂತೆ. ಅವ್ವ ಆಗಾಗ ಬಸೂನ ಅವ್ವ-ಅಪ್ಪನನ್ನು ಹಾಡಿ ಹರಸುತ್ತಿದ್ದಳು. 'ಸೊಸಿನ್ನ ಮಗಳಕ್ಕಿಂತಾ ಹೆಚ್ಚಿಗೆ ನೋಡಿಕೋತಾರು. ಇಂತಾ ಅತ್ತಿ ಮಾವ ಬಾಳ ಅಪರೂಪಾ...' ಎಂದು ಹೇಳಿ 'ಕಮಲವ್ವಗೀಗ ಮೂರು ತಿಂಗಳು...' 'ಕಮಲವ್ವಗೀಗ ನಾಕ್ ತಿಂಗಳು' ಎಂದು ಆಗಾಗ ನಾನು ಕೇಳಿದೆನೊ ಅನ್ನುವಂತೆ ವರದಿ ಒಪ್ಪಿಸುತ್ತಿದ್ದಳು. ಏಳು ತಿಂಗಳಾದಾಗ ಕಮಲವ್ವನ ತವರು ಮನೆಯವರು ಮಗಳನ್ನು ಕರೆಯಲು ಬಂದರು. ಮೋಟರಿನಲ್ಲಿ ಹೋದರೆ ತ್ರಾಸುಗೀಸು ಆದೀತೆಂದು ಚಿಂತಪ್ಪ ಚಕಡ್ಯಾಗ ಗಾದೀ ಹಾಕಿಸಿ ಕೊಲ್ಲಾರಿ ಕಟ್ಟಿಸಿ ತಾನೇ ಕೊಳ್ಳಗಟ್ಟಿಕೊಂಡು ಹೋಗಿ ಸಿಂದೀಕುರುಬೇಟಿನ ತನಕ ಕಳಿಸಿ ಬಂದ. ಕಮಲವ್ವ ಊರಿಗೆ ಹೋದ ಮೇಲೆ ಬಸೂನ ಸವಾರಿ ಪೋಷ್ಟಿನ ಕಡೆ ಬರ ತೊಡಗೀತು. ನಾವು 'ಓ... ಬಸೂನೂ ಪೋಷ್ಟಿಗೆ ಬರಾಕತ್ಯಾನಲೋ... ನಿಂಗ್ಯಾವ ಆಫೀಸಿನಿಂದ ಪತ್ರ ಬರೊದ್ರೈತೆಪಾ...' ಎಂದು ಚೇಷ್ಟೆ ಮಾಡಿದರೆ ಬಸೂ ಮೊದಲಿನಂತೆ ನಗದೇ ಗಂಭೀರನಾಗಿಯೇ ಉಳಿದು ಬಿಡುತ್ತಿದ್ದನು. ಅವನ ಮುಖದ ಮ್ಯಾಲೆ ಯಾತರದೋ ಒಂದು ಕಾತರದ ಭಾವನೆಯಿತ್ತು...

ಬಸೂನ ಕಾತರಕ್ಕೊಂದು ಸಾರ್ಥಕ್ಕೆ ಬಂತು. ಕಮಲವ್ವ ಸುಸೂತ್ರವಾಗಿ ಗಂಡು ಮಗನನ್ನು ಹೆತ್ತ ಪತ್ರ ಬಂದಾಗ ಬಸೂನ ಮನೆಯವರಷ್ಟೇ ಅವ್ವನೂ ಸಂತೋಷಪಟ್ಟಳು. ಚಿಂತಪ್ಪ ಕಾಕಾ ಒಂದು ಧಡೆ ಸಕ್ಕರೆಯನ್ನು ಹಂಚಿಸಿಯೇ ಬಿಟ್ಟ. ಬಿತ್ತುವ ಕೆಲಸ ಜೋರಾಗಿ ಇದ್ದದ್ದರಿಂದ ಬಸೂ ಆದಿತ್ಯವಾರದ ತನಕ ತನ್ನ ಮಗನನ್ನು ನೋಡುವ ಕುತೂಹಲ ತಡೆದುಕೊಂಡು ಸೋಮವಾರ ಎತ್ತು ಹೂಡವ ಹಾಗಿಲ್ಲ ಅಲ್ಲದೇ ದಿನವೂ ಚೆನ್ನಾಗಿತ್ತೆಂದು ಅವನು ಸಿಂದೀಕುರುಬೇಟಿಗೆ ತನ್ನ ಎಂಟು ದಿನದ ಮಗನ ಮುಖ ನೋಡಲು ಹೊರಟ. ಬಸೂ ಮುಂಜಾನೆ ಗಾಡಿಗೆ ಹೋದ. ಅವನು ಹೋದ ನಾಕೈದು ತಾಸಿನ ನಂತರ ಚಿಂತಪ್ಪ ಕಾಕಾ ಗಾಬರಿಯಾಗಿ ನಮ್ಮ ಮನೆಗೆ ಓಡಿ ಬಂದು ಬಾಗಿಲಲ್ಲಿಯೇ 'ಶಂಕ್ರಣ್ಣಾ...' ಎಂದು ಮಾತಾಡುತ್ತಿರುವವನನ್ನು ತಡೆದು 'ಇದೇನ ನೋಡು...' ಎಂದು ತನ್ನ ಕೈಯಲ್ಲಿನ ಪತ್ರವನ್ನು ಮುಂದೆ ಮಾಡಿದ. ನಾನು ಪತ್ರ ಇಸಿದುಕೊಂಡು ಓದಿ ನೋಡಿ ಹೌಹಾರಿಬಿಟ್ಟೆ. ಸುಮ್ಮನೇ ನಿಂತು ಬಿಟ್ಟೆ. ಚಿಂತಪ್ಪ 'ಏನ ಐತಿ... ಎಲ್ಲಿಂದ ಬಂದೈತಿ...' ಎಂದು ಎಡ್ಡಿಸಿ ಎಡ್ಡಿಸಿ ಕೇಳತೊಡಗಿದ. ಅಜ್ಜನಾದೆನೆಂದು ಖುಶಿಯಿಂದ ಕುಣಿದಾಡಿ ಬಿಟ್ಟ ಕಾಕಾನಿಗೆ ಅವನ ವಂಶವನ್ನು ಬೆಳೆಸುವ ಎಳೆಯ ಕುಡಿ ಒಣಗಿ ಹೋದದ್ದನ್ನು ಹ್ಯಾಗೆ ಹೇಳುವುದೆಂದು ಕಂಗಾಲಾಗಿ ಬಿಟ್ಟೆ.

***

ಬಸೂನಿಗೆ ಈ ಸಲ ತಾಳಿಕೊಳ್ಳಲಾರದ ಆಘಾತವಾಯಿತು. ಅವನು ಮಾತನಾಡು. ವದೇ ಕಮ್ಮಿಯಾಯಿತು. ದಾರಿಯಲ್ಲಿ ಕಂಡರ 'ಏನು ಈ ಕಡೆ ಹೊರಟೆ" ಅಂದರೆ ಅವನು ಕೇವಲ ಕ್ಷೀಣವಾಗಿ ನಕ್ಕು 'ಹೀಗೇ...' ಎಂದು ಸೂಚಿಸುವಂತೆ ಗೋಣಾಡಿಸಿ ಬಿಡುವನು. ದೊಡ್ಡವರು ಯಾರಾದರೂ ಕಂಡರೆ 'ಶರಣು' ಎಂದು ಬಾಯಿಬಿಟ್ಟು ಹೇಳದೇ ಬರೀ ಕೈಮುಗಿದು ಬಿಡುವನು. ಮನೆಯಲ್ಲಿಯೂ ಹಾಗೆಯೇ ಅಂತೆ. ಮೊದಲು ಎಂಟು ಹತ್ತು

ರೊಟ್ಟಿ ತಿನ್ನುವ ಹುಡುಗ ಈಗ ಬರೇ ಎರಡು ರೊಟ್ಟಿ ತಿನ್ನುವುದರಲ್ಲಿಯೇ ಎದ್ದು ಬಿಡುತ್ತಿದ್ದನಂತೆ. ಅವ್ವ ಅಪ್ಪಂದಿರೊಂದಿಗೂ ಅಷ್ಟಕಷ್ಟೇ ಮಾತಂತೆ. ದನದ ಹಕ್ಕೆಯ ಕಂಬಕ್ಕೆ ತಲೆ ಅನಿಸಿಕೊಂಡು ಕೂತನೆಂದರೆ 'ಇವನೇನು ಜೀವಂತ ಇದ್ದಾನೋ-ಇಲ್ಲೋ' ಅನ್ನುವ ಹಾಗಿರುತ್ತದೆಂದು ಅವ್ವ ಹೇಳಿಕೊಂಡು ಸಂತಾಪ ಪಡುತ್ತಿರುತ್ತಾಳೆ. ಚಿಂತಪ್ಪ ಕಾಕಾ ಬಂದು ನನಗೆ 'ನೀನರೆ ಒಮ್ಮೆ ಬಂದು ಅವಗ ಒಂದೀಟ ಹೇಳಪಾ... ಅವನ್ನ ಕಂಡರೆ ನನ್ನ ಕಳ್ಳ ಉರೀತೈತೆ...' ಎಂದು ಕಣ್ಣೀರು ತೆಗೆದಿದ್ದನು. ಅದಕ್ಕೆ ನಾ ಒಮ್ಮೆ ಅವರ ಮನೆಗೆ ಹೋಗಿ ಒಂದು ತಾಸು ಕೂತು ಬಂದೆನು. ನಾನು ಮಾತಾಡಿದ್ದಕ್ಕೆಲ್ಲ ಬಸೂ ನಿರ್ವಾತ ಧ್ವನಿಯಲ್ಲಿ 'ಹಾಂ...' 'ಹೂಂ' ಎಂದಷ್ಟೇ ಹೇಳಿದನು. ಏನಾದರೂ ಹೇಳಿದರೆ ನನ್ನನ್ನು ಮಿಕಿ ಮಿಕಿ ನೋಡಿದನು. ನನಗೂ ಅವನ ಸ್ಥಿತಿ ನೋಡಿ ಸಂಕಟವಾಯಿತು. ಕಮಲವ್ವ ತಂದು ಕೊಟ್ಟ ಹಾಲು ಕುಡಿದು ಮನೆಗೆ ಬಂದು ಬಿಟ್ಟೆ.

ಕಮಲವ್ವ ಇನ್ನೆರಡು ಸಲ ಹಲವುಳಿದಾಗ ಬಸೂನ ರೋಗ ಇನ್ನಷ್ಟು ಹೆಚ್ಚಿತು. ಅವನನ್ನು ಹೊರಗೆ ಕಳಿಸುವುದೇ ಅಪಾಯವಾಗಿ ಬಿಟ್ಟಿತು. ಚರಗಿ ತಗೊಂಡು ಹೋದವನು ಎತ್ತಲೋ ಹೋಗಿ ಕುಳಿತು ಬಿಡತೊಡಗಿದನು. ಒಮ್ಮೆ ಅಡಿವೀಸ್ವಾಮಿ ಮಠದೊಳಗೆ ಹೋಗಿ ಕೂತುಬಿಟ್ಟಿದ್ದನಂತೆ. ಇನ್ನೊಮ್ಮೆ ಹಾದೀ ಬಸಪ್ಪನ ಗುಡಿಯಲ್ಲಿ ಕುಳಿತಿದ್ದನಂತೆ... ಮತ್ತೊಮ್ಮೆ ಹೆಣಾಸೂಡೋ ಕಳ್ಯಾಗ ಕೈಮಡಚಿ ತಲೆಗೆ ಇಟ್ಟುಕೊಂಡು ಮಲಗಿಕೊಂಡು ಬಿಟ್ಟಿದ್ದನಂತೆ. ಇನ್ನೊಮ್ಮೆ ಹಾದೀ ಬಸಪ್ಪನ ಗುಡಿಯಲ್ಲಿ ಕುಳಿತಿದ್ದನಂತೆ... ಮತ್ತೊಮ್ಮೆ ಹೆಣಾಸುಡೋ ಕಳ್ಯಾಗ ಕೈಮಡಚಿ ತಲೆಗೆ ಇಟ್ಟುಕೊಂಡು ಮಲಗಿಕೊಂಡು ಬಿಟ್ಟಿದ್ದನಂತೆ. ಸರದಾರನಂಥಾ ಬಸೂನ ಹಾಡು ಊರಾಗ ಎಲ್ಲರಿಗೂ ಕೆಡಕು ಅನಿಸುವಂತೆ ಮಾಡಿತು. ಎಲ್ಲರೂ ಮರಗುವವರೆ, ಆದರೆ ದಿನ ದಿನಕ್ಕೆ ಅವನು ಇನ್ನಷ್ಟು ಬಿಗಡಾಯಿಸ ತೊಡಗಿದ. ಒಮ್ಮೆ ಎಸ್.ಟೀ.ಬಸ್ಸು ಒಂದರ ಮುಂದೆ ನಿಂತು 'ನಮ್ಮ ಊರಾಗ ನಿಮ್ಮ ಬಸ್ಸ ಯಾಕ ತಂದೀರಿ...ನಿಮ್ಮ ಮ್ಯಾಲ ಖಟ್ಲೆ ಹಾಕ್ತನು' ಎಂದು ಹುಚ್ಚುಚ್ಚಾರಾಗಿ ಕೂಗ ತೊಡಗಿದನು. ಅಲ್ಲೇ ಇದ್ದ ನಾವೆಲ್ಲ 'ಇರ್ಲಿ ಬಿಡೋ ಬಸಪ್ಪ' ಅಂತ ಸಮಾಧಾನ ಮಾಡಿ ಮನೆಗೆ ಕರೆದುಕೊಂಡು ಬರಬೇಕಾದರೆ ಸಾಕು ಸಾಕಾಯಿತು. ಒಂದಿಷ್ಟು ಜನ ಅವನನ್ನು ಧಾರವಾಡದ ಆಸ್ಪತ್ರೆಗೆ ಹಾಕಲು ಹೇಳಿದಾಗ ಚಿಂತಪ್ಪ ಗೊಳೋ ಎಂದು ಎದೆ ಬಡಿದುಕೊಂಡು ಅಳುತ್ತ 'ನನ್ನ ಹೊಟ್ಟಿ ಉರಸಾಕ ಇಂಥಾ ಮಾತು ಯಾಕ್ ಹೇಳ್ತಿರೋ...' ಎಂದು ಗೋಳಾಡಿದಾಗ ಮುಂದೆ ಯಾರೂ ಅವನ ಮುಂದೆ ಆ ಮಾತು ಹೇಳುತ್ತಿದ್ದಿಲ್ಲ. ಬಸೂ ನನ್ನು ಆದಷ್ಟು ಹೊರಗೇ ಬಿಡುತ್ತಿರಲಿಲ್ಲ. ಅವನು ಕೆರಳಿದಾಗೆಲ್ಲ ಅವನನ್ನು ಒಂದು ಕೋಣೆ ಯಲ್ಲಿ ಹಾಕಿ ಬಾಗಿಲು ಮುಚ್ಚಿ ಬಿಡುತ್ತಿದ್ದರು.

ಹೀಗೆ ನಡೆದಾಗಲೇ ನಾನು ನಿಮಗೆ ಹೇಳಬೇಕೆಂದಿದ್ದ ಮೊನ್ನಿನ ಘಟನೆ ನಡೆದದ್ದು. ನಾವೆಲ್ಲ ಸಾಲೀ ಕಟ್ಟೆಯ ಮೇಲೆ ಮಲಗಿದವರಿಗೆ ಕಟ್... ಕಟ್... ಎಂದು ಸಪ್ಪಳ ಕೇಳಿಸ ತೊಡಗಿತು. ನಿಶ್ಯಬ್ದ ಊರಲ್ಲಿ ಅದು ಒಡೆದು ಕೇಳಿಸುತ್ತಿತ್ತು. ನಾವು 'ಯಾರೊಪಾ ಅಂವಾ... ಇಷ್ಟ ಲಗೂ ಎದ್ದು ಕಟಿಕೀ ಒಡ್ಯಾಕತ್ಯಾನಲಾ...' ಎಂದು ಮಾತಾಡಿಕೊಳ್ಳುತ್ತಿರುವಂತೆಯೇ

ಊರಲ್ಲಿ ಗಲ ಗಲ ಬಾಯಿ ಕೇಳಿಸತೊಡಗಿತು. 'ಏನಿರಬಹುದು... ಏನಿರಬಹುದು...' ಎಂದು ಅಂದುಕೊಳ್ಳುತ್ತಿರುವಂತೆಯೇ ಅಜ್ಜಪ್ಪ ಗೋಳ ಗುರುವ್ಯಾ ಓಡುತ್ತ ಬಂದು ತೇಕುತ್ತಲೇ "ಅಕ್ಯಾರ ಬಸೂ ಗುಡೀ ಮುಂದಿನ ಅಳ್ಳೀಗಿಡಾ ಹತ್ತಿ ತಾ ನಿಂತಗೊಂಡ ಕೊಂಬೀನss ಕಡ್ಯಕತ್ಯಾನು" ಅಂದಾಗ ನಾವೆಲ್ಲ ನಮ್ಮ ಹಾಸಿಗೀ ಅಲ್ಲಲ್ಲೇ ಬಿಟ್ಟು ಗುಡೀ ಕಡೆಗೆ ಓಡಿದೆವು. ಅಲ್ಲಿ ಗಿಡದ ಕೆಳಗೆ ಜನಾ ಎಲ್ಲಾ ಹೌಹಾರಿ ನಿಂತಿದ್ದರು. ಬಸೂನ ಅವ್ವ ಮ್ಯಾಲೆ ನೋಡುತ್ತಾ ಎದೆ ಬಡಕೊಂಡು ಅಳುತ್ತಿದ್ದಳು. ಮೇಲೆ ನೋಡಿದರೆ ಬಸೂ ಜೋಕಾಲಿ ಕಟ್ಟುವ—ಮುಗಿಲಿಗೆ ಅಂಟಿದಂತಹ ಕೊಂಬೆಯ ಮೇಲೆ ನಿಂತು ಅದೇ ಕೊಂಬೆಯನ್ನು ಬೊಡ್ಡೆಯ ಕಡೆಗೆ ಕಡಿಯುತ್ತಿದ್ದಾನೆ. ನಾನು ಬಸೂನ ಅವ್ವನಿಗೆ ಒಂದಿಷ್ಟು ಜಬರಿಸಿಯೇ ಸುಮ್ಮನೆ ಇರಲು ಹೇಳಿದ. ಅವಳು ನನ್ನನ್ನು ನೋಡಿ ಒಂದಿಷ್ಟು ನಿಯಂತ್ರಿಸಿ ಕೊಂಡಳು. ನಾನು "ಏ ಬಸೂ... ಅದ್ನ ಕಡೀ ಬ್ಯಾಡೊ... ಬೀಳತೀ" ಎಂದು ಜೋರಾಗಿ ಕೂಗಿಕೊಂಡೆ. ಬಸೂ ಒಂದು ಕ್ಷಣ ಕಡಿಯೂದನ್ನ ನಿಲ್ಲಿಸಿದಾಗ ಎಲ್ಲರಿಗೂ ಸಂತೋಷ ವಾಯ್ತು. ಬಸೂ ಕೂಗಿ ಹೇಳಿದೆ. "ಶಂಕ್ರ್ಯಾ... ಹಣಮಂತ ದೇವರ ಪಾಲೀಕಿ ದಂಡಿಗಿ ಮುರದಹೋಗೇತಿ... ಹೊಸದಂಡಿಗೀ ಕಡಕೊಂಡ ಬರತನು... ಬಡಗ್ಯಾರಿಗೆ ಹೇಳಿ ಬಿಡು... ಇಂದ ಸಂಚಿಕ ಪಾಲೀಕೀ ಸೇವಾ ಆಗೇ ಬಿಡ್ಲಿ." ಬಸೂನ ಮಾತು ಲಕ್ಷಗೊಟ್ಟು ಕೇಳಿದ ನಮಗೆ ಸಿಡಿಲು ಬಡಿದಂತೆ ಆಯಿತು. ಯಾರಾದರೂ ಮೇಲೆ ಹತ್ತಿ ಅವನನ್ನು ಒತ್ತಾಯದಿಂದ ಇಳಿಸಿಕೊಂಡು ಬರಬೇಕೆಂದರೆ ಅದು ಅಸಾಧ್ಯದ ಮಾತು. ಅಲ್ಲದೇ ಅದಕ್ಕೆ ಯಾರು ಹೋಗಬೇಕು? ಅದಕ್ಕೇ ಕೆಳಗೆ ನಿಂತೇ ನಾವೆಲ್ಲ ಕೂಗತೊಡಗಿದೆವು–"ಬ್ಯಾರೇ ದಂಡಿಗೀ ತರೂಣೂ ಬಾರೋ..." "ಇಳದ ಬಂದರ ನಾ ಒಂದು ಹೊಸಾ ಪಲ್ಲಕ್ಕಿ ಮಾಡಿಸಿ ದೇವರಿಗೆ ಕೊಡತನ ಬಾರೋ..." "ಈಗಿದ್ದ ದಂಡಗೀನss ರಿಪೇರಿ ಮಾಡ್ಸೂಣೂ ಬಾರೋ..." ಎಲ್ಲರ ಕೂಗುಗಳೂ ಬಸೂನ ಕೊಡಲಿ ಎದ್ದು ಎದ್ದು ಬೀಳುವ ಪೆಟ್ಟಿನ ಕಟ್... ಕಟ್ ಸಪ್ಪಳದಲ್ಲಿ ಮುಳುಗಿ ಹೋದವು. ಆಕಾಶದಲ್ಲಿ ನಿಂತ ಆ ಮನುಷ್ಯ ಆ ಟೊಂಗಿ ಕರಕ್ –ಎಂದು ಮುರಿದು–ನಾವು ದಡದಡವೆಂದು ಹಿಂದೆ ಸರಿದು–ತನ್ನನ್ನು ಹೊತ್ತುಕೊಂಡು ಬೀಳುವ ತನಕ ಕೊಡಲಿ ಎತ್ತಿ ಹೊಡೆದು ತಾನು ನಿಂತ ಟೊಂಗಿಯನ್ನು ಕಡಿಯುತ್ತಲೇ ಇದ್ದ.

(೧೯೮೦)

*

೨೦. ಗುಲಾಬಿ ಮೃದು ಪಾದಗಳು

ವೈದೇಹಿ

ದಾರಿಯೇನೂ ಅವಳಿಗೆ ಹೊಸದಲ್ಲ. ಅಲ್ಲಿರುವ ಮನೆಗಳೂ, ಅದರೊಳಗಿರುವವರು ಮಾತ್ರ ಅವಳಿಗೆ ಗುರುತಿಲ್ಲ.

ಒಂದು ದಿನ, ಪ್ರತಿದಿನದಂತೆ, ಆ ದಾರಿಗುಂಟ ಬರುವಾಗ ಒಂದು ರಿಕ್ಷಾ ಅವಳ ಬದಿಯಿಂದಲೇ ದಾಟಿತು. ಒಂದು ಮನೆ ಮುಂದೆ ನಿಂತಿತು. ರಿಕ್ಷಾದಿಂದ ಎಳೆಯ ಮಗುವನ್ನು ಎದೆಗವಚಿಕೊಂಡು ಹಿರಿಯ ಹೆಂಗಸೊಂದು ಇಳಿಯಿತು. ಹಿಂದೆಯೇ, ಮಗುವಿನ ತಾಯಿ, ಬಹುಶಃ ಇಳಿದಳು. ಸರಿತಾ ನಡೆ ನಿಧಾನ ಮಾಡುತ್ತ ಅತ್ತಲೇ ನೋಡುತ್ತ ನಡೆದಳು. ಸುತ್ತಿದ ಬಟ್ಟೆಯೊಳಗಿಂದ ಮಗುವಿನ ಗುಲಾಬಿ ಮೃದುವಾದ ಪಾದಗಳು ಹೊರಗಿಣುಕಿ ಮುದವುಂಟು ಮಾಡಿತ್ತು. ಅವರು ಮನೆಯೊಳಗೆ ಮರೆಯಾದರು.

ಅಂದಿನಿಂದ ಆ ಮನೆ ದಾಟುವಾಗ ಅವಳ ದೃಷ್ಟಿ ಆಚೆಗೆ ಹೊರಳುತ್ತಿತ್ತು. ಹುಡುಕುತ್ತಿತ್ತು. ಅಲ್ಲಿ ಅಂಗಳದಲ್ಲಿ ಸಾಲಾನುಸಾಲು ತಂತಿಗಳು. ತಂತಿಗಳ ಮೇಲೆ ಪುಟ್ಟ ಪುಟ್ಟ ಅಂಗಿಗಳು, ನ್ಯಾಪ್‌ಕಿನ್‌ಗಳು, ಹಾಸು-ಹೊದಿಕೆಗಳು-ಮಗುವಿನ ಬಗ್ಗೆ ಮಾತಾಡಿದುವು. ಮಗು ಕಾಣಿಸಲಿಲ್ಲ. ಮನೆಯಂಗಳದ ತಂತಿಯಲ್ಲಿ ಈ ಬಟ್ಟೆಗಳೂ ಎಷ್ಟು ಶೋಭಿಸುತ್ತವೆ! ಗಾಳಿ ಬೀಸಿ ತಂತಿಗಳು ಬಟ್ಟೆ ಹೊತ್ತು ಓಲಾಡುವಾಗ ಮಗುವಿಗೆ ಜೋಗುಳ ಹಾಡುತ್ತಿರುವವೇನೋ ಎಂತ ಅನಿಸುತ್ತಿತ್ತು. ಒಮ್ಮೆ ಒಳಗೆ ಹೋಗಿ ನೋಡಬೇಕೆಂದುಕೊಂಡರೂ ಸಂಕೋಚ ಅವಳನ್ನು ಹೋಗೊಡಲಿಲ್ಲ. ಏನೆಂತ ಹೇಳುವುದು? ಮಗುವನ್ನು ನೋಡಲು ಬಂದೆನೆಂದ? 'ಇಷ್ಟರವರೆಗೆ ಮಕ್ಕಳನ್ನು ನೋಡಿಲ್ಲವೆ?'-ಎಂದರೆ? ಆ ಮನೆಯವರು ಎಂತಹ ನಂಬಿಗೆಯವರೋ. 'ಯಾರೋ ಗುರುತಿಲ್ಲದವರು ಬಂದು ನೋಡಿ ಮಗುವಿಗೆ ದೃಷ್ಟಿಯಾಯಿತು' ಎಂದರೂ ಸರಿಯೇ. ಹೀಗೆಲ್ಲ ಲೆಕ್ಕಾಚಾರ ಹಾಕುತ್ತಲೇ ಮನೆಯ ಬಾಗಿಲು ದಾಟಿ ಹೋಗುತ್ತಿತ್ತು.

ಒಂದೊಂದು ದಿನ ಮಗುವಿನ ಅಳು ಕೇಳಿಸುತ್ತಿತ್ತು. ಅವಳು ಸ್ವಲ್ಪ ಹೊತ್ತು ಅಲ್ಲಿಯೇ ನಿಲ್ಲುತ್ತಿದ್ದಳು. ದನಿಕೊಟ್ಟರೆ ತನ್ನ ಮನಸ್ಸಿನ ಸ್ವರವೂ ಹಾಗೆಯೇ ಹೊರಟೀತು ಎಂತನಿಸುತ್ತಿತ್ತು. ಕರುಳಿನವರಿಗೆ ಕತ್ತಿ ಹಾಯಿಸಿದಂತಹ ಸಂಕಟದಿಂದ ನಲುಗುತ್ತಿದ್ದಳು. ಗುಲಾಬಿ ಮೃದು ಪಾದಗಳಿಗಾಗಿ ಹುಡುಕುತ್ತಿದ್ದಳು.

ಹಾಗಲ್ಲಿ ಹೆಚ್ಚು ಹೊತ್ತು ನಿಲ್ಲುವ ಹಾಗುಂಟೆ? ಯಾರಾದರೂ ಕಂಡರೆ ಯಾರು, ಯಾಕೆ ಇತ್ಯಾದಿ ಪ್ರವರ ಸುರುಮಾಡಿಯಾರು. ತಾನು ಒಂದೋ ಒಳಗೆ ಹೋಗಬೇಕು. ಇಲ್ಲ ಸೀದ ಮುಂದುವರಿಯಬೇಕು. ಅವಳು ಮುಂದುವರಿಯುತ್ತಿದ್ದಳು. 'ಪ್ರಪಂಚದಲ್ಲಿ ಬಹಳ ಹೊತ್ತು ನಮಗಾಗಿ ನಾವು ಏನೂ ಮಾಡುವಂತಿಲ್ಲ. ಕದ್ದು ಪಡೆದ ಒಂದಷ್ಟು ನಿಮಿಷಗಳು ಮಾತ್ರ ನಮ್ಮವು. ಉಳಿದೆಲ್ಲವೂ ಅಕ್ಕಪಕ್ಕದವರದ್ದು. ಸಮಾಜದ್ದು, ಬಂಧು ಬಳಗದ್ದು.' ಹೀಗೆಲ್ಲ ಮೆಲುಕು ರಸ್ತೆ ದಾಟಿಸುತ್ತಿತ್ತು.

ಒಮ್ಮೆ ಮಗುವಿನ ಉಂಗುರ್ರ್‌ರಾಗ, ಕಾಲಗೆಜ್ಜೆಯ ಝಿಣಝಿಣಿ ಕೇಳಿ ಮೊಳೆ ಹೊಡೆದವಳಂತೆ ಅಲ್ಲಿಯೇ ನಿಂತಳು. ಮೃದು ಪಾದಗಳು ಬೆಳ್ಳಿಗೆಜ್ಜೆ ಘಲ್ಲೆನಿಸುತ್ತ ಪ್ರಪಂಚದ ಒಳಗೊಳಗೆ ಬರುತ್ತ ಇದ್ದವು. ಪಾದ ಕಾಣಿಸುತ್ತಿರಲಿಲ್ಲ. ಸ್ಮೃತಿಯಿಂದ ಗೆಜ್ಜೆಯ ಸ್ವರ ಮಾತ್ರ ಮಾಸುವುದೇ ಇಲ್ಲ. ಅವಳ ಕತ್ತಿನ ನರ ಬಿಗಿಯುತ್ತಿತ್ತು. ನುಂಗಿಕೊಂಡಷ್ಟೂ ಬಿಗಿತ ಹೆಚ್ಚುತ್ತಿತ್ತು.

ಕಿಟಕಿಯಿಂದ ಒಬ್ಬ ಹೆಂಗಸು 'ಯಾರದು?' ಎಂದು ಹೆದರಿದ ದನಿಯಲ್ಲಿ ಮಕ್ಕಳ ಕಳ್ಳರೋ ಎಂಬಂತೆ ಪ್ರಶ್ನಿಸಿದಾಗಲೇ ಅವಳಿಗೆ ಎಚ್ಚರಾದದ್ದು. ಕೆನ್ನೆಯ ಮೇಲಿಳಿಯುತ್ತಿದ್ದ ಕಣ್ಣೀರ ಬಿಸಿಯ ಅರಿವಾದದ್ದು. ಆಕೆ ಕಕ್ಕಾಬಿಕ್ಕಿಯಾಗಿ ನೋಡುತ್ತಿದ್ದಂತೆ ಕಣ್ಣೊರಸಿಕೊಳ್ಳುತ್ತ ಅವಳು ಚಲಿಸಿದಳು. ಕಿವಿಯೊಳಗೆ ಗೆಜ್ಜೆಯ ಝಿಣಝಿಣಿ ಮಾತ್ರ ಮತ್ತೆ ಮತ್ತೆ ಗುಂಗುರುಗುಡುತ್ತಿದ್ದವು. ಕಾಲು ಕೆದರಿ ನೆನಪನ್ನು ಬಗೆಯುತ್ತಿದ್ದವು.

ಮಗು ಕವುಚಿಕೊಂಡಿರಬೇಕು. ತಾಯಿಯ ಹರ್ಷದ ನಗೆ ಕೇಳಿಸುತ್ತಿತ್ತು. ಸರಿತಾ ದಾಟುವಾಗಲೇ ಅವಳು ತಾಯಿಯನ್ನು ಕರೆದು ಮಗು ಕವುಚಿತೆಂತ ಕೂಗಿದ್ದು ಶುದ್ಧ ಕಾಕತಾಳೀಯ. "ಕವುಚಿತೇ? ಹಾಗಾದರೆ ಶಾಸ್ತ್ರ ಪ್ರಕಾರ ದೋಸೆ ಮಾಡಬೇಕು"–ಹಿರಿಯಾಕೆ ಎಂದಾಗ ಗಂಡುದನಿಯೊಂದು ತಮಾಷೆಯೆಂಬಂತೆ ಗಟ್ಟಿಯಾಗಿ ನಕ್ಕಿತು. "ಮುದ್ದುಗೆ ಅಪ್ಪ ಬಂದಿದ್ದಾರೆಂತ ಹೇಗೆ ತಿಳಿಯಿತೂ ಎಂತ..." ಇತ್ಯಾದಿಗಳನ್ನೆನ್ನುತ್ತಾ ಮಾತಿನಲ್ಲೇ ಮಗುವಾಡಸಿತು. ಶಿಳ್ಳಿನಲ್ಲಿ ಕೋಗಿಲೆ ಕೂಗಿತು.

ಸರಿತಾ ಈಗ ಅಲ್ಲಿಂದ ಖಂಡಿತ ಮುಂದುವರೆಯದಾದಳು.

ಗಗನದಲ್ಲಿ ಎಳೆಬೆಳಕು ಬೆಚ್ಚನೆ ಹರಡಿದಂತಹ ನಗೆಮುಖದ ತೀರ ಹತ್ತಿರ ಬಂದಿತ್ತು. ತಾನು ಪರವಶತೆಯಿಂದ ನಡುಗು ತುಟಿಯಿಂದ ಕಣ್ಣು ಮುಚ್ಚಿದ್ದೆ. ನಗೆ ಕುಡಿಸಿದ ಅಮಲಿಂದ, ಒರಗಿದರೆ ತಾನೆಂಬುದರ ಹುಟ್ಟನ್ನೇ ಅಡಗಿಸಬಲ್ಲ ದಟ್ಟಗೂದಲ ಪೊದೆ ಎದೆಯಿಂದ ಎಚ್ಚರಾಗಿ ಮುಖವೆತ್ತಿ ಸುತ್ತ ನೋಡಿದಾಗ ಏನಿತ್ತು? ಬಯಲೋ ಬಯಲು. ಸುತ್ತಿ ಕಡಲಿಗೆ ಒಗೆಯುವ ತಾಕತ್ತಿನ ಬಯಲು. ಘಮಘಮದ ಭಾವಗಳ ಮೃದು ಹೆಜ್ಜೆಗಳನ್ನೆಲ್ಲ ಧೂಳು ಹಾರಿಸಿ ಮುಚ್ಚಿ ಅಂತರಂಗದ ಆಳಕ್ಕೆ ತಳ್ಳಿ ಬಚ್ಚಿಟ್ಟುಕೊಂಡ ಬಯಲು. ಹಾಡುತ್ತಿದ್ದ ಕೋಗಿಲೆ ಎತ್ತ ಹಾರಿತು? ಹುಡುಕುತ್ತಿದ್ದೇನೆ ತಾನು ಗಾಳಿಯಲ್ಲಿ, ಚಿಗುರಿನಲ್ಲಿ, ಬಯಲಿನಲ್ಲಿ, ದನಿಯಲ್ಲಿ, ಹಾಡಿನಲ್ಲಿ.

ರಸ್ತೆ ಮಯಮಯವಾಯಿತು. ಕಣ್ಣಿಗೆ ಕಟ್ಟಿದ ನೀರಿನ ತೆಳುಪರದೆ ಸರಿಸಿ ನಿಂತಲ್ಲೇ ತುದಿಗಾಲಿಂದ ಕಾಂಪೌಂಡಿನ ಆಚೆಗಿರುವ ಕಿಟಕಿಯೊಳಗೆ ಇಣುಕಿದಳು ಸರಿತಾ. ಎಂದಿಗೂ ಇನ್ನೊಬ್ಬರ ಮನೆಯಲ್ಲಿ ಇಣುಕಬಾರದು ಎಂತ ತಿಳಿದಿದ್ದರೂ. ಉತ್ಕಟ ಇಚ್ಛೆಯನ್ನು ತಪ್ಪು ಒಪ್ಪುಮೀರಿ ಉತ್ಕಟವಾಗಿ ಅನುಭವಿಸಿದಾಗಲೇ ತೃಪ್ತಿ ಹೆಚ್ಚು ಎಂದುಕೊಳ್ಳುತ್ತ. ಆದರೆ ತಂದೆಯೂ ಕಾಣಲಿಲ್ಲ. ಮಗುವೂ. ಎದುರು ಮನೆ ಹೆಂಗಸು ಇಣುಕಿ "ಯಾರು ನೀವು? ಯಾರು ಬೇಕಿತ್ತು? ಒಳಗೆ ಹೋಗಿ ಕೇಳಿ. ಅಡ್ಡಿಲ್ಲ"–ಎಂದದ್ದು ಕೇಳಿಸಿ ಸುಮ್ಮನೆ ತಲೆ ಯಾಡಿಸಿ ಹೊರಟುಹೋದಳು.

ಯಾರು ಬೇಕಿತ್ತು? ರಸ್ತೆಯ ಪರವೆಯಿಲ್ಲದೆ ಬಿಕ್ಕುತ್ತ ಸಾಗಿದಳು. ಮನಸ್ಸಿಗೆ ವಿಪರೀತ ಆಯಾಸವೆನಿಸುತ್ತಿತ್ತು. ಆದರೆ ಎಲ್ಲಿಯೂ ಒರಗಬೇಕೆನಿಸಲಿಲ್ಲ. ಒಂದು ಕ್ಷಣ ಸಹ ನಿಲ್ಲಬೇಕೆನಿಸಲಿಲ್ಲ.

ತಿಂಗಳುಗಳು ಕಳೆದ ಮೇಲೊಂದು ದಿನ ಮನೆಯೊಳಗೆ ತುಂಬ ಜನವಿದ್ದಂತಿತ್ತು, ದೊಡ್ಡವರ ಗಲಾಟೆಯಲ್ಲಿ ಹಸುಗೂಸಿನ ಸ್ವರವೇ ಮುಳುಗಿಹೋಗಿತ್ತು. ಒಂದೆರಡು ಕಾರುಗಳೂ ನಿಂತಿದ್ದುವು. ಹೆಸರಿಡುವ ಸಮಾರಂಭವೆ? ಅಂದಂತೆ ಆ ಮಗು ಗಂಡೋ, ಹೆಣ್ಣೋ? ತಂತಿಯ ಮೇಲಿನ ಬಟ್ಟೆಗಳ ಮೇಲೆ ಕಣ್ಣಾಡಿಸಿದಳು ಸರಿತಾ. ತಿಳಿಯಲಿಲ್ಲ. ಅಲ್ಲಿರುವುದು ಬರಿಯ ಜುಬಲಾಗಳು. ಗಂಡಿಗೂ ಸರಿ, ಹೆಣ್ಣಿಗೂ. ಹೆಸರೇನು ಇಡಬಹುದು...? ಯಾವುದೋ ಹೆಸರು ಮತ್ತೆ ಮತ್ತೆ ಮಿದುಳು ಕೆರೆಯುತ್ತಾ ಸಾಗಿ ಭಸ್ಮವಾಗಿ ಕಾಣೆಯಾಯಿತು. ತೀರ ಸಣ್ಣ ಹೆಜ್ಜೆಯಲ್ಲಿ ನಡೆದು ಅವಳು ಮುಂದೆ ಹೋದಳು.

ರಾತ್ರಿ ಕನಸಿನಲ್ಲಿ ಮಗು ಬಂದಿತ್ತು. ಗರ್ಭದಲ್ಲಿ ಎರಡೇ ಎರಡು ತಿಂಗಳು ಕಳೆದಂತಿತ್ತು. ಕೈಕಾಲು ಮುಖ ಒಂದೂ ಸ್ಪಷ್ಟವಾಗಿರಲಿಲ್ಲ. ಆದರೂ ಕವುಚಿಕೊಂಡು ಸುತ್ತು ಹೊಡೆಯುತ್ತಿತ್ತು. ಕೇಕೆ ಹಾಕುತ್ತಿತ್ತು. ಕೈ ಚಾಚಿದಳು. ಹೊಟ್ಟೆ ಎಳೆಯುತ್ತ ಹೆಜ್ಜೆ ಬಡಿಯುತ್ತ ಮುಂದೆ ಹೋಯಿತು. ಹಿಂಬಾಲಿಸಿದಳು. ಮಾಯವಾಯಿತು. ಅಷ್ಟೆ. ಬರೀ ಅಷ್ಟೇ.

ಬರೀ ಅಷ್ಟೆಯೇ?

ಭ್ರಮೆಯೆಂಬುದು ಸತ್ಯದ ವೇಷ ತೊಟ್ಟು ಮನುಷ್ಯನನ್ನು ಎಷ್ಟು ಸೊಗಸಾಗಿ ಮರುಳುಗೊಳಿಸುತ್ತದೆ! ಮತ್ತೆ ಎಂತಹ ಭಯಾನಕ ಗುರುತು ಊರಿ ತಾನಲ್ಲ ಎಂಬಂತೆ ನಡೆದುಬಿಡುತ್ತದೆ!

ಮೋಡ ಕವುಚಿದರೂ ಮಳೆ ಸುರಿಯದಂತಹ ಅವಸ್ಥೆಯಲ್ಲಿಯೇ ಆಫೀಸಿಗೆ ಹೊರಟಳು. ಮನೆಯೆದುರು ಕೆಲವರು ಕಾರು ಹತ್ತುತ್ತಿರುವುದು ದೂರದಿಂದಲೇ ಕಾಣಿಸಿ ಆತಂಕವಾಯಿತು. ಬೇಗ ಬೇಗ ನಡೆದಳು. ಯಾರೋ ಒಬ್ಬರ ಕೈಯಲ್ಲಿ ಮಗುವಿತ್ತು. ಹತ್ತಿರ ಬಂದು ಸರಿಯಾಗಿ ನೋಡುವುದರೊಳಗೆ ಕಾರು ಹೊರಟು ಹೋಯಿತು. ಮನೆಯ ಮುಂದಿನ ಅಂಗಳ ಬೋಳುಬೋಳಾಗಿತ್ತು. ತಂತಿಗಳಲ್ಲಿ ಉಲ್ಲಾಸವಿರಲಿಲ್ಲ. ತೋರಣವಿಲ್ಲದ ಚಪ್ಪರದಂತೆ ಮನೆ ನಿಂತಿತ್ತು. ಆ ಹಿರಿಯಾಕೆ ಗೇಟಿನ ಬಳಿಯೇ ಖಿನ್ನರಾಗಿ

ನಿಂತಿದ್ದರು. ಎದುರುಮನೆ ಹೆಂಗಸು ಕಿಟಕಿಯಿಂದ ಇಣುಕಿತು. 'ಇನ್ನು ನಿಮಗೆ ಬಹಳ ಬೇಜಾರು ಅಲ್ಲವೇ?' ಎನ್ನುತ್ತ ಅವರ ಖಿನ್ನತೆಯನ್ನು ಮತ್ತಷ್ಟು ಪರಚಿತು. ಅವಳನ್ನು ಕಂಡದ್ದೇ "ಮಗು ಹೊರಟುಹೋಯಿತಲ್ಲ! ದಿನಾ ನಿಲ್ಲುತ್ತಿದ್ದಿರಿ, ಯಾಕೆ? ಮಗುವನ್ನು ನೋಡಲಿಕ್ಕಾಗಿಯೇ ಎಂದು ನಾನು ಗ್ರಹಿಸಿಕೊಂಡೆ. ಒಳಗೆ ಹೋಗಿ ಒಮ್ಮೆ ನೋಡ ಬಹುದಿತ್ತು. ಹೌದೆ...? ಅಂದ ಹಾಗೆ ನಿಮಗೆಷ್ಟು ಮಕ್ಕಳು? ಕುತ್ತಿಗೆಗೆ ಕರಿಮಣಿ ಹಾಕದಿರುವುದು ಈಗಿನದೊಂದು ಕೆಟ್ಟ ಫ್ಯಾಶನ್. ಅಥವಾ ಮದುವೆಯೇ ಆಗಲಿಲ್ಲವೋ?" ಕಿಟಕಿಯಲ್ಲಿ ಬೇಡದಷ್ಟು ಕುತೂಹಲವೇ ಮೈಯಾಗಿರುವ ತನ್ನ ಸ್ವರವನ್ನು ತೂರಿಸಿತು. ಸರಿತಾ ಮಾತಾಡದೆ ಹಿರಿಯಾಕೆಯನ್ನು ನೋಡಿದಳು. "ಬಹಳ ಬೇಸರ, ಒಳಗೆ ಬನ್ನಿ, ಸ್ವಲ್ಪ ಹೊತ್ತು ಕಾಲು ನೀಡಿ ಕುಳಿತು ಮಾತಾಡುವ" ಎಂದು ಬಹುಕಾಲದ ಪರಿಚಯಸ್ಥರಂತೆ ನುಡಿದರು. ಆಗ ಕಿಟಕಿಯಾಕೆ "ಹಾಗಾದರೆ ನಾನೂ ಬಂದೆ. ಒಂದೇ ನಿಮಿಷ" ಎಂದು ಉತ್ಸಾಹ ಎರಚಿಕೊಂಡಳು.

ಶತಮಾನಗಳಿಂದ ಕದಲದೇ ನಿಂತ ಬಂಡೆಗಳಿಗಾದರೂ, ಅವು ಹೀರಲಿ ಬಿಡಲಿ, ಒಮ್ಮೆ ಒಳಗಿನದನ್ನು ಹೇಳಿ ಹೇಳಿಯೇ ಖಾಲಿಮಾಡಿಕೊಳ್ಳಬೇಕು ಎಂಬಷ್ಟು ಹೊರೆಯಿತ್ತು. ಆದರೆ ಆ ಭಾರ ಕೂಡ ಇಳಿದು ತಾನು ಪೂರ್ತಿ ಹಗುರಾಗಿಬಿಟ್ಟರೆ ಎಂಬ ಎಣಿಕೆ ಮಾತ್ರದಿಂದಲೇ ಕಂಪಿಸುವಂತಾಯಿತು. ಹೊರಚಿಮ್ಮಲು ಬಂದ ಚೆನ್ನೆನಪಿನ ಒದ್ದೆನುಡಿಗಳನ್ನೆಲ್ಲ ಜೋಪಾನ ವಾಗಿ ಮುಚ್ಚಿಡುತ್ತ "ಇಲ್ಲ. ಆಫೀಸಿಗೆ ಹೊತ್ತಾಯಿತು. ನಾ ಹೋಗುತ್ತೇನೆ" ಎಂದವಳು, ಒಂದು ಕ್ಷಣ ಕೂಡ ಅಲ್ಲಿ ನಿಲ್ಲಲಿಲ್ಲ. "ಎಲ್ಲೋ ಕಾಲುತಪ್ಪಿ ಎಲ್ಲ ಮುಗಿದಿರಬೇಕು. ಪಾಪ, ಅವಳ ಕಣ್ಣಲ್ಲಿ ನೀರಿತ್ತು, ಅಲ್ಲ?" ಕಿಟಕಿಯಾಕೆ ಪಿಸುಗುಟ್ಟಿದ್ದು ಅಟ್ಟಿಸಿದಂತೆ ಬಂತು. ಸರಿತಾ ಓಡಲಿಲ್ಲ. ಉಲ್ಲಾಸದ ತೋರಣವೇ ಇಲ್ಲದೆಯೂ ಕುಸಿಯದೆ ಧೈರ್ಯವಾಗಿ ಮಾತಿಲ್ಲದೆ ನಿಂತಿದ್ದ ಮನೆ ಕಣ್ಣಮುಂದಿತ್ತು. ಸಾಲು ಮರಗಳಿಲ್ಲದೆ ಉದ್ದಕ್ಕೂ ನಾಲಿಗೆಯಂತೆ ಚಾಚಿ ನಿಂತಿದ್ದ, ಕೊನೆಗೆ ಕಾಣದಿದ್ದ ಕಪ್ಪುರಸ್ತೆಯ ಮೇಲೆ ಸತ್ತವರನ್ನೆಲ್ಲ ರಾತ್ರಿ ಹೊತ್ತು ನಕ್ಷತ್ರ ಗಳನ್ನಾಗಿ ಮೆರೆಸುತ್ತ ಹಗಲಿನಲ್ಲಿ ನೀಲಿಗಟ್ಟಿದ ಹೊದಿಕೆಯೊಳಗೆ ಮುಚ್ಚಿಡುವ ಅಂತರಿಕ್ಷದ ಕೆಳಗೆ ನಡಿಗೆಯನ್ನು ಮುಂದುವರಿಸಿದಳು, ಒಬ್ಬಳೇ. ಅರ್ಥವಾಗದ ಅರ್ಥದಂತೆ.

(೧೯೮೩)

*

೨೧. ಒಂದು ಸೈಕಲ್ ಸಾಕು

ಕೆ.ಸತ್ಯನಾರಾಯಣ

ಬುಧವಾರ

ಈವತ್ತು ಬುಧವಾರ ಅಲ್ಲವೆ, ಬುಧವಾರ, ಗುರುವಾರ, ಶುಕ್ರವಾರ–ವಾರದಲ್ಲಿ ಮೂರು ದಿನ ಕುಸುಮಳಿಗೆ ಸೈಕಲ್ ಸಿಗುವುದಿಲ್ಲ. ಅವಳ ಮನೆ ಇರುವುದು ಬೆಂಗಳೂರಿನ ಪಾದರಾಯನಪುರದ ಮೂರನೆ ಕ್ರಾಸಿನಲ್ಲಿ. ಅವಳು ಸೋಷಿಯಲ್ ಸ್ಟಡೀಸ್ ಟೀಚರ್ ಆಗಿ ಕೆಲಸ ಮಾಡುವ ಮೋತಿಚಂದ್ ಸ್ಮಾರಕ ಹೈಸ್ಕೂಲ್ ಇರುವುದು ಬೆಂಗಳೂರಿನ ಇನ್ನೊಂದು ತುದಿಯಲ್ಲಿರುವ ಬಸವೇಶ್ವರ ನಗರದ ಬಡಾವಣೆಯಲ್ಲಿ. ಎಷ್ಟೋ ವರ್ಷ ಗಳಿಂದ ಅವಳಿಗೆ ವಾರದಲ್ಲಿ ಮೂರು ದಿನ ಸೈಕಲ್ ಸಿಗುವುದಿಲ್ಲ. ಬುಧವಾರ–ಗುರುವಾರ ಮಗಳು ಪಂಕಜ ಸೈಕಲ್ ತೆಗೆದುಕೊಂಡು ಹೋದರೆ, ಶುಕ್ರವಾರ ಮಗ ನಾಗರಾಜ ತೆಗೆದುಕೊಂಡು ಹೋಗ್ತಾನೆ. ಅಷ್ಟೇ ಅಲ್ಲ, ಕುಸುಮ, ಶನಿವಾರ, ಅರ್ಧದಿನದ ಸ್ಕೂಲು ಮುಗಿಸಿ ಬಂದ ಮೇಲೆ ಮತ್ತು ಇಡೀ ಭಾನುವಾರವೆಲ್ಲ ಸೈಕಲ್ ನಾಗರಾಜನ ಆಸ್ತಿಯೇ. ಲೇಡೀಸ್ ಸೈಕಲ್ ಆದರೂ ಪರವಾಗಿಲ್ಲ. ನಾನಿನ್ನು ಚಿಕ್ಕ ಹುಡುಗನಲ್ಲವೇ ಅಂತ ಪಿಯುಸಿ ಓದುವ ಅವನ ಸಮಜಾಯಿಷಿ ಬೇರೆ. ಕುಸುಮಳ ಮನೆ ಸುತ್ತಮುತ್ತ ಇರುವ ಯಾವ ಸೈಕಲ್ ಷಾಪಿನವರು ನಾಗರಾಜನಿಗೆ ಬಾಡಿಗೆಗ ಸೈಕಲ್ ಕೊಡುವುದಿಲ್ಲ. ಅದು ಕುಸುಮ ಳಿಗೂ ಗೊತ್ತು. ಸೈಕಲ್‌ಗೆ ಬ್ಲೋ ಹೊಡೆಸೋಕೊ, ಪಂಕ್ಚರ್ ಹಾಕಿಸೋಕೊ ಹೋದಾಗಲೆಲ್ಲ ಅವರೆಲ್ಲ ಗೊಣಗೋದು ಉಂಟು; "ನಿಮ್ಮ ಮಗ ಮಾತ್ರ ಅಸಾಧ್ಯ ಮೇಡಂ. ಕ್ಯಾರಿಯರ್ ಇಲ್ಲದೇ ಇರೋ ಸೈಕಲ್ ಕೊಟ್ಟರೂ ಸರಿಯೇ, ಹಿಂದುಗಡೆ ಮಡ್‌ಗಾರ್ಡ್ ಮೇಲೆ, ಮುಂದಿನ ಫ್ರೇಮಿನ ಮೇಲೆ ಅಂತೆಲ್ಲ ಸೇರಿ, ಮೂರು ಜನರ ಸವಾರಿ, ಒಂದು ಸೈಕಲ್ ಮೇಲೆ. ಒಟ್ಟಿನಲ್ಲಿ ತ್ರಿಬಲ್ ರೈಡ್ ಪಾರ್ಟಿ ಅವನು!"

ಈ ಮೂರು ದಿವಸವೂ ಕುಸುಮ ಸಿಟಿ ಬಸ್ಸಿನಲ್ಲಿ ಸ್ಕೂಲಿಗೆ ಹೋಗುತ್ತಾಳೆ. ಅವಳಿಗೆ ಸುತರಾಂ ಇಷ್ಟವಿಲ್ಲದಿದ್ದರೂ ಎಲ್ಲೆಲ್ಲೋ ಸುತ್ತಿಬಳಸಿ ಹೋಗುವ ಬಸ್ಸಿನಿಂದಾಗಿ ಅವಳು ದಿನಕ್ಕಿಂತ ಅರ್ಧ ಘಂಟೆ ಮುಂಚೆಯೇ ಏಳಬೇಕು. ಬಸ್ಸಿನಲ್ಲಿ ಜನ ಮೈಗೇ ತಾಗಿಸಿಕೊಂಡು ಕೂರೋದು, ಬೆವರಿನ ಕಮಟುವಾಸನೆ, ಬಾಯನ್ನೆ ವಿಕಾರವಾಗಿ ಅಗಲಿಸಿ ಆಕಳಿಸೋದು– ಯಾವುದೂ ಕುಸುಮಳಿಗೆ ಇಷ್ಟವಾಗುವುದಿಲ್ಲ. ಹಾಗಾಗಿ ಶನಿವಾರ ಬೆಳಿಗ್ಗೆ ಮತ್ತೆ ಸಿಗುವ ಸೈಕಲ್‌ಗಾಗಿ ಗುರುವಾರ ಸಂಜೆಯಿಂದಲೇ ಚಡಪಡಿಸ್ತಾಳೆ. ಶನಿವಾರ ಬೆಳಿಗ್ಗೆ ಏಳೂಕಾಲು,

ಏಳೂವರೆಗೆ ಸೈಕಲ್ ಸವಾರಿ ಮಾಡ್ತಾ, ಮಾಗಡಿ ರಸ್ತೆ ಹೊಸಹಳ್ಳಿ ಬೋರೆ ಇದನ್ನೆಲ್ಲ ಹಾದು ಹೋಗುವಾಗಲೇ ಅವಳಿಗೆ ಮತ್ತೆ ನಿರಾಳ.

ನಾಲ್ಕು ಜನರ ಅವರ ಪುಟ್ಟ ಸಂಸಾರಕ್ಕೆ ಈಗಾಗಲೇ ಎರಡು ಸೈಕಲ್ ಇದೆ. ಒಂದು ಇವಳದು. ಇನ್ನೊಂದು ಗಂಡ ವಿಶ್ವನಾಥನದು. ಆ ಸೈಕಲ್ ಅವನಿಗಲ್ಲದೆ ಬೇರೆ ಯಾರಿಗೂ ಸಿಗುವುದಿಲ್ಲ. ಹೊಸೂರು ಹತ್ತಿರವಿರುವ ಫ್ಯಾಕ್ಟರಿಯಲ್ಲಿ ಅಕೌಂಟೆಂಟ್ ಆಗಿರುವ ಅವನಿಗೆ ಫ್ಯಾಕ್ಟರಿ ಬಸ್ ಸಿಗೋದು ಬನ್ನೇರುಘಟ್ಟದ ರಸ್ತೆ ಹತ್ತಿರ. ಪಾದರಾಯನಪುರದಿಂದ ಸೈಕಲ್ ಮೇಲೆ ಅಲ್ಲಿಗೆ ಬಂದು ಬಸ್ ಹಿಡಿಯಬೇಕು. ಭಾನುವಾರ, ವಿಶ್ವನಾಥನಿಗೆ ರಜಾ ಇದ್ದರೂ, ಆವತ್ತು, ತಾಯಿ–ತಂದೆ, ತಂಗಿ ಅಂತೆಲ್ಲಾ ವಿದ್ಯಾರಣ್ಯಪುರ–ಮತ್ತೀಕೆರೆಗಳಿಗೆ ಹೊರಟು ಬಿಡ್ತಾನೆ. ಅಕಸ್ಮಾತ್ ಅವನ ಸೈಕಲ್ ಮನೇಲಿದ್ದರೂ ನಾಗರಾಜ ಉಪಯೋಗಿಸೋದು ಇವಳ ಸೈಕಲ್ಲನ್ನೇ. 'ಅಲ್ಲಿ, ಇಲ್ಲಿ ಅಂತ ಸೈಕಲ್ ತಗೊಂಡು ಹೊರಟುಬಿಡಬೇಡ. ಯಾವಾಗ ನಾನು ಎಲ್ಲಿಗೆ ಹೋಗಬೇಕಾಗುತ್ತೋ, ಯಾರಿಗೆ ಗೊತ್ತು' ಅನ್ನುವ ಅಪ್ಪನ ಗದರಿಕೆಯ ಭಯ ನಾಗರಾಜನಿಗೆ.

ಈ ನಾಗರಾಜನ ಈ ಭಯ ಕುಸುಮಳಿಗೆ ಗೊತ್ತಿಲ್ಲವೇ. ಆದರೆ ಅವಳ ಯೋಚನೆಯೇ ಬೇರೆ.

"ತಾಯಿ ಸೈಕಲ್ ಅಂತ ಸಲಿಗೆ ಜಾಸ್ತಿ ಸರಿ. ಆದರೆ ಅವರಪ್ಪ ಸೈಕಲ್ ಕ್ಲೀನ್ ಮಾಡು ಅಂತ ಗದರಿಸಿದರೆ ಮಗ ಕ್ಲೀನ್ ಮಾಡೋದು ಅಪ್ಪನ ಸೈಕಲ್ಲನ್ನು ಮಾತ್ರ. ನನ್ನ ಸೈಕಲ್‌ನ ಅಷ್ಟೊಂದು ಉಪಯೋಗಿಸ್ತಾನಲ್ಲ, ಒಂದೇ ಒಂದು ಸಲನಾದ್ರು ತಾನೇ ತಾನಾಗಿ ಕ್ಲೀನ್ ಮಾಡತಾನಾ, ಇಲ್ಲ ಅವನನ್ನೇಕೆ ಅನ್ನಬೇಕು. ಅವರಪ್ಪನು ಎಷ್ಟೋ ಸಲ ತಮ್ಮ ಸೈಕಲ್ ತಾವೇ ಕ್ಲೀನ್ ಮಾಡಕೊತಾರಲ್ಲ, ನನ್ನದನ್ನು ಜೊತೆಗೆ ಮಾಡಬಹುದಲ್ಲ, ಉಹು, ಮುಟ್ಟೋದೇ ಇಲ್ಲ. ಇನ್ನು ಪಂಕಜಳಿಗೆ ಹೇಳಬೇಕು. ಪಾಪ, ಹೆಣ್ಣು ಮಗು ಅದೂ ಅಲ್ಲದೆ ಸೈಕಲ್ ಜಾಸ್ತಿ ಉಪಯೋಗಿಸೋದು ನಾಗರಾಜನೇ ತಾನೇ"–ಇದೆಲ್ಲ ಕುಸುಮ ಸುಮ್ಮನೆ ಅಂದುಕೊಳ್ಳೋದು ಅಷ್ಟೆ. ಏನೇ ಅಂದುಕೊಂಡರು, ಮಕ್ಕಳಿಗೆ ಮಾತ್ರ ಕುಸುಮಳ ಸೈಕಲ್ಲೇ ಗತಿ.

ಇನ್ನೊಂದು ಸೈಕಲ್ ಬೇಕು ಅಂತ ನಾಗರಾಜ–ಪಂಕಜ ಪೀಡಿಸುತ್ತಲೇ ಇದಾರೆ, ತುಂಬಾ ದಿವಸದಿಂದ. ಇವರಿಗೆ ಕೊಡಿಸೋಕೆ ಆಗಿಲ್ಲ ಅಷ್ಟೆ. ಗಂಡ–ಹೆಂಡತಿ ಇಬ್ಬರನ್ನೂ ಅಂದು ಪ್ರಯೋಜವಿಲ್ಲ. ಹತ್ತು–ಹನ್ನೆರಡು ವರ್ಷ ಸರ್ವೀಸಾಗಿದ್ದರೂ, ಕುಸುಮಳಿಗೆ ಪ್ರಾವಿಡೆಂಟ್ ಫಂಡ್ ಅದು ಇದು ಅಂತ ಕಳೆದು ಕೈಗೆ ಬರುವುದು ಎಂಟುನೂರು ರೂಪಾಯಿ ಮಾತ್ರ, ವಿಶ್ವನಾಥನಿಗೆ ಒಂದೂ ಕಾಲು ಸಾವಿರ. ಕುಸುಮಳ ಸಂಬಳದ ಬಹುಪಾಲೆಲ್ಲ ಸೈಟಿನ ಕಂತುಸಾಲಕ್ಕೆ ಹೋಗುತ್ತೆ. ನಾಗರಭಾವಿ ಹತ್ತಿರದ ಸೈಟ್ ಕೊಂಡು ಕೊಳ್ಳೋದರಲ್ಲಿ ಗಂಡ–ಹೆಂಡತಿ ಇಬ್ಬರಲ್ಲೂ ಒಮ್ಮತವಿತ್ತು. ಹೊಸೂರು ರಸ್ತೆಯಲ್ಲಿರುವ ಸೋಮನಹಳ್ಳಿ ಬಡಾವಣೆ ಸೈಟಿನಲ್ಲಿ ಮಾತ್ರ ಕುಸುಮಳಿಗೆ ಅಷ್ಟೊಂದು ಆಸಕ್ತಿ ಇರಲಿಲ್ಲ. ಕೊಂಡುಕೊಳ್ಳೋಣ, ಎರಡು–ಮೂರು ವರ್ಷದಲ್ಲಿ, ಬೆಲೆ ಒಂದಕ್ಕೆರಡು ಆಗುತ್ತೆ. ಮಾರಿ

ಕೊಂಡರೆ ಬಂದ ಲಾಭದಲ್ಲಿ ಮನೆ ಕಟ್ಟುವಾಗ ಸಹಾಯ ಆಗಬಹುದು. ಇಲ್ಲ ಅಂದ್ರೆ ನಿನಗೆ ಒಂದೆಳೆ ಸರನಾದರೂ ಮಾಡಿಸಬಹುದು ಅಂತೆಲ್ಲ ಕುಸುಮಳನ್ನು ಘುಸಲಾಯಿಸಿದ್ದ. ಇವಳೂ ಆಸೆಯಿಂದ ಒಪ್ಪಿದ್ದಳು. ಆದರೆ ಸೈಟಿನ ಬೆಲೆ ಏರೋದಿರಲಿ, ಪಂಚಾಯಿತಿ ಕ್ಲಿಯರೆನ್ಸ್ ಸಿಗತಾಯಿಲ್ಲ. ಡಿಸಿ ಅಪ್ರೂವಲ್ ಬರ್ತಾಯಿಲ್ಲ ಅಂತೆಲ್ಲ ತರಲೆ ಆಗಿ ಇವರು ಕೊಂಡಿದ್ದ ಬೆಲೆಗೆ ಸೈತ ಸೈಟು ಕೊಳ್ಳೋರು ಗತಿಯಿಲ್ಲದೆ ಹೋಯಿತು. "ಈ ಸೈಟ್ ಪ್ರಸ್ತಾಪ್ತ ಬಂದಾಗ ಮಾತ್ರ, ಗಂಡ–ಹೆಂಡತಿ ಇಬ್ಬರೂ ನಾಲ್ಕೂವರೆ ಚದುರವಿರುವ ಅವರ ವಠಾರದ ತಾರಸಿಯ ಸೂರಿಲ್ಲದ ಮನೆಯ ಸೂರು ಕೂಡ ಕಿತ್ತುಕೊಂಡು ಹೋಗಬೇಕು ಹಾಗೆ ಜಗಳ ಕಾಯ್ತಾರೆ. ಒಂದೆರಡು ದಿನ ಮುನಿಸಿಕೊಂಡು ಪರಸ್ಪರ ಮಾತಾಡುವುದೇ ಇಲ್ಲ. ಕೊನೆಗೆ ವಿಶ್ವನಾಥನೇ ಸೋಲುತ್ತಾನೆ. ನಾನೇನು ಬೇಕು, ಬೇಕು ಅಂತ ಮಾಡಿದನಾ, ಕೈಗೆ ನಾಲ್ಕು ಕಾಸು ಹತ್ತಲಿ ಅಂತ ಅಲ್ಲವಾ ತಗೊಂಡದ್ದು. ನಾನೊಬ್ಬನೇ ಅಲ್ಲವಲ್ಲಾ, ಎಷ್ಟೊಂದು ಜನ ನಮ್ಮ ಹಾಗೆ ಹಣ ಕಳಕೊತಾಯಿದಾರೆ ಅಂತಾ ಅವನ ಮನಸ್ಸಿಗೂ, ಕುಸುಮಳ ಬುದ್ಧಿಗೂ ಸಮಾಧಾನ ಹೇಳ್ತಾನೆ. ಬರುವ ಸಂಬಳವೆಲ್ಲ ಹಾಗೂ ಹೀಗೂ ಸಂಸಾರ ತೂಗಿಸೋಕೆ ಆಗುತ್ತೆ. ಬೆಳೀತಾ ಇರೋ ಮಕ್ಕಳ ಸಂಸಾರ ಅಲ್ಲವೆ, ಇನ್ನು ಹೊಸ ಸೈಕಲ್ ಅಂದರೆ ಎಂಟುನೂರು, ಸಾವಿರ ಬೇಕು. ಯಾರಿಗೆ ತೆಗೆಯೋದು, ಮಗನಿಗೋ, ಮಗಳಿಗೋ, ಫೀಸು ತುಂಬಾ ಕಡಮೆ, ಸಲುಭವಾಗಿ ಸೀಟು ಸಿಗುತ್ತೆ ಅಂತಾ ಇಬ್ಬರೂ ಮಕ್ಕಳನ್ನು ದೂರವಿರುವ ಕಾಲೇಜು–ಸ್ಕೂಲುಗಳಿಗೆ ಸೇರಿಸಿದ್ದಾಯಿತು. ಮಕ್ಕಳು ಹೇಳೋದು ನಿಜ. ಸೈಕಲ್ ತಗೊಂಡರೆ ಬಸ್ ಛಾರ್ಜ್ ಉಳಿಸಬಹುದು. ಆದರೆ ಮೊದಲು ಸೈಕಲ್ ಕೊಂಡುಕೊಳ್ಳೋಕೆ ದುಡ್ಡು ಆಗಬೇಕಲ್ಲ. ಸದ್ಯ, ಸೈಕಲ್ ಮಾತಿರಲಿ, ವರ್ಷಾವರೀ ಹಬ್ಬಗಳಿಗೆ, ಸೀರೆ, ಬಟ್ಟೆ ಅಂತಾ ಇಲ್ಲ, ಬಹಳ ಕಷ್ಟಪಟ್ಟು, ಮಕ್ಕಳಿಗೆ, ಯುಗಾದಿಗೆ ದೀವಳಿಗೆಗೆ ತಂದರೆ, ಗಂಡ–ಹೆಂಡತಿ ಮಾತ್ರ ಗೌರಿ–ಗಣೇಶನ ಹಬ್ಬದಲ್ಲೆ ಚೂರುಪಾರು ಹೊಸ ಬಟ್ಟೆ ನೋಡೋದು.

ಕುಸುಮಳಿಗೆ ಚೆನ್ನಾಗಿ ಗೊತ್ತು. ಇದನ್ನೆಲ್ಲ ಕತೆ ತರಹ ಮೊದಲಿಂದ ಕೊನೆತನಕ ಇನ್ನೊಂದು ಸಲ ಸಾಂಗೋಪಾಂಗವಾಗಿ ನೆನೆಸಿಕೊಳ್ಳಬಹುದೆ ಹೊರತು ಅದರಿಂದ ಮೂರು ಕಾಸಿನ ಪ್ರಯೋಜನವಾಗೋಲ್ಲ ಅಂತಾ. ತಾಯಿ ಮನೆ ಕಡೆ ಆಗಲಿ, ಅತ್ತ ಮನೆ ಕಡೆ ಆಗಲಿ ಆಸರೆ ಅಂತಾ ನೆಚ್ಚೋಕೆ ಏನೂ ಇಲ್ಲ. ತಂದೆ ಇದ್ದರೆ ಹೆಣ್ಣು ಮಕ್ಕಳ ಕಷ್ಟ ಸುಖಕ್ಕೆ ಒದ್ದಗೊಂಡು ಬರ್ತಾರೆ ಅಂತ ಕೇಳಿ ಮಾತ್ರ ಗೊತ್ತು. ಏಕೆಂದರೆ ಕುಸುಮ ಏಳೆಂಟು ವರ್ಷದವಳದ್ದಾಗಲೇ ಅವಳ ತಂದೆ ಲಕ್ವ ಹೊಡೆದು ತೀರಿಕೊಂಡರು.

ಇನ್ನು ತಾಯಿ ಅಂತ ಯೋಚಿಸೋಕೆ ಶುರು ಮಾಡತಾಳೆ ಕುಸುಮ. ಅಮ್ಮನಿಗೆ ಮಾಡ ಬೇಕು ಅಂತ ಆಸೆ ಇದ್ದರೂ ಕೈ ನಡೀಬೇಕಲ್ಲ. ಪಾಪ, ಅವಳು ಇರೋದೆ ಅತ್ತಿಗೆ ದರ ಬಾರಿನಲ್ಲಿ ಅವಳನ್ನೇಕೆ ಅನ್ನಬೇಕು. ಇರೋಳು ಒಬ್ಬಳೇ ಮಗಳು. ತಾನು ತಾನೇ ಏನು ಮಾಡಿದೀನಿ ಅವಳಿಗೆ? "ಎರಡು ದಿನ ಕರಕಗೊಂಬಂದು 'ತಂಪಾಗಿ' ಇಟ್ಟುಕೊಳ್ಳೊ ಯೋಗ್ತಿಯಿಲ್ಲ ನನಗೆ. ಬೇಸಿಗೆ ರಜಾದಲ್ಲೊ ದಸರಾ ರಜಾದಲ್ಲೋ ಶಾಸ್ತ್ರಕ್ಕೆ ಅಂತ ಬರು

ತ್ತಾಳೆ. ಅತ್ತಿಗೆ ಚಿತ್ರಹಿಂಸೆ, ವಯ್ಯಾರ, ಅಣ್ಣನ ಉದಾಸೀನದ ಕತೆ ಹೇಳ್ತಾಳೆ. ನಮ್ಮ ಮನೆ ಬಟ್ಟೆ ಬರೆ, ಅಂಚೆಲ್ಲ ಹರಿದುಹೋಗಿ ಹಾಸಿಗೆಯಿಂದ ಈಚೆಗೆ ಬರ್ತಾ ಇರುವ ಹತ್ತಿ ಚೂರುಗಳು, ತಂತಿ ಮೇಲೆ ಒಣಗಿ ಹಾಕಿರುವ ಸಾಧಾರಣ ಸೀರೆಗಳು, ಇದನ್ನೆಲ್ಲ ನೋಡಿದರೆ, ಅವಳಿಗೆ ಮನಸ್ಸು ತಡೆಯೋಲ್ಲ. ಅದೆಷ್ಟು ದಿನ ಅಂತ ಈ ಸೀಮೆಎಣ್ಣೆ ಸ್ಟವಲ್ಲೆ ಗತಿ, ಒಂದು ಗ್ಯಾಸ್ ಒಲೆ ಮಾಡಿಕೊ ಅಂತ ಹೇಳ್ತಾನೆ ಇದಾಳೆ. ಇನ್ನು ಅಣ್ಣ ಅನ್ನಿಸಕೊಂಡೋನೋ, ಮನೆಗೆ ಬರೋದು ವರ್ಷಕ್ಕೆ ಎರಡೇ ಸಲ. ಇಲ್ಲ ಅಪ್ಪನ ತಿಥಿಗೆ ಹೇಳೋಕೆ, ಇಲ್ಲ ಗೌರಿ ಹಬ್ಬಕ್ಕೆ ಅಂತ ಇಪ್ಪತ್ತೋ–ಇಪ್ಪತ್ತೈದೋ ಕೊಡೋಕೆ.

ಮದುವೆನೂ ಅಷ್ಟೇ. ಈ ಅಣ್ಣ ತಾನು ಬೇಗ ಮದುವೆ ಆಗಬೇಕು ಅನ್ನೋ ಆತುರಕ್ಕೆ ನನ್ನ ಮದುವೇನ ಅಧ್ವಾನ ಮಾಡಿದ. ವಿಶ್ವನಾಥ ಮೊದಲು ಕೆಲಸ ಮಾಡ್ತಾಯಿದ್ದ ಫ್ಯಾಕ್ಟರಿ ಸರಿಯಿರಲಿಲ್ಲ ಅಂತ ಅಣ್ಣನಿಗೆ ಗೊತ್ತಿತ್ತು ಅಂತ ಕಾಣುತ್ತೆ, ಆದರೂ ಮದುವೆ ಮಾಡಿ ಕೈ ತೊಳೆಕೊಂಡು ಬಿಟ್ಟ. ಮದುವೆಯಾದ ಆರು ತಿಂಗಳಿಗೇ ಸರಿಯಾಗಿ ಫ್ಯಾಕ್ಟರಿ ಮುಚ್ಚಿ ಹೋಯಿತು. ಒಂದು ವರ್ಷ ಕೆಲಸ ಇಲ್ಲದೆ ಅಡ್ಡಾಡಿದ ಮೇಲೆ ಕೊನೆಗೆ ಸಿಕ್ಕಿದ್ದು ಹೊಸೂರು ಹತ್ತಿರವಿರುವ ಫ್ಯಾಕ್ಟರಿಯ ಕೆಲಸ. ವಿಶ್ವನಾಥನ ಅಪ್ಪ–ಅಮ್ಮ ಚೆನ್ನಾಗೆ ಇದ್ದಾರೆ. ಆದರೆ ಇವರ ತಾಯಿಗೆ ಈ ಇಳಿವಯಸ್ಸಿನಲ್ಲಿ ತನಗೇ ಎಲ್ಲ ಬೇಕು ಅನ್ನೋ ಆಸೆ. ಕೈನೇ ಬಿಚ್ಚೊಲ್ಲ. ಬೇಕು ಅಂದರೆ ಅವರ ಮಗಳಿಗೆ ಚೂರು ಪಾರು ಮಾಡಬಹುದು ಅಷ್ಟೆ. ಮಾತಿನಲ್ಲಿ ಮಾತ್ರ ಮುತ್ತನ್ನೇ ಸುರಿಸೋದು. ಇವರ ತಮ್ಮ ಇದಾನಲ್ಲ ಒಬ್ಬ, ಯುವರಾಜನ ತರಹ, ಆಗಾಗ್ಗೆ ದಯಮಾಡಿಸ್ತಾನೆ. ಅತ್ತಿಗೆ ಅಂತ ಇದುವರೆಗೆ ಒಂದು ಸಲ ಬಾಯಿ ತುಂಬಾ ಕೂಗಿಲ್ಲ. ತುಂಬಾ ಜಂಬದವ. ವಾಚ್ ಫ್ಯಾಕ್ಟರೀಲಿ ಸೂಪರ್‌ವೈಸರ್ ಆಂತೆ. ಬಂದು ಮಕ್ಕಳಿಗೆ ಬುದ್ಧಿ ಹೇಳಿದ್ದೇ ಹೇಳಿದ್ದು. ಅದು ಓದಬೇಕು–ಇದು ಓದಬೇಕು, ಧೈರ್ಯ, ಛಾತಿ ಬೆಳಸಕೊಬೇಕು ಅಂತಾ. ಇಷ್ಟು ಸಲ ಬಂದಿದಾನಲ್ಲ ಒಂದೇ ಒಂದು ಸಲವಾದರೂ ಒಂದು ಹೂವೇ, ಹಣ್ಣೆ, ಬಿಸ್ಕತ್ತೇ. ಬರೀ ಮಾತಿಗೆ ಏನು ಮುರಿಸಬೇಕು. ಮಕ್ಕಳಿಗೆ ಗೊತ್ತಾಗೋಲ್ಲ, ಚಿಕ್ಕಪ್ಪ, ಚಿಕ್ಕಪ್ಪ ಅಂತ ಒದ್ದಾಡತಾವೆ. ನಾಗರಾಜ ಅಂತೂ ನಾಚಿಕೆಯಿಲ್ಲದೆ, ಅವನು ಬಂದಾಗಲೆಲ್ಲ ಅವನ ಸ್ಕೂಟರಿನ ಹಿಂದುಗಡೆ ಕೂತಕೊಂಡು ಅಷ್ಟು ದೂರ ಹೋಗಿ ಬರ್ತಾನೆ.

ಮಕ್ಕಳೇ ಹಾಗೆ. ಅವಕ್ಕೇನು ಸೂಕ್ಷ್ಮ ಸುಳಿವು ಗೊತ್ತಾಗುತ್ತೆ, ಅವಕ್ಕೆ ಏನು ಬೇಕು– ಇನ್ನೊಂದು ಸೈಕಲ್ ಬೇಕು. ತೆಗೆದುಕೊಟ್ಟರೆ ಸರಿ ಅಷ್ಟೇ. ಇಲ್ಲ ಇಲ್ಲ, ಮಕ್ಕಳ ಬಗ್ಗೆ ಹಾಗಂತ ಅಂದುಕೊಳ್ಳೋದು ಕೂಡ ತಪ್ಪೇ. ಒಂದು ದಿನ ಇದೇ ನಾಗರಾಜ, ಸಂಜೆ ಕಾಲೇಜಿಂದ ಬಂದು ಮುಸುಕು ಹಾಕಿಕೊಂಡು ಮಲಗಿಬಿಡಲಿಲ್ಲವೆ? ತಲೆನೋವು, ತಲೆಸುತ್ತು ಅಂತಾ. ಕಾಫೀನೂ ಕುಡೀದೆ, ಊಟನೂ ಮಾಡದೆ, ಊಟ ಮಾಡೋ ಅಂತಾ ಪೀಡಿಸಿದಾಗ ಅಲ್ಲವೇ ಅಳತಾ, ಅಳತಾ ಎಲ್ಲ ಹೇಳಿದ್ದು. ಇವನು ಹೋಗೋ ಸಿಟಿ ಬಸ್ಸಲ್ಲಿ ಕಂಡಕ್ಟರ್ ಅರ್ಧ ಟಿಕೆಟ್ ದುಡ್ಡು ಇಸಕೊತಾನಂತೆ. ಟಿಕೆಟ್ ಕೊಡೋಲ್ಲ, ಸೀಟು ಖಾಲಿ ಇದ್ದು ಇವನು ಕೂತಿದ್ದರೂ ಇನ್ಯಾರಾದರೂ ಬಂದು ಪೂರ್ತಿ ಟಿಕೆಟ್ ತಗೊಂಡರೆ, ಕಂಡಕ್ಟರ್

ಕಣ್‌ಸನ್ನೆ ಮಾಡಿದ ತಕ್ಷಣ ಇವನು ಸೀಟು ಬಿಟ್ಟು ಏಳಬೇಕು. ನಾಗರಾಜ ಅವರಪ್ಪನ ಹತ್ತಿರ ಪೂರ್ತಿ ಟಿಕೆಟ್‌ಗೆ ಅಂತಾ ಉಳಸಕೊಂತಾಯಿದ್ದ ಅಂತಾ ಕಾಣುತ್ತೆ. ಆವತ್ತು ಏನಾಗಿದೆ. ಇವನು ಕುಳಿತಿರೋ ಬಸ್ಸು ಸರ್ಕಲ್‌ನಲ್ಲಿ ಎಡಕ್ಕೆ ತಿರುಗಿಕೊಳ್ಳುವಾಗ ನಾನು, ಸೈಕಲ್ ಮೇಲೆ ಹೋಗತಿದೋಳು ಬಸ್‌ಗೆ ಅಡ್ಡ ಬಂದೆನಂತೆ. ಡ್ರೈವರ್ ಎಷ್ಟೇ ಹಾರನ್ ಮಾಡಿದರೂ ನನಗೆ ಕೇಳಿಸೇ ಇಲ್ಲ, ಯಾರು ಇದು, ದಿವಾನರೋತರದವಳು ರಸ್ತೆ ತುಂಬಾ ಸೈಕಲ್ ಹೊಡೀತಾಳೆ, ಅವಳು, ಇವಳು, ಅಂತಾ ಏಕವಚನದಲ್ಲಿ ತುಚ್ಛವಾಗಿ, ಕೇವಲವಾಗಿ ಡ್ರೈವರ್ ಮಾತಾಡಿಕೊಂಡನಂತೆ ನಾಗರಾಜನ ಎದುರಿಗೇ. ಅವನೋ ಅರ್ಧ ಟಿಕೆಟ್ ಗಿರಾಕಿ, ಕಂಡಕ್ಟರ್ ಹಂಗಲ್ಲಿ ದಿನನಿತ್ಯ ಇರೋನು. ಏನೂ ಮಾತಾಡೋ ಹಾಗಿಲ್ಲ, ಅವಮಾನ ತಡೀಲಾರ, ಬಾಯಿಬಿಟ್ಟು ಅನ್ನಲಾರ, ಮನೆಗೆ ಬಂದು ಮುಸುಕು ಹಾಕಿ ಕೊಂಡು ಮಲಗಿಕೊಂಡ.

ಪಾಪ. ಹುಡುಗ, ಬೆಳೆಯೋ ವಯಸ್ಸು. ತಂದೆ-ತಾಯಿಗಳ ಕಷ್ಟ-ಸುಖ ಗೊತ್ತಾದರೂ ವಯಸ್ಸಿನ ಆಸೆ ಚಪಲ ಇರುತ್ತಲ್ಲ. ಇನ್ನೊಂದು ಸೈಕಲ್ ಬೇಕು ಅಂತಾ ಕೇಳುತ್ತೆ. ಆದರೆ ಜೊತೇಲಿ ಕೆಲಸ ಮಾಡೋರಿಗಾದರೂ ಗೊತ್ತಾಗಬೇಕಲ್ಲ. ಈ ಮೋತಿಚಂದ್ ಸ್ಕೂಲಿಗೆ ನಾನು ಸೇರಿ ಅದೆಷ್ಟು ವರ್ಷ ಆಯಿತು. ಹೆಚ್ಚು ಕಡಿಮೆ ಎಲ್ಲರೂ ಆಗಿನಿಂದ ಜೊತೆಲಿ ರೋರೆ. ಎಲ್ಲರ ಕಷ್ಟ ಸುಖ ಎಲ್ಲರಿಗೂ ಗೊತ್ತಿದೆ. ಆದರೂ ಆವತ್ತು ಬಾಯಿತಪ್ಪಿ ಆಡಿದ ಮಾತನ್ನು ಹಿಡಕೊಂಡು ಎಲ್ಲರೂ ಇನ್ನೂ ನನ್ನನ್ನೇ ಆಡಕೋತಾರಲ್ಲ.

ಯಾರೋ ಜಗದೀಶ್ ಹಿರೇಮಠ್ ಅಂತ. ಧಾರವಾಡದ ಕಡೆಯೋನು. ಕೆಂಪು ಬಣ್ಣದ ಸುಟಿಯಾದ ಹುಡುಗ. ಒಳ್ಳೆ ಅರಳು ಹುರಿದ ಹಾಗೆ ಮಾತಾಡಿಕೊಂಡು ಬಂದ ಸ್ಕೂಲಿಗೆ. ಮ್ಯಾಜಿಕ್ ಮಾಡ್ತೀನಿ, ಯಕ್ಷಿಣಿ ತೋರಿಸ್ತೀನಿ. ಮೋಡಿ ಹಾಕೋಕು ಬರುತ್ತೆ ನನಗೆ. ಯಾರೇ ಆದರೂ ಸರಿ ನಾನು ಮೋಡಿ ಹಾಕಿದ ತಕ್ಷಣ ಅವರ ಮನಸ್ಸು, ಕನಸಿನಲ್ಲಿ ಇರೋದನ್ನೆಲ್ಲ ಹೇಳಿಬಿಡ್ತಾರೆ ಅಂತ ಹೇಳಿದ್ದೇ, ನನ್ನನ್ನೂ, ಜವಾನ ಜವರಪ್ಪನ್ನನು ವೇದಿಕೆಗೆ ಕೂಗೇಬಿಟ್ಟ. ಅದೇನು ಮೋಡಿ ಹಾಕಿದನೊ, ಅದ್ಯಾವಾಗ ಮುಖದ ಮೇಲೆ ಕಪ್ಪು ಬಟ್ಟೆ ಹಾಕಿದನೋ ದೇವರಿಗೇ ಗೊತ್ತು. ಕಣ್ಣೆಲ್ಲ ಮಂಜುಮಂಜಾಯಿತು. ತೂಕಡಿಕೆ ಬಂದ ಹಾಗೆ. ದೇಹವೆಲ್ಲ ಓಲಾಡತಾ, ತೇಲಾಡತಾ ಇರೋ ಹಾಗೆ, ಎದುರುಗಡೆ ತುಂಬಾ ಜನ ತೇಲಾಡತಾ ಇರೋ ಹಾಗೆ. ಅಪ್ಪ ಕೂಡ ಕಾಣ್ತಾಯಿದ್ದರು. ಆ ಹಾಳು ಹಿರೇಮಠ ಕೇಳಿದ್ದಕ್ಕೆಲ್ಲ ಉತ್ತರ ಹೇಳಕೊಂಡು ಹತ್ತು ಹದಿನೈದು ನಿಮಿಷ ನಾನು ವೇದಿಕೆ ಮೇಲೆ ಇದ್ದನಂತೆ. ಏನು ಬೇಕು ನಿಮಗೆ, ಏನು ಬೇಕು ನಿಮಗೆ ಜೀವನದಲ್ಲಿ ಅಂತ ಅವನು, ಸದ್ಯಕ್ಕೆ ಇನ್ನೊಂದು ಸೈಕಲ್ ಸಾಕು ಅಂತ ನಾನು, ಪದೇ ಪದೇ ಹೇಳ್ತಾಯಿದ್ದನಂತೆ. ಆವತ್ತು ಹಾಗೆ ಅಂದದ್ದನ್ನೇ ಪಟ್ಟು ಹಿಡಕೊಂಡು ಇನ್ನು ಆಡಕೊತಾರಲ್ಲ. ಮ್ಯಾಜಿಕ್ ಮ್ಯಾನ್ ಸೈಕಲ್ ಕೊಡಿಸತಾನಾ, ಕೊಡಿಸತಾನಾ ಅಂತ ರೇಗಿಸ್ತಲೇ ಇರ್ತಾರೆ. ಬುಧವಾರ-ಗುರುವಾರ-ಶುಕ್ರವಾರ ಬಂದು ಬಿಟ್ಟರಂತೂ ಸಾಕೇ ಸಾಕು. ನಾನು ಸೈಕಲ್ ತಗೊಂಡು ಬಂದಿರೋಲ್ಲ ಅಂತ ಗೊತ್ತು. ಎಲ್ಲರೂ ಆ ಮೂರು ದಿನ ನನ್ನನ್ನು ರೇಗಿಸೋರೆ, ಮುಗಿದು ಬೀಳೋರೆ.

ಗುರುವಾರ

ಜೀವನವೆಂದರೆ ನಿಟ್ಟುಸಿರು ಬಿಡತಾ ಹುಶ್ ಎಂದು ಅನ್‌ಕೊಳೋ ಸಂಗತಿ ಮಾತ್ರ ಅಂತ ಅನ್ನಿಸೋದು ಕುಸುಮಳಿಗೆ ಗುರುವಾರ ಬೆಳಿಗ್ಗೆ. ಅವರ ವಠಾರ ಇರೋದು ಬೀದಿ ಕೊನೇಲಿ ಅಲ್ಲವೆ. ಬೀದಿಲಿರೋ ಮನೆಗೆಲ್ಲ ನೀರು ಆದ ಮೇಲೆ ಅವರ ವಠಾರದ ಮನೆ ಸಂಪು ತಂಬೋದು. ನೀರು ಬಿಡೋದೆ ದಿನ ಬಿಟ್ಟು ದಿನ. ಬೆಳಗಿನ ಝಾವ ಮೂರು ಘಂಟೆಯಿಂದು ಏಳು ಘಂಟೆಯೊಳಗೆ ಯಾವಾಗ ಬೇಕಾದರೂ ನೀರು ಬರಬಹುದು. ಸೈಕಲ್ ಇಲ್ಲದೆ ಇರೋದ್ರಿಂದ ಕುಸುಮ ಮೊದಲೇ ಅರ್ಧ ಘಂಟೆ ಮುಂಚೆ ಹೊರಡ ಬೇಕು. ಅಂತಾದ್ರಲ್ಲಿ ನೀರು ಕೂಡ ತಡವಾಗಿ ಬಂದರೆ ಅವಳ ಪಾಲಿಗೆ ದೇವರು ಮತ್ತು ನಿಟ್ಟುಸಿರೇ ಗತಿ. ನೀರು ಹಿಡಿತಾ, ಹಿಡಿತಾನೇ ಮನೆಗೆಲಸ ಮಾಡಿಕೊಂಡು, ಗಂಡನಿಗೆ, ಮಕ್ಕಳಿಗೆ ಊಟ ತಿಂಡಿ ಎಲ್ಲ ಮಾಡಿ, ಕ್ಯಾರಿಯರ್ ತುಂಬಿಸಿ, ಸಮಯಕ್ಕೆ ಸರಿಯಾಗಿ ರೆಡಿಯಾಗಿ ಬಸ್ಸು ಹಿಡಿಯೋದು ಅಂದ್ರೆ ಅದೇನು ಸಾಮಾನ್ಯದ ಮಾತೇನು. ಏಳೂವರೆ ಬಸ್ಸು ತಪ್ಪಿದರೆ, ಎಂಟೂ ಮುಕ್ಕಾಲು ತನಕ ನೇರವಾದ ಬಸ್ ಸಿಗೋಲ್ಲ. ಒಂದು ದಿನ ತಡ ಆದರೂ ಸ್ಕೂಲಿನಲ್ಲಿ ಸುಮ್ಮನಿರೋಲ್ಲ. ಮೂರು ದಿನ ತಡ ಆಗಿ ಬಂದದ್ದನ್ನು ಗುರುತು ಮಾಡಿಕೊಂಡು, ಒಂದು ರಜಾನ ಚುಕ್ತಾ ಮಾಡಿಬಿಡ್ತಾರೆ. ಆ ಸ್ಕೂಲಿನಲ್ಲಿ ಕಾಯಿಲೆ ರಜಾನು ಇಲ್ಲ, ಕಸಾಲೆ ರಜಾನು ಇಲ್ಲ. ಇರೋದೆಲ್ಲ ತಿಂಗಳಿಗೊಂದು ದಿನದಂತೆ ಕೊಡುವ ರಜಾ ಮಾತ್ರ.

ಹಾಳಾದ್ದು ಗಡಿಬಿಡಿ, ನೀರು ಬರೋಕ್ಕೆ ಮುಂಚೆನೇ ಎಚ್ಚರ ಆಗಿಬಿಡುತ್ತೆ ಅಂತಾ ಅಂದುಕೊಂಡು, ಎಚ್ಚರವಾದ ಕುಸುಮ ಗಡಿಯಾರ ನೋಡ್ತಾಳೆ. ಇನ್ನು ಎರಡು ಘಂಟೆ ಕೂಡ ಆಗಿಲ್ಲ. ಒಂದು ಸಲ ಎಚ್ಚರ ಆಗಿಬಿಟ್ಟರೆ ಮತ್ತೆಲ್ಲಿ ನಿದ್ದೆ. ಕನಸಿನಲ್ಲಿ ಎಷ್ಟೋ ಸಲ ನೀರು ಬಂದು ನಿಂತು ಹೋಗೇ ಇರುತ್ತೆ. ಎದ್ದು ಹೊರಳಾಡುತ್ತಾ ಇದ್ದರೆ ವಿಶ್ವನಾಥನಿಗೆ ಎಚ್ಚರವಾಗಿ ಬಿಡುತ್ತೆ ಅಂತ ಅವಳಿಗೆ ಗೊತ್ತು. ಅವರು ಮಲಗುವ ರೂಮಿಗೆ ಬಾಗಿಲು ಇಲ್ಲ. ಬರೇ ಕರ್ಟನ್ ಮಾತ್ರ. ಹೊರಗಡೆ ಪಂಕಜ–ನಾಗರಾಜ ಮಲಗಿರ್ತಾರೆ. ಎಚ್ಚರ ಆಗಿಬಿಟ್ಟರೆ ವಿಶ್ವನಾಥ ಬಿಡಲ್ಲ. ಸಾವರಿಸಿಕೊಂಡು ಕುಸುಮಳ ಹತ್ತಿರ ಬಂದೇ ಬಿಡ್ತಾನೆ. ಇವಳೂ ಬೇಡ ಅನ್ನೋಕೆ ಹೋಗೋಲ್ಲ. ಹೇಗೂ ಇನ್ನೂ ನೀರು ಬಂದಿಲ್ಲ. ನಿದ್ದೆಯೂ ಬರೋಲ್ಲ ಅನ್ನೋದು ಇವಳ ಲೆಕ್ಕಾಚಾರ. ಆದರೂ ಕುಸುಮಳಿಗೆ ಚೆನ್ನಾಗಿ ಗೊತ್ತು ವಿಶ್ವನಾಥನಿಗೆ ತಾನು ನಿಜವಾಗಿಯೂ ಬೇಕು ಅನ್ನಿಸೋದು ರಾತ್ರಿ ಮಲಗೋಕೆ ಮುಂಚೆ ಅಂತಾ. ಇವಳಿಗೆ ಮಾತ್ರ ಆವಾಗ ಯಾರೂ ಬೇಡ, ಏನೂ ಬೇಡ. ದಿಂಬಿಗೆ ತಲೆಕೊಟ್ಟು ಧಿಂ ಅಂತ ದಿಮ್ಮಿತರ ಮಲಗಿಬಿಡ್ತಾಳೆ. ಪಕ್ಕದಲ್ಲೇ ವಿಶ್ವನಾಥ ಪಿರಿಪಿರಿ ಮಾಡ್ತಾ ಇದ್ದರೂ ಎಲ್ಲನು ಬೇಗ ಬೇಗ ಮುಗಿಸಿ ಬಾಧೆ, ಭಾರ ಕಳಕೊಂಡು ಹಾಯಾಗಿ ಮಲಗೋಕೆ ಅವಳಿಗೆ ಇಷ್ಟ. ಒಂದು ಸುತ್ತು ನಿದ್ದೆ ಕಳೆದು ಮೈಮನಸ್ಸು, ಎಲ್ಲವೂ ಹಗುರ ಎನಿಸಿದಾಗ ಇವಳಿಗೆ ಅವನು ಬೇಕೆನಿಸುತ್ತದೆ.

ಪಕ್ಕದಲ್ಲಿ ಕವುಚಿಕೊಂಡು ಮಲಗಿರೋ ಗಂಡನನ್ನು ಕುಸುಮ ನೋಡ್ತಾಳೆ. ನಿದ್ದೆನಲ್ಲು ಅದೇನು ಯೋಚನೆನೋ, ಏನು ಕಷ್ಟ ಸುಖದ ಲೆಕ್ಕಾಚಾರವೋ, ಹಣೆ ತುಂಬಾ ಗಂಟು ಗಳು.

ಅವನದ್ದೇನು ತಪ್ಪು ಅನಿಸುತ್ತೆ ಅವಳಿಗೆ. ಅವನು ಮೊದಲು ಕೆಲಸ ಮಾಡುತ್ತಿದ್ದ ಫ್ಯಾಕ್ಟರಿ ನಿಜವಾಗಿ ಮುಚ್ಚೇ ಇರಲಿಲ್ಲವಂತೆ. ಒಬ್ಬ ಗುಜರಾತಿ ಪಟೇಲಿನಿಂದ, ಇನ್ನೊಬ್ಬ ಕಲ್ಕತ್ತದ ಮಾರವಾಡಿಗೆ ಫ್ಯಾಕ್ಟರಿ ಬಿಕಿ ಆಗಿ, ಹೊಸ ಮಾಲೀಕ ಹಳಬರನ್ನೆಲ್ಲ ನಯವಂಚಕತನದಲ್ಲಿ ಕೆಲಸದಿಂದ ತೆಗೆದು, ತನ್ನ ಕಡೆಯೋರನ್ನೆ ನೇಮಕ ಮಾಡಿಕೊಂಡನಂತೆ. ಅದೇ ಫ್ಯಾಕ್ಟರೀಲೆ ಮುಂದವರಿದಿದ್ದರೆ ಈಗ ಒಂದು ಮುಕ್ಕಾಲು, ಎರಡು ಸಾವಿರ ಸಂಬಳ ಬಂದಿರೋದು.

ಕುಸುಮ ವಿಶ್ವನಾಥನನ್ನೇ ನೋಡುತ್ತಾ, ಅವನ ಮೈಮೇಲೆ ಹೇಗೆ ಹೇಗೋ ಹರಡಿ ಕೊಂಡಿರುವ ರಗ್ಗನ್ನು ಸರಿಪಡಿಸುವದಕ್ಕು, ನಲ್ಲಿ ಗೊರಗೊರ ಅಂತಾ ಶಬ್ದ ಮಾಡೋಕು ಸರಿ ಹೋಗುತ್ತೆ. ಗುರುವಾರ ಶುರುವಾಗುತ್ತೆ.

ಶುಕ್ರವಾರ

ನೀರು ಬರದೇ ಹೋದರೂ, ಈವತ್ತು ಶುಕ್ರವಾರ ಕುಸುಮ, ಬಲು ಬೇಗನೆ ಏಳಬೇಕು. ಸ್ಕೂಲ್ ಸಂಸ್ಥಾಪಕ, ದಿವಂಗತ ಮೋತಿಚಂದರ ಜನ್ಮದಿನಾಚರಣೆ, ಅವರ ಮಗ ಬರ್ತಾನೆ ಫಂಕ್ಷನ್ನಿಗೆ. ತಂದೆ ಗುಣಗಾನ ಮಾತ್ರ ಮಾಡೋದಲ್ಲ ಇಡೀ ಬೆಂಗಳೂರಿಗೆ ನಮ್ಮ ಸ್ಕೂಲು ಒಳ್ಳೆ ಹೆಸರು ತಗೋಬೇಕು. ಉಪಾಧ್ಯಾಯಿನಿಯರು ಬರೇ ಪಾಠ ಮಾಡಿದರೆ ಸಾಲದು. ಮಕ್ಕಳಿಗೆ ನಮ್ಮ ಸಂಸ್ಕೃತಿ ಬಗ್ಗೆನು ಹೇಳಬೇಕು. ಆಗಾಗ ಕ್ವಿಜ್ ಸ್ಪರ್ಧೆ ಮಾಡಬೇಕು ಎಂದೆಲ್ಲಾ ಭಾಷಣ ಆಡ್ತಾನೆ.

ಮಗ, ಮೋತಿಚಂದರ ಹಾಗಲ್ಲ ಅಲ್ಲವೆ ಅಂದುಕೊಳ್ಳುತ್ತಾಳೆ ಕುಸುಮ. ಮೋತಿ ಚಂದರು ಎಲ್ಲ ಉಪಾಧ್ಯಾಯಿನಿಯರ ಹೆಸರಿಗೂ ಮಿಸ್ ಅಂತ ಸೇರಿಸಿ ಕೂಗೋರು. ಯಾರದಾದರೂ ಹೆಸರು ಜ್ಞಾಪಕ ಬರದೇ ಹೋದರೆ ಮೇಡಂ ಅಂತಾನೆ ಅಂದು ಬಿಡೋರು. ಮಗ ಹಾಗಲ್ಲ. ಎಲ್ಲರನ್ನು ಹೆಸರು ಹಿಡಿದೇ ಕೂಗ್ತಾನೆ. ಏಕವಚನದ ಧಾಟಿ ಯಲ್ಲೇ ಮಾತಾಡಿಸ್ತಾನೆ, ಜೊತೆಗಾತೀರು ಅನ್ನೋ ತರದಲ್ಲಿ, ನೋಡೋದು ಬೇರೆ ಒಂದು ರೀತಿ ಮುಜುಗರವಾಗಬೇಕು ಹಾಗೆ. ಅವರಪ್ಪ ಸ್ವಂತ ಮಕ್ಕಳ ಹಾಗೆ ಎಲ್ಲರನ್ನು ಮಾತಾಡಿ ಸೋರು. ಆದರೂ ಏನು ಅಪ್ಪನ ಕಾಲದಲ್ಲೇ ಆಗಲಿ, ಮಗನ ಕಾಲದಲ್ಲೇ ಆಗಲಿ, ಸಂಬಳದ ಬಗ್ಗೆ ಮಾತ್ರ ಬಿಕನಾಸಿ ಬುದ್ಧಿ ಒಂದೇ. ಎರಡು ವರ್ಷಕ್ಕೋ, ಮೂರು ವರ್ಷಕ್ಕೋ ಒಂದು ಇಂಕ್ರಿಮೆಂಟ್. ಮೇ ತಿಂಗಳಲ್ಲಿ ಕೊಡೋದು ಮಾತ್ರ ಅರ್ಧ ಸಂಬಳವೇ.

ಕುಸುಮಳಿಗೆ ನಿಜಕ್ಕೂ ಕೋಪ ಬಂತು. ಹಿಂದಿನ ದಿನ ಸಂಜೆಯೇ ಗಂಡ–ಮಕ್ಕಳಿಗೆಲ್ಲ ಹೇಳಿಕೊಂಡಿದ್ದಳು. ನೀರು ಬರದೇ ಹೋದ್ರು ತಾನು ಬೇಗ ಎದ್ದು ಕೆಲಸ ಮುಗಿಸಿಕೊಂಡು ಸ್ಕೂಲಿಗೆ ಸ್ವಲ್ಪ ಮುಂಚೆ ಹೋಗಬೇಕು, ಫಂಕ್ಷನ್‌ನಲ್ಲಿ ಪ್ರಾರ್ಥನೆ ಮಾಡೋ ಕೆಲಸ ತನಗೇ

ಹಾಕಿದಾರೆ ಅಂತಾ. ಆದರೂ ತಾನು ಎದ್ದು ದಡದಡ ಅಂತ ಕೆಲಸ ಮಾಡ್ತಾ ಇದ್ದರೆ ಇನ್ನು ಎಲ್ಲರು ಹಾಯಾಗಿ ಮಲಗಿದ್ದಾರೆ. ಅವಳು ರೇಗಿದ ಮೇಲೆಯೇ ಎಲ್ಲರೂ ಎದ್ದದ್ದು. ವಿಶ್ವನಾಥನೇ ಎಲ್ಲರಿಗಿಂತ ಬೇಗ ಎದ್ದದ್ದು, ಗೊಣಗಿಕೊಂಡಾದರೂ ಸರಿಯೇ. ಆಮೇಲೆ ಪಂಕಜ, ಕೊನೇಲಿ ನಾಗರಾಜ, ಎಲ್ಲರದನು ಸವರಿಸಿ, ಅವಳೂ ರೆಡಿಯಾಗಿ, ಎದ್ದೆನೋ ಬಿದ್ದೆನೋ ಅಂತಾ ಓಡಿಹೋಗಿ ಬಸ್ ಹಿಡಿದು ಪ್ರಾರ್ಥನೆ ಮುಗಿಸಿ ಕುರ್ಚಿ ಮೇಲೆ ಕುಳಿತಾಗಲೇ ಅವಳಿಗೆ ಹೊಳೆದದ್ದು, ಆತುರಾತುರದಲ್ಲಿ ಫಂಕ್ಷನ್ನಿಗೆ ಅಂತ ಎತ್ತಿಟ್ಟು ಕೊಂಡಿದ್ದ ಚೆನ್ನಾಗಿರೋ ಸೀರೆ ಬದಲು ದಿನಾ ಸ್ಕೂಲಿಗೆ ಉಟ್ಟುಕೊಂಡು ಬರುವ ಸೀರೇನ ಉಟ್ಟುಕೊಂಡು ಬಂದಿರೋದು ಅಂತಾ.

ಶನಿವಾರ

ಹಾಗೆ ನೋಡಿದರೆ, ಈವತ್ತು ಮಕ್ಕಳಿಗೇ ಗಡಿಬಿಡಿ ಜಾಸ್ತಿ, ಆತುರ ಜಾಸ್ತಿ, ಇಬ್ಬರೂ ಮಕ್ಕಳಿಗೆ ಬೆಳಿಗ್ಗೆ ಏಳೂ ಮುಕ್ಕಾಲಿಗೆ ಮೊದಲನೆ ಪಿರಿಯಡ್. ಕುಸುಮಳಿಗೆ ಈವತ್ತು ಸ್ವಲ್ಪ ನಿರಾಳವೆಂದೇ ಹೇಳಬೇಕು. ಸೈಕಲ್ ಮೇಲೆ ಹೋಗುವುದಲ್ಲವೇ ಆ ಕಡೆ, ಈ ಕಡೆ, ೫–೧೦ ನಿಮಿಷ ಹೆಚ್ಚು ಕಡಮೆ ಆದರೂ ಪರವಾಗಿಲ್ಲ ಅನ್ನೋ ಲೆಕ್ಕಾಚಾರ ಅವಳದು. ನಿಜ ಹೇಳಬೇಕಂದರೆ ಸೈಕಲ್ ಮೇಲೆ ಹೋಗುವ ದಿವಸಗಳಲ್ಲೆ ಅವಳು ಸ್ವಲ್ಪ ಹೆಚ್ಚು ಮುತು ವರ್ಜಿ ವಹಿಸಿ ಅಲಂಕಾರ ಮಾಡಿಕೊಳ್ಳುತ್ತಾಳೆ. ಅವಳ ಮುಂಗುರುಳನ್ನು ಅವಳೇ ಕನ್ನಡಿ ಯಲ್ಲಿ ಹತ್ತಾರು ಸಲವಾದರೂ ನೋಡಿಕೊಳ್ಳುತ್ತಾಳೆ, ತೀಡಿಕೊಳ್ಳುತ್ತಾಳೆ. ಅಲಂಕಾರವೆಲ್ಲ ಮುಗಿದ ಮೇಲೆ ಪೌಡರ್ ಜಾಸ್ತಿ ಆಯಿತೇನೋ ಅನಿಸುತ್ತದೆ. ಯಾರನ್ನು ಕೇಳಬೇಕು, ಕುಸುಮ, ಗಂಡ ವಿಶ್ವನಾಥ ಹೋಗಿ ಆಗಲೇ ಎಷ್ಟೋ ಹೊತ್ತು ಆಗಿದೆ.

ಸೈಕಲ್ ಹತ್ತಿರ ಬಂದರೆ ಹಿಂದಿನ ಚಕ್ರದಲ್ಲಿ ಬ್ಲೋ ತುಂಬಾ ಕಡಿಮೆ ಇರುತ್ತದೆ. ಹಿಂದಿನ ದಿನ, ಅಂದರೆ, ಶುಕ್ರವಾರ ಮಗರಾಯ ನಾಗರಾಜ ತಗೊಂಡೋಗಿದ್ದ, ಅವನೇ ಬ್ಲೋ ಹೊಡೆಸಬಹುದಿತಲ್ಲ ಅಂದುಕೊತಾಳೆ. ಅದರಲ್ಲೂ ಕಾಸು ಉಳಿಸೊ ಆಸೆ ಇರಬೇಕು ಅವನಿಗೆ.

'ಈವತ್ತು ಬರೇ ಬೆಳಿಗ್ಗೆ ಅಲ್ಲವಾ ಮೇಡಂ, ಸ್ಕೂಲು.' ಬ್ಲೋ ಹೊಡೆಯುವ ಸೈಕಲ್ ಅಂಗಡಿಯ ಚಿಕ್ಕ ಹುಡುಗ ಕೂಡ ಲಹರಿಯಲ್ಲೇ ಕೇಳುತ್ತಾನೆ ಕುಸುಮಳನ್ನು.

ಮತ್ತೆ ಸೈಕಲ್ ಹತ್ತಿ ಪೆಡಲ್ ಒತ್ತಿದರೆ ಕುಸುಮಳಿಗೆ ಅದೆಷ್ಟೋ ಖುಷಿ. ಮಾಗಡಿ ಕ್ರಾಸ್, ಹೊಸಹಳ್ಳಿ ರಸ್ತೆ, ಎಲ್ಲವೂ ಒಂದರ ಹಿಂದೆ ಒಂದು ಬಂದು ಹಿಂದೆ ಹೋಗುತ್ತಲೇ ಇರುತ್ತವೆ. ಅವಳಿಗೆ ಅದು ಯಾವುದೂ ಗೊತ್ತಾಗುವುದಿಲ್ಲ. ಅವಳಾಯಿತು, ಅವಳ ಸೈಕಲ್ ಸವಾರಿಯಾಯಿತು. ಅಷ್ಟೊಂದು ಏಕಾಗ್ರತೆ, ಅಷ್ಟೊಂದು ತನ್ಮಯತೆ ಅವಳದು. ಎಷ್ಟೆಂದರೆ ಸೈಕಲ್ ಹೊಡೆಯುತ್ತಿರುವ ವ್ಯಕ್ತಿ ತಾನೇ ಎಂಬುದು ಕೂಡ ತಿಳಿಯದಷ್ಟು. ಆದರೂ ಅವಳ ಏದುಸಿರು ಮಾತ್ರ ಅವಳಿಗೆ ಆಗಾಗ್ಗೆ ಕೇಳಿಸುತ್ತಿರುತ್ತದೆ.

(೧೯೮೮)

*

೨೨. ಹುಲಿ ಸವಾರಿ

ವಿವೇಕ ಶಾನಭಾಗ

ಉಚೆ ಆಫ್ರಿಕಾ ಖಂಡದ ಸಣ್ಣ ದೇಶವೊಂದರಿಂದ ಬಂದವನು. ನಾವಿಬ್ಬರೂ ಒಂದೇ ಕಂಪನಿಯಲ್ಲಿ ಕೆಲಸ ಮಾಡುತ್ತಿದ್ದೆವು. ಕಂಡಕಂಡ ದೇಶಗಳಲ್ಲೆಲ್ಲ ತನ್ನ ವ್ಯಾಪಾರ ವಿಸ್ತರಿಸಿದ್ದ ಈ ಕಂಪನಿ, ಮುಂಬೈಯಲ್ಲಿ ನಡೆಸಿದ ಹತ್ತು ದಿನಗಳ ತರಬೇತಿ ಶಿಬಿರಕ್ಕೆ ಎಂಟು ದೇಶಗಳಿಂದ ಕರೆಸಲಾದ ಹನ್ನೆರಡು ಜನರಲ್ಲಿ ನಾನು ಮತ್ತು ಉಚೆ ಕೂಡ ಇದ್ದೆವು. ಇಂಥ ಶಿಬಿರಗಳಿಗೆ ಆಯ್ಕೆಯಾಗುವುದು ಬಹಳ ಮಹತ್ವದ ಸಂಗತಿಯೆಂಬ ಭಾವನೆಯಿತ್ತು. ಹೊಸಹೊಸ ಎತ್ತರದ ಹುದ್ದೆಗಳಿಗೆ, ಹೆಚ್ಚಿನ ಜವಾಬ್ದಾರಿಗೆ ನಮ್ಮನ್ನು ಸನ್ನದ್ಧಗೊಳಿಸುವ ಹಲವು ಪರಿಗಳಲ್ಲಿ ಈ ಶಿಬಿರದ ಯೋಜನೆಯೂ ಒಂದು. ಇತರ ದೇಶಗಳ ಸಂಸ್ಕೃತಿ, ಜೀವನ, ವ್ಯಾಪಾರ-ವಹಿವಾಟು ಇತ್ಯಾದಿಗಳನ್ನು ಅರಿಯುವುದೂ ಇದರ ಮುಖ್ಯ ಉದ್ದೇಶ ಗಳಲ್ಲೊಂದು ಎಂದು ನಮಗೆ ತಿಳಿಸಿದ್ದರು. ಸಮುದ್ರದ ಎದುರಿಗೇ ಇರುವ ಕಂಪನಿಯ ಟ್ರೇನಿಂಗ್ ಸೆಂಟರಿನಲ್ಲಿ ಶಿಬಿರದ ವ್ಯವಸ್ಥೆ ಮಾಡಲಾಗಿತ್ತು. ಈ ಹವಾನಿಯಂತ್ರಿತ ಕಟ್ಟಡದ ಒಳಗೆ ಕೂತು, ಹೊರಗೆ ಬೇಯುವ ಬೇಸಿಗೆಯ ಸೆಖೆಗೂ, ಉಕ್ಕುವ ಕಡಲಿಗೂ, ಬೀಸುವ ಗಾಳಿಗೂ ಸಂಬಂಧವೇ ಇಲ್ಲದವರ ಹಾಗೆ ಏಳು ದಿನ ಕಳೆದಿದ್ದೆವು. ಶಬ್ದವೂ ಹಾದು ಬಾರದ ಹಾಗೆ ಮುಚ್ಚಿಬಿಟ್ಟಿರುವ ಗಾಜಿನ ದೊಡ್ಡ ಕಿಟಕಿಗಳಿಂದ ಆಚೆ ನೋಡಿದರೆ ಮೂಕ ಚಿತ್ರವೊಂದರ ದೃಶ್ಯ ನೋಡಿದಂತಾಗುತ್ತಿತ್ತು. ನೊರೆನೊರೆಯಾಗಿ ದಂಡೆಯನ್ನಟ್ಟಿ ಬರುವ ಎತ್ತರದ ಅಲೆಗಳು. ತೊಟ್ಟ ಬಟ್ಟೆ ಪತಾಕೆಯ ಹಾಗೆ ಪಟಪಟ ಹೊಡೆದುಕೊಳ್ಳುವಂತೆ ಬೀಸುವ ಗಾಳಿ. ದಂಡೆಯ ಗುಂಟ ಹಾದುಹೋಗುವ ರಸ್ತೆಯಲ್ಲಿ ಸಾಲು ವಾಹನಗಳು. ನೂರಾರು ಸಣ್ಣಸಣ್ಣ ತಳ್ಳುಗಾಡಿಯ ಅಂಗಡಿಗಳು. ಓಡಲು ನಡೆಯಲು ನೋಡಲು ಕೊಳ್ಳಲು ಬಂದ ಜನ. ಆಚೆ ಜಗತ್ತು ಸದ್ದೇ ಇರದೆ ಜರುಗಿ ಹೋಗುತ್ತಿರುವ ಹಾಗೆ ಕಾಣಿಸುತ್ತಿತ್ತು.

ಉಚೆ ನನ್ನ ಪಕ್ಕದ ರೂಮಿನಲ್ಲೇ ಇದ್ದ. ಅವನು ನನಗೆ ಹೆಚ್ಚು ಹತ್ತಿರವಾಗಲು ಅದೂ ಒಂದು ಕಾರಣವಾಯಿತು. ಇಡೀ ದಿನ ಆರ್ಥಿಕನೀತಿ, ಮಾರಾಟ, ಉತ್ಪಾದನೆ, ಯೋಜನೆ ಗಳನ್ನು ರೂಪಿಸುವುದು, ಯಾವುದೋ ದೇಶದ ಸಂಸ್ಥೆ ತನ್ನ ಬಿಕ್ಕಟ್ಟುಗಳನ್ನು ಹೇಗೆ ದಾಟಿ ಬಂತು-ಎಂದೆಲ್ಲ ಎಂಟು ಗಂಟೆಗಳ ಕಾಲ ಮಾತು ಕೇಳಿಸಿಕೊಂಡು, ಕಡ್ಡಾಯವಾಗಿ ಇದನ್ನೆಲ್ಲ ಚರ್ಚಿಸಿ ದಣಿದು ಬಂದ ಎಲ್ಲರೂ ರಾತ್ರಿ ಊಟದ ನಂತರ ಕೂತು ಹರಟುತ್ತಿದ್ದೆವು.

ಕೆಲವೊಮ್ಮೆ ಸಮುದ್ರದ ದಂಡೆಗುಂಟ ನಡೆಯುತ್ತಿದ್ದೆವು. ಉಚೆ ನಮ್ಮ ಮನರಂಜನೆಯ ಕೇಂದ್ರವಾಗಿದ್ದ. ತುಂಬ ಚೆನ್ನಾಗಿ ಹಾಡುತ್ತಿದ್ದ. ತನ್ನ ಜೊತೆ ತಂದಿದ್ದ ಕ್ಯಾಸೆಟ್ ಪ್ಲೇಯರ್‌ನಲ್ಲಿ ಸಂಗೀತ ಹಾಕಿ ಕುಣಿಯುತ್ತಿದ್ದ. ಹಾಡು ಮತ್ತು ಕುಣಿತ ಹುಟ್ಟಿನಿಂದಲೇ ಪಡೆದು ಬಂದಂತಿದ್ದ ಕಪ್ಪಾಗಿ ಆರೋಗ್ಯದಿಂದ ಮಿರಿಮಿರಿ ಮಿಂಚುತ್ತಿದ್ದ ಅವನ ಸದೃಢ ದೇಹ, ಸಂಗೀತ ಕಿವಿಗೆ ಬಿದ್ದದ್ದೇ ಬಳುಕತೊಡಗುತ್ತಿತ್ತು. ಅವನ ಗುಂಗುರು ಕೂದಲನ್ನು ಎಳೆದು ಎಷ್ಟು ಉದ್ದ ಇದೆ ಎಂದು ತೋರಿಸಿದ. ತನ್ನ ದೇಶದ ಗುಲಾಮರ ಹಾಡುಗಳನ್ನು ಹಾಡಿ ತೋರಿಸಿದ. ಬ್ಲ್ಯಾಕ್ ಮ್ಯಾಜಿಕ್ ಮಾಡುತ್ತೇನೆಂದು ಹೇಳಿ ಚಾಕುವನ್ನು ಅಂಗೈಯ ಮೂಲಕ ಆಚೆಯಿಂದ ಈಚೆ ತರಿಸುವ ಸಣ್ಣ ಜಾದೂ ಮಾಡಿದ. ಹೀಗೆ ಉಚೆ ಎಲ್ಲರ ಸ್ನೇಹಿತನಾದ.

ಏಳನೆಯ ದಿನ ರಾತ್ರಿ ಊಟದ ನಂತರ ನಮ್ಮೆಲ್ಲರನ್ನೂ ಒಂದೆಡೆ ಸೇರಿಸಿ ಮುಂದಿನ ಮೂರು ದಿನಗಳ ಕಾರ್ಯಕ್ರಮ ವಿವರಿಸಿದರು. ಶಿಬಿರದ ಕೊನೆಯ ಮೂರು ದಿನಗಳಲ್ಲಿ, ಇಷ್ಟು ದಿನ ಕಲಿಸಿದ್ದನ್ನು ಅನುಭವಕ್ಕೆ ಭಟ್ಟಿ ಇಳಿಸಲೆಂಬಂತೆ ಒಂದು ಆಟವಿತ್ತು. ಅದೊಂದು ಮ್ಯಾನೇಜ್‌ಮೆಂಟ್ ಗೇಮ್. ನಿಜಕ್ಕೆ ಹತ್ತಿರವಾದ ಅಂತಾರಾಷ್ಟ್ರೀಯ ವ್ಯಾಪಾರ ಸನ್ನಿವೇಶವೊಂದನ್ನು ಸೃಷ್ಟಿಸಿ, ಅದರಲ್ಲಿ ನಾವೆಲ್ಲ ಪಾಲ್ಗೊಂಡು ನಮ್ಮ ಕೌಶಲ್ಯಗಳನ್ನು ಒರೆಗೆ ಹಚ್ಚುವುದು. ಇದ್ದ ಹನ್ನೆರಡು ಜನರನ್ನು ಮೂರು ಮೂರು ಜನರ ನಾಲ್ಕು ಗುಂಪುಗಳಾಗಿ ವಿಂಗಡಿಸಿದ್ದರು. ಪ್ರತಿ ಗುಂಪಿಗೂ ಒಂದೊಂದು ಕಾಲ್ಪನಿಕ ಕಂಪನಿಯನ್ನು ವಹಿಸಿಕೊಟ್ಟರು. ಎಲ್ಲವೂ ಸಮಾನ ಅವಸ್ಥೆಯಲ್ಲಿರುವ ಕಂಪನಿಗಳು–ಉತ್ಪಾದನಾ ಸಾಮರ್ಥ್ಯ, ಕಾರ್ಖಾನೆಗಳ ಸಂಖ್ಯೆ, ಕಾರ್ಮಿಕ ಸಂಖ್ಯೆ, ಬ್ಯಾಂಕ್‌ನಲ್ಲಿದ್ದ ಹಣ, ಸಾಲದ ಮೊತ್ತ ಎಲ್ಲವೂ ಸಮವಾಗಿತ್ತು. ಪ್ರತಿ ಗುಂಪೂ ತನ್ನ ಕಂಪನಿಯನ್ನು ಮುಂದಿನ ಮೂರು ವರ್ಷಗಳ ಕಾಲ ನಡೆಸಬೇಕು. ಬೆಳಿಗ್ಗೆ ಎಂಟಕ್ಕೆ ಆಟ ಆರಂಭವಾಗುವುದು. ಪ್ರತಿ ಗಂಟೆ ಒಂದು ತಿಂಗಳಿಗೆ ಸಮ. ತಿಂಗಳ ಅಂತ್ಯದ ಉತ್ಪಾದನೆ, ಮಾರಾಟ, ಸಾಲಪಾವತಿ ಎಲ್ಲವೂ ಆ ಗಂಟೆಯ ಕೊನೆಗೆ ಜರುಗಬೇಕು. ಹೀಗೆ ಒಂದು ದಿನ ಅಂದರೆ ಒಂದು ವರ್ಷ. ವರ್ಷದ ಕೊನೆಗೆ ಪ್ರತಿ ಕಂಪನಿಯೂ ಆಯವ್ಯಯ, ಲಾಭನಷ್ಟ ಪ್ರಕಟಿಸಬೇಕು. ಮೂರನೆಯ ವರ್ಷದ ಕೊನೆಗೆ ಅಂದರೆ ಮೂರನೇ ದಿನ ರಾತ್ರಿ ಪ್ರತಿ ತಂಡವೂ, ತಾನು ಯಾವ ರೀತಿ ವ್ಯವಹಾರಗಳನ್ನು ನಿರ್ವಹಿಸಿದೆ, ಅದರಿಂದ ಹೇಗೆ ಹೆಚ್ಚು ಲಾಭವಾಯಿತು, ಯಾವ ಉಪಾಯಗಳು ಸರಿ ಹೋಗಲಿಲ್ಲ. ಎಲ್ಲಿ ಹಿನ್ನಡೆಯಾಯಿತು ಇತ್ಯಾದಿ ಎಲ್ಲರಿಗೂ ವಿವರಿಸಬೇಕು.

ಇಷ್ಟೆಲ್ಲ ಹೇಳಿ ನಮಗೆ ಸುಮಾರು ಅರವತ್ತು ಪುಟಗಳನ್ನು ಓದಲು ಕೊಟ್ಟರು. ಅದರಲ್ಲಿ ಆಟದ ನಿಯಮಗಳು. ನಮಗೆ ಕೊಟ್ಟ ಕಾರ್ಖಾನೆಗಳ ಸಾಮರ್ಥ್ಯ, ಯಾವ ಯಾವ ರೀತಿಯ ವಸ್ತುಗಳನ್ನು ಅಲ್ಲಿ ತಯಾರಿಸಬಹುದು, ಹೊಸ ಕಾರ್ಖಾನೆ ತೆರೆಯುವ ವಿಧಾನಗಳು, ನಿಯಮಗಳು, ವೆಚ್ಚಗಳು, ಯಾವ ಯಾವ ದೇಶಗಳಲ್ಲಿ ಏನೇನು ಮಾರಾಟ ಮಾಡಬಹುದು, ಎಲ್ಲೆಲ್ಲಿ ಯಾವ ರೀತಿಯ ತಂತ್ರಜ್ಞಾನ ಇದೆ, ಅದನ್ನು ಬೆಳೆಸುವುದಾದರೆ ಅದಕ್ಕೆ ತಗಲುವ ಕಾಲ ಮತ್ತು ವೆಚ್ಚವೇನು, ಎಲ್ಲೆಲ್ಲಿ ಕಾರ್ಮಿಕರ ಸಂಬಳ ಎಷ್ಟು, ಅವರ ಸಮಸ್ಯೆಗಳು,

ಸಂಭವಿಸಬಹುದಾದ ಮುಷ್ಕರಗಳು, ವಿವಿಧ ದೇಶಗಳಲ್ಲಿ ಸಾಗಣೆಯ ವೆಚ್ಚ, ಅಲ್ಲಿಯ ರಾಜಕೀಯ ಸ್ಥಿತಿ, ಧಾರ್ಮಿಕ ಸ್ಥಿತಿ, ಮಿಲಿಟರಿ ಆಡಳಿತವೋ, ಪ್ರಜಾಪ್ರಭುತ್ವವೋ, ಆ ದೇಶದ ಆಯಾತ-ನಿರ್ಯಾತಗಳೇನು, ಬಹುಸಂಖ್ಯಾತ ಜನರ ಧರ್ಮ ಯಾವುದು ಇತ್ಯಾದಿ ಎಲ್ಲ ವಿವರಗಳೂ ಆ ಅರವತ್ತು ಪುಟಗಳಲ್ಲಿದ್ದವು. ಜಾಗತಿಕ ಮಟ್ಟದಲ್ಲಿ ವ್ಯವಹಾರ ನಿರ್ವಹಿಸಲು ತರಬೇತುಗೊಳಿಸುವ ಅತ್ಯುತ್ತಮ ವಿಧಾನವೆಂದು ಈ ಆಟ ಹೆಸರು ವಾಸಿಯಂತೆ. ಇದನ್ನು ರೂಪಿಸಿದ ಪೀಟರ್ ಹಿಂದಿನ ರಾತ್ರಿ ಇಂಗ್ಲೆಂಡಿನಿಂದ ಬಂದಿಳಿದಿದ್ದ. ಒಂದು ಬಾರಿ ಇದನ್ನು ಆಡಲು ಅವನಿಗೆ ಕೊಡಬೇಕಾದ ರಾಯಲ್ಟಿಯ ಮೊತ್ತ ಕೇಳಿ ಅಸೂಯೆಪಟ್ಟೆವು. ಮುಂದಿನ ಮೂರು ದಿನಗಳಲ್ಲಿ ಈ ಆಟ ಸರಿಯಾಗಿ, ನಿಯಮಗಳ ಪ್ರಕಾರ ನ್ಯಾಯವಾಗಿ ನಡೆಯುವಂತೆ ನೋಡಿಕೊಳ್ಳುವ ಜವಾಬ್ದಾರಿ ಹೊತ್ತಿದ್ದ ಪೀಟರ್, ವಿವಿಧ ದೇಶಗಳ ಸರ್ಕಾರಗಳ, ಬ್ಯಾಂಕುಗಳ ಪಾತ್ರ ವಹಿಸುವವನಿದ್ದ. ನಿಮ್ಮ ನಿಜವಾದ ಶಕ್ತಿಗಳನ್ನು ಉಪಯೋಗಿಸಲು ನಿಮಗೆ ತಿಳಿಸುವ, ಕುಂದುಕೊರತೆಗಳನ್ನು ಬೇರೆ ಯಾವುದರಿಂದ ತುಂಬಿಸಿಕೊಳ್ಳಬೇಕೆಂಬುದನ್ನು ನಿಮ್ಮ ಅರಿವಿಗೆ ತರುವ, ಇದನ್ನೆಲ್ಲ ನಿಜವಾದ ಸಂದರ್ಭವೊಂದರಲ್ಲಿಟ್ಟು ಪ್ರಯೋಗಿಸಿ ಪರೀಕ್ಷಿಸಲು ಅವಕಾಶ ಕೊಡುವ ಆಟ... ಎಂದೆಲ್ಲ ಈ ಆಟದ ಬಗ್ಗೆ ಹೆಮ್ಮೆಯಿಂದ ಹೇಳಿಕೊಂಡ. ನಮಗೆ ಒದಗಿಸಿದ ವಿವರಗಳೆಲ್ಲ ಬೇರೆ ಬೇರೆ ಮೂಲಗಳಿಂದ ಸಂಗ್ರಹಿಸಿದ ನಿಜವಾದ ವಿವರಗಳಂತೆ. ಪ್ರತೀ ತಿಂಗಳೂ ಈ ಅರವತ್ತು ಪುಟಗಳನ್ನು ಮರುಪರಿಶೀಲಿಸಿ, ವಿವರಗಳನ್ನು ತಕ್ಕಂತೆ ಬದಲಾಯಿಸುತ್ತಾನಂತೆ. ಅಂತೂ ಅವನ ಪ್ರಕಾರ ಇದೆಲ್ಲ ವಾಸ್ತವಕ್ಕೆ ಅತಿ ಹತ್ತಿರವಾದ ಸಂದರ್ಭವೊಂದನ್ನು ಸೃಷ್ಟಿಸಿತ್ತು. ಇದನ್ನು ನಿರ್ವಹಿಸಲು ನಾವು ಸಜ್ಜಾದೆವು.

ತಲೆತುಂಬ ಆಟ, ಕೈಯಲ್ಲಿ ಆ ಅರವತ್ತು ಪುಟಗಳನ್ನು ಹಿಡಿದುಕೊಂಡು ನಮ್ಮ ನಮ್ಮ ಕೋಣೆಗೆ ಹಿಂದಿರುಗಿದೆವು. ನಮ್ಮ ಗುಂಪಿನಲ್ಲಿ ನಾನು, ಉಚೆ ಮತ್ತು ಜೆಫ್. ಡಚ್ ಮೂಲದ ಜೆಫ್ ಇಂಗ್ಲೆಂಡಿನಲ್ಲೇ ಹುಟ್ಟಿ ಬೆಳೆದವನು. ವಾಣಿಜ್ಯ ವಿಭಾಗದಲ್ಲಿ ಅಕೌಂಟೆಂಟ್ ಆಗಿ ಕೆಲಸ ಶುರುಮಾಡಿ ಸಣ್ಣ ವಯಸ್ಸಲ್ಲೇ ಎತ್ತರಕ್ಕೇರಿದ್ದ. ಉಚೆ ನಮ್ಮ ಜೊತೆಗಿದ್ದದ್ದು ನಮಗೆ ಖುಷಿಯಾಗಿತ್ತು. ಎಂದಿನಂತೆ ಈ ರಾತ್ರಿ ನಮ್ಮ ಮನರಂಜನೆ ಕಾರ್ಯಕ್ರಮ ನಡೆಯಲಿಲ್ಲ. ನಾಳೆ ಬೆಳಿಗ್ಗೆ ಆಟ ಆರಂಭವಾಗುವ ಮುನ್ನ ಕೊಟ್ಟಿದ್ದನ್ನೆಲ್ಲ ಓದಿ ಸನ್ನದ್ಧರಾಗಬೇಕೆಂಬ ಸ್ಪರ್ಧೆ ಒಳಗೊಳಗೇ ಶುರುವಾಗಿತ್ತು. ನಮ್ಮ ಗುಂಪಿನ ನಾವು ಮೂವರೂ ಪ್ರತ್ಯೇಕವಾಗಿ ಕೂತು ಎಲ್ಲವನ್ನೂ ಓದಿ, ನಂತರ ಒಂದೆಡೆ ಸೇರಿ ನಮ್ಮ ಪಾಲಿಗೆ ಬಂದ ಕಂಪನಿಯ ಸ್ಥಿತಿಗತಿಗಳನ್ನು ಚರ್ಚಿಸಿದೆವು. ಆಟದ ನಿಯಮಗಳನ್ನು ಚರ್ಚಿಸಿದೆವು. ಆಟ ಒಳಗೆ ಇಳಿಯಲಾರಂಭಿಸಿತ್ತು. ರಾತ್ರಿ ಮಲಗಿದಾಗ ಒಂದೂವರೆ.

ಮರುದಿನ ಬೆಳಿಗ್ಗೆ ಪರೀಕ್ಷೆಗೆ ಹೊರಟವರಂತೆ ತಲೆತುಂಬ ನೂರು ಸಂಗತಿ ತುಂಬಿಕೊಂಡಿದ್ದೆವು. ಒಂದು ವಿಶಾಲವಾದ ಹಾಲ್‌ನಲ್ಲಿ ಆಟದ ವ್ಯವಸ್ಥೆ ಮಾಡಿದ್ದರು. ನಾಲ್ಕು ದೊಡ್ಡ ಟೇಬಲ್ಲುಗಳನ್ನು ನಾಲ್ಕು ದಿಕ್ಕಿಗೆ ಇಟ್ಟು ಅದರ ಮೇಲೆ ಜಗತ್ತಿನ ದೊಡ್ಡ ನಕಾಶೆ

ಹಾಸಿದ್ದರು. ಆಯಾ ದೇಶದ ಹೆಸರು ಬಿಟ್ಟರೆ ಬೇರೇನೂ ಇರಲಿಲ್ಲ. ನಮ್ಮ ಪಾಲಿಗೆ ಬಂದ ಕಂಪನಿಯ ಕಾರ್ಖಾನೆಗಳ ಒಂದು ಸಣ್ಣ ಪ್ಲಾಸ್ಟಿಕ್ ಅಚ್ಚನ್ನು ಅಲ್ಲಲ್ಲಿ ಇಟ್ಟಿದ್ದರು. ಉಚೆ ನಕಾಶೆಯಲ್ಲಿ ತನ್ನ ದೇಶವನ್ನು ಗುರುತಿಸಿ ಪುಲಕಿತನಾದ. ನಮಗೆಲ್ಲ ತೋರಿಸಿದ. ವಿವರಗಳನ್ನೆಲ್ಲ ಗ್ರಹಿಸಲು ಅನುಮಾನಗಳಿದ್ದರೆ ಸರಿಪಡಿಸಿಕೊಳ್ಳಲು ಅರ್ಧಗಂಟೆ ಕೊಡಲಾಯಿತು. ನಾವು ನಮ್ಮ ಸರಕುಗಳ ಉತ್ಪಾದನಾ ವೆಚ್ಚ, ಮಾರುಕಟ್ಟೆಯ ಖರ್ಚು, ಸಾಗಣೆ, ನಮಗೆ ಬೇಕಾದ ಲಾಭ ಎಲ್ಲ ಎಣಿಸಿ ಯಾವ ಬೆಲೆಗೆ ಮಾರಬಹುದೆಂದು ಲೆಕ್ಕ ಹಾಕಿದೆವು. ಜೆಫ್ ಅಕೌಂಟೆಂಟ್ ಆದ್ದರಿಂದ ಚಕಚಕನೆ ಕೂಡಿ ಕಳೆಯುತ್ತ ಅದರಿಂದ ವರ್ಷದ ಕೊನೆಯಲ್ಲಿ ಲಾಭದ ಮೊತ್ತದ ಮೇಲಾಗುವ ಪರಿಣಾಮವನ್ನು ಅಂದಾಜು ಮಾಡಿದ. ಬಂದ ಹಣವನ್ನು ಎಲ್ಲಿ ತೊಡಗಿಸಬೇಕು, ಬ್ಯಾಂಕ್‌ನಿಂದ ಸಾಲ ತೆಗೆದರೆ ಆ ಬಡ್ಡಿಯ ದರದಲ್ಲಿ ಹೆಚ್ಚು ಲಾಭವೋ, ನಮ್ಮ ದುಡ್ಡೇ ತೊಡಗಿಸುವುದು ಒಳ್ಳೆಯದೋ ಎಂದು ತೂಗಿ ನೋಡಿದೆವು. ಎಲ್ಲವೂ ಬಹಳ ಸರಳವಾಗಿ ಕಂಡು ಎಲ್ಲ ನಮ್ಮ ಲೆಕ್ಕಾಚಾರದಂತೆ ನಡೆದರೆ ಭಾರೀ ಲಾಭ ಮಾಡುವ ಲಕ್ಷಣಗಳು ಕಂಡವು.

ಆಟ ಆರಂಭವಾಯಿತು. ತಿಂಗಳ ಕೊನೆಗೆ ಗುಪ್ತ ಟೆಂಡರು ಹಾಕಿ ಸರಕು ಮಾರಾಟ ಮಾಡಬೇಕಾಗಿತ್ತು. ಈ ತಿಂಗಳು ಎಲ್ಲೆಲ್ಲಿ ಯಾವ ವಸ್ತುವಿಗೆ ಬೇಡಿಕೆ ಇದೆ ಎಂದು ತಿಳಿಸುವ ವಿವರಗಳ ಪಟ್ಟಿ ಕೊಡಲಾಯಿತು. ಒಂದು ಚೀಟಿಯಲ್ಲಿ ನಾವು ಮಾರಬಯಸುವ ವಸ್ತುವಿನ ಬೆಲೆ ಮತ್ತು ಯಾವ ದೇಶದಲ್ಲಿ ಎಷ್ಟೆಷ್ಟು ಎಂದು ಬರೆದು ಪೀಟರ್‌ಗೆ ಕೊಡಬೇಕು. ಇತರ ಗುಂಪುಗಳು ಎಷ್ಟು ಬೆಲೆ ನಮೂದಿಸಿವೆ ಎಂದು ಪೀಟರ್ ಬಿಟ್ಟರೆ ಬೇರೆ ಯಾರಿಗೂ ಗೊತ್ತಿರುವುದಿಲ್ಲ. ಅತ್ಯಂತ ಕಡಿಮೆ ಬೆಲೆಗೆ ಮಾರಲು ಸಿದ್ಧರಾದವರಿಗೆ ಮೊದಲ ಅವಕಾಶ. ಅವರು ಬೇಡ ಅಂದರೆ ಅದರ ನಂತರದ ಬೆಲೆ ನಮೂದಿಸಿದವರಿಗೆ. ಎಲ್ಲ ಚೀಟಿಗಳನ್ನೂ ಸೇರಿಸಿ, ಮಾರುಕಟ್ಟೆಯ ಪ್ರಕಾರ, ವಸ್ತುಗಳ ಪ್ರಕಾರ ವಿಂಗಡಿಸಿ ಪ್ರತಿ ಮಾರುಕಟ್ಟೆಯಲ್ಲೂ ಯಾರ ಟೆಂಡರು ಸ್ವೀಕಾರವಾಯಿತೆಂದು ಕೂಗಿ ಹೇಳುತ್ತಿದ್ದ. ಮೊದಲ ತಿಂಗಳು ನಮ್ಮ ಬೆಲೆಗಳೆಲ್ಲ ಹೆಚ್ಚಾಗಿ ಒಂದೇ ಒಂದು ಟೆಂಡರೂ ನಮಗೆ ದಕ್ಕಲಿಲ್ಲ. ಕೆಲವು ವಸ್ತುಗಳ ಬೆಲೆ ಇಳಿಸಿದ್ದರಿಂದ ಎರಡನೇ ತಿಂಗಳು ಉತ್ಪಾದನೆಯ ಕಾಲುಭಾಗದಷ್ಟು ಖರ್ಚಾಯಿತು. ಇನ್ನೆರಡು ತಿಂಗಳು ಹೀಗೇ ಆದರೆ ಕಚ್ಚಾವಸ್ತು ಖರೀದಿಗೆ, ನೌಕರರ ಸಂಬಳಕ್ಕೆ ದುಡ್ಡು ಸಾಲದೇ ಹೋಗುವ ಪರಿಸ್ಥಿತಿ ಬರಲಿದೆ ಎಂದು ಜೆಫ್ ಎಚ್ಚರಿಸಿದ. ಯಾವುದೂ ನಾವೂ ಅಂದುಕೊಂಡಂತೆ ನಡೆಯದೇ, ನಮ್ಮ ಲೆಕ್ಕಾಚಾರವೆಲ್ಲ ತಲೆಕೆಳಗಾಗಿ, ಮೊದಲು ಬಹಳ ಸರಳವಾಗಿ ಕಂಡಿದ್ದೆಲ್ಲ ನೂರಾರು ಕ್ಲಿಷ್ಟ ಹೆಣಿಗೆಗಳು ಸೇರಿಕೊಂಡಂತೆ ಕಾಣತೊಡಗಿತು. ಪ್ರತಿ ತಂಡವೂ ತನ್ನದೇ ಆದ ತಂತ್ರ ರೂಪಿಸಿಕೊಂಡಿತ್ತು. ಟೆಂಡರು ತಮಗೆ ದಕ್ಕಿದೊಡನೆ ಆ ಗುಂಪಿನಲ್ಲಿ ಕೇಕೆ ಕೋಲಾಹಲ. ನಿಜಕ್ಕೂ ಅಲ್ಲೊಂದು ಭೀಕರವಾದ ಸ್ಪರ್ಧೆ ಏರ್ಪಟ್ಟಿತ್ತು. ಇನ್ನೆರಡು ತಿಂಗಳು ಕಳೆಯುವುದರಲ್ಲಿ ನಮ್ಮ ಪರಿಸ್ಥಿತಿ ಸ್ವಲ್ಪ ಸುಧಾರಿಸಿತ್ತು. ಹೇಗೆ ಬೆಲೆಗಳನ್ನು ಇಳಿಸಬಹುದು ಎಂದು ಯೋಚಿಸುತ್ತ, ಯಾವ ಕಾರ್ಖಾನೆಯಲ್ಲಿ ಎಷ್ಟು ಉತ್ಪಾದಿಸಬೇಕು, ಎಲ್ಲಿಂದ ಎಲ್ಲಿಗೆ ಸಾಗಿಸಿದರೆ ಲಾಭದಾಯಕ ಎಂದು ಕಂಡುಕೊಂಡಿದ್ದೆವು. ನಕಾಶೆಯ

ಮೇಲೆ ಕೇವಲ ಗುರುತಾಗಿ ಕಾಣುವ ಕಾರ್ಖಾನೆಯ ವಿವರಗಳೆಲ್ಲ ನಮ್ಮ ನಾಲಿಗೆಯ ತುದಿಯಲ್ಲಿದ್ದವು–ಎಷ್ಟು ಕಾರ್ಮಿಕರು, ಏನು ಸಂಬಳ, ಉತ್ಪಾದನಾ ಸಾಮರ್ಥ್ಯ ಮತ್ತು ನಿಜವಾಗಿ ಈಗ ಎಷ್ಟು ಉತ್ಪಾದನೆಯಾಗುತ್ತಿದೆ ಇತ್ಯಾದಿ ಇತ್ಯಾದಿ. ಹೊಸ ತಂತ್ರಜ್ಞಾನ ಉಪಯೋಗಿಸಿ ನಾವು ಹೊಸ ಕಾರ್ಖಾನೆಗಳನ್ನು ತೆರೆಯಬಹುದಿತ್ತು. ಹಾಗೆ ಮಾಡಿದರೆ, ಆರಂಭದ ಖರ್ಚುಬಿಟ್ಟರೆ ಅತಿ ಕಡಿಮೆ ಬೆಲೆಯಲ್ಲಿ ಉತ್ಪಾದಿಸಬಹುದಿತ್ತು. ನಮ್ಮ ಈಗಿನ ಎರಡು ಕಾರ್ಖಾನೆಗಳಲ್ಲಿ ಹೆಚ್ಚು ಸಾಮರ್ಥ್ಯವಿದ್ದೂ ನಾವು ಅಷ್ಟು ಉತ್ಪಾದಿಸುತ್ತಿರಲಿಲ್ಲ. ಅದನ್ನೇ ಸರಿಮಾಡಬೇಕೆಂದು ನಿರ್ಧರಿಸಿ ನಿಯಮಗಳಿಗಾಗಿ ಪುಟಗಳನ್ನು ತಿರುವಿ ಹಾಕಿದೆವು. ಅಲ್ಲಿ ಕಾರ್ಮಿಕರ ಸಮಸ್ಯೆಯಂತೆ. ಎರಡು ಬೇಡಿಕೆಗಳು ಈಡೇರಿದರೆ ಈಗಿನದಕ್ಕಿಂತ ಶೇಕಡಾ ಹತ್ತರಷ್ಟು ಹೆಚ್ಚು ಉತ್ಪಾದಿಸಬಲ್ಲದು. ಅಲ್ಲಿದ್ದ ಯಂತ್ರವೊಂದು ಹಳೆಯದಾಗಿದ್ದು ವರ್ಷಕ್ಕೆ ನಾಲ್ಕೈದು ಬಾರಿಯಾದರೂ ಅಪಘಾತವಾಗಿ ಕಾರ್ಮಿಕರು ಗಾಯಗೊಳ್ಳುತ್ತಿದ್ದರು. ಆ ಯಂತ್ರವನ್ನು ಬದಲಾಯಿಸಬೇಕು ಅನ್ನುವುದು ಮೊದಲ ಬೇಡಿಕೆ. ಅದಕ್ಕೆ ತಗುಲುವ ವೆಚ್ಚ ಒಂದು ಲಕ್ಷ. ಎರಡನೇ ಬೇಡಿಕೆ ಶೇಕಡಾ ಹತ್ತರಷ್ಟು ಹೆಚ್ಚು ಸಂಬಳ. ಜೆಫ್ ಮತ್ತೆ ಕೂಡಿಸಿ ಕಳೆದು ಗುಣಿಸಿ ಲಾಭವಿಲ್ಲ ಬೇಡ ಅಂದುಬಿಟ್ಟ, ಅವನ ಪ್ರಕಾರ ಇಷ್ಟು ಖರ್ಚು ಮಾಡಿ ಹೆಚ್ಚು ಉತ್ಪಾದನೆ ಪಡೆಯತೊಡಗಿದರೆ ಅದರ ನಿಜವಾದ ಲಾಭ ಬರತೊಡಗುವುದು ನಾಲ್ಕನೇ ವರ್ಷದಿಂದ. ಈ ಆಟ ನಾವು ಆಡುವುದೇ ಮೂರು ವರ್ಷದವರೆಗಾದ್ದರಿಂದ ಈ ಖರ್ಚು ಅನಗತ್ಯ ಅಂದ. ಬದಲಿಗೆ ಹೊಸ ತಂತ್ರಜ್ಞಾನದ ಹೊಸ ಕಾರ್ಖಾನೆ ಆರಂಭಿಸೋಣ ಅಂದ. ನನ್ನ ಮತ್ತು ಉಚೆಯ ಅಭಿಪ್ರಾಯ ಬೇರೆಯಾಗಿತ್ತು. ಈ ಕಾರ್ಖಾನೆಯ ಸಮಸ್ಯೆ ಬಗೆಹರಿಸುವುದು ಒಳ್ಳೆಯ ಆಡಳಿತದ ಲಕ್ಷಣ ಎಂದು ನಾವು ಅಂದೆವು. ಅದು ಯಾಕೆ ಸರಿಯಾದ ನಿರ್ಧಾರವಲ್ಲ ಎಂದು ನಮಗೆ ಮನವರಿಕೆ ಮಾಡಿ ಕೊಡಲು ಜೆಫ್ ತನ್ನ ಲೆಕ್ಕಾಚಾರವನ್ನು ಮೊದಲಿನಿಂದ ವಿವರಿಸತೊಡಗಿದ. 'ಸರಿ ಹೋಗಲಿ ಬಿಡು' ಅಂದ ಉಚೆ. ಹೊಸ ಕಾರ್ಖಾನೆಗೆ ಸಾಕಾಗುವಷ್ಟು ಹಣ ನಮ್ಮಲ್ಲಿರಲಿಲ್ಲ. ಬ್ಯಾಂಕ್ ಸಾಲ ತೆಗೆಯಬೇಕೆಂದು ಜೆಫ್ ಸೂಚಿಸಿದ. ಒಂದು ಕಾರ್ಖಾನೆ ಮುಚ್ಚಲು ಇಂತಿಷ್ಟು ದುಡ್ಡು ಅಲ್ಲಿಯ ಪ್ರತಿ ಕಾರ್ಮಿಕರಿಗೂ ಕೊಡಬೇಕು ಎಂಬ ನಿಯಮವಿತ್ತು. ಅದರ ನಂತರ ಆ ಜಾಗ ಮಾರಬಹುದು. ಇದೆಲ್ಲ ಲೆಕ್ಕಹಾಕಿ ಒಂದು ಕಾರ್ಖಾನೆ ಮುಚ್ಚಿಬಿಡುವಾ ಅಂದ. 'ಅವಸರ ಮಾಡುವುದು ಬೇಡ. ಯೋಚಿಸೋಣ' ಎಂದು ನಾವಂದೆವು. ನಿಯಮ ಗಳ ಒಳಹೊಕ್ಕು ನೋಡುವ, ಪ್ರತಿಯೊಂದನ್ನೂ ರೂಪಾಯಿ ಪೈಸೆಗಳಲ್ಲಿ ಅಳೆದು, ಕೂಡಿ ಕಳೆದು ಜೋಡಿಸಿ ಚಕಚಕನೆ ಲೆಕ್ಕ ಹಾಕುವ, ಲಾಭನಷ್ಟದ ಮೊತ್ತವನ್ನು ಕರಾರುವಾಕ್ಕಾಗಿ ಹೇಳುವ ಅವನ ಶಕ್ತಿಯ ಎದುರು ನಮ್ಮ ಯಾವ ಮಾತೂ ನಡೆಯದ ಹಾಗಾಗತೊಡಗಿತ್ತು. ಜೆಫ್‌ನ ಲೆಕ್ಕದ ತರ್ಕದ ಖಡ್ಗ ಎಲ್ಲವನ್ನೂ ನಿರ್ದಯವಾಗಿ ತುಂಡರಿಸಬಲ್ಲದಾಗಿತ್ತು. ನಮ್ಮ ಪ್ರತಿ ಅನಿಸಿಕೆಗೂ ಅವನ ಹತ್ತಿರ ತರ್ಕಬದ್ಧವಾದ ಅಂಕಿಸಂಖ್ಯೆಗಳ ಬೆಂಬಲವಿರುವ ಉತ್ತರವಿರುತ್ತಿತ್ತು. ಜೆಫ್ ಟೀ ತರಲು ಎದ್ದು ಹೋದಾಗ 'ಈತ ಅಸಾಧ್ಯದ ಮನುಷ್ಯ... ಒಂದು ದಿನ ಇವನು ಕಂಪನಿಯ ಮುಖ್ಯಸ್ಥನಾಗಬಲ್ಲ...' ಎಂದು ಉಚೆ ನಿಟ್ಟುಸಿರಿಟ್ಟ.

ಆ ಹೊತ್ತಿಗೆ ಪೀಟರ್ ಮಾರುಕಟ್ಟೆಗಳ ಸಂಶೋಧನಾ ವರದಿ ಲಭ್ಯವಿದೆ ಎಂದು
ಪ್ರಕಟಿಸಿದ. ಅದರ ಬೆಲೆ ಐದು ಸಾವಿರ. ಅದು ಪ್ರತಿ ಮಾರುಕಟ್ಟೆಯ ವಿವರಗಳು, ಕಾಲ
ಕಾಲಕ್ಕೆ ಅದರ ಏರಿಳಿತ, ಯಾವ ದೇಶಗಳಲ್ಲಿ ಇನ್ನು ಮುಂದೆ ಯಾವ ವಸ್ತುಗಳಿಗೆ
ಬೇಡಿಕೆಯಿದೆ, ಅಲ್ಲಿ ಅದನ್ನು ಮಾರುವ ನಿಯಮಗಳೇನು ಎಂದೆಲ್ಲ ಸೂಚಿಸುವ ಹತ್ತು
ಪುಟಗಳ ವರದಿ. ನಾವೂ ಅದನ್ನು ಕೊಂಡೆವು. ಜೆಫ್ ಆಮೂಲಾಗ್ರ ಅದನ್ನು ಓದಿ,
ನಮಗೆ ಅದನ್ನು ಓದಲು ಕೊಟ್ಟು ತಾನು ಏನೋ ಲೆಕ್ಕದಲ್ಲಿ ಮಗ್ನನಾದ. 'ಆಫ್ರಿಕಾದಲ್ಲಿ
ನಾವು ವ್ಯಾಪಾರ ವಿಸ್ತರಿಸಿದರೆ ಲಾಭ ಇದೆ' ಎಂದು ಏನೋ ಕಂಡುಹಿಡಿದವನಂತೆ
ಉತ್ಸಾಹದಲ್ಲಿ ಹೇಳಿದ. 'ಈಗ ಸದ್ಯಕ್ಕೆ ಬೇಡ. ಇನ್ನೆರಡು ತಿಂಗಳಾಗಲಿ' ಅಂದ.

ಆರು ತಿಂಗಳ ವ್ಯವಹಾರ ಮುಗಿದು ನಾವು ಊಟಕ್ಕೆ ಹೊರಟಾಗ ಇಡೀ ವಾತಾವರಣಕ್ಕೆ
ಬೇರೆಯದೇ ರಂಗೇರಿತ್ತು. ಕಡಿಮೆ ಬೆಲೆಯಿಟ್ಟು ಟೆಂಡರ್ ಗಿಟ್ಟಿಸಿಕೊಂಡವರು ಅದು
ಹೇಗೆ ಅಷ್ಟು ಕಡಿಮೆ ಬೆಲೆಗೆ ಮಾರಬಹುದೆಂದು ಅಸೂಯೆಯಲ್ಲಿ ಲೆಕ್ಕ ಹಾಕುವುದು,
ಇನ್ನೊಬ್ಬರ ತಂತ್ರ ಊಹಿಸುವುದು, ಪ್ರತಿಯೇಟು ಹಾಕುವುದು, ಕೋಪ, ಕೃತಕ ನಗೆ,
ಪಿಸುಮಾತಿನ ಚರ್ಚೆಗಳು, ಪರಸ್ಪರ ಭಯಾನಕ ಸ್ಪರ್ಧೆ, ಗುಟ್ಟುಗಳು, ಚಕಚಕನೆ ಲಾಭನಷ್ಟ
ಎಣಿಸುವುದು... ಹೀಗೆ ರಣರಂಗದ ಕಳೆಯೇರಿತ್ತು. ಊಟದ ಬಿಡುವಿನಲ್ಲಿ ಯಾರೂ
ಪರಸ್ಪರ ಬೆರೆಯದೇ ತಮ್ಮ ತಮ್ಮದೇ ಗುಂಪುಗಳಲ್ಲಿ ಚರ್ಚಿಸುವುದರಲ್ಲಿ ಮಗ್ನರಾಗಿದ್ದರು.
ಕಿಟಕಿಯಿಂದ ಹೊರಗಿನ ಸಮುದ್ರವನ್ನೇ ನೋಡುತ್ತ ನಿಂತ ಉಚೆ ಯಾಕೋ ಅನ್ಯ
ಮನಸ್ಕನಾಗಿದ್ದಂತೆ ಅನಿಸಿತು. 'ಏನು ಉಚೆ, ಹೇಗೆ ಹೆಚ್ಚು ಲಾಭ ಮಾಡುವುದು ಅಂತ
ಯೋಚಿಸುತ್ತಿದ್ದೀಯಾ?' ಅಂದೆ. 'ನಾವು ಆಫ್ರಿಕಾದಲ್ಲಿ ಹೊಸ ಕಾರ್ಖಾನೆ ಹಾಕಬಾರದು.
ಅಲ್ಲಿಯ ಮಾರುಕಟ್ಟೆಗೆ ಹೋಗಬಾರದು' ಅಂದ. 'ಯಾಕೆ?' ಅಂದೆ. ಜೆಫ್‌ನ ಲೆಕ್ಕಾಚಾರದಲ್ಲಿ
ಏನೋ ಊನ ಹುಡುಕಿದ್ದಾನೆ ಅಂದುಕೊಂಡು. 'ಯಾಕೆಂದರೆ ಅದು ಜನರನ್ನು ನಾಶ
ಮಾಡುತ್ತದೆ' ಅಂದ. ನಾನು ಬೆಚ್ಚಿದೆ. ಇವನು ತನ್ನ ದೇಶದ ನಕಾಶೆ ನೋಡಿ ಭಾವುಕ
ನಾಗಿದ್ದಾನೆ ಅನಿಸಿ 'ರಿಲ್ಯಾಕ್ಸ್' ಅಂದೆ. 'ನೀನೂ ಯಾಕೆ ಹೀಗನ್ನುತ್ತೀ... ನೋಡು ಜೆಫ್‌ಗಿಂತ
ನಿನಗೇ ಇದು ಹೆಚ್ಚು ಅರ್ಥವಾಗಬೇಕು. ನೂರಾರು ಜಾತಿ ಧರ್ಮ ದೇವರು ಇರುವ
ನಿಮಗೂ ನಮಗೂ ಆಳದಲ್ಲಿ ಬಹಳ ಅಂತರವಿಲ್ಲ. ನಮ್ಮಲ್ಲಿ ಪ್ರತಿ ಊರಿಗೂ ಒಂದೊಂದು
ಜೀವನ ವಿಧಾನವಿದೆ...' ಅಂದ. ನನಗಂತೂ ಅವನು ಏನನ್ನು ಉದ್ದೇಶಿಸಿ ಮಾತಾಡುತ್ತಿ
ದ್ದಾನೆ ಅನ್ನುವುದು ಅರ್ಥವಾಗಲೇ ಇಲ್ಲ. ಊಟಕ್ಕೆ ಕೂತಾಗ 'ನಿನ್ನ ವಾದ ನನಗೆ ಅರ್ಥ
ವಾಗಲಿಲ್ಲ' ಅಂದೆ. 'ನಾನು ವಾದ ಮಾಡುತ್ತಿಲ್ಲ. ಇದ್ದ ಸಂಗತಿ ಹೇಳಿದೆ ಅಷ್ಟೆ' ಅಂದ.
ಆಮೇಲಿನ ದೀರ್ಘ ಮೌನ ಮುರಿದು ತನ್ನ ಬಗ್ಗೆ, ತನ್ನ ದೇಶದ ಬಗ್ಗೆ ಬಹಳಷ್ಟು
ಹೇಳಿದ.

'ನಾವೆಲ್ಲ ಇನ್ನೂ ಗುಲಾಮರು. ಹೆಸರಿಗೆ ಮಾತ್ರ ನಮ್ಮಲ್ಲಿ ಪ್ರಜಾಪ್ರಭುತ್ವ ಇದೆ. ನನ್ನ
ದೂರದ ಸಂಬಂಧಿಯೊಬ್ಬ ಅಧ್ಯಕ್ಷನಾಗಿದ್ದ. ಅವನನ್ನು ಕೊಂದು ಈಗಿರುವಾತ ಮಿಲಿಟರಿ

ಆಡಳಿತ ತಂದ. ಚುನಾವಣೆಯ ನಾಟಕವಾಡಿ ಹದಿನೈದು ವರ್ಷಗಳಿಂದ ಇದ್ದಾನೆ. ನಮ್ಮಲ್ಲಿ ಪ್ರೆಸಿಡೆಂಟ್ ಅನ್ನುವ ಶಬ್ದವನ್ನು ಅವನಿಗೆ ಬಿಟ್ಟರೆ ಬೇರೆ ಯಾರಿಗೂ ಬಳಸಬಾರದು. ನಮ್ಮ ದೇಶದಲ್ಲಿ ನಮ್ಮ ಕಂಪನಿಗೆ ಚೇರಮನ್ ಇದ್ದಾನೆ, ನಿಮ್ಮಲ್ಲಿಯ ಹಾಗೆ ಪ್ರೆಸಿಡೆಂಟ್ ಇಲ್ಲ... ನಮ್ಮ ದೇಶ ಒಂದು ಕಾಲದಲ್ಲಿ ಬಹಳ ಕೋಕೋ ಬೆಳೆಯುತ್ತಿತ್ತು. ಹಿಂದಿನ ಆಡಳಿತ ಅದರ ರಫ್ತಿಗಾಗಿ ದೊಡ್ಡ ಸಂಗ್ರಹಾಲಯಗಳನ್ನು ನಿರ್ಮಿಸಿತ್ತು. ಅದು ಹಿಂದಿನ ಸರ್ಕಾರದ ದೊಡ್ಡ ಸಾಧನೆಯಾಗಿ ಜನರಿಗೆ ಕಂಡಿದ್ದರಿಂದ ಈತ ಅವುಗಳನ್ನೆಲ್ಲ ನಾಶ ಮಾಡಿದ. ಜನರನ್ನು ಬಡವರನ್ನಾಗಿ ಮಾಡಿದ. ಆದರೆ ಅವರ ಕೊಳ್ಳುವ ಆಸೆಗಳನ್ನು ಹೆಚ್ಚಿಸಿದ. ಈ ರಾಜಕೀಯ ಹುನ್ನಾರಿನಲ್ಲಿ ಬೇರೆ ದೇಶದ ದೊಡ್ಡ ಕಂಪನಿಗಳೆಲ್ಲ ಶಾಮೀಲಾಗಿದ್ದವು. ನಮ್ಮಲ್ಲಿ ಏನೂ ತಯಾರಾಗದಂತೆ ಮಾಡಿದ. ನಾನು ಹಾಕಿರುವ ಈ ಶರ್ಟು ಕೂಡ ಬೇರೆ ಯಾರೋ ಮಾಡಿ ನಮಗೆ ಕೊಡಬೇಕು. ಇದ್ದ ದೇಶೀ ಉದ್ಯಮಗಳೆಲ್ಲ ಈ ಹೊಸ ತಂತ್ರಜ್ಞಾನ ಇಲ್ಲದೇ, ಸರ್ಕಾರದ ಬೆಂಬಲವಿಲ್ಲದೇ ಸೊರಗಿ ಸಾಯುತ್ತಲಿವೆ. ನಮ್ಮ ನೆಲದಲ್ಲಿ ಒಂದಿಷ್ಟು ಪೆಟ್ರೋಲ್, ಎಣ್ಣೆ ಸಿಗುವುದರಿಂದ ಬದುಕಿದ್ದೇವೆ. ಅದೆಲ್ಲ ಸರ್ಕಾರಕ್ಕೆ ಸೇರಿದ್ದು. ಆಹಾರ ವಿತರಣೆಯ ಸೂತ್ರ ಇರುವುದು ಸರ್ಕಾರದ ಕೈಯಲ್ಲಿ. ಅವರು ವಿತರಿಸುವುದು ದೊಡ್ಡ ಕಂಪನಿಗಳ ಉತ್ಪಾದನೆಗಳು. ನಮ್ಮ ರುಚಿ, ವಾಸನೆ, ಬಟ್ಟೆ, ಆಹಾರದ ಪ್ರಮಾಣ ಬದಲಾಗತೊಡಗಿದೆ. ಎಲ್ಲರ ಮನೆ ಊಟವೂ ಒಂದೇ ರೀತಿಯಾಗುತ್ತಲಿದೆ. ಯಾರಿಗೂ ವೈವಿಧ್ಯ ಬೇಕಿಲ್ಲ. ದೊಡ್ಡ ಪ್ರಮಾಣದಲ್ಲಿ ಉತ್ಪಾದಿಸಿ ಮಾರುವುದು ಬೇಕು. ಹೇರದೇ ಇದ್ದರೆ, ಆಯ್ಕೆ ಇದ್ದರೆ ಯಾರು ತಾನೆ ಕೊಳ್ಳುತ್ತಾರೆ? ನಾವು ಅವರಿಗಾಗಿ ದುಡಿಯುವುದು, ಅವರು ಮಾಡಿದ್ದನ್ನು ಕೊಳ್ಳುವುದು. ನಾವೆಲ್ಲ ಕಡಿಮೆ ಬೆಲೆಗೆ ಸಿಗುವ ಕೂಲಿಗಳಾಗುತ್ತಿದ್ದೇವೆ. ನನ್ನ ಮನೆಯಲ್ಲಿ ನನ್ನ ಇಬ್ಬರು ಚಿಕ್ಕಪ್ಪಂದಿರು ಕೆಲಸ ಕಳಕೊಂಡು ಕೂತಿದ್ದಾರೆ. ಕಾರ್ಖಾನೆ ಮುಚ್ಚಿ ಅವರಿಗೆ ಇಪ್ಪತ್ತು ಸಾವಿರ ಕೊಟ್ಟು ಮನೆಗೆ ಕಳಿಸಿದರು. ಒಬ್ಬನಂತೂ ಕೆಲಸ ಮಾಡುವಾಗ ತನ್ನ ಎಡಗೈಯ ನಾಲ್ಕು ಬೆರಳುಗಳನ್ನು ಕತ್ತರಿಸಿಕೊಂಡಿದ್ದಾನೆ...'

ಉಚೆಯ ಮಾತುಗಳನ್ನು ಕೇಳಿ ನಾನು ಬೆರಗಾದೆ. ಅವನೊಳಗೆ ಇಂಥದ್ದೆಲ್ಲ ಇದೆ ಅನ್ನುವುದು, ಅವನು ಹೀಗೆಲ್ಲ ಯೋಚಿಸುತ್ತಾನೆ ಅನ್ನುವುದು ನನ್ನ ಕಲ್ಪನೆಯ ಆಚೆಯದಾಗಿತ್ತು. ಅವನು ತನ್ನ ಮಾತಲ್ಲಿ ಏನೆಲ್ಲ ಮೂಡಿಸಿದ. ಮನೆಯ ಒಳಗಿನ ಕತ್ತಲು, ಊಟದ ತಟ್ಟೆಗಳು, ಕೆಲಸ ಕಳಕೊಂಡ ಚಿಕ್ಕಪ್ಪಂದಿರ ಖಾಲೀನೋಟ, ಹಾಡುಗಳು, ಹಾಡುವಾಗ ಕಂಪಿಸಿದ ದನಿಗಳು, ಮರೆತುಹೋದ ಸಾಲುಗಳು, ನಿದ್ದೆಗೆಟ್ಟ ಕಣ್ಣುಗಳು, ಜೊತೆಜೊತೆಗೇ ನಂಬಿಕೆಗಳು, ಕನಸುಗಳು, ಓಡಿಬಂದ ಮಕ್ಕಳನ್ನು ತೆಕ್ಕೆಗೆ ಸೇರಿಸಿಕೊಳ್ಳುವ ತೋಳುಗಳು, ಪ್ರೀತಿಯಲ್ಲಿ ಅರಳಿದ ನಗುವಿನಲ್ಲಿ ಹೊಳೆವ ಹಲ್ಲುಗಳು, ಹೆಂಡತಿಯನ್ನು ಪ್ರೀತಿಯಿಂದ ತಡವಲಾರದ ಹಾಗೆ ಮಾಡಿದ, ಧಡಕ್ಕನೆ ನಿಂತು ಹೋದ ಜೀವನ ಚಕ್ರಗಳು... ನಕಾಶೆಯ ಮೇಲಿನ ಅಚ್ಚಿನ ಬೊಂಬೆಗಳ ಸರಿದಾಟವನ್ನು ಬರೀ ಜೆಫ್‌ನ ಲೆಕ್ಕದಲ್ಲಿ ತೂಗಿ ನೋಡದೇ, ಅದಕ್ಕೆ ಅಂಟಿಕೊಂಡ ನೂರಾರು ಹೆಣಿಗೆಗಳನ್ನು ಬಿಚ್ಚತೊಡಗಿದ.

ನಾನು ಸುಮ್ಮನೇ ಅವನ ಮಾತುಗಳನ್ನು ಕೇಳಿಸಿಕೊಳ್ಳುತ್ತ ಕೂತೆ. 'ತಡವಾಯಿತು ಬನ್ನಿ' ಎಂದು ಜೆಫ್ ಎದ್ದು ಹೋದ.

ಆಟ ಮತ್ತೆ ಆರಂಭವಾಗಿತ್ತು. ಆಟದ ಮತ್ತು ಎಲ್ಲರ ತಲೆಗೇರಿತ್ತು. 'ಉಚೆಗೆ ತಲೆಕೆಟ್ಟಿದೆ' ಎಂದು ಜೆಫ್ ನನ್ನ ಕಿವಿಯಲ್ಲಿ ಉಸುರಿದ. ಉಚೆಯ ಜೊತೆ ಹೆಚ್ಚು ವಾದ ಮಾಡದೇ ಸದ್ಯಕ್ಕೆ ಆಫ್ರಿಕಾದಲ್ಲಿ ವಿಸ್ತರಣೆ ಬೇಡವೆಂದು ನಿರ್ಧರಿಸಿದೆವು. ಎಲ್ಲರೂ ತಮ್ಮ ಸರ್ವ ಶಕ್ತಿ ಯನ್ನೂ ಚಾಣಾಕ್ಷತೆಯನ್ನೂ ಪಣಕ್ಕೆ ಒಡ್ಡಿದಂತೆ ಆಡುತ್ತಿದ್ದರು. ಆಟ ಮುಂದುವರಿಯುತ್ತಿದ್ದ ಹಾಗೆ ಅದರ ನಿಯಮಗಳೆಲ್ಲ ನಮಗೆ ಎಂದಿನಿಂದಲೂ ಗೊತ್ತಿದ್ದವೇನೋ ಎಂಬಂತೆ ಕರಗತವಾಗಿದ್ದವು. ಒಮ್ಮೊಮ್ಮೆಯಂತೂ ಈ ಆಟದ ನಿಯಮಗಳೇ ನಮ್ಮನ್ನು ನಿಯಂತ್ರಿ ಸುತ್ತಿವೆ ಅನಿಸುತ್ತಿತ್ತು. ಎರಡು ಬಾರಿ ನಮ್ಮ ಲೆಕ್ಕಾಚಾರ ತಲೆಕೆಳಗಾಗಿ ಸಿದ್ಧವಸ್ತುಗಳು ಮಾರಾಟವಾಗದೇ ಪೇರತೊಡಗಿದ್ದವು. ವರ್ಷದ ಕೊನೆಗೆ ಎಲ್ಲರೂ ವಾರ್ಷಿಕ ವರದಿ ಪ್ರಕಟಿಸಿದಾಗ ನಾವು ನಷ್ಟದಲ್ಲಿಲ್ಲವಾದರೂ ಕೊನೆಯ ಸ್ಥಾನದಲ್ಲಿದ್ದೆವು. ಜೆಫ್‌ಗೆ ಯೋಚನೆ ಗಿಟ್ಟುಕೊಂಡಿತ್ತು. ಯಾವಾಗಲೂ ಗೆಲ್ಲಬೇಕು ಅನ್ನುವ ಪೈಕಿ ಅವನು. ರಾತ್ರಿ ಊಟಕ್ಕೆ ಕೂತಾಗ 'ನಾಳೆ ನಾವೆಲ್ಲ ಸರಿಯಾಗಿ ಯೋಚಿಸಿಕೊಂಡು ಬರಬೇಕು. ಇವತ್ತಿನ ಹಾಗೆ ಮಾಡಿದರೆ ನಾವು ಕೊನೆಯವರೆಗೂ ಕೊನೆಯ ಸ್ಥಾನದಲ್ಲೇ ಇರುತ್ತೇವೆ' ಅಂದ. 'ಬೇಗ ಮಲಗಿಕೊಳ್ಳಿ... ಚೆನ್ನಾಗಿ ನಿದ್ದೆ ಮಾಡಿ' ಎಂದು ಹೋದ.

ಅದಾದ ಮೇಲೆ ನಾನು ಮತ್ತು ಉಚೆ ಬಹಳ ಹೊತ್ತು ಮಾತಾಡುತ್ತ ಕೂತೆವು. ಅವನಿಗೆ ನನ್ನ ಬಗ್ಗೆ, ನಮ್ಮ ದೇಶದ ಬಗ್ಗೆ ಏನೇನೆಲ್ಲ ಹೇಳಿದೆ. ನಮ್ಮ ಜೀವನದ ಆಚಾರ ಗಳನ್ನು ನಂಬಿಕೆಗಳನ್ನು, ಮದುವೆಯ ಕಗ್ಗಂಟುಗಳನ್ನು, ಮಧ್ಯಮ ವರ್ಗದ ಕಾರ್ಮಿಕ ಕುಟುಂಬದ ನನ್ನ ತಂದೆತಾಯಿಯರ ಆಸೆಗಳನ್ನು, ನಾನು ಇಂಥ ಕೆಲಸದಲ್ಲಿರುವುದು ಕಾರ್ಮಿಕನಾದ ನನ್ನ ತಂದೆಗೆ ಕೊಟ್ಟ ಅಭಿಮಾನವನ್ನು ಹೇಳುತ್ತ ಹೇಳುತ್ತ ಹಳಿತಪ್ಪಿದೆ. ಗಾಂಧಿಯ ಬಗ್ಗೆ ಹೇಳಿದೆ. ನಲವತ್ತೇಳರ ಸ್ವಾತಂತ್ರ್ಯದ ಬಗ್ಗೆ, ದೇಶದ ರಾಜಕೀಯದ ಬಗ್ಗೆ ಹೇಳಿದೆ. ನನ್ನ ನಿದ್ದೆಗೇಡಿಗೆ ಕಾರಣವಾಗುವ ತಲ್ಲಣಗಳನ್ನು ಹೇಳಿದೆ, ನನ್ನ ಬಾಲ್ಯದ ಬಗ್ಗೆ ಹೇಳಿದೆ, ಹೆಂಡತಿಯ ಬಗ್ಗೆ ಹೇಳಿದೆ. ಮೈಮೇಲೆ ಗಣ ಬರುವುದನ್ನು ರಂಗಾಗಿ ವಿವರಿಸಿದೆ. ಪತ್ರೊಡೆಯ ರುಚಿ ಹೇಳಿದೆ...

ತೀರಾ ಮಾತಾಡಿದೆ ಎಂದು ಕಸಿವಿಸಿಪಡುತ್ತ ರೂಮಿಗೆ ಹೋಗಿ ಮಲಗಿದೆ. ಸರಿಯಾಗಿ ನಿದ್ದೆ ಬರಲಿಲ್ಲ. ಮರುದಿನ ಬೆಳಿಗ್ಗೆಯೇ ಜೆಫ್ ನನ್ನ ರೂಮಿಗೆ ಬಂದು ತಾನು ಯೋಚಿಸಿದ ತಂತ್ರಗಳನ್ನು ಹೇಳಿದ. ಹಿಂದಿನ ದಿನ ಉಚೆ ಆಡಿದ ಮಾತುಗಳು ನನ್ನನ್ನು ಬಾಧಿಸಿದ್ದವು. ಈ ಆಟ ಹೇಗೆ ಕಾಡುತ್ತಿತ್ತೆಂದರೆ ನಡುರಾತ್ರಿ ಎಚ್ಚರಾದಾಗ ಥಟ್ಟನೆ ಏನೋ ಹೊಳೆದಿತ್ತು. ಎದ್ದು ನೀರು ಕುಡಿದು ಮಲಗುವಾಗಲೂ ಅದೇ ಯೋಚನೆ. ನಮ್ಮ ಒಳಗಿನ ಕಾಮದಂಥ ಯಾವುದೋ ಪ್ರಕೃತಿಯನ್ನು ಹೊಡೆದೆಬ್ಬಿಸಿದ ಹಾಗಿತ್ತು. ಯಾವುದೂ ರುಚಿಸದ ಹಾಗೆ, ಯಾರ ಜೊತೆಯೂ ಬೆರೆಯದೇ ನಮ್ಮ ನಮ್ಮ ಗುಂಪುಗಳಲ್ಲಿ ನಮ್ಮನ್ನು ಕಟ್ಟಿಹಾಕಿದ

ಇದರ ಹಿಡಿತಕ್ಕೆ ತಲ್ಲಣಿಸಿದೆ. ಎರಡು ದಿನಗಳಿಂದ ಅರ್ಧ ಓದಿಟ್ಟ ಪುಸ್ತಕ ಮುಂದು ವರಿಸಲಾಗಿರಲಿಲ್ಲ. ಹಾಡು ಕುಣಿತ ಹರಟೆಗಳಿಲ್ಲ. ಸಮುದ್ರದಂಡೆಯ ಮೇಲೆ ವಾಕಿಂಗ್ ಇಲ್ಲ. ಬರೀ ಇದೇ.

ಬೆಳಗಿನ ತಿಂಡಿಯಾಗಿ ಆಟ ಶುರುವಾಗಿದ್ದೇ ಜೆಫ್ ಆಫ್ರಿಕಾದ ಮಾತೆತ್ತಿದ. ಉಚೆ ಸಾಧ್ಯವೇ ಇಲ್ಲ ಅಂದ. ನಮಗೆ ಉಚೆಯದು ಅತಿಯಾಯಿತು ಅನಿಸತೊಡಗಿತ್ತು. ನಾವು ಆಫ್ರಿಕಾದಲ್ಲಿ ವ್ಯಾಪಾರ ವಿಸ್ತರಿಸದೇ ಬೇರೆ ಉಪಾಯವಿರಲಿಲ್ಲ. ಬೇರೆ ಯಾವ ತಂಡವೂ ಇನ್ನೂ ಅಲ್ಲಿ ಕಾಲಿಟ್ಟಿರಲಿಲ್ಲ. ಅವರಿಗಿಂತ ಮುಂಚೆಯೇ ನಾವು ಹೋಗದಿದ್ದರೆ ಲಾಭ ಹೆಚ್ಚಿಸುವುದು ಸಾಧ್ಯವೇ ಇರಲಿಲ್ಲ. ನಾನು ಅವನಿಗೆ ನಮಗೆ ಒದಗಿಸಿದ್ದ ಪುಟಗಳಿಂದ ವಿವರಗಳನ್ನು ಎತ್ತಿ ತೋರಿಸುತ್ತ ಯಾಕೆ ನಾವು ಅಲ್ಲಿ ಹೋಗಬೇಕು ಎಂದು ಹೇಳಲು ಪ್ರಯತ್ನಿಸಿದೆ. ಏನನ್ನು ಹೇಳಿದರೂ 'ಅದೇ, ಅದೇ ಕಾರಣಕ್ಕೆ ನಾನು ಬೇಡ ಅನ್ನುವುದು' ಎನ್ನುತ್ತಿದ್ದ. ಜೆಫ್ ಅವನಿಗೆ 'ಇಷ್ಟೊಂದು ಭಾವುಕವಾಗಿ, ಮಳ್ಳನ ಹಾಗೆ ಆಡಬೇಡ. ನಿನ್ನ ದೇಶದಲ್ಲಿ ಏನಿದೆಯೋ ಇಲ್ಲವೋ ನಮಗೆ ಗೊತ್ತಿಲ್ಲ. ನಮಗೆ ಗೊತ್ತಿರುವುದು ಈ ಪುಟ ಗಳಲ್ಲಿ ಎಷ್ಟಿದೆಯೋ ಅಷ್ಟು. ಇದೊಂದು ಆಟ ಅನ್ನುವುದನ್ನು ತಿಳಕೋ' ಎಂದ. ಉಚೆ ತನ್ನ ಪಟ್ಟು ಬಿಡಲಿಲ್ಲ. 'ಇದು ಆಟ. ಈಗ ಮಾತ್ರವಲ್ಲ ಯಾವಾಗಲೂ ಇದು ಹೀಗೇ. ಕಾಗದದ ಮೇಲಿನ ವಿವರಗಳು, ನಕಾಶೆಯ ಮೇಲಿನ ಹೆಸರುಗಳನ್ನು ನೋಡಿಕೊಂಡು ಅಧಿಕಾರ ಶಕ್ತಿಯ ತಂತಿಗಳನ್ನು ಎಳೆದಾಡಿಸುವುದು... ಜನರನ್ನು ಕೊಲ್ಲುವ ಆಟ ಆಡಿಸಿದರೆ ನೀನು ಆಡುತ್ತೀಯಾ? ಅದರಲ್ಲಿ ನಿನ್ನ ಬಳಗದವರೆಲ್ಲ ಇದ್ದು ಇಂತಿಂಥವರನ್ನು ಕೊಂದೆ ಎಂದು ಬೊಂಬೆಗಳನ್ನು ಬದಿಗೆ ಸರಿಸಿಡುವ ಆಟ ಆಡುತ್ತೀಯಾ?' ಅಂದ. ಉಚೆಯ ಮಾತುಗಳು ಹರಿತವಾಗಿದ್ದವು. ಜೆಫ್ ಅವನನ್ನು ಬಗೆಬಗೆಯಾಗಿ ಸಮಾಧಾನಪಡಿಸಲು ನೋಡಿದ. 'ನಾವೀಗ ನಷ್ಟದಲ್ಲಿಲ್ಲವಲ್ಲ. ಹೆಚ್ಚು ಲಾಭ ಬೇಡ. ಹೀಗೇ ನಿಭಾಯಿಸೋಣ' ಅಂದ ಉಚೆಯ ಮಾತಿಗೆ ಜೆಫ್ 'ಅಂದರೆ ನಷ್ಟದಲ್ಲಿದ್ದರೆ ನೀನು ಒಪ್ಪಿಕೊಳ್ಳುತ್ತಿದ್ದೆ ಅಂತಾಯಿತು... ಹಣ ಇಟ್ಟುಕೊಳ್ಳುವುದರಲ್ಲಿ ಮಜವಿಲ್ಲ... ಹಣ ಮಾಡುವುದರಲ್ಲಿ ಮಜ...' ಅಂದ. ಮತ್ತೆ ಉಚೆಯ ಮೊಂಡುವಾದ ಮುಂದುವರಿಯಿತು. ಉಚೆ ತೀರಾ ಅತಿಗೆ ಎಳೆಯುತ್ತಿದ್ದಾನೆ ಅನಿಸಿತು. ಅವನು ಒಪ್ಪದೇ ನಾವು ಏನೂ ಮಾಡುವಂತಿರಲಿಲ್ಲ. ಆಟದ ನಿಯಮವೇ ಹಾಗಿತ್ತು. ಎಲ್ಲರೂ ಸೇರಿ ಮಾಡಿದ ನಿರ್ಧಾರವಿರಬೇಕು. ಯಾರೊಬ್ಬ ವಿರೋಧಿಸಿದರೂ ಸರ್ಕಾರದ ಪಾತ್ರಧಾರಿ ಪೀಟರ್ ಅದನ್ನು ತಳ್ಳಿಹಾಕುತ್ತಿದ್ದ. ಉಚೆಯನ್ನು ಹೇಗಾದರೂ ಒಪ್ಪಿಸದೇ ಬೇರೆ ದಾರಿಯಿರಲಿಲ್ಲ.

'ನೀನಿಲ್ಲೇ ಇರು' ಎಂದು ನನಗೆ ಹೇಳಿ ಜೆಫ್, ಉಚೆಯನ್ನು ಆಚೆ ಕರೆದುಕೊಂಡು ಹೋದ. ಹತ್ತು ಹದಿನೈದು ನಿಮಿಷಗಳ ನಂತರ ಇಬ್ಬರೂ ಬಂದರು. 'ಉಚೆ ಸಹಕರಿಸುತ್ತಾನೆ' ಎಂದು ಜೆಫ್ ಹೇಳಿದ. ಅವನೇನು ಹೇಳಿದನೋ, ಬೆದರಿಕೆ ಹಾಕಿದನೋ, ಇಬ್ಬರೂ ಜಗಳಾಡಿದರೋ, ಹೊಡೆದಾಡಿದರೋ ನನಗೂ ಗೊತ್ತಾಗಲಿಲ್ಲ. ಉಚೆಯ ಮೋರೆ ನೋಡಿ ಕೆಡುಕೆನಿಸಿತು. ನೀನು ಹೇಳಿದ್ದೆಲ್ಲ ಅರ್ಥವಾಗುತ್ತದೆ, ನಿನ್ನ ಹಾಗೆಯೇ ನಾನೂ ಎಂದು

ಅವನಿಗೆ ತಿಳಿಸಲು ನಿನ್ನೆ ರಾತ್ರಿ ನನ್ನ ಬಗ್ಗೆ ಅಷ್ಟೆಲ್ಲ ಹೇಳಿಕೊಂಡೆನೇನೋ ಅನಿಸಿತು. ಹಾಗೆ ಅನಿಸುತ್ತಿದ್ದಂತೆಯೇ, ಅವನು ಹೇಳಿದ್ದನ್ನು ಅರ್ಥಮಾಡಿಕೊಂಡರೂ ಇದನ್ನು ಆಟವೆಂದು ಭಾವಿಸುವ ಪರಿವರ್ತನೆ ನನ್ನಲ್ಲಿ ಯಾವಾಗ, ನನ್ನ ಜೀವನದ ಯಾವ ಹಂತದಲ್ಲಿ ಹೇಗೆ ಆಯಿತು ಅಂತ ಅರಿವಾಗಲಿಲ್ಲ. ಉಚೆಯನ್ನು ಜೆಫ್ ಹೇಗೆ ಒಪ್ಪಿಸಿದ, ಅದು ಯಾವ ಶಕ್ತಿಯನ್ನು ಪ್ರಯೋಗಿಸಿದ, ಯಾವ ತಂತಿಯನ್ನು ಮೀಟಿದ ಎಂದು ಬಗೆಹರಿಯಲಿಲ್ಲ. ಉಚೆ ಎಲ್ಲದಕ್ಕೂ ಹೂಂ ಹೂಂ ಎಂದು ನಿರಾಸಕ್ತಿಯಲ್ಲಿ ತಲೆ ಯಾಡಿಸತೊಡಗಿದ. ಅಂತೂ ಮೂರನೇ ದಿನದ ಕೊನೆಗೆ ನಾವು ಎರಡನೇ ಸ್ಥಾನಕ್ಕೇರಿ ದ್ದೆವು.

(೧೯೯೫)

*

೨೩. ಹೊಸಹುಟ್ಟು

ನೇಮಿಚಂದ್ರ

ಎಷ್ಟು ದಿನದ ನಂತರ ರಾಜಿ ಮನೆಗೆ ಹೋಗಿದ್ದೆ. ಮೂರು ವರ್ಷವೇ ಕಳೆದಿತ್ತು. ಅವಳ ಮದುವೆಯಲ್ಲಿ ನೋಡಿದ್ದು. ಬೆಂಗಳೂರಿನ ಬಿಜಿ ಬದುಕಿನಲ್ಲಿ ಆಗೊಮ್ಮೆ ಈಗೊಮ್ಮೆ ಭೇಟಿಯೂ ಕಷ್ಟವಾಗಿತ್ತು. ಕಾಲೇಜು ದಿನಗಳಲ್ಲಿ ನಾವಿಬ್ಬರು ಅಗಲಿದ್ದೇ ಇಲ್ಲ. ಕಾಲೇಜು ಪತ್ರಿಕೆಗೆ ನಾನು ಚಿತ್ರಗಳ ಬಿಡಿಸಿ ಕೊಟ್ಟರೆ, ರಾಜಿ ಕತೆ ಬರೆಯುತ್ತಿದ್ದಳು. ಅದೇ ಹಿಂದಿನ ಆತ್ಮೀಯತೆ ನಿರೀಕ್ಷಿಸಿ ಹೋಗಿದ್ದೆ. ಆದರೆ ನನ್ನ–ರಾಜಿಯ ನಡುವೆ ಈ ಮೂರು ವರ್ಷಗಳು ಎಂಥಹುದೋ ಕಂದರ ತೋಡಿದ್ದವು.

"ನಿನಗೆ ಗೊತ್ತಿಲ್ಲ ಶಶಿ, ನಮ್ಮ ರವಿ ಆರೇ ತಿಂಗಳಿಗೆ ಮಾತನಾಡೋಕೆ ಪ್ರಯತಿಸುತ್ತಾ ಇದ್ದ. ಎಂಟು ತಿಂಗಳಿಗೆ ನಡೆಯೋಕೆ ಶುರು ಮಾಡಿದ. ನನಗಂತೂ ಒಂದು ರೀತಿಯ ಭಯವೇ ಆಗುತ್ತೆ. ಇವ ತೀರಾನೇ ಬುದ್ಧಿವಂತ. ಎಲ್ಲಾನೂ ಬಹಳ ಬೇಗ ಕಲೀತಾನೆ. ಅಲ್ಲಿ ನೋಡು ಅಲ್ಲಿ, ಹೇಗೆ ಕಿಟಕಿ ಮೇಲೆ ಹತ್ತಿ ನಿಲ್ಲೋಕೆ ಪ್ರಯತ್ನ ಮಾಡುತ್ತಾ ಇದ್ದಾನೆ..." ರಾಜೀ ಒಂದೇ ಉಸಿರಲ್ಲಿ ಹೇಳುತ್ತಾ ಹೊರಟಳು. ಈ ಹುಡುಗಿಯರೇಕೆ ತಾಯಾದ ತಕ್ಷಣ ಇಷ್ಟು ಎಕ್ಸೈಟ್ ಆಗ್ತಾರೆ ಅಂತ ಗೊಣಗಿಕೊಂಡೇ, ಒಳಗೆ ಬೋರು ಹೊಡಯುತ್ತಿದ್ದರೂ ಇವಳ ಮಗನ ಪ್ರತಾಪವನ್ನು ಬಹಳ ಆಸ್ಥೆ ಇದ್ದಂತೆ "ಹೌದಾ...? ಆಹಾ..." ಎಂದು ಉದ್ಗರಿಸಿ ಕೇಳಿದೆ.

"ಏನು ಹೇಳಿದರೂ ತಟ್ಟನೆ ಅರ್ಥ ಆಗುತ್ತೆ. ಎಲ್ಲಿ ಮರಿ ಅಂಟಿಗೆ ನಮಸ್ತೆ ಮಾಡು..." ತನ್ನ ಪಾಡಿಗೆ ತಾನು ಡಬ್ಬ ಮುಚ್ಚಳ ಇಟ್ಟುಕೊಂಡು ಆಡುತ್ತಿದ್ದ ಮಗುವನ್ನು ಎತ್ತಿ ಹಿಪ್ಪೆ ಮಾಡಿ ಬಲವಂತಿಸಿದಳು. ಸ್ವಲ್ಪವೂ ಆಸಕ್ತಿ ತೋರದೆ ಮಗು ಕೊಸರಿಕೊಂಡು ಕೆಳಗೆ ಇಳಿದು, ಮತ್ತೆ ಡಬ್ಬದ ಮೇಲೆ ಚಮಚದಿಂದ ಬಡಿಯತೊಡಗಿದ.

"ಅವನಿಗೆ ಮೂಡ್ ಬರಬೇಕು... ಆಗಲೇ 'ಎ ಬಿ ಸಿ ಡಿ' ಅಂತೆಲ್ಲ ಹೇಳೋಕೆ ಕಲಿತಿದ್ದಾನೆ..." ಅವಳ ಪ್ರವರ ಮುಗಿಯುತ್ತಿದ್ದಂತೆಯೇ ಕಾಣಲಿಲ್ಲ. ನಡುವೆ ಬಾಯಿ ತೂರಿಸಿ ಕೇಳಿದೆ—

"ಅದಿರಲಿ, ಇತ್ತೀಚೆಗೇನಾದರೂ ಬರೆದೆಯಾ?"

"ಓಹ್ ಒಂದು ನಿಮಿಷಾನೂ ಕೈ ಬಿಡುವಾಗೋಲ್ಲ. ಇನ್ನೂ ಇವ ದೊಡ್ಡವನಾಗ ಬೇಕು..."

"ಅತ್ತೆ ನಾದಿನಿ ಇಬ್ಬರೂ ಇದ್ದಾರಲ್ಲೆ...?"

"ಓಹ್, ನನಗೆ ಇವ ಯಾವಾಗಲೂ ಕಣ್ಮುಂದೇ ಇರಬೇಕು ಶಶಿ. ಬಿಟ್ಟು ಬರೆಯೋ ಮನಸ್ಸೇ ಆಗೊಲ್ಲ. ಎಲ್ಲಿ ಬಿದ್ದು ಏನು ಮಾಡಿಕೊಳ್ಳುತ್ತಾನೋ ಅಂತ ಆತಂಕ. ಅಲ್ಲಿ ನೋಡು ತುಂಟ ಹೇಗೆ ನಗುತ್ತಾ ಇದ್ದಾನೆ. ಅವನನ್ನು ಹೀಗೆಲ್ಲ ನೋಡುವಾಗ ಬರೆಯೋದು ಎಲ್ಲ ಏಕೆ ಅನಿಸುತ್ತೆ?" ಮಗನನ್ನು ಎತ್ತಿ ಲೊಚಲೊಚನೆ ಮುತ್ತಿಕ್ಕಿದಳು. ಸಂತಸದ ಸಂತೃಪ್ತಿಯಿಂದ ಬೀಗಿದ ಅವಳ ಮುಖವನ್ನೆ ಬೆರಗಿನಿಂದ ನೋಡಿದೆ. ತಾಯ್ತನ ಲೋಕವನ್ನೇ ಮರೆಸುತ್ತದೆಯೆ? ಈ ಹೆಣ್ಣುಗಳೇಕೆ ತಾಯ್ತನಕ್ಕೆ ಇಷ್ಟೊಂದು ಆತುಕೊಳ್ಳು ತ್ತಾರೆ? ತಂದೆಯಾದ ಗಂಡು ಬಹುಶಃ ತನ್ನ ಪಿತೃತ್ವವನ್ನು ಇಷ್ಟು ಬಗೆಯಲ್ಲಿ ಹಚ್ಚಿ ಕೊಳ್ಳುವುದಿಲ್ಲ. ನನಗೇಕೆ ಎಂದೂ ಇಂಥಾ ಅತೀವ ಆಸೆಗಳು ಮೊಳೆಯುತ್ತಿರಲಿಲ್ಲ? ಮಗು ಇರಲಿ ಎಂದು ಹೊರಟಾಗಲೂ ತಾಯ್ತನವನ್ನೇನೂ ಇಷ್ಟೊಂದು ತೀವ್ರವಾಗಿ ಬಯಸಿ ರಲಿಲ್ಲ.

ಅಂದು ಸಂಜೆ ಮನೆಗೆ ಬಂದಾಗ ಬಣ್ಣಕ್ಕದ್ದಿದ ನನ್ನ ಕುಂಚ ಕ್ಯಾನ್‌ವಾಸ್ ತುಂಬಾ ಬಿಡಿಸಿದ್ದು ಪುಟ್ಟ ಪುಟ್ಟ ಮಕ್ಕಳನ್ನು. ತಂಗಿಯ ಮಗು, ಇವರ ಅಕ್ಕನ ಮಗು... ಎಷ್ಟು ಮಕ್ಕಳು ನೋಡಲು ಹೋಗಿದ್ದೆ? ಆಗಷ್ಟೆ ಹುಟ್ಟಿದ ಹಸಿ ಹಸಿ ಮೈಯಿನ, ಬೋಳು ತಲೆಯ, ಕೆಂಪು ಕೆಂಪು ಮಕ್ಕಳು!

ಆದರೆ ಕುಂಚ ಹಿಡಿದು ಈಗ ಆರು ತಿಂಗಳುಗಳೇ ಆಯಿತಲ್ಲ. ಏನು ಬಿಡಿಸಲು ಹೊರಟರೂ ಕೊನೆಗೆ ಕ್ಯಾನ್‌ವಾಸ್ ತುಂಬಾ ಮಗುವಿನ ಮುಖ ಕಂಡಂತೆ ಭಾಸವಾಗಿ ಮನಸ್ಸು ಖಾಲಿ ಖಾಲಿ.

ಒಂದೊಂದೆ ಚಿತ್ರಗಳ ನೆನಪ ಗಾಳದಿಂದ ಹೆಕ್ಕಿ ಹೆಕ್ಕಿ ಹೊರತೆಗೆದೆ.

ಮೂರು ವರ್ಷಗಳ ಹಿಂದೆ...

ಒಂದರ ಬಗಲಿಗೊಂದು ತುರುಕಿ ಕಟ್ಟಿದ ಬೆಂಗಳೂರಿನ ಮನೆಗಳು. ನಮ್ಮ ಮನೆಯ ಕಿಟಕಿ ಗೂಡಿಗೆ ಹತ್ತಿ, ಕೆಳಗೆ ಧುಮುಕುವ ಆಟ. ಪಕ್ಕದ ಎರಡೂ ಮನೆಯ ಹುಡುಗರಿಗೆ ಹೇಳಿದ್ದು, ಗದರಿದ್ದು ಎಲ್ಲಾ ಮುಗಿದ ಮೇಲೆ ಜೋರಾಗಿಯೇ ದಬಾಯಿಸಿದ್ದೆ. ದಿನವೆಲ್ಲ ಮನೆಯಲ್ಲೇ ಇರುವ ನನಗೆ ನಿಶ್ಚಿಂತೆಯಿಂದ ಎರಡು ನಿಮಿಷ ಮಲಗುವಂತಿಲ್ಲ, ಚಿತ್ರ ಬಿಡಿಸುವಂತಿಲ್ಲ. ಬೇಸಿಗೆಯ ರಜೆ ಹುಡುಗರಿಗೆ, ಬೀದಿಗೋ ಬಯಲಿಗೋ ಹೋಗಿ ಆಡ ಬಾರದೆ? ಇರುವ ಕಿಷ್ಕಿಂಧೆಯಂಥಾ ಮನೆಯಲ್ಲಿ ಮತ್ತೊಂದು ಕೋಣೆಯೂ ಇಲ್ಲ. ಪಕ್ಕದ ಮನೆಯಾಕೆ ಅಬ್ಬರಿಸಿ ಜಗಳಕ್ಕೆ ನಿಂತೇ ಬಿಟ್ಟಳು—

"ಮಕ್ಕಳು ಗಲಾಟೆ ಮಾಡದೆ, ನಾವು ಮಾಡುತ್ತೇವೇನ್ರಿ?"

"ನೋಡಿ ಇಲ್ಲಿ, 'ಕಿಟಕಿ ಹತ್ತಿರ ಕಿರುಚಬೇಡಿ' ಅಂತ ಹೇಳಿ. ಒಂದು ನಿಮಿಷ ನಿಶ್ಶಬ್ದ ಇಲ್ಲ. ನಿದ್ರೆ ಮಾಡೋ ಹಾಗಿಲ್ಲ. ಕೆಲಸ ನಡೆಯೋ ಹಾಗಿಲ್ಲ. ಬೀದಿಗೆ ಹೋಗಿ ಆಡೋಕೆ ಹೇಳಿ."

"ಚಿಕ್ಕ ಮಕ್ಕಳನ್ನ ಬೀದಿಗೆ ಬಿಡೋಲ್ರಿ. ಮಕ್ಕಳ ಆಟ–ಪಾಠ ನೋಡಿ ಖುಷಿಪಡಬೇಕು. ಅದು ಬಿಟ್ಟು..." ಇತ್ತ ಮನೆಯವಳು ಉದ್ಗರಿಸಿದರೆ,

"ಅವರಿಗೆ ಮಕ್ಕಳ ಗದ್ದಲ ಗೊತ್ತಿಲ್ಲ ನೋಡಿ ಪಾಪ..." ಅತ್ತ ಮನೆಯ ಮೂರು ಹೆತ್ತ ಸೌಭಾಗ್ಯವತಿ ಹೆಮ್ಮೆಯಿಂದ ಬಾಯಿ ತೂರಿಸಿದಳು. ಬಾಯಿ–ಬಾಯಿ ಗುದ್ದಾಟ, ನಂತರ ಮಾತಿಲ್ಲದ ಬಿಗುಮೌನ.

"ಅಲ್ಲ ಮಕ್ಕಳಿಲ್ಲದೋರು, ಮಕ್ಕಳು ಅಂದರೆ ಪ್ರಾಣ ಬಿಡಬೇಕು. ಅದು ಬಿಟ್ಟು ಹೀಗೆ ಗದರೋದೆ...?"

"ಅದಕ್ಕೇ ಆಗಿಲ್ಲ ಬಿಡಿ..." ಈ ಬೆಂಗಳೂರಿನ ವಠಾರಗಳಲ್ಲಿ ಬೇಡವೆಂದರೂ ಗೋಡೆ ಯಾಚೆ ಅಂದದ್ದು, ಹೂಸಿದ್ದೂ ಕೇಳಿಸಿತ್ತು.

ಇಂದು ಜಯನಗರದ ಫ್ಲಾಟ್ ಒಂದರಲ್ಲಿ ನೆಮ್ಮದಿಯಿಂದಿದ್ದೇನೆ. ಅಕ್ಕಪಕ್ಕ ಕಿಕ್ಕಿರಿದ ಮನೆಗಳ ಗದ್ದಲವಿಲ್ಲ. ಕಿಟಕಿಯಾಚೆ ತೆರೆದನೀಲಿ ಆಕಾಶ. ಆದರೂ ನನ್ನ ಕಿವಿಯಲ್ಲಿ ಪದೇ ಪದೇ ಆ ಮಾತುಗಳು ಗಸ್ತು ಹೊಡೆಯುತ್ತವೆ. ನಿಂತಾಗ, ಕುಳಿತಾಗ, ಬಾಲ್ಕನಿಯಲ್ಲಿ ದಿಗಂತವನ್ನು ಕಂಡಾಗ, ಕಪ್ಪು ರಾತ್ರಿಗಳಲ್ಲಿ ಚುಕ್ಕಿ ಎಣಿಸುವಾಗ, ಇವನೆದೆಗೆ ಒರಗಿದಾಗ... "ಅವರಿಗೆ ಮಕ್ಕಳ ಗದ್ದಲ ಗೊತ್ತಿಲ್ಲ..." ಅಬ್ಬ, ಎಂಥ ಹೆಮ್ಮೆ ಇತ್ತು ಆ ಕಂಠದಲ್ಲಿ, ಹೆತ್ತ ಹೆಮ್ಮೆ!

ಹಾಗೆ ನೋಡಿದರೆ, ಆಗಿನ್ನೂ ನಮಗೆ ಮದುವೆ ಆಗಿ ನಾಲ್ಕು ವರ್ಷ. ನನಗೆ ಮಕ್ಕಳು ಬೇಕು ಅನಿಸಿರಲಿಲ್ಲ. ರಮೇಶನ ಕೆಲಸ ಅವನನ್ನು ದಿನದ ಹದಿನಾಲ್ಕು ಗಂಟೆ ಹಿಡಿ ದಿಡುತ್ತಿತ್ತು. ಒಂದರ ನಂತರ ಒಂದರಂತೆ ನನ್ನ ಕಲಾಪ್ರದರ್ಶನ. ಹಗಲಿರುಳು ಬಣ್ಣಗಳ ಒಡನಾಟ, ಸ್ಫೂರ್ತಿಗದ್ದಿದ ಕುಂಚ, ಪ್ರದರ್ಶನಗಳು, ಪತ್ರಿಕೆಗಳು, ಪ್ರಶಂಸೆ, ವಿಮರ್ಶೆ. ಬಿಡುವಿಲ್ಲದ ಬದುಕಿನಲ್ಲಿ ಮಗುವಿನ ಕೊರತೆ ಕಂಡಿತ್ತೆ? ಮೂರು ವರ್ಷಕ್ಕೆ ಚಿಕ್ಕವಳಾದ ದೊಡ್ಡಮ್ಮನ ಮಗಳು ವಿಜಿ ಕೂಡ ಉಪದೇಶ ಕೊಟ್ಟಿದ್ದಳಲ್ಲ!

"ಈ ಹಾಳು ಪೇಂಟಿಂಗು, ಪ್ರದರ್ಶನ ಅಂತ ಎಷ್ಟು ದಿನ ಮುಂದೂಡ್ತಿಯೆ?"

"ನನಗೆ ಇನ್ನೂ ಮಗು ಬೇಕು ಅನಿಸಿಲ್ಲವೆ. ಸದ್ಯಕ್ಕಂತೂ ಬದುಕು ಭರ್ತಿಯಾಗಿದೆ. ಏನೂ ಹೆದರಬೇಡ. ನನಗೆ ಮೂವತ್ತು ಆಗುವುದರೊಳಗೆ ಒಂದು ಕೂಸು ಹೆತ್ತಿರುತ್ತೇನೆ..." ಎಂದು ನಕ್ಕಿದ್ದೆ.

"ಬೇಡ ಒಂದು ಮಾಡಿಕೊಂಡು ಬಿಡು. ಇಷ್ಟು ತಡವಾಗಬಾರದು. ಮಕ್ಕಳಿಲ್ಲದ ಬದುಕು ಬರೀ ಬಂಜರು. ತಾಯ್ತನಕ್ಕಿಂತ ದೊಡ್ಡ ಸಾಧನೆ ಯಾವುದೂ ಇಲ್ಲ. ಮದುವೆ ಯಾದ ಒಂದೆಡರು ವರ್ಷದಲ್ಲೇ ಆದರೆ ಚೆನ್ನ." ಒಂದು ಹೆತ್ತ ಹಿರಿತನದಲ್ಲಿ, ನನ್ನ ಪುಟ್ಟ ತಂಗಿ ಹೇಳಿದಾಗ ಕಣ್ಣರಳಿಸಿ ನಿಂತೆ.

ವಿಜಿ ಮದುವೆಯಾದ ಒಂಭತ್ತೂವರೆ ತಿಂಗಳಿಗೇ ರಶ್ಮಿ ಜನಿಸಿದಳು. ಹೊಸದಾಗಿ ಉತ್ಸಾಹದಿಂದ ಗಂಡನ ಮನೆಗೆ ಬೀಗುತ್ತಾ ಹೋದ ವಿಜಿ, ಮದುವೆಯಾದ ಮೇಲೆ

ಮುಟ್ಟಾಗಲಿಲ್ಲ. ಏನಾದರೂ 'ಎಚ್ಚರಿಕೆ ತಗೋಬೇಕು ಅನ್ನುವಷ್ಟರಲ್ಲಿ ರಶ್ಮಿ ಆಕಸ್ಮಿಕವಾಗಿ ಅವತರಿಸಿದ್ದಳು. ಇನ್ನು ಇಪ್ಪತ್ತರ ಹರೆಯ, ಕುಣಿವ ಹಾರುವ ಆಸೆ. ಗರ್ಭಾವಸ್ಥೆಯಲ್ಲಿ ಬಂದಿಯಾದಾಗ ಚಡಿಪಡಿಸಿದಳು. 'ಈಗಲೇ ಯಾರಿಗೆ ಬೇಕಿತ್ತು ಈ ಕಾಟ. ಒಂದು ವರ್ಷ ಆದರೂ ಹಾಯಾಗಿರಲಿಲ್ಲ' ಎಂದು ಗೊಣಗುತ್ತಲೇ ಬಸಿರು ಅನುಭವಿಸಿದಳು. ಹುಟ್ಟಿದಾಗ ಕೆಂಪು ಕೆಂಪನೆ ಮೆತ್ತೆ ಮೈಯಿ, ಹಣೆ ಹೆಗಲು ತುಂಬಾ ಕೂದಲು, ಕಡ್ಡಿಯಂಥ ಕೈಗಳು, ಪೊರೆ ಸುಲಿಯುತ್ತಿದ್ದ ದೇಹ, ಬ್ಯಾಂಡೇಜು ಕಟ್ಟಿದ್ದ ಹೊಕ್ಕಳು... ಮುದ್ದೇನೂ ತರಿಸಿರಲಿಲ್ಲ. ಎರಡು-ಮೂರು ತಿಂಗಳಿಗೆ ರಶ್ಮಿ ಗುಂಡುಗುಂಡಾದ ಕೂಸಾದಾಗ ಸಹಜವಾಗಿಯೇ ಎತ್ತಿ ಮುತ್ತಿಕ್ಕಿದರೂ, ಗಂಟೆ ಗಂಟೆಗೆ ಒದ್ದೆ ಮಾಡಿಕೊಂಡು, ಸ್ವಲ್ಪ ಹೊಟ್ಟೆ ಅಮುಕಿದರೂ ಹಾಲೆಲ್ಲ ಬಾಯಿಂದ ಸುರಿಸುತ್ತಾ, ಕುಡಿಸಿ, ಒರೆಸಿ ತೊಳೆವ ಬದುಕು, ಬಂಧಿಸಿಡುವಂತಿತ್ತು. 'ಅದು ಯಾರು ಈ ತಾಯ್ತನವನ್ನು ಬಯಸಿ ಬಯಸಿ ಬರಮಾಡಿಕೊಳ್ಳುತ್ತಾರೆ' ಎಂದೆಲ್ಲ ಹಾರಾಡಿದ್ದಳು. ಮಗು ಹಾಲು ಬಿಡಿಸಿದಾಗಿನಿಂದ ಬೆಳೆದದ್ದು ದೊಡ್ಡಮ್ಮನ ಮನೆಯಲ್ಲೆ. ವಿಜಿ ಹೊತ್ತದ್ದು ಆಕಸ್ಮಿಕವಾಗಿ, ಹೆತ್ತದ್ದು ಹಾಲೂಡಿಸಿದ್ದು ಅನಿವಾರ್ಯವಾಗಿ ಸಮಯ ಸರಿದಂತೆ ಅವೆಲ್ಲವನ್ನು ಆದರ್ಶೀಕರಿಸಿ, ಹೆಗ್ಗಳಿಕೆಯಾಗಿಸಿ ಹೇಳಿಕೊಂಡಳಲ್ಲ!

***

ಹಾಗೆ ನೋಡಿದರೆ ಮಗು ಬೇಕು ಎಂದು ಹೊರಟದ್ದು ಯಾವಾಗ?

ಆ ಬಾರಿ ತೌರಿಗೆ ಹೋದಾಗ ತಂಗಿ ಮೂರನೆ ಹೆರಿಗೆಗೆ ಬಂದಿದ್ದಳು. ಅಮ್ಮ ಆಗಲೆ ತನ್ನ ಬತ್ತಳಿಕೆಯಿಂದ ಅಶ್ರು ಅಸ್ತ್ರ ಹರಿತಗೊಳಿಸಿ ಬಿಕ್ಕಳಿಸಿದಳು. "ಹಿರೀ ಮಗಳು ನಿನ್ನದೊಂದು ಬಾಣಂತನ ಮಾಡಿ ಕಣ್ಣು ಮುಚ್ಚುತ್ತೇನೆ..." ರೇಜಿಗೆಯಾಗಿತ್ತು. ಅತ್ತೆ ಕೂಡ ಸಾಕಷ್ಟು ಬಾರಿ ಅಂದು ತೋರಿಸಿದ್ದರು. ಕಡಗೆ ಇವರ ಅಕ್ಕನ ಆ ಪತ್ರ—'ಮಕ್ಕಳಿಲ್ಲದ ಮೇಲೆ ಬದುಕಿಗೇನು ಅರ್ಥ? ನೀವಿಬ್ಬರೂ ಕೈತುಂಬಾ ದುಡಿಯೋದು ಯಾರಿಗಾಗಿ? ಶಶೀನ ಡಾಕ್ಟರಿಗೆ ತೋರಿಸಬಾರದೆ? ಏನು ಹೆಚ್ಚು ಕಮ್ಮಿ ಇದೆಯೋ ನೀನೇನು ಯೋಚಿಸಿದ್ದೀಯಾ?'

ತಟ್ಟನೆ ಎದೆಗೆ ನಾಟಿತ್ತು. ಚೂಪಾದ ಕತ್ತಾಳಿ ಮುಳ್ಳಿನಂತೆ!

ಅಂದು ರಾತ್ರಿ ರಮೇಶನಿಗೆ ಹೇಳಿದ್ದೆ—

"ಇನ್ನು ಒಂದು ಮಗು ಮಾಡಿಕೊಳ್ಳೋಣ..."

"ನಿನ್ನ ಬಾಂಬೆ ಪ್ರದರ್ಶನ ಮುಗಿದುಬಿಡಲಿ ಶಶಿ, ಆರ್ಟ್ ಗ್ಯಾಲರೀನ ಬುಕ್ ಮಾಡಿದ್ದೂ ಆಗಿದೆ..."

"ನನಗೀಗ ಯಾವ ಪ್ರದರ್ಶನದಲ್ಲೂ ಆಸಕ್ತಿ ಇಲ್ಲ..."

"ಇದೇನು ಇದ್ದಕ್ಕಿದ್ದಂತೆ..." ಎಂದವನು ನನ್ನ ಕೈಲಿದ್ದ ಅಕ್ಕನ ಪತ್ರ ನೋಡಿ ದೊಡ್ಡದಾಗಿ ನಕ್ಕ.

"ಅಬ್ಬ, ನಿನ್ನಲ್ಲಿ ಎಲ್ಲ ಸರಿ ಇದೆ ಎಂದು ಸಾಬೀತು ಮಾಡುವ ಹುಮ್ಮಸ್ಸೋ?"

ಒಂದು ಕ್ಷಣ ನನ್ನ ಬಾಲಿಶ ವರ್ತನೆಗೆ ನಾಚಿದೆ. ಸುಮ್ಮನೆ ನಕ್ಕುಬಿಟ್ಟೆ. ಅವರಿವರ ಬಾಯಿಗೆ ಬಿರಡೆಯಾಗಿ ನನ್ನ ಮಗು ಬರಬೇಕಿಲ್ಲ. ನಾನದನ್ನು ಸ್ವಾಗತಿಸಲು ಸಿದ್ಧ ವಾಗಿರಬೇಕು, ಅಂದು ಕೊಂಡೆ. ನನ್ನ ಪ್ರದರ್ಶನದತ್ತ ಗಮನ ಹರಿಸಿದೆ. ಅದಾದ ಆರು ತಿಂಗಳಿಗೆ ಏನೊಂದೂ ಸಂಭವಿಸದಾಗ ಇಷ್ಟು ಬೇಗ ಹೆದರಬೇಕಿಲ್ಲ ಎಂದು ಗಾಬರಿ ಯಾಗದಿದ್ದರೂ 'ಇರಲಿ, ಒಮ್ಮೆ ಚೆಕ್ ಮಾಡಿಸೋಣ' ಎಂದು ಹೊರಟಿದ್ದೆ.

ಡಾಕ್ಟರ್ ಪರೀಕ್ಷೆಯ ನಂತರ ರಮೇಶನಿಗೆ ಹೇಳಿದರು... "ನಿಮ್ಮಲ್ಲಿ ಏನೂ ದೋಷವಿಲ್ಲ, ಆದರೆ ಸಾರಿ, ನಿಮ್ಮ ಮಿಸೆಸ್‌ನ ಗರ್ಭಕೋಶ ಬೆಳೆದಿಲ್ಲ. ಮಕ್ಕಳ ಸಂಭವ ಕಡಿಮೆ." ಒಂದು ಕ್ಷಣ ನನ್ನ ಕಿವಿಗಳನ್ನು ನಾ ನಂಬಿರಲಿಲ್ಲ!

ರಮೇಶ ಅಗಾಧ ಸಂಯಮದಿಂದ ಕೇಳಿದ, ವಿಷಕಂಠನಂತೆ ಒಂದೇ ಬೊಗಸೆಗೆ ನಿರಾಶೆಯ ನುಂಗಿಕೊಂಡ. ಮೃದುವಾಗಿ ನನ್ನ ಭುಜ ಅಮುಕಿ ಹೊರಗೆ ಕರೆತಂದ. ಆದರೆ ನಾನು? ನಾವೇ ಬೇಡ ಎಂದು ತಡೆಯುವುದಕ್ಕೂ, 'ಆಗುವುದಿಲ್ಲ' ಎಂಬುದಕ್ಕೂ ಪರಿಣಾಮ ಒಂದೇ ಇದ್ದರೂ ಎಷ್ಟೊಂದು ವ್ಯತ್ಯಾಸ! ನನಗೆ ಮಗು ಆಗುವುದಿಲ್ಲ ಎಂದು ತಿಳಿದೊಡನೆ ಎಂಥಾ ನಿರಾಶೆಯಾಗಿತ್ತು. ಹೇಗಾದರೂ ತಾಯಾಗುವ ಛಲಕ್ಕೆ ಕಂಡ ಕಂಡ ಡಾಕ್ಟರುಗಳಿಗೆ ಹೋಮಿಯೋಪತಿ, ಅಲೋಪತಿ, ಆಯುರ್ವೇದ, ಕೊನೆಗೆ ಬೀದಿ ಬೀದಿಯ ಅಳಲೆಕಾಯಿ ಪಂಡಿತರನ್ನೂ ಕಂಡು ಬಂದಿದ್ದೆ. ಬುದ್ಧಿ ಹತೋಟಿ ಮೀರಿ ಮನಸ್ಸು ಗೂಟ ಕಿತ್ತ ಎತ್ತಿನಂತೆ ಓಡಿತ್ತು.

ಹಿಂದೆಲ್ಲ ಗಮನಕ್ಕೆ ಬಾರದ, ಗಮನಿಸಿದರೂ ಕೊಡವಿ ಹಾಕುತ್ತಿದ್ದ ಅವರಿವರ ಸಣ್ಣ ಪುಟ್ಟ ಮಾತುಗಳೂ ರೆಕಾರ್ಡ್ ಹಾಕಿದಂತೆ ಕಿವಿಯಲ್ಲಿ ಮೊರೆದವು. ಬೇಡವೆಂದರೂ, ಹೆತ್ತ ಹಿರಿತನದ ಹಲವು ಮುಖಗಳು ಗೋಡೆಗಂಟಿಸಿದ ಸ್ಥಿರಚಿತ್ರಗಳಂತೆ ಕಣ್ಣಿಗೆ ರಾಚಿ ನಿಂತವು.

ಕಳೆದ ಬೇಸಗೆಯಲ್ಲಿ ರಮೇಶನ ಅಕ್ಕನ ಮನೆಗೆ ಹೋದಾಗ, ಇಬ್ಬರು ಮಕ್ಕಳೂ ರಮೇಶನಿಗೆ ಮುಗಿಬಿದ್ದಿದ್ದವಲ್ಲ. "ಮಾಮಾ ಬಿಸ್ಕತ್ತು ಕೊಡಿಸು, ಮಾಮಾ ಚಾಕಲೇಟು..." ಅವರ ಬೇಡಿಕೆಗಳಿಗೆ ಕೊನೆಯೇ ಇರಲಿಲ್ಲ. ಜಡೆಗೆ ಆ ಪುಟ್ಟ ಕಾರು, ಸ್ಟೀರಿಂಗ್ ತಿರುಗಿಸಿದರೆ ಮುಂದಕ್ಕೆ ಹೋಗುವಂಥದ್ದು, ಎರಡು ಪುಟ್ಟ ಸೆಲ್ ತೂರಿಸಿದರೆ ಹೆಡ್‌ಲೈಟ್ ಮಿಟುಕಿಸು ವಂಥದ್ದು, ಐನೂರು ಬೆಲೆಯದ್ದು—ಹಟ ಹಿಡಿದು ರಾಜು ತೆಗೆಸಿಕೊಂಡಾಗ ಅಕ್ಕನ ಗಂಡ ಸ್ವಲ್ಪ ಸಂಕೋಚದಿಂದ "ಛೆ ರಮೇಶ್, ಇಷ್ಟೆಲ್ಲ ಏಕೆ ಖರ್ಚುಮಾಡಿದ್ದು?" ಎಂದು ಆಕ್ಷೇಪಿಸುತ್ತಿದ್ದಂತೆ, ಅಕ್ಕ ಆರಾಮವಾಗಿ "ಮಾಡಲಿ ಬಿಡಿ, ಅವನು ತಾನೆ ಇನ್ಯಾರಿಗೆ ಮಾಡ ಬೇಕು?" ಎಂದು ಬಿಟ್ಟಿದ್ದಳು. ಕಡೆಗೆ ಅವಳ ಮಕ್ಕಳ ಮೇಲೆ ಖರ್ಚು ಮಾಡಲು ಅನುಮತಿ ನೀಡಿ ಉಪಕರಿಸಿದಂತಿತ್ತು ಅವಳ ಧೋರಣೆ! ಆ ಮುಖಭಾವ... ಉಪೇಕ್ಷೆಯೆ? ತಿರ ಸ್ಕಾರವೆ? ಯಾವ ಭಾವ ನನ್ನ ಕಣ್ಣ ಮುಂದೆ ಅಚ್ಚೊತ್ತಿದಂತೆ ನಿಂತಿದೆ?

ಮತ್ತೊಂದು ಬಾರಿ ಗೌರಿ ಹಬ್ಬಕ್ಕೆಂದು ತಂಗಿಗೆ ಒಂಭೈನೂರು ರೂಪಾಯಿಯ ಮೈಸೂರು ಜಾರ್ಜೆಟ್ ಕೊಡಿಸಿದ್ದೆ. ಹಿಗ್ಗಿ, ಖುಷಿಪಡಬಹುದು ಎಂದು ನಿರೀಕ್ಷಿಸಿದರೆ

ತಂಗಿಯಿಂದ ಹರ್ಷದ ಒಂದು ಉದ್ಗಾರವೂ ಹೊರಬಂದಿರಲಿಲ್ಲ. ಅಮ್ಮ "ಈಗೇಕೆ ಇಷ್ಟು ಭಾರೀ ಸೀರೆ ಕೊಡಿಸಲು ಹೋದೆ?" ಅಂದರೆ ತಂಗಿ—"ಅವಳಿಗೇನಮ್ಮ ಒಂದು ಪೇಂಟಿಂಗ್ ಮಾರಿದರೆ ಸಾವಿರ ಗಟ್ಟಲೆ ಬರುತ್ತೆ, ಭಾವಂಗೂ ಕೈತುಂಬಾ ಸಂಬಳ, ಗಂಡ-ಹೆಂಡತಿ ಜುಮ್ ಅಂತ ಇದ್ದಾರೆ..." ಅವಳ ಕಂಟದಲ್ಲಿ ಸ್ವಲ್ಪ ಅಸೂಯೆಯೂ ಇತ್ತಲ್ಲ. ಪ್ರತಿ ನನ್ನ ಪೇಂಟಿಂಗ್ ಸಾವಿರ ಗಟ್ಟಲೆ ತರುವುದಕ್ಕೆ ನಾನೇನು ಪಿಕಾಸೋನಾ, ಎಂ.ಎಫ್. ಹುಸೇನೊ? ಅದು ಯಾವ ಭಾವ, ತಂಗಿಯ ಮುಖದಲ್ಲಿ ಕಂಡದ್ದು? ಅಸೂಯೆ? ಅಸಮಾಧಾನದಲ್ಲೂ ಬೆರೆತ ಮಕ್ಕಳಾದ ತೃಪ್ತಿಯೆ? ಹೆಮ್ಮೆಯೆ, ಕುಹಕವೆ, ಯಾವ ಭಾವ? ಆ ಬಾರಿಯ ನನ್ನ ಪ್ರದರ್ಶನದಲ್ಲಿ ಭಾವಚಿತ್ರಗಳೇ ಹೆಚ್ಚಿದ್ದವಲ್ಲ. ನಿರೀಕ್ಷೆ ಹೊತ್ತ ಅಮ್ಮ, ಉದ್ದಕ್ಕೆ ಉಪದೇಶಿಸಿದ ವಿಜಿ, ಬೇಸಗೆ ಬಿಸಿಯಲ್ಲೂ ಕಿವಿಗೆ ಹತ್ತಿ ತುರುಕಿಕೊಂಡು ಮಫ್ಲರ್ ಕಟ್ಟಿದ್ದ ಬಾಣಂತಿ ತಂಗಿ, ಎರಡು ಹೆತ್ತ ನೆಪದಲ್ಲಿ ಆನೆಯಂತಾದ ರಮೇಶನ ಅಕ್ಕ... ಎಷ್ಟು ಮುಖಗಳು, ವ್ಯಕ್ತಿಗಳಲ್ಲ ಬರೀ ಮುಖಗಳು. ಅವರು ಹೊತ್ತ ಭಾವಗಳ ಚಿತ್ರ ನನ್ನ ಬಂಜೆತನದವ ಹತ್ತು ಹಲವು ಬಗೆಯಲ್ಲಿ ಪ್ರತಿಫಲಿಸಿದವು. ಆ ಬಾರಿಯ ಪ್ರದರ್ಶನಕ್ಕೆ ನಿರೀಕ್ಷೆಗೆ ಮೀರಿದ ಮೆಚ್ಚುಗೆ ದೊರೆತದ್ದು ಹೇಗೆ? ನನ್ನ ಚಿತ್ರಗಳು ಬರೀ ಚಿತ್ತಾರವಾಗದೆ ಅವರಿವರ ಭಾವಗಳ ಹೊತ್ತು ಜೀವಂತವಾಗಿದ್ದವಲ್ಲವೆ? ಮೊಟ್ಟಮೊದಲ ಬಾರಿಗೆ ಅನುಭವವಾಗಿತ್ತು—ಕಲಾವಿದೆಯ ಜೀವನದಲ್ಲಿ ಯಾವ ಅನುಭವವೂ ವ್ಯರ್ಥವಲ್ಲ, ಕಡೆಗೆ ಕಹಿ ಅನುಭವಗಳೂ ಕೂಡ!

ಹೊಸ ಉತ್ಸಾಹದಲ್ಲಿ ಪೇಂಟಿಂಗ್ ಮುಂದುವರಿಸಿದೆ, ನನ್ನ ದೈಹಿಕ ಕೊರತೆಯ ಮರೆತು. ಆದರೆ ನನ್ನ ಸುತ್ತು ಜನ ಅದನ್ನು ಮರೆಯಲು ಸುಲಭವಾಗಿ ಬಿಟ್ಟಿರಲಿಲ್ಲ. ದೈನಂದಿನ ಸಹಜ ಮಾತಕತೆಯಲ್ಲೂ ನನ್ನ ಬಂಜೆತನ ಅವರಿವರ ನಾಲಿಗೆಯಲ್ಲಿ ಹೊರಳಾಡುತ್ತಿತ್ತು. ಗೋಪು ಮದುವೆಯಲ್ಲಿ ಸೋದರತ್ತೆ ಮಗಳು ಲಲ್ಲಿ ಸಿಕ್ಕಿದ್ದಳು.

"ಹೇಗಿದ್ದೀಯಾ?" ಕೇಳಿದ್ದೆ.

"ಹೂಂ ಇದ್ದೇನೆ..." ಎಂದೇನೋ ಹೇಳಿದಳು.

"ಮಕ್ಕಳೆಲ್ಲಿ?" ಒಬ್ಬಳೇ ಬಂದ ಅವಳನ್ನು ಕೇಳಿದಾಗ,

"ಅಯ್ಯೋ ದೊಡ್ಡೋಳಿಗೆ ಮೊನ್ನೆ ಭೇದಿ ಆಗಿತ್ತು. ಮದುವೆ ಊಟ ಬೇಡ ಅಂತ ಬಿಟ್ಟು ಬಂದೆ. ಚಿಕ್ಕದಕ್ಕೆ ನೆಗಡಿ ಇನ್ನೂ ಹೋಗೇ ಇಲ್ಲ."

"ಮಕ್ಕಳು ಅಂದರೆ ಇದೆಲ್ಲ ಇದ್ದದ್ದೆ, ಹುಷಾರಾಗ್ತಾರೆ ಬಿಡು" ಸಮಾಧಾನ ಮಾಡುವಂತೆ ಹೇಳಿದ್ದೆ.

"ನೀನೇ ಪುಣ್ಯವಂತಳು. ಮಕ್ಕಳಿಲ್ಲ ಅನ್ನೋದು ಬಿಟ್ಟರೆ ಬೇರೆ ಚಿಂತೆ ಇಲ್ಲ..." ಆಕೆ ಹಾಗೆ ಹೇಳಿದರೂ ಅವಳ ಕಂಠದಲ್ಲಿ ಎರಡು ಹೆತ್ತ ಹೆಮ್ಮೆ ಇಣುಕಿತ್ತು. ನನ್ನ ಬಂಜೆತನಕ್ಕೆ ಬೆರಳಿಟ್ಟ ಅಪಹಾಸ್ಯವಿತ್ತು. ಅಥವಾ ಅದೆಲ್ಲ ಕೇವಲ ನನ್ನ ಕಲ್ಪನೆಯೇ?

"ಮತ್ತೆ ಏಕೆ ಮಾಡಿಕೊಳ್ಳಲು ಹೋದೆ, ಒಂದಲ್ಲ ಎಂದರೆ ಎರಡು?" ಎಂದುಬಿಟ್ಟೆ. ನನ್ನ ಈ ಉತ್ತರ ನಿರೀಕ್ಷಿಸದ ಅವಳಿಗೆ ತಬ್ಬಿಬ್ಬು. ಮುಖ ಸೊಟ್ಟಗೆ ಮಾಡಿಕೊಂಡು ಹೋದವಳು ಬಳಗದಲ್ಲೆಲ್ಲ ಗುಸುಗುಸು ಎಬ್ಬಿಸಿದಳು.

ಅಂದು ಶ್ಯಾಮ್‌ಲಾಲ್ ಪಾರ್ಟಿಯಲ್ಲೂ ಅಂಥದ್ದೇ ಘಟನೆ. ಅಡಿಯಿಂದ ಮುಡಿಯವರೆಗೆ ಸಿಂಗರಿಸಿಕೊಂಡು ಸರಬರ ಓಡಾಡುತ್ತಿದ್ದ ತನ್ನ ಪತ್ನಿ ಶೀಲಾಗೆ ನನ್ನ ಪರಿಚಯಿಸಿದ್ದ—

"ಇವರು ಶ್ರೀಮತಿ ಶಶಿ, ಬಹಳ ಒಳ್ಳೆ ಕಲಾವಿದೆ..." ಎಂದು. ನಾ ಅದೂ ಇದೂ ಮಾತಿನ ಮಧ್ಯೇ ಕೇಳಿದ್ದೆ:

"ನಿಮ್ಮ ಹವ್ಯಾಸಗಳೇನು?"

"ಏನೂ ಇಲ್ಲ, ಊಟ-ತಿಂಡಿ-ನಿದ್ದೆ..." ಆಕೆಯ ಗಂಡ ಕಿಚಾಯಿಸಿ ಉತ್ತರಿಸಿದಾಗ, ಒಂದು ಕ್ಷಣ ಅಪಮಾನದಿಂದ ಕೆಂಪಾಗಿ ಮುಖ ಮಾಡಿದರೂ ತನ್ನ ಸಂಪೂರ್ಣ ಖಾಲಿ ಬದುಕಿನ ಸಮರ್ಥನೆಗೆಂಬಂತೆ—

"ಕಾಲೇಜಿನಲ್ಲಿ ಡ್ಯಾನ್ಸ್ ಮಾಡುತ್ತಾ ಇದ್ದೆ. ಎಲ್ಲಾ ಕಾರ್ಯಕ್ರಮದಲ್ಲೂ ನನ್ನ ನೃತ್ಯ ಇರಲೇಬೇಕು. ಮದುವೆ ಮಕ್ಕಳು ಎಲ್ಲಾ ಆದ ಮೇಲೆ, ಎಲ್ಲಿ ಸಾಧ್ಯ ಹೇಳಿ?" ಖಾಲಿ ವರ್ತಮಾನವ ತುಂಬಲು ಗತವೈಭವವನ್ನೇನೋ ಎಳೆದು ತಂದಳು. "ನಾನೇನೊ ಡಾನ್ಸ್ ಬಿಟ್ಟೆ, ನನ್ನ ಮಗಳನ್ನ ಮಾತ್ರ ದೊಡ್ಡ ಕಲಾವಿದೆಯನ್ನಾಗಿ ಮಾಡ್ತೀನಿ..." ಎಂದು ಐದು ವರ್ಷದ ಮಗಳನ್ನು ಮಡಿಲಿಗೆ ಎಳೆದುಕೊಂಡು ತಲೆ ನೇರಿಸಿದಳು.

"ನೀವು ಬಿಟ್ಟಬಿಟ್ಟಂತೆ ಅವಳೂ ಒಂದು ಹೆತ್ತು ನೃತ್ಯ ಬಿಟ್ಟರೆ...?" ಸುಮ್ಮನಿರಲಾರದ ನನ್ನ ಬಾಯಿ ದುಡುಕಿ ಕೇಳಿ ಬಿಟ್ಟಿತು. ಒಂದು ಕ್ಷಣ ಕನಸು ಕತ್ತರಿಸದಂತೆ ಬೆಚ್ಚಿ, ಮರುಕ್ಷಣ ಸಂಬಂಧವೇ ಇಲ್ಲದಂತೆ—

"ನೀವು ಸರಿ ಬಿಡಿ. ಮಕ್ಕಳು ಮರಿ ಕಾಟವಿಲ್ಲ, ಹಾಯಾಗಿ ಪೇಟಿಂಗ್ ಮಾಡಿಕೊಂಡು, ಪ್ರಶಸ್ತಿ ಗಿಟ್ಟಿಸಿಕೊಂಡು ಇದ್ದುಬಿಟ್ಟಿದ್ದೀರಿ" ಎನ್ನುತ್ತಲೇ ನನ್ನ ತಪ್ಪಿನ ಅರಿವಾಗಿತ್ತು. ತಮ್ಮ ಕನಸುಗಳ ತಮ್ಮ ಮಕ್ಕಳ ಹೆಗಲಿಗೆ ವರ್ಗಾಯಿಸಲು, ತಮ್ಮ ಅಪೂರ್ಣ ಆಸೆಗಳ ಯಥಾರ್ಥವಾಗಿಸಲು, ತಮ್ಮ ಖಾಲಿ ಬದುಕಿನ ಸಮರ್ಥನೆಗೆಂಬಂತೆ ಈ ಮಕ್ಕಳು ಎನಿಸಿತ್ತು. ಹೊರ ಬರಲು ತವಕಿಸಿದ ಅನಿಸಿಕೆಗಳ ಅದುಮಿಟ್ಟೆ.

ಕಡೆಗೆ ನನ್ನ ಆಪ್ತ ಸ್ನೇಹಿತೆ ಸುಧಾ ಕೂಡ ಮಗು ಆದ ವರ್ಷದೊಳಗೇ 'ಗರ್ಭಪಾತ' ಎಂದು ಹಾಕಿ ಒಂದೂವರೆ ತಿಂಗಳ ರಜೆ ಗಿಟ್ಟಿಸಿದ್ದು ಅಚ್ಚರಿ ತಂದಿತ್ತು. ಅದು ಯಾರೋ ಪರಿಚಯದ ಡಾಕ್ಟರ್ ಸುಳ್ಳು ಸರ್ಟಿಫಿಕೇಟ್ ಕೊಟ್ಟದ್ದು, ಮಗುವನ್ನು ಬಿಟ್ಟಿರಲಾರದೆ ಹಾಕಬೇಕಾದ್ದು ಎಂದೆಲ್ಲ ಹೇಳಿಕೊಂಡಾಗ ಪೂರ್ಣ ದಿಗ್ಭ್ರಮೆಯಾಗಿತ್ತು. ಸುಧಾ ನನಗೆ

ತಿಳಿದ ಮಟ್ಟಿಗೆ ಎಷ್ಟೊಂದು ಗಂಭೀರದ ಹುಡುಗಿ. ಆಶ್ರಮ, ಅಧ್ಯಾತ್ಮ ಎಂದೆಲ್ಲ ಹಚ್ಚಿಕೊಂಡವಳು.

"ಸುಧಾ, ನೀನೂ ಕೂಡ ಹೀಗೆ ಮಾಡೋದಾ?" ನೊಂದು ಕೇಳಿದ್ದೆ. "ನಿನಗೆ ಮಕ್ಕಳಾದರೆ ಗೊತ್ತಾಗುತ್ತೆ..." ಎಂದುಬಿಟ್ಟಳು.

ಅಂದು ರಾತ್ರಿ ಹಾಸಿಗೆಯಲ್ಲಿ ಬಹಳ ಹೊತ್ತು ಹೊರಳಾಡಿದ್ದೆ.

ಮಗು... ಮಗು... ರಾಜಿ ಬರೆಯುವುದು ಬಿಟ್ಟಿದ್ದಕ್ಕೆ ಮಗು ಕಾರಣ, ಸುಧಾಳ ಸುಳ್ಳು ರಜೆಗೆ ಮಗು ಕಾರಣ, ಇವರಕ್ಕ ಗುಂಡಗೆ ಆನೆ ಮರಿ ಆದದ್ದಕ್ಕೆ ಮಗು ಕಾರಣ, ವಿಮಲ ವಾರದಲ್ಲಿ ಮೂರು ದಿನ ಸಹಿಹಾಕಿ ಹನ್ನೆರಡಕ್ಕೇ ಮನೆಗೆ ಓಡಿಹೋಗಲು ಮಗು ಕಾರಣ... ಕಡೆಗೆ ನನ್ನೆಲ್ಲ ಸಾಧನೆಗಳಿಗೆ ನನ್ನ ಬಂಜೆತನವೇ ಕಾರಣ ಎಂಬಂತೆ ಇವರು ನಟಿಸುತ್ತಿದ್ದಾರೆಲ್ಲ!

ಇತ್ತೀಚೆಗೆ ನಾನು ನಾನಾಗಿರಲಿಲ್ಲ. ಒಳಗೊಳಗೇ ಹಬೆಯಾಡುವ ಅಸಮಾಧಾನ. ಯಾರೇ ಆಡುವ ಮಾತಿನಲ್ಲೂ ವ್ಯಂಗ್ಯದ ಮೊನಚಿನ ಅನುಭವ. ಅವರುಗಳೂ ನನ್ನ ಮನಸ್ಸಿಗೆ ನೋವಾಗಬಹುದೆಂದು ಎಚ್ಚರಿಕೆ ವಹಿಸಿದ್ದಿಲ್ಲ. ಮದುವೆಯಾಗಿ ಮಕ್ಕಳಾಗದ ನನ್ನನ್ನು ಅಪರಾಧಿಯ ಕಟಕಟೆಯಲ್ಲಿ ಎಳೆದು ನಿಲ್ಲಿಸಿದ್ದರು. ನಾನೊಬ್ಬ ಅಪೂರ್ಣ ಹೆಣ್ಣೆಂದು ಅನುಕಂಪದಿಂದ ಕಂಡಿದ್ದರು. ನಾನು ಸೌಜನ್ಯಕ್ಕೆ ಮಕ್ಕಳನ್ನು ಎತ್ತಿಕೊಂಡರೂ, ಮುತ್ತಿಕ್ಕಿದರೂ 'ಕಣ್ಣು ಬಿದ್ದಿದೆ' ಎಂದು ಪರಕೆ ಕಡ್ಡಿ ಹಚ್ಚಿಡುವರು, ಹಣೆಗೆ ಎರಡೂ ಕೈ ಒತ್ತಿ ಲಟ್ಟಿಗೆ ಮುರಿಯುವರು. ಎಂಥಾ ವಿಚಿತ್ರ ಪ್ರಪಂಚ! ಕೈಯೋ ಕಾಲೋ ಊನವಾದರೆ ತೋರಿಸಲು ನಾಚುವುದಿಲ್ಲ, ಯಾವ ಕಾರ್ಯದಲ್ಲೂ ಅಶುಭವಲ್ಲ. ಮತ್ತೆ ಯಾವುದಕ್ಕೂ ಅಡಚಣೆಯಾಗದ ನನ್ನ ಗರ್ಭದ ಊನ ಎಷ್ಟೊಂದು ಕೊಂಕು ಮಾತಿಗೆ ಕಾರಣ!

***

ಬೆಳಗ್ಗೆ ಎಂಟು ಗಂಟೆಯಾದರೂ ಇನ್ನೂ ಹಾಸಿಗೆಯಲ್ಲೇ ಇದ್ದ ನನ್ನನ್ನು ನೋಡಿ ರಮೇಶ ಹತ್ತಿರ ಬಂದ. ಹಣೆ ಮುಟ್ಟಿ ಮೃದುವಾಗಿ ಕೇಳಿದ—

"ಹುಷಾರಿದ್ದೀಯ ತಾನೆ."

"ಹೂ..." ಎಂದೆ ಉದಾಸೀನವಾಗಿ.

"ಏಳೋ ಮನಸ್ಸಿಲ್ಲವೆ? ದಿಲ್ಲಿ ಕಲಾಮೇಳದಲ್ಲಿ ಭಾಗವಹಿಸೋಲ್ಲವಾ?"

"ರಮೇಶ್, ನನಗೆ ಮೂಡೇ ಇಲ್ಲ" ಪಕ್ಕಕ್ಕೆ ಹೊರಳಿ ಹೇಳಿದೆ.

"ಶಶಿ, ನಾ ನೋಡುತ್ತಲೇ ಇದ್ದೇನೆ. ನೀ ಇತ್ತೀಚಿಗೆ ತುಂಬಾ ನಾಜೂಕಾಗಿದ್ದೀಯಾ. ಯಾರ ಮೇಲಾದರೂ ರೇಗಿ ಬೀಳೋಕ್ಕೆ ಕಾಯ್ತಾ ಇರುತ್ತೀಯಾ. ಯಾರು ಯಾವುದಕ್ಕೇ ಅಂದರೂ ನಿನಗೇ ಅನ್ವಯಿಸಿಕೊಂಡು ಕೊರಗುತ್ತೀಯಾ. ಏನಾಗಿದೆ ನಿನಗೆ?"

"ನನಗೆ ಒಂದು ಮಗು ಬೇಕು."

"ಒಳ್ಳೆ ಮಕ್ಕಳಂತೆ ಹಟ ಹಿಡೀತೀಯಲ್ಲ! ಡಾಕ್ಟರು ಹಾಗೆ ಹೇಳುವ ಮೊದಲು ಎಂದೂ ನಿನಗೆ ಮಕ್ಕಳ ಆಸೆ ಇಷ್ಟು ತೀವ್ರವಾಗಿ ಇರಲಿಲ್ಲ."

"ಏಕೆ ನಿನಗೆ ಇಲ್ಲವೆ?" ಅವನನ್ನೇ ಕ್ರೂರವಾಗಿ ನೋಡುತ್ತಾ ಕೇಳಿದೆ.

"ಆಗದ ವಿಷಯವನ್ನೇ ಹಿಡಿದು ಜಗ್ಗಾಡುವುದರಲ್ಲಿ ಅರ್ಥವಿಲ್ಲ. ಮಗುವೇ ಮುಖ್ಯ ವಾದರೆ ದತ್ತು ತೆಗೆದುಕೊಳ್ಳೋಣ" ಗಂಭೀರವಾಗಿ ಹೇಳಿದ.

"ಅದೆಲ್ಲ ಸುಳ್ಳು. ಪ್ರತಿಯೊಬ್ಬ ಗಂಡಸಿಗೂ ತನ್ನ ಮಗು ಬೇಕು. ಕಡೆಗೆ ತನ್ನ ಗಂಡಸು ತನವನ್ನು ಸಮರ್ಥಿಸಿ ಸಂತೃಪ್ತನಾಗಬೇಕು."

"ಇರಬಹುದು, ಆದರೆ ಎಲ್ಲಾ ಗಂಡಸರೊಡನೆ ನನ್ನನ್ನೂ ಗಂಟು ಕಟ್ಟಿ ಬಿಡಬೇಡ. ನಮಗೆ ಮಗುವಿನ ಕೊರತೆ ಎಂದಾದರೂ ಅಗಾಧವಾಗಿ ಕಂಡಿತ್ತೆ? ಈಗ ಆಗೊಲ್ಲ ಎಂದಾಗ ಛಲಕ್ಕೆ ನೀ ಬಯಸುತ್ತಾ ಇದ್ದೀಯ. ಶಶಿ, ಮನಸ್ಸನ್ನು ಸ್ವಾಧೀನಕ್ಕೆ ತಗೋ. ಅವರಿವರಾಡೋ ಮಾತುಗಳಿಗೆ ಇಲ್ಲದ ಮೌಲ್ಯ ಅಂಟಿಸಬೇಡ. ಶೇಕಡಾ ತೊಂಬತ್ತು ಮಂದಿ ಹೆಂಗಸರು ಹೆರಬಲ್ಲರು, ಹೆರುತ್ತಾರೆ. ನಿನ್ನಂತೆ ಕುಂಚದ ಕೂಸುಗಳ ಹೆರಬಲ್ಲವರು ಎಷ್ಟು ಜನ ಹೇಳು?" ಕೇಳಿದ. ನಾ ಮೆಲ್ಲನೆ ಭುಜಕ್ಕೆ ಒರಗಿ,

"ನಿಜ ಹೇಳು, ನಿನಗೆ ನಿನ್ನದೇ ಮಗು, ನಿನ್ನ ವಂಶದ ಕುಡಿ ಬೇಕು ಅನಿಸುತ್ತಿಲ್ಲವಾ? ನಾ ನಿನಗೆ ನಿರಾಶೆ ಮಾಡಿದೆ."

"ಹುಚ್ಚು ಹುಡುಗಿ, ನಮ್ಮದಾವ ಚಂದ್ರವಂಶ, ಸೂರ್ಯವಂಶ? ಇಲ್ಲೇನು ರತ್ನಖಚಿತ ಸಿಂಹಾಸನ ಕಾದು ಕುಳಿತಿದೆಯೆ ಉತ್ತರಾಧಿಕಾರಿ ಬೇಕು ಎಂದು? ನನ್ನ ಮಟ್ಟಿಗೆ ನೀನೇ ಹೆತ್ತರೂ, ನಿನ್ನ ನವಮಾಸಗಳ ಹೊರೆಯಿಂದ, ಹೆರುವ ನೋವಿನಿಂದ ನಾ ಹೊರಗೇ ಉಳಿದಿರುತ್ತೇನೆ. ಆ ಅರ್ಥದಲ್ಲಿ ಪ್ರತಿ ಗಂಡಸೂ ಬಂಜೆಯೆ. ನರ್ಸ್ ತಂದು 'ನಿಮ್ಮ ಮಗು' ಎಂದಾಗ ತಂದೆಯಾಗುವುದಕ್ಕೂ, ಅನಾಥಾಶ್ರಮದಲ್ಲಿ ಒಂದು ಮಗುವನ್ನೆತ್ತಿಕೊಂಡು 'ನನ್ನದು' ಎನ್ನುವುದಕ್ಕೂ ವ್ಯತ್ಯಾಸ ಇಲ್ಲ. ನೀ ಸುಮ್ಮನೆ ಹುಚ್ಚುಚ್ಚಾಗಿ ಯೋಚಿಸಬೇಡ. ಇನ್ನು ನಾಲ್ಕು ತಿಂಗಳಿದೆ ಅಷ್ಟೆ. ದಿಲ್ಲಿ ಕಲಾಮೇಳಕ್ಕೆ ತಯಾರಿ ಮಾಡಿಕೋ. ಅದಾದ ನಂತರ ಮಗು ಬೇಕೆನಿಸಿದರೆ ದತ್ತು ತೆಗೆದುಕೊಳ್ಳೋಣ. ತಾಯ್ತನ, ಹೊರುವು ಹೆರುವ ಕ್ರಿಯೆಯಲ್ಲಿ ಅಡಗಿಲ್ಲ" ಎಂದ. ನಾ ಅಪನಂಬಿಕೆಯಿಂದ ಅವನನ್ನೇ ನೋಡಿದೆ. ಎಲ್ಲಾ ಗಂಡಸರೂ ಹೀಗಿರುವುದಿಲ್ಲ. ಬಹುಶಃ ದೇವರು ನನ್ನ ಬರಿದಾದ ಒಡಲಿನೊಂದಿಗೆ ರಮೇಶನಂಥಾ ಸಂಗಾತಿಯ ಕೊಟ್ಟದ್ದು ಇದಕ್ಕೆ ಏನೊ. ನನ್ನ ಮನಸ್ಸಿನ ದುರ್ಬಲತೆಗೆ ನಾ ನಾಚಬೇಕಿಲ್ಲ, ಗೆಲ್ಲಬೇಕು, ಎಂದುಕೊಂಡೆ.

ನನ್ನ ಮನಸ್ಸು ಗಟ್ಟಿಯಾಯಿತು. ನನ್ನೆಲ್ಲ ಹುಚ್ಚು ಯೋಚನೆಗಳಿಗೆ ಕಡಿವಾಣ ಹಾಕಿ, ಚಿಂತೆಗಳ ಕೊಡವಿ ಎದ್ದೆ. ಮುಂದೆ ಅಲಂಕರಿಸಿಕೊಳ್ಳುವಾಗ, ಕುಂಚದಲ್ಲಿ ನವಿರಾದ ಭಾವ

ಗಳ ಬಣ್ಣಕದ್ದುವಾದ, ಇವನೆದೆಯಲ್ಲಿ ತಲೆ ಇಟ್ಟಾಗ, ನನಗೆ ನನ್ನ ಹೆಣ್ತನದಲ್ಲಿ ಯಾವ ಕೊರತೆಯೂ ಕಾಣಬರಲಿಲ್ಲ. ಚಿಂತೆ, ಸ್ವಯಂ ಮರುಕದಲ್ಲಿ ಸತ್ತ ನಿನ್ನೆಗಳ ಸರಿಸಿಟ್ಟು, ಸಂಭ್ರಮದ ನಾಳೆಗೆ ಮುಖ ಮಾಡಿದೆ.

***

ದಿಲ್ಲಿ ಕಲಾಮೇಳದಲ್ಲಿ ಪರಿಚಯವಾದದ್ದು, ಅದಿತಿ ಗುಪ್ತಾ, ಬರೋಡಾದ ಕಲಾವಿದೆ. ಅದೂ ಇದೂ ಮಾತಿನ ಮಧ್ಯೆ ಕೇಳಿದ್ದಳು–

"ನಿಮಗೆಷ್ಟು ಮಕ್ಕಳು?" ಓಹ್ ಮತ್ತದೇ ಪ್ರಶ್ನೆ.

"ಇಲ್ಲ" ಎಂದೆ. ನನ್ನ ಸ್ವರದಲ್ಲಿದ್ದ ಅಳುಕು ಗಮನಿಸಿದಳೇನೋ,

"ಬೇಕು ಅನಿಸಿದೆಯಾ?" ಕೇಳಿದಳು. ನಾ ಒಂದು ಕ್ಷಣ ಅವಳನ್ನೇ ನೋಡಿದೆ.

"ಅನ್ನಿಸಿರಲಿಲ್ಲ. ಆದರೆ ಒಂದಂತೂ ಮಾಡಿಕೊಳ್ಳುವ ಉದ್ದೇಶವಿತ್ತು. ಅಷ್ಟೆಲ್ಲ ಈ ಸೃಷ್ಟಿಕ್ರಿಯೆಯ ಬಗ್ಗೆ ಅವರಿವರ ಬಾಯಲ್ಲಿ ಕೇಳಿದ್ದು, ಕುತೂಹಲ ತರಿಸಿತ್ತು. ಹೇಗಿರ ಬಹುದು ಆ ಅನುಭವ ಎಂಬ ಕುತೂಹಲ..."

"ನಿಜ ಹೇಳಲೇ ಶಶಿ..." ಅದಿತಿ ನಗುತ್ತಾ ಹೇಳಿದಳು.

"ಏನು?"

"ಚಿತ್ರ ಬಿಡಸೋದು, ಕತೆ ಬರೆಯೋದು, ಯಾವುದೇ ಸೃಜನಶೀಲ ಕಾರ್ಯ, ಹೆರುವ ಹೊರುವ ಕ್ರಿಯೆಯಂತೆಯೇ. ಹಾಗೆ ನೋಡಿದರೆ ನನ್ನ ಪ್ರೆಗ್ನೆನ್ಸಿಯಲ್ಲಿ ಸೃಜನಾತ್ಮಕ ಅದ್ಭುತ ವೇನೂ ಅನುಭವವಾಗಲಿಲ್ಲ. ಚೆನ್ನಾಗಿ ತಿನ್ನುವುದು ಬಿಟ್ಟರೆ ನಾ ಮಾಡುವುದೇನಿತ್ತು? ಒಂದು ಮಗುವನ್ನು ಬೆಳೆಸಿ ದೊಡ್ಡದು ಮಾಡುವುದು ಮಹತ್ವದ ಕೆಲಸ ಒಪ್ಪುತ್ತೇನೆ. ಆದರೆ ನಮ್ಮಲ್ಲಿ ಹೆರುವುದಕ್ಕೆ ಕೊಡುವ ಪ್ರಾಮುಖ್ಯತೆಯೇ ಹೆಚ್ಚು. ಅವನ್ನು ಹೇಗೆ ಬೆಳೆಸುತ್ತೀ, ಕೇಳುವವರಾರು?" ನಾ ಮೌನವಾಗಿ ಕೇಳಿದೆ. ಮತ್ತೆ ಅದಿತಿ ಮೆಲು ದನಿಯಲ್ಲಿ,

"ಶಶಿ, ಮುಕ್ಕಾಲು ಪಾಲು ಸ್ತ್ರೀಯರು ಬದುಕಿನಲ್ಲಿ ಯಾವ ಕ್ರಿಯಾಶೀಲ ಕೆಲಸಕ್ಕೂ ಕೈ ಹಾಕಿದವರಲ್ಲ. ಮನೆ–ಗಂಡ–ಕಸಮುಸುರೆ ಈ ಬಗೆಯ ಬದಲಿಲ್ಲದ ಬದುಕಿನ ಬೇಸರ ದಲ್ಲಿ ಮಕ್ಕಳು ಅದ್ಭುತ ಸೃಷ್ಟಿಯಾಗಿ ಕಾಣುತ್ತವೆ. ಆದರೆ ನನಗೂ–ನಿನಗೂ ಈ ಕಾರಣಗಳಿಗೆ ಮಕ್ಕಳು ಬೇಕಿಲ್ಲ ಬಿಡು. ಅದಿರಲಿ, ಮತ್ತೂ ಒಂದು ಮಾತು ಹೇಳಲೆ?" ಕೇಳಿದಳು.

"ಹೇಳಿ" ಎಂದೆ.

"ನಿಜವಾಗಿ ನೀವು ಪ್ರೀತಿಸುವುದು ಮಕ್ಕಳನ್ನೇ ಆದರೆ, ನನ್ನವು ನಿನ್ನವು ಎಂಬ ವ್ಯತ್ಯಾಸ ಉಂಟೆ? ಮದರ್ ತೆರೇಸಾಗಿಂತ ದೊಡ್ಡ ತಾಯಿ ಬೇಕೆ?" ಎಂದಳು. ಹೌದು, ನನಗದು ತಿಳಿದಿತ್ತು. ಆದರ ಬುದ್ಧಿಯ ತರ್ಕಗಳಿಗೆ ಮನಸ್ಸು ಒಗ್ಗುತ್ತದೆ, ಬಗ್ಗುತ್ತದೆಯೆ? ಸತ್ಯದ ಸೂಕ್ಷ್ಮಗಳಿಗೂ ಮನಸ್ಸು ಮುಖ ತಿರುಗಿಸುತ್ತದೆ. ಈ ಕ್ಷಣದ ಭಾವುಕತೆ ಮತ್ತೆಲ್ಲವನ್ನೂ

ಮಬ್ಬಾಗಿಸುತ್ತದೆ. ಅದಿತಿ ಹೇಳುವಂಥ ತಾಯ್ತನದ ತೀವ್ರತೆ ನನಗೆ ಅನುಭವವಾಗಿಲ್ಲ. ಅರ್ಧ ಹೆಣ್ಣುಗಳಿಗೆ ಆಗುವುದೋ ಇಲ್ಲವೋ ಗೊತ್ತಿಲ್ಲ. ಸಮಾಜ ಸಂಪ್ರದಾಯಗಳ ಒತ್ತುಗಳಲ್ಲಿ, ಹೆಣ್ತನದ ಪರಿಪೂರ್ಣತೆ ತಾಯ್ತನದಲ್ಲೆಂಬ ಹುಚ್ಚು ವಾದಗಳಲ್ಲಿ ತಾಯಾಗುತ್ತಾರೆ. ವಿಜಿ ಮದುವೆಯಾದ ತಿಂಗಳಿಗೇ ಮುಟ್ಟು ತಪ್ಪಿತೆಂದು ಎಷ್ಟು ಒದ್ದಾಡಿದಳು. ಡಾಕ್ಟರ್ ಹತ್ತಿರ ತೆಗೆಸಲೂ ಪ್ರಯತ್ನಿಸಿದಳಲ್ಲ. ಮೊದಲನೆಯದೇ ಗರ್ಭಪಾತ ಒಳ್ಳೆಯದಲ್ಲ ಎಂಬೆಲ್ಲ ಬುದ್ಧಿವಾದ ನಂತರ ಅಂತೂ ಬೇಸತ್ತು ಹೊತ್ತಳು, ಹೆತ್ತಳು. ಅದರಾಚೆ ನನಗೂ ಉಪದೇಶ ನೀಡಿದಳು! ಪಕ್ಕದ ಮನೆ ಶೀಲಾ ಅಂತೂ ಹೆಚ್ಚು ಯೋಚಿಸಿದವಳೇ ಅಲ್ಲ. ಮಗು ಮದುವೆಯ ನಂತರದ ಅನಿವಾರ್ಯ ಅಂಗ ಎಂದು ಸ್ವೀಕರಿಸಿದವಳು, ಒಂದಾದ ಮೇಲೆ ಒಂದು, ಎರಡು ಹೆತ್ತು ಅತ್ತ ಆಪರೇಶನ್ ಮಾಡಿಸಿಕೊಂಡು ನಿಶ್ಚಿಂತಳಾದಳು. ನನ್ನ ತಂಗಿ ಮೂರು ಆದ ಮೇಲೂ ಹೆರುತ್ತಲೇ ಇದ್ದಾಳೆ. ಮೂರು ಹೆಣ್ಣಲ್ಲವೆ? ತಾಯ್ತನವೇ ಪ್ರಮುಖವಾಗಿದ್ದರೆ ಗಂಡು ಮಗುವಿಗೇ ತಾಯಾಗುವ ಹಂಬಲವೇಕೆ? ಸಮಾಜದ, ನಮ್ಮ ಪರಿಸರದ, ಒತ್ತುಗಳಿಗೆ ಅನಿಸಿಕೆಗಳಿಗೆ ನಮ್ಮನ್ನು ಮಾರಿಕೊಳ್ಳುವುದು, ಅವರೆಲ್ಲರ ನಿರೀಕ್ಷೆಗೆ ತಕ್ಕಂತೆ ನಮ್ಮ ಬದುಕು ರೂಪಿಸಿಡುವುದು ಸುಲಭ, ಆದರೆ ಅವಶ್ಯವೆ?

ನಾ ಒದ್ದಾಡುತ್ತಿರುವುದಾದರೂ ಏತಕ್ಕೆ? ಈ ಮಗು, ಅತ್ತೆಯ ಕೊಂಕು ನುಡಿಗೆ, ಜೊತೆಯವರ ಅನುಕಂಪಕ್ಕೆ, ಅತ್ತಿಗೆಯ ನೇರ ಇರಿತಗಳಿಗೆ ತತ್‌ಕ್ಷಣದ ಉತ್ತರವಾಗುತ್ತದೆ ಎಂದಲ್ಲವೆ? ನನ್ನ ಫಲವತ್ತತೆಯನ್ನು, ಇವರ ಗಂಡಸುತನವನ್ನು ಜಗಜ್ಜಾಹೀರು ಮಾಡುವ ಏಕೈಕ ಬಗೆಯೆಂದಲ್ಲವೆ? ಬಹುಶಃ ಈ ಎಲ್ಲ ಒತ್ತಡಗಳಿಲ್ಲದೆ ಸಮಾಜದಲ್ಲಿ ಎಷ್ಟು ಮಂದಿ ಮಕ್ಕಳನ್ನು ಬಯಸಿಯಾರು? ಮಗುವೇ ಮುಖ್ಯವಾದರೆ ರಮೇಶ್ ಹೇಳಿದಂತೆ ದತ್ತು ಕಂದ ಏಕಾಗಬಾರದು?

ನಾ ಹೆತ್ತರೂ ಹೆರದಿದ್ದರೂ ನನ್ನ ಬದುಕು ಖಾಲಿಯಲ್ಲ. ಇಲ್ಲಿ ನಾ ಬಿತ್ತಿ ಬೆಳದ ಕಲೆಯ ಕೂಸುಗಳು ಒಂದಲ್ಲ ಎರಡಲ್ಲ. ಬದುಕು ಪೂರಾ ಬಣ್ಣಹರಿಸಿ ನೂರು ಚಿತ್ತಾರಗಳಲ್ಲಿ ಅಲಂಕರಿಸಿರುವೆ. ಇಲ್ಲಿ ನೀರಸವಿಲ್ಲ ಯಾಂತ್ರಿಕತೆಯಿಲ್ಲ. ನನ್ನ ಬದುಕಿನ ಸಾರ್ಥಕತೆಯನ್ನು ನನ್ನ ಮಕ್ಕಳಲ್ಲಿ ಹುಡುಕಬೇಕಿಲ್ಲ. ನಿಜಕ್ಕೂ ನಾ ಬಂಜೆಯೆ? ನನ್ನ ದೈಹಿಕ ಬಂಜೆತನವನ್ನಾದರೂ ಅರ್ಥಮಾಡಿಕೊಳ್ಳಬಹುದು, ಇವರೆಲ್ಲರ ಬೌದ್ಧಿಕ ಬಂಜೆತನ ನನಗೆ ಅರ್ಥವಾಗುತ್ತಿಲ್ಲ.

ದಿಲ್ಲಿಯಿಂದ ಬಂದ ಮೇಲೆ ನಾ ಪೂರ್ಣ ಬದಲಾಗಿದ್ದೆ. ಹದಿನೈದು ದಿನ ಕಲಾವಿದರ ಸತತ ಒಡನಾಟ, ಕುಂಚಕ್ಕಂಟಿದ ಬಣ್ಣಗಳ ಬೆರಗಿನ ಲೋಕವನ್ನು ನನ್ನೆದರು ತೆರೆದಿಟ್ಟಿತ್ತು. ಪುಟಿವ ಉತ್ಸಾಹದಲ್ಲಿ ಬಂದಿಳಿದ ನನ್ನನ್ನು ರಮೇಶ ಅಚ್ಚರಿಯಿಂದ ನೋಡಿದ. "ಏನು ಇಷ್ಟು ಖುಷಿಯಾಗಿದ್ದೀಯಾ?" ಅಪನಂಬಿಕೆಯಿಂದ ಕೇಳಿದ. ನಾ ಉತ್ತರಿಸಲಿಲ್ಲ, ಸುಮ್ಮನೆ ನಕ್ಕೆ. ನನ್ನ ನಗುವಿನಲ್ಲಿ ಸಂಭ್ರಮವಿತ್ತು, ಆತ್ಮವಿಶ್ವಾಸವಿತ್ತು.

***

ಅಂದು ಸೋಮವಾರ, ರಮೇಶ ಎಂಟಕ್ಕೇ ಹೊರಟು ಹೋಗಿದ್ದ. ನಾ ಕುಂಚ ಹಿಡಿದು ಮೈ ಮರೆತಿದ್ದೆ. ರಶ್ಮಿಯನ್ನು ಕಂಕುಳಲ್ಲಿ ಏರಿಸಿ ಬಂದ ವಿಜಿ ಬಾಗಿಲು ತಟ್ಟಿದ್ದಳು. ಮೈ ಕೈ ಎಲ್ಲಾ ಬಣ್ಣವಾಗಿದ್ದ ನನ್ನ ನೋಡಿ—

"ಓಹ್ ಪೇಂಟ್ ಮಾಡುತ್ತಾ ಇದ್ದೀಯಾ?" ಉದಾಸೀನದಿಂದ ಕೇಳಿದಳು.

"ಹೂಂ, ಮೊನ್ನೆ ದಿಲ್ಲಿ ಕಲಾಮೇಳದಲ್ಲಿ..." ಎಂದೇನೋ ಉತ್ಸಾಹದಿಂದ ಹೇಳ ಹೊರಟೆ. ದಡ್ಡದಾಗಿ ಆಕಳಿಸಿದಳು. ನನ್ನಲ್ಲೇ ನಕ್ಕೆ. ನಾನೇಕೆ ಇವಳೆದುರು ಇದೆಲ್ಲ ಬಿಚ್ಚಿಡಲು ಹೊರಟೆ? ನಮ್ಮಿಬ್ಬರ ಸಾಧನೆಯ ರಂಗವೇ ಬೇರೆ ಬೇರೆ. ರಶ್ಮಿ ಆಗಲೇ ನನ್ನ ಒದ್ದೆ ಕ್ಯಾನ್ ವಾಸ್ ಮೇಲೆ ಪುಟ್ಟ ಕೈ ಇಟ್ಟಿದ್ದಳು. ಗಾಬರಿಯಿಂದ—

"ಏಯ್ ಪುಟ್ಟೂ ಮುಟ್ಟಬಾರದಮ್ಮ..." ಅಂತ ಓಡಿ ಹೋಗಿ ಅವಳನ್ನೆತ್ತಿಕೊಂಡು ದೊಡ್ಡದಾಗಿ 'ವ್ಯಾ' ಎಂದು ಚೀರಿದ ಅವಳನ್ನು ಅಡಿಗೆ ಮನೆಗೆ ಕರೆದೊಯ್ದೆ. ಡಬ್ಬದಿಂದ ಬಿಸ್ಕೆಟ್ ತೆಗೆದು ಅವಳ ಕೈಗಿಟ್ಟು ಕೂರಿಸಿದೆ. ಮಗಳ ಬೊಬ್ಬೆ, ತುಂಟಾಟ ಎಲ್ಲವೂ ಮಾಮೂಲೆಂಬಂತೆ ನಿರ್ಲಕ್ಷದಿಂದ ಕೂತ ವಿಜಿ, ಅದೂ ಇದೂ ಇವಳ ಅತ್ತೆ, ನಾದಿನಿ ಅಂತ ಅರ್ಧ ಗಂಟೆ ಕೊರೆದಳು.

"ಲೇ ಅಕ್ಕ, ಯಾರಾದರೂ ಡಾಕ್ಟರ್ ಹತ್ತಿರ ತೋರಿಸಿಕೊಳ್ಳಬಾರದೇನೆ?" ಮತ್ತೆ ಏಳು ತಿಂಗಳ ಒಡಲು ಹೊತ್ತ ವಿಜಿ ಕೇಳಿದಾಗ ಮೊದಲಿನಂತೆ ಇರಸು ಮುರುಸಾಗಲಿಲ್ಲ. ಕೈಯಲ್ಲಿದ್ದ ಕುಂಚವನ್ನು ಅಂಗೈ ಮೇಲೆ ಆಡಿಸುತ್ತಾ ಹೇಳಿದೆ.

"ತೋರಿಸಿಕೊಂಡೆ ವಿಜಿ..."

"ಹಾಂ... ಏನೆಂದರು?" ಉತ್ಸಾಹದಿಂದ ಬಾಯ್ತೆರೆದಳು.

"ನನಗೆ ಮಕ್ಕಳಾಗೋ ಸಂಭವ ಕಡಿಮೆ..." ಯಾವುದೇ ಉದ್ವೇಗವಿಲ್ಲದೆ, ಶಾಂತವಾಗಿ ಹೇಳಿದೆ.

"ಅದು ಯಾವ ಡಾಕ್ಟರ್ ಹಾಗಂದಿದ್ದು? ನಿನ್ನ ಜಾತಕ ಚಿಕ್ಕಮ್ಮ ಮೂರು ನಾಲ್ಕು ಕಡೆ ತೋರಿಸಿದ್ದರು. ಎಲ್ಲರೂ ಒಂದಲ್ಲ ಎಂದರೆ ಎರಡು ಫಲ ಇದೆ ಅಂದಿದ್ದಾರೆ. ನಾ ಎಷ್ಟು ಹೇಳಿದೆ ಒಮ್ಮೆ ನಾಗರ ಪ್ರತಿಷ್ಠೆ ಮಾಡಿಸಿ ಬಿಡು ಅಂತ..." ನಾ ಸುಮ್ಮನೆ ನಕ್ಕು,

"ಇಲ್ಲ ವಿಜಿ, ನಾನೂ ರಮೇಶ ದತ್ತು ತೆಗೆದುಕೊಳ್ಳಬೇಕು ಅಂತ ಇದ್ದೇವೆ."

"ಯಾರದೋ ಮಕ್ಕಳು ನಮ್ಮವಾಗತ್ತೇನೇ?"

"ನಮ್ಮವಾದರೂ ನಮ್ಮವಾಗುವ ಗ್ಯಾರಂಟಿ ಇದೆಯಾ?" ಅವಳ ಪ್ರಶ್ನೆಗೊಂದು ಪ್ರಶ್ನೆ ಎಸೆದೆ. ಮತ್ತೆ ಮುಂದುವರೆಸಿದೆ—

"ವಿಜಿ, ರಾಜು ಮಾಮನ ನೋಡಿಲ್ಲವಾ? ಇಬ್ಬರೂ ಮಕ್ಕಳು ಪೋಲಿ ಬಿದ್ದು ಜೂಜು, ರೇಸು ಅಂತ ಮನೆ ಮಠ ಮಾರಿ ಬೀದಿಗಿಳಿಸಿದ್ದು ನೀನೇ ನೋಡಿಲ್ಲವಾ?"

"ಎಲ್ಲಾ ಮಕ್ಕಳೂ ಹಾಗೇಕೆ ಆಗುತ್ತಾರೆ?"

"ವಿಜಿ, ನಾ ಮಗೂನ ನನ್ನ ಭವಿಷ್ಯಕ್ಕೆ ಬಂಡವಾಳ ಅಂತ ಸಾಕೊಲ್ಲ. ಪಿಂಡ ಪ್ರದಾನದ ಪುಣ್ಯ ಕಾರ್ಯಕ್ಕೆ ಅಂತಲೂ ಅಲ್ಲ, ವಂಶೋದ್ಧಾರಕ್ಕೂ ಅಲ್ಲವೇ ಅಲ್ಲ. ಆ ಅನುಭವಕ್ಕೆ ಅಷ್ಟೆ. ಒಂದು ಜೀವವ ರೂಪಿಸುವ, ಬೆಳೆಸುವ ಸಿಹಿ-ಕಹಿ ಅನುಭವಕ್ಕಾಗಿ. ಆ ಅನುಭವ ಕಲಾವಿದೆಯಾಗಿ ನನ್ನ ಬೆಳೆಸಲೂಬಹುದು ಎಂಬ ಭರವಸೆಗೆ. ನನ್ನ ರಂಗಿನ ರಂಗವನ್ನು ಅಚ್ಚರಿಯ ಎಳೆಯ ಕಣ್ಣುಗಳಿಗೆ ತೆರೆದಿಡುವ ಸಂಭ್ರಮಕ್ಕೆ. ಅದೂ ಆ ಅನುಭವ ನನಗೆ ಬೇಕು ಅನಿಸಿದಾಗ..." ಅನ್ನುತ್ತಿದ್ದಂತೆ, ರಶ್ಮಿ ಬಿಸ್ಕತ್ತು ನೆಲದ ಮೇಲೆ ಎಸೆದು ಮತ್ತೆ ಕ್ಯಾನ್‌ವಾಸ್ ಬಳಿ, ಕೈಗೆಲ್ಲ ಬಣ್ಣ ಮೆತ್ತಿಕೊಳ್ಳುತ್ತಿದ್ದಳು. "ಪುಟ್ಟೂ... ಪುಟ್ಟೂ" ಎಂದು ಓಡಿದೆ, ಒಂದು ಕ್ಷಣ ಸುಮ್ಮನೆ ಆರಾಮವಾಗಿ ಬಾಯಾಡಿಸುತ್ತಾ ಕುಳಿತೇ ಇದ್ದ ವಿಜಿ ಬಗ್ಗೆ ಕೋಪ ಬಂದರೂ ತಡಕೊಂಡೆ. "ಹಾಗೆಲ್ಲ ಮುಟ್ಟಬಾರದಮ್ಮ ನಿನಗೆ ಬೇರೆ ಕಾಗದ ಕೊಡುತ್ತೀನಿ. ಇಲ್ಲಿ ಬರೀತೀಯಾ?" ಅತಿ ತಾಳ್ಮೆಯಿಂದ ರಮಿಸಲು ಹೊರಟೆ. ರಶ್ಮಿ ಕೊಸರಿ ಕೊಂಡು 'ಹೋ' ಎಂದು ತಾರಕ ಸ್ವರದಲ್ಲಿ ಆರಂಭಿಸಿಯೇ ಬಿಟ್ಟಳು.

"ಇನ್ನಿವಳು ಬಾಯಿ ಮುಚ್ಚೋಲ್ವೆ ಅಕ್ಕ. ನಾ ಬರ್ತೀನಿ. ಇವರ ತಮ್ಮನ ಮಗು ನಾಮ ಕರಣ, ಕರೆದೂ ಹೋಗೋಣ ಅಂತ ಬಂದೆ" ಎಂದು ಎದ್ದು ಹೊರಟಳು.

ಅವಳು ಗೇಟಿನಾಚೆ, ಏಳು ತಿಂಗಳ ಹೊಟ್ಟೆ ಹೊತ್ತುಕೊಂಡು, ಮೂರು ವರ್ಷದ ರಶ್ಮಿ ಯನ್ನು ಎಳಕೊಂಡು ರಸ್ತೆ ತಿರುವಿನಲ್ಲಿ ತಿರುಗುವವರೆಗೂ ನಿಂತೇ ಇದ್ದೆ.

ಎಷ್ಟೋ ಹೊತ್ತಿನ ನಂತರ ಒಳ ಬಂದು, ಕ್ಯಾನ್‌ವಾಸ್ ಮುಂದೆ ಕುಳಿತೆ. ರಶ್ಮಿ ಚಿತ್ರದ ಕೆಳಭಾಗವನ್ನೆಲ್ಲ ಕಲಸಿ ಕೆಡಿಸಿದ್ದಳು. ಪುಟ್ಟ ಪುಟ್ಟ ಕೈಗಳು ಅಚ್ಚೊತ್ತಿ ಕಲಸಿದ್ದ ಬಣ್ಣಗಳ ತಿದ್ದಲು ಕುಂಚ ಎತ್ತಿಕೊಂಡವಳು ಒಂದು ಕ್ಷಣ ತಡೆದೆ–

ವಿಜಿಯ ಏಳು ತಿಂಗಳ ಉಬ್ಬುಹೊಟ್ಟೆ ಕಣ್ಣು ಮುಂದೆ ನಿಂತಿತು. ಬಯಸಿಯೋ ಬಯಸದೆಯೋ ಕೂಡುವ ನೂರಾರು ಮಿಲನ. ಅಲ್ಲಿ ಫಲ ಕಳಿತು ನವಮಾಸಗಳು ಒಳ ಗೊಳಗೇ ಬೆಳೆದದ್ದು, ಪ್ರಯಾಸದಿಂದ ಹೊರ ಬಂದದ್ದು ಎಲ್ಲ ದೈಹಿಕ ಕ್ರಿಯೆ ಪ್ರಕ್ರಿಯೆಗಳು ಮಾತ್ರ. ಭಾವಗಳ ಹೊತ್ತೊತ್ತು ಅವೇ ಗಸ್ತು ಹೊಡೆದು ಮನದ ತುಂಬ ಗರ್ಭಕಟ್ಟಿದ್ದು, ಬಣ್ಣಗಳಾಗಿ ಅವನ್ನು ಪ್ರಸವಿಸಿದ್ದು, ಈ ಹಿತಯಾತನೆ, ನನ್ನ ಒಳಹೊರಗನ್ನು ಮೇಳವಿಸುವ ಈ ಅನುಭವದ ಸಿಹಿ ಕಡಮೆಯೆ?

ವಿಜಿ ಅಂದು ಕೇಳಿದ್ದಳಲ್ಲ–

"ಬೇಡವೆ ತಾಯ್ತನದ ಸುಂದರ ಅನುಭವ?"

"ಆದರೆ ಬದುಕಿನ ಮತ್ತೆಲ್ಲ ಸೌಂದರ್ಯಕ್ಕೆ ನಾ ತೆರೆದುಕೊಂಡಿರುವೆನೆ?"

"ಏಳು ತಿಂಗಳ ಗರ್ಭದಲ್ಲಿ ನಯವಾಗಿ ನುಣುಪಾಗಿ ಹೊರಳುವ ಪುಟ್ಟ ದೇಹದ ಪುಳಕ..."

"ಬುದಕಿನೆಲ್ಲ ಅನುಭವಗಳಿಗೆ ತೆರೆದುಕೊಳ್ಳುಲು ಸಾಧ್ಯವೇ? ಯಾವ ಅನುಭವವೂ ಅನಿವಾರ್ಯವಲ್ಲ. ವಿಜಿ ಪಿ.ಯು.ಸಿ.ಗೆ ಲಾಗ ಹಾಕಿ, ಅತ್ತ ಮದುವೆಯಾಗಿ, ಊಟ–ತಿಂಡಿ –ನಿದ್ದೆ, ಊಟ–ತಿಂಡಿ–ನಿದ್ದೆ ಈ ಚಕ್ರದಲ್ಲಿ ಹಾಯಾಗಿ ವರ್ಷಗಳೇ ಕಳೆದುಬಿಟ್ಟಿದ್ದಾಳೆ. ಎಲ್ಲರೂ ಎಲ್ಲ ಅನುಭವಗಳಿಗೂ ಒಳಗಾಗುವಷ್ಟು ಬದುಕು ವಿಶಾಲವೆ?"

ತಟ್ಟನೆ ಮತ್ತೆಲ್ಲ ಯೋಚನೆಗಳ ಕೊಡವಿ, ಕುಂಚವನ್ನು ನೀರಿಗದ್ದಿ ರಶ್ಮಿಯ ಪುಟ್ಟ ಕೈಗಳ ಬಣ್ಣದಿಂದ ಮುಚ್ಚತೊಡಗಿದೆ. ಹೊರಗೆ ಸಂಜೆಯ ತಂಪು ಹರಡಿದ ಕ್ಯಾನ್‌ವಾಸ್‌ನಲ್ಲಿ ಕೆಂಪು ಸೂರ್ಯ 'ಹಿಗ್ಗುತ್ತಾ' ನೆಲಕ್ಕಿಳಿಯುತ್ತಿದ್ದ.

(೧೯೯೨)

*

೨೪. ಅಗಸರ ಅಣ್ಣಮ್ಮ

ಚೆನ್ನಣ್ಣ ವಾಲೀಕಾರ

ಮಹಾತ್ಮಾಗಾಂಧೀಜಿಯವರ ಆಶೆಯ ಪ್ರಕಾರ ಹಳ್ಳಿಗಳ ಏಳಿಗೆಗಾಗಿ ಶಿಕ್ಷಕನಾಗಲು ಲಾ ಮಾಡುವುದು ಬಿಟ್ಟು ಬಿಎಡ್ ಮಾಡಿದೆ. ಸರ್ಕಾರಿ ನೌಕರಿ ಸಿಗುವುದಕ್ಕೆ ಇನ್ನೂ ತಡವಿದ್ದು ದರಿಂದ ಸದ್ಯ ಖಾಸಗಿ ಶಾಲೆ ಸೇರೋಣವೆಂದು ಹುಡುಕಾಡುತ್ತಿರುವಾಗ ಮುದ್ದಳ್ಳಿಯ ಹೈಸ್ಕೂಲ್‌ನಲ್ಲಿ ಒಂದು ಜಾಗ ಖಾಲಿ ಇರುವುದು ತಿಳಿದುಬಂತು. ಹೋದ ದಿನವೇ ನನ್ನನ್ನು ಶಾಲೆಗೆ ಸೇರಿಸಿಕೊಂಡರು. ಬಿಎಡ್ ಆದವನ ಮನೆತನಕ ಬಂದಾಗ ಯಾರು ಬಿಡುವರು?

ನಗರ ಪಟ್ಟಣಗಳಿಂದ ದೂರ ಬಹುದೂರವಾದ ಊರು ಮುದ್ದಳ್ಳಿಯಾಗಿತ್ತು. ಹೆಸರೇನೂ ಮುದ್ದಾದ ಹಳ್ಳಿ—ಮುದ್ದಳ್ಳಿಯಾಗಿತ್ತು. ನಾನಲ್ಲಿಗೆ ಹೋದ ಒಂದೆರಡು ತಿಂಗಳೊಳಗಾಗಿ ಇದು ಮುದ್ದಳ್ಳಿಯಲ್ಲ, ಪೆದ್ದಳ್ಳಿ ಎಂದು ಅನಿಸತೊಡಗಿತು. ಊರಹೊರಗೆ ಕಟ್ಟಿಸುತ್ತಿರುವ ಶಾಲಾ ಕಟ್ಟಡ ಇನ್ನೂ ಪೂರ್ಣಗೊಳ್ಳದ್ದರಿಂದ ಶಾಲಾ ಸಂಸ್ಥೆಯ ಅಧ್ಯಕ್ಷ ರಾದ ಗೌಡರ ಗೋದಾಮಿನಲ್ಲಿ ನಡೆಸಲಾಗುತ್ತಿತ್ತು. ಇದರಿಂದ ನಮಗೆ ವಾರಕ್ಕೆ ಎರಡು ದಿವಸ ರಜೆ ಸಿಗುತ್ತಿತ್ತು. ಒಂದು ಸರ್ಕಾರಿ ಲೆಕ್ಕದ ಪ್ರಕಾರ ರವಿವಾರ, ಸಂತೆಯ ದಿನವಾದ ಸೋಮವಾರ. ಆ ದಿವಸ ಸುತ್ತಮುತ್ತ ಹಳ್ಳಿಯ ರೈತರು ಜೋಳ, ತೊಗರಿ, ಅಗಸೆ, ಸಜ್ಜೆ, ಎಳ್ಳು, ಅಲಸಂದಿ, ಹೆಸರು, ಕುಬುಸಿ, ಉದ್ದು, ಗೋಧಿ ಮಾರಲು, ಕಾಟಾ ಮಾಡಲು ಬರುತ್ತಿದ್ದರು. ರವಿವಾರ ಶಾಲೆ ಇದ್ದು ಸೋಮವಾರ ಒಂದೇ ದಿವಸ ರಜೆ ಕೊಡಬೇಕೆಂದರೆ ಒಕ್ಕಲಿಗರು ರವಿವಾರ ದಿವಸವೇ ತಮ್ಮ ಸಾಮಾನುಗಳನ್ನು ಬಂಡಿಯಲ್ಲಿ ಹೇರಿಕೊಂಡು ಬಂದು ಗೋದಾಮದ ಮುಂದೆ ಬಿಡುತ್ತಿದ್ದರು. ಹೀಗಾಗಿ ನಿರ್ವಾವಿಲ್ಲದೆ ಎರಡು ದಿವಸ ಹೈಸ್ಕೂಲಿಗೆ ರಜೆ ಕೊಡಬೇಕಾಗುತ್ತಿತ್ತು. ಅದಕ್ಕಾಗಿ ಶನಿವಾರ ಪೂರ್ಣ ದಿವಸ ಇರ ಬೇಕಾಗುತ್ತಿತ್ತು.

ದೇಶಕ್ಕೆ ಸ್ವಾತಂತ್ರ್ಯ ಬಂದು ಮೂವತ್ತು ವರುಷಗಳಾಗಿದ್ದವು. ಈ ಊರಿಗೆ ಅದು ಬಂದದ್ದು ಗೊತ್ತಾಗಿರಲಿಲ್ಲ. ಶಾಲೆಗೆ ಓದಲು ಬರುವ ಗೌಡ ಕುಲಕರ್ಣಿ, ಸಾಹುಕಾರರ ಮಕ್ಕಳಿಗೆ ಮಾಸ್ತರರಾದವರು ಯಾವ ಪ್ರಶ್ನೆ ಕೇಳುವಂತಿರಲಿಲ್ಲ. ಹಾಗೇನಾದರೂ ಅಪ್ಪಿತಪ್ಪಿ ಕೇಳಿದರೆ ಆ ದಿನ ಊರಲ್ಲಿ ಆ ಮಾಸ್ತರನ ಮೆರವಣಿಗೆ ಆಗುತ್ತಿತ್ತು. ಹಾಗೆ ಆ ಹುಡುಗರು ಓದದಿದ್ದರೂ, ಬರೆಯದಿದ್ದರೂ ಪಾಸು ಮಾಡಬೇಕಾಗುತ್ತಿತ್ತು. ಇಲ್ಲದಿದ್ದರೆ ಅವರ ವಾಲಗ

ಮಾಡುಲಾಗುತ್ತಿತ್ತು. ಏನೇ ಹೇಳುವುದು ಕೇಳುವುದು ಕೆಳಗೇರಿ ಹುಡುಗರಿಗೆ ಮೀಸಲಾಗಿತ್ತು.

ಈ ಊರಿನ ಗೌಡ ಶಾಲಾ ಸಂಸ್ಥೆಗೆ ಅಧ್ಯಕ್ಷನಾಗಿದ್ದರೆ ಕುಲಕರ್ಣಿ ಕಾರ್ಯದರ್ಶಿಯಾಗಿದ್ದ. ಸಾಹುಕಾರ ಕೋಶಾಧ್ಯಕ್ಷನಾಗಿದ್ದ. ಈ ಮೂರು ಜನರು ಪ್ರತಿಷ್ಠೆಗಾಗಿ ಒಳಗೊಳಗೆ ಕಚ್ಚಾಡುತ್ತಿದ್ದುದರಿಂದ ಇವರ ಸಲುವಾಗಿ ಊರು ಮೂರು ಭಾಗವಾಗಿ ಹೋಗಿತ್ತು. ಈ ಮೂವರ ಮಧ್ಯ ಕಾಲ ಕಾಲದಿಂದಲೂ ಬಂದ ಮನೆತನಗಳ ಜಗಳವಿತ್ತು. ಹೊಟ್ಟೆ ಪಾಡಿಗೆಗಾಗಿ ನೌಕರಿಗೆ ಬಂದ ಶಿಕ್ಷಕರಿಗೆ ಯಾರ ಕಡೆಗಾದರೂ ತೊಂದರೆ ಕಾಡುತ್ತಿತ್ತು.

ಈ ಊರಿನ ಈ ಮೂರು ಪ್ರಮುಖ ಜನರ ಗುಣ ಸ್ವಭಾವ ಲಕ್ಷಣಗಳು ತುಂಬ ವಿಚಿತ್ರವಾಗಿದ್ದವು. ಈ ಮೂವರು ಮಂದಿಕಣ್ಣಿಗೆ ಒಬ್ಬರಿಗೊಬ್ಬರು ದ್ವೇಷಿಸುತ್ತಿದ್ದರು. ಆದರೆ ಇವರೆಂದೂ ಜಗಳವಾಡುತ್ತಿರಲಿಲ್ಲ. ಒಬ್ಬರು ಕೈಹಾಕಿದ್ದಕ್ಕೆ ಇನ್ನೊಬ್ಬರು ಕೈಹಾಕುತ್ತಿರಲಿಲ್ಲ. ಪ್ರತಿವರುಷ ಸಾಹುಕಾರ ಊರ ತಿಪ್ಪೆಗಳನ್ನು ಗುತ್ತಿಗೆ ಹಿಡಿದು ಗೊಬ್ಬರ ತನ್ನ ಹೊಲಕ್ಕೆ ಹೊಡಿಸುವಾಗ ಕುಲಕರ್ಣಿ ಅಡ್ಡ ಬರುತ್ತಿರಲಿಲ್ಲ. ಹೊಳೆದಂಡೆಗೆ ಬೆಳೆದ ಜಾಲಿಗಿಡಗಳನ್ನು ಕುಲಕರ್ಣಿ ಗುತ್ತಿಗೆ ಹಿಡಿದು ಕಡಿಸುವಾಗ ಗೌಡ ಅಡ್ಡ ಬರುತ್ತಿರಲಿಲ್ಲ. ಊರಲ್ಲಿ ನಡೆವ ತಂಟೆ ತಕರಾರು ಜಗಳನ್ನು ಬಗೆಹರಿಸುವಾಗ ಗೌಡ ಒಬ್ಬರಿಗೆ ಎತ್ತಿ ಒಬ್ಬರಿಗೆ ಇಳಿಸಿ ತಿನ್ನುವಾಗ ಸಾಹುಕಾರ ಅಡ್ಡ ಬರುತ್ತಿರಲಿಲ್ಲ. ಕೆಳಗಿನ ಜನರನ್ನೆಲ್ಲ ತಮ್ಮ ತಮ್ಮ ಹತೋಟಿಯಲ್ಲಿಟ್ಟುಕೊಳ್ಳಲು ಈ ಮೂರು ಜನ ಈ ಬಗೆಯ ಆಟ ಆಡುತ್ತಿದ್ದರು.

ನಮ್ಮ ಶಾಲೆ ಮುಂಜಾನೆ ಹತ್ತಕ್ಕೆ ಶುರುವಾಗುತ್ತಿತ್ತು. ಸಂಜೆ ನಾಲ್ಕಕ್ಕೆ ಬಂದಾಗುತ್ತಿತ್ತು. ಮಧ್ಯಾಹ್ನ ಒಂದರಿಂದ ಎರಡರವರೆಗೆ ಊಟಕ್ಕೆ ಬಿಡಲಾಗುತ್ತಿತ್ತು. ಎಂಟನೆಯ ವರ್ಗದಲ್ಲಿ ಐವತ್ತು ಒಂಬತ್ತನೆಯ ವರ್ಗದಲ್ಲಿ ನಲುವತ್ತು ಹತ್ತನೆಯ ವರ್ಗದಲ್ಲಿ ಮೂವತ್ತು–ಮೂರು ವರ್ಗ ಸೇರಿ ಒಟ್ಟು ನೂರಾ ಇಪ್ಪತ್ತು ಹುಡುಗರು ಇದ್ದರು. ಈಗ ಚೆಕ್ ಪದ್ಧತಿ ಬಂದರೂ ಹೆಡ್‌ಮಾಸ್ತರ್ ಮಾತ್ರ ಪ್ರತಿನಿತ್ಯ ಸಂಜೆ ಗೌಡ, ಕುಲಕರ್ಣಿ, ಸಹಾಕಾರರ ಮನೆಗೆ ಹೋಗಿ ಬರುತ್ತಿದ್ದರು. ನಿತ್ಯ ಶಾಲೆಯಲ್ಲಿ ನಡೆದುದನ್ನು ಒಪ್ಪಿಸಿ ಬರುತ್ತಿದ್ದರು. ನನಗೆಲ್ಲ ಇದು ತುಂಬ ವಿಚಿತ್ರವಾಗಿ ತೋರುತ್ತಿತ್ತು. ಇದೊಂದು ವರುಷ ಮುಗಿಯಲಿ, ಹೇಗೂ ಬಂದುದಾಗಿದೆ. ಮುಂದಿನ ವರುಷ ಇಲ್ಲಿಗೆ ಬರುವುದು ಬೇಡ ಎಂದು ಒಳಗೊಳಗೆ ಆಲೋಚಿಸತೊಡಗಿದೆ. ಇಲ್ಲಿ ಹೆಸರಿಗೆ ಗಾಳಿ ಬೀಸುವುದು, ಬೆಳಕು ಚಲಿಸುವುದು, ನೀರು ಹರಿಯುವುದು, ಮನೆ ಬೀಳುವುದು, ಹಸಿರು ಚಿಗಿಯುವುದೆಂದೆನಿಸುತ್ತಿತ್ತು. ಆದರೆ ಜನರ ಮನಸ್ಸಿನ ಗವಿಮಾತ್ರ ಕಗ್ಗತ್ತಲೆಯಿಂದ ತುಂಬಿಕೊಂಡಿದೆ ಎಂದೆನಿಸಿತು.

ಹೊಲಗೇರಿ ಮಾದರಗೇರಿ ಮಧ್ಯ ಖಾಲಿ ಇಲುವ ಜಾಗದಲ್ಲಿ ಮುಂಬಯಿಯಿಂದ ಬಂದ ಪಾಡೇವಾರ ಶಿವಪ್ಪ ಮನೆಕಟ್ಟಿಸುವುದು ನೋಡಿ ಗೌಡ ಅಲ್ಲಿಗೆ ಓಡಿಹೋದನು. ಕುಲಕರ್ಣಿ ಸಾಹುಕಾರನನ್ನು ಇಲ್ಲಿಗೇ ಕರೆಸಿದನು. ಗುಟ್ಟಾಗಿ ದೂರ ಕರೆದುಕೊಂಡು ಹೋಗಿ, 'ಇಲ್ಲಿ ಮನೆ ಕಟ್ಟಿಸಲು ಅವಕಾಶ ಕೊಡಬಾರದು. ಈ ಎರಡು ಕೇರಿಗಳು

ಯಾವಾಗಲೂ ದೂರದಲ್ಲಿಯೇ ಕಚ್ಚಾಡುತ್ತಾ ಇರಬೇಕು. ಈ ಎರಡು ಕೇರಿಗಳು ಒಂದಾದರೆ ಮುಂದಿನವರು ಒಂದಾಗಿ ನಮ್ಮ ಮಾತು ಕೇಳುವುದಿಲ್ಲ, ತಿರುಗಿ ಬೀಳುವರು' ಎಂದಾಗ ಅವರು 'ನೀವು ಹೇಳಿದಂತೆ ಕೇಳುವೆವು' ಎಂದರು. ಅವರನ್ನು ಕರೆದುಕೊಂಡು ಶಿವಪ್ಪನಲ್ಲಿಗೆ ಬಂದು 'ಇಲ್ಲಿ ಮುಂದ ಗಾರ್ಡನ್ ಮಾಡಬೇಕಾಗ್ಯಾದ. ಆದ್ದರಿಂದ ನೀ ಮನೆ ನಿಮ್ಮ ಕೇರಿ ಹಿಂದೆ ಇರೋ ಜಾಗದಾಗ ಕಟ್ಟಿಸಿಕೊ' ಎಂದು ಹೇಳಿ ಹೋದರು. ಅವರಾಡಿದ್ದೆ ಕಾನೂನಾಯಿತು. ಹೇಳಿದ್ದೆ ಪಂಚಾಯತ್ ಆಯಿತು.

ಹಾಗೆ ಹೆಸರಿಗೆ ಪೋಲೀಸ್ ಸ್ಟೇಷನ್ ಇತ್ತು. ಈ ಊರಿಗೆ ಬರುತ್ತಿದ್ದ ಎಲ್ಲ ಸಬ್ ಇನ್ಸ್‌ಪೆಕ್ಟರ್ ಈ ಊರಿನ ಈ ಮೂರು ಪ್ರಮುಖರು ಹೇಳಿದಂತೆ ಕೇಳುತ್ತಿದ್ದರು. ಈ ಮೂರು ಜನರ ಮಾತಿಗೆ ಅಡ್ಡಬರುತ್ತಿರಲಿಲ್ಲ. ಅವರು ಹೇಳಿದವರನ್ನು ಒಳಗೆ ಹಾಕಿತ್ತಿದ್ದರು. ಬಿಡು ಎಂದವರನ್ನು ಬಿಡುತ್ತಿದ್ದರು. ಇವರಿಗೆ ಎದುರುಹಾಕಿಕೊಂಡು ಯಾಕೆ ಬರುವ ಲಾಭ ತಪ್ಪಿಸಿಕೊಳ್ಳಬೇಕೆಂದು ಇಲ್ಲಿಗೆ ಬಂದಂಥ ಎಲ್ಲ ಸಬ್‌ಇನ್ಸ್‌ಪೆಕ್ಟರ್, ಕಾನ್‌ಸ್ಟೇಬಲ್‌ಗಳು ಈ ಮೂವರು ಹೇಳಿದಂತೆ ಕೇಳುತ್ತಿದ್ದರು. ಬಾಲ ಮುದುರಿಕೊಂಡು ಇರುತ್ತಿದ್ದರು. ಈ ಮೂವರ ಮನೆಯಿಂದ ಬರುವ ದವಸ ಧಾನ್ಯಕ್ಕಾಗಿ ಬಾಯಿಮುಚ್ಚಿಕೊಂಡಿರುತ್ತಿದ್ದರು.

ಒಂದು ದಿವಸ ಹಾಡಹಗಲೇ ಖಾನಾವಳಿ ಸಂಗಪ್ಪ ಕೊಡಬೇಕಾಗಿದ್ದ ಸಾಲ ಕೊಡ ಲಾಗದ್ದಕ್ಕೆ ಸಾಹುಕಾರ ಅವರ ಮನೆಯನ್ನು ಲೂಟಿ ಮಾಡಿಸಿದರೂ ಪೋಲೀಸರು ಕೇಳ ಲಿಲ್ಲ. ಕೊಟ್ಟ ಸಾಲ ಬೇಗ ಕೊಡಲಿಲ್ಲವೆಂದು ಗೌಡ, ಮಿಡ್ಲ್‌ಸ್ಕೂಲ್ ಮಾಸ್ತರನೊಬ್ಬನಿಗೆ ಎತ್ತಿನಗೂಟಕ್ಕೆ ಕಟ್ಟಿಹಾಕಿ ಹೊಡೆದರೂ ಒಬ್ಬರೂ ಕೇಳಲಿಲ್ಲ. ಮನೆಗೆ ಬಂದು ನೋಡಿ ಹೋಗಲು ನಿರಾಕರಿಸಿದ್ದಕ್ಕೆ ಸರ್ಕಾರಿ ಡಾಕ್ಟರರಿಗೆ ಕುಲಕರ್ಣಿ ಮೆಟ್ಟಿನಿಂದ ಹೊಡೆಸಿದರೂ ಒಬ್ಬರೂ ಕೇಳಲಾರದ್ದು ನೋಡಿ ನನಗೆ ಇದು ಊರೊ ಅಡವಿಯೊ ಎಂಬ ಚಿಂತೆ ಹತ್ತಿತು. ಒಂದಾರು ತಿಂಗಳಲ್ಲಿ ಊರು ಸಾಕುಸಾಕಾಗಿ ಹೋಯಿತು. ಅದರಲ್ಲೂ ಕೊನೆಗೆ ಅಲ್ಲಿಂದ ಬರುವಾಗ ನಡೆದ ಘಟನೆ ನನ್ನ ಮನಸ್ಸಿಗೆ ದೊಡ್ಡಗಾಯ ಮಾಡಿತು.

***

ಈ ಊರಿಗೆ ಬಂದಾಗ ನನ್ನ ಕಿವಿಗೆ ಬಿದ್ದ 'ಅಣ್ಣೆಮ್ಮ' ಪದದ ಬಗ್ಗೆ ಭಾಷಾಶಾಸ್ತ್ರಜ್ಞನಾದ ನನಗೆ ಆಲೋಚನೆ ಆರಂಭವಾಯಿತು. ಅಣ್ಣೆಮ್ಮನೆಂಬ ದೇವತೆ ಇದ್ದಾಗಲೂ ಮೂಲ ರೂಪ ಹೇಗೆ ಹುಟ್ಟಿತ್ತೆಂಬುದು ಪೀಡಿಸತೊಡಗಿತು. ಹುಡುಗರಿಗೆ ಪ್ರೀತಿಯಿಂದ ಅಣ್ಣಾ ಅನ್ನುವಂತೆ ಹುಡುಗಿಗೆ ಪ್ರೀತಿಯಿಂದ ಅಣ್ಣಿ ಎನ್ನುತ್ತಿರಬೇಕು. ಈ ಅಣ್ಣಿಗೆ ಮುಂದೆ ಅಣ್ಣೆಮ್ಮ ನೆಂದು ಕರೆದಂತೆ ಕಾಣುವುದು. ಅಗಸರ ಬಸಪ್ಪನಿಗೆ ಹುಟ್ಟಿದ ಮಕ್ಕಳೆಲ್ಲ ಸತ್ತು ಸತ್ತು ಹೋಗಿದ್ದವು. ಕೊನೆಗೆ ಒಬ್ಬಳೇ ಮಗಳು ಉಳಿದದ್ದರಿಂದ ಪ್ರೀತಿಯಿಂದ ಅಣ್ಣಿ ಅಣ್ಣಿ ಎಂದು ಕರೆಯುತ್ತಿದ್ದರು. ಮುಂದೆ ಈ ಅಣ್ಣಿಯೇ ಅಣ್ಣೆಮ್ಮನೆಂದಾಯಿತು. ಅಣ್ಣೆಮ್ಮ ಲೋಕದ ಹೆಸರಿಗೆ ತಕ್ಕಂತೆ ಇರಲಿಲ್ಲ. ಆಕೆ ಮಣ್ಣೆಮ್ಮನಾಗಿದ್ದಳು. ನಿತ್ಯ ಏಳುವುದು, ಮನೆಗೆಲಸ ಮಾಡುವುದು, ತಾಯ್ತಂದೆ ತಂದ ಬಟ್ಟೆಗಳನ್ನು ಊರ ಹೊಳಿಗೆ ಅವರ ಜೊತೆಗೆ ಒಯ್ಯುವುದು. ಒಗೆದು ಮಧ್ಯಾಹ್ನ ಒಣಗಿಸುವುದು, ಸಂಜೆ ಹೊತ್ತು ತಂದು ಊರ ಜನರ

ಆಯಾ ಮನೆಗಳಿಗೆ ಮುಟ್ಟಿಸುವುದು, ಊರವರು ಕೊಟ್ಟ ರೊಟ್ಟಿಗಳನ್ನು ತೆಗೆದುಕೊಂಡು ಮನೆಗೆ ತಂದು ತಿನ್ನುವುದು. ಚಳಿಗಾಲ ಇರಲಿ, ಮಳೆಗಾಲ ಇರಲಿ, ಬೇಸಿಗೆ ಕಾಲ ಇರಲಿ, ಇದು ಅಣ್ಣೆಮ್ಮನ ನಿತ್ಯದ ಕರ್ತವ್ಯವಾಗಿತ್ತು. ರಾಶಿಕಾಲದಲ್ಲಿ ತಾಯ್ತಂದೆಗಳ ಜೊತೆಗೆ ಹೊಲದ ಮೇಲೆ ಹೋಗುತ್ತಿದ್ದಳು. ಕುಂಚಿಯಲ್ಲಿ ಇಲ್ಲವೇ ಚೀಲದಲ್ಲಿ ಜೋಳ, ತೊಗರಿ, ಸಜ್ಜೆ, ಗೋಧಿ, ಪುಂಡಿ, ನವಣಿ, ಎಳ್ಳು, ಹೆಸರು, ಅಲಸಂಡಿ, ಉದ್ದು ತಮ್ಮ ಹೊಲದಲ್ಲಿ ಹೀಗೆ ಬೆಳೆದುದರಲ್ಲಿ ನಾಲ್ಕೆಂಟು ಸೇರು ರೈತರು ಕೊಟ್ಟಿದನ್ನು ತೆಗೆದುಕೊಂಡು ಮನೆಗೆ ಬರುತ್ತಿದ್ದಳು.

ಅಣ್ಣೆಮ್ಮ ಪಾದರಸದಂಗಿದ್ದಳು. ಕುಂತಲ್ಲಿ ಕೂಡುತ್ತಿರಲಿಲ್ಲ. ನಿಂತಲ್ಲಿ ನಿಲ್ಲುತ್ತಿರಲಿಲ್ಲ. ಆಕೆ ದವ್ವಿನ ಗುಣದವಳಾಗಿದ್ದಳು. ಆಕೆಗೆ ಯಾವಾಗಲೂ ಒಂದು ಕೆಲಸ ಬೇಕು ಕೆಲಸ ಇಲ್ಲ ದಿದ್ದರೆ ಬೇಚೈನ್ ಆಗತ್ತಿದ್ದಳು.

ಪಾತರಗಿತ್ತಿ ಪಕ್ಕದಂಗೆ ಚೆಲುವಿ ಇರುವ ಅಣ್ಣೆಮ್ಮ ಪ್ರತಿನಿತ್ಯ ಸಂಜೆ ಮುಂಜಾನೆ ತಮ್ಮ ಮನೆಗೆ ಬಂದು ಹೋಗುವುದು ಗೌಡನ ಮಗ ನೋಡಿದನು. ಅವನಿಗಿನ್ನೂ ಲಗ್ನವಾಗಿ ರಲಿಲ್ಲ. ಲಗ್ನ ಮಾಡಬೇಕೆಂದು ಗೌಡ ಓಡಾಡುತ್ತಿದ್ದನು. ತಮ್ಮ ಮನೆತನಕ್ಕೆ ಯೋಗ್ಯಳಾದ ಕನ್ಯೆ ಬೇಕೆಂದು ಅವನು ಲೆಕ್ಕ ಹಾಕುತ್ತಿದ್ದನು. ಹೀಗಾಗಿ ಕನ್ಯೆ ಹುಡುಕುವುದು ತಡವಾದಂತೆ ಗೌಡನ ಮಗನ ಚೆಲ್ಲಾಟ ಹೆಚ್ಚಾಗುತ್ತ ನಡೆಯಿತು. ಗೌಡನಿಗೂ ಇರಲಿಕ್ಕೆ ಒಬ್ಬನೇ ಮಗನು. ಲಾಡದಂತೆ ಬೆಳೆದಿದ್ದನು. ಅವನು ಮಾಡಿದ್ದೆ ಮಾರ್ಗ, ಆಳಿದ್ದೆ ಅರಸೊತ್ತಿಗೆ, ದಾರಿಯಲ್ಲಿ ರುವ ಸೈಕಲ್ಲುಗಳ ಬೆಲ್ಲು ಬಾರಸಿಬೇಕೆನ್ನುವ, ಹವಾ ಬಿಡಬೇಕೆನ್ನುವ, ವಿಚಾರ ಮಾಡಿದಂತೆ ಆಕೆಯನ್ನು ಕಂಡಾಗಲೆಲ್ಲ ಗೌಡನ ಮಗನಿಗೆ ಏನೇನೋ ಅನಿಸುತ್ತಿತ್ತು. ಮೈನೆರೆಯಲು ಇನ್ನೊಂದಾರು ತಿಂಗಳಿತ್ತು. ಅವನಿಗೆ ಎಷ್ಟು ತಡೆಹಿಡಿಯಬೇಕೆಂದರೂ ಜೀವ ಕೇಳಲಿಲ್ಲ. ಒಂದು ಸಂಜೆ ಆಕೆ ಎಂದಿನಂತೆ ಬಟ್ಟೆ ಹಾಕಲು ಬಂದಳು. ಬಟ್ಟೆ ಹಾಕಿ ರೊಟ್ಟಿ ತೆಗೆದು ಕೊಂಡು ಹೋಗುತ್ತಿದ್ದಾಗ ಗೌಡನ ಮಗ ಹಿಂದೆ ಹೋದನು. ಆಗ ಸಣ್ಣ ಕತ್ತಲಾಗುತ್ತಿತ್ತು. ಯಾರೂ ಇಲ್ಲದ್ದು ನೋಡಿ ಆಕೆಯನ್ನು ಹಿಡಿದನು. ಕುಬುಸಕ್ಕೆ ಕೈಹಾಕಿದಾಗ ಆಕೆ ಗಸಕ್ಕನೆ ತಿರುಗಿ ಕಾಳಿಯಂತಾಗಿ ಅವನ ಕೈಗೆ ಮಾಂಸ ಕಿತ್ತು ಬರುವಷ್ಟು ಕಚ್ಚಿ ಹಾರುತ್ತ ಓಡಿದಳು. ಅಣ್ಣೆಮ್ಮ ಕಚ್ಚಿದೇಟಿಗೆ ಗೌಡರ ಮಗ 'ಸತ್ತೆನಪ್ಪೋ ಸತ್ತೆನಪ್ಪೋ' ಎಂದು ನೆಲಕ್ಕೆ ಬಿದ್ದನು. ಮನೆ ಜನರೆಲ್ಲರೂ ಹೌಹಾರಿ 'ಏನಾಯ್ತು? ಏನಾಯ್ತು' ಎಂದು ಓಡಿಬಂದರು. ಬಲಗೈ ಯಿಂದ ರಕ್ತ ದಳದಳ ಸೋರುತ್ತಿತ್ತು. ಕತ್ತಿಯಿಂದ ಕಡಿದಷ್ಟು ಮಾಂಸ ಹೊರಬಂದಿತ್ತು. ಎಲ್ಲರೂ ಸುತ್ತುಮುತ್ತಾಗಿ ಕೇಳುತ್ತಿದ್ದಾರೆ. ಏನು ಹೇಳುವುದು? ಬಿದ್ದಲ್ಲಿಯೇ ನೋಡಿದನು. ಎದುರಿಗೆ, ಎದುರು ಬಂದವರಿಗೆ ಕಚ್ಚುವ ಏಳುಗೇಣಿನ ಕುದುರೆ ಕಾಣಿಸಿತು. ತತ್‌ಕ್ಷಣವೇ ಕುದುರಿ ಎಪ್ಪೊ ಕುದಿರಿ ಎಪ್ಪೊ ಎಂದು ಚೀರತೊಡಗಿದನು. ಆಗಿಂದಾಗಲೇ ಯಾತಗಿರಿ ಯಲ್ಲಿರುವ ತಮ್ಮ ಆಡತಿಗೆ ಫೋನ್ ಮಾಡಿ ಕಾರು ತರಿಸಿ ಕಾರಿನಲ್ಲಿ ಹಾಕಿಕೊಂಡು ಕಲಬುರ್ಗಿ ಆಸ್ಪತ್ರೆಗೆ ತಂದು ಹಾಕಿದರು. ಗುಣವಾಗುವವರೆಗೆ ಒಂದೆರಡು ವಾರ ಅಲ್ಲಿದ್ದು ಊರಿಗೆ ಬಂದನು. ಊರಿಗೆ ಬಂದ ನಂತರ ತನಗೆ ಕಚ್ಚಿ ಗೋಳಾಡಿಸಿದ ಅಗಸರ ಅಣ್ಣೆಮ್ಮನ

ಮೇಲೆ ತನ್ನ ಸೇಡು ತೀರಿಸಿಕೊಳ್ಳಬೇಕೆಂದು ಅರಗಚ್ಚಾದ ಹಾವಿನಂತೆ ಆಕೆಗಾಗಿ ಡಾವ್ ಹಾಕಿ ಕುಳಿತನು.

ಅಣ್ಣೆಮ್ಮ ಗೌಡರ ಮನೆಯಿಂದ ಉಸುರು ಬಿಡುತ್ತ ಹಾರುತ್ತ ಬಂದವಳೆ ಮನೆಯ ಬಾಗಿಲು ಮುಚ್ಚಿ ನಡೆದ ಸಂಗತಿಯೆಲ್ಲ ತಾಯ್ತಂದೆಗಳಿಗೆ ಹೇಳಿದಳು. ಅವರು ಈ ಸುದ್ದಿ ಕೇಳಿ ಹೆದರಿದರು. ತಾವು ಬಡವರು, ಹಿಂದೆ ಮುಂದೆ ಯಾರೂ ಇಲ್ಲದವರು, ಗೌಡರು ಇದ್ದವರು. ಅಧಿಕಾರಸ್ಥರು. ಊರಲ್ಲಿ ಅವರು ಹೇಳಿದ್ದೇ ರಾಜ. ಹಗಲಿಗೆ ರಾತ್ರಿ, ರಾತ್ರಿಗೆ ಹಗಲೆಂದು ಅವರು ಹೇಳಿದರೆ ಊರ ಜನ ಹಾಗೆ ಹೇಳುತ್ತಿದ್ದರು. ಯಾರೂ ಎದುರಾಗಿ ಅವರಿಗೆ ಮಾತನಾಡುತ್ತಿರಲಿಲ್ಲ. ಗೌಡ ಊರಿಗೆ ಹೊರಟರೆ, ಊರಿಗೆ ಹೋಗಿ ಹಿಂತಿರುಗಿ ಬಂದರೆ, ಹೊಲಕ್ಕೆ ಹೊರಟರೆ ದಾರಿಯಲ್ಲಿ ಕುಳಿತವರು ಅವರು ಹೋಗುವತನಕ ಎದ್ದು ನಿಲ್ಲುತ್ತಿದ್ದರು. ಗೌಡ ಹಬ್ಬ ಮಾಡೆಂದರೆ ಹಬ್ಬ ಮಾಡುತ್ತಿದ್ದರು. ಹುಣ್ಣಿಮೆಮಾಡೆಂದರೆ ಹುಣ್ಣಿಮೆ ಮಾಡುತ್ತಿದ್ದರು. ತನ್ನ ಮಾತು ಮೀರಿದವರಿಗೆ ಕರಿನೀರು ತರುತ್ತಿದ್ದನು ಗೌಡ.

ಅಣ್ಣೆಮ್ಮನ ತಾಯ್ತಂದೆಗಳಿಗೆ ಗೌಡ ಈ ಹಿಂದೆ ಊರಲ್ಲಿ ಮಾಡಿದ ಘಟನೆಗಳು ಕಣ್ಣೆದುರಿಗೆ ಬಂದವು. ತನ್ನ ಹೊಲದಲ್ಲಿ ಹೊಕ್ಕ ಎತ್ತು ಎಮ್ಮೆ ಆಡು ಆಕಳುಗಳನ್ನು ಹೇಳದೆ ಕೇಳದೆ ಮನೆ ಸೇರಿಸಿಕೊಳ್ಳುತ್ತಿದ್ದನು. ಈ ನಿಯಮದ ಪ್ರಕಾರ ಪಕ್ಕದೂರಿನ ಗೌಡನ ಎತ್ತುಗಳು ಬಂದು ಹೊಕ್ಕವು. ಅವುಗಳನ್ನು ಹಿಡಿದು ತಂದು ಆಳುಗಳು ಮನೆಯಲ್ಲಿ ಕಟ್ಟಿಹಾಕಿದರು. ಪಕ್ಕದೂರಿನ ಗೌಡನೆಷ್ಟೇ ಬಂದು ವಿನಂತಿಸಿಕೊಂಡರೂ ಹೇಳಿದರೂ ಕೇಳಿದರೂ ಎತ್ತುಗಳನ್ನು ಬಿಡಲಿಲ್ಲ. 'ಈ ಎತ್ತಿನ ಕಾಲಾಗ ಬೇಕಾದೋಟು ಕೋರ್ಟು ಕಚೇರಿ ಆಗ್ಲಾಕ. ಜೀವಜಾನ ಹೋಗ್ಲಾಕ. ನನ್ನ ಮನಿನೇ ಇದರ ಕಾಲಾಗಲೂಟ್ಯಾಗಲಿ. ಎತ್ತು ಮಾತ್ರ ಕೋಡೋದು ಸುಳ್ಳು' ಎಂದು ಹಠಹಿಡಿದು ಕುಳಿತಾಗ ಬಂದ ಗೌಡರು ಮೂಕರಾಗಿ ಸುಮ್ಮನೆ ಏನೂ ತೋಚದೆ ಹೋದರು. ಇದರ ಲಾಭಹಾನಿಗಳ ಬಗ್ಗೆ ಆಲೋಚಿಸುತ್ತ ನಡೆದರು.

ಇನ್ನೊಮ್ಮೆ ಒಬ್ಬನು ಏಳುಗೇಣಿನ ಕುದುರೆ ಸವಾರಿ ಮಾಡುತ್ತ ಬರುತ್ತಿದ್ದನು. ಗೌಡನ ಮಗ 'ಎಪ್ಪಾ ಆ ಕುದುರೆ ಬೇಕೂ, ಆ ಕುದುರೆ ಬೇಕೂ' ಎಂದು ಬೇಡತೊಡಗಿದಾಗ ಕೇಳುವುದೇನು? ತನ್ನ ಆಳುಗಳಿಗೆ ಹಚ್ಚಿ ತನ್ನ ಮನೆಗೆ ಆ ಕುದುರೆ ಸಹಿತ ಅದರ ಸವಾರನನ್ನು ಕರೆಸಿಕೊಂಡನು. ಅವನು ಮಾರಾಟ ಮಾಡಲು ಸಿದ್ದನಿಲ್ಲದಾಗ 'ಏನ ನೋಡ್ಲಾ ಕತ್ತಿರಿಲೆ, ಕುದುರಿ ಒಳಗ ಕಟ್ರ, ಯಾರೇನ ಮಾಡ್ತಾರ ನೋಡ್ತೇನಿ?' ಎಂದಾಗ ಆ ಸವಾರ ಅಂಜಿ ಅವರು ಹೇಳಿದ್ದಷ್ಟಕ್ಕೆ ಕುದುರೆ ಮಾರಿ ಹೋದದ್ದು ಊರಿನವರಷ್ಟೇ ಅಲ್ಲ. ಸುತ್ತಮುತ್ತಿನ ಹಳ್ಳಿ ಜನ ಕೇಳಿ ಗಡಗಡ ನಡುಗಿಹೋಯಿತು.

***

ಇದಾದ ಒಂದಾರು ತಿಂಗಳಲ್ಲಿ ಅಣ್ಣೆಮ್ಮೆ ಮೈನೆರೆದಳು. ದೊಡ್ಡವಳೆನಿಸಿದಳು. ಈ ಸುದ್ದಿ ಗೌಡನ ಮಗನ ಕಿವಿಗೆ ಬಿತ್ತು. ಕಿವಿಗೆ ಗಂದರ್ವಗಾನ ಕೇಳಿದಂಗಾಯಿತು. ಬಾಯಿಗೆ ಜೇನು

ರಸ ಸುರಿದಂಗಾಯಿತು. ಕಣ್ಣಿಗೆ ಕಾಮನಬಿಲ್ಲು ಕಂಡಂಗಾಯಿತು. ಅವಳನ್ನು ಇಲ್ಲಿಂದ ಹಾರಿಸಿಕೊಂಡು ಹೋಗಬೇಕೆಂದನು. ಆದರೆ ಈಗಿನಂತೆ ಸರ್ಕಾರಿ ರೋಡುಗಳಿರಲಿಲ್ಲ. ಬಸ್ಸುಗಳಾಗಿರಲಿಲ್ಲ. ಅದಕ್ಕಾಗಿ ತನ್ನ ಕಿಲಾರಿ ಎತ್ತುಗಳಿಗೆ ಸಜ್ಜು ಮಾಡಿದನು. ತನ್ನ ಮಾತು ಕೇಳುವ ಇಬ್ಬರು ಆಳುಗಳಿಗೆ ಹಿಡಿದನು. ಒಂದು ಬಂಡಿಗೆ ಛತ್ತು ಹಾಸಿದನು. ತನ್ನ ಬಲೆಯಲ್ಲಿ ಯಾವಾಗ ಆ ಬೇಟೆ ಬೀಳುವುದೆಂದು ಹಾದಿ ಕಾಯುತ್ತ ಕುಳಿತನು.

ಮನೆಯ ಅಂಗಳದಲ್ಲಿ ನಿತ್ಯ ಸಂಜೆ ಕೂಡಿಸತೊಡಗಿದರು. ನೆರೆದ ಸುಮಂಗಲೆಯರು ಮೈನೆರೆದ ಹಾಡು ಹಾಡ ತೊಡಗಿದರು:

> ಏನುಟ್ಟು ಮೈಯನೆರೆದ ನಮ ಸುಖದೇವಿ ಏನುಂಡು ಮೈಯನೆರೆದೆ
> ಸಾಲಕೀಚಕನೆಂಬ ಗೊಂಬಿ ತಾ ಹಿಡಿಕೊಂಡು ರಂಬಿ ತಾ ಕುಳಿತಿದ್ದಾಳೆ

ಹೀಗೆ ಬಿಟ್ಟೂಬಿಡದೆ ಐದು ದಿವಸ ಕೂಡಿಸಿ ಹಾಡಿಸಿದರು. ಕೊನೆಯ ದಿನ ಬಡವ ರಾದರೂ ಚಿಂತೆಯಿಲ್ಲ ಪದ್ಧತಿಯಂತೆ ಹೆಚ್ಚಲ್ಲದಿದ್ದರೂ ಒಂದೆರಡು ಸೇರ ಬ್ಯಾಳಿಗೆ ಹಾಕಿ ಹೋಳಿಗೆ ಮಾಡಿ ಕೇರಿಯೊಳಗಿನ ನಾಲ್ಕು ಜನ ಮುತ್ತೈದೆಯರಿಗೆ ಕರೆಸಿ ಊಟ ಮಾಡಿಸಿ ಕಳಿಸಿದರು. ಮನೆ ದೇವರಿಗೆ ನಮಸ್ಕಾರ ಮಾಡಿಸಿ ಎಬ್ಬಿಸಿದರು.

ಐದು ದಿವಸ ಆದ ಕೂಡಲೆ ಆರನೆಯ ದಿವಸಕ್ಕೆ ಅಣ್ಣೆಮ್ಮ ಹೊಟ್ಟೆಪಾಡಿನ ಭರ್ತಿಗಾಗಿ ಎದ್ದಳು. ಬಟ್ಟೆ ತೆಗೆದುಕೊಂಡು ತಾಯ್ತಂದೆಗಳ ಜೊತೆಗೆ ಹೊಳೆಗೆ ಹೊರಟಳು. ಹೊಳೆಗೆ ಹೋದ ಮೇಲೆ ಒಂದೆರಡು ಬಟ್ಟೆ ಮನೆಯಲ್ಲಿ ಬಿಟ್ಟು ಬಂದದ್ದರ ನೆನಪಾಯಿತು. ಕೂಡಲೇ ತರಲು ಮನೆಗೆ ಹೊರಟಾಗ ದಾರಿಯಲ್ಲಿ ಗೌಡರ ಬಂಡಿ ಬಂದದ್ದು ನೋಡಿ ದೂರ ಸರಿದಳು. ಮೊದಲೇ ಹೇಳಿದಂತೆ ಗೌಡರಾಳುಗಳು ಟಣ್ಣನೆ ಹಾರಿ ಬಂದು ಹಾಹಾಂ ಅನ್ನುವುದರೊಳಗಾಗಿ ಅಣ್ಣೆಮ್ಮನನ್ನು ರಗಡಾಸಿ ಎತ್ತಿಕೊಂಡು ಬಂಡಿಯಲ್ಲಿ ಹಾಕಿಕೊಂಡು ಬಾಯಿಗೆ ಬಟ್ಟೆ ತುರುಕಿ ಕೈಕಾಲು ಕಟ್ಟಿ ಛತ್ತು ಹಾಕಿದ ಬಂಡಿಗೆ ಶಾಲು ಹೊಚ್ಚಿಹಾರಿಸುತ್ತ ನಡೆದರು. ಇದನ್ನು ಬಟ್ಟೆ ಒಗೆಯಲು ಹೊರಟವರಲ್ಲಿ ಒಂದಿಬ್ಬರು ನೋಡಿದರು. ಅವರು ಹೊಳೆಗೆ ಹೋಗಿ ಬಟ್ಟೆ ಒಗೆಯುತ್ತಿದ್ದ ಅಣ್ಣೆಮ್ಮನ ತಾಯ್ತಂದೆಗಳಿಗೆ ಸುದ್ದಿ ಮುಟ್ಟಿಸಿದರು. ಈ ಸುದ್ದಿ ಕೇಳಿ ಅವರು ಒಗೆವ ಬಟ್ಟೆ ಅಲ್ಲಿಯೇ ಬಿಟ್ಟು ಲಬ್ ಲಬ್ ಹೊಯ್ಕೊಳ್ಳುತ್ತಾ ಊರಿಗೆ ಬಂದು ಅಂಗಳದಲ್ಲಿ ಬಿದ್ದು ಗೋಳಾಡತೊಡಗಿದರು.

ಹಾಂ ಹಾಂ ಅನ್ನುವುದರೊಳಗಾಗಿ ಊರ ಜನ ಸೇರಿತು. ನಡೆದುದೆಲ್ಲ ಗೊತ್ತಾಯಿತು. 'ಬೆಕ್ಕಿನ ಕೊರಳೊಳಗೆ ಗಂಟೆ ಕಟ್ಟಬೇಕ್ಯಾರು? ಗೌಡನ ಮಗನಿಗೆ ಯಾರು ಹೇಳಬೇಕು?' ಎಂಬ ಚಿಂತೆ ಎಲ್ಲರಿಗೂ ಹತ್ತಿತು. 'ನಮ್ಮದು ನಮಗು ಮನಾರದಾ, ಈ ಮಡ್ಸ ಆಗ್ಸಂದು ತೊಗೊಂಡು ಏನ ಮಾಡಬೇಕಾಗ್ಯಾದ?' ಎಂದು ಒಬ್ಬ. 'ಊರ ಸುದ್ದಿ ತೊಗೊಂದು ಮುಲ್ಲಾ ಬಡವಾಗಿದ್ದನಂತ ಹಂಗಾಗೋದು ಬ್ಯಾಡಪೊ' ಎಂದು ಇನ್ನೊಬ್ಬ. 'ಗಂಡ ಹೆಂಡತಿ ನಡುಕೂಸು ನುಗ್ಗಾಗೋದು ಯಾಕತ್ತೆ?' ಎಂದು ಇನ್ನೊಬ್ಬ, ಹೀಗೆ ಅಲ್ಲಿ ಸೇರಿ ದವರಲ್ಲಿ ಒಂದೊಂದು ಬಗೆಯ ಮಾತನಾಡುತ್ತ ತಮ್ಮ ತಮ್ಮ ಮನೆ ಕಡಗೆ ಹೊರಟರು.

ಅಣ್ಣೆಮ್ಮನ ತಾಯ್ತಂದೆಗಳಾದ ಬಸಪ್ಪ ಮಾಳವ್ವರು ಬಿದ್ದು ಬಿದ್ದು ಅಳುವುದು ನೋಡಿ ಕೆಲ ಹಿರಿಯರ ಕರುಳು ಕರಗಿತು. ಅವರಲ್ಲಿ ಒಬ್ಬರು, 'ಯಾವ ಊರಿಗಿ ಹೋಗ್ಯಾರಂತ ಗೊತ್ತಾದರ ಅಲ್ಲಿಗಿ ಹೋಗ್ಲಾಕ ಬರ್ತಾದ' ಎಂದರೆ, 'ಅದು ಗೊತ್ತಾದ ಮ್ಯಾಲ ಹೋಗೋಣ' ಎಂದು ಇನ್ನೊಬ್ಬರು ಅಂದರು. ಅದರಂತೆ ಮಾತು ನಿರ್ಧಾರವಾಯಿತು.

ಬಾಯಿಗೆ ಅರುವೆ ತುರುಕಿ ಕೈಕಾಲು ಕಟ್ಟಿದ್ದರಿಂದ ಅಣ್ಣೆಮ್ಮ ಎಷ್ಟೇ ಒದ್ದಾಡಿದರೂ ಅದು ಒಬ್ಬರಿಗೂ ಗೊತ್ತಾಗಲಿಲ್ಲ. ಬಂಡಿಗೆ ಛತ್ತು ಬಿಗಿದು ಅದಕ್ಕೆ ಶಾಲು ಹೊಚ್ಚಿದ್ದರಿಂದ ಒಳಗಡೆ ಗೌಡರ ಹೆಣ್ಣುಮಕ್ಕಳಿದ್ದಾರೆಂದು ಜನ ತಿಳಿಯತೊಡಗಿದರು. ಮಧ್ಯಾಹ್ನ ಹಾರುತ್ತಾ ಹೊರಟಿದ್ದ ಬಂಡಿ ಸಂಜೆಯಾಗುವುದರೊಳಗಾಗಿ ಒಂದೂರಿಗೆ ಬಂದು ನಿಂತಿತು. ಅದು ಗೌಡನ ತಂಗಿ ಊರಾಗಿತ್ತು. ಅಳಿಯ ಒಂದು ಹೆಣ್ಣು ತೆಗೆದುಕೊಂಡು ಬಂದಿರುವುದು ತಿಳಿದು ಅವನತ್ತೆ ಅವನಿಗೆ ತನ್ನ ಮನೆ ಮೇಲಿರುವ ಅಟ್ಟದ ಮನೆ ಕೊಟ್ಟಳು. ಆಗ ಪೂರ್ಣ ಕತ್ತಲಾಗಿತ್ತು. ಆಳುಗಳಿಂದ ಬಂಡಿಯೊಳಗಿಂದ ಹೊರಿಸಿಕೊಂಡು ಗೌಡನಮಗ ಅಣ್ಣೆಮ್ಮನನ್ನು ಅಟ್ಟದ ಮನೆಗೆ ತಂದು ಕೈಕಾಲು ಬಿಚ್ಚಿಸಿ ಬಾಯಿಗಿಟ್ಟಿದ್ದ ಅರಿವೆ ತೆಗೆಸಿ ಹಾಕಿಸಿದನು. ಆಳುಗಳಿಗೆ ಹೊರಗೆ ಬಾಗಿಲಿಗೆ ಕಾಯಲಿಟ್ಟು ತಾನು ಅಣ್ಣೆಮ್ಮನ ಜೊತೆ ಒಳಗುಳಿದನು. ಅಣ್ಣೆಮ್ಮನೆಷ್ಟೆ ಹಾರಾಡಿದರೂ, ಚೀರಾಡಿದರೂ, ಗದ್ದಲ ಮಾಡಿದರೂ ಗೌಡನ ಮಗ ಕೇಳಲಿಲ್ಲ. ಆ ಊರಿನಲ್ಲಿ ಒಬ್ಬರೂ ಸಹಾಯಕ್ಕೆ ಬರಲಿಲ್ಲ. ಎಲ್ಲರೂ ಕೇಳಿಯೂ ಕೇಳದಂತೆ ಸುಮ್ಮನಿದ್ದರು. ಬೆಟ್ಟ ಬೆಳಗಾನ ವಿರೋಧಿಸಿದ ಅಣ್ಣೆಮ್ಮ ಮುಂಜಾನೆ ಹೊತ್ತಿಗೆ ಹಾಸಿಗೆ ಮೇಲೆ ಸುಮ್ಮನೆ ಮಲಗಿಕೊಂಡಳು.

ಮರುದಿನ ಸಂಜೆ ಊರುಮಂದಿಗೆ ಗೌಡನಮಗ ಅಗಸರ ಅಣ್ಣೆಮ್ಮನನ್ನು ತನ್ನತ್ತೆ ಊರಿಗೆ ತೆಗೆದುಕೊಂಡು ಹೋಗಿರುವನೆಂದು ತಿಳಿದುಬಂತು. ಊರಿನ ಮರ್ಯಾದೆ ಉಳಿಸಲು ಅವರು ಬಂಡಿಕಟ್ಟಿಕೊಂಡು ಅವನತ್ತೆ ಊರಿಗೆ ಬಂದರು. ಏನೋ ನಾಲ್ಕು ಮಂದಿ ತಿಳಿಸಿ ಆಕೆಯನ್ನು ಕರೆದುಕೊಂಡು ಬಂದು ಎಲ್ಲಾದರೂ ಮದುವೆ ಮಾಡಿ ಕೊಡಬೇಕೆಂದು ಲೆಕ್ಕ ಹಾಕಿದ್ದರು.

ತನ್ನೂರಿನ ಹಿರಿಯರು ಬಂದದ್ದು ತಿಳಿದು ಅವನತ್ತೆ ಮನೆಗೆ ಬರಮಾಡಿಕೊಂಡಳು. ಅವರು ಹೇಳಿದ್ದನ್ನೆಲ್ಲ ಕೇಳಿದಳು. ಒಂದುಕಡೆ ಅಳಿಯನ ಮೇಲಿನ ಪ್ರೀತಿ, ಇನ್ನೊಂದು ಕಡೆ ಊರಿನ ಅಭಿಮಾನ. ಕೊನೆಗೆ ಆಕೆಗೆ ಊರಿನ ಅಭಿಮಾನ ಹೆಚ್ಚಾಯಿತು. ಅಟ್ಟದ ಮೇಲಿದ್ದ ಅಳಿಯನಿಗೆ ಕರೆಸಿ ಹೇಳಿದಳು. "ಈಗ ನಂದೆಲ್ಲ ಕೆಲಸ ಆಗ್ಯಾದ. ಬೇಕಾದ್ರೆ ಕರಕೊಂಡು ಹೋಗ್ಲಾಕ" ಎಂದು ತನ್ನಭಿಪ್ರಾಯ ಅವನು ತಿಳಿಸಿದನು. ಅದರಂತೆ ಅಣ್ಣೆಮ್ಮನಿಗೆ ಅಲ್ಲಿಗೆ ಕರೆಸಿ ಕೇಳಿದರು. "ನಂದೆಲ್ಲಾ ಈಗ ಅಗ್ಯಾದ, ನಾ ಈಗ ಊರಿಗಿ ಬಂದು ಏನು ಮಾಡಲಿ? ಈ ಗೌಡ ನನಗೊಮ್ಮೆ ಮುಟ್ಟಿದ ಮ್ಯಾಲ ನಾ ಇನ್ನ ಇವನಕ್ಕಿ. ಇಂವಾ ಎಲ್ಲಿ ಇಡತಾನೊ ಅಲ್ಲಿರತೀನಿ. ನೀವಿನ್ನು ಊರಿಗಿ ಹೋಗ್ರಿ, ನನ್ನ ಹೆಸರಿಗಿ ಬರಬ್ಯಾಡ್ರಿ, ನನ್ನ ತಾಯ್ತಂದೆಗೆ ನಾ ಸತ್ತಿನಂಥ ಹೇಳ್ರಿ" ಎಂದಾಗ ಅವರಿಗೆ ಮಾತೆ ಬರಲಿಲ್ಲ. "ಈಕೆ ಹೇಳೋದು ಖರೆ ಅದ, ನಡಿರಿ, ಊರಿಗೆ ಹೋಗಮ್ಮು" ಎಂದು ಬಂದವರು ಹಿಂತಿರುಗಿದರು.

ಅಣ್ಣೆಮ್ಮನಾಡಿದ ಮಾತುಗಳು ಊರೆಲ್ಲಾ ಆದವು, ಕೆಲವರು ಆಕೆ ತೆಗೆದುಕೊಂಡ ನಿರ್ಧಾರ ಸರಿ ಎಂದರೆ ಇನ್ನು ಕೆಲವರು, "ಬುದ್ಧಿಗೇಡಿ ಗೌಡರ ಸುಖ ಏನ ಕಂಡಾಳೊ! ಮುಂದ ನೋಡ್ಕೋತ ಹೋಗ್ಲಿ" ಎಂದು ಊರಲ್ಲಿ ನಾನಾ ಜನ ನಾನಾ ಬಗೆಯಿಂದ ಆಡತೊಡಗಿದರು. ಅಣ್ಣೆಮ್ಮನ ತಾಯ್ತಂದೆಗಳು ನಡೆದುದೆಲ್ಲ ಕೇಳಿ ನೆಲಹಿಡಿದು ಬಿದ್ದರು. ನೆಲಹಿಡಿದವರು ಮೇಲೇಳಲಿಲ್ಲ. ಒಂದೆರಡು ತಿಂಗಳಲ್ಲಿ ಕಣ್ಣು ಮುಚ್ಚಿದರು. ತಾಯ್ತಂದೆಗಳು ಸತ್ತ ಸುದ್ದಿ ಅಣ್ಣೆಮ್ಮನಿಗೆ ಹೇಳಿಕಳಿಸಿದರೂ ಆಕೆ ಮಣ್ಣಿಗೆ ಬರಲಿಲ್ಲ. "ನಾ ಊರ ಬಿಟ್ಟ ದಿನಾನೆ ಸತ್ತಿನಿ. ಸತ್ತಕ್ಕಿ ಹ್ಯಾಂಗ ಬರತಾಳ?' ಎಂದು ಹೇಳಿದ್ದು ಜನರಿಗೆ ಮತ್ತಷ್ಟು ಗಾಬರಿ ಹುಟ್ಟಿಸಿತು. ಕೆಲವರು ಅಗಸರ ಬಸಪ್ಪ ಮಾಳವ್ವರ ಸಾವಿನ ಬಗ್ಗೆ ಚಿಂತಿಸಿದರೆ ಇನ್ನು ಕೆಲವರು ಗೌಡನಮನಗ ಗೂಳಿಯಂತೆ ನುಗ್ಗಿ ಅಣ್ಣೆಮ್ಮನ ಬಾಳುವೆ ಹಾಳುಮಾಡಿದ್ದಕ್ಕೆ ಒಳಗೊಳಗೆ ಹಲ್ಲುಕಡಿಯತೊಡಗಿದರು.

***

ಊರ ಹಿರಿಯರ ಜೊತೆಗೆ ಅಣ್ಣೆಮ್ಮ ಬರಲು ಒಪ್ಪದಿದ್ದಾಗ ಒಂದು ತಿಂಗಳ ನಂತರ ತನ್ನತ್ತೆ ಮನೆಯಲ್ಲಿಯೇ ಬಿಟ್ಟು ಗೌಡನಮಗ ಬಂದನು. ತನ್ನದಿನ್ನೂ ಲಗ್ನವಾಗಿಲ್ಲ. ತನ್ನ ಕೈಯಲ್ಲಿ ಇನ್ನೂ ಮನೆ ಅಧಿಕಾರ ಬಂದಿಲ್ಲ. ತನ್ನ ಲಗ್ನಾದ ಮೇಲೆ, ಅಧಿಕಾರ ಬಂದ ಮೇಲೆ ಅಣ್ಣಮ್ಮನಿಗೆ ಊರಿಗೆ ತಂದು ಮನೆ ಮಾಡಿ ಇಟ್ಟರಾಯಿತೆಂದು ಲೆಕ್ಕ ಹಾಕುತ್ತ, ಊರಿಗೆ ಬಂದಿದ್ದನು. ಗೌಡನ ಮಗನಾದುದರಿಂದ ಯಾರೂ ಏನೂ ಅನ್ನಲಿಲ್ಲ.

ಇನ್ನಷ್ಟು ಸಡಿಲುಬಿಟ್ಟರೆ ಮಗ ಪೂರ್ಣ ಹಾಳಾಗುವನೆಂದು ಗೌಡ ತರಾತುರಿ ಮಾಡಿ ತಮ್ಮ ಬಳಗದಲ್ಲಿರುವ ಹೆಣ್ಣನ್ನು ನೋಡಿ ತಿಂಗಳೊಪ್ಪತ್ತಿನಲ್ಲಿ ಮದುವೆ ಮಾಡಿದನು. ಮೊದಲು ವಾರಕ್ಕೊಮ್ಮೆ ಬಂದು ಹೋಗುತ್ತಿದ್ದವನು ಮುಂದೆ ತಿಂಗಳಿಗೊಮ್ಮೆ ಬಂದು ಹೋಗತೊಡಗಿದನು. ಈಗ ಅಣ್ಣೆಮ್ಮನಿಗೆ ಸಣ್ಣಾಗಿ ಗಿಡಕ್ಕ ಹತ್ತಿದ ಹುಳುವಿನಂತೆ ಚಿಂತೆ ಆರಂಭವಾಯಿತು. ಮುಂದೆ ಮೂರು ತಿಂಗಳಿಗೊಮ್ಮೆ ಬರಲಾರಂಭಿಸಿದಾಗ ಆಕೆಯ ಚಿಂತೆ ಚಿತೆಯಾಗಿ ಬಿಟ್ಟಿತು. ತನ್ನ ಒಡಲಿನ ರಕ್ತವಾಗಿದ್ದ ತಾಯ್ತಂದೆಗಳು ಸತ್ತ ಚಿಂತೆ ಒಂದು ಕಡೆಗಾದರೆ ತನ್ನ ಬಾಳುವೆ ಹಾಳು ಮಾಡಿದ ಗೌಡರ ಮಗ ತನ್ನನ್ನು ಮರೆತು ತನ್ನತ್ತೆಯ ಮನೆಯಲ್ಲಿ ಬಿಟ್ಟಿದ್ದು ಒಂದೇ ಸವನೆ ಕಬ್ಬಿಣಕಾಸಿ ಸುಟ್ಟಂಗಾಗತೊಡಗಿತು.

"ನನ್ನ ಕೈಯಾಗ ಅಧಿಕಾರ ಬರ್‍ಲಿ ನಿನಗ ಕರಸಗೋತೀನಿ, ಅಲ್ಲಿತನಕ ಸುಮ್ಮಕಿರು" ಎಂದು ಹೇಳಿದ್ದು ಅಣ್ಣೆಮ್ಮನಿಗೆ ಕುಂತಲ್ಲಿ ನಿಂತಲ್ಲಿ ಪ್ರತಿಧ್ವನಿಸತೊಡಗಿತು. ಅವನಪ್ಪ ಸತ್ತರೆ ಅಧಿಕಾರ ಬರುವುದು. ಅವನಪ್ಪ ಸದ್ಯ ಸಾಯುವಂತಿಲ್ಲ. ಅಧಿಕಾರ ಬರುವಂತಿಲ್ಲ. ಅಧಿಕಾರ ಬರದ ಹೊರತು ತನ್ನನ್ನವನು ಊರಿಗೆ ಕರೆದಕೊಂಡು ಹೋಗಿ ಮನೆಮಾಡಿ ಇಡುವಂತಿಲ್ಲ ಎಂದು ಗುಂಗುಹುಳುವಿನಂತೆ ಚಿಂತಿತಳಾದಳು.

ಅದರಲ್ಲೂ ಇತ್ತೀಚೆಗೆ ಅವನ ಲಗ್ನವಾದ ನಂತರ ಅವನತ್ತೆ ಅಣ್ಣೆಮ್ಮನಿಗೆ ಸರಿಯಾಗಿ ನೋಡಿಕೊಳ್ಳುವುದನ್ನು ಬಿಟ್ಟಳು. ತನ್ನ ಕುಲದವಳಾಗಿದ್ದರೆ ಅಡಿಗೆ ಮನೆಯೊಳಗೆ ಕರೆದು

ಕೊಂಡು ಸರಿಯಾಗಿ ನೋಡಿಕೊಳ್ಳುತ್ತಿದ್ದಳೇನೊ? ಈಕೆ ಅಗಸರವಳಾದ ಕಾರಣ ಅಡುಗೆ ಮನೆಯೊಳಗೆ ಬಿಡುತ್ತಿರಲಿಲ್ಲ. ಅವರಿವರೆದುರು ಅವನತ್ತೆ, "ಇದಕ್ಕೆ ನಾನು ಸುಮ್ಮನೆ ಕೂಳು ಹಾಕಬೇಕಲ್ಲಾ ಆಂತೀನಿ?" ಎಂದು ಅಂದಾಡಿದ್ದು ಈಕೆಯ ಕಿವಿಗೆ ಬಿತ್ತು. ಅಂದಿನಿಂದ ಊಟ ಹೋಗುವುದು ಕಡಿಮೆಯಾಯಿತು. ಆವತ್ತು ಊರ ಹಿರಿಯರ ಜೊತೆಗೆ ಹೋಗಿದ್ದರೆ ಯಾವನಾದರೂ ಒಬ್ಬನ ಜೊತೆಗೆ ಆರಮಾಗಿ ಲಗ್ನಾಗಿ ಇರಬಹುದಾಗಿತ್ತು. ಇದರಿಂದ ತನ್ನ ತಾಯ್ತಂದೆಗಳೂ ಉಳಿಯಬಹುದಾಗಿತ್ತು. ತನ್ನ ಬಾಳುವೆಯೂ ಸರಿಯಾಗಿರುತ್ತಿತ್ತು. ಈಗೇನ್ಹೋಗಿ ಏನಾಯಿತಲ್ಲಾ ಎಂದು ತನ್ನ ಮೈಪರಿಚಿಕೊಳ್ಳತೊಡಗಿದಳು. ಕಣ್ಣಿಗೆ ಕಣ್ಣು ಹಲ್ಲಿಗೆ ಹಲ್ಲು ತಿನ್ನತೊಡಗಿದಳು.

ಈ ಸಲ ಗೌಡನ ಮಗ ಬಂದಾಗ ಒಂದು ನಿರ್ಣಯ ಆಗಬೇಕು. ಇಲ್ಲದಿದ್ದರೆ ಇಲ್ಲಿಂದ ಎಲ್ಲಿಗಾದರೂ ಓಡಿ ಹೋಗಬೇಕೆಂದು ಮಾಡಿದಳು. ಲಗ್ನವಾದ ಮೇಲೆ ತಿಂಗಳಿಗೊಮ್ಮೆ, ಮೂರು ತಿಂಗಳಿಗೊಮ್ಮೆ ಬರುತ್ತಿದ್ದವನು ಬರುತ್ತಾ ಬರುತ್ತಾ ನಾಕ್ ತಿಂಗಳಿಗೊಮ್ಮೆ ಐದು ತಿಂಗಳಿಗೊಮ್ಮೆ ಬರಲಾರಂಭಿಸಿದ್ದು ನೋಡಿ ಅಣ್ಣೆಮ್ಮ ಹಾವಿನಂತೆ ಭುಸ್‌ಗುಟ್ಟತೊಡಗಿದಳು. ಅಳಿಯನ ಪ್ರೀತಿಗಾಗಿ ಅವನತ್ತೆ ಸೀರೆ ಕುಬುಸ ತರುತ್ತಿದ್ದರು. ಉಣಲಿಕ್ಕೆ ಹಾಕುತ್ತಿದ್ದರೂ ಪ್ರೀತಿಯಿಂದ ಕಾಣಲಾರದ್ದು ಅಣ್ಣೆಮ್ಮನಿಗೆ ಕಿಚ್ಚಿನಲ್ಲಿ ಇಟ್ಟಂಗಾಗಿತ್ತು. ಪ್ರೀತಿಯಿಂದ ನೋಡಲಾರದಾಗ ಏನುಂಡರೇನು, ಏನುಟ್ಟರೇನು? ಎಂದು ಅಣ್ಣೆಮ್ಮ ಹಾರಾಡತೊಡಗಿದ್ದಳು. 'ನೀ ಏನೆ ಅನ್ನು, ಈ ಸಾರಿ ನನಗೆ ಊರಿಗೆ ಕರಕೊಂಡು ಹೋಗಬೇಕು. ಮನೆಮಾಡಿ ಇಡಬೇಕು" ಎಂದು ವಟವಟ ಹಚ್ಚಿದ್ದು ನೋಡಿ ಅವನು ಒಂದು ಮಾತಾಡಿ ಗಪ್ಪಾಗಿ ಮಲಕೊಂಡನು.

"ನಮ್ಮಪ್ಪ ಇರೋತನ್ಕ ನೀ ಇಲ್ಲೇ ಇರಬೇಕು, ಇಲ್ಲದಿದ್ದರೆ ನಿನ್ನ ಕಂಡಬುದ್ಧಿ ಕಂಡಕೊ" ಎಂದಾಗ ಅಣ್ಣೆಮ್ಮನ ಪಿತ್ತ ನೆತ್ತಿಗೇರಿತು. ಅವನಿಗಾಗಿಯೇ ತಾನು ಪತಿವ್ರತಾ ಸ್ತ್ರೀಯಂತೆ ಒಂದು ವರುಷದಿಂದ ಹುಟ್ಟಿದೂರು ಬಿಟ್ಟು, ಬಂಧುಬಳಗ ಬಿಟ್ಟು, ತಾಯ್ತಂದೆಗಳನ್ನು ಕಳೆದುಕೊಂಡು ಇವನು ಹೇಳಿದಂತೆ ಕೇಳಿಕೊಂಡು ಇದ್ದಾಗ ಊರಿಗೆ ಕರೆದುಕೊಂಡು ಹೋಗೆಂದರೆ ನಿನ್ನ ಕಂಡ ಬುದ್ಧಿ ಕಂಡಕೊ ಎಂದು ಹೇಳದ್ದು ಕೇಳಿ ಕಡ್ಡಿಗರ್ಭಟ ಬಿದ್ದಂಗಾಯಿತು. ಇವನಪ್ಪ ಇನ್ನೂ ಇಪ್ಪತ್ತು ವರುಷ ಇರುವವನು, ಸಾಯುವವನಲ್ಲ. ಅಲ್ಲಿಯವರೆಗೆ ನಾನು ಇಲ್ಲಿ ಬಿದ್ದಿರಬೇಕು? ನನ್ನ ಬಾಳುವೆ ಗತಿಯೇನು ಎಂದು ಬೆಟ್ಟ ಬೆಳಗಾನ ಗೋಳಾಡತೊಡಗಿದಳು.

ಆಗ ಬೇಸಿಗೆಯಾಗಿತ್ತು. ಒಳಗೆ ಕುದಿಸುವುದೆಂದು ಅಟ್ಟದ ಮನೆಯ ಮೇಲೆ ಗಾದಿಗೆ ಹಾಸಿಕೊಂಡು ಮಲಕೊಂಡಿದ್ದರು. ಇವನ ಸಲುವಾಗಿ ತಾಯ್ತಂದೆಗಳು ಸತ್ತರು. ತಾನು ಪರದೇಶಿಯಾಗಬೇಕಾಯಿತು. ತನ್ನಪ್ಪ ಸತ್ತ ಮೇಲೆ ಊರಿಗೆ ಕರೆದುಕೊಂಡು ಹೋಗುತ್ತೇನೆ ಎನ್ನುವ ಇವನಿಗೇನೆ ಸಾಯ ಹೊಡೆದರೆ ತನಗೆ ಹರಾಹುರಿಯಾಗುವುದೆಂದು ತನ್ನೂರು ಸೇರಿ ಕೂಲಿ ನಾಲಿ ಮಾಡಿಕೊಂಡು ಇರಬಹುದೆಂದು ಲೆಕ್ಕ ಹಾಕುತ್ತ ಆಕಾಶ ನೋಡಿದಳು. ಚಿಕ್ಕೆಗಳು ಇಳಿಯುತ್ತ ಹೊರಟಿದ್ದವು. ಬೆಳಚಿಕ್ಕೆ ಮೂಡಿತ್ತು. ಬೆಳಗಾಗಲು ಒಂದು ತಾಸು

ಉಳಿದಿತ್ತು. ಎದ್ದು ನಿಂತು ನೋಡಿದಳು. ಎಲ್ಲಾ ಜನ ಮಲಗಿದ್ದರು. ಕೆಳಗೆ ನೋಡಿದಳು. ಮೇಲಿನಿಂದ ಬಿದ್ದರೆ ಆರೂ ಉಳಿಯುವುದಿಲ್ಲವೆಂಬ ವಿಚಾರ ಬಂದ ಕೂಡಲೇ ಗಸಕ್ಕನೆ ಹಾಸಿಗೆಯ ಮೇಲೆ ಮಲಗಿದ್ದ ಗೌಡನ ಮಗನಿಗೆ ದಬ್ಬಿ ಬಿಟ್ಟಳು. ಒಂದೇ ಕ್ಷಣದಲ್ಲಿ ಮೇಲೆ ಜೀವದಿಂದ ಇದ್ದವನು ಕೆಳಕ್ಕೆ ಬಿದ್ದಾಗ ತಲೆಯೊಡೆದುಹೋಯಿತು. ರಕ್ತ ಸೋರಿಟ್ಟಿತು. ತಲೆ ಒಡೆದಾಗ ಜೋರಾಗಿ ಕೂಗಿಕೊಂಡದ್ದಕ್ಕೆ ಮಲಕೊಂಡವರೆಲ್ಲರೂ ಗಾಬರಿಗೊಂಡು ಎದ್ದು ಕುಳಿತರು. ಇದು ತನ್ನ ಮೇಲೆ ಬರಬಾರದೆಂದು ಅಣ್ಣೆಮ್ಮ ಲಬ್ ಲಬ್ ಲಬ್ ಹೊಯ್ಯಕೊಳ್ಳ ತೊಡಗಿದಳು. ಊರು ಕೇರಿ ಜನ ಹೌಹಾರಿ ಓಡಿಬಂದರು. ಬೆಳಗಾಗುವುದರೊಳಗಾಗಿ ಈ ಸುದ್ದಿ ಸುತ್ತುಮುತ್ತಲಿನ ಹಳ್ಳಿಗಳೊಳಗೂ ಮುಟ್ಟಿತು. ಪೋಲೀಸರು ಬಂದರು. ಹೆಣದ ಪಂಚನಾಮೆ ಮಾಡಿ ತಾಲ್ಲೂಕು ದವಾಖಾನೆಗೆ ಬಂಡಿಯಿಂದ ಕಳಿಸಿದರು. ಪಕ್ಕದಲ್ಲಿ ಮಲಗಿದ್ದ ಅಗಸರ ಹೆಣ್ಣೆ ಈ ಕೆಲಸ ಮಾಡಿರಬೇಕೆಂದು ಗೌಡ ಪೋಲೀಸರಿಗೆ ಹಣ ಬಾಯಿಗೊತ್ತಿ ಈಕೆಗೆ ಮರಣ ದಂಡನೆಯಾಗುವಂತೆ ಮಾಡಬೇಕೆಂದು ಗಂಟುಬಿದ್ದನು. ತಾಲ್ಲೂಕ ಆಸ್ಪತ್ರೆಗೆ ಹೆಣ ಒಯ್ದ ಮೇಲೆ ಗೌಡನ ದೂರಿನ ಪ್ರಕಾರ ಪೋಲೀಸರು ಅಣ್ಣೆಮ್ಮ ನನ್ನು ಬಂಧಿಸಿ ಕಲಬುರ್ಗಿ ಜೇಲಿಗೆ ತೆಗೆದುಕೊಂಡು ಹೋದರು. ಅಣ್ಣೆಮ್ಮ ಅಂಜದೆ ಅಳುಕದೆ ಕಲ್ಲಾಗಿದ್ದದು ನೋಡಿ ಎಲ್ಲರೂ ಆಶ್ಚರ್ಯಪಟ್ಟರು.

***

ಗೌಡನ ಮಗ ಸತ್ತ ಸುದ್ದಿ ಊರಲ್ಲಿಯ ಕೆಳಗೇರಿ ಜನಕ್ಕೆ ಹಬ್ಬದೂಟವಾಗಿತ್ತು. ಒಂದೇ ಸಲಕ್ಕೆ ಅಣ್ಣೆಮ್ಮ ಮ್ಯಾಗೇರಿಯವರ ಹಲ್ಲು ಮುರಿದಿರುವಳೆಂದು ಜನ ಆಡಿಕೊಳ್ಳತೊಡಗಿತ್ತು. ಗೌಡನ ಜೊತೆಗೆ ಕುಲಕರ್ಣಿ ಸಾಹುಕಾರರ ಸೊಕ್ಕು ಮುರಿದು ಹೋಗಿತ್ತು. ಇಲ್ಲಿತನಕ ಬಾಲಮುದುಡಿಕೊಂಡಿದ್ದ ಊರಜನ ಈಗ ನಿರ್ಭೀತರಾಗಿ ಮಾತನಾಡುವುದು, ತಿರುಗಾಡುವುದು ನೋಡಿ ಇವತ್ತು ಈ ಊರಿಗೆ ಸ್ವಾತಂತ್ರ್ಯ ಬಂತೆಂದು ನಾನು ಕುಣಿದಾಡತೊಡಗಿದೆ. ಅಗಸರ ಅಣ್ಣೆಮ್ಮನನ್ನು ನಾನು ಇನ್ನೂ ತನಕ ನೋಡಿರಲಿಲ್ಲ. ಆಕೆಯನ್ನು ಈ ಊರಿನಿಂದ ಗೌಡನ ಮಗ ಒಯ್ದ ನಂತರ ಇಲ್ಲಿಗೆ ಬಂದಿದ್ದೆ. ಈಗಾಕೆ ಕಲಬುರ್ಗಿ ಜೇಲಿನಲ್ಲಿದ್ದದ್ದು ತಿಳಿಯಿತು. ಇನ್ನೂ ಎಫ್‌ಐಆರ್ ಕೋರ್ಟಿಗೆ ಕೊಡಲಾರದ್ದು ತಿಳಿಯಿತು. ಯಾತಗಿರಿ ಸಬ್‌ಇನ್ಸ್‌ಪೆಕ್ಟರ್ ನನ್ನ ಬಾಲ್ಯ ಸ್ನೇಹಿತನಾಗಿದ್ದ. ನೂರಾರು ವರುಷಗಳಿಂದ ಭಯದ ಗವಿಯಲ್ಲಿ ಗಾಳಿಬೆಳಕು ನೀರಿಲ್ಲದೆ ಸತ್ತ ಈ ಊರಿನ ಜನವನ್ನು ಅಣ್ಣೆಮ್ಮ ಉಳಿಸಿರುವಾಗ ಆಕೆಯನ್ನು ನಾನು ಉಳಿಸಬೇಕೆಂದು ಲೆಕ್ಕಹಾಕಿದೆ. ಹೇಗೂ ಶಾಲೆಗೆ ಬೇಸಿಗೆ ರಜೆ ಆರಂಭವಾಗಿದೆಯೆಂದು ನೇರವಾಗಿ ಯಾತಗಿರಿಗೆ ಹೊರಟೆ.

ನಾನು ಬಂದಾಗ ಗೆಳೆಯ ಸಬ್‌ಇನ್ಸ್‌ಪೆಕ್ಟರರು ಮನೆಯಲ್ಲಿ ಇರಲಿಲ್ಲ. ಇದೇ ಕೆಲಸಕ್ಕಾಗಿ ಕಲಬುರ್ಗಿಗೆ ಹೋದುದಾಗಿ ಮನೆಯಲ್ಲಿ ಹೆಣ್ಣು ಮಕ್ಕಳು ತಿಳಿಸಿದರು. ಅಲ್ಲಿರುವ ಪೇಪರೋದುತ್ತಾ ಕುಳಿತು ತಾಸಾಗಿರಲಿಲ್ಲ. ಸಬ್‌ಇನ್ಸ್‌ಪೆಕ್ಟರ್ರು ಬಂದರು. ಪಟ್‌ಪಟು ಇಳಿಯುತ್ತಿರುವಾಗ ನನ್ನನ್ನು ನೋಡಿ ಖುಷಿ ವ್ಯಕ್ತಪಡಿಸಿದರು. ಆಗ ಸಂಜೆಯಾಗಲಿತ್ತು. ಅದೇ ಪಟ್‌ಪಟಿಯ ಮೇಲೆ ಕೂಡಿಸಿಕೊಂಡು ಆಯ್‌ಬಿಗೆ ಕರೆದುಕೊಂಡ ಹೋದರು.

ಒಂದು ರೂಮು ತೆರೆಸಿ ಊಟಕ್ಕೆ ಆರ್ಡರ್ ಮಾಡಿ ಕುಳಿತಾಗ ನಾನು ಆ ಮಾತು ಎತ್ತಿದೆ. "ಆಕೆಯನ್ನು ನೀವು ಹೇಗಾದರೂ ಮಾಡಿ ಉಳಿಸಬೇಕು. ಆ ಊರಿನಲ್ಲಿ ಯಾವ ಅಂಬೇಡ್ಕರ್, ಮಾರ್ಕ್ಸ್ ಮಾಡಲಾರದ ಕೆಲಸ ಆಕೆಯೊಬ್ಬಳೆ ಮಾಡಿದ್ದಾಳೆ. ಆಕೆ ಮಾಡಿದ ಈ ಕೊಲೆಯಿಂದ ಕೆಳಜನರನ್ನು ಹತ್ತಿಕ್ಕಿದ್ದ ಮ್ಯಾಗೇರಿಯವರ ಲಾಡ್ಯಾ ಈಗ ಸಡಿಲಾಗಿದೆ. ಆಕ ಹೊರಗಾದ ಮೇಲೆ ಆಕಿಗೊಂದು ದಂಡಿಗೆ ಹಚ್ಚೋಣ. ಒಂದು ವೇಳೆ ಆಕೆಗ್ಯಾರೂ ಲಗ್ನ ಆಗ್ಲಾಕ ಮುಂದ ಬರದಿದ್ರ ನಾನೇ ಲಗ್ನ ಆಗ್ತೀನಿ. ಏನಂದ್ರಿ?" ಎಂದಾಗ ಸಬ್ ಇನ್ಸ್‌ಪೆಕ್ಟರರು ಮುಸಿಮುಸಿ ನಗತೊಡಗಿದರು. "ಆಗಲಿ, ನಿಮ್ಮ ಪ್ರೀತಿಗಾಗಿ ಆಕೆಗೆ ಬೇಗ ಬಿಡುಗಡೆ ಮಾಡ್ಸತೀನಿ, ಆಯಿತಾ" ಎಂದು ಊಟ ಮಾಡಿ ನನಗೆ ಮಲಗಲು ಹೇಳಿ ಮುಂಜಾನೆ ಕಲಬುರ್ಗಿಗೆ ಪಟ್ ಪಟಿ ಮೇಲೆ ಹೋಗೋಣವೆಂದು ತಿಳಿಸಿ ಮನೆಗೆ ಹೋದರು.

ರಾತ್ರಿಯಲ್ಲಿ ನಾನು ಆರಾಮವಾಗಿ ನಿದ್ದೆ ಮಾಡಿದೆ. ಬೆಳಿಗ್ಗೆ ಬೇಗ ಎದು ಸಿದ್ಧ ನಾಗುತ್ತಿರುವಗ ಸಬ್‌ಇನ್ಸ್‌ಪೆಕಟ್ಟರು ಬಂದರು. ಬೆಳಗಾನ ಆಕೆಯ ಬಿಡುಗಡೆಗಾಗಿ ಏಪ್‌ಐಆರ್ ತಯಾರಿಸಿದ್ದು ತೋರಿಸಿದರು. ಮಾಳಿಗೆಯ ಮೇಲೆ ಮಲಕೊಂಡು ಉರಳಿ ಬಿದ್ದು ಸತ್ತಿರುವನೆಂಬ ವರದಿ ಓದಿ ತುಂಬಾ ಖುಷಿಯಾಯಿತು. ಮೊದಲು ಈ ವರದಿ ಕೋರ್ಟಿಗೆ ಹೋಗಿ ಮುಟ್ಟಿಸಿ ಆಮೇಲೆ ಅಣ್ಣೆಮ್ಮನಿರುವ ಜೇಲಿಗೆ ಬಂದೆವು. ಜೇಲಿನ ಒಂದು ಕೋಣೆಯೊಳಗ ಕುಳಿತಿದ್ದ ಅಣ್ಣೆಮ್ಮನ ನೋಡಿ ನನ್ನ ಕುತ್ತಿಗೆ ನರ ಉಬ್ಬಿ ಬಂದವು. ದುಃಖ ತಡೆಯಲಾರದಷ್ಟಾಯಿತು. ಇನ್ನೂ ಹದಿನಾರು ಹದಿನೇಳು ದಾಟದ ವಯಸ್ಸು. ಇಂಥ ಸುಂದರ, ಮುಗ್ಧ, ಅಮಾಯಕ ಹೆಣ್ಣಿಗೆ ಆ ಗೌಡನ ಮಗ ಎಷ್ಟು ಗೋಳಾಡಿಸಿದನಲ್ಲ ಎಂದು ಮರುಗಿದೆ. 'ನಿಜವಾಗಿ ಫ್ರೆಂಡ್ ಇಂಥ ಕ್ರಾಂತಿಕಾರಿ ಹೆಣ್ಣಿನ ಕೈಹಿಡಿಯೋದಂದ್ರ ನನ್ನ ಭಾಗ್ಯ ಅಂತ ತಿಳಕೋತೀನಿ. ಇಕಿನ ಬೇಗ ಬಿಡುಗಡೆ ಮಾಡಿಸು ಪ್ಲೀಜ್' ಎಂದಾಗ ಗೆಳೆಯ ಸಬ್‌ಇನ್ಸ್‌ಪೆಕ್ಟರರು ಬಿದ್ದು ಬಿದ್ದು ನಗತೊಡದಗಿದರು. ಆಗಾಕೆ ಬಿಡುಗಡೆ ಆದಂತೆ; ನನ್ನ ಕೈ ಹಿಡಿದಂತೆ ಅನಿಸತೊಡಗಿತು.

(೧೯೯೮)

*

೨೫. ರುದ್ರಪ್ಪನ ಖಡ್ಗ

ಕುಂ.ವೀರಭದ್ರಪ್ಪ

ಮಕ್ಕಳೊಂದಿಗ ರುದ್ರಪ್ಪನ ದಿನಚರಿ ಮೊನ್ನೆ ಇದ್ದಂತೆ ನಿನ್ನೆ ಇಲ್ಲ. ನಿನ್ನೆ ಇದ್ದಂತೆ ಇವತ್ತಿಲ್ಲ. ತುಂಬ ಬದಲಾಗಿದೆ. ಪೊಗರದಸ್ತಾಗಿ ಊಟ ಮಾಡಿ ನೀಟಾಗಿ ಡ್ರೆಸ್ಸು ಮಾಡಿಕೊಂಡು ಅಂಗಳದ ಕಟ್ಟೆಗೆ ಕೂತು ಬೀದಿ ಉದ್ದಕ್ಕೂ ಕಣ್ಣು ಹರಿಬಿಟ್ಟು ಬೆಕ್ಕಿನಂತೆ ಹೊಂಚು ಹಾಕು ತ್ತಾನೆ. ಆತನ ಕಣ್ಣಿಂದ ಯಾವುದೇ ಸಚರಾಚರ ತಪ್ಪಿಸುವುದು ಸಾಧ್ಯವಿಲ್ಲ. ಯಾರಾದರೂ ಸಿಕ್ಕರೆಂದರೆ ಮುಗಿಯಿತು. ಅಯಸ್ಕಾಂತ ಸೆಳವಿಗೆ ಸಿಕ್ಕ ಕಬ್ಬಿಣದ ಚೂರಿನಂತೆ ತನ್ನ ಬಳಿಗೆ ಬಂದವರನ್ನು ಬರಮಾಡಿಕೊಳ್ಳುತ್ತಾನೆ. ಅವರ ಯೋಗ್ಯತೆಗೆ ತಕ್ಕ ಕಡೆ ಕೂಡ್ರಿಸಿ ಒಂದು ಬೀಡಿ ಒಗೆದು ಹಚ್ಚಿಕೊಳ್ಳಲು ಕಡ್ಡಿ ಪೊಟ್ಟಣವನ್ನೂ ಕೊಡುತ್ತಾನೆ. ಬುಸುಬುಸು ಹೊಗೆ ನಡುವೆ ಆತನ ದುಂಡು ಮುಖದ ನೀಳ ನಾಸಿಕ ಬೆಳ್ಳಿ ಚುಕ್ಕಿಯಂತೆ ಬೆಳಗಲಾರಂಭಿಸುತ್ತವೆ. ಅಪೂರ್ವ ಕಾಂತಿಯಿಂದ ಪೊದೆಹುಬ್ಬಿನ ಕೆಳಗಿನ ಕಣ್ಣುಗಳು ಫಳ ಫಳ ಹೊಳೆಯಲಾರಂಭಿ ಸುತ್ತವೆ. ವಿಶಿಷ್ಟ ನಗೆಯ ಧ್ವನಿಯ ಸರ್ವರೂಪ ಪಡೆಯದೆ ತುಟಿಗಳ ನಡುವೆ ನಂದಿಕೋಲು ಕುಣಿಯಲಾರಂಭಿಸುತ್ತದೆ. ಆತ ಎದೆಯ ಉಬ್ಬಿದ ಭಾಗ ಶ್ರೋತೃವಿಗೆ ಕಾಣಿಸಲೆಂಬಂತೆ ತೆಳುಗಾಳಿ ಕಣಗಿಲೆ ಪೊದೆ ಕಡೆಯಿಂದ ಬೀಸುತ್ತದೆ. ಆತನ ಧ್ವನಿಯ ಸ್ವರ ಲಾಲಿತ್ಯವನ್ನೇ ಮಾಂಸದ ಚೂರೆಂದು ಭ್ರಮಿಸಿ ಟೊಳಪನಾಯಿ ಆತನ ಮುಂದೆ ಕೂತು ಬಾಲ ಅಲ್ಲಾಡಿಸ ಲಾರಂಭಿಸುತ್ತದೆ. ಒಬ್ಬರಿಗೊಬ್ಬರು ಎಂಥ ಅನ್ಯೋನ್ಯ.

ರುದ್ರಪ್ಪ ತನ್ನ ತಾತನ ಕಾಲದ ಸುದ್ದಿ ಎತ್ತುತ್ತಲೆ ದನದ ಕೊಟ್ಟಿಗೆಯಲ್ಲಿ ಎತ್ತುಗಳ ಕಾಲ ಸಂದಿಯಲ್ಲಿ ಸೆಗಣಿ ಎಕ್ಕುವ ಕೆಲಸದಲ್ಲಿ ನಿರತಳಾಗಿರುವ ಮುದುಕಿ ಅರ್ಥಾತ್ ಆತಗೆ ಹೆಣ್ಣು ಕೊಟ್ಟು ನಿಂಗಜ್ಜಿ, ಅಲಲಲಾ ಸೂರಾ ಪರಾಕ್ರಮಿ ಸುರು ಮಾಡಿಬಿಟ್ಟೆಯಾ ಪುರಾಣ, ಯೇಟು ದಿನಾದ್ವು ನೀನು ಹೊಲ್ದಾಗ ಕಾಲಿಡದೆ; ಯೋಟುದಿನಾದ್ವು, ನೀನು ಎತ್ತುಗಳ್ಗೆ ನೀರು ಕುಡಿಸದೆ... ಎಂದು ವಟವಟ ಉದುರಿಸಲಾರಂಭಿಸುತ್ತದೆ. ಅದಕ್ಕೆ ಅನುಪಲ್ಲವಿ ಯಾಗಿ ಅಡುಗೆ ಮನೆಯಲ್ಲಿ ಗೌರವ್ವ ಅರ್ಥಾತ್ ಆತನ ಹೆಂಡತಿ ಪಾತ್ರೆ ಪಗಡ ಎತ್ತೆತ್ತಿ ಇಟ್ಟು ತಾಳ ಕುಟ್ಟಲಾರಂಭಿಸುತ್ತಾಳೆ. ಮುರುಕು ತೊಟ್ಟಿಲಲ್ಲಿ ನೆತ್ತಿಗೆ ತಕ್ಕುದಾದ ಎಣ್ಣೆ ಬೆಣ್ಣೆ ಕಾಣದ ಕಂದಮ್ಮ ಚಿಟಾರನೆ ಚೀರಿ ಅಳಲಾರಂಭಿಸುತ್ತದೆ. ಹತ್ತಂಕಣದ ಭಾರಿ ಮನೆಯ ಮಾಡನ್ನೆ ಸಾಮ್ರಾಜ್ಯವನ್ನಾಗಿ ಮಾಡಿಕೊಂಡು ದಿನಕ್ಕೆರಡು ಮೂರು ಇಲಿಗಳನ್ನಾದರೂ ಗಬಕಾಯಿ ಸುತ್ತಿರುವ ಬೆಕ್ಕು ಮ್ಯಾವ್ ಗುಟ್ಟುತ್ತ ನಾಗಂದಿಗೆಯಿಂದ ಕೆಳಕ್ಕೆ ಜಿಗಿಯುತ್ತದೆ. ಆದರೂ ನೀರ

ಮೇಲೆ ತೇಲುವ ತುಪ್ಪದಂಥ ರುದ್ರಪ್ಪ ತಾತನ ಪರಾಕ್ರಮಗಳಿಂದ ತನ್ನಪ್ಪನ ಪರಾಕ್ರಮಗಳಿಗೆ ಬಂದಿರುತ್ತಾನೆ. ಅಂಥ ಅಪ್ಪ ಯಾರಿಗೂ ಇರಲಿಕ್ಕಿಲ್ಲ ಎಂಬಂತೆ; ಆತನಿಗಿದ್ದ ಗಿರಿಜಾ ಮೀಸೆ ಯಾರಿಗೂ ಇರಲಿಕ್ಕಿಲ್ಲ ಎಂಬಂತಹ... ಆತನ ಗತ್ತು ಗೈರತ್ತುಗಳು ಗುಡೇಕೋಟೆ ಮಾರಾಜ ನಿಗೂ ಇರಲಿಕ್ಕಿಲ್ಲ ಎಂಬಂತಹ ಮಾತುಗಳ ಇಟ್ಟಿಗೆ ಪೇರಿಸಿಟ್ಟು ಶ್ರೋತೃವನ್ನು ಸಜೀವ ಸಮಾಧಿಗೆ ಸಿದ್ಧಗೊಳಿಸಿ ಅಪ್ಪಯ್ಯ ಮುಕ್ಕುಂದಿ ರಾಜಾರೆಡ್ಡಿಯನ್ನು ಹೆದರಿಸಿ ಓಡಿಸಿದ ಖಡ್ಗ ನೋಡೋ ಆಸೆ ಐತಾ ಎಂದು ಕೇಳುತ್ತಾನೆ. ಶ್ರೋತೃ ಹ್ಞೂ ಎಂಬಂತೆಯೆ ತಲೆ ಅಲ್ಲಾಡಿ ಸುತ್ತದೆ. ತಪ್ಪಿಸಿಕೊಳ್ಳದಂತೆ ಕೊರಳ ಪಟ್ಟಿ ಹಿಡಿದು ಪಡಸಾಲೆಗೆ ಕರೆದೊಯ್ಯುತ್ತಾನೆ. ಶ್ರೋತೃ ಇಲ್ಲಾಣ ಧೂಳು ಲೆಕ್ಕಿಸದೆ ಕಣ್ಣು ಬಾಯಿ ಏಕಕಾಲಕ್ಕೆ ತೆರೆದಿರಲು ರುದ್ರಪ್ಪ ತೊಲೆಜಂತಿ ಸಂದಿಯಿಂದ ತುಕ್ಕು ಹಿಡಿದು ಕಿಗ್ಗಲು ಮುಟ್ಟಿದ ಖಡ್ಗ ಹಿರಿದು ಹ್ಹ... ಹ್ಹ... ಹ್ಹ... ಎಂದು ಗಹಗಹಿಸಿ ಮರು ಕ್ಷಣ ಅದರ ದುರವಸ್ಥೆಗೆ ಮುಖ ಬಿಗಿದು 'ಯೇನ' ಎಂದು ಹೆಂಡತಿ ಯನ್ನು ಕೂಗುತ್ತಾನೆ. ಬಂದ ಹೆಂಡತಿಯ ತುರುಬನ್ನು ಗಬಕ್ಕನೆ ಹಿಡಿದು ಇದನ್ನು ತಿಕ್ಕಿ ತೊಳ್ದಿಡು ಅಂದಿದ್ನೆಲ್ಲಾ ಯಾಕ ಮಾಡ್ಲಿಲ್ಲಾ ಎಂದು ಅಲ್ಲಾಡಿಸಿಬಿಡುತ್ತಾನೆ. ಗೌರವ್ವ ಅಯ್ಯಯ್ಯಪ್ಪೋ ಎಂದು ಬಾಯಿ ಬಾಯಿ ಬಡಿದುಕೊಳ್ಳಲು ಅಯ್ಯೋ ನಿನ್ ಕೈಯಿ ಸೇದಿಹೋಗ ಎಂದು ನಿಂಗಜ್ಜಿ ದನದ ಕೊಟ್ಟಿಗೆಯಿಂದ ಪಡಸಾಲೆಗೆ ಒಮ್ಮೆಗೆ ಕುಪ್ಪಳಿಸಿ ತನ್ನ ಮಗಳ ಸಹಾಯಕ್ಕೆ ಬರುತ್ತಾಳೆ. ಆಗ ಶ್ರೋತೃ ಒಮ್ಮೆಗೆ ವಾಸ್ತವಕ್ಕೆ ಮರಳಿ ಕಾಲಿಗೆ ಬುದ್ಧಿ ಹೇಳುತ್ತಾನೆ.

ಯೋನ್ಲೋ ಬಾಡ್ಕಾವ್ ಅಳಿಯಲ್ಲ ಮಗ ಅಂತ ತಿಳ್ಕೊಂಡು ಬೆಳೆಸಿದ್ಕೆ ಮೈಗೆ ಕೈ ಹಚ್ಚೀಯಾ. ಈ ಸೊಟ್ ಖಡ್ಗ ಬಿಟ್ರೆ ಯ್ಯೋನೈತೋ ನಿಮ್ಮಪ್ಪನಮನಿ ಆಸ್ತೀ ದುಡೀಲಿಲ್ಲಾ ದುಕ್‌ಪಡೀಲಿಲ್ಲ. ಬಂದೋರೆದ್ರೂಗೆ ಹೇಗೋರೆದ್ರೂಗೆ ಖಡ್ಗಾನ ವರ್ಣಸ್ತಾ ಕುಂಡ್ರುತಿಯಲ್ಲಾ ನೀನೊಬ್ಬ ಗಂಡುಸ್ನೇ ಎಂದದ್ದೇ ತಡ ಗಂಡನ ಬಿಗಿ ಮುಷ್ಟಿಯಿಂದ ತುರುಬು ಬಿಡಿಸಿ ಕೊಂಡವಳೇ ಗೌರವ್ವ, 'ನನ ಗಂಡನ್ನ ಬಾಯ್ಗೆ ಬಂದಂಗ ಅಂದ್ರ ನಾನು ಸುಮ್ನಿರಾಕಿಲ್ಲ ನೋಡು' ಎಂದು ಎದುರಿಗೆ ಕುಪ್ಪಳಿಸಿ ನಿಂತಳು. ಅವರೀರ್ವರನ್ನು ಜಗಳ ಆಡಲು ಬಿಟ್ಟು ರುದ್ರಪ್ಪ ಖಡ್ಗವನ್ನು ಮೂಲಸ್ಥಾನದಲ್ಲಿಟ್ಟು ಮತ್ತೊಬ್ಬ ಶ್ರೋತೃವನ್ನು ಹುಡುಕಿಕೊಂಡು ಹೊರಹೊಂಟ.

ರುದ್ರಪ್ಪ ಮೊದಲು ಹೀಗಿರಲಿಲ್ಲ ಎಂಬುದನ್ನು ತಾಯಿಮಗಳಿಬ್ಬರೂ ಒಪ್ಪುತ್ತಾರೆ. ಆತ ಬದಲಾಗಿರುವುದು ಈಗ್ಗೆರಡು ತಿಂಗಳಿಂದ. ಪಿತ್ರಾರ್ಜಿತ ಆಸ್ತಿಯಲ್ಲಿ ಪಾಲು ಪಡೆಯಲು ಕುರುಕೋಡಿಗೆ ಹೋಗಿ ತಾನೂ ಅಪ್ಪಗೆ ಹುಟ್ಟಿದ ಮಗನೆಂದು ವಾದ ಮಂಡಿಸಿದ್ದ ಒಡಹುಟ್ಟಿದ ರಾಚಪ್ಪನೆದುರು. ಆಸ್ತಿ ಏನೈತಿ ಗೆಂಡಿ ಅಂದು ರಾಚಪ್ಪ ಮುಷ್ಟಿಯಲ್ಲಿ ಬೀಡಿ ಹಚ್ಚಕೊಂಡಿದ್ದ. ಊರು ಮಾಡುವ ಗೌಡ ರುದ್ರಪ್ಪನನ್ನು ಮನೆಗೆ ಕರೆದೊಯ್ದು ಹಾಗಲ ಕಾಯಿ ಪಲ್ಯೆ, ಬಿಳಿ ಜೋಳದ ರೊಟ್ಟಿ ಉಂಮಾಕಿಟ್ಟು ಲೇ ನಿಮ್ಮಪ್ಪ ನಾನೂ ಒಂದೇ ಗಂಗಾಳದಲ್ಲಿ ಉಂಬ್ತಿದ್ವಿ ಎಂದು ಆರಂಭಿಸಿ ಆಸ್ತಿ ಹೇಗೆ ಸೂಳೆಯರಿಗೂ ವಕೀಲರಿಗೂ

ಸಮನಾಗಿ ಹಂಚಿಹೋಯ್ತು ಎಂದು ಸೋದಾರಣವಾಗಿ ವಿವರಿಸಿದ್ದ. ರುದ್ರಪ್ಪಗೆ ತನ್ನಪ್ಪನ ಬಗ್ಗೆ ಹೆಮ್ಮೆ ಮೂಡಿತು. ಎಂಥದಾದ್ರು ಅಪ್ಪನ ಗುರ್ತು ಕೊಡಿಸ್ರಿ ಎಂದು ದುಂಬಾಲು ಬಿದ್ದಿದ್ದ. ಗೌಡರು ರಾಚಪ್ಪಗೆ ತಿಳಿಹೇಳಿ ಖಡ್ಗ ಕೊಡಿಸಿ ಕಳಿಸಿದ್ದರು.

ಆ ಖಡ್ಗ ತಂದ ಮೇಲೆಯೇ ರುದ್ರಪ್ಪ ಸಂಪೂರ್ಣ ಬದಲಾಗಿದ್ದ; ಖಡ್ಗ ಕುರಿತು ಯಾರಾದರೊಬ್ಬರಿಗೆ ಹೇಳಿಕೊಳ್ಳದ ಹೊರತು ಊಟ ಮಾಡುತ್ತಿರಲಿಲ್ಲ. ಅಷ್ಟೇ ಅಲ್ಲ ಗ್ರಾಮದ ಕೆಲವು ಪ್ರತಿಷ್ಠರನ್ನು ಮನೆಗೆ ಕರೆತಂದು ಉಪ್ಪಿಟ್ಟು ಮಾಡು ಚಾ ಮಾಡು ಎಂದು ಹೆಂಡತಿಯನ್ನು ಜೀವ ತಿನ್ನುವುದು ಮಾಮೂಲಾಗಿತ್ತು. ತಿನ್ನುವುದಕ್ಕೂ ಕುಡಿಯುವುದಕ್ಕೂ ಜೋಡಿಸಲು ತಾಯಿ ಮಗಳೂ ಗಂಡಸರಂತೆ ದುಡಿಯುತ್ತಿದ್ದರು.

ತಾಯಿ ಮಗಳು ಇಡೀ ರಾತ್ರಿ ಎಲೆ ಅಡಿಕೆ ಜಮಡುತ್ತ ಕೂತು ರುದ್ರಪ್ಪ ಮೊದಲಿನಂತಾಗಬೇಕಾದರೆ ಖಡ್ಗವನ್ನು ಮಾಯಮಾಡಬೇಕೆಂಬ ತೀರ್ಮಾನಕ್ಕೆ ಬಂದರು. ಅಲ್ಲದೆ ತೀರ್ಮಾನವನ್ನು ಬೆಳಗಿನ ಜಾವದಲ್ಲಿಯೇ ಕಾರ್ಯರೂಪಕ್ಕೆ ತಂದರು. ಕದದ ಹಿಂದೆ ನೆಲ ಅಗೆದ ಖಡ್ಗವನ್ನು ಹುಗಿದು ಅದರ ಮೇಲೆ ಜೋಳದ ಗುಮ್ಮಿಯನ್ನು ಸರಿಸಿಬಿಟ್ಟರು. ರುದ್ರಪ್ಪ ಉಡುಪಿ ಹೋಟ್ಲಲ್ಲಿ ದೋಸೆ ಹೊಯ್ಯುವ ಭಟ್ಟರನ್ನು ಮನೆಗೆ ಕರೆದುಕೊಂಡು ಬಂದು ನೋಡುತ್ತಾನೆ. ಖಡ್ಗ ಇಲ್ಲ. ಹೆಂಡತಿಯ ತುರುಬಿಗೆ ಕೈ ಹಚ್ಚಿ ಎಲ್ಲಿಟ್ರಿ ಹೇಳ್ರೆ ಎಂದು ಎಳೆದಾಡಿದ. ಒಪ್ಪಂದದಂತೆ ಆಕೆ ಗಂಡನ ಯಾವ ಹಿಂಸೆಗೆ ಬಾಯಿ ಬಿಡಲಿಲ್ಲ. ಕೊನೆಗೆ ರುದ್ರಪ್ಪನು ಹೇಗೋ ಪತ್ತೆ ಮಾಡಿ ಖಡ್ಗವನ್ನು ಹೊರ ತೆಗೆದು ಖಬರ್ದಾರ್ ಎಂದು ಅತ್ತೆ ಮತ್ತು ಹೆಂಡತಿಯನ್ನು ಎಚ್ಚರಿಸುತ್ತಲೇ ಅವರು ಹಾಯ್ ಶಿವನೇ ಎಂದು ಉದ್ಗರಿಸಿದರು.

ತಾಳಿ ಕಟ್ಟಿದ ಹೆಂಡತಿಗೆ ಸೋಡಾ ಚೀಟಿ ಕೊಟ್ಟವನಂತೆ ರುದ್ರಪ್ಪ ಕೆಲವು ದಿನ ಖಡ್ಗದೊಂದಿಗೇ ಇದ್ದ. ತನ್ನನ್ನು ಯಾರೂ ಹತ್ತಿರ ಬಿಟ್ಟುಕೊಳ್ಳುತ್ತಿಲ್ಲ ಎಂದು ಹೆಮ್ಮೆಯಿಂದ ಆತ ಎಷ್ಟು ದಿನ ಬೀಗುತ್ತಿರಲು ಸಾಧ್ಯ! ಮನೆಯೊಳಗೇ ಖಡ್ಗಕ್ಕೊಂದು ಸ್ಥಾನ ಕಲ್ಪಿಸಿ ತನ್ನ ಕಣ್ಣುಗಳೆಂಬ ಏಳು ಹೆಡೆ ಸರ್ಪಗಳನ್ನು ಅದಕ್ಕೆ ಕಾವಲಿಟ್ಟು ನಿಶ್ಚಿಂತೆಯಿಂದ ಇದ್ದ.

'ಅಲಲಲಾ.... ಬಂಗಾರ್ದಂತ ನನ್ನಳೀಯ್ನೀಗೆ ಕಡ್ಗ ಕೊಟ್ಟೋನೆಂಥೋನು, ಕೊಡಿಸಿದೋನೆಂಥೋನು... ಕಡ್ಗ ನಂ ರುದ್ರನ್ನ ಅದ್ಯೇನು ಮಳ್ಳು ಮಾಡ್ಯೈತೋ ಸಿವ್ನೇ... ಕಡ್ಗಕ್ಕೆ ಬೆಂಕಿ ಹಚ್ಚಾ; ಕಡ್ಗಕ್ಕೆ ಕರಿನಾಗ್ರಾವ್ ಕಡಿಯಾ' ಎಂದು ನಿಂಗಜ್ಜಿ ಅಂಗಳಕ್ಕೆ ನೇರವಾಗಿ ನಿಂತು ಎದೆ ಎದೆ ಬಡಿದುಕೊಳ್ಳಲು ಓಣಿಯ ಒಂದಿಬ್ರು ಗೊಳ್ಳನೆ ನಕ್ಕರು.

'ಬೇ ಮುದ್ಕೀ ಕಡ್ಗ ಮಳ್ಳು ಮಾಡಿರೋದು ರುದ್ರಪ್ಗಲ್ಲ... ನಿನ್ಗೆ... ಇನ್ನೆಂಟು ದಿನದಾಗ ನಿನ್ಗೆ ಉಂಡಕೂಳು ಹೊಟ್ಗೆ ಹತ್ತಾಕಿಲ್ಲ ನೋಡ್ತಿರು' ಅಮಟಿ ನಗಾಡಿದ ಕಾಲಜ್ಞಾನಿಯಂತೆ. ಆ ಮಾತು ಮೈಯ ತೊಗಲಿಗಿಂತ ಬಲವಾಗಿ ಅಂಟಿಕೊಂಡು ಬಿಡಲು ನಿಂಗಜ್ಜಿ ಹಿಂಡ ನಗಲಿದ ಕರುವಿನಂತೆ ಒದ್ದಾಡಿತು. 'ಗೌರೀ ಹಾಳಾದ ಕಡ್ಗಕ್ಕೆ ಗತಿ ಕಾಣಿಸದಾವರ್ತು ನನ್ ಜೀವಕ್ಕೆ ಸಮಾಧಾನಿಲ್ಲಲೇ' ಎಂದು ಕಣ್ಣು ತುಂಬಿಕೊಂಡು ತಾಯಿಯನ್ನು ಅವುಚಿಕೊಂಡು

'ಯವ್ವೋ... ನನ್ ಕಥಿಯ್ಯೋನು ಹೇಳ್ಲಿ... ನನ್‌ಗಿಂದ ಆತ್ಗೆ ಕಡ್ಗನೆ ಯಚ್ಚಾಗ್ಯೆತೆ ಯವ್ವೋ' ಎಂದು ಲಬ್ ಗುಟ್ಟಿ ಅತ್ತಳು.

ಅವರಿಬ್ಬರೂ ಹಗಲಿರುಳು ಯೋಚಿಸಿ ಒಂದು ತೀರ್ಮಾನಕ್ಕೆ ಬಂದರು. ತಮ್ಮಿಬ್ಬರನ್ನೂ ಆ ರುದ್ರಪ್ಪ ಕುತ್ಗೆ ಹಿಚುಕಿ ಸಾಯಿಸಿದರೂ ಸರಿಯೇ ಅದನ್ನೊಯ್ದು ಕನ್ನೀರವ್ವನ ಬಾವಿಗೆ ಹಾಕಿಬಿಡುವುದೆಂದು ನಿರ್ಧರಿಸಿದರು. ದೆವ್ವ ಪಿಶಾಚಿ ಬೇತಾಳ ಕಾಳೋರಗಗಳಿಗೆ ಹೆಸರಾದ ಹಾಗೂ ತಳವೇ ಪತ್ತೇ ಇಲ್ಲದ ಪ್ರಾಚೀನ ಕಾಲದ ಕನ್ನೀರವ್ವನ ಬಾವಿ ಬಳಿಗೆ ರಾತ್ರೋರಾತ್ರಿ ಹೋಗಿ ಖಡ್ಗವನ್ನು ಹಾಕಲು ಬಾವಿಯು ಗಳುಂ ಎಂದು ನುಂಗಿತು.

ಮರುದಿನ ಬೆಳಗಾಗೆ ಖಡ್ಗ ಕಾಣದಿರಲು ರುದ್ರಪ್ಪ 'ಏನು ಮಾಡದಿರಬೇ ನಿಮ್ಮವ್ನ' ಎಂದು ತಾರಕ ಸ್ವರ ತೆಗೆಯಲು ಓಣಿಯೇ ಹೋಹೋ ಎಂದಿತು. 'ನಮ್ ಪಿರಾಣ ಹೋದ್ರೂ ಹೇಳಾಕಿಲ್ಲ ಖೊಲ್ಲೋಖೊಲ್ಲು' ಎಂದು ಕುಬುಸದ ಗುಂಡಿಬಿಚ್ಚಿ ಅವನಿಗಡ್ಡ ಮಲಗಿದರು. ಸಾಯಲಿಕ್ಕೆ ಸಿದ್ದರಾದವರ ಮುಖಗಳಿಗೆ ಥೂ ನಿಮ ಬಾಯಾಕ... ಎಂದು ಉಗುಳಿದ ರುದ್ರಪ್ಪ ಅತಳ ವಿತಳ ರಸಾತಳ ಪಾತಾಳದಲ್ಲಿ ಬಚ್ಚಿಟ್ಟಿದ್ದರೂ ಪತ್ತೆ ಮಾಡದೆ ಬಿಡೆನು ಎಂದು ಭೀಕರ ಪ್ರತಿಜ್ಞೆ ಮಾಡಿದನು.

ಉಸಿರಾಟವನ್ನೂ ಮರೆತು ಪತ್ತೆ ಕಾರ್ಯಕ್ಕಿಳಿದ ರುದ್ರಪ್ಪನನ್ನು ಊರಮ್ಮನಗುಡಿಯ ಬಳಿ ಕೊಟ್ರನೆಂಬುವ ಚಾಡಿಕೋರ ಸಂದಿಸಿ ವಂದು ಸೀಗರೇಟು ಕ್ವಡಿಸ್ತೀಯಾ ವಂದ್ ಸುದ್ದಿ ಯೋಳ್ತಿನಿ ಎನ್ನಲು ಆತಗೆ ನಿಧಿ ಸಿಕ್ಕಷ್ಟು ಸಂತಸವಾಯಿತು. ಅಲ್ಲಲೇ ಒಂದ್ಯಾಕ ಒಂದು ಪ್ಯಾಕೇ ಕೊಡಿಸ್ತೀನಿ ಎಂದದ್ದಲ್ಲದೆ ಕೊಡಿಸಿಯೂಬಿಟ್ಟನು. ಇಡೀ ಒಂದು ಸಿಗರೇಟು ಸೇದಿ ಆದ ಮೇಲೆ ಮೊನ್ನೆರಾತ್ರಿ ಮುದುಕಿ ಗವುರವ್ವನ ಸಂಗಾಟ ಕನ್ನೀರವ್ವನ ಬಾವಿಕಡೆ ವೋಗಿದ್ದು ನೋಡ್ದೆ ಎಂದವನೆ ಟಣಕೂ ಠಣಕೂ ಜಿಕ್ಕೋತ ಓಡಿ ಮರೆಯಾದನು.

'ಹ್ಹಾ... ಹ್ಹ ಕನ್ನೀರವ್ವನ ಬಾವ್ಯಾಗ ಹಾಕೀರೇನ್ರೇಽಽ ನನ ಖಡ್ಗಾನ' ಎಂದು ಅಂಗಳವನ್ನು ದೊಪ್ಪನೆ ತುಳಿದು ಕೂಗು ಹಾಕಲು ಗೌರವ್ವ ಹಡದವ್ವನನ್ನು ಗಟ್ಟಿಯಾಗಿ ಅವುಚಿಕೊಂಡು ಬಿಟ್ಟಳು. ನಿಂಗಜ್ಜಿ ಆಕೆಯಿಂದ ಬಿಡಿಸಿಕೊಂಡು ಅಂಗಳಕ್ಕೆ ನೆಗೆದು 'ಹಾಕೀವಲೋ ಹಾಕೀವಿ ಅದ್ಯೇನು ಹರ್‍ಕಂತೀಯೋ ಹರ್‍ಕ' ಎಂದು ಪರಿಶೈಪೈಕಿ ಪೈಲ್ವಾನಳಂತೆ ನಿಂತಿತು.

'ಸರೆ ಆ ಕನ್ನೀರವ್ವ ಬಾವಿ ಅದೇಟು ಗಡುತರ ನೋಡೇಬಿಡ್ತೀನಿ' ಎಂದವನೇ ಅಂಗಿ ಬಿಚ್ಚಿ ಇಟ್ಟು ಬಾವಿಕಡೆ ಹೆಜ್ಜೆ ಹಾಕುತ್ತಲೇ ಓಣಿ ಎಂಬೋ ಓಣಿಯೇ ಅಯ್ಯೋ ಬ್ಯಾಡ ಅಯ್ಯೋ ಬ್ಯಾಡ ಎಂದು ಆತನ ಹಿಂದೆ ಹೆಜ್ಜೆ ಹಾಕಿತು. ಅಯ್ಯೋ ನನಗಂಡ ಕನ್ನೀರವ್ವನ ಬಾವಿಗೆ ವಂಟಾನ ನನ ಸೋಬಾಗ್ಯ ವುಳಿಸ್ರಪೊ ಎಂದು ಗೌರವ್ವನೂ ಅಯ್ಯೋ ನನಮಗಳ ಸೋಬಾಗ್ಯವೇ ಎಂದು ನಿಂಗಜ್ಜಿಯೂ ಮುಂಚೂಣಿಯಲ್ಲಿದ್ದರು.

'ಬ್ಯಾಡಪೋ ಬ್ಯಾಡ ಅದರಲ್ಲೀಜಿದವರಾರು ಬದುಕಿ ಬಂದುದನ್ನು ಕಾಣೆ ನನ್ನ ನೂರುವರ್ಷರುದ ಆಯಾಮದಾಗೆ' ಎಂದು ಶತಾಯುಷಿಯೂ ಒಂದು ಕಾಲದಲ್ಲಿ

ನಿಂಗಜ್ಜಿಯ ಕಳ್ಳ ಪ್ರೇಮಿಯೂ ಆದ ಕಾಳಜ್ಜ ನೂರು ದೃಷ್ಟಾಂತಗಳ ಸಹಿತ ಹೇಳಿದರೂ ಕಿವಿ ಮೇಲೆ ಹಾಕಿಕೊಳ್ಳದೆ ರುದ್ರಪ್ಪ ಸಿಂಹ ವಿಗ್ರಹದ ನೆತ್ತಿ ಮೇಲೆ ಕಾಲೂರಿ ಹಸಿರು ಬಣ್ಣದ ನೀರಿಗೆ ದುಡುಮ್ಮನೆ ದುಮುಕಲು ಜನ ಹೋ ಹೋ ಎಂದಿತು.

'ಅಯ್ಯೋ ನನ್ನ ಮಾಂಗಲ್ಯದ ಋಣ ತೀರಿತೇ, ನನ್ನ ಕಂದಯ್ಯಗಿನ್ನಾರು ದಿಕ್ಕು' ಎಂದು ಎದೆಗೂ ನೆಲಕ್ಕೂ ಏಕಾಗಿ ಬಡಿದುಕೊಳ್ಳತೊಡಗಿದರು. 'ಅದಕ್ಯಾಕ ಅಳ್ತೀಯೇ... ಹರೇದಾಗ ರಂಡ್ಯಾಗಿ ನಾನು ಬದುಕ್ಲಿಲ್ಲೇನು' ಎಂದು ನಿಂಗಜ್ಜಿ ಮಗಳನ್ನು ಗಟ್ಟಿಯಾಗಿ ಅವುಚಿಕೊಂಡಿತು. ರುದ್ರಪ್ಪನ ಹೆಣ ಇನ್ನೊಂದು ಸ್ವಲ್ಪ ಹೊತ್ತಿನಲ್ಲಿ ತೇಲಬಹುದೆಂದು ಚಾತಕಪಕ್ಷಿಗಳಂತೆ ಓಣಿಯ ಸಮಸ್ತರೇ ಕಾಯುತ್ತಿರಲು ಅಸೀಮ ಸಾಹಸಿ ರುದ್ರಪ್ಪನು ತೇಲಿ ಈಜಿ ದಡ ತಲುಪಿದನು. ಏಕಮೇವ ಪಿತ್ರಾರ್ಜಿತ ಆಸ್ತಿಯಾದ ಖಡ್ಗದೊಂದಿಗೆ. ಅಯ್ಯೋ ನನ್ನ ಸೋಬಾಗ್ಯವೇ ಮರಳಿ ಬಂದಯಾ ದೇವರು ದೊಡ್ಡವನೆಂದು ಗೌರವ್ವ ಓಡಿಹೋಗಿ ಗಂಡನನ್ನು ಗಟ್ಟಿಯಾಗಿ ಅವುಚಿಕೊಂಡಳು.

ಕನ್ನೀರವ್ವನ ಬಾವ್ಯಾಗಯ್ಯೋಳು ಕೊಪ್ಪರಿಗಿ ಬಂಗಾರೆತಲ್ಲಾ; ಕಂಡಿತೇನು ಎಂದು ಪ್ರಶ್ನೆಗಳ ಮಳೆ ಸುರಿಸಲಾರಂಭಿಸಿದ ವರುಣರಿಂದ ಬಿಡಿಸಿಕೊಂಡು ಮನೆ ತಲುಪುವಷ್ಟರಲ್ಲಿ ರುದ್ರಪ್ಪಗೆ ಸಾಕುಸಾಕಾಗಿ ಹೋಯಿತು.

ನಾನು ಮನಿ ಬಿಟ್ಟು ಹೊಂಡೋಗ್ತಿನೆಂದು ರುದ್ರಪ್ಪನೂ ಅದೆಂಗಬಿಟ್ ಹೋಗ್ತಿ ನೋಡೇಬಿಡ್ತಿನಿ ಎಂದು ನಿಂಗಜ್ಜಿಯೂ ಪಂಚಾಯ್ತಿ ಎರಡು ದಿನ ಪರಿಯಂತರ ನಡೆಯಿತು. ಹೋದರೆ ಪಿತ್ರಾರ್ಜಿತ ಎಂಬುದು ಒಂಚೂರು ಹೊಲ ಉಂಟಾ, ನೆರಳುಂಟಾ ಕೊನೆಗೆ ಓಣಿ ದೈವಸ್ಥರ ಮಾತಿಗೆ ಮನ್ನಣೆ ಕೊಟ್ಟು ಅತ್ತೆಯ ನೆರಳಿಗೆ ಶರಣಾಗತನಾದನು.

ತನ್ನ ಪೂರ್ವಜರ ಕ್ರಮಕ್ಕೆ ಕಿರೀಟವಿಟ್ಟಂತೆ ತಾನು ಅಜೇಯ ಕನ್ನೀರವ್ವನ ಬಾವಿಗೆ ಧುಮುಕಿ ಖಡ್ಗ ತಂದದ್ದು ಎಂದು ತನ್ನನ್ನು ತಾನೇ ಮೋಹಿಕೊಂಡುಬಿಟ್ಟ ರುದ್ರಪ್ಪ ತೆಪ್ಪಗೆ ಬಾಯಿ ಮುಚ್ಚಿಕೊಂಡು ಎಷ್ಟು ದಿನ ಪಡಸಾಲೆಯ ಮೂಲೆಯಲ್ಲಿ ಕೂತಿರಲು ಸಾಧ್ಯ? ವಾಕಿಂಗ್ ಹೋಗಿ ದಿನಕ್ಕೆ ಐದಾರು ಮಂದಿಯನ್ನಾದರೂ ಮನೆಗೆ ಕರೆದು ತರ ಲಾರಂಭಿಸದನಲ್ಲದೆ ತುಸು ಏರುದನಿಯಲ್ಲಿಯೇ ಹೆಂಡತಿಗೆ ಸತ್ಕಾರ ಕುರಿತು ಆಜ್ಞೆ ವಿಧಿಸತೊಡಗಿದನು. ಅವರೀರ್ವರೂ ನಂತರ ಅತಿಥಿಗಳು ಅತ್ತ ಹೋಗುತ್ತಲೇ ಇತ್ತ ನಿಂಗವ್ವ 'ಅಲಲಲಾ' ಎಂದು ಹೂಂಕರಿಸುವುದು ಮೊದಲಾಯಿತು.

ಯ್ಯೋನು ಮಾಡುವುದಪ್ಪಾ ಖಡ್ಗವನ್ನು ಎಂದು ನಿಂಗಜ್ಜಿ ಓಣಿಯ ಹಲವರ ಬಳಿ ಅಳಲು ತೋಡಿಕೊಂಡಳು. 'ಅಂಥಾ ಕನ್ನೀರವ್ವನ ಬಾವಿಗೆ ಹಾಕಿದ್ರೆ ಬಿಡ್ಲಿಲ್ಲ ನಿನ್ನಳಿಯಾ'ಎಂದು ಸೋಗುಟ್ಟಿದರು.

ಮರುದಿನ ಬೆಳಗಾಗೆ ಕೊಡ್ಲೂರಿನ ಬೆಣ್ಣೆ ಬಸವರಾಜನ ತಂಡದ ಸಮಾಳನಾದನದ ಸದ್ದು ಕಿವಿಗೆ ಬೀಳುತ್ತಲೆ ಹೋಗಿ ನೋಡುತ್ತಾಳೆ; ಗುಗ್ಗುಳ ಧಗಧಗ ಕೆನ್ನಾಲಿಗೆ ಚಾಚಿ

ಹೊಂಟಿರುವುದೂ ಕಾಸಿ ಅಯ್ನೋರು ತಮ್ಮ ನಾಲಗೆಗಳಿಗೆ ಫಳ ಫಳ ಸೂತ್ರ ಸಿಕ್ಕಿಸಿಕೊಂಡು ವೀರಾವೇಶದಿಂದ ನರ್ತಿಸುತ್ತಿರುವುದೂ, ಸೂತ್ರಕ್ಕೆ ಮದುಮಗ ಗದಗದ ನಡುಗುತ್ತಿರುವುದೂ ಕಂಡಿತು.

ಹ್ಹಹ್ಹ ವೀರ ನಮ್ಮ ಕರಿವೀರಭದ್ರ ದೇವರು ಖಡ್ಗ ಹಿಡಿದುಕೊಂಡು ದಕ್ಷನನ್ನು ಕೊಲ್ಲಲು ಹ್ಯಾಗೆ ಬರುತ್ತಿದ್ದಾರೆಂದರೆ...ss ಹಿಂದೆಯೇ ಒಡಪು ಹೇಳುತ್ತಿರುವುದೂ ಕಿವಿಗೆ ಬಿತ್ತು. ಆ ಕ್ಷಣ ನಿಂಗಜ್ಜಿಗೆ ಏನು ಹೊಳೆಯಿತೋ ಏನೋ! ಸರಸರನೆ ಬಂದವಳೆ ಖಡ್ಗವನ್ನು ಸೀರೆಯಲ್ಲಿ ಬಚ್ಚಿಟುಕೊಂಡು ಸರಸರನೆ ಕೋಟೆ ವೀರಭದ್ರ ಗುಡಿಗೆ ಹೋಗಿ ದೇವ್ರ ಈ ಖಡ್ಗ ನಿನ್ನತ್ರ ಇಟ್ಕಾ ಎಂದು ದೀರ್ಘಪ್ರಣಾಮ ಸಲ್ಲಿಸಿ ಮರಳಿದಳು.

ಖಡ್ಗ ಕಾಣದಾಗಲು ರುದ್ರಪ್ಪಗೆ ಎಂದಿನಂತೆ ಸಿಟ್ಟು ಬಂದು 'ಏನ್ರೇ' ಎಂದು ಗರ್ಜಿಸಲು ನಿಂಗಜ್ಜಿ ಅದನ್ನೋಯ್ದು ಯೀರ್ ಬದ್ರರದ್ಯಾವ್ರು ಗುಡಿಗೇ ಕ್ವಟ್ ಬಂದೀನಿ ಗಂಡಸಾಗಿದ್ರೆ ತಕ್ಕಂಬಾ ವೋಗೋ ಹ್ಹ... ಹ್ಹ... ಹ್ಹ ಎಂದು ನಗಾಡಿತು.

ಅತುಲ ಪರಾಕ್ರಮದಿಂದ ಗುಡಿಗೆ ಹೋದ ರುದ್ರಪ್ಪಗೆ ಖಡ್ಗ ತರಲು ಸಾಧ್ಯವಾಗಲೇ ಇಲ್ಲ. ಮಾತು, ಪಿತ್ರಾರ್ಜಿತ ಪರಾಕ್ರಮ ಕಳೆದುಕೊಂಡವನಂತೆ ಮನೆಯ ಕಟ್ಟೆಗೆ ಕುಂತಿರುತ್ತಾನೆ.

(೧೯೯೯)

*

೨೬. ತಾಯಿ ಸಾಕೀಬಾಯಿ

ಬಿ.ಟಿ.ಲಲಿತಾ ನಾಯಕ

ಆಕಾಶದ ತುಂಬ ಮೋಡ ಕವಿದಿದ್ದರಿಂದ ಮಧ್ಯಾಹ್ನವೋ, ಅಪರಾಹ್ನವೋ ಎಂಬುದನ್ನು ಕಂಡು ಹಿಡಿಯುವುದೇ ಕಷ್ಟವಾಗಿತ್ತು. ಅಪರೂಪಕ್ಕೊಮ್ಮೆ ಮೋಡ ಸರಿದು ಸೂರ್ಯ ದರ್ಶನವಾಗಿ ಕಿರಣಗಳು ಚುರುಕು ಮುಟ್ಟಿಸಿದಾಗ 'ಇನ್ನೂ ಮಧ್ಯಾಹ್ನನೇ ಐತೆ!' ಎಂದು ಊಹಿಸಿದಳು ಸಾಕೀಬಾಯಿ.

ನೆನ್ನೆ ರಾತ್ರಿ ಉಂಡಿದ್ದ ತಂಗಳು ಯಾವಾಗಲೋ ಭಸ್ಮವಾಗಿ ಹೊಟ್ಟೆ ಚುರುಗುಟ್ಟ ತೊಡಗಿತ್ತು. ಮೈ ಕೈ ನೋವು ಬಾಧಿಸುತ್ತಿತ್ತು. ಸೋತ ಕಾಲುಗಳು ಮುಂದುವರಿಯಲು ತಕರಾರು ಹೂಡತೊಡಗಿದ್ದವು. ತಲೆಯ ಮೇಲಿನ ಹುಲ್ಲುಹೊರೆ ತಿರುಪತಿ ಬೆಟ್ಟ ಹೊತ್ತಂತೆ ಭಾಸವಾಗುತ್ತಿತ್ತು.

ಆದರೂ ಊರು ಸೇರಲೇಬೇಕಾದ್ದರಿಂದ ಬಲವಂತವಾಗಿ ಕಾಲೆಳೆಯುತ್ತ ಸಾಗಿದ್ದಳು. ಕೂಗಳತೆ ದೂರದಲ್ಲಿ ಹಳ್ಳಿಯ ಕೆಲವು ಹೆಂಗಸರು ಕಲಕಲ ಮಾತಾಡಿಕೊಳ್ಳುತ್ತಾ ತನಗೆದುರಾಗಿ ಬರುತ್ತಿರುವುದನ್ನು ಕಂಡು ಆಕೆ ಸಂಕೋಚ, ಮುಜುಗರದಿಂದ ಕುಗ್ಗಿದಳು.

ನುಸಳಿಕೊಳ್ಳಲು ಎಲ್ಲಿಯಾದರೂ ಬೇರೆ ಹಾದಿ ಇದೆಯೆ? ಎಂದು ಎಡಬಲ ವೀಕ್ಷಿಸಿದಳು. ಊಹುಂ ಸುತ್ತೆಡೆಗೂ ಬೇಲಿಯೇ ಬೇಲಿ. ನಡುವೆ ಬರುಹೋಗುವವರಿಗೆಲ್ಲಾ ಒಂದೇ ಹಾದಿ. ಅನಿವಾರ್ಯವಾಗಿ ನೇರ ನಡೆದಳು.

ತಾನು ಊರವರ ನಾಲಿಗೆಗೆ ಆಹಾರವಾಗಿರುವುದರಿಂದ, ಅವರು ತನ್ನನ್ನು ಕುರಿತೇ ಮಾತಾಡಿಕೊಳ್ಳುತ್ತಿರಬಹುದು ಎನ್ನಿಸಿತು. ಅವರು ಸಮೀಪಿಸಿದಂತೆಲ್ಲ ದೇವಲ್ಯಾ, ಪೀರಿ, ಮುನಿಯ, ಸಂಕ್ರಾ ಎಂಬ ಹೆಸರುಗಳು ಹರಕು ಮುರುಕು ಶಬ್ದಗಳು ಕಿವಿಗೆ ಬಡಿದು ಅವಳ ಊಹೆಗೆ ಇಂಬು ದೊರೆಯಿತು.

ಇವರುಗಳು ಬಾಯಲ್ಲಿ ಸಂಕ್ರನ ಮಾತು ಯಾಕೆ ಬಂತು? ಎಂದು ಚಿಂತಿತಳಾದಳು ಸಾಕೀಬಾಯಿ. ಆತ ಊರಿಗೇನಾದರೂ ಬಂದುಬಿಟ್ಟನೋ ಹೇಗೆ ಎಂಬ ಗಾಬರಿಯೂ ಸುರುವಾಯಿತು. ಗುಂಪು ತನಗೆ ಹತ್ತಿರವಾದೊಡನೆ ತಟ್ಟನೆ ಮಾತು ನಿಲ್ಲಿಸಿ ಥೂ ಎಂದು ನೆಲಕ್ಕೆ ಉಗುವುದರ ಮೂಲಕ ತಿರಸ್ಕಾರ ವ್ಯಕ್ತಪಡಿಸಿ ಮುಂದೆ ಸಾಗಿತು.

ಅಂತಹ ವರ್ತನೆ ತನಗೆ ಹೊಸದೇನೂ ಅಲ್ಲವಾದ್ದರಿಂದ ಹೊಟ್ಟೆಯಲ್ಲಿ ಎದ್ದ ಕುದಿಯನ್ನು ಹೊರಚೆಲ್ಲಗೊಡದೆ ಮೌನವಹಿಸಿದಳು.

"ನಾಚಿಗೆಟ್ಟ ಮುದ್ಕಿ! ಸವ್ತಿ ಮಗಾನೂ ಸೊಸೆನೂ ಇಚಾರಣೆಗೆ ಬಂದವ್ರೆ ಗಡಗಡ ಹೋಗು. ಕಬ್ಬದ ಗೂಟ ಕಾಸಿ ಬರೆ ಇಕ್ತಾರೆ ಇಕ್ಕಿಸ್ಕೋ ಹೋಗು!" ಹೆಂಗಸರ ಬಿರುನುಡಿ ಹಿಂದಿನಿಂದ ಬಾಣದಂತೆ ತೂರಿ ಬಂದಾಗ ಸಾಕೀಬಾಯಿ ಚಳಿ ಹಿಡಿದವರಂತೆ ನಡುಗಿ, ಹೊರೆಯನ್ನು ನೆಲಕ್ಕೆ ಕೆಡವಿ ಕುಸಿದು ಕುಳಿತಳು.

'ಸಂಕ್ರಾ ಬಂದವ್ನೆ! ಇಚಾರಣೆ ಮಾಡ್ತಾನೆ' ಎಂಬ ಮಾತು ಅವಳನ್ನು ಭೀತಿ ಆತಂಕದಿಂದ ತತ್ತರಿಸುವಂತೆ ಮಾಡಿತು...

ನಾಲ್ಕು ದಿನಗಳ ಹಿಂದೆ ಆಕೆಯ ಸ್ವಂತ ಮಗ ದೇವಲ್ಯ ಎತ್ತಿಗೆ ಹೊಡೆಯುವ ಬಾರುಕೋಲಿನಿಂದ ಮುಖ ಮೂತಿ ನೋಡದೆ ತಾಯಿಯನ್ನು ಚೆನ್ನಾಗಿ ಥಳಿಸಿದ್ದ, ಹಟ್ಟಿಯಲ್ಲೆಲ್ಲ ಎಳೆದಾಡಿ ಆಕೆಯನ್ನು ಕಚಪಚ ತುಳಿದು ಮನೆಯಿಂದ ಹೊರದಬ್ಬಿದ್ದ. ಸೊಸೆ ಪೀರಿಯೂ ಗಂಡನ ಕಾರ್ಯದಲ್ಲಿ ಸಹಭಾಗಿಯಾಗಿ ಅತ್ತೆಯ ಮುಖಕ್ಕೆ ಉಗಿದಿದ್ದಳು.

ತಮಾಷೆ ನೋಡುತ್ತಿದ್ದ ನೆರೆಹೊರೆಯವರು ತಪ್ಪಿತಸ್ಥಳಿಗೆ ಸಾಕಷ್ಟು ಹೊಡೆತ ಬಿದ್ದುದನ್ನು ಕಂಡು ಸಂತೃಪ್ತರಾಗಿ ಚದುರಿದ್ದರು. ಅಂದಿನಿಂದ ಸಾಕೀಬಾಯಿ ಸೇವಾಲಾಲ್ ಗುಡಿಯ ಜಗಲಿಕಟ್ಟೆಯಲ್ಲೇ ವಾಸ್ತವ್ಯ ಹೂಡಿದ್ದಳು.

ಹಗಲು-ರಾತ್ರಿ ಬಿದ್ದಲ್ಲೇ ಬಿದ್ದುಕೊಂಡು ನರಳಿದ್ದರೂ ಮಗನಾಗಲಿ, ಸೊಸೆಯಾಗಲಿ ಹೊರಳಿ ನೋಡಿರಲಿಲ್ಲ. ಅಂಗಡಿ ಮನೆಯ ಮುನಿಯ ರಾತ್ರಿ ಸರೊತ್ತಿನಲ್ಲಿ ಕದ್ದು ಮುಚ್ಚಿ ಒಂದಷ್ಟು ಅನ್ನ ತಂದು ಉಣ್ಣಿಸಿ ಹೋಗಿದ್ದನೆಂದೇ ಎರಡನೆಯ ದಿನ ಅವಳಿಗೆ ತಾನಾಗಿಯೇ ಎದ್ದು ಕೂರಲು ಸಾಧ್ಯವಾಗಿತ್ತು.

ಕೊಳವೆಬಾವಿ ಬಳಿ ಹೋಗಿ ಕುಂತು ಮೊಕ ಗಿಕ ತೊಕ್ಕೊಂಡು ಹುಲ್ಲೋ ಸೊಪ್ಪೆಯೋ ಕಿತ್ತು ಪೇಟೆಗೆ ಒಯ್ದು ಮಾರಿ ಹೊಟ್ಟೆಗೆ ದಾರಿ ಮಾಡಿಕೊಂಡರಾಯಿತೆಂದು ಹೊರಟವಳನ್ನು ಇಡೀ ಹಳ್ಳಿಗೆ ಹಳ್ಳಿಯೇ ವ್ಯಂಗ್ಯದ ಕಟಕಿಯಾಡಿತು; 'ಇಂಥ ಮೊಕ ಇಟ್ಕೊಂಡ್ ನಾನನ್ಕ ಊರಾಗ ತಿರಗ್ತಿರಲಿಲ್ಲ ಬಿಡು. ಈಟೊತ್ತಿಗಾಗ್ಲೆ ಯಾವುದಾನ ಕೆರೆಗೋ ಬಾವಿಗೋ ಹಾರಿ ಜೀವ ಕಳ್ಕೊಂತಿದ್ದೆ!'

ಸಾಕೀಬಾಯಿಗೂ ಆತ್ಮಹತ್ಯೆ ಮಾಡಿಕೊಳ್ಳುವ ಆಲೋಚನೆ ಬಂದಿದ್ದು ಅದೆಷ್ಟು ಸಲವೋ. ಆದರೆ ಮುನಿಯನ ಮೊಕ ನೋಡಿದೊಡನೆ ಆ ಯೋಚನೆ ಹುಟ್ಟಿದಲ್ಲೇ ಸಾಯುತ್ತದೆ! ಪ್ರೀತಿ ವಿಶ್ವಾಸ ತೋರುವ ಒಂದು ಮೃದು ಹೃದಯವು, ನೂರಾರು ಮುಳ್ಳು ನಾಲಿಗೆಗಳ ಚುಚ್ಚುವಿಕೆಯನ್ನು ತಾಳಿಕೊಳ್ಳುವ ಕಸುವನ್ನು ದಯಪಾಲಿಸಿದೆ!

ಆದರೆ ಆ ಕಸುವು ಇನ್ನು ಮುಂದೆ ತನ್ನಲ್ಲಿ ಖಂಡಿತ ಉಳಿಯಲಾರದು ಎನ್ನಿಸಿತು ಅವಳಿಗೆ. ಹಸಿವು ನೀರಡಿಕೆಗಳಿಂದ ಕಂಗಾಲಾದ ಆಕೆ ಹೇಗಾದರೂ ಮಾಡಿ ಊರು ತಲುಪಿ ಬಿಡಬೇಕೆಂದು ನಿರ್ಧರಿಸಿದ್ದಳು.

ಆದರೆ ಅಲ್ಲಿ ಹೋಗುವುದಾದರೂ ಹೇಗೆ? ಮಲಮಗ ಬಂದಿದ್ದಾನೆ! ಆತನೂ ದೇವಲ್ಯನೂ ಸೇರಿ ತನ್ನನ್ನು ಎಂತೆಂಥ ಹಿಂಸೆಗೆ ಗುರಿಪಡಿಸುತ್ತಾರೋ ಏನೋ? ಆ ದಿನ ತಾನು ಮುನಿಯ ಜೋಳದ ಹೊಲದಲ್ಲಿದ್ದುದನ್ನು ನೋಡಿದ ಯಾರೋ, ಊರು ತುಂಬ ಸುದ್ದಿ ಮಾಡಿದ್ದಕ್ಕೆ ಮಗ ಸೊಸೆ ಎಷ್ಟೊಂದು ಹಿಂಸೆ ಕೊಟ್ಟರು! ಎಂಥ ಪರಿ ಅಪಮಾನ ಸಹಿಸಬೇಕಾಯಿತು! ಈಗ ಹಿರಿಯ ಸೊಸೆಯ ಬಂದಿದ್ದಾಳಂತೆ...!

ಆದರೆ ನಿಜಕ್ಕೂ ಆಕೆ ಒಳ್ಳೆಯ ಹುಡುಗಿ. ಶಂಕರ ಕೆಲಸ ಮಾಡುವ ಕಛೇರಿಯಲ್ಲಿಯೇ ಅವಳೂ ಕೆಲಸ ಮಾಡುತ್ತಿದ್ದಳಂತೆ, ಆಗ ಇಬ್ಬರಿಗೂ ವಿಶ್ವಾಸ ಬೆಳೆದು ಒಬ್ಬರನ್ನೊಬ್ಬರು ಮೆಚ್ಚಿ ಲಗ್ನ ಮಾಡಿಕೊಂಡರಂತೆ.

ಹಡೆದ ತಾಯಿಯಾಗಿದ್ರೆ ಲಗ್ನಕ್ಕೆ ಕರೆಯುತ್ತಿದ್ದನೇನೋ ಸಂಕ್ರಾ—ತನಗೊಂದು ಮಾತೂ ಹೇಳಲಿಲ್ಲ. ನಿಮ್ಮ ಸಂಕ್ರ ಬ್ಯಾರೆ ಕುಲದ ಹುಡಗೀನ ಲಗ್ನ ಮಾಡಕೊಂಬಿಟ್ಟನ್ನೆ ಎಂದು ಅವರಿವರು ಹೇಳಿದ ಸುದ್ದಿ ಸುಳ್ಳೋ ದಿಟವೋ ನೋಡಿಬಿಡಬೇಕು ಅಂತ, ದೇವಲ್ಯನನ್ನು ಸಂಗಡ ಕರೆದುಕೊಂಡು ಹರಿಹರದ ಬಸ್ಸು ಹತ್ತಿದ್ದಳು. ಹಗಲೆಲ್ಲಾ ಹುಡು ಕಾಡಿ ಸಂಜೆ ಹೊತ್ತಿಗೆ ಮನೆ ಪತ್ತೆ ಹಚ್ಚಿ ಬಾಗಿಲು ತಟ್ಟಿದಾಗ, ಹೊಳಪುಗಣ್ಣಿನ ಸೌಮ್ಯ ಮೊಗದ ಸರಳ ಉಡುಪಿನ ತರುಣಿ ಬಾಗಿಲು ತೆರೆದಿದ್ದಳು.

"ಇದು ಸಂಕ್ರನ ಮನೆ ಏನವ್ವಾ?" ಎಂದು ಕೇಳಿದಾಗ 'ಹೌದು' ಎಂಬ ಉತ್ತರ ಬಂದಿತ್ತು.

"ನಾನು ಅವನ ತಾಯಿ–ಸಾಕಿ, ಈತ ದೇವಲ್ಯಾ ಅಂತ ಸಂಕ್ರನ ತಮ್ಮ" ಪರಿಚಯಿಸಿ ಕೊಂಡಿದ್ದಳು.

"ಓ ಹೌದಾ! ಬನ್ನಿ ಬನ್ನಿ ಅತ್ತೆ ಒಳಗಡೆ. ನಾನು ನಿಮ್ಮ ಸೊಸೆ ಸೀತಾ ಅಂತ!" ಸೀತಾ ಪ್ರೀತ್ಯಾದರದಿಂದ ಅತ್ತೆ ಮೈದನರನ್ನು ಒಳಗಡೆ ಸ್ವಾಗತಿಸಿ, ಸಂಭ್ರಮದಿಂದ ತಿಂಡಿ–ಕಾಫಿ ಇತ್ತು ಉಪಚರಿಸಿದ್ದಳು. "ನಿಮ್ಮ ಮಗ ತರಕಾರಿ ತರೋಕೆ ಮಾರ್ಕೆಟಿಗೆ ಹೋಗಿದ್ದಾರೆ. ಇನ್ನೊಂದು ಸ್ವಲ್ಪ ಹೊತ್ತಿಗೆಲ್ಲ ಬಂದು ಬಿಡ್ತಾರೆ" ಎಂದು ಮಾತಿಗಾರಂಭಿಸಿದಳು. ಮಳೆ ಬೆಳೆ ಹಳ್ಳಿಯ ಜೀವನ ಕುರಿತು ಪ್ರಶ್ನೆ ಕೇಳಿದ್ದಳು.

ತನ್ನ ಗಂಡನ ಮನೆಯ ಪೂರ್ವೋತ್ತರಗಳನ್ನೆಲ್ಲ ತಿಳಿದುಕೊಳ್ಳುವ ಹಂಬಲ ವ್ಯಕ್ತ ಪಡಿಸಿದಾಗ, ಸಾಕೀಬಾಯಿ ಶಂಕರನ ತಂದೆ–ತಾಯಿಗಳ ಬಗ್ಗೆ, ಕೆಲವೇ ವರ್ಷಗಳ ಹಿಂದೆ ತೀರಿಹೋದ ತನ್ನ ಅತ್ತೆಮಾವಂದಿರ ಬಗ್ಗೆ ಸಾಕಷ್ಟು ವಿವರಿಸಿ ಹೇಳಿದ್ದಳು.

ಎಲ್ಲವನ್ನು ಚಿತ್ತವಿಟ್ಟು ಕೇಳಿದ ಸೀತಾ—"ಅತ್ತೆ, ನೀವು ದೇವಲ್ಯನಿಗೆ ತಾಯಿ ಅಂದ್ರೆ ನಂಬೋಕೇ ಆಗೋಲ್ಲಾ... ಈಗ ನಿಮ್ಮ ವಯಸ್ಸೆಷ್ಟು?" ಎಂದು ಕೇಳಿದ್ದಳು.

ಸಾಕೀಬಾಯಿ ನಗುತ್ತ "ಅದೆಷ್ಟ್ ಐತೋ ಬಿಡವ್ವ, ಮುಂದ್ಲವರ್ಸ ದೇವಲ್ಯನ ಲಗ್ನ ಮಾಡ್ತೀನಿ. ಸೊಸೆ ಬರ್ತಾಳೆ. ಅಂದರೆ ನಾನು ಮುದುಕಿಯಾದಂಗೇ ಲೆಕ್ಕ ಅಲ್ವಾ?" ಎಂದು ಪ್ರಶ್ನಿಸಿದ್ದಳು.

"ಹಳ್ಳಿಗಳಲ್ಲಿ ಹಾಗೆ ವಿಚಾರ ಮಾಡ್ತಾರೆ ಅಂತ ಕಾಣಿಸುತ್ತೆ. ಆದ್ರೆ ಹಾಗೆ ತಿಳಿಯೋದು ತಪ್ಪಾಗುತ್ತೆ ಅತ್ತೆ. ನೀವು ಮದುವೆಯಾದಾಗ '೧೫-೧೬ ವರ್ಷದವಳಿದ್ದೆ' ಅಂದ್ರಿ, ಆಮೇಲೆ ಒಂದು ವರ್ಷಕ್ಕೆಲ್ಲ ದೇವಲ್ಯ ಹುಟ್ಟಿದ ಎಂದಿರಿ. 'ಈಗ ಇವನಿಗೆ ೧೬ ವರುಷ ಇರಬಹುದು. ಅಂದ್ರೆ ನಿಮ್ಮ ವಯಸ್ಸು ಎಷ್ಟು ಗೊತ್ತಾ? ಕೇವಲ ಮೂವತ್ತೊಂದೋ ಮೂವತ್ತೆರಡೋ ಇರುತ್ತೆ ಅಷ್ಟೆ. ಈ ವಯಸ್ಸಿಗೆ ಎಷ್ಟೋ ಜನ ಹುಡುಗಿಯರಿಗೆ ಇನ್ನು ಮದುವೆ ಸಹ ಆಗಿರೋಲ್ಲ!"

ಅತ್ತೆ ಕಪ್ಪಗಿನ ಒತ್ತಾದ ಕೂದಲು, ಮುತ್ತಿನಂತೆ ಹೊಳೆಯುವ ದಂತಪಂಕ್ತಿ, ಎತ್ತರದ ನಿಲುವು, ಆಕರ್ಷಕವಾದ ಮೈಕಟ್ಟು ಎಲ್ಲವನ್ನೂ ಗಮನಿಸಿದ ಸೀತಾ, ಆಕೆಯ ದೇಹ ಸಂಪತ್ತಿನ ಬಗ್ಗೆ ಅಭಿಮಾನ ತಳೆದಳು.

ಇಷ್ಟು ಚಿಕ್ಕ ವಯಸ್ಸಿಗೆ ಅತ್ತೆ ಈ ರೀತಿ ವಿಧವೆಯಾಗಬಾರದಿತ್ತು ಎಂದುಕೊಂಡಳು. ತನ್ನ ಗಂಡ ಆಗಾಗ ಹೇಳುವ 'ಮುನಿಯ' ಎಂಬ ವ್ಯಕ್ತಿಯ ಬಗ್ಗೆ ಪ್ರಸ್ತಾಪ ಮಾಡಬೇಕೆಂದು ಕೊಂಡಳಾದರೂ, ಮೈದುನನ ಎದುರಿಗೇ ಆ ಮಾತು ಸಲ್ಲ ಎಂದು ಸುಮ್ಮನಾದಳು.

"ಅತ್ತೆ, ನಾನು ನಿಮ್ಮ ಹಳ್ಳಿಗೆ ಒಮ್ಮೆ ಬರಲಾ? ಅಲ್ಲಿಗೆ ಬರಬೇಕು ಅಂತ ನನಗೆ ತುಂಬ ಆಸೆ ಇದೆ" ಎಂದು ಕೇಳಿದ್ದಳು.

"ಅಯ್ಯೋ ನನ್ನವ್ವಾ, ನಿನ್ಮನೆ ಅದು. ನಿನಗೆ ಬೇಕಾದಾಗ ಬಂದು ಹೋಗು. ಈವತ್ತೇ ನಡಿ. ನನ್ನ ಜೋಡಿ ಕರಕೊಂಡ್ಹೋಗ್ತೀನಿ" ಎಂದು ಸಾಕೀಬಾಯಿ ಮನತುಂಬಿ ಆಹ್ವಾನಿ ಸುತ್ತಿರುವಂತೆಯೇ ತರಕಾರಿಯ ಕೈಚೀಲ ಹಿಡಿದ ಶಂಕರ ಒಳಗಡೆ ಬಂದ.

ಚಿಕ್ಕಮ್ಮನನ್ನು ಕಂಡೊಡನೆ ಕಿಡಿಕಿಡಿಯಾದ. "ನಮ್ಮಪ್ಪ ಸತ್ತುಹೋದಾಗ್ಲೇ ನನ್ನ ಚಿಕ್ಕಮ್ಮನೂ ಸತ್ತು ಹೋದ್ಲು ಅಂತ ನಾನು ಭಾವಿಸಿಕೊಂಡಿದ್ದೀನಿ. ಮೊದಲು ಇವಳನ್ನ ಮನೆಯಿಂದ ಆಚೆಗೆ ಕಳ್ಸು ಸೀತಾ. ಹೀಗೆಲ್ಲಾ ನೀನು ಕರೆದು ಜಾಗ ಕೊಟ್ರೆ ನಾಳೆ ತನ್ನ ಮಿಂಡಗಾರನ್ನೇ ಕರಕೊಂಡ್ ಬರ್ತಾಳೆ ನೋಡ್ತಿರು... ಹಳ್ಳಿಯಲ್ಲಂತು ನಮ್ಮ ಮಾನಾನೆಲ್ಲ ಕಾಸಿಗೆ ಕಿಲೊ ಹರಾಜು ಹಾಕ್ಬಿಟ್ಟಿದ್ದಾಳೆ. ಮತ್ತೆ ಇಲ್ಲೂ ಬಂದು ಕೂತ್ಬಿಟ್ಟಿದ್ದಾಳೆ—ನಾಚಿಕೆ ಇಲ್ದೆ!" ಅಂತ ಒಳಕೋಣೆಯಿಂದ ಕೂಗಾಡಿದಾಗ ಸಾಕೀಬಾಯಿ ಚಟ್ಟನೆ ಮೇಲೆದ್ದು ಹೊರ ನಡೆದಿದ್ದಳು.

ಓರೆ ಕೆಂಪಾಗಿಸಿಕೊಂಡ ದೇವಲ್ಯಾ ಸಹ ಎದ್ದು ತಾಯಿಯನ್ನು ಹಿಂಬಾಲಿಸಿ ಹೊರಟಾಗ ಶಂಕರ ಬಂದು, "ನಿಲ್ಲ ದೇವಲ್ಯ, ನಿನ್ಮೇಲೆ ನನಗೇನೂ ಸಿಟ್ಟಿಲ್ಲ. ಇನ್ನೊಂದು ನಾಲ್ಕು ದಿನ ಇದ್ದು ಹೋಗುವಂತೆ" ಎಂದು ತಮ್ಮನನ್ನು ನಿಲ್ಲಿಸಿಕೊಂಡಿದ್ದ.

ಒಂದು ವಾರದ ನಂತರ ಮನೆಗೆ ಮರಳಿ ಬಂದ ದೇವಲ್ಯ ತಾಯಿಯ ಪರಮ ಶತ್ರುವಾಗಿ ಪರಿವರ್ತಿತನಾಗಿದ್ದ. ಸರಿಯಾಗಿ ಮೀಸೆ ಮೂಡುವುದಕ್ಕು ಪುರಸೊತ್ತು ಕೊಡದೆ ಪಕ್ಕದ ಹಳ್ಳಿಯ ಪೀರಿಯನ್ನು ಮೆಚ್ಚಿ ಲಗ್ನ ಮಾಡಿಕೊಂಡ. ಗಂಡನಿಗೆ ತಕ್ಕ ಹೆಂಡತಿ ಯಾಗಿದ್ದ ಹುಡುಗಿ ಬುದ್ಧಿಯ ಪೀರಿ ಅತ್ತೆಯನ್ನು ಕಾಡುವುದರಲ್ಲೆ ಅದೊಂದು ವಿಧದ ಆನಂದವನ್ನು ಅನುಭವಿಸುತ್ತಿದ್ದಳು.

ಹೊಲದ ಬದುವಿನ ಮೇಲೋ, ಗುಡ್ಡದ ತುದಿಯಲ್ಲೋ ಮುನಿಯನೊಟ್ಟಿಗೆ ಕುಳಿತು ಕಣ್ಣೀರಿಡುತ್ತ ತನ್ನ ಈ ಎಲ್ಲಾ ಸಮಸ್ಯೆಗಳನ್ನು ಬಿಚ್ಚಿಡುತ್ತಿದ್ದಳು ಸಾಕೀಬಾಯಿ.

ಆತ ತನ್ನ ವಲ್ಲಿಯ ಚುಂಗಿನಿಂದ ಅವಳ ಕಣ್ಣೀರನ್ನು ತೊಡೆಯುತ್ತ ವೀರೋಚಿತ ಪರಿಹಾರ ಸೂಚಿಸಿದ್ದ: "ಇನ್ನೆಷ್ಟು ದಿನ ಅಂತ ಈ ಗೋಳು ಅನುಭವಿಸೋದು ಸಾಕಿ? ಈ ಜನ ನಮ್ಮನ್ನ ಬದುಕಾಕೆ ಬಿಡೋದಿಲ್ಲ. ನಾವಿಬ್ರು ಇನ್ನು ಗಟ್‌ಮುಟ್ಟಾಗಿದೀವಿ, ಎಲ್ಲಾರ ದುಡಿದುಣ್ಣಾನಂತೆ ನಡಿ ದೂರ ಹೋಗಿಬಿಡಾನ!"

ಸಾಕಿ ತಲೆ ಕೊಡುವುತ್ತಿದ್ದಳು. "ಹೆಂಗ್ ಹೋಗೋದು ಮುನಿಯಾ? ನಿನ್ನ ಹೆಂಡ್ತಿ ನೋಡಿದ್ರೆ ರೋಗಿಷ್ಟೆ, ಈಗ್ಲೋ ಇನ್ನೊಂದ್ ಗಳಿಗೆಗೋ ಸಾಯೋ ಹಂಗಾಗಿದಾಳೆ. ನಿನ್ನ ಮಗಳ ಮದುವೆಯಾಗಿಲ್ಲ. ನಿನ್ನ ದುಡಿಮೆಯಾಗೇ ಅವರ ಹೊಟ್ಟೆ ತುಂಬಬೇಕು. ಅಂಥಾದ್ರಾಗ ಅವರನ್ನೆಲ್ಲಾ ನಡು ನೀರಾಗ ಕೈಬಿಟ್ಟು ಓಡಿಹ್ವಾದೇವಂದ್ರೆ ಸಿವನಾರ ಮೆಚ್ತಾನಾ? ನಿನ್ನ ಹೆಂಡ್ತಿ ಮಕ್ಕಳ ಸಾಪಳಿಕೆ ನಮಿಬ್ರಿನ್ನ ಸುಟ್ಟುಹಾಕಕಿಲ್ವಾ?"

ಅವಳ ಮಾತಿಗೆ ಎದುರಾಡಲಾಗದೆ ಮುನಿಯ ಮೌನ ವಹಿಸುತ್ತಿದ್ದ. ಅವಳ ಕಣ್ಣೀರನ್ನು ತೊಡೆದು ಅದೇ ವಸ್ತ್ರದಿಂದ ತನ್ನ ಕಣ್ಣೀರನ್ನು ಒರಸಿಕೊಳ್ಳುತ್ತ ಅಲ್ಲಿಂದ ಎದ್ದು ಹೊರಡು ತ್ತಿದ್ದ... ಚಿಂತೆಯ ವಜ್ಜೆ ತಾಳಲಾರನೆಂಬಂತೆ ಸಾಕೀಬಾಯಿಯ ತಲೆ ಹುಲ್ಲಿನ ಹೊರಗೆ ಒರಗಿತ್ತು. ಇದುವರೆಗಿನ ತನ್ನ ಬದುಕಿನಲ್ಲಿ ತಾನು ಪಟ್ಟ ಸುಖವೆಷ್ಟು ದುಃಖವೆಷ್ಟು? ಆಕೆ ಲೆಕ್ಕ ಹಾಕಲು ಯತ್ನಿಸಿದಳು...

ಸುಮಾರು ೧೭ ವರುಷಗಳಷ್ಟು ಹಿಂದೆ ನಡುವಯಸ್ಸಿನ ಸೇವ್ಯಾ ತನ್ನ ಕೈ ಹಿಡಿದಾಗ ತಾನು ಹದಿವಯಸ್ಸಿನ ಎಳೆಯ ಹುಡುಗಿ. ಆತ ಬದುಕಿದ್ದ ಐದಾರು ವರುಷಗಳ ಅವಧಿ ಯಲ್ಲಿ ತನಗೆ ಆತನಿಂದ ಲಭ್ಯವಾದುದೆಂದರೆ ಒಂದು ಗಂಡುಮಗು ಮಾತ್ರ. ಪ್ರೀತಿ-ಪ್ರೇಮ, ಅನುರಾಗ ಅನ್ನುವಂತಹ ಯಾವುದೊಂದೂ ಅನುಭವವಿಲ್ಲದ ತಣ್ಣಗಿನ ದಾಂಪತ್ಯ ತಮ್ಮದು. ಆಗಾಗ ಅವನು ತನ್ನ ದೇಹದ ಮೇಲೆ ದಾಳಿ ಇಕ್ಕಿದಾಗ ಅಸಹನೀಯವಾದ ಆ ಕ್ಷಣಗಳನ್ನು ಅವಡುಗಚ್ಚಿ ಸಹಿಸಿಕೊಳ್ಳದ ಹೊರತು ಗತ್ಯಂತರವಿರಲಿಲ್ಲ.

ಮನೆಗೆಲಸ ಮಾಡಲು, ಅತ್ತೆ–ಮಾವಂದಿರ ಸೇವೆ ಮಾಡಲು, ತೀರಿಕೊಂಡವಳ ಮಗನನ್ನು ಜೋಪಾನಮಾಡಲೆಂದೇ ಅವರು ತನ್ನನ್ನು ಸೊಸೆಯಾಗಿ ತಂದುಕೊಂಡಿದ್ದು ಸ್ಪಷ್ಟವಾಗಿತ್ತು. ಸವತಿಯ ಒಂಬತ್ತು ವರುಷದ ಮಗನೊಡನೆ ತನ್ನದೊಂದು ಮಗುವನ್ನು ಜೋಪಾನ ಮಾಡುವ ಬದಲಾವಣೆಯೊಂದರ ಹೊರತು ಬದುಕಿನಲ್ಲಿ ಬೇರಾವ ಹೊಸ ತನವನ್ನೂ ತಾನು ಕಂಡವಳಲ್ಲ. ಅದೇ ನಿರಸವಾದ ಯಾಂತ್ರಿಕ ದಿನಚರಿ.

ಗಂಡ ಗಂಟಲು ಬೇನೆಯಿಂದ ನರಳಿ ತೀರಿಕೊಂಡ ಸಮಯದಲ್ಲಿ ತನಗೆ ಇಪ್ಪತ್ತರ ಹರೆಯ. ವರ್ಷ ಒಪ್ಪತ್ತು ಒಂಟಿಯಾಗಿ ದಿನ ನೂಕಿದ ನಂತರ ತನ್ನ ತಂದೆ–ತಾಯಿಗಳು ಯೋಗ್ಯ ವರನೊಂದಿಗೆ ಕೂಡಿಕೆ ಮಾಡಿಕೊಡುವ ಪ್ರಸ್ತಾಪವೆತ್ತಿದ್ದರು.

ಆದರೆ ತನ್ನ ಬದುಕಿನಲ್ಲಿ ಅಕಸ್ಮಾತ್ತಾಗಿ ಪ್ರವೇಶಿಸಿ, ಪ್ರೀತಿ ಪ್ರೇಮ ಒಲವಿನ ಪರಿಚಯ ಮಾಡಿಕೊಟ್ಟಿದ್ದ ಅಂಗಡಿ ಮುನಿಯನನ್ನು ಬಿಟ್ಟು ತಾನು ದೂರ ಹೋಗಲಾರದವಳಾಗಿದ್ದಳು.

ಹೆಂಡತಿ ಮಕ್ಕಳುಳ್ಳ ಆತನೊಡನೆ ತನ್ನ ಕೂಡಿಕೆ ಅಸಾಧ್ಯದ ಮಾತಾಗಿತ್ತಾದರೂ, ಆತನ ಮಾತು–ಮುಖ ದರ್ಶನ–ಇನ್ನಿಷ್ಟೇ ತನ್ನ ಪಾಲಿಗೆ ಆಪ್ಯಾಮಾನವಾದವು. ಆತನ ತನ್ನ ಕಣ್ಣೆದುರು ಇದ್ದರೆ ಸಾಕು, ಇಡೀ ಜೀವಮಾನವನ್ನು ಲವಲವಿಕೆಯಿಂದ ಕಳೆದುಬಿಡಬಲ್ಲೆ ಎನ್ನಿಸಿತು! ಅಂತಲೇ ತಂದೆ–ತಾಯಿಗಳ ವಿಚಾರವನ್ನು ನಯವಾಗಿ ತಳ್ಳಿಹಾಕಿ, ಅತ್ತೆ–ಮಾವಂದಿರ ಚಾಕರಿ ಮಾಡುತ್ತ ಅಲ್ಲಿಯೇ ಖಾಯಂ ಆಗಿ ಉಳಿದಳು...

"ಅತ್ತೇ..." ಮೃದು ಮಧುರವಾದ ದನಿ ಕೇಳಿಬಂದಾಗ, ಸಾಕೀಬಾಯಿ ಕನಸಿನ ಲೋಕದಿಂದ ಈಚೆ ಬಂದವಳಂತೆ ತಲೆ ಎತ್ತಿನೋಡಿದಳು—ತನ್ನ ಮೆಚ್ಚಿನ ಸೊಸೆ ಸೀತಾ ಬಂದು ಎದುರಿಗೆ ನಿಂತಿದ್ದಾಳೆ! ಜೊತೆಗೆ ಕೈಯಲ್ಲಿ ಚೀಲವೊಂದನ್ನು ಹಿಡಿದು ನಿಂತ ಮುನಿಯ!

ಸಾಕೀಬಾಯಿಯ ಗಂಟಲಿನಿಂದ ಒಂದಕ್ಷರವೂ ಹೊರಡದಾಯಿತು. ಸೀತಾ ಅತ್ತೆಯೆದುರಿಗೆ ಮಂಡಿಯೂರಿ ಕುಳಿತು ಮೆಲುದನಿಯಲ್ಲಿ ನುಡಿದಳು:

"ಅತ್ತೆ, ನನಗೆಲ್ಲಾ ವಿಚಾರವೂ ಗೊತ್ತಾಯ್ತು... ನಿಮ್ಮದೇನೂ ತಪ್ಪಿಲ್ಲ. ಆದ್ರೂ ನಿಮಗೆ ಶಿಕ್ಷೆ ಮಾತ್ರ ತಪ್ಪಿದ್ದಲ್ಲ. ಅದಕ್ಕೋಸ್ಕರ ನೀವು ಮುನಿಯ ಮಾವ ಇಬ್ರು ಎಲ್ಲಿಗಾದ್ರೂ ದೂರ ಹೋಗಿಬಿಡಿ."

ಸಾಕೀಬಾಯಿಗೆ ಏನೊಂದು ಅರ್ಥವಾಗದೆ ಪಿಳಿ ಪಿಳಿ ಕಣ್ಣುಬಿಟ್ಟು ಸೊಸೆಯನ್ನೇ ದಿಟ್ಟಿಸಿದಳು.

"ಅತ್ತೆ, ನನ್ಮಾತು ಕೇಳಿ. ನೀವು ನಿಧಾನ ಮಾಡಿದಷ್ಟು ಅಪಾಯ ಹೆಚ್ಚು. ದೇವಲ್ಯಾ ನೆನ್ನೆ ನಮ್ಮಲ್ಲಿಗೆ ಬಂದಿದ್ದ. ಆಗಿನಿಂದ ಅಣ್ಣ–ತಮ್ಮ ಕೂಡಿ ಏನೇನೋ ಮಸಲತ್ತು ನಡೆಸ್ತಾ

ಇದ್ದಾರೆ. ನಿಮ್ಮಿಬ್ಬರ ಮೇಲೆ ವಿಷಕಾರ್ತಾ ಇದ್ದಾರೆ! ಹಳ್ಳಿಗೆ ಅವರಿಬ್ರೇ ಬರುವವರಿದ್ರು. ನಾನು ಹಟ ಮಾಡಿ ಅವರ ಜೊತೆ ಬಂದಿದ್ದೀನಿ."

ಸಾಕೀಬಾಯಿ ತಲೆ ಎತ್ತಿ ಮುನಿಯನ ಮುಖ ನೋಡಿದಳು.

"ಏಳು ಸಾಕಿ, ನಿನ್ನ ಸೊಸೆ ನಮ್ಮ ಜೀವ ಉಳಿಸೋ ದೇವ್ತಿಯಾಗಿ ಬಂದವಳೆ. ಹೊಂಟೋಗಿಬಿಡಾನ ಬಾ, ಈ ತಾಯಿಯ ಹೆಸರು ಹೇಳ್ಕೊಂಡು ಎಲ್ಲಾದ್ರು ನಾಲ್ಕು ಕಾಲ ಬದುಕ್ಕೊಳ್ಳಾನ...! ಮುನಿಯ ಸಾಕಿಗೆ ಆದೇಶ ನೀಡಿದಾಗ ಆಕೆ ಎದ್ದು ನಿಂತಳು. ಸೀತಾಳ ಕೈಗಳನ್ನು ತನ್ನ ಕಣ್ಣಿಗೆ ಒತ್ತಿಕೊಳ್ಳುತ್ತ ಹೇಳಿದಳು—"ಈತ ಬರೋದು ಬ್ಯಾಡ ಸೀತವ್ವ, ನಾನೊಬ್ಳೆ ದೂರ ಹೊಂಟೋಗ್ತೀನಿ. ಯಾಕಂದ್ರೆ ಈತನ ಹೆಂಡ್ರಿ ತೀರಿಕೊಂಡ್ಲು. ಪ್ರಾಯದ ಮಗಳು ಒಬ್ಬಾಕೆನೇ ಮನೆಯಾಗಿದ್ದಾಳೆ. ಈತ ಇಲ್ಲದಿದ್ರೆ ಆಕೆ ಬೀದಿಪಾಲು–ಹಾದಿ ಪಾಲಾಗಿಬಿಡ್ತಾಳೆ..." ಆದರೆ ಸೀತಾ ಮುನಿಯ ಮಾವನ ಮಗಳ ಜವಾಬ್ದಾರಿಯನ್ನು ತಾನು ಹೊರವೆನೆಂದು ವಚನವಿತ್ತಾಗ ಸಾಕೀಬಾಯಿಗೆ ಮುಂದಡಿ ಇಡಲು ಯಾವ ಆತಂಕವೂ ಉಳಿದಿರಲಿಲ್ಲ. ಸೀತಾ ಅವಳ ಕೈಗೆ ನೂರರ ಒಂದು ನೋಟನ್ನಿತ್ತು "ನಿಮಗೇನಾದ್ರು ತೊಂದ್ರೆ–ತಾಪತ್ರಯ ಬಂದ್ರೆ ಈ ವಿಳಾಸಕ್ಕೆ ಕಾಗ್ದ ಬರೀರಿ" ಎಂದು ತನ್ನ ಕಛೇರಿಯ ವಿಳಾಸವನ್ನು ಕೊಟ್ಟು, ಅಲ್ಲಿಂದ ಬೀಳ್ಕೊಟ್ಟಳು.

ಹೊಲದ ಬದುವಿನ ಮೇಲೆ ನಿಂತು, ಅವರು ಹೋಗುವುದನ್ನೇ ನೋಡುತ್ತಾ ನಿಂತ ಸೀತಾ 'ಸದ್ಯ, ಅವರಿನ್ನು ಪಾರಾದರು!' ಎಂದು ಸಮಾಧಾನ ಪಟ್ಟಳು. ತಮ್ಮ ಪಾಲಿನ ದೇವತೆಗೆ ಮತ್ತೆ ಮತ್ತೆ ಕೃತಜ್ಞತೆಯಿಂದ ಕೈಯಾಡಿಸಿದ ಪ್ರೇಮಿಗಳು ಸ್ವಲ್ಪ ಹೊತ್ತಿನಲ್ಲಿಯೇ ತಗ್ಗು ಪ್ರದೇಶದಲ್ಲಿ ಮರೆಯಾದಾಗ, ಸೀತಾ ಸಮಾಧಾನದ ನಿಟ್ಟುಸಿರಿಡುತ್ತ ಮನೆಗೆ ಹಿಂದಿರುಗಿದಳು.

"ಗಂಡಸರಿಬ್ರು ಎಲ್ಲಿ ಸೀತಕ್ಕ? ನೀನೊಬ್ಳೇ ಬಂದ್ಯಲ್ಲಾ!" ಎಂದು ಪೀರಿ ಪ್ರಶ್ನಿಸಿದಾಗ ಸೀತಾಳ ಎದೆ ಧಸ್ಸೆಂದಿತು. "ಅವರು ನನಗೆಲ್ಲೂ ಕಾಣಿಸಲಿಲ್ಲವಲ್ಲ! ನಾನೊಬ್ಳೆ ಅಷ್ಟುದೂರ ಹೋಗಿ ತಿರುಗಾಡಿಕೊಂಡು ಬಂದೆ..." "ಹಂಗಾದ್ರೆ ಇಲ್ಲೇ ಚಾವಡಿ ಕಟ್ಟೆಮ್ಯಾಲೆ ಕುಂತಿರ ಬೇಕು ಬಿಡು ಮಾತಾಡ್ಕೊಂತ. ನಾವಿಬ್ರು ಉಂಡುಬಿಡಾನ ಬಾ" ಎಂದು ಕರೆದಳು ಪೀರಿ.

"ಇನ್ನೂ ಏಳು ಗಂಟೆಕೂಡ ಆಗಿಲ್ಲ. ಅವರಿಬ್ರು ಬರಲಿ ಒಟ್ಟಿಗೆ ಊಟ ಮಾಡೋಣ" ಎಂದು ಸೀತಾ ಹೇಳಿದಾಗ "ಉಣ್ಣಾಕ್ ನಮ್ಮನ್ನ ಕಾಯಿಬ್ಯಾಡ್ರಿ ಅಂತ ಹೇಳಿದಾರೆ ಕಣ್ ಬಾರಕ್ಕ. ಅತ್ತಾಗ ಉಂಡು ಮಕ್ಕೊಳಾನ. ಕತ್ಲಾದಮ್ಯಾಲೆ ಕುಂತು ಮಾಡೋದೇನೈತಿ?"

'ಕತ್ತಲಾಗುವುದೇ ಉಂಡು ಮಲಗುವುದಕ್ಕಾಗಿ' ಎಂಬಂತೆ ಪೀರಿ ಒತ್ತಾಯಿಸಿದಾಗ, ಸೀತಾ ಊಟದ ಶಾಸ್ತ್ರ ಮುಗಿಸಿ ಚಾಪೆಯ ಮೇಲೆ ಮೈಚೆಲ್ಲಿದಳು. ಕ್ಷಣಕ್ಷಣಕ್ಕು ಅವಳ ಆತಂಕ ಹೆಚ್ಚುತ್ತಿತ್ತು. ಗಂಡ ಮೈದುನರಿಗೆ ತನ್ನ ಯೋಜನೆಯೆಲ್ಲಾ ತಿಳಿದು ಹೋಯಿತೇ ಹೇಗೆ...? ಎಷ್ಟೋ ಹೊತ್ತಿನವರೆಗೆ ಅವಳು ನಿದ್ದೆ ಬಾರದೆ ಹೊರಳಾಡುತ್ತಿರುವಾಗ "ಪೀರಿ,

ಚಾಪೆ ತತ್ತಾರೆ ಇಲ್ಲಿ ನಾನು ಅಣ್ಣ ಪಡಸಾಲೆಯಾಗೇ ಮಕ್ಕೊಂತೀವಿ" ಎಂದು ದೇವಲ್ಯಾ ಕೂಗಿದ್ದು ಕೇಳಿಸಿತು.

ಪೀರಿ ಎದ್ದು ಬಾಗಿಲು ತೆರೆದು ಗಂಡನಿಗೆ ಚಾಪೆ–ದಿಂಬು ಕೊಟ್ಟಳು.

"ನೀವಿಬ್ರು ಎಲ್ಲಿಗ್ ಹೋಗಿದ್ರಿ ಇಷ್ಟೊತ್ತು? ಆಗ್ಲೆ ಒಂದು ಗಂಟೆಯಾಗ್ತಾ ಬಂತು" ಸೀತಾ ವಾಚು ನೋಡಿಕೊಳ್ಳುತ್ತ ಗಂಡನನ್ನು ವಿಚಾರಿಸಿದಳು.

"ಇಲ್ಲೇ ಚಾವಡಿ ಕಟ್ಟೆ ಮೇಲೆ ಕೂತಿದ್ವಿ, ಆಮೇಲೆ ನಿಂಗಪ್ಪ ಮಾವನ ಮನೆಯಲ್ಲಿ ಊಟ ಮಾಡಿದ್ವಿ, ಮಾತ್ನಲ್ಲಿ ಟೈಂ ಹೋಗಿದ್ದೇ ಗೊತ್ತಾಗಲಿಲ್ಲ." ಆತ ಸಹಜವಾಗಿ ಉತ್ತರಿಸಿ ಚಾಪೆಯ ಮೇಲೆ ಅಡ್ಡಾದ. ಸೀತಾ ಸಮಾಧಾನ ಚಿತ್ತದಿಂದ ನಿದ್ದೆ ಹೋದಳು.

ಬೆಳಕು ಹರಿದು ತಾಸ್ಹೊತ್ತಾಗಿರಬಹುದು—ಹೊರಗಡೆಯಿಂದ ಯಾರೋ 'ಪೀರಕ್ಕಾ, ಯಕ್ಕಾ' ಎಂದು ಒಂದೇ ಸಮನೆ ಕೂಗಿಕೊಂಡಾಗ ಸೀತೆಗೆ ಎಚ್ಚರವಾಯಿತು. ಆಕೆ ಎದ್ದು ಪೀರಿಯೊಡನೆ ಹೊರಬಾಗಿಲಿಗೆ ಬಂದಳು.

ಭೀತಿಯಿಂದ ತೇಕುತಿದ್ದ ಹುಡುಗರು ಒಂದೇ ಉಸುರಿಗೆ ಹೇಳಿದರು. "ನಿಮ್ಮ ಸಾಕಜ್ಜಿನೂ, ಅಂಗ್ಡಿ ಮುನಿಯಜ್ಜನೂ ಏರಿಮ್ಯಾಗಳ ಆಲ್ದಮರಕ್ಕೆ ನೇಣುಹಾಕ್ಕೊಂಬಿಟ್ಟವ್ರೆ!"

"ಯಾರೋ ಮುಂಚೆನೇ ಸಾಯಿಗೋನ್ನಿ ಕಡೀಗೆ ನೇಣು ಹಾಕವ್ರೆ ಕಣಕ್ಕಾ. ನೋಡಿದ್ರ ಪಸಂದಾಗಿ ಗೊತ್ತಾಗತೈತಿ!" ಎಂದು ಅವರಲ್ಲೊಬ್ಬ ಹೇಳಿದಾಗ, ಸೀತಾಳ ಕಣ್ಣು ಕಿಡಿಗಾರುತ್ತ ಯಾರನ್ನೋ ಅರಸತೊಡಗಿದವು.

ಅವಳು ರೋಷದಿಂದ ಮುಷ್ಟಿ ಬಿಗಿಯುತ್ತಿರುವಂತೆಯೇ ಗಂಡಂದಿರಿಬ್ಬರೂ ಆತುರಾತುರವಾಗಿ ಅಂಗಳ ದಾಟಿ ರಸ್ತೆಗಿಳಿದರು...

(೧೯೮೯)

*

೨೭. ದೃಷ್ಟಿ

ಬೊಳುವಾರು ಮಹಮದ್ ಕುಂಞಿ

ಅಂದುಕಾಕನ ಚಹದಂಗಡಿಯಲ್ಲಿ ಪೊಡಿಯಜ್ಜನವರ ಜತೆ ಲಾಟು ಹೊಡೆಯುತ್ತಿದ್ದ ಸೈಯ್ಯದ್, ಕಿಟಕಿಸಂದಿಯಲ್ಲಿ ಕಣ್ಣು ತೂರಿದವನು 'ಅದ್ಯಾರಪ್ಪ ಈ ಹೊತ್ನಲ್ಲಿ ನಮ್ಮೂರಿಗೆ ಬರುತ್ತಿರುವುದು?' ಎಂದು ಉದ್ಗರಿಸಿದಾಗ, ಚಹದ ಗ್ಲಾಸುಗಳನ್ನು ತೊಳೆದಿರಿಸುತ್ತಿದ್ದ ಅಂದುಕಾಕ ಕುಳಿತಲ್ಲಿಂದಲೇ ಹೊರಳಿ ಗುಡ್ಡದ ಇಳಿಜಾರಿನಲ್ಲಿ ಕಣ್ಣು ಇಳಿಸಿದ. ಮುಸ್ಸಂಜೆಯ ಬೆಳಕಿನಲ್ಲಿ ಹಸಿರು ಹುಲ್ಲಿನ ಇಳಿಜಾರು ಹೆಚ್ಚು ಕಮ್ಮಿ ನೀಲ ಬಣ್ಣಕ್ಕೆ ತಿರುಗಿತ್ತು.

ಭುಜದಲ್ಲೊಂದು ಭರ್ಜರಿಯಾದ ಚರ್ಮದ ಚೀಲವನ್ನು ತೂಗುಹಾಕಿ, ಬಲಗೈಯಲ್ಲಿ ಭಾರಿ ಸೂಟ್‌ಕೇಸನ್ನು ಎತ್ತಿಕೊಂಡು ತನ್ನ ಹೋಟೇಲಿನ ದಿಕ್ಕಗೇ ಹೆಜ್ಜೆಯೆತ್ತುತ್ತಿರುವ ಪ್ಯಾಂಟುಧಾರಿಯನ್ನು ಕಂಡಾಗ ತುಸು ಅನುಮಾನವುಂಟಾದರೂ ಅದನ್ನು ತೋರ ಬಯಸದ ಅಂದುಕಾಕ, "ಯಾರು ಬಂದರೂ ನನ್ನ ಹೋಟೆಲಿಗೆ ಬಂದೇ ತೀರಬೇಕು. ಬಂದಾಗ ಗೊತ್ತೇ ಆಗುತ್ತದೆ" ಎನ್ನುತ್ತಾ ನಿರುತ್ಸಾಹ ನಟಿಸಿದ.

ಬೆಂಚಿನ ಮೇಲೆ ಚಕ್ಕಳಮಕ್ಕಳ ಕುಳಿತು ಕಂಬಕ್ಕೊರಗಿದ್ದ ಪೊಡಿಯಜ್ಜನವರು ನಿಧಾನವಾಗಿ ಕಾಲು ಬಿಡಿಸಿಕೊಂಡು ನೆಲಕ್ಕಿಳಿದು ಊರುಗೋಲಿನ ಬಲದಿಂದ ಬೆನ್ನನ್ನು ನೆಟ್ಟಗೆ ನಿಲ್ಲಿಸಿ ಬಾಗಿಲ ಬಳಿಗೆ ನಡೆದವರು ತಮ್ಮ ದಪ್ಪಗಾಜಿನ ಕನ್ನಡಕದ ಮೂಲಕ ಗುಡ್ಡದ ಇಳಿಜಾರನ್ನೆಲ್ಲ ದೃಷ್ಟಿಯಲ್ಲೇ ಸವರಿದರು. ನಸುಗತ್ತಲಿನ ನಡುವೆ ಮಸುಕಾಗಿ ಚಲಿಸುತ್ತಿದ್ದ ಆಕೃತಿಯನ್ನು ತಮ್ಮ ನೆನಪುಗಳ ಜತೆ ಕೂಡಿಸಿ-ಕಳೆದು "ಅದು ಫಾರೆಸ್ಟಿನವರಲ್ವಾ?" ಎನ್ನುತ್ತಾ ಪಕ್ಕದಲ್ಲಿ ಬಂದು ನಿಂತಿದ್ದ ಸೈಯದ್‌ನನ್ನು ಅನುಕಂಪದಿಂದೆಂಬಂತೆ ನೋಡಿದರು.

ಸೈಯ್ಯದ್‌ನ ಎದೆಗೆ ಹುಲಿ ಹಾರಿದಂತಾಗಿ 'ಧಸಕ್' ಎಂದಿತು. ಅಪಾಯವನ್ನು ನಿರಾಕರಿಸುವ ಆಸೆಯಿಂದ ತಕ್ಷಣ ಸಾವರಿಸಿಕೊಂಡು ಬಾಗಿಲ ಮರೆಯಿಂದಲೇ ಬರುತ್ತಿರುವವರನ್ನು ಪರೀಕ್ಷಿಸುತ್ತಾ ತನಗೆ ತಾನೇ ಧೈರ್ಯ ಹೇಳುವವನಂತೆ, "ಫಾರೆಸ್ಟಿನವರಂತೆ! ಥ್ಥೆ! ಅಂಬಟೆಕಾಯಿ, ಎದುರು ನಿಂತವರ ಗುರ್ತ ಆಗಲೂ ನಿಮಗೆ ಕಾಲು ಗಂಟೆ ಬೇಕು. ಅಂಥಾದ್ರದಲ್ಲಿ ಫರ್ಲಾಂಗ್ ದೂರದಿಂದ ಎಂತ ಕಂಡೀತು ಮಣ್ಣಾಂಗಟ್ಟಿ?" ಎಂದು ಗೊಣಗಿದ. ಕಳೆದ ವಾರದಲ್ಲಷ್ಟೇ ಅಕ್ಕನ ಒತ್ತಾಯಕ್ಕೆ ಕಟ್ಟುಬಿದ್ದು ಹೊಳೆಬದಿಯ

ಕಾಡಿನಿಂದ ಆರು ತುಂಡು ಬಿದಿರು ಕಡಿದು ತಂದದ್ದು ಪೊಡಿಯಜ್ಜನವರಿಗೂ ತಿಳಿದು ಹೋಗಿದೆಯೆಂಬುದು ಸೈಯ್ಯದ್‌ನಿಗೂ ಗೊತ್ತು.

ಸೈಯ್ಯದ್ ಹೆದರಿದ್ದಾನೆ ಎಂಬುದನ್ನು ಖಾತರಿಪಡಿಸಿಕೊಂಡ ಪೊಡಿಯಜ್ಜನವರು, "ಹೂಂ...ಹೂಂ! ನಾಲಗೆ ಬಾರಿ ಉದ್ದ ಮಾಡುವುದು ಬೇಡ. ನನ್ನ ಪ್ರಾಯವಾದಾಗ ನಿನಗೆ ಹೆಂಡತಿ ಯಾರು, ತಾಯಿ ಯಾರು ಅಂತ ಕಾಣಲಿಕ್ಕಿಲ್ಲ" ಎಂದು ಮತ್ತಷ್ಟು ಚುಚ್ಚಿದರು.

"ಮತ್ತೆ ಸುರು ಮಾಡಿದ್ರಲ್ಲಾ ಬದರ್ ಯುದ್ಧ!? ಮಾಡಲು ಮುಕ್ಕಾಲಿನ ಕೆಲಸವಿಲ್ಲದಿದ್ರೆ ಹೀಗೇ ಆಗುವುದು. ಹೌದಾ ಸೈಯ್ಯದ್, ನಿನ್ನ ತಂದೆಯ ಪ್ರಾಯವಾಯ್ತು ಅವರಿಗೆ; ಹೀಗಾ ಮಾತಾಡುವುದು?" ಸೈಯ್ಯದ್‌ನನ್ನು ಅಂದುಕಾಕ ತರಾಟೆಗೆ ತೆಗೆದುಕೊಂಡ. ಅವನು ಯಾವಾಗಲೂ ಹಾಗೆಯೇ. ಜಗಳವೆಂದರೆ ಮಾರುದೂರ, ಆದ್ದರಿಂದಲೇ ಎಲ್ಲಿಂದಲೋ ಬಂದು ಮುತ್ತುಪ್ಪಾಡಿಯಲ್ಲಿ ಚಹದಂಗಡಿ ತೆರೆದಿದ್ದ ಅದ್ದು, ಎಲ್ಲರಿಗೂ ಪ್ರೀತಿಯ 'ಅಂದು ಕಾಕ' ಎನ್ನಿಸಿಕೊಂಡದ್ದು.

ಅಂದುಕಾಕ ಹೇಳಿದಂತೆ, ಮುತ್ತುಪ್ಪಾಡಿಗೆ ಹೊಸಬರು ಯಾರೇ ಬರಲಿ, ಆತನ ಚಹದಂಗಡಿಗೆ ಬಾರದೆ ಹೋಗುವುದಿಲ್ಲ. ಪೋಸ್ಟ್‌ಮೇನು ಕಾಗದ ಬಟವಾಡೆ ಮಾಡು ವುದೂ ಇದೇ ಹೋಟೆಲಿನಲ್ಲಿ. ರಾಜರಸ್ತೆಯ ಪಕ್ಕದಲ್ಲೇ ಇರುವ ಗುಡ್ಡದ ನೆತ್ತಿಯ ಮೇಲಿನ ಬೊಟ್ಟಿನಂತಿರುವ ಈ ಹೋಟೆಲು, ಟಾರು ರೋಡಿನಲ್ಲಿ ನಿಂತು ನೋಡಿದರೆ ಕಾಣಿಸಲಿಕ್ಕಿಲ್ಲ. ಡಾಮರು ರಸ್ತೆಗೆ ಲಂಬವಾಗಿರುವ ಕಣಿವೆಯಂತಹ ಕಾಲುಹಾದಿಯಲ್ಲಿ ನೂರು ಮಾರು ನಡೆದು ಬಲಕ್ಕೆ ತಿರುಗಿದರೆ, ಗುಡ್ಡದ ಇಳಿಜಾರಿನಲ್ಲಿರುವ ಎಂಟು ಸಾಲು ಜನತಾ ಮನೆ ಗಳಿಗೆ ಕಿರೀಟವಿಟ್ಟಂತೆ ಅಂದುಕಾಕನ ಹೋಟೆಲು ಕಾಣಿಸುತ್ತದೆ. ಪಂಚಾಯ್ತಿಯ ಪುಸ್ತಕ ದಲ್ಲಿ ಈ ಗುಡ್ಡವೂ ಮುತ್ತುಪ್ಪಾಡಿಗೆ ಸೇರಿದೆಯಾದರೂ, ನಿಜವಾದ ಊರು ಆರಂಭ ವಾಗುವುದು ಜುಮ್ಮಾ ಮಸೀದಿಯ ಕೆರೆಯ ಬಳಿಯಿಂದ. ರಾಜರಸ್ತೆಯಿಂದ ಜುಮ್ಮಾ ಮಸೀದಿಗೆ ಏನಿಲ್ಲವೆಂದರೂ ಅರ್ಧಮೈಲು ನಡೆಯಬೇಕಾದೀತು. ಫಾರೆಸ್ಟಿನವರು ಡಾಮರು ರಸ್ತೆಯ ಬದಿಗಳಲ್ಲಿ ನೆಟ್ಟಿರುವ ಸುಬಾಬುಲ್‌ಗಳು ಎಂದು ಕೂಡಾ ಸೊಂಟ ಮೇಲೆ ಬೆಳೆಯದ್ದರಿಂದ ಬಸ್ಸು ಕಾಯುವವರು ನೆರಳು ಕುಡಿಯಬೇಕಾದರೂ ಅಂದು ಕಾಕನ ಹೋಟೆಲಿಗೇ ಓಡಬೇಕು. ಎಂಟು ಜತೆ ಬೆಂಚುಗಳ ಆ ಪುಟ್ಟ ಹೋಟೆಲು ಮುತ್ತುಪ್ಪಾಡಿಯ ಎರಡನೆಯ ಪಂಚಾಯತು ಕಟ್ಟೆಯೆಂದರೂ ತಪ್ಪಾಗುವುದಿಲ್ಲ. ಊರೊಳಗಿನ ಚಿಕ್ಕಪುಟ್ಟ ರಗಳೆಗಳು–ಅವು ಜಮಾತ್ ಪ್ರಸೀಡೆಂಟರ ಯೋಗ್ಯತೆಗೆ ಕಿರಿ ದಾಗಿದ್ದರೆ–ಅಂಥವುಗಳನ್ನೆಲ್ಲ ಪೊಡಿಯಜ್ಜನವರ ಸಮ್ಮುಖದಲ್ಲಿ ಅಂದುಕಾಕನೇ ತೀರ್ಮಾನಿಸಿಬಿಡುತ್ತಿದ್ದ. ಅಂದುಕಾಕನ ಪ್ರಭಾವ ಅಂಥದ್ದು.

ನಲುವತ್ತಕ್ಕೆ ದಾಪುಗಾಲು ಹಾಕುತ್ತಿರುವ ಅಂದುಕಾಕ ಮನಸ್ಸು ಮಾಡಿರುತ್ತಿದ್ದರೆ, ಮುತ್ತುಪ್ಪಾಡಿಯ ಅಳಿಯನೆನ್ನಿಸಿಕೊಳ್ಳುತ್ತಿದ್ದದ್ದು ಚಹಕ್ಕೆ ನೀರು ಕುದಿಸಿದಷ್ಟೇ ಸುಲಭವಿತ್ತು. ಹಾಗೆ ಹೇಳುವುದಾದರೆ ಪೊಡಿಯಜ್ಜನವರ ಎರಡನೇ ಮಗಳನ್ನು ಅಂದುಕಾಕನಿಗೆ

ಕೊಡತ್ತಾರೆಂಬ ಪುಕಾರು ಎದ್ದದ್ದೂ ಉಂಟು. ಆದರೆ ಈ ಸುದ್ದಿ ಬಲಿಯುವ ಮೊದಲೇ ತಲೆ ಓಡಿಸಿದ ಅಂದುಕಾಕ ತಾನೇ ಮುತುವರ್ಜಿ ವಹಿಸಿ ಘಟ್ಟಕ್ಕೆ ಕೂಲಿಯಾಳುಗಳ ಕಂತ್ರಾಟು ಮಾಡುತ್ತಿದ್ದ ಇಸ್ಮಾಲಿಗೆ ಪೊಡಿಯಜ್ಜನವರ ಮಗಳನ್ನು ಗಂಟು ಹಾಕಿದ್ದ. ಆ ಬಳಿಕವಂತೂ ಪೊಡಿಯಜ್ಜನವರು ಹಗಲಿನ ಬಹುಭಾಗವನ್ನು ಅಂದುಕಾಕನ ಚಹ ದಂಗಡಿಯಲ್ಲೇ ಕಳೆಯತೊಡಗಿದ್ದರು. ಕಾಗೆ ಓಡಿಸುವದರಿಂದಾರಂಭಿಸಿ ಮಂಡದಲ್ಲಿ ಕೂತು ಕ್ಯಾಷ್ ತೆಗೆದುಕೊಳ್ಳುವವರೆಗೆ ಅವರು ಕೆಲಸ ವಹಿಸಿಕೊಳ್ಳುತ್ತಿದ್ದರು. ಹಿರಿಮಗಳ ಗಂಡ ಮಸ್ಕತ್‌ನಿಂದ ಪ್ರತಿ ತಿಂಗಳೂ ಡ್ರಾಫ್ಟು ಕಳಿಸುತ್ತಿದ್ದರಿಂದ ಎರಡು ಹೊತ್ತು ಮೀನುಸಾರಿನ ಊಟಕ್ಕೆ ತಾಪತ್ರಯವಿರಲಿಲ್ಲ.

ಅಂದುಕಾಕನ ಮಾತು ಎಂದೂ ಸುಳ್ಳಾದುದಿಲ್ಲ. ಹೋಟೆಲಿನೊಳಗೆ ಕಾಲಿಟ್ಟ ಆರಡಿ ಎತ್ತರದ ತೆಳ್ಳಗಿನ ಯುವಕ ಅತ್ತಿತ್ತ ಕಣ್ಣಾಡಿಸುತ್ತಾ ತನ್ನ ಹೊರೆಗಳನ್ನು ನೆಲದ ಮೇಲಿರಿಸಿ ಬೆಂಚಿನ ಮೇಲೆ ಕುಳಿತ. ಜೇಬಿನಿಂದ ಕರವಸ್ತ್ರ ತೆಗೆದು ಕತ್ತಿನ ಭಾಗದ ಬೆವರು ಒರೆಸಿ ಕೊಳ್ಳುವಾಗ ಆತನ ಎಡಗೈಯಲ್ಲಿದ್ದ ಬಂಗಾರದ ಬಣ್ಣದ ವಾಚು ಮುಸ್ಸಂಜೆಯ ಬೆಳಕಲ್ಲೂ ಸೈಯ್ಯದನ ಕಣ್ಣೊಳಗೆ ಮಿನುಗಿತು. ಆದರೆ ಹೊಸಬನ ಪ್ರವೇಶವನ್ನೇ ಮರೆತವರಂತೆ ಪೊಡಿಯಜ್ಜನವರು ಬೆಂಚಿನ ಮೇಲೆ ತಲೆ ತಗ್ಗಿಸಿ ಕೂತು ಬಾಯೊಳಗೆ ಮಣಮಣ ಮಾಡಲಾರಂಭಿಸಿದ್ದನ್ನು ಗಮನಿಸಿದ ಸೈಯ್ಯದ್‌ನ ಹುಬ್ಬು ಮೇಲೇರಿತು.

ಬಂದವನನ್ನು ವಾರೆನೋಟದಲ್ಲೇ ಪರೀಕ್ಷಿಸುತ್ತಿದ್ದ ಅಂದುಕಾಕನ ಹೊಟ್ಟೆಯೊಳಗೆ ಹಾಲು ಕುದಿದು ಉಕ್ಕಲಾರಂಭಿಸಿತು. ಕುಕ್ಕುರಗಾಲು ಹಾಕಿ ಕೂತು ಒಲೆಯೊಳಗೆ ಬಿದಿರು ತುಂಡು ತುರುಕುತ್ತಿದ್ದವನ ಬೆರಳುಗಳು ನಡುಗಲಾರಂಭಿಸಿದ್ದವು. ನಿಟ್ಟುಸಿರು ಬಿಟ್ಟು ಎದ್ದು ಚಹದ ಮೇಜು ದಾಟಿ ಯುವಕನ ಬಳಿಗೆ ಬಂದು 'ಯಾವಾಗ ಬಂದದ್ದು?' ಎಂದು ಪ್ರಶ್ನಿಸಿದ; ತನ್ನ ಧ್ವನಿಯ ನಿರುತ್ಸಾಹವನ್ನು ಅಡಗಿಸಲು ಪೆಚ್ಚು ಪೆಚ್ಚಾಗಿ ನಕ್ಕ. ತನ್ನ ನಗು ಕೂಡಾ ಅಸಹಜವಾಯಿತೆಂದು ತಕ್ಷಣ ಗ್ರಹಿಸಿದ ಅಂದುಕಾಕ, ಯುವಕನಿಂದ ಮುಖ ಮರೆಸುತ್ತಾ ಪೊಡಿಯಜ್ಜನವರತ್ತ ತಿರುಗಿ, "ನೆನಪುಂಟಾ ಪೊಡಿಯಜ್ಜಾ...? ಫಕೀರ್ ಸಾಹೇಬರ ಅಳಿಯ ಸುಲೇಮಾನನ ಗುರ್ತ ಇರಬೇಕಲ್ಲ ನಿಮಗೆ?" ಎಂದು ಪ್ರಶ್ನಿಸಿದ.

"ಇಲ್ಲದೆ ಊಂಟ ಅಂದು? ಫಕೀರಬ್ಬನ ಮುಖ ದಿನಾಲು ಕಾಣ್ತಿರುವಾಗ ಇವ್ನನ್ನು ಮರೆಯುವುದುಂಟಾ?" ಒಗಟಿನಂತೆ ಮಾತನಾಡಿದ ಮುದುಕನ ನಿರಾಸಕ್ತಿ ಅಂದುಕಾಕ ನನ್ನು ಮತ್ತಷ್ಟು ಕಂಗಾಲು ಮಾಡಿತು. ಯುವಕನ ಮುಖದಲ್ಲೂ ಮುಜುಗರದ ಬುರ್ಕಾ ವನ್ನು ಗಮನಿಸಿದ ಅಂದುಕಾಕ, "ಒಂದೇ ಒಂದು ಮಿನಿಟ್ ಸುಲೇಮಾನ್, ಫಸ್ಟ್‌ಕ್ಲಾಸ್ ಕೇಟಿ ಹೊಡೆದು ಕೊಡ್ತೇನೆ. ಮತ್ತೊಮ್ಮೆ ಮಸ್ಕತ್‌ಗೆ ಹೋದ ಮೇಲೂ ನನ್ನ ನೆಪಾಗಬೇಕು," ಎನ್ನುತ್ತಾ ಒಲೆಯತ್ತ ಧಾವಿಸಿದ.

ಪಾಟೆಯಲ್ಲಿ ಕುದಿವ ನೀರನ್ನೆತ್ತಿಕೊಳ್ಳುವಾಗ ಫಕೀರ್ ಸಾಹೇಬರ ಗುಂಡಿಗಿಳಿದ ಕಣ್ಣು ಗಳು ಉಗಿಯ ನಡುವೆ ಕಾಣಿಸಿಕೊಂಡು ಹೊಟ್ಟೆಯೊಳಗೆ ಚಹದ ಕರಟ ತುಂಬಿ

ಕೊಂಡಂತೆ ಸಂಕಟವಾಯಿತು. ಇಂದು ರಾತ್ರಿ ಸಾಹೇಬರ ಮನೆಯಲ್ಲಿ ನಡೆಯಬಹುದಾದ ಸೈತಾನನ ಉಪದ್ರವವನ್ನು ಊಹಿಸಲೂ ಭಯವಾಯಿತು. ಹೇಗಾದರೂ ಮಾಡಿ ಇವನನ್ನು ಮಾತಿಗೆಳೆಯುತ್ತಾ ರಾತ್ರಿ ಮಾಡಿ, ಆತನ ಜತೆಗೆ ತಾನೂ ಫಕೀರ್ ಸಾಹೇಬರ ಮನೆಗೆ ಹೋಗುವುದೆಂದು ತೀರ್ಮಾನಿಸಿದ ಅಂದುಕಾಕ, ಚಹದ ಕರಟವನ್ನು ಹೊರಗೆಸೆಯುವವಂತೆ ಹೋಟೆಲಿನ ಹಿಂಭಾಗಕ್ಕೆ ನಡೆದವನು, ಅಲ್ಲಿಂದಲೇ ಸೈಯ್ಯದ್‌ನನ್ನು ಕೂಗಿ ಕರೆದ.

ಅಚ್ಚರಿಯ ಮುಖ ತುಂಬ ಕಣ್ಣರಳಿಸಿಕೊಂಡು ಬಂದ ಸೈಯ್ಯದ್‌ನ ಹೆಗಲ ಮೇಲೆ ಕೈಯಿರಿಸದ ಅಂದುಕಾಕ, ಬಹಳ ಗುಟ್ಟು ಎಂಬಂತೆ ಹೇಳಿದ, 'ನೀನೊಂದು ಕೆಲಸ ಮಾಡಬೇಕು. ಸೀದಾ ಫಕೀರಾ ಸಾಹೇಬರ ಮನೆಗೇ...' ಎಂದವನು ಮಾತು ತಿದ್ದಿಕೊಳ್ಳುವವನಂತೆ 'ಅಲ್ಲ, ಮೊದಲು ಮಸೀದಿಗೆ ಹೋಗಿ ಮೌಲ್ವಿಯವರನ್ನು ಕಂಡು ರಾತ್ರಿ ಊಟಕ್ಕೆ ಸಾಹೇಬರ ಮನೆಗೆ ಬರಬೇಕಂತೆ ಅಂತ ಹೇಳು. ಇವ್ನ ಮನೆ ಹೊಕ್ಕಿದಾಗ ನಾಲ್ಕು ಮಂದಿ ದೊಡ್ಡವರು ಇರುವುದು ಒಳ್ಳೆಯದು. ಅಲ್ಲಿಂದ ಸೀದಾ ಸಾಹೇಬ್ರ ಮನೆಗೆ ಹೋಗಿ ಸಂಗ್ತಿ ಹೇಳು. ಹಾಗಂತ ಗಾಬರಿಯಾಗುವುದು ಬೇಡ. ಅದೇನಂತಹ ಆನೆ ಕುದ್ರೆ ಆಗಲಿಕ್ಕಿಲ್ಲ ಅಂತ ಹೇಳು. ಹಾಂ! ಅಂದ ಹಾಗೆ ಒಂದು ಮಾತು. ಮಗುವಿಗೆ ಒಳ್ಳೆ ಅಂಗಿ ಚಡ್ಡಿ ಹಾಕಿ ಒಳಗೆ ತೊಟ್ಲಲ್ಲಿ ನಿದ್ರೆ ಮಾಡಿಸಲಿ. ನಾನು ಈ ಮದುಮಗನನ್ನು ರಾತ್ರಿ ಊಟದ ಹೊತ್ತಿಗೆ ಕರ್ಕೊಂಡು ಬರ್ತೇನೆ. ಬಾಕಿದ್ದು ಅಲ್ಲಾಹು ಇಟ್ಟ ಹಾಗೆ ಆಗ್ತದೆ."

ಎಲ್ಲವನ್ನೂ ಅರ್ಥಮಾಡಿಕೊಳ್ಳುವವನಂತೆ ಮುಖದಲ್ಲಿ ಭರವಸೆಯನ್ನು ತುಂಬಿಕೊಂಡ ಸೈಯ್ಯದ್ ಅಂದುಕಾಕನತ್ತ ಧೈರ್ಯದ ನೋಟ ಬೀರುತ್ತಾ ಗುಡ್ಡ ಇಳಿಯತೊಡಗಿದಾಗ ಸೂರ್ಯ ಪೂರ್ತಿ ಮುದಿಯಾಗಿದ್ದ.

***

ಮಂಡಲ ಪಂಚಾಯತಿಗೆ ಓಟು ಹಾಕಿದ್ದು. ಸಾಲಮೇಳದಲ್ಲಿ ಐಸಾಬಿಯ ಬುರ್ಕಾದ ಫೋಟೋ ಮಿನಿಷ್ಟ್ರ ಜೊತೆಯಲ್ಲಿ ಪೇಪರ್‌ನಲ್ಲಿ ಬಂದದ್ದು. ಶೆಟ್ಟರ ತೋಟಕ್ಕೆ ಕಳ್ಳರು ನುಗ್ಗಿದ್ದು-ಹೀಗೆ, ಆ ಮಾತು ಈ ಮಾತುಗಳ ಎಳೆಗಳಲ್ಲಿ ಸುಲೇಮಾನ್‌ನನ್ನು ಪೂರ್ತಿ ಕತ್ತಲಾಗುವವರೆಗೆ ಚಹದಂಗಡಿಯಲ್ಲೇ ಕಟ್ಟಿಹಾಕುವುದು ಅಂದುಕಾಕನಿಗೆ ಎಣಿಸಿದಷ್ಟು ಕಷ್ಟವೇನೂ ಆಗಲಿಲ್ಲ.

ಎಲ್ಲಕ್ಕಿಂತ ಹೆಚ್ಚಾಗಿ ಅಂದುಕಾಕನಿಗೇ ಅಚ್ಚರಿಯಾಗುವಂತೆ ಗುಡ್ಡದ ಮೇಲಿನಿಂದ ಕಾಡಿನ ನಡುವೆ ಜಾರುವ ಸೂರ್ಯನನ್ನು ನೋಡುವ ನೆವದಿಂದ ಮೊಡಿಯಜ್ಜನವರನ್ನು ಜತೆಮಾಡಿಕೊಂಡು ಹೋದ ಸುಲೇಮಾನ್ ಒಂದು ತಾಸಿಗಿಂತಲೂ ಹೆಚ್ಚು ಹೊತ್ತು ಮಾಡಿಕೊಂಡು ಬಂದಿದ್ದ. ಮೊಡಿಯಜ್ಜನವರನ್ನು ಕಾಣದ ಅಂದುಕಾಕನ ಕಣ್ಣುಗಳಲ್ಲಿ ಪ್ರಶ್ನೆ ಮೂಡುವ ಮೊದಲೇ ಸುಲೇಮಾನ್ "ಅವರು ಅಲ್ಲಿಂದಲೇ ಮಸೀದಿಗೆ ಹೋದರು" ಎಂದು ಚುಟುಕಾಗಿ ಹೇಳಿ ಅಂದುಕಾಕನನ್ನು ಮತ್ತಷ್ಟು ಗೊಂದಲಕ್ಕೆ ತಳ್ಳಿದ್ದ.

ಬೇರೆ ಗಿರಾಕಿಗಳಿಗೆ ಚಹ ಮಾಡುತ್ತಿರುವಾಗಲೂ ಅಂದುಕಾಕ ಕಿವಿ ತೆರೆದುಕೊಂಡೇ ಸುಲೇಮಾನ್ ಕಾವಲು ನಡೆಸಿದ್ದ, ಹೊಸಬರ ಜತೆ ಸುಲೇಮಾನ್ ಪರಿಚಯವಾಗುತ್ತಿದಂತೆ ಅಂದುಕಾಕ ಎಲ್ಲರನ್ನೂ ಮಾತಿಗೆಳೆಯುತ್ತಿದ್ದ. "ಇನ್ನು ಹೊರಡುವನಾ?" ಎಂದು ಸುಲೇಮಾನ್ ಹೇಳಿದಾಗಲೆಲ್ಲ, "ನಿನ್ನನ್ನು ಮನೆಗೆ ಮುಟ್ಟಿಸುವ ಕೆಲಸ ನನ್ನದು; ಆಯ್ತಲ್ಲಾ? ಈ ಕತ್ತಲಲ್ಲಿ ಅದೂ, ಆ ಎರಡೂ ಬ್ಯಾಗುಗಳನ್ನು ಹೊತ್ಕೊಂಡು ನೀನು ಒಬ್ನೇ ಒಂದು ಮೈಲು ನಡೀಲಿಕ್ಕುಂಟಾ? ಅಲ್ಲಿತನಕ ಕಾರು ಹೋಗ್ತಿದರೆ ನೀನು ನನ್ನ ಹೋಟ್ಲಿಗೆ ಬರ್‍ಲಿಕ್ಕಿತ್ತಾ? ಹೌದಾ ಅಲ್ವಾ ಹೇಳು. ರಾತ್ರಿ ನಮಾಜಿನ ಬಾಂಗ್ ಕೇಳಿಸದ ಕೂಡ್ಲೆ ಹೊರಡುವ, ಆಯ್ತಲ್ಲಾ? ನನಗೆ ನಿನ್ನ ಹತ್ರ ಬಾರಿ ಮಾತಾಡ್ಲಿಕ್ಕುಂಟು. ಒಮ್ಮೆ ನೀನು ಅಲ್ಲಿಗೆ ನುಗ್ಗಿ ಬಿಟ್ಟಿ ಅಂತ ಆದ್ರೆ ನನ್ನಲ್ಲಿ ಮತ್ತೆ ನೀನು ಮಾತಾಡ್ತಿ ಅಂತ ಏನು ಗ್ಯಾರಂಟಿ? ನಿನ್ನ ಆ ದುಬೈ ಮಸ್ಕತ್ ಎಲ್ಲ ನಾನು ಕನಸು ಕಾಣ್ಲಿಕ್ಕುಂಟಾ? ಹೌದಾ ಸುಲೇಮಾನ್? ಅಲ್ಲಿಗೆ ಮಕ್ಕಮದೀನ ಎಲ್ಲ ಬಾರಿ ಹತ್ರ ಅಂತೆ ಹೌದಾ?" ಅನ್ನುತ್ತಾ ಒಂದೇ ಸವನೆ ಅಂದುಕಾಕ ಮಾತು ಬೆಳೆಸುತ್ತಿದ್ದ. ಸುಲೇಮಾನ್ ಉತ್ತರಿಸಲಿ, ಬಿಡಲೀ ಅದರ ಗಣನೆಯೇ ಇಲ್ಲದವನಂತೆ ಮಾತು ಉದುರಿಸುತ್ತಲೇ ಇದ್ದ. ಆದರೆ, ಫಕೀರ್ ಸಾಹೇಬರ ಮನೆಯ ಬಗ್ಗೆ ಮಾತು ಸುಳಿದಾಗಲೆಲ್ಲ, 'ಹೆ...ಹೇ...' ಎಂದು ನಗುತ್ತಾ ಅದೊಂದು ಮುಖ್ಯ ಸಂಗತಿಯೇ ಅಲ್ಲವೆಂಬಂತೆ ತೇಲಿಸುತ್ತಾ ಹೊಸ ವಿಷಯಕ್ಕೆ ನಾಲಗೆ ಹಾಕುತ್ತಿದ್ದ.

ರಾತ್ರಿ ನಮಾಜಿನ ಬಾಂಗ್ ಕೇಳಿಸಿದಾಗ ಚಂದ್ರ ಮೂವತ್ತು ಮಾರು ಮೇಲೇರಿದ್ದ. ಸುಲೇಮಾನ್ ಕೇಳುವ ಮೊದಲೇ ಹೊರಡುವ ಸೂಚನೆ ನೀಡಿದ ಅಂದುಕಾಕ ಒಲೆಯಲ್ಲಿದ್ದ ಕೆಂಡವನ್ನೆಲ್ಲ ಹೊರಗೆ ಎಳೆದು ಹಾಕಿ ನೀರು ಚಿಮುಕಿಸಿದ. ಪಾತ್ರೆಗಳನ್ನೆಲ್ಲ ಓರಣವಾಗಿಟ್ಟು ಕೈಕಾಲು ತೊಳೆದುಕೊಂಡ ಅಂದುಕಾಕ, ಅಲ್ಲೇ ಗೂಟದಲ್ಲಿ ತೂಗುತ್ತಿದ್ದ ಅಂಗಿಯನ್ನು ತೊಟ್ಟುಕೊಂಡ. ಮೇಜಿನ ಡ್ರಾಯರ್‌ನಿಂದ ನೋಟುಗಳನ್ನು ಹೆಕ್ಕಿ ಅಂಗಿ ಜೇಬು ಸೇರಿಸಿ, ಟಾರ್ಚ್ ತೆಗೆದು ಸುಲೇಮಾನ್‌ನ ಕೈಗಿತ್ತ. ಸುಲೇಮಾನ್‌ನ ಎರಡೂ ಬ್ಯಾಗುಗಳನ್ನೆತ್ತಿ ಹೊರಗಿರಿಸಿದ. ಸುಲೇಮಾನ್‌ನನ್ನು ಹೊರಡಲು ತಿಳಿಸಿ ಗ್ಯಾಸ್‌ಲೈಟಿನ ಗಾಳಿ ಪಿನ್ ತಿರುಗಿಸಿದಾಗ ದೊಪ್ಪನೆ ಕತ್ತಲು ಮೈಮೇಲೆ ಬಿತ್ತು. ಬಾಗಿಲೆಳೆದುಕೊಂಡು ಬೀಗ ಜಡಿದು, ಸುಲೇಮಾನ್ ಎಷ್ಟು ತಡೆದರೂ ಒಪ್ಪದೆ ಎರಡೂ ಬ್ಯಾಗುಗಳನ್ನು ತಲೆಯ ಮೇಲೆ ಹೊತ್ತ ಅಂದುಕಾಕ, "ನೀನು ಎದುರಿನಿಂದ ಹೋಗು" ಎಂದ. ಟಾರ್ಚ್ ಬೆಳಗಿಸುತ್ತಾ ಹೆಜ್ಜೆ ಬದಲಿಸಲಾರಂಭಿಸಿದ ಸುಲೇಮಾನ್‌ನ ಬೆನ್ನು ನೋಡುತ್ತ ಅಂದುಕಾಕ ಒಂದೊಂದೇ ಹೆಜ್ಜೆ ಇಳಿಯತೊಡಗಿದ.

ಹೋಟೆಲಿನಿಂದ ಫಕೀರ್ ಸಾಹೇಬರ ಮನೆಗೆ ಮಾತನಾಡುತ್ತಾ ನಡೆದರೆ ಅರ್ಧ ತಾಸಿನ ಹಾದಿ, ಮಾದರಿ ಶಾಲೆಯ ಬಾವಿಯನ್ನು ಬಳಸಿಕೊಂಡು ಇಳಿದು, ಮಸೀದಿ ಗುಡ್ಡೆಯ ಎಡಕ್ಕೆ ತೋಡಿಗಡ್ಡವಾಗಿರುವ ಕೈಸಂಕ ದಾಟಿದರೆ ಒಂದರ್ಧ ಮೈಲಿನಷ್ಟು ಗದ್ದೆ ಏರಿಯಲ್ಲೇ ನಡೆಯಬೇಕು. ಬಳಿಕ ಸರ್ಕಾರಿ ಗೇರು ತೋಟ, ತೋಟದ ನಡುವಿನ ಕಾಲು ದಾರಿಯಲ್ಲಿ ಒಂದೆರಡು ಫರ್ಲಾಂಗಿನಷ್ಟು ನಡೆದರೆ ಇಳಿಜಾರಿನಲ್ಲಿ ತ್ಯಾಂಪಣ್ಣ ಶೆಟ್ರ ಅಡಿಕೆ

ತೋಟ ಕಾಣಿಸುತ್ತದೆ. ಅಡಿಕೆ ತೋಟವನ್ನು ಬಲಬದಿಯಿಂದ ಬಳಸಿಕೊಂಡು ಹೋದರೆ ಮೊದಲನೆಯ ಮನೆಯೇ ಫಕೀರ್ ಸಾಹೇಬರದ್ದು.

ಸೀತಾನದಿ, ಕುಳ್ಳುಂದ ಎಂದು ಹತ್ತಾರು ಕಡೆಗಳ ಜಾನುವಾರು ಜಾತ್ರೆಗಳಲ್ಲಿ ಎಮ್ಮೆ ವ್ಯಾಪಾರ ಮಾಡುತ್ತಾ ನಾಲ್ಕು ಮುಕ್ಕಾಲು ಮಾಡಿಕೊಂಡಿದ್ದ ಫಕೀರ್ ಸಾಹೇಬರು ಮುತ್ತಪ್ಪಾಡಿಯಲ್ಲಿ ತಳವೂರಿ ಸುಮಾರು ಮೂವತ್ತು ವರ್ಷಗಳೇ ಸಂದಿವೆ. ಕಾಡು ಸವರಿ ಮೂರುವರೆ ಎಕರೆ ಗದ್ದೆ-ತೋಟ ದರ್ಕಾಸು ಮಾಡಿಕೊಂಡಿದ್ದ ಸಾಹೇಬರಿಗೆ ಒಬ್ಬಳೇ ಮಗಳು. ಐದನೇ ಕ್ಲಾಸಿನವರೆಗೆ ಕನ್ನಡ ಶಾಲೆಗೆ ಹೋಗಿದ್ದ ಜುಲೇಖಳನ್ನು ಲಾಟುಪೋಟು ಹುಡಗನಿಗೆ ಕೊಡುವಂತಿರಲಿಲ್ಲ. ಎಸ್ಸೆಲ್ಸಿ ಆದವನಿಗಾಗಿಯೇ ಹುಡುಕಾಡಿದ ಸಾಹೇಬರಿಗೆ ಪಿಯುಸಿ ಓದಿದವನೇ ಸಿಕ್ಕಿಬಿಟ್ಟಿದ್ದ! ಉಳ್ಳಾಳದ ಸಂಕದ ಬಳಿ ಆರು ರೂಪಾಯಿ ಬಾಡಿಗೆ ಮನೆಯಲ್ಲಿದ್ದ ಹುಡುಗನಿಗೆ ತಂದೆಯನ್ನು ನೋಡಿದ ನೆನಪಿಲ್ಲ. ಅಕ್ಕಿ ರೊಟ್ಟಿ ತಟ್ಟಿ ಹೋಟೆಲುಗಳಿಗೆ ಮಾರಾಟ ಮಾಡಿ ಮಗನ್ನನು ಓದಿಸಿದ ತಾಯಿಗಿರುವ ಆಸ್ತಿಯೆಲ್ಲ ಆ ಮಗ ಮಾತ್ರ. ಆತನಿಗೋ ದುಬೈಗೆ ಹೋಗಿ ತಾಯಿಗೆ ಹಣ ಕಳಿಸುವ ಕನಸು. ಎಂಟು ಸಾವಿರವಿದ್ದಿದ್ದರೆ ವೀಸಾ ಕೊಡಿಸುವ ಗೆಳೆಯರೂ ಇದ್ದರು.

ಒಂದೂಕಾಲು ಎಕರೆ ಗದ್ದೆಯನ್ನು ತ್ಯಾಂಪಣ್ಣ ಶೆಟ್ಟರಿಗೆ ಬರೆದುಕೊಟ್ಟ ಫಕೀರ್ ಸಾಹೇಬರು ಹುಡುಗನ ವೀಸಾ ಸಮಸ್ಯೆಯನ್ನು ಬಗೆಹರಿಸಿದ್ದರು. ಜುಲೇಖಳ ಜತೆ ನಾಲ್ಕು ತಿಂಗಳು ಓಡಾಡಿದ ಸುಲೇಮಾನ್ ತನ್ನ ತಾಯಿಯನ್ನು ಕರೆದುಕೊಂಡು ಬಂದು ಮಾವನ ಮನೆಯಲ್ಲಿ ಬಿಟ್ಟು ಮಸ್ಕತ್‌ಗೆ ಹಾರಿದ. ನಾಲ್ಕು ವರ್ಷಗಳ ಕಂಟ್ರಾಕ್ಟ್, ನಡುವೆ ರಜೆಯಿಲ್ಲ. ಜುಲೇಖಳ ಬಳಿ ನೆನಪುಗಳು ಮಾತ್ರ.

ಜುಲೇಖ ಗಂಡು ಮಗುವನ್ನು ಹೆತ್ತಾಗ ಇಡಿಯ ಊರಿಗೆ ಸಿಹಿ ಅವಲಕ್ಕಿ-ತೆಂಗಿನ ಕಾಯಿ ತುಂಡು ಹಂಚಿದ್ದರು ಸಾಹೇಬರು. ಮಸ್ಕತ್‌ನಿಂದ ಬಣ್ಣಬಣ್ಣದ ಬಟ್ಟೆಗಳ ಪಾರ್ಸೆಲ್ ತಿಂಗಳೊಳಗೆ ಬಂದಿತ್ತು. ಮತ್ತೆ ಪ್ರತಿತಿಂಗಳೂ ಕಾಗದಗಳು, ಡ್ರಾಫ್ಟುಗಳು, ಬಂಗಾರದಂತಹ ಅಳಿಯ.

ಶಾಲೆಯ ಆವರಣ ದಾಟುವವರೆಗೂ ಅಂದುಕಾಕ ತುಟಿ ಎರಡು ಮಾಡಲಿಲ್ಲ. ಬ್ಯಾಗುಗಳ ತುಂಬ ಸಮಸ್ಯೆಗಳನ್ನು ಹೊತ್ತ ಅಂದುಕಾಕ ಸುಲೇಮಾನ್‌ನ ಬೆನ್ನ ಹಿಂದೆ ಯಾಂತ್ರಿಕವಾಗಿ ಕಾಲೆಳೆಯುತ್ತಿದ್ದ. ಚಂದ್ರ ಸಾಕಷ್ಟು ಮೇಲೇರಿ ಬಂದಿದ್ದ. ಮಳೆ ಬಿದ್ದು ತಿಂಗಳಾಗಿದ್ದ ಶುಭ್ರ ಆಕಾಶದಲ್ಲಿ ನಕ್ಷತ್ರಗಳು ಪಳಪಳನೆ ಹೊಳೆಯುತ್ತಿದ್ದವು. ತೋಡಿ ಗಡ್ಡವಾಗಿದ್ದ ಕೈಸಂಕ ದಾಟುವಾಗ ಕಾಲ ಕೆಳಗಿದ್ದ ನೀರು ಇವರಿಬ್ಬರ ಮೌನವನ್ನು ಅಣಕಿ ಸುವಂತೆ ಸದ್ದು ಮಾಡಿತು. ನೂರಾರು ಬಾರಿ ಓಡಾಡಿದ ದಾರಿ. ಅಂದುಕಾಕ ಎಂತಹ ಕತ್ತಲಲ್ಲೂ ಎಡವುದು ಸಾಧ್ಯವಿರಲಿಲ್ಲ.

ಆದರೆ, ಒಂದು ಮಟಮಟ ಮಧ್ಯಾಹ್ನದ ಹೊತ್ತು ಹೋಟೆಲಿಗೆ ಬಂದಿದ್ದ ಫಕೀರ್ ಸಾಹೇಬರು ಗಳಗಳನೆ ಅಳಲಾರಂಭಿಸಿದಾಗ ಅಂದುಕಾಕ ಹೌಹಾರಿದ್ದ! "ಛೇ! ಇದು

ಹ್ಯಾಗಾಯ್ತು!" ಎಂದು ಉದ್ಗರಿಸಿದ್ದ ಅಂದುಕಾಕ. "ಹೆದರಬೇಡಿ ಸಾಹೇಬ್ರೆ, ನಾನಿದ್ದೇನೆ. ಇದಕ್ಕೆ ಮದ್ದು ಹುಡುಕುವ ಜವಾಬ್ದಾರಿ ನನ್ನು; ಆಯ್ತಲ್ಲಾ?" ಎಂದು ಸಾಹೇಬರನ್ನು ಸಮಾಧಾನಿಸಿದ್ದ. ತನ್ನ ಚಹದಂಗಡಿಗೆ ಎರಡು ವಾರ ಬೀಗ ಜಡಿದು ಸಾಹೇಬರ ಜತೆ ಹತ್ತಾರು ಕಡೆಗೆ ಹೋಗಿ ಬಂದಿದ್ದ. ಆದರೆ ಎಲ್ಲ ಕಡೆಯೂ ಸೋಲು. ಕಂಡಕಂಡ ಗೋರಿಗಳಿಗೆ ಊದುಕಡ್ಡಿ ಹಚ್ಚಿದ್ದೂ ಆಯಿತು. ಅಂಜನ-ಜೋತಿಷ್ಯಗಳೂ ವ್ಯರ್ಥವಾದವು. ನಡುನಡುವೆ ಫಕೀರ್ ಸಾಹೇಬರು 'ಸುಲೇಮಾನ್‌ನಿಗೆ ಕಾಗದ ಹಾಕಿ ತಿಳಿಸುವನಾ?' ಎಂದು ಹತಾಶರಾಗಿ ಪ್ರಶ್ನಿಸಿದಾಗಲೆಲ್ಲ ಅಂದುಕಾಕ ಏನಾದರೊಂದು ನೆವ ಹೇಳಿ ತಡೆಯುತ್ತಿದ್ದ. 'ಅವಸರ ಮಾಡುವುದು ಬೇಡ ಸಾಹೇಬ್ರೇ, ಒಂದು ನಾಲ್ಕು ದಿನ ಕಾದು ನೋಡೋಣ. ಅಲ್ಲಾಹು ಮನಸ್ಸು ಮಾಡಿದ್ರೆ ಯಾವುದೂ ಕಷ್ಟವಲ್ಲ. ಅವನಿಗೆ ಕಾಗದ ಹಾಕಿ ಅವನ ನಿದ್ದೆಯನ್ನು ಹಾಳು ಮಾಡುವುದ್ಯಾಕೆ? ಅವನು ಬಂದು ಅದೇನು ಮಾಯ ಮಂತ್ರ ಮಾಡ್ಲಿಕ್ಕುಂಟಾ?' ಎನ್ನುತ್ತಿದ್ದ. ಸಾಹೇಬರು ಕಾದರು: ಮೂರು ವರ್ಷ ಕಾದರು. ಆರಂಭ ದಲ್ಲೇ ಸುಲೇಮಾನ್‌ಗೆ ತಿಳಿಸದ ಬಗ್ಗೆ ಪಶ್ಚಾತ್ತಾಪಪಡುತ್ತಾ, ಅದರ ಜತೆಯಲ್ಲೇ ತಡವಾಗಿ ತಿಳಿಸಲು ಭಯಪಡುತ್ತಾ ಕೊರಗಿದರು. ಎಷ್ಟೇ ಗುಟ್ಟು ಮಾಡಲು ಯತ್ನಿಸಿದರೂ ಊರಿನ ಮಕ್ಕಳಿಗೂ ಸಂಗತಿ ಗೊತ್ತಾದಾಗ ಸಾಹೇಬರು ಅಂಗಳ ದಾಟುವುದನ್ನೇ ನಿಲ್ಲಿಸಿಬಿಟ್ಟರು. ಅಂದುಕಾಕ ಆಗೊಮ್ಮೆ-ಈಗೊಮ್ಮೆ ಸಾಹೇಬರ ಮನೆಗೆ ಹೋಗಿ ಮಗುವಿನ ಕೈಯಲ್ಲಿ ಏನಾದರೊಂದು ತಿಂಡಿಯಿರಿಸಿ, ಸಾಹೇಬರಿಗೆ ನಾಲ್ಕು ಸಮಾಧಾನದ ಮಾತು ಒಪ್ಪಿಸಿ ಬರುತ್ತಿದ್ದ.

ಅಗಲ ಕಿರಿದಾದ ಮಣ್ಣಿನ ಏರಿಯಲ್ಲಿ ಅಂದುಕಾಕನ ಹೆಜ್ಜೆಗಳು ಅಡ್ಡಾದಿಡ್ಡಿಯಾಗಿ ಚಲಿಸಲಾರಂಭಿಸಿದ್ದವು. ಅಂದುಕಾಕನಿಗೆ ತನ್ನ ಬಗ್ಗೆಯೇ ಅನುಮಾನ ಕಾಡಿತು.

"ನೀನು ಪುನಃ ಹೋಗುವುದು ಯಾವಾಗ?" ಅಂದುಕಾಕ ತನಗರಿವಿಲ್ಲದೆ ಪ್ರಶ್ನಿಸಿದ.

"ಯಾಕೆ?" ಸುಲೇಮಾನ್ ತನ್ನ ಪ್ರಶ್ನೆ ಹಿಂದೆಸೆದಿದ್ದ;

"ಹೀಗೇ... ಸುಮ್ಮನೆ ಕೇಳಿದೆ." ಅಂದುಕಾಕ ನಿರುತ್ಸಾಹದಿಂದ ಉತ್ತರಿಸಿದ್ದ.

"ನಿಜ ಹೇಳಬೇಕಾ?" ಸುಲೇಮಾನ್ ಮತ್ತೆ ಪ್ರಶ್ನಿಸಿದ್ದ.

"ಏನು ಹಾಗಂದ್ರೆ?" ಅಂದುಕಾಕನಿಗೆ ತನ್ನ ಮೇಲೆಯೇ ಕೋಪ. ಎರಡು ಕ್ಷಣಗಳ ಹಿಂದೆ ಮೌನ ಅಸಹ್ಯವಾಗಿದ್ದ ಅವನಿಗೆ ಈಗ ಮಾತೇ ಬೇಡವಾಯಿತು. ಆದರೆ ಸುಲೇಮಾನ್‌ಗೆ ಮಾತು ಬೇಕಾಗಿತ್ತು.

"ನೀವು ನನ್ನ ಮಾವನ ಮನೆಗೆ ಆಗಾಗ ಹೋಗ್ತಿರಬೇಕಲ್ಲಾ" -ಸುಲೇಮಾನ್ ಏರಿಯ ತಿರುವೊಂದರ ಬಳಿ ಕತ್ತು ತಿರುಗಿಸಿ ಪ್ರಶ್ನಿಸಿದವನು, ಅಂದುಕಾಕನ ಮುಖವನ್ನು ಕತ್ತಲಲ್ಲಿ ಓದಲಾಗದೆ, 'ಆಕಾಶದಲ್ಲಿ ಚಂದ್ರ ಇದ್ರೂ ಎಂತಹಾ ಕತ್ಲು ಅಲ್ವಾ?' ಎಂದು ಪ್ರಶ್ನಿಸಿದ. 'ಹೌದೌದು... ತುಂಬಾ ಕತ್ಲೆ' ಎಂದ ಅಂದುಕಾಕ ಸುಲೇಮಾನ್‌ನ ಪ್ರಶ್ನೆಯ ಮೊದಲ ಭಾಗದ ಬಗ್ಗೆ ಭಯಪಡಲಾರಂಭಿಸಿದ. ಕಳೆದ ಎರಡು ವಾರಗಳಲ್ಲಿ ತಾನು ಸಾಹೇಬರ

ಮನೆಗೆ ಹೋಗಿರಲಿಲ್ಲ ಎಂಬುದು ನೆನಪಾಗಿ ಸಮಾಧಾನವಾಯಿತು. ಮೊದಲು ವಾರಕ್ಕೆರಡು ಬಾರಿ ಹೋಗುತ್ತಿದ್ದೆ ಎಂದು ಉತ್ತರಿಸಿದರೆ, 'ಯಾಕೆ' ಎಂಬುದಕ್ಕೂ ಉತ್ತರಿಸ ಬೇಕಾಗುತ್ತದೆ. ಆ ಬಳಿಕ ಪ್ರಶ್ನೆಗಳ ಸರಮಾಲೆಯೇ ಆರಂಭವಾದೀತು. ಇಲ್ಲವೆನ್ನುವು ದರಲ್ಲಿಯೇ ಜಾಣತನವಿದೆಯೆಂದು ನಿರ್ಧರಿಸಿದ ಅಂದುಕಾಕ ನಿರುತ್ಸಾಹ ನಟಿಸುತ್ತಾ, "ನನಗೆಲ್ಲಿ ಪುರುಸೊತ್ತು ಉಂಟು ಸುಲೇಮಾನ್? ತಿಂಗಳ ಕೆಳಗೊಮ್ಮೆ ಹೋದದ್ದು ಹೌದು. ಒಂದು ನೂರು ಬಾಳೆ ಎಲೆ ಬೇಕಿತ್ತು ನೋಡು. ಆಗ ಹೋದವನು ನಿನ್ನ ಮಗ ನನ್ನು ನೋಡಿಕೊಂಡು ಬಂದಿದ್ದೆ' ಎಂದು ಹೇಳಿದವನೇ ತುಟಿ ಕಚ್ಚಿಕೊಂಡ.

'ಮಗು ದೊಡ್ಡದಾಗಿರಬೇಕಲ್ಲಾ?' ಎಂದು ಪ್ರಶ್ನಿಸಿದ ಸುಲೇಮಾನ್ ದೂರು ಹೇಳುವವ ನಂತೆ, 'ನಿಮಗೆ ಗೊತ್ತುಂಟಾ ಅಂದುಕಾಕ? ಮಗುವಿನ ಒಂದು ಫೋಟೋ ಕಳಿಸಿ ಅಂತ ಕಾಗದ ಬರೆದ್ರೆ. ಇವರು ಮಗುವಿನ ಫೋಟೋ ತೆಗೆದ್ರೆ ಆಯಸ್ಸು ಕಮ್ಮಿಯಾಗ್ತದೆ ಅಂತ ಕಾರಣ ಬರೀತಾರೆ. ಇದನ್ನೆಲ್ಲ ಈ ಕಾಲದಲ್ಲಿ ಯಾರಾದ್ರೂ ನಂಬ್ತಾರಾ? ಏನು ಹೇಳ್ತೀರಾ?' ಎಂದು ಪ್ರಶ್ನೆಯನ್ನು ಮುಂದುವರಿಸಿದ್ದ. 'ಹೌದಾ! ಇದು ನನಗೆ ಗೊತ್ತೇ ಇರಲಿಲ್ಲ!' ಅಂದು ಕಾಕ ತನ್ನ ಮಾತಿನಲ್ಲಿ ಅಚ್ಚರಿಯನ್ನು ಅಗತ್ಯಕ್ಕಿಂತ ಹೆಚ್ಚೇ ಬೆರೆಸಿದ್ದ. 'ನನಗೆ ಗೊತ್ತಿದ್ದರೆ ನಾನೇ ಫೋಟೋದವರನ್ನು ಕರ್ಕೊಂಡು ಬಂದು ತೆಗೆಸಿ ಕಳಿಸ್ತಿದ್ದೆ. ಎಷ್ಟು ಚಂದ ಉಂಟು ಗೊತ್ತುಂಟಾ ಸುಲೇಮಾನ್? ಬಿಳಿ-ಬಿಳೀ ಉಂಟು, ನೋಡಿದವರು ಎತ್ತಿಕೊಳ್ಬೇಕು. ನಿಜ ಹೇಳ್ಬೇಕಾ... ಅಷ್ಟು ಚಂದದ ಮಗುವನ್ನು ನಾನು ಬೇರೆ ಕಡೆ ನೋಡಿಯೇ ಇಲ್ಲ, ಆಯ್ತಲ್ಲಾ?'

'ನೀವು ನಿಜ ಹೇಳ್ತಾ ಇದ್ದೀರಾ?' ಸಹಜ ಧ್ವನಿಯಲ್ಲಿ ಪ್ರಶ್ನಿಸಿದ ಸುಲೇಮಾನ್, 'ಮತ್ತೇಂತದ್ದು! ಸುಳ್ಳು ಹೇಳಿದ್ರೆ ನನ್ನ ಕಣ್ಣು ಹೊಟ್ಟಿ ಹೋಗ್ಲಿಕ್ಕಿಲ್ವಾ?" ಅಂದುಕಾಕ ತನ್ನ ಮಾತಿಗೆ ಭರವಸೆ ತುಂಬಿದ್ದನಾದರೂ ತನ್ನ ಮಾತು ಅತಿಯಾಯಿತೆಂದೇ ಪರಿತಪಿಸಿದ.

ಗೇರು ತೋಟ ಕಪ್ಪಗೆ ಹತ್ತಿರ ಬರುತ್ತಿತ್ತು. ದೂರದಲ್ಲೆಲ್ಲೋ ನರಿಯೊಂದು ಊಳಿಡ ಲಾರಂಭಿಸಿದಾಗ ಇದ್ದಕ್ಕಿದ್ದಂತೆ ಕಾಡಿನ ಬೇರೆ ಬೇರೆ ಮೂಲೆಗಳಿಂದ ನಾಲ್ಕಾರು ನರಿಗಳು ಧ್ವನಿ ಸೇರಿಸಿದವು. ಕಪ್ಪು ಕತ್ತಲನ್ನು ನಡುಗಿಸುವ ಸ್ವರದಿಂದಾಗಿ ಸುಲೇಮಾನ್ ಭಯಪಡ ಬಹುದು ಎಂದು ಭಾವಿಸಿದ ಅಂದುಕಾಕ ಆತನನ್ನು ಮಾತಾಡಿಸಲು ಶಬ್ದಗಳಿಗಾಗಿ ತಡ ಕಾಡಿದ. ಅಷ್ಟರೊಳಗೆ ಸುಲೇಮಾನ್ ಪ್ರಶ್ನಿಸಿದ್ದ.

"ನೀವ್ಯಾಕೆ ಮದುವೆ ಮಾಡಿಕೊಳ್ಳಲಿಲ್ಲ?"

ಅಂದುಕಾಕನಿಗೆ ಇದು ಅನಿರೀಕ್ಷಿತ. ಏನಾದರೊಂದು ಮಾತಿನಿಂದ ಉತ್ತರಿಸಬೇಕು ಎಂಬುದಕ್ಕಾಗಿ, 'ಹೆ...ಹೇ... ನಮಗ್ಯಾರು ಹೆಣ್ಣು ಕೊಟ್ಟಾರು ಸುಲೇಮಾನ್? ಏನುಂಟು ನನ್ನ ಹತ್ರ? ಮನೆಯಾ, ಆಸ್ತಿಯಾ?'

'ನನ್ನಲ್ಲಿ ಏನಿತ್ತು ಕಾಕ? ನಿಮ್ಮ ಹಾಗೇ ಅಲ್ವ ನಾನು?'

'ಛೇ... ಛೇ.. ಎಂತದ್ದು ಸುಲೇಮಾನ್? ಮಸ್ಕತ್‌ನಲ್ಲಿ ಇರುವವನು ನೀನು. ನಾನು ಇಡೀ ವರ್ಷ ಗ್ಲಾಸು ತೊಳೆದು ಮಾಡುವ ಹಣವನ್ನು ನೀನಲ್ಲಿ ಒಂದು ದಿನದಲ್ಲಿ ಚಾ ಕುಡಿಲಿಕ್ಕೆ ಖರ್ಚು ಮಾಡುತ್ತಿ. ನಿನ್ನಂತವರನ್ನು ಹುಡುಕಿಕೊಂಡು ಬಂದು ಹುಡುಗಿ ಕೊಡುತ್ತಾರೆ ಗೊತ್ತುಂಟಾ?'

'ಕೊಟ್ಟವರು ಈಗ ದುಃಖ ಪಡುತ್ತಿರಬೇಕು ಅಲ್ವಾ?'

'ಯಾಕೆ! ಅಂತದ್ದು ಏನಾಗಿದೆ ಈಗ?' ಅಂದುಕಾಕ ನಿಜವಾಗಿ ಗಾಬರಿಗೊಂಡಿದ್ದ. ಇಬ್ಬರೂ ಗೇರುಕಾಡು ಹೊಕ್ಕಿದ್ದರಿಂದ ಇದೀಗ ಅಕ್ಕಪಕ್ಕದಲ್ಲೇ ಹೆಜ್ಜೆ ಹಾಕುತ್ತಿದ್ದರು. ಅಂದುಕಾಕನ ಪ್ರಶ್ನೆಗೆ ಉತ್ತರಿಸಬೇಕೆನ್ನುವ ಆತುರ ಸುಲೇಮಾನ್‌ಗೆ ಇದ್ದಂತಿರಲಿಲ್ಲ. ಜೀರುಂಡೆಗಳ ಕಿರಿಕಿರಿಯ ಸಪ್ಪಳಕ್ಕೆ ತಾಳ ಹಾಕುವಂತೆ ನಾಲ್ಕು ಪಾದಗಳು ಒಣಗಿದ ತರಗೆಲೆಗಳನ್ನು ಚರಚರ ಪುಡಿಗುಟ್ಟುತ್ತಿದ್ದವು. ಯೋಚನೆಗಳ ಭಾರದಿಂದ ಬಳಲಿದ್ದ ಅಂದುಕಾಕನ ಕಣ್ಣಿಗೆ ತ್ಯಾಂಪಣ್ಣ ಶೆಟ್ಟರ ಅಡಿಕೆ ತೋಟದ ಎಲೆಗಳು ಗೋಚರಿಸ ಲಾರಂಭಿಸಿದಾಗ ಕಾಲುಗಳು ಮುಂದೊತ್ತಲು ನಿರಾಕರಿಸತೊಡಗಿದವು. ಗೇರು ತೋಟದ ಕೊನೆಯ ಇಳಿಜಾರು ಆರಂಭವಾಯಿತು. ಶೆಟ್ಟರ ಮನೆಯ ಬೆಳಕು ನಕ್ಷತ್ರದಂತೆ ಮಿನುಗ ಲಾರಂಭಿಸಿತು. ಅಂದುಕಾಕ ಪೂರ್ತಿ ಸುಸ್ತಾಗಿದ್ದ. ತಲೆ ವಿಪರೀತ ನೋಯತೊಡಗಿತು.

'ಏನಿದೆಯಪ್ಪ ನಿನ್ನ ಪೆಟ್ಟಿಗೆಯಲ್ಲಿ? ಕಬ್ಬಿಣದ ತುಂಡು ತುಂಬಿಸಿದ್ದೀಯಾ ಏನು? ನನ್ನಿಂದ ಸಾಧ್ಯವಿಲ್ಲಪ್ಪ. ಸ್ವಲ್ಪ ಇಳಿಸಿ ಉಸಿರೆಳೆದುಕೊಂಡೇ ಬರುವುದು ನಾನು' ಎಂದು ಗೊಣಗುತ್ತಲೇ ಅಂದುಕಾಕ ಎರಡೂ ಬ್ಯಾಗುಗಳನ್ನು ತಲೆಯಿಂದ ಜಾರಿಸಿ ನೆಲದ ಮೇಲಿರಿಸಿ, ಪಕ್ಕದಲ್ಲಿದ್ದ ಹಲಸಿನ ಮರದ ಉಬ್ಬು ಬೇರಿನ ಮೇಲೆ ಕುಳಿತುಬಿಟ್ಟ. ನಾಲ್ಕು ಹೆಜ್ಜೆ ಮುಂದೆ ಸಾಗಿದ್ದ ಸುಲೇಮಾನ್‌ನಿಗೆ ಅಂದುಕಾಕನ ಏಕಾಯೇಕಿ ಮುಷ್ಕರದಿಂದ ಬೇಸರ ವುಂಟಾದರೂ ತೋರಿಸಿಕೊಳ್ಳದೆ, ಹಿಂತಿರುಗಿ ಬಂದು ಅಂದುಕಾಕನಿಗೆ ಎದುರಾಗಿ ಕಪ್ಪು ಹುಲ್ಲಿನ ಮೇಲೆ ಕರವಸ್ತ್ರ ಹಾಸಿ ಕುಳಿತ. ಹತ್ತಾಳು ಎತ್ತರಕ್ಕೆ ಬೆಳೆದಿದ್ದ ಹಲಸಿನ ಮರದ ದಟ್ಟ ಎಲೆಗಳು ಚಂದ್ರನನ್ನು ಇಡಿಯಾಗಿ ಮುಚ್ಚಿದ್ದರಿಂದ ಪರಸ್ಪರ ಮುಖ ಕಾಣುತ್ತಿರಲಿಲ್ಲ. ಭಯ ಹುಟ್ಟಿಸುವ ಕತ್ತಲು. ಅಂದುಕಾಕ ಏದುಸಿರುಬಿಡುತ್ತಿದ್ದ. ಬಲಗೈಯ ಮುಷ್ಟಿಯೊಳಗೆ ಅನಾಮತ್ತಾಗಿ ತುಂಬಿಕೊಂಡ ಕಲ್ಲೊಂದನ್ನು ಸುಲೇಮಾನ್ ಇಳಿಜಾರಿನ ಕಾಡನಡುವೆ ತೂರಿದ. ಪಟಪಟ ಸದ್ದು ಮಾಡುತ್ತಾ ಗೂಬೆಯೊಂದು ಹಾರುತ್ತಾ ಸಾಹೇಬರ ಮನೆಯ ದಿಕ್ಕಿಗೆ ತೇಲಿತು.

'ನಿನಗೊಂದು ಸಂಗತಿ ಹೇಳ್ಬೇಕಿತ್ತು ನೋಡು' ಅಂದುಕಾಕ ಕಣ್ಣುಮುಚ್ಚಿ ಅದುಮಿಟ್ಟ ಗುಟ್ಟಿನ ಬಾಗಿಲು ತೆರೆದ. ಅಳುಕುತ್ತಲೇ ಪದ ಜೋಡಿಸಲಾರಂಭಿಸಿದ ಅಂದುಕಾಕ ಕ್ರಮೇಣ –ನೀರಲ್ಲಿ ಮುಳುಗಿದವನಿಗೆ ಚಳಿಯೇನು ಎಂಬಂತೆ–ಮಾತುಗಳಿಗೆ ಶಕ್ತಿ ತುಂಬತೊಡಗಿದ. ಆದರೆ ರೆಪ್ಪೆ ಸರಿಸಿ ಸುಲೇಮಾನ್‌ನನ್ನು ನೋಡಬೇಕೆನ್ನುವ ಯೋಚನೆಯನ್ನು ತನ್ನೆಲ್ಲ ಮಾತುಗಳು ಮುಗಿಯುವ ತನಕವೂ ದೂರ ತಳ್ಳಿದ.

***

ಅದು ಯಾರು ಸುದ್ದಿ ಮುಟ್ಟಿಸಿದ್ದರೋ ಏನೋ, ಸೈಯ್ಯದ್ ಫಕೀರ್ ಸಾಹೇಬರ ಮನೆ ತಲುಪುವ ಮೊದಲೇ ಚಾವಡಿಯಲ್ಲಿ ದುಃಖದ ಮೊಟ್ಟೆ ಒಡೆದಿತ್ತು. ಮೌಲ್ವಿಯವರನ್ನು ಫಕೀರ್ ಸಾಹೇಬರ ಮನೆಗೆ ಬರಲೊಪ್ಪಿಸಿ ಓಡುತ್ತಲೇ ಬರುತ್ತಿದ್ದ ಸೈಯ್ಯದ್‌ನಿಗೆ, ಸಾಹೇಬರ ಹೆಂಡತಿಯ ಅಳುವಿನ ಸ್ವರ ತೋಟದ ತಿರುವಿಗೇ ಕೇಳಿಸಿತ್ತು. ಸೈಯದ್‌ನಿಗೆ ಸಾಹೇಬರ ಮನೆಯು ಹೊಸತೇನೂ ಅಲ್ಲ. ಚಿಕ್ಕಂದಿನಿಂದಲೇ ಉಮ್ಮಾತುಮ್ಮನವರಿಂದ ಕೈ ತುತ್ತು ಉಂಡ ಹುಡುಗ. ಗಂಡು ಮಕ್ಕಳಿಲ್ಲದ ಸಾಹೇಬರ ಮನೆಯ ಸಣ್ಣ ಪುಟ್ಟ ಹೊರಗಿನ ಓಡಾಟಕ್ಕೆ ಅವನೇ ಆಗಬೇಕು. ಇತ್ತೀಚೆಗೆ ಸಾಹೇಬರು ಹೊರಗೆ ಕಾಣಿಸುವುದೇ ಕಡಿಮೆ ಯಾದ ಬಳಿಕ ಅವನ ಜವಾಬ್ದಾರಿಯೂ ಹೆಚ್ಚಿತ್ತು.

'ನೀವೇನೂ ಗಲಾಟೆ ಮಾಡುವುದು ಬೇಡವಂತೆ. ಅಂದುಕಾಕ ಎಲ್ಲ ಸರಿ ಮಾಡಿಯೇ ಕರೆದುಕೊಂಡು ಬರುತ್ತಾರಂತೆ' ಚಾವಡಿಯಲ್ಲಿ ಗಿರಕಿ ಹೊಡೆಯುತ್ತಿದ್ದ ಅಳು-ಜಗಳಗಳ ನಡುವೆ ನುಗ್ಗಿದ ಸೈಯ್ಯದ್ ನಾಲ್ಕಾರು ಬಾರಿ ಹೇಳಿದ್ದರೂ ಕೇಳಿಸಿಕೊಳ್ಳುವ ಆಸಕ್ತಿ ಯಾರಿಗೂ ಇದ್ದಿರಲಿಲ್ಲ. ಮಂಚದ ಮೇಲೆ ಮೊಣಕಾಲುಗಳನ್ನು ಎರಡೂ ಕೈಗಳಿಂದ ಅಪ್ಪಿಕೊಂಡು ಏದುಸಿರು ಬಿಡುತ್ತಿದ್ದ ಸಾಹೇಬರು ತಮ್ಮ ಹೆಂಡತಿಯ ಬಾಯ ಮುಚ್ಚಿಸಲು ಒದ್ದಾಡುತ್ತಿದ್ದರು. ಆದರೆ ಅದಷ್ಟು ದಿನಗಳಿಂದ ಉಮ್ಮಾತುಮ್ಮಾ ಹೊಟ್ಟೆಯೊಳಗೇ ಕಟ್ಟಿ ಕೊಂಡಿದ್ದ ಮಾತುಗಳೆಲ್ಲವೂ ಹೊಟ್ಟೆ ಬಗಿದು ಆರೋಪಗಳ ಧಾರೆಯಾಗಿ ಹೊರ ಜಿಗಿದು ಸಾಹೇಬರನ್ನು ಮುಳುಗಿಸುತ್ತಿದ್ದವು.

'ನಿಮಗೆ ಹೆಂಗಸರ ಮಾತೆಂದರೆ ಕಾಲಿನ ಕಸ. ಈಗ ಹೇಳಿ ನೋಡುವಾ? ಯಾವ ಮುಖದಿಂದ ಅವನನ್ನು ಒಳಗೆ ಬಾ ಎನ್ನುವುದು? ಯಾವ ಸುಖಕ್ಕೆ ಅವನು ಓಡಿ ಬರಬೇಕು? ನಾನು ಸಾರಿ ಸಾರಿ ಹೇಳಲಿಲ್ವಾ? ದಮ್ಮಯ್ಯ ಹಾಕಲಿಲ್ವಾ? ನಿಮಗೆ ನನ್ನ ಕಣ್ಣೀರಿಗಿಂತ ಅಂದುಕಾಕನ ಉಪದೇಶವೇ ಹೆಚ್ಚಾಯಿತು. ಅವನಿಗೇನು ಗೊತ್ತು ಹೆಂಗಸರ ಕಷ್ಟ? ಅವನಿಗೇನು ಹೆಂಡತಿಯಾ... ಮಕ್ಕಳಾ? ಅವನ ಮಾತು ಕೇಳ್ಕೊಂಡು., ಇವ್ನಿ ಗೊಂದು ಕಾಗದ ಹಾಕಿ ಅಂತ ನಾವೆಲ್ಲ ಹೇಳಿದ್ರೂ ನೀವು ಗಣ್ಯವೇ ಮಾಡಲಿಲ್ಲ. ಊರು ಊರು ಸುತ್ತಾಡಿಕೊಂಡು ಬಂದ್ರಲ್ಲಾ? ಒಂದು ಮುಕ್ಕಾಲಿನ ಪ್ರಯೋಜನ ಉಂಟಾ?'

'ನಿನ್ನ ಕಾಲು ಹಿಡೀತೇನೆ. ಸ್ವಲ್ಪ ಸುಮ್ಮನಿರ್ತೀಯಾ?' ಎರಡೂ ಕೈಗಳಿಂದ ಕಿವಿ ಮುಚ್ಚಿ ಕೊಂಡ ಸಾಹೇಬರು ಅಸಹನೆಯಿಂದಲೇ ಹೇಳಿದ್ದರು. 'ನಾನವನಿಗೆ ಕಾಗದ ಹಾಕಿದೆ ಅಂತ್ಲೇ ಇಟ್ಟುಕೊ. ಕಾಗದ ಕಂಡ ಕೂಡಲೇ ಓಡಿ ಬರಲಿಕ್ಕೆ ಅದೇನು ಹೋಟ್ಲಿಗೆ ಚಾ ಕುಡಿಯಲು ಹೋದವನಾ? ಒಮ್ಮೆ ಬಂದು ಹೋಗಲು ಹತ್ತು ಸಾವಿರ ರೂಪಾಯಿ ಬೇಕು. ಗೊತ್ತುಂಟಾ? ಅವನು ಬಂದ ಅಂತಲೇ ಇಟ್ಕೋ. ಬಂದೇನು ದಪ್ಪು ದಾಯಿರೆ ಮಾಡ್ಲಿ ಕ್ಕಿತ್ತಾ? ನಾನೇನು ಇಲ್ಲಿ ಒಲೆ ಊದುತ್ತಾ ಕೂತಿದ್ನಾ? ಅವನು ಅಂದುಕೊಂಡಿದ್ದಿರಬಹುದು, ಪ್ರತಿ ತಿಂಗಳು ಕಳಿಸಿದ ದುಡ್ನಲ್ಲಿ ನಾವಿಲ್ಲಿ ಬಂಗಾರದ ಜೋಡು ಹಾಕ್ಕೊಂಡು ಓಡಾಡ್ತಿರ ಬಹುದು ಅಂತ. ಕಳೆದ ಎರಡು ವರ್ಷದಲ್ಲಿ ನಾನು ಹೋಟೆಲಿನ ಒಂದು ಸಿಂಗ್ಲು ಚಾ ಕುಡಿದದ್ದುಂಟಾ? ಇದ್ದ ದುಡ್ಡೆಲ್ಲಾ ಬಸ್ಸಿಗೇ ಆಗ್ಲಿಲ್ವಾ?'

ಉಮ್ಮಾತುಮ್ಮ ಮತ್ತಷ್ಟು ಕೆರಳಿದ್ದರು: 'ಮಾತೆತ್ತಿದ್ರೆ ನಿಮಗೆ ದುಡ್ಡೂ, ಅದು ಬಿಟ್ರೆ ನಿಮಗೆ ಬೇರೆ ಎಂತದ್ದು ಇಲ್ಲ, ಇಷ್ಟು ದಿವಸ ಆಯ್ತು. ಯಾರು ಎತ್ತಿ ಕೊಂಡಾಟ ಮಾಡಿದ್ರೇನು? ತಾಯಿಯ ಮುಖ ನೋಡುವುದು ಆ ಮಗುವಿನ ಹಣೆಯಲ್ಲಿ ಬರೆದದ್ದುಂಟಾ? ತಂದೆ ಯಾದ್ರೂ ಹತ್ರ ಇದ್ದಾನಾ? ಹೋಗಿದ್ದಾನಲ್ಲ ಬಂಗಾರದ ಗಟ್ಟಿ ತರಲಿಕ್ಕೆ. ನನ್ನ ಮಗಳೇನು ಕಲ್ಲಿನ ತುಂಡಾ? ಅವ್ನು ಕಳಿಸಿದ ನೋಟುಗಳನ್ನು ಅವಳೇನು ಪೆಟ್ಟಿಗೆಯಲ್ಲಿಟ್ಟು 'ದುವಾ' ಮಾಡ್ಬೇಕಿತ್ತಾ? ನಿಮ್ಗೆ ಗಂಡಸರಿಗೆ ಎಷ್ಟು ಹೇಳಿದರೂ ಅಷ್ಟೇಯೇ'-ಉಮ್ಮಾತುಮ್ಮಾ ಹಣೆ ಬಡಿದುಕೊಂಡು ಅಳಲಾರಂಭಿಸಿದರು.

'ಸಾಕು ಉಮ್ಮಾತುಮ್ಮ... ಅವರನ್ನು ಯಾಕೆ ಕಲ್ಲಿಗೆ ಹಾಕಿ ಅರೀತಾ ಇದ್ದಿ?' ಉಮ್ಮಾತುಮ್ಮನವರನ್ನು ಸಮಾಧಾನಿಸಲು ಮಾತು ಆರಂಭಸಿದ ಸುಲೇಮಾನನ ತಾಯಿ ಜೈನಮ್ಮನವರು, ಗದ್ಗದ ಕಂಠದಿಂದ, 'ಆದದ್ದು ಆಗಿಹೋಯ್ತಲ್ಲಾ? ಒಟ್ಟಾರೆ ಇದು ನನ್ನ ಸೋಲು. ಈ ಮನೆಗೆ ಬಂದು ಬಿದ್ನಲ್ಲಾ? ಎಲ್ಲಿಗಾದ್ರೂ ಓಡಿ ಸತ್ತು ಹೋಗೋಣ ಅಂದ್ರೆ ಈ ಮಗು ಒಂದು ಉಂಟಲ್ಲಾ?' ಎನ್ನುವಷ್ಟರಲ್ಲಿ ಗಂಟಲು ಕಟ್ಟಿ ಬಂದು ಮಾತು ಮುಂದು ವರಿಸಲು ಸಾಧ್ಯವಾಗದೆ ಸೆರಗಿನಲ್ಲಿ ಮುಖ ಮುಚ್ಚಿಕೊಂಡು ಒಳಗೆ ನಡೆದರು. ಕೂತಲ್ಲೇ ಚಡಪಡಿಸುತ್ತಿದ್ದ ಸಾಹೇಬರಿಗೆ ತಮ್ಮ ಉಸಿರ ಮೇಲೆ ಹಿಡಿತ ಸಿಕ್ಕಿದ್ದು ಪೊಡಿಯಜ್ಜನವರ ಜತೆ ಮೌಲ್ವಿಯವರು ಚಾವಡಿಗೆ ಕಾಲಿಟ್ಟಾಗಲೇ. ಅವರಿಬ್ಬರು ಹೊಸ್ತಿಲ ಬಳಿ ಕಾಣಿಸಿಕೊಳ್ಳು ತ್ತಿರುವಂತೆಯೇ ಉಮ್ಮಾತುಮ್ಮ ತಲೆಯ ಮೇಲೆ ಸೆರಗನ್ನು ಎಳೆದುಕೊಂಡು ಒಳ ಬಾಗಿಲ ಪರದೆಯ ಹಿಂದೆ ಮರೆಯಾಗಿಬಿಟ್ಟರು. ಸೈಯ್ಯದ್ ಜಗಲಿ ಕಟ್ಟೆಯ ಮೇಲೆ ಕುಳಿತು ಅಂದುಕಾಕ ಬರಬಹುದಾದ ತೋಟದ ತಿರುವಿನತ್ತ ಕಣ್ಣು ನೆಟ್ಟ.

ಮೌಲ್ವಿಯವರಿಗೆ ಎಲ್ಲವೂ ತಿಳಿದಂತಿತ್ತು. ಆದ್ದರಿಂದಲೇ ಇರಬೇಕು; ಸಾಹೇಬರನ್ನು ಹೆಚ್ಚು ಮಾತನಾಡಿಸುವ ಗೋಜಿಗೆ ಹೋಗಲಿಲ್ಲ. ಪೊಡಿಯಜ್ಜನವರಂತೂ ಯಾವುದ ರಲ್ಲೂ ಆಸಕ್ತಿಯಿಲ್ಲದವರಂತೆ ಬೆಂಚಿನ ಮೇಲೆ ಕಾಲು ಮಡಚಿ ಕೂತು ಸೂರು ದಿಟ್ಟಿಸ ಲಾರಂಭಿಸದ್ದರು. ಹತ್ತು ನಿಮಿಷ ಚಾವಡಿಯೊಳಗೆ ಲ್ಯಾಂಪಿನ ಪುಕು ಪುಕು ಸದ್ದು ಮಾತ್ರ.

ತೋಟದ ತಿರುವಿನಲ್ಲಿ ಟಾರ್ಚ್ ಬೆಳಕು ಕಂಡ ಸೈಯ್ಯದ್ ಅಂಗಳಕ್ಕೆ ಹಾರಿದ. ಅಂಗಳಕ್ಕೆ ಕಾಲಿಟ್ಟ ಅಂದುಕಾಕನ ತಲೆಹೊರೆಯನ್ನು ಇಳಿಸಿ ತಂದು ಚಾವಡಿಯ ನಡು ಕಂಬದ ಬಳಿ ಇರಿಸಿದಾಗ ಸಾಹೇಬರ ಉಸಿರು ನಿಂತಂತಾಯಿತು. ಲ್ಯಾಂಪಿನ ಹಳದಿ ಬೆಳಕಿ ನಲ್ಲಿ ಚಾವಡಿಯೊಳಗೆ ಚಲಿಸಲಾರಂಭಿಸಿದ ಎರಡು ಜತೆ ಕಾಲುಗಳನ್ನಷ್ಟೇ ನೋಡಲು ಶಕ್ತವಾದ ಸಾಹೇಬರ ಕಣ್ಣುಗಳು ಆಯಾಸದಿಂದ ರೆಪ್ಪೆಗಳ ಮರೆಯಾಚಿಸಿದವು.

ಒಳಬಾಗಿಲ ಬಳಿಯಿದ್ದ ಮರದ ಕುರ್ಚಿಯನ್ನು ಎತ್ತಿಕೊಂಡು ಬಂದ ಅಂದುಕಾಕ ಅದನ್ನು ಕಂಬದ ಬಳಿ ಇರಿಸಿ ಸುಲೇಮಾನ್‌ನನ್ನು ಕುಳಿತುಕೊಳ್ಳಲು ಸೂಚಿಸಿದ. ಮೌಲ್ವಿ ಯವರಿಗೆ ವಂದಿಸಿದ ಸುಲೇಮಾನ್ ತನ್ನ ಬ್ಯಾಗುಗಳನ್ನು ಹತ್ತಿರಕ್ಕೆ ಎಳೆದುಕೊಳ್ಳುತ್ತಾ ಕುರ್ಚಿಯಲ್ಲಿ ಕುಳಿತ. ಫಕೀರ್ ಸಾಹೇಬರ ಬಳಿಗೆ ಕಾಲೆಳೆದ ಅಂದುಕಾಕ ಮಂಚದ

ಮೂಲೆಯಲ್ಲಿ ಕುಂಡಿಯೂರಿದ. ಮೊಡಿಯಜ್ಜನವರು ಎಲ್ಲರನ್ನೂ ಪರೀಕ್ಷಿಸುವವರಂತೆ ಸುತ್ತಲೂ ಕಣ್ಣು ಹಾಯಿಸಿ, ತಮ್ಮ ಕನ್ನಡಕವನ್ನು ಕಳಚಿ ಜೇಬಿಗಿಳಿಸಿಕೊಂಡವರು ಗೋಡೆ ಗೊರಗಿ ತೂಕಡಿಸತೊಡಗಿದರು. ಒಳಬಾಗಿಲ ತೆರೆಯಲ್ಲಿ ಅಲ್ಲಲ್ಲಿ ಉಬ್ಬುಗಳೇಳಿ ಇಳಿಯುವುದನ್ನು ಗಮನಿಸುತ್ತಾ ಸುಲೇಮಾನ್ ದೊಡ್ಡ ಬ್ಯಾಗನ್ನು ಹತ್ತಿರಕ್ಕೆಳೆದುಕೊಂಡು ಹಿಡಿಯ ಮೇಲೆ ಬೆರಳಾಡಿಸುತ್ತಾ ತಲೆತಗ್ಗಿಸಿದ.

ಚಾವಡಿ ತಾನು ಮಸ್ಕತ್‌ಗೆ ಹೊರಡುವ ದಿನ ಹೇಗಿತ್ತೋ ಹಾಗೆಯೇ ಇದೆ, ಮದುವೆಯ ಸಂಭ್ರಮಕ್ಕೆಂದು ಬಳಿದಿದ್ದ ಹಸಿರು ಬಣ್ಣ ಹೊಗೆಯ ಲೇಪದಿಂದ ನೀಲಿಯಾಗಿದೆ. ಒಳಬಾಗಿಲ ದಾರಂದದ ಮೇಲೆ ತೂಗು ಹಾಕಿದ್ದ ಕನ್ನಡಿ ಕಟ್ಟಿನ 'ವೆಲ್‌ಕಂ'ನ ಅಕ್ಷರಗಳು ಮಸಿ ಹಿಡಿದು ಕಪ್ಪಾಗಿವೆ. ಚಾವಡಿಯೊಳಗೆ ಹೊಸದಾಗಿ ಕಂಡದ್ದು ಮೌಲ್ವಿಯವರು ತೊಟ್ಟುಕೊಂಡಿದ್ದ ಬಿಳಿ ಬಟ್ಟೆಗಳು ಮಾತ್ರ.

ಅಂದುಕಾಕ ಬಿಸಿಬಾಣಲೆಯಲ್ಲಿ ಕೂತವನಂತೆ ಚಡಪಡಿಸಲಾರಂಭಿಸಿದ್ದ. ಗೇರು ತೋಟದ ನಡುವೆ ಹಲಸಿನ ಮರದ ಕಪ್ಪು ನೆರಳಲ್ಲಿ ಕಣ್ಣುಮುಚ್ಚಿ ನಿಜದ ಸಿಕ್ಕು ಬಿಡಿಸುತ್ತಿರುವಾಗಲೂ ಅಂದುಕಾಕ ಇಷ್ಟೊಂದು ಗಲಿಬಿಲಿಗೊಂಡಿರಲಿಲ್ಲ. ತನ್ನ ಅಷ್ಟೂ ಮಾತುಗಳಿಗೆ ವಿಚಿತ್ರ ಮೌನವನ್ನೇ ಉತ್ತರವಾಗಿತ್ತಿದ್ದ ಸುಲೇಮಾನ್ ಇದೀಗ ಚಾವಡಿಯ ನಡುವೆ ಯಾವುದೇ ಕ್ಷಣಕ್ಕೂ ಸ್ಫೋಟಗೊಳ್ಳಬಹುದಾದ ಸಿಡಿಮದ್ದಿನ ಪೆಟ್ಟಿಗೆಯ ಕೀಲಿ ಹಿಡಿದು ಕೂತವನಂತೆ ಸೂಟ್‌ಕೇಸಿನ ಬೀಗದ ಮೇಲೆ ಬೆರಳಾಡಿಸುತ್ತಿರುವುದನ್ನು ಗಮನಿಸಿದಾಗ ರಕ್ತವೆಲ್ಲ ತಣ್ಣಗಾಗುತ್ತಿತ್ತು.

ಕಬರ್‌ಸ್ಥಾನದ ಮೌನದ ನಡುವೆ 'ಟಪ್' ಎಂದು ಸೂಟ್‌ಕೇಸಿನ ಬೀಗ ಹಾರಿಸಿದ ಸುಲೇಮಾನ್, ಎಲ್ಲರಿಗೂ ಅನ್ವಯಿಸುವಂತೆ, "ಮಗುವನ್ನು ಕರ್ಕೊಂಡು ಬರ್ತೀರಾ?' ಎಂದು ಪ್ರಶ್ನಿಸಿದಾಗ ಬೆಚ್ಚಿಬಿದ್ದ ಫಕೀರ್ ಸಾಹೇಬರು ಪಕ್ಕದಲ್ಲೇ ಕೂತಿದ್ದ ಅಂದುಕಾಕನ ತೊಡೆಯ ಮೇಲೆ ಕೈ ಊರಿ ಸದ್ದಿಲ್ಲದೇ ಕಣ್ಣೀರು ಸುರಿಸಲಾರಂಭಿಸಿದರು. ಅಂದುಕಾಕ ಅಸಹಾಯಕನಂತೆ ಮುದುಡಿದ.

"ಆಯಿತಲ್ಲ ಈಗ, ಇನ್ನು ಅಡಗಿಸುವುದು ಏನುಂಟು? ಮಗುವನ್ನು ತಂದು ತಂದೆಯ ಕೈಯಲ್ಲಿ ಕೊಟ್ಟುಬಿಡಿ"–ಮೌಲ್ವಿಯವರು ಗಂಭೀರವಾಗಿ ಆದೇಶ ನೀಡಿದರು. ಹೊರಗೆ ಜಗಲಿಯಲ್ಲಿ ನಿಂತು ಕಿಟಕಿಯ ಸಂದಿಯಲ್ಲಿ ಇಣುಕುತ್ತಿದ್ದ ಸೈಯ್ಯದ್ ಅಂಗಳಕ್ಕೆ ಹಾರಿ ಮನೆಯ ಹಿಂಭಾಗಕ್ಕೆ ಧಾವಿಸಿದ. ಎರಡು ನಿಮಿಷ ಭಯಾನಕ ಮೌನ.

ಒಳಬಾಗಿಲ ತೆರೆಯ ಸಂದಿಯಿಂದ ಉಮ್ಮಾತುಮ್ಮ ಚಾವಡಿಗೆ ಕಾಲಿಟ್ಟರು. ಹೆಗಲಿಗೊರಗಿ ನಿದ್ರಿಸಿದ್ದ ದುಂಡನೆಯ ಮಗುವಿನ ಬೆನ್ನು ಕೋಣೆ ತುಂಬ ಅಸ್ವಸ್ಥತೆಯ ತರಂಗಗಳನ್ನು ಹಬ್ಬಿಸಿತು. ಏನು ಮಾಡಬೇಕೆಂದು ತಿಳಿಯದೆ ಉಮ್ಮಾತುಮ್ಮ ಮಗುವನ್ನು ಹೆಗಲಿಗೊರಗಿಸಿಕೊಂಡೇ ಬಾಗಿಲ ಬಳಿಯಲ್ಲಿ ಗೋಡೆಗೊರಗಿ ನಿಂತರು.

ಸುಲೇಮಾನ್ ಸೂಟ್‌ಕೇಸಿನ ಬಾಗಿಲನ್ನು ನಿಧಾನವಾಗಿ ತೆರೆದಿರಿಸಿದ. ಎಲ್ಲರ ಕಣ್ಣು ಗೊಂಬೆಗಳಲ್ಲೂ ಸುಲೇಮಾನನ ಬೆರಳುಗಳು ಕುಣಿಯಲಾರಂಭಿಸಿದವು. ಸೂಟ್‌ಕೇಸ್ ನೊಳಗಿನಿಂದ ಬೆಳ್ಳಿಯಂತೆ ಹೊಳೆಯುತ್ತಿದ್ದ ಬೇರೆ ಬೇರೆ ಆಕಾರದ ಕಬ್ಬಿಣದ ಕೊಳವೆಗಳು ನೆಲಕ್ಕಿಳಿದಾಗ ಕಣ ಕಣ ಸದ್ದು. ನಾಲ್ಕು ಉರುಟು ಗಾಲಿಗಳ ಸ್ಟೀಲು ಸಲಿಕೆಯ ಚೌಕಕ್ಕೆ ಇತರ ಬಿಡಿಭಾಗಗಳನ್ನು ಅತ್ಯಂತ ಪ್ರೀತಿಯಿಂದ ಜೋಡಿಸುತ್ತಾ, ಕೀಲುಗಳನ್ನು ತಿರುಗಿಸುತ್ತಾ ತನ್ನನ್ನೇ ತಾನು ಮರೆತಂತಿರುವ ಸುಲೇಮಾನ್‌ನನ್ನು ನೋಡುತ್ತಿದ್ದ ಅಂದುಕಾಕನ ಎದೆಯೊಳಗೆ ಕೋಲಾಹಲ!

ನೋಡು ನೋಡುತ್ತಿರುವಂತೆಯೇ ಚಾವಡಿಯ ನಡುವೆ ಸುಂದರವಾದ ಪುಟ್ಟ ತಳ್ಳು ಗಾಡಿಯೊಂದು ಸಿದ್ಧವಾಗಿತ್ತು. ಕಪ್ಪು ಮೆತ್ತನೆಯ ಆಸನಕ್ಕೆ ಹೊಂದಿಕೊಂಡಂತೆ ಕೆಂಪು ಬಣ್ಣದ ಒರಗು ದಿಂಬು. ಬೆನ್ನಹಿಂದೆ ಎರಡು ನಯವಾದ ಹಿಡಿಕೆಗಳು. ಎದ್ದು ನಿಂತ ಸುಲೇಮಾನ್ ತಳ್ಳುಗಾಡಿಯನ್ನು ಅತ್ತಿತ್ತ ಸರಿಸಿ ಪರೀಕ್ಷಿಸಿದಾಗ ಚಕ್ರಗಳಿಗೆ ಅಂಡಿಕೊಂಡಿದ್ದ ಬಂಗಾರ ಬಣ್ಣದ ಗೆಜ್ಜೆಗಳು ಕಿಲಿಕಿಲಿ ನಕ್ಕವು. ಮುಂಗೈಯಿಂದ ಕಣ್ಣೊರಸಿಕೊಂಡ ಸುಲೇಮಾನ್ ನೇರವಾಗಿ ಅತ್ತೆಯ ಬಳಿಗೆ ಹೆಜ್ಜೆಹಾಕಿ ಅವರ ಹೆಗಲಿಗೊರಗಿದ್ದ ಮಗುವನ್ನು ಹೂವಿನಂತೆ ಎತ್ತಿಕೊಂಡು ಬಂದು ತಳ್ಳುಗಾಡಿಯಲ್ಲಿ ಕುಳ್ಳಿರಿಸಿದ. ಆದರೆ ಅಪರಿಚಿತ ಸ್ಪರ್ಶದಿಂದ ಎಚ್ಚೆತ್ತ ಮಗು ಕಿಟಾರನೆ ಕಿರುಚಲಾರಂಭಿಸಿದಾಗ ಸುಲೇಮಾನ್ ತಬ್ಬಿಬ್ಬಾದ. ತಾನೇನು ಮಾಡಬೇಕೆಂದು ಯೋಚಿಸುವಷ್ಟರಲ್ಲಿ, ಒಳಬಾಗಿಲ ತೆರೆಯ ಸಂದಿಯಿಂದ ಬಾಣದಂತೆ ನುಗ್ಗಿ ಬಂದ ಜುಲೇಖ, ಸುಲೇಮಾನನ್ನು ಬದಿಗೆ ತಳ್ಳಿ ಮಗುವನ್ನು ಗಬಕ್ಕನೆ ಎತ್ತಿಕೊಂಡು ಒಳಗೋಡಿದಳು! ಸಿಡಿಲೆರಗಿದವನಂತೆ ಸುಲೇಮಾನ್ ಕುರ್ಚಿಯಲ್ಲಿ ಕುಸಿದು ಕುಳಿತ.

ಧಾವಿಸಿ ಬಂದ ಅಂದುಕಾಕ, ಕುರ್ಚಿಯಲ್ಲಿ ಶವದಂತೆ ಕಾಣಿಸುತ್ತಿದ್ದ ಸುಲೇಮಾನ್‌ನ ಎರಡೂ ಭುಜ ಹಿಡಿದು ಬಲವಾಗಿ ಕುಲುಕುತ್ತಾ, "ಹಾಗಾದರೆ! ಹಾಗಾದರೆ!! ನಿನಗೆ ಮೊದಲೇ ಗೊತ್ತಿತ್ತಾ?" ಎಂದು ಅಸಹನೆಯಿಂದಲೇ ಪ್ರಶ್ನಿಸಿದ್ದ.

ಹೆಗಲ ಮೇಲಿದ್ದ ಅಂದುಕಾಕನ ಕೈಗಳೆರಡನ್ನೂ ಮೃದುವಾಗಿ ಅದುಮಿ ಹಿಡಿದ ಸುಲೇಮಾನ್ ಬಿಕ್ಕಳಿಸುತ್ತಲೇ ಹೇಳಿದ, "ಹೂಂ... ಅಂದುಕಾಕ, ಎರಡು ತಿಂಗಳ ಹಿಂದೆಯೇ ಪೊಡಿಯಜ್ಜನವರು ಅವರ ಮಸ್ಕತ್‌ನಲ್ಲಿರುವ ಅಳಿಯನ ಮೂಲಕ ಎಲ್ಲ ಸುದ್ದಿ ಮುಟ್ಟಿಸಿದ್ದರು. ನರದೋಷದಿಂದ ಮಗುವಿಗೆ ಕಣ್ಣು ಕಾಣಿಸುವುದಿಲ್ಲ ಅಂತ. ಆದ್ರೆ ಯಾರಿಗೂ ಏನೂ ಮಾಡಲು ಸಾಧ್ಯವಿಲ್ಲ ಅಂತ ಅಲ್ಲಿಯ ಡಾಕ್ಟರುಗಳೂ ಹೇಳಿದ್ದರು."

ಅವಾಕ್ಕಾದ ಅಂದುಕಾಕ ಪೊಡಿಯಜ್ಜನವರತ್ತ ಕಣ್ಣು ನೆಡುತ್ತಿರುವಂತೆಯೇ ನಿಧಾನವಾಗಿ ಎದ್ದುನಿಂತ ಸುಲೇಮಾನ್, ಅಂದುಕಾಕನ ಹೆಗಲ ಮೇಲೆ ತನ್ನ ಬಲಗೈಯಿಂದ ಮೆತ್ತಗೆ ಬಡಿದು ತುಟಿ ಕಚ್ಚುತ್ತಾ ಪ್ರಯಾಸದಿಂದ 'ಥ್ಯಾಂಕ್ಸ್' ಎಂದ. ನೆಲಕ್ಕಂಟಿಕೊಂಡ ಕಾಲುಗಳನ್ನು ಬಲವಂತ ಕೀಳುತ್ತಾ ಒಳಬಾಗಿಲ ಪರದೆಯ ಹಿಂದೆ ಮರೆಯಾದ.

ಪೊಡಿಯಜ್ಜನವರನ್ನು ಅಭಿಮಾನದಿಂದ ಕಣ್ಣು ತುಂಬಿಕೊಂಡ ಅಂದುಕಾಕ ಪೆಚ್ಚುಪೆಚ್ಚಾಗಿ ನಗುತ್ತಾ, 'ನಿಮಗೆ ಕಣ್ಣು ಕಾಣಿಸುವುದಿಲ್ಲ ಎಂದು ಹೇಳುವವರ ನಾಲಿಗೆ ಸೀಳಿ, ಮೆಟ್ಟು ಹೊಲಿಯಬೇಕು' ಎಂದು ಕಣ್ಣೊರಸಿಕೊಂಡಾಗ, ಪೊಡಿಯಜ್ಜನವರು 'ಈ ಮಾತನ್ನು ನಿನ್ನ ಸೈಯ್ಯದ್‌ನಿಗೆ ಹೇಳು' ಎನ್ನುತ್ತಾ ಜೇಬಿನಿಂದ ಕನ್ನಡಕ ತೆಗೆದು ಕಣ್ಣಿಗಡ್ಡ ಇಟ್ಟು ಕೊಂಡರು.

(೧೯೯೨)

*

೨೮. ಕೋಳಿಪಾಲು

ಡಾ. ಕರೀಗೌಡ ಬೀಚನಹಳ್ಳಿ

ನನಗೆ ಚೆನ್ನಾಗಿ ನೆನಪಿದೆ; ಇಪ್ಪತ್ತೈದು ವರ್ಷಗಳ ಕೆಳಗೆ ನಾನು ಮಾಧ್ಯಮಿಕ ಶಾಲೆಯ ಆರನೆಯ ತರಗತಿಯ ವಿದ್ಯಾರ್ಥಿ. ನನ್ನ ವಾರ್ಷಿಕ ಪರೀಕ್ಷೆ ಮುಗಿದು ಆಗತಾನೆ ಬೇಸಿಗೆ ರಜೆ ಪ್ರಾರಂಭವಾಗಿತ್ತು. ಶಾಲೆಗೆ ಯಾವುದೇ ರಜೆ ಬಂತು ಅಂದರೆ ನನಗೆ ಒಂಥರಾ ಹಿಗ್ಗು ಆಗುತ್ತಿತ್ತು. ವರ್ಷವೆಲ್ಲಾ ಊರಿನಿಂದ ನಿತ್ಯ ಐದಾರು ಮೈಲಿ ದೂರ ನಡೆದು ಹೋಗಿ ಬಂದು ಸಾಕಾಗಿರುತ್ತಿತ್ತು. ಅದರಿಂದ ಎಷ್ಟೊತ್ತಿಗೆ ಬೇಸಿಗೆ ರಜೆ ಬರುವುದೋ ಎಂದು ಕಾಯುತ್ತಿರುತ್ತಿದ್ದೆ. ರಜೆ ಬರುವುದೇ ತಡ ನಮ್ಮ ಮನೆಯ ಎಮ್ಮೆ ದನಗಳನ್ನು ಹೊಲ ಮಾಳಕ್ಕೆ, ನವುಲುಕಲ್ಲಿನ ಗುಡ್ಡಕ್ಕೆ ಹೊಡೆದುಕೊಂಡು ಹೋಗಿ ಮೇಯಿಸಿಕೊಂಡು ಬರುವ ಕಾಯಕವನ್ನು ನಮ್ಮ ತಂದೆಯವರು ನನಗೆ ಹಚ್ಚುತ್ತಿದ್ದರು.

ಬೇಸಿಗೆಯಲ್ಲಿ ದನಕರುಗಳನ್ನು ಕಾಯುವುದೆಂದರೆ ನನಗೆ ಅತ್ಯಂತ ಪ್ರಿಯವಾದ ಮತ್ತು ಖುಷಿಯಾದ ಕೆಲಸವಾಗಿರುತ್ತಿತ್ತು. ಹಾಗೆ ನೋಡಿದರೆ, ಬೇಸಿಗೆಯಲ್ಲಿ ದನಕರುಗಳನ್ನು ಕಾಯುವ ಕೆಲಸ ಅಂತಹ ಜವಾಬ್ದಾರಿಯುತವಾದ ಕಾಯಕವೇನೂ ಆಗಿರುತ್ತಿರಲಿಲ್ಲ. ಮಳೆಗಾಲದಲ್ಲಾದರೆ ಬಹಳ ಉಷಾರಿನಿಂದ ಕಾಯಬೇಕಾಗಿರುತ್ತಿತ್ತು. ಏಕೆಂದರೆ ಬೇರೆಯವರ ಹೊಲಗದ್ದೆಗಳಿಗೆ ದನಗಳು ನುಗ್ಗಿ ಫಸಲನ್ನು ಹಾಳು ಮಾಡದಂತೆ, ಬೆಳೆಯನ್ನು ಮೇಯದಂತೆ ಅವುಗಳನ್ನು ಕಾಯಬೇಕಾಗಿರುತ್ತಿತ್ತು. ಆದರೆ ಬೇಸಿಗೆ ಕಾಲದಲ್ಲಿ ಊರು ಸುತ್ತೆಲ್ಲಾ ಬಟಾಬಯಲು ಇರುತ್ತಿದ್ದರಿಂದ ಅವುಗಳನ್ನು ಎಲ್ಲಾದರು ಬಿಟ್ಟು, ನಾನು ಎಲ್ಲಾದರು ಮರದ ಕೆಳಗೆ ನೆರಳಿನಲ್ಲಿ ಮಲಗಿ ನಿದ್ದೆಯನ್ನು ತೆಗೆಯಬಹುದಿತ್ತು; ಅಥವಾ ಸ್ನೇಹಿತರ ಜೊತೆ ಮರಕೋತಿ ಆಟನೋ, ತೊರೆಯಲ್ಲಿ ಈಜನ್ನೋ, ಚಿಣ್ಣೆದಾಂಡನ್ನೋ, ಚೌಕಬಾರದ ಆಟವನ್ನೋ ಆಡಬಹುದಿತ್ತು. ನಿಜವಾಗಿ ಹೇಳಬೇಕೆಂದರೆ, ನಾನು ಇತರ ಸ್ನೇಹಿತರ ಜೊತೆ ಸೇರಿಕೊಂಡು ಆಡುತ್ತಿದ್ದ ಆಟ ಸಹ ಇದೇ ಆಗಿರುತ್ತಿತ್ತು.

ಇದಕ್ಕಿಂತ ಮಿಗಿಲಾಗಿ, ನಾನು, ರಾಮ, ಕೆಂಚ, ಭೈರ, ಸಿದ್ದ, ಸುಗ್ಗಿ, ನಾಗಿ ಎಲ್ಲರೂ ಸೇರಿಕೊಂಡು ದಿನನಿತ್ಯ ಏನಾದರೂ ಒಂದು ಪ್ರಿಯವಾದ ಕಾರ್ಯಕ್ರಮವನ್ನು ರೂಪಿಸುತ್ತಿದ್ದದ್ದು. ಇದಕ್ಕೆಲ್ಲಾ ಕರಡಯ್ಯನೇ ನಾಯಕ. ನಾವೆಲ್ಲಾ ಸುಮಾರು ಹನ್ನೆರಡು ವರ್ಷದಿಂದ ಹದಿನಾರು ವರ್ಷದ ವಯಸ್ಸಿನ ಹುಡುಗ ಹುಡುಗಿಯರಾಗಿದ್ದರೆ, ಕರಡಯ್ಯನಿಗೆ ಮಾತ್ರ ಆಗಲೇ ಐವತ್ತರ ಆಚೆಯ ವಯಸ್ಸು. ಇವರಲ್ಲಿ ನಾನು ಮತ್ತು ಭೈರ ಒಂದು ವಾರಿಗೆಯವ

ರಾದರೆ, ರಾಮ, ಕೆಂಚ ಮತ್ತು ಸುಗ್ಗಿ, ನಾಗಿ ಒಂದು ವಾರಿಗೆಯವರು. ಅವರೆಲ್ಲಾ ನಮ್ಮಿಬ್ಬರಿಗಿಂತ ದೊಡ್ಡವರು. ಆದರೆ ಸಿದ್ದ ಮಾತ್ರ ಪೀಚ. ಅವನಿಗೂ ವಯಸ್ಸಾಗಿತ್ತು. ಆದರೆ ಆತನಿಗೆ ವಯಸ್ಸಾದಂತೆ ಕಾಣುತ್ತಿರಲಿಲ್ಲ. ಆತ, ನಾನು ಮತ್ತು ಭೈರನಿಗಿಂತ ವಯಸ್ಸಿನಲ್ಲಿ ಹಿರಿಯವನಾದರೂ ನಾವಿಬ್ಬರು ಆತನನ್ನು 'ಬಾರಲೇ, ಹೋಗಲೇ' ಅನ್ನುತ್ತಿದ್ದೆವು. ಒಂದು ರೀತಿಯಲ್ಲಿ ನಾವು ಆತನನ್ನು ಅತ್ಯಂತ ಕೀಳಾಗಿ ಕಾಣುತ್ತಿದ್ದೆವು. ಆತ ತನ್ನ ನಿಶ್ಯಕ್ತಿಯ ಕಾರಣ ದಿಂದ ನಮಗೆ ಭಯಪಡುತ್ತಿದ್ದ. ಹಾಗಾಗಿ ಆತ ನಾವು ಹೇಳಿದ್ದನ್ನೆಲ್ಲಾ ತಪ್ಪದೆ ಮಾಡುತ್ತಿದ್ದ. ನಮ್ಮಲ್ಲಿ ಬೇರೆ ಬೇರೆ ಜಾತಿಯವರು ಇದ್ದರೂ ನಮಗೆ ಜಾತಿಗೀತಿ ಅಂದರೇನು ಎಂದು ಗೊತ್ತಿರಲಿಲ್ಲ. ಆದರೆ ನಮ್ಮೆಲ್ಲರ ಮೇಲೆ ಕರಡಯ್ಯನ ಹಿಡಿತ ಇತ್ತು. ಕರಡಯ್ಯ ಬಲಿಷ್ಠ. ಆತನನ್ನು ಕಂಡರೆ ನಾವೆಲ್ಲಾ ಹೆದರಿಕೊಂಡು ಸಾಯುತ್ತಿದ್ದೆವು!

ಕರಡಯ್ಯನ ಒಂದು ಚಟ ಎಂದರೆ ವಾರದಲ್ಲಿ ಒಂದು ಬಾರಿಯಾದರೂ ತನ್ನ ನಾಲಿಗೆಯನ್ನು ಮಾಂಸದೂಟದಿಂದ ರುಚಿಮಾಡಿಕೊಳ್ಳುವುದು. ಅದಕ್ಕೆ ಸಂಬಂಧಿಸಿದಂತೆ ಒಂದು ಕತೆಯೂ ಇತ್ತು. ಇದು ನಮಗಷ್ಟೇ ಪರಿಚಿತ ಅಲ್ಲ. ಊರಿನಲ್ಲೆಲ್ಲಾ ಜನಜನಿತ ವಾಗಿತ್ತು. ಆತನ ಮಾಂಸದ ಖಯಾಲಿ ಕಂಡು ಊರಿನ ವೀರಣ್ಣ ಆತನಿಗೆ ಥರಾವರಿ ಬಾಡೂಟ ಉಣ್ಣಿಸಿ, ಉಣ್ಣಿಸಿ ಕೊನೆಗೆ ಕರಡಯ್ಯನ ಹೆಂಡತಿ ಗಂಗೆಯನ್ನೇ ಓಡಿಸಿಕೊಂಡು ಊರುಬಿಟ್ಟು ಹೊರಟುಹೋದ ಎಂಬುದು. ಆಮೇಲೆ ಆತ ತನ್ನ ಹೆಂಡತಿಯ ಪತ್ತೆಹಚ್ಚಲು ಅನೇಕ ಕಡೆ ಅಲೆದು, ತನಗಿದ್ದ ಹಣ, ಆಸ್ತಿಯನ್ನೆಲ್ಲಾ ಆಕೆಯ ಹುಡುಕಾಟಕ್ಕಾಗಿ ಮಾರಿ, ಎಲ್ಲವನ್ನೂ ಕಳೆದುಕೊಂಡು ನಿರ್ಗತಿಕನಾಗಿ ಹುಚ್ಚನಾದ ಎಂದು. ಆಮೇಲೆ ಆಕೆ ಸಿಗದೆ, ಕೊನೆಗೆ ವಿಧಿ ಇಲ್ಲದೆ, ತನ್ನ ಹೊಟ್ಟೆ ಹೊರೆಯುವುದಕ್ಕಾಗಿ ಆತ ತನ್ನ ಅಣ್ಣನ ಮನೆಯ ದನಗಳನ್ನು ಕಾಡುಮೇಡುಗಳಲ್ಲಿ ಕಾಯುತ್ತಾ ತನ್ನ ಆಯಸ್ಸು ತುಂಬಿಸುತ್ತಿದ್ದ. ಈ ಕತೆ ಯನ್ನು ನಮ್ಮ ಊರಿನ ಅನೇಕ ಹಿರಿಯರು, ಕರಡಯ್ಯನ ಸರೀಕರು, ಕಂಡು ಕೇಳಿದವರೆಲ್ಲಾ ಹೇಳುತ್ತಿದ್ದದ್ದು ನಮಗೆಲ್ಲಾ ಗೊತ್ತಿತ್ತು. ನಾವು ಆಗಾಗ ಆತನನ್ನು ಕೆದಕಿ ಇದನ್ನು ರೇಗಿಸು ತ್ತಿದ್ದೆವು. ತಿಂದು ಸಂತೃಪ್ತನಾಗಿ, ಬುದ್ಧಿ ಚೆನ್ನಾಗಿದ್ದರೆ ನಮಗೆ ಆತ ತನ್ನ ಬಾಳಿನ ಕತೆ ಯನ್ನೆಲ್ಲಾ ಹೇಳುತ್ತಿದ್ದ. ಇಲ್ಲದಿದ್ದರೆ ತನ್ನ ದನಕಾಯುವ ದೊಡ್ಡ ದೊಣ್ಣೆಯಿಂದ ನಮಗೆ ಮುಖಮುಸುಡಿ ಏನೂ ನೋಡದೆ ಎಲ್ಲಂದರಲ್ಲಿ ಬಾರಿಸುತ್ತಿದ್ದ. ಹೀಗೆ ಅನೇಕಸಾರಿ ಅವನಿಂದ ನಾವು ಬಾರಿಸಿಕೊಂಡಿದ್ದೂ ಇದೆ. ಆದರೆ ಆತ ತನ್ನ ಸಿಟ್ಟನ್ನು ಅಷ್ಟೇ ಬೇಗ ಮರೆತು ನಮಗೆಲ್ಲಾ ಪ್ರೀತಿಯನ್ನು ಹಂಚುತ್ತಿದ್ದ.

ಆದರೆ ಕರಡಯ್ಯನಿಗೆ ಮಾಂಸದ ಮೇಲೆ ಇದ್ದ ಆಸೆ ಮಾತ್ರ ಕಿಂಚಿಷ್ಟೂ ಕಡಿಮೆ ಯಾಗಿರಲಿಲ್ಲ. ಆತನ ಮಾಂಸದ ಮೋಹವನ್ನು ಕಂಡು ಆತನ ಹೆಂಡತಿಯನ್ನು ವೀರಣ್ಣ ಓಡಿಸಿಕೊಂಡು ಹೋಗಿರುವುದರಲ್ಲಿ ಆಶ್ಚರ್ಯವೇನೂ ಇರಲಾರದು ಎಂಬ ತೀರ್ಮಾನಕ್ಕೆ ನಾವು ತಲುಪಿದ್ದೆವು. ಕೊನೆಕೊನೆಗೆ ಕರಡಯ್ಯನಿಂದಾಗಿ ನಾವೂ ಮಾಂಸದ ರುಚಿಗೆ ಬಲಿಬಿದ್ದುಬಿಟ್ಟೆವು. ಅದರಿಂದಾಗಿ ಊರಿನಲ್ಲಿ ಕಂಡ ಕಂಡ ಕೋಳಿಗಳನ್ನೆಲ್ಲಾ ಹೇಗೆ ಕದಿಯುವುದು, ಅದನ್ನು ಯಾವತ್ತು ತಿಂದು ತೇಕುವುದು–ಎಂದೆಲ್ಲಾ ಲೆಕ್ಕ ಹಾಕುತ್ತಿದ್ದೆವು.

ಆದರೆ ಕರಡಯ್ಯ ನಮ್ಮ ಏಳೂಜನರ ಹತ್ತಿರ ಕೈಮೇಲೆ ಕೈ ಹಾಕಿಸಿಕೊಂಡು ಭಾಸೆ ತೆಗೆದುಕೊಂಡಿದ್ದ. ಏನೆಂದರೆ, 'ನಾವು ವಿಷಯವನ್ನು ಅಪ್ಪಿ ತಪ್ಪಿಯೂ ಯಾರ ಹತ್ತಿರವೂ ಹೇಳುವುದಿಲ್ಲ. ಹೇಳಿದರೆ ನಮ್ಮ ತಲೆ ಸಿಡಿದುಹೋಗಲಿ' ಎಂದು. ಸುಳ್ಳು ಹೇಳಿದರೆ ತಲೆ ಸಿಡಿದುಹೋಗುತ್ತದೆಂಬ ಬಲವಾದ ನಂಬಿಕೆ ನಮ್ಮೂರ ಸುತ್ತಾಮುತ್ತಾ ಇತ್ತು. ಆದರೆ ನಾವು ಹೇಳಿದರೆ ವಾಸ್ತವವನ್ನೇ ಹೇಳಬೇಕಿತ್ತು! ಹೇಳುವುದಿನ್ನೆಲ್ಲಿ? ಹೇಳಿದರೆ, ಕರಡಯ್ಯ ನಮಗೆ ಉಚ್ಚೊಳಂಗೆ ಹೊಡಿತಿದ್ದ. ಕರಡಯ್ಯನ ಸಂಗಡ ದನಕರುಗಳನ್ನು ಮೇಯಿಸಲು ಹೋದರೆ, ಮಧ್ಯಾಹ್ನದ ಹೊತ್ತು ಭರ್ಜರಿ ಊಟ ಸಿಗುವಾಗ, ನಾವೇಕೆ ನಮ್ಮ ಕಳ್ಳತನದ ಬಗ್ಗೆ ಬೇರೆಯವರ ಹತ್ತಿರ ಹೇಳಬೇಕು? ವಾರಕ್ಕೋ, ಹದಿನೈದು ದಿನಕ್ಕೋ ನಮ್ಮಲ್ಲಿ ಒಬ್ಬರು ಊರಿನಿಂದ ಒಂದು ಕೋಳಿಯನ್ನು ಹಿಡಿದು ಗಿಡಕ್ಕೆ ತರಬೇಕಾಗಿತ್ತು. ಸುಮಾರು ಒಂದು ಒಂದೂವರೆ ತಿಂಗಳಿನಲ್ಲಿ ಬೇರೆಯರೆಲ್ಲರ ಸರದಿಯೂ ಮುಗಿದಿತ್ತು. ಅವರೆಲ್ಲರೂ ಬಹುಮಟ್ಟಿಗೆ ತಮ್ಮ ಮನೆಯ ಕೋಳಿಗಳನ್ನು ಬಿಟ್ಟು ಬೇರೆಯವರ ಮನೆಯ ಕೋಳಿ ಗಳನ್ನು ಹಿಡಿದು ತರುತ್ತಿದ್ದರು. ಅದನ್ನು ಕೂದು ಅದಕ್ಕೆ ಉಪ್ಪು ಖಾರ ಹಾಕಿ ಸಿದ್ಧ ಪಡಿಸುತ್ತಿದ್ದದರಲ್ಲಿ ಕರಡಯ್ಯ ಪರಿಣತನಾಗಿದ್ದ. ಎಲ್ಲರೂ ಕೂತು ಮೂಳೆ ಬಿಡಿಸಿ ಮಾಂಸ ತಿನ್ನುವುದರಲ್ಲಿ ಒಬ್ಬರಿಗೆ ಒಬ್ಬರು ಮೀರಿಸುತ್ತಿದ್ದರು. ಕರಡಯ್ಯ ಅದಕ್ಕಾಗಿ ಮನೆಯಿಂದ ಅಕ್ಕಿ, ಉಪ್ಪು, ಉಡಿ-ಮುಂತಾದ ಸಾಮಾನುಗಳಲ್ಲೆಲ್ಲಾ ಮನೆಯಿಂದ ಕದ್ದು ತರಿಸುತ್ತಿದ್ದ. ಆದರೆ ಊರಿನಲ್ಲಿ ಆಗಾಗ ಮಾಯವಾಗುತ್ತಿದ್ದ ಕೋಳಿಗಳ ಬಗ್ಗೆ ಸಂಬಂಧಿಸಿದವರಿಂದ ಬೈಗುಳ ತಪ್ಪದೆ ನಿರಂತರವಾಗಿ ಸಾಗಿರುತ್ತಿತ್ತು. ಇದರ ವಾಸ್ತವ ಸ್ಥಿತಿ ಮಾತ್ರ ನಮ್ಮೆಲ್ಲರಿಗೂ ತಿಳಿದಿದ್ದರೂ ನಿರಾತಂಕವಾಗಿರುತ್ತಿದ್ದೆವು.

ಆ ವರ್ಷ ಬೇಸಿಗೆ ರಜೆಯನ್ನು ನಾನೂ ಅದ್ದೂರಿಯಾಗಿಯೇ ಕಳೆದೆ. ಬಾಡೂಟ, ನನಗೂ ಬರುಬರುತ್ತಾ ಮಾಂಸದ ಬಗ್ಗೆ ಕರಡಯ್ಯ ಎಲ್ಲೋ ಹುಚ್ಚು ಹಿಡಿಸುತ್ತಿದ್ದಾನೆ ಅನ್ನಿಸಿತು. ಆದರೆ ನನ್ನ ಸರದಿ ಬಂದಾಗ ನಾನು ಕ್ಷಣ ಬೆರಗಾದೆ. ನನಗೆ ಕದಿಯುವು ದೆಂದರೆ ಹಿಂಸೆ ಅನ್ನಿಸಿತು. ಕಳ್ಳತನ ಅಪರಾಧ ಅಂತ ಬೇರೆ ಎಲ್ಲೋ ಓದಿದ್ದೆ. ಪುಕ್ಕಲು, ಭಯ, ಆತಂಕ ಬೇರೆ ಸೇರಿಕೊಂಡಿದ್ದವು. ಆದರೆ ವ್ಯಾಮೋಹ ಮಾತ್ರ ಹಾಗೇ ಇತ್ತು. ಎಲ್ಲಿ ಕದಿಯುವುದು? ಹೇಗೆ ಕದಿಯುವುದು? ಕದಿಯುವಾಗ ಯಾರಿಗಾದರು ಸಿಕ್ಕಿಬಿದ್ದರೆ? ಹಿಡಿದು ತರದಿದ್ದರೆ ಕರಡಯ್ಯ ಬೇರೆ-'ಇದುವರೆಗೂ ತಿಂದಿರುವುದನ್ನೆಲ್ಲ ಹೇತ್ಕೊಳ್ಳಂಗೆ ಹೊಡಿತೀನಿ'-ಅಂದಿದ್ದ. ಆತ ಹೇಳಿದನ್ನು ಮಾಡದೆ ಇರುವುದಿಲ್ಲ. ಕೊನೆಗೆ ಅಲ್ಲಿ ಇಲ್ಲಿ ಕೂತು ಆಲೋಚಿಸಿ, ಕೊನೆಗೂ ಕದಿಯಲು ಧೈರ್ಯ ಬರದೆ, ಕೊನೆಗೆ ನಮ್ಮ ಮನೆಯಲ್ಲೇ ಇದ್ದ ಅವ್ವನ ಮೊಟ್ಟೆಕೋಳಿಯನ್ನೇ ಹಿಡಿದು ಸಾಗಿಸಿದರೆ ಹೇಗೆ ಎಂದು ಯೋಚನೆ ಮಾಡಿದ್ದೆ.

***

ಅವ್ವ ಸಣ್ಣದರಿಂದ ಸಾಕಿದ್ದ ಅಂದವಾದ ಮೊಟ್ಟೆಕೋಳಿಯ ಬಾಡು ಅವತ್ತು ಬಲು ಸೊಗಸಾಗಿತ್ತು. ಅದರ ರುಚಿಯನ್ನು ಅಂದು ತಿಂದವರೆಲ್ಲಾ ಹೊಗಳಿದ್ದೂ ಹೊಗಳಿದ್ದೇ.

ಕೋಳಿ ಕುಯ್ಯುವ ದಿನ ಮಾತ್ರ ಯಾರೂ ತಪ್ಪಿಸಿಕೊಳ್ಳುತ್ತಿರಲಿಲ್ಲ. ಕರಡಯ್ಯನಂತು 'ಈ ವರ್ಷವೆಲ್ಲಾ ತಿಂದ ಕೋಳಿಗಳಲ್ಲೆಲ್ಲಾ ತುಂಬಾ ಚೆನ್ನಾಗಿದ್ದ ಕೋಳಿಯೆಂದರೆ ಇದೇನೆ' ಎಂದಿದ್ದ. ರಾಮ, ಕೆಂಚ ಮತ್ತು ಸುಗ್ಗಿ, ನಾಗಿಯರಂತು ಸರಸ ಸಲ್ಲಾಪಗಳಲ್ಲಿ ಮುಳುಗಿ ಕೋಳಿಯನ್ನು ತಿಂದು ಸವಿಯುತ್ತಿದ್ದರು. ಸಿದ್ದ ಮಾತ್ರ, ಮೊದಲೇ ಕುಳ್ಳ, ಪೀಚ –ಆತ ತಿನ್ನುವುದಕ್ಕೆ ಮುಲುಕುತ್ತಿದ್ದ. ಅದನ್ನು ಕರಡಯ್ಯ ಗಮನಿಸಿ, 'ಈತ ತಿನ್ನಲುಲಾರ, ಹೇಲಲೂಲಾರ' ಅಂತ ತನ್ನ ದೊಣ್ಣೆಯಿಂದ ಒಂದು ಬಿಗಿದಿದ್ದ. ನಾನಂತು ಅದರ ಸವಿಯನ್ನು ಸವಿದಿದ್ದೆ. ಆನಂದದಿಂದ ತಿನ್ನುವುದನ್ನು ನನ್ನಿಂದ ಕಲಿಯಿರಿ ಎಂಬಂತೆ ಕರಡಯ್ಯ ತಿಂದಿದ್ದ. ಹೀಗೆ ಕೋಳಿಗಳನ್ನು ಕದ್ದು ಅಡಿಗೆ ಮಾಡಿ ತಿನ್ನುವುದರಲ್ಲಿ ನಮ್ಮ ತಂಡ ತುಂಬಾ ಪರಿಣಿತಿಯನ್ನು ಸಾಧಿಸಿ ಬಿಟ್ಟಿತ್ತು. ನಮ್ಮ ರಹಸ್ಯ ಯಾವತ್ತು ಬಯಲಾದಾದೋ ಎಂಬ ಭಯ ಕೂಡ ಆಗಾಗ ನಮ್ಮ ಗುಂಪಿನಲ್ಲಿ ತಲೆ ಹಾಕುತ್ತಿತ್ತು. 'ಉಪ್ಪು ತಿಂದವನು ನೀರು ಕುಡಿಯಲೇಬೇಕು' ಎಂಬುದರಲ್ಲಿ ತನಗೆ ಬಲವಾದ ನಂಬಿಕೆ ಇದೆ ಯೆಂದು ಕರಡಯ್ಯ ತನ್ನ ಅನುಭವದಿಂದ ಹೇಳುತ್ತಿದ್ದ. ಅದರಿಂದ ತನಗೆ ಮುಂದೆ ಬಂದರೆ ಎಂತಹ ಕಷ್ಟ ಬರಬಹುದು ಎಂಬುದನ್ನೆಲ್ಲಾ ಬಗೆಬಗೆಯಾಗಿ ವರ್ಣಿಸುತ್ತಿದ್ದ.

ಬೆಳಿಗ್ಗೆ ಕುಯಲು ಹೊತ್ತಿನಲ್ಲಿ ಆ ಮೊಟ್ಟೆಕೋಳಿ ಮೊಟ್ಟೆ ಇಡಲು ಎತ್ತಿನ ಗೊಂತಿನಲ್ಲಿ ಕೂರಲು ಜಾಗ ಮಾಡುತ್ತಿದ್ದಾಗ, ನಾನು ಮರೆಯಲ್ಲಿ ನಿಂತು ವಂಚುಹಾಕಿ, ಅದು ಕೂತ ಕೂಡಲೇ ಮೆಲ್ಲಗೆ ಹೋಗಿ, ಅದರ ಕಾಲುಗಳಿಗೆ ತಣ್ಣೀರು ಬಟ್ಟೆಯ ಕೈ ಹಾಕಿ ಹಿಡಿದು, ಅದರ ಗೋಣು ಮುರಿದು, ಗೋಣಿಚೀಲಕ್ಕೆ ಹಾಕಿ, ಸಾಗಿಸಿದ್ದೆ. ಕೋಳಿ ಹಿಡಿಯುವುದರ ಬಗ್ಗೆ ನಮ್ಮ ತಂಡಕ್ಕೆ ಕರಡಯ್ಯ ಒಳ್ಳೆ ತರಬೇತಿ ಕೊಟ್ಟಿದ್ದ. ಹಾಗಾಗಿ ಒಮ್ಮೆ ಸಿಕ್ಕಿದ್ದ ಕೋಳಿ ನಮ್ಮ ಕೈಚಳಕದಿಂದ ತಪ್ಪಿಸಿಕೊಳ್ಳುವುದಕ್ಕೆ ಸಾಧ್ಯವಿರಲಿಲ್ಲ. ನನಗೆ ಚೆನ್ನಾಗಿ ನೆನಪುಂಟು : ಅವತ್ತು ಸಂಜೆ ನಾನು ದನಗಳನ್ನು ಕಾಯ್ದುಕೊಂಡು ಕಾಡಿನಿಂದ ಮನೆಗೆ ಬಂದಾಗ ಅವ್ವ ಮನೆಯ ತುದಿಬಾಗಿಲಲ್ಲಿ ನಿಂತು ತನ್ನ ಕೋಳಿಯನ್ನು ಮುರಿದುಕೊಂಡವರ ಮೇಲೆ ಹಿಡಿಹಿಡಿ ಶಾಪ ಹಾಕುತ್ತಾ ನಿಂತಿದ್ದಳು.

ಅವ್ವನ ಬೈಗುಳವನ್ನು ಕೇಳಿಸಿಕೊಂಡವನು ಏನಾದರು ಆಕೆಯ ಹತ್ತರ ನಿಂತಿದ್ದರೆ, ಅವಳ ಕೋಳಿಯನ್ನು ತಿಂದಿದ್ದರೆ, ನಿಜಕ್ಕೂ ಕಕ್ಕಿ ಬಿಡುವಂತೆ ಇತ್ತು–ಆಕೆಯ ಬೈಗುಳದ ವೈಖರಿ ಮತ್ತು ಬಗೆ. ಆದರೆ ಆಕೆ ಬೈಯುತ್ತಿದ್ದದ್ದು ಬಹುಪಾಲು ಹೆಂಗಸರನ್ನು ಕುರಿತು : 'ಸಣ್ಣದ್ದರಿಂದ ಮೇವಾಕಿ ಚೆನ್ನಾಗಿ ಸಾಕಿದ್ದೆ. ಹದವಾಗಿತ್ತೇನೋ? ಯಾವೊಳೋ ಹಲ್ಲಿಗೆ ರಸ ಇಳಿಯೋವರೆಗು ಚೆನ್ನಾಗಿ ತಿಂದವಳೆ. ನನಗೆ ಚೆನ್ನಾಗಿ ಗೊತ್ತು : ಯಾವ್ಗೋಳು ನನ್ನ ಕೋಳಿ ಮುರ್ಕೊಂಡವಳೆ ಅಂತ. ಯಾವಳೂ ರೊಟ್ಟಿ ಬುತ್ತಿ ಕಟ್ಕೊಂಡು ಐಗಂಚಿಯಿಂದ ಬಂದಿಲ್ಲ. ಲೇ, ಬಡ್ಡಿ! ಹಿಡಿದು ಮುಚ್ಕೊಂಡಿದ್ರೆ ಬಿಟ್ಟುಬಿಡೆ! ಅದ್ನ ಇನ್ನೆಲ್ಲಿ ಮುಚ್ಚಿ ಕೊಂಡಿದ್ದಾಳು? ತನ್ನ ಬಂಧುಬಳಗಕ್ಕೆ ಹಿಡಿದು ಸಾಗಿಸಿಬಿಟ್ಟವಳೆ! ಲೇ, ಸಾಗಿಸಿರೆ, ನಿನ್ನ ಮನೇಲಿ ಇನ್ನೊಂದು ವಾರದಲ್ಲಿ ಹೆಣ ಬೀಳಂಗ ಮಾಡದೆ ಇದ್ದರೆ ನನ್ನ ಹೆಸರು ಹಿಡಿದು ನೀ ಕರೀಬೇಡ್ಲೆ. ನೆಂಟರಿಷ್ಟರು ಬಂದಾಗೆಲ್ಲಾ ನಾ ಪಾಲಿಗೆ ಸಾಕಿರೋ ಕೋಳಿ ಕೂದ್ರೆ ಈರಕ್ಕ ನನ್ನ

ಬಿಟ್ಟಾಳೆ ಅಂತ ಬೇರೆಯವರ ಹತ್ರ ಕೊಂಡುಕೊಂಡು ಬಂದು ಕೂದ್ನಲ್ಲೆ. ಈರಕ್ಕನ ಹತ್ತಿರ ಪಾಲಿಗೆ ತಂದು ನಾ ಸಾಕಿದ್ದ ಕೋಳಿ ಕಣೆ ಅದು! ಆಕೆ ಕೇಳಿದ್ರೆ ನಾ ಏನೆಂದು ಅವಳಿಗೆ ಉತ್ತರ ಕೊಡ್ಲೆ? ಬಿಟ್ಟುಬಿಡೆ! ನಿನಗೆ ಧರ್ಮ ಬರ್ಲಿ. ಕಂಡಕಂಡವರ ವಡವೆಯನ್ನೆಲ್ಲಾ ತಿನ್ನಬಾರ್ದು ಕಣೆ, ಅಯ್ಯೋ ದೇವ್ರೆ!' ಎಂದು ಬೈದು ನಿಟ್ಟುಸಿರುಬಿಟ್ಟು ಕೂತಳು. ಆಕೆಯ ದುಃಖವನ್ನು ಅಪ್ಪ ನೋಡಲಾರದೆ ನೊಂದು 'ಬಾರೆ ಅತ್ತ. ಎಷ್ಟು ಬೈದರೂ ಅಷ್ಟೆ. ಅದರ ಆಯಸ್ಸು ಇದ್ದದ್ದೇ ಅಷ್ಟೇ ಏನೋ' ಎಂದು ಸಮಾಧಾನ ಮಾಡಲು ಹೋಗಿ ಆಕೆಯಿಂದ ಬೈಯಿಸಿಕೊಂಡ. ಅವ್ವನ ಬೈಗುಳದ ಮುಖ್ಯ ಗುರಿಯೆಲ್ಲಾ ಇದ್ದದ್ದು ಎದುರು ಮನೆಯ ಕರಿಯಮ್ಮನೇ ತನ್ನ ಕೋಳಿಯನ್ನು ಹಿಡಿದಿರುವವಳು ಎಂದು. ಕರಿಯಮ್ಮ ಅದನ್ನು ಹಿಡಿದು ತನ್ನ ಮಗಳನ್ನು ಕೊಟ್ಟಿರುವ, ಏಳೆಂಟು ಮೈಲಿ ದೂರದಲ್ಲಿರುವ ಪಾಳ್ಯಕ್ಕೆ ಸಾಗಿಸಿ ಬಿಟ್ಟಿದ್ದಾಳೆಂದು. ಅವ್ವನಿಗೂ ಕರಿಯಮ್ಮನಿಗೂ ಮೊದಲಿನಿಂದಲೂ ಆಗುತ್ತಿರಲಿಲ್ಲ. ಒಮ್ಮೆ ಮಕ್ಕಳ ಮಾತಿಗೆ ಕಾದ ಜಗಳ ರಂಪವಾಗಿ ದುರ್ಗದ ಪೋಲೀಸ್ ಸ್ಟೇಷನ್‌ವರೆಗೂ ಹತ್ತಿ ಬಂದಿತ್ತು. ಅಂದಿನಿಂದ ಆಕೆಗೂ ಅವ್ವನಿಗೂ ಮಾತುಕತೆ ಇರಲಿಲ್ಲ. ಅವರಿಬ್ಬರಿಗೇ ಏನು? ನಮ್ಮ ಮನೆಯವರಿಗೂ ಆಕೆಯ ಮನೆಯವರಿಗೂ ಯಾರಿಗೂ ಆಗುತ್ತಿರಲಿಲ್ಲ. ಒಬ್ಬರ ನೊಬ್ಬರು ಕಂಡರೆ ಸಾಕು ಹಲ್ಲುಹಲ್ಲು ಮಸೆಯುತ್ತಿದ್ದರು. ಆದರೆ ಪಾಪ! ಅವ್ವನ ಮೊಟ್ಟೆ ಕೋಳಿಯ ಬಾಡು ನನ್ನ ಹೊಟ್ಟೆಯಲ್ಲಿ ಅರಗುತ್ತಿದೆ ಎಂಬುದು ಅವ್ವನಿಗೆ ಹೇಗೆ ಗೊತ್ತಾಗ ಬೇಕು? ನಾನು ಹೇಳಿದರೆ ತಾನೆ? ನಾನು ಏನಾದರು ಅಪ್ಪಿತಪ್ಪಿ ಆ ಸಂದರ್ಭದಲ್ಲಿ ಆಕೆಗೆ ಹೇಳಿದರೆ ನನ್ನ ಬಿಟ್ಟಾಳೆ? ಗೊತ್ತಾದರೆ ನನ್ನನ್ನೇ ತಿಂದು ಗಟಗಟ ನೀರು ಕುಡಿದುಬಿಟ್ಟಾಳು! ಅದಕ್ಕೇ ನಾನು ಆಗ ಬೆಚ್ಚಿ ಭಯದಿಂದ ಸುಮ್ಮನೆ ಕೂತಬಿಟ್ಟೆ.

***

ಚಿನ್ನವ್ವನ ಲಯಬದ್ಧವಾದ ಬೈಗುಳದಿಂದ ಮೊಟ್ಟೆಕೋಳಿ ಕಳುವಾಗಿರುವ ಸುದ್ದಿ ಹೇಗೋ ಊರಿಗೆಲ್ಲಾ ಗೊತ್ತಾಯಿತು. ಗೊತ್ತಾದ ಮೇಲೆ ಹೀಗೆಯೇ ತಂತಮ್ಮ ಮನೆಗಳಲ್ಲಿ ಕೋಳಿಗಳು ಕಳುವಾಗಿರುವ ಬಗ್ಗೆ ಅನೇಕರು ನಿಂತು ತಂತಮ್ಮ ನೋವುಗಳನ್ನು ಹಂಚಿ ಕೊಂಡರು. ಚಿನ್ನವ್ವನ ಕೋಳಿ ಕಳುವಾಗಿದೆ ಎಂಬ ಸುದ್ದಿ, ಅದನ್ನು ಚಿನ್ನವ್ವನಿಗೆ ಪಾಲಿಗೆ ಕೊಟ್ಟಿದ್ದ ಈರಕ್ಕನ ಕಿವಿವರೆಗೂ ಬೀಳದೆ ಇರಲಿಲ್ಲ. ಚಿನ್ನವ್ವ ಅಂಥ ಇದ್ದಕ್ಕಿದ್ದಂತೆ ಕಥೆಯಲ್ಲಿ ಬಂದಳಲ್ಲ. ಈಕೆ ಯಾರು ಎಂದು ಗೊಂದಲ ಬೀಳಬೇಡಿ! ನನ್ನವ್ವನ ಹೆಸರು ಚಿನ್ನವ್ವ. ಇನ್ನು ಮೇಲೆ ಅವಳ ಹೆಸರನ್ನೇ ಹಿಡಿದು ಕಥೆ ಹೇಳುತ್ತೇನೆ. ಅವಳ ಹೆಸರಿನಲ್ಲಿಯೇ ಒಂದು ಸೊಗಸಿದೆ. ಒಂದು ಚೆಲುವಿದೆ. ಈರಕ್ಕನಿಗೆ ಸುದ್ದಿ ಗೊತ್ತಾದದ್ದೇ ತಡ ತನ್ನ ಕೋಳಿಗೆ ಚಿನ್ನವ್ವ ಹಣ ಕಟ್ಟಿಕೊಡುತ್ತಾಳೆ. ಯಾರು ಬಿಟ್ಟುಬಿಡುತ್ತಾರೆ? ನಾನೇಕೆ ಬಿಟ್ಟುಬಿಡಬೇಕು? ಎಂಬ ತೀರ್ಮಾನಕ್ಕೆ ಬಂದಿದ್ದಳು. ಆಕೆಗೆ ಇನ್ನೊಂದು ಗುಮಾನಿ ಎಂದರೆ ಯಾಕೆ ಚಿನ್ನವ್ವನೇ ಆ ಮೊಟ್ಟೆ ಕೋಳಿಯ ಕುಯ್ದು ತಿಂದಿರಬಾರದು? ತಿಂದು ಬೇರೆ ಯಾರೋ ಕದ್ದಿದ್ದಾರೆಂದು ಬೈಯುತ್ತಿರಬಾರದು? ಎಂಬುದು. ಆದರೆ ಮನುಷ್ಯರನ್ನು ಮನುಷ್ಯರೇ ನಂಬದೆ ಇರುವ ಕಾಲದಲ್ಲಿ, ಈರಕ್ಕನ ಅನುಮಾನ ಸಹಜವಾಗಿಯೇ ಇತ್ತು. ಜೊತೆಗೆ ಆಕೆಯ ಅಜ್ಞಾನ

ಬೇರೆ. ಆದರೆ ಚೆನ್ನವ್ವ ಅಂತಹ ಮೋಸಗಾತಿ ಅಲ್ಲ. ಆಕೆ ಅದನ್ನು ಕುಯ್ದು ತಿನ್ನುವುದಿದ್ದರೆ, ಒಮ್ಮೆ ತನ್ನ ಆಪ್ತ ನೆಂಟರು ಬಂದಾಗ ಕಾಡಯ್ಯನ ಹಿರಿಹೆಂಡತಿ ನಿಂಗವ್ವನ ಹತ್ತಿರ ಹುಂಜವೊಂದನ್ನು ಹಣಕೊಟ್ಟು ತಂದು ಕೂದು ಅಡಿಗೆ ಮಾಡಿ ಇಕ್ಕುತ್ತಿದ್ದಳೆ?

ಚೆನ್ನವ್ವನ ಮೊಟ್ಟೆಕೋಳಿ ಇಕ್ಕಿದ್ದ ಹತ್ತು ಮೊಟ್ಟೆಗಳು ಹಳೆ ಮಡಕೆಯಲ್ಲಿ ಮಲಗಿದ್ದವು. ಕಳುವಾದ ಕೋಳಿಯ ಸುಳಿವು ಪತ್ತೆ ಆಗಲೇ ಇಲ್ಲ. ಹೇಗೆ ಪತ್ತೆ ಆದಾದು? ಎರಡು ದಿನಗಳು ಕಳೆದೇ ಹೋದವು. ಈರಕ್ಕ ಚೆನ್ನವ್ವನ ಮನೆಗೆ ಇಳಿದಳು. ಚೆನ್ನವ್ವ ಮತ್ತೆ ಅವಳ ಮುಂದೆ ಅದೇ ರಾಗ ಪಾಡಿದಳು. ಆದರೆ ಈರಕ್ಕನಿಗೆ ಆಕೆಯ ಯಾವ ಮಾತೂ ಬೇಕಾಗಿ ರಲಿಲ್ಲ. ಆಕೆಗೆ ಬೇಕಾಗಿದ್ದದ್ದು ತಾನು ಆಕೆಗೆ ಪಾಲಿಗೆ ಕೊಟ್ಟಿದ್ದ ಕೋಳಿಗೆ 'ಲಿಗಾಡು' ಕಟ್ಟಿ ಕೊಡುವುದು, ಅಂದರೆ ಬೆಲೆ ಕಟ್ಟಿಕೊಡುವುದು. ಹುಂಜವನ್ನು ಯಾರೂ ಪಾಲಿಗೆ ಸಾಕುವುದಿಲ್ಲ. ಕೋಳಿಯನ್ನು ಪಾಲಿಗೆ ಸಾಕುವುದೆಂದರೆ ಹೇಂಟೆಯನ್ನು, ಅದು ಇನ್ನೂ ಸುಮಾರಾಗಿ ಹೂಮರಿಯಾಗಿದ್ದಾಗಲೇ ಪಾಲಿಗೆ ಅಂತ ಹಿಡಿದುಕೊಂಡು ಬರುತ್ತಾರೆ. ಅದನ್ನು ಮೇವು ಹಾಕಿ ಚೆನ್ನಾಗಿ ಸಾಕಿ ಸಣ್ಣದರಿಂದ ದೊಡ್ಡದು ಮಾಡಿ, ಮೊಟ್ಟೆ ಇಕ್ಕಿಸಿ, ಆ ಮೊಟ್ಟೆಗಳನ್ನು ಕಾವಿಗೆ ಕೂರಿಸಿ ಮರಿಮಾಡಿಸಿ, ಆ ಮರಿಗಳು ಸ್ವಲ್ಪ ದೊಡ್ಡವಾದ ಮೇಲೆ, ಸಮಸಮವಾಗಿ ಪಾಲಿಗೆ ಕೊಟ್ಟವಳು ಮತ್ತು ಪಾಲಿಗೆ ಸಾಕಿದವಳು ಇಬ್ಬರೂ ಹಂಚಿ ಕೊಳ್ಳುತ್ತಾರೆ. ಅವುಗಳನ್ನು ಮರಿಮಾಡಿದ ತಾಯಿಕೋಳಿ ಮಾತ್ರ ಮತ್ತೆ ಪಾಲಿಗೆ ಕೊಟ್ಟ ಯಜಮಾನ್ತಿಗೇ ಸೇರುತ್ತದೆ. ಹೀಗೆ ಕೋಳಿಯನ್ನು ಪಾಲಿಗೆ ಸಾಕುವುದು ನಮ್ಮ ಸೀಮೆ ಯಲ್ಲಿರುವ ಒಂದು ಅಪರೂಪದ ಪದ್ಧತಿಯಾಗಿತ್ತು.

ಮನೆಗೆ ಬಂದ ಈರಕ್ಕ ಇಕ್ಕಿದ್ದ ಹತ್ತು ಮೊಟ್ಟೆಗಳಲ್ಲಿ ಐದು ಮೊಟ್ಟೆಗಳನ್ನು ತನ್ನ ಪಾಲಿಗೆ ಕೇಳಿದಳು. ಚೆನ್ನವ್ವ ಅದಕ್ಕೆ ಇಲ್ಲ ಅನ್ನಲಿಲ್ಲ. ಬೇರೆಯವರ ಋಣ ನನಗೆ ಬೇಡ ಎಂದಳು. ಇನ್ನುಳಿದ ಆಕೆ ಐದು ಮೊಟ್ಟೆಗಳನ್ನು ತನ್ನ ಗಂಡನಿಗೆ ಕೀರೆಸೊಪ್ಪಿನ ಜೊತೆ ಹುರಿದು ಮೊಟ್ಟೆ ಪಲ್ಯ ಮಾಡಿಕೊಡುವುದೆಂದು ತೀರ್ಮಾನಿಸಿದಳು. ಈರಕ್ಕ ತನ್ನ ಪಾಲಿನ ಆ ಐದು ಮೊಟ್ಟೆಗಳನ್ನು ಈಸಿಕೊಂಡು, 'ಕೋಳಿಗೆ ಹತ್ತು ರೂಪಾಯಿಗಳನ್ನು ಕೊಟ್ಟುಬಿಡು' ಎಂದು ನೇರವಾಗಿಯೇ ಚೆನ್ನವ್ವನನ್ನು ಕೇಳಿದಳು.

***

ಕೊನೆಗೆ ಚೆನ್ನವ್ವ ಈರಕ್ಕನಿಗೆ ಎಂಟು ರೂಪಾಯಿಗಳನ್ನು ಕೊಡಲು ಒಪ್ಪಿಕೊಂಡು ತನ್ನ ಮನೆಯ ದೇವರ ಮಾಡುವುದೆಂದು ನಿರ್ಧರಿಸಿದಳು. ಆಕೆ ಅದಕ್ಕಾಗಿ ತನ್ನ ಮನೆಯ ದೇವತೆ ಹಂದಲಗೆರೆಯ ಮಾಹೇಶ್ವರಮ್ಮನನ್ನು ಮಾಡಲು ತನಗೆ ಮತ್ತೊಂದು ಸಣ್ಣ ಕೋಳಿ ಬೇಕೆಂದು ಈರಕ್ಕನನ್ನೇ ಕೇಳಿದಳು. ಈರಕ್ಕನ ಮನೆ ಊರಿನ ಹೊರಭಾಗ ದಲ್ಲಿದ್ದರಿಂದ ಆಕೆ ಅನೇಕ ಕೋಳಿಗಳನ್ನು ಸಾಕಿದ್ದಳು. ಅವು ಮೇವು ಮೇದು ಆಡಿಕೊಂಡು ಇರಲು ಸಾಕಷ್ಟು ಹೊಲಮಾಳ ಅವಳ ಮನೆಯ ಹತ್ತಿರವೇ ಇತ್ತು. ಹಾಗಾಗಿ ಈರಕ್ಕ ಅನೇಕ ಕೋಳಿಗಳನ್ನು ಸಾಕುತ್ತಿದ್ದಳು. ಸಾಕಿ, ಸಾಕಿ ಮಾರುತ್ತಿದ್ದಳು. ಆಕೆ ಆ ಕಾಯಕವನ್ನು ಒಂದು

ರೀತಿಯಲ್ಲಿ ತನ್ನ ಸಂಪಾದನೆಯ ವೃತ್ತಿಯನ್ನಾಗಿ ಮಾಡಿಕೊಂಡಿದ್ದಳು. ಚಿನ್ನವ್ವ ದೇವರು ಮಾಡಲು ಒಂದು ಸಣ್ಣ ಕೋಳಿ ಬೇಕೆಂದಾಗ ಆಕೆ ಆಗಲಿ ಎಂದಳು. ಐದು ರೂಪಾಯಿಗೆ ವ್ಯಾಪಾರ ಮಾಡಿ ಒಂದು ಸುಮಾರಾಗಿರುವ ಕೋಳಿಯನ್ನು ಚಿನ್ನವ್ವ ಹಿಡಿದುಕೊಂಡು ಬಂದಳು. ಅಲ್ಲಿಗೆ ಎಂಟು ಮತ್ತು ಐದು–ಹೀಗೆ ಒಟ್ಟು ಸೇರಿ ಹದಿಮೂರು ರೂಪಾಯಿ ಗಳಲ್ಲಿ, ಹತ್ತು ರೂಪಾಯಿಗಳನ್ನು ಆಕೆಗೆ ತೆತ್ತು, ಇನ್ನು ಮೂರು ರೂಪಾಯಿಗಳನ್ನು ಸಾಲ ಅಂತ ನಿಲ್ಲಿಸಿಕೊಂಡು ಬಂದಳು ಚಿನ್ನವ್ವ.

ಚಿನ್ನವ್ವನಿಗೆ ಗಂಡ, 'ದೇವರು ಮಾಡುವುದು ಬೇಡ. ಈಗ ನಷ್ಟವಾಗಿರೋದೆ ಸಾಕು. ಅದಕ್ಕೆ ಬೇರೆ ಯಾಕೆ ಖರ್ಚು ಮಾಡ್ತೀ?' ಅಂತ ಎಷ್ಟೆಷ್ಟೋ ಹೇಳಿದರು. ಆದರೆ ಚಿನ್ನವ್ವ ಅವರ ಮಾತನ್ನು ಕೇಳಲಿಲ್ಲ. 'ನಾನು ನನ್ನ ಮನೆ ದೇವರು ಮಾಡಲು ಹೊರಟರೆ ನೀ ಯಾಕೆ ಅಡ್ಡ ಬರ್ತೀ?' ಎಂದು ಅವರ ಮೇಲೆ ರೇಗಿಬಿದ್ದಳು. 'ನಿನಗೆ ಕಂಡದ್ದ ಮಾಡ್ಕೋ, ನಿನಗೆಲ್ಲೋ ಬುದ್ಧಿಕೆಟ್ಟಿದೆ!' ಅಂತಂದು ಅವರು ಸುಮ್ಮನಾಗಿ ಬಿಟ್ಟರು. ಚಿನ್ನವ್ವ ದೇವರು ಮಾಡಿ ತನ್ನ ಮನೆಯ ಕೋಳಿಯನ್ನು ಹಿಡಿದು ತಿಂದವಳ ಮನೆಯ ಹಾಳು ಮಾಡಿಸಿಯೇ ಮಾಡುತ್ತೇನೆಂದು ನಿರ್ಧರಿಸಿದಳು.

ಅವತ್ತು ಮಂಗಳವಾರ; ಅದು ಚಿನ್ನವ್ವನ ಮನೆಯ ದೇವತೆಯ ಪೂಜೆಯ ವಾರದ ದಿನ. ಈರಕ್ಕನ ಹತ್ತಿರ ಕೊಂಡು ತಂದಿದ್ದ ಐದು ರೂಪಾಯಿ ಕೋಳಿಯ ಕಾಲುಗಳನ್ನು ದಾರದಿಂದ ಕಟ್ಟಿ ಮೂಲೆಯಲ್ಲಿ ಮಲಗಿಸಿದ್ದಳು. ಹಿಂದಿನ ದಿನವೇ ಸಂಜೆ ಹಳೆವೂರಿನ ನಂಜಪ್ಪನವರ ದಿನಸಿ ಅಂಗಡಿಯಲ್ಲಿ ಕೊಂಡು ತಂದಿದ್ದ ಪೂಜೆ ಸಾಮಾನುಗಳನ್ನೆಲ್ಲಾ ಹೊಸ ಮಂಕರಿಯಲ್ಲಿ ಜೋಡಿಸಿಟ್ಟುಕೊಂಡಿದ್ದಳು. ಬೆಳಿಗ್ಗೆ ಹೊತ್ತಿನಂತೆಯೇ ಎದ್ದು ಮಡಿ ಯಾಗಿ ಹೊರಟುಬಿಡಬೇಕೆಂದು ರಾತ್ರಿ ತಾನು ಮಲಗುವಾಗಲೇ ನಿಶ್ಚಯಿಸಿದ್ದಳು. ಊರಿ ನಿಂದ ಹಂದಲಗೆರೆಗೆ ಹತ್ತು–ಹನ್ನೆರಡು ಮೈಲಿ ದೂರವಾಗುತ್ತಿತ್ತು. ಗಂಡ ಬಸ್ಸಿಗೆ ಹೋಗಿ ಅಂದದ್ದಕ್ಕೆ ಆಕೆ ರೇಗಿ 'ಬಸ್ಸಿಗೆ ಬೇರೆ ದಂಡಕೊಡಬೇಕೆನೊ? ಕಾಲುಗಳೇನು ಬಿದ್ದು ಹೋಗಿ ದ್ದಾವ? ಮಬ್ಬಿಗೇ ಹೊರಟರೆ, ಮಧ್ಯಾಹ್ನದ ಹಿಟ್ಟೊತ್ತಿಗ್ಗೆಲ್ಲಾ ತಪ್ಪದೆ ಅಲ್ಲಿಗೆ ಹೋಗಿ ಸೇರ ಬಹುದು' ಅಂದಿದ್ದಳು.

***

ನಾನು ಮತ್ತು ಅವ್ವ ಊರು ಬಿಟ್ಟಾಗ ಇನ್ನೂ ಬೆಳಗಿನ ಕತ್ತಲು ಇತ್ತು. ಮೊದಲ ಕೋಳಿ ಕೂಗಿದಾಗಲೇ ಅವ್ವ ಎದ್ದು, ನನ್ನನ್ನೂ ಎಬ್ಬರಿಸಿದ್ದಳು. ನಾನೂ ಎದ್ದು ಸ್ನಾನ ಮಾಡಲು ಹೇಳಿದಳು. ನಾನೂ ನಿದ್ದೆ ಕಿತ್ತು ಸ್ನಾನ ಮಾಡಿದ್ದೆ. ಅಷ್ಟೊತ್ತಿಗಾಗಲೇ ಅವಳು ಎದ್ದು ನೀರು ಕಾಯಿಸಿ ಸ್ನಾನ ಮಾಡಿ ಸಿದ್ಧಳಾಗಿದ್ದಳು. ಇಬ್ಬರೂ ಊರುಬಿಟ್ಟು ಹೊರಗೆ ಬಂದು ದಾರಿ ಯಲ್ಲಿ ಕೊರಕೊರನೆ ಹೊರಟೆವು. ಅವ್ವ ತನ್ನ ತಲೆಯ ಮೇಲೆ ಪೂಜೆ ಸಾಮಾನುಗಳ ಇಟ್ಟಿದ್ದ ಹೊಸ ಬಿದಿರು ಮಂಕರಿಯನ್ನು ಹೊತ್ತಿದ್ದಳು. ನನ್ನ ಕೈಗೆ ಕೋಳಿ ಹಿಡಿದುಕೊಳ್ಳಲು ಕೊಟ್ಟಿದ್ದಳು. ನಾನು ಆ ಕೋಳಿಯನ್ನು ಹಿಡಿದು ನಡೆಯುತ್ತಿದ್ದಾಗ ನನಗೆ ಅನ್ನಿಸಿದ್ದು : ಆ

ಕೋಳಿಯನ್ನು ಹಿಡಿದು ತೆರಳುತ್ತಿರುವುದು ಕರಡಯ್ಯನ ಬಾಯಿಗೋ? ಅಥವಾ ಹಂದಲ ಗೆರೆಯ ಮಾಹೇಶ್ವರಮ್ಮನ ಬಲಿಗೋ? ಎಂದು.

ನಿತ್ಯ ಊರಿನಿಂದ ದುರ್ಗಕ್ಕೆ ಶಾಲೆಗೆ ಹೋಗಿ ಬರುತ್ತಿದ್ದೆ. ಹಾಗಾಗಿ ನನಗೂ ಶಾಲೆಗೆ ನಡೆದು ಅಭ್ಯಾಸವಿದ್ದರಿಂದ ಕಾಲುನಡಿಗೆ ನನಗೆ ಕಷ್ಟ ಅನ್ನಿಸಲಿಲ್ಲ. ಆದರೆ ಅವ್ವನ ವೇಗದ ಕಾಲುನಡಿಗೆಗೆ ಹೆಜ್ಜೆ ಹಾಕುವುದು ಮಾತ್ರ ನನಗೆ ಕಷ್ಟವಾಗಿತ್ತು. ಅಂತು ಅವ್ವ ಮಧ್ಯಾಹ್ನದ ಹೊತ್ತಿಗೆ ಹಂದಲಗೆರೆಗೆ ನಡೆಸಿದ್ದಳು. ಬಂದ ಕೂಡಲೇ, 'ಇದೇ ನಮ್ಮ ಮನೆದೇವರ ಗುಡಿ' ಎಂದು ತೋರಿಸಿದಳು. ನಾವು ಬಂದಿರುವ ವಿಷಯವನ್ನು ಊರಿಗೆ ಹೋದ ಮೇಲೆ ಯಾರ ಹತ್ತಿರವೂ ಬಾಯಿ ಬಿಡಬೇಡ ಎಂದು ಎಚ್ಚರಿಸಿದಳು. ನಾವು ಬರುವ ವೇಳೆಗಾಗಲೇ ಮಾಹೇಶ್ವರಮ್ಮನ ಗುಡಿಯಲ್ಲಿ ಜನ ಕಿಕ್ಕಿರಿದು ಸೇರಿದ್ದರು.

ಅಲ್ಲಿಗೆ ಬಂದಿದ್ದ ಬಹುಪಾಲು ಭಕ್ತಾದಿಗಳಲ್ಲೆಲ್ಲಾ ಎದ್ದು ಕಂಡುಬರುತ್ತಿದ್ದ ಎರಡು ಮುಖ್ಯ ಅಂಶಗಳಲ್ಲಿ, ಒಂದು–ಹರಕೆ ಹೊತ್ತವರು ತೀರಿಸಲು ಬಂದವರು. ವಾಸ್ತವವಾಗಿ ಅವರು ತಮಗೆ ಏನೂ ಒಳ್ಳೆಯದು ಆಗಲೇ ಇಲ್ಲ ಎಂಬ ಕೊರಗಿನಿಂದ ಸಹ ಇದ್ದರು! ಎರಡು–ಬೇರೆಯವರಿಗೆ ಕೇಡನ್ನು ಬಯಸಿ ಬಂದವರು. ಅವ್ವ ಹೋಗಿದ್ದು ಕೇಡನ್ನು ಬಯಸಿಯೇ ತಾನೆ? ಪೂಜಾರಯ್ಯನಿಗೆ ಬಿಡುವೇ ಇರಲಿಲ್ಲ. ಆತನ ಮೈಮೇಲೆ ಮೋಟು ಕೊಳೆಪಂಚೆಯನ್ನು ಬಿಟ್ಟು ಮತ್ತೆ ಯಾವುದೇ ರೀತಿಯ ಅರಿವೆ ಇರಲಿಲ್ಲ. ಆತ ನೋಡು ವುದಕ್ಕೆ ಒಬ್ಬ ಕಾಪಾಲಿಕನ ಥರ ಕಾಣುತ್ತಿದ್ದ. ಗಡ್ಡ, ಜುಟ್ಟು, ಬತ್ತಿ ಕಟ್ಟಿತ್ತು. ಕಪ್ಪು ಎದೆಯ ಮೇಲೆ ಬಿಳಿ ರೋಮಗಳ ದಟ್ಟ ಪೊದೆಯೇ ಮಲಗಿತ್ತು. ಆತ ತನ್ನ ಮೈಮೇಲೆಯೇ ಗ್ರಾಮ ದೇವತೆ ಮಾಹೇಶ್ವರಮ್ಮ ನೆಲೆಸಿದ್ದಾಳೆಂಬಂತೆ ವರ್ತಿಸುತ್ತಿದ್ದ.

ಪೂಜಾರಯ್ಯ ಕೆಲವು ಹೆಣ್ಣು ಮಕ್ಕಳ ಮೈಮೇಲೆ ದೆವ್ವ ಪೀಡೆ ಪಿಶಾಚಿ ಗಾಳಿ ಬರುತ್ತ ದೆಂದು, ಅದನ್ನು ಬಿಡಿಸಲು ಹರಕೆ ಹೊತ್ತು ಬಂದವರಿಗೆ, ಆ ಹೆಣ್ಣುಮಕ್ಕಳ ಮುಂದಲೆ ಜುಟ್ಟು ಹಿಡಿದು, ದೊಡ್ಡ ಕೂಗಾಕಿ ಬೇವಿನ ಸೊಪ್ಪಿನಿಂದ ಅವರ ಬೆನ್ನುಮೇಲೆ ಬಾಸುಂಡೆ ಬರುವಂತೆ ಬಾರಿಸುತ್ತಿದ್ದರೆ, ಆತನ ಹೆಂಡತಿ ನಿಂತು ನಗಾರಿ ಬಾರಿಸುತ್ತಿದ್ದಳು. ದೇವರು ಮಾಡಲು ಬಂದವರು ತಂದ ಕೋಳಿಯನ್ನು ಪೂಜಾರಯ್ಯ ಒಂದೇ ಏಟಿಗೆ ಕತ್ತರಿಸಿ ಬಿಸಾಡಿ ಹರಿಯುವ ರಕ್ತವನ್ನು ತನ್ನ ಕೈಮೈಗೆ ಬಳಿದುಕೊಂಡು 'ದೇವತೆಗೆ ಕೈಮುಗಿದು ಹರಕೆ ಕಟ್ಟಿಕೊಳ್ಳಿ' ಅಂತಿದ್ದ. ಅವರು ಬೇಡಿಕೊಂಡು, ತಮ್ಮ ಬೇಡಿಕೆ ಈಡೇರಿದರೆ, ದೇವತೆಗೆ ಏನಾದರು ಒಂದು ವಿಶೇಷವಾದ ಉಡುಗೊರೆಯನ್ನು ತಂದು ಅರ್ಪಿಸುವುದಾಗಿ ಹರಕೆ ಹೊತ್ತು, ದೇವರು ಮಾಡಿಕೊಂಡು ತೆರಳುತ್ತಿದ್ದರು.

ಅವ್ವನೂ ಪೂಜೆ ಮಾಡಿ, ಕೋಳಿ ರಕ್ತದ ಕೈ ಮುಗಿದು, ದೇವರು ಮಾಡಿ, ತನ್ನ ಮನೆಯ ಕೋಳಿಯ ಮುರಿದುಕೊಡವರ ಮನೆಯ ಹಾಳು ಮಾಡಿದರೆ, ತಾನು ಊರಿಗೆ ಹೋಗುವ ಹೊತ್ತಿಗೆ ಅವರ ಮನೆಯಲ್ಲಿ ಹೆಣ ಬೀಳಿಸಿದರೆ, ವರ್ಷಕ್ಕೆ ಸರಿಯಾಗಿ ನಾನು ಇಲ್ಲಿಗೆ ಬಂದು ಒಂದು ಮೂಗುತಿಯನ್ನು ಮಾಡಿಸಿಕೊಡುವುದಾಗಿ ಹರಕೆ ಹೊತ್ತಳು.

ಪೂಜಾರಯ್ಯ ಅತ್ತ ಇತ್ತ ಹಾರಾಡಿ, 'ಹೋಗೇ ಮಗಳೇ! ನೀನು ಊರಿಗೆ ಹೋಗುವುದರೊಳಗೆ ಅವರ ಮನೆಯಲ್ಲಿ ಮುಂದಲ ಮಗನ ಹೆಣ ಬೀಳದೆ ಇದ್ದರೆ ನನ್ನ ಹೆಸರು ಹಿಡಿದು ಕರೆಯಬೇಡ. ನಿಮ್ಮವ್ವನ ದರ್ಶನಕ್ಕೆ ಮತ್ತೆ ನೀ ಬರಬೇಡ!' ಅಂದ. ಅವ್ವ ಅವನ ಕಾಲಿಗೆ ಬಿದ್ದು, 'ಅಷ್ಟು ಮಾಡು ನಮ್ಮವ್ವ ನೀನು! ಆಮೇಲೆ ನಿನ್ನ ಮಗಳು ನಿನಗೆ ಏನು ತಂದು ಅರ್ಪಿಸ್ತಾಳೆ ಅನ್ನುವುದ ಆಮೇಲೆ ನೀನೇ ನೋಡಿವಂತೆ' ಅಂದಳು. 'ಕೊಟ್ಟ ಮಾತಿಗೆ ನಾ ತಪ್ಪುವವಳಲ್ಲ. ಇನ್ನು ನೀ ನಡಿ ಮಗಳೇ!' ಅಂದ ಪೂಜಾರಯ್ಯ. 'ನಾನೂ ನನ್ನ ಭಾಷೆಗೆ ತಪ್ಪುವ ಮಗಳಲ್ಲ' ಅಂದು ಆಮೇಲೆ ಅವ್ವ ನನ್ನ ಕರೆದುಕೊಂಡು 'ಹೊತ್ತಾಗ್ತದೆ, ನಡೀ ನಡೀ' ಅಂತ ನಡೆದಳು. ನನಗೆ ಎಲ್ಲವೂ ವಿಚಿತ್ರ ಅನ್ನಿಸಿತು.

ಅವ್ವ ಬೆಳಿಗ್ಗೆಯಿಂದ ಹಸಿದಿದ್ದಳು. ತಾನು ದೇವರು ಮಾಡುವವರೆಗೂ ಏನನ್ನೂ ತಿನ್ನುವಂತಿಲ್ಲ ಅಂದಿದ್ದಳು. ನನಗೆ ಆ ಕಡೆಯಿಂದ ಹೋಗುವಾಗ ದಾರಿ ಮಧ್ಯದಲ್ಲಿ ರಾತ್ರಿ ಹಾಕಿ ತಂದಿದ್ದ ಅಕ್ಕಿ ರೊಟ್ಟಿಯನ್ನು ತಿನ್ನಲು ಕೊಟ್ಟಿದ್ದಳು. ಈಗ ಊರಿಗೆ ಮರಳುವಾಗ ದಾರಿ ಮಧ್ಯೆ ಪೂಜೆಯ ಹಣ್ಣುಕಾಯಿ ಕೊಟ್ಟಳು. ಆಮೇಲೆ ತಾನೂ ತಿಂದು ಅಲ್ಲೇ ಪಕ್ಕದಲ್ಲಿದ್ದ ಬಾವಿಯಲ್ಲಿ ನೀರು ಕುಡಿದಳು. 'ನಿಧಾನಕ್ಕೆ ಹೋದರು, ಇನ್ನೂ ಸಂಜೆ ಬೆಳಕು ಇರುವಂತೆಯೇ ಊರಿಗೆ ಹೋಗ್ತೀವಿ ಬಾ'-ಅನ್ನುತ್ತಾ ನನ್ನನ್ನು ನಡೆಸಿದಳು. ಪೂಜಾರಯ್ಯ 'ನೀನು ಊರಿಗೆ ಹೋಗುವುದರೊಳಗೆ ನಿನ್ನ ಕೋಳಿ ಮುರಿದು ತಿಂದವರ ಮನೆಯಲ್ಲಿ ಮೊದಲ ಮಗನ ಹೆಣ ಬಿದ್ದಿರ್ತದೆ ಹೋಗು'-ಅಂತಂದಿದ್ದ ಮಾತು ನನ್ನ ಕಿವಿಯಲ್ಲಿ ಇನ್ನೂ ಪಿಸುಗುಟ್ಟುತ್ತಲೇ ಇತ್ತು. ನಾನೂ ನಮ್ಮವ್ವನಿಗೆ ಮೊದಲ ಮಗನೇ! ಇದೇನಪ್ಪ ಗ್ರಹಚಾರ! ನಾನೇನಾದರು ಸತ್ತು ಗೋತ ಹೊಡೆದರೆ ಗತಿಯೇನು? ಆ ದೇವತೆ ನನ್ನನ್ನೇ ಬಲಿ ತೆಗೆದುಕೊಂಡುಬಿಟ್ಟರೆ ಹೇಗೆ? ಎಂದೆಲ್ಲಾ ಚಿಂತಿಸಿ ಗಾಬರಿಗೊಂಡೆ. ಭಯ ನನ್ನನ್ನು ಯಾಕೋ ಏನೋ ಹೆಜ್ಜೆ ಹೆಜ್ಜೆಗೂ ಕಾಡತೊಡಗಿತ್ತು. ಆ ಮಾಹೇಶ್ವರಮ್ಮನ ಭಯಂಕರ ರೂಪ ಮತ್ತು ಹಾಗೂ ಅಲ್ಲಿಯ ಭಕ್ತರ ವರ್ತನೆ, ಆ ಸನ್ನಿವೇಶದ ವಾತಾವರಣ ಅವೆಲ್ಲಾ ನನ್ನ ಮನಸ್ಸನ್ನು ತುಂಬಾ ಗೊಂದಲಗೊಳಿಸಿದ್ದವು. ಆಗ ಅವ್ವನಿಗೆ ನಿಜ ಹೇಳಿಬಿಡಲೆ ಅಂತ ಯೋಚಿಸಿದೆ, 'ಕೋಳಿ ತಿಂದವರು ನಾವೇ' ಎಂದು. ಆದರೆ ಆಕೆಗೆ ಗೊತ್ತಾದರೆ ಬಿಟ್ಟಾಳೆಯೇ? ನನ್ನನ್ನು ಈ ದಾರಿಯಲ್ಲಿಯೇ ಮುಗಿಸಿ ಹೋದಾಳು! ಎಂದು ಹೆದರಿ ಹೇಳಲಿಲ್ಲ.

ನಾವಿಬ್ಬರೂ ಮನೆಗೆ ಬಂದಾಗ ಆಗಲೇ ಕತ್ತಲಾಗಿತ್ತು. ಕತ್ತಲಲ್ಲಿ ಊರು ಬಿಟ್ಟವರು, ಮತ್ತೆ ಕತ್ತಲಲ್ಲಿಯೇ ಊರು ಸೇರಿಕೊಂಡೆವು. ನಾವು ಹೋಗಿ ಬಂದುದು ಊರಿನ ಬಹುಪಾಲು ಜನಕ್ಕೆ ಗೊತ್ತಾಗಲೇ ಇಲ್ಲ. ಆದರೆ ಅವ್ವನಿಗೆ ತಾನು ಊರಿಗೆ ಹೋಗುವುದರೊಳಗೆ ತನ್ನ ಎದುರುಮನೆಯ ಕರಿಯಮ್ಮನ ಮನೆಯಲ್ಲಿ ಯಾರಾದರು ನೆಗೆದು ಬಿದ್ದಿರ್ತಾರೆ ಎಂದು. ಯಾಕೆಂದರೆ ತನ್ನ ದೇವತೆಯ ಸತ್ಯ ಅಷ್ಟೊಂದು ಗಟ್ಟಿಯಾದುದು ಎಂಬುದು ಆಕೆಯ ನಂಬಿಕೆ. ನಾವು ಊರಿಗೆ ಬಂದಾಗ ಇಂತಹ ಯಾವುದೇ ಕೆಟ್ಟ ಸುದ್ದಿ ಇರಲಿಲ್ಲ. ಕರಿಯಮ್ಮನ ಮನೆಯ ಜನ, ಎತ್ತು, ಎಮ್ಮೆ, ಕುರಿ, ಕೋಳಿ ಎಲ್ಲವೂ ಚೆನ್ನಾಗಿಯೇ ಇದ್ದವು.

ಯಾರಿಗೂ ಏನೂ ಆಗಿರಲಿಲ್ಲ. ಅವತ್ತೇ ಅಲ್ಲ. ಒಂದು ವಾರ ಬಂದು ಹೋದರೂ ಕರಿಯಮ್ಮನ ಮನೆಯ ನರಮನುಷ್ಯರೆಲ್ಲಾ ಟಗರುಗಳಂತೆ ಓಡಾಡುತ್ತಿದ್ದರು. ಅಷ್ಟಾಗಿಯೂ, ಅವ್ವನ ಕೋಳಿಯನ್ನು ಕರಿಯಮ್ಮ ಕದ್ದು ತಿಂದಿದ್ದರೆ ತಾನೆ? ಕೋಳಿ ತಿಂದ ನಾನು, ಕರಡಯ್ಯ, ಕರಡಯ್ಯನ ತಂಡದವರೇ ಗುಂಡುಕಲ್ಲಿನ ಹಾಗೆ ಇರುವಾಗ, ಇನ್ನು ಕರಿಯಮ್ಮನ ಸಂಸಾರಕ್ಕೆ ಏನು ಆದಾದು? ಆಗಿದ್ದೆಲ್ಲಾ ಅವ್ವನಿಗೇ ಹೊರತು, ಯಾರಿಗೂ ಅಲ್ಲ. ಅವ್ವ ಆಮೇಲೆ ಬರುಬರುತ್ತಾ ತನ್ನ ಮನೆಯ ದೇವತೆಯನ್ನು ಬೈಯ್ಯ ತೊಡಗಿದಳು.

***

ಬೇಸಿಗೆ ರಜೆ ಕಳೆದು ಹೋಯಿತು. ಮತ್ತೆ ನಾನು ಶಾಲೆಗೆ ಹೋಗಲು ಆರಂಭಿಸಿದೆ. ಸದ್ಯಕ್ಕೆ ಅವ್ವನ ಕೋಳಿ ಪ್ರಸಂಗ ಮರೆತು ಎಲ್ಲವೂ ತಣ್ಣಗಾಗಿತ್ತು. ಆದರೆ ನಾನು ಒಂದು ದಿನ, ಸುಮ್ಮನೆ ಇರಲಾರದೆ, ಮನೆಯಲ್ಲಿ ಎಲ್ಲರೂ ಕೂತಿದ್ದಾಗ, ಕೋಳಿಯನ್ನು ಕದ್ದು ಕಾಡಿಗೆ ಸಾಗಿಸಿ ಅಲ್ಲಿ ನಾನು, ಕರಡಯ್ಯ ಹಾಗೂ ಇತರರು ಸೇರಿಕೊಂಡು ಅದನ್ನು ಕುಯ್ದು ಹೇಗೇಗೆ ಬೇಯಿಸಿ ಖುಷಿಯಾಗಿ ತಿಂದೋ ಅನ್ನುವುದನ್ನೆಲ್ಲಾ ಹೇಳಿಬಿಟ್ಟೆ. ಹೇಳಿದ ಮೇಲೆ, ಯಾತಕ್ಕಾದರೂ ಹೇಳಿದೆನೋ, ಕರಡಯ್ಯ ಬಿಟ್ಟಾನೇ? ಅವ್ವ ಬಿಟ್ಟಾಳೇ? ಅನ್ನಿಸಿತು. ಆದರೆ ಹೇಳಿದ್ದರಿಂದ ಎಲ್ಲವೂ ಮೀರಿಹೋಗಿತ್ತು. ಅವ್ವ ಕರಡಯ್ಯನ ಮೇಲೆ ಹಾರಾಡಿದಳು. ನನ್ನ ಮೇಲೆ, 'ನನ್ನ ಹೊಟ್ಟೆ ಉರಿಸಿದೆಯಲ್ಲೋ, ನಿನ್ನ ನಾಯಿ ಕಡಿಯಾ! ಅವತ್ತೇ ನನಗೆ ಹೇಳೋದಿಕ್ಕೆ ನಿನಗೆ ಏನಾಗಿತ್ತೋ? ನಿನ್ನ ಬಾಯಿ ಸೇದೋಗಿತ್ತೇನೋ? ನಾನು ಅವತ್ತಿನಿಂದ ಎಷ್ಟೆಷ್ಟು ಪಾಡು ಬಿದ್ನೋ! ಈಗ ದೇವರಿಗೆ ಹೋಗಿ ಹರಕೆ ಹಿಂದಕ್ಕೆ ತೆಗೆದುಕೊಂಡು, ತಪ್ಪಾಯ್ತು ಅಂತ ತಪ್ಪು ಒಪ್ಕೋಬೇಕಲ್ಲೋ! ಇಲ್ಲದೆ ಇದ್ದರೆ ಆ ಮಾರಿ ನನ್ನ ಬಿಟ್ಟಾಳೇನೋ? ನಿನ್ನ ಮೇಲೆ ಅವಳು ತಿರುಗಿ ಬಿದ್ದರೆ ಗತಿಯೇನೋ?' ಎನ್ನುತ್ತಾ ನನ್ನನ್ನು ಮನೆಯಲ್ಲೆಲ್ಲಾ ಓಡಾಡಿಸಿಕೊಂಡು ದನ ಬಡಿದಂಗೆ ಬಡಿದಳು. ಅಪ್ಪ ಮಧ್ಯೆ ಬಂದು ಬಿಡಿಸಿಕೊಳ್ಳದಿದ್ದರೆ ಅಂದು ಅವ್ವ ನನ್ನ ಕತೆ ಮುಗಿಸಿಬಿಡುತ್ತಿದ್ದಳು. ವಿಷಯ ಹೇಳಿದವನಾಗಿ, ವಿಧಿಯಿಲ್ಲದೆ ಕೆಚ್ಚಿಸಿಕೊಂಡು, ಅಪ್ಪ ಮಧ್ಯೆ ಬಂದು ಬಿಡಿಸಿದಾಗ ಆಚೆಗೆ ಓಡಿದೆ. ಅವ್ವ ಆಗ, 'ಕರಡಯ್ಯನಿಗೆ ಗ್ರಹಚಾರ ಕಾದದೆ. ಅವನಿಗೆ ಗ್ರಹಚಾರ ಬಿಡಿಸ್ತೀನಿ. ಅಂತ ಮನೆಯಾಳ ಆದದ್ದಕ್ಕೆ ತಾನೆ? ಅವನ ಹೆಂಡತಿಯ ಕಂಡವರು ಹೊಡ್ಕಂಡು ಹೋದದ್ದು. ಹೋಯ್ತೀನಿ. ಅವನ ಅಣ್ಣನ ಹತ್ತಿರಕ್ಕೇ ಹೋಗಿ, ನಿನ್ನ ತಮ್ಮ ಕರಡಯ್ಯ ಮಾಡಿರೋ ಕೆಲಸ ಸರಿಯೇನೋ? ಗಿರೇಸ್ತ! ಅಂತ ಕೇಳ್ತೀನಿ' ಎಂದು ಅವ್ವ ತೀರ್ಮಾನಿಸಿದಳು.

ರಾತ್ರಿಗೆ ಚಿನ್ನವ್ವ ಕರಡಯ್ಯನ ಅಣ್ಣ ಮೂಗಣ್ಣನ ಮನೆಗೆ ಧಾವಿಸಿದಳು. ಆತನಿಗೆ ನಿನ್ನ ತಮ್ಮ ಮಾಡಿರುವ ತಪ್ಪು ಹೀಗೀಗೆ ಅಂತ ಒಪ್ಪಿಸಿದಳು. ಆದರೆ ಆಕೆಯ ಮಾತನ್ನು ಮೂಗಣ್ಣ ನಂಬಲಿಲ್ಲ. 'ನನ್ನ ತಮ್ಮ ಅಂತವನಲ್ಲ, ನಿಜ. ಅವನು ಕೆಟ್ಟಿರಬಹುದು, ಆದರೆ ಆತ ಅಂತ ಅಪರಾಧದ ಕೆಲಸ ಮಾಡಿರಲಾರ' ಅಂದ. ಆದರೂ ಆತನನ್ನೇ ಒಂದು ಮಾತು ಕೇಳಿ ನೋಡುವುದೇ ಸೂಕ್ತ ಎಂಬ ತೀರ್ಮಾನಕ್ಕೆ ಮೂಗಣ್ಣ ಬಂದು, ಆಚೆ ಜಗುಲಿಯಲ್ಲಿ ಆಗಲೇ ಮಲಗಿದ್ದ ಕರಡಯ್ಯನನು ಎಳಿಸಿ ಒಳಕ್ಕೆ ಕರೆಸಿದ. ಆತನಿಗೆ ಚಿನ್ನವ್ವ

ತಂದಿರುವ ಸುದ್ದಿಯನ್ನೆಲ್ಲಾ ವಿವರಿಸಿ, ಆಕೆ ಹೇಳುವ ಆಪಾದನೆ ನಿಜವೇ ಎಂದು ಪ್ರಶ್ನಿಸಿದ. ಅಲ್ಲೇ ನಡುಗುತ್ತಾ ನಿಂತಿದ್ದ ನನ್ನ ಕಡೆಗೆ ಕರಡಯ್ಯ ಒಮ್ಮೆ ದೃಷ್ಟಿ ಬೀರಿ 'ಯಾರು ಹೇಳಿದ್ದು' ಅಂದ. ನನ್ನ ದೃಷ್ಟಿ ಅವನ ಕೈಯಲ್ಲಿ ಹಿಡಿದಿದ್ದ ದೊಣ್ಣೆ ಮೇಲೆ ಹೋಯಿತು. 'ನೋಡು, ಸುಳ್ಳು ಹೇಳಬೇಡ. ನಿಜ ಹೇಳು. ಚಿನ್ನವ್ವ ನೀನೇ ಅಂತ ಮನೆವರೆಗು ಬಂದಿದ್ದಾಳೆ. ಆಕೆಯ ಕೋಳಿ ತಿಂದವನು ನೀನೇ ಅಂತೆ, ಕಾಡ್ನಲ್ಲಿ. ನನ್ನ ಮನೆಯಲ್ಲಿ ನೀನು ಅನ್ನ, ನೀರು ಏನು ತಿಂದು ಹೋಗ್ತಿರಲಿಲ್ಲವೆ! ಗಿಡದಲ್ಲಿ, ಕದ್ದು ಹುಡುಗರ ಕೈಯಲ್ಲಿ ಕೋಳಿ ತರಿಸ್ಕೊಂಡು ತಿನ್ನೋದಿಕ್ಕೆ? ನಿನಗೇಕೆ ಈ ವಯಸ್ನಲ್ಲಿ ಇಂತ ಕೇಡುಗ ಬುದ್ಧಿ ಬಂತು? ನೀನೇನು ಮನುಷ್ಯನೋ? ಮೃಗನೋ? ನೋಡು, ಅವಳ ಮಗನೇ ಹೇಳ್ತಾ ನಿಂತಿದ್ದಾನೆ? ಅವನ ಕೈಯ್ಯಿಂದ್ಲೇ ನೀನೇ ಹಿಡಿದು ತರಿಸಿ, ದನ ಕಾಯೋ ಹುಡುಗರನ್ನೆಲ್ಲಾ ಸೇರಿಸ್ಕೊಂಡು ಬೇಯಿಸಿ ತಿಂದಂತೆ' ಎಂದು ಕರಡಯ್ಯನನ್ನು ಮೂಗಣ್ಣ ಪ್ರಶ್ನಿಸಿದ.

ಕೊನೆಗೆ ಕರಡಯ್ಯ ತಾನು ಮಾಡಿದ್ದು ನಿಜ ಅಂತ ಒಪ್ಪಿಕೊಳ್ಳಲೇ ಇಲ್ಲ. ಆಣೆ ಭಾಷೆಯನ್ನೆಲ್ಲಾ ಮಾಡಿ ತಾನು ಆ ಕೆಲಸ ಮಾಡೇ ಇಲ್ಲ ಅಂದ. ಬೇಕಾದರೆ ಆ ಹುಡುಗ ರನ್ನೆಲ್ಲಾ ಕರೆಯಿಸಿ ಕೇಳಿ ಅಂತ ಸವಾಲು ಎಸೆದ. ಆಮೇಲೆ ಮೂಗಣ್ಣ ತಾನು ಹೇಳಿದ ಆ ಹುಡುಗ ಹುಡುಗಿಯರನ್ನೆಲ್ಲಾ ಕರೆಯಿಸಿ ಕೇಳಿದ. ಅವರಾರು ತಪ್ಪು ಒಪ್ಪಿಕೊಳ್ಳಲೇ ಇಲ್ಲ. ತಮಗೆ ವಿಷಯವೇ ಗೊತ್ತಿಲ್ಲ ಅಂದರು. ನಾನು ನಿಸಹಾಯಕನಾಗಿ ಸುಮ್ಮನೆ ನಿಂತೆ ಇದ್ದೆ : ಆಗ ನನ್ನ ಅವ್ವ ಚಿನ್ನವ್ವನಿಗೆ ಸಿಟ್ಟು ಎಲ್ಲಿಂದ ಬಂತೋ ಏನೋ ಕರಡಯ್ಯನ ಕವುಟೆಗೆ ಹೋಗಿ ತನ್ನ ಬಲಗೈ ಮುಷ್ಠಿಯಿಂದ ತಿವಿದೇ ಬಿಟ್ಟಳು. ಆಕೆ ಕೆನ್ನೆಗೆ ತಿವಿದ ರಭಸಕ್ಕೆ ಕರಡಯ್ಯನ ಮೂಗಿನಲ್ಲಿ ಮೂಗಿನ ಸೆಲೆ ಒಡೆದು ರಕ್ತ ಬಳಬಳ ಅಂತ ಕಿತ್ತುಕೊಂಡು ಬಂದು ಆತ ಕೆಳಗೆ ಬಿದ್ದ. ಆಗ ಮೂಗಣ್ಣ ಸಿಟ್ಟಿಗೆದ್ದು ಬಂದು ಅವ್ವನ ರಟ್ಟೆಯ ಬಿಗಿಯಾಗಿ ಹಿಡಿದು ತಿರುಗಿಸಿದ. ಆತ ತಿರುಗಿಸಿದ ರಭಸಕ್ಕೆ ಅವ್ವ ಒಂದು ಸುತ್ತು ಸುತ್ತಿ ಬಂದಳು. ಮೂಗಣ್ಣ, 'ನನ್ನ ಮನೆಗೇ ಬಂದು ನನ್ನ ತಮ್ಮನ ಮೇಲೆಯೇ ಕೈ ಮಾಡುವಂತಾದೇನೇ?' ಎಂದು ಪ್ರಶ್ನಿಸಿ ಅವ್ವನನ್ನು ಕಠಿಣ ಶಬ್ದದಿಂದ ಹೀನಮಾನ ಬೈದ. 'ನಿಮ್ಮವ್ವನಿಗೆ ನೀನು ಬುದ್ಧಿ ಹೇಳು' ಅಂತ ಆತ ನನಗೂ ರೇಗಿದ. 'ಅವನು ಏನು ನನಗೆ ಹೇಳೋದು?' ಅನ್ನುತ್ತಾ ಅವ್ವ ಕರಡಯ್ಯನ ದೊಣ್ಣೆ ಕಸಿದು ನನಗೆ ನಾಲ್ಕು ಬಾರಿಸಿದಳು. ನಾನು ಅವಳ ಕೈಯಿಂದ ಬಿಡಿಸಿಕೊಂಡು ಭಯದಿಂದ ಆಚೆಗೆ ಬಿದ್ದಂಬೀಳ ಓಡಿದೆ. ಆಮೇಲೆ ಅವರೆಲ್ಲಾ ಚಿನ್ನವ್ವನಿಗೆ ಕೋಳಿ ಹೋದ ಸಂಕಟದಲ್ಲಿ ಬುದ್ಧಿ ಕೆಟ್ಟಿದೆ. ಹುಚ್ಚು ಹಿಡಿದಿದೆ ಎಂದು ಸಮಾಧಾನ ಹೇಳಿ ಆಕೆಯನ್ನು ಮನೆಗೆ ಸಾಗಾಕಲು ತೊಡಗಿದ್ದರು. ಕೊನೆಗೆ ಮೂಗಣ್ಣ ನಿರ್ದಾಕ್ಷಿಣ್ಯವಾಗಿ ಅವ್ವನಿಗೆ, 'ನಿನಗೆ ಹುಚ್ಚು ಹಿಡಿದಿದೆ ತೊಲಗು. ಇಲ್ಲದ ಆಪಾದನೆ ಗಳನ್ನೆಲ್ಲಾ ನನ್ನ ತಮ್ಮನ ಮೇಲೆ ಹೊರಿಸಬೇಡ. ನನ್ನ ತಮ್ಮ ಕೆಟ್ಟವನೆ ಅಂತ, ಅವನ ಮೇಲೆ ಇಲ್ಲದ ಸಲ್ಲದ ಕಳ್ಳತನದ ಗೂಬೆ ಕೂರಿಸಬೇಡ' ಎಂದು ಕಿರುಚಿದ.

'ಇದುವರೆಗೂ ತನಗೆ ಖರ್ಚಾಗಿರುವ ಹಣವನ್ನೆಲ್ಲಾ ಮೂಗಣ್ಣನ ಕಡೆಯಿಂದ ಕಕ್ಕಿ ಸ್ತೀನಿ' ಎಂದು ಲೆಕ್ಕಹಾಕಿಕೊಂಡು ಬಂದಿದ್ದ ಚಿನ್ನವ್ವನ ಲೆಕ್ಕಾಚಾರವೆಲ್ಲಾ ತಲೆಕೆಳಗಾಗಿ

ಹೋಯಿತು. ಆಕೆ ಬಂದ ದಾರಿಗೆ ಸುಂಕವಿಲ್ಲದೆ, ಅವಮಾನಿತಳಾಗಿ ಹಿಂತಿರುಗಿದಳು. ಅವ್ವ ಮನೆಗೆ ಬರುವ ಹೊತ್ತಿಗಾಗಲೇ ನಾನು ಮನೆಗೆ ಸೇರಿ, ನಡೆದ ಸಂಗತಿಯನ್ನೆಲ್ಲಾ ಅಪ್ಪನಿಗೆ ಹೇಳಿದ್ದೆ. ಅಪ್ಪ ಅವ್ವನ ಮೇಲೆ ಎಗರಾಡುತ್ತಿದ್ದರು. ಆದರೆ ಅವ್ವ ಮನೆಗೆ ಬಂದಾಗ ಅಪ್ಪ ಇಲಿಮರಿಯಾದರು! ಅವ್ವ ಮನೆಗೆ ಬರುತ್ತಿದ್ದಂತೆಯೇ ಮೂಗಣ್ಣನನ್ನು ಬೈಯುತ್ತಾ ಬಂದಳು. 'ಗಂಡಸೆ ಅವನು! ಹೆಣ್ಣೆಂಗ್ಸ್ ಮೈಮೇಲೆ ಕೈ ಮಾಡಕ್ಕೆ ಬರ್ತಾನೆ. ತನ್ನ ತಮ್ಮ ನನ್ನು ಸರಿಯಾಗಿ ಅದ್ದುಬಸ್ತಿನಲ್ಲಿಟ್ಟುಕೊಳ್ಳುವುದಕ್ಕೆ ಆಗದಿದ್ದರೂ ನನ್ನ ರಟ್ಟೆ ಹಿಡಿದು ತಿರುಗಿಸಕ್ಕೆ ಬರ್ತಾನೆ. ನನ್ನ ಮೈಮುಟ್ಟಿ ನೋಡ ಬೇಕಾಗಿತ್ತು! ನನ್ನ ಅವನು ಯಾರು ಅಂತ ತಿಳಿದುಕೊಂಡಿದ್ದಾನು? ಮುರುವಾ' ಅನ್ನುತ್ತಾ ಶಾಪ ಹಾಕುತ್ತಾ ತನ್ನ ಹತ್ತೂ ಬೆರಳುಗಳನ್ನು ಲಟಲಟ ಅಂತ ನೆಲಕ್ಕೆ ಲಟಿಕೆ ಮುರಿದಳು.

ನಾನು ಅವ್ವನಿಗೆ ಮರೆಯಾಗಿ ಕಂಬದ ಸಂದಿಯಲ್ಲಿ ನಿಂತಿದ್ದೆ. ಆದರೆ ಹೇಗೋ ಅವಳ ಕಣ್ಣುಗಳಿಗೆ ನಾನು ಬಿದ್ದು, ಮತ್ತೆ ನನ್ನ ಬೈಯುವುದಕ್ಕೆ ಶುರುಮಾಡಿದಳು. ನನಗೆ ಯಾಕಾದರೂ ಮರೆತ ವಿಷಯವನ್ನು ಹೇಳಿದೆನೋ ಅನ್ನಿಸಿತು. ಕರಡಯ್ಯ ಮತ್ತು ಅವನ ಜೊತೆಯಲ್ಲಿ ದನಗಳನ್ನು ಕಾಯಲು ಹೋಗಿದ್ದವರ ಮೇಲೆ ಸಿಟ್ಟುಬಂತು. ಎಷ್ಟು ಚೆನ್ನಾಗಿ ಅವರೆಲ್ಲಾ ಸುಳ್ಳು ಹೇಳಿದರು? ತಮಗೆ ಆ ವಿಷಯ ಗೊತ್ತೇ ಇಲ್ಲ ಅಂದರಲ್ಲ. ಅವತ್ತು ಮೊಟ್ಟೆಕೋಳಿ ಮಾಂಸ ಅದೆಷ್ಟು ಚೆನ್ನಾಗಿದೆ ಅಂದುಕೊಂಡು ಎಲ್ಲರೂ ತಿಂದರು. ಅವತ್ತಿನ ಆ ಚಿತ್ರ ನನ್ನ ಕಣ್ಣುಗೊಂಬೆಗಳಿಂದ ಇನ್ನೂ ಮಾಸಿಲ್ಲ. ಆದರೆ ಆ ನೆನಪು ಅವರಲ್ಲಿ ಯಾರಿಗೂ ಇಲ್ಲವೆ? ಇದ್ದರೂ ಅವರೆಲ್ಲಾ ಬೇಕು ಅಂತಲೇ ಸುಳ್ಳಿನ ನಾಟಕ ಆಡಿದರೋ? ಅವ್ವ ನಿಟ್ಟುಸಿರುಬಿಟ್ಟು ನನ್ನನ್ನು ಮತ್ತೆ ಕೇಳಿದಳು : 'ನೀವೆಲ್ಲಾ ನನ್ನ ಕೋಳಿಯ ತಿಂದದ್ದು ನಿಜವೆ? ನಾನು ದೇವರಿಗೆ ಹೋಗಿ ಹರಕೆಯ ತಿರುವಿಹಾಕಬೇಕು. ನಿಜ ಹೇಳು' ಅಂದಳು.

ಆದರೆ ನಾನು ಎಷ್ಟೇ ನಿಜ ಹೇಳಿದರೂ ಆಗ ಆಕೆ ನಂಬದಾಗಿದ್ದಳು. ನಾವು ಆ ಕೋಳಿಯನ್ನು ತಿಂದ ಬಗೆಯನ್ನೆಲ್ಲಾ ದೂರ ನಿಂತು ಯಾವ ಸಣ್ಣ ವಿವರಗಳನ್ನೂ ಬಿಡದೆ ಆಕೆಯ ಕಣ್ಣಿಗೆ ಬರುವಂತೆ ಬಣ್ಣಿಸಿದ್ದೆ. ಆದರೆ ಆಕೆಗೆ ನನ್ನ ಮಾತಿನಲ್ಲಿ ವಿಶ್ವಾಸವೇ ಹುಟ್ಟ ಲಿಲ್ಲ. 'ನಿನಗೆಲ್ಲೋ ತಲೆಕೆಟ್ಟಿರಬೇಕು ಹೋಗು, ನೀನಿನ್ನು ಸಣ್ಣ ಹುಡುಗ. ನಿನಗೆ ಏನೂ ಗೊತ್ತಾಗಲ್ಲ. ಸುಳ್ಳು ಹೇಳಬೇಡ, ನಾವೆಲ್ಲಾ ತಿಂದೋ ಕೋಳಿಯ ಅಂತ. ಆ ರಂಡೆ ಕರಿಯಮ್ಮನೇ ನನ್ನ ಕೋಳಿ ತಿಂದಿರೋಳು!' ಎನ್ನುತ್ತಾ ಅವ್ವ ನನ್ನ ಮೇಲೆಯೇ ರೇಗಿ ಬಿದ್ದಳು. ಅಂತು ಅವ್ವನಿಗೂ ಸತ್ಯವನ್ನು ಮುಟ್ಟಿಸುವಲ್ಲಿ ವಿಫಲನಾಗಿದ್ದೆ. ಕಡೆಗೆ 'ಬೆಳಕು ಹರಿಯಲಿ, ಆ ಕರಡಯ್ಯನಿಗೆ ಒಂದು ಗತಿ ಕಾಣಿಸ್ತೇನೆ' ಅಂದುಕೊಂಡು ನಿದ್ದೆಹೋದೆ. ಬೆಳಗಿನ ಜಾವದ ಮಂಪರು ನಿದ್ದೆ, ಯಾವುದೋ ಬೆಚ್ಚನೆಯ ಕನಸು. ಕನಸಿನಲ್ಲಿ ತೊರೆ ಯಲ್ಲಿ ನಾನು ಈಜಾಡುತ್ತಿದ್ದಂತೆ. ದಡದಲ್ಲಿ ನನ್ನ ಬಟ್ಟೆಗಳನ್ನೆಲ್ಲಾ ನನ್ನ ಜೊತೆಯಲ್ಲಿ ದನಕರುಗಳನ್ನು ಕಾಯಲು ಬಂದಿದ್ದ ಹುಡುಗಿಯರು ಕದ್ದು ಹೊತ್ತುಕೊಂಡು ಓಡಿದಂತೆ. ನಾನು ನೀರಿನೊಳಗೇ ಕೂತು 'ನನ್ನ ಬಟ್ಟೆ ಕೊಡಿ' ಅಂತ ಬೇಡುತ್ತಿರುವಂತೆ. ಅವರು ನನಗೆ

ಕೊಡದೆ ನನ್ನನ್ನು ಛೇಡಿಸುತ್ತಿದ್ದದ್ದನ್ನು ಕಂಡು ಸಿಟ್ಟಾಗಿ ಬೆಚ್ಚಿ, ಎಚ್ಚರವಾದಾಗ ಕರಡಯ್ಯ ಹೊರಗೆ ಅವ್ವನ ಜೊತೆ ಮಾತನಾಡುತ್ತಿದ್ದ.

ಕರಡಯ್ಯ ಅಷ್ಟೊತ್ತಿಗೇ ನಮ್ಮ ಮನೆಗೆ ಬಂದಿದ್ದ. ಬಂದವನೇ ಅವ್ವನ ಹತ್ತಿರ 'ನಾನೇ ಚಿನ್ನವ್ವ ನಿನ್ನ ಕೋಳಿ ತಿಂದೋನು. ಆ ಹುಡುಗರದು ಏನೂ ತಪ್ಪಿಲ್ಲ. ನನ್ನ ಬಾಯಿ ಚಪಲ ನನ್ನಿಂದ ತಪ್ಪು ಕೆಲಸ ಮಾಡಿಸಿ ಬಿಡ್ತು. ನನ್ನ ಕ್ಷಮಿಸುಬಿಡವ್ವ. ನಾನು ನಿನ್ನೆ ಸಂಜೆ ನಮ್ಮಣ್ಣನ ಮುಂದೆ 'ನಾನೇ ಕೋಳಿ ತಿಂದೋನು' ಅಂತ ಒಪ್ಕೊಳ್ದೆ ಹೆದರಿ ಸುಳ್ಳು ಹೇಳಿಬಿಟ್ಟೆ. ನಿಜ ಹೇಳಿದ್ರೆ ಆತ ನನ್ನ ಬಿಡ್ತಿದ್ನೇ? ಆದರೆ ಯಾಕೋ ಆಮೇಲೆ ನನ್ನ ಮನಸ್ಸು ತಡಿಲಿಲ್ಲ ಕಣವ್ವ, ಸಾಯೋ ಕೊನೆಯಲ್ಲಿ ಸುಳ್ಳುಹೇಳಿ ಯಾಕೆ ಸಾಯಬೇಕು ಅಂತ? ಬಂದು ನಿನಗೆ ನಿಜ ಹೇಳಿಬಿಡಬೇಕು ಅನ್ನಿಸಿ ಏಳೋತ್ಗೇ ಓಡೋಡಿ ಬಂದೆ. ನನ್ನ ಕ್ಷಮಿಸು ಬಿಡವ್ವ, ಇನ್ನು ನಾನು ಸಾಯೋವರೆಗು ಇಂತ ತಪ್ಪಿನ ಕೆಲಸ ಮಾಡೋದಿಲ್ಲ. ಯಾಕೋ ನಿನ್ನ ಕಂಡರೆ ನನಗೆ ಭಯ ಕಣವ್ವ, ಬರ್ತೀನಿ...!" ಅಂದವನೇ ಕರಡಯ್ಯ ದಡದಡನೆ ಆಚೆಗೆ ಓಡಿ ಬಿಟ್ಟ. ಅವ್ವ, 'ನನ್ನ ಕೋಳಿ ತಿಂದೋನು ನೀನೆಯಾ? ಎಲ್ಲಿ ತಿಂದೆ?' ಅಂತನ್ನುತ್ತಾ ಬಾಗಿಲಿಗೆ ಓಡಿ ಬರುವುದರೊಳಗೆ ಕರಡಯ್ಯ ಅಲ್ಲಿಂದ ಓಡಿ ಹೋಗಿದ್ದ. ಅವ್ವ ದಿಕ್ಕು ತಪ್ಪಿದ ಹಸುವಿನಂತೆ ಹೊಸ್ತಿಲ ಮೇಲೆ ಮೋರೆಯನ್ನು ಮುಗಿಲಿಗೆ ಹಾಕಿ ನಿಂತಿದ್ದನ್ನು ನಾನು ಕಂಡು ಬೆರಗಾದೆ.

(೧೯೮೭)

*

೨೯. ದಾದಾ ಕ ಪಹಾಡ್

ನಟರಾಜ್ ಹುಳಿಯಾರ್

ನಮ್ಮೂರಿನ ವಿದ್ಯಮಾನಗಳನ್ನು ಕುತೂಹಲದಿಂದ ಗಮನಿಸುತ್ತಿರುವವರಿಗೆಲ್ಲ ದಿನಪತ್ರಿಕೆಗಳ ವಾಚಕರವಾಣಿಗಳಿಗೆ ಬರೆಯಲಾದ ಹೊಸಪತ್ರ ಮೋಜಿನ ವಿಷಯವಾಗಿ ಕಾಣತೊಡಗಿತು. ಕಾರಣ, ಯಾವ ಆಸ್ಪತ್ರೆಯ ವಿರುದ್ಧ ಈ ಪತ್ರದಲ್ಲಿ ದೂರಿದ್ದವೋ ಈ ಆಸ್ಪತ್ರೆ ನಮ್ಮೂರಿಗೆ ಬರಲು ನಾವು ಹಲವು ವರ್ಷಗಳ ಹಿಂದೆ ಮಾಡಿದ ಪ್ರಯತ್ನಗಳು ಹಾಗೂ ಪತ್ರಿಕೆಗಳಿಗೆ ಬರೆದ ಪತ್ರಗಳೇ ಮೂಲ ಕಾರಣವಾಗಿದ್ದವು.

ಆಗ ದೇವರಾಜ ಅರಸರು ಮುಖ್ಯಮಂತ್ರಿಗಳಾಗಿದ್ದ ಕಾಲ. ಹಾವನೂರು ವರದಿಯ ಗಾಳಿಯೂ ಜೋರಾಗಿ ಬೀಸತೊಡಗಿತ್ತು. ಆ ಕಾಲದಲ್ಲಿ ನಾವು ಏಳೆಂಟು ಹುಡುಗರು ಸೇರಿ ನಮ್ಮೂರಿನಲ್ಲಿ ಒಂದು ಜಾಗೃತ ಸಂಘವನ್ನು ಕಟ್ಟಿಕೊಂಡಿದ್ದೆವು. ಜೋಯಿಸರ ಮನೆಯಲ್ಲಿ ಹುಟ್ಟಿ ಸಿಗರೇಟು ಸೇದುವಷ್ಟು ಬಂಡಾಯಗಾರನಾಗಿದ್ದ ನಾನೊಬ್ಬನೇ ಸಂಘದ ಬ್ರಾಹ್ಮಣ ಸದಸ್ಯ. ಉಳಿದವರೆಲ್ಲ ಉಪ್ಪಾರರು, ದೇವಾಂಗದವರು, ಗಾಣಿಗರು, ವಕ್ಕಲಿಗರು ಹಾಗೂ ದಲಿತರು. ಸಂಘ ಆರಂಭವಾದ ಹೊಸತರಲ್ಲಿ ನಾವು ಕೆಲವು ಪ್ರತಿಭಟನಾ ಮೆರವಣಿಗೆಗಳನ್ನೂ ಏರ್ಪಡಿಸಿದ್ದೆವು. ಒಂದೆರಡು ಮಾಟ-ಮಂತ್ರ ಹಾಗೂ ಗಾಳಿದೆವ್ವಗಳ ಪ್ರಕರಣಗಳನ್ನು ಕೈಗೆತ್ತಿಕೊಂಡು ಮೂಢನಂಬಿಕೆಗಳ ಸೊಲ್ಲಡಗಿಸಲೆತ್ನಿಸಿದ್ದೆವು. ಆ ದಿನಗಳ ನಮ್ಮ ಚಟುವಟಿಕೆಗಳ ಬಹುಮುಖ್ಯ ಘಟ್ಟವೆಂದರೆ ನಮ್ಮೂರಿಗೆ ಸರ್ಕಾರಿ ಆಸ್ಪತ್ರೆಯೊಂದು ಬರುವಂತೆ ಮಾಡಿದ್ದು.

ಈ ಆಸ್ಪತ್ರೆ ಬರುವ ತನಕ ನಮ್ಮೂರಿನಲ್ಲಿ ರಹಮಾನ್‌ಪಾಷಾ ಎಂಬ ಸಾಬರ ಮುದುಕ ಕೊಟ್ಟಿದ್ದೇ ವೈದ್ಯವಾಗಿತ್ತು. ನೋಡಲು ಚಂದಮಾಮ ಕತೆಗಳ ಮಂತ್ರವಾದಿಯಂತೆ ಕಾಣುತ್ತಿದ್ದ ರಹಮಾನ್‌ಗೆ ನಾವು ಕಂಡಂತೆ ಇದ್ದ ಆಸ್ತಿಯೆಂದರೆ ಒಂದು ಪುಟ್ಟ ಮಣ್ಣಿನ ಮನೆ ಹಾಗೂ ಹಳೆಯಕಾಲದ ಒಂದು ಮಾಸಲು ಸೂಟ್‌ಕೇಸ್. ಒಂಟಿದೆವ್ವದ ಹಾಗೆ ಅಡ್ಡಾಡುತ್ತಿದ್ದ ಅವನು ಪಾಕಿಸ್ತಾನದ ಏಜೆಂಟೆಂದೂ, ನೋಟಿನ ಕಂತೆಗಳು ಹಾಗೂ ರಹಸ್ಯ ದಾಖಲೆಗಳಿರುವ ಸೂಟ್‌ಕೇಸನ್ನು ತನ್ನ ಕೈಯಲ್ಲೇ ಹಿಡಿದುಕೊಂಡಿರುತ್ತಾನೆಂದೂ ಸ್ಕೂಲು ಹುಡುಗರಾಗಿದ್ದಾಗ ಅಂದುಕೊಂಡಿದ್ದ ನಾವು, ಒಂದು ದಿನ ಪಕ್ಕದೂರಿನ ಸಂತೆಯಲ್ಲಿ ಬಿಚ್ಚಿಟ್ಟ ಆ ಸೂಟ್‌ಕೇಸಿನ ತುಂಬಾ ಥರಹೇವಾರಿ ಬಣ್ಣದ ಪುಡಿಗಳುಳ್ಳ ಡಬ್ಬಿಗಳು, ಮರದ ಚಕ್ಕೆಗಳು, ಬೇರುಗಳು, ಇಕ್ಕಳ, ಚಿಮ್ಮುಟ ಇಂಥವೇ ತುಂಬಿದ್ದುದನ್ನು ನೋಡಿ

ನಿರಾಶರಾಗಿದ್ದೆವು. ಮೂರು ನಾಲ್ಕು ತಿಂಗಳಿಗೊಮ್ಮೆ ಬಾಬಾಬುಡನ್‌ಗಿರಿ ಕಡೆಗೆ ಹೋಗಿ ಅವನು ನಾರುಬೇರುಗಳನ್ನು ತರುತ್ತಿದ್ದನಂತೆ. ಉಳಿದಂತೆ ವಾರದಲ್ಲಿ ನಾಲ್ಕೈದು ದಿನ ಸುತ್ತಲ ಊರಿನ ಸಂತೆಗಳಿಗೆ ಹೋಗಿಬಿಡುತ್ತಿದ್ದ.

ಅಲ್ಲಿ ಅವನ ನಾಲ್ಕಡಿ ವಿಸ್ತೀರ್ಣದ ದವಾಖಾನೆ ಯಾವುದೋ ಅಂಗಡಿಯ ಮೆಟ್ಟಿಲುಗಳ ಮೇಲೆ ಅಥವಾ ಮರದಡಿ ಶುರುವಾಗುತ್ತಿತ್ತು. ಎಣ್ಣೆ ತಿಕ್ಕಿ ಉಳುಕು ನೀವುವುದು, ಮುರಿದ ಕೈ ಕಟ್ಟುವುದು, ಹಲ್ಲು ಕೀಳುವುದು, ಅಸ್ತಮಾಕ್ಕೆ ಹಸಿರುಬಣ್ಣದ ನೀರು, ಜಂತು ಹುಳಕ್ಕೆ ಪುಡಿ, ಹಾವು ಕಡಿದರೆ ಯಾವುದೋ ಬೇರಿನ ಚಕ್ರ ತೇಯ್ದು ನೆಕ್ಕಿಸುವುದು– ಇವೇ ಮುಂತಾದ ಚಿಕಿತ್ಸೆಗಳು ಅಲ್ಲಿ ನಡೆಯುತ್ತಿದ್ದವು. ಗುಲಾಬಿಬಣ್ಣದ ಪುಡಿಯನ್ನು ನೀರಿನಲ್ಲಿ ಕದಡಿ ಅದನ್ನು ಮುಕ್ಕಳಿಸುವಂತೆ ಹೇಳಿ, ಮುಕ್ಕಳಿಸಿದ ನಂತರ ಏನೋ ಕಣ್ಕಟ್ಟು ಮಾಡಿ, ಹಲ್ಲು ಕೀಳಿಸಿಕೊಳ್ಳುವವನು ನೋವಿನಿಂದ ಮುಖ ಕಿವುಚದಂತೆ ಅವನು ಹಲ್ಲು ಕಿತ್ತಿದ್ದನ್ನು ನಾವೇ ಕಂಡಿದ್ದೆವು.

ಒಂದೆರಡು ಸಲ ಮಾತ್ರ ಅವನು ಹಲ್ಲು ಕಿತ್ತ ಸಂಜೆ ಮುಖ ಊದಿಕೊಂಡ ಒಂದಿಬ್ಬರು ಮುದುಕರ ಸಂಬಂಧಿಕರು ರಹಮಾನಿನ ಮನೆಯೆದುರು ಜಗಳವಾಡಿ ದುಡ್ಡು ವಾಪಸ್ ಬಿಸಾಕುವಂತೆ ಕೇಳಿದ್ದನ್ನು ನೋಡಿದ್ದೆವು. ಅಷ್ಟು ಹೊತ್ತಿಗಾಗಲೇ ಪಿ.ಯು.ಸಿ.ಯಲ್ಲಿ ಪಿ.ಸಿ.ಎಂ.ಬಿ. ಓದುತ್ತಿದ್ದ ನಮಗೆ ಈ ರಹಮಾನಿನ ಕಣ್ಕಟ್ಟು ವೈದ್ಯದ ಬಗೆಗಿದ್ದ ಅನುಮಾನ ಇಂಥ ಪ್ರಕರಣಗಳಿಂದ ಇನ್ನೂ ಹೆಚ್ಚಾಗುತ್ತಿತ್ತು. ಕೆಲವರನ್ನು ಉಳಿಸಿರಬಹುದಾದ ಅವನ ನಿಗೂಢ ಪುಡಿಗಳು ಹಲವರನ್ನು ಕೈಲಾಸಕ್ಕೆ ಕಳಿಸಿರಬಹುದೆಂದು ನಮಗೆ ಗುಮಾನಿಯಿದ್ದೇ ಇತ್ತು.

ಆದರೆ, ನಮ್ಮ ಸಂಘ ಶುರುವಾದ ನಂತರ, ಅವನ ಪುಡಿ, ಬೇರು, ಗಿಡಮೂಲಿಕೆಗಳ ವೈದ್ಯವನ್ನು ಶುದ್ಧ ಮೋಸವೆಂದು ಸಾರಬೇಕೆಂದು ನಾವು ಚರ್ಚಿಸುತ್ತಿದ್ದಾಗ ಒಂದು ತೊಡಕು ಎದುರಾಯಿತು. ಸಾಬರವನಾದ ರಹಮಾನಿನ ಕೇಸನ್ನು ಕೈಗೆತ್ತಿಕೊಳ್ಳುವುದೆಂದರೆ, ಸಾಬರಿಗೆ ವಿರುದ್ಧವಾದ ಏನನ್ನಾದರೂ ಬಂಡವಾಳ ಮಾಡಿಕೊಳ್ಳುವ ನಮ್ಮೂರಿನ ಆರೆಸ್ಸೆಸ್ಸಿನವರಿಗೆ ಹೊಸ ಕಾರ್ಯಕ್ರಮವೊಂದನ್ನು ಹುಡುಕಿ ಕೊಟ್ಟಂತಾಗುತ್ತದೆಂದು ನಾವು ಹಿಂಜರಿಯಬೇಕಾಯಿತು. ಆದರೆ, ಯಾವ ಇಂಗ್ಲಿಷ್ ವೈದ್ಯರೂ ನಿಲ್ಲಿಸಲಾಗದ ಮೂರ್ಛೆ ರೋಗವನ್ನು ಬರೇ ಎಲೆಯ ಮೇಲೆ ಎಂಥದೋ ಪುಡಿ ಹಾಕಿ ನೆಕ್ಕಿಸಿ ರಹಮಾನ್ ಸಾಬಿ ನಿಲ್ಲಿಸುತ್ತಿದ್ದುದನ್ನೂ, ಒಂದೇ ದಿನದಲ್ಲಿ, ಬರೇ ಎರಡೇ ರೂಪಾಯಿಯಲ್ಲಿ ಜ್ವರ, ನೆಗಡಿಗಳನ್ನು ಮಾಯ ಮಾಡಿಬಿಡುತ್ತಿದ್ದುದನ್ನೂ ಕುರಿತು ನಮ್ಮಪ್ಪನಂಥ ಹಳೇ ಕಾಲದ ಮುದುಕರು ಹಾಡಿ ಹೊಗಳುವಾಗ, ಗಾಯಕ್ಕೆ ಕಾಫಿಪುಡಿ ಹಾಕುವುದರಿಂದ ಹಿಡಿದು ಕಣ್ಣಿನ ಔಷಧಿಯನ್ನು ಹೊಟ್ಟೆಗೆ ಕುಡಿಸುವುದರವರೆಗೆ ರಹಮಾನ್ ಸಾಬಿಯ ಬುರುಡೆ ವೈದ್ಯದಲ್ಲಿದ್ದ ಅವೈಜ್ಞಾನಿಕ ಅಂಶಗಳನ್ನು ಕುರಿತು ಅಬ್ಬರಿಸಿದ್ದೆವು. ಆದ್ದರಿಂದ ವಿಷಯವನ್ನು ಮೀಟಿಂಗುಗಳಲ್ಲಿ ಚರ್ಚಿಸಿ ನಮ್ಮೂರಿಗೆ ಆಸ್ಪತ್ರೆಯೊಂದು ಬರುವಂತಾದರೆ ಇಂಥ ಮೌಢ್ಯಗಳು ತಾವಾಗಿಯೇ ಕೊನೆಗೊಳ್ಳುತ್ತವೆಂದು ತೀರ್ಮಾನಿಸಿ ಕ್ಷೇತ್ರದ ಶಾಸಕರು, ಜಿಲ್ಲಾಧಿಕಾರಿ

ಗಳು ಮತ್ತು ನಮ್ಮ ಜಿಲ್ಲೆಯವರೇ ಆದ ಆರೋಗ್ಯಮಂತ್ರಿಗಳಿಗೆ ಐದಾರು ಮನವಿ ಸಲ್ಲಿಸಿದೆವು. ಈ ಅಹವಾಲುಗಳಿಂದ ಒಂದು ಕಡ್ಡಿ ಕೂಡ ಅಲುಗಾಡದೇ ಹೋಗಿದ್ದರಿಂದ ನಾಡಿನ ಮುಖ್ಯ ದಿನಪತ್ರಿಕೆಗಳ ವಾಚಕರವಾಣಿಗಳಿಗೆ ಬರೆದುಕೊಂಡೆವು:

ಮಾನ್ಯರೆ,

ನಮ್ಮೂರಾದ ಕಾಮಲಾಪುರವು ತುಮಕೂರು ಜಿಲ್ಲೆ ತಿಪಟೂರು ತಾಲ್ಲೂಕಿನಲ್ಲಿರುವ ಸುಮಾರು ನಾಲ್ಕು ಸಾವಿರ ಜನಸಂಖ್ಯೆಯುಳ್ಳ ಹೋಬಳಿ ಕೇಂದ್ರ. ಆದರೆ ಇಂಥ ಊರಿನಲ್ಲಿ ಸರಕಾರಿ ಆಸ್ಪತ್ರೆಯೊಂದು ಇಲ್ಲದಿರುವುದು ಶೋಚನೀಯವಾಗಿದೆ. ಅಲ್ಲದೆ, ಈ ಊರು ಕಾಲರಾ, ಮಲೇರಿಯಾ ಮುಂತಾದ ಸಾಂಕ್ರಾಮಿಕ ರೋಗಗಳ ತವರಾಗಿದೆ. ಇಲ್ಲಿ ಆಸ್ಪತ್ರೆಯಿಲ್ಲದಿರುವುದರಿಂದ ಊರಿನ ಅನಾರೋಗ್ಯ ಪೀಡಿತರು ಹನ್ನೆರಡು ಮೈಲಿದೂರದ ತಿಪಟೂರಿಗೆ ಎತ್ತಿನ ಬಂಡಿಯಲ್ಲೋ, ಅಥವಾ ದಿನದಲ್ಲಿ ಎರಡು ಸಲ ಮಾತ್ರ ಈ ಊರಿಗೆ ಬರುವ ಬಸ್ಸಿನಲ್ಲೋ ಆಸ್ಪತ್ರೆಗೆ ಹೋಗಬೇಕಾಗಿದ್ದು, ಹಲವು ರೋಗಿಗಳು ಆಸ್ಪತ್ರೆ ತಲುಪುವ ಮುನ್ನವೇ ಪ್ರಾಣಬಿಟ್ಟಿದ್ದಾರೆ. ಇದಕ್ಕಿಂತ ಘೋರವಾದ ವಿಚಾರವೆಂದರೆ, ವಿಧಿಯಿಲ್ಲದೆ ನಮ್ಮೂರಿನ ಜನರು ಅವೈಜ್ಞಾನಿಕವಾದ ನಾಟೀವೈದ್ಯದ ಮೊರೆ ಹೋಗಿ ಮತ್ತಷ್ಟು ದುಸ್ಥಿತಿಗೀಡಾಗಿದ್ದಾರೆ.

ಈ ಬಗೆಗೆ ನಮ್ಮ ಕ್ಷೇತ್ರದ ಶಾಸಕರು, ಆರೋಗ್ಯಮಂತ್ರಿಗಳು ಮುಂತಾದ ಎಲ್ಲಾ ಸಂಬಂಧಪಟ್ಟವರಿಗೂ ಬರೆದುಕೊಂಡ ಅಹವಾಲುಗಳು ಗೋರ್ಕಲ್ಲಿನ ಮೇಲೆ ಮಳೆ ಸುರಿದಂತಾಗಿದೆ.

ಇನ್ನಾದರೂ ಕುರುಡು ಸರ್ಕಾರ ಕಣ್ಣು ತೆರೆಯುವುದೇ?

ಕಾಮಲಾಪುರ — ಜಾಗೃತ ಸಂಘದ ಸದಸ್ಯರು
(ಹತ್ತು ಜನರ ಸಹಿ ಇದೆ)

ಇದಾದ ಆರೇ ತಿಂಗಳಲ್ಲಿ ನಮ್ಮೂರಿಗೆ ಆಸ್ಪತ್ರೆ ಬಂದೇಬಿಟ್ಟಿತು. ಇದರಿಂದಾಗಿ ರಹಮಾನಿನ ರೋಗಿಗಳ ಸಂಖ್ಯೆ ಕಡಿಮೆಯಾಯಿತೋ ಏನೋ, ಅಂತೂ ಆ ವರ್ಷದಲ್ಲೇ ಅವನು ಊರು ಬಿಟ್ಟಿದ್ದು ಮಾತ್ರ ತಿಳಿಯಿತು. ಬರುಬರುತ್ತಾ ನಾವು ಅವನನ್ನು ಮರೆತೂಬಿಟ್ಟೆವು. ಆದರೆ ನಮ್ಮ ಸಂಘದ ಪ್ರಯತ್ನಗಳಿಂದಾಗಿ ಊರಿಗೆ ಬಂದ ಆಸ್ಪತ್ರೆಯಿಂದ ಊರಲ್ಲಿನ ಖಾಯಿಲೆಗಳು ಕಡಿಮೆಯಾದವೋ, ಹೆಚ್ಚಾದವೋ ತಿಳಿಯಲಿಲ್ಲ. ಯಾಕೆಂದರೆ, ಮೊದಲೆಲ್ಲ ಇಷ್ಟೊಂದು ರೋಗಿಗಳೇ ನಮ್ಮ ಕಣ್ಣಿಗೆ ಕಾಣುತ್ತಿರಲಿಲ್ಲ. ಈಗಂತೂ ಹತ್ತಾರು ರೋಗಿಷ್ಠ ಮುಖಗಳು ಆಸ್ಪತ್ರೆಯ ಸುತ್ತ ಕಾಣುತ್ತಿದ್ದವು. ಖಾಯಿಲೆಗಳೇ ಬಹಿರಂಗಕ್ಕೆ ಬಾರದೆ ಕ್ಷಯವಾಗಲಿದ್ದ ಇಷ್ಟೊಂದು ಜನರನ್ನು ಉಳಿಸಿದ ನಮ್ಮ ಸಾಧನೆ ಕಂಡು ನಾವು ಹೆಮ್ಮೆಪಟ್ಟೆವು. ಆದರೆ ಮುಂದಿನ ನಾಲ್ಕೇ ವರ್ಷಗಳಲ್ಲಿ ನಾವು ಈ ಆಸ್ಪತ್ರೆಯ ವಿರುದ್ಧವೇ ಗಲಾಟೆ ಶುರು ಮಾಡಬೇಕಾಯಿತು. ಊರಿನಲ್ಲಿ ರೋಗಿಗಳು ಹೆಚ್ಚಾದಂತೆಲ್ಲ ವರ್ಷಕ್ಕೊಮ್ಮೆ ಇಲ್ಲಿಗೆ ವರ್ಗವಾಗಿ ಬರುತ್ತಿದ್ದ ಡಾಕ್ಟರು, ಕಾಂಪೌಂಡರುಗಳ ದುರಾಸೆ, ದುರಹಂಕಾರಗಳೂ ಹೆಚ್ಚಾಗತೊಡಗಿದವು. ಬರಿಗೈಲಿ ಬಂದ ರೋಗಿಗಳಿಗೆ ಬರಿ ನೀರು ಚುಚ್ಚಿ ಕಳಿಸುವುದೂ,

ಆಸ್ಪತ್ರೆಗೆಂದು ಸರ್ಕಾರದಿಂದ ಬಂದ ಇಂಜೆಕ್ಷನ್ನು, ಔಷಧಿಗಳು, ಮಾತ್ರೆಗಳು ಮೆಡಿಕಲ್ ಶಾಪುಗಳನ್ನು ಸೇರುವುದೂ, ದುಬಾರಿ ಬೆಲೆಯ ಔಷಧಿಗಳನ್ನೇ ಬರೆಯುವಂತೆ ಈ ಅಂಗಡಿಗಳವರು ಡಾಕ್ಟರಿಗೆ ಉಡುಗೊರೆಗಳನ್ನು ಕೊಡುವುದೂ ಮಾಮೂಲಾಯಿತು. ಪೋಸ್ಟ್ ಮಾರ್ಟಮ್ ಮಾಡಬೇಕಾದ ಹೆಣಗಳಂತೂ ಡಾಕ್ಟರ ಪಾಲಿಗೆ ನಿಧಿಯಾಗಿಬಿಟ್ಟವು. ಆದರೆ ಈ ಹೊಸ ವ್ಯವಸ್ಥೆಗೆ ಅದೆಷ್ಟು ಒಳಸುಳಿಗಳಿದ್ದವೆಂದು ಗೊತ್ತಾದದ್ದು ಆಸ್ಪತ್ರೆಯ ಮೇಲೆ ನಾವು ಹಾಕಿದ ಘೋಷಣೆಗಳಿಗೆ, ಗೋಡೆಬರಹಗಳಿಗೆ ಅವು ಜಗ್ಗದೇ ಹೋದಾಗಲೇ. ಆಮೇಲೆ ಆಸ್ಪತ್ರೆಯ ಮೇಲೊಂದು ಬೀದಿನಾಟಕವನ್ನೂ ಆಡಿ ನೋಡಿದೆವು. ಕೊನೆಯ ಉಪಾಯವೆಂಬಂತೆ ಈ ಆಸ್ಪತ್ರೆ ನಮ್ಮೂರಿಗೆ ಬರಲೆಂದು ಅಷ್ಟೆಲ್ಲ ಹೆಣಗಿದ್ದ ನಾವೇ ಆಸ್ಪತ್ರೆ ಕುರಿತು ಪತ್ರಿಕೆಗಳಿಗೆ ದೂರು ಬರೆದೆವು:

> ಮಾನ್ಯರೆ,
>
> ನಾವುಗಳು ಬಹುಕಾಲದಿಂದ ಕಾಡಿ ಬೇಡಿ ಪಡೆದ ನಮ್ಮೂರಿನ ಸರ್ಕಾರಿ ಆಸ್ಪತ್ರೆ ದುರದೃಷ್ಟವಶಾತ್ ನಮ್ಮೂರಿನ ಹಲವು ರೋಗಗಳ ಮೂಲಕೇಂದ್ರವಾಗಿದೆ ಯೆಂದರೆ ಅತಿಶಯೋಕ್ತಿಯಾಗಲಾರದು. ಈ ಆಸ್ಪತ್ರೆಯ ಜವಾನರಿಂದ ಹಿಡಿದು ವೈದ್ಯಾಧಿಕಾರಿಗಳವರೆಗೆ ಲಂಚವೆಂಬ ದುರ್ವಾಸನೆ ಆಸ್ಪತ್ರೆಯನ್ನು ತುಂಬಿದೆ. ಹಲವಾರು ಬಡರೋಗಿಗಳು ವೈದ್ಯರ ನಿರ್ಲಕ್ಷ್ಯದಿಂದ ಸಾವಿಗೀಡಾಗಿದ್ದಾರೆ. ಆರೋಗ್ಯ ಇಲಾಖೆ ತಕ್ಷಣ ಕ್ರಮ ಕೈಗೊಳ್ಳಲಿ.
>
> ಕಾಮಲಾಪುರ — ಜಾಗೃತ ಸಂಘದ ಸದಸ್ಯರು
> (ಏಳು ಜನರ ಸಹಿ ಇದೆ)

ಪತ್ರದ ಕೊನೆಯಲ್ಲಿ ನಾವು ಕೇವಲ ಪರಿಣಾಮಕ್ಕೆಂದು ಬಡರೋಗಿಗಳ ಸಾವನ್ನು ಕುರಿತು ಉತ್ಪ್ರೇಕ್ಷಿತ ಸಾಲೊಂದನ್ನು ಸೇರಿಸಿದ್ದು ನಮ್ಮ ಸಂಘದ ಸದಸ್ಯರನ್ನು ಕೊಂಚ ನಗೆಪಾಟಲಾಗಿಸಿತು. ಇಷ್ಟು ಹೊತ್ತಿಗಾಗಲೇ ಆಸ್ಪತ್ರೆಯೆಂಬ ಹೊಸ ವ್ಯವಸ್ಥೆಗೆ ಹಲವು ಸಮರ್ಥಕರೂ ಊರಲ್ಲಿ ಹುಟ್ಟಿಕೊಂಡಿದ್ದರು. ಲಕ್ಷ ರೂಪಾಯಿ ಸುರಿದು ಮೆಡಿಕಲ್ ಸೀಟು ಪಡೆದು, ಮೇಲೆರಡು ಲಕ್ಷ ಸುರಿದು ಕೆಲಸ ಗಿಟ್ಟಿಸುವ ಡಾಕ್ಟರು ಹಾಕಿದ ಬಂಡ ವಾಳವನ್ನು ಹಿಂದಕ್ಕೆ ಪಡೆಯಬೇಕಾಗುವುದು ನ್ಯಾಯವೆಂದು ಅನೇಕರು ವಾದಿಸುತ್ತಿದ್ದರು. ಈ ಮಧ್ಯೆ ನಮ್ಮ ಕ್ಷೇತ್ರದ ಶಾಸಕರು ಆಸ್ಪತ್ರೆಯ ಕತೆ ಕೇಳಿ ರೋಸಿ ಡಾಕ್ಟರ ಕಪಾಳಕ್ಕೊ ಹೊಡೆದು ಬಿಟ್ಟರು.

ಬೀದಿ ನಾಟಕ, ವಾಚಕರವಾಣಿ, ಡಾಕ್ಟರ ಕಪಾಳಕ್ಕೆ ಬಿದ್ದ ಏಟು, ರೋಗಿಗಳ ಗೊಣ ಗಾಟಗಳಿಂದಾಗಿ ಆಸ್ಪತ್ರೆಯ ಖಾಯಿಲೆ ಒಂದೆರಡು ದಿನ ಸ್ವಲ್ಪ ಗುಣವಾದಂತೆ ಕಂಡರೂ ಮತ್ತೆ ಅದು ತನ್ನ ಭಂಡಹಾದಿಯಲ್ಲೇ ಮುಂದುವರಿಯತೊಡಗಿತು. ಅಷ್ಟು ಹೊತ್ತಿಗಾಗಲೇ ನಮ್ಮ ಸಂಘದ ನಾಲ್ಕೈದು ಹುಡುಗರು ಬೇರೆಬೇರೆ ಊರುಗಳಿಗೆ ಹೊರಟುಬಿಟ್ಟಿದ್ದರು. ತಿಪಟೂರು, ತುಮಕೂರುಗಳಲ್ಲಿ ಬಿ.ಎ., ಬಿ.ಎಸ್ಸಿ. ಓದುವಾಗಲೂ ಹದಿನೈದು ದಿನಕ್ಕೋ, ತಿಂಗಳಿಗೋ ಊರಿಗೆ ಬರುತ್ತಾ ಸಂಘದ ಜೊತೆಗೆ ಸಂಬಂಧವಿರಿಸಿಕೊಂಡಿದ್ದವರೂ

ಇಂದಿರಾಗಾಂಧಿಯವರ ಎಮರ್ಜೆನ್ಸಿ ಕಾಲದಲ್ಲಿ ಮನೆಯಲ್ಲಿ ದೊಡ್ಡವರು ಹೆದರಿಸಿದ್ದ ರಿಂದಲೋ, ಅಥವಾ ಹುಮ್ಮಸ್ಸು ಇಳಿದಿದ್ದರಿಂದಲೋ ತೆಪ್ಪಗಾಗತೊಡಗಿದ್ದರು. ಜೊತೆಗೇ ಹೆಚ್ಚಿನ ಓದು ಅಥವಾ ಉದ್ಯೋಗಕ್ಕಾಗಿ ನಮ್ಮಲ್ಲಿ ಹಲವರು ಒಂದೊಂದು ದಿಕ್ಕಿಗೆ ಚೆದುರಿ ದೆವು. ಪಿ.ಯು.ಸಿ. ನಂತರ ಮೆಡಿಕಲ್ ಸೀಟು ಸಿಗದ ನಾನು ಬಿ.ಎಸ್ಸಿ. ಮುಗಿಸಿ ಮೆಡಿಕಲ್ ಓದಲು ಬೆಂಗಳೂರಿಗೆ ಬಂದೆ. ಮುಂದಿನ ನಾಲ್ಕೈದು ವರ್ಷಗಳ ಹೊತ್ತಿಗೆ, ಊರ ಜನರಲ್ಲಿ ಮೊದಲಿದ್ದ ನೇಮನಿಯತ್ತುಗಳಿಲ್ಲವೆಂದು ತನ್ನ ಪೌರೋಹಿತ್ಯ, ಜ್ಯೋತಿಷ್ಯಗಳ ಆದಾಯ ಕಮ್ಮಿಯಾಗಿದ್ದರಿಂದ ಗೊಣಗುತ್ತಿದ್ದ ಅಪ್ಪನಿಗೆ, 'ಬೆಂಗಳೂರಿನಲ್ಲಿ ಜೋಯಿಸರಿಗೆ ತುಂಬಾ ಡಿಮ್ಯಾಂಡಿದೆ'ಯೆಂದು ಯಾರೋ ನಂಬಿಸಿದ್ದರಿಂದ, ಕೆರೆಯ ಹಿಂದಿನ ಗದ್ದೆ ಮಾರಿ ಸಂಸಾರ ಸಮೇತ ಬೆಂಗಳೂರಿಗೇ ಬಂದ. ಆಗ ಮೆಡಿಕಲ್ ಕೊನೆಯಲ್ಲಿದ್ದ ನಾನು ಮುಂದಿನ ಮೂರು ವರ್ಷಗಳಲ್ಲಿ ಸೈಕಿಯಾಟ್ರಿಯಲ್ಲಿ ಎಂ.ಡಿ. ಮುಗಿಸಿ ಮನೋ ರೋಗ ಚಿಕಿತ್ಸೆಯ ಕ್ಲಿನಿಕ್ಕೊಂದನ್ನು ತೆರೆದ ದಿನ ಬೋರ್ಡ್ ತೂಗು ಹಾಕುವಾಗ, ಹತ್ತು ಹದಿನೈದು ವರ್ಷಗಳ ಹಿಂದೆ ಊರಲ್ಲಿ ಸರ್ಕಾರಿ ಆಸ್ಪತ್ರೆ ಶುರುವಾದ ದಿನದ ಸಂಭ್ರಮ ವನ್ನು ಅಪ್ಪ ನೆನಪಿಸಿದ್ದ.

ನನ್ನ ಕ್ಲಿನಿಕ್ಕು ಶುರುವಾಗಿ ಮೂರು ನಾಲ್ಕು ವರ್ಷವಾಗುವ ಹೊತ್ತಿಗಾಗಲೇ ಎಪ್ಪತ್ತು ದಾಟಿ ಮೆತ್ತಗಾಗತೊಡಗಿದ್ದ ಅಪ್ಪನಿಗೆ ಇದ್ದಕ್ಕಿದ್ದಂತೆ ಜ್ವರ ಬಂತು. ಎಂದೂ ಇಂಜೆಕ್ಷನ್ನು, ಮಾತ್ರೆ ತೆಗೆದುಕೊಳ್ಳದ ಹಠದ ಅಪ್ಪ ನಾವೆಲ್ಲ ಎಷ್ಟು ಹೇಳಿದರೂ ಕೇಳದೆ ಈ ಸಲವೂ ದೇವರು, ತುಳಸೀರಸಗಳ ಮೊರೆ ಹೋದ. ನಾನು ಹೆಚ್ಚೂ ಕಡಿಮೆ ಮರೆತೇಬಿಟ್ಟಿದ್ದ ರಹಮಾನ್ ಸಾಬಿ ಅಪ್ಪನ ಜ್ವರದ ಗೊಣಗಾಟದಲ್ಲಿ ಮೂರುನಾಲ್ಕು ಸಲ ನುಸುಳಿದ್ದ. ತನ್ನ ಮೂವತ್ತನೆಯ ವಯಸ್ಸಿನಲ್ಲಿ ಹದಿನೈದು ದಿನ ಮೇಲೇಳದಂತೆ ಜ್ವರ ಹೊಡೆದಾಗ ರಹಮಾನ್ ಸಾಬಿಯ ಅಪ್ಪ ಬಾಷಾ ಯಾವುದೋ ಬೇರನ್ನು ಅರೆದು ಕುಡಿಸಿ ತನ್ನನ್ನು ಉಳಿಸಿದ್ದನೆಂಬ ಹಳೆಯ ಕತೆಯನ್ನೇ ಅಪ್ಪ ಮತ್ತೆ ಮೆಲುಕು ಹಾಕಿದ್ದ. ಇದೀಗ ನಾಲ್ಕು ದಿನವಾದರೂ ಜ್ವರ ಏರುತ್ತಲೇ ಹೋದಾಗ ನಾನು ರೇಗಿ ಇಂಜೆಕ್ಷನ್ನು ಕೊಟ್ಟಾಗ ಹಾವು ಕಚ್ಚಿದವನಂತೆ ಒದ್ದಾಡಿದ್ದ. ಮುಂದಿನ ಮೂರೇ ದಿನಗಳಲ್ಲಿ ಒಂದು ರಾತ್ರಿ ಜ್ವರ ಬಿಟ್ಟು ಬೆವರಿಳಿದಂತೆ ಕಂಡವನು ಮಾರನೆಯ ಬೆಳಗ್ಗೆ ಮೇಲೇಳಲಿಲ್ಲ.

***

ಊರುಬಿಟ್ಟ ಎಷ್ಟೋ ವರ್ಷಗಳ ನಂತರ ಆ ನಾಟೀಡಾಕ್ಟರು ರಹಮಾನ್ ಪಾಷಾ ಇದ್ದಕ್ಕಿದ್ದಂತೆ ಬೆಂಗಳೂರಿನ ಮಂಜುನಾಥನಗರ ಬಡಾವಣೆಯಲ್ಲಿ ನನಗೆ ಕಾಣಿಸದಿದ್ದರೆ ಪ್ರಾಯಶಃ ಇದೆಲ್ಲವನ್ನೂ ನಾನು ಬರೆಯುತ್ತಿರಲಿಲ್ಲ. ಇದಾಗಿದ್ದು ನಾನು ಕ್ಲಿನಿಕ್ಕು ಬಿಟ್ಟು ಇನ್ನೊಂದು ಕೆಲಸಕ್ಕೆ ಜಿಗಿದಿದ್ದ ಕಾಲದಲ್ಲಿ.

ಮೊದಲಬಾರಿಗೆ ಆಗ ನನ್ನ ಕ್ಲಿನಿಕ್ಕಿನಲ್ಲಿ ದೊಡ್ಡ ಸಮಸ್ಯೆಯೊಂದು ಎದುರಾಗಿತ್ತು. ಸ್ಕಿಟ್ಜೋಫ್ರೇನಿಕ್ ರೋಗಿಯೊಬ್ಬಳು ಚಿಕಿತ್ಸೆಗೆಂದು ನನ್ನ ಕ್ಲಿನಿಕ್ಕಿಗೆ ಬರುತ್ತಿದ್ದಳು. ವರದಕ್ಷಿಣೆಯ

ದುಡ್ಡು ಬಾಕಿಯಿದೆಯೆಂದು ಅವಳ ಗಂಡನೂ ಮಾವನೂ ಕೊಡುತ್ತಿದ್ದ ಹಿಂಸೆಯಿಂದ ಹುಟ್ಟಿಕೊಂಡಿದ್ದ ಖಾಯಿಲೆಯದು. ಅವಳನ್ನು ಯಾವ ಆಸ್ಪತ್ರೆಗೂ ತೋರಿಸಲು ಬಿಡದ ಅವರಿಬ್ಬರ ಕಣ್ಣುತಪ್ಪಿಸಿ ಗೆಳತಿಯೊಬ್ಬಳು ಅವಳನ್ನು ನನ್ನ ಕ್ಲಿನಿಕ್ಕಿಗೆ ಕರೆತಂದಿದ್ದಳು. ಮೂವತ್ತರ ಹರೆಯದ ಆ ಗುಜರಾತಿ ಹೆಂಗಸು ಕೊಂಚ ಗುಣವಾಗುತ್ತಾ ಬಂದಂತೆ ನನ್ನನ್ನು ತೀರಾ ಹಚ್ಚಿಕೊಂಡು ಬಿಟ್ಟಿದ್ದಲ್ಲದೆ, ಕೆಲವು ಮೋಹಕ ಸೂಚನೆಗಳನ್ನೂ ನೀಡ ತೊಡಗಿದ್ದಳು. ಪ್ರಾಯಶಃ ಆವತ್ತು ಸೂಚನೆ ತಲುಪಬೇಕಾದ ಸ್ಥಳಕ್ಕೆ ತಲುಪಿತೆಂದು ಕಾಣುತ್ತದೆ. ಬೋಲ್ಟು ಹಾಕಿದ ನನ್ನ ಪರೀಕ್ಷಾ ಕೋಣೆಯಲ್ಲಿ ನನ್ನೆದುರುಗಿನ ಕುರ್ಚಿಯಲ್ಲಿ ಕೂತು ನನ್ನತ್ತ ನೆಟ್ಟ ಬೆಕ್ಕಿನ ಕಣ್ಣು, ಇನ್ನೇನು ನಗಲು ತೆರೆಯಲಿದ್ದ ಪುಟ್ಟ ತುಟಿಗಳು, ಟೇಬಲ್ಲಿನ ಮೇಲೆ ಬಿಡುಬೀಸಾಗಿ ಕೂತಿದ್ದ ಕೆಂಪು ಕೈಗಳು, ಕೈಗಳ ಮೇಲೆ ವಿರಮಿಸಿದ ಅವಳ ಪ್ರೌಢ ಸ್ತನಗಳು, ಅವು ಕಡು ಹಸಿರು ರವಿಕೆಯೊಳಗಿಂದ ಇಷ್ಟಿಷ್ಟೇ ತೋರಿಸಿಕೊಳ್ಳುವ ಚೆಂದ... ಇವೆಲ್ಲವನ್ನೂ ಕಣ್ಣು ತುಂಬ ತುಂಬಿಕೊಳ್ಳುತ್ತಿದ್ದವನು, ಮೇಲೆದ್ದು ಅವಳು ಕೂತಿದ್ದ ಕುರ್ಚಿಯ ಬಳಿ ಬಂದು ಕೆನ್ನೆ ತಟ್ಟಿದೆ. ಥಟ್ಟನೆ ನನ್ನ ಕೈ ಹಿಡಿದುಕೊಂಡು ಕೈಗಳಲ್ಲಿ ಮುಖವಿಟ್ಟಳು.

ಮುಂದಿನ ಎರಡೇ ನಿಮಿಷಗಳಲ್ಲಿ ಅಲ್ಲೇ ಬದಿಯಲ್ಲಿದ್ದ ಪರೀಕ್ಷೆಯ ಮಂಚದ ಬಳಿ ಸರಿದಿದ್ದೆವು. ಚಿಕಿತ್ಸೆಯ ಖಾಸಗಿ ಕೋಣೆಯಾದ್ದರಿಂದ ಯಾವ ಭಯವೂ ಇರಲಿಲ್ಲ. ಮುತ್ತಿಡುತ್ತಾ ಬೋಲ್ಟನ್ನೊಮ್ಮೆ ನೋಡಿದೆ. ನಾಚಿಕೊಂಡೇ 'ಸೇಫ್ಟಿ ಪಿರಿಯಡ್' ಎನ್ನುತ್ತಾ ಕೆಳತುಟಿ ಕಚ್ಚಿದವಳ ಕಣ್ಣುಗಳಾಗಲೇ ಅರ್ಧ ಮುಚ್ಚಿದ್ದವು. ಹಿಡಿತ ಬಿಗಿಯಾದಂತೆ, ಅದೇ ಮೊದಲ ಅನುಭವವೆಂಬಂತೆ ಕಣ್ಮುಚ್ಚಿ ಉದ್ವಿಗ್ನಳಾದಳು. ಒಬ್ಬರು ಮಾತ್ರ ಮಲಗಬಹುದಾಗಿದ್ದ ಮಂಚದ ಮೇಲೆ ಮೆಲ್ಲಗೆ ಅವಳ ಮೈ ತುಂಬಾ ಕವುಚಿಕೊಂಡೆ... ಆದರೆ, ಆವತ್ತು ಅವಳು ಹೊರಡುವಾಗ ಕೊಡಬೇಕಾಗಿದ್ದ ಉದ್ವೇಗಶಮನದ ಮಾತ್ರೆಗಳ ಬದಲಿಗೆ ಯಾವ ಮಾತ್ರೆಗಳನ್ನು ಕೊಟ್ಟೆ? ಅಂತೂ ನನ್ನ ಮಾತ್ರೆಗಳಿಂದಲೇ ಅವಳು ಸತ್ತಳೆಂದು ಇದಾದ ಎರಡೇ ದಿನದಲ್ಲಿ ಅವಳ ಗಂಡ ತನ್ನ ಮಾರ್ವಾಡಿ ದಂಡನ್ನೇ ಕರೆತಂದು ಕ್ಲಿನಿಕ್ಕಿಗೆ ಮುತ್ತಿಗೆ ಹಾಕಿ ದಾಂಧಲೆ ಎಬ್ಬಿಸಿಬಿಟ್ಟ. ಆವತ್ತು ಅವನ ದಂಡು ಕಂಡ ತಕ್ಷಣ ಹುಟ್ಟಿದ್ದ ಭಯವೇ ಬೇರೆ; ನಂತರ ಅವನು ಸಿಡಿಸಿದ್ದ ಸುದ್ದಿಯೇ ಬೇರೆ. ಕಾಲು ಕೈ ನಡುಗತೊಡಗಿ ಮಾತು ತೊದಲತೊಡಗಿದ ನನ್ನ ಮೇಲೆ ಅಬ್ಬರಿಸುತ್ತಾ ಅವನು ಹೇಳಿದ್ದರ ಪ್ರಕಾರ, ಎರಡು ದಿನಗಳ ಹಿಂದೆ ಮಧ್ಯಾಹ್ನ ಅವಳು ಮಾತ್ರೆಗಳನ್ನು ನುಂಗಿ ಮಲಗಿದ್ದವಳು ಸಂಜೆಯ ಹೊತ್ತಿಗೆ ಅರೆಪ್ರಜ್ಞಾವಸ್ಥೆ ತಲುಪಿ ಏದುಸಿರು ಬಿಡಲಾರಂಭಿಸಿದ್ದಳು. ಬರಬರುತ್ತಾ ಮೈ ಅದುರಲಾರಂಭಿಸಿ ಕೈಕಾಲು ಬಡಿಯತೊಡಗಿದಳು. ನನ್ನ ಕ್ಲಿನಿಕ್ಕಿಗೆ ಅವಳು ಬರುವುದು ಇವರಿಗೆ ಗೊತ್ತಿರದಿದ್ದರಿಂದ ತಕ್ಷಣ ಹತ್ತಿರದ ಕ್ಲಿನಿಕ್ಕಿಗೆ, ಅಲ್ಲಿಂದ ನಿಮ್ಹಾನ್ಸಿಗೆ ಕರೆದೊಯ್ದಿದ್ದರು. ಒಂದೇ ದಿನದಲ್ಲಿ ಆ ಹೆಂಗಸು ತೀರಿಕೊಂಡಿದ್ದಳು. ಅವಳು ಈ ಕ್ಲಿನಿಕ್ಕಿಗೆ ಬರುತ್ತಿದ್ದುದನ್ನು ಹೇಗೋ ತಿಳಿದುಕೊಂಡ ಅವರು ಅವತ್ತು ಸಂಜೆ ನನ್ನ ಕ್ಲಿನಿಕ್ಕಿಗೆ ಬಂದು ದಾಂಧಲೆ ಎಬ್ಬಿಸುತ್ತಿದ್ದಾಗ ಅವಳ ಮೈ ಸುಟ್ಟು ಉದುರಿದ ಬೂದಿ ಕೂಡ ಪೂರಾ ಆರಿರಲಿಲ್ಲವೇನೋ.

ನನ್ನ ವೃತ್ತಿಜೀವನದಲ್ಲಿ ಇಂಥ ಘಟನೆಯಾಗಿದ್ದು ಅದೇ ಮೊದಲು. ಕ್ಲಿನಿಕ್ ತೆರೆದ ಹೊಸತರಲ್ಲಿ ಮಾತ್ರ ಚಿಕಿತ್ಸೆಯಲ್ಲಿ ಆಗಿದ್ದ ಸಣ್ಣ ತಪ್ಪುಗಳನ್ನೆಲ್ಲ ನಾನೇ ತಿದ್ದಿಕೊಂಡಿದ್ದೆ. ಆದರೆ, ಇದೀಗ ಇದ್ದಕ್ಕಿದ್ದಂತೆ ಹೆಣ್ಣಿನ ಸಾವೊಂದು ನನ್ನ ಕೊರಳಿಗೆ ಸುತ್ತಿಕೊಂಡಿತ್ತು. ಬಂದವರು ಟೇಬಲ್ ಗುದ್ದಿ ಹೂಂಕರಿಸುತ್ತಿದ್ದರು. ಸತ್ತವಳ ಮನೋರೋಗಕ್ಕೆ ಮೂಲ ಕಾರಣರಾಗಿದ್ದ ಗಂಡ ಹಾಗೂ ಮಾವ ದುಃಖದ ಎಳೆ ಕೂಡ ಇಲ್ಲದವರಂತೆ ಅರ್ಧ ಇಂಗ್ಲಿಷ್, ಅರ್ಧ ಹಿಂದಿ ಬೆರೆತ ವಾಕ್ಯಗಳನ್ನು ತೂರುತ್ತಾ ಗುಡುಗುತ್ತಿದ್ದರು. ಹಾಗೆ ನೋಡಿದರೆ, ಆ ಹೆಂಗಸನ್ನು ಕುರಿತ ನನ್ನ ಕ್ಲಿನಿಕ್ಕಿನ ಫೈಲಿನಲ್ಲಿ ಈ ಖದೀಮರಿಬ್ಬರೂ ನೀಡುತ್ತಿದ್ದ ಕಿರುಕುಳಗಳ ದಾಖಲೆಗಳೆಲ್ಲ ಇದ್ದವು. ಇಂಥ ಖದೀಮರು ಈಗ ನನ್ನ ವಿರುದ್ಧ ಹೂಡಿದ ದಾಳಿಯ ಉದ್ದೇಶವಿಷ್ಟೆ: ಅವಳ ಸಾವಿಗೆ ಕಾರಣನಾದ ನಾನು ಪರಿಹಾರಾರ್ಥವಾಗಿ ಎರಡು ಲಕ್ಷ ರೂಪಾಯಿ ಕೊಡಬೇಕು. ತಪ್ಪಿದರೆ, ಪೊಲೀಸರಿಂದ ಅರೆಸ್ಟ್ ಮಾಡಿಸುವುದರಿಂದ ಹಿಡಿದು ಕ್ಲಿನಿಕ್ ಮುಚ್ಚಿಸುವುದರವರೆಗೆ, ಕೈ ಕಾಲು ಮುರಿಯುವುದರಿಂದ ಹೆಂಡತಿ ಮಕ್ಕಳನ್ನು ಬೀದಿಪಾಲು ಮಾಡುವವರೆಗೆ... ಬೆದರಿಕೆಗಳು ಒಂದೊಂದಾಗಿ ಅಪ್ಪಳಿಸಲಾರಂಭಿಸಿದವು. ಕೊನೆಗೆ ಮಿತ್ರರೊಬ್ಬರ ಮಧ್ಯಸ್ಥಿಕೆಯಿಂದಾಗಿ ನಾನು ಆ ಮಾರ್ವಾಡಿಗಳಿಗೆ ಐವತ್ತು ಸಾವಿರ ರೂಪಾಯಿ ಕೊಡಬೇಕೆಂದು ಒಪ್ಪಂದವಾಗಿ, ಮಾರನೆಯ ಬೆಳಿಗ್ಗೆ ಚೆಕ್ ಬರೆದುಕೊಟ್ಟ ನಂತರ ನನ್ನ ಕ್ಲಿನಿಕ್ಕು, ಕೈಕಾಲು, ಮಾನಗಳೆಲ್ಲ ಉಳಿದವು. ಆದರೆ ಅವತ್ತು ಕಣ್ಮರೆಯಾದ ನೆಮ್ಮದಿ ಮಾತ್ರ ಮರಳಲಿಲ್ಲ.

ಯಾರಲ್ಲೂ ಹೇಳಿಕೊಳ್ಳಲಾಗದಂಥ ಈ ಘಟನೆಯನ್ನು ಕುರಿತು ಯೋಚಿಸುತ್ತಾ ಒಂದೆರಡು ದಿನ ಉರುಳಿದ ನಂತರವೇ ನಾನೆಂಥ ಮೂರ್ಖನೆಂದು ಹೊಳೆಯತೊಡಗಿದ್ದು. ನನ್ನ ಆಳದಲ್ಲಿ ಅಳುಕು ತುಂಬಿದ್ದರಿಂದಲೋ ಏನೋ ಆ ಮಾರ್ವಾಡಿಗಳ ಅಬ್ಬರಕ್ಕೆ ಹೆದರಿ ಆ ಸಾವಿನ ಹೊಣೆ ಹೊತ್ತುಕೊಂಡುಬಿಟ್ಟಿದ್ದೆ. ಆ ಸಂಜೆಯೇ ನಿಮ್ಹಾನ್ಸನ್ನು ಸಂಪರ್ಕಿಸಿ ಆ ಹೆಂಗಸು ಸತ್ತದ್ದನ್ನೇನೋ ಖಚಿತಪಡಿಸಿಕೊಂಡಿದ್ದೆ. ಆದರೆ ಅದೊಂದು ನಿಗೂಢವಾದ ಕೇಸೆಂಬಂತೆ ಹೆಚ್ಚಿನ ವಿವರ ಕೊಡಲು ಆಸ್ಪತ್ರೆಯವರು ನಿರಾಕರಿಸಿದ್ದರಿಂದ ಅವಳು ಹೇಗೆ ಸತ್ತಳೆಂಬುದನ್ನು ಕುರಿತ ದಾಖಲೆಗಳನ್ನೇ ನೋಡಲಾಗಿರಲಿಲ್ಲ. ನಾನು ಕೊಟ್ಟಿರಬಹುದಾದ ಯಾವ ಮಾತ್ರೆಯೂ ಹಾಗೆ ಸಾವಿಗೆ ದೂಡುವುದು ಸಾಧ್ಯವೇ ಇರಲಿಲ್ಲ. ಹಾಗಾದರೆ, ಇದು ನನ್ನೊಡನೆ ಮಲಗಿದ್ದನ್ನು ಕುರಿತು ಅವಳೇನಾದರೂ ಅಕಸ್ಮಾತ್ ಮನೆಯಲ್ಲಿ ಬಾಯಿಬಿಟ್ಟಿದ್ದರಿಂದ ಉಂಟಾದ ಬೆಳವಣಿಗೆಯಿರಬಹುದೆ? ಈ ಸಾವಿನಲ್ಲಿ ಆ ಅಪ್ಪ–ಮಗನ ಕೈವಾಡವಿದೆಯೆ? ಕೇಂದ್ರ ಪಾತ್ರ ಇದ್ದಕ್ಕಿದಂತೆ ಕಣ್ಮರೆಯಾಗಿ ಕತೆ ನಿಗೂಢವಾಗಿ ಹೋಗಿತ್ತು. ಮುಂದಿನ ನಾಲ್ಕೈದು ತಿಂಗಳಲ್ಲಿ ಈ ಗುಜರಾತಿ ಹೆಂಗಸಿನ ಸಾವು ಹಲವು ಬಣ್ಣಗಳ ಸಮೇತ ಸುತ್ತಮುತ್ತ ಹಬ್ಬಿರಬೇಕು, ನನ್ನ ಕ್ಲಿನಿಕ್ಕಿಗೆ ಬರುವ ಕೇಸುಗಳ ಸಂಖ್ಯೆ ಇಳಿಯತೊಡಗಿತು. ಕ್ಲಿನಿಕ್ಕಿನ ಬಾಗಿಲ ಬಳಿ ಬೀಳಬಹುದಾದ ನೆರಳನ್ನು ಎದುರು ನೋಡುತ್ತಾ, ಹೆಜ್ಜೆಯ ಸದ್ದುಗಳಿಗಾಗಿ ಕಿವಿ ನಿಮಿರಿಸುತ್ತಾ, ಬಾರದ ರೋಗಿಗಳನ್ನು ಕಾಯುತ್ತಾ ಕಾಯುತ್ತಾ ನಾನೇ ಮನೋರೋಗಿಯಾಗುವ ಕಾಲ ದೂರವಿಲ್ಲವೆನ್ನಿಸತೊಡಗಿ,

ಬಹುತೇಕ ಸೈಕಿಯಾಟ್ರಿಸ್ಟರಂತೆ ನನಗೂ ಆತ್ಮಹತ್ಯೆಯ ಯೋಚನೆ ಮತ್ತೆಮತ್ತೆ ಸುಳಿಯ ಲಾರಂಭಿಸಿತು.

ಮುಂದಿನ ಮೂರು ತಿಂಗಳಲ್ಲಿ ಕ್ಲಿನಿಕ್ಕಿನ ತಿಂಗಳ ಬಾಡಿಗೆಯ ನಾಲ್ಕು ಸಾವಿರವಿರಲಿ, ಒಂದು ಸಾವಿರ ಕೂಡ ಹುಟ್ಟದೇ ಹೋದಾಗ ಕ್ಲಿನಿಕ್ಕನ್ನು ಮುಚ್ಚದೆ ಬೇರೆ ದಾರಿಯಿರಲಿಲ್ಲ. ಬೇರೆಲ್ಲಾದರೂ ಕ್ಲಿನಿಕ್ ತೆರೆಯೋಣ ಎಂದುಕೊಂಡರೂ, ಆಗಾಗ್ಗೆ ಸೈಕಿಯಾಟ್ರಿಯ ಬಗೆಗೆ ಸುಳಿಯುತ್ತಿದ್ದ ವೈರಾಗ್ಯ ಹಾಗೂ ಮನುಷ್ಯರ ವರ್ತನೆಯನ್ನು ಅರಿಯುವುದರಿಂದ ಹುಟ್ಟು ತ್ತಿದ್ದ ರೇಜಿಗೆಗಳು ಈಗ ಒಟ್ಟಾಗಿ ಸೇರಿ ಈ ವೃತ್ತಿಯನ್ನೇ ಬಿಟ್ಟು ಬೇರೇನಾದರೂ ಮಾಡ ಬೇಕೆಂಬ ನಿರ್ಧಾರದತ್ತ ನನ್ನನ್ನು ದೂಡತೊಡಗಿದವು. ಸದ್ಯಕ್ಕೆ ಹೊಟ್ಟೆ ಹೊರೆಯಲು ಹೆಂಡತಿಯ ಬ್ಯಾಂಕ್ ಕೆಲಸವಿತ್ತು. ಅದೇ ವೇಳೆಗೆ ಸರಿಯಾಗಿ, ನನ್ನ ಯೋಚನೆಯ ಜಾಡು ಹಿಡಿದವರಂತೆ, ಅದೇ ರಸ್ತೆಯ ನರ್ಸಿಂಗ್ ಹೋಮಿನವರು ನನ್ನ ಕ್ಲಿನಿಕ್ಕಿನ ಉಪ ಕರಣಗಳು, ವಸ್ತುಗಳ ಸಮೇತ ಎಲ್ಲವನ್ನೂ ಮೂರು ಲಕ್ಷಕ್ಕೆ ಕೊಳ್ಳಲು ಸಿದ್ಧರಾಗಿರುವರೆಂಬ ಸೂಚನೆ ನೀಡಿದ್ದರು. ಜೊತೆಗೆ ಕ್ಲಿನಿಕ್ ಬಿಟ್ಟುಕೊಟ್ಟಿದ್ದಕ್ಕೆ ಒಂದು ಲಕ್ಷ ಗುಡ್‌ವಿಲ್ ಬೇರೆ. ಆವರೆಗೆ ಉಳಿಸಿದ್ದ ಹಣವೂ ಸೇರಿದರೆ ಸುಮಾರು ಏಳು ಲಕ್ಷ! ನಿರ್ಧಾರ ಗಟ್ಟಿಯಾಗ ತೊಡಗಿತು. ಆದರೆ, ಓದಿನಿಂದ ಬಂದ ಈ ಕಸುಬು ಬಿಟ್ಟು ಬೇರೇನು ಮಾಡಬಹುದೆಂದು ಮಾತ್ರ ಹೊಳೆಯಲಿಲ್ಲ. ಅಪ್ಪನಂತೆ ತೆಂಗಿನಕಾಯಿ ಮಂತ್ರಿಸಿ ತಾಯಿತ ಕಟ್ಟಿಕೊಡುವ ಸಲೀಸು ಕೆಲಸ ಬಿಟ್ಟರೆ ಬೇರೇನೂ ನನಗೆ ಬರುವುದಿಲ್ಲವೆನ್ನಿಸಿ ನಗು ಬಂದಿತ್ತು. ಆದರೆ ಮುಂದಿನ ಮೂರೇ ತಿಂಗಳಲ್ಲಿ ಆ ಸಮಸ್ಯೆಯೂ ಬಗೆ ಹರಿಯಿತು. ರಾಯಚೂರು ಕಡೆಯ ಗೆಳೆಯನೊಬ್ಬ ಬೆಂಗಳೂರಿನ ಹೊರವಲಯದಲ್ಲಿ ಕಳೆದೊಂದು ವರ್ಷದಿಂದ ನಡೆಸುತ್ತಿದ್ದ ಶೂ ಫ್ಯಾಕ್ಟರಿಗೆ ಪಾಲುದಾರನಾಗಲು ಹಿಂದೊಮ್ಮೆ ನನ್ನ ಕೇಳಿದ್ದವನು ಈಗ ಮತ್ತೆ ಕೇಳಿದ. ಬಾಟಾ ಕಂಪೆನಿಗೆ ಬೂಟು ಸಪ್ಲೈ ಮಾಡುವುದಷ್ಟೇ ನಮ್ಮ ಕೆಲಸ. ವರ್ಷದ ಹಿಂದೆ ಅಷ್ಟೇನೂ ಆಸಕ್ತಿ ತೋರದಿದ್ದ ನಾನು ಆ ಕೆಲಸಕ್ಕೂ ನನಗೂ ಏನೂ ಸಂಬಂಧವಿರದಿದ್ದರೂ, ಹಾಕಿದ ಎರಡು ಲಕ್ಷಕ್ಕಂತೂ ಗ್ಯಾರಂಟಿಯಿದ್ದುದರಿಂದ ಒಪ್ಪಿಕೊಂಡು ಬಿಟ್ಟೆ. ವಾರದಲ್ಲಿ ಮೂರು ದಿನ ಬೆಳಗ್ಗೆ ಲೆಕ್ಕಪತ್ರಗಳನ್ನು ನೋಡುವುದಷ್ಟೇ ನನ್ನ ಕೆಲಸ.

ಆ ದಿನಗಳಲ್ಲೇ ಈ ನಾಟಕೀಯ ಘಟನೆ ನಡೆದದ್ದು. ನಮ್ಮ ಮನೆಯಿಂದ ಬಸ್ ಸ್ಟ್ಯಾಂಡಿಗೆ ಹೋಗುವ ಅಡ್ಡ ಹಾದಿಯೊಂದು ರೆವಿನ್ಯೂ ಪ್ರದೇಶವೊಂದನ್ನು ಹಾದು ಹೋಗುತ್ತದೆ. ನಗರಕ್ಕೆ ಹೊಂದಿಕೊಂಡಿದ್ದರೂ ಸ್ವಲ್ಪ ಹಳ್ಳಿಯ ವಾತಾವರಣ. ಬೆರಣಿ ತಟ್ಟಿದ ಗೋಡೆಗಳು, ತಿಪ್ಪೆಗುಂಡಿಗಳು, ತೊಂಡಲೆಯುವ ದನಗಳು, ಎಮ್ಮೆಗಳೇ ಎದ್ದು ಕಾಣುವ ಪ್ರದೇಶ. ಆವತ್ತು ಸಂಜೆ ನಾನು ಬಸ್ಸಿಳಿದು ಬರುವಾಗ ಅಲ್ಲೊಂದು ಗಲಾಟೆ ನಡೆಯುತ್ತಿತ್ತು. ಅಲ್ಲಿ ಗಲಾಟೆಗಳು ಸಾಮಾನ್ಯವಾದ್ದರಿಂದ ಹೆಚ್ಚು ತಲೆಕೆಡಿಸಿಕೊಳ್ಳದೆ ನಡೆ ಯುತ್ತಿದ್ದವನು, ಆ ಗುಂಪಿನಲ್ಲೊಂದು ಪರಿಚಿತ ಮುಖ ಕಂಡಂತಾಗಿ ಕುತೂಹಲದಿಂದ ನಿಂತೆ. ಮೂರ್‍ನಾಲ್ಕು ಜನರ ದಬಾವಣೆಗೆ ಗುರಿಯಾಗಿದ್ದ ಹಣ್ಣಾದ ಗಡ್ಡದ ಮುದುಕನ ಸಿಟ್ಟು ತುಂಬಿದ ಮುಖ ಸ್ಪಷ್ಟವಾಗಿ ಕಂಡ ತಕ್ಷಣ ಅವನ್ಯಾರೆಂಬುದು ಹೊಳೆದು, 'ರೀ,

ರೀ, ನಿಲ್ಲಿಸ್ರೀ' ಎಂದು ಗದರಿಕೊಳ್ಳುತ್ತಾ ನುಗ್ಗಿದ ನನ್ನ ಗತ್ತು ಕಂಡು, ಅಬ್ಬರಿಸುತ್ತಿದ್ದವರು ಚಣ ಥಣ್ಣಗಾದರು.

ಏಕಾಏಕಿ ವಕ್ಕರಿಸಿದ ನನ್ನ ಮೇಲೆ ಧುಮುಗುಡುತ್ತಲೇ ಅವರು ಒಪ್ಪಿಸಿದ ದೂರು ಇದು: 'ಆ ಸಾಬರ ಮುದುಕ–ಅಷ್ಟು ಹೊತ್ತಿಗಾಗಲೇ ಅವನು ನಮ್ಮೂರಿನ ರಹಮಾನ್ ಸಾಬಿಯೆಂದು ನನಗೆ ಖಾತ್ರಿಯಾಗಿ ಹೋಗಿತ್ತು–ಮೊನ್ನೆ ಕಲಾಸಿಪಾಳ್ಯದಲ್ಲಿ ಐದು ರೂಪಾಯಿ ತೆಗೆದುಕೊಂಡು ಹಲ್ಲುನೋವಿಗೆಂದು ಕೊಟ್ಟ ಪುಡಿಯಿಂದಾಗಿ ಈ ನಾಲ್ವರಲ್ಲೊಬ್ಬನಿಗೆ ಹೊಟ್ಟೆನೋವು ಬಂದಿತ್ತು. 'ಇಂಥ ಮಿಂಡ್ರಿಗುಟ್ಟಿದ ಕೆಲಸಾನ ಇನ್ಯಾವತ್ತೂ ಮಾಡದಂಗೆ' ಬುದ್ಧಿ ಕಲಿಸಲು ಬಂದಿದ್ದ ಅವರ ಪ್ರತಾಪದೆದುರು ಏದುಸಿರು ಬಿಡುತ್ತಲೇ, ಅವರನ್ನೂ ಮೀರಿಸುವವನಂತೆ ದನಿಯೆತ್ತರಿಸುತ್ತಾ, ತಾನು ಹಲ್ಲು ಉಜ್ಜಲು ಕೊಟ್ಟ ಪುಡಿಯನ್ನು ಅವರು ನೀರಲ್ಲಿ ಹಾಕಿ ಕುಡಿದಿದ್ದರಿಂದ ಹೀಗಾಯಿತೆಂದು ರಹಮಾನ್ ರೇಗುತ್ತಿದ್ದ. 'ತಿಕಮುಚ್ಕೋ ಸೂಳೇಮಗನೆ, ಒಂದ್ಕಪ್ತ್ರೆ ಗ್ವಟಕ್ಕಂತಿಯ ನಿನ್ನಮ್ಮನ್, ಆವತ್ತು ಕುಡೀಂತ ಅಂದ್‌ಬುಟ್ಟು ಈವತ್ತು ಪ್ಲೇಟು ಬದ್ಲಾಸ್ತೀಯ? ಇಕ್ತಿನಿ ನೋಡು ನಿನ್ನಕ್ಕನ್' ಎಂದು ಪುಡಿಯನ್ನು ನೀರಲ್ಲಿ ಬೆರೆಸಿ ಕುಡಿದಿದ್ದವನು ಮತ್ತೆ ಮತ್ತೆ ನಿಗರುತ್ತಿದ್ದುದನ್ನು ಕಂಡು ನಾನು ಗಡುಸಾಗಿ, 'ಇನ್ಸ್‌ಪೆಕ್ಟರನ್ನ ಕರೀಲ, ಹೊರಡ್ತೀರ?' ಅಂದೆ. ಅವರ ಸೆಡವು, ಬೈಗುಳಗಳಲ್ಲಿ ರಾಮಜನ್ಮಭೂಮಿ, ಅಟ್ಟಕ್ಕೇರಿರುವ ಸಾಬರು, ಪಾಕಿಸ್ತಾನ ಎಲ್ಲ ನುಸುಳುತ್ತಿದ್ದವು. ಇಷ್ಟಾದರೂ ಗಡುಸಾಗಿ ನಿಂತ ನನ್ನನ್ನು ಕಂಡು ಅವರು ಕಡೆಗೂ ಜಾಗ ಖಾಲಿ ಮಾಡಬೇಕಾಯಿತು.

ಕತ್ತಲಾಗತೊಡಗಿತ್ತು. ಅವರು ಹೊರಟದ್ದನ್ನು ಖಾತ್ರಿ ಮಾಡಿಕೊಳ್ಳುತ್ತಾ, ಇದೀಗ ಈ ಮುದುಕನನ್ನು ಅಚ್ಚರಿಗೊಳಿಸಬೇಕೆಂದು ರಹಮಾನಿನತ್ತ ತಿರುಗುವಷ್ಟರಲ್ಲಿ, ನಾನು ಅವನನ್ನು ಬಚಾವು ಮಾಡಿದೆನೆಂಬ ಕೃತಜ್ಞತೆಯ ಮಾತಾಡುತ್ತಾ ಅವನ ಮೈ ಕುಗ್ಗಿದಾಗ ತೀರಾ ಮುಜುಗರವಾಗಿ 'ಯೇಯ್, ನೀನು ಕಾಮಲಾಪುರದ ರಹಮಾನ್ ಪಾಷಾ ಅಲ್ವಾ?' ಅಂದೆ. ಅಚ್ಚರಿ, ಉತ್ಸಾಹಗಳಿಂದ ಏಕ್‌ದಂ ಗೆಲುವಾಗಿ 'ಊಂ! ನೀವು?' ಅಂದ ಅವನ ಎರಡೂ ಕಣ್ಣುಗಳು ಕಿರಿದಾಗಿ ನನ್ನ ಮುಖವನ್ನೇ ಪರೀಕ್ಷಿಸತೊಡಗಿದವು. ನಿಮಿಷಗಳ ಹಿಂದಿನ ಮುಖದ ಬದಲಿಗೆ ಬೇರೊಂದು ಮುಖ ತೊಟ್ಟವನಂತೆ ಬೆರಗಾಗಿ ನಿಂತ ರಹಮಾನ್‌ಗೆ ಅಪ್ಪನ ಹೆಸರು ಹೇಳಿ ನನ್ನ ಗುರುತು ಹೇಳಿದ ತಕ್ಷಣ ಕುಳ್ಳಮುದುಕ ಎಗರುತ್ತ ನನ್ನ ಅಪ್ಪಿಕೊಂಡೇ ಬಿಟ್ಟ.

ನಮ್ಮ ಮನೆ ತಲುಪುವಷ್ಟರಲ್ಲಿ, ಊರಲ್ಲಿ ವ್ಯಾಪಾರವಿಲ್ಲದೆ ತನ್ನ ಮನೆಯನ್ನು ಜುಜುಬೀ ಸಾವಿರ ರೂಪಾಯಿಗೆ ಮಾರಿ ಬೆಂಗಳೂರಿಗೆ ಬಂದು ನೆಲೆಸಿದವರೆಗಿನ ಕತೆಯನ್ನೆಲ್ಲ ರಹಮಾನ್ ಹೇಳಿದ. ಹೋದ ತಿಂಗಳ ಮಸೀದಿ ಗಲಾಟೆಯಲ್ಲಿ ಅವನ ಮನೆಯ ಪಕ್ಕದ ಹಾಸಿಗೆ ಅಂಗಡಿ ಸುಟ್ಟು, ಇವನ ಮನೆಗೂ ಬೆಂಕಿ ಹತ್ತಿ, ಒಂದಿಷ್ಟು ದುಡ್ಡು, ಬಟ್ಟೆಬರೆ, ನಾರುಗಳು, ಚಕ್ಕೆಗಳು, ಸೊಪ್ಪು, ಪುಡಿಗಳೆಲ್ಲ ಬೆಂದುಹೋಗಿದ್ದವು. ಅದೃಷ್ಟವಶಾತ್ ಅವತ್ತು ರಹಮಾನ್ ಕನಕಪುರದ ಸಂತೆಗೆ ಹೋಗಿದ್ದರಿಂದ ಅವನ ಟ್ರಂಕಿನಲ್ಲಿದ್ದ ಔಷಧಿಗಳು

ಮಾತ್ರ ಉಳಿದುಕೊಂಡಿದ್ದವು. ಅವನ ವೈದ್ಯದ ಬಗೆಗೆ ಸಣ್ಣಮಟ್ಟ ಗಲಾಟೆಗಳೂ ಇತ್ತಿತ್ತಲಾಗಿ ಹೆಚ್ಚಾಗಿದ್ದವು. ಇವೆಲ್ಲ ಗೋಳುಗಳಿಂದ ರೇಗಿ ಅವನು ತನ್ನ ನೆಂಟರಿಷ್ಟರು ಹೆಚ್ಚಾಗಿರುವ ಚಿಕ್ಕಮಗಳೂರು ಡಿಸ್ಟ್ರಿಕ್ಟಿನ ಕಡೆಗೆ ಹೋಗಿ ಅಲ್ಲೇ ಇದ್ದುಬಿಡಬೇಕೆಂದು ತೀರ್ಮಾನಿಸಿಬಿಟ್ಟಿದ್ದ. ಇವನ ನೆಂಟರ ಊರು ದಾದಾ ಕ ಪಹಾಡಿಗೆ-ಅಂದರೆ ಬಾಬಾ ಬುಡನ್‌ಗಿರಿಗೆ-ಹತ್ತಿರವಿದ್ದದ್ದು ಈ ತೀರ್ಮಾನಕ್ಕೆ ಇನ್ನೊಂದು ಕಾರಣ. ರಹಮಾನಿನ ಅಪ್ಪ ತನ್ನ ಕಡೆಗಾಲದಲ್ಲೊಂದು ದಿನ ಮೊದಲ ಬಾರಿಗೆ ಮಗನನ್ನು ದಾದಾ ಕ ಪಹಾಡಿಗೆ ಕರೆದುಕೊಂಡು ಹೋಗಿ ಒಂದು ತಿಂಗಳ ಕಾಲ ಬಿಸಿಲಿನಲ್ಲಿ ಇಡೀ ದಿನ ತಪ್ಪಲು ಅಲೆಸಿ ಎಷ್ಟೋ ರಖಮ್ಮಿನ ಗಿಡಗಳು, ಬೇರು, ಸೊಪ್ಪು, ಮರದ ಚಕ್ಕೆಗಳು ಎಲ್ಲವನ್ನೂ ತೋರಿಸಿಕೊಟ್ಟಿದ್ದನಂತೆ. ಇದನ್ನೆಲ್ಲಾ ನೆನಸಿಕೊಳ್ಳುತ್ತಾ 'ನಮ್ ಹಿಂದೂಸ್ತಾನ್ ವಳ್‌ಗೆ ಐತೆ ಇಲ್ಲಾ, ಆ ದವಾ (ಔಷಧಿ) ಅಮೇರ್ಕವಳಗೂ ಸಿಕ್ಕಕಿಲ್ಲ ಸೊಮೇ' ಎಂದು ನನ್ನ ಭುಜ ತಿವಿದು ತಿವಿದು ಹೇಳುತ್ತಾ ರಹಮಾನ್ ಹೆಮ್ಮೆಪಟ್ಟ. ರಹಮಾನ್ ಹುಡುಗನಾಗಿದ್ದಾಗಿಂದಲೂ ಅವನಿಗೆ ಅಷ್ಟಿಷ್ಟು ವೈದ್ಯ ಕಲಿಸಿದ್ದ ಅಪ್ಪ ಬಾಷಾ ಮೂಲಿಕೆಗಳು, ಪುಡಿಗಳು, ಬೇರುಗಳ ಗುಟ್ಟನ್ನೆಲ್ಲ ಕಡೆಗಾಲದಲ್ಲಿ ಒಂದೊಂದಾಗಿ ಅವನಿಗೆ ಹೇಳಿಕೊಟ್ಟು, ಮಗ ಕಲಿತಿದ್ದನ್ನು ಮತ್ತೆ ಮತ್ತೆ ಪರೀಕ್ಷಿಸಿದ್ದ. ಸ್ವಂತ ಮಗನನ್ನು ಬಿಟ್ಟು ಇನ್ಯಾರಿಗೂ ಇದನ್ನೆಲ್ಲಾ ಬಾಯಿ ಬಿಡಬಾರದೆಂದೂ, ಹಾಗೆ ಬಾಯಿ ಬಿಟ್ಟರೆ ಕಲಿತ ವಿದ್ಯೆ ಉಲ್ಟಾ ಹೊಡೆಯುತ್ತದೆಂದೂ ರಹಮಾನ್‌ಗೆ ತಾಕೀತು ಮಾಡಿದ್ದ; ಈ ಗುಟ್ಟನ್ನು ಹೊಟ್ಟೆಯಲ್ಲಿಟ್ಟುಕೊಳ್ಳಬೇಕೆಂದು ಪ್ರಮಾಣ ಮಾಡಿಸಿದ್ದ. 'ಹಿಂಗೆ ನಮ್ಮೋರು ಖಸಮ್(ಆಣೆ) ಇಟ್ಟೀ ಜ್ವಾಪ್ನ ಮಾಡ್ದಿದ್ರೆ ನಮ್ ಜಡೀಬೂಟಿಯಾ ಎಲ್ಲ ಇಂಗ್ಲಿಷ್‌ನೋರು ಅಮೇರ್ಕದೋರು ನನ್ಮಕ್ಳು ಲೂಟ್ ಹೊಡ್ದು ಬಿಡೋರು ಸೊಮೇ' ಎಂದು ರಹಮಾನ್ ನನ್ನ ಭುಜ ತಟ್ಟುತ್ತಾ ಗುಟ್ಟು ಹೇಳುವವನಂತೆ ಕೆಳದನಿಯಲ್ಲಿ ಹೇಳಿದ. ಇದ್ದ ಒಬ್ಬಳು ಹೆಂಡತಿಯೂ ಮಕ್ಕಳಿಲ್ಲದೆ ಬೇಗನೆ ತೀರಿಕೊಂಡ ಮೇಲೆ ರಹಮಾನಿಗೆ ಯಾಕೋ ಮದುವೆಯ ಮನಸ್ಸಾಗಲೇ ಇಲ್ಲ. ಇದೀಗ ಅಪ್ಪನಿಂದ ಕಲಿತ ವೈದ್ಯವನ್ನು ಹೇಳಿಕೊಡೋಣವೆಂದರೆ ಮಕ್ಕಳೂ ಇಲ್ಲ, ಖಸಮ್‌ನಿಂದಾಗಿ ಯಾರಿಗೂ ಹೇಳುವಂತೆಯೂ ಇಲ್ಲ ಎಂದು ಮೆಲ್ಲಗೆ ಗೊಣಗಿಕೊಂಡ ರಹಮಾನ್.

ರಹಮಾನ್ ಕತೆಗೆ ಪ್ರತಿಯಾಗಿ, ನಾವೆಲ್ಲ ಊರುಬಿಟ್ಟು ಇಲ್ಲಿಗೆ ಬಂದು ನೆಲೆಸಿದ್ದರಿಂದ ಹಿಡಿದು, ನನ್ನ ಡಾಕ್ಟರುಗಿರಿ, ಮದುವೆ, ಅಪ್ಪನ ಸಾವಿನವರೆಗಿನ ಕತೆಯನ್ನೆಲ್ಲ ಹೇಳಿದರೂ, ಈಚೆಗೆ ಡಾಕ್ಟರ್ ಕೆಲಸ ಬಿಟ್ಟಿದ್ದನ್ನು ಮಾತ್ರ ಹೇಳದೆ ಸುಮ್ಮನಾದೆ. ನಾನು ಡಾಕ್ಟರಾದದ್ದನ್ನು ಕೇಳಿದ ರಹಮಾನ್, 'ಅಪ್ಪನ ಹೆಸರು ಉಳಿಸಿದೆ ಕಣಪ್ಪ' ಎಂದು ಹೆಮ್ಮೆಪಟ್ಟ. ಅನುಕೂಲವಾಗಿರುವ ನನ್ನ ಮನೆ ಕಂಡು ಮೆಚ್ಚಿದ. ತೀರಾ ಬಲವಂತ ಮಾಡಿದ ಮೇಲೆ ಊಟಕ್ಕೆದ್ದ. ಮೊದಲ ಸಲ ನಮ್ಮ ಜೊತೆ ಕೂತು ಉಣ್ಣುತ್ತಿದ್ದುದಕ್ಕೋ ಏನೋ ಸಂಕೋಚದಿಂದ ಮುದುರಿಕೊಂಡೇ ತುತ್ತು ಬಾಯಿಗಿಡುತ್ತಾ ನಡುನಡುವೆ ನಮ್ಮ ಅಪ್ಪನ ಗುಣಗಾನ ಮಾಡಿದ. ಊರಿನ ಕೆಲವು ಹಳೆಯ ತಲೆಗಳನ್ನು ನೆನೆಸಿಕೊಂಡ. ಹೀಗೆ ಎಲ್ಲಿಂದ ಎಲ್ಲಿಗೋ ಹರಿಯುತ್ತಿದ್ದ ರಹಮಾನ್ ಇದ್ದಕ್ಕಿದ್ದಂತೆ ಮಾತು ನಿಲ್ಲಿಸಿ, ಚಣ ಏನೋ ದೀರ್ಘವಾಗಿ

ಆಲೋಚಿಸುವವನಂತೆ ಕಣ್ಣು ಸಣ್ಣಗೆ ಮಾಡಿ ನನ್ನ ಮುಖವನ್ನೇ ನೋಡುತ್ತಾ, 'ಹೆಂಗಿದ್ರೂ ನೀನೂ ಡಾಕಟ್ರಲ್ಲ ಸೊಮೇ?' ಅಂದ.

'ಹೂಂ, ಯಾಕೆ?' ಅಂದೆ.

ಗಳಿಗೆ ಬಿಟ್ಟು, ಅನುಮಾನಿಸುತ್ತಲೇ ರಹಮಾನ್ ಹೇಳಿದ, '...ಅಪ್ಪನ್ದು ಹುನರ್(ವಿದ್ಯೆ) ನಮ್ ಜತೇನಲ್ಲಿ ಸತ್‌ಬಿಡತ್ತೆ. ಈ ದವಾದ್ದು ಸೀಗ್ರೇಟ್ ಯೆಲ್ಲ ಬಾಯ್ನಿಂದ ನಿನಿಗೇ ಹೇಳ್‌ಬಿಡ್ತಿನಿ. ವಂದ್ ಎಕ್ಸೇಜ್ ಬುಕ್‌ನಗೆ ಬರ್ಕಂಡ್‌ಬಿಡ್ತಿಯ ಸೊಮೇ? ಬರಾ ರಂಜಾನ್ ಆದ್ಮೇಕೆ ದಾದಾ ಕ ಪಹಾಡ್ ಕಡೀಕೆ ವೋಗನ, ಜಡೀಬೂಟಿಯಾ(ಗಿಡಮೂಲಿಕೆ) ಯೆಲ್ಲಾ ನಿಂಗೆ ತೋರಿಸ್‌ಕೊಡ್ತಿನಿ...'

ತಕ್ಷಣ ಏನು ಹೇಳಬೇಕೆಂದು ಹೊಳೆಯದ ನಾನು ರಹಮಾನ್ ಸಾಬಿಯನ್ನು ಸುಮ್ಮನೆ ನೋಡಿದೆ.

(೧೯೫೫)

*

೩೦. ಬುರ್ಖಾ

ಫಕೀರ್ ಮುಹಮ್ಮದ್ ಕಟ್ಪಾಡಿ

ಮಗಳ ಮನೆಗೆ ಬಂದು ಆಗಲೇ ನಾಲ್ಕು ದಿನಗಳು ಕಳೆದಿದ್ದವು. ಮಾಡಲಿಕ್ಕೆ ಕೆಲಸವೇನೂ ಇಲ್ಲದೆ ಕೈಗಳು ಮರಕಟ್ಟಿವೆ ಎಂದೆನಿಸುತ್ತಿತ್ತು. ಊರಲ್ಲಾದರೆ ತೆಂಗಿನ ಮರ ಸೋಗೆಗಳನ್ನು ಕಡಿದುಹಾಕಿ ಮಡ್ಲು ಹೆಣೆಯಬಹುದಾಗಿತ್ತು. ಕೊತ್ತಲಿಗೆ ಸಿಗಿದು ಒಣ ಹಾಕಬಹುದಾಗಿತ್ತು. ದನದ ಹಟ್ಟಿಯ ಕೆಲಸಗಳು, ಆಡುಗಳಿಗೆ ಸೊಪ್ಪು ಹಾಕುವ ಕೆಲಸ, ಒಂದೇ ಎರಡೇ? ಎಷ್ಟು ಮಾಡಿದರೂ ಮುಗಿಯಿತು ಎನ್ನಲಾಗದಷ್ಟು ಕೆಲಸಗಳು. ಆದರೆ ಇಲ್ಲಿ ಯಾವ ಕೆಲಸ ಮಾಡಹೋದರೂ ಮಗಳು ಸಲ್ಮಾ ಬಿಡುವುದಿಲ್ಲ. 'ಬೇಡ, ಬಿಡಮ್ಮಾ ಊರಲ್ಲಿ ಅದೂ ಇದೂಂತ ಮಾಡ್ತಾ ಇರ್ತಿಯಾ. ಇಲ್ಲಾದ್ರೂ ಸ್ವಲ್ಪ ದಿನ ಆರಾಮವಾಗಿ ಕಾಲು ನೀಡಿ ಕೂತ್ಕೋ ನೋಡುವಾ...' ಎನ್ನುವಳು. ಅಡುಗೆ ಮನೆಯಲ್ಲಾದರೂ ನೆರವಾಗೋಣವೆಂದರೆ ಇಲ್ಲಿ ಒಲೆಯೇ ಇಲ್ಲ, ಎಲ್ಲಕ್ಕೂ ಸ್ಟೌವೇ ಗತಿ. ಊರಲ್ಲಿ ಅಪ್ಪಿ ಹೇಳಿದ್ದಳು. 'ಈ ಸ್ಟೌವ್ವು ಉಂಟಲ್ಲ ಮಾರೆಯ್ರ, ಅದು ಸಿಡಿದ್ದು ಮೊನ್ನೆ ಎರಡು ಮಂದಿ ಕಲಾಸ್ ಅಂತೆ. ಹೋಟ್ಲು ಭಟ್ರು ಹೇಳ್ತಿದ್ರು, ಪೇಪರ್‌ನಲ್ಲಿ ಬಂದ ನ್ಯೂಸು'. ಆಗೆಲ್ಲ ಪಟ್ಟಣದಲ್ಲಿರುವ ಮಗಳನ್ನು ನೆನೆದು ಭಯಗೊಂಡಿದ್ದಳು. ಮಗ ಮನೆಗೆ ಸೀಮೆಎಣ್ಣೆ ಸ್ಟೌವ್ ತರ್‍ತೇನೆ ಎಂದಾಗಲೆಲ್ಲ ಬೇಡ್ವೇಬೇಡ ನಮ್ಗೆ ಒಲೇನೇ ಸಾಕು ಎಂದಿದ್ದಳು. ಇಷ್ಟಕ್ಕೂ ಈ ಚಿಕ್ಕ ಬೆಂಕಿಯಲ್ಲಿ ಅದೆಂತಾ ಅಡುಗೆ ಮಾಡ್ತೀಯೋ ಅಂತ ಮಗಳನ್ನು ಕೇಳಿದ್ದಳು. ಅವಳು ನಕ್ಕುಬಿಟ್ಟು 'ಉಮ್ಮನಿಗೆ ಊರಲ್ಲಿ ಒಲೆ ತುಂಬಾ ಸೋಗೆ ಕೊತ್ತಲಿಗೆ, ಒಲೆ ತುಂಬಿ ಧಗಧಗ ಬೆಂಕಿ ಉರಿಸಿ ಅಡುಗೆ ಮಾಡಿಯೇ ಗೊತ್ತು, ಆ ಬೆಂಕಿಗಿಂತ ಈ ಬೆಂಕಿ ಚೂಟಿ. ಗ್ಯಾಸ್ ಸ್ಟೌವ್‌ನಲ್ಲೀಗ ಹತ್ತು ನಿಮಿಷದಲ್ಲಿ ಅನ್ನ ಬೇಯ್ತದೆ...' ಎಂದಿದ್ದಳು. 'ಅದೇನೇ ಹೇಳು, ನಂಗಂತೂ ಈ ಸ್ಟವ್ವಂದ್ರೆ ಭಯ' ಎಂದು ಉತ್ತರಿಸಿದ್ದಳು.

ಊರಲ್ಲಿನಂತೆ ಬೂದಿ ಹಾಕಿ ದಿನವಿಡೀ ತಿಕ್ಕಿದರೂ ಹೋಗದಂತಹ ಮಸಿ ತುಂಬಿದ ಪಾತ್ರೆಗಳ ರಾಶಿ ಹಾಕಿಕೊಂಡು ಬೆಳಗ್ಗಿನಿಂದ ತಿಕ್ಕುವ ಕೆಲಸದಿಂದ ಮಗಳು ಪಾರಾಗಿದ್ದಾಳೆನ್ನುವುದು ಜೈನಾಬಿಗೆ ಸಂತಸದ ಸಂಗತಿ. ಪಾತ್ರೆಗಳಿಗೆ ಒಂಚೂರೂ ಮಸಿಯಾಗದಂತೆ ಮಗಳು ಅಡುಗೆ ಮಾಡುವುದನ್ನು ಕಲಿತಿದ್ದಾಳೆನ್ನುವುದನ್ನು ಊರಲ್ಲಿ ಅಪ್ಪಿ, ಅಕ್ಕಮ್ಮ ಮುಂತಾದ ಗೆಳತಿಯರಿಗೆ ಹೇಳಬೇಕೆನಿಸಿತು. ಮಗಳು ಪಟ್ಟಣದ ವಾತಾವರಣಕ್ಕೆ ಅದೆಷ್ಟು ಬೇಗ ಹೊಂದಿಕೊಂಡಳು ಎನ್ನುವಾಗ ಹೆಮ್ಮೆ ಎನಿಸಿತು. ಆದರೆ ಪಟ್ಟಣದಲ್ಲಿ ಅದೆಷ್ಟೇ ನಯ ನಾಜೂಕಿದ್ದರೂ ಹಳ್ಳಿಯ ನೆಮ್ಮದಿ ಇಲ್ಲವೆಂದು ಇಲ್ಲಿಗೆ ಬಂದ ಮರುದಿನವೇ ತೀರ್ಮಾನಿಸಿ

ಬಿಟ್ಟಿದ್ದಳು. ಅವಳು ಬಂದ ಮಾರನೇ ದಿನವೇ ಅಲ್ಲಿ ಹೊಡೆದಾಡಿಕೊಂಡರು, ಇಲ್ಲಿ ಬಡಿದರು, ಅಲ್ಲಿ ಬೆಂಕಿಬಿತ್ತು, ಇಲ್ಲಿ ಮನೆ ಅಂಗಡಿ ಲೂಟಿ ಮಾಡಿದರು ಎಂದು ಕೇಳುವವರ ಎದೆ ನಡುಗಿಸುವ ವರ್ತಮಾನಗಳು ಬಂದಿದ್ದವು. ಮಗಳು, ಅಳಿಯನಿಗೆ ಹೇಳಿ ಊರಿಗೆ ಹಿಂತಿರುಗೋಣವೆಂದರೆ, 'ಪಚ್ಚ ಈಗ ಹೋಗೂದಾ? ಪಟ್ಟಣದಲ್ಲಿ ಎಲ್ಲಾ ಕಡೆ ಗಲಭೆ ಶುರುವಾಗಿದೆ. ಒಂದ್ಹತ್ತು ದಿನ ನೀವಿಲ್ಲೇ ನಿಲ್ಲಿ. ಗಲಭೆ ನಿಂತ ನಂತರ ಹೋಗಬಹುದು' ಎಂದು ಅಳಿಯ ಹೇಳಿದ್ದ.

ಅಂತೂ ಮಗಳನ್ನು ನೋಡಲೆಂದು ಒಂದೆರಡು ದಿನಗಳ ಮಟ್ಟಿಗೆ ಮಂಗಳೂರಿಗೆ ಬಂದ ಜೈನಾಬಿ ಊರಿಗೆ ಹಿಂತಿರುಗಲಾಗಲಿಲ್ಲ. 'ಈ ಒಟ್ಟಾರೆ ಪಂಚಾತ್ಗೆಯಲ್ಲಿ ನಂಗಂತೂ ಊರಿಗೆ ಹೋಗ್ಲಿಕ್ಕಾಗಿಲ್ಲ' ಎಂದು ಆಗಾಗ ಗೊಣಗಿಕೊಳ್ಳುತ್ತಿದ್ದಳು. ಊರಲ್ಲಿ ಆಡುಗಳಿಗೆ ವಯ್ಯಾರಿ ಸೊಸೆ ಸರಿಯಾಗಿ ಸೊಪ್ಪು ತಂದು ಹಾಕಿದಳೋ ಇಲ್ವೋ? ಗಬ್ಬದ ಆಡಿಗೆ ಅಕ್ಕಚ್ಚು ತೆಳಿ ಸಮಯಕ್ಕೆ ಸರಿಯಾಗಿ ಇಡ್ತಿದಾಳೋ. ಹೇಂಟೆಗಳ ಹಿಂದೆ ಸುತ್ತಾಡುವ ದೊಡ್ಡ ಹುಂಜ ಗೂಡಿಗೆ ಮರಳಿದೆಯೋ ಇಲ್ವೋ! ಮೊಟ್ಟೆಗಳ ಕಾವಿಗೆ ಕೂತ ಹೇಂಟೆಗೆ ಸರಿಯಾಗಿ ನೀರು ಕಾಳು ಕೊಡುತ್ತಿದ್ದಾಳೋ? ಇನ್ನೆರಡು ದಿನಗಳಲ್ಲಿ ಮರಿಗಳು ಹೊರ ಬರುತ್ತವೆ. ಅವುಗಳಿಗಾಗಿ ಅಕ್ಕಿ ಪುಡಿ ಕಟ್ಟಿಟ್ಟಿದ್ದಳು. ಸೊಸೆ ಅದ್ನೆಲ್ಲಾ ಹಾಕಿ ಮರಿಗಳನ್ನು ನೋಡಿಕೊಳ್ತಾಳೋ, ಇಲ್ಲ, ಹದ್ದುಗಳು ಎಗರಿಸಿಕೊಂಡು ಹೋಗುವ ಹಾಗೆ ಮಾಡ್ತಾಳೊ! ನೆರೆಮನೆಯ ಹೆಂಗೆಳೆಯರೊಂದಿಗೆ ಹರಟೆ ಕೊಚ್ಚುತ್ತಾ ಕೂತಳೆಂದರೆ ಅಡುಗೆ ಕೋಣೆ ಯೊಳಗೆ ನಾಯಿ ಹೊಕ್ಕದ್ದು ಕೂಡಾ ತಿಳಿಯದಂತಹ ಬೇಖಬರಿನವಳು. ಇಂಥಾ ಗೋಸು ಬಾರಿ ಸೊಸೆಗೆ ತನ್ನ ಮನೆಯ ಜವಾಬ್ದಾರಿವಹಿಸಿಕೊಟ್ಟು ಬಂದು ಇಲ್ಲಿ ಸಿಕ್ಕಿಬಿದ್ನಲ್ಲಾ! ಮಗನಾದ್ರೂ ಸಂಜೆ ಮನೆಗೆ ಬಂದವನು ಇದನ್ನೆಲ್ಲಾ ವಿಚಾರಿಸುತ್ತಾನೋ ಇಲ್ವೊ ಎಂದೆಲ್ಲಾ ಯೋಚಿಸುತ್ತಾ ಕೂತವಳು, 'ಏನೇ ಆಗ್ಲಿ, ನಾಳೆ ನಾನು ಊರಿಗೆ ಹೋಗ್ಲೇ ಬೇಕು' ಎಂದಿದ್ದಳು. 'ಯಾ ಅಲ್ಲಾರೆಬ್ಬೇ! ನೀವ್ಹೀಗೆ ಹಟ ಹಿಡಿದ್ರೆ ಹೇಗೆ? ಇಲ್ಲಿ ಮುಸ್ಲಿಮರ ಕೇರಿಯಾದ್ದರಿಂದ ನಿಮ್ಗೇನೂ ಆಗ್ಲಿಕ್ಕಿಲ್ಲ. ಮುಂದೆ ಇದನ್ನುದಾಟಿದ್ರೆ ಸಿಗೋದು ಅವ್ರಕೇರಿ ಯಲ್ವಾ? ಬುರ್ಖಾ ಹಾಕಿದ ನೀವು ಅವ್ರ ಕೇರಿ ದಾಟಿ ಬಸ್‌ಸ್ಟೇಂಡಿಗೆ ಹೋಗ್ಲಿಕ್ಕುಂಟಾ? ಎಷ್ಟು ಇಸ್ಲಾಮು ಮಂದಿಯನ್ನು ಅವ್ರು ಕೊಂದಿದ್ದಾರೆ ಗೊತ್ತುಂಟಾ ನಿಂಗೆ?' ಎಂದು ಮಗಳು ಗಾಬರಿಗೊಂಡು ಹೇಳಿದ್ದಳು.

ನನ್ನಂತಹ ಮುದುಕಿಯನ್ನು ಕೊಂದರೆ ಅವರಿಗೇನು ಲಾಭವಿದೆ ಎಂದು ಯೋಚಿಸುತ್ತಿದ್ದಂತೆ 'ನಿನ್ನೆ ಕೊಳೆತು ನಾರುವ ಎರಡು ಹೆಣಗಳನ್ನು ತೋಡಿನಿಂದ ತೆಗ್ದಿದ್ರಂತೆ ಪೊಲೀಸ್ರು. ಅದೂ ಬಸ್‌ಸ್ಟೇಡಿನ ಪಕ್ಕದಲ್ಲಿ. ಯಾರೋ? ಎಲ್ಲಿಗೆ ಹೋಗಲು ಹೊರಟವ್ರೋ?' ಎಂದು ಸಲ್ಮಾಳ ನಾದಿನಿ ಖದೀಜಾ ಒಂದು ಭಯಂಕರ ಸುದ್ದಿಯನ್ನು ತಂದಿದ್ದಳು. ಅವಳಂತೂ ಕಾಲೇಜಿಗೆ ಹೋಗದೆ ಮೂರು ದಿನಗಳಾದವು. ಮನೆಯೊಳಗಿದ್ದರೂ ಪಟ್ಟಣದಲ್ಲಿ ನಡೆಯುವ ಸಂಗತಿಗಳೆಲ್ಲವೂ ಅದ್ಹೇಗೋ ಅವಳಿಗೆ ತಿಳಿದುಬಿಡುತ್ತಿತ್ತು. ಒಂದೊಂದೇ ಸಂಗತಿಯನ್ನು ಹೇಳುತ್ತಾ ಇದ್ದಂತೆ ಅವಳ ಕಣ್ಣುಗಳು ತುಂಬಿ ಬರುತ್ತದೆ.

ಈ ಗಲಭೆಗೆ ಮೂಲಕಾರಣ, ಸಂಜೆ ಐಸ್‌ಕ್ರೀಂ ತಿನ್ನುತ್ತಾ ರಸ್ತೆ ಬದಿಯಲ್ಲಿ ನಿಂತ ಮುಸ್ಲಿಮ್ ಹುಡುಗನೊಬ್ಬನ ತಲೆಯ ಟೊಪ್ಪಿಯನ್ನು ಹಾರಿಸಿ ಕುಡುಕನೊಬ್ಬ ಗೇಲಿ ಮಾಡಿದ್ದು. ಇದು ಮುಸ್ಲಿಮರಿಗೆ ಹಿಂದುವೊಬ್ಬ ಮಾಡಿದ ಅವಮಾನವೆಂದು ಅವನಿಗೆ ನಾಲ್ಕು ಮುಸ್ಲಿಮರು ಸೇರಿ ಹೊಡೆದರಂತೆ... ಸುದ್ದಿ ಹಿಂದುಗಳ ಕೇರಿಯಲ್ಲಿ ಬೆಂಕಿಯಂತೆ ಹರಡಲು ಗಲಭೆ ಸ್ಫೋಟಗೊಂಡು ನಾಲ್ಕಾರು ಮಂದಿಯನ್ನು ಆಗಲೇ ಬಲಿ ತೆಗೆದು ಕೊಂಡಿದೆ.

ಸುದ್ದಿಗಳನ್ನು ಕೇಳಿಕೊಂಡು, ಮನೆಯೊಳಗೆ ಕೂತುಕೊಳ್ಳುವುದರಲ್ಲಿ ನೆಮ್ಮದಿ ಇರಲಿಲ್ಲ. ಜೈನಾಬಿಗೆ ಮಾಡಲಿಕ್ಕೆ ಕೆಲಸವೇನೂ ಕಾಣದೆ ತನ್ನ ಹಳೆಯ ಕರಿಸಿಲ್ಕಿನ ಬುರ್ಖಾವನ್ನು ಹೊಲಿಯುವ ನಿರ್ಧಾರಕ್ಕೆ ಬಂದಿದ್ದಳು. ಟ್ರಂಕಿನಲ್ಲಿ ಅದನ್ನು ಮಡಚಿಟ್ಟು ಹಲವು ವರ್ಷ ಗಳು ಕಳೆದದ್ದರಿಂದ ಜಿರಳೆಗಳು ಮೂಸಿ ಅಲ್ಲಲ್ಲಿ ತೂತುಗಳುಂಟಾಗಿದ್ದವು. ಅವಳು ತನ್ನ ಮನೆಯಿಂದ ಹೊರಬಂದದ್ದೇ ಕಮ್ಮಿ. ಹಾಗೆಲ್ಲಾದರೂ ಹೊರಗೆ ಹೋಗುವುದೆಂದರೆ ಮೊದಲನೆಯ ಮಗಳ ಮನೆಗೆ ಮಾತ್ರ. ಅವಳ ಮನೆ ಇರುವುದು ಪಕ್ಕದಲ್ಲೆ. ಅಲ್ಲಿಗೆ ಹೋಗಲು ಬುರ್ಖಾದ ಅಗತ್ಯ ಬೀಳುತ್ತಿರಲಿಲ್ಲ. ಎಲ್ಲಾದರೂ ಸಂಬಂಧಿಕರಲ್ಲಿ ಮದುವೆ, ಮೌಲೂದು ಕಾರ್ಯಕ್ರಮಗಳಾದರೆ ಮಗ, ಸೊಸೆಯನ್ನೇ ಕಳುಹಿಸಿ ತಾನು ಅದೂ ಇದೂ ಕೆಲಸಗಳ ನೆವ ಹೇಳಿ ತಪ್ಪಿಸಿಕೊಳ್ಳುವಳು. ಹಾಗಾಗಿ ಹಲವು ವರ್ಷಗಳಿಂದ ಬುರ್ಖಾದ ಉಪಯೋಗವೇ ಆಗಲಿಲ್ಲ. ಎರಡನೇ ಮಗಳ ಮನೆಗೆ ಅಳಿಯನ ಒತ್ತಾಯಕ್ಕೆ ಕಟ್ಟುಬಿದ್ದು ಹೊರಟುನಿಂತಾಗಲೇ ಬುರ್ಖಾದಲ್ಲಿನ ತೂತುಗಳು ಗಮನಕ್ಕೆ ಬಂದದ್ದು. ಇದನ್ನು ತೊಟ್ಟು ಕೊಂಡು ಹೋದರೆ ಅಲ್ಲೆಲ್ಲರೂ ನಕ್ಕಾರೆನಿಸಿ ಒಮ್ಮೆ ಪೆಚ್ಚಾದವಳು ಮರುಕ್ಷಣವೇ ನಕ್ಕರೇ ನಂತೆ ಎಂದು ಧೈರ್ಯ ತಂದುಕೊಂಡಿದ್ದಳು. ನಗುವುದಕ್ಕೆ ಮಗಳ ಮನೆಯಲ್ಲಿ ಅತ್ತೆ ಮಾವರೆನಿಸಿದ ಹಿರಿಯರು ಯಾರೂ ಇಲ್ಲ. ತನ್ನ ಮಗಳು, ಅಳಿಯ, ಪುಟ್ಟ ಮೊಮ್ಮಗ, ಮಗಳ ನಾದಿನಿ ಇಷ್ಟೇ ಮಂದಿ ಮನೆಯಲ್ಲಿರುವವರು. ಇವರ ಮುಂದೆ ಮರ್ಯಾದೆ ಹೋಗುವ ಪ್ರಶ್ನೆಯೇನು ಬಂತು? ಇನ್ನು ಮಗಳು ಎಲ್ಲಾದರೂ ತಮಾಷೆ ಮಾಡಿ ನಕ್ಕರೆ ಎದುರಿಸಲು ಅವಳು ತಯಾರಾಗಿಯೇ ಬಂದಿದ್ದಳು. ಮದುವೆಯ ದಿನ ನಿನ್ನಪ್ಪ ನಂಗೆ ತಂದುಕೊಟ್ಟಿದ್ದು ಕಣೇ ಈ ಬುರ್ಖಾ ಎಂದು ಪರಿಚಯ ಮಾಡಿದರೆ ಅವಳು ಖಂಡಿತ ವಾಗಿಯೂ ತಮಾಷೆ ಬಿಟ್ಟು ಗಂಭೀರಳಾಗಿ ಈ ಬಗ್ಗೆ ಮತ್ತಷ್ಟು ವಿಚಾರಿಸತೊಡಗುತ್ತಾಳೆ.

ಹೊರಗೆ ಬೀದಿಯೆಲ್ಲಾ ಬಿಕೋ ಎನ್ನಿಸುವಷ್ಟು ಬರಿದಾಗಿತ್ತು. ಜನರೆಲ್ಲರೂ ಭಯದಿಂದ ತಮ್ಮ ಮನೆಯ ಕಿಟಕಿ ಬಾಗಿಲುಗಳನ್ನು ಭದ್ರವಾಗಿ ಮುಚ್ಚಿಕೊಂಡು ಬಂದಿಯಾಗಿದ್ದರು. ಗಾಳಿಯಿಂದ ತೇಲಿಬಂತೇನೋ ಎಂಬಂತೆ ಅಲ್ಲಿ ಬೆಂಕಿ ಕೊಟ್ಟರಂತೆ, ಮತ್ತೊಂದೆಡೆ ಇರಿದು ಕೊಂದರಂತೆ ಎಂಬ ಸುದ್ದಿಗಳು ಹೇಗೆ ಹೇಗೋ ಬಂದು ತಲುಪುತ್ತಿದ್ದವು. ಇದು ಬಿಟ್ಟರೆ ಉಸಿರು ಕಟ್ಟುವ ಮೌನ. ಈ ಕೇರಿಯಲ್ಲಿ ಮುಸ್ಲಿಮರ ಸಂಖ್ಯೆ ಹೆಚ್ಚಿರುವುದರಿಂದ ಮಗಳು, ಅಳಿಯ ಭಯಪಡಬೇಕಾಗಿಲ್ಲವೆಂದು ಸಮಾಧಾನ ಪಡಿಸಿದ್ದರು. 'ಹಿಂದುಗಳ ಒಂದು ನರಪಿಳ್ಳೆಯೂ ಈ ಕೇರಿಯೊಳಗೆ ಬಂದರೆ ಸಾಬೀತಿನಿಂದ ಹೊರಗೆ ಹೋಗಲು

ಬಿಡದಷ್ಟು ಬಂದೋಬಸ್ತಿದೆ' ಎಂದು ಅಳಿಯ ಹೇಳಿದ್ದ. ಕೇರಿಯೊಳಗೆ ಹಿಂದುಗಳು ಯಾರಾದರೂ ಇದ್ದರೆ ಬದುಕುಳಿಯುವುದು ಸಾಧ್ಯವಿಲ್ಲವೆಂದು ಇದರ ಅರ್ಥವಲ್ಲವೇ? ಹಂಗಿದ್ರೆ ಹಿಂದುಗಳು ಹೆಚ್ಚಿನ ಸಂಖ್ಯೆಯಲ್ಲಿರುವ ಕೇರಿಯ್ಯಲ್ಲಿರುವ ಮುಸ್ಲಿಮರ ಗತಿಯೇನು ಎನ್ನುವುದನ್ನು ಜೈನಾಬಿ ವಿಚಾರಿಸಿದಳು. 'ಅಲ್ಲಿ ಎಷ್ಟೋ ಮಂದಿಯನ್ನು ಆಗ್ಲೇ ಕೊಚ್ಚಿ ಹಾಕಿದ್ದಾರಂತೆ. ಅಲ್ಲಿ ಮುಸ್ಲಿಮರನ್ನು ಕೊಂದು ಹಾಕಿದ್ದಕ್ಕೆ ಇಲ್ಲೂ ಪ್ರತೀಕಾರ ನಡೆಸಿದ್ದಾರೆ' ಎಂದು ಅಳಿಯ, ಜೈನಾಬಿ ಈ ಸಂಗತಿಗಳನ್ನು ಕೇಳಿದಾಗ ಭಯದಿಂದ ನಡುಗಿದಳು. ತನ್ನ ಮಗ, ಸೊಸೆ, ಮಕ್ಕಳು, ಮಗಳು ಹೇಗಿದ್ದಾರೋ? ಮನೆಯ ಕಿಟಕಿ ಬಾಗಿಲನ್ನು ಸ್ವಲ್ಪವೇ ತೆರೆದು ರಸ್ತೆಕಡೆ ಇಣುಕಿ ನೋಡಿದಳು. ಬಸ್ಸು ಕಾರುಗಳ ಓಡಾಟವಾದರೂ ಶುರು ವಾಗಿದೆಯೇ? ಶುರುವಾಗಿದ್ದರೆ ಮೊದಲು ಸೈದಾನಿ ಬೀಬಿಯ ದರ್ಗಾಕ್ಕೆ ಭೇಟಿಕೊಟ್ಟು ಊರಿಗೆ ಹೊರಡಬಹುದಾಗಿತ್ತು. ರಸ್ತೆಯೆಲ್ಲ ಬರಿದಾಗಿತ್ತು. ನಿಜ ಹೇಳಬೇಕೆಂದರೆ ಜೈನಾಬಿ ಮಂಗಳೂರಿಗೆ ಬರುವುದಕ್ಕೆ ಮಗಳನ್ನು ಕಾಣುವ ಆಸೆಗಿಂತಲೂ, ಸೈದಾನಿಬೀಬಿಯ ದರ್ಗಾಕ್ಕೆ ಹೋಗಿ ಗೋರಿಯ ಮೇಲೆ ನಾಲ್ಕು ಮಲ್ಲಿಗೆಯ ಮಾಲೆಗಳನ್ನು ಹರಡಿ, ಊದು ಬತ್ತಿ ಹೊತ್ತಿಸಿ, ಎರಡು ಚಿಟಿಕೆ ಲೋಬಾನ ಹಾಕಿ ದುವಾ ಮಾಡಬೇಕೆಂಬ ಬಹುದಿನದ ಆಸೆಯೇ ಮುಖ್ಯ ಕಾರಣವಾಗಿತ್ತು.

'ಮಂಗಳೂರಿನ ಬಸ್‌ಸ್ಟೇಂಡಿನಲ್ಲಿ ನಿಮ್ಮನ್ನು ಕಾಯುತ್ತಿರುತ್ತೇನೆ. ಧೈರ್ಯವಾಗಿ ಬನ್ನಿ, ನಾನೊಂದು ವೇಳೆ ಕಾಣಸಿಗದಿದ್ರೂ ಭಯಪಡಬೇಕಾಗಿಲ್ಲ. ಅಲ್ಲೇ ಶಿವಣ್ಣನ ಆಟೋರಿಕ್ಷಾ ಇರುತ್ತದೆ. ಅವನು ನಿಮ್ಮನ್ನು ನಮ್ಮ ಮನೆಗೆ ಸೀದಾ ಕರೆದುಕೊಂಡು ಬರುತ್ತಾನೆ' ಎಂದು ಅಳಿಯ ಪತ್ರ ಬರೆದಿದ್ದ. ಹಿಂದೊಮ್ಮೆ ತವರಿಗೆ ಬಂದಾಗ ಮಗಳು ಕೂಡಾ ಕೇರಿಯ ಹೆಂಗಸರಿಗೆ ಪೇಟೆ ಕಡೆ ಹೋಗಬೇಕಿದ್ರೆ ಶಿವಣ್ಣನ ರಿಕ್ಷಾದಲ್ಲಿ ಹೋಗುವುದೆಂದರೆ ಮನೆಯ ಗಂಡಸರ ಜೊತೆಗೆ ಹೋದಷ್ಟೇ ಧೈರ್ಯ ಎಂದದ್ದು ನೆನಪಿಗೆ ಬಂದಿತ್ತು.

ಮಂಗಳೂರಿನ ಬಸ್‌ಸ್ಟೇಂಡ್ ತಲುಪಿದಾಗ ಮಧ್ಯಾಹ್ನವಾಗಿತ್ತು. ಅಳಿಯ ಅಲ್ಲೆಲ್ಲೂ ಕಾಣಸಿಗದಾಗ ಜೈನಾಬಿ ಗಲಿಬಿಲಿಗೊಂಡಿದ್ದಳು. ನೆರೆಮನೆಯ ಅಮ್ಮಾಬಿಯ ಮಗ ಸುಕೂರನ್ನಾದ್ರೂ ಕರೆದುಕೊಂಡು ಬರುತ್ತಿದ್ರೆ ಚೆನ್ನಾಗಿರುತ್ತಿತ್ತು ಎಂದುಕೊಂಡಿದ್ದಳು, ಅಳಿಯನಾದ್ರೂ ಎಂಥಾ ಬೇಜವಾಬ್ದಾರಿ ಮನುಷ್ಯ! ಬಸ್‌ಸ್ಟೇಂಡಿನಲ್ಲಿ ನಿಲ್ಲುತ್ತೇನೆಂದು ಧೈರ್ಯ ಹೇಳಿದವನು ಹೀಗೆ ಮಾಡಬಹುದೇ? ಶಿವಣ್ಣನ ನೆನಪಾಗಿ ಅಲ್ಲೇ ಒಂದು ಬದಿ ಯಲ್ಲಿ ಸಾಲಾಗಿ ನಿಂತಿದ್ದ ಆಟೋರಿಕ್ಷಾಗಳ ಬಳಿಗೆ ನಡೆದು ಬಂದಿದ್ದಳು. ಅಲ್ಲಿ ನಿಂತ ವನೊಬ್ಬನನ್ನು 'ಶಿವಣ್ಣನ ರಿಕ್ಷಾ ಯಾವುದಪ್ಪಾ?' ಎಂದು ಕೇಳಿದ್ದಳು. 'ಅದೇ, ಆ ಕಡೆಯಲ್ಲಿ ಮೂರ್ನೇದ್ದು...' ಎಂದು ಅವನು ತೋರಿಸಿದ್ದ.

ಅವಳನ್ನು ಕಂಡಕೂಡಲೇ ಶಿವಣ್ಣ 'ಖಾದರ್ ಸಾಹೇಬ್ರ ಅತ್ತೆಯೇನು?' ಎಂದು ಕೇಳಿದ್ದ. ಜೈನಾಬಿಗೆ ಧೈರ್ಯ ಬಂತು. ಹೌದೆಂದಳು. 'ಅಯ್ಯೋ, ಅಮ್ಮಾ...! ನಿಮ್ಮನ್ನು ಆಗಿನಿಂದ ಬಂದ ಗಿರಾಕಿಗಳನ್ನೆಲ್ಲಾ ಬಿಟ್ಟು ಕಾಯುತ್ತಿದ್ದೇನೆ. ಹನ್ನೆರಡು ಗಂಟೆತನಕ ನಿಮ್ಮ ಅಳಿಯ ಕಾಯುತ್ತಿದ್ರು, ಮತ್ತಿನ್ನೇನೋ ಅರ್ಜೆಂಟು ಕೆಲ್ಸವಿದೆ ಕೂಡ್ಲೇ ಮುಗ್ಸಿಬರ್ತೇನೆ. ಈ

ಮಧ್ಯೆ ಅವ್ರೆಲ್ಲಾದ್ರೂ ಬಂದ್ರೆ ಮನೆಗೆ ಸೀದಾ ಕರ್ಕೊಂಡ್ಹೋಗು ಅಂತ ಹೇಳಿಹೋದ್ರು' ಎಂದ ಶಿವಣ್ಣ. ಅವನ ಮಾತುಗಳನ್ನು ಕೇಳುತ್ತಲೇ ಹೆಚ್ಚುಕಮ್ಮಿ ಮಾತು, ರೂಪ ಎಲ್ಲ ತನ್ನ ಮಗನಂತೆಯೇ ಎಂದನ್ನಿಸಿತ್ತು. ಶಿವಣ್ಣನ ರಿಕ್ಷಾದಲ್ಲಿ ಕೂತು ಮಗಳ ಮನೆಗೆ ತಲುಪಿದ್ದಳು. ಮಗಳೊಂದಿಗೆ ಶಿವಣ್ಣನ ವಿನಯ, ಸೌಜನ್ಯತೆಯನ್ನು ಹೊಗಳಿದ್ದೇ ಹೊಗಳಿದ್ದು. ಈ ಕೇರಿಯ ಎಲ್ಲ ಹೆಂಗಸರೂ ಪೇಟೆಗೆ ಹೋಗ್ಬೇಕಾದ್ರೆ ಮಕ್ಕಳನ್ನು ಹುಷಾರಿಲ್ಲದಾಗ ಡಾಕ್ಟರರ ಬಳಿಗೆ ಕರ್ಕೊಂಡು ಹೋಗಬೇಕಾದ್ರೆ ಶಿವಣ್ಣನ ರಿಕ್ಷಾ ಇದ್ರೆ ಗಂಡಸರನ್ನು ಕಾದು ಕೂರ ಬೇಕಾಗಿಲ್ಲ ಎಂದು ಮಗಳೂ ದನಿಗೂಡಿಸಿದ್ದಳು.

ಇಂತಹ ಶಿವಣ್ಣನಿಗೆ ಅವಳು ಬಂದ ಮರುದಿನವೇ ಈ ಕೇರಿಯ ಹುಡುಗರು ಹಾಗೆ ಮಾಡುತ್ತಾರೆಂದು ಜೈನಾಬಿ ಕನಸಿನಲ್ಲೂ ಎಣಿಸಿರಲಿಲ್ಲ.

ಅಂದು ಖದೀಜಾ ಎಂದಿನಂತೆ ಕಾಲೇಜಿಗೆ ಹೋಗಿದ್ದಳು. ಮಧ್ಯಾಹ್ನದ ಹೊತ್ತಿಗೆ ಪಟ್ಟಣದ ಕೆಲವೆಡೆ ಗಲಭೆ ಶುರುವಾಗಿದೆ ಎಂಬ ವರ್ತಮಾನ ಬಂದು ಸಲ್ಮಾ ಚಡಪಡಿಸ ತೊಡಗಿದ್ದಳು. ಕಾಲೇಜಿಗೆ ಹೋದ ಖದೀಜಾ ನಡೆದೇ ಮನೆಗೆ ಬರುವವಳು. ಅವಳು ಬರುವಾಗ ದಾರಿಯಲ್ಲಿ ಏನಾದರೂ ನಡೆದರೆ ಗತಿಯೇನು, ರಬ್ಬೇ! ಎಂದು ಗೊಣಗಿ ಕೊಳ್ಳುತ್ತಿದ್ದಳು. 'ಗಂಡ ಬೇಗ ಅಂಗಡಿಗೆ ಬಾಗಿಲು ಹಾಕಿ ಮನೆಗೆ ಬರಬಾರದೇ' ಎಂದು ಆತಂಕಪಟ್ಟುಕೊಂಡಿದ್ದಳು. ಇದ್ದಕ್ಕಿದ್ದಂತೆ ರಸ್ತೆಯಲ್ಲಿ ಗಲಾಟೆ ಕೇಳಿ ಸಲ್ಮಾ ಮತ್ತು ಜೈನಾಬಿ ಕಿಟಕಿಯ ಮೂಲಕ ಇಣುಕಿದರು. 'ಬಾಭಿ ಬಾಗಿಲು ತೆಗೆಯಿರಿ' ಎಂಬ ಖದೀಜಾಳ ಧ್ವನಿ ಕೇಳಿ ಸಲ್ಮಾ ಬಾಗಿಲು ತೆರೆದಳು. ಅಳುತ್ತಾ ಒಳಗೆ ನುಗ್ಗಿದ ಖದೀಜಾ 'ಬಾಬಿ ನಾವು ನಡೆದು ಬರುತ್ತಿರುವುದು ಕಂಡು ಶಿವಣ್ಣ ಗಲಭೆ ಜೋರಾಗುತ್ತಿದೆಯೆಂದು ನಮ್ಮನ್ನು ಇಲ್ಲಿಗೆ ರಿಕ್ಷಾದಲ್ಲಿ ತಂದುಬಿಟ್ಟ. ಅವ್ನಿಗೆ ಈ ಕೇರಿಯ ಹುಡುಗರೆಲ್ಲಾ ಸೇರಿ ಹೊಡೆಯುತ್ತಿದ್ದಾರೆ. ಅವ್ನನ್ನು ಬಿಡ್ಸಿ ಬಾಭೀ...' ಎನ್ನುತ್ತಾ ಕುಸಿದು ಕೂತಳು.

ಸಲ್ಮಾ ರಸ್ತೆಯ ಕಡೆ ಓಡುತ್ತಿರುವುದು ಕಂಡು ಜೈನಾಬಿ ಕೂಡಾ ಮಗಳನ್ನು ಹಿಂಬಾಲಿ ಸಿದ್ದಳು. ನೆರೆಮನೆಯ ನಾಲ್ಕಾರು ಹೆಂಗಸರು ಮನೆಯಿಂದ ಆಗಲೇ ಹೊರಬಂದು ಶಿವಣ್ಣನ ರಿಕ್ಷಾದ ಮೇಲೆ ಎರಗಿದ್ದ ಹುಡುಗರಿಗೆ ಬಯ್ಯುತ್ತಿದ್ದರು. 'ಅಯ್ಯೋ... ಬೇವಾರ್ಸಿ ಗಳೇ ಅವ್ನಿಗ್ಯಾಕೆ ಹೊಡಿತೀರೋ, ಅವ್ನನ್ನು ಬಿಡಿರೋ...' ಎಂದು ಸಲ್ಮಾ ಆ ಕಡೆ ನುಗ್ಗಿದ್ದು ಕಂಡು ಉಳಿದ ಹೆಂಗಸರೂ ಆ ಕಡೆ ನುಗ್ಗಿದ್ದರು. ಹುಡುಗರು ಹೆದರಿ ಕಂಬಿಕಿತ್ತರು. ಆದರೆ ಶಿವಣ್ಣನ ಆಟೋರಿಕ್ಷಾದ ಗಾಜು ಆಗಲೇ ಪುಡಿಯಾಗಿತ್ತು, ಅವನ ಮೂಗಿನಿಂದ ರಕ್ತ ಸುರಿಯುತ್ತಿತ್ತು, ಶರ್ಟು ಹರಿದಿತ್ತು. ಅವನು ಬೆಪ್ಪನಂತೆ ರಿಕ್ಷಾದೊಳಗೆ ನಡೆದು ಸೀಟಿನ ಮೇಲೆ ಕುಸಿದಂತೆ ಕೂತ. ನೋಡುತ್ತಾ ನಿಂತಿದ್ದ ಎಲ್ಲರೂ ನಾಚಿ ತಲೆ ತಗ್ಗಿಸುತ್ತಿದ್ದಂತೆ ಅವನು ಆಟೋರಿಕ್ಷಾ ಬಿಟ್ಟುಕೊಂಡು ಹೋಗಿಬಿಟ್ಟ.

ಮನೆಯೊಳಗೆ ಖದೀಜಾ ಬಿಕ್ಕಿ ಬಿಕ್ಕಿ ಅಳುತ್ತಾ ಹೇಳುತ್ತಿದ್ದಳು. 'ಇನ್ನು ಶಿವಣ್ಣ ಈ ಕೇರಿ ಕಡೆ ಬರೊದಿಲ್ಲ. ನಮ್ಮನ್ನು ಅವ್ನು ಇನ್ನು ಎಲ್ಲಿಗೂ ಕರ್ಕೊಂಡು ಹೋಗೊದಿಲ್ಲ...'

ಜೈನಾಬಿಗೆ ಊರಲ್ಲಿರುವ ತನ್ನ ಮಗ, ಸೊಸೆ, ಮಕ್ಕಳು, ಮಗಳು ಎಲ್ಲರ ನೆನಪು ಕಾಡ ತೊಡಗಿತು. ಅಲ್ಲಿನ ನೂರಾರು ಮನೆಗಳಲ್ಲಿ ಮೂರು ಮನೆಗಳು ಮಾತ್ರ ಮುಸ್ಲಿಮರದ್ದು. ಉಳಿದದ್ದು ಹಿಂದುಗಳದ್ದು. ತನ್ನ ಮಗನನ್ನೂ ಹಿಡಿದು ಹೀಗೆ ಬಡಿದು ಕೊಂದುಬಿಟ್ಟರೆ ಕೇಳುವವರು ಯಾರಿದ್ದಾರೆ? ನೆರೆಮನೆಯ ಸಂಜೀವ, ಕೊರಗಪ್ಪ, ಲಕ್ಕಮ್ಮ, ಅಪ್ಪಿ, ನಾಗಣ್ಣರನ್ನು ನೆನೆದಳು. ಅವರೆಲ್ಲ ಅಂಥವರಲ್ಲ ಎಂದುಕೊಳ್ಳುತ್ತಲೆ ಈ ಧೈರ್ಯ ತಂದು ಕೊಂಡಳು. ಆದಷ್ಟು ಬೇಗನೆ ಊರು ಸೇರಬೇಕು. ಅದಕ್ಕಿಂತ ಮೊದಲು ಸೈದಾನಿ ಬೀಬಿಯ ದರ್ಗಾಕ್ಕೆ ಭೇಟಿ ಕೊಟ್ಟು ಎಲ್ಲರನ್ನೂ ಕಾಪಾಡು ಎಂದು ದುವಾ ಮಾಡಬೇಕು.

ಮನೆಯಲ್ಲಿ ಈ ಘಟನೆಯಿಂದಾಗಿ ಎಲ್ಲರೂ ಮೌನವಾಗಿದ್ದರು. ಅಳಿಯ ಬಂದಾಗ ಲಷ್ಟೇ ಮೌನ ಮುರಿದದ್ದು. ಖದೀಜಾ ಅಣ್ಣನಿಗೆ ನಡೆದ ಘಟನೆಯನ್ನು ವಿವರವಾಗಿ ತಿಳಿಸಿದಳು. ಅವನು ನಿಟ್ಟುಸಿರುಬಿಟ್ಟು 'ಅಂಗಡಿಗೆ ಬೀಗ ಹಾಕಿ ಬಂದಿದ್ದೇನೆ. ಈ ಗಲಭೆ ಯಿಂದಾಗಿ ಅದೆಷ್ಟು ದಿನ ವ್ಯಾಪಾರ ನಿಲ್ಲುತ್ತೋ...' ಎಂದ. ಶಿವಣ್ಣನ ಬಗ್ಗೆ ಅಣ್ಣ ಏನೂ ಹೇಳದಿರುವುದು ಕಂಡು ಖದೀಜಾ ದಂಗಾದಳು.

ಊರಲ್ಲಿ ಎಲ್ಲರೂ ಹೇಗಿರಬಹುದು? ಬರುವಾಗ ದಾರಿಯಲ್ಲಿ ಸಿಕ್ಕಿದ ಸಂಜೀವನಿಗೆ 'ಮನೆ ಕಡೆ ಸ್ವಲ್ಪ ನೋಡ್ಕೋ... ನಾನು ಮಗಳ ಮನೆಗೆ ಹೋಗಿಬರ್ತೇನೆ...' ಎಂದದ್ದು ನೆನಪಿಗೆ ಬಂತು. ಅಲ್ಲಿ ಸಂಜೀವ, ಅಪ್ಪಿ, ಕೊರಗಪ್ಪ, ಅಕ್ಕಮ್ಮ, ನಾಗಣ್ಣ, ಅಮ್ಮಾಬಿ ಎಲ್ಲರೂ ನಮ್ಮವರೇ ಅಲ್ಲವೇ? ಅಲ್ಲಿ ಇಂತಹ ಗಲಭೆ ನಡೆಯುವುದು ಅಸಾಧ್ಯ. ಆದ್ದರಿಂದ ಭಯಪಡಬೇಕಾಗಿಲ್ಲವೆಂದು ಜೈನಾಬಿ ಅದೆಷ್ಟೇ ಸಮಾಧಾನಪಟ್ಟುಕೊಂಡರೂ ಶಿವಣ್ಣನೂ ನಮ್ಮವನೇ ಆಗಿದ್ದವನಲ್ಲವೇ? ಎನ್ನುವ ಪ್ರಶ್ನೆ ಮುಂದೆ ನಿಲ್ಲುತ್ತಿತ್ತು. ಕನ್ನಡಿ ಪುಡಿಯಾದ ಅವನ ರಿಕ್ಷಾ, ಮೂಗಿನಿಂದ ಒಸರುವ ರಕ್ತ, ಹರಿದ ಅಂಗಿ ನೆನಪಿಗೆ ಬಂದಾಗಲೆಲ್ಲ ಎದೆ ಡವಗುಟ್ಟತೊಡಗಿತ್ತು. ಖದೀಜಾ ಘಟನೆಯ ಬಗ್ಗೆ ಹೇಳಿದಾಗ ಅಳಿಯನ ಪ್ರತಿಕ್ರಿಯೆ ಹಾಗೇಕಿತ್ತು?

* * *

ಪಟ್ಟಣದಲ್ಲಿ ನಡೆದ ನಾಲ್ಕು ದಿನಗಳ ಗಲಾಟೆ, ಮುಗಿದುಹೋಯಿತೇನೋ ಎಂಬಂತೆ ಮೌನ ಕವಿದಿತ್ತು. ಈ ಮೌನ ಬೂದಿಮುಚ್ಚಿದ ಕೆಂಡದಂತೆ ಯಾವಾಗ ಹೊತ್ತಿ ಉರಿಯ ಲಿದೆಯೋ ಹೇಳಲಿಕ್ಕಾಗದು ಎಂದು ಖದೀಜಾ ಹೇಳುತ್ತಿದ್ದಳು. ಆಗಾಗ ಬರುತ್ತಿರುವ, ಕೊಲೆ, ಲೂಟಿ, ದೊಂಬಿಗಳ ಸುದ್ದಿ ಕೇಳಿ ತಲೆಚಿಟ್ಟು ಹಿಡಿದಂತಾಗಿತ್ತು. ಸೈದಾನಿ ಬೀಬಿಯ ದರ್ಗಾಕ್ಕೆ ಇಲ್ಲಿಂದ ಹೆಚ್ಚೇನೂ ದೂರವಿಲ್ಲವೆಂದು ಜೈನಾಬಿಗೆ ಆಗಲೇ ತಿಳಿದಿತ್ತು. ಈ ಕೇರಿಯ ಕೊನೆಯಲ್ಲಿ ಬಲಕ್ಕೆ ತಿರುಗಿದರೆ ಸಿಗುವ ಓಣಿಯಲ್ಲಿ ನಾಲ್ಕು ಮಾರು ನಡೆದಾಗ ದರ್ಗಾದ ಮೀನಾರು ಕಾಣುತ್ತದೆ ಎಂದು ಸಲ್ಮಾ ಹೇಳಿದಳು. ಮಂಜಮ್ಮಳ ಮನೆ ಈ ಕೇರಿಯ ಕೊನೆಯಲ್ಲಿ ಬಲಗಡೆ ತಿರುಗುವಲ್ಲೇ ಎಂದು ಹೇಳಿದ್ದು ನೆನಪಾಗಿ ಅಲ್ಲಿಗೆ ಹೋಗುವ ಧೈರ್ಯ ಹೆಚ್ಚುತ್ತಿತ್ತು. 'ಆದ್ರೂ ನೀನೀಗ ಅಲ್ಲಿಗೆ ಹೋಗೋದು ಬೇಡ. ಗಲಭೆ

ಒಮ್ಮೆ ಶಾಂತವಾಗ್ಲಿ...' ಎಂದು ಅವಳು ಹೊರಟಾಗಲೆಲ್ಲ ಸಲ್ಮಾ ತಡೆದಿದ್ದಳು. ಹೊರಗೆಲ್ಲೂ ಹೋಗಲಾಗದೆ ಕೈಕಾಲುಗಳಿಗೆ ಜೋಮು ಹಿಡಿದಂತಾಗಿತ್ತು. ಸಲ್ಮಾ ಮನೆ ಖರ್ಚು ವಿಪರೀತ ಹೆಚ್ಚುತ್ತಿದೆ ಎಂದು ಲೆಕ್ಕಾಚಾರ ಮಾಡುತ್ತಿದ್ದಳು. ಎಲ್ಲಾ ರೀತಿಯ ತರಕಾರಿಗಳಿಗೂ ಕೇಜಿಗೆ ಹದಿನಾಲ್ಕು ರೂಪಾಯಿಗಳಾಗಿವೆ. ಮೀನು ಮಾರುವ ಹೆಂಗಸರು ಈ ಕೇರಿಗೆ ಈಗ ಬರುವುದೇ ಇಲ್ಲ. ಅಂಗಡಿಗಳ ಬಾಗಿಲು ತೆರೆದೇ ಇಲ್ಲವೆಂದು ಗೊಣಗಿಕೊಳ್ಳುತ್ತಿದ್ದಳು. ಜೈನಾಬಿ ಸೈದಾನಿ ಬೀಬಿಯ ದರ್ಗಾಕ್ಕೆ ಹೋಗುವ ಅವಕಾಶಕ್ಕಾಗಿ ಕಾದು ಕೂತಿದ್ದಳು. ದರ್ಗಾಕ್ಕೆ ಹೋದ ಮರುದಿನವೇ ಊರಿಗೆ ಹೊರಡಬೇಕೆಂಬ ಲೆಕ್ಕ ಹಾಕಿಕೊಂಡಿದ್ದಳು.

ಮನೆಯಲ್ಲಿ ಆಡುಗಳನ್ನು ಸೊಸೆ ಚೆನ್ನಾಗಿ ನೋಡಿಕೊಂಡಿದ್ದಾಳೋ ಇಲ್ಲವೋ! ದೊಡ್ಡ ಹುಂಜ ಗೂಡಿಗೆ ಮರಳಿದೆಯೋ? ದೊಡ್ಡ ಹೋತಕ್ಕೆ ಗಿರಾಕಿ ಇದೆ ಎಂದು ಮಗ ಹೇಳಿದ್ದ. ಮಗಳ ಮನೆಗೆ ಹೊರಟುನಿಂತಾಗ ಅವಳು ತೊಟ್ಟ ಹಳೇ ಬುರ್ಖಾ ನೋಡಿ ಮಗ ಹೇಳಿದ್ದ. 'ಆಡು ಮಾರಿದ ಹಣದಲ್ಲಿ ಹೊಸದೊಂದು ಬುರ್ಖಾ ತಂದುಕೊಡುತೇನಮ್ಮಾ ನಿನಗೆ...' ನಂಗಿನ್ನೇನಾಗ್ಬೇಕಾಗಿದೆ! ಹೊಸ ಬುರ್ಖಾ ತೊಟ್ಟು ತಿರುಗಾಡಲು ನಾನೇನು ಇನ್ನೂ ಯುವತಿಯಾಗಿ ಉಳಿದಿದ್ದೇನೆಯೇ? ಮುದುಕಿಯಾಗಿದ್ದೇನೆ. ಇನ್ನು ಮೂಲೆ ಸೇರುವ ವಯಸ್ಸು. ಎಷ್ಟೋ ವರ್ಷಗಳ ನಂತರ ಮನೆಬಿಟ್ಟು, ಹೊರಡುತ್ತಿದ್ದಾಳೆ. ಮನೆಯಲ್ಲಿ ರಾಶಿ ಬಿದ್ದ ಕೆಲಸಗಳನ್ನು ಬಿಟ್ಟು ಹೊರಡಲಿಕ್ಕಾದರೂ ಹೇಗೆ ಸಾಧ್ಯ? 'ನಂಗ್ಯಾಕೆ ಮಗಾ ಅದೆಲ್ಲಾ...?' ಎಂದು ಹೇಳಿ ಸುಮ್ಮನಾಗಿದ್ದಳು.

ಬುರ್ಖಾದಲ್ಲಿನ ತೂತುಗಳ ನೆನಪಾಗುತ್ತಲೇ 'ಸಲ್ಮಾ ಕಪ್ಪು ನೂಲು ಇದೆಯೇನೇ? ಸುಮ್ಮನೆ ಕೂತು ಬೇಜಾರು, ಬುರ್ಖಾ ಸೊಲ್ಪ ಹರಿದಿದೆ ಹೊಲೀತೇನೆ, ಸೂಜಿ ನೂಲು ಕೊಡೇ...' ಎಂದಿದ್ದಳು. ಬುರ್ಖಾವನ್ನು ತೊಡೆಯ ಮೇಲೆ ಹರಡಿಕೊಂಡು ಮಗಳು ಕೊಟ್ಟ ಸೂಜಿ ನೂಲಿನಿಂದ ಹೊಲಿಯತೊಡಗಿದಳು. ಕರಿಸಿಲ್ಕಿನ ಬುರ್ಖಾದ ಮೈ ಸೋಕುತ್ತಲೇ ನಯವಾದ ಮಧುರ ನೆನಪುಗಳು ಅವಳನ್ನು ಮುತ್ತಿಕೊಂಡವು. ತನ್ನ ಮದುವೆಯ ದಿನ ಮದುಮಗ ತಂದ ಬುರ್ಖಾ, ಆಗಿನ ಕಾಲದಲ್ಲಿ ಕರೀಬಣ್ಣದ ಸಿಲ್ಕಿನ ಬುರ್ಖಾ ತೊಟ್ಟುಕೊಂಡು ತಿರುಗಾಡುವುದು ಅದೆಂತಹ ಪ್ರತಿಷ್ಠೆಯ ಸಂಗತಿ! ಆಗ ಒಲ್ಲಿ ಅನ್ನೋ ದೊಡ್ಡ ಹೊದೆ ವಸ್ತ್ರವನ್ನು ತಲೆಯಿಂದ ಕಾಲುತನಕ ಹೊದ್ದು ಹೆಂಗಸರು ತಿರುಗಾಡಬೇಕಾಗಿತ್ತು. ಒಮ್ಮೊಮ್ಮೆ ಒಂದು ಹೊದೆ ವಸ್ತ್ರದೊಳಗೆ ಇಬ್ಬರು, ಒಬ್ಬರೊಬ್ಬರಿಗೆ ಢಿಕ್ಕಿ ಹೊಡೆದಂತೆ ನಡೆದು ಹೋಗಬೇಕಾದಂತಹ ಪರಿಸ್ಥಿತಿಯನ್ನು ಜೈನಾಬಿಗೆ ನೆನೆದಾಗಲೆಲ್ಲ ಬುರ್ಖಾ ತಂದುಕೊಟ್ಟ ಗಂಡನ ಬಗ್ಗೆ ಹೆಮ್ಮೆ ಎನಿಸುತ್ತಿತ್ತು. ಹೊದೆ ವಸ್ತ್ರವನ್ನು ಹೊದ್ದು ಪ್ರಯಾಣ ಹೊರಡುವುದೆಂದರೆ ಶಿಕ್ಷೆಯಾಗಿದ್ದ ಕಾಲದಲ್ಲಿ ತನ್ನ ಗಂಡ ತಂದದ್ದು ಕರಿಬಣ್ಣದ ಮಿರಿ ಮಿರಿ ಮಿಂಚುವ ಸಿಲ್ಕಿನ ಬುರ್ಖಾ ಅಂದು ಓರಗೆಯ ಹೆಣ್ಮಕ್ಕಳಲ್ಲಿ ತನ್ನ ಬಗ್ಗೆ ಅಸೂಯೆ ಪಟ್ಟುಕೊಂಡವರೆಷ್ಟೋ ಮಂದಿ. ಮೊತ್ತಮೊದಲಿಗೆ ಅದನ್ನು ಧರಿಸಿದಾಗ ಮೈತುಂಬಾ ಮೂಡಿದ ಮಧುರ ರೋಮಾಂಚನ ತುಂಬಿದ ತನ್ನ ಪ್ರೀತಿಯ ಬುರ್ಖಾವನ್ನು ಜೋಪಾನ ಮಡಚಿಟ್ಟು ಹಲವು ವರ್ಷಗಳೇ ಕಳೆದವು. ಗಂಡ ಬದುಕಿದ್ದಾಗ ಗಮ್ಮನೆ

ಅತ್ತರು ಹಚ್ಚಿಕೊಂಡು ಗಂಡ ತಂದ ಕಿಂಕಾಪಿನ ಸೀರೆ 'ಬುಟ್ಟೆ'ಯ ಕುಪ್ಪಸ ತೊಟ್ಟುಕೊಂಡು ಮದುವೆ, ಮುಂಜಿ, ಮೌಲೂದ್, ಉರೂಸ್ ಒಂದನ್ನೂ ಬಿಡದೆ ಓಡಾಡಿದ್ದೇ ಓಡಾಡಿದ್ದು. ಆದರೆ ಅವರು ತೀರಿಕೊಂಡ ನಂತರ ಎಲ್ಲೂ ಹೋಗಲು ಅವಳಿಗೆ ಇಷ್ಟವಾಗಲಿಲ್ಲ. ತೆಂಗಿನ ತೋಟದ ಕೆಲಸದಲ್ಲಿ ದನ, ಆಡು, ಕೋಳಿಗಳ ಆರೈಕೆಯಲ್ಲಿ ತೊಡಗಿಸಿಕೊಂಡು ಎಲ್ಲಾ ಸಂಭ್ರಮಗಳಿಂದಲೂ ದೂರವಿರುತ್ತಿದ್ದಳು. 'ನೀವು ನಮ್ಮ ಮನೆಗೆ ಬರಲೇಬೇಕು' ಎಂದು ಅಪರೂಪಕ್ಕೆ ಅಳಿಯ ಒತ್ತಾಯ ಮಾಡಿದಾಗ 'ಒಂದೆರಡು ದಿನ ಅಲ್ಲಿ ಹೋಗಿದ್ದು ಬಾ ಉಮ್ಮಾ... ಇಲ್ಲವಾದ್ರೆ ಭಾವ ಸಿಟ್ಟಾದಾರು. ನೀನು ಸೈದಾನಿ ಬೀಬಿಯ ದರ್ಗಾಕ್ಕೆ ಒಮ್ಮೆ ಹೋಗಿ ಬರ್ಬೇಕಂತಿದ್ದಿಯಲ್ಲಾ... ಅದು ಅಲ್ಲಿಗೆ ಹತ್ತಿರ...' ಎಂದು ಮಗನೂ ಒತ್ತಾಯ ಮಾಡಿದ್ದ.

ಬುರ್ಖಾವೆಂದರೆ ಜೈನಾಬಿಗೆ ಮೈಮೇಲಿನ ಮಾನವಿದ್ದಂತೆ. ಅದನ್ನು ತೊಡದೆ ಬೀದಿ ಯಲ್ಲಿ ನಡೆದಾಡುವುದೆಂದರೆ ಅವಳ ಮಟ್ಟಿಗೆ ಬೆತ್ತಲೆ ತಿರುಗಾಡಿದಂತೆಯೇ. ಹಾಗೆ ಈಗಿನ ಕಾಲದ ಹೆಣ್ಣು ಮಕ್ಕಳು ಅಂದುಕೊಳ್ಳುವುದೇ ಇಲ್ಲ. ನಡುರಸ್ತೆಯಲ್ಲೇ ಬುರ್ಖಾ ಕಳಚಿ ಕೊಂಡು ನಡೆದಾಡುತ್ತಾರೆ. ಹೀಗೆ ಹೇಳಿದರೆ ಸಲ್ಮಾಳ ನಾದಿನಿ ಖದೀಜಾ ಒಪ್ಪುವುದೇ ಇಲ್ಲ. ಅವಳು ಮೈನೆರೆದ ಹುಡುಗಿ. ಕಾಲೇಜಿಗೆ ಬುರ್ಖಾ ಇಲ್ಲದೇನೇ ಹೋಗಿಬರುತ್ತಾಳೆ. 'ನಮ್ಮ ಹಾಗೆ ಇತರ ಹುಡುಗಿಯರೂ ಕಾಲೇಜಿಗೆ ಬರ್ತಾರಲ್ಲಾತ್ತೆ. ಅವರೆಲ್ಲಾ ನೀವು ಹೇಳಿ ದಂತೆಯೇ ಎಂದು ತಿಳಿದರೇನು? ಇಷ್ಟಕ್ಕೂ ನಾನೇನೂ ಮೈತೋರುವಂತೆ ಬಟ್ಟೆ ತೊಡೂ ದಿಲ್ಲ. ಸಲ್ವಾರ್ ಕಮೀಜ್ ತೊಡೂದು, ಇದ್ರ ಮೇಲೆ ಬುರ್ಖಾ ಯಾಕೆ?' ಎಂದಿದ್ದಳು. ಇದೂ ಒಂದು ರೀತಿಯಲ್ಲಿ ಸರಿಯೆನಿಸಿದರೂ ಜೈನಾಬಿ ಒಪ್ಪಲಾರಳು.

ಸಲ್ಮಾ ಅಮ್ಮನಿಗೆ ಒಂದು ಲೋಟ ಚಾ ಮಾಡಿ ಬಳಿಗೆ ತಂದಳು. ಬುರ್ಖಾಕ್ಕೆಲ್ಲಾದ್ರೂ ನೋಯುತ್ತೋ ಏನೋ ಎಂಬಂತೆ ಮೆತ್ತಗೆ ನಯವಾಗಿ ಅಮ್ಮ ಹೊಲಿಯುತ್ತಿರುವುದು ಕಂಡು ಮುಖದಲ್ಲಿ ನಗೆ ಮೂಡಿತು. 'ಉಮ್ಮಾ, ನೀನು ಹೊಲಿದರೆ ತೇಪೆ ಅಂತ ತಿಳಿಯುವುದೇ ಇಲ್ಲ. ಅಷ್ಟು ನಾಜೂಕು...' ಎಂದಳು. ಹೊಲಿಗೆಯಲ್ಲೇ ತಲ್ಲೀನಳಾದ ಜೈನಾಬಿ ಎಚ್ಚರಗೊಂಡಳು. 'ಇಲ್ಲಮೋಳೇ, ಈಗ ಸರಿಯಾಗಿ ಕಣ್ಣೂ ಕಾಣಿಸ್ತಾ ಇಲ್ಲ...' ಎನ್ನುತ್ತಾ ತನ್ನ ಕೆಲಸವನ್ನು ಮುಂದುವರಿಸಿದಳು. ಸಲ್ಮಾ ಬುರ್ಖಾದ ಅಂಚನ್ನು ನೋಡುತ್ತಾ 'ಅದೆಷ್ಟು ಕಾಲವಾದ್ರೂ ಈ ಬುರ್ಖಾದ ಬಣ್ಣ ಎಷ್ಟು ತಾಜಾ ಆಗಿದೆ ನೋಡು. ಅದೇ ನಮ್ಮ ಈಗಿನ ಬುರ್ಖಾ ಒಂದೆರಡು ವರ್ಷಗಳಲ್ಲೇ ಬಣ್ಣ ಮಾಸಿಹೋಗಿಬಿಡ್ತದೆ...' ಎಂದು ಮಗಳು ಹೊಗಳುವಾಗ ಜೈನಾಬಿಯ ಕಣ್ಣುಗಳಲ್ಲಿ ಹೊಸ ಮಿಂಚು ಮೂಡಿತು. 'ನಿನ್ನಪ್ಪ ಅದೇನು ತಂದ್ರೂ ಊಂಚಿ ಮಾಲೇ ಆಗ್ಬೇಕು. ಪಡಪೋಸಿ ಮಾಲನ್ನು ಖರೀದಿ ಸುವವರೇ ಅಲ್ಲ ಅವ್ರು...' ಎಂದಳು ಹೆಮ್ಮೆಯಿಂದ.

ಸಲ್ಮಾಳಿಗೆ ಅಪ್ಪನ ನೆನಪು ಮಸುಕು ಮಸುಕು. ಅವಳು ಚಿಕ್ಕ ಹುಡುಗಿಯಾಗಿದ್ದಾಗ, ಅವರು ತೀರಿಕೊಂಡದ್ದು. 'ಈಗ ಸೊಲ್ಪ ಗಲಾಟೆ ಕಮ್ಮಿ ಆಗಿರಬಹುದಲ್ವೇ ಮೋಳೇ...'

ಎಂದು ಜೈನಾಬಿ ಕೇಳಿದಳು. 'ಅದೇನೂ ಹೇಳೋಕಾಗುವುದಿಲ್ಲ, ಪೊಲೀಸ್ ವ್ಯಾನಿನ ತಿರುಗಾಟ ಮಾತ್ರ ಇದೆ' ಎಂದಳು ಸಲ್ಮಾ.

'ಮಂಜುಮ್ಮಳ ಮನೆ ಈ ಕೇರಿಯ ಕೊನೆಯಲ್ಲಿ ಅಲ್ವೇ? ಅಲ್ಲಿಂದ ತಿರುಗಿದರೆ ಬೀಬಿ ದರ್ಗಾದ ಮೀನಾರು ಕಾಣುತ್ತದೆ ಅಲ್ವೇ ಮೋಳೇ...' ಎಂದು ಜೈನಾಬಿ ಕುತೂಹಲದಿಂದ ಕೇಳಿದಾಗ ಮಗಳಿಗೆ ಆತಂಕ.

'ಉಮ್ಮಾ ಈಗ ನೀನು ಹೋಗೋದು ಬೇಡ. ಎರಡು ದಿನ ಕಳೆದರೆ ಗಲಾಟೆ ನಿಲ್ಲಬಹುದು. ಮತ್ತೆ ನಾವೆಲ್ಲಾ ಒಟ್ಟಿಗೆ ಹೋಗೋಣ...' ಎಂದಳು ಸಲ್ಮಾ.

'ಮೋಳೇ... ನಂಗೆ ಈವತ್ತೇ ದರ್ಗಾಕ್ಕೆ ಹೋಗಿಬರೋಣ ಅಂತ ಅನ್ನಿಸ್ತಾ ಇದೆ. ದರ್ಗಾಕ್ಕೆ ಹೋಗುವವರನ್ನೂ ತಡೀತಾರೇನು?' ಎಂದ ಜೈನಾಬಿಯ ಹಟ ಕಂಡು ಮಗಳು ಗಾಬರಿಗೊಂಡಳು.

'ಇಲ್ಲ ಉಮ್ಮಾ, ಈ ಜನಗಳ ಬಗ್ಗೆ ಯಾವ ಗ್ಯಾರಂಟಿ ಹೇಳ್ಲಿ? ಈ ಕೇರಿ ದಾಟುವವರೆಗೆ ಮುಸ್ಲಿಮರೇ ಜಾಸ್ತಿ ಇರೂದು. ಏನೂ ಆಗ್ಲಿಕ್ಕಿಲ್ಲ... ನಂತರ ಆ ದರ್ಗಾದ ಹತ್ತಿರ ಹೋಗುವಾಗ ದಾರಿಯಲ್ಲಿ ಏನಾದ್ರೂ ಆದ್ರೆ? ಖದೀಜಾ ತಲೆನೋವಂತ ಮಲಗಿದ್ದಾಳೆ. ಅವ್ರೂ ಮನೇಲಿಲ್ಲ...' ಎಂದಳು ಸಲ್ಮಾ.

'ನೀನೇನೂ ಭಯಪಡ್ಬೇಕಾಗಿಲ್ಲ. ನಾನು ಮಂಜಮ್ಮನ ಮನೆಗೆ ಹೋಗಿ ಅವಳನ್ನು ಕರ್ಕೊಂಡೇ ಹೋಗ್ತೇನೆ. ನಾಳೆ ಹ್ಯಾಗಾದ್ರೂ ಊರಿಗೆ ಹೋಗ್ಲೇಬೇಕು. ಅಲ್ಲೆಲ್ಲಾ ಹ್ಯಾಗಿದ್ದಾರೋ!' ಎನ್ನುತ್ತಾ ಜೈನಾಬಿ ಹೊಲಿದಿಟ್ಟ ಬುರ್ಖಾವನ್ನು ತೊಟ್ಟುಕೊಂಡು ಹೊರಟೇಬಿಟ್ಟಳು.

ರಸ್ತೆಯಲ್ಲಿ ಯಾರ ಸುಳಿವೂ ಇಲ್ಲ, ಅಲ್ಲಲ್ಲಿ ಬಿದ್ದಿದ್ದ ತರಗೆಲೆ, ಕಾಗದದ ಚೂರುಗಳು ಗಾಳಿಗೆ ಹಾರಾಡುವ ಪರ ಪರ ಸದ್ದು ಬಿಟ್ಟರೆ ಇನ್ನಾವ ಸದ್ದೂ ಇರಲಿಲ್ಲ. ಜನರ ಸಂಚಾರವಿಲ್ಲದೆ ಬಿಕೊ ಎನ್ನುವ ರಸ್ತೆಯಲ್ಲಿ ಜೈನಾಬಿ ಒಬ್ಬಳೇ ನಡೆಯುತ್ತಿದ್ದಳು. ನಡೆಯುತ್ತಾ ಹೋದಂತೆ ಅವ್ಯಕ್ತ ಭಯ ಅವಳನ್ನು ಆವರಿಸಿಕೊಂಡಿತು. ನಾಲ್ಕು ದಿಕ್ಕಿನಲ್ಲೂ ಮೌನ. ಬಾಗಿಲು ಮುಚ್ಚಿದ ಮನೆಗಳು. ಅಲ್ಲಲ್ಲಿ ಅದೇನನ್ನೋ ಕೆದಕುತ್ತಾ ಕಚ್ಚಾಡುವ ನಾಯಿ, ಬೆಕ್ಕು, ಕಾಗೆಗಳು. ಅದು ಮನುಷ್ಯನ ಹೆಣವಿರಬಹುದೇ? ತಾನು ನಡೆಯುತ್ತಿರುವ ರಸ್ತೆಯಲ್ಲಿ ಹರಿದ ರಕ್ತ ತನ್ನ ಕಾಲಿಗೆ ಮೆತ್ತಿಕೊಂಡಿರಬಹುದೇ? ನೋಡಲು ಕೂಡ ಭಯ. ದೊಡ್ಡ ಅರಳೀ ಮರದ ಎಲೆಗಳು ಎಂದಿನಂತೆ ತಣ್ಣಗೆ ಗಾಳಿಯೊಂದಿಗೆ ಸರಸವಾಡುತ್ತಿದ್ದವು. 'ಮಂಜಮ್ಮಳ ಮನೆಗೊಮ್ಮೆ ಸೇರಿಕೊಂಡು ಬಿಟ್ಟರೆ ದರ್ಗಾಕ್ಕೆ ಹೋಗಿ ಬಂದ ಹಾಗೆಯೇ' ಎನ್ನುವ ಧೈರ್ಯ ಅವಳನ್ನು ಹುರಿದುಂಬಿಸಿತ್ತು.

ಅರಳಿ ಮರ ದಾಟಿ ಹೋಗುತ್ತಿರುವಂತೆ 'ತಂಗೀ...' ಎಂದು ಯಾರೋ ಕ್ಷೀಣ ಸ್ವರದಲ್ಲಿ ಕರೆಯುತ್ತಿರುವುದು ಕೇಳಿ ಜೈನಾಬಿ ಬೆಚ್ಚಿಬಿದ್ದಳು. ಎಲ್ಲೋ ಜಿನ್ನ್ ಅಥವಾ ಸೈತಾನ ಇರ

ಬಹುದೇ? ಪಕ್ಕಕ್ಕೆ ತಿರುಗಿ ಬುರ್ಖಾದ ಮುಖ ವಸ್ತ್ರವನ್ನು ಸರಿಸಿ ನೋಡುವಾಗ ಒಬ್ಬ ಗಂಡಸು ಮರದ ಮರೆಯಿಂದ ಹೊರಬಂದ. ಅವನ ಪಕ್ಕದಲ್ಲಿ ಹೆಂಗಸೊಬ್ಬಳು ನಿಂತಿದ್ದಳು. ಅವಳು ಭಯದಿಂದ ನಡುಗುತ್ತಿರುವಂತೆ ಜೈನಾಬಿಗೆ ಕಂಡುಬಂತು. ಅವಳ ಮುಖ ಬೆವತು ನೀರಿಳಿಯುತ್ತಿತ್ತು. ಹಣೆಯಲ್ಲಿನ ಕುಂಕುಮ ಬೆವರಲ್ಲಿ ಕರಗಿ ಓರೆ ಕೋರೆಯಾಗಿತ್ತು. ಗಂಡಸು ನಡುಗುವ ದನಿಯಲ್ಲಿ 'ತಪ್ಪು ತಿಳ್ಕೋಬೇಡ ತಂಗಿ... ಇಲ್ಲಿ ನಾವು ಸಿಕ್ಕಿಬಿದ್ದಿದ್ದೇವೆ ನಾವು ಇಲ್ಲಿಂದ ಹೋಗಬೇಕು. ನಿನ್ನ ಬುರ್ಖಾವನ್ನು ಇವ್ಳಿಗೆ ತೊಡಿಸ್ತೀಯಾ...?' ಎಂದ.

ನಡುರಸ್ತೆಯಲ್ಲಿ ಬುರ್ಖಾ ಕಳಚುವುದೇ? ಹಾಂ! ಎನ್ನುವ ಉದ್ಗಾರದ ಜೊತೆಗೆ ಜೈನಾಬಿ ಬೆಚ್ಚಿಬಿದ್ದಳು. 'ಇದು ಮುಸ್ಲಿಮ್ ಮೆಜಾರ್ಟಿ ಇರುವ ಕೇರಿ. ಇಲ್ಲಿ ನಾವು ಹೆದರ್ಬೇಕಾಗಿಲ್ಲ. ಒಬ್ಬ ಹಿಂದೂ ನರಪಿಳ್ಳೆ ಬಂದ್ರೂ ಈ ಕೇರಿಯಲ್ಲಿ ತಪ್ಪಿಸ್ಕೊಳ್ಳಲಾರದಂತಹ ವ್ಯವಸ್ಥೆ ಮಾಡಿದ್ದಾರೆ. ಅವ್ರ ಕೇರಿಯಲ್ಲಿ ನಮ್ಮವರನ್ನು ಎಷ್ಟು ಮಂದಿಯನ್ನು ಕಡಿದುಹಾಕಿದ್ದಾರೆ ಗೊತ್ತೇ? ಅದ್ಕೆ...' ಎಂದ ಅಳಿಯನ ಮಾತುಗಳು ನೆನಪಿಗೆ ಬಂದವು. ಕ್ಷಣ ತನ್ನ ಊರಿನಲ್ಲಿರುವ ಮಗ, ಸೊಸೆ, ಮಕ್ಕಳು, ಮಗಳು, ಪರಿವಾರ ಕಣ್ಣ ಮುಂದೆ ನಿಂತಂತಾಯಿತು. ಹಿಂದೆ ಮುಂದೆ ನೋಡದೆ ತನ್ನ ಬುರ್ಖಾ ಕಳಚಿ ಆ ಹೆಂಗಸಿಗೆ ತೊಡಿಸಿದಳು. ಈಗ ಗಂಡಸಿಗೆ ಧೈರ್ಯ ಮೂಡಿದಂತೆ ಕಂಡು ಬಂದಾಗ ಜೈನಾಬಿಗೆ ತೃಪ್ತಿಯಾಯಿತು. ಕೈ ಮುಗಿದು ಮುಂದೆ ನಿಂತ ಅವನ ಕಣ್ಣುಗಳು ತುಂಬಿಬಂದವು. ಇಬ್ಬರೂ ಮಾತು ಬಾರದವರಂತೆ ಮೂಕರಾಗಿ ಜೈನಾಬಿಯ ಮುಂದೆ ನಿಂತರು. 'ಬೇಗ ಹೊರಡಿ ಇಲ್ಲಿಂದ...' ಎಂದು ಜೈನಾಬಿ ಎಚ್ಚರಿಸಬೇಕಾಯಿತು. ಅವರಿಬ್ಬರೂ ಚಕ್ಕನೆ ವಾಸ್ತವಕ್ಕೆ ಬಂದು ಬೇಗ ಬೇಗನೆ ನಡೆದರು.

ಅವರು ಮರೆಯಾಗುವ ತನಕ ನೋಡುತ್ತಾ ನಿಂತ ಜೈನಾಬಿಗೆ ತನ್ನ ಗಂಡನಿತ್ತ ಪ್ರೀತಿಯ ಬುರ್ಖಾ ಇನ್ನು ತನಗೆ ಸಿಗಲಾರದು ಎಂಬ ವ್ಯಥೆ ಇರಲಿಲ್ಲ. ಬೀಬಿ ದರ್ಗಾಕ್ಕೆ ಹೋಗುವ ಬಗೆ ಹೇಗೆ ಎನ್ನುವ ಚಿಂತೆ ಮಾತ್ರ ಮೂಡಿತು.

'ಇನ್ನೊಮ್ಮೆ ಎಂದಾದರೂ ಹೋದರಾಯ್ತು...' ಎಂದುಕೊಳ್ಳುತ್ತಾ ಹಿಂತಿರುಗಿ ಮಗಳ ಮನೆಕಡೆ ನಡೆಯತೊಡಗಿದಳು.

(೧೯೯೧)

*

೩೧. ಬುಗುರಿ

ಮೊಗಳ್ಳಿ ಗಣೇಶ್

ಚೆಲುವ ಕಣ್ಣು ತುಂಬ ನೀರು ತುಂಬಿಕೊಂಡು ತನ್ನ ಬುಗುರಿ, ಕಕ್ಕಸು ಗುಂಡಿಗೆ ಬಿದ್ದು ಹೋಯಿತಲ್ಲಾ ಎಂದು ಸಂಕಟಪಡುತ್ತಾ, ಹಜಾರದ ಗೋಡೆಗೆ ಒರಗಿಕೊಂಡು ಕಣ್ಣು ಮುಖವನ್ನು ಕಣ್ಣೀರಿನಿಂದ ವರೆಸಿಕೊಳ್ಳುತ್ತಾ, ಸುಮಾರು ಹೊತ್ತು ಅಲ್ಲೇ ಒಂಟಿಕಾಲಲ್ಲೇ ನಿಂತಿದ್ದ. ಅಜ್ಜಿ ಹಳೇಸೀರೆ ಬಟ್ಟೆಯಿಂದ ತುಂಡುಮಾಡಿ ಆತನ ತಾತನಿಂದ ದಾರಮಾಡಿಸಿ ಕೊಂಡು, ಬುಗುರಿ ಸುತ್ತಿ ಪಡಸಾಲೆಯ ಗಾರೆ ನೆಲದ ಮೇಲೆ ಬಿಟ್ಟು ಅದು ಗುಂಯ್ ಎಂದು ನಿದ್ದೆ ಕೊರೆಯುವಾಗ ಕಿವಿಗೊಟ್ಟು ತಲ್ಲೀನನಾಗಿ ಆನಂದಗೊಂಡು ಅದರ ನಾದಕ್ಕೆ ತಾನೇ ಇನ್ನೊಂದು ನಾದ ಎಂಬಂತೆ ಸಂತೋಷಗೊಳ್ಳುತ್ತಿದ್ದ. ಬಣ್ಣದ ಹಸಿರು ಬಿಳಿ ಕೇಸರಿ ಬಣ್ಣದ ರಂಗು ಬುಗುರಿ ಈಗ ಚೆಲುವನ ದುರಂತವೋ, ಅವನ ಅಪ್ಪನ ಹಣೆಬರಹವೋ ಇಲ್ಲವೇ ಇಡೀ ಆ ಮನೆಯ ಮತ್ತು ಕೇರಿ ಜನರ ದುರಾದೃಷ್ಟವೋ ಎಂಬಂತೆ, ಹಿಂದೆ ಹಿತ್ತಲಲ್ಲಿ ಮದುವೆ ಸಂದರ್ಭದಲ್ಲಿ ಕಟ್ಟಿಸಿದ್ದ ಕಕ್ಕಸು ಗುಂಡಿಯ ನರಕದಲ್ಲಿ ಬಿದ್ದು ಹೋಗಿತ್ತು.

ಬೇಸರವಾಗಿ ಚೆಲುವ ಹಿತ್ತಲಿಗೆ ಬಂದು ಸಾವಿರಾರು ಕಣ್ಣಿಂದ ಚಿಗುರಿ ಭಾರವಾಗಿ ಹಸಿರು ಕಕ್ಕುತ್ತಾ ಕಂಗೊಳಿಸಿದ್ದ ಹೊಂಗೆ ಮರದ ಮೇಲೆ ಹತ್ತಿ ಕುಳಿತ. ಮೇಲಿಂದ ಕಾಣುತ್ತಿರುವ ಇಡೀ ಹೊಲಗೇರಿ ಅವನ ಕಣ್ಣಿಗೆ ರಾಚಿ, ಅಸ್ತವ್ಯಸ್ತವಾಗಿ ಚಿಂದಿ ಬಟ್ಟೆಯಂತೆ ತೂತುತೂತಾಗಿ ಕೊಳಕಾಗಿ ಕಾಣಿಸಿತು. ಧ್ಯಾನಸ್ಥ ಮೌನಿಯಂತೆ ರೆಂಬೆಗಳ ಮೇಲೆ ಕುಳಿತು ಆ ಹೊಂಗೆ ಹೂಗಳಿಗೆ ಮುತ್ತಿಕೊಳ್ಳುತ್ತಿರುವ ಸಣ್ಣ ಸಣ್ಣ ಹುಳುಗಳನ್ನೇ ಮುತ್ತಿಡುವವನಂತೆ ನೋಡಿದ. ಆದರೂ ಬುಗುರಿ ಎಡೆಬಿಡದೆ ಅವನ ತಲೆಯೊಳಗೆ ತಿರುಗುತ್ತಲೇ ಇತ್ತು. ಏನಾದರೂ ಮಾಡಿ ಅದನ್ನು ಹೊರಗೆ ತೆಗೆಯಲೇಬೇಕು. ಮತ್ತೆ ಮತ್ತೆ ಹೊಸ ಬುಗುರಿ ಗಳನ್ನು ಕೊಂಡುಕೊಳ್ಳಲು ಇನ್ನು ಮುಂದೆ ಸಾಧ್ಯವಾಗುವದಿಲ್ಲ. ಅಂತಹ ಬುಗುರಿ ಮತ್ತಿನ್ನೆಂದೂ ಸಿಗುವುದಿಲ್ಲ. ಯಾಕಾದರೂ ಅಪ್ಪನಿಗೆ ತನ್ನ ಬುಗುರಿಗಳ ಬಗ್ಗೆ ಇಂತಹ ಸಿಟ್ಟು ಎಂದುಕೊಂಡು ದುಃಖಿತನಾದ. ಇದ್ದಕ್ಕಿದ್ದಂತೆ ಆ ಹಿತ್ತಲುಗಳ ಕಸದ ರಾಶಿಗಳ ನಡುವಿಂದ, ರೋಜುವಾಳದ ಅಂತಿಂತಹ ಮುಳ್ಳು ಪೊದೆಗಳಿಂದ ನಾಯಿಗಳು ವಿಪರೀತ ಸಿಟ್ಟಿನಿಂದ ರಭಸವಾಗಿ ಅಟ್ಟಿಸಿಕೊಂಡು ಬರುತ್ತಿರುವುದನ್ನು ತಿರುಗಿ ನೋಡಿದ. ನಾಯಿಗಳ

ಬೊವ್‌ಗುಟ್ಟುವಿಕೆಯ ಹಿಂದೆಯೇ 'ಕೀಕ್' ಎಂಬ ಇನ್ನೊಂದು ಸದ್ದು ಬಂತು. ಹಂದಿಯೊಂದನ್ನು ನಾಯಿಗಳು ಅಟ್ಟಿಸಿಕೊಂಡು ಬರುತ್ತಿದ್ದು ಇನ್ನೇನೋ ತನ್ನ ಹಿಂಬದಿಯನ್ನು ಕಚ್ಚಿ ಕೊಲ್ಲುತ್ತವೆ ಎಂದು ಭಯದಿಂದ ಹಿಂದುಮುಂದು ನೋಡಲಾರದೆ 'ಕುಯ್ಯೋ' ಎಂದು ದೊಡ್ಡ ಶಬ್ದ ಮಾಡಿ ಓಡಿಬಂದು 'ಧಡಕ್' ಎಂದು ಅದೇ ಕಕ್ಕಸು ಗುಂಡಿಯ ಒಳಗೆ ಬಿದ್ದು ಹೋಯಿತು. ಚೆಲುವ ಏನನ್ನೂ ಮಾಡಲಾರದಂತಾಗಿ 'ಓಹ್' ಎಂದುಕೊಂಡು 'ಹಂದಿ ಏಲ್ ಗುಂಡಿಗ್ ಬಿದ್ದೋಯ್ತು' ಎನ್ನುತ್ತಾ ಮರದಿಂದ ಕೆಳಗಿಳಿದು ಓಡಿಬಂದು ಮನೆಯೊಳಗಿದ್ದ ತನ್ನ ಅವ್ವನಿಗೆ 'ಅವ್ವೋ ಅವ್ವ, ನಮ್ಮಿತ್ಲು ಕಕ್ಕಸ್ ಗುಂಡಿವೊಳಗೆ ಅದ್ಯಾರದ್ದೋ ಹಂದಿ ಬಂದ್ ಬಿದ್ದೋಯ್ತು" ಎಂದ. ಅವನ ಅವ್ವ 'ಹಾ!' ಎನ್ನುತ್ತಾ 'ಅದ್ಯಾರುದ್ದಾ ಹಾಳಾದ ಹಂದಿಗೆ ನಮ್ಮಿತ್ಲು ಗುಂಡಿಲೇ ಇತ್ತೆ ಸಾಯುದು, ಇನ್ನೆಲ್ಲು ಜಾಗಿರಲಿಲ್ವೆ' ಎನ್ನುತ್ತಾ ಹೊರಗೆ ಬಂದು ನೋಡಿದಳು. ಯಾಕೋ ಇದ್ದಕ್ಕಿದ್ದಂತೆ ಅವಳ ಮನಸ್ಸು ಬೇಸರಗೊಂಡು ಈ ಹಾಳ್ ಕಕ್ಕಸು ಗುಂಡಿಯನ್ನು ಮುಚ್ಚಿಸಲು ಗಂಡ ಎಂಬ ಕಠೋರನಿಂದ ಆಗುತ್ತಿಲ್ಲವಲ್ಲಾ ಎಂದು ಮನಸೊಳಗೇ ನೊಂದುಕೊಂಡು 'ಲೋ ಚೆಲ್ವ ವೋಟ್ಲೆಲಿ ನಿಮ್ಮಯ್ಯ ಇರ್‍ಬೋದು ಕರ್‍ಕಂಬರೋಗು, ಏನಾರ ಮಾಡಿ ಎತ್ತಾಕ್ ಬುಡ್ಲಿ ಈಚ್ಗೆ' ಎಂದು ಹೇಳಿ 'ಯಾರ್‍ಯಾರ್‍ಗೋ ಯೇಳ್‌ಗೀಳಿಯ ಜ್ವಾಕೆ. ಆಮೇಕದೊಂದ್ ಜಗಳಾದದು' ಎನ್ನುತ್ತಾ ಹೇಳಿ ಕಳಿಸಿದಳು.

ಚೆಲುವ ತನ್ನ ಬಣ್ಣದ ಬುಗುರಿಗೆ ಇಂಥಾ ಗತಿ ಬಂತಲ್ಲಾ, ಅದನ್ನು ಯಾವ ರೀತಿಯಲ್ಲೂ, ಮತ್ತೆ ದಾರಸುತ್ತಿ ಗಾರೆ ನೆಲದ ಮೇಲೆ ಬಿಟ್ಟು ಆಡಲು ಆಗುವದಿಲ್ಲ ಎಂದು ಇನ್ನಷ್ಟು ನೊಂದುಕೊಂಡ. ಮನೆಯವರು ಆ ಕಡೆ ಈ ಕಡೆ ಎಲ್ಲಿಯಾದರೂ ಹೋದಾಗ ಕಕ್ಕಸು ಗುಂಡಿಯ ಮೇಲೆ ಹೊದಿಸಿರುವ ತೆಂಗಿನ ಗರಿಗಳನ್ನು ಸರಿಸಿ ಕೊಕ್ಕೆ ಹಾಕಿ ಬುಗುರಿ ಎತ್ತಿಕೊಳ್ಳಬೇಕಂದಿದ್ದ ತೃಣಮಾತ್ರ ಆಸೆ, ಈಗ ಮತ್ತಷ್ಟು ನುಚ್ಚುನೂರಾಗಿತ್ತು. ಆ ಹಂದಿ ಏಲಿನ ಬಗ್ಗಡದಲ್ಲಿ ಜಿಗಿದಾಡಿ, ಬುಗುರಿ ಬಿದ್ದಿರುವ ಗುರುತನ್ನೆ ಧ್ವಂಸಮಾಡಿಬಿಟ್ಟಿರುತ್ತದೆ. ಅಕಸ್ಮಾತ್ ಹಂದಿಯನ್ನು ಎತ್ತುವಾಗ ಬೇರೆಯವರಿಗೆ ಸಿಕ್ಕಿದರೂ ಕೂಡ ಅಪ್ಪನಿಂದ ತನ್ನ ಕೈಗೆ ಬರುವುದಿಲ್ಲ ಎಂದುಕೊಂಡ. ಹಾಗೆ ಯೋಚಿಸುತ್ತ ಹೋಟೆಲಿಗೆ ಬಂದು, ತನ್ನ ಅಪ್ಪ ಗಲ್ಲಾದ ಮೇಲೆ ಕುಳಿತಿರುವ ವಿಶೇಷ ಭಂಗಿಯನ್ನು ಗಮನಿಸಿ, ಮೆಲ್ಲಗೆ ತನ್ನ ತಾತ ಗುಂಜಾರಯ್ಯನ ಬಳಿಬಂದು ಹಂದಿ ಬಿದ್ದಿರುವ ಸುದ್ದಿಯನ್ನು ಮುಟ್ಟಿಸಿದ. ಗುಂಜಾರಯ್ಯ ಒಮ್ಮೆ ಬೆಚ್ಚಿದಂತೆ ನೋಡಿ ಬೊಂಡ ಬೇಯಿಸುತ್ತಿದ್ದ ಬಾಂಡ್ಲಿಯೊಳಗೆ ಹಿಟ್ಟನ್ನು ಹಾಕುತ್ತಾ 'ಯೇಯ್ ನಿಜಯೇಳಿಯೋ ಏನ್ ತಮಾಸೆಯಾಡಿಲಾ. ಅದೆಂಗ ಬಿದ್ದೋಯ್ತು ಅದ್ರೊಳಕೆ, ಏನೆಂತೆದು, ದೊಡ್‌ದೋ, ಚಿಕ್‌ದೋ' ಎಂದ. 'ವೊಕಪ್ಪೋ ಸರ್‍ರ್‍ನ ಬಾ. ಇಲ್ಲೆ ಕುಂತಿದ್ರೆ ಆಮೆಕದೇ ಪೋಯ' ಎಂದು ಬೇಸರಿಸಿ, ಬೇಗ ಬಂದು ಏನಾದರು ಮಾಡಿ ಹಂದಿ ಎತ್ತಿದರೆ ಬುಗುರಿ ಸಿಗಬಹುದು ಎಂದು ಊಹಿಸಿಕೊಂಡಂತೆಯೇ 'ತಾಡ್ಲ ಇನ್ನೊಂದೊಬ್ಬೆ ಬೊಂಡ ಬೇಯಿಸಿಬುಟ್ಟು ಬತ್ತಿನಿ' ಎಂದ. ಚೆಲುವ ಸಿಟ್ಟಿನಿಂದ ಹಿತ್ತಲಿಗೆ ಬಂದು ಹೊಂಗೆ

ಮರದ ನೆರಳಲ್ಲಿ ಕುಳಿತು ಸಾಯುತ್ತಿರುವ ಹಂದಿಯನ್ನು ಕಲ್ಪಿಸಿಕೊಳ್ಳುತ್ತಾ, ಅಪ್ಪನ ಕೊರಡು ಮೀಸೆಗಳ ಮರೆಯಲ್ಲಿ ಹಂದಿಯ ವಿಚಾರ ತಿಳಿದರೆ ಏನಾಗುತ್ತದೆಂದು ಭಾವಿಸುತ್ತಾ, ತನ್ನ ಬುಗುರಿ ಹೀಗಾಯಿತಲ್ಲಾ ಎಂದು ಸಂಕಟಗೊಳ್ಳುತ್ತಾ ಆಕಾಶವನ್ನು ನೋಡಿದ.

* * *

ಚೆಲುವನ ತಾತ ಗುಂಜಾರಯ್ಯ ಹೋಟೆಲಲ್ಲಿ ಬೋಂಡವನ್ನು ಬೇಯಿಸಿಯೇ ಹಿತ್ಲಿಗೆ ಬರಬೇಕಾಗಿತ್ತು. ಆತುರದಲ್ಲಿ ಹಸಿಹಸಿಯಾಗಿಯೇ ಚೆನ್ನಾಗಿ ಬೇಯಿಸದೆ ಬೋಂಡವನ್ನು ಬಾಂಡ್ಲಿಯಿಂದ ಎತ್ತು ಹಾಕಿ, ಇನ್ನೊಂದು 'ವಬ್ಬೆ' ಹಾಕುವ ತೀರ್ಮಾನದಲ್ಲಿ ಭರಭರನೆ ಬೊಂಡದ ಹಿಟ್ಟನ್ನು ಕೈಯಿಂದ ಬಾಂಡ್ಲಿಗೆ ಹಾಕುತ್ತಾ, ಕೈಸುಟ್ಟುಕೊಳ್ಳುತ್ತಾ, ಕಕ್ಕಸು ಗುಂಡಿಗೆ ಬಿದ್ದಿರುವ ಹಂದಿಯ ದೃಶ್ಯವನ್ನೇ ಯೋಚಿಸಿದ. ಕಳೆದ ಬಾರಿ ಊರೂರು ಸುತ್ತಿ ಅಲೆದು ಮೇಯುವ ತಿಪ್ಪೇಗೌಡರ ಕೋಣ ಮೇಯುತ್ತ ಬಂದು ಇದೇ ಕಕ್ಕಸು ಗುಂಡಿಗೆ ಬಿದ್ದಿದ್ದಾಗ ಯಮಪ್ರಯತ್ನ ಪಟ್ಟು ಅದನ್ನು ಮೇಲೆತ್ತಿದ್ದಾಗ ಉಂಟಾಗಿದ್ದ ರೇಜಿಗೆ, ವಾಸನೆ, ಅಸಹ್ಯಗಳೆಲ್ಲ ನೆನಪಾದವು. ಆ 'ಏಲ್‌ಗುಂಡಿ'ಯನ್ನು ಮುಚ್ಚಿಸುವ ಯೋಜನೆಯನ್ನು ಬಹಳ ಸಲ ಹಾಕಿಕೊಂಡಿದ್ದರೂ ಕೂಡ ಅದು ತನ್ನ ಹಿರಿಮಗ ಚಿಕ್ಕಣ್ಣನಿಂದ ಸಾಧ್ಯವಾಗದೆ ವಿಫಲವಾಗಿತ್ತು. ಇಂಥಾ ಎಷ್ಟೋ ದೂರುಗಳು ಚಿಕ್ಕಣ್ಣನ ಆ ಕಕ್ಕಸು ಗುಂಡಿಯ ಮೇಲೆ ಬಂದಿದ್ದವು. ತಿಪ್ಪೇಗೌಡರ ಕೋಣ ಆ ಗುಂಡಿಗೆ ಬಿದ್ದು ಹೋಗಿದ್ದಾಗ 'ಹತ್ತಾಳು' ಬಂದು ಹಗ್ಗ ಬಿಗಿದು ಒಂದು ದೊಡ್ಡ ಬಂಡೆಯನ್ನೇ ಎಳೆಯುವಂತೆ ಎಳೆದಿದ್ದಾಗ ಆಗಿನ ಈ ಏಲುಗುಂಡಿ ಅದರ ಎರಡು ಪಟ್ಟು ವಿಸ್ತಾರವಾಗಿ ದೊಡ್ಡ ಗುಂಡಿಯೇ ಆಗಿತ್ತು. ಕೊನೆಗೂ ಕೋಣ ಒಂದು ದಿನವೆಲ್ಲ ಆ ಗುಂಡಿಯಲ್ಲೇ ಇದ್ದಿದ್ದರಿಂದ ಹೊರಗೆ ಬಂದ ಸ್ವಲ್ಪದರಲ್ಲೇ ಸತ್ತು ಹೋಗಿತ್ತು. ಮುಖ್ಯವಾಗಿ ಅದನ್ನು ಮೇಲೆತ್ತಲು ಮಾಡಿದ್ದ ಹಿಂಸಾತ್ಮಕ ತಂತ್ರದಿಂದಲೇ ಬಹುಪಾಲು ನೋವುಂಟಾಗಿ ಸತ್ತಿತ್ತು. ಹಾಗೆ ಸತ್ತಿದ್ದಕ್ಕೆ ತಿಪ್ಪೇಗೌಡರು ದಂಡ ರೂಪವಾಗಿ ಹಣ ಕೇಳಿದಾಗ ಚಿಕ್ಕಣ್ಣ ರೌಡಿಗಳ ತರ ಮಾತನಾಡಿ–'ಅಲ್ಲಾ ಗೌಡ್ರೆ ಆ ಏಲ್‌ಗುಂಡಿಗೆ ನಾವು ಏಳ್‌ಕೊಟ್ಟಿದ್ದೆವೆ ಏನಾರ. ಇಂಥಿಂತೆವ್ರ ಯಮ್ಮೆ ಬತ್ತವೆ, ಕುರಿಗೊಳ್ ಬತ್ತವೆ, ಅವ್ನೆಲ್ಲನು ಒಳಕ್ ಎಳ್ಕಬುಡು ಅಂತಾ. ನಿಮ್ಮೆಮ್ಮೆಗೆ ಬುದ್ಧಿ ಇದ್ದಿದ್ರೆ ಅದ್ಯಾಕ್ ಬತ್ತಿತ್ತು ನಮ್ಮ ತಿಪ್ಪೆತಕೆ–ಇದೊಳ್ಳೆ ಸರೋಯ್ತಪ್ಪಾ. ನಮ್ಮನುಕೂಲ್‌ಕೆ ನಾವು ಕಕ್ಕಸ್ ಗುಂಡಿ ಮಾಡ್ಕಂಡಿದ್ದೊ–ಬಂದ್ ಬಿದ್ದು ಸಾಯ್ತು. ಅದ್ಕೆ, ನಮ್ಮೊಣೆ ಏನಿದ್ದದು. ಯಾವ್ ದಂಡನು ಇಲ್ಲ ಏನೂ ಇಲ್ಲ ಸ್ವಾಮಿ'–ಎಂದು ರೋಪು ಹಾಕಿ ಕಳಿಸಿಬಿಟ್ಟಿದ್ದ. ಆಗಿನಿಂದಲೂ ಈ ಏಲುಗುಂಡಿಗೆ ಒಂದು ದೊಡ್ಡ ಇತಿಹಾಸವೇ ಬಂದು ಬಿಟ್ಟಿದೆ. ಊರವರೆಲ್ಲ ಏಲ್‌ಗುಂಡಿಯ ಮೇಲೆ ಯಾವುದಾದರು ತಗಡನ್ನು ಹೊದಿಸು, ಇಲ್ಲವೆ ಕಲ್ಲು ಚಪ್ಪಡಿ ಹಾಕಿಸು ಎಂದು ಹೇಳಿದ್ದರೂ ಕೂಡ ಯಾವುದನ್ನು ಮಾಡಿಸಲು ಆಗಿರಲಿಲ್ಲ. ಕೋಣ ಬಿದ್ದಿದ್ದರಿಂದ ಗುಂಡಿ ವಿಸ್ತಾರವಾಗಿಬಿಟ್ಟಿತ್ತು. ಮಣ್ಣು ಕುಸಿದು ಹಾಳಾಗಿತ್ತು. ಹೀಗಾಗಿ ಅಷ್ಟಗಲಕ್ಕು ಕಲ್ಲು ಇಲ್ಲವೆ ತಗಡನ್ನು ಮುಚ್ಚಿಸಲು ಚಿಕ್ಕಣ್ಣನಿಗೆ ಅಸಾಧ್ಯವಾಗಿತ್ತು. ಸುಲಭವಾಗಿ ಸಿಗವ ತೆಂಗಿನ ಗರಿ

ಗಳನ್ನು ಈಗ ಮೇಲೆ ಮುಚ್ಚಿದ್ದ. ಹೀಗೆ ಮುಚ್ಚಿದ್ದೇ ಆ ನಂತರ ಊರಿನ ಸುತ್ತಲೂ ಹಬ್ಬಿಕೊಳ್ಳುವ ಎಷ್ಟೋ ತಮಾಸೆಗಳಿಗೆ, ದುರಂತಗಳಿಗೆ ದಾರಿ ಮಾಡಿಕೊಟ್ಟಿತ್ತು.

* * *

ಗೌಡರ ಆ ಕೋಣವನ್ನು ಆನಂತರ ಮಾದಿಗರ ಯಾಲಕ್ಕಯ್ಯ ಬಂದು ನೋಡಿ, ಚೆನ್ನಾಗಿ ಬಿಸಿನೀರಿನಿಂದ ತೊಳಸಿ, ಕೊಯ್ದು ಮಂಕರಿ ತುಂಬ ಬಾಡು ಮಾಡಿಕೊಂಡು ಹೋಗಿದ್ದನ್ನು ಕೇಳಿ ಗೌಡರ ತಲೆ ತಿರುಗಿತ್ತು. 'ಆ ಹೊಲ್ ಮಾದುಗ ನನ್ ಮಕ್ಕುಳು ಬೇಕಂತ್ಲೆ ಕೋಣುನ್ನ ಎಲ್‌ಗುಂಡಿಗೆ ಬೀಳ್ಸಿ ತಿನ್ನುಕೆ ಈ ಕರಾಮತ್ ಮಾಡವರೆ' ಎಂದು ಊರಲ್ಲೆಲ್ಲ ಮಾತಾಯಿತು. ಆದರೂ ಆ ಕೋಣನ ಬಾಡು ಬಹಳಷ್ಟು ಜನರಿಗೆ ತಲುಪಿದ್ದರಿಂದ ಯಾರೂ ಹೆಚ್ಚಾಗಿ ತಲೆ ಕೆಡಿಸಿಕೊಂಡಿರಲಿಲ್ಲ.

ಕೆಲವು ದಿನದ ನಂತರ ಪೇಟೆಯಲ್ಲಿ ಓದಿ ಬಂದಿದ್ದ ಪಡ್ಡೆ ಹುಡುಗರು 'ಚಿಕ್ಕಣ್ಣನ ಎಲ್ಗುಂಡಿ ಕೋಣನನ್ನ ಹಿಡಿಯೋ ಖೆಡ್ಡಾ ಕಣ್ರೋ' ಎಂದು ಗೇಲಿ ಮಾಡುತ್ತಿದ್ದರಾದರೂ ಚಿಕ್ಕಣ್ಣ ಅದಕ್ಕೆ ಸೊಪ್ಪು ಹಾಕಿರಲಿಲ್ಲ. ಹೀಗೆ ಇದೆಲ್ಲವನ್ನೂ ಬೊಂಡ ಹಾಕುತ್ತಿದ್ದಂತೆಯೇ ನೆನೆಸಿಕೊಂಡಾಗ ಇಡೀ ಬಾಂಡ್ಲಿಯೇ ಕಕ್ಕಸು ಗುಂಡಿಯಂತೆ ಕಂಡು ವಾಕರಿಕೆ ಬಂದು, 'ತಥ್ ಇವುನವ್ವುನ್ನಾ ಕೇಯೆನೆಣ್ಣೆ ಸರಿಯಿಲ್ಲಾ. ಎಷ್ಟೊತ್ತಾಯ್ತು ಏಣ್ಣೆಗ್ಹಾಕಿ, ಇನ್ನೂ ಬೇಯ್ಲಿಲ್‌ವಲ್ಲ' ಎಂದು ಬೆಂಕಿಯನ್ನು ಹೆಚ್ಚು ಮಾಡಿ–ಕೊನೆಗೂ ಬೇಯಿಸಿ ತನ್ನ ಮಗ ಚಿಕ್ಕಣ್ಣನಿಗೆ ಇದನ್ನು ಗುಟ್ಟಾಗಿ ತಿಳಿಸಿ ಹಿತ್ತಲಿಗೆ ಬಂದ.

ಚೆಲುವ ತನ್ನ ತಾತನಿಗೆ ಬುಗುರಿ ಬಗ್ಗೆ ಹೇಳಬೇಕೆಂದುಕೊಂಡು ಒಮ್ಮೆ ನಿರ್ಧರಿಸಿ ಬೇಡ ಎಂದುಕೊಂಡು, 'ಯೀಗೆಂಗಪ್ಪಾ ಯೀಚುಕ್ ತೆಗೆದುಹಾಕುದು ಹಂದಿಯಾ' ಎಂದ. ಗುಂಜಾರಯ್ಯ ಗುಂಡಿಯ ಗರಿಗಳನ್ನು ಮೆಲ್ಲಗೆ ಸರಿಸಿ ನೋಡಿದ. ಒಂದೇ ಬಾರಿಗೆ ಹಂದಿ ನೆಗೆಯುವ ಪ್ರಯತ್ನ ಮಾಡಿ ಬಡಕ್ ಎಂದು ಒಳಗೇ ಬಿದ್ದುಕೊಂಡು ಕೊಯ್‌ಗುಟ್ಟಿತು. ಹಾಗೆ ಜಿಗಿದದ್ದರಿಂದ ಗುಂಜಾರಯ್ಯನ ಮೂಗಿನ ಮೇಲೆ ಅವರೆಕಾಳಿನ ಗಾತ್ರದ ಏಲಿನ ಸಣ್ಣ ಕಣ ಬಂದು ನೊಣದಂತೆ ಕುಳಿತುಬಿಟ್ಟಿತು. ಸಾಧ್ವಿತನದ ಗುಂಜಾರಯ್ಯ ಅತ್ಯಂತ ಸಿಟ್ಟಿನಿಂದ, ಅವಮಾನಿತನಾದವನಂತೆ ಭಾವಿಸಿ, ಧರ್ಮರಾಯ ಸ್ವರ್ಗಾರೋಹಣದ ಕೊನೆಯಲ್ಲಿ ತನ್ನ ಕಿರುಬೆರಳನ್ನು ನರಕಕ್ಕೆ ಅದ್ದಿದ್ದಂತೆ ಆಗಿದ್ದಾಗ ಅದರಂತೆಯೇ ತನಗೂ ಆಯಿತೆನೋ ಎಂದುಕೊಂಡು ಎಲೆಯೊಂದರಿಂದ ಮೂಗು ಸೀಟಿಕೊಂಡು ವಾಪಸ್ಸು ಬಂದು, 'ಒಳಗೇ ಸಾಯ್ಲಿ ಅವುಳ್ ರತ್ತನಾ ಕೇಯುದು' ಎಂದು ಬೈಯುತ್ತಾ, ಇದರ ಯಾವಾರವನ್ನು ಮಗನಿಗೇ ವಹಿಸುವುದು ಸರಿ ಎಂದು ಹೋಟೆಲಿಗೆ ಬಂದುಬಿಟ್ಟ.

ಚೆಲುವ ನಿರಾಶೆಯಿಂದ, ತನ್ನ ಬುಗುರಿ ಇನ್ನು ಯಾವತ್ತೂ ಕೂಡ ತನ್ನ ಕೈಗೆ ಬರುವುದಿಲ್ಲವೇನೋ ಎನ್ನುತ್ತಾ ತನಗೆ ಅರಿವಿಲ್ಲದೆಯೇ ಬುಗುರಿಯ ದಾರವನ್ನು ಬೆರಳುಗಳಿಗೆ ಬಿಗಿಯಾಗಿ ಸುತ್ತಿ ಸುತ್ತಿಕೊಳ್ಳುತ್ತ ಫಳಕ್ ಎಂದು ಕಣ್ಣೀರನ್ನು ಬೀಳಿಸಿದ. ಇದ್ದಕ್ಕಿದ್ದಂತೆ ಇಡೀ

ಹಂದಿ, ಏಲುಗುಂಡಿ ಮತ್ತು ಊರಿನ ಎಲ್ಲ ಆಗುಹೋಗುಗಳು ಕೂಡ ವಿಷ್ಣುವಿನ ವರಾಹ ಅವತಾರದ ಬಗ್ಗೆ ಹರಿಕತೆ ದಾಸರು ಹೇಳಿದ್ದ ವಿವರದಂತೆ ಕಂಡು ಬಂದು ಹೆದರಿಕೆ ಮತ್ತು ವ್ಯಾಕುಲದಿಂದ ಒಳಗೊಳಗೇ ಹಿಂಸೆಪಡತೊಡಗಿದ. ಗುಂಡಿಗೆ ಬಿದ್ದ ಹಂದಿ ಚೆಲುವನ ಬುಗುರಿಯ ಯಾವ ಕುರುಹೂ ಉಳಿಯದಂತೆ ಅಳಿಸಿ ಹಾಕಿತ್ತು. ಆ ಬುಗುರಿಯನ್ನು ಆತ ಗಾರೆನೆಲದ ಮೇಲೆ ಬಿಟ್ಟು ಗುಯ್ ಗುಡಿಸುವಾಗ ಬೀದಿ ಹೈಕಳು ಅದರ ಸೊಬಗು, ಹೊನಪು, ತಿರುಗುವ ರೀತಿಗಳೆಲ್ಲದರ ಬಗ್ಗೆ ಕಂಡು ಹೊಟ್ಟೆಕಿಚ್ಚು ಪಡುತ್ತಿದ್ದಾಗ ಆನಂದಾ ತಿರೇಕದಲ್ಲಿ ಒಳಗೊಳಗೆ ಖುಷಿ ಪಡುತ್ತಿದ್ದುದೆಲ್ಲ ಲವಲೇಶವೂ ಈಗ ಇಲ್ಲದಂತಾಗಿ ತನ್ನ ಅಪ್ಪನ ಬಗ್ಗೆ ಚೆಲುವ ಸಿಟ್ಟುಗೊಂಡ.

'ಅವ್ನು ಯಾಕಾರು ಸಾಯುದಿಲ್ಲ ಬೇವಾರ್ಸಿ, ನನ್ ಬುಗುರಿನೆಲ್ಲ ಇಂಗೇ ಮಾಡ್ದ. ಅವತ್ತು ಕೊಡ್ಲಿಯಿಂದ ವಳ್ಕಿ ಮೂರು ಬುಗುರಿಗೊಳ್ನೂ ಸೀಳಾಕಿ ವಲೆಗಾಕ್ದ. ಇನ್ನೊಂದ ಕಣ್ಣುಗ್ ಕಾಣ್ದಂಗೆ ದೂರಕ ಬಿಸಾಕ್ದ. ಇವತ್ತು ನೋಡುದ್ರೆ 'ಯಾವ ಬುಗ್ರಿಯೊ ನೀ ಆಡುದು, ತತ್ತರೋ ಸೂಳೆಮಗ್ನೆ' ಅಂತಾ ಕಿತ್ಕಂಡು 'ಇನ್ನೊಂದ್ಸಾರಿ ನಿನ್ ಕೈಲೇನಾರ ಬುಗ್ರಿ ಕಂಡ್ರೆ ಆಮಕೆ ನಿನ್ನೇ ಸೀಳಾಕ್ತೀನಿ' ಅಂತಾ ಬೈಯ್ದು ಕಕ್ಕಸ ಗುಂಡಿಗೆ ಹಾಕ್ದ...' ಎಂದು ಯೋಚಿಸುತ್ತಾ ಮತ್ತೆ ಹೊಂಗೆ ಮರಕ್ಕೆ ಹತ್ತಿ ಕುಳಿತು, ಅದೇ ಕಕ್ಕಸು ಗುಂಡಿಯನ್ನು ನೋಡುತ್ತ ಲೆಕ್ಕಹಾಕತೊಡಗಿದ. ಯಾರು ಯಾರದೋ ಕೋಳಿಗಳು, ಕುರಿಗಳು ಬಂದು ಅದರೊಳಗೆ ಬಿದ್ದು ಸತ್ತಿದ್ದಾಗ ಉಂಟಾಗಿದ್ದ ಜಗಳಗಳಲ್ಲಿ ಅಪ್ಪ ವಿಕಾರವಾಗಿ ಕುಣಿದಾಡಿ ದೊಡ್ಡ ಚಾಕು ತಂದು ಹೆದರಿಸಿ ಸುಮ್ಮನಾಗಿಸುತ್ತಿದ್ದೆಲ್ಲ ನೆನಪಾಯಿತು. ಬುಗುರಿಯ ಗಿರಿಗಿರಿ ಸುತ್ತುವಿಕೆ ಆತನ ಮನಸ್ಸು ತಲೆ ಇಡೀ ದೇಹದ ಸುತ್ತ ಬುಗುಬುಗನೆ ಸುತ್ತು ಹಾಕ ತೊಡಗಿತು. ಆ ನಡುವೆ ಅಸ್ತವ್ಯಸ್ತವಾದ ಕಲಸುಮೇಲೋಗರವಾದ ಇಡೀ ಮನೆಯ ಚಿತ್ರ ಗಳು ಸೇರಿಕೊಂಡು ಹಿಂಸೆಯಾಗಿ ತಳಮಳಗೊಂಡ.

* * *

ಚಿಕ್ಕಣ್ಣನ ಹಿತ್ತಲಲ್ಲಿ ಕಟ್ಟಿಸಿದ್ದ ಕಕ್ಕಸ್ಸು ಗುಂಡಿ ಇಡೀ ಊರಲ್ಲೇ ಮೊದಲನೆಯದು. ಅದು ಊರಿಗೆ ಹೊಸ ವ್ಯವಸ್ಥೆಯಾಗಿ ಸೇರಿಕೊಂಡಿತ್ತು. ತನ್ನ ತಮ್ಮ ಶಾಂತರಾಜನ ಮದುವೆಗೆ ಮೈಸೂರಿನಿಂದ ಹೆಣ್ಣು ತಂದಿದ್ದಾಗ, ಆ ನೆಂಟರಿಗೆ, ಹೆಂಗಸರಿಗೆ ಕಕ್ಕಸು ಹೋಗಲು ತೊಂದರೆಯಾಗುತ್ತದೆಂದು ಯೋಚಿಸಿ ಕಟ್ಟಿಸಿದ್ದ ಈ ವ್ಯವಸ್ಥೆ ಮದುವೆ ದಿನದಲ್ಲಿಯೇ ಕೈಕೊಟ್ಟಿತ್ತು. ಭರ್ಜರಿ ಊಟದ ನಂತರ ಆ ಕಕ್ಕಸು ಗುಂಡಿ ಬಂದಿದ್ದ ಹಲವಾರು ಹೆಂಗಸರ ಪಾಯಿಖಾನೆಯಿಂದ ತುಂಬಿಹೋಗಿತ್ತು. ಯಥಾವತ್ ಆಧುನಿಕ ಕಕ್ಕಸು ಮನೆಯಂತೆ ಕಟ್ಟಿಸಿದ್ದರಾದರೂ ಆ ಕಕ್ಕಸೆಲ್ಲ ಸಂಗ್ರಹಗೊಳ್ಳಲು ಡ್ರೈನೇಜ್ ವ್ಯವಸ್ಥೆಗೆ ಬದಲು ಹಿಂಭಾಗಕ್ಕೆ ಒಂದೂವರೆ ಆಳುದ್ದ ಗುಂಡಿ ತೆಗೆದು ಅದೆಲ್ಲವೂ ಅಲ್ಲಿ ಬೀಳುವ ವ್ಯವಸ್ಥೆ ಮಾಡಲಾಗಿತ್ತು. ಅಂದು ಮದುವೆಯ ಮಾರನೆ ದಿನವೇ ಗುಂಡಿ ತುಂಬಿಹೋಗಿ ಭಯಾನಕ ವಾಸನೆ ಮದುವೆ ಮನೆಯನ್ನು ಕವುಚಿಕೊಂಡು ಎಲ್ಲರನ್ನು ತಾಳ್ಮೆ ಪರೀಕ್ಷೆಗೆ ಒಡ್ಡಿತ್ತು. ಹೆಣ್ಣಿನ ಕಡೆಯ

ಯಾವನೋ ಒಬ್ಬ ಆ ಗದ್ದಲದಲ್ಲಿ ಯಾರೋ ಒಬ್ಬಳ ಜೊತೆ ಲೈಂಗಿಕ ಸಂಬಂಧ ಏರ್ಪಡಿಸಿಕೊಳ್ಳಲು ಸಂಚು ಮಾಡಿ ಆ ರಾತ್ರಿ ಹಿತ್ತಲಲ್ಲಿದ್ದ ಕಕ್ಕಸ್ ಗುಂಡಿಯ ಬಳಿ ಗೊತ್ತಿಲ್ಲದೆ ಆಕೆ ಜೊತೆ ಹೋಗಿ ತನಗರಿವಿಲ್ಲದೆಯೇ ಗುಂಡಿಗೆ ಕಾಲು ಜಾರಿ ಬಿದ್ದು ಬಚಾವಾಗಿ ಕಾಲುತುಂಬಾ ಏಲುಮಯ ನೀರನ್ನು ಮೆತ್ತಿಸಿಕೊಂಡು ಬಂದು ಎಲ್ಲರಿಗೂ ದೊಡ್ಡ ಹಾಸ್ಯದ ಸಂಗತಿಯಾಗಿಬಿಟ್ಟಿದ್ದ. ಆಗ ಆತನೇ ಒಂದು ವಾದವನ್ನು ಹೂಡಿ– 'ಈ ಜುಜುಬಿ ಹಳ್ಳಿಗಳಿಗೆ ಹೆಣ್ಣು ಕೊಡೋದು ಬ್ಯಾಡ ರಂಗಪ್ಪನೋರೇ ಅಂತಾ ನಮ್ಮ್ ಫಾದರ್ ಇನ್ಲಾ ಅತ್ರ ಸಾವುರ್ ಸಾರಿ ಬಾಯ್ ಬಡ್ಕಂಡೆ. ಆದ್ರೆ ಆ ಹಲ್ಕಾ ಫಾದರ್ ಇನ್ಲಾ ನನ್ ಮಾತ ಕೇಳ್‌ಲಿಲ್ಲ. ಯಾವುದೋ ದೆವ್ವ ನನ್ನನ್ನು ಆ ಕಕ್ಕಸ ಗುಂಡಿತನಕ ದರದರ ಎಳೆದು ಕೊಂಡಂತೆ ಎಳೆದುಕೊಂಡು ಹೋಗಿ ಅದರೊಳಕ್ಕ ತಳ್ಳುವ ಪ್ರಯತ್ನಮಾಡ್ತು. ಬೈ ಚಾನ್ಸ್ ತಪ್ಪಿಸ್ಕಂಡ್ ಓಡ್ಬಂದೆ. ಥೂ ಥೂ ಎಂತಾ ವಾಸನೆ. ಹಾಳಾದ ಹಳ್ಳಿ ಜನ ಅದೇನ ತಿಂತಾರೋ ನನಗೆ ಗೊತ್ತಾಗೋಲ್ಲಪ್ಪಾ. ಇಂಥಾ ದೆವ್ವ ಪಿಶಾಚಿಗಳಿರೋ ಮನೆಗೆ ಹೆಣ್ಣು ಕೊಡಬಾರದಿತ್ತು' ಎಂದು ಅವಮಾನ ತಡೆಯಲಾರದೆ ಹೀನಾಮಾನವಾಗಿ ಗಂಡಿನ ಮನೆಯನ್ನು ಹಳಿಯತೊಡಗಿದ್ದ. ಆ ವೇಳೆಗೆ ಕುಡಿತದಲ್ಲಿ ಊರಿಗೆ ಚಾಂಪಿಯನ್ ಆಗಿದ್ದ ಅತಾರಿ ಬಂದವನು ಹೆಣ್ಣಿನ ಕಡೆಯವನ ಮೇಲೆ ಕೈ ಕೈ ಮಿಲಾಯಿಸುವ ಮಟ್ಟಕ್ಕೆ ಹೋಗಿ ಕೊನೆಗೆ ಗಂಡು ಬಂದು ಇಬ್ಬರಿಗೂ ಕೈ ಮುಗಿದಿದ್ದಾಗ ಗದ್ದಲ ಮುಗಿದಿತ್ತು. ಇಂಥಾ ಹತ್ತಾರು ಹಗರಣಗಳ ಕಕ್ಕಸು ಗುಂಡಿ ಈಗ ಒಂದೊಂದೂ ಇತಿಹಾಸದ ಹೊಲಗೇರಿಯ ಬದುಕಿನ ಪುಟಗಳನ್ನು ತೆರೆದಿಡುವಂತೆ ಗುಂಜಾರಯ್ಯನ ತಲೆ ಒಳಗೆ ಬಿಡಿಸಿಕೊಳ್ಳುತ್ತಾ ಬಂದವು. ಚಿಕ್ಕಣ್ಣನಿಗೆ ಹಂದಿ ಬಿದ್ದಿರುವ ಸಂಗತಿ ತಿಳಿದಮೇಲಂತೂ ಆನಂದಾತಿರೇಕ ಕ್ಕೊಳಗಾಗಿ ಬಯಸದೆ ಬಂದ ಭಾಗ್ಯ ಎನ್ನುತ್ತಾ ಆ ಬಗ್ಗೆ ಯೋಜನೆ ಹಾಕತೊಡಗಿದ. ಮನೆಯ ಹೆಂಗಸರು ಈ ಘಟನೆಯಲ್ಲಿ ಯಾವುದೋ ಕೇಡಿನ ಸೂಚನೆ ಎನ್ನುವಂತೆ ಲೆಕ್ಕಹಾಕತೊಡಗಿದರು. ಚೆಲುವನ ಅವ್ವ ಯಾಕೋ ಹೆದರಿ ಮಗನನ್ನು ಕೂಗಿಕೊಂಡಳು. ಹರಿಕತೆಯಲ್ಲಿ ಹೇಳಿದ್ದ ಕತೆ ಅವಳಿಗೂ ನೆನಪಾಗಿ 'ಅಯ್ಯೋ ದೇವ್ರೆ' ಸ್ವಾಮಿ ಹಂದಿ ರೂಪ ತಾಳಿತ್ತು ಅಂತಾ ಹೇಳ್ತಿದ್ರಲ್ಲಪ್ಪಾ. ರಾಕ್ಷಸುನ್ನಾ ಸಾಯ್ಸಕೆ ಆ ಅವುತಾರ ಎತ್ತಿ ಏಲ್ ಮನ ವೊಳಗಿದ್ದೋನ ಸಿಗುದಾಕ್ತಂತಲ್ಲಾ...' ಎಂದು ಅಸ್ಪಷ್ಟವಾಗಿ ನೆನಪಿಸಿಕೊಂಡಳು. 'ಲೋ ಚೆಲುವಾ, ಚೆಲುವಾ, ಬಾರೋ ನಿನ್ ಬಾಯುಗ್ ನನ್ ರಕ್ತ ಹಾಕ, ಎಲ್ಲಿದ್ದಿಯೋ' ಎಂದು ಜೋರಾಗಿ ಕೂಗಿಕೊಂಡಳು. ಯಾವತ್ತೂ ಇಲ್ಲದ ಅವ್ವ ಇವತ್ತು ಏಕೆ ಹೀಗೆ ಬೈಯುತ್ತಿ ದ್ದಾಳೆಂದು ಚೆಲುವ ಮನೆಯೊಳಗೆ ಬಂದು ಏನವ್ವಾ ಎಂದು ನಿಂತ. ಹಿತ್ತಲ ಮನೆ ಬಾಗಿಲಿಂದ ಕಕ್ಕಸು ಗುಂಡಿಯ ವಾಸನೆ ನಿಧಾನವಾಗಿ ಮನೆಯನ್ನು ಆವರಿಸಿ ವಾಸನೆ ತರಿಸುತ್ತಿದೆ ಎಂದು ಮೂಗು ಮುಚ್ಚಿಕೊಂಡ.

* * *

ವಿಷಾದವೆಂದರೆ ಚೆಲುವನ ಬುಗುರಿ ಯಾವ ಕಾರಣಕ್ಕೂ ಕೈಗೆ ಬರುತ್ತದೆ ಎಂಬ ಯಾವ ಅಂಶವೂ ಉಳಿಯಲಿಲ್ಲ. 'ಆ ಗುಂಡಿ ತಂಟೆಗೆ ವೋಗ್ಬೇಡ. ಸಿಲೆಟ್ ತಕಂದು

ಪಡಸಾಲೆ ಮ್ಯಾಲೆ ಕುಂತ್ಕ ಬರಿಯೋಗು. ರಜಾ ಇದ್ರೆ ವೋದ್‌ಬ್ಯಾಡ ಅಂತಿದ್ದದೇನೋ' ಎಂಬ ಮಾತು ಅವನಿಗೆ ಬಿತ್ತು. ಹೋಟೆಲ್ ತಿಂಡಿಗಳಿಗಾಗಿ ಅವನ ಅವ್ವ ಏನೇನೋ ಕೆಲಸ ಮಾಡುತ್ತಿದ್ದಳು. ಚೆಲುವ ಬೀದಿಗೆ ಬಂದು ಎಲ್ಲವನ್ನೂ ಜಗಿಯತೊಡಗಿದ. ಅಪ್ಪ ಹಂದಿಯನ್ನು ಹೇಗೆ ಮೇಲೆತ್ತುತ್ತಾನೆ. ಹಾಗೆ ಎತ್ತುವಾಗ ತನ್ನ ಬುಗುರಿ ಏನಾದರೂ ಸಿಕ್ಕಿದರೆ ಏನು ಮಾಡುತ್ತಾನೆ ಎಂದು ಲೆಕ್ಕಿಸಿದ. ಯಾವ ಪರಿಹಾರವೂ ಗೋಚರಿಸಲಿಲ್ಲ. ಸಪ್ಪೆ ಮೋರೆ ಹಾಕಿಕೊಂಡು 'ನಾನು ಬುಗುರಿಯಾಡುದ್ರೆ ಅವ್ಪುನ್‌ಗೇನು ಕಷ್ಟ' ಎಂದು ತನ್ನೊಳಗೇ ಅಂದುಕೊಂಡ. ಬೆಳಿಗ್ಗೆ ಬೀದಿಯಲ್ಲಿ ಬುಗುರಿ ಆಡುತ್ತಿದ್ದಾಗ ಬಾರುಗೋಲು ತಂದು ಚಟೀರೆಂದು ಹೊಡೆದು ಬುಗುರಿಯನ್ನು ಕಿತ್ತುಕೊಂಡು ಹೋಗಿ, ಅವನ ಅಪ್ಪ ಆ ಕಕ್ಕಸು ಗುಂಡಿಗೆ ಬಿಸಾಡಿದ್ದ. ಅಪ್ಪನೇ ಒಂದು ದೊಡ್ಡ ರಾಕ್ಷಸನಂತೆ ಚೆಲುವನ ಮನಸ್ಸಿನಲ್ಲಿ ಸುಳಿದು ಬಂದ. ಹಾಗೆಯೇ ಆ ಮನೆಯ ಅವನ ಅವ್ವ, ಅಜ್ಜಿ, ಅತ್ತೆಯಂದಿರು ಇತ್ಯಾದಿಗಳ ಪೇಲವ ವಿಷಣ್ಣ ಮುಖಗಳು ಎದುರಾಗಿ ಅವರು ಎಂತದೋ ಭಯಂಕರ ರೋಗಗಳಿಂದ ಬಳಲುತ್ತಿರಬೇಕೆಂದು ಭಾವಿಸಿಕೊಂಡ. ಅವನ ಅವ್ವನ ಮಾತನ್ನು ಮೀರಿ ಹೋಟೆಲಿಗೆ ಬಂದ. ಅಲ್ಲಿ ಪರ್ಮಿನೆಂಟ್ ಗಿರಾಕಿಗಳಂತೆ ಸದಾ ಅತಾರಿ ಅಪ್ಪನ ಜೊತೆ ಇದ್ದೇ ಇರುತ್ತಿದ್ದನ್ನು ನೋಡಿದ. ಹಂದಿ ಮೇಲೆತ್ತುವ ಬಗೆಗೆ ಏನೇನು ನಿರ್ಣಯ, ಚರ್ಚೆಗಳನ್ನು ಕೈಗೊಳ್ಳುತ್ತಾರೆಂದು ತಿಳಿಯಲು ಚೆಲುವ ಬರುವ ಹೊತ್ತಿಗಾಗಲೆ ಸಾಕಷ್ಟು ಚರ್ಚೆ ಮುಗಿದಿತ್ತು. ಚಿಕ್ಕಣ್ಣ ಮತ್ತು ಅತಾರಿಯ ನೀಲಿ ನಕ್ಷೆಯಂತೆ ಬಿದ್ದಿರುವ ಹಂದಿಯನ್ನು ಲಪಟಾಯಿಸುವುದೇ ಸರಿ ಎಂದಾಗಿತ್ತು. ಆದರೆ ಒಳಗಿರುವ ಹಂದಿಯನ್ನು ಕೊಲ್ಲುವ ಕೆಲಸ ದುಸ್ಸಾಧ್ಯವಾಗಿತ್ತು. ಗುಂಡಿಯೊಳಗೇ ಅದನ್ನು ಕೊಲ್ಲುವುದು ಸಾಧ್ಯವೇ ಇರಲಿಲ್ಲ. ಹಂದಿ ಜಾತಿಯಂತಹ ಪ್ರಾಣಿಗಳು 'ಸುಲೆಬ್‌ರೇಟೆಲಿ' ಪ್ರಾಣವನ್ನು ಬೇಗ ಕಳೆದುಕೊಳ್ಳುವಂತಹವಾಗಿರಲಿಲ್ಲ. ಹಾಗೇನಾದರೂ ತಿವಿದು, ಚುಚ್ಚಿ ಕೊಲ್ಲಲು ಹೊರಟರೆ ಅದು ಇಡೀ ಊರಿಗೇ ಗುಟ್ಟು ಗೊತ್ತಾಗುವಂತೆ ಶಬ್ದ ಮಾಡಿ ಕೊನೆಗೆ ಅದರ ಮಾಲೀಕನಿಗೆ ಸಂಗತಿ ತಿಳಿದು ರಂಪವಾಗಿ ತಮ್ಮ ನೀಲಿನಕ್ಷೆ ಹಾಳಾಗುತ್ತದೆಂದು ಯೋಚಿಸಿದರು. ಕೊನೆಗೆ ಅವರ ಯೋಚನೆಯಂತೆ ಇಷ್ಟು ತೀರ್ಮಾನಗಳಿಗೆ ಬಂದರು.

ಹಂದಿಯನ್ನು ಸಂಜೆತನಕ ಗುಂಡಿಯಲ್ಲೇ ಉಳಿಯಲು ಬಿಡಬೇಕು. ಅದು ವದ್ದಾಡಿ ವದ್ದಾಡಿ ಸುಸ್ತಾಗಿ ಸಾಯುವ ಸ್ಥಿತಿಗೆ ಬಂದಾಗ ಭರ್ಚಿಯಿಂದ ತಿವಿಯುವ ಕೆಲಸ ಮಾಡಬೇಕು ಹಾಗೂ ಸಾಯಲಿಲ್ಲ ಎಂದರೆ ಕಕ್ಕಸು ಗುಂಡಿಯೊಳಕ್ಕೆ ಇಳಿದು ಹಗ್ಗ ಬಿಗಿದು ಮೇಲೆತ್ತಿ ಮುಂದಿನ ಕೆಲಸ ಮಾಡಬೇಕು ಎಂದು ತೀರ್ಮಾನಿಸಿದರು. ಇಷ್ಟೆಲ್ಲಾ ನಡೆಯುವ ಕೊನೆ ಹಂತವನ್ನು ಕೇಳಿಸಿಕೊಂಡ ಚೆಲುವ ತನ್ನ ಬುಗುರಿಯ ಜೊತೆಗೆ ಹಂದಿ ಸಾಯುವುದನ್ನು ಕಲ್ಪಿಸಿಕೊಂಡ. ಅದನ್ನು ಸಾಯಿಸುವದಾದರೂ ಯಾಕೆಂದು ಅವನಿಗೆ ತಿಳಿಯಲಿಲ್ಲಾ. ತನ್ನ ತಾತ ಇಂಥಾ ದುಸ್ಸಾಧ್ಯ ನೀಲಿನಕ್ಷೆಯ ಯೋಚನೆ ಸರಿಯಲ್ಲಾ ಎಂದು ಹೇಳಿದಾಗ ತಾತ ಮಾತ್ರವೇ ಸರಿ ಎನಿಸಿಬಿಟ್ಟಿತು.

ಅಂತೂ– ಹೋಟೆಲಿಗೆ ಗಿರಾಕಿಗಳು ಬಂದರು, ಹೋದರು. ಬೊಂಡಗಳ ತಿಂದರು, ಟೀ ಹೀರಿದರು. ಅಂತಾ ಇಂತಾ ಮಾತಾಡಿ ಬಿಸಿಲಿನ ಬಗ್ಗೆ ಬೈಯ್ದರು. ಮಳೆ ಈ ವರ್ಷವೂ ಕೈ ಕೊಡುತ್ತದೆಂದು ನಿರಾಶರಾದರು. ಹಾಗೆಯೇ ಬಂದ ಒಬ್ಬೊಬ್ಬರೂ–'ಥೂ, ಇದೇನ್ ಚಿಕ್ಕಣ್ಣಾ ಇಂಥಾ ವಾಸ್ಣೆ ಬತ್ತಾದಲ್ಲಾ. ಇವತ್ತು ಏನ್ ಎಲ್ಲಾರ ನಾಯಿಗೀಯಿಸತ್ತಿದ್ದದೆ ನಿಮ್ಮತ್ಲೆಲಿ? ಥೂ ಬರೀ ಅಮಾದಿ ವಾಸ್ನೆ ಕನಪ್ಪಾ' –'ಟೀಯ ಬಾಯ್ಗೆ ಬಿಡೊಕೆ ಆಗುದಿಲ್ಲ'– ಎನ್ನುವ ಮಾತುಗಳನ್ನು ಆಡಿದ್ದರು. ಹೀಗೆ ದೈನಂದಿನ ಬದುಕಿನ ಚಟುವಟಿಕೆಗಳೆಲ್ಲದರ ಬಗ್ಗೆ ವಿಚಾರಮಾಡಿ ಅವರವರ ಕೆಲಸಕ್ಕೆ ಹೋಗಿದ್ದರು. ಬಿಸಿಲು ಆಗತಾನೆ ಇಳಿಯುವ ಸೂಚನೆ ತೋರಿತು.

* * *

ಅತಾರಿ ತನ್ನ ನೀಲಿ ನಕ್ಷೆಗೆ ತಕ್ಕಂತೆ ಎಲ್ಲವನ್ನು ಸಿದ್ಧಮಾಡಿಕೊಂಡಿದ್ದ. ಒಂದು ಮಡಕೆ ಎಂಡವನ್ನು ಈ ಕಾರ್ಯಕ್ಕಾಗಿ ಪೆಂಟೆಯಿಂದ ತಂದು ಹಿತ್ತಲಲ್ಲೇ ಇಟ್ಟಿದ್ದ. ಭಯಂಕರವಾಗಿ ಕುಡಿದು, ಆನಂತರ ವಿಪರೀತ ನಿಶೆಯೇರಿದ ಘೇಲೆಯೇ ತಾವು ಕಾರ್ಯಾಚರಣೆಗೆ ತೊಡಗುವದು ಸರಿ ಎಂಬುದು ಅವನ ವಾದ. ಯಾಕೆಂದರೆ, ವಿಪರೀತವಾದ ಆ ಕೆಟ್ಟ ಏಲಿನ ವಾಸನೆಯಿಂದ ಹಂದಿಯನ್ನು ಮೇಲೆತ್ತುವುದಕ್ಕೆ ಕಷ್ಟವಾಗುತ್ತದೆಯಾದ್ದರಿಂದ ಸಂಪೂರ್ಣ ನಿಶೆಯಿದ್ದರೆ ಯಾವ ವಾಸನೆಯನ್ನೂ ಲೆಕ್ಕಿಸದೇ ಕೆಲಸ ಮಾಡಬಹುದು ಎಂದು ನಿರ್ಣಯಿಸಿ ಚಿಕ್ಕಣ್ಣನ ಸಹಬ್ಬಾಸಗಿರಿ ಪಡೆದಿದ್ದ. ಅಂತೂ ಎಲ್ಲವೂ ಸಿದ್ಧವಾಯಿತು. ಮನೆಯ ಹೆಂಗಸರು ಈ ನೀಲಿನಕ್ಷೆ ಬಗ್ಗೆ ಅಸಮಾಧಾನ ವ್ಯಕ್ತಪಡಿಸಿದರಾದರೂ ಕೂಡ ಅವರ ಧ್ವನಿಗೆ ಯಾವ ಮೈಕೂ ಇರಲಿಲ್ಲ. ಗುಟ್ಟಾಗಿ ಬೇಗ ಕೆಲಸ ಮುಗಿಸಬೇಕೆಂದು ಎಂಡ ಕುಡಿಯುವದರಲ್ಲಿ ಇಬ್ಬರೂ ತೊಡಗಿದರು. ಚೆಲುವ ಇದನ್ನೆಲ್ಲ ಕದ್ದು ಗಮನಿಸುತ್ತ, ಮನುಷ್ಯರು ಏಲುಗುಂಡಿಗೆ ಹೇಗೆ ಇಳಿಯುತ್ತಾರೆಂಬುದನ್ನು ನೋಡಲು ಆಶ್ಚರ್ಯ ದಿಂದಲು ಬುಗುರಿ ಏನಾದರೂ ಸಿಗಬಹುದೇ ಎಂಬ ಅಣುವಿನಷ್ಟು ಆಸೆಯಿಂದಿರಲು ಕಾದು ತಾನೊಂದು ಕಡೆ ಮರೆಯಲ್ಲಿ ಕುಳಿತ. ಚಿಕ್ಕಣ್ಣ ಒಂದು ಸುತ್ತು ಗಟಗಟ ಕುಡಿದು ಎದ್ದು ಬಂದು ಕಕ್ಕಸು ಗುಂಡಿಯನ್ನು ತೆಗೆದು ನೋಡಿ ಅಸಾಧ್ಯ ವಾಸನೆಗೆ ಬೆಚ್ಚಿ ವಾಪಸ್ಸು ಓಡಿಬಂದು ಪುನಃ ಕುಡಿಯತೊಡಗಿದ. ಆ ಗಬ್ಬು ಇಡೀ ಊರಿನ ಗಬ್ಬಿನಂತೆ, ಮನುಷ್ಯನ ಗಬ್ಬಿನಂತೆ ನಡೆದು ಬಂದ ಹಾದಿಯ ಗಬ್ಬಿನಂತೆ ಊರ ಸುತ್ತ ಗಾಳಿಯ ಜೊತೆ ಅಲೆಯ ತೊಡಗಿತು. ಅತಾರಿಗೆ ವಿಪರೀತ ನಿಶೆ ಏರುತ್ತಿತ್ತು. ತೊದಲುತ್ತ, 'ಯಂಗೋ ವತಾರಿಂದ ಒಳ್ಗೇ ಬಿದ್ಕಂಡು ಸಾಯುಮಟ್ಟುಕ್ಕೊಗದೆ, ಈಗ ಉಪಾಯ್ದಲಿ ಅದುರ್ ಕತ್ತ ಚಿಮ್ಕಿ ಸಾಯಿಸ್‌ಬೋದು'–ಎಂದ. ಚಿಕ್ಕಣ್ಣ ಗಟರುಗುಟ್ಟುತ್ತಾ 'ಅಂಗ್ಮಾಡುದ್ರೆ ಆದಾದ್ಲಾ ಅತಾರಿ. ಅಂದಿ ಸಕ್ನೆ ವತ್ಕಂಟ ಜೀಮ ಇಡ್ಕಂದಿರ್ತದೆ. ಅದ್ಕೇ ಕತ್ತ ಚಿಮ್ಕಿ ಸಾಯ್ಸುಮಾತ ಅತ್ತಾಗ್ ಬಿಸಾಕು' ಎಂದ. 'ನೀನೇಳುದೂ ಸರಿಯೇ ಕನಣ್ಣ. ಯೀಗಾ ಇಂಗ್ಮಾಡ್ವೆ, ಒಂದ್ ದೊಡ್ ಕಂಬ್ಳಿ ಚೀಲ್ಕೆ ಅದ ಸೇರುಸ್‌ಬುಟ್ಟು, ಆಮೆಕೆ ಅಗ್ಗಕಟ್ಟಿ ಮ್ಯಾಕಳಕಮ' ಎಂದ. 'ಸೈ ಕಲಾ

ಅತಾರಿ' ಎಂದು ಚಿಕ್ಕಣ್ಣ ಹಾಗೆಯೇ ಒಪ್ಪಿಕೊಂಡು ಕಕ್ಕಸು ಗುಂಡಿಗೆ ಇಳಿಯುವ ಕಾಯಕಕ್ಕೆ ಅಣಿಯಾದರೂ ಚೆಲುವ ಇದನ್ನೆಲ್ಲ ನೋಡುತ್ತಲೇ ಬುಗುರಿ ಸಿಕ್ಕಿದರೂ ಕೂಡ ಅಪ್ಪ ಅದನ್ನು ಕಣ್ಣಿಗೆ ಕಾಣದಂತೆ ದೂರ ಎಸೆಯುತ್ತಾನೆಂದುಕೊಂಡು ದುಃಖಿತನಾದ. ತನ್ನ ಆತ್ಮೀಯರಾರೋ ಕಳೆದುಹೋದರು ಎಂಬಂತೆ ಬುಗುರಿಯ ಬಗ್ಗೆ ಚಿಂತೆಪಡತೊಡಗಿದ.

* * *

ಹೊದಿಸಿದ್ದ ತೆಂಗಿನ ಗರಿಗಳನ್ನು ಅತಾರಿ ಮೆಲ್ಲಗೆ ಎಳೆದು ಹಾಕಿದ. ಗಬ್ಬುನಾತ ಅಡರಿ ಕೊಂಡಿತ್ತು. ಕುಡಿದು ಅಮಲಾಗಿದ್ದ ಅವರ ಕಣ್ಣುಗಳು ಆ ವಾಸನೆಗೆ ಸ್ಪಂದಿಸುತ್ತಿರುವಂತೆ ಆ ನರಕದೊಳಗೆ ಹಂದಿಗಾಗಿ ಕಣ್ಣಾಡಿಸಿದರು. 'ಎತ್ತಾಗೋಯ್ತಣ್ಣಾ ಕಾಣುದೆ ಇಲ್ವಲ್ಲಾ' ಎಂದ ಅತಾರಿ. 'ಯೇಯ್ ಮಟ್ಟಾಗ್ ನೋಡ್ಲಾ, ಅಲ್ಲೇ ಯೇಲ್ ಮರ್ಕಂಡು ಬಿದ್ದದಲ್ಲಾ' ಎನ್ನಲು ಚಿಕ್ಕಣ್ಣ: 'ವುಂಟನಣ್ಣೋ ಯೇಲೆಲಿವುಂಟಾಡಿ ವುಂಟಾಡಿ ಗುರ್ತೇ ಕಾಣ್ದಂಗಾಗದೆ' ಎಂದು ಅಸಾಧ್ಯ ವಾಸನೆಯನ್ನು ಸಹಿಸಿಕೊಂಡು ನೋಡಿದರು. ಈಗ ಇಬ್ಬರಲ್ಲಿ ಒಬ್ಬರು ಕೆಳಕ್ಕೆ ಇಳಿಯುವುದೇ ಸರಿ ಎಂದು ತೀರ್ಮಾನಿಸಿದರು. ಇಷ್ಟೆಲ್ಲದರ ನಡುವೆ ಮಹಾ ಧೈರ್ಯ ತುಂಬಿಕೊಂಡು ಚೆಲುವ, ಬುಗುರಿ ಏನಾದರು ಅಲ್ಲಿ ಕಾಣಬಹುದೇ ಎಂದು ಬಂದು ಬಗ್ಗಿ ನೋಡಿದ. ಬುಗುರಿಯ ಆಸೆಗಾಗಿ ಆ ವಾಸನೆಯನ್ನು ಸಹಿಸಿಕೊಂಡು ನೋಡಿಯೇ ನೋಡಿದನಾದರೂ ಏನೂ ಕಾಣಲಿಲ್ಲ. ಚಿಕ್ಕಣ್ಣ ಸಿಟ್ಟು ಮಾಡಿಕೊಂಡು 'ಲೇಯ್ ಅದೇ ನಂಗ್ ಬಗ್ ನೋಡಿಯೇ, ವೋಗತ್ತಗ್ ನಿಂತ್ಕಂದ್ ಯಾರಾರ ನೋಡ್‌ಗೀಡರ್ ಅನ್ನುದಾ ನೋಡ್ಕ ವೋಗು' ಎಂದು ಕಾಯುವ ಕೆಲಸವನ್ನು ಮಗನಿಗೆ ವಹಿಸಿದ. ಚೆಲುವನಿಗೆ ಧೈರ್ಯ ಬಂದಂತಾಗಿ 'ಆಯ್ತು' ಎನ್ನುವಂತೆ ಅವರ ಪಾಡಿಗೆ ಅವರು ಹಂದಿ ಎತ್ತುವ ಕಾಯಕ ಮಾಡಲಿ, ತನ್ನ ಪಾಡಿಗೆ ತಾನು ಬುಗುರಿ ಹುಡುಕುವ ಕೆಲಸ ಮಾಡಿದಂತಾಗಲಿ ಎಂದುಕೊಂಡು ಸ್ವಲ್ಪ ದೂರಕ್ಕೆ ಹೋಗಿ ನಿಂತು ಬುಗುರಿಯ ಗುಯ್‌ಗುಟ್ಟುವಿಕೆಗಾಗಿ ಕಾತರಿಸಿದ. ಹಂದಿಯು ವಿಕಾರ ರೂಪವಾಗಿ ಇಡೀ ಮೈ ತುಂಬಾ ಅಮಾದಿ ಮೆತ್ತಿಕೊಂಡು 'ವರಹಾವತಾರ'ದ ವಿಷ್ಣುವನ್ನು ನೆನಪಿಸುವಂತೆ ಬಿದ್ದಿತ್ತು. ಅದರ ದುರಂತವೋ, ಅತಾರಿಯ ದುರಂತವೋ, ಯಾರ ದುರಂತವೋ ಏನೋ–ಅದು ಅತ್ಯಂತ ನಿಶ್ಶಕ್ತಿ ಗೊಳಗಾಗಿ ಸಾಯುವ ಸ್ಥಿತಿ ತಲುಪಿದ್ದರಿಂದ ಅವರ ಯೋಜನೆ ಸುಲಭವಾಗತೊಡಗಿತು. ಆದರೂ ಇಬ್ಬರಲ್ಲಿ ಒಬ್ಬ ಗುಂಡಿಗೆ ಇಳಿಯಲೇ ಬೇಕಾದ್ದರಿಂದ ಚಿಕ್ಕಣ್ಣನೇ ಒಳಗೆ ಇಳಿಯುವ ಮನಸ್ಸು ಮಾಡಿ ಆ ವಿಪರೀತವಾದ ಗಬ್ಬನ್ನು ಸಹಿಸಿಕೊಂಡು ಇಳಿಯ ತೊಡಗಿದ.

ಹಿಂದೆ ಗೌಡರ ಕೋಣ ಒಳಕ್ಕೆ ಬಿದ್ದು ಮಣ್ಣು ಕುಸಿದು ಅಗಲ ಮಾಡಿದ್ದರಿಂದಲು, ಆಳ ಕಡಿಮೆಯಾಗಿದೆ ಎಂತಲು, ಕೆಳಗೆ ನೆಲ ಗಟ್ಟಿಯಾಗಿದೆ ಎಂದುಕೊಂಡು ಕಾಲುಬಿಟ್ಟು ಇಳಿಯುತ್ತಿರುವಂತೆಯೇ ಆ ಅಸಾಧ್ಯ ವಾಸನೆಯಲ್ಲಿ ಆಯತಪ್ಪಿ, ಅಮಲಿನಿಂದ ನಿಶ್ಶಕ್ತನಾಗಿ ಒಂದೇ ಬಾರಿಗೆ 'ಪರ್' ಎಂದು ಜಾರಿಕೊಂಡು ಹೋಗಿ ಥೇಟ್ ಹಂದಿಯಂತೆಯೇ ಆ ಕಕ್ಕಸು ಗುಂಡಿಗೆ ಬಿದ್ದು ಸೊಂಟದ ತನಕ ಏಲು ಮೆತ್ತಿಸಿಕೊಂಡು ಮುಖವನ್ನೆಲ್ಲ

ವಿಕಾರವಾಗಿ ಕೊಕ್ಕರಿಸಿಕೊಂಡು ಬಿದ್ದಿದ್ದ ಹಂದಿಯ ಮುಂದೆಯೇ ಹೋಗಿನಿಂತ. ಹಂದಿ ಒಮ್ಮೆ ಜೀವ ಬಿಡುವಂತೆ ಗುಟುಕ್ ಪಟರ್ ಎಂದು ಕ್ಷೀಣವಾಗಿ ಶಬ್ದಿಸಿ ಕಣ್ಣು ಬಿಡುವ ಪ್ರಯತ್ನ ಮಾಡಿತಾದರೂ ಅವುಗಳ ಮೇಲೂ ಅಮಾದಿ ಮೆರೆದುಕೊಂಡಿತ್ತು. ಹೀಗೆ ಆಯತಪ್ಪಿ ಜಾರಿಬಿದ್ದ ಚಿಕ್ಕಣ್ಣನ ಅವಸ್ಥೆಯನ್ನು ಕಂಡು ಮೇಲೆ ನಿಂತಿದ್ದ ಅತಾರಿ ಜೋರಾಗಿ ನಕ್ಕು 'ಇದೇನಣ್ಣಾ ಅಂದಿ ತರ್ದಲೇ ನೀನು ವೋಗಿ ಬಿದ್ಕಂದಲ್ಲಾ' ಎಂದ. ಚಿಕ್ಕಣ್ಣನಿಗೆ ಸಿಟ್ಟು ನೆತ್ತಿಗೇರಿ, ಆದರೂ ತಾನೀಗ ಏಲು ಗುಂಡಿಯಲ್ಲಿ ನಾಟಿಕೊಂಡಿರುವುದರಿಂದ ಕೋಪ ಮಾಡಿದರೆ ಕೆಲಸ ಆಗುವದಿಲ್ಲ ಎಂದುಕೊಂಡು 'ಬೊಡ್ಡಿ ಮಗ್ನೇ ಮೊದ್ಲು ಚೀಲಕೊಡು, ನಗುವಂತೆ ಆಮೇಕೆ' ಎಂದ. ಅತಾರಿ ಆತುರದಿಂದಲೇ ಚೀಲಕೊಟ್ಟು, ನಗುತ್ತಲೇ 'ತಕೋ ಯೀ ಅಗ್ಗನೂ' ಎಂದ. ಭಯಾನಕ ಚಿತ್ರವನ್ನು ತಾನು ನೋಡುತ್ತಿರುವಂತೆ ಚೆಲುವ ಇದನ್ನು ನೋಡಿ ವಾಕರಿಕೆ ಪಟ್ಟುಕೊಂಡು ಏನೇನೋ ಗೊಂದಲದಿಂದ ಸಪ್ಪಗಾಗಿಬಿಟ್ಟ. ಚಿಕ್ಕಣ್ಣನಿಗೆ ಆ ಅಸಾಧ್ಯ ವಾಸನೆಯಲ್ಲಿ, ಸಿಟ್ಟಿನಲ್ಲಿ, ಅವಮಾನದಲ್ಲಿ ಕುಡಿದಿದ್ದೆಲ್ಲ ವಾಂತಿ ಯಾಗಿ ನಿಶೆಯೆಲ್ಲ ಇಳಿದು 'ಹಲವಾರು ತರದ ಕೋಪಗಳು' ಬೆಳೆಯತೊಡಗಿದವು. ಒಳಗೆ ಬಿದ್ದಿರುವ ಹಂದಿ ಕುಂಟಣ್ಣನದೇ ಎಂದು ತಿಳಿಯಲ್ಪಟ್ಟಿತು. ಇಷ್ಟರೊಳಗೆ ಚೆಲುವ ತನ್ನ ಅಪ್ಪನ ಹಣೆಬರಹ ಹೀಗಾಗಿದೆ ಎಂಬಂತೆ ತಾತನಿಗೆ ಹೋಗಿ ತಿಳಿಸಿದ. ಚಿಕ್ಕಣ್ಣನ ಅಪ್ಪ ಗುಂಜಾರಯ್ಯ ಸಿಟ್ಟಿನಿಂದ ಬಂದು–'ಇಂಗ್ಮಾಡ್ರಪ್ಪಾ ಅಂತೇಳಿದ್ನೆ ನಾನು ಮ್ಯಾಲೇ ನಿಂತ್ಕಂಡು ಉಪಾಯ್ದೆಲೆ ಕೊಕ್ಕೆಲಿ ಕುತ್ಗೆಗೆ ಅಗ್ಗ ಹಾಕಂದು ಮ್ಯಾಕೆತ್ತಿ ಅಂತಲು ಹೇಳಿತ್ತು. ಥೂ ರಾಮ ರಾಮಾ–ಯಾವ್ ಕರ್ಮ ಮಾಡಿದ್ರೋ ಪಾಪಿಗೊಳಾ, ಯಾರಾರ ಏಲ್ ಗುಂಡಿಗೆ ಬಿದ್ದು ಬಟ್ ಬರೆ ಮೈಯೆಲ್ಲನ್ನು ಯೇಲ್ ಮಾಡ್ಕಂದರೇ, ನನ್ ಕಣ್ಣೆದುರ್ಗೇ ನರ್ಕುಕ್ ಬಿದ್ದಲ್ಲಾ ನೀನು, ಏನ್ ಮಾಡಿಯೇ ಅದು ನಿನ್ ಕರ್ಮ ಕನಪ್ಪಾ' ಎಂದು ಹಳಿಯುತ್ತಾ ತಾನು ಹೇಳಿದಂತೆ ಮಾಡಿಲ್ಲ ಎಂದು ಗುಂಜಾರಯ್ಯ ಬೈಯತೊಡಗಿದ್ದ. ಚಿಕ್ಕಣ್ಣ ಹಂದಿ ಯನ್ನು ಚೀಲಕ್ಕೆ ಹಾಕಿ ಹಗ್ಗ ಬಿಗಿದು ಕಣ್ಣನ್ನು ಮಳ್ಳಿಸುತ್ತಿದ್ದ. ಗುಂಜಾರಯ್ಯ ಬೇಸರ ಗೊಂಡು, ತನ್ನ ಮನೆತನ ಪೂಜಾರಿಕೆ ವಂಶವಲ್ಲವೇ, ಅದು ಹೀಗಾಗ ಬೇಕಿತ್ತೆ. ಏಲು, ಎಂಡ, ವುಚ್ಚೆ ಎಲ್ಲಾನು ಒಂದು ಮಾಡಿಕೊಂಡು ಮನೆತನದ ಶುದ್ಧ ಸೂಕ್ಷ್ಮಗಳನ್ನು ಹಾಳು ಮಾಡಿದರಲ್ಲಾ ಎಂದುಕೊಂಡ. ಊರ ದೇವರ ಪೂಜಾರಿಕೆಗೆ ಅಪವಿತ್ರವಾಯಿತು ಎಂದು ನೋವುಪಟ್ಟ. ಚಿಕ್ಕಣ್ಣ ಹಗ್ಗ ಬಿಗಿದು 'ಹೂಂ' ಎಂದ ಮೇಲೆ ಅತಾರಿ ಹಂದಿಯನ್ನು ಮೇಲೆ ಎಳೆದು ಹಾಕಿದ. ಹಾಗೆಯೇ ಅತಾರಿ ಮಾತನಾಡಿ 'ಬಾ ಇಪಟು ಮ್ಯಾಕೆ. ಅಗ್ಗವ ಬಿಗಿಯಾಗ್ ಇಡ್ಕ ಅತಪ್ಪೋ; ಆಮೆಕ್ ತಿರ್ಗ ತಳ್‌ತಳುಕ್ಕಾಗಿ ಮಗುಚ್ಕಂದಿಯೇ' ಎಂದು ನಗಾಡಿದ. ಚಿಕ್ಕಣ್ಣನ ನಿಶಾಯೆಲ್ಲ ಮಂಗಮಾಯವಾಗಿತ್ತು. ಅವಮಾನಿತನಾಗಿ ಮೇಲೆ ಬಂದು ತನ್ನ ಸೊಂಟದ ತನಕ ರೊಚ್ಚು ನೀರು ಇಳಿಯುತ್ತಿರುವುದನ್ನು ಒಮ್ಮೆ ನೋಡಿ ಕೊಂಡು ಅತ್ಯಂತ ಸಿಟ್ಟಿನಿಂದ ಅಪ್ಪನ ಕಡೆ ಬಂದ–'ಏನಂದೆ ನೀನು, ನನ್ ಕಣ್ಣೆದುರ್ಗೇ ನರ್ಕ ಕಂಡಲ್ಲಾ, ನಿನ ಹಣೆ ಬರಾ, ನಿನ್ ಕರ್ಮಾ ಅಂತಲು ಅಂದದ್ದು ನೀನು. ನೋಡಿಯಾ ಯೀಗ ಯಾರ್ ನರ್ಕ ಕಂಡರು ಅನ್ನುದಾ' ಎಂದು ತನ್ನ ಅಪ್ಪನ ಮೇಲೆಯೇ ಸಿಟ್ಟಿನಿಂದ, ಹಿಂದಿನ

ಯಾವುದಾವುದೋ ಅಸಮಾಧಾನಗಳನ್ನು ಕಕ್ಕಿಕೊಳ್ಳುವವನಂತೆ ನುಗ್ಗತೊಡಗಿದ. ಪಾಪ ಗುಂಜಾರಯ್ಯ 'ಅಯ್ಯೋ ಹೋಗೋ ಅತ್ಲಾಗಿ, ಮುಟ್ಟಿಸ್ಕಬ್ಯಾಡಾ, ನನ್ನೂ ಆಳ್ ಮಾಡ್‌ಬ್ಯಾಡ' ಎಂದು ಹೇಳಿದರೂ ಕೇಳದೆ ಆತನ ಕುತ್ತಿಗೆ ಪಟ್ಟಿಹಿಡಿದು ಎಳೆಧ್ಯಾಡಿ 'ನಿನ್ನೇ ನರ್ಕುಕ್ ತಳ್ತೀನಿಕನ್ನೋ ಬೊಡ್ಡಿಮಗನೆ' ಎಂದು ತಾರಾಮಾರಾ ವಯಸ್ಸಾದ ಅಪ್ಪನ ಮೇಲೆ ಎರಗಿದ. ಚೆಲುವನಿಗೆ ಬುಗುರಿ ಬೇಕೆನಿಸಲಿಲ್ಲ. ಅಳು ಬರುವಂತಾಯಿತು. ಅತಾರಿ ಸಮಯ ಪ್ರಜ್ಞೆ ಅರಿತು, ಕೆಲಸವೆಲ್ಲ ಹಾಳಾಗಿ ಗುಟ್ಟು ಬಯಲಾಗುತ್ತದೆಂದುಕೊಂಡು 'ಅಣೋ, ಇದೇನಂದಾರು ತಗಿಯಪ್ಪಾ ಪಾಪ ವಯ್ಸಾದೋನ್ ಮ್ಯಾಲೆ ಯಾವ್ ಜಗ್ಳಂದಾರು. ಬಿಡಣೋ, ಅವುನ್ ತಾನೆ ಯಾರ್ಗ್ಗಂದ. ಮಗ ಅಂತಲ್ಲುವಂದುದ್ದು, ಬಿಡು ಬಿಡು' ಎಂದು ಮತ್ತಿದಲ್ಲೇ ಸಿಟ್ಟಿನಿಂದ ಚಿಕ್ಕಣ್ಣನ ರಟ್ಟೆಗಳನ್ನು ಹಿಡಿದು ದರದರ ಎಳೆದು ಅತ್ತ ಬಿಟ್ಟ. ಹಾಗೆ ಬಲವಾಗಿ ಅತಾರಿ ಎಳೆದದ್ದರಿಂದ ಆಯ ತಪ್ಪಿದ ಚಿಕ್ಕಣ್ಣನ ಕಾಲು ಉಳುಕಿದಂತಾಗಿ 'ಲೋ ಅತಾರಿ, ನೀನೂ ನನ್ ತಳ್ಳಿಯಾ. ಒಳುಗ್ ಬಿದ್ದಿದ್ರೆ ನೀನೂ ನಗೂನಾಗೋದಲ್ಲಾ. ಈಗ ನೋಡುದ್ರೆ ಅವುನ್ ಮಾತೇ ಸರಿ ಅಂತಾ ನನ್ನ ತಳ್ತಿಯಲ್ಲಾ' ಎಂದು ರೇಗಿದ. ರೇಗಿದರೂ ಬಿಡದೆ ಅತಾರಿ ಆತನನ್ನು 'ಬಾಣ್ಣೋ ಇಸಾರಿ' ಎಂದು 'ಕೆಲ್ಸ ಬ್ಯಾರೆ ಬಿದ್ದದೆ' ಎನ್ನುತ್ತಾ ಎಳೆದ. ಮೂವರೂ ದುರ್‌ದೈವಿಗಳು ಕಕ್ಕಸು ಗುಂಡಿಯ ಬಳಿಯೇ ನಿಂತಿದ್ದರು. ಅತಾರಿಯು ಜಗಳ ಬಿಡಸಬೇಕೆಂದು ಚಿಕ್ಕಣ್ಣನ ಸೊಂಟವನ್ನು ಬಿಗಿಯಾಗಿ ಹಿಡಿದು 'ಯೇಯ್, ನನುಗ ಕ್ವಾಪ ಬರಿಸ್ ಬ್ಯಾಡ ಬಾಪ್ಪ ನೀನಿಪಟು' ಎಂದು ಜಗ್ಗಿದ. ಚಿಕ್ಕಣ್ಣ ಸಿಟ್ಟಿನಿಂದ 'ಯೇಯ್ ಬಿಡೋ ಸೂಳೆ ಮಗ್ನೆ' ಎಂದು ಬಲವಾಗಿ ಬಿಡಿಸಿಕೊಂಡು ನೂಕಿದ. ಅತಾರಿ ಆ ನೂಕುವಿಕೆಗೆ ನಿಶೆ ಸಹಿತವಾಗಿ ಆಯತಪ್ಪಿ ಯಾವ ತಡೆಯೂ ಯಾವ ನಿರ್ಬಂಧವೂ ಯಾವ ಸಹಾಯವೂ ಇಲ್ಲದಂತೆ ಅತ್ಯಂತ ಸುಲಭವಾಗಿ ಅದೇ ಕಕ್ಕಸು ಗುಂಡಿಯೊಳಕ್ಕೆ ಹಂದಿಯಂತೆಯೇ ಬಿದ್ದುಹೋದ. ಬಿದ್ದವನ ದುರಂತ ಎಂದರೆ– ಅಡ್ಡಡ್ಡಲಾಗಿ ಬಿದ್ದಿದ್ದರಿಂದ ಪೂರ ತಲೆಯಿಂದ ಹಿಡಿದು ಕಾಲಿನತನಕ ಏಲು ಮೆತ್ತಿಕೊಂಡು ಭಯಾನಕ ಅವಮಾನವಾಗಿ ಕ್ರೋಧದಿಂದ ಬಿದ್ದು ತಕ್ಷಣವೇ ಎದ್ದು ನಿಂತು ಮೇಲತ್ತುವ ಪ್ರಯತ್ನ ಮಾಡಿದ.

ಈ ಅಚಾನಕ್ಕಾದ ಘಟನೆಯಿಂದ ಚೆಲುವ ನಕ್ಕಿದನಾದರೂ ಇವೆಲ್ಲ ಯಾವುದೋ ಇನ್ನೊಂದು ಆಯಾಮಕ್ಕೆ ಎಳೆದೊಯ್ಯುತ್ತದೆನಿಸಿ, ಮರೆಗೆ ಬಂದು ನಿಂತುಕೊಂಡ. ಮನೆಯ ಹೆಂಗಸರು ಆ ನರಕದ ದರ್ಶನವಾಗದಿದ್ದರೆ ಸಾಕೆಂದು ಅಸಾಧ್ಯ ವಾಸನೆಗೆ ಬಾಗಿಲು, ಕಿಟಕಿ ಮುಚ್ಚಿಕೊಂಡು ಒಳಗೆ ಸೇರಿಬಿಟ್ಟಿದ್ದರು. ಅಪ್ಪ ಮಗ ಇಬ್ಬರೂ ಈಗ ಜಗಳ ಬಿಟ್ಟು ಬಿದ್ದ ಅತಾರಿಯನ್ನು ಮೇಲಕ್ಕೆ ಎತ್ತಿಕೊಂಡರು. ಅತಾರಿಯು ಗಂಭೀರವಾಗಿ ಮೇಲಕ್ಕೆ ಬಂದು ಇಬ್ಬರನ್ನೂ ನೋಡಿ ಮಾತಿಲ್ಲದೆ ದೊಡ್ಡ ಪಾನಿಯಿಂದ ಎಲ್ಲವನ್ನೂ ತೊಳೆದು ಕೊಂಡು–'ಆಹಾ, ಅಪ್ಪಾ ಚಿಕ್ಕಣ್ಣಪ್ನೋರೆ, ನಿನ್ ಸವಾಸ್ವ ನಾನ್ ಮಾಡುದ್ನುಲ್ಲಾ ಮೊದ್ಲು ನಾನೆಕ್ಕುಡ್ದೆಲಿ ವಡ್ಕಬೇಕು. ಸುಮ್ನೆ ಅನ್ನಾಯ್ದಲಿ ನನ್ನ ಗುಂಡಿಗೆ ತಳ್‌ದಲ್ಲಾ. ಅಕುಸ್ಮಾತ ತಲೆ ಏನಾರ ವಳಾಕ್ ನೆಟ್ಕಂದಿದ್ರೆ ಏನಪ್ಪಾ ಮಾಡ್ತಿದ್ದೆ ನೀನು. ಥೂ ಸೂಳೆ ಮಗ್ನೇ, ಇಲ್ಲಿ. ಇದಾ

ಇಷ್ಟುಕ್ಕೇ ನಾ ಬಿಡುಮಗ್ನಲ್ಲಾ, ಅಂತೂ ನಿನ್ ಸಂಗುಕ್ಕೆ ಒಂದ್ ದೊಡ್ ನಮಸ್ಕಾರ ಕನಪಾ' ಎಂದು ಹೊರಟು ಹೋದ.

* * *

ಈ ಸಂಗತಿ ಊರಿಗೆಲ್ಲ ತುಂಬಿಹೋಯಿತು. ಅತಾರಿ ಈ ಘಟನೆಯನ್ನು ಬೇರೆಯದೇ ರೀತಿಯಲ್ಲಿ ಪ್ರಚಾರಮಾಡಿ ತನಗೆ ಇನ್ನಿಲ್ಲದ ಅವಮಾನವನ್ನು ಅಪ್ಪ ಮಗ ಸೇರಿಕೊಂಡು ಮಾಡಿದರೆಂದು ಹೇಳಿ, ಆ ರಾತ್ರಿಯೇ ಈ ಬಗ್ಗೆ ನ್ಯಾಯ ಮಾಡುವಂತೆ ಎಲ್ಲವನ್ನೂ ಏರ್ಪಾಟು ಮಾಡಿಬಿಟ್ಟಿದ್ದ. ಚಿಕ್ಕಣ್ಣನ ಹಿತ್ತಿಲಲ್ಲಿದ್ದ ಈ ಏಲುಗುಂಡಿ ಈ ಹಿಂದೆ ಇಂಥ ಎಷ್ಟೋ ಅನಾಹುತಗಳಿಗೆ ಕಾರಣವಾಗಿದ್ದರಿಂದ ಅವರು ಅತಾರಿಯ ವಿಷಯದಿಂದಾಗಿ ರೇಗಿ ನ್ಯಾಯಕಟ್ಟೆ ಹತ್ತಿದ್ದರು. ಇತ್ತಲಾಗಿ ಆ ಹಂದಿಯನ್ನು ಎತ್ತಿದನಂತರ ಬಿಸಿನೀರಿನಿಂದ ಮೈ ತೊಳೆದು ಕೊಯ್ದು ನಾಳಿನ ಸಾದಾರಳ್ಳಿ ಸಂತೆಯಲ್ಲಿ ಮಾರಿ ಹಣ ಹಂಚಿಕೊಳ್ಳ ಬೇಕೆಂದಿದ್ದ ಇಬ್ಬರ ನೀಲಿನಕ್ಷೆಯು ಚೂರುಚೂರಾಗಿ ಗಾಳಿಗೆ ಹಾರಿ, ಏಲಿನ ವಾಸನೆಯ ಮುಖಾಂತರ, ಅತಾರಿಯ ಅವಮಾನದ ಮೂಲಕ, ಊರಿನ ಕ್ಷುದ್ರತೆಯ ಆಳ ಒಳ ಎಳೆಯ ದುರಂತದ ಮೂಲಕ ವಿಚಿತ್ರ ಘಟನೆಯಾಗಿ ಎಲ್ಲರಿಗೂ ಮೋಜಾಗಿ ಬಿಟ್ಟಿತು. ಚೆಲುವ ಈ ಆಯಾಮಗಳಿಂದೆಲ್ಲ ಖುಷಿಪಡುತ್ತಾ, ಹೀಗೆ ನ್ಯಾಯಪಾಯ ಆದರೆ ಗುಂಡಿ ಯನ್ನು ಮುಚ್ಚಿಸಿಬಿಟ್ಟಾದ ಮೇಲೆ ಅಪ್ಪ ಬುಗುರಿಯನ್ನು ಏಲುಗುಂಡಿಗೆ ಹಾಕಲು ಸಾಧ್ಯವಿಲ್ಲ ಎಂದುಕೊಂಡ. ಅಂತೂ ಇದೆಲ್ಲ ಆಗಿ ಸಂಜೆಗೆ ನ್ಯಾಯಕ್ಕೆ ಎಲ್ಲರನ್ನೂ ಕರೆದರು. ಆದರೆ ಚಿಕ್ಕಣ್ಣ ಮಾತ್ರ ಅಲ್ಲಿಗೆ ಬಂದಿರಲಿಲ್ಲ. ಊರಿನ ಪಡ್ಡೆ ಹುಡುಗರು ಈ ತಮಾಷೆ ದೂರಿನ ಬಗ್ಗೆ ನಗುತ್ತಾ ಅವರದೇ ಲೋಕದಲ್ಲಿ ಮುಳುಗಿದ್ದರು. ಚಿಕ್ಕಣ್ಣನ ಅಪ್ಪ ಗುಂಜಾರಯ್ಯನೂ, ತನ್ನ ಮಗ ಮಾಡಿರುವುದೆಲ್ಲ ತಪ್ಪೆಂದು ಮನವರಿಕೆ ಮಾಡಿಕೊಂಡಿದ್ದ. ಎಲ್ಲರೂ ಸೇರಿ ಚರ್ಚೆ ಮುಗಿಯುತ್ತಿರುವಾಗ ಯಜಮಾನ ಕಡುಬಯ್ಯ ಮಾತನಾಡಿ–'ಅತಾರಿಯನ್ನ ನಿನ್ನ ಮಗ ಏಲ್‌ಗುಂಡಿಗೆ ತಳ್ಳಿದ್ದು ತಪ್ಪು. ಆಮೆಕೆ, ಆ ಕುಂಟಣ್ಣನ್ ಹಂದಿಯ ಬೇಕಂತ್ಲೆ ನೀವೆ ಒಳಾಕ್ ಬೀಳ್ಸಿ; ಅದಾ ಸಾದಾರಳ್ಳಿ ಸಂತೆಲಿ ಮಾರುವ ಏರ್ಪಾಟ್ ಮಾಡಿದ್ರಂತೆ. ಅದಾ ಅತಾರಿಯೇ ಯೇಳ್ತಾವ್ನೆ. ಇದೂ ಅಲ್ದೆಯೇ, ಏಲ್‌ಗುಂಡಿಗೆ ಇಳಿದು, ಆ ಏಲೆಲ್ಲಾ ವುಂಟಾಡಿ ಬಂದು; ನಮ್ಗೆ ನಾಷ್ಟ, ಟೀ ಬ್ಯಾರೆ ಮಾಡಿಕೊಟ್ಟವನೆ. ಇದೆಲ್ಲ ಸರಿಯಲ್ಲ. ಯಂಗೂ ನಿಂಗೇ ಗೊತ್ತದೆ. ಮುನ್ನೂರೊಂದ್ ರುಪಾಯ್ ಮಡುಗ್ ಬುಟ್ಟು ಸಭೆಗೆ ತಪ್ಪಾಯ್ತು ಅಂತಾ ವಪ್ಕಪಾ, ಆಮೆಕೆ, ಆ ಅತಾರಿ ಅದೇನೋ ಸೂತ್ಕ ಕೊಳ್ತನಾ ಕಳೀಲಿ ಅಂತ ದೇವುರ್ ಮಾಡ್ತಾನಂತೆ: ಅದ್ಕೇ ಬ್ಯಾರೆ ನೂರ್ ರೂಪಾಯ್ ಕೊಟ್‌ಬುಡಿ' ಎಂದು ನಿರ್ಣಯ ಹೇಳಿದ.

ಇದೆಲ್ಲವನ್ನೂ ನ್ಯಾಯಕಟ್ಟೆಯ ಸಂಪಲ್ಲಿ ಕೇಳಿಸಿಕೊಂಡು ನಿಂತಿದ್ದ ಚಿಕ್ಕಣ್ಣ ಬಂದವನೇ 'ಯಾಕ್ರಪ್ಪಾ ದಂಡ ಕೊಡ್‌ಬೇಕಾಗಿರುದು. ಯಾರ್ನಾ ಯಾರು ಏಲ್‌ಗುಂಡಿಗೆ ತಳ್ಳಿದುದು. ವಸಿ ಮಟ್ಟಾಗಿ ಮಾತಾಡಿ. ಅತಾರಿ ಏನೂ ಕಾಣ್ದ ಹೈದ್ನಲ್ಲ. ತಳ್ದೇಟ್ಗೆ ಬಿದ್ದೋಗುಕೆ. ಅಲ್ಲಪ್ಪಾ, ಅವನಾ ತಳ್ಳುಕೆ ಏನಾರ ಜಿದ್ದಿದ್ದದೆ ಇಬ್ಬುರ್‌ಗು, ಇಲ್ಲಾ ನಾನೇನರ ಕೊಡುದಿದ್ದದೋ, ಅವನೇನಾರ ನನುಗ್ ಕೊಡುದಿದ್ದದೋ...? ಎಲ್ಲಾ ತಂಟೆ ತಗರಾರ್ ಮಾಡ್ಕಂದು ಗಾಳಿ

ಗಂಟ್ಲಾಕಂದು ದಂಡ ತಕಂದು ಸರಾಪ್ ನೆಕ್ಕಮ ಅಂತಾ ಮಾಡಿರಾ ನ್ಯಾಯವಾ. ಅಪೋ ಎದ್ನಡಿ ನೀನು. ಯಾವ್ ದಂಡ್ವ ಕೊಡುದು ಇವುರ್‌ಗೆ. ನಾನಂತು ಒಂದ್ ಚಿಟ್ಟಿ ಪೈಸನು ಕೊಡುದುಲ್ಲಾ' ಎಂದು ರಂಪಮಾಡಿ, ಕೊನಗೆ ಜಗಳ ಕೈ ಕೈ ಮಿಲಾಯಿಸುವ ತನಕ ಮುಟ್ಟಿ ನ್ಯಾಯಾಸ್ಥಾನ ನಿಂತು ಹೋಯಿತು. ಚಿಕ್ಕಣ್ಣ ತನ್ನ ಅಪ್ಪನನ್ನು ಬಲವಂತವಾಗಿ ಎಳೆದು ಕೊಂಡು ಮನೆಗೆ ಬಂದುಬಿಟ್ಟ.

* * *

ಚೆಲುವ ಆ ರಾತ್ರಿಯಲ್ಲಿ ಅಪ್ಪನೇ ಒಂದು ದೊಡ್ಡ ಪಿಶಾಚಿ ಎಂದು ಕಲ್ಪಿಸಿಕೊಳ್ಳುತ್ತಾ ನಿದ್ದೆ ಬಾರದೆ ವದ್ದಾಡತೊಡಗಿದ. ರಾತ್ರಿಯ ತಣ್ಣನೆ ಗಾಳಿ ಹೊರಗೆ ಬೀಸುತ್ತಿದೆ ಎನಿಸಿದರೂ ಮನೆಯೊಳಗೆ ಬೆಚ್ಚನೆಯ ಕೆಟ್ಟ ವಾಸನೆಯ ಗಾಳಿ ಸುತ್ತಿ ಹಾಕಿಕೊಂಡಿದೆ ಎನಿಸಿತು. ಚೆಲುವ ಕುಂಟಣ್ಣನ ಅಸಹಾಯಕತೆಗೆ ಮರುಗಿದ. ಊರಿಗೆ ಆತ ಎಲ್ಲಿಂದಲೋ ಬಂದು ಸೇರಿ ಕೊಂಡಿದ್ದವನಾದ್ದರಿಂದ ಅವನಿಗೆಂತಲೇ ಅಣ್ಣ ತಮ್ಮಂದಿರು ಬೆಂಬಲಿಗರು ಇರಲಿಲ್ಲ. ಅಪ್ಪನ ಎದಿರು ಆತ ಅನ್ಯಾಯಕ್ಕೆ ಒಳಗಾಗಿದ್ದಕ್ಕೆ ನೊಂದುಕೊಂಡ. ಹಿಂದೆ ತಿಪ್ಪೇಗೌಡರ ಕೋಣದ ರೀತಿಯಲ್ಲೇ ಹಂದಿ ಕೂಡ ಅದರೊಳಗೆ ಬಿದ್ದನಂತರ ಎತ್ತುವದರೊಳಗಾಗಿ ಸತ್ತೇ ಹೋಗಿತ್ತು. ಆ ಆಳದ ಗುಂಡಿಯಲ್ಲಿ ಮುಳುಗಿ ಸಾವಿನೊಡನೆ ಸೆಣಸಾಡಿ ಬೆಳಿಗ್ಗೆ ಯಿಂದ ಸಂಜೆತನಕ ಅಲ್ಲೇ ಅದು ಬಿದ್ದಿದ್ದರಿಂದ ಸತ್ತು ಹೋಗಿತ್ತು. ಅದನ್ನು ನೀಲಿನಕ್ಷೆಯ ಪ್ರಕಾರ ಕೊಯ್ದು ಮಾರುವಂತೆಯೂ ಇರಲಿಲ್ಲ. ಕಕ್ಕಸು ಗುಂಡಿಯ ಬಳಿಯೇ ಅದು ಹೆಣದಂತೆ ಸಾವಿರಾರು ನೊಣಗಳನ್ನು ಮುತ್ತಿಸಿಕೊಂಡು ಬಿದ್ದಿತ್ತು. ಚೆಲುವ ಮಲಗಿ ದಂತೆಯೇ ಇದೆಲ್ಲವನ್ನು ನೆನೆದು ಹೆದರಿ ಹಂದಿ ಏನಾದರೂ ದೆವ್ವವಾದರೆ, ಅದು ಮನುಷ್ಯ ರೂಪವಾಗಿ ಬಂದರೆ, ಹೇಗಿರಬಹುದೆಂದು ಕಲ್ಪಿಸಿಕೊಂಡ. ಹಾಗೆ ಕಲ್ಪಿಸುತ್ತಿರುವಂತೆಯೇ ಅದು ಚಿನ್ನದ ಬಣ್ಣದ ಬುಗುರಿಯನ್ನು ಒಂದು ಕೈಯಲ್ಲಿ ಹಿಡಿದುಕೊಂಡು, ಇನ್ನೊಂದು ಕೈಯಲ್ಲಿ ಚೂರಿ ಹಿಡದುಕೊಂಡು ಮೆಲ್ಲಗೆ ಅಪ್ಪನ ಬಳಿ ಹೋಗಿ ನಿಂತು ಏನೋ ಮಾಡು ತ್ತಿದೆ ಎಂಬ ಚಿತ್ರ ಸುಳಿಯಿತು. ಚೆಲುವ ಬೆಚ್ಚಿ ಅಜ್ಜಿಯನ್ನು ತಬ್ಬಿಕೊಂಡ. ಬಗ್ ಎಂದು ವಾಸನೆ ಬಡಿಯಿತು. ಅನಿವಾರ್ಯವಾಗಿ ವಾಸನೆಯನ್ನೇ ಅಪ್ಪಿಕೊಂಡು ಆಕೆ ಆಗಲೇ ನಿದ್ದೆಗೆ ಹೋಗಿದ್ದಳು. ಆ ಹಂದಿಯ ಪಿಶಾಚಿರೂಪದ ಮನುಷ್ಯನ ಮನೆಯೊಳಗೆಲ್ಲ ಕುಣಿ ದಾಡಿ, ಥೇಟ್ ಅಪ್ಪನ ರೀತಿಯಲ್ಲೇ ರೂಪುಪಡೆದು ಮಲಗಿರುವ ಒಬ್ಬೊಬ್ಬರ ತಲೆಗೂ ಬುಗುರಿಯಿಂದ, ಚಾಕುವಿನಿಂದ ತೂತು ಕೊರೆದು ಅಮಾದಿ ತುಂಬಿ ಗಬ್ಬಿನ ಉಸಿರಾಟ ವನ್ನು ಆ ಹಂದಿರೂಪದ ಪಿಶಾಚಿ ಸೃಷ್ಟಿಸಿ ನಗುತ್ತಾ ಕೇಕೆ ಹೊಡೆಯುತ್ತಿದೆ ಎಂದು ಕಂಡ. ಆ ಪಿಶಾಚಿ ತನ್ನ ಬಳಿ ಬರುತ್ತಿದೆ ಎಂದುಕೊಂಡು 'ಅಜ್ಜೀ ಅಜ್ಜೀ' ಎಂದು ಈಕರಿಸಿ 'ಉಚ್ಚೆ ಉಯ್ಯಬೇಕು ಏಳು ಮ್ಯಾಕೆ' ಎಂದ. ಇಡೀ ಮನೆ ನಿಶ್ಶಬ್ದವಾಗಿ ಕತ್ತಲಿನಿಂದ ತುಂಬಿತ್ತು. ಅದರೊಳಗೆ ಯಾವುದನ್ನು ಗುರುತಿಸಲಾರದೆ' ಹಿಡಿಯಲಾರದೆ, ಆ ಹಾಳು ಬುಗುರಿ ಯಿಂದಲೇ ಹೀಗಾಗುತ್ತಿದೆಯೇನೋ ಎಂದು ಒಳಗೊಳಗೇ ಬಿಕ್ಕಿದ. ಹೆದರಿಕೆಯಿಂದ ಮತ್ತಷ್ಟು ಬಿಗಿಯಾಗಿ ಕಣ್ಣನ್ನು ಮುಚ್ಚಿಕೊಂಡ.

ಅವನ ಅಪ್ಪ ವಿಕಾರವಾಗಿ ಗೊರಕೆ ಹೊಡೆಯುತ್ತಿರುವುದು ಕೇಳಿಸಿತು. ಹಿತ್ತಲಲ್ಲಿ ಕಾಗೆಯೊಂದು ನೀರವತೆಯನ್ನು ಸೀಳುವಂತೆ ನಿದ್ದೆಗಣ್ಣಿನ ಸ್ವರದಲ್ಲಿ ವರ್‍ರ್‍ಗುಟ್ಟಿ ಪಟ ಪಟ ಎಂದು ರೆಕ್ಕೆ ಬಡಿದಂತಾಯಿತು. ಆ ಹಂದಿ ಈಗ ಕಾಗೆ ರೂಪವಾಗಿ ಊರ ಸುತ್ತ ಹಾರಾಡಲು ಹೋಗುತ್ತಿರಬಹುದು ಎಂದುಕೊಂಡು, ಅಜ್ಜಿಯ ಸೀರೆಗೆ ಮೆಲ್ಲಮೆಲ್ಲಗೆ ಉಚ್ಚೆ ಹೊಯ್ದುಕೊಂಡು ನಿದ್ದೆಗಾಗಿ ಕಾದ. ಆ ಕತ್ತಾಲ ಮನೆಯೊಳಗೆಲ್ಲ ಅಪ್ಪನಂತದೇ ದೊಡ್ಡ ಸಪ್ಪಳದ ಹೆಜ್ಜೆಗಳು ನೆರಳೂ ಚಲಿಸಿದಂತೆ ಕಂಡು ಅಪ್ಪನಂತ ಕ್ರೂರಿ ಇನ್ನಾರೂ ಈ ಊರಿನಲ್ಲಿ ಇಲ್ಲವೇನೊ ಎಂದು ಮಲಗಿದ.

* * *

ಇಷ್ಟೆಲ್ಲ ಆಗಿದ್ದಾದರೂ ಯಾಕೆ, ಯಾವ ಹಿನ್ನೆಲೆಯಿಂದ ಎಂದು ಸ್ವತಃ ಚಿಕ್ಕಣ್ಣನಿಗೇ ಗೊತ್ತಾಗಲಿಲ್ಲ. ಗುಂಜಾರಯ್ಯ ಚಿಂತೆಯಿಂದ ಬೆಳಿಗ್ಗೆ ಎದ್ದು ಬೀಡಿ ಸೇದುತ್ತಾ ಕುಳಿತಿದ್ದ. ಆ ರಾತ್ರಿ ನ್ಯಾಯಕಟ್ಟೆಯಲ್ಲಿ ಕಂಪ್ಲೇಂಟ ಕೊಡಬೇಕು ಎನ್ನುತ್ತಿದ್ದ ಮಾತುಗಳು ಸುಳಿದು ಏನಾಗುತ್ತದೋ ಎಂದು ಹೆದರಿದ. ಚೆಲುವ ಎದ್ದಿದ್ದವನು ಯತಾಪ್ರಕಾರ ಹಿತ್ತಲಿಗೆ ಉಚ್ಚೆ ಉಯ್ಯಲು ಬಂದು ನಿಂತಾಗ ಹಂದಿಯ ವಿಕಾರ ರೂಪವನ್ನು ನೋಡಿ ಬಂದು ಮೆಲ್ಲಗೆ 'ಅಪೋ ಹಿತ್ಲೆಲಿ ಆ ಹಂದಿಯ ನಾಯಿಗೊಳು ತಿಂತಾವೆ' ಎಂದ. 'ಅಯ್ಯೋ! ತೂ ಹಾಳಾದೋರ, ವತಾರೆ ಎದ್ದೇಟ್ಗೆ ಯಂತಾ ಸುದ್ದಿ ಯೇಳುಕ್ ಬಂದವ್ನೆ ನೋಡು' ಎಂದು ಬೈಯ್ದುಕೊಂಡು ಹಿತ್ತಲಿಗೆ ಬಂದು ಆ ನಾಯಿಗಳನ್ನು ಹೊಡೆದು ಅಟ್ಟಿದ. ಇಷ್ಟಕ್ಕೆಲ್ಲ ಕಾರಣ 'ಚಿಕ್ಕ ಹೈದನೇ' ಎಂದು ವಿಕಾರವಾಗಿ ಹೊಟ್ಟೆ ಬಗೆಸಿಕೊಂಡು ಬಿದ್ದಿದ್ದ ಹಂದಿಯನ್ನು ಕಂಡು, 'ಬ್ಯಾಡಕಲಾ ಬ್ಯಾಡಪಾ ಅಂತ ಬಾಯಬಡ್ಕಂಡು ಮುಚ್ಚಿಸ್ಲಾ ಗುಂಡಿಯಾ ಅಂತ ಯೇಳುದ್ರೂ ನನ್ ಮಾತ ಲೆಕ್ಕ ಜಮುಕ್ಕೇ ತಕದೆವ್ದೊನ್ನಲ್ಲಾ... ಅಂದ್ಗೋಳ್ ಬಿದ್ದೋ, ಕುರಿಗೋಳ್ ಬಿದ್ದೋ, ಕೋಳಿ, ನಾಯಿ, ಕ್ವಾಣಾ, ಏನೇನೋ ಬಿದ್ದೋ... ಅಯ್ಯೋ, ಈ ಗುಂಡಿವೊಳಗೆ ಏನೇನ್ ಬಿದ್ವೋ, ಕಾಣ್‌ನಲ್ಲಪ್ಪಾ, ಎಲ್ಲೆಲ್ಲೋ ಅವ ಅನ್ಕಂದಿದ್ದೆ ನರುಕ್ವಾ ಅದು ಇಲ್ಲೇ ನನ್ ಮನೆಲೇ ಅದಲ್ಲಪ್ಪಾ' ಎಂದು ನಿಟ್ಟುಸುರುಬಿಟ್ಟ. ಅಸಹಾಯಕತೆಯಿಂದ ಮಗನ ಎದಿರು ಆತನ ಎಷ್ಟೋ ಬುದ್ಧಿಗಳೆಲ್ಲಾ ಧೂಳಾಗಿ ಬಿದ್ದಿದ್ದವು. ಆತನ ಸಹಜ ಸಾಧ್ವಿತನ ಕೆರಳಿ, 'ಈ ನರುಕ್ವಾ ತಪ್ಪುಸುಕೆ ಯಾರಿದ್ದಾರಪಾ, ಲೋಕ್‌ವೆಲ್ಲಾ ಒಂತಾರಾ ಇದ್ರೆ ಈ ವೂರೊಂದೇ ಒಂದ್ ತರ್‌ವಲ್ಲ. ಯೇಲೊಳ್‌ಗ್ ಬಿದ್ ಅಂದಿಯ ತಿನ್ನುಕೆ, ಮೂರ್ ಕಾಸ್ ಮಾಡ್ಕೊಕ್ಕೆ ಇಪಾಟಿ ಇಕ್‌ಮತ್ ಮಾಡ್ಕೋದಾಗಿತ್ತೆ. ಥೂತೋ ನರಕಾ ನರಕಾ ಇದ್ರೊಳಗೆ ಎಲ್ರೂನ್ನೂ ತಳ್ತಾ ಕುಂತಿರು ದೇವ್ರು ಅದೆಂಗ್ ಎಲ್ಲನೂ ನೋಡ್ತಾ ಕುಂತಿದ್ದನೋ'... ಎಂದು ಒಳಗೊಳಗೇ ತರ್ಕಿಸುತ್ತಾ, ಸಮಸ್ಯೆಯ ಸುಳಿಯಲ್ಲಿ ಸಿಲುಕಿ ಕಂಗಾಲಾದ.

* * *

ಚಿಕ್ಕಣ್ಣನ ಹೋಟೆಲಿಗೆ ಜನವೆಲ್ಲ ಆ ರಾತ್ರಿಯೇ ಬಹಿಸ್ಕಾರ ಹಾಕಿದ್ದರು. 'ಆತ ಎಲು ಗುಂಡಿಗೆ ಬಿದ್ದಿದ್ದೋನು; ಅವನಿಂದ ನಾವೇನೂ ಮುಟ್ಟಿಸ್ಕೋ ಕೂಡ್ದು. ಏನ್ನೂ ತಿನ್

ಬಾರ್ದು. ನಾವೂ ಕೂಡ ಯಾವುದ್ನೇ ಆದ್ರು ಅವುನ್‌ಗೆ ಕೊಡಬಾರ್ದು'–ಎಂದು ನಿರ್ಣಯಿಸಿ, ನಂತರ ಆತ ಮೈಲಿಗೆಯಾಗಿ ಕೆಟ್ಟಿರುವದರಿಂದ ಪೂಜಾರಿಕೆ ಕೆಲಸದಿಂದ ದೂರವಾಗ ಬೇಕು. ಅವನನ್ನು ಯಾವ ದೇವಕಾರ್ಯಕ್ಕೂ ಸೇರಿಸಿಕೊಳ್ಳಬಾರದು. ಆ ಇಡೀ ಮನೆಯ ಜನ ಯಾವ ಕಾರ್ಯದಲ್ಲೂ ತಮ್ಮ ಜೊತೆ ಬಾಗಿಯಾಗ ಕೂಡದು... ಇತ್ಯಾದಿ ಇತ್ಯಾದಿ ಯಾಗಿ ನಿಷೇಧಗಳನ್ನು ಹೇರಿದರು. ಇದಿಷ್ಟೇ ಅಲ್ಲದೆ ಅಕ್ಕೂರಿನ ಪೋಲೀಸ್ ಸ್ಟೇಷನ್‌ಗೆ ತಿಪ್ಪೇಗೌಡರ ಬೆಂಬಲದಿಂದ ದೂರು ಬರೆಸಿಕೊಂಡು ಹೋಗಿ ಕೊಟ್ಟು ಬಂದಿದ್ದರು. ಹೀಗೆ ಎಲ್ಲ ತರದಲ್ಲೂ ಆ ಕಕ್ಕಸುಗುಂಡಿ ಇಡೀ ಊರಿನ ಒಂದು ನರಕ ಎನ್ನುವಂತೆಯೂ ಊರಿಗೆಲ್ಲ ಅದೊಂದು ದೊಡ್ಡ ಬಾಧೆ, ಅವಮಾನ ಎಂತಲೂ ಆಗಿಬಿಟ್ಟಿತು. ಚೆಲುವ ಈ ಸಂಕೀರ್ಣತೆಯೊಳಗೆ ಬುಗುರಿಯ ಚೆಂದವನ್ನೂ, ಸುತ್ತುವ ಪರಿಯನ್ನೂ ನೆನೆಸಿಕೊಂಡ ನಾದರೂ ಈ ಪರಿಸ್ಥಿತಿಯಲ್ಲಿ ಅದನ್ನು ಹುಡುಕವ ತೃಣ ಮಾತ್ರ ಆಸೆಯನ್ನೂ ಕಳೆದು ಕೊಂಡಿದ್ದನು. ಹಂದಿಯ ವಿಕಾರ ದೃಶ್ಯ ಪದೇ ಪದೇ ಆ ರಾತ್ರಿಯ ಚಿತ್ರವನ್ನು ಬಿಡಿಸುತ್ತಿತ್ತು. ಇಡೀ ಊರಿಗೆ ಆ ಏಲುಗುಂಡಿ ಒಂದು ವಿಚಿತ್ರ ಸಾಂಸ್ಕೃತಿಕ ಸಮಸ್ಯೆಯಾಗಿ ಪರಿವರ್ತನೆ ಪಡೆಯುತ್ತಾ, ಸಂಕೀರ್ಣತೆಯಲ್ಲಿ ಕಳೆದುಹೋಗುವ ಮಾನವೀಯ ಕ್ಷಣಗಳು ದಿಕ್ಕಾ ಪಾಲಾಗಿ ಒಂದು ಇತಿಹಾಸವಾಗಿ ಬೆಳೆಯತೊಡಗಿತು. ಈ ಕಕ್ಕಸು ಗುಂಡಿಗೆ ಇಂತಾ ಎಂತೆಂತದೋ ಗುಟ್ಟುಗಳೆಲ್ಲ ಗೊತ್ತಿದ್ದವು. ಹಿಂದೆ ಅವರಿವರು ಕದ್ದು ಬಸುರಾಗಿದ್ದ ಹುಟ್ಟಿದ ಎಳೆಕೂಸುಗಳನ್ನು ತಂದು ಇದೇ ಕಕ್ಕಸು ಗುಂಡಿಗೆ ಹಾಕಿದ್ದದ್ದು ಉಂಟು. ಇದೆಲ್ಲ ಊರಲ್ಲಿ ಯಾರಿಗೂ ಗೊತ್ತಿರಲಿಲ್ಲ. ಅಂತೂ ಗಾಳಿ ಬೀಸಿದಂತೆಲ್ಲ ಹೆಣವಾದ ಊದಿಕೊಂಡ ಹಂದಿಯ ವಾಸನೆಯೂ, ಕೊಳೆತ ಏಲಿನ ಗಬ್ಬುನಾತವೂ ಸಮಸ್ಯೆಯ ಸೋಂಕೂ ಹಬ್ಬಿ ಆ ಸುಂದರ ಮುಂಜಾವು ವಿಷಮಯವಾಯ್ತು.

* * *

ಕೇರಿಯ ಜನ ಈ ವಿಕಾರ ವಾಸನೆಗೆ ಬೇಸತ್ತು ಚಿಕ್ಕಣ್ಣನ ಮೇಲೆ ಜಗಳ ಕಾಯಲು ತವಕಿಸುತ್ತಿದ್ದರು. ನಾಯಿಗಳು ಹಿತ್ತಲಲ್ಲಿ ಹಂದಿ ಬಾಡಿಗಾಗಿ ಕಿತ್ತಾಡುತ್ತಿದ್ದವು. ಮನೆಯ ಹೆಂಗಸರು ನೀರು ತರಲು ಹೋಗಿದ್ದವರಿಗೆ ಬಹಿಸ್ಕಾರ ಹಾಕಿರುವುದು ತಿಳಿದು ಕಣ್ಣೀರು ಹಾಕುತ್ತಾ, ಗಂಡಸರು ಮಾಡಿದ ಕೆಲಸಕ್ಕೆಲ್ಲ ತಾವು ಬಲಿಯಾಗುತ್ತಿರುವುದಕ್ಕೆ ಅತ್ತೂ ಸೊರಗಿ ಮನೆ ಸೇರಿದರು. ಚೆಲುವ ದಿಕ್ಕಿಲ್ಲದವನಂತೆ ಪಡಸಾಲೆಗೆ ಬಂದು ಕುಳಿತ. ವ್ಯಂಗ್ಯ ಮಾಡು ವಂತೆ ಬುಗುರಿ ಗಾರನೆಲದ ಮೇಲೆ ಗೊಯ್‌ಗುಟ್ಟಿದಂತಾಯಿತು. ಇಷ್ಟು ಹೊತ್ತಿಗಾಗಲೇ ಹೊತ್ತು ಮೀರಿತ್ತು. ಚಿಕ್ಕಣ್ಣನನ್ನೂ, ಅತಾರಿಯನ್ನೂ ಅಕ್ಕೂರಿನ ಪೋಲಿಸಿನವರು ತಿಪ್ಪೇ ಗೌಡರ ಬೆಂಬಲದಿಂದ ಠಾಣೆಗೆ ಕರೆದುಕೊಂಡು ಹೋಗಿದ್ದರು. ತಿಪ್ಪೆಗೌಡರಿಗೆ ಅತಾರಿಯ ಬಗ್ಗೆ ಅಂತಹ ವಿಶೇಷ ವ್ಯಾಮೋಹ ಪ್ರೀತಿ ಇಲ್ಲದಿದ್ದರೂ ಕೂಡ, ಹಿಂದೆ ಇದೇ ಚಿಕ್ಕಣ್ಣನ ಕಕ್ಕಸು ಗುಂಡಿಯಲ್ಲಿ ತಮ್ಮ ಕೋಣ ಪ್ರಾಣ ಕಳೆದುಕೊಂಡು ಹೊಲೆಯರ ಹೊಟ್ಟೆ ತುಂಬಿಸಿದ್ದ ನೋವು ಮತ್ತು ಸಿಟ್ಟು ಎರಡೂ ಇದ್ದಿದ್ದರಿಂದಲೇ ಈ ದೂರಿನೊಳಗೆ ಪ್ರವೇಶಿಸಿದ್ದರು. ಯಾರೂ ಇನ್ನೂ ಠಾಣೆಯಿಂದ ಹಿಂತಿರುಗಿ ಬಂದಿರಲಿಲ್ಲ.

ಕಕ್ಕಸು ಗುಂಡಿಯನ್ನು ಮುಚ್ಚಬೇಕೆಂತಲೂ, ಆತನಿಂದ ಇಡೀ ಹಳ್ಳಿಯೇ ಕೆಡುತ್ತಿದೆ ಎಂತಲೂ, ಜನರ ರಾಸುಗಳನ್ನು ಗುಂಡಿಗೆ ಬೀಳಿಸಿ ಅವನ್ನು ನಂತರ ಮಂಗಮಾಯ ಮಾಡಿ ಮಾಂಸದ ವ್ಯಾಪಾರಮಾಡಿ ಜನರಿಗೆ ಮೋಸ ಮಾಡುತ್ತಿದ್ದಾನೆಂತಲೂ, ಇದೆಲ್ಲದರಿಂದ ಆಗಿರುವ ನಷ್ಟವನ್ನು ಎಲ್ಲರಿಗೂ ತುಂಬಿಕೊಡಬೇಕೆಂತಲೂ ಹಲವಾರು ಆಪಾದನೆಗಳನ್ನು ಸ್ಟೇಷನ್‌ನಲ್ಲಿ ಕೊಟ್ಟಿದ್ದರು. ಸ್ಟೇಷನ್‌ನಲ್ಲಿ ಇಂತಾ ವಿಚಿತ್ರ ಕೇಸನ್ನು ಅದುವರೆಗೆ ಅಲ್ಲಿನವರು ಯಾರೂ ಎದುರಿಸಿರಲಿಲ್ಲ. ಅತ್ಯಂತ ತಮಾಷೆಯ ಕೇಸಿದು ಎಂದುಕೊಂಡು ನಕ್ಕೂ ನಕ್ಕೂ ಸಾಕಾಗಿ, ಇನ್‌ಸ್ಪೆಕ್ಟರರು ಎರಡೂ ಪಾರ್ಟಿಗಳವರನ್ನು ಕೇಳಿ ಏನೇನೋ ಹೇಳಿದರು. ಬಂದಿದ್ದವರನ್ನೆಲ್ಲ ವಾಪಸ್ಸು ಊರಿಗೆ ಕಳಿಸಿಬಿಟ್ಟರು. ತೀರ್ಮಾನ ಮಾಡುವುದಾಗಿ ಭರವಸೆ ನೀಡಿದರು. ಚಿಕ್ಕಣ್ಣ ಇಂಥಾ ಇಕ್ಕಟ್ಟಿನಲ್ಲೂ ಕಕ್ಕಸುಗುಂಡಿಯ ಬಗ್ಗೆ ಸಮರ್ಥಿಸಿಕೊಳ್ಳಲು ನೋಡಿದನಾದರೂ ಆ ಗುಂಡಿಯಲ್ಲಿ ಆದ ಎಷ್ಟೋ ಅನಾಹುತ ಗಳಿಗೆ ಈತನೇ ಕಾರಣವೆಂದು ಎಲ್ಲರೂ ನಂಬಿದ್ದರು. ಇದರಿಂದಾಗಿಯೇ ಗುಂಜಾರಯ್ಯ ನನ್ನು ಕೇಸಿನಿಂದ ಹೊರಗುಳಿಸಿದ್ದರು. ಇನ್ಸ್‌ಪೆಕ್ಟರು ನಗುತ್ತಾ–'ಅಲ್ಲಯ್ಯಾ; ಚಿಕ್ಕಣ್ಣ ಅನ್ನೋ ಇವನೇ ಏನು ನಿನ್ನನ್ನು ಒಳಕ್ಕೆ ತಳ್ಳಿದ್ದು' ಎಂದು ಅತಾರಿಗೆ ಪ್ರಶ್ನೆ ಎಸೆದರು. ಅತಾರಿ 'ವುಂಕ್‌ನ್ ಸ್ವಾಮಿ' ಎಂದ. 'ಹೇಗೆ ಬಿದ್ದಯ್ಯ' ಎಂದಾಗ ಅತಾರಿ ಮುಖ ಸಿಂಡರಿಸಿಕೊಂಡು ತೆಪ್ಪಗೆ ನಿಂತ. 'ಹೇ ಮಾತಾಡಯ್ಯ; ನಿನ್ನನ್ನೇ ಕೇಳ್ತಾ ಇರೋದು' ಎಂದು ರೇಗಿದಾಗ 'ಮೊಕಾಡಗೆ ಬಿದ್ದೆ ಸ್ವಾಮಿ' ಎಂದ. ಆಗ 'ಅಂಗಾದ್ರೆ ಪೂರಾ ಅದರೊಳಗೇ ಅದ್ಕೋ ದೇನಯ್ಯಾ' ಎಂದು ಗಂಟಲು ಅಗಲಿಸಿ ಗಟ್ಟಿಯಾಗಿ ನಕ್ಕರು. ಆ, ಈ ಪೊಲೀಸರೆಲ್ಲ ಒಕ್ಕೊರಲಿನಿಂದ ಅವರಿಗೆ ಜೈಕಾರ ಹಾಕುವಂತೆ ನಗೆಯ ಗುಡುಗುಗಳನ್ನು ಇಬ್ಬರ ಮೇಲೂ ಎಸೆದರು. ನಂತರ ಚಿಕ್ಕಣ್ಣನಿಗೂ ಅದೇ ಪ್ರಶ್ನೆಗಳು ಬಂದು 'ನೀನೂ ಏಲ್‌ನಲ್ಲಿ ಬಿದ್ದು ಈಜಾಡಿದ್ದಿಯೇನಯ್ಯಾ' ಎಂದು ನಗೆ ತಡೆದುಕೊಂಡು ಕೇಳಿದರು. 'ಹೌದು' ಎನ್ನುವಂತೆ ಚಿಕ್ಕಣ್ಣ ತಲೆ ತಗ್ಗಿಸಿದ.

* * *

ಅಂತೂ ಇಷ್ಟೆಲ್ಲಾ ವಿಚಾರಣೆ ಆದಮೇಲೆ ಇನ್ಸ್‌ಪೆಕ್ಟರು ಗಂಟಲನ್ನು ಗಂಭೀರ ಸ್ವರಕ್ಕೆ ತಂದುಕೊಳ್ಳುತ್ತಾ 'ನೋಡ್ರಯ್ಯಾ ಹೇಗೋ ನೀವಿಬ್ರೂ ಆ ಕಕ್ಕಸ್ ಗುಂಡಿಯೊಳಗೆ ಬಿದ್ದು ಮೈಲಿಗೆ ಮಾಡ್ಕಂಡಿದ್ದೀರಿ. ಇದ್ರಲಿ ತಪ್ಪು ಚಿಕ್ಕಣ್ಣಂದೇ ಇದ್ರೂ ಅತಾರಿದೂ ಸ್ವಲ್ಪ ಇದೆ. ಇದನ್ನೆಲ್ಲ ಆಮೇಲೆ ನೋಡೋಣ. ಸದ್ಯಕ್ಕೆ ಎಂಗೂ ಏಲ್‌ನಲ್ಲಿ ಬಿದ್ದೋರು ನೀವಾದ್ರಿಂದ ನಮ್ಮ ಸ್ಟೇಷನ್‌ನಲ್ಲೂ ಇದೇ ಒಂದು ಪ್ರಾಬ್ಲಮ್ ಆಗಿದೆ. ಹಾಳಾದ್ದು ಇದು ಹಳ್ಳಿ ಪೋಲೀಸ್ ಸ್ಟೇಷನ್ ಆದ್ರಿಂದ ಸಿಟಿ ತರದ ಡ್ರೈನೇಜ ಸಿಸ್ಟಂ ಇಲ್ಲಿಲ್ಲ. ಸೇಮ್ ಚಿಕ್ಕಣ್ಣನ ತರದ ಕಕ್ಕಸ್ ಮನೆನೇ ಇಲ್ಲೂ ಇರೋದು. ಈಗ ಅದು ಕಕ್ಕಸ್ಸಿಂದ ತುಂಬಿಹೋಗಿದೆ. ಅದನ್ನ ನೀವಿಬ್ರೂ ಸೇರಿ ಎತ್ತಿ ಹೊರ ಹಾಕಿ ಖಾಲಿ ಮಾಡ್ರಯ್ಯಾ. ನಾವೆಲ್ಲಾ ಯಾರೂ ಆ ಕಕ್ಕಸ್ ಮನೆಗೆ ಹೋಗದಂತೆ ಆಗಿಬಿಟ್ಟಿದೆ ಎಂದು ಹೇಳಿ 'ನೀವೇನಾದ್ರೂ ಇದಾ ಮಾಡ್ಲಿಲ್ಲಾ ಅಂದ್ರೆ ಗ್ಯಾರೆಂಟಿ ನಿಮ್ಮನ್ನ ಆರಾರ್ ತಿಂಗಳು ಜೈಲೊಳಗೇ ಕೊಳೆ ಹಾಕಿಡ್ತೀನಿ' ಎಂದು ಹೆದರಿಸಿದರು.

ಚಿಕ್ಕಣ್ಣನೂ, ಅತಾರಿಯೂ, ನೋವಿನಿಂದ ಇಂತಾ ಸಿಕ್ಕಿಗೆಲ್ಲಾ ತಾವು ಸಿಕ್ಕಿ ಹಾಕಿಕೊಳ್ಳಬಾರದಿತ್ತೇನೋ ಎಂಬ ಮುಖಭಾವದಲ್ಲಿ 'ಆಗುದಿಲ್ಲ ಸ್ವಾಮಿ, ಯೀಗ್ಲೇ ಆ ನರುಕುಕ್ ಬಿದ್ ಸಾಕಾಗದೆ. ತಿರ್‍ಗ್ಗ ಅಲ್ಲಿಳುದು ನಮ್ ದೇವ್ರಿಂದ ನಾದೂರಾಸ ಆಗ್ಲಾರೆ' ಎಂದು ಅತಾರಿ ವಯ್‌ಗುಟ್ಟಿದ. ಇನ್ಸ್‌ಪೆಕ್ಟರು ಸಿಟ್ಟಿನಿಂದ ರೂಲು ದೊಣ್ಣೆ ತಿರುಗಿಸುತ್ತಾ 'ಸೂಳೇ ಮಕ್ಳಾ, ಏಲ್ ಏಲ್‌ನೆ ತಿನ್ನಂತ ಬಿದ್ದಿರೋ ನೀವು ಹಿಂತಿರುಗ್ ಮಾತಾಡ್ತೀರಾ, ಹಿಂದೆಲ್ಲ ಯೇಲ್‌ನೇ ಅಲ್‌ವೇನ್ರೋ ನೀವು ಹೊರ್‌ತಿತ್ತು. ಈಗೇನ್ ಬಾಳ್ ದೊಡ್ ಮನುಸ್ರೇನೋ ನೀವು. ಲೋಪರ್ ನನ್‌ಮಕ್ಳಾ, ನಾನ್ ಹೇಳ್ದಂಗೆ ಮಾಡ್ಲಿಲ್ಲಾ ಅಂದ್ರೆ ಚಾರ್ಜ್ ಸೀಟ್ ಬರ್‍ದು ಸೆಂಟ್ರ ಜೈಲ್‌ಗಾಕಿ ಸಾಯ್ಸಾಕ್ ಬುಡ್ತಿನಿ. ದೇಶದೇಶದ ಏಲೆಲ್ಲನು ವರ್‍ಸುವಂಗ್ ಮಾಡ್‌ಬುಡ್ತೀನಿ. ಇಲ್ಲೇನೋ ಸ್ವಲ್ಪ ಇದೆ. ಅಲ್ಲಿ ಸೆಂಟ್ರಲ್ ಜೈಲಲ್ಲಿ ಬರೀ ಕಕ್ಕಸ್‌ನೇ ದಿನಾ ಕ್ಲೀನ್ ಮಾಡುವಂಗ ಮಾಡಿ ಅದ್ನೆ ತಿನ್ನುವಂಗ್ ಮಾಡಿಸ್ತೀನಿ' ಎಂದು ಕುಣಿದಾಡಿದರು. ಇಬ್ಬರೂ ತೆಪ್ಪಗಾಗಿ ಉಸಿರು ಬಿಟ್ಟಂತವರಾಗಿ ತಲೆಬಾಗಿ ಒಪ್ಪಿ ಕಕ್ಕಸ್ ಗುಂಡಿಗೆ ಇಳಿದರು. ಈಗ ಇಬ್ಬರೂ ಯಾವ ಮಾತೂ ಇಲ್ಲದಂತೆ, ಒಬ್ಬರ ಮುಖವನ್ನು ಒಬ್ಬರು ನೋಡಿಕೊಳ್ಳಲಾಗದೆ, ಹಿಂದಿನ ನೀಲಿನಕ್ಷೆಯ ಯಾವ ಯೋಜನೆಯೂ ಇಲ್ಲದಂತೆ ಗುದ್ದಲಿ ಮಂಕರಿಗಳಿಂದ ಒಳಗಿದ್ದ ಏಲುಗುಂಡಿಯನ್ನು ಖಾಲಿಮಾಡಿ ಬೆವರು ಹರಿಸಿಕೊಂಡು ನಿಂತರು.

ಇನ್‌ಸ್ಪೆಕ್ಟರು ಸಂತೋಷಗೊಂಡು, ಮರೆಯಲ್ಲೇ ಇವರ ಫಜೀತಿಗೆ ನಗುತ್ತಾ, ಕೊನೆಗೆ ಇಬ್ಬರಿಗೂ ಬುದ್ಧಿ ಹೇಳಿ ಊರಿಗೆ ಕಳುಹಿಸಿಬಿಟ್ಟರು. ಅತಾರಿಯೂ, ಚಿಕ್ಕಣ್ಣನೂ ಎರಡು ದಿಕ್ಕಾ ಕಂಗಾಲಾಗಿ ದೊಡ್ಡ ಅವಮಾನಕ್ಕೆ ಗುರಿಯಾಗಿ ವ್ಯಗ್ರರಾಗಿ ಊರು ತಲುಪಿದರು. ಚಿಕ್ಕಣ್ಣ ಮೈ ರೋಮರೋಮದಲ್ಲೂ ಸಿಟ್ಟನ್ನು ಬಳಿದುಕೊಂಡು ಅತ್ಯಂತ ವ್ಯಥೆಯಿಂದ ಯಾವತ್ತೂ ಕಂಡಿರದಷ್ಟು ಹಿಂಸೆ ಅವಮಾನಗಳನ್ನು ನುಂಗುತ್ತಾ ಊರಿಗೆ ಬರುವ ದಾರಿಯಲ್ಲೆ ಇದ್ದ ಪೆಂಟೆಯಲ್ಲಿ ವಿಪರೀತ ಎಂಡ ಕುಡಿಯತೊಡಗಿದ. ಮರೆಯಬೇಕು ಎಂದುಕೊಂಡರೂ ಅದೆಲ್ಲ ಮತ್ತೆ ಮತ್ತೆ ನಗಾರಿಯ ಶಬ್ದದಂತೆ ತಲೆಯೊಳಗೆ ಗಟ್ಟಿಸ ತೊಡಗಿದವು. ದಿನದ ಬಹುಪಾಲು ವೇಳೆ ಸ್ಟೇಷನ್‌ನಲ್ಲೆ ಇರಿಸಿಕೊಂಡಿದ್ದ ಅವರಿಗೆ ಕೊಟ್ಟ ಅವಮಾನದ ಹೊಡೆತಗಳನ್ನು ಸಹಿಸದೆ ಯಾವುದೂ ಅರ್ಥವಾಗದೆ ಕುದಿಯತೊಡಗಿದ. ಸಂಜೆಯ ಕತ್ತಲು ಬಲಿಯುತ್ತಿತ್ತು. ಮನೆಗೆ ಬರುತ್ತಿರುವಂತೆಯೇ ಕಕ್ಕಸುಗುಂಡಿಯ ಹಾಗೂ ಸತ್ತ ಹಂದಿಯ ವಾಸನೆ ವ್ಯಂಗ್ಯ ಮಾಡಿ ಚಿಕ್ಕಣ್ಣನನ್ನು ಕುಕ್ಕಿತು. ಚೆಲುವ ತನ್ನ ಅಪ್ಪನ ವಿಕಾರ ರೂಪವನ್ನು ಕಂಡು ಬೆಚ್ಚಿ, ಬಲವಂತದಿಂದ ಓದುವ ಕೆಲಸಮಾಡುತ್ತಿದ್ದವನು ಮೆತ್ತಗೆ ಮುದುರಿ ಕುಳಿತ. ಚಿಕ್ಕಣ್ಣನಿಗೆ ತನ್ನ ಅವಮಾನ, ಸಿಟ್ಟು ಇತ್ಯಾದಿಗಳ ಜೊತೆಗೆ ಊರಲ್ಲಿ ನ್ಯಾಯಕಾರರು ಹೇರಿದ್ದ ಬಹಿಸ್ಕಾರ ಮತ್ತು ತಿಪ್ಪೇಗೌಡರು ಕೇಸು ಬರೆಸಿಕೊಟ್ಟಿದ್ದು ಎಲ್ಲವೂ ದೆವ್ವದಂತೆ ಮನೆಯೊಳಗೆ ಸುತ್ತಿಕೊಂಡು ಅವನನ್ನೇ ತಿವಿಯತೊಡಗಿದವು. 'ಲೇಯ್; ಎಲ್ಲೋಗಿದ್ದಾನ್ಲಾ ನಿಮ್ಮಯ್ಯ ಅನಿಸ್ಕೋಕಿ ಸೂಳೆಮಗಾ, ಆ ನನಗುಟ್ಟಿರೋ ಅಪ್ಪಾ ಅನ್ನಿಸ್ಕೋ ನೆಲ್ಲದ್ದಾನು. ಕರ್ಕಬರೋಗು' ಎಂದು ಮುದುರಿ ಕುಳಿತಿದ್ದ ಮಗನ ರಟ್ಟೆ ಹಿಡಿದು ಎತ್ತಿ ತಳ್ಳಿದ. ಚೆಲುವ ಬುಳಬುಳನೆ ಉಚ್ಚೆ ಹೊಯ್ದುಕೊಂಡು, ರಾತ್ರಿ ಅಜ್ಜಿಯ ಸೀರೆಗೆ ಇದೇ ರೀತಿ ಉಚ್ಚೆ

ಹೊಯ್ದುಕೊಂಡದ್ದು ನೆನಪಾಗಿ, 'ನಂಗೊತ್ತಿಲ್ಲ ಯತ್ತಗೋಗಿದ್ದನೋ' ಎಂದು ಅಳಲಾರಂಭಿಸಿದ. ಚಿಕ್ಕಣ್ಣ ಕೆಂಡಕೋಪವಾಗಿ 'ಅವುನೆಂಣ್ತಿನಾ ಕೇಯುನತಾರಿಯಾ ತೋಳ್ನೋ ತೊಡಿಯೋ ಮುರಿದೆ ನಾ ಬಿಡುದಿಲ್ಲ' ಎಂದು ದೊಡ್ಡ ಗಂಟಲು ತೆಗೆದ. ಚೆಲುವನ ಅವ್ವ ಕೋಣೆಯಲ್ಲಿ ಹಿಟ್ಟು ಬೆರೆಸುತ್ತಿದ್ದವಳು ಭಯದಿಂದ ಓಡಿಬಂದು ಗಂಡನ ರುದ್ರಾವತಾರ ನೋಡಿ ತಕ್ಷಣಕ್ಕೇ ತೊಡೆಗಳನ್ನು ನಡುಕದಿಂದ ಬಿಗಿಹಿಡಿದುಕೊಂಡು 'ಅಯ್ಯೋ ರಾಮಾ, ಊರೋರೆಲ್ಲವೊಂದಾಗಿ ಏನಾರ ಮಾಡುದ್ರೆ ಏನ್ ಮಾಡನಪ್ಪಾ. ನಿನ್ ದಮ್ಮಯ್ಯಾ ಅಂತಿನಿ ಸುಮ್ನಿರು. ಎಲ್ರೂ ಮಾತಾಡ್ಕಂದವ್ರೆ. ಜಗಳ ಬೋರ ಮಾಡಬ್ಯಾಡ. ವಡ್ಡಾಟ್‌ದೆಲಿ ಯಾರಿದ್ದರು ಬಿಡಿಸ್ಕೋಕೆ ನಮ್ಗೀಗ' ಎಂದಳು.

ಹೆಂಡತಿಯ ಈ ಮಾತುಗಳನ್ನು ಅತ್ತ ಬಿಸಾಡಿ, 'ಲೇಯ್ ಬೊಡ್ಡಿ, ವೊಂಟೋಗು ಮಾನ್ವಾಗೆ ವೊಳಕೆ' ಎಂದು ತಳ್ಳಿದ. ಹೆಂಡತಿ ಅಷ್ಟಕ್ಕೂ ಕೇಳದೆ ಕಾಲುಕಟ್ಟಿಕೊಳ್ಳಲು ಮುಂದೆ ಹೋದಾಗ 'ನಿನ್ನವ್ವುನ್ನಾ ಕೇಯುಳೇ, ನನ್ಗೇ ಬುದ್ದಿಯೇಳುಕ್ ಬಂದಿಯಾ ನೀನು' ಎಂದು ನೂಕಿ ಬೆನ್ನಿನ ಮೇಲೆ ಡಮಡಮ ಎಂದು ಗುದ್ದಿದ. ಚೆಲುವ ಜೋರಾಗಿ ಅಳುತ್ತಾ ಬೀದಿಗೆ ಓಡಿಬಂದು, 'ಬನ್ರಪ್ಪೊ ನಮ್ಮವ್ವನ್ನಾ ಸಾಯ್ಸಾಕೆ ಬುಡ್ತನೆ ನಮ್ಮಪ್ಪ' ಎಂದು ಅಂಗಲಾಚಿದ. ಚಿಕ್ಕಣ್ಣನ ಬಗ್ಗೆ ಈಗ ಯಾರಿಗೂ ಮರುಕ ಇರಲಿಲ್ಲ. ಇಡೀ ಕೇರಿಯಲ್ಲಿ ಕಕ್ಕಸ್ಸಿನ ಗಬ್ಬು ನಾರುತ್ತಿದ್ದರಿಂದಲು, ಆತನ ಬಗ್ಗೆ ಇದ್ದ ಕ್ರೋಧ ಮತ್ತು ಬಹಿಸ್ಕಾರದಿಂದಲೂ ಬಿಡಿಸಿಕೊಳ್ಳಲು ಯಾರೂ ಸಹಾಯಕ್ಕೆ ಬರಲಿಲ್ಲ. ಚಿಕ್ಕಣ್ಣ ಭಯಂಕರವಾಗಿ ಕಿರುಚಿ ಯಾರು ಯಾರನ್ನೋ ಬೈಯುತ್ತಾ ದೊಣ್ಣೆಗಾಗಿ ಹುಡುಕಾಡಿದ. ಅವನ ಸಿಟ್ಟಿಗೆ ಸಿಕ್ಕಿಹಾಕಿಕೊಂಡಿದ್ದವಳು ಆತ ಹಿಟ್ಟಿನ ದೊಣ್ಣೆ ತರಲು ಒಳಗೆ ಹೋದಾಗ ಹಿತ್ತ ಬಾಗಿಲಿಂದ ಓಡಿಹೋದಳು. ಕೈಗೆ ಯಾರೂ ಕೊನೆಗೆ ಸಿಗಲಿಲ್ಲ ಎಂದು ಹುಚ್ಚನಂತೆ ಆವೇಶದಿಂದ ಇಡೀ ಹೊಲಗೇರಿ ವಕ್ಕಲಗೇರಿಯ ಜನರನ್ನೆಲ್ಲ ಒಟ್ಟಾಗಿ ಬೈಯುತ್ತಾ ಕೋಣೆಯಲ್ಲಿದ್ದ ನೀರಿನ ಮಡಕೆಯನ್ನು ದೊಣ್ಣೆಯಿಂದ ಚಚ್ಚಿದ. ನೀರೆಲ್ಲ ಹರಿಯಿತು. ಸಾಲಾಗಿ ಜೋಡಿಸಿದ್ದ ಮಡೆಗಳಿಗೆಲ್ಲ ಮನ ಬಂದಂತೆ ಚಟ್ ಚಟ್ ಎಂದು ಚಚ್ಚಿ ಬಡಿದು ಕೋಪದಿಂದ ಕಿರುಚಾಡುತ್ತಿದ್ದ. ಹಿಟ್ಟಿನ ಮಡಕೆಯನ್ನು ಬೆಂಕಿ ಬೇಯಿಸುತ್ತಿತ್ತು. ಹಿಟ್ಟಿನ ಗಮಗಮ ಅಲ್ಲೆಲ್ಲ ಸುತ್ತಿಕೊಂಡು ಚಿಕ್ಕಣ್ಣನ ವಿಕಾರ ಕ್ರೌರ್ಯಕ್ಕೆ ಸಾಕ್ಷಿಯಂತೆ ನೋಡುತ್ತಲೇ ಇತ್ತು. ಮಡಕೆಗಳೆಲ್ಲ ಚೂರುಚೂರಾಗಿ ಉರುಳಾಡಿದವು. ಅವುಗಳಲ್ಲಿ ಇಟ್ಟಿದ್ದ ಹಲವಾರು ಬಗೆಯ ಕಾಳುಗಳು ರಾಗಿ, ಜೋಳ, ಒಂದಿಷ್ಟು ಅಕ್ಕಿ, ಸ್ವಲ್ಪ ಭತ್ತ ಹೀಗೆ ಅವುಗಳ ಜೊತೆಗೆ ಸಣ್ಣ ಪುಟ್ಟ ಬಟ್ಟೆಯ ಗಂಟುಗಳು ಚೆಲ್ಲಾಪಿಲ್ಲಿಯಾಗಿ ಅಷ್ಟಗಲಕ್ಕೂ ಚೆಲ್ಲಿಕೊಂಡು ಶವದಂತೆ ಚಿಕ್ಕಣ್ಣನ ಕಾಲಿನಡಿ ಜರ್ಜರಿತ ವಾದವು. ಕೇರಿಯ ಯಾರೂ ಈ ಬಗ್ಗೆ ಸದ್ದೆತ್ತಲಿಲ್ಲ. ಚೆಲುವ ಭೀತಿಯಿಂದ ಅವ್ವ ಎತ್ತ ಹೋದಳೋ ಎಂದು ಕಂಗಾಲಾಗಿ ಬೀದಿಯ ಸಂಪೆಲ್ಲಿ ಒಬ್ಬನೇ ಮುಸುಮುಸುನೆ ಅಳುತ್ತ ನಿಂತ. ಗುಂಜಾರಯ್ಯ ಅಪಾಯದ ಸುಳಿವು ತಿಳಿದೋ ಏನೋ ನಾಪತ್ತೆಯಾಗಿದ್ದ. ಚಿಕ್ಕಣ್ಣ ಹಿಂದೆ ಊರಲ್ಲಿ ಹುಲಿಯಂತೆ ಮೆರೆದಿದ್ದವನಿಗೆ ನ್ಯಾಯಾಸ್ಥಾನದಲ್ಲಿ ತುಂಡುಡುಗರ ಅಪಮಾನಕಾರಿ ನಗೆ ಆ ನಡೆವೆಯೂ ಚಿಮ್ಮಿತು. ಗೊತ್ತುಗುರಿ ಇಲ್ಲದೆ ಬಾಯಿಗೆ ಬಂದಂತೆ

ಭಾಷೆಯನ್ನು ಚೆಲ್ಲಾಡಿದ. ಚಿಕ್ಕಣ್ಣನೇನಾದರೂ ಬೀದಿಗೆ ಬಂದು ತಮ್ಮ ಮೇಲೇನಾದರು ಹೆಸರಿಡಿದೋ ಅಥವಾ ಪರೋಕ್ಷವಾಗಿ ಏನಾದರೂ ಒಂದು ಸಣ್ಣ ಮಾತಾಡಿದರೂ ಸಾಕು ಆತನನ್ನು 'ಜಬ್‌ಗರಿಸ್‌ಬೇಕು' ಎಂದು ಅವರವರ ಪಡಸಾಲೆಗಳಲ್ಲಿ ಕುಳಿತಿದ್ದರು. ಹೆಂಡತಿಯ ಮಾತಿಂದ ಚಿಕ್ಕಣ್ಣನಿಗೆ ಈ ಅನುಮಾನ ಭಯ ಅಧೀರತೆ ಅರಿವಾಗಿತ್ತೋ ಏನೋ ಆತ ಕೇರಿಯವರ ಹೆಸರನ್ನು ಸೂಚಿಸದೆ ತನ್ನ ಸಂಕಟರೂಪದ ಸಿಟ್ಟನ್ನು ತಲೆತಲಾಂತರದಿಂದ ಮನೆಯು ಉಳಿಸಿಕೊಂಡು ಬಂದಿದ್ದ ಮಡಕೆಗಳ ಮೇಲೆ ಪೌರುಷ ವನ್ನು ಬಿಟ್ಟಿದ್ದ. ಅವು ಆ ಮನೆಯ, ಊರಿನ, ಕೇರಿಯ ಪೂರ್ವಿಕರ ಮತ್ತು ಈಗಿನ ಬಾಲಕರ, ಮುಗ್ಧರ, ಹೆಂಗಸರ ತಲೆಬುರಡೆಗಳಂತೆ ನುಚ್ಚುನೂರಾಗಿ ಉರುಳಾಡಿ ಹೊರಳಾಡಿ ಪುಡಿಯಾಗಿ ಬಿದ್ದ ಧಾನ್ಯಗಳ ಮೇಲೆ ಅಸ್ತಂಗತವಾದವು. ನೊರಕ್ ನೊರಕ್ ಎಂದು ಪುಡಿಗುಟ್ಟಿದ್ದವು. ಆ ಒಂದೊಂದೂ ಮಡಕೆಯ ಒಡೆದ ಸದ್ದುಗಳು ಕ್ರೌರ್ಯಕ್ಕೆ ಭೀತಿಗೆ ಅಸಹಾಯಕತೆಗೆ ಬಲಿಯಾದವರಂತೆ ನಲುಗಿದವು. ಚಿಕ್ಕಣ್ಣನ ಸಿಟ್ಟು ಅಟ್ಟಹಾಸ ಗೊಂಡು ಏರುತ್ತಿರುವಂತೆಯೇ ಚೆಲ್ಲಿಕೊಂಡ ರಾಗಿಯ ಕಾಳುಗಳು ಚಿಕ್ಕಣ್ಣನನ್ನೇ ನೋಡುತ್ತಿ ರುವಂತೆ ಬಿದ್ದಿದ್ದು ಆತನ ಸ್ವರೂಪಕ್ಕೆ ಬೆಚ್ಚಿ ಚೂರಾದ ಮಡಕೆಗಳ ಅಡಿಯಲ್ಲಿ ಮರೆ ಯಾದವು. ಅವನ ವಿಕಾರಕ್ಕೆಲ್ಲ ಕ್ಷಣಕ್ಷಣಕ್ಕೂ ನಡುಗಿ ಚೆಲುವ ಎತ್ತಲೂ ಆ ಕತ್ತಲೆಯಲ್ಲಿ ಓಡಿ ಹೋಗಲಾರದೆ ಬಳಲಿದ. ಚಿಕ್ಕಣ್ಣ ಕುಣಿದಾಡಿ 'ಯಾವ ಸೂಳೆ ಮಕ್ಕಳಿದ್ರೂ ಬನ್ರೋ; ನಿಮ್ಮೆದ್ತಿರ್‌ನಾ ಕೆಯ್ಯಾ' ಎಂದು ಗುಟುರು ಹಾಕಿ ಆ ದೊಣ್ಣೆಯಿಂದ ಉಳಿದಿದ್ದ ಇನ್ನೊಂದು ದೊಡ್ಡ ಗುಡಾಣಕ್ಕೆ ಬಡಿದ.

ಅದು ದೊಡ್ಡ ಸಪ್ಪಳದೊಂದಿಗೆ, ಆ ಮನೆಯ ಜೀವವು ಮುರುಟಿ ಹೋದಂತೆ ತೆರೆದು ಕೊಂಡು ಇಟ್ಟಿದ್ದ ಬಿತ್ತನೆ ರಾಗಿ ಜೊತೆಗೆ ಚೆಲ್ಲಿಕೊಂಡಿತು. ಚೆಲುವ 'ಕಿರುಮನೆಯ' ಕಿಟಕಿಯಲ್ಲೆ ಇದೆಲ್ಲವನ್ನು ನೋಡುತ್ತಿದ್ದವನು ಸಕಲ ಆಶ್ಚರ್ಯಗಳಿಂದ ಬೆರಗಾಗಿ, 'ಆಹಾ; ಆ ಬುಗುರಿಯೆಲ್ಲಿತ್ತು... ಅವ್ವ ಅಲ್ಲೇ ಮಡಗಿತ್ತು' ಎಂದುಕೊಂಡು ಕಣ್ಣಗಲಿಸಿ ಆ ಬುಗುರಿ ಯನ್ನೇ ತುಂಬಿಕೊಂಡ. ಯಾವಾಗಲೋ ಅಪ್ಪನ ಕೈಗೆ ಸಿಗದಂತೆ ಚೆಲುವ ಇನ್ನೊಂದು ಬುಗುರಿಯನ್ನು ತನ್ನ ಅವ್ವನ ಕೈಲಿ ಕೊಟ್ಟು ಬಚ್ಚಿಡಿಸಿದ್ದ. ಹಾಗೆ ಇಟ್ಟಿದ್ದು ಅವ್ವನಿಗೆ ಮರೆತೇ ಹೋಗಿತ್ತು. ಆ ಗುಡಾಣದ ಹೊಟ್ಟೆಯನ್ನು ದೊಣ್ಣೆಯಿಂದ ಚಿಕ್ಕಣ್ಣ ಬಗೆದಿದ್ದಾಗ ರಾಗಿ ರಾಶಿಯಿಂದ ಉರುಳಿಕೊಂಡು ನೆಲಕ್ಕೆ ಬಿದ್ದಿತ್ತು. ಬುಗುರಿ ಉಳಿಯುವದಿಲ್ಲ ಎಂದುಕೊಳ್ಳುತ್ತಿ ರುವಂತೆಯೇ ಚಿಕ್ಕಣ್ಣ ಎಲ್ಲ ಮುಗಿದವು ಎಂಬಂತೆ ಅಡುಗೆ ಕೋಣೆಗೆ ಹೋಗಿ ಒಲೆಯ ಮೇಲೆ ಬೆಂದು ಗಮಗಮಿಸುತ್ತಾ ಹೊಗೆ ಹರಿಸುತ್ತಿದ್ದ ರಾಗಿಹಿಟ್ಟನ್ನು ಕಂಡವನೇ ಹುಚ್ಚ ನಂತೆ ಎರಗಿ 'ಇವುಳ್ ರಕ್ತನಾ ಕೇಯುನಿಟ್ಟು ಯಾರುಗ್ ಬೇಕಾಗಿದ್ದದು. ಇಯೇಲ ಯೇಲೇ ತಿನ್ಲಿ' ಎಂದುಕೊಂಡು ಹಿಟ್ಟಿನ ಮಡಕೆಯನ್ನು ಎತ್ತಿಕೊಂಡು ದಡದಡನೆ ಹೊರಕ್ಕೆ ಓಡಿ ಬಂದು ಹಿತ್ತಲು ದಾಟಿ ಕಕ್ಕಸು ಗುಂಡಿಯ ಒಳಕ್ಕೆ 'ದೂಪ್' ಎಂದು ಬೀಸಾಡಿ ಕ್ಯಾಕರಿಸಿ ಉಗಿದು 'ಸೂಳೆಮಕ್ಳಾ ನಿಮ್ಮೆದ್ತಿರ್‌ನೆಲ್ಲಾ ಕೇಯ್ತಿನಿ ಬನ್ರೋ' ಎಂದು ಅತ್ಯಂತ ಕೆಡುಕಿನ ಅಸಹ್ಯದ ಬಯ್ಗುಳಗಳನ್ನು ಉಗಿಯುತ್ತಾ ಬೀದಿಗೆ ಓಡಿಬಂದ. ಕಿರುಚಿ ನೆಗೆದು

ಸುತ್ತಮುತ್ತ ಇದ್ದ ಜನರನ್ನೆಲ್ಲ ನೋಡಿ ತನ್ನ ಮನೆಮುಂದೆ ಹುಚ್ಚನಂತೆ ಎಗರಾಡಿದ. ಚೆಲುವ ಕಿರು ಮನೆಯಿಂದ ಹೊರಬಂದು, ಗುಡಾಣದಿಂದ ಹೊರಬಿದ್ದಿದ್ದ ಆ ಬುಗುರಿ ಯನ್ನು ಕ್ಷಣದಲ್ಲೇ ಎತ್ತಿಕೊಂಡು ಹಿತ್ತಲ ಬಾಗಿಲಲ್ಲೇ ಬಂದು ಕತ್ತಲಲ್ಲಿ ನಿಂತು ಬುಗುರಿ ಯನ್ನು ಅತ್ಯಂತ ಸಿಟ್ಟಿನಿಂದ ತನ್ನ ಅಪ್ಪ ಚಿಕ್ಕಣ್ಣನೂ ಎಸೆಯಬಲ್ಲಷ್ಟು ದೂರಕ್ಕೆ ಬಿಸಾಡಿದಂತೆ ಬಿಸಾಡಿ ಒಮ್ಮೆ ಬಿಕ್ಕಿ ಹಾಗೆ ನಿಂತ.

ಆ ಕತ್ತಾಲ ಹಿತ್ತಲ ಮೆಳೆ ಮೂಲೆಯಲ್ಲಿ ಚೆಲುವನ ಅವ್ವ ಬಿಕ್ಕಿ ಅಳುತ್ತಾ ಮಗನನ್ನು ಕೂಗಿಕೊಂಡಳು. ಶಬ್ದ ಬಂದೆಡೆ ಚೆಲುವ ಹೋಗಿ ಅವ್ವನ ಬಿಸಿ ಕಣ್ಣೀರ ಕೆನ್ನೆಯನ್ನು ಮುಟ್ಟಿ, 'ಅಳಬ್ಯಾಡ ಸುಮ್ನಿರವ್ವಾ' ಎಂದು ತಾನೇ ಅಳು ಆತ್ತ ಅವ್ವನನ್ನು ತಬ್ಬಿಕೊಂಡು ಆ ಕತ್ತಲೆ ಯಲ್ಲೇ ಒಬ್ಬರಿಗೊಬ್ಬರು ಎದೆಗವುಚಿಕೊಂಡು ಕುಳಿತರು. ಬೀದಿ ಕೇರಿಯಲ್ಲಿ ಚಿಕ್ಕಣ್ಣನ ಗುಡುಗಿನಂತ ಗಂಟಲ ಕೇಕೆ, ಅವರ ಎದೆಗಳನ್ನು ಒಕ್ಕಿ ಥವಗುಡಿಸುತ್ತಿದ್ದಂತೆಯೇ – ಮತ್ತೊಮ್ಮೆ ಯಾರಯಾರ ಮೇಲೋ ಚಿಕ್ಕಣ್ಣ ನುಗ್ಗಿ ಜಗಳ ಆಡುತ್ತಾ ಹೊಡೆದಾಟಕ್ಕೆ ಇಳಿದಂತೆ ಕಂಡಿತು. ಇಡೀ ಹೊಲಗೇರಿಯ ಹೊಲಸು, ಆ ಕಕ್ಕಸು ಗುಂಡಿ, ಸತ್ತ ಹಂದಿ, ಬುಗುರಿ, ಪೋಲಿಸ್ ಠಾಣೆ, ಬಿದ್ದು ಸತ್ತ ಎಷ್ಟೋ ಜೀವಗಳು ಒಂದೊಂದಾಗಿ ತೆರೆದು ಕೊಂಡು ಚೆಲುವನಿಗೆ, ರಾತ್ರಿಯ ಪಿಶಾಚಿ ರೂಪದ ಹಂದಿರೂಪಿ ಮಾನವ ಎಲ್ಲರ ಮೆದುಳಿಗೂ ಕೊರೆದು ಏಲು ತುಂಬುತ್ತಿರುವಂತೆ ಕಂಡಿತು. ಕತ್ತಲೊಳಗೂ ಕರಗಿ ಅವ್ವನ ಕಿಬ್ಬೊಟ್ಟೆಗೆ ಮೆತ್ತಿಕೊಂಡು 'ಅವ್ವೋ ನನ್ನ ನಿನ್ನೊಟ್ಟೆವಳಕೆ ಸೇರಿಸ್ಕಬುಡವಾ' ಎಂದ. ಚೆಲುವನ ಅವ್ವ ಕಣ್ಣೀರಲ್ಲೇ ಅಲ್ಲೇ ಕುಳಿತಳು. ತಾರಕ ಸ್ವರದಲ್ಲಿ ಹೊಲಗೇರಿಯ ಬೀದಿ ಮೊಳಗತೊಡಗಿತ್ತು.

(೧೯೯೨)

*

೩೨. ಕಳ್ಳುಬಳ್ಳಿ

ಬಿ ಟಿ ಜಾಹ್ನವಿ

ಕೆಂಚನಿಗೆ ಕಣ್ಣು ಎಳೆಯುತ್ತಿದ್ದವು. ಗಂಟೆ ಆಗಲೇ ಹತ್ತಾಗಿತ್ತು. ಆದರೂ ಉಣ್ಣುವವರಿನ್ನೂ ಇದ್ದರು. ಎಲ್ಲರೂ ಉಂಡ ಮೇಲೆ ಪಾತ್ರೆಗಳನ್ನೆಲ್ಲ ಬೆಳಗಿ, ನೆಲ ಗುಡಿಸಿ, ಒರೆಸಿ ಮಗ ತಿಪ್ಪ ನೆಲ ಕಾಣುವ ಹೊತ್ತಿಗೆ ಹನ್ನೊಂದಾದರ ಆಯ್ತು ಹನ್ನೆರಡಾದರೂ ಆಯ್ತು. ಹತ್ತು ವರ್ಷದ ತಿಪ್ಪ ಬೆಳಗ್ಗಿನಿಂದ ಈ ಮನೆಯ ಕೆಲಸ ಮಾಡಿ, ಮಾಡಿ ಸೋತು ಸುಣ್ಣ ಆಗಿದ್ದ.

ಈ ಮನೆಯ ಯಜಮಾನರು ಶಿವಣ್ಣ ಮತ್ತು ಇಂದ್ರ. ನಾಳೆಯೆ ಅವರ ಒಬ್ಬನೇ ಮಗ ರಾಜುವಿನ ಹನ್ನೆರಡನೇ ವರ್ಷದ ಹುಟ್ಟುಹಬ್ಬ. ಇಂದೇ ಬಂಧು ಬಳಗವೆಲ್ಲ ಬಂದಿಳಿದಿತ್ತು. ಅವರುಗಳೆಲ್ಲ ಉಂಡು ಮುಗಿಸುವ ತನಕ ತಿಪ್ಪನ ಹೊಟ್ಟೆಯೂ ಖಾಲಿ.

ಹೆಂಡತಿ ಬಸ್ವಿಯ ಬಳಿ ತಿಪ್ಪನನ್ನು ಕರೆತರುವೆ ಉಗಾದಿ ಹಬ್ಬಕ್ಕೆ ಎಂದು ಹೇಳಿಬಂದಿದ್ದ. ಆದರೆ ಶಿವಣ್ಣನ ಮನೆಗೆ ಬಂದಾಗ ಆ ವಿಷಯ ಮಾತಾಡಲೇ ಇಲ್ಲ. ಬದಲಿಗೆ ದುಡ್ಡಿಗಾಗಿ ಬಂದಿದ್ದೆ ಎಂದಿದ್ದ. ತಿಪ್ಪನನ್ನು ಊರಿಗೆ ಕರೆದುಕೊಂಡು ಹೋಗಬಾರದೆಂದೇನೂ ಇರಲಿಲ್ಲ ಅವನಿಗೆ. ಆದರೆ ಮಗನನ್ನು ನೋಡಿ ಬಸ್ವಿ ಮತ್ತೆಲ್ಲಾದರೂ ಮನಸ್ಸನ್ನ ಬದಲಾಯಿಸಿ, ರಂಪ ತೆಗೆದು ಗಲಾಟೆ ಮಾಡಿದರೆ ಎಲ್ಲೀ ಸಹವಾಸ ಅಂತ ಅ ವಿಚಾರವನ್ನೇ ಕೈಬಿಟ್ಟಿದ್ದ. ಸಾಮಾನ್ಯವಾಗಿ ಅವನು ಶಿವಣ್ಣನ ಮನೆಯ ಬಳಿಗೆ ಬರುತ್ತಿರಲಿಲ್ಲ. ಆಫೀಸಿನ ಬಳಿಯೆ ಹೋಗಿಬರುತ್ತಿದ್ದ. ಆದರೆ ಇಂದು ರಜವಿದ್ದುದರಿಂದ ಮನೆಗೆ ಬಂದಿದ್ದ. ಇಲ್ಲಿ ಮಗನ ದುಡಿತದ ಅಂದಾಜು ಈಗವನಿಗೆ ಅರಿವಾಗಿತ್ತು. ಒಳಗೊಳಗೇ ಸಂಕಟವೂ ಆಯ್ತು.

ಕೆಂಚನಿಗೆ ನಾಲ್ಕು ಮಕ್ಕಳು. ರತ್ನಿ, ಮಲ್ಲಿ, ಕೆಂಚಿ, ತಿಪ್ಪ. ತಿಪ್ಪನೇ ಕಿರಿಯವನು. ಅಂತೆಯೇ ಅವ್ವನ ಕಣ್ಮಣಿ. ಕಿರಿಮಗಳು ಕೆಂಚಿಯೊಬ್ಬಳೇ ಉಳಿದು ಇನ್ನಿಬ್ಬರು ಹಿರಿಯರಿಗೆ ಮದ್ವೆಯಾಗಿತ್ತು. ಕೈಯಲ್ಲಿ ಬಿಡಿಗಾಸು ಇರಲಿಲ್ಲವಾದ್ದರಿಂದ ಮುಂದಿನ ವರ್ಷಕ್ಕೇ ಅವಳ ಮದುವೆ. ಹುಡುಗನೂ ಗೊತ್ತಾಗಿದ್ದ. ಆದರೆ ಅಷ್ಟರೊಳಗೆ ಬೆಳಗ್ಗೆ ಚೆಂಬು ತೆಗೆದುಕೊಂಡು ಹೋದಾಗೋ, ಮಧ್ಯಾಹ್ನ ಅಪ್ಪಯ್ಯನಿಗೆ ಬುತ್ತಿ ಒಯ್ವಾಗ ಬಂಡೆ ಅಡಿಯಲ್ಲೋ, ಬಣವೆ ಮರೆಯಲ್ಲೋ ಕೆಂಚಿ, ಅವಳ ಭಾವಿ ಗಂಡ ಕೂಡಿ ಮಾಡಿದ ಪ್ರೀತಿಯ ಕಾವಿಗೆ ಕೆಂಚಿ ಕಕ್ಕಿಕೊಳ್ಳತೊಡಗಿದ್ದಳು. ಆ ಕ್ಷಣವೇ ಮದುವೆ ಮುಗಿಸಬೇಕಿತ್ತು. ಎಲ್ಲೂ ದುಡ್ಡು ಸಿಗದಿದ್ದಾಗ

ಆ ಊರಿನ ಲಿಂಗಾಯತರ ರಾಮಣ್ಣನ ಸಲಹೆಯಂತೆ, ಸ್ಕೂಲಿಗೆ ಹೋಗುತ್ತಿದ್ದ ತಿಪ್ಪನನ್ನು ಅವರ ಮನೆಯಲ್ಲಿ ಇಟ್ಟು, ದುಡ್ಡು ಇಸಿದುಕೊಂಡು ಬಂದಿದ್ದ ಕೆಂಚ. ತನ್ನ ಕರುಳನ್ನು ಬಗೆದು ಒಯ್ಯುತ್ತಿರುವರೇನೋ ಎಂಬಂತೆ ಗೋಳಾಡಿದ್ದಳು ಬಸ್ವಿ ತಿಪ್ಪನ್ನ ಕರೆದೊಯ್ಯುವಾಗ!

"ನಮ್ ಪಡಿಪಾಟ್ಲು, ನಮ್ ಬವಣೆ ಆ ಮಗಿಗೆ ಬ್ಯಾಡ ಅಂತ ಇಸ್ಕೂಲಿಗಾಕಿದ್ರೆ... ಇವತ್ತು ಅದಕ್ಕೂ ಕಲ್ಲು ಬಿತ್ತು. ನನ್ಮಗನಿಗೂ ಕಂಡೋರ್ಮನೆ ಚಾಕರೀನೆ ಗತಿಯಾಯ್ತಲ್ಲಾ..." ಅಂತ ಬಡಬಡಿಸಿದ್ದಳು.

ಹೇಗೋ ಆರು ತಿಂಗಳು ಕಾಲ ಹಾಕುವ ಹೊತ್ತಿಗೆ ಸಾಕುಸಾಕಾಯ್ತು. ಅಳುತ್ತ ಕರೆಯುತ್ತ, ಉಪವಾಸ ವನವಾಸ ಮಾಡಿ ನೆಲ ಕಚ್ಚಿ ಮಲಗಿಬಿಟ್ಟಳು ಆಕೆ. ಮೊಮ್ಮಕ್ಕಳನ್ನ ಕಂಡಿದ್ದರೂ ಇನ್ನೂ ಗಟ್ಟಿಮುಟ್ಟಾಗಿ, ಬಿರುಸಾಗಿದ್ದ ಬಸ್ವಿ, ನಾಲ್ಕಾಳು ಕೆಲಸವನ್ನು ಒಬ್ಬಳೇ ಮಾಡಿ ಬಿಸಾಕುವಂತಹ ಹೆಣ್ಣು. ಆಕೆ ಮೇಲೇಳದ ಹಾಗೆ ಮಲಗಿದಾಗ ಕೆಂಚ ನಿಜಕ್ಕೂ ಹೆದರಿದ.

ಕೆಂಚನಿಗೆ ಅವಳೆಂದರೆ ಒಂಥರ ಭಯ ಸಿಟ್ಟು, ಪ್ರೀತಿ ಎಲ್ಲವೂ ಇತ್ತು. ಅವಳ ಜೊತೆಯಿಲ್ಲದೆ ಅವನಿಂದ ಏನೊಂದು ಕೆಲಸವೂ ಸಾಧ್ಯವೇ ಇರಲಿಲ್ಲ. ಆದರೀಗ ಪೂರ್ತಿ ಹೆದರಿದ. ಎದ್ದೆನೋ ಬಿದ್ದೆನೋ ಅಂತ ತನ್ನ ಹಿರಿಮಗಳು ರತ್ನಿಯ ಊರಿಗೆ ಓಡಿದ. ಅಳಿಯ ವೀರೇಶಿ ಮುನ್ಸಿಪಾಲಿಟಿ ಕ್ಲೀನರ್ರೂ, ಕೆಲಸ ಸಿಕ್ಕು ಎರಡು ವರ್ಷಗಳಾಗಿದ್ದವು. ಆ ಮೊದಲು ಈರೇಸಿ ಆಗಿದ್ದೋನು ಕೆಲಸ ಸಿಕ್ಕನಂತರ ವಿರೇಶಿ ಆಗಿದ್ದ. ಮಗಳು ಅಳಿಯನ ಎದುರಿಗೆ ತನ್ನ ಕಷ್ಟ ಹೇಳಿಕೊಂಡ ಕೆಂಚ–

"ಏನನ ಮಾಡ್ರಪ್ಪ... ಬಸ್ವಿ ನೆಲ ಹಿಡ್ದು ಮಲ್ಗಿದ್ರೆ ನನ್ ಕೈಕಾಲು ಬಿದ್ದೋದಂಗೆಯ........" ಅಂದ.

"ಸುಮ್ಕೆ ನಾನೆಳ್ದಂಗೆ ಮಾಡ್ಮಾವ. ಎಲ್ಲಾನ ಒಂದೈನೂರು ಜೋಡಿಸ್ಕೆಂಡು ಹೋಗಿ ಮಗನ್ನ ಕರ್ಕಂಡ್ಬಾ. ಯಂಗ ಆರ್ತಿಂಗ್ಳು ಆಗೋಗೈತೆ. ಇನ್ನಾರ್ತಿಂಗ್ಳಿಗೆ ಐನೂರು ಸರಿವೋಗ್ತೈತೆ...." ಅಂತ ಸಲಹೆ ಕೊಟ್ಟ ವೀರೇಶಿ.

"ಅಯ್ಯೋ ನನ್ತಾವೆಲ್ಲದೋ ವಿರೇಸಿ ಆಟೊಂದುದ್ಡು... ನಾನೆಲ್ಲಿಂದ ವೊಂದ್ಸಾನೇಳು...?" ಕೆಂಚ ಗೋಳಾಡಿ, ಕಾಡಿ ಬೇಡಿದಾಗ ವೀರೇಶಿ ಒಂದಿನ ತಡೆದು ಮಾವನ ಕೈಗೆ ಐನೂರು ಕೊಟ್ಟು ಹೇಳಿದ.

"ನೋಡ್ಮಾವ ಯೇನೋ ಸ್ನೇಹಿತ ಅಂತ ಹುಸೇನಣ್ಣ ಮೂರ್ತಿಂಗ್ಳು ಗಡುವು ಯೇಳಿ ಬಡ್ಡಿಯಿಲ್ಲದಂಗೆ ದುಡ್ಡು ಕೊಟ್ಟವ್ನೆ... ಆಟ್ರೊಳ್ಗೆ ನೀನೇನ ದುಡ್ಡು ವೊಂದಿಸಿಲ್ಲಾಂದ್ರೆ ನೂರಕ್ಕೆ ಹತ್ತರಂಗೆ ಬಡ್ಡಿಯಾಗ್ತೈತೆ ನೋಡ್ಮತ್ತೆ.........."

"ಇಲ್ಲಪ್ಪ ಆಟೋತ್ತಿಗೆ ಯಂಗಾನ ಮಾಡಿ ನಾನೆಲ್ಲ ವೊಂದುಸ್ತೀನಿ........" ಅಂತ ಹೇಳಿ ಊರ ಕಡೆಗೆ ಓಟಕಿತ್ತಿದ್ದ ಕೆಂಚ.

ಅವನಿಗೆ ಕೊನೆಗೂ ತಿಳೀಲಿಲ್ಲ ಐನೂರು ವೀರೇಶಿಯ ಅಣ್ಣ ಮಾರಪ್ಪ ಕೊಟ್ಟಿದ್ದು ಅಂತ. ತನ್ನದು ಅಂತ ಹೇಳಿದರೆ ದುಡ್ಡು ವಾಪಸ್ಸು ಬರುತ್ತೋ ಇಲ್ಲವೋ ಎಂದು ಮಾರಪ್ಪನೇ ವೀರೇಶಿ ಕೈಲಿ ಹಾಗೇ ಹೇಳಿಸಿದ್ದ. ಅದಕ್ಕೆ ರತ್ನಿಯೂ ಸಮ್ಮತಿಸಿದ್ದಳು.

ಕೆಂಚ ತಿಪ್ಗನ್ನ ಕರೆದುಕೊಂಡು ಬಂದ ದಿನ ನೋಡಬೇಕಿತ್ತು ತಾಯಿ ಮಗನ ಸಂತೋಷನ.

"ಅವ್ವಾ......." ಅಂತ ಓಡಿಬಂದ ಮಗನನ್ನ "ತಿಪ್ಗಾ ಬಂದ್ಯಾ ಸಾಮಿ....." ಎಂದು ಎದೆಗೆ ಅವಚಿಕೊಂಡು, ಮುಖದ ತುಂಬಾ ಮುತ್ತು ಸುರಿಸಿದ್ದು ಬಸ್ವಿ, ಅವ ಅಪ್ಪುಗೆಯಲ್ಲಿ ಕರಗಿ, ಅವಳೆದೆಯಲ್ಲಿ ಮುಖವುದುಗಿಸಿದ್ದ ತಿಪ್ಗ.

ಹಿಂದಿನ ನೆನಪಿನಲ್ಲಿ ಎಲ್ಲೋ ತೇಲಿಹೋಗಿದ್ದ ಕೆಂಚನನ್ನು ಶಿವಣ್ಣನ ದನಿ ಎಚ್ಚರಿಸಿತು. "ಹೋಗಯ್ಯ ನೀನೆದ್ದು ಹೋಗಿ ಮಲ್ಕೋಹೋಗು.... ಇಲ್ಲಿ ಕುಂತ್ಗಂಡು ಏನ್ಮಾಡ್ತಿದ್ದಿ.....? ನಾನು ಮಧ್ಯಾಹ್ನವೇ ನಿನಗೆ ಹೇಳಿದ್ದೀನಿ ಈಗ ನನ್ನತ್ರ ದುಡ್ಡಿಲ್ಲ ಅಂತ........" ಇವನನ್ನು ನೋಡಿ ಶಿವಣ್ಣ ಹೇಳಿದ.

"ಅಂಗದ್ರೆಂಗಣ್ಣಾ...........? ವೋಗ್ಲಿ ಐನೂರಿಲ್ದಿದ್ರೋಟಿವೋತು ಒಂದಿನ್ನೂರಾನ ಕೊಡು........."

ತಲೆ ಕೆರೆಯುತ್ತಾ ಕೇಳಿದ ಕೆಂಚ.

"ಏನೂ......? ಮಾತ್ಮಾತಿಗೂ ದುಡ್ಡು, ದುಡ್ಡು ಅಂತೀರಲ್ಲ ನಾನೇನಿಲ್ಲಿ ದುಡ್ಡಿನ್ಮರಗಿರ ಹಾಕಿದ್ದೀನಿ ಅಂದ್ಕಂಡಿರೇನು........?" ಕೆರಳಿದ ಶಿವಣ್ಣ. "ಅಂಗಲ್ಲಣ್ಣಾ............" ಅಂದ ಕೆಂಚನನ್ನು ಅರ್ಧಕ್ಕೆ ತಡೆದು–

"ನೋಡು ಕೆಂಚ ಹಂಗೂ ಇಲ್ಲ ಯಂಗೂ ಇಲ್ಲ. ಈಗ ಇಲ್ಲಾಂದ್ರೆ ಇಲ್ಲ ಅಷ್ಟೆ. ಆ ಹುಡಗನ್ನ ಕರ್ಕಂಡು ಬಂದ ದಿನವೇ ಒಂದು ಸಾವಿರ ಇಸ್ಕಂಡೋದ್ರಿ ನೀವು. ಮತ್ತೆ ಆಫೀಸಿನತ್ರ ಒಂದಿನ ಬಂದು ಮುನ್ನೂರು ಇಸ್ಕಂಡಿದ್ದೀಯ..... ಮತ್ತೆ ಕೊಡು ಅಂದ್ರೆ ಯಂಗೆ........? ಇನ್ನೇನಿದ್ರೂ ಈ ವರ್ಷದ ಕೊನೆಗೆ. ಅಲ್ಲಿವರೆಗೂ ಏನು ಇಲ್ಲ......."

ಅಷ್ಟೇಳಿ ಶಿವಣ್ಣ ತನ್ನ ಕೋಣೆಯತ್ತ ಹೊರಟ.

ಯಾಕೋ ತಾನು ಬಂದ ಕೆಲಸ ಎಡವಟ್ಟಾಗಿ ಕಾಣಿಸ್ತು ಕೆಂಚನಿಗೆ.

"ಯಂತಾ ಕೆಲ್ಸ ಆತಲ್ಲ............ ಆ ವುಡ್ಗನ್ನಾರ ಊರಿಗೆ ಕರ್ಕಂಡೋಗ್ಬಹುದಿತ್ತು......." ಕೆಂಚ ಒಬ್ಬನೆ ಒದ್ದಾಡಿಕೊಂಡ.

ಅಡುಗೆ ಮನೆಯಲ್ಲಿ ನಿದ್ದೆ ಮೆತ್ತಿದಂತಿದ್ದ ಕಣ್ಣುಗಳ ರೆಪ್ಪೆಯನ್ನು ತೆರೆಯಲಾರದೆ ತೆರೆಯುತ್ತ ಕಸಗುಡಿಸುತ್ತಿದ್ದ ತಿಪ್ಗನನ್ನೆ ನೋಡಿದ. ಹುಡುಗ ಬಹಳ ಸೊರಗಿದ್ದ. ಕಣ್ಣು, ಗಲ್ಲ ಎಲ್ಲಾ ಒಳಕ್ಕೋಗಿ, ಗುಳಿ ಬಿದ್ದಿದ್ದವು. ಹೇಗೋ ಆಡಿಕೊಂಡು ಮಾಡಿಕೊಂಡು ಶಾಲೆಗೆ ಹೋಗುತ್ತಿದ್ದ ಅವನು ರಾಮಣ್ಣನ ಮನೇಲಿ ಬಿಡೋಕ್ಮುಂಚೆ. ಬಿಡಿಸಿದ್ದೆ ಬಂತು

ಆಮೇಲೆ ಅತ್ತ ಕಡೆ ತಲೆ ಹಾಕಲಿಲ್ಲ. ಅವನು ಆನಂತರ ಹಳ್ಳಿಯಲ್ಲಿ ಇದ್ದಿದ್ದಾದರೂ ಕೇವಲ ಮೂರು ತಿಂಗಳು ಅಷ್ಟೆ.

ಕೆಂಚನಿಗೆ ಬಸ್ವಿಯ ಮಾತುಗಳು ನೆನಪಾದವು.

"ನನ್ ಮಗಿನ ಮತ್ತೆ ದೂರ ಮಾಡ್ಬಿಟ್ಯಲ್ಲಾ.........? ನಿನಗೆಂಗೆ ಅರಿವಾದೀತೇಳು ನನ್ ವಟ್ಟೆ ಸಂಕ್ಟಾ.......... ನೀನೇನ್ ವತ್ಗಂಡನಲ್ಲ, ಹಡ್ದನಲ್ಲ.........."

ಎಂದು ಮಗನ ನೆನಪು ಬಂಧಾಗಲೆಲ್ಲ ಗೋಳಾಡುತ್ತಿದ್ದಳಾಕೆ. ಆದರೆ ಇದ್ದ ಅಲ್ಪಸ್ವಲ್ಪ ಭೂಮಿಯ ಬಗೆಗಿದ್ದ ಮಮಕಾರ, ಅದಕ್ಕೇ ಬಿತ್ತುವ ಬೀಜ, ಬೆಳೆಯುವುದಕ್ಕೆ ಗೊಬ್ಬರಕ್ಕೆ ದುಡ್ಡಾಗುವುದಲ್ಲ ಎಂಬ ಆಸೆ ತನ್ನನ್ನು ನಿಷ್ಠೂರನನ್ನ ಮಾಡಿದ್ದವು.

ರಾಮಣ್ಣನ ಮನೆಯಿಂದ ಬಂದ ಮೇಲೆ ಅವ್ವನ ಆರೈಕೆಯಲ್ಲಿ ತಿಪ್ಗ ಬಲು ಕಳೆ ಕಳೆಯಾಗಿದ್ದ. ಆಕೆ ಹಟ್ಟಿಯಲ್ಲಿ ಸಾಕಿದ್ದ ಕೋಳಿಗಳನ್ನ ವಾರಕ್ಕೊಂದರಂತೆ ತಿಪ್ಗನಿಗಾಗಿ ಕೊಯ್ದು, ಬಿಸಿಯಾದ ಮುದ್ದೆ ಇಕ್ಕಿದರೆ ಸರಿಯಾಗಿ ಹೊಡೆಯುತ್ತಿದ್ದ. ಬಸ್ವಿಯಾದರೂ ಮಗನಿಗೆ ಬರಿಯ ಉಣ್ಣಿಸುತ್ತ ಸುಮ್ಮನಿರಲಿಲ್ಲ. ರಾಮಣ್ಣನ ಮನೆಯಿಂದ ಬಂದೊಡನೆ ಅ ಊರಿನ ಸ್ಕೂಲಿನ ಮೇಷ್ಟರ ಬಳಿಗೆ ಕರೆದೊಯ್ದುಳು. ಆದರೆ ಈ ವರ್ಷ ಮುಗಿಯಲಿ ಎಂದು ಹೇಳಿದ್ದರವರು. ಅಪ್ಪ ಅವ್ವನ ಜೊತೆಯಲ್ಲಿ ಉಂಡಾಡಿಕೊಂಡು ಹೇಗೋ ಮಜ ವಾಗಿದ್ದ ತಿಪ್ಗ ಅವನ ಅಕ್ಕ ರತ್ನಿ ಊರಿನಿಂದ ಬಂದು ಅಪ್ಪನನ್ನು ಜೊತೆಯಲ್ಲಿ ಊರಿಗೆ ಕರೆದೊಯ್ಯುವ ತನಕ. ಅಲ್ಲಿಂದ ವಾಪಸ್ಸು ಬಂದಾಗ ಅವನು ಸುಮ್ಮನೆ ಬರಲಿಲ್ಲ. ಬದ ಲಾಗಿದ್ದ. ಹೆಂಗೋ ಇದ್ದ ಚೂರುಪಾರು ಹೊಲದಲ್ಲಿ ಗಂಡ ಹೆಂಡತಿ, ಮಗನಿಗೆ ಎರಡು ಹೊತ್ತಿನ ಊಟಕ್ಕೆ ಆಗುವಷ್ಟು ಕಾಳುಕಡ್ಡಿ ಬೆಳೆದುಕೊಂಡು ತನ್ನ ಪಾಡಿಗೆ ತಾನು ಕಾಲ ಹಾಕುತ್ತಿದ್ದ. ಆದರೆ ವೀರೇಶಿ, ಅವನ ಅಣ್ಣ ಮಾರಣ್ಣ ಇಬ್ಬರು ಸೇರಿ ಕೆಂಚನ ತಲೆಯನ್ನು ಕೆಡಿಸಿಟ್ಟಿದ್ದರು. ಶಿವಣ್ಣ ಮೇಲಧಿಕಾರಿ ಮಾರಣ್ಣನಿಗೆ, ತನ್ನ ಮನೆಯಲ್ಲಿ ಒಬ್ಬ ಹುಡುಗ ಕೆಲಸಕ್ಕೆ ಬೇಕು, ನಮ್ಮ ಪೈಕಿನೆ ಯಾರಾದರು ಇದ್ದರೆ ಹೇಳು ಎಂದಿದ್ದ ಮಾರಣ್ಣನ ಬಳಿ. ಶಿವಣ್ಣ ಕೆಂಚನಿಗೂ ದೂರದ ಸಂಬಂಧಿ.

ಮಾರಣ್ಣ ಆ ಮಾತನ್ನ ವೀರೇಶಿ, ರತ್ನಿ ಮುಂದೆ ಹೇಳಿದಾಗ ರತ್ನಿಗೆ ತಕ್ಷಣವೆ ತಿಪ್ಗನ ನೆನಪಾಗಿ–

"ಸುಮ್ಕೆ ತಿಂದ್ತಿಂದು ತಿರುಗಾ ಬದ್ಲು ಅವರ್ಮನೆಯಾಗೆ ಬಿದ್ದಿರ್ಲೇಳು..... ಕೈಯಾಗ್ನಾಕು ಕಾಸರ ಆಕ್ತಾವೆ.........." ಅನ್ನುತ್ತ ಹಿಂದೆಯೇ ಊರಿಗೆ ಹೊರಟು ಬಂದು ಅಪ್ಪನ್ನ ಜೊತೆಗೆ ಕರೆದೊಯ್ದಿದ್ದಳು. ಅಣ್ಣ ತಮ್ಮ ಇಬ್ಬರು ಸೇರಿ ಹೇಳಿದ್ದರು ಕೆಂಚನಿಗೆ

"ನೋಡು, ಬಂಗಾರ ಬೆಳ್ಳಿಯಾಂತ ಭೂಮಿ ಐತೆ. ಸುಮ್ಕೆ ಯಾಕೆ ಅನ್ಯಾಯ ಮಾಡ್ಕಂತಿಯಾ........? ಶಿವಣ್ಣನಿಗೆ ಬೇಕಾದಂಗೈತೆ. ಹೆಣ್ತಿನೂ ದುಡೀತಾಳೆ. ಇರಾನೊಬ್ಮಗ ಅವ್ರಿಗೆ. ನಿನ್ಮಗ ಅವರ ಮನ್ಯಾಗ ಚೂರ್ಪಾರು ಮೇಲಿನ ಕೆಲ್ಸ ಮಾಡ್ಕೊಂಡು ಬಿದ್ದಿದ್ರೆ ಸಾಕು.. ದುಡ್ಡಿನ ಯೋಚ್ನೆನೇ ಮಾಡ್ಬ್ಯಾಡ್ರಿ ನೀವು.. ಅವ್ರೇನೆಂಗೂ ಬ್ಯಾರೆಯಲ್ಲ ನಮ್ಮೋರೆ

ಕಳ್ಳುಬಳ್ಳಿ.. ಮಗ ನಮ್ಮನ್ಯಾಗೆ ಇದ್ದಂಗೇ ಇರ್ತಾನೆ.. ಬರ ದುಡ್ನ ವೊಲಕ್ಕೊಗ್ದು ವಳ್ಳೆ ಬೆಳೆ ಬೆಳ್ಕಂಡು ಬಂಗಾರ್ದಂಗಿರ್ಬಹ್ದು. ಖರೆಯಾಗ್ಲು ಮಾವಯ್ಯ ನೀನಾ ಮನೆ ನೋಡ್ಬೇಕು ದಂಗಾಗೋಗ್ತಿ. ಆ ಮನ್ಯಾಗಿರಾಕೆ ನಿಮ್ಮಗ ಪುಣ್ಯ ಮಾಡಿರ್ಬೇಕು.."

ಕೆಂಚ ಅವರುಗಳು ಹೇಳೋದನ್ನ ಕೇಳಿಯೇ ದಂಗಾಗಿದ್ದ. "ನಂದೇನೈತಪ್ಪ ನಾನೀಗ್ಲೆ ಕಳುಸ್ತಿ.. ಆದ್ರೆ ನಮ್ ಬಸ್ವಿನ್ ವೊಪ್ಸಾದೇ ಬಲು ಕಸ್ಟ.........." ಅಂದ.

"ನಿನಗ್ಯಾಕ ಯೋಚ್ನೆ ಬಿಡ್ಮಾವ.. ನೀನ್ಸುಮ್ನೆ ಏಸೂ ಗೊತ್ತಿಲ್ದಂಗಿರು. ಅಷ್ಟರಮ್ಯಾಲೆ ಅತ್ತೆ ಯಾಕೋಗಿದ್ದೆ ಅಂತ್ಕೇಳಿದ್ರೆ ವಿರೇಶಿ ದುಡ್ಡಿಗೆ ಹೇಳಿ ಕಳಿಸಿದ್ದ ಅಂತೇಳು. ಮುಂದಿಂದು ನಮಗ್ಬಿಡು......" ವೀರೇಶಿ ಹೇಳ್ದಾಗ ಕೆಂಚ ಅದಕ್ಕೆ ತಲೆಯಾಡಿಸಿದ್ದ.

ಅಂದ ಹಾಗೆ ಮರುದಿನವೇ ಮಾರಣ್ಣ ಊರಿಂದ ಬಂದಿಳಿದ. ಬಹಳ ವರ್ಷಕ್ಕೆ ಬಂದ ಮಾರಣ್ಣನ ನೋಡಿ ಸಡಗರಪಟ್ಟಳು ಬಸ್ವಿ, ರಾತ್ರಿಗೆ ಕೋಳಿ ಕೊಯ್ದು, ಎಸರಿಟ್ಟು ಮುದ್ದೆ ಮಾಡಿ, ಅವರಿಬ್ಬರನ್ನ ಊಟಕ್ಕೆಬ್ಬಿಸಿದ್ಲು. ತಿಪ್ಪ ಹೊಟ್ಟೆಯ ತುಂಬ ಬರಿ ತುಂಡು ತಿಂದು ಮಲಗಿದ್ದ ಆಗಲೇ. ಮುದ್ದೆ ಮುರ್ಕಂಡು, ಸಾರಿನಲ್ಲಿ ಹೊರಳಾಡಿಸುತ್ತ ಹೇಳಿದ ಮಾರಣ್ಣ,

"ವೀರೇಶಿ ಬಹಳ ಬೇಜಾರ್ಮಾಡ್ಕೆಂಡವನೆ ಕೆಂಚ.......... ಯಂಗನ ಮಾಡಿ ಆ ಸಾಬಿ ದುಡ್ಡು ಕೊಡು........"

"ಅಲ್ಮಾರಣ್ಣ ನೀನೂ ವೀರೇಸಿಯಂಗೇ ಮಾತಾಡ್ತಿಯಲ್ಲ..........? ಆಟೊಂದುಡ್ಡು ನಾನೆಲ್ಲಿಂದ ವೊಂದುಸ್ಲಿಯೇಳು..?" ಬಾಯಿ ಜೋರಾಗೇ ಮಾಡಿದ್ದ ಕೆಂಚ.

"ಅಲ್ಲಪ್ಪ ಎಲ್ಲಿಂದ ತರ್ಲಿ ಅಂದ್ರೆಂಗ........? ಕೊಡಕಾಗ್ದಿದ್ಮಾಕೆ ಯಾಕೆ ಇಸ್ಕಂಡೆ.........? ಇಸ್ಕಂಡ್ಯಾಕೆ ಯಂಗನ ಮಾಡಿ ಕೊಡ್ಬೇಕಪ್ಪ.. ಇಲ್ಲಾಂತಂದ್ರೆ ಯಾರ್ಕೇಳ್ತಾರೆ..?"

ಕೆಂಚ ಮೂಳೆ ಕಟಕಟ ಕಡಿದ. "ನಾನೇನ್ಮಾಡನ ಮಾರಣ್ಣ..? ಇರಾದೀಟು ಭೂಮಿನ ಯಾರ್ತಾವನ ಅಡವಿಡ್ಬೇಕಟೆಯ.."

ಈ ಮಾತು ಕೇಳಿದ್ದೆ ಮಾರಣ್ಣ ಹಲ್ಲಿಯಂಗೆ ಲೊಚುಗುಟ್ಟಿದ.

"ಅಯ್ಯ ಇಷ್ಟೊಂದು ಸಣ್ಣಿಷ್ಯಕ್ಕೆ ಏಟೊಂದು ತಲೆಕೆಡ್ಸಿಕೆಂತಿಯಲ್ಲಾ ನೀನೂ..........? ನೋಡ್ಕೆಂಚ ನಾನೊಂದ್ಮಾತು ಹೇಳ್ತೀನಿ ಕೇಳ್ತಿಯಾ...........? ನಾನೇಳಾದು ನಿನ್ನ ಬಲಕ್ಕೆಯಾ... ಮತ್ತೆ ನೀನು ಮನ್ಸು ಸಣ್ಣಿಗ್ಮಾಡ್ಕೆಬಾರ್ದು.."

ಈ ಮಾತು ಕೇಳಿದ ತಕ್ಷಣ ಹೇಳಿದ್ದ ಕೆಂಚ–

"ಅಯ್ಯ ಎಲ್ಲಾದ್ರುಂಟೇನಣ್ಣಾ.........? ಅದೇನ್ಯೇಳು.........." ಹೇಳುತ್ತಲೇ ಹೆಂಡತಿಯನ್ನು ಕೂಗಿ ಕರೆದ "ಲೇ ಬಸ್ವಿ ಮಾರಣ್ಣನಿಗೆ ಇನ್ನೊಂದ್ನಾಕು ತುಂಡಾಕೆ........." ಅಂದ.

ತಟ್ಟೆಗೆ ತುಂಡು ಬೀಳುತ್ತಲೇ ಶುರು ಮಾಡಿದ ಮಾರಣ್ಣ. "ನಮ್ಮ ಆಫೀಸರ್ರು ಶಿವಣ್ಣ ಗೊತ್ತೆತಲ್ಲ ಕೆಂಚ..........? ಅದೇ ನಿಮ್ ಬಸಜ್ಜನ ಮೊಮ್ಮಗ.........."

"ಅಲೆ ಗೊತ್ತಿಲ್ದೇನೇಳು ಮಾರಣ್ಣ ನೋಡಿ ಭಾಳ ವರ್ಸಾತು ಅಂದ್ರೆ.........."

ಅವರಿಬ್ಬರ ಮಾತುಗಳನ್ನ ಆಲಿಸಿ ಬಸ್ವಿ ಕಿವಿ ನಿಮಿರಿಸಿ ಕೂತಳು.

"ಶಿವಣ್ಣನ ಮನ್ಯಾಗೆ ಇರೋರು ಮೂರ್ಜನ. ಗಂಡಯೆಣ್ತಿ, ಮಗ. ಆಯಮ್ಮನೂ ಹೊರಗೆ ದುಡೀತೈತೆ. ಅದ್ಕೆ ಮ್ಯಾಲಿನ್ಕೆಲ್ಸಕ್ಕೆ ಒಬ್ಬ ಹುಡ್ಗ ಬೇಕಂತೆ. ಅವ್ನು ನಮ್ಮ ಪೈಕಿನೇ ಆದ್ರೆ ಚೆನ್ನಾಗಿರ್‍ತೆತಿ ನೋಡು ಅಂತ ಶಿವಣ್ಣ ಮೊನ್ನೆ ಆಫೀಸಿನ್ತಾವ ಯೇಳಿದ್ನೇಳು. ನನಿಗೆ ನಿಮ್ಮುಡುಗುನ್ದು ನೆಪ್ಪಾಗಿ ಯೇಳ್ದೆ ಆವಣ್ಣನಿಗೆ. ಅದಕ್ಕಾತ–

"ದುಡ್ಡಿಗೇನು ಯೋಚ್ನೆ ಮಾಡ್ಬೇಡ್ರಿ........." ಅಂದು,

"ನೀನೋಗಿ ಹುಡ್ಗನ್ನ ಕರ್‍ಕಂಡ್ಬಾ ಬಾ ಅಂದ.... ನೋಡು ಹೆಂಗ್ಮಾಡ್ತಿ.."

ಮಾರಣ್ಣ ಮಾತು ನಿಲ್ಲಿಸಿದ್ದೆ ತಡ ಬಸ್ವಿ ದಡಕ್ಕನೆ ಎದ್ದು ಬಂದು,

"ಅಯ್ಯೋ ಅದೆಲ್ಲದಚ್ಚಿದಿ ಏಳಾನಮ್ಮಪ್ಪ.. ಇರಾದೊಂದು ಕೂಸಿನ್ಮೇಲೆ ಅದೇನ್ಕಣ್ಣು ನಿಮ್ದೂ..? ಬ್ಯಾರೇನರ ಇದ್ರೆಯೇಳು ಇಲ್ಲಂದ್ರೆ ಸುಮ್ಕಿರು.." ಅಂದು ಕೈತೊಳೆದಿದ್ದ ತಟ್ಟೆ ಎತ್ತಿಕೊಂಡು ಹೊರಗೋದಳು.

ಗಂಡಸರಿಬ್ರು ಸ್ವಲ್ಪ ಹೊತ್ತು ಮೌನವಾಗಿ ಕುಳಿತರು. "ಮನ್ನಿಗೇನು ತಿಳ್ಕಬ್ಯಾಡ ಮಾರಣ್ಣ........" ಅಂದ ಕೆಂಚ. ಮಾರಣ್ಣ ಟವೆಲ್ ಕೊಡವಿ ಏಳುತ್ತ–

"ಏನೋ ನಿಮ್ಮ ಒಳ್ಳೇದಕ್ಕಂತ ಹೇಳ್ದೆ ನೋಡಪ್ಪ.........ನಮ್ಗೇನೋ ನಮ್ ಕಳ್ಳುಬಳ್ಳಿ ಉದ್ಧಾರಾಗ್ಲಿ, ಒಂದು ಮಟ್ಟಕ್ಕೆ ಬರ್‍ಲಿ ಅಂಬ ಆಸೆ.. ನಿಮ್ಮಿಷ್ಟ. ನಿಮಿಗೆ ತಿಳದಂಗ್ಮಾಡ್ರಿ.. ಶಿವಣ್ಣನಿಗೇನ್ ಕೆಂಚ ಬೇಕಾದಂಗ್ಯೆತೆ.. ನಿನ್ಮಗ ಇಲ್ದಿದ್ರೆ ಬ್ಯಾರೆ ಯಾರನ ಬರ್‍ತಾರೆ.."

ಅಂದು ಹೊರಡುತ್ತಾ, "ವೀರೇಶಿನ ಕಳುಸ್ನಿ ನಾಳೆ ನೋಡ್ರಿ ಏನ್ಮಾಡ್ತೀರಿ.........." ಅಂದು ಬಸ್ಸತ್ತಿದ್ದ.

'ಇವತ್ತು ಇವ್ಳಿಗೆ ಸರ್‍ಯಾಗಿ ರಿಪೇರಿ ಮಾಡೇಬಿಡ್ತೀನಿ...........' ಅಂದುಕೊಳ್ಳುತ್ತ ಮನೆ ಸೇರಿದ ಕೆಂಚ. ಆದರೆ ಬಸ್ವೀನ ನೋಡಿದ್ಮೇಲೆ ಒಂದು ಮಾತೂ ಬರಲಿಲ್ಲ. ಬಸ್ವಿ ಮುಖ ಊದಿತ್ತು. ಮಾರಣ್ಣನ ಮಾತು ಕೇಳಿ ಅವಳ ಹೊಟ್ಟೆಯಲ್ಲಿ ಬೆಂಕಿ ಬಿದ್ದಂಗಾಗಿತ್ತು. ಮಗನ್ನ ಗಟ್ಟಿಗೆ ತಬ್ಬಿಕೊಂಡು, ಸೆರಗಿನಲ್ಲಿ ಮುಚ್ಚಿಕೊಂಡು ಮಲಗಿದ್ಲು ರಾತ್ರಿಯೆಲ್ಲಾ. ಕಣ್ಣಾಗಿನ ನೀರು ತಪ್ಪಲೇ ಇಲ್ಲ.

ಕೆಂಚನಿಗೋ ಒಳ್ಳೆಯ ಪೀಕಲಾಟ. ಆ ಕಡೆ ಸಾಲಗಾರನ ಕಾಟ. ಒಂದೆಡೆ ಅವ್ವ ಮಗನ ಯೋಚ್ನೆ. ಇನ್ನೊಂದೆಡೆ ವೀರೇಶಿ, ಮಾರಣ್ಣನ ಮಾತುಗಳು. ಅವ್ನು ಅತ್ತ ಇತ್ತ ಹೊಯ್ದಾಡುತ್ತಿದ್ದಾಗಲೇ ವೀರೇಶಿ, ರತ್ನಿ ಬಂದಿಳಿದರು. ವಿರೇಶಿಯಂತೂ ಕೂಗಾಡುತ್ತಲೇ ಮನೆಯೊಳಗೆ ಕಾಲಿರಿಸಿದ್ದ

"ಅಲ್ಮಾವ ದುಡ್ಡಿಸ್ಕಂಡು ಬಂದೋನು ಮತ್ತೆ ಆ ಕಡಿಗೆ ತಿರ್‍ಗಿ ನೋಡ್ದಂಗಿದ್ರೆ ಏನ್ಗತಿ........? ವಟ್ಟೆಗೇನ್ ತಿನ್ತಿ ಮಾವ ನೀನೂ..? ಇಸಕಬೇಕಾದ್ರೆ ಇರೋ ತೆವ್ಲ ಕೊಡ್ಬೇಕಾರೆ ಇರಲ್ನೋಡು..

ಅಲ್ಲಾ, ಜನ ಸಾಲ ಸಾಲ ಅಂತ ನಮ್ಮನಿಗೆ ಅಲೆದಾಡಿದ್ರೆ ನನ್ನ ಪ್ರಿಸ್ಟೇಜೇನಾಗ್ತೈತೆ ಯೇಳು..? ಏಟನಾಗ್ಲಿ ಮಾನ ಮರ್ಯಾದೆ ಇಲ್ಲದ ಜನ ನೀವೂ......." ಅಂತ ಒಂದೇ ಸಮನೆ ಒದರಾಡಿದ.

ಇತ್ತ ರತ್ನಿ ಅವ್ವನ ಬಳಿ "ಯೇನವ್ವಾ, ಯಿಂಗೆಲ್ಲ ಮಾಡಿದ್ರೆಂಗವ್ವಾ.....? ಅಲ್ಲಾ, ಆ ಸಾಬಿ ವತಾರೆ ಮನೆಗ್ತಾವ ಬಂದಿದ್ದೆ ಸೈ ನೋಡು, ವಳ್ಳೆ ದನಕ್ಕೆ ಬಡ್ದಂಗೆ ಬಡ್ದೂ, ಬಾಯಿಗ್ಬಂದಂಗೆ ಬೈದೂ ನಿಂತ ನಿಲುವಿನ್ಯಾಗೆ ಕರ್ಕಂಡದೇ ಬಂದ್ರು........" ಅಂತ ಸೊರ ಸೊರ ಅಂದ್ಲು. ಕಣ್ಣು, ಮೂಗು ಒರೆಸಿಕೊಂಡು.

"ಮಾರಣ್ಣ ಬಂದ್ರೆ ಬೈದು ಕಳ್ಸಿದ್ಯಂತೆ..? ಅಲ್ಲವ್ವ, ಅ ಹುಡ್ಗನ್ನ ಮನ್ಯಾಗಿಟ್ಕಂಡ ಏನ್ಮಾಡ್ತೀಯೇಳವ್ವಾ? ಇತ್ಲಾಗೆ ಓದು ಬರಹ ಕಲ್ತಂಗರ ಅಲ್ಲ ಅತ್ಲಾಗೆ ವೊಲಮನಿ ಕೆಲ್ಸನರ ಕಲ್ತಂಗಲ್ಲ. ಸುಮ್ಕೆ ಪೋಲಿ ತಿರ್ಗಾಕೆ ಬಿಟ್ಟಿಯಲ್ಲಾ..? ಹತ್ತೊರ್ಷದ ಕತ್ತೆ ಅದು. ಈಗನ ದುಡ್ಕಂಡು ತಿಂಬಾದನ್ನ ಕಲ್ಸು....." ರತ್ನಿ ಮೂಗು ಮುಸುಡಿ ತಿರುವಿದ್ಲು.

"ಹೊಲನ ಅಡವಿಟ್ಟಾನ ದುಡ್ತಂದು ಒಪ್ಪಿದ್ರೆ ಸರಿ........." ಅಂತ ಗಂಡಹೆಂಡ್ತಿ ಇಬ್ಬರು ನಿಷ್ಠುರವಾಗಿ ಹೇಳಿ ಹೋದಾಗ ಬಸ್ವಿ ಮೆತ್ತಗಾದ್ಲು. ತಿಪ್ಗ ಶಿವಣ್ಣನ ಮನೆ ಸೇರಿದ್ದ.

"ಏಯ್ ತಿಪ್ಪೇಶಿ............ ಕಿಚನೆಲ್ಲಾ ಕ್ಲೀನ್ಮಾಡ್ದೇನೋ..........?" ಕೂಗುತ್ತಲೇ ಬಂದಳು ಇಂದ್ರ. "ಹೂಂನಕ್ಕ ಆತು........." ಅಂದು ಹಿತ್ತಲ ಕಡೆಗೆ ಓಡಿ ಕೈನಲ್ಲೊಂದು ಅಲ್ಯುಮಿನಿಯಂ ತಟ್ಟೆ, ಲೋಟ ಹಿಡಿದುಕೊಂಡು ಬಂದ ತಿಪ್ಗ. ಇಂದ್ರ ಒಳಗಿನಿಂದ ಒಂದು ಪಾತ್ರೆಯಿಡದು ಬಂದು, ಅದರಲ್ಲಿನ ಅನ್ನಸಾರನ್ನು ಆ ತಟ್ಟೆಗೆ ಸುರುವಿ "ಬೇಗ ತಿಂದು ಮಲ್ಕೋ........" ಎಂದು ಅಡುಗೆ ಮನೆಯ ಬಾಗಿಲಿಕ್ಕಿ ಹೋದಳು. ತಟ್ಟೆ ಹಿಡಿದುಕೊಂಡು ಹಿತ್ತಲಿನತ್ತ ಹೋದ ತಿಪ್ಗ. ಕೆಂಚನಿಗೆ ಬಲು ಸೋಜಿಗವಾಯ್ತು. ಅವನೆಂದೂ ಇಲ್ಲಿ ಉಳಿದಿರಲಿಲ್ಲ. ಮನೆಯ ಒಳಗಿನದೇನೂ ಅವನಿಗೆ ಗೊತ್ತಿರಲಿಲ್ಲ.

"ಅದ್ಯಾಕ್ಲಗ ನಿನಿಗೆ ಬ್ಯಾರೆ ಸಿಲಾವರುದ್ತಟ್ಟೆ.........?" ಎಂದು ತಿಪ್ಗನನ್ನು ಕೇಳಿದ. "ಇಲ್ಲಂಗೆಯಾ........." ಅಂತ ತಿಪ್ಗ. ತಟ್ಟೆಯಲ್ಲಿನ ಅನ್ನವನ್ನ ಗಬಗಬನೆ ತಿನ್ನುತ್ತಿದ್ದ. ಅವನು ಹಸಿದಿದ್ದ.

"ವೋಗ್ಲೋಗು ಇನ್ನಂದ್ಸಲ್ಪ ಅನ್ನಯಿಕ್ಕೆಂಡು ತಿನ್ನೋಗು......" ಅಂದ ಕೆಂಚ. "ಇಲ್ಕಣಪ್ಪ ಎಲ್ಲಾ ಖಾಲಿ ಆಗ್ಯೆತೆ. ನಾನೇ ಯಲ್ಲಾ ಕಿಲೀನ್ಮಾಡ್ದೆ.........." ಅಂದು ಸರಸರ ಎದ್ದು, ತಟ್ಟೆ ಲೋಟ ತೊಳೆದಿಟ್ಟು, ಅಲ್ಲೇ ಮೂಲೆಯಲ್ಲಿ ನಿಲ್ಲಿಸಿದ್ದ ಚಾಪೆ, ಚಾದರ ಹಿಡಿದು "ಬಾರಪ್ಪ ಮಲ್ಗನಾ........." ಅಂತ ಹೊರಟ ತಿಪ್ಗ.

ಬಸವಿ ಮಗನ ನೆನಪಾಗಿ ಕಣ್ಣೀರು ಹಾಕಿದಾಗಲೆಲ್ಲಾ "ಯಾಕಳ್ತಿಯೇ ಬಸ್ವಿ ಸುಮ್ಕೆ.. ನಿನ್ಮಗ್ನೇನು ಬ್ಯಾರೆ ಮನ್ಯಾಗದನೇನು..? ನಮ್ ಕಳ್ಳುಬಳ್ಳಿ ಮನ್ಯಾಗಿರಾದು.. ಅಲ್ಲಿ ಇಲ್ಲಿಗಪ್ಪನಂಗೆ ಉಣ್ಕಂಡು ತಿನ್ಕಂಡು ಇರ್ತಾನೇಳು.." ಅಂತಿದ್ದ ಕೆಂಚ. ಅವ್ನಿಗ್ಯಾಕೋ ಕಣ್ಣುಮುಚ್ಚಲು

ಆಗಲೇ ಇಲ್ಲ. ಕಣ್ಣು ಮುಚ್ಚಿದೊಡನೆ ತಟ್ಟೆ ತುಂಬಾ ಸಾರು ಹಾಕಿ, ಬಿಸಿ ಮುದ್ದೆಯಿಟ್ಟು, ಪಕ್ಕದಲ್ಲಿ ಕೂತು ಮಗನಿಗೆ ಉಣ್ಣಿಸುತ್ತಿದ್ದ ಬಸ್ವಿಯ ಚಿತ್ರ ಅವನನ್ನ ಬೆಚ್ಚಿ ಬೀಳಿಸುತ್ತಿತ್ತು.

ಪಕ್ಕದಲ್ಲಿ ಮಲಗಿದ್ದ ತಿಪ್ಗ "ಅಪ್ಪಾ, ಹಬ್ಬಕ್ಕೆ ಊರಿಗೆ ಕರ್‍ಕಂಡೋಗು........ ಅವ್ವನ್ನ ನೋಡಂಗಾಗ್ಯೆತೆ........" ಅಂದಾಗ ಕೆಂಚನಿಗೆ ಸ್ವರ ಹೊರಡದಾಯ್ತು. ಮತ್ತೆ ತಿಪ್ಗನೇ ಹೇಳಿದ–

"ಮೊನ್ನಿನಾಗ ವೀರೇಶ್ಮಾವ, ಮಾರಪ್ಮಾವ ಬಂದಿದ್ರು. ಅಯಕ್ಕನ್ತಾವ ಏನೇನ ಯೇಳಿ ದುಡ್ಡಿಸ್ಕಂಡೋದ್ರು........" ಯಾರೋ ಎದೆಗೆ ಗುದ್ದಿದ ಹಾಗಾಯ್ತು ಕೆಂಚನಿಗೆ. "ಅದ್ಕೆ ಸಿವಣ್ಣಂಗೆ ಮಾತಾಡ್ಬಿಡು. ಯಂಗೋ ಇನ್ನೊಂದ್ವಾಕ್ದಿವ್ಸ ಇರು ಆಮ್ಯಾಕೆ ಊರಿಗೋಗನ ಅತ್ಲಾಗೆ.........." ಅಂದು ನಿಟ್ಟುಸಿರಿಟ್ಟ ಕೆಂಚ.

ಮಾರನೆಯ ದಿನ ಪುರುಸೊತ್ತೆ ಇಲ್ಲದಷ್ಟು ಕೆಲಸ ಅವರಿಗೆ. ಒಂದ್ಯೆವತ್ತು ಜನ ಬಂದಿದ್ದರು ಊಟಕ್ಕೆ. ತಿಪ್ಗ ಹೊರಗೆ ತಟ್ಟೆಗಳನ್ನ ತೊಳೆಯುತ್ತಿದ್ದ. ಕೆಂಚ ಎಲ್ಲರೂ ಉಂಡುಬಿಟ್ಟ ತಟ್ಟೆಗಳನ್ನು ಎತ್ತಿಕೊಂಡು ಹೋಗಿ ಮಗನಿಗೆ ಕೊಡುತ್ತಿದ್ದ. ಎಲ್ಲಾ ಮಾಂಸ ದಡುಗೆ. ಆದರೆ ಯಾರೂ ಸರಿಯಾಗಿ ತಿನ್ನದೆ ಎಲ್ಲಾ ಹಾಗೆಯೆ ಬಿಟ್ಟು ಕೈ ತೊಳೆದಿದ್ದರು.

"ಬಲೇ ಅನ್ಯಾಯದ ಜನ ಕಣ್ಲೆ ತಿಪ್ಗ ಈ ಪ್ಯಾಟಿ ಜನ. ಅಲ್ಲಾ, ಬರೇ ಇದ್ರೆ ಏನ್ಬಂತೇಳು ಸರ್‍ಯಾಗಿ ಉಣ್ಣಾಕ್ತಿನ್ನಾಕೆ ಬರ್‍ದಿದ್ಮ್ಯಾಕೆ........." ಅಂದು, ತಿಪ್ಗ ತೊಳೆದಿಟ್ಟಿದ್ದ ತಟ್ಟೆಗಳನ್ನ ಎತ್ತಿಕೊಂಡು ಒಳ ಹೋದ.

ಅಡುಗೆ ಮನೆಯಲ್ಲಿ ಇಂದ್ರ ಇದ್ದಳೆಂದು ಬಾಗಿಲಲ್ಲೆ ನಿಂತ. ಅವಳು ಇವನನ್ನು ನೋಡಲಿಲ್ಲ. ಅಲ್ಲಿಯೇ ಕಟ್ಟೆಯ ಮೇಲೆ ನಾಲ್ಕು ಎಂಜಲು ತಟ್ಟೆಗಳಿದ್ದವು. ಆ ತಟ್ಟೆಗಳಲ್ಲಿ ಹಾಕಿದ್ದ ಮಾಂಸದ ತುಂಡುಗಳೆಲ್ಲ ಹಾಗೆಯೇ ಇದ್ದು, ಅದರಲ್ಲಿಯೇ ಕೈ ತೊಳೆದಿದ್ದರು ಯಾರೋ ಪುಣ್ಯಾತ್ಮರು. ಇಂದಿರ ಆ ತಟ್ಟೆಗಳಲ್ಲಿನ ಎಂಜಲು ನೀರನ್ನೆಲ್ಲ ಬಸಿದು, ತುಂಡುಗಳನ್ನೆಲ್ಲ ಮೇಲಿಟ್ಟಿದ್ದ ಹಳೆಯದಾದ ಒಂದು ಅಲ್ಯುಮಿನಿಯಂ ಪಾತ್ರೆಯೊಳಗೆ ಹಾಕಿಟ್ಟಳು. ಎಲ್ಲವನ್ನು ನೋಡಿದ ಕೆಂಚ–

"ಈ ಮನೆಯ ನಾಯಿಗಳೇ ಪುಣ್ಯದವು......"

ಎಂದುಕೊಳ್ಳುತ್ತ ಮೆಲ್ಲನೆ ಒಳಗೋಗಿ ತಟ್ಟೆಗಳನ್ನಿಟ್ಟು ಹೊರಬಂದ. ಬಂದವರ ಊಟವೆಲ್ಲ ಮುಗಿದ ಬಳಿಕ ಕೆಂಚನಿಗೆ ತಟ್ಟೆ ಬಂತು. ತಿಪ್ಗ ಇನ್ನೂ ಹೊರಗೆ ಏನೋ ಮಾಡುತ್ತಲಿದ್ದ. ಕೆಂಚ ತಾನುಂಡ ತಟ್ಟೆಯನ್ನು ಎತ್ತಿಕೊಂಡು ಹೋಗುವ ಹೊತ್ತಿಗೆ ತಿಪ್ಗ ಕೆಲಸವನ್ನೆಲ್ಲ ಮುಗಿಸಿ, ಹಿತ್ತಲಲ್ಲಿದ್ದ ತನ್ನ ತಟ್ಟೆ, ಲೋಟ ಹಿಡಿದು ಹೊರಟಿದ್ದ. ಕೆಂಚ ತಟ್ಟೆಯನ್ನು ತೊಳೆದು, ಅದನ್ನ ಅಡುಗೆಯ ಮನೆಯಲ್ಲಿಟ್ಟು ಹೊರಗೆ ಉಣ್ಣುತ್ತಿದ್ದ ತಿಪ್ಗನ ಪಕ್ಕಕ್ಕೆ ಹೋಗಿ ಕೂತ. ತಿಪ್ಗನ ತಟ್ಟೆಯಲ್ಲಿ ಅನ್ನ, ಸಾರು ಒಂದ್ನಾಲ್ಕು ಎಲುಬಿನಂತ ತುಂಡುಗಳಿದ್ದವು.

"ಬೆಳಗ್ನಿಂದ ಮುಕ್ಳಿ ಮುರಿಯಂಗೆ ದುಡುದ್ರೂ ವಟ್ಟುಂಬಾ ಉಣ್ಣಾಕ್ಕಿಕಾಕೆ ಯಂಗಾಡು ತಲ್ಲ ಈ ಯಂಗ್ಸೂ.........? ಯೇಟೊಂದು ಜನ ಪುಕ್ಸಟ್ಟೇರು ಬಂದು ತಿಂದು ಬಿಸಾಕಿ ವೋದ್ರೆ ಖುಸಿ ಇವ್ರಿಗೆ........ ದುಡಿಯ ಮಕ್ಳಿಗೆ ವಟ್ಟೆ ತುಂಬ ಇಕ್ಕಾಕ್ಕೇನ್ ಧಾಡಿಯಿ ಕೀಗೆ..............?"

ಬರುವಾಗ ಅವನ ಕೈಯಲ್ಲಿ ಒಂದು ಸಣ್ಣ ಹಳೆಯ ಅಲ್ಯುಮಿನಿಯಂ ಪಾತ್ರೆಯಿತ್ತು. ಅದರ ತುಂಬಾ ತುಂಡುಗಳಿದ್ದು, ಅವುಗಳನ್ನು ತನ್ನ ತಟ್ಟೆಗೆ ಸುರುವಿಕೊಂಡ ತಿಪ್ಗ. ಕೆಂಚ ಕಣ್ಣು ಕೆಕ್ಕರಿಸಿ ನೋಡಿದ. ಇಂದ್ರ ಎಂಜಲು ತಟ್ಟೆಯ ನೀರು ಬಸಿದು, ಅದರಿಂದ ಆಯ್ದು ಇಟ್ಟಿದ್ದ ತುಂಡುಗಳಿದ್ದ ಪಾತ್ರೆಯಿದು..! ಬರಿಯ ಒಗ್ಗರಣೆಯಲ್ಲೆ ಕೋಳಿಯನ್ನ ಉಪ್ಪಾಕಿ ಮೆತ್ತಗೆ ಬೇಯಿಸಿ ಮಗನ ಮುಂದೆ ಇಡುತ್ತಿದ್ದ ಬಸ್ವಿಯ ನೆನಪಾಯ್ತು. ಅವನ ಕರುಳು ಕಿವುಚಿದಂಗಾಯ್ತು.

"ಉಣ್ಬೇಡ ಬಿಡಲೇ.." ಅಂತ ತಿಪ್ಗನ ತಟ್ಟೆಯನ್ನು ಕಸಿದುಕೊಂಡ.

"ಅಪ್ಪಾ ಕೊಡಪ್ಪ.. ಬಾಳ ವಟ್ಟೆ ಹಸದೈತೆ ಕೊಡಪ್ಪಾ."

ಅಂತ ತಿಪ್ಗಾ ತಟ್ಟೆಗೆ ಕೈ ಹಾಕುತ್ತಿದ್ದಂತೆ ಅವನಿಗೊಂದು ಎತ್ತಿ ಬಾರಿಸಿದ.

"ವೋಗಲೇ ಒಂದಿನ ಉಣ್ದಿದ್ರೇನು ಸಾಯಲ್ಲ ವೋಗ.. ವೋಗಿ ಕೈಚೀಲ ವೊಂದಿಸ್ಕ.."

ಅಂದವನೆ ತಟ್ಟೆಯನ್ನು ಸೀದಾ ಶಿವಣ್ಣನ ಮುಂದೆ ಎತ್ತಿಕೊಂಡು ಹೋದ. ಹಾಲ್‌ನಲ್ಲಿ ಎಲ್ಲರೂ ಕೂತು ತಾಂಬೂಲ ಮೆಲ್ಲುತ್ತ ಮಾತಿನಲ್ಲಿ ತೊಡಗಿದ್ದರು. ಅಲ್ಲಿದ್ದ ಇಂದ್ರನ್ನ ನೋಡಿ–

"ಯೇನವ್ವ ಯಿಂದ್ರವ್ವ.., ನಿನ್ನ ದೊಡ್ಡ ಗನಸ್ತೆ ಅಂದ್ಕಂಡಿದ್ನಲ್ಲವ್ವಾ.. ನನ್ ಮಗುನ್ನ ನಿನ್ ಮನೆ ಕಾಯೋ ನಾಯಿ ಅಂತ ತಿಳ್ಕಂಡೇನವ್ವಾ.........?"

ಅಂದಾಗ ಅಲ್ಲಿ ಕುಂತಿದ್ದವರೆಲ್ಲ ಒಮ್ಮೆಲೆ ಎಗರಿಬಿದ್ದರು.

"ಏಯ್ ಏನೋ ಅದು ಗಲಾಟೆ.........? ಏನಾಯ್ತೀಗ?" ಶಿವಣ್ಣ ರೇಗಿದ.

"ಯೇನಾಗೈತೆ ಅಂತ ನಿನ್ನೆಣ್ತಿನ್ಕೇಳು. ಅಲ್ಲಾ.. ಯಾರೋ ಉಂಡು, ಕೈ ತೊಳ್ಕಂಡು ಬಿಟ್ಟಿದ್ದ ತಟ್ಯಾಗಿಂದ ತುಂಡು ಆಯ್ಕಂಡು, ನನ್ಮಗನಿಗೆ ತಿನ್ನು ಅಂತ ಕೊಟ್ಟಿದ್ದಾಳಲ್ಲ.. ವಟ್ಟೆಗೆ ಅನ್ನ ತಿಂಬಾರ್ದಾಡ ಕೆಲ್ಸನಯಿದೂ...........?" ಕೆಂಚ ಆವೇಶಗೊಂಡಿದ್ದ.

"ಏಯ್ ನೆಟ್ಟಗೆ ಮಾತಾಡೋ........." ಕೆಂಪಗಾಗಿದ್ಲು ಇಂದ್ರ.

"ಯೇನ್ ನೆಟ್ಟಗವ್ವ..? ನೀನ್ಮಾಡಿರ ಬದ್ಕು ನೆಟ್ಟಗಿದ್ದಿದ್ರೆ ನನ್ಮಾತೂ ನೆಟ್ಟಗಿರಾವು.. ಅಲ್ಲವ್ವ ನನ್ಮಗನ್ಗೆ ನೀನೇನ್ ಬಿಟ್ಟಿ ಕೂಳಾಕ್ತಿಯಾ..? ಯೇನ್ ವೊದಿದ್ರೇನ್ ಬರುದ್ರೇನ್ ವಳ್ಳೆ ಗುಣ ಇಲ್ದಿದ್ಮಾಕೆ.." ಅಂದ ಕೆಂಚ.

"ಸಾಕ್ಮುಚ್ಕೋ ಬಾಯ್ನ.." ಶಿವಣ್ಣ ಗದರಿದ.

“ಅದ್ಯಾಕಪ್ಪ... ನಾನೇನು ನಿನ್ನ ಮನ್ಯಾಗೆ ಕಳ್ತನ ಮಾಡಿಲ್ಲ ಬಾಯ್ಮುಚ್ಚಾಕೆ. ನನಗೇನು ತಿಂಬಾಕೆ ಗತಿಯಿಲ್ಲ ಅಂತ ನನ್ಮಗುನ್ನ ನಿನ್ ಮನ್ಯಾಗೆ ಬಿಟ್ಟಿದಿನಿ ಅಂದ್ಕಂಡಿಯಾ..? ಇಲ್ಲಾ, ನಿನ್ದುಡ್ಡು ದೊಡ್ಡಸ್ತಿಕೆ ನೋಡಿ ನನ್ಮಗುನ್ನ ನಿನ್ ಮನ್ಯಾಗೆ ಬಿಟ್ಟೀನಿ ಅಂದ್ಕೊಂಡಿಯಾ..? ಯೇನೋ ನಮ್ ಜನ.. ನಮ್ ಕಳ್ಳುಬಳ್ಳಿ.. ನಿಮ್ಗೂ ಒಂದು ಆಸರ, ನನ್ ಮಗುನ್ಗೂ ಒಂದು ಆಸರ ಅಂತ ಬಿಟ್ಟೆ. ನೀನಿವತ್ತು ಯೇಟು ದೊಡ್ಮನ್ಸ ಯಾಕೆ ಆಗಿರ್‍ವಲ್ಲಿ ಯೇಳು ನಿಮ್ಮಪ್ಪ, ನಿಮ್ಮಜ್ಜ ಸಣ್ಣೊಯ್ಸನಾಗೆ ಗೌಡ್ರ ಮನ್ಯಾಗೆ ಸಗ್ಣಿ ಬಾಚಿ, ಎಂಜಲೆತ್ತಿ ಬದುಕ್ದಾರು ಅನ್ನದು ಮರಿಬಾರ್‍ದು.. ಮರಿಬಾರ್‍ದಪ್ಪ ಶಿವಣ್ಣ ಮೂಲ ಮರಿಬಾರ್‍ದು.. ಏನಿದ್ರೆ ಬುದ್ಧಿ ಕಲ್ತು, ದೊಡ್ಡ ದೊಡ್ಡ ಜನರು ಜತೀಗೆ ಕುಂತೆದ್ರೂ ಸಣ್ತನ ಸಣ್ ಬುದ್ದಿ ತನ್ನ ರಕುತದಾಗೆ ಹರೀತೈತೆ ಅಂತ ತೋರ್‍ಸಿದ್ಲು ನಿನ್ನೆಣ್ತಿ ಇವತ್ತು.. ಬರ್‍ತೀನಪ್ಪ, ನಾನು ನನ್ಮಗನ್ನ ಕರ್‍ಕಂಡು ವೋಗ್ತೀನಿ..” ಅಂತ ಹೊರಟ ಕೆಂಚ

“ಕರ್‍ಕಂಡು ಹೋಗೋ ಯಾರು ಬೇಡಾಂತರೆ ನಿನಗೆ..? ನಿಮ್ಗೆಲ್ಲ ಹೊರಗಡೆ ನಿಲ್ಲಿಸಿ, ಎತ್ತಿ ಕೂಳಾಕಿ ದೂರ ಸರೀತಾರಲ್ಲ ಅವ್ರೆ ಸರಿ.. ಅವ್ರೆ ಸರಿ ನಿಮ್ಗೆ.. ಅಲ್ಲಿಗೇ ಲಾಯಕ್ಕು ನೀವೂ...” ಇಂದ್ರ ಬುಸುಗುಟ್ಟಿದಳು.

ಕೆಂಚ ನಿಂತು “ಹೌದವ್ವ ನೀನು ಯೇಳಾದು ಸರಿನೇಯ. ಯೇನೋ ನಾಕು ಅಕ್ಸರ ಕಲ್ತೆ ನಾಕ್ದುಡ್ಡು ಸಂಪಾದಿಸ್ದೆ ಅಂತ ನೀನೇ ನಮ್ಗೆ ಅನ್ನ ಎತ್ತಾಕ್ತಿ, ಬ್ಯಾರೆ ತಟ್ಟೆ ಲೋಟ ಇಟ್ಟಿದಿ... ಹೊರಗೆ ಉಣ್ಣಾಕೆ ಕುಂದ್ರುಸ್ತಿ... ಎಂಜಲು ತಿನ್ನಕಾಕ್ತಿ ಅಂದ್ಮಾಕೆ... ಅನಾದಿ ಕಾಲದಿಂದ ನಡೆಸ್ಕೆಂಡು ಬಂದಿರಾರ್‍ದು ಯಾವ ಲೆಕ್ಕಯೇಳು..? ವರಾಗ್ನಿಲ್ಲಿ ಉಣ್ಣಾಕಾಕರೂ, ನಮ್ಮನ್ನ ನೋಡಿ ದೂರ ಸರ್‍ಕಳಾರೂ ಬ್ಯಾರೆರವ್ವಾ.. ಅವ್ರೆಲ್ಲ ಬ್ಯಾರೆ.. ಆದ್ರೆ ನೀವೂ..? ನೀವು ನಮ್ಮರವ್ವ..! ನಮ್ಮ ಜನ, ನಮ್ ಕಳ್ಳುಬಳ್ಳಿ ಕಣವ್ವ ನೀವೂ ನಮ್ ಕಳ್ಳುಬಳ್ಳಿ..”

ಕಣ್ಣಲ್ಲಿ ತುಂಬಿ ಬಂದ ಕಂಬನಿಯನ್ನ ತೊಡೆದುಕೊಂಡು, ಕೈಚೀಲ ಹಿಡಿದು ನಿಂತಿದ್ದ ತಿಪ್ಪನ ಕೈಹಿಡಿದುಕೊಂಡು ಹೊರಟ ಕೆಂಚ. ಮಗನನ್ನ ನೋಡಿ ಬಸ್ವಿ ಹೇಗೆ ಖುಷಿ ಪಡಬಹುದು..! ಎಷ್ಟು ಸಂಭ್ರಮಪಡಬಹುದು..! ಎಂಬುದನ್ನ ಕಲ್ಪಿಸಿಕೊಳ್ಳುತ್ತ ತನ್ನೆದ ಯಲ್ಲಿನ ತಳಮಳ, ನೋವು, ತನ್ನ ಹೊಟ್ಟೆಯಲ್ಲಿನ ಸಂಕಟವನ್ನ ಮರೆಯುವುದಕ್ಕೆ ಪ್ರಯತ್ನಿಸಿದ.

(೧೯೯೬)

*

೩೩. ಮೀರುವ ಘನ

ಅಮರೇಶ ನುಗಡೋಣಿ

ಒಳಗೆ ಕುಳಿತಿದ್ದ ನನಗೆ ಮೈ ಜುಂ ಎಂದಿತು. ಅಷ್ಟು ವೇಗದಿಂದ ಆಟೋವನ್ನು ಓಡಿಸಿ ತಂದು ರೈಲ್ವೆ ಸ್ಟೇಷನ್ ಮುಂದೆ ನಿಲ್ಲಿಸಿದ್ದ. ನಾನು ಮುಂದಕ್ಕೆ ತೂಗಿ, ಅಷ್ಟೇ ರಭಸದಿಂದ ಹಿಂದಿನ ಸೀಟಿಗೆ ಅಪ್ಪಳಿಸಿದ್ದೆ. 'ಐದು ಗಂಟೆಗೆ ರೈಲಿದೆ. ಜಲ್ದಿ ಸ್ಟೇಷನ್ನಿಗೆ ಒಯ್ದು ಬಿಡು' ಎಂದು ಆಟೋ ಹತ್ತುವಾಗ ಹೇಳಿದ್ದೇ ತಪ್ಪಾಗಿತ್ತು. ಭರ್ರನೆ ಓಡಿಸಿ ತಂದು ಕುಕ್ಕಿದಂತೆ ನಿಲ್ಲಿಸಿದ್ದ. ಇಳಿದು ಆಟೋ ಡ್ರೈವರನಿಗೆ ಬಯ್ಯಬೇಕೆಂದೆ. ಆದರೆ ಸ್ಟೇಷನ್ ಮುಂದುಗಡೆ ನೆರೆದಿದ್ದ ಜನಜಂಗುಳಿಯನ್ನು ಕಂಡು ದಂಗಾದೆನು. ಅವನಿಗೆ ತಣ್ಣಗೆ ಹಣಕೊಟ್ಟು, ಬ್ಯಾಗನ್ನು ಹೆಗಲಿಗೆ ಹಾಕಿಕೊಂಡು ಸ್ಟೇಶನ್ ಒಳಗಡೆ ಕಾಲಿಟ್ಟೆ. ಸಮಯಕ್ಕೆ ಸರಿಯಾಗಿ ಬಂದಿದ್ದರೂ ಟಿಕೇಟು ಪಡೆದು ರೈಲು ಹತ್ತುವುದು ಅಸಾಧ್ಯ ವೆನಿಸಿತು. ಅಷ್ಟು ಜನ ತುಂಬಿತ್ತು. ಅಲ್ಲಲ್ಲಿ ಪೊಲೀಸರು ಕಂಡರು. ಏನೋ ಸಂಭವಿಸಿದೆ ಅನ್ನಿಸಿತು. ಜನರೋ ಎದುರು ಬದರು ಕಾಲಿಗೆ ಕಾಲು ತುಳಿಯುತ್ತ ಓಡಾಡುತ್ತಿದ್ದರು. ನಾನು ತೂರಿಕೊಂಡು ಕೌಂಟರಿಗೆ ಬಂದಾಗ ವಿಚಿತ್ರವೆಂದರೆ ಟಿಕೇಟು ಪಡೆಯುವವರು ಬಹಳ ಜನರಿರಲಿಲ್ಲ. ಕಿವಿಗಡಚಿಕ್ಕುವಷ್ಟು ಎಲ್ಲೆಂದರಲ್ಲಿ ತುಂಬಿದ್ದ ಜನರ ಮಾತಿನ ಗದ್ದಲ. ಟಿಕೇಟು ಪಡೆದು ಪ್ಲಾಟ್ ಫಾರಂ ಮೇಲೆ ಬರುವ ಹೊತ್ತಿಗೆ ನನಗೆ ಸುಸ್ತಾಯಿತು. ಸೀಟಿಗಳು ಮೇಲಿಂದ ಮೇಲೆ ಕಿವಿಗೆ ಬಡಿದು ಭಯ ತಂದವು. ರೈಲು ಮೆಲ್ಲನೆ ಚಲಿಸಿದಂತೆ ಕಂಡಿತು. ಜನರನ್ನು ತೂರಿ ಧಾವಿಸಿದೆ. ಸಿಕ್ಕ ಬೋಗಿಯ ಬಾಗಿಲಿಗೆ ನುಗ್ಗಿದೆ. ಜನರು ಜೋತು ಬಿದ್ದಿದ್ದರು. ಬಲಗೈ ಚಾಚಿ ಸಹಾಯ ಕೇಳಿದೆ. ಒಬ್ಬ ಹಿಡಿದ ಪುಣ್ಯಾತ್ಮ! ನಾನು ಒಳಗೆ ಕಾಲಿಟ್ಟು, ಎಡಗೈಯಿಂದ ಬಾಗಿಲಿನ ಕಂಬ ಹಿಡಿದೆ.

'ಜಲ್ದಿ ಬರಕ ಏನಾಗಿತ್ರೀ ನಿಮ್ಗ?' ಎಂದ ಒಳಗೆ ನಿಂತಿದ್ದವನು.

'ಸಾಯುವ ಖಬ್ರು ಇಲ್ದಂಗ ಓಡಿ ಹತ್ತುತ್ತಿದ್ದಾನಲ್ಲಾ ನೋಡ್ರೀಯಪ್ಪ.'

'ಮನ್ಯಾಗ ಹೇಳಿ ಹೊಂಟಾನಂತ ಕಾಣ್ತೆದ'. ಕೆಳಗಿದ್ದವರು ನನ್ನನ್ನು ತೋರಿಸಿ ಅಂದರು. ರೈಲು ಅವರನ್ನು ದಾಟಿ ಹರಿಯಿತು.

'ಒಳಗ ಬರ್ರೀಯಪ್ಪ' ನನ್ನ ಹಾಗೆ ಬಾಗಿಲಿಗೇ ನಿಂತಿದ್ದವನು ಕರೆದ ಕಾಳಜಿಯಿಂದ. ಅದು ಹೇಗೋ ಪವಾಡ ಎಂಬಂತೆ ಒಳ ನುಗ್ಗಿದೆ. ನನ್ನಿಂದ ಹತ್ತುವವರು ನುಗ್ಗಿಸಿದ್ದ ರೆಂದು ಕಾಣುತ್ತದೆ.

ನನಗೆ ಉಸಿರುಗಟ್ಟಿದಂತಾಗಿ ಎಲ್ಲಿದ್ದೇನೆ ಅನ್ನಿಸಿತು. ಹೆಗಲಿಗಿದ್ದ ಬ್ಯಾಗು ಇದೆಯೋ ಇಲ್ಲವೋ ಎಂದು ಭಯವಾಯ್ತು. ಗಡಬಡಿಸಿ ನೋಡಿಕೊಂಡೆ, ಇತ್ತು. ಪೈಖಾನೆಗಳ ನಡುವಿನ ಸಂದಿಯಲ್ಲಿ ಜನ ತುಂಬಿದ್ದರು. ಅಲುಗಾಡಲು ಸಾಧ್ಯವಾಗಲಿಲ್ಲ. ಯಾಕಾದರು ಈ ಗಾಡಿಗೆ ಬಂದೆ ಎಂದು ಬೇಸರವಾಯ್ತು. ಜನರ ಉಸಿರಿನ ಬಡಿತದಿಂದ ಸಂಕಟ ವಾಯ್ತು. ಅತ್ತಕಡೆ ಇತ್ತಕಡೆ ಇರುವ ಬಾಗಿಲುಗಳ ದಾರಿಯಲ್ಲಿ ನಿಂತರೆ ಅಪಾಯವೆಂದು ಒಳ ಸರಿಯಲು ಪ್ರಯತ್ನಿಸಿದೆ. ಮಿಸುಕಿದರೆ ಒತ್ತಿಕೊಂಡು ನಿಂತ ಜನರು, 'ಯಾಕೆ ಒಡ್ಯಾಡ್ತೀರೀ?', ಗದುಮ ಬ್ಯಾಡ್ರೀ' ಎಂದು ಸಿಡುಕಿದರು. ಬಾಗಿಲಿಗೆ ಜೋತು ಬಿದ್ದವರು ಒಳ ನುಗ್ಗಿದಂತೆ, ಒಳಗಿದ್ದ ನಾವು ಇನ್ನೂ ಒಳ ಸರಿದೆವು. ರೈಲು ವೇಗವಾಗಿ ಸಾಗಿದಂತೆ ಕಂಡಿತು. ಒಳಗಿನ ಜನ ತಮ್ಮ ತಮ್ಮ ಕಷ್ಟಗಳಿಗೆ ಕೂಗಾಟ, ಜಗಳ ನಡೆಸಿದ್ದರಿಂದ ಭಯಾನಕ ಗದ್ದಲ ಕೇಳಿ ಬರುತ್ತಿತ್ತು. ನಾಲ್ಕೂವರೆ ಐದು ತಾಸು ಹೇಗೆ ಈ ಸ್ಥಿತಿಯಲ್ಲಿ ಹೋಗುವುದೆಂದು ವಿಪರೀತ ಬೇಸರ ಬಂತು.

'ಈ ಟ್ರೈನಿಗೆ ಎಂದೂ ಇಷ್ಟು ರಶ್ ಇರಲಿಲ್ಲ, ಇವತ್ಯಾಕ ಇಷ್ಟು.....' ಅಂದುಕೊಂಡೆ. ನನ್ನಷ್ಟಕ್ಕೆ ನಾನೇ ಪಿಸುಗುಟ್ಟಿಕೊಂಡಿದ್ದರೂ ಅದು ಒತ್ತಿಕೊಂಡು ನಿಂತಿದ್ದವರಿಗೆ ಕೇಳಿಸಿರಬೇಕು.

'ಹರತಾಳ ಮಾಡಲು ಬೆಂಗ್ಳೂರಿಗೆ ಹೊಂಟಾರ್ರೀ ಇಷ್ಟು ಮಂದಿ'.

'ಜಾಥಾ ಹೊಂಟಾರ ರಾಜಧಾನಿಗೆ'.

'ಹರತಾಳ ಮಾಡೋ ಮಂದಿ ಜತೆಗೆ ಖಾಲಿ ಮಂದಿನೂ ಹೊಂಟಾರ್ರೀ.....'

'ಹಳ್ಳ್ಯಾಗ ಖಾಲಿ ಮಂದಿ ಬಾಳ ಇರ್ತಾರ ಮತ್ತ ದೊಡ್ಡ ಶಹರ ಪುಕ್ಕಟದಾಗ ನೋಡ್ಕಂಡು.....'

'ಯಾಕ್ರೀ ಯಪ್ಪ? ಹಳ್ಳ್ಯಾಗಿನ ಮಂದಿ ಖಾಲಿ ಕುಂತ್ರ ನೀವೇನು ಹೊಟ್ಟೆಗೆ ತಿಂತೀರಿ?' ಒಬ್ಬ ಬಿರುಸಿನಿಂದ ಅಂದ. ನನ್ನ ಅಕ್ಕ ಪಕ್ಕದಲ್ಲಿದ್ದವರು ಸರಕಾರಿ, ಖಾಸಗಿ ನೌಕರ ರಾಗಿದ್ದು ದಿನಾಲು ಅಪ್ ಅಂಡ್ ಡೌನ್ ಟ್ರಾವೆಲ್ ಮಾಡುವರಾಗಿದ್ದರು. ಜಾಥಕ್ಕೆ ಸೇರಿದ ರೈತನಿರಬೇಕು, ಅವನ ಬಿರುಸಿನ ಮಾತಿಗೆ ನೌಕರರು ತಣ್ಣಗಾದಂತೆ ಕಂಡಿತು. ಆದರೂ ನನ್ನ ಹಿಂದೆ ನಿಂತಿದ್ದವರಲ್ಲಿ ಒಬ್ಬ, 'ಪುಕ್ಕಟ ಹೊಂಟಾರಂತಲ್ಲೋ' ಅಂದ.

'ಪುಕ್ಕಟ ಅಂದ್ರ' ಅಂತ ಕೇಳಿದ.

'ಹರತಾಳ ಮಾಡಾಕ ಹೊಂಟವುರು ಗಾಡಿಗೆ ಟಿಕೇಟು ಎಲ್ಲಿ ತೆಗಸ್ತಾರ್ರೀ? ಎಲ್ಲರೂ ಹುಂಬುಗುತ್ತಿಗಿಲಿ ಗಾಡಿ ಏರಿ ನಡದಾರ್ರೀ'

'ಇವನಪ್ಪನ! ಮೊದ್ಲ ಗೊತ್ತಿದ್ರ ನಾನೂ ಹಂಗ ಗಾಡಿ ಹತ್ತತ್ತಿದ್ದೇನಲ್ಲೋ ಮಾರಾಯ! ಪನ್ನಾಸ್ ರೂಪಾಯಿ ನನ್ನ ಕಿಸೆದಾಗ ಉಳಿತಿದ್ದು!'

'ಅದುನೂ ಖರೆ ಅನ್ನು! ಹುಚ್ಚುಗೊಟ್ಟಿ ಲಗ್ಣದಾಗ ಉಂಡವುನೇ ಶ್ಯಾಣ್ಯಾ ಅಂತಾರ ನೋಡ್ರೀ.'

'ಅಲ್ರೀ, ಈ ವ್ಯವಸ್ಥಾನೇ ಹಂಗ್ರಾದ್ರೀ, ಯಾ ಗಾಡಿಗೂ, ಯಾ ಬಸ್ಸಿಗೂ ರೊಕ್ಕ ಕೊಡಾಕ ಹೋಗ್ಬಾರ್ದುರ್! ಅಲ್ಲೇನ್ರೀ ಮಾವರಾ?'

'ನೀನೂ ಬಾಳ ಹುಂಬ ಇದ್ದೀ ಬುಡು!' ಯಜಮಾನ ಅಂದ.

'ಅವನ ಮಾತು ಖರೆ ಆದ ಬುಡ್ರೀ. ಈ ವ್ಯವಸ್ಥಾನೇ ಪಾಡಿಲ್ಲ......' ಇನ್ನೊಬ್ಬ ಅಂದ.

'ಹೌದಲ್ರೀ? ನೀವೇ ನೋಡ್ತೀರಲ್ಲ? ನಮ್ಮ ಹೊಲ್ದಾಗ ಬೆಳೆದ ಕಾಳುಕಡಿಗೆ, ಹಣ್ಣು ಕಾಯಿಗೆ ಕಿಮ್ಮತ್ತೇ ಕಳೆದು ಹಕ್ಯಾದ ಈ ವ್ಯವಸ್ಥಾ! ಏನು ಬೆಳದು ಏನು ಕೈ ತುಂಬಿಕೊಳ್ಳದದ? ಇವನಪ್ಪನ.....ಬಂಡಿ ತುಂಬ ಕಾಯಿಪಲ್ಲೇ ಒಯ್ದು ಪಟ್ಟಣದಾಗ ಮಾರಾಟ ಮಾಡಿದ್ರೆ, ಒಂದು ಧೋತ್ರಾ ಬರಂಗಿಲ್ಲ. ಬಂಡಿ ತುಂಬ ಕಾಳು ಕಡಿ ಒಯ್ದು ಮಾರಿದ್ರ, ನಮ್ಮ ಶಾಲಿ ಕಲಿವ ಚಿಕ್ಕೋರಿಗೆ ನಾಕು ಪುಸ್ತಕ, ನೋಟು ಬುಕ್ಕ, ಪಾಠಿಚೀಲ ಬರಂಗಿಲ್ಲ. ನಮ್ಮ ಮಣ್ಣಿನ ಫಸಲಿಗೆ ಕಿಮ್ಮತ್ತೇ ಕಳದಾರ! ನಾವ್ಯಾಕ ಅವರ ವ್ಯವಸ್ಥಕ ಕಿಮ್ಮತ್ತು ಕೊಡ್ಬೇಕು?' ನಾನು ಮಾತಾಡುವವನ್ನು ನೋಡಬೇಕೆಂದು ಪ್ರಯತ್ನಿಸಿದೆ. ಅಲುಗಾಡಲೂ ಆಗಲಿಲ್ಲ, ಸುಮ್ಮನಾದೆ.

'ಹುಬ್ಬಳ್ಳಿ ಶಹರದಾಗ ನಮ್ಮ ಟಮಾಟಿ ಹಣ್ಣಿನ ರಾಶಿಗೆ ದಮ್ಮಡಿ ಬೆಲೆ ಸಿಗದಂತ ಮಾಡಿದ್ರಲ್ಲ. ರಸ್ತದಾಗ ಚಲ್ಲಿ ಬಂದದ್ದು ನಮ್ಮ ಕಣ್ಣಾಗ ಕುಂತದ. ರಸ್ತದ ಪಾರುಗೋಳಿಗೆ 'ತಗೊಂಡು ಹೋಗ್ರೋ' ಅಂದ್ರೆ, 'ದಿನ ಚಲ್ತಾರಿ ಅಣ್ಣೋರಾ! ಎಷ್ಟಂತ ಒಯ್ಯಾಮೀ ಅನಾಬೇಕಾ?'

'ಅಲ್ರೀ ರೈತ ಮಂದಿದು ಹಣೇಬರ ಪಾಡಿಲ್ರೀ! ಹ್ವಾದ ಶಿವರಾತ್ರಿಗೆ ಬಾಳ ಬೆಳದ್ರೂ ಬೆಲೆ ಇಲ್ದಂಗಾಗೀ ಮೆತ್ತಗಾಗಿ ಬಿಟ್ಟೇವಿ. ಈಗ ನೋಡಿದ್ರ ಮಳೆ ಇಲ್ದ ಬರ ಬಂದಾದ. ಮಾಡಿದ ಸಾಲ ತೀರಿಸೋದು ಇರ್ಲಿ! ಈಗ ಹೊಟ್ಟೆಗೇನು...?'

'ಇಷ್ಟಾದ್ರೂ ತಮ್ಮ, ನಮ್ಮ ಮಣ್ಣಿನ ಮಂದಿ ಒಂದಾಗಿ ಸೆಲ್ಲೇಕಟ್ಟಿ ಹೋರಾಟಕ್ಕ ನಿಂದ್ರಕನೇ ಸಿದ್ದರಿಲ್ಲ ನೋಡು. ಸಾಲ ಮಾಡಿ ಸಾಯ್ತವ'. ಅವರ ಮಾತುಗಳು ಹಾಗೇ ಮುಂದುವರಿದಿದ್ದವು. ನಾನು ಸರಿಯಾಗಿ ಎರಡು ಕಾಲಿನ ಮೇಲೆ ನಿಂತಿರಲಿಲ್ಲ. ನಿಂತು ಕೊಳ್ಳಲು ಒದ್ದಾಡುತ್ತಿದ್ದೆ. 'ರೀ ಅಣ್ಣೋರಾ, ನಾವೇನು ಗಾಡ್ಯಾಗ ದಿನ ಬರಂಗಿಲ್ಲ. ಇವತ್ತು ನಮ್ಮ ಬ್ಯಾನಿಗಳನ್ನು ಸೀಯಮ್ಮೆಗ ಹೇಳಾಕಂತ ರಾಜಧಾನಿಗೆ ಹೊಂಟೇವಿ. ಇವತ್ತೊಂದು ದಿನ ತಡಕೋರಿ' ಅಂದ ಒಬ್ಬ. ನನ್ನ ತೊಳಲಾಟ ನೋಡಿ ಅಂದಿರಬೇಕು. ನಾನು ಮಾತಾಡದೆ ನನ್ನನ್ನೇ ನಾನು ಸಂಬಾಳಿಸಿಕೊಂಡು ನಿಂದ್ರಲು ಹೆಣಗುತ್ತಿದ್ದೆ. ಅಷ್ಟಾಗಿಯೂ ನಾನು ಇನ್ನೂ ಎಡ-ಬಲ ಬಾಗಿಲುಗಳ ನಡುವೇ ಇದ್ದೆ. ಮುಂದಿನ ಸ್ಟೇಷನ್ ಬಂದ್ರೆ ಇಳಿಯುವವರು, ಏರುವವರು ಗದ್ದಲಮಾಡಿ ನನ್ನನ್ನು ತಿಕ್ಕಿ ಒರೆಸಿ ಬಿಡುತ್ತಾರೆಂದು ಹೆದರಿಕೆಯಾಗಿ ಬೋಗಿಯ ಒಳಗೆ ಸರಿಯತೊಡಗಿದೆ. ಕೂಡುವ, ಮಲಗುವ ಉದ್ದನೆಯ ಸೀಟುಗಳಲ್ಲಿ ಜೋಡಿಸಿಟ್ಟಂತೆ ಜನ ತುಂಬಿದ್ದರು. ಸೀಟುಗಳ ಮಧ್ಯದ ಜಾಗದಲ್ಲೇ ಹತ್ತಾರು

ಜನ ಒತ್ತೊತ್ತಿ ನಿಂತಿದ್ದರು. ಕೆಳಗೆ ಮೇಲೆ ಕುಳಿತವರಿಗೆ ಮಡಚಿದ ಕಾಲುಗಳನ್ನು ಅಲುಗಾಡಿಸಲು ಆಗದಂತೆ ಜನ ಒತ್ತಿಕೊಂಡಿದ್ದರು. ಜಾಥಾಕ್ಕೆ ಹೊರಟಿದ್ದ ಹಳ್ಳಿ ಮಂದಿ ಅಂಥ ಪರಿಸ್ಥಿತಿಯಲ್ಲೂ ಎಂಥದೋ ಖುಷಿಯಿಂದ ಹರಟೆ ಹೊಡೆಯುತ್ತಿದ್ದರು. ಮೇಲೆ ಫ್ಯಾನ್‌ಗಳ ಭ್ರರ್ ಎನ್ನುವ ಶಬ್ದವನ್ನು ಮೀರಿಸಿ ಜನರು ಕವಕವ ಮಾಡುತ್ತಿದ್ದರು. ನಮಸ್ಕಾರ ಸಾರ್' ಅಂದದ್ದು ಕೇಳಿಸಿತು. ನಿಂತಲ್ಲೇ ಕತ್ತು ಎತ್ತಿ ನೋಡಿದೆ, ಕಣ್ಣು ಬಿಡುತ್ತ. 'ಊರಿಗೆ ಹೊಂಟಿರೇನು?' ಮತ್ತೆ ಅದೇ ದನಿ. 'ಇಲ್ಲಿ ಸಾರ್, ನಾನು.....' ಮೇಲೆ ಕುಳಿತಿದ್ದ ಒಬ್ಬ ಭುಜ ಮುಟ್ಟಿದ. ನೋಡಿದರೆ ಕೂನ ಸಿಕ್ಕಂತಾಯಿತು. ಆದರೆ ಯಾರು? ಹೆಸರೇನು? ಎಲ್ಲಿ ನೋಡಿದ್ದೆ? ಏನೂ ಹೊಳೆಯಲಿಲ್ಲ. ಆದರೂ, 'ಊರಿಗೆ, ನೀವೂ.....' ಅಂದೆ. 'ನಾನೂ ಊರಿಗೆ ಹೊಂಟೇನ್ರೀ. ಅಯ್ಯೋ ಬ್ಯಾಡಬುಡಿ ಈ ಫಜೀತಿ. ದೊಡ್ಡ ರೈತರ ದಂಡು ಇವತ್ತೇ ಬೆಂಗ್ಳೂರಿಗೆ ನಿಯೋಗ ಹೊಂಟದ. ಎರಡು ಗಾಡಿ ಮಂದಿ ಒಂದೇ ಗಾಡ್ಯಾಗ ತುಂಬ್ಯಾದ. ಅಂದಂಗ ನಿಮ್ಮ ಬ್ಯಾಗು ಕೊಡ್ರೀ' ಅಂದ. ನನಗೋ ಅವರ ನೆನಪೇ ಬರುತ್ತಿಲ್ಲ. ಹೆಗಲಿಗಿದ್ದ ಈ ಬ್ಯಾಗನ್ನು ತೆಗೆದು ಎತ್ತಿ ಕೊಡಲು ಪಡಬಾರದ ಪಾಡು ಪಟ್ಟು ಎತ್ತಿದೆ. ಅವರಲ್ಲಿ ಇಟ್ಟುಕೊಳ್ಳಲು ಸ್ಥಳವಿರಲಿಲ್ಲ. ಆದರೂ ಬೇಸತ್ತು ತೊಲಗಲಿ ಈ ಬ್ಯಾಗು ಎಂದು ಎತ್ತಿದೆ. ಅಷ್ಟಕ್ಕೆ ಜನ ಸಡಿಮಿಡಿ ಮಾಡಿ ಬಯ್ಯತೊಡಗಿದರು. ನನ್ನ ಬ್ಯಾಗನ್ನು ತೆಗೆದುಕೊಂಡವನಿಗೆ ಮೇಲಿದ್ದ ಅಕ್ಕಪಕ್ಕದವರು, 'ರೀ, ಸುಮ್ನೆ ಕುಂತ್ಗಂಬದು ಬುಟ್ಟು....... ಯಾಕ್ರೀ... ಉಸಾಬರೀ.....' ಅಂತ ಕೋಪಿಸಿಕೊಂಡರು. ನಾನು ಮಾತ್ರ ಹಗುರಾದಂತೆ ನಿಟ್ಟುಸಿರು ಬಿಟ್ಟೆ.

ನಿಂತಲ್ಲೇ ಸುಧಾರಿಸಿಕೊಂಡೆ. ಸೆಕೆ, ಅವರಿವರ ಉಸಿರಿನ ಬಡಿತ, ಅಕ್ಕಪಕ್ಕದವರ ಬೆವರಿನ ವಾಸನೆಗೆ ಸಂಕಟವಾಯ್ತು. ಒಂದು ಗ್ಲಾಸ್ ನಿಂಬುಸೋಡ ಕುಡಿಬೇಕೆನಿಸಿತು. ಜನಗಳ ಮಾತಿನ ಗದ್ದಲ ಫ್ಯಾನ್‌ಗಳ ಭರ್ರೆನ್ನುವ ಶಬ್ದ, ರೈಲಿನ ಓಟ ಎಲ್ಲದರ ನಡುವೆ ನಮ್ಮನ್ನೇ ನಾವು ಮರೆತಿದ್ದೆವು. ನಾನು ಸುಮ್ಮನೆ ನಿಂತಿದ್ದೆ. ಇಂಥ ಅರಾಜಕ ಶಬ್ದದೊಳಗೆ ಪಿಸುಮಾತು ಕೇಳಿದವು. ಗಮನವಿಟ್ಟು ಕೇಳಿದೆ. ನನ್ನ ಎಡಕ್ಕೆ ದಾರಿಯ ಬದಿಗೆ ಇರುವ ಒಂದೊಂದೇ ಎದುರುಬದುರಿನ ಸೀಟಿನ ನಡುವೆ ನಿಂತದ್ದವರ ನಡುವೆ ಹುಡುಗ, ಹುಡುಗಿ ಮುಖಾಮುಖಿಯಾಗಿ ನಿಂತು ಮಾತಿಗೆ ತೊಡಗಿದ್ದರು. ಮೊಳ ಅಗಲದ ಆ ಜಾಗದಲ್ಲಿ ನಾಲ್ಕಾರು ಜನ ಇದ್ದರು. ಅವರಿಬ್ಬರು ಕಾಲೇಜಿಗೆ ಹೋಗಿ ಬರುವವರಿರಬೇಕು. ಪ್ರೇಮಿಗಳೂ ಆಗಿರಬೇಕು ಎನ್ನಿಸಿತು. ನನಗೆ ಅವರಿಬ್ಬರ ಮುಖಗಳೂ ಸರಿಯಾಗಿ ಕಾಣಿಸಲಿಲ್ಲ. ಪಿಸುಪಿಸು ಮಾತಾಡುತ್ತ ಲೋಕ ಮರೆತಿದ್ದರು. ಇಂಥ ಏಕಾಂತ ಅವರಿಗೆ ಈ ರೈಲಿನಲ್ಲಿ ಯಾವತ್ತೂ ಸಿಕ್ಕಿರಲಿಕ್ಕಿಲ್ಲ. ನಾನು ಅವರನ್ನು ನೋಡಲು ಪ್ರಯತ್ನಿಸಿದೆ. ಹುಡುಗಿ ತುಸು ತಲೆ ತಗ್ಗಿಸಿ ಮಾತಾಡುತ್ತಿದ್ದರೆ, ಹುಡುಗ ತಗ್ಗಿದ್ದ ಅವಳ ತಲೆಯ ಮೇಲೆ ಮುಖ ತಂದು ಬಹುಶಃ ಬೈತಲೆ ನೋಡುತ್ತ ಮಾತಾಡುತ್ತಿದ್ದನು. ನಗು, ಮುನಿಸು, ಸಿಟ್ಟು ವ್ಯಕ್ತವಾಗುವಾಗ ಅವರು ಒಬ್ಬರಿಗೊಬ್ಬರು ತಾಗುತ್ತಿದ್ದರು. ತಾಗಿದಾಗಲೆಲ್ಲ ಅವರಲ್ಲಿ ಮುಜುಗರವೂ ಕಾಣಿಸುತ್ತಿತ್ತು. ನಿಜವಾಗಿಯೂ ನಾನು ಮೈಮರೆತು ನೋಡಿದೆ. ಅದೇ ಹೊತ್ತಿಗೆ ಭಯಾನಕ ಜಗಳ ನಮ್ಮ ಬಲಬದಿ ಯಿಂದ ಕಾಣಿಸಿತು. ಬಯ್ಗಳು, ಜನರ ನೂಕಾಟ, ಏನೋ

ದುರಂತ ಘಟಿಸಿದೆ ಎಂಬಂತೆ ಕಂಡಿತು. ಹಾಕ್ರಲೇ ಅವನವ್ವನ.....!' ಎಂಬ ಮಾತುಗಳ ಜತೆಗೆ 'ಧಪ್ ಧಪ್' ಹೊಡೆತಗಳು. ದ್ನಂಗೆ ಕಂಡಿತು. ಜನರಿಗೆ ಮಿಸುಕಲೂ ಬರುತ್ತಿರಲಿಲ್ಲ. 'ತಂಗಿ, ನೀ ಆ ಕಡೆ ನಡಿಯವ್ವ' ಎಂದು ಯಾರೋ ಕೂಗಿದರು. 'ಅವನನ್ನು ಮೂಲೆಗೆ ನೂಕ್ರಿ, ಬಿದ್ದಿರಲಿ ಮಗ' ಮತ್ಯಾರೋ ಅಂದರು. ನುಗ್ಗಾಟಕ್ಕೆ ಸಿಕ್ಕು ನಾನೂ ಮತ್ತೂ ಒಳಗೆ ಸರಿದೆ. ನನ್ನಿಂದ ಇದ್ದವ, 'ಮಾನಗೇಡಿ ಮಗ' ಅಂದ. ಯಾಕೇನಾಯ್ತು?' ಎಂದು ಕೇಳಿದೆ. 'ಏನಾಗ್ತ್ರೀ? ನೌಕ್ರೀ ಮಾಡ ಹೆಣ್ಣು ಮಗಳು ನಿಂತಾಳ್ರೀ. ಅವ ಲಪಂಗ ಕುಂಡೀ ಹಿಸುಕ್ಯಾನಂತ್ರೀ!' ಅಂದ. ನನಗೆ ಮುಜುಗರವಾಯ್ತು. ಇಂಥ ಸಂದರ್ಭಕ್ಕಾಗಿ ಕಾಯುತ್ತಿರುತ್ತಾರೋ ಏನೋ ಎಂದು ಆಶ್ಚರ್ಯವೂ, ಬೇಸರವೂ ಆಯಿತು. ಯಾಕೋ ಇಲ್ಲಿ ನಿಲ್ಲುವುದು ಬೇಡವೆನಿಸಿ ಇನ್ನೂ ಒಳ ಸರಿದರೆ ನಿಂತಾದರೂ ಸರಿಯಾಗಿ ಉಸಿರಾಡ ಬಹುದೆಂದು ನುಸುಳಲು ಪ್ರಯತ್ನಿಸಿದೆ. ಮೂರು ನಾಲ್ಕು ಜನರನ್ನು ನಯವಾಗಿ ಸರಿಸಿ ಒಳಗೆ ಹೋಗಿರಬೇಕು. ಅಲ್ಲಿಂದಂತೂ ಒಂದೇ ಒಂದು ಹೆಜ್ಜೆ ಮುಂದಿಡಲು ಅಸಾಧ್ಯ ವೆನಿಸಿತು. ಎಲ್ಲರೂ ನನಗೆ ಮುಖಮಾಡಿ ನಿಂತಿದ್ದರು. ಯಾಕೋ ವಿಚಿತ್ರವಾಗಿ ಕಂಡಿತು. ಕತ್ತೆತ್ತಿ ನೋಡಿದರೆ, ಅವರ ಹಿಂದೆ ಬಯಲು ಕಂಡಿತು! ಅಷ್ಟರಲ್ಲೇ,

'ರೀ, ನೂಕಬ್ಯಾಡ್ರೀ!'

'ಅಲ್ಲೇ ನಿಂತ್ಗರ್ರೀ!'

'ಅಲ್ಲಿ ಒಬ್ಬ ಭಿಕ್ಷುಕ ಬಿದ್ದಿದ್ದಾನ! ವಾಸನೆ...... ಅಯ್ಯೋ.....'

'ಹೋಗಲಿ ಒಳಗ ಬಿಡ್ರಿ ಸಾಯ್ಲಿ' ಅಂದರು ಮುಖ ಸಿಂಡ್ರಿಸಿಕೊಂಡು.

ನನಗೆ ಗಾಬರಿ ಗಾಭರಿಯಾಯ್ತು! ಹೆದರಿ ಅವರ ಮುಖ ನೋಡಿದೆ.

'ನಮ್ಮ ಮುಂದಿನ ಸೀಟಿನಲ್ಲಿ ಡರ್ಟಿಫೆಲೋ ಬಿದ್ದಿದ್ದಾನೆ' ಅಂದ ಮೇಲಿದ್ದ ಒಬ್ಬ.

'ಸತ್ತಿರಬೇಕು! ನರಕ! ಥೂ'

'ಜನರಲ್ ಕಂಪಾರ್ಟ್‌ಮೆಂಟ್ ಅಂದ್ರೆ ನರಕವೇ! ಯಾವನೂ ಹೇಳವನು ಕೇಳವನೂ ಇರದಿಲ್ಲ. ಅಲ್ರೀ, ಆ ಡರ್ಟಿಫೇಲೋ ಯಾವತ್ತಿನಿಂದ ಬಿದ್ದಿದ್ದಾನೋ. ನೋಡಿ ಹೊರಗೆ ನೂಕಬಾರದೇನು?'

'ಈ ಸ್ಟ್ರಯಿಕ್ ಮಾಡೋ ಜನ ಅದೇನು ಅದೇನು ಮಾಡ್ತಾರೋ ಬೆಂಗಳೂರಲ್ಲಿ!'

'ಅಲ್ಲೀ, ಯಾರು ಕೇಳ್ತಾರಿ ಈ ಹಳ್ಳಿ ಮಂದಿನ್ನ' ಹೀಗೆ ಮಾತಾಡುವವರನ್ನು ನೋಡಿದೆ. ಅವರೆಲ್ಲ ದಿನಾಲು ಕೆಲಸಕ್ಕೆ ಹೋಗಿ ಬರುವ ನೌಕರರಂತೆ ಕಂಡರು. ಅಷ್ಟರಲ್ಲೇ, 'ಹಂಗ್ಯಾಕ್ರೀ; ಸಾಬ್ರೇ? ನೀವು ಸರಕಾರಿ ನೌಕ್ರೀ ಜನ. ನಮ್ಮ ಪಾಡು ನಿಮ್ಗೇನು ತಾಕೀತು? ಆರು ತಿಂಗ್ಳಿಗೆ ಒಮ್ಮೆ ತುಟ್ಟಿಭತ್ಯ, ವರ್ಸಕ್ಕೊಮ್ಮೆ ವೇತನ ಬಡ್ತಿ, ಐದು ವರ್ಸಕ್ಕೊಮ್ಮೆ ವೇತನ ಆಯೋಗ.... ಮ್ಯಾಲೆ ಹಿಂಡಿಕೊಳ್ಳಾಕ ನಮ್ಮಂಥೋರು. ಅಲ್ಲೇನ್ರೀ....' ಎಂದ ಒಬ್ಬ ರೈತ. ಅದನ್ನು ಕೇಳಿಸಿಕೊಂಡು ಗಪ್ಪಾದರು. ಅದೇ ಹೊತ್ತಿಗೆ ಯಾಕೋ ನುಗ್ಗಾಟವಾಯಿತು. ಜೋಲಿ ತಪ್ಪಿದಂತಾಯಿತು. ನನಗೇ ಗೊತ್ತಿಲ್ಲದ ಹಾಗೆ ಖಾಲಿಯಿದ್ದ ಜಾಗಕ್ಕೆ ನುಗ್ಗಿ ಬಿದ್ದೆ.

ಎಂಥದೋ ವಾಸನೆ ಬಡಿಯಿತು. ಮೇಲೆ ಮತ್ತು ಕೆಳಗೆ ಉದ್ದನೆಯ ನಾಲ್ಕು ಸೀಟುಗಳು, ಅವುಗಳ ನಡುವಿನ ಜಾಗ ಖಾಲಿಯಿತ್ತು. ಕೆಳಗಿನ ಉದ್ದನೆಯ ಸೀಟಿನಲ್ಲಿ ಕಿಡಕಿಗೆ ಒತ್ತಿಕೊಂಡು ಒಬ್ಬ ವ್ಯಕ್ತಿ ಇರಬೇಕು, ಕಂಬಳಿ ಹೊದ್ದು ಮುದುರಿ ಕುಂತಿದ್ದ. ನಾನು ಯಾಕೋ ಹೆದರಿದ್ದೆ. ಅಷ್ಟರಲ್ಲೇ ಆ ವ್ಯಕ್ತಿ ಕಂಬಳಿ ತೆಗೆದು ನನ್ನನ್ನು ನೋಡಿದ. ನಾನು ನೋಡುತ್ತಿದ್ದೆ. ಆ ವ್ಯಕ್ತಿಯ ಮುಖ ಕಂಡದ್ದೇ 'ಹ್ಹಾಂ......!' ಎಂದು ಮುಖ ಮುಚ್ಚಿಕೊಂಡು ಬೆನ್ನು ತಿರುಗಿಸಿ ಕುಂತೆ! ನನ್ನ ಹೊಟ್ಟೆಯಲ್ಲಿ ಕಲಸಿದಂತಾಗಿ, ಒಳಗಿದ್ದುದ್ದೆಲ್ಲ ಎದೆಗೆ ಬಂದಂತಾಯಿತು; ಸಂಕಟ ವಾಯ್ತು; ಮೂರ್ಛೆ ಹೋದಂತೆ ಅನ್ನಿಸಿತು. ಐದತ್ತು ನಿಮಿಷ ಯಾವುದರ ಪರಿವೇ ಇಲ್ಲದಂತೆ ಕುಂತಿದ್ದೆ. ನನ್ನನ್ನು ಒಳ ನುಗ್ಗಿಸಿದ ಜನ ಕೋಟೆ ಗೋಡೆಯಂತೆ ಬೆನ್ನು ಮಾಡಿ ನಿಂತಿದ್ದರು. ನನ್ನ ಹಿಂದೆ, ಮುಂದೆ ಹಾಗೆಯೇ ಜನ ನಿಂತಿದ್ದರು. ನಾನು ಹೌಹಾರಿದಂತೆ ಕುಂತು ಗಮನಿಸಿದೆ. ಕಂಬಳಿ ಹೊದ್ದು ಕುಳಿತಿದ್ದ ಆ ವ್ಯಕ್ತಿಯ ಮುಖ ವಿಕಾರಗೊಂಡಿತ್ತು. ಆ ವಿಕಾರ ರೂಪ ನನ್ನ ಕಣ್ಣಿಗೆ ಮನಕ್ಕೆ ಅಪ್ಪಳಿಸತ್ತು. ಮುಖ ಮುಚ್ಚಿಕೊಂಡ ನಾನು ಭೀಕರ ದುರಂತಕ್ಕೆ ಒಳಗಾಗಿದ್ದೆ ಅನ್ನಿಸಿತು. ನನ್ನನ್ನು ನಾನೇ ಸಂಭಾಳಿಸಿಕೊಂಡು ನಿಲ್ಲಲು ಪ್ರಯತ್ನಿಸಿದೆ. ಅದ್ಯಾಕೋ ನಾನು ಮತ್ತೆ ಆ ವ್ಯಕ್ತಿಯ ಕಡೆ ನೋಡಿದೆ. ದೊಡ್ಡದಾದ ಕಪ್ಪಾದ ಮುಖ. ಅಗಲವಾದ ಕಂದು ಬಣ್ಣದ ಕಣ್ಣುಗಳು, ಹೊದ್ದ ಕಂಬಳಿಯನ್ನು ಮೀರಿಸುವಂಥ ಕೆದರಿದ ಗಡ್ಡ, ತಲೆಕೂದಲು, ಮುಖದ ತುಂಬ ಉಂಡೆಗಟ್ಟಿದಂಥ ಗಾಯಗಳೋ, ಹುಣ್ಣುಗಳೋ ಊದಿಕೊಂಡು ನೋಡುವವರಿಗೆ ಭೀಕರ ಭಯ–ಹೇಸಿಗೆ ಹುಟ್ಟಿಸುತ್ತಿತ್ತು. ನಾನು ಮತ್ತೆ ನೋಡಿದ್ದು ಅರೆಕ್ಷಣ ಮಾತ್ರ. ಆ ವಿಕಾರ ರೂಪ ಭರ್ರನೆ ಬಂದು ನನ್ನ ಮುಖಕ್ಕೆ ಅಪ್ಪಳಿಸಿತು. ಸರಕ್ಕನೆ ಮುಖ ತಿರುಗಿಸಿ ಬೆನ್ನು ಮಾಡಿ ನಿಂತವರ ಜತೆ ನಾನೂ ಸೇರಿದೆ. ಅಲ್ಲಿದ್ದ ಹಿಂದಿನವರೂ, ಮುಂದಿನವರೂ ಆ ವ್ಯಕ್ತಿಯನ್ನು ನೋಡಿ ವಿಪರೀತ ಹೇಸಿಕೊಂಡು ನಿಂತದ್ದು ಯಾಕೆಂದು ಅರಿವಿಗೆ ಬಂತು. ನಾನು ನಿಂತ ಎಡಕ್ಕೆ, ಎದುರು ಬದುರಾಗಿರುವ ಎರಡು ಸಿಂಗಲ್ ಸೀಟುಗಳಲ್ಲಿ ಇಬ್ಬಿಬ್ಬರಂತೆ ನಾಲ್ವರು ಕುಳಿತು ಕಿಟಕಿಯಕಡೆ ಮುಖ ಮಾಡಿದ್ದವರು ಇತ್ತ ನೋಡುತ್ತಲೇ ಇರಲಿಲ್ಲ. ಅವರನ್ನು ಒತ್ತಿಕೊಂಡೇ ನಾಲ್ಕಾರು ಪ್ರಯಾಣಿಕರು ನಿಂತಿದ್ದರೂ, ಅವರೆಲ್ಲ ಬೆನ್ನು ಮಾಡಿ ಕಿಡಕಿ ಕಡೆ ಮುಖ ಮಾಡಿದ್ದರು. ಅವರೆಲ್ಲ ಕಂಬಳಿ ಹೊದ್ದವನ ಬಗ್ಗೆ ಎಷ್ಟು ಹೇಸಿಕೊಂಡಿರಬೇಕು ಎಂದು ಊಹಿಸಬಹುದಾಗಿತ್ತು. ನಾನು ಸುಧಾರಿಸಿಕೊಳ್ಳುತ್ತ, ಸಮಾಧಾನಿಯಾಗುತ್ತ ನನ್ನನ್ನು ನಾನು ನಿಯಂತ್ರಿಸಿಕೊಳ್ಳಲು ಪ್ರಯತ್ನಿಸಿದರೂ ಸಾಧ್ಯವಾಗಲಿಲ್ಲ. ಮನಸ್ಸಿನಲ್ಲಿ ತುಂಬಿದ್ದ ಆ ವ್ಯಕ್ತಿಯ ವಿಕಾರ ರೂಪ ಮಾತ್ರ ಮರೆಯಲಾಗಲಿಲ್ಲ. ಗವ್ವನೆ ಅಪ್ಪಳಿಸಿ ಮೈ ನಡುಗಿಸಿ ಪ್ರಜ್ಞೆ ತಪ್ಪಿದಂತಹ ಅನುಭವವಾಗತೊಡಗಿತು. ವಿಚಿತ್ರ ಹಿಂಸೆಯಾಯಿತು. ಈ ಪ್ರಪಂಚದ ವಿಕಾರವೇ ಆ ವ್ಯಕ್ತಿಯಲ್ಲಿ ತುಂಬಿದೆಯೋ ಅನ್ನಿಸಿತು. ಈ ಜನ್ಮದ ಉದ್ದಕ್ಕೂ ಆ ವಿಕಾರ ರೂಪವು ಕಾಡುತ್ತ ನನ್ನನ್ನು ರೋಗಗ್ರಸ್ಥನನ್ನಾಗಿ ಎಲ್ಲಿ ಮಾಡಿಬಿಡುತ್ತದೋ ಎಂಬ ಭಯ ಹುಟ್ಟಿತು. ತಲ್ಲಣಿಸಿ ಹೋದೆನು. ಅಲ್ಲಿಂದ ಹೋಗಲೇಬೇಕು! ಇಲ್ಲದಿದ್ದರೆ ಹುಚ್ಚನಾಗಬಹುದು ಎನ್ನಿಸಿತು. ಮೈ ನೀರೊಡೆದು, ಎದೆ ಬಡಿತ ಜೋರಾಗಿ ಕುಸಿದು ಬೀಳುವಂತಾಯಿತು. 'ನೂಕ ಬ್ಯಾಡ್ರೀ' ಎಂದು ಗದಿರಿಸಿದಾಗ ಎಚ್ಚರಗೊಂಡೆ. ಅಷ್ಟರಲ್ಲೇ ನನ್ನ ಹಿಂದಿನ ಭಾಗದಲ್ಲಿ,

ಅದೇ ಖಾಲಿ ಜಾಗದ ಆ ಕಡೆ, ಕೋಟೆ ಗೋಡೆಯ ಆಚೆ ವಾದ್ಯಗಳು ದನಿ ಮಾಡಿದವು. ದಮ್ಮಡಿ, ಹಾರ್ಮೋನಿಯಂ, ಚಯ್ಯಂ, ಚಿಟಿಕೆ ಮುಂತಾದ ಭಜನೆಯ ವಾದ್ಯಗಳಿರಬೇಕು, 'ಜಯಾ ಜಯನಮ್ ಪಾರ್ವತಿ ಪತಿ ಹರಹರ ಮಹಾದೇವ....' ಎಂದು ಒಮ್ಮೆಲೆ ಹತ್ತೆಂಟು ಜನರ ದನಿಗಳು ಏರು ದನಿ ಯಲ್ಲಿ ಜೈಕಾರ ಹಾಕಿದವು. ನಾನು ಮೈ ಸಡಿಲಿಸಿ ಅತ್ತ ನೋಡಿದೆ. ಆದರೂ ಬಲಕ್ಕೆ ಇದ್ದ ಆ ವ್ಯಕ್ತಿ ಕಂಡ. ಅವನು ನನ್ನನ್ನೇ ನೋಡುತ್ತಿದ್ದ. ಸರಕ್ಕನೆ ಮುಖ ತಿರುಗಿಸಿ ನಿಂತೆ.

'ಗಿಡನೋಡ ತಂಗೆಮ್ಮ
ಬುಡ ಮೇಲನಾಗ್ಯಾದ
ನಡು ಹಾದ್ಯಾಗ ಬಿದ್ದು
....................'

ಭಜನೆ ಶುರುವಾಗಿ ಮೆಲ್ಲನೆ ತಾರಕಕ್ಕೆ ಏರುತ್ತಿತ್ತು. ಮಿಸುಕಾಡಲು ಸಾಧ್ಯವಿಲ್ಲದಿದ್ದರೂ, ನಿಂತವರು ನಿಂತ ಹಾಗೆಯೇ ಮೈದೂಗುತ್ತ ಹಾಡಿಗೆ ಕಿವಿ, ಮನ ಕೊಟ್ಟಂತೆ ಕಂಡಿತು. ಕೆಲವರು ದನಿಗೂಡಿಸಿದರು. ಮಿಸುಕಾಡಲು ಸಾಧ್ಯಮಾಡಿಕೊಂಡು ಕೆಲವರು ಚಪ್ಪಾಳೆ ತಟ್ಟತೊಡಗಿದರು. ಇಡೀ ಬೋಗಿ ಉತ್ಸಾಹಗೊಂಡಿತು. ನನಗೆ ಅದ್ಯಾವುದೂ ಸಾಧ್ಯ ವಾಗಲಿಲ್ಲ. ಬೆನ್ನು ಮಾಡಿ ನಿಂತವರು ಹಾಗೇ ನಿಂತು ಭಜನೆಗೆ ಮನಸು ಕೊಟ್ಟಿದ್ದರು. ಯಾಕೋ ನನಗೆ ಆ ವಿಕಾರ ರೂಪದ ವ್ಯಕ್ತಿಯನ್ನು ನೋಡುವ ಮೊಂಡು ಧೈರ್ಯ ಹುಟ್ಟಿತು. ಆದರೆ ಭಯವಾಗುತ್ತಿತ್ತು. ಅಷ್ಟರಲ್ಲಿ ರೈಲಿಗೆ ಬ್ರೇಕ್ ಬಿದ್ದಂತಾಗಿ ಶಬ್ದ ಹೆಚ್ಚಾದದ್ದು ಕೇಳಿತು. ವೇಗವೂ ಕಮ್ಮಿಯಾಗಿ ಕೊನೆಗೆ ನಿಂತಿತು. ಹೊರಗಡೆ ಪ್ಲಾಟ್ ಫಾರಂ ಮೇಲೆ ಜನರ ಭೀಕರ ಗದ್ದಲ ಕೇಳಿ ಬಂತು. ಕೂಗು, ಚಪ್ಪಲಿಗಳ ಶಬ್ದ, ಚಹಾ ಕಾಫಿ ತಿಂಡಿ ಮಾರುವವರ ಅಬ್ಬರದಲ್ಲಿ ಅದು ಯಾವ ಸ್ಟೇಷನ್ ಇರಬಹುದು ಎಂದು ಯೋಚಿಸಿದೆ. ಈ ಸ್ಟೇಷನಿನ್ನಲ್ಲಿ ಒಂದಷ್ಟು ಜನ ಇಳಿದರೆ, ಜಾಗ ಸಿಗಬಹುದೆಂದು ಅನ್ನಿಸಿದರೂ ಅಲ್ಲಿದ್ದ ಜನ ಚೂರೂ ಕದಲಲಿಲ್ಲ. 'ಧಪ್‌ಧಪ್ ಧಪ್‌ಧಪ್' ಶಬ್ದಕ್ಕೆ ಮಿಟ್ಟಬಿದ್ದೆ. ಹೊರಗಡೆಯಿಂದ ಕಿಡಕಿಗೆ ಜನ ಬಡಿದು ತೆಗೆಯಲು ಅರಚುತ್ತ ಪ್ರತಿಭಟಿಸುತ್ತಿದ್ದರು. ಅಲ್ಲೇ ಮೈಕೊಟ್ಟು ಕುಳಿತಿದ್ದ ಆ ವ್ಯಕ್ತಿ ಆ ಭಯಾನಕ ಬಡಿತದ ಶಬ್ದಕ್ಕೆ ಮಿಸುಗಾಡಲಿಲ್ಲ. ಅತ್ತ ಭೋಗಿಯ ಬಾಗಿಲಲ್ಲಿ ಗದ್ದಲವೋ ಗದ್ದಲ. ಹೊರಗಿನ ಪ್ರಯಾಣಿಕರು ಒಳ ಬರಲು ಯತ್ನಿಸುತ್ತಿರಬೇಕು. ಒಳಗಿದ್ದವರು ತಡೆದಂತೆ ಕಂಡಿತು. ಬೋಗಿಯಲ್ಲಿ ಜಾಗವೇ ಇರಲಿಲ್ಲ. ಜಾಥಕ್ಕೆ ಹೊರಟ ಜನ ಇಲ್ಲಿಂದಲೂ ರೈಲು ಹತ್ತಲು ಗಡಬಡಿಸುತ್ತಿದ್ದರು. ಎಲ್ಲ ಬಗೆಯ ಕೋಲಾಹಲದ ನಡುವೆ ನಾನು ಗರಬಡಿದಂತೆ ನಿಂತಿದ್ದೆ. ಹೊರಗಿನ ವ್ಯಾಪಾರ ಕೇಳುತ್ತ ಮೈಮರೆತಿದ್ದೆ. ಅದ್ಯಾವ ಮಾಯದಿಂದಲೋ ಏನೋ ಪುನಃ ಆ ವಿಕಾರ ರೂಪ ನನ್ನನ್ನು ಅಪ್ಪಳಿಸಿ ಸಂಕಟಕ್ಕೀಡುಮಾಡಿತು. ಗವ್ವನೆ ಆ ರೂಪ ನೆನಪಿಗೆ ಬರುತ್ತಿತ್ತು. ನಾನು ತತ್ತರಿಸುತ್ತಿದ್ದೆ. ರೈಲಿನ ವೇಗ ಇನ್ನೂ ಹೆಚ್ಚಾಗಿರಲಿಲ್ಲ. ಕೋಟೆ ಗೋಡೆಯಂತೆ ನಿಂತಿದ್ದ ಜನರಲ್ಲಿ ನೂಕಾಟ ಶುರುವಾಯಿತು. ದುರಂತಕ್ಕೆ ಸಿಕ್ಕವರಂತೆ ಜನ ಚೀರಾಡತೊಡಗಿದರು. ಅವರವರಿಗೆ ಆದ ಕಷ್ಟಗಳಿಗೆ ತಾಳ್ಮೆಗೆಟ್ಟು ಒದರುತ್ತಿದ್ದರು. ಅದನ್ನೆಲ್ಲ ಕೇಳುತ್ತಿದ್ದಂತೆ, ಕೋಟೆ ಗೋಡೆಗೆ ದೊಡ್ಡ

ತೆರೆ ಬಂದು ಅಪ್ಪಳಿಸಿದಂತೆ, ಗೋಡೆ ಸೀಳಿದಂತೆ, ನನ್ನ ಮುಂದಿನ ಜನ ನನ್ನ ಮೇಲೆ ಬಿದ್ದರು. ನಾನು ಮೊದಲೇ ದಿಕ್ಕುಗೇಡಿಯಾಗಿ ನಿಂತಿದ್ದೆ. ಜನ ನನ್ನ ಕಡೆ ಬಿದ್ದಾಗ, ನಾನೂ ಹಿಂದಕ್ಕೆಬಿದ್ದೆ. ಬಿದ್ದೆ ಎಂದರೆ ಖಾಲಿಯಿದ್ದ ಸೀಟಿನ ಮೇಲೆ ಬಿದ್ದು ಹೌಹಾರಿದೆ. ಜನ ನನ್ನ ಕಡೆ ನುಗ್ಗಿ ಬಂದರು. ಮತ್ತಷ್ಟು ಸರಿದು ಆ ಕಂಬಳಿ ಹೊದ್ದು ಕುಳಿತಿದ್ದವನ ಬಳಿ ಬಿದ್ದಿದ್ದೆ. ಜೀವವೇ ಹೋದಂತಾಯಿತು. ಮುಖಮುಚ್ಚಿಕೊಂಡು ಕುಳಿತುಬಿಟ್ಟೆ. ತಗ್ಗಿದ್ದ ಕಡೆ ನೀರು ಹರಿದು ಬರುವಂತೆ ಜನ ನುಗ್ಗಿ ಬಂದು ಕ್ಷಣಾರ್ಧದಲ್ಲಿ ಖಾಲಿಯಿದ್ದ ಜಾಗ ವನ್ನು ಒಂದಿಂಚೂ ಬಿಡದಂತೆ ತುಂಬಿಕೊಂಡಂತೆ ಕಂಡಿತು. ಸೈನ್ಯದ ಕಾಲುತುಳಿತಕ್ಕೆ ಸಿಕ್ಕವನ ಹಾಗೆ ಮುದುರಿ ಕುಳಿತಿದ್ದೆ. ಮೇಲಿನ ಎರಡು, ಕೆಳಗಿನ ಎರಡು ಉದ್ದನೆಯ ಸೀಟುಗಳಲ್ಲಿ ಜನ ತುಂಬಿತು. ಮಧ್ಯದ ಜಾಗವಂತೂ ಪಾದದಷ್ಟೂ ಖಾಲಿಯಿಲ್ಲದಂತೆ ಜನ ನಿಂತಿದ್ದರು. ನಾನು ಕುಂತಲ್ಲೇ ಧ್ಯಾನಸ್ಥನಾಗಿ ಎಲ್ಲವನ್ನೂ ಗಮನಿಸಿದೆ. ಜನ ಇದ್ದ ಕಾರಣ ನನಗೆ ಧೈರ್ಯ ಬಂತು. ಕಣ್ಣುಬಿಟ್ಟು ನೋಡಿದೆ. ಕಂಬಳಿ ಹೊದ್ದವನಿಗೆ ಒತ್ತಿಕೊಂಡೇ ಕುಳಿತಿದ್ದೆ. ಆ ವ್ಯಕ್ತಿ ಮುಖಕ್ಕೆ ಕಂಬಳಿ ಹೊದ್ದುಕೊಂಡಿದ್ದ. ಯಾವುದೋ ಮೂಟೆಯಂತೆ ಕಂಡಿತು. ನಾನು ಸಮಾಧಾನದಿಂದ ನೋಡಿ ನಿಟ್ಟುಸಿರು ಬಿಟ್ಟೆ. ಕುಳಿತಿದ್ದ ನನಗೆ ನನ್ನ ಬಳಿ ನಿಂತಿದ್ದವರ ಹೊಟ್ಟೆಗಳು ಕಂಡವು. ಆಗಲೇ ಬೋಗಿಯಲ್ಲಿ ಲೈಟಗಳು ಹತ್ತಿದ್ದವು. ಪಕ್ಕ ಕುಳಿತವರನ್ನು, ಮುಂದೆ ನಿಂತವರನ್ನು, ಮೇಲೆ ಕುಳಿತವರನ್ನು ತಣ್ಣಗೆ ನೋಡಿದೆ. ನನ್ನ ಎದುರಿನ ಸೀಟಿನಲ್ಲಿದ್ದವರನ್ನು ನೋಡಲಾಗಲಿಲ್ಲ. ಯಾಕೆಂದರೆ ಅಡ್ಡವಾಗಿ ಜನ ಕಿಕ್ಕಿರಿದು ನಿಂತಿದ್ದರು. ನನಗೆ ಯಾಕೋ ಅನುಮಾನ ಬಂತು. ಅಲ್ಲಿ ಕಿಕ್ಕಿರಿದವರನ್ನು ಪುನಃ ನೋಡಿದೆ. ಅವರೆಲ್ಲರು ಕುರುಡರಿದ್ದರು! ಕೋಟೆಗೋಡೆಯಂತೆ ಸುತ್ತ ನಿಂತವರೆಲ್ಲ ಈ ಕುರುಡರನ್ನು ಇದ್ದ ಖಾಲಿ ಜಾಗಕ್ಕೆ ನುಗ್ಗಿಸಿಬಿಟ್ಟಿದ್ದರು. ಕುರುಡರೆಲ್ಲ ಪಿಳಿಪಿಳಿ ಕಣ್ಣು ಬಿಡುತ್ತ ಅವರವರಲ್ಲೇ ಒಬ್ಬರಿಗೊಬ್ಬರು ಹಿಡಿದುಕೊಂಡು ಭಾರಿ ಉತ್ಸಾಹ ದಲ್ಲಿ ಮಾತಿಗೆ ತೊಡಗಿದ್ದರು. ಆದರೆ ಕೆಲವರು ಮಾತ್ರ ಕಂಬಳಿ ಹೊದ್ದವನ ಕಡೆ ಕುತೂಹಲವಾದ ಗಮನಹರಿಸಿದಂತೆ ಕಂಡಿತು. ಅವರನ್ನು ನಾನು ಗಮನಿಸಿದೆ. ಅವರು ನೋಡುವ ಕಣ್ಣು ಗಳಲ್ಲಿ ಬೆಳಕು ಇರದಿದ್ದರೂ ಅವರ ಗಮನದಲ್ಲಿ ತೀಕ್ಷ್ಣವಾದ ಶಕ್ತಿಕಂಡಿತು. ಆ ವಿಕಾರ ವ್ಯಕ್ತಿಯ ಮೇಲಿದ್ದ ಅವರ ಗಮನ ಕಂಡು ಬೆರಗಾಯಿತು.

‘ಎಲ್ಲಿಗೆ ಹೂಂಟಿರೋಪ?’

‘ಬೆಂಗ್ಳೂರಿಗೆ ಹೊಂಟಿವ್ರೀ ಸ್ಟ್ರಾಯಿಕ್ ಮಾಡಾಕ’

‘ಹಂಗೇನ್ರೋ? ಹರತಾಳ ಮಾಡಕ ನೀವು ಸೇರಿಕೊಂಡಿರೇನು?’

‘ಇಲ್ಲ ಬುಡ್ರೀ! ನಮ್ಮ ಹರತಾಳ ಬ್ಯಾರೆ ಐತೆ! ನಾವು ಸಂಗೀತ ಮಹಾವಿದ್ಯಾಲಯದ ಸ್ಟುಡೆಂಟ್ಸ ಇದ್ದೀವಿ. ಸಂಗೀತದಾಗ ಡಿಗ್ರೀ ಮಾಡ್ಕೊಂಡು ಐದಾರು ವರ್ಷ ಕಳೀತ್ರೀ. ನೌಕ್ರೀ ಸಿಕ್ಕಿಲ್ರೀ. ನೌಕ್ರಿ ಕೇಳಕ ಸೀಯಮ್ಮನತ್ರ ಹೊಂಟಿವ್ರೀ!’

‘ಬೆಂಗ್ಳೂರು ಶಹರದಾಗ ಹ್ಯಾಂಗ ಸಂಬಾಳ್ಸಿಕೊಳ್ತಿರೋ ತಮ್ಮಗೋಳಾ?’

‘ಪರವಾಗಿಲ್ಲ. ನಮ್ಗ ಎಲ್ಲ ಗೊತ್ತದ’

ಕುರುಡರ ಜತೆ ಯಾರೋ ಒಬ್ಬ ಮಾತಾಡುವುದು ಕೇಳುತ್ತಿತ್ತು. ಅದನ್ನು ಕೇಳಿ, ಕುರುಡರ ನಿಯೋಗವೊಂದು ಬೋಗಿಯಲ್ಲಿದ್ದುದು ಅರಿವಿಗೆ ಬಂತು. ನನ್ನ ಮುಂದಿದ್ದ ಕುರುಡ ಹುಡುಗರಿಬ್ಬರು ಕಂಬಳಿ ಹೊದ್ದವನ ಕಡೆ ತೀವ್ರವಾಗಿ ಗಮನವಿಟ್ಟು ನೋಡು ತ್ತಿದ್ದರು. ಒಬ್ಬ ಮುಟ್ಟಿಯೂ ನೋಡಿದ. ಮುಟ್ಟಿ ನೋಡದವನು ತನ್ನ ಗೆಳೆಯರಿಗೆ, 'ಭಿಕ್ಷುಕ ಕುಂತಾನ್ರೋಪ' ಅಂದ. ನನಗೆ ಅದು ಕುತೂಹಲವಾಗಿ ಕಂಡಿತು.

'ಭಿಕ್ಷುಕ ಮಿಸುಕಾಡದಂಗ ಕುಂತಾನೋ....'

'ಮಲಗ್ಯಾನಂತ ಕಾಣ್ತದ್ರೋಪ'

'ಎಲ್ಲಿಗೆ ಹೊಂಟಾನ ಮಹಾರಾಜ' ನನ್ನ ಮುಂದೆ ನಿಂತಿದ್ದ ಕುರುಡರು ಮಾತಾಡು ತ್ತಿದ್ದಂತೆ ಮೇಲೆ ಕುಳಿತಿದ್ದ ಒಬ್ಬ, 'ಅಂವ ನಮ್ಮಂಗ್ ಬೆಂಗ್ಳೂರು ಶಹರಕ್ಕೆ ಹೊಂಟಾನೇನು ಮತ್ತ' ಅಂದ.

'ಯಾಕ ಹೊಗ್ಬಾರ್ದೋ ಮಗನ!' ಕೆಳಗಿದ್ದವನು ಅಂದ. ಅವರೆಲ್ಲ ಒಬ್ಬರಿಗೊಬ್ಬರು ಮುಟ್ಟಿ ತೋರಿಸಿ, 'ಅಂದ್ರ ಅವ್ನೂ ಸೀಯಮ್ಮನನ್ನು ನೋಡಾಕ ಹೊಂಟಾನೇನು ಮತ್ತ' ಅಂದ.

'ವಿಧಾನಸೌಧದ ಒಳಗಿರ್ತಾನಲ್ಲ ಆ ಸೀಯಮ್ಮನ್ನೋ, ಏನು ಮತ್ತ ಕೈಲಾಸದಾಗ ಇರ್ತಾನಲ್ಲ ದೊಡ್ಡ ಸೀಯಮ್ಮನ್ನ ನೋಡಕಾ ಹೊಂಟಾನೋ ಇಟು ಕೇಳ್ರಪಾ....' ಅಂದ ಮೇಲಿದ್ದ ಒಬ್ಬ. ಆ ಮಾತಿಗೆ ಕೆಲವರು ಗೊಳ್ಳೆಂದು ನಕ್ಕರು. ನನಗೆ ಅವರ ತಮಾಷೆ ಕಂಡು ಆಶ್ಚರ್ಯವಾಯ್ತು. ಅವರ ತಮಾಷೆಯ ಮಾತುಗಳು ಮುಂದುವರಿಯು ತ್ತಿದ್ದವು. ಅದೇ ಸಮಯಕ್ಕೆ ಕಂಬಳಿ ಹೊದ್ದ ವಿಕಾರ ರೂಪದ ಆ ವ್ಯಕ್ತಿ ಮಿಸುಕಾಡಿದ. ನನಗೆ ಆ ವಿದ್ಯಾರ್ಥಿಗಳ ಮೇಲೆ ಸಿಟ್ಟು ಬಂತು. ಅವನು ಇವರ ಮಾತು ಕೇಳಿ ಎಲ್ಲಿ ಮುಖ ತೆಗೆದು ಬಿಡುತ್ತಾನೋ ಎಂದು. ನಾನು ಎದ್ದು ಹೋಗಲು ತವಕಿಸಿದೆ; ಆಗಲಿಲ್ಲ. ಆ ವ್ಯಕ್ತಿ ನನ್ನ ಆತಂಕದಂತೆ ಎದ್ದು ಕುಂತು ಮುಖ ತೆಗೆದುಬಿಟ್ಟ! ನಾನು ತಾಳ್ಮೆಯಿಂದ ನೋಡಿದೆ.

'ಲೇ ತಮ್ಮ್ಯಾರಾ, ನಿಮ್ಗೂ ಲಯ ತಪ್ಪ್ಯಾದ! ನನ್ಗೂ ಲಯ ತಪ್ಪ್ಯಾದ! ನನ್ನ ಕಾಯದ ಲಯ ಅಡ್ಡದಾರಿ ಹಿಡಿದಾದ! ನಿಮ್ಮದು ಬೆಳಕಿನ ನಾಡಿ ಲಯ ಅಡ್ಡದಾರಿ ಹಿಡಿದಾದ. ವ್ಯತ್ಯಾಸ ಐತೇನು?' ಎಂದು ಕೇಳಿದ. ಅದನ್ನು ಕೇಳಿ ನನಗೆ ದಂಗು ಬಡಿಯಿತು? ಆ ವ್ಯಕ್ತಿಯೆ ನುಡಿದನೋ, ಏನು ಆಕಾಶದಿಂದ ದನಿ ಕೇಳಿ ಬಂತೋ ಎಂದು ಬೆರಗಾಗಿದ್ದೆ. ಎಂಥ ದನಿಯದು? ಕುರುಡ ವಿದ್ಯಾರ್ಥಿಗಳು ಹೆದರಿ ಒಬ್ಬರಿ ಗೊಬ್ಬರು ಹಿಡಿದುಕೊಂಡರು. ಗಳಿಗೆ ಹೊತ್ತು ನಿಶ್ಯಬ್ದ.

'ಅಜ್ಜರಾ, ತಪ್ಪಾಯ್ತು' ಅಂದ ಒಬ್ಬ ಧೈರ್ಯ ಮಾಡಿ

'ಮನ್ನಿಸಿ ಬುಡು ಅಜ್ಜ. ಪರಪಟ್ಟಾಯ್ತು ನಮ್ದು' ಅಂದ ಮತ್ತೊಬ್ಬ. ನಾನು ಸುಮ್ಮನೆ ನೋಡಿದೆ. ಕುರುಡರೆಲ್ಲ ಗಪ್ಪನೆ ನಿಂತರು. ಅವರ ಗಮನವೆಲ್ಲ ಆ ವ್ಯಕ್ತಿಯ ಕಡೆಗಿತ್ತು.

'ಅರುವು ಮರವಾಗ್ತದ, ತಮ್ಮ! ನೀನಾದ್ರೇನು? ನಾನಾದ್ರೇನು? ಕೂಳು ತಿಂತೀವಿ ನೋಡು ಅದೇ ಬಲು ಕೊಡಿ. ಮ್ಯಾಲೆ ಏರಾಕ ಬಾಳಬಾಳ ವ್ಯಾಳ್ಯಾ ಹಿಡಿತದ! ಬಾಳ ಧಾವತಿ ಆಗ್ತದ! ಲೇ ತಮ್ಯಾರಾ, ಹೆಜ್ಜೆ ಲಯ ತಪ್ಪಿತು ಅಂದ್ರ.... ಕೆಳಗ ಬೀಳಾಕ ಬಾಳ ವ್ಯಾಳ್ಯಾ ಹಿಡುವುದಿಲ್ಲ. ಹೌದಿಲ್ರೋ ಪಾರುಗುಳ್ಯಾ.....?' ಎಂದು ಹೇಳಿದ್ದು ಕೇಳಿದ ನನಗೆ, ದನಿ ಆ ವ್ಯಕ್ತಿಯಿಂದಲೇ ಬಂತೋ ಎಂಬ ಅನುಮಾನ ಬಂದಿತ್ತು. ಆ ದನಿಯಲ್ಲಿ ತುಂಬಿದ ಗಾಂಭೀರ್ಯ, ಎಂಥದೋ ಶಕ್ತಿ ನನ್ನನ್ನು ಬೆಚ್ಚಿಬೀಳಿಸಿತು. ಕುರುಡ ವಿದ್ಯಾರ್ಥಿಗಳಂತೂ ತಮ್ಮ ಚಿತ್ತವನ್ನು ಆ ವ್ಯಕ್ತಿಯ ಕಡೆ ನೆಟ್ಟಿದ್ದರು. ಭಜನೆಯ ಆರ್ಭಟ, ಜನರ ಗದ್ದಲ, ಫ್ಯಾನಿನ ಶಬ್ದ ಎಲ್ಲ ಕೋಲಾಹಲದ ನಡುವೆ ಆ ವ್ಯಕ್ತಿಯ ದನಿ ನಿಚ್ಚಳವಾಗಿ ನನ್ನ ಕಿವಿ, ಮನಸ್ಸು ತುಂಬಿತು.

'ಬೀಜದ ಮಾತು ಆಡಿದಿ, ಅಜ್ಜ' ಅಂದ ಮೇಲಿದ್ದ ಒಬ್ಬ.

'ಬೀಜ ಮುಕ್ಕಾದ್ರ ಭೂಮಿಗೆ ಅದು ಭಾರ ಆಗ್ತದ! ತಮ್ಮಾ, ಮುಕ್ಕಾಗದಂಗ ಜತನ ಮಾಡ್ಬೇಕು' ಯೋಗಿ ನುಡಿದಂತಾಯಿತು.

'ಹೌದ್ರೀ ಅಜ್ಜಾರಾ, ಅದುನೂ ಖರೆ ಆದ್ರೀ' ಮುಂದೆ ನಿಂತಿದ್ದವ ಅಂದ. ಆ ವ್ಯಕ್ತಿ ನನ್ನನ್ನು ನೋಡಿ ಗಂಭೀರ ನಗು ತೇಲಿಸಿದಂತೆ ಕಂಡಿತು.

'ಎಲ್ಲ ಯೋಗಾಯೋಗ! ಏನಪ್ಪ ತಮ್ಮಾ, ನಿನಗ ನನ್ನ ನೋಡಿ ಹೇಸಿಗಿ ಬಂದಾದ. ಯಾವಾಗ ಇಲ್ಲಿಂದ ಪಾರಾಗಿ ಹೋದೇನು ಅಂತ ನಿನ್ನ ಜೀವ ಚಡಪಡ ಮಾಡಾಕ ಹತ್ಯಾದ, ಅಲ್ಲಾ?' ನನ್ನನ್ನೇ ಕೇಳಿದ. ನಾನು ಆ ಭೀಕರ ಮುಖ ದಿಟ್ಟಿಸಿ ನೋಡುತ್ತ.

'ಈಗ ಎಲ್ಲ ಮೀರಾಕ ಹತ್ತೀನಿ' ಅಂದೆ.

'ಮೀರಬೇಕು, ಅದು ಮನುಷ್ಯನಿಗೆ ಬೇಕಾದ ಗುಣ! ಆದ್ರೂ ತಮ್ಮಾ, ಏನು ನಡಿಬೇಕು ಅದು ನಡದ ನಡಿತದ, ನೀನು ಹೇಸಿಕೊಂಡಂತೆಲ್ಲ ಈ ಘಟಕ್ಕೆ ಅರಿವು ಜಾಗೃತ ಆಗ್ತಿತ್ತು'. ನನಗೆ ಭಯವಾಯ್ತು. 'ಯಾಕಂತ ಕೇಳ್ತಿದ್ಯಾ......?' ನನ್ನ ಭಯ ಕಂಡು ಆ ವ್ಯಕ್ತಿ ಕೇಳಿದ.

'ಕಾಯ ವಿಕಾರ ಆಗ್ಯಾದಲ್ಲ..... ಈ ಕಾಯ' ತನ್ನ ಕಾಯವನ್ನು ಮುಟ್ಟಿಕೊಂಡು ತೋರಿಸುತ್ತ, 'ಇದನ್ನ ಕಳಚಿ ಒಗಿತೀನಿ......! ಇವನವ್ವನ...... ಈ ಕಾಯನ್ನ ಕಳಚ್ತೀನಿ.....' ಆ ವ್ಯಕ್ತಿಯ ಸಿಟ್ಟು, ಛಲ ಕಂಡು ಹಿಂದೆ ಸರಿದು ನೋಡಿದೆ.

'ನನ್ನ ಗುರುದೇವ್ರು ನನ್ನಿಂದ ಇದ್ದಾನ! ಅವ್ರುನ ಜತೆ ಗುದ್ದಾಡಿ ಗೆದ್ದೀನಿ' ಅಂದ ತನ್ನಷ್ಟಕ್ಕೇ ತಾನೇ.

'ತಾವು ಬಲ್ಲವರು' ಅಂದೆ ನಾನು.

'ಹೌದಪ್ಪ. ಬಲ್ಲವನಿಗೆ ಇಂಥಾ ಅವಸ್ಥೆ ಯಾಕ ಬಂತು ಅಂತ ನಿನ್ನ ಪ್ರಶ್ನೆ ಹುಟ್ಟಿರಬೇಕು, ಅಲ್ಲ?'

'ನಾನು....' ಏನೋ ಹೇಳಲು ನೋಡಿದೆ. ಆ ವ್ಯಕ್ತಿ ಧ್ಯಾನಸ್ಥನಾದಂತೆ ಕಂಡ. ನಮ್ಮ ಮಾತು ಕೇಳುತ್ತಿದ್ದ ಆ ಕುರುಡರು ನಮ್ಮ ಕಡೆಗೇ ಗಮನ ಇಟ್ಟಿದ್ದನ್ನು ಕದಲಿಸಿರಲಿಲ್ಲ.

'ತಮ್ಮಾ....' ಆ ವ್ಯಕ್ತಿ ಹಾಗೇ ಧ್ಯಾನಸ್ಥನಾಗಿ, 'ಓಂಕಾರ ನಾದವನ್ನ ಸವಿದು ಉಣ್ಣುವ ಮಟ್ಟಕ್ಕ ನಾನು ಹದಗೊಳ್ಳುವವನಿದ್ದೆ. ಆತ್ಮದ ಕಡೆ ಚಿತ್ತ ನಡದಿತ್ತು. ಒಳದನಿ ಕೇಳ್ಸಾಕತ್ತಿತ್ತು. ಅಂಥ ಹೊತ್ತಿನ್ಯಾಗ ಈ ಕಾಯ ಕುಸುದು ಬಿತ್ತು. ಅಂದ್ರ ಜಾಡ್ಯ ತಗುಲಿ ಕುಸಿದಿತ್ತು. ನಾನು ಅಸ್ವಸ್ಥತೆಗೆ ಬಲಿಯಾಗಿಬುಟ್ಟೆ' ಅಂದು ಕಣ್ಣು ತೆರೆದ. ನಾನು ಆ ವಿಕಾರ ರೂಪವನ್ನು ನೋಡಿ ಸಹಿಸುವಷ್ಟು ಶಕ್ತಿ ಪಡೆದುಕೊಂಡಿದ್ದೆ.

'ಗುರುದೇವ ಒಮ್ಮೆ ಹೇಳಿದ್ದ. ಕಾಯ ಮತ್ತು ಮನಸ್ಸು ಬ್ಯಾರೆ ಬ್ಯಾರೆ ಅಂತ. ಮನಸ್ಸು ಹದಗೊಂಡರ ಅದೇ ಆತ್ಮ, ಇರ್ಲಿ. ಮನಸ್ಸಿಗೆ ಅಹಂ ಜಾಸ್ತಿ. ಮನಸ್ಸನ್ನ ಹದ ಮಾಡ್ಬೇಕು. ಜತೆ ಜತೆಗೆ ಕಾಯವನ್ನೂ ಹದ ಮಾಡ್ಬೇಕು. ಇಲ್ಲಂದ್ರ ಅವೆರಡೂ ಬ್ಯಾರೆ ಬ್ಯಾರೆ ಹಾದಿ ಹಿಡಿತವ. ಅವೆರಡೂ ಬೆಂಕಿ ಮತ್ತು ನೀರು ಇದ್ದಂಗ. ಕೂಳು ಕುದಿಸುವವನಿಗೆ ಬೆಂಕಿ, ನೀರನ್ನ ಹೆಂಗ ಬಳಸಿ ಅಡಿಗೆ ಮಾಡ್ಬೇಕೆಂಬುದು ಗೊತ್ತಿರ್ತದ. ಹಂಗಾ ನೋಡು, ಕಾಯ ಮತ್ತು ಮನಸ್ಸಿನ ಸ್ಥಿತಿ. ನನ್ನ ಲಯ ತಪ್ಪಿದ್ದೆಲ್ಲಿ ಅಂದ್ರ, ಮನಸ್ಸು ಮುನ್ನುಗ್ಗಿತ್ತು, ಕಾಯವನ್ನು ಮರ್ತು. ಆಗ ಬಿತ್ತು ನೋಡು ಈ ಕಾಯ ಜಡ್ಡಿಗೆ. ಮನಸ್ಸು ಅಮೃತ ಪಾನ ಕುಡಿಯಲು ಹಂಬಲಿಸಿದ್ರ ಕಾಯ ಇಲ್ಲಂದ್ರ ಕುಡಿಯದು ಹೆಂಗ? ಲೇ ತಮ್ಮ, ನಿನ್ಗ ಗೊತ್ತದೇನು? ಗದಗದ ನಾಗಲಿಂಗನ ಅವಸ್ಥೆ. ಅವನದು ಸೈತ ಹಿಂಗೆ ಆಗಿತ್ತು! ಅವನಿಗೆ ಒಬ್ಬ ತಾಯಿ ಸಿಕ್ಕಳು! ಸಿಕ್ಕಳು ಖರೆ! ಆ ತಾಯಿ ಇಂದ ಅವನೇನು ಸುರುಕೊಂಡ ಮಣ್ಣು!' ಯಾಕೋ ಗಪ್ಪನೆ ಕುಂತ. ಆದ್ರ ಸಮುದ್ರದ ಹಾಗೆ ಹೊಯ್ದಾಡಿದ.

'ಎಲ್ಲ ರೋಗಗಳಿಗೂ ಒಂದು ಮದ್ದು ಇರ್ತದ.....' ಅಂದೆ ಅಳುಕುತ್ತ.

'ಇರ್ತದ...... ಇರ್ತದಬುಡ ! ನಾನು ಗುರುದೇವನನ್ನು ಕಂಡು......' ಎಂದು ತನ್ನ ಎದೆ ಬಡಿದು ತೋರಿಸುತ್ತ, 'ಗುರುವೇ ಈ ರೋಗಕ್ಕೆ ಮದ್ದು ಐತೇನು?' ಅಂತ ಕೇಳಿದೆ. 'ಪಾರಾಗಬೇಕಿತ್ತಲ್ಲೋ ಘಟ, ಪಾರಾಗಬೇಕಿತ್ತು. ಪಾರಾಗುವ ಮುಂಚೆ ಸಿಕ್ಕು ಹಾಕಿಕೊಂಡಿದ್ದೆಲ್ಲಯ್ಯ' ಅಂದು ಕರುಣೆ ತೋರಿಸಿ ಕೊನಿಗೆ ಮದ್ದು ಹೇಳಿದ್ದನು'.

'ತಮ್ಮಾ, ಅವುನು ಬಾಳ ದೊಡ್ಡ ಅಂತಃಕುರುಣಿ. ಅವುನ ಕೃಪಾ ನನ್ನ ಮ್ಯಾಲೆ ಇತ್ತು' ಎಂದು ನಗು ಚೆಲ್ಲಿದ. ತನ್ನ ಆ ಗುರುವನ್ನು ನೆನೆಸಿಕೊಂಡು, ಆ ವ್ಯಕ್ತಿ ಪಡುವ ಅಭಿಮಾನ ಕಂಡು ನನಗೆ ಖುಷಯಾಯ್ತು. ದೇವರನ್ನು ಕಂಡಷ್ಟು ಆ ವ್ಯಕ್ತಿ ಆನಂದಪಟ್ಟನು.

'ಮದ್ದು ಸಿಗಲಿಲ್ಲೇನು' ನಾನೇ ಕೇಳಿದೆ.

'ಮದ್ದು ಯಾಕ ಸಿಗಲಿಲ್ಲ.....? ಸಿಕ್ತು! ಆದ್ರೆ ತಮ್ಮ, ಕಾಯದ ಕಡೆ ಕ್ಯಾಲ ತಿರುಗಿತು ನೋಡು..... ಆ ಹೊತ್ತಿನಿಂದಲೇ ಆತ್ಮದ ಕಡೆಗಿನ ದಾರಿ ದೂರಾಯ್ತು! ಓಂಕಾರ ನಾದ ಕೇಳಿಸಲಿಲ್ಲ..... ಕೇಳಿಸಲಿಲ್ಲೋ ತಮ್ಮಾ.....' ಎಂದು ಚಡಪಡಿಸಿದ. ಕಳೆದುಕೊಂಡ ಆತನ ನೋವು ನನ್ನ ಅರಿವಿಗೆ ಬಂತು. ಆ ವ್ಯಕ್ತಿಯ ಚಡಪಡಿಕೆಯಲ್ಲಿ ಅಂಥ ನೋವು ಕಂಡಿತು.

'ಮದ್ದು ಸಿಕ್ರೂ...... ರೋಗ ಗುಣ ಆಗ್ಲಿಲ್ಲಂತ ಕಾಣ್ತದ'

'ಇಲ್ಲಲ್ಲೇ ತಮ್ಮಾ, ಮದ್ದು ಸಿಕ್ರೂ ನಾನೂ ತಗಳ್ಳಲಿಲ್ಲ'

'ತಗಂಡಿದ್ರ ರೋಗ ಗುಣವಾಗ್ತಿತ್ತು! ಆ ಮ್ಯಾಲೆ ಅದೇ ಓಂಕಾರ ನಾದದ ಹುಡುಕಾಟ.....' ನಾನು ಮಾತು ಅರ್ಧಕ್ಕೆ ನಿಲ್ಲಿಸಿದೆ, ಆ ವ್ಯಕ್ತಿ ಸುಮ್ಮನೆ ಕುಳಿತಿದ್ದಕ್ಕೆ. ಕುರುಡ ವಿದ್ಯಾರ್ಥಿಗಳು ತಮ್ಮ ಗಮನ ಇತ್ತಕಡೆ ನೆಟ್ಟವರು ಕದಲಿಸಿರಲಿಲ್ಲ. ನನಗೆ ಅವರೂ ಇತನಿಗಿಂತ ಬೆರಗಾಗಿ ಕಂಡರು.

'ತಮ್ಮಾ...' ಅಂದ ಆ ವ್ಯಕ್ತಿ ನನ್ನನ್ನು ನೋಡಿದ. ಆ ರೂಪ ನನಗೆ ಪರಿಚಿತವಾಗುತ್ತಿತ್ತು. ಹೆದರಿಕೆ ಮಾಯವಾಗಿ ನೋಡುವಂತಾಗಿತ್ತು. 'ನನ್ಗೂ ಈ ಕಾಯವನ್ನು ಚಂದ ಮಾಡಬೇಕಂತ ಆಸೆ ನನ್ನೊಳಗ ಬಲವಾಯ್ತು. ಆದ್ರೆ ಹಾದಿ ಸರಳ ಇದ್ದಿಲ್ಲ. ಕಾಯಕ್ಕೆ ಮಾಡ್ದೆ ನೋಡು..... ಎಲ್ಲ ನನ್ನ ಸ್ವಾರ್ಥವೇ ಅನ್ನು! ಕಾಯದ ಕಡೆ ಕ್ಯಾಲ ಹರಿದದ್ದೇ ನನಮಗಂದು ನಾಭಿಮಂಡಲ ಜಾಗೃತ ಆಗಲಿಲ್ಲ. ಅದು ಜಾಗೃತ ಆಗಲಿಲ್ಲ ಅಂದ್ರ.... ಓಂಕಾರ ನಾದ ಹೆಂಗ ಕೇಳುಸ್ತಾದ?... ಓಂಕಾರ ಅಂದ್ರ ಸುಮ್ನೆ ಅಲ್ಲ. ಕೋಟಿ ಯೋಗಿಗಳಲ್ಲಿ ಒಬ್ಬ ಕೇಳ್ತಾನ.

'ರೋಗವನ್ನು ಗುಣ ಮಾಡ್ಕೊಂಡು ಆ ಮ್ಯಾಲೆ ಸಾಧನೆಗೆ......' ನಾನು ಮಾತಾಡುತ್ತಿದ್ದಂಗೆ,

'ಇಲ್ಲಿ ಕೇಳು! ದಾರಿ ಸರಳ ಇಲ್ಲಂತ ಆಗ್ಲೆ ಅಂದೆ. ಯಾಕಂದ್ರ ನನ್ನ ಗುರು ಮದ್ದು ಹೇಳಿ, ಮ್ಯಾಲೆ ಒಂದು ಕೀಲು ಇಟ್ಟು ಹೋಗಿದ್ದ.

'ನಿನ್ನ ಗುರುದೇವ ಮದ್ದು ಹೇಳಿದ್ದನು. ಆದ್ರೆ ಒಂದು ಕೀಲು ಇಟ್ಟಿದ್ದನು ಅಂದ್ರಿ....! ಆ ಕೀಲನ್ನು ಭೇದಿಸಬೇಕಾಗಿತ್ತು....'

'ಈ ಜನ್ಮದಾಗ ಇಷ್ಟೇ! ಇಷ್ಟೇ.....'

'ಅಂದ್ರೆ...... ಈಗ ಎಲ್ಲಿಗೆ ಹೊಂಟೀರಿ.....?' ಅಂದೆ.

'ಈ ಕಾಯಕ್ಕೆ' ತನ್ನ ಕಾಯವನ್ನು ಬಡಿದು ತೋರಿಸಿ, 'ಒಂದು ಗತಿ ಕಾಣಿಸ್ತೀನಿ' ಅಂದ. ನಿರ್ಲಿಪ್ತವಾಗಿಯೂ ಗಂಭೀರವಾಗಿಯೂ ಅಂದ. ಯಾವ ಅಳುಕಿಲ್ಲದೆ, ಅಹಂಕಾರವೂ ಇಲ್ಲದೆ ಅಂದದ್ದು ಕಂಡು ಮೂಕನಾಗಿ ದಿಟ್ಟಿಸಿ ನೋಡಿದೆ. ಆ ವ್ಯಕ್ತಿಯನ್ನು ನೋಡುತ್ತಲೇ ಇರಬೇಕೆನಿಸಿತು.

'ಅಂದ್ರ.....?' ಹೆದರಿಕೆ ಬಂತು, ಆದ್ರೂ ಕೇಳಿದೆ.

'ಲೇ ತಮ್ಮಾ, ಅಷ್ಟು ಅರಿವಿಗೆ ಬರಲಿಲ್ಲೇನು? ಈ ವಿಕಾರ ಕಾಯವನ್ನು ಕಳಚಿ ಒಗಿತೀನಿ?' ಅಂದ. ನನಗೆ ಭಯ ಹುಟ್ಟಿತು. ಕುರುಡ ವಿದ್ಯಾರ್ಥಿಗಳು ಕಂಪಿಸುತ್ತ ಒಬ್ಬರಿಗೊಬ್ಬರು ಒತ್ತಿ ನಿಂತುಕೊಂಡರು.

'ತಮ್ಮಾ, ಬಾಳ ಜಲ್ದಿ ಕಳಚಿ ಒಗಿತೀನಿ. ಅದಕ್ಕಾಗಿ ತುಂಗಭದ್ರಾ ನದಿ ಕಡೆಗೆ ಹೊಂಟೀನಿ'. ಆ ವ್ಯಕ್ತಿ ನಕ್ಕು, 'ನಿನ್ನ ಭಯ ಬಂತೇನು? ಈ ರೋಗಿಷ್ಠ ಇಲ್ಲೇ ಇದೇ ಗಾಡ್ಯಾಗ ಸತ್ರ ಏನ್ಕತೆ ಅಂತ? ಇಲ್ಲ ತಮ್ಮ, ಈ ಕಾಯನ್ನ ಎಲ್ಲಿ ಕಳಚಿ ಒಗಿಬೇಕೋ ಅಲ್ಲೇ ಒಗಿತೀನಿ! ಯಾರಿಗೂ ಹೇಸಿಗೆ ಬರದಂಗ..... ಆಯ್ತಾ?' ಅಂದ. ನಾನು ಏನು ಮಾತಾಡಬೇಕೆಂದು ತಿಳಿಯದೆ ತಬ್ಬಿಬ್ಬಾಗಿದ್ದೆ. ಅಷ್ಟರಲ್ಲೇ, 'ತಮ್ಮಾ, ನಿನ್ನ ಪಾಳಿ ಬಂತು ನೋಡು, ಇಳಕೋ' ಅಂದು ಆ ಯೋಗಿ ಕಂಬಳಿ ಹೊದ್ದುಕೊಂಡನು! ನಾನು ದಿಗ್ಗನೆ ಎಚ್ಚತ್ತೇನು! ರೈಲು ನಿಲ್ಲುವಂತೆ ಕಂಡಿತು. ಗಡಬಡಿಸುತ್ತ ಎದ್ದೇನು. ಅದೇ ಕೋಲಾಹಲ, ಅದೇ ಅರಾಜಕತೆ, ಬೋಗಿಯಲ್ಲಿ ತುಂಬಿತ್ತು. ಕಂಬಳಿ ಒಳಗಿದ್ದ ಘನಕ್ಕೆ ಕೈ ಮುಗಿದು, ನಿಂತವರನ್ನು ಸರಿಸುತ್ತ ನುಗ್ಗಿದೆ. ಭಜನೆ ಕೇಳುತ್ತಿತ್ತು. ಪಡಬಾರದ ಪಾಡುಪಡುತ್ತ ಬಾಗಿಲಿಗೆ ಬರುವುದರಲ್ಲಿ ರೈಲು ಪುನಃ ಚಲಿಸಿದಂತಾಯಿತು. ಕೆಳಗೆ ಜೀಗಿದೇ ಬಿಟ್ಟೆ. ಮುಗ್ಗರಿಸಿ ಬೀಳುತ್ತಿದ್ದ ನನ್ನನ್ನು ಅಲ್ಲಿದ್ದವರು ಬಯ್ಯುತ್ತಲೇ ಹಿಡಿದು ನಿಲ್ಲಿಸಿದರು. ಇಲ್ಲಿಯೂ ಜನಜಂಗುಳಿಯೇ ಇತ್ತು. ರೈಲು ಹೊರಟಿತ್ತು. ನಾನು ಅದರ ಜತೆ ಸಾಗಿದಂತೆ ಕಂಡಿತು. ಜನರು ಅತ್ತ ಇತ್ತ ತಿವಿಯುತ್ತ ನಡೆಯುತ್ತಿದ್ದರು. ಅಲ್ಲೇ ಖಾಲಿಯಿದ್ದ ಕಲ್ಲಬೆಂಚು ಕಂಡಿತು, ಹೋಗಿ ಕುಳಿತೆ. ದಿಕ್ಕುಗೇಡಿಯಾಗಿದ್ದೆನು. ಸ್ವಲ್ಪ ಹೊತ್ತಿನಲ್ಲಿ ರೈಲು ಹೋಯಿತು. ಜನ ಕವಕವ ಮಾಡುತ್ತ ಕರಗತೊಡಗಿದರು. 'ಸರ್, ಬ್ಯಾಗು ಹಿಡಿರಿ' ಎಂದು ಆ ಗೆಳೆಯ ಕೊಟ್ಟು, 'ಬರ್ತೀನಿ' ಎಂದು ಹೋಗೇಬಿಟ್ಟ.

ಜನ ಕಮ್ಮಿಯಾದರು. ನಾನು ಧ್ಯಾನಸ್ಥನಂತೆ ಕುಳಿತು ಸಮಾಧಾನಿಯಾಗಿದ್ದೆ. ಕಣ್ಣು ಕುಕ್ಕುವ ಲೈಟಿನ ಬೆಳಕಿತ್ತು. ಆ ಯೋಗಿ ದುತ್ತನೆ ಕಣ್ಣಿಗೆ ಕಟ್ಟಿದಂತೆ ನೆನಪಾದ. ಆ ಮಾತು ಗಳು, ಆ ದನಿ ನಿಚ್ಚಳವಾಗಿ ನನ್ನ ಮನದಲ್ಲಿ ತುಂಬಿತ್ತು.

(೨೦೦೦)

*

೩೪. ಅನುಗಾಲವು ಚಿಂತೆ ಜೀವಕೆ

ಜಯಪ್ರಕಾಶ ಮಾವಿನಕುಳಿ

ಕಾಗೆಯೊಂದಗಳ ಕಂಡರೆ
ಕರೆಯದೆ ತನ್ನೆಲ್ಲ ಬಳಗವನು?
ಕೋಳಿಯೊಂದು ಕುಟಿಕ ಕಂಡರೆ
ಕೂಗಿ ಕರೆಯದೆ ತನ್ನ ಕುಲವೆಲ್ಲವ?
–ಬಸವಣ್ಣ

ಅನಂತ ಭಟ್ಟರು ತಮ್ಮ ಕೋಪವನ್ನು ನುಂಗಿಕೊಳ್ಳುತ್ತಾ ಕುಳಿತರು. ಹಜಾರದಲ್ಲಿ ಪವಡಿಸಿದ ಶಿವರಾಯರು, ರಾಹುವಿನಂತ ಮಗ, ಊರಿನ ಪಟೇಲ್ ಶಂರಕಯ್ಯ, ಶಾನುಭೋಗ ಸುಬ್ರಾಯರು, ವೆಂಕಟಗಿರಿ ಭಟ್ಟರು, ಹಲವರಿಗೆ ಉಸಿರಿಲ್ಲದವರು– ಒಬ್ಬರ ಮುಲಾಜಿನಲ್ಲಿ ಬದುಕಿದವರು, ನಾಳಿನ ಮಳೆಗಾಲದ ಸಾಲಕ್ಕೆ ಜೋತು ಬಿದ್ದವರು–ಹೀಗೆ ಹಲವಾರು ವ್ಯವಹಾರದ ಗೋಜಲಿನಲ್ಲಿ ಸಿಕ್ಕವರು. ಈ ಜನ ನನ್ನ ಮನೆಯ ನ್ಯಾಯ ಹೇಳಲು ಬಂದು ಪವಡಿಸಿದ್ದಾರೆ. ನ್ಯಾಯದ ತಕ್ಕಡಿ ಹಿಡಿಯುವುದು ಹೋಗಲಿ ನೋಡುವ ಯೋಗ್ಯತೆಯೂ ಇಲ್ಲದವರು. ಮನೆ ಮುರಿಯಲು ಮಗನನ್ನು ಮುಂದುಮಾಡಿಕೊಂಡು ರಣವೀಳ್ಯ ಕೊಟ್ಟು ಸಮರ ಘೋಷಿಸಿದ್ದಾರೆ. ಅದೂ ತನ್ನ ಇಳಿವಯಸ್ಸಿನಲ್ಲಿ.

ಅನಂತ ಭಟ್ಟರು ತಮ್ಮ ಗಟ್ಟಿದಿನಗಳನ್ನು ನೆನಪಿಸಿಕೊಂಡರು. ತಮ್ಮ ತೋಳನ್ನು ತಾವೇ ನೋಡಿಕೊಂಡರು. ಚರ್ಮ ಜೋಲು ಬೀಳುತ್ತಿದ್ದರೂ ಶಕ್ತಿ ಹೋಗಿಬಿಟ್ಟಂತೆ ಅನಿಸಲಿಲ್ಲ. ಈಗಿನ ಹುಡುಗರು ಕೆಲಸ ಮಾಡುವುದು ಹೋಗಲಿ ತಿನ್ನಲೂ ಸರಿಯಾಗಿ ಬರುವುದಿಲ್ಲ. ಅವರಿಗೆ ನೆನಪಿದೆ ತಮ್ಮ ಪ್ರಾಯದ ದಿನಗಳಲ್ಲಿ ಮದುವೆ ಮನೆಯಲ್ಲಿ ಷರತ್ತು ಹಾಕಿ ಎರಡು ಡಜನ್ ರವೆ ಉಂಡೆ ತಿನ್ನುತ್ತಿದ್ದರು. ಕೆಲವರು ಔತಣದ ಮನೆಯಲ್ಲಿ ಇವರನ್ನು ಕಂಡಾಗ ತಮಾಷೆಗಾಗಿ 'ರವೆ ಸ್ವಲ್ಪ ಜಾಸ್ತಿ ಹಾಕಿ' ಎನ್ನುತ್ತಿದ್ದರು. ಔತಣದ ಮನೆಯಲ್ಲಿ ಇದೂ ಒಂದು ಮೋಜು.

ಈಗ ತಮ್ಮ ಇಳಿವಯಸ್ಸಿನಲ್ಲಿ ಅವರಿಗೆ ಹಿಂದಿನದು ನೆನಪು ಮಾತ್ರ. ಐವತ್ತು ವರ್ಷ ಕಳೆದರೂ ಕೆಂಪು ಕೆಂಪಗೆ ಹೊಳೆಯುತ್ತಿದ್ದ ಅವರು ಈಗ ಕೆಲವು ವರುಷದಿಂದ ಒಮ್ಮೆಲೇ ಮುಪ್ಪಿನ ಶಾಪಕ್ಕೆ ಬಲಿಯಾದವರಂತೆ ಆಗಿದ್ದಾರೆ ಎಂದೆನಿಸಿತು. ನೆರಿಗೆಗಳು, ಸುಕ್ಕುಗಳು ಸಾಂಕ್ರಾಮಿಕ ರೋಗದಂತೆ ದೇಹದ ತುಂಬಾ ಹಬ್ಬಿಕೊಳ್ಳುತ್ತಿವೆ. ಒಮ್ಮೊಮ್ಮೆ ಆಕಾಶ ನೋಡುತ್ತಾರೆ, ನಿಟ್ಟುಸಿರು ಬಿಡುತ್ತಾರೆ.

ಸಂತಸವಾಗಿತ್ತು ಅವರಿಗೆ–ತಮ್ಮ ಹೆಂಡತಿಯ ಮುಖದಲ್ಲಿ ರಕ್ತದ ಸಂತೆ ಸೇರಿದಾಗ. ಶುಭ ಸಮಾಚಾರವಾಗಿತ್ತು. ಅದು ಎಷ್ಟು ಅಪರೂಪದ ಸಂಗತಿ. ಸಂಗಾತಿಗೆ ತಾವೇ ಬಿದ್ದು ಬಿದ್ದು ನೆರವಾಗುತ್ತಿದ್ದರು. ನೀರು ಸೇದುವಾಗ, ಬೀಸುವಾಗ ಇವರೇ ಮುಂದಾಗಿ 'ಬೇಡ ಬೇಡ' ಎನ್ನುತ್ತಿದ್ದರು. ಇದನ್ನು ಕಂಡ ಸಂಗಾತಿ 'ಅಯ್ಯೋ ಸುಮ್ಮನಿರಿ ಜಗತ್ತಿನಲ್ಲಿ ಬೇಕಾದಷ್ಟು ಜನ ಹಡೆದಿದ್ದಾರೆ.' ಸಾವಿರ ಸಲ ಹೇಳಿರಬೇಕು ಈ ಮಾತು.

ಈ ಮಾತು ನಿಂತು ಮೌನದ ಮನೆಯಲ್ಲಿ ರಾಮು ಹುಟ್ಟಿ ಬಂದಿದ್ದ. ಮಾತು ತಂದಿದ್ದ. ಮಗು ತಂದೆಯ ತಂದೆ ತಾನೇ. ಮಗು ಬಂದ ಸಂಭ್ರಮ. ಅನಂತಭಟ್ಟರು ಮಗು ಆದರು.

ಮಗುವಿನಂತೆ ನಕ್ಕರು. ಮಗುವಿನ ಜೊತೆ ಮಗು ಆಗಿ ಅಂಬೆಗಾಲಿಟ್ಟು ನಡೆದರು. ನವಿಲಾಗಿ ಕುಣಿದರು. ಹಕ್ಕಿಯಾಗಿ ಹಾರಿದರು.

ಇಂಥ ಹರುಷದ ಉತ್ಸಾಹದ ಸಂದರ್ಭದಲ್ಲೇ ಹೊಸದೊಂದು ಆಸೆ ಚಿಗುರಿತು. ಯಾವಾಗಲೂ ಹಾಳು ಬೀಳುತ್ತಿದ್ದ ಖುಷ್ಕಿ ಜಮೀನನ್ನು ತೆಂಗಿನತೋಟ ಮಾಡಬಾರದೇಕೆ. ಅದೊಂದು ಕನಸು. ಕನಸು ಹುಟ್ಟಿದ ಮೇಲೆ ನೆರಳಿನಂತೆ ಹಿಂಬಾಲಿಸಿತು; ಕುಳಿತಲ್ಲಿ ಕಾಡಿತು.

ರಾಮು ಬಂದ ಆನಂದದ ಗಳಿಗೆ, ತಂದೆಯಾದ ಸುಖ, ನಿಶ್ಚಯಿಸಿಯೇ ಬಿಟ್ಟರು. ತೆಂಗಿನತೋಟ ಮಗನ ಹೆಸರಿನಲ್ಲಿಯೇ ಉದಯವಾಗಲಿ. ಆಮೇಲೆ ಹಿಂತಿರುಗಿ ನೋಡ ಲಿಲ್ಲ. ಹಾಳುಬಿದ್ದಿದ್ದ ಜಮೀನಿನ ಮರವನ್ನೆಲ್ಲ ಕಡಿಸಿದರು. ಸುತ್ತಲೂ ಬಂದೋಬಸ್ತಿಗಾಗಿ ಕಲ್ಲುಕಂಬ ನಿಲ್ಲಿಸಿ ತಂತಿ ಎಳೆದರು. ತಂತಿ ಎಳೆಯುತ್ತಿರುವಾಗ ಊರಿನ ಹಿರಿಯರೊಬ್ಬರು ಬಂದು "ಇದೇನು ಅನಂತ ಒಳಗೆ ಏನೂ ಇಲ್ಲ ಆಗಲೇ ಇಷ್ಟು ಬಂದೋಬಸ್ತು. ಒಳಗೆ ನೆಟ್ಟದ್ದು ಬದುಕಬೇಕು; ಬದುಕಿ ಬೆಳೆಯಾಗಬೇಕು; ಆಗ ಅದನ್ನು ಕಾಯಬೇಕು; ಕಾಯಲು ಬಂದೋಬಸ್ತು ಬೇಕು; ಗಿಳಿಯೇ ಇಲ್ಲ ಪಂಜರ ಯಾಕಪ್ಪ..." ಹೀಗೆ ಅಂದು ಹೇಳಿದ ಹಿರಿಯರ ಮಾತು ಆವತ್ತು ಏನೂ ಅನ್ನಿಸಲಿಲ್ಲ. ಅಥವಾ ಆ ಮಾತು ಕೇಳಿದಾಗ ಅಸೂಯೆ ಯಿಂದ ಹೇಳುತ್ತಿರಬಹುದೇ ಎಂದು ಸಂದೇಹಪಟ್ಟದ್ದು ದಿಟವೇ. ಈ ಅನುಗಾಲದಲ್ಲಿ ಆ ಮಾತಿಗೆ ಎಷ್ಟು ವಿಶೇಷ ಅರ್ಥ ಇದೆ ಎನ್ನಿಸುತ್ತಿದೆಯೇ. ದೇವರಿಲ್ಲದ ಗರ್ಭಗುಡಿಯಲ್ಲಿ ಪೂಜೆ ಮಾಡುತ್ತಿದ್ದೇನೆಯೇ...

ಕೆಲಸ ಹಿಡಿದಾದ ಮೇಲೆ ತಿರುಗಿ ನೋಡುವ ಜಾಯಮಾನ ಅವರದ್ದಲ್ಲ. ಹಿರಿಯರು ಹೇಳಿದ ಈ ಮಾತು ವ್ಯಂಗ್ಯವಾಗಿ ಕಾಣಿಸಿತು. ಆಸೆ ತುಂಬಿದರೆ ಎಲ್ಲವೂ ಅಸಡ್ಡೆ, ಅವರು ಯೋಚಿಸಿದರು. ಇನ್ನು ಹತ್ತು ವರ್ಷದಲ್ಲಿ ಸರಾಸರಿ ಫಲ ಬಂದರೂ ಸುಖವಾಗಿ ಇರ ಬಹುದು. ತೆಂಗಿನಕಾಯಿಯ ಧಾರಣೆಯಂತು ಇಳಿಯುವುದಿಲ್ಲ. ತಿನ್ನುವ ವಸ್ತು ತಾನೇ. ಹೆಚ್ಚು ಫಸಲು ಬಂದರೆ ಎಣ್ಣೆಗಿರಣಿಯನ್ನೇ ಇಡಬಹುದು. ಆಸೆಯ ಆಕಾಶಕ್ಕೆ ಏಣಿ ಹಾಕಿ ದರು.

ತೆಂಗಿನ ತೋಟಕ್ಕೆ ನೀರೇ ಜೀವಾಳ. ಜಲ ನೋಡಿಸಿದರು. ಯಾವತ್ತೂ ನೀರಿಗೆ ಕೊರತೆಯಾಗದು. ಮಾಡುವ ಕೆಲಸ ಸುಭದ್ರವಾಗಿ ಮಾಡಬೇಕು. ಸ್ವಲ್ಪ ಹೆಚ್ಚಾದರೂ ಪರ್ವಾಗಿಲ್ಲ. ಬಾವಿಯ ಕೆಲಸ ಆರಂಭಿಸಿದರು. ಬಾವಿಯೇ ಅದು, ನಾಲ್ಕು ಜನ ಈಜಾಡುವ ಕೆರೆ ಅದು. ಅಷ್ಟು ಖರ್ಚಾಯಿತು ಅದಕ್ಕೆ. ಹತ್ತು ಅಡಿಗೆ ನೀರು ಬರುತ್ತದೆ ಎಂದಿದ್ದರು. ಹತ್ತು ಬಿಟ್ಟು ನೂರು ಅಡಿಯಾದರೂ ನೀರಿನ ಸಪ್ಪಳವೇ ಇಲ್ಲ. ಟ್ರೆಜರಿಯ ಹಣವೆಲ್ಲ ನೀರಿನಂತೆ ಕರಗಿದರೂ ನೀರು ಮಾತ್ರ ಬರಲಿಲ್ಲ. ಒಳಗೊಳಗೆ ಕಂಗಾಲಾದರು. ಊರಿನ ಹಿರಿಯರಂತೂ ಸಿಕ್ಕಾಗಲೆಲ್ಲ 'ನಿನ್ನ ತೋಟದ ಎಳನೀರು ಕುಡಿದೇ ನಾನು ಸಾಯೋದು' ಎನ್ನುತ್ತಿದ್ದರು. ಆಗೆಲ್ಲ 'ಖಂಡಿತಾ... ನಾನು ಎಳನೀರು ನಿಮಗೆ ಮೊದಲು ಕೊಟ್ಟೇ ನಾನು ಕುಡಿಯೋದು' ಎಂದು ಅನಂತಭಟ್ಟರ ಉವಾಚ.

ಭಗೀರಥನ ಹಠ. ಬಾವಿ ಅರ್ಧಕ್ಕೆ ನಿಂತರೆ ಊರೊಳಗೆ ಮುಖ ಎತ್ತಿ ತಿರುಗಲಾದೀತಾ? ಹಣ ಎಲ್ಲೆಲ್ಲೋ ಒಟ್ಟು ಮಾಡಿದರು., ಯಾರೋ ಸೊಸೈಟಿಯಲ್ಲಿ ಸಾಲ ಕೊಡುತ್ತಾರಂತೆ ಎಂದರು. ಸಾಲ ಎಲ್ಲಿ ಸಿಗುತ್ತದೆ ಎಂದು ತೋರಿಸಲಿಕ್ಕೆ ಸಾವಿರಾರು ಜನರಿರುತ್ತಾರೆ. ಬಾವಿಯ ಕೆಲಸ ನಿಲ್ಲಲಿಲ್ಲ. ಕೊನೆಗೂ ಬಾವಿಯಲ್ಲಿ ಜಲದ ಕಣ್ಣೊಡೆದು ನೀರು ಚಿಮ್ಮಿದಾಗ ಇಷ್ಟು ವರ್ಷದ ಶ್ರಮ ಪೂರ್ತಿ ಆರಿಹೋದಂತೆ. ಸಾಲಕ್ಕೆ ಯಾರು ಹೆದರುತ್ತಾರೆ. ಆ ಆತ್ಮವಿಶ್ವಾಸದ ಮೂಲ ರಾಮೂನೇ...

ಪಂಚಾಯತರು ಪವಡಿಸಿದ್ದರು. ಜಮಖಾನದ ಮೇಲೆ. ಈಗ ಸಂಗಾತಿ ಸಹ ನಿಧಾನವಾಗಿ ಬಂದು ಕುಳಿತಳು ಮೂಲೆಯಲ್ಲಿ. ಆಕೆ ಬರಬಾರದಾಗಿತ್ತು. ಸಂಗಾತಿಯ ಎದುರಿಗೆ ತನ್ನ ಅಸಹಾಯಕತೆ ತೋರಿಸಲು ಮುಜುಗರವಾಗುತ್ತಿತ್ತು. ಒಮ್ಮೆ ದಿಟ್ಟಿಸಿ ಸಂಗಾತಿಯನ್ನು ನೋಡಿದರು.

ಎಷ್ಟು ವರ್ಷ ಜೀವನ ಮಾಡಿದರೂ ಅರಿತು ಜೀವನ ಮಾಡಿದ್ದೇವೆಯೇ. ಹೃದಯ ಬಿಚ್ಚಿ ಮಾತನಾಡಿದ್ದೇವೆಯೇ. ಬೇಕು–ಬೇಡ ತಿಳಿದಿದ್ದೇವೆಯೇ. ಅವಳ ಮೈಮೇಲೆ ಹರಿದ ಕಣ್ಣು ಆಕೆಯ ಕೈ ಬಳಿ ನಿಂತಿತು. ಕೈಯಲ್ಲಿ ಎರಡು ಗಾಜಿನ ಬಳೆ ಮಾತ್ರ. ನೆನಪು ಉಕ್ಕಿಬಂತು ಸಮುದ್ರದ ತೆರೆಯಂತೆ.

ಸಾಲಕ್ಕೆ ಸಾವಿರಾರು ಬಡ್ಡಿ. ಅವರ ಜೇಪು ಖರ್ಚು, ಸುಸ್ತಿ ಬಡ್ಡಿ ಇತರೆ, ಬರಗಾಲದಲ್ಲಿ ಅಧಿಕಮಾಸ. ಸಾಲ ಬೆಳೆಯಲು ನೀರು ಗೊಬ್ಬರ ಬೇಕೇನು. ಅರ್ಬುದ ರೋಗದಂತೆ ಬೆಳೆಯಿತು. ಸಾಲದ ಕತೆಯೇ ಹಾಗೆ. ಒಂದು ನೀನು ಮಾಡು ಉಳಿದ ನೂರು ನಾನು ಮಾಡ್ತೀನಿ. ತಿರುಗಿ ನೋಡಿದರೆ ಕಬಳಿಸುವ ಸಾಲ. ಸಾಲದ ಹಾವಿನ ಹೆಡೆಯ ಪೂತ್ಕಾರಕ್ಕೆ ಅಂಜಲಿಲ್ಲ. ಎದೆತಲ್ಲಣಿಸಲಿಲ್ಲ. ಎದುರಿಗೆ ಪ್ರಾಯ ಉಕ್ಕಿ ಹೊಳೆಯುತ್ತಿದ್ದ ಮಗ ರಾಮು– ನಕ್ಷತ್ರ ಹೊಳೆದಂತೆ ಕನಸಿನ ಕುದುರೆ ಅವನು.

ಕನಸು ಬೆಳೆಯಿತು. ಸಾಲ ಬೆಳೆಯಿತು. ರಾಮೂ ಬೆಳೆಯುತ್ತಲೇ ಹೋದ.

ಆತನ ಓದು ಮುಗಿದು ಮನೆಗೆ ಬಂದಾಗ ಅವರಿಗೆ ಹರುಷವಾಗಿತ್ತು. ಹೃದಯ ಹೂವಿನಂತೆ ಹಗುರಾಗಿತ್ತು. ಸಾಲ ಬೇಡದ ರೋಮಕ್ಕೆ ಸಮ. ಯಾರು ಹೆದರುತ್ತಾರೆ ಈ ಸಾಲಕ್ಕೆ. ತೋಟದ ಫಸಲು ಬಂದಿದ್ದರೆ ಕಾಯಲು ಆಗುತ್ತಿರಲಿಲ್ಲ. ಕಾಯಲು ಜನ ಇಡುವುದು, ಜನರನ್ನು ಪುನಃ ಕಾಯುವವರು ಯಾರು? ಹೀಗೆ ಅರ್ಧ ಕಳ್ಳರಿಗೆ, ಬಿಟ್ಟದ್ದು ಮನೆಗೆ. ಇನ್ನು ಮಗ ಬೆಳೆದು ಬಂದನಲ್ಲ. ಇನ್ನು ಎಲ್ಲಾ ಸರಿಮಾಡಬಹುದು...

***

ಎಷ್ಟು ಬೆಳೆದಿದ್ದಾನೆ ಮಗ. ಅವನನ್ನು ಎಲ್ಲ ಕಡೆಗೂ ತಿರುಗಾಡಿಸುವ ತವಕ. ತನ್ನ ಜೊತೆಯಲ್ಲಿಯೇ ಊರು, ಜಮೀನು ತೋರಿಸುವ ಹಂಬಲ. ಆದರೆ ಆತನಿಗೆ ಸಮಯ ಬೇಕಲ್ಲ. ಎಷ್ಟೋ ಹೊತ್ತಿಗೆ ಏಳುವುದು, ಎದ್ದು ಬಂದ ಮೇಲೆ ಪುಸ್ತಕ ಓದುತ್ತಾ ಕಾಲ ಕಳೆಯುವುದು. ಮಧ್ಯಾಹ್ನ ಊಟದ ನಂತರ ನಿದ್ರೆ ಮಾಡುವುದು. ನಿದ್ರೆಯಿಂದ ಎದ್ದು ಕಾಫಿ ಕುಡಿದು ಕ್ರಿಕೆಟ್ ಬ್ಯಾಟ್ ಹಿಡಿದು ಮೈದಾನಕ್ಕೆ ಹೋಗುವುದು... ಬರುವಾಗ ರಾತ್ರಿ. ನಂತರ ಊಟ, ನಿದ್ರೆ... ಆದರೆ ತನ್ನ ಬಾಲ್ಯದಲ್ಲಿ ತಡವಾಗಿ ಎದ್ದರೆ, ಸೂರ್ಯ ಹುಟ್ಟಿದ ಮೇಲೆ ಹಾಸಿಗೆಯಲ್ಲಿ ಮಲಗಿಯೇ ಇದ್ದರೆ, ದಾಸಾಳು ಕೋಲಿನಿಂದ ಬಡಿಗೆ ಬೀಳುತ್ತಿತ್ತು. ಬೆಳಿಗ್ಗೆ, ರಾತ್ರಿ ಬಾಯಿಪಾಠ, ಮಗ್ಗಿ ಹೇಳಬೇಕಾಗಿತ್ತು. ರಘುವಂಶದ ಒಂದು ಅಧ್ಯಾಯವನ್ನು ಓದಿ ಹೇಳಬೇಕಾಗಿತ್ತು... ಈಗ, ಈತ... ಎಷ್ಟು ದಿವಸ ಎಂದು ಕಾಯುವುದು... ಮಗನ ದಿನಚರಿ ಬದಲಾಗಬಹುದು ಎಂದು ನೋಡಿ ಕಾದರು; ಕುಳಿತು ಕಾದರು; ಸಂಗಾತಿಯೊಡನೆ ಹೇಳಿ ಕೊಂಡು ಕಾದರು; ಪರೋಕ್ಷವಾಗಿ ನಿಧಾನವಾಗಿ ತಿಳಿಸಿ ಕಾದರು... ಇಲ್ಲ ಬದಲಾಗುವ ಒಂದಿನಿತು ಸೂಚನೆ ಇಲ್ಲ... ಇನ್ನು ಸುಮ್ಮನಿರಬಾರದು. ಪರ್ವತ ನಮ್ಮ ಬಳಿ ಬಾರದಿದ್ದರೆ ನಾವೇ ಪರ್ವತದ ಬಳಿಗೆ ಹೋಗಬೇಕು... ಗಿಡದಲ್ಲಿಯೇ ಬಗ್ಗಿಸಬೇಕು... ಆದರೂ ಅವ್ಯಕ್ತ ಭಯ, ಬಗ್ಗದೇ ಮುರಿದರೆ...

ಒಂದು ದಿನ ಇನ್ನೇನು ಬ್ಯಾಟು ಹಿಡಿದು ಮನೆಯ ಮೆಟ್ಟಲು ಇಳಿಯಬೇಕು. "ರಾಮು"– ಇವರು ಕರೆದರು. ಪಕ್ಕದಲ್ಲೇ ಕುಳ್ಳಿರಿಸಿಕೊಂಡರು... "ಏನಪ್ಪ ಇಷ್ಟು ದಿವಸ ಆಯ್ತು ಊರಿಗೆ ಬಂದು. ನಿನ್ನ ಹೆಸರಿನಲ್ಲಿ ತೋಟ ಮಾಡಿದೆ; ಬೆಂಕಿ ಬಿಸಲು ಎನ್ನದೇ ಅಂಗಾಲು ಸವೆಸಿ ಆ ತೋಟ ಮಾಡಿದೆ. ಎಷ್ಟು ಸರ್ತಿ ಕರೆದೆ. ಒಂದು ದಿನ ನೀನು ಬರ ಲಿಲ್ಲಪ್ಪ..." ಪ್ರೀತಿಯಿಂದಲೇ ಹೇಳಿದರು. ಹೂವಿನೊಡನೆ ಮಾತನಾಡುವಂತೆ ಹೇಳಿದರು.

ರಾಮು ಮಾತನಾಡಲಿಲ್ಲ. ಮಾತು ಕಲಿತ ರಾಮು ಮಾತನಾಡಲಿಲ್ಲ. ತಲೆ ಬಗ್ಗಿಸಿ ಕುಳಿತ ರಾಮು ತಲೆ ಎತ್ತಲಿಲ್ಲ.

ಅನಂತ ಭಟ್ಟರು ಒಳಗೊಳಗೆ ನೊಂದುಕೊಂಡರು. ಏನಾದರೂ ಪ್ರಶ್ನೆಗಳನ್ನು ಕೇಳ ಬಹುದಿತ್ತು. ಅರ್ಥವಾಗದಿದ್ದರೆ ಬಿಡಿಸಿ ಬಿಡಿಸಿ ಹೇಳಬಹುದಿತ್ತು. ತಾವು ಪಟ್ಟಪಾಡಿಗೆ ಒಂದು ಚೂರೂ ಆತಂಕ ವ್ಯಕ್ತಪಡಿಸಬಹುದಿತ್ತು. ಇಲ್ಲ. ರಾಮು ಮೌನವಾಗಿ ತಲೆಬಗ್ಗಿಸಿ ಕುಳಿತಿದ್ದ. ಹೀಗೆ ದಿನದ ಮೇಲೆ ದಿನ ಕುಳಿತು ಸವಾರಿ ಮಾಡಿತು. ಅಸಹನೀಯವಾದ ಮೌನ ಮನೆ ತುಂಬಾ ಹರಿದಾಡಿತು.

ಗಾಳಿ ಮೌನವಾಯಿತು. ಗಾಳಿ ಜಡವಾಗಿ ನಿಂತಿತು. ಗಾಳಿ ನೋವು ಅನುಭವಿಸಿತು.

ಮುದ್ದಾದ ರಾಮು, ಓದಿ, ತುಂಬಿ, ನಿಂತ ರಾಮು. ಒಂದು ದಿನ ತಲೆ ಬಗ್ಗಿಸಿದವನು ತಲೆ ಎತ್ತಿದ. ಈಗ ಗಾಳಿ ಜೋರಾಗಿ ಬೀಸತೊಡಗಿತು; ಸುಂಟರಗಾಳಿಯೂ ಇರಬಹುದು. ಮರೆಯಬೇಕು ಎನ್ನಿಸಿದರೂ ಮರೆಯಲಾಗದ ಮಾತು–"ನೀವು ಸಾಲ ಮಾಡಿ ತೋಟ ಮಾಡಿದಿರಿ. ಯಾರು ನಿಮಗೆ ಸಾಲ ಮಾಡಲು ಹೇಳಿದ್ದರು. ಯಾವ ಪುರಷಾರ್ಥ ಸಾಧನೆಗೆ ಮಾಡಿದಿರಿ?" ಅವರು ಅವನ ಮುಖ ನೋಡಿದರು. ಯಾರ ಹಾಗೆ ಇದ್ದಾನೆ ಹುಡುಗ. ನಾಲ್ಕು ಹೆಣ್ಣು ಮಕ್ಕಳು ಹುಟ್ಟಿ ಸತ್ತ ಮೇಲೆ ಹುಟ್ಟಿದ ಪುತ್ರರತ್ನ ಯಾರ ಹಾಗೆ ಇದ್ದಾನೆ. ತನ್ನಂತೋ ಅಥವಾ ಸಂಗಾತಿಯಂತೋ. ಕಪ್ಪು ಗುಂಗುರು ಕೂದಲು, ಆ ಬಟ್ಟಲು ಮುಖ ಎಲ್ಲಾ ತನ್ನದೇ ಪಡಿಯಚ್ಚು. ಆ ಕಣ್ಣು ಮಾತ್ರ ಪಾರ್ವತಿಯದೇ... ತಾನು ಆ ಕಣ್ಣಿನ ಮೋಹಕ್ಕಾಗಿಯೇ ಮದುವೆಯಾದದ್ದಲ್ಲವೇ... ಆ ಕಣ್ಣುಗಳನ್ನು ತಾನು ಕಳೆದು ಕೊಳ್ಳಲಾರೆ ಎನಿಸಿತು. ಆದರೆ ಮಗುವಿನ ಮುಖದ ಕಣ್ಣುಗಳಲ್ಲಿ ಪ್ರೀತಿಯ ಮಿನುಗು ಇಲ್ಲ ಎನಿಸಿ ಎದೆ ಭಾರವಾಯಿತು.

ಪಾರ್ವತಿಯ ಕಣ್ಣು ಪಡೆದು ಹುಟ್ಟಿದ ಮಗ. ಹಳೆಯ ಕಣ್ಣು ಮಾಯವಾಗಿ ಅಲ್ಲಿ ಹೊಸ ಕಣ್ಣು ಉದಯಿಸಲು ನಡೆಸುವ ಶ್ರಮವೇ ಈ ಬದುಕಾಗಿರಬಹುದೇ. 'ಯಾವ ಪುರುಷಾರ್ಥ ಸಾಧನೆಗೆ?' ಎಂಬ ಮಾತೇ ದಶ ದಿಕ್ಕುಗಳಲ್ಲಿ ಪ್ರತಿಧ್ವನಿಸುತ್ತಿತ್ತು. 'ಸಾಲ ಅಲ್ಲ, ತೋಟ ಅಲ್ಲ' ನೀನು ಸಹ ನನ್ನ ಸೃಷ್ಟಿ' ಎಂದು ಕೂಗಿ ಹೇಳಬೇಕೆನಿಸಿತು. ಆದರೆ 'ಉರಿವ ಬೆಂಕಿಗೆ ತುಪ್ಪ ಹಾಕಬಾರದು' ಎಂದು ಸುಮ್ಮನಾದರು. ಹೃದಯದಲ್ಲಿ ಹಿಂಡಿದ ನೋವೋ ಇಲ್ಲವೋ ಬೆಳೆಸಿಕೊಂಡ ಮೋಹವೋ ಆ ಮಾತನ್ನು ಆಡಲು ಬಿಡಲಿಲ್ಲ. ಮಾತು ನುಂಗಿ ಕೊಂಡರು. ಮೌನದಲ್ಲಿ ಪಾರ್ವತಿಯೊಡನೆ ಆಡಿಕೊಂಡರು.

ಮನೆಯಲ್ಲಿ ಮತ್ತೆ ಮೌನ ಆವರಿಸಿತು. ಗಾಳಿ ದುಃಖದಲ್ಲಿ ಎಲ್ಲೆಡೆ ಬೀಸಿತು.

"ಬೆಳೆಯುವ ಹುಡುಗ. ಇನ್ನೂ ಬಿಸಿಲು ಕಂಡಿಲ್ಲ. ಅದಕ್ಕೇ ಭಯ..." ತಮಗೆ ತಾವೇ ಸಮಾಧಾನ ಮಾಡಿಕೊಂಡರು. ಸ್ವಗತದಲ್ಲಿ ಸಾವಿರ ಸಂಭಾಷಣೆಗಳು. ಆತನ ಮಾತನ್ನು ನುಂಗಲು ಯತ್ನಿಸಿದರು. ಆದರೆ ಎಲ್ಲೋ ಮೂಲೆಯಿಂದ ಬುಗುಬುಗು ಏಳುವ ಭಯದ ಗೆರೆಗಳು. ಅವುಗಳನ್ನು ಹತ್ತಿಕ್ಕಲಾರದೇ, ರಾತ್ರಿಯಲ್ಲಿ ಒಬ್ಬರೇ ನರಳಿದರು ಚಿಂತೆಯಿಂದ. ರಾತ್ರಿ ಹಗಲಾಯಿತು. ಹಗಲು ಮಸಕಾಯಿತು. ಪ್ರೀತಿಯ ನೀರೆರೆಯಬಹುದಾದ ಮಗ ಭಯದ ಸಾಗರದಂತೆ ಅಪ್ಪಳಿಸಿದ್ದ. ಸಮುದ್ರ ಕಂಡರೆ ಭಯವೋ, ಪ್ರೀತಿಯೋ...

ರಾಮು ಮಾತು ಕಲಿತಿದ್ದ. ಆದರೆ ಅದನ್ನು ಪ್ರಯೋಗಿಸಿದ್ದು ಯಾರ ಮೇಲೆ... "ಅಪ್ಪ, ನಾನು ಹೇಳುವ ಮಾತನ್ನು ಗಂಭೀರವಾಗಿ ಕೇಳು... ನಾನು ನಿಮ್ಮ ಜೊತೆಗೆ ಇರಲು ಸಾಧ್ಯ ವಿಲ್ಲ. ನನಗೆ ಪಾಲು ಕೊಟ್ಟುಬಿಡಿ..." ಯುದ್ಧ ಘೋಷಿಸಿಯೇ ಬಿಟ್ಟ. ಎಂಥ ನೋವು ಕಾಣಿಸಿತು ಅವರಿಗೆ... ಒಂದು ಮಾತು ಆಡಲು ಅವರಿಗೆ ಸಾಧ್ಯವಾಗಲಿಲ್ಲ... ಆ ನೋವಿ ನಲ್ಲೂ ಮುಸಿಮುಸಿ ನಕ್ಕರು. ಮಗುವಿಗೆ ಮೊದಲು ಮಾತು ಬಂದ ದಿನ ಹೇಗೆ ಕುಣಿ

ದಾಡಿದ್ದರು. "ಇಲ್ಲಿ ಬಾರೇ ಪಾರ್ವತಿ ಪ್ವ... ಪ್ವ... ಅಂತಾನೇ ನೋಡೇ..." ಎಷ್ಟು ಬೇಗ ದಿನಗಳು ಕಳೆದವು. ಕೈ ನೋಡಿಕೊಂಡರು. ಎಲಾ ಎಲಾ ಮೊನ್ನೆ ಮೊನ್ನೆ ಉಪ್ಪಿನಕುದ್ರುವಿನಿಂದ ಓಡಿ ಬಂದಂತೆ ನೆನಪು... ಓಡಿ ಬಂದಿದ್ದಾರೂ ಯಾಕೆ... ಬ್ರಿಟಿಷರ ಕಾರುಬಾರು. ಕಲೆಕ್ಟರ್ ಸಾಹೇಬರು ಕಂದಾಯ ವಸೂಲಿಗೆ ಖುದ್ದು ಬಂದಿದ್ದರು. ಜಮಾಬಂದಿ ಕಾರ್ಯಕ್ರಮ. ಆದರೆ ಉಪ್ಪಿನಕುದ್ರು ಬ್ರಾಹ್ಮಣರು ಯಾರೂ ಕಂದಾಯ ಕೊಟ್ಟಿಲ್ಲ. ದುಡ್ಡೆಲ್ಲ ಗಂಟು ಕಟ್ಟಿ ಇಟ್ಟಿದ್ದರು. ಐದು ವರುಷದಿಂದ ಕಂದಾಯ ಕೊಡದೇ ಇದ್ದರೆ ಯಾರು ಬಿಡ್ತಾರೆ. ಈ ಸರ್ತಿ ಕಲೆಕ್ಟರ್ ಜೊತೆಗೆ ಅವರ ಪ್ರೇಯಸಿಯೂ ಬಂದಿದ್ದಳು. ಪ್ರೇಯಸಿಯ ಮುಂದೆ ಅಧಿಕಾರ ಚಲಾಯಿಸುವ ಹುನ್ನಾರವೋ ಏನೋ ಉಪ್ಪಿನಕುದ್ರು ಬ್ರಾಹ್ಮಣರಿಗೆ ಬುಲಾವು ಬಂತು. ಇದಕ್ಕೆ ಸಿದ್ಧರಾದ ಅವರು ಎಲ್ಲರೂ ಮಾತಾಡಿಕೊಂಡು ಅಂಗವರಸ ಪಂಚೆ ಉಟ್ಟು ಬರೀ ಮೈಯಲ್ಲಿ ಹೋದರು... "ಸ್ವಾಮಿ ಹರಿದು ತಿನ್ನುವ ಬಡತನ, ಮನೆ ತುಂಬಾ ಮಕ್ಕಳು, ಫಸಲು ಸರಿಯಿಲ್ಲ, ಮಳೆ ಸರಿಯಾಗಿ ಬೀಳಲಿಲ್ಲ..." ಎಲ್ಲವೂ ಸಿದ್ಧವಾದ ಮಾತು. ಕಲೆಕ್ಟರ್ ಪ್ರೇಯಸಿಯ ಬಳಿ ಹೋಗಿ ಅಂಗಲಾಚಿದರು. ಕಲೆಕ್ಟರ್ ಬಿಡ್ತಾರ ಪ್ರೇಯಸಿಯ ಮುಂದೆ ಬಂದ ಈ ಅವಕಾಶ... ಹಾಕಿ ಇವರ ಅಂಡಿಗೆ ಬರೆ... ಸರಿ ಕಾದ ಕಬ್ಬಿಣ ಝಳಪಿಸುತ್ತಾ ಬಂತು. ಇನ್ನೇನು ಬರೆ ಹಾಕಬೇಕು ಎನ್ನುವಾಗ ಉಪ್ಪಿನ ಕುದ್ರುವಿನವರು ಉಟ್ಟಿದ್ದ ಪಂಚೆ ಎತ್ತಿ "ಪಂಚೆ ಸುಡಬೇಡಿ ಮಾರಾಯ್ರೆ. ಚರ್ಮ ಸುಟ್ರೆ ಅಡ್ಡಿಲ್ಲ ಮತ್ತೆ ಬೆಳೆಯುತ್ತೆ..." ಎಂದರಂತೆ. ಪಂಚೆ ಎತ್ತಿದ ಕುಂಡೆ ಕಂಡ ಕಲೆಕ್ಟರ್ ಮತ್ತು ಅವನ ಪ್ರೇಯಸಿಗೆ ನಗು ಉಕ್ಕಿ ಬಂದು ಇವರನ್ನೆಲ್ಲಾ ಗಡೀಪಾರು ಮಾಡಿದರಂತೆ... ಆ ಊರಲೆಲ್ಲ ಯಾವಾಗಲೂ ಈ ಮಾತು ಕೇಳಬಹುದು "ಕಲೆಕ್ಟರ್‌ಗೆ ಕುಂಡೆ ತೋರಿಸಿದವರು..."

ಹೀಗೆ ಗಡೀಪಾರಾಗಿ ಬಂದು ಈ ಊರಲ್ಲಿ ನಿಂತು ಇಷ್ಟು ಮಾಡಬೇಕಾದರೆ... ಯಾವ ಪುರುಷಾರ್ಥ ಸಾಧನೆಗೆ...? ಅಬ್ಬಾ ಎಂತಹ ಮಾತು!

ಪಾರ್ವತಿ ಅತ್ತಳು. ಮೂರು ರಾತ್ರಿ, ಮೂರು ಹಗಲು ಒಂದೇ ಸಮನೆ ಅತ್ತಳು. ಹೆಬ್ಬಂಡೆಯಾದರೂ ಕರಗುತ್ತಿತ್ತು. ಆದರೆ ಮಗು ಮಾತ್ರ ಮರುಗಲಿಲ್ಲ. ಮರುಗದಿದ್ದರೂ ಪರ್ವಾಗಿಲ್ಲ. ಸುಮ್ಮನಿದ್ದಿದ್ದರೆ... ಇಲ್ಲ ತಿವಿಯುವ ಮಾತು... "ನೀವು ಅತ್ತು ಹೆದರಿಸುವುದು ಬೇಡ. ಒಬ್ಬರು ಅತ್ತು ಹೆದರಿಸಿದ್ದರಂತೆ; ಇನ್ನೊಬ್ಬರು ಹೇತು ಹೆದರಿಸಿದ್ದರಂತೆ..." ಏನು ಮಾತು ಅದು. ಯಾರನ್ನು ಯಾರು ಹೆದರಿಸುವುದು. ತಮ್ಮ ಕೈಯಲ್ಲಿ ಆಯುಧ ಇಲ್ಲದಿರುವಾಗಲೇ ಸಶಸ್ತ್ರಧಾರಿ ಮಗ ಯುದ್ಧಕ್ಕೆ ಆಹ್ವಾನಿಸುತ್ತಿದ್ದಾನೆ... ಯಾರಿಗೆ ಯಾರ ಹೆದರಿಕೆ... ಹಾಗಾದರೆ ತನ್ನ ಶಕ್ತಿ ಕುಂದಿಹೋಯಿತೇ. ಎಷ್ಟು ಆರೋಗ್ಯವಾದ ಬಾಳು. ಒಂದು ಕಾಯಿಲೆ, ಕಸಾಲೆ ಏನಾದರೂ ಇದೆಯಾ... ಇಲ್ಲವೇ ಅಂತಲ್ಲ ಸಣ್ಣ ಇರುವಾಗ ಸಿಕ್ಕಾಪಟ್ಟೆ ಥಂಡಿ ಪ್ರಕೃತಿ. ಉಬ್ಬುಸ ಥರ. ಪಂಡಿತರ ಔಷಧಿ. ಒಮ್ಮೆ ಆ ಪಂಡಿತ ಔಷಧಿ ಕೊಟ್ಟು "ರಾತ್ರಿ ಬಾಯಾರಿಕೆ ಆಗುತ್ತೆ. ಆದರೆ ಒಂದು ತೊಟ್ಟು ನೀರ ಕುಡಿಯಬಾರದು. ಇದೇ ಪಥ್ಯ..." ಎಂದು ಔಷಧಿ ಕೊಟ್ಟ. ಯಾವ ತರ ಬೇರು ಅದು. ರಾತ್ರಿ ಮಲಗಿರುವ ಬಾವಂತಿಗೆ ಚಿಲಕ ಹಾಕಿದ್ದಾರೆ. ಎಲ್ಲಿಯಾದರೂ ನೀರು ಕುಡಿದುಬಿಡುತ್ತಾನೋ ಅಂತ.

ಬಾಯಾರಿಕೆ ಅಂದ್ರೆ ಮರ ಹಿಂಡಿ ನೀರು ಕುಡಿಯಬೇಕು ಎನ್ನುವಷ್ಟು. ಬಾವಂತಿ ತುಂಬಾ ತಡಕಾಡಿದೆ. ಅದೃಷ್ಟ ಒಳ್ಳೆಯದು. ಬಾವಂತಿಯ ಮೂಲೆಯಲ್ಲಿ ನೇತುಹಾಕಿದ್ದ ಜೇನು ತುಪ್ಪದ ದೊಡ್ಡ ಬಾಟ್ಲಿ. ಇಡೀ ಬಾಟ್ಲಿ ಹೊಟ್ಟೆಗೆ ಸೇರಿದಾಗಲೇ ತೃಪ್ತಿ. ಅದೇ ಕೊನೆ. ಮತ್ತೆ ಥಂಡಿ ರೋಗ ಕಾಣಿಸಿದ್ದಿಲ್ಲ. ಅಷ್ಟು ಗಟ್ಟಿಯಾದ ದೇಹಕ್ಕೆ ಹೆದರಿಕೆಯೇ?

ಊರಿನವರು ಅವನ ಜೊತೆಗೂಡಿ ಬಂದರು. ಮನೆಯ ಹೊರಗಡೆ ಪ್ರತೀ ದಿವಸ ಚಪ್ಪಲಿಗಳ ಸಂತೆ. ಅವರಿಗೆ ಏನನ್ನಿಸಿತು, ಏನೂ ಅನ್ನಿಸಲಿಲ್ಲವೇ. ಜೀವನದಲ್ಲಿ ಬಂದ ಜಿಗುಪ್ಸೆಯೇ... ನಿರಾಕರಣ ಬುದ್ಧಿಯೇ... ತಾತ್ಸಾರದ ಮನಸ್ಥಿತಿಯೇ...

ತನ್ನನ್ನು ಎಂತ ಅಡಕತ್ತರಿಯಲ್ಲಿ ಸಿಕ್ಕಿಸಿ ಹಾಕಿದರು. ಮಗ ಹೇಳುತ್ತಾನಂತೆ–'ಅಪ್ಪನಿಗೆ ವಯಸ್ಸಾಯಿತು. ಆತನಿಗೆ ಪಾಲು ಕೊಡಬಾರದು. ಅವರು ಇರುವವರೆಗೆ ಆ ಭತ್ತದ ಮನೆಯಲ್ಲಿ ಇರಲಿ. ಅಶನಾಂಶ ಅಂತ ತಿಂಗಳಿಗೆ ಇಷ್ಟು ಕೊಟ್ಟರಾಯಿತು.' ಆತ ಎದುರಿಗೆ ಹೇಳಿಯೇ ಬಿಟ್ಟ. ಅದಕ್ಕೆ ಉಳಿದವರು ಏನೂ ಅನ್ನಲಿಲ್ಲ. ಶಿವರಾಯರು ಮಾತು ಮುಂದುವರೆಸಿ 'ಅವನು ವಿದ್ಯಾವಂತ, ಬುದ್ಧಿವಂತ. ಆತ ಹೇಳೋದು ನ್ಯಾಯ ಇದೆ. ನ್ಯಾಯ ತಪ್ಪಿ ಆತ ಇಲ್ಲಿಯವರೆಗೂ ಒಂದು ಮಾತು ಆಡಲಿಲ್ಲ, ನೋಡಿ ಶಾನಭೋಗರೆ' ಎನ್ನುತ್ತಾ ಕವಳದ ತಬಕಿಗೆ ಕೈಹಾಕಿ ಅಡಿಕೆ ತೆಗೆದುಕೊಂಡು ಬಾಯಲ್ಲಿಟ್ಟರು. 'ಕಟಮ್' ಎನ್ನಿಸಿದರು. ಉಳಿದವರು ಮೌನವಾದರು. ಅನ್ಯಾಯದ ಮಾತು ಹೇಳಲು ಉಸಿರು ಸಿಕ್ಕಿಹಾಕಿಕೊಳ್ತದೆ. ಹೃದಯ ಪುಕು ಪುಕು ಬಡಿದುಕೊಳ್ಳುತ್ತದೆ. ಆದರೆ ಮನೆಮುರಿಯಲೇ ತೀರ್ಮಾನ ಮಾಡಿ ಬಂದವರಿಗೆ ಇದೆಲ್ಲ ಯಾವ ದೊಡ್ಡ ಲೆಖ್ಖ. ಕಾರ್ಯಗತ ಮಾಡುವುದು ಹೇಗೆ ಎನ್ನುವುದಕ್ಕೆ ಕಸರತ್ತು.

ಶಿವರಾಯರಂತೂ ಇಂಥ ದಿನ್ಕಕೆ ಕಾಯುತ್ತಿದ್ದಾರೆ ಕಣ್ಣಿಗೆ ಎಣ್ಣೆ ಹಾಕಿಕೊಂಡು. ಹಿಂದಿನ ಮುಯ್ಯಿ ತೀರಿಸಲು. ತೋಟ ಮಾಡಿದ್ದ ಜಾಗ ಅವರು ತೆಗೆದುಕೊಳ್ಳಬೇಕು ಎಂಬ ಆಸೆ ಇತ್ತಂತೆ. ಅದನ್ನು ಬಂದು ಹೇಳಿದ್ದರೂ ಆಗುತ್ತಿತ್ತು. ಆದರೆ ಬಿಟ್ಟೀ ಕ್ರಯಕ್ಕೆ ಬರೆಸಬೇಕು ಎಂಬುದು ಅವರ ಕರಾಮತ್ತು. ಈಗ ಜಾಸ್ತಿ ಕ್ರಯಕೊಟ್ಟು ಭಟ್ಟರು ಬರೆಸಿಬಿಟ್ಟರಲ್ಲ. ಅನುಸಂಕಟಕ್ಕೆ ಸಿಕ್ಕಿದರು. ನುಂಗಲಿಕ್ಕೂ ಇಲ್ಲ, ಉಗುಳಲಿಕ್ಕೂ ಇಲ್ಲ. ಈಗ ಅವರ ಹಠ ಸಾಧಿಸುತ್ತಾರೆ. ಈ ಮಗನೆಂಬ ಮುಂಡೇಗಂಡನಿಗೆ ಇಷ್ಟಾದರೂ ಪರಿಜ್ಞಾನ ಬೇಡವಾ... ಅವರು ಬುದ್ಧಿವಂತ ಎಂದುಬಿಟ್ಟರೆ ಈತ ಕುಣೀತಾನೆ...

ಒಂದು ರೀತಿಯಲ್ಲಿ ಇದು ಸ್ವೈರಣೆಯ ಪ್ರಶ್ನೆ. ಒಂದು ಕಾಲದಲ್ಲಿ ತನ್ನೆದುರು ಖುರ್ಚಿಯಲ್ಲಿ ಕುಳಿತುಕೊಳ್ಳಲೇ ತಡವರಿಸುತ್ತಿದ್ದ ಈ ಜನ ಈಗ ತನಗೇ ಪಂಚಾಯತಿ ನ್ಯಾಯ ಹೇಳಲು ಬಂದಿದ್ದಾರೆ. ಮಗನೆಂಬ ಮೂಗುದಾರ ಹಿಡಿದು. ಇಷ್ಟು ಬೇಗ ಕಾಲ ಚಕ್ರ ತಿರುಗಿ ಹೋಯಿತೇ. ತಮ್ಮ ಕೈಗಳನ್ನು ನೋಡಿಕೊಂಡರು. ಸುಕ್ಕಾದ ನೆರಿಗೆಗಳು ಕಾಣಿಸಿತು. ಎಲ್ಲಿ ತಪ್ಪು ಮಾಡಿದೆ. ಜೀವನದಲ್ಲಿ ಒಂದು ಹೆಜ್ಜೇನೂ ತಪ್ಪು ಹೆಜ್ಜೆ ಇಡಬಾರದು ಎಂದು ನಿಶ್ಚಯಿಸಿದ್ದೇನಲ್ಲ. ಆದರೆ ಇಟ್ಟ ಎಲ್ಲ ಹೆಜ್ಜೆಯೂ ತಪ್ಪಿನ ಹೆಜ್ಜೆನೇ ಆದವಲ್ಲ. ಇನ್ನೇಂದಾದರೂ

ಹೊಸದಾಗಿ ಹೆಜ್ಜೆ ಇಡಬಲ್ಲೆನೇ. ಅ, ಆಕಾರದಿಂದ ತನ್ನ ಬಾಳು ಪುನಃ ಪ್ರಾರಂಭವಾಗ ಬೇಕು. ಪುನಃ ಹುಡುಗನಾಗಲು ಸಾಧ್ಯವೇ? ಪುನಃ ಯೌವ್ವನ ಬರಬಹುದೇ? ಬಿಳಿಯ ಮೀಸೆ ಕಪ್ಪಾಗಬಹುದೇ?

ಶಿವರಾಯರೇ ಮಾತು ಶುರು ಮಾಡಿದರು. "ಇನ್ನೊಮ್ಮೆ ಯೋಚನೆ ಮಾಡಿ ಹೇಳು ರಾಮು. ನೀನು ಬುದ್ಧಿವಂತ. ನೀನು ಹೇಳಿದ್ದನ್ನು ನಿಮ್ಮಪ್ಪ ಒಪ್ಪಿಕೊಂಡರೆ ಮುಗಿಯಿತಲ್ಲ. ಅದಕ್ಕೆ ಪಂಚಾಯತಿ ಯಾಕೆ ನಾವೇನು ನೂರೆಂಟು ಪಂಚಾಯತಿ ಮಾಡ್ತೇವೆ ಎಂದು ಹರಕೆ ಕಟ್ಟಿಕೊಂಡಿದ್ದೇವೆಯೇ..." ಎಷ್ಟು ನಯವಾದ ಮಾತು. ಸಿಹಿಲೇಪದ ಮಾತು. ಇದು ಕೇಳುವುದೂ ನಾಟಕ. ಮಗ ಹೇಳುವುದೂ ನಾಟಕ. ನಾನು ಹೊಡೆದಂಗೆ ಮಾಡ್ತೀನಿ, ನೀನು ಅತ್ತ ಹಾಗೆ ಮಾಡು. ಮಗ ಮಾತನಾಡಿದ–"ನಾನು ಹೇಳಿದೆನಲ್ಲ ಅಷ್ಟೇ. ಅನ್ನಕ್ಕೆ ಅಂತ ಒಂದಿಷ್ಟು ಹಣ ತಿಂಗಳಿಗೆ ಕೊಟ್ಟರೆ ಸಾಕು ಅವರಿಗೆ. ನೀವು ನ್ಯಾಯವಾಗಿ ಎಷ್ಟು ಹೇಳ್ತಿರೋ ಅಷ್ಟು ಕೊಡಲಿಕ್ಕೆ ಅಡ್ಡಿ ಇಲ್ಲ" ಗಿಣಿಪಾಠ ಒಪ್ಪಿಸಿದಂತೆ ಒಪ್ಪಿಸದ. ಎಲ್ಲ ಮಸಲತ್ತು ಮಾಡಿ ಮಸಾಲೆ ಕಡೆದಿಟ್ಟ ಮಾತು... ಅನಂತ ಭಟ್ಟರು ಮಾತನಾಡಲಿಲ್ಲ. ಆದರೆ ಅಷ್ಟರಲ್ಲಿ ಒಳಕ್ಕೆ ನುಗ್ಗಿದ ಪಾರ್ವತಿ "ಏನಂದೆ ಕಿರಾತ ಹೆತ್ತವರನ್ನು ಹೊರಗೆ ಹಾಕ್ತಿಯೇನೋ ಭಂಡ" ಎನ್ನುತ್ತ ಆತನಿಗೆ ಉಗಿದಳು. ನೀವೇಂತ ಹಡಬೆ ಪಂಚಾಯತರು. ಮುಂಡೇ ಕಡೆಗೋ ಮುಂಡಾಸದವರ ಕಡೆಗೋ..." ಅಷ್ಟು ಹೇಳಿದವಳು ಏನು ಮಾತನಾಡಲು ಆಗದೆ ಬಿಕ್ಕಿ ಬಿಕ್ಕಿ ಅಳತೊಡಗಿದಳು. ಯಾರೋ ಹಿಡಿದುಕೊಂಡರು. ಗಲಾಟೆಯೋ ಗಲಾಟೆ. ಈ ಗಲಾಟೇಲಿ ಕವಳದ ತಬಕಿನ ಮೇಲೆ ಯಾರೋ ಕಾಲು ಇಟ್ಟು ಇಡಿ ತಬಕಿನ ಎಲೆ, ಅಡಿಕೆ, ಸುಣ್ಣ ಎಲ್ಲಾ ಜಮಖಾನದ ಮೇಲೆ ಬಿದ್ದಿತು. ತಬಕಿನೊಳಗೆ ತುಂಬಿಟ್ಟಿದ್ದ ಹರಿದ ಎಲೆ, ಅಡಿಕೆ ಪುಡಿ ಚೂರು, ಹೊಗೆಸೊಪ್ಪಿನ ಹರಿದುತುಂಡು ಎಲ್ಲಾ ಚೆಲ್ಲಾಪಿಲ್ಲಿಯಾಗಿ ಹಾರಿ ದವು. ಹಲವು ರಾಮುವಿನ ಮುಖಕ್ಕೆ ಹಾರಿ ಯದ್ವತದ್ವಾ ಅಂಟಿಕೊಂಡು ಆತನ ಮುಖ ಕುರೂಪವಾಯಿತು. ಕೊನೆಗೆ ಭಟ್ಟರೇ ಮುಂದೆ ಹೋಗಿ ಅವಳ ಕೈ ಹಿಡಿದು "ಬಾರೇ ಸುಮ್ಮನೇ ಕೂತುಕೊ. ನಾವೀಗ ಪ್ರೇಕ್ಷಕರು ಅಷ್ಟೇ. ನಾವು ಅಭಿನಯಿಸುವಂತಿಲ್ಲ. ನೋಡೋದಷ್ಟೇ ನಮ್ಮ ಕೆಲಸ. ನಟಿಸೋದಲ್ಲ. ಅವನು ನಿನ್ನ ಮಗ ಅಲ್ಲ. ಈ ಮನೆತನಕ್ಕೆ ಹಿಡಿದ ರಾಹು. ಬಾ, ಸುಮ್ಮನೆ ಕೂತುಕೋ ಬಾ..." ಪಾರ್ವತಿ ಅಲ್ಲಿ ಕೂರಲಾರದೇ ನಡು ಮನೆಗೆ ಹೋದಳು.

"ಅವನು ಹೇಳಿದ್ದು ಆಯಿತಲ್ಲ ಪಂಚಾಯಿತರ ತೀರ್ಮಾನ ಏನು?" ಬೇಕು ಎಂದೇ ಸ್ಪಷ್ಟವಾಗಿ ಕೇಳಿದರು. ಹೊಟ್ಟೆಯೊಳಗಿನ ಹಾಲಾಹಲವೆಲ್ಲ ಹೊರಗೆ ಬರಲಿ ಎಂದು ಕೊಂಡು. ತೀರ್ಮಾನ ಏನು ಎಂದು ಅವರಿಗೆ ಗೊತ್ತಿದೆ. ಆದರೆ ಈ ಎಲ್ಲಾ ಸೋಗಲಾಡಿ ತನವನ್ನು ನೋಡಿಯೂ ಸುಮ್ಮನಿರಬೇಕಾಗಿದೆ. ಕಣ್ಣಿಗೆ ಕಂಡರೂ ಕಾಣಲಲ್ಲವೆಂಬಂತೆ ತೋರಿಸಬೇಕಾಗಿದೆ. ಎಂಥ ಅಸಹಾಯಕ ಬಾಳು ನನ್ನದು ಎಂದು ಒಳಗೊಳಗೇ ಒದ್ದಾಡಿ ದರು. ಎಷ್ಟು ಕಷ್ಟಪಟ್ಟು ತನ್ನ ಹಲ್ಲು ಎಣಿಸಲು ಬಿಟ್ಟಿರಲಿಲ್ಲ. ಎಷ್ಟೆಲ್ಲಾ ಸರ್ಕಸ್ಸಿನಿಂದ ಈ ಮನೆ ಕಟ್ಟಲಿಲ್ಲ. ಸುಮ್ಮನೇ ಎಲ್ಲಾ ಆಯಿತೇ. ಇಷ್ಟೆಲ್ಲಾ ಮಾಡುವಾಗ ಜೀವ ಹೇಗೆ ಜಾಲಾಡಿ

ಹೋಗಿರಲಿಲ್ಲ. ಇಲ್ಲದಿದ್ದರೆ ಮುಪ್ಪು ಇಷ್ಟು ಬೇಗ ಕರೆಯುತ್ತಿರಲಿಲ್ಲ. ತನ್ನನ್ನು ತಾನೇ ತೇದುಕೊಂಡಿಲ್ಲವೇ... ಆದರೆ ತೇದಿದ್ದು ಶ್ರೀಗಂಧದ ಕೊರಡಿನ ಮೇಲೆ ಅಂದುಕೊಂಡಿದ್ದೆನಲ್ಲ...

ಅನಂತ ಭಟ್ಟರು ಹಾಗೇ ಕುಳಿತೇ ಇದ್ದರು. ಪಂಚಾಯಿತರು ಕವಳ ಮೆಲ್ಲುತ್ತಾ ಹೇಳೋ ಮಾತನ್ನು ಹೇಳಲಾಗದೇ ನಾಲಿಗೆಗ ಹೊಸ ಶಕ್ತಿ ಕೊಡುತ್ತಿದ್ದರು. ಕೊನೆಗೆ ಶಿವರಾಯರೇ 'ಎಲ್ಲರೂ ಹೀಗೆ ಕುಳಿತರೆ ಹೇಗೆ, ಹೇಳೋ ಮಾತನ್ನು ಹೇಳಬೇಕಲ್ಲ. ನಮಗನ್ನಿಸಿದ್ದನ್ನು ನಾವು ಹೇಳೋಣ' ಎಂದು ತೀರ್ಮಾನ ಮಾತನ್ನು ಬಿತ್ತರಿಸತೊಡಗಿದರು... "ಭಟ್ಟರೇ ನೀವು ಬಹಳ ದುಡಿದಿದ್ದೀರಿ. ನಿಮಗೂ ವಯಸ್ಸಾಯಿತು. ಇನ್ನು ಜಮೀನು, ಮನೆ ಎಲ್ಲಾ ಯಾಕೆ. ನೀವು..." ಅನಂತ ಭಟ್ಟರು ತಲೆ ಎತ್ತಿ ನೋಡಿದರು. ಶಿವರಾಯರಿಗೆ ಅವರ ಕಣ್ಣಿನ ಕೆಂಪು ಕಂಡು ಮಾತು ತಡವರಿಸಿತು. ಆದರೂ ಟೋಪಿ ಸರಿಮಾಡುತ್ತಾ "ಆ ಪಣತದ ಮನೆ ಉಂಟಲ್ಲ ಅಲ್ಲಿರಬಹುದು. ತಿಂಗಳಿಗೆ ಇಂತಿಷ್ಟು ಅಂತ ಅವನಿಗೆ ಕೊಡಲು ಹೇಳ್ತೀವೆ. ಹುಳಿ, ಉಪ್ಪು ಎಲ್ಲಾ ಅವನೇ ತಂದುಹಾಕಲಿ. ನೀವು ಶಿವ-ರಾಮ ಅಂತ ಕಾಲ ಹಾಕಿ... ಇದು ನನ್ನ ತೀರ್ಮಾನ ಅಲ್ಲ. ಇಡೀ ಕುಳಿತವರ ತೀರ್ಮಾನ. ಏನು ಪಟೇಲರೇ, ಏನು ಶಾನುಭೋಗರೇ ಅಲ್ವಾ, ನನ್ನೊಬ್ಬನನ್ನೇ ನಿಷ್ಠುರಕ್ಕೆ ಮಾಡಬೇಡ. ಅಲ್ಲ ನಿಷ್ಠುರಕ್ಕೆ ಈ ಶಿವರಾಯರು ಹೆದರ್ತಾರೆ ಅಂತಲ್ಲ. ಬಿದ್ದವನ ಮೇಲೆ ಭಾರೀ ಪರಾಕ್ರಮ."

ಭಟ್ಟರ ದೇಹವಿಡೀ ಥರಥರ ನಡುಗತೊಡಗಿದವು. ಅಭಿದಮನಿಗಳಲ್ಲಿ ರಕ್ತದ ಚಲನೆ ಹೆಚ್ಚಾಗಿ ಕಣ್ಣಿಗೆ ಕತ್ತಲೆ ಬಂದು ಅಪ್ಪಳಿಸಿದಂತಾಯಿತು. ಇಡೀ ನರಮಂಡಲ ಹಿಡಿದೆಳೆದಂತಾಗಿ ಉಸಿರು ಕಟ್ಟಿತು. ಸಿಟ್ಟು ನೆತ್ತಿಗೇರಿತು... ಈಗ ಭಟ್ಟರು ಎದ್ದರು. "ಏನು ಹೇಳ್ತೀರಿ. ನನ್ನನ್ನು ಭಿಕಾರಿ ಎಂದು ತಿಳಿದಿದ್ದೀರೇನೂ. ಭಿಕ್ಷೆ ಕೊಡ್ತಾ ಇದ್ದೀರಾ. ಅನ್ನ, ಆಶನಕ್ಕೆ ನೋಡ್ತಾ ಪಣತದ ಮನೇಲಿ ನಾನಲ್ಲ ನಾನು ಸಾಕಿದ ನಾಯಿ ಸಹ ಇರೋಲ್ಲ. ಬಾರೇ ಪಾರ್ವತಿ..." ಎಂದ ಭಟ್ಟರು ಮನೆ ಬಿಡಲು ಅನುವಾದರು. ತನ್ನ ಜೀವನ ಸಂಪೂರ್ಣ ವಿಫಲವಾಯಿತು ಎನ್ನುವ ಭಾವ ತುಂಬಿ ಬಂದಾಗ ಇದ್ದಕ್ಕಿದ್ದಂತೆ ಮುಪ್ಪು ಮುತ್ತಿದಂತಾಯಿತು.... ಈ ಸ್ಥಿತಿಗೆ ತಂದ ಮಗನ ಮೇಲೆ ಉಕ್ಕಿ ಬಂದ ಸಿಟ್ಟು. "ನೋಡೋ... ಈ ಮನೆ, ಈ ಮಠ, ಆಸ್ತಿ-ಪಾಸ್ತಿ, ನಗ-ನಾಣ್ಯ ಎಲ್ಲಾ ನನ್ನ ಶಾಟಕ್ಕೆ ಸಮಾನ..." ಎಂದವರೇ ತಮ್ಮ ಪಂಚೆ ಎತ್ತಿ ಕಚ್ಚೆ ಸಡಿಲಿಸಿ ಕೂದಲೆಳೆದು ಮುದ್ದಿನ ಮಗನ ಮುಖಕ್ಕೆ ಎಸೆದರು. ಇನ್ನು ಒಂದು ಕ್ಷಣದಲ್ಲಿ ಈ ಮನೆಯ ಋಣ ಮುಗಿಯುತ್ತದೆ ಎಂಬುದು ಅರಿವಾದಾಗ ಮನೆಯ ನೆಲ, ಗೋಡೆ, ಕಿಟಕಿ, ಜಂತಿಗಳನ್ನು ಮತ್ತೆ ಮತ್ತೆ ಮುಟ್ಟಿ ನೋಡಬೇಕೆನಿಸಿತು. ಆದರೆ ಅವೆಲ್ಲವನ್ನು ಕಡಿದುಕೊಂಡು ಭಟ್ಟರು ಹೊರಟುಬಿಟ್ಟರು.

ಸ್ವಲ್ಪ ದೂರ ನಡೆದು ಭಟ್ಟರು ಒಮ್ಮೆ ಹಿಂತಿರುಗಿ ನೋಡಿದರು. "ಈ ಮನೆ ಇನ್ನು ನನ್ನ ಮನೆಯಲ್ಲ' ಎಂಬ ಭಾವನೆ ಬಂದ ಕೂಡಲೆ ಪೂರ್ತಿ ಖಾಲಿಯಾಗಿದ್ದೇನೆ ಎಂದೆನಿಸಿತು. ಆತನಿಗೆ ಕೊನೇ ಗಳಿಗೆಯಲ್ಲಿ ಬುದ್ಧಿ ಬಂದು 'ವಯಸ್ಸಾದವರು ನೀವು ಇರಿ' ಎಂದಾನು ಎಂಬ ದೂರದ ಸ್ವಾರ್ಥವೇ... ಮಕ್ಕಳು ಮಾಡುವುದರಲ್ಲೂ ಸ್ವಾರ್ಥ ಇದೆ. ಆದರೆ ಆತ

ಹೇಳುವುದು ಹೋಗಲಿ ಬಾಗಿಲವರೆಗೂ ಬಂದು ನಿಲ್ಲಲಿಲ್ಲ... ನಾನು ಸಾಕಿದ ಹಂಡ ಹುಂಡದ ನಾಯಿ ಮಾತ್ರ ಹಗ್ಗ ಹರಿದು ಕೂಗುತ್ತಿತ್ತು... ಕವಲೇ ದನ ಅಂಬಾ ಎಂದು ಕರೆಯುತ್ತಿತ್ತು.

ತಾನು ಸೋತಿದ್ದಕ್ಕೆ ಅವರಿಗೆ ಬೇಸರವಾಗಲಿಲ್ಲ. ಬದಲಿಗೆ ಶಿವಾರಾಯರು ಗೆದ್ದಿದ್ದಕ್ಕೆ ಮೈ ಆ ವಯಸ್ಸಿನಲ್ಲೂ ಕುದಿಯಿತು... ಸೋಲಲಿಕ್ಕೆ ಏನಿದೆ... ಮಗನಿಗೇ ಅಲ್ಲವೇ ಎಲ್ಲಾ ಮಾಡಿದ್ದು... ಆದರೆ ಮಕ್ಕಳು ಹಿರಿಯರಿಂದ ಪಡೆದುಕೊಳ್ಳಬೇಕು; ಕಿತ್ತುಕೊಳ್ಳುವುದಲ್ಲ... ಮಾತನಾಡದ ಗುಮ್ಮನ ಗುಸಕ ಪರಮೇಶ್ವರಯ್ಯ... ಎಲ್ಲಾ ರಾಹುಗಳೂ ತನ್ನ ಮನೆಯ ಮೇಲೆ ಒಟ್ಟಿಗೇ ವಕ್ಕರಿಸಿದಂತಾಗಿ... ಭಟ್ಟರು ಪುನಃ ಆಚೆ ತಿರುಗಿ ಹೊರಟುಬಿಟ್ಟರು... ಪಾರ್ವತಿಯೂ ಹಿಂದೆ ಹಿಂದೆ ನಡೆದಳು...

ನಡೆದರು ಭಟ್ಟರು ನಡೆದೇ ನಡೆದರು. ಊರು ಮರೆಯಾಗುತ್ತಾ ಬರುತ್ತಿತ್ತು. ತೊಟ್ಟ ಬಟ್ಟೆಯಲ್ಲಿ ಉಟ್ಟ ಪಂಚೆಯಲ್ಲಿ ನಡೆದರು ಭಟ್ಟರು. ಸುಸ್ತಾಗಿ ಮರದ ಕೆಳಗೆ ನೆರಳಲ್ಲಿ ನಿಂತರು. ಮುಪ್ಪಿನಲ್ಲಿ ಮಮತೆಯ ಮಗನೊಂದಿಗೆ ಇರುವ ಬದಲು ಮರದಡಿಗೆ ನಿಂತಿದ್ದರು ಭಟ್ಟರು. ಪಾರ್ವತಿಗೆ ತಡೆಯಲಾಗಲಿಲ್ಲ. "ಇಷ್ಟು ಜೀವ ತೇದು ತೆಂಗಿನತೋಟ ಮಾಡಿದಿರಿ. ವಯಸ್ಸಾಗಿದೆ ಕುಡಿಯಿರಿ ಎಂದು ಎರಡು ತೆಂಗಿನ ಮರ ಬಿಡಬಹುದಿತ್ತು." ಭಟ್ಟರು ತಲ್ಲಣಿಸಿದರು. ಏನೂ ಮಾತಡಬಾರದು ಎಂದುಕೊಂಡರೂ ಸಾಧ್ಯವಾಗಲಿಲ್ಲ. "ತುಂಬಿ ನಿಂತ ಮುದ್ದಿನ ಮಗನೇ ಹೋದ ಮೇಲೆ ಬೆಳೆದು ನಿಂತ ತೆಂಗಿನ ಮರ..." ದುಃಖ ಒತ್ತರಿಸಿ ಬಂದು ತುಟಿ ಕಚ್ಚಿಕೊಂಡರು.

ಎಲ್ಲವೂ ವಿಫಲವಾಗಬಾರದು. ತನ್ನ ಸಾಧನೆ, ತನ್ನ ಬದುಕು, ತಾನು ಕಂಡ ಸತ್ಯಗಳು, ತನ್ನ ದುಡಿಮೆ ಎಲ್ಲವೂ ಬರಿಯ ಇವನೊಬ್ಬನ ಕಾಲಡಿಯಲ್ಲಿ ಸಿಕ್ಕು ನುಚ್ಚು ನೂರಾಗ ಬಾರದು. ಮತ್ತೆ ಬೀಜ ನೆಟ್ಟು, ಗಿಡ ಬೆಳೆದು ಮರವಾಗಿ ರೆಂಬೆ ಕೊಂಬೆಗಳಲ್ಲಿ ಹೊಸ ಹೂವು ಹುಟ್ಟಬೇಕು ಎಂದೆನಿಸಿ ಭಟ್ಟರು ಪಾರ್ವತಿಯನ್ನು ಪ್ರೀತಿಯಿಂದ ಕರೆದು ಅಪ್ಪಿ ಕೊಂಡು "ಪಾರ್ವತಿ ನನ್ನಂಥ ಗಂಡುಮಗ ಸಾಕು; ನಿನ್ನಂಥ ಮಗಳೊಬ್ಬಳು ಬರಲಿ" ಎಂದರು. ಪಾರ್ವತಿಯ ಮೈ ಲಟಲಟನೆ ಮುರಿಯಿತು.

(೧೯೯೫)

*

೩೫. ಕಾಳ ಬೆಳದಿಂಗಳ ಸಿರಿ

ರಾಜಶೇಖರ ಹತಗುಂದಿ

ಹುಣಚಿ ಗಿಡದ ಕಟ್ಟಿಮ್ಯಾಗ ಕಾಲಮ್ಯಾಲ ಕಾಲ ಹಾಕಿ ಸಾಹೇಬಗೌಡ ಕುಂತಿದ್ದ. ಮಾರಿ ತುಂಬಾ ಚಿಂತಿಗೆರಿಗೋಳು ಮೂಡಿ ಗೌಡನ ಮಾರಿ ಅಂಬೋದು ಝುಳಾ ಬಡಿದ ಮುಟ್ಟಿಕಾಯಿ ಆಧಂಗಾಗಿತ್ತು. ತಲಿತುಂಬಾ ಹುಣಚಿ ಗಿಡಿದಾಗಿನ ದೆವ್ವಗೋಳು ಜೋಕಾಲಿ ಯಾಡ್ತಿದ್ದವು. ಮನಸಂಬೋದು ಬೆಂಕಿ ಬಿದ್ದ ಬಣವಿ ಆಗಿ, ಮೂರೂ ದಿನದಿಂದ ಸಾಹೇಬ ಗೌಡುಗ ಕುಂತಲ್ಲಿ ಕುಂಡರಲಾಕ ನಿಂತಲ್ಲಿ ನಿಂದರಲಾಕ ಆಗ್ತಿರಲಿಲ್ಲ. ಉಸುಲ ಬಿಟ್ರೆ, ಎದಿ ಕಾಳಜ ಕಿತ್ತಿ ಬಂಧಂಗಾಗತಿತ್ತು.

ಸಾಹೇಬಗೌಡ ಕುಂತ ಕಟ್ಟೆ ಕೆಳಗ ಎಡಕಿನ ಬಾಜೂಕೀಗಿ ಕಾಳನೂರ ಮರೆಪ್ಪ ತುದಿಗುಂಡಿಲೇ ಕುಂತು ನೆಲದ ಮ್ಯಾಲ ಒಣಗಿದ ಬೇಯಿನ ಕಡ್ಡಿಲೆ ಅಡ್ಡಾದಿಡ್ಡಿ ಗೆರಿ ಎಳಿತಿದ್ದ. ಹಾಂಗ್ ಎಳೆದ ಗೆರಿಗೋಳು ಹೆಂತಾದೋ ಆಕಾರ ತಾಳಿ, ಜಿಂವಾ ತುಂಬ ಕೊಂಡು ಇನ್ನೇನು ಅವನ ಕಣ್ಣಿನ ಗುಡ್ಡಿ ಮ್ಯಾಲ ಕುಣಿಬೇಕು ಅಂತ ಅನ್ನದರೊಳಗs ಕೆಡಿಸಿ ಬಿಡ್ತಿದ್ದ. ಗೆರಿ ಎಳ್ಯಾದು ಕೆಡಿಸಾದು, ಎಳ್ಯಾದು ಕೆಡಿಸಾದು, ಹೀಂಗ ಛಪ್ಪನ್ ಸರತಿ ಮಾಡಿರ ಬೇಕು. ಮರೆಪ್ಪನ ಗೆರಿ ಎಳಿಯೊ ಕಾಯಕಕ್ಕs ಉದ್ದೇಶ ಅನ್ನೋದೇ ಇರಲಿಲ್ಲ. ಸುಮನೇ ಮನಸಿನ ಸಮಾಧಾನಕ, ಸಾಹೇಬಗೌಡನ ಹಿರಿ ಮಗಾ ವಿರೂಪಾಕ್ಷಗೌಡನ ಖೂನಿ ಗುಂಗಿನಿಂದ ಹೊರಗ ಬರಲಿಕ್ಕ ಹಾಂಗ ಮಾಡ್ತಿದ್ದ. ವಿರೂಪಾಕ್ಷಗೌಡನ, ಆನಿ ಸೊಂಡಿಲಿ ನಂತಾ ಕುತಗಿ ಮ್ಯಾಲ ಚೀಪ್‌ಗೊಡಲಿ ಮೂಡಿಸಿದ ಅಂಗೈಯಗಲದ ಕಚ್ಚ, ಆ ಕಚ್ಚಿನಿಂದ ಚಿಲ್ಲಂತ ಸಿಡಿದ ರಗತಾ. ಹಾಂಗ ಸಿಡಿದ ಆ ಕೆಂಪು ರಗತಾ ಮೂಡಿಸಿದ ಅಕರಾಳ ವಿಕರಾಳ ರೂಪ ನೆನಸಿಗೊಂಡs ತಲಿ ಚಿಟ್ಟಿ ಹಿಡಿದು ಗಿಮಿ ಗಿಮಿ ತಿರುಗಿಧಂಗಾಗ್ತಿತ್ತು. ಹಾಂಗ ನೋಡಿದರ ಕಾಳನೂರ ಮರೆಪ್ಪ ವಿರೂಪಾಕ್ಷಗೌಡನ ಹಾದರದ ಕತಿ, ರೊಕ್ಕದ ಧಿಮಾಕು, ಸಿಟ್ಟೆ ಬಂದಾಗಿನ ಅವನ ರೌದ್ರವತಾರ ಕಂಡು 'ಹಂತಾವ್ನ ಹೊಟ್ಟ್ಯಾಗ ಹಿಂತಾವ ಹುಟ್ಟಿದನಲ್ಲ!' ಅಂತ ರೋಷಿ 'ಈ ಸೂಳ್ಯಾ ಮಗ್ನೀಗಿ ಕಡದು ಬುಟ್ಟಿ ತುಂಬಲೇನು' ಅಂತ ಅನಕೊಂಡವನೆ. ಆದರ ವಿರೂಪಾಕ್ಷಗೌಡನ ಖೂನಿಯಾದ ದಿನ, ಅವನ ದಂಡಾ ರಗತದ ಮಡುವಿನ್ಯಾಗ ಬಿದ್ದಿದ್ದು, ಸರಸೋತಿ ಗೌಡತಿ, ಸಾಹೇಬಗೌಡ, ಸಣ್ಣಪಾರಗೊಳಂಗ ಗೊಳೋ ಅಂತ ಅತ್ತಿದ್ದು, ವಿರೂಪಾಕ್ಷನ ಹೆಣತಿ, ಮಾದೇವಿ ಸುರತಿ ತಪ್ಪಿ ಬಿದ್ದಿದ್ದು ಕಣ್ಮುಟ್ಟ ನೋಡಿದ್ದ. ಮರೆಪ್ಪನ ಒಳ ಮನಸು 'ಕುರಿಗಿ ಕಡಧಂಗ ಕಡದಾರಲ್ಲ! ಸೂಳ್ಯಾಕ್ಕಳು. ಅವರು

ಮನಸ್ಯಾರೋ ಏನ್ ರಾಗಸಸ್ರೋ' ಅಂತ ಆನಕೊಂಡು ಖೂನಿ ಮಾಡಿದವರ ಮ್ಯಾಲ ಕತಾ ಕತಾ ಕುದ್ದಿತ್ತು.

ಕಟ್ಟೆ ಮ್ಯಾಗ ಕುಂತ ಸಾಹೇಬಗೌಡುಗ ಏನಾರs ಮಾತಾಡಬೇಕನಸ್ತು; ಧೋತರ ಚುಂಗಿ ಮಳಕಾಲ ಮಂಡಿ ಮ್ಯಾಲ ಏರಿಸ್ಗೊಂಡು, ನೆಲದ ಮ್ಯಾಗ ಗೆರಿ ಎಳಕೋತ, ಕುಂತ ಮರೆಪ್ಪನ ಕಡಿಗಿ ಕಣ್ಣಹಾಯಿಸಿದ. ಮರೆಪ್ಪನ ಬಾಜು, ನಾಲಗಿ ಹೊರಗ ಚಾಚಿ, ಜೊಲ್ಲು ಸುರಸುತ್ತಾ ಮನಿನಾಯಿ ಸೌಂಚಿತ್ತ್ಯಾಗ ಕುಂತು ತೂಕಡಿಸುತ್ತಿತ್ತು. 'ಥೂ ನಾಯಿ ಸೂಳ್ಯಾ ಮಗ ಮರ್‍ಯಾ. ಎಲ್ಲಿ ಇಂವನೇ ನನಮಗನೀಗಿ ಕಡಸ್ಯಾನೋ? ಈ ಕಾಟಗರ ಜಾತೀಗಿ ನಂಬಂಗಿಲ್ಲ!' ಅಂತ ಅನಕೊಂಡ. ಆದರs ಆ ಮಾತಿನ ಮ್ಯಾಲೂ ಸಾಹೇಬಗೌಡುಗ ಪೂರಾ ನಂಬಿಕೆ ಇರಲಿಲ್ಲ; ಕಾಳನೂರ ಮರೆಪ್ಪಗ ಪಂಚೀಸ ತೀಸವರ್ಷಲಿಂದ ನೋಡೋ ಕೋತ ಬಂದಿದ್ದ.

ಕುಡೀತಿದ್ದ, ತಿಂತಿದ್ದ, ಮೈಮುರದು ದುಡೀತಿದ್ದ. ಗೌಡುನ ನಾಕೆಂಟು ಖಣಿಗೋಳು ದೇಖ್ ರೇಖಿ ಅವನೇ ಮಾಡ್ತಿದ್ದ. ಲಾಕೋಗಟ್ಟಲೇ ಫಾಯದೇ ಮಾಡಿಕೊಟ್ಟಿದ್ದ. ಉಂಡ ಮನೀಗಿ ಎರಡು ಬಗ್ಯಾಹಿಕ್ಮತ್ ಕನಸ್‌ನ್ಯಾಗೂ ಮಾಡಿರಲಿಲ್ಲ. ತನ್ನ ಮಗಾ ವಿರೂಪಾಕ್ಷ ಮರೆಪ್ಪನ ಮಗಳು ಮಲ್ಲವ್ವಗ ಜೋರ ಜುಲುಮೀಲೆ ಕೆಡಿಸಿ ಬಸುರು ಮಾಡಿದರೂ ಪಿಟ್ಟಂದಿರಲಿಲ್ಲ. ಹೊಟ್ಟ್ಯಾಗಿನ ತ್ರಾಸು ಹೊಟ್ಟ್ಯಾಗೇ ಇಟ್ಗೊಂಡು–'ಎಪ್ಪಾ ಗೌಡಾ, ನಿನ ಮಗಾ ಹಿಂತಾ ಹಲಕಟ್ ಕೆಲಸಾ ಮಾಡ್ಯಾನಂತ ಸುಮ್ಮ ಬಿಟ್ಟೇನಿ. ಈ ಕೆಲಸ ಬ್ಯಾರೆ ಯಾರಾದರೂ ಮಾಡಿದ್ರs...' ಮುಂದ ಮಾತೇ ಆಡದೆ ಅವುಡಗಚ್ಚಿ ಬಿಕ್ಕಳಿಸಿ ಅತ್ತಿದ್ದ. ಆಮ್ಯಾಲ ಸಾಹೇಬಗೌಡನೇ ತನ್ನ ಮಗನೀಗಿ ಬೈಧಂಗ ಮಾಡಿ, ಮಲ್ಲವ್ವನ ಬಸುರ ತಗಿಸಿ ನೆರಹಳ್ಳಿ ಮಾಲಗತ್ತಿಗಿ ಹಂಪ ಹರಿದಿದ್ದರು.

ಮರೆಪ್ಪನ ಮಗಾ ಸಾಯಬಣ್ಣ ಹೈಸ್ಕೂಲು ಮಾಸ್ತರಕಿಗಿ ಸೇರಿದ ಮ್ಯಾಲೂ, ಮರೆಪ್ಪನ ಮಾತುಕತಿಯೊಳಗ, ರೀತಿ ರಿವಾಜಿನೊಳಗ ಸಾಸವಿ ಕಾಳಿನೋಟು ಫರಕ ಬಿದ್ದಿರಲಿಲ್ಲ. ಸಾಹೇಬಗೌಡ ತನ್ನ ಜೀವಮಾನದಾಗ ಬಾಳಂದ್ರs ಬಾಳ ಇಸ್ವಾಸ್ ಮಾಡಿದ್ದು ಮೂರೇ ಮೂರ ಮಂದೀಗಿ. ಈ ಮೂವರೊಳಗ ಯಾರೂ ಗೌಡನ ಇಸ್ವಾಸಕ್ಕೆ ಘಾತ ಮಾಡಿರಲಿಲ್ಲ. ಆದರ, ಗೌಡನ ಮನಸನ್ಯಾಗ, ಮಗನ ಖೂನಿ ಆದಮ್ಯಾಲ ತನ್ನ ಜಾತಿಯಲ್ಲದವರ ಮ್ಯಾಲ ಅಪನಂಬಿಕೆ ಹುಟ್ಟಿ ಇದಿಯಂಗ ಕಾಡಲಿಹತ್ತಿತ್ತು... ಕಾಡಲಕ್ಹತ್ತಿತ್ತು...

ಸಾಹೇಬಗೌಡ ದೊಡ್ಡದೊಂದು ಉಸುಲ ಬಿಟ್ಟ. ಎದ್ಯಾಗ ಜಂಬ್ಯಾ ಚುಚ್ಚಿಧಂಗಾಗಿ, ಸಳಕ್ ಅಂತು. ಕಣ್ಣುಮುಚ್ಚಿ ಎದಿ ಹಿಡಕೊಂಡ. ಗೌಡ ಬಿಟ್ಟ ಉಸುಲಿಗೆ, ತೂಕಡಿಸುತ್ತಿದ್ದ ನಾಯಿ ಠಣಕ್ಕನೆ ಹಾರಿ ಬಾಲ ಅಳಿಗ್ಯಾಡಿಸತೊಡಗಿತು. ಗೌಡ ಬಿಟ್ಟ ಉಸುಲು, ನಾಯಿ ಮಾಡಿದ ಸಪ್ಪಳದಿಂದ ಮರೆಪ್ಪ ತಲಿ ಮ್ಯಾಲೆತ್ತಿದ ಗೌಡನ ಮಾರಿ ಮ್ಯಾಲಿನ ಖಳಿ ಹೊಂಟ ಹೋಗಿದ್ದು ನೋಡಿ 'ಕಳ್ಳು' ಚುರ್ ಅಂತು. ಯಾಡ ಮೂರು ದಿನದಿಂದ 'ವೇದಾಂತ' ಹೇಳಿ ಹೇಳಿ ಆಡುವ ಮಾತುಗಳು ಸಂವೆದು ಹೋಗಿದ್ದವು. ಗೌಡನಿಗೆ ಹ್ಯಾಂಗ್ ಸಮಾಧಾನ ಮಾಡಬೇಕು, ಅನಾದೆ ಮರೆಪ್ಪಗ ತಿಳೀಧಂಗಾಗಿತ್ತು. ಮರೆಪ್ಪ ತನ್ನ ಕಡೀಗಿ

ಮಾರಿ ಮಾಡಿ ಮಾತಿಗಾಗಿ ಹಂಬಲಿಸುತ್ತಿರುವುದು ಕಂಡ ಸಾಹೇಬಗೌಡುಗ 'ಸೂಳ್ಯಾ ಮಗನಾ, ಮರ್ಯಾ. ನೀ ಕಾಟಗರ ಜಾತ್ಯಾಗರೇ ಯಾಕ ಹುಟ್ಟಿದಲೆ' ಅಂತ ಕೇಳಬೇಕನಸ್ತು. ಆಗಲೂ ಮಾತು ಹೊರಗೆ ಬೀಳಲಿಲ್ಲ. 'ತನ್ನ ಮಗನೀಗಿ ಈ ಕಾಟಗರು, ಹೊಲ್ಯಾರು, ಮಾದರು, ಲಮಾಣೇರು ಸೇರಿ ಖೂನಿ ಮಾಡಿರಬೇಕು' ಎಂಬ ಸಂಶಯದ ಹುಳಾ ಗೌಡನ ತಲ್ಯಾಗ ಒಂದs ಸಮನs ಕೊರಿಲಿಕ್ಕತ್ತಿದ್ದರಿಂದ ಕಡಿಗೂ ಮಾತು ಮೌನದ ಒಡ್ಡು ಒಡದು ನದಿಯಾಗಿ ಹರಿಯಲಿಲ್ಲ.

ಮರೆಪ್ಪನಿಗೆ ಗುಂಯ್ ಗುಡುವ ಮೌನದ ಬೇಲಿ ಕಿತ್ತಿ ಹಾಕಬೇಕನಸ್ತು 'ಯಪ್ಪಾ ಗೌಡ, ಕಲಬುರ್ಗಿಲಿಂದ ಬಸ್ಲಿಂಗಪ್ಪಗೌಡ ಮದ್ಯಾಣದಾಗ ಫೋನ್ ಮಾಡಿದರಲ? ಇಲ್ಲಿಗಿ ಬರ್ತೀನಂತ ಅಂದಾರಂದ್ರಿs ಬಂದ್ರೋss... ಏನೋ...?'– ಎಂದು ಕೇಳಿದ. ಅಂವನಿಗೂ ಗೌಡನ ಮಾರಿಗಿ ಮಾರಿ ಕೊಟ್ಟು ಮಾತಾಡಿಸಲಿಕ್ಕೆ ಧೈರ್ಯ ಸಾಲಲಿಲ್ಲ.

ಮುಗಿಲ ಕಡಿ ಮಾರಿ ತಿರುವಿ, ಹಣಿಮ್ಯಾಲ ಅಡ್ಡ ಕೈಯಿಟ್ಟು ಹೊತ್ತು ನೋಡಿದ. ಸೂರಿಯಾ ಮುಳಗಲು ಇನಾ ಮಾರು ಯಾಡ್ ಮಾರು ದೂರಿದ್ದ. ಬಸ್ಲಿಂಗಪ್ಪನ ಹೆಸರು ಕಿಂವಿಮ್ಯಾಲ ಬಿದ್ದ ಕೂಡಲೇ ಗೌಡನ ಕುಂತ ನಿಲುವಿನೊಳಗೆ ಏನೋ ಒಂದು ನಮೂನೆ ಹುರುಪ ಕಾಣಿಸಿತು. ಕುಂತ ಭಂಗಿ ಬದಲಿಸಿ, ಕಾಲುಗಳನ್ನು ಕಟ್ಟೆ ಕೆಳಗಿಳಿಬಿಟ್ಟು ಹುಣಚಿ ಗಿಡದ ಸುತ್ತಮುತ್ತ ಒಮ್ಮೆ ಕಣ್ಣಾಡಿಸಿದ. ಆಳು ಹೋಳುಗಳೆಲ್ಲ ದನಕರುಗಳೊಂದಿಗೆ ಮನಿಗಿ ಹೋಗಿದ್ದರು. ಹುಣಚಿ ಗಿಡದೊಳಗಿನ ಹಕ್ಕಿಪಕ್ಕಿಗಳು ಚಿಲಿಪಿಲಿ ಗದ್ದಲ ಸುರುಮಾಡಿದ್ದವು. ಆದರs ಅಷ್ಟೊತ್ತೂ ಕುಂತ ಗೌಡನಿಗೆ ಹಕ್ಕಿಗಳ ಚಿಲಿಪಿಲಿ ದನಿಯಾಗಲಿ, ಕೂಗಳತಿ ದೂರದ 'ಕತ್ಲಳ್ಳಿ' ಜನ ಜಂಗುಳಿಯ ಸದ್ದಾಗಲಿ, ಕುಂತ ಎದುರು ದಿಕ್ಕಿಗಿ ಗುಡ್ಡದ ಮ್ಯಾಲೆ ನೆಲೆ ನಿಂತ ಕೆರಿಯಮ್ಮಾದೇವಿ ಗುಡಿಯ ಗಂಟೆ ಸಪ್ಪಾಳಾಗಲಿ ಕಿಂವಿಯೊಳಗೆ ಹೊಕ್ಕಿರಲಿಲ್ಲ.

ತಲಿ ತುಂಬಾ ಮಗನ ಸಾವಿನ ಗುಂಗೇ ತುಂಬಿಕೊಂಡು ಯಾತನೆ ಪಡುತ್ತಿದ್ದ ಸಾಹೇಬ ಗೌಡನಿಗೆ ಬಸ್ಲಿಂಗಪ್ಪ ಎಂಬೊಂದು ಹೆಸರು ಸುತ್ತಲಿನ ವಿದ್ಯಮಾನಕ್ಕೆ ಕಣ್ಣು ತೆರೆಸಿತು.

'ಬಸ್ಲಿಂಗಪ್ಪ ಹೇಳಿದಂಗ ಕೇಳ್ಕೋತ ಹೋಗಿದ್ರs... ರಾಜಕೀಯದೊಳಗೆ ಇನ್ನೂ ನಾಕೊಪ್ಪತ್ತು ಚಲಾವಣೆಯಲ್ಲಿರಬಹುದಿತ್ತೇನೋ' ಎಂಬ ಭಾವನೆ ಯಾಕೋ ಏನೋ ಸಾಹೇಬಗೌಡುನ ಮನದೊಳಗ ಒಂದು ಗಳಿಗೆ ಸುಳಿದು ಹೋಯಿತು. 'ಬಸ್ಲಿಂಗಪ್ಪ ತನಗ ತಿಳಿದಿದ್ದು ತಾ ಹೇಳಕೋತ ಹ್ವಾದ್, ನಾ ನಿರ್ಲಕ್ಷ್ಯ ಮಾಡಕೋತ ಬಂದೆ'– ಅಂತ ಹೀಂಗ ಏನೇನೋ ಇಚಾರಿಸಿದ ಗೌಡ ಮರೆಪ್ಪನ ಕಡಿಗಿ ದಿಟ್ಟಿಸಿದ. 'ತಲಿ ತೆಳಗ ಹಾಕಿ ಮರೆಪ್ಪ ಗೆರಿ ಎಳ್ಯಾದು ಕೆಡಿಸಾದು ಮುಂದುವರಿಸೇ ಇದ್ದ. ಮರೆಪ್ಪನ ಬಾಜು ಕುಂತಿದ್ದ ನಾಯಿ, ಹುಣಚಿ ಗಿಡದ ಕಟ್ಟೆ ಮ್ಯಾಲೇರುವ ಯತ್ನದಲ್ಲಿದ್ದ ಇಣಚಿಯೊಂದನ್ನು ಹಿಡಿಯಲು ಠಣ್ಣನೆ ಜಿಗಿಯಿತು. ತನ್ನ ಏಕಾಗ್ರತೆಗೆ ಭಂಗ ತಂದ ನಾಯಿ ಮ್ಯಾಲ ಮರೆಪ್ಪನಿಗೆ ಕಂಡಾಬಟ್ಟೆ ಸಿಟ್ಟು ಬಂದು 'ಹಚ್ಯಾ! ಇವನೌವ್ವನ್' ಎಂದ. ಮರೆಪ್ಪನ ಸಂಗಾಟ ಮನಸ ಬಿಚ್ಚಿ ಮಾತಾಡಲಿಕ್ಕ ಸಾಹೇಬಗೌಡುಗ ಸಾಧ್ಯ ಆಗ್ಲಿಲ್ಲ. 'ಬಸ್ಲಿಂಗಪ್ಪ ಯಾವಾಗ ಬಂದಾನು, ನಾ ಯಾವಾಗ ಮಾತಾಡೇನು' ಎಂಬ ಹಂಬಲ ಗಳಿಗಿಯಿಂದ ಗಳಿಗಿಗಿ ಜಾಸ್ತಿ ಆಯಿತು.

ಅರವತ್ತರ ಹೊಸ್ತಲ್ ದಾಟಿ ನಿಂತಿದ್ದ ಸಾಹೇಬಗೌಡ ತನ್ನ ಇಡೀ ಜೀವಮಾನದಾಗs ಒಮ್ಮನೂs ಹಿಂತಾ ಜಟಕಿ ತಿಂದಿರಲಿಲ್ಲ. ದೋನಡಿಸೆ ಕೂರಗಿ ಜಮೀನಿಗಿ ವತನ್‌ದಾರ ಆಗಿದ್ದ ಅಪ್ಪ ಫಕೀರಪ್ಪಗೌಡ ಮಗನೀಗಿ ಭಾಳ ಲಾಡ್ ಮಾಡಿ ಬೆಳೆಸಿದ್ದ. ನಿಯತ್ತಿನ ಜಮಾನಾದಾಗ ಬದುಕ ಮಾಡತಿದ್ದ ಫಕೀರಪ್ಪ ಗೌಡುಗ ಅದ್ಯಾವ ಮಾಯದೊಳಗೋ ಮಹಾತುಮಾ ಗಾಂಧೀಜಿಯವರ ಚಳುವಳಿ ತನ್ನ ಕಡಿಗಿ ಕೈಮಾಡಿ ಕರೆದಿತ್ತು. ಹಿಂಗಾಗಿ ಸಾಹೇಬಗೌಡುನ ಅಪ್ಪನೂ ಖಾದಿ ಬಟ್ಟೆ ಉಟಗೊಂಡು ಸುತ್ತು ಎಂಟ್ಹತ್ತ ಹಳ್ಳಿಯೊಳಗs ಗಾಂಧಿವಾದಿ ಅನಸಗೊಂಡು ಸುದ್ದಿಯಾಗಿದ್ದ. ಗಾಂಧೀಜಿಯವರು ಭಾಳ ಕಾಳಜಿ, ಕಕುಲಾತಿಯಿಂದ ಹೇಳುತ್ತಿದ್ದ 'ಹರಿಜನೋದ್ಧಾರ, ಸ್ತ್ರೀ ವಿಮೋಚನೆ ಕುರಿತ ಮಾತುಗಳು ನಮ್ಮಂಥ ಹುಲುಮಾನವರಿಗೆ ದಕ್ಕುವುದಿಲ್ಲ' ಎಂದು ಪ್ರಾಮಾಣಿಕವಾಗಿ ನಂಬಿದ್ದ ಫಕೀರಪ್ಪ ಗೌಡ, ಹೊಲೆ ಹದಿನೆಂಟು ಜಾತಿಗೋಳು 'ಏಕ' ಆಗಬೇಕು ಎನ್ನುವ ಮಾತಿನೊಂದಿಗೆ ತಕರಾರು ಇಟ್ಟುಕೊಂಡಿದ್ದ. ಅದರ ಕೆಂಪ ಮೋತಿ ಪಿರಂಗಿಗಳು ಈ ದೇಶಾ ಬಿಟ್ಟು ಹೋಗ ಬೇಕು ಎನ್ನುವ ಗಾಂಧಿ ಮಾತಿನ್ಯಾಗ ಸತ್ಯಾ ಅದಾ ಅನಿಸಿತ್ತು. ಉಂಡು ತಿಂದು ಸುಖ ವಾಗಿದ್ದ ಫಕೀರಪ್ಪಗೌಡುಗ ಜಾಸ್ತಿ ಸವುಡು ಸಿಗುತ್ತಿದ್ದರಿಂದ ಆಗೀಗ ಬೆಳಗಾಂವಿಗೋ, ಸೋಲಾಪೂರಕೋ ಹೋಗಿ ಗಾಂಧಿ ಸಭೆ ಸಮಾರಂಭದೊಳಗೆ ಹಾಜರಿ ಹಾಕಿ ಬರ್ತಿದ್ದ. ಹಿಂಗ ಹೋಗಿ ಬರಾದರಿಂದ ನಾಕೆಂಟು ಮಂದಿ ಕಾಂಗ್ರೆಸ್ಸಿನ ಲೀಡರ್‌ಗೋಳ ಸಂಗಾಟ ವಹಿವಾಟ ಬೆಳೀತು. ಕುತ್ಲಳ್ಳಿಯೊಳಗ ತನ್ನ ಹಿಂದಾ ಮುಂದ ತಿರುಗಾಡುತ್ತಿದ್ದ ತನ್ನ ಜಾತಿ ಬಾಲಬಡುಕರಿಗೆ ಖಾದಿ ಬಟ್ಟೆ ತೊಡಿಸಿ ಅವರಿಗೂ 'ಸ್ವಾಸಂತ್ರ' ಹೋರಾಟಗಾರರನ್ನಾಗಿ ಮಾಡಿದ್ದ. ಈಟೆಲ್ಲ ರಾಜಕೀಯ ಹಿನ್ನೆಲೆ ಪಡೆದ, ಹೆಬ್ಬೆಟ್ಟಿನ ಸರದಾರ ಫಕೀರಪ್ಪಗೌಡ ತನ್ನ ಮಗಾ ಆಟೊ ಈಟೊ ಓದಿದನಂದರ, ಹೊಸ ಸರ್ಕಾರದಾಗ, ಏನಾದರೊಂದು ಪದವಿ ಸಿಗಬಹುದೆಂಬ ದೂರದಾಸೆಲಿಂದ 'ನಾಕಕ್ಷರ' ಕಲಿಸಲಕ್ಕ ಮನಸ ಮಾಡಿದ್ದ.

ಸಾಹೇಬಗೌಡುಗ ಬದುಕಿನ ತಳಾಬುಡಾ ಒಂದೀಟು ಗೊತ್ತಾಗಿದ್ದು ಕಲಬುರ್ಗಿಗಿ ಓದಲಿಕ ಬಂದ ಮ್ಯಾಲೇ. ಬಸ್ಲಿಂಗಪ್ಪನ ಸೋಬತಿ ಆದ ಮ್ಯಾಲ ಹೊಸ ಹಾದ್ಯಾಗ ಹೆಜ್ಜಿ ಇಡುವ್ಹಾಂಗ ಮಾಡಿತ್ತು. ಸಣ್ಣಾಂವ ಇದ್ದಾಗಲಿ ಅವ್ವ ಅಪ್ಪಗೊಳಿಗಿ ಕಳಕೊಂಡಿದ್ದ ಬಸ್ಲಿಂಗಪ್ಪ ನಾಕಮಂದಿ ದೈವದವರ ಕೈಗೂಸಾಗಿ ಬೆಳದಾಂವ. ಇಂಟರ್ ಮುಗಿಸಿ ಮುಂದಿನ ವಿದ್ಯಭ್ಯಾಸಕ್ಕೆ ಉಸ್ಮಾನಿಯಾಕ ಹೋಗೂ ಹೊತ್ತನ್ಯಾಗ ಬಸ್ಲಿಂಗಪ್ಪ ಬಸವಣ್ಣ, ಗಾಂಧಿ, ಲೋಹಿಯಾ ಮುಂತಾದವರಿಗಿ ಚೊಲೊ ತಿಳಕೊಂಡಿದ್ದ. ಹೀಂಗಾಗಿ ಅವರೆಲ್ಲ ಅಂವನೀಗಿ ಒಳಗಿನವರಾಗಿಬಿಟ್ಟಿದ್ದರು. ಓದೋದರಾಗ ಬಸ್ಲಿಂಗಪ್ಪನಟೆ ಶ್ಯಾಣ್ಯಾ ಆಗಿದ್ದ ಸಾಹೇಬಗೌಡುಗ ಕಾಂಗ್ರೆಸ್ ಪಾರ್ಟಿ ಕೈ ಮಾಡಿ ಕರದಿದ್ದರಿಂದ ಬಸವಣ್ಣ, ಗಾಂಧಿ, ಭಾಷಣದ ಪುರತ್ಯಾಕ ಬಳಕಿಯಾದರು.

ಸಮಾಜವಾದ, ಸಮತಾವಾದ, ಅದು ಇದು ಅಂತ ಕಂಡಾಬಟೆ ತಲೆಕೆಡಿಸ್ಕೋತ್ತಿದ್ದ ಬಸ್ಲಿಂಗಪ್ಪ ಕಡೀಗೂ ರಾಜಕಾರಣಿ ಆಗದೇ, ಸಾಲಿ ಮಾಸ್ತರನಾಗಿದ್ದ. ರಾಜಕೀಯ ಮೇಲಾಟದೊಳಗs ಅದ್ಯಾಂಗೋ ಆಗಿನ ಮುಖ್ಯಮಂತ್ರಿ ಖಾಸಾ ಮನಸ್ಯಾ ಅನಸಗೊಂಡ

ಸಾಹೇಬಗೌಡ ಒಂದ ಸಲ ವಿಧಾನ ಪರಿಷತ್ತಿಗಿ ಮೆಂಬರ್ರೂ ಆದ. ಸಾಹೇಬಗೌಡ, ಬಸ್ಲಿಂಗಪ್ಪರ ಬದುಕಿನ ಹಾದಿ ಕವಲೊಡೆದರೂ ಅವರ ಗೆಳೆತನ ಮಾತ್ರ ಹಿಂಗಿರಲಿಲ್ಲ. ಆದರ್ಶದ ಗುಂಗನ್ಯಾಗಿದ್ದ ಬಸ್ಲಿಂಗಪ್ಪ ನಾಯಿದರ ಹೆಣ್ಣು ಮಗಳಿಗಿ ಮದುವಿಯಾಗಿ ಖಿಡಿ ಆನಸಗೊಂಡಿದ್ದ ಸಾಹೇಬಗೌಡ, ಅಪ್ಪನ ಮುಲಾಜಿಗಿ ಕಟ್ಟು ಬಿದ್ದು ಶಂಕ್ರೊಡಗಿ ಪೊಲೀಸ ಗೌಡರ ಏಕೈಕ ಸುಪುತ್ರಿಗಿ ತಾಳಿಕಟ್ಟಿ ಗೌಡಕಿಯ ಸರಹದ್ದನ್ನು ಹೆಚ್ಚ ಮಾಡಕೊಂಡಿದ್ದ...

ಹುಣಚಿ ಗಿಡದ ಕಟ್ಟೆಮ್ಯಾಗ ಕುಂತ ಸಾಹೇಬಗೌಡುಗ ಬಸ್ಲಿಂಗಪ್ಪನ ಹಂಬಲ ಜಾಸ್ತಿ ಆಗತೊಡಗಿತು. ವಿರೂಪಾಕ್ಷನ ಖೂನಿಯಾದ ದಿನ, ಸುದ್ದಿ ಮುಟ್ಟುತ್ತಲೇ ಹೆಣ್ತಿ ಸಂಗಾಟ ಹೌಹಾರಿ ಬಂದಿದ್ದ ಬಸ್ಲಿಂಗಪ್ಪ, ಆವತ್ತು ಭೇಗಿನ ಭೇಗ ತನಗ ಆಸರ ಆಗಿ ನಿಂತಿದ್ದು ನೆನಸಗೊಂಡು 'ಬಸ್ಲಿಂಗೊಬ್ಬ ಇದ್ದಿದ್ದಿಲ್ಲಂದ್ರ, ನನ್ನ ಹೆಣಾನು ಮಣ್ಣ ಕಾಣ್ತಿತ್ತು' ಅಂತ ಅನಕೊಂಡ. ಮಣ್ಣ ಮುಗಸ್ಗೊಂಡು–'ಅರ್ಜಂಟ್ ಕೆಲಸಾ ಅದಾ ನಾಳಿಗಿ ಎಲ್ಲಿದ್ದರೂ ಗಜರಥಂ ಬರ್ತೀನಿ' ಅಂತ ಹೇಳಿ ಹ್ವಾದ್ ಬಸ್ಲಿಂಗಪ್ಪ ಇನ್ನಾ ಬಂದಿರಲಿಲ್ಲ. 'ಇವತ್ತ ಸಂಜಿ ಮುಂದ ಬರ್ತೀನಿ' ಅಂತ ಮದ್ಯಾಣದಾಗ ಫೋನು ಮಾಡಿದ್ದರಿಂದ, ಗೌಡ ಉತ್ಕಟ ನಿರೀಕ್ಷೆ ಯೊಳಗs ಕೈಯಾಗ ಜಿಂವಾ ಹಿಡಕೊಂಡು ಹಾದಿ ನೋಡುತ್ತಿದ್ದ. ಮಗಾ ಮಣ್ಣ ಸೇರಿದ ಮ್ಯಾಲ ಹುಟಗೊಂಡ ಸವಾಲುಗಳು ದೆವ್ವಿನಂಗೆ ಕುಣಿತಿದ್ದವು. ವಿರೂಪಾಕ್ಷನ ಹೆಣ್ತಿ ಮಾದೇವಿ ದಿನಾ ಮುಗಿಸ್ಗೊಂಡು ತೌರು ಮನೀಗಿ ಹೊಂಟ ಹೋಗ್ತಿನಂತ ಕಡ್ಡಿ ಮುರ ಧಾಂಗ ಹೇಳಿದ್ದಳು. 'ಸೊಸಿಗಿ ತೌರು ಮನೀಗಿ ಕಳಿಸಲೋ, ಬ್ಯಾಡೋ?' ಅಂತನ್ನದು ಗೌಡುಗ ತಲಿ ಬ್ಯಾನಿ ತಂದಿತು. ಬಸ್ಲಿಂಗನ ಸಂಗಾಟ ಮಾತಾಡಿ ಫೈಸಲಾ ಮಾಡಬೇಕಿತ್ತು.

ಸೂರಿಯಾ ತಾಯಿ ಹೊಟ್ಯಾಗ ಹೊಗುವ ತೈನಾತಿ ನಡೆಸಿದ್ದ. ಮುಳುಗುವ ಸೂರಿ ಯಾನ ಸುತ್ತಾ ಕೆಂಪು ರಗುತಾ ಚೆಲ್ಲಿಧಂಗಾಗಿತ್ತು. ಸೂರಿಯಾನ ಕಡಿಗಿ ಮಾರಿ ತಿರವಿದರ ರಗತsದ ಮಡುವಿನ್ಯಾಗ ಬಿದ್ದ ಮಗನ ಹೆಣಾನೇ ಕಣ್ಣ ಮುಂದೆ ಹರಿದಾಡಿಧಂಗಾಯಿತು; ಎದಿ ದಸಕ್ ಅಂತು. ಮರೆಪ್ಪನ ಕಡಿಗಿ ತಿರುಗಿ ನೋಡಿದ. ಅಂವಾ ಗೆರಿ ಎಳ್ಯಾದು ಕೆಡಸಾದು ಕಾಯಕದೊಳಗs ಮುಳುಗಿ ಹೋಗಿದ್ದ. ಗೌಡುನ ಮೈಮಾಲ ಭರ್ಫ್ ಬಿದ್ದಂಗಾಗಿ, ಮೈಯಾಗ ನಡುಗು ಸೇರಿಕೋಂತು. 'ಲೇ ಮರ್ರ್ಯಾ ಹೊತ್ತು ಮುಣುಗಲಕ್ಕ ಬಂತು, ಬಸ್ಲಿಂಗ ಇನಾ ಬರಲಿಲ್ಲಲೋ' ಅಂತಂದು ಏಕದಂ ಬಣಗುಡುವ ಮೌನ ಮುರದ. ಮರೆಪ್ಪ ಬುದಂಗನೇ ಎದ್ದ ನಿಂತ, 'ಗೌಡ ಕರೆದದ್ದು ತನಗೊ, ಮತ್ಯಾರಿಗೊ' ಎಂದು ಗಲಿಬಿಲಿ ಗೊಂಡು ಗೌಡನ ಮಾರಿಯೊಮ್ಮೆ ಸುತ್ತಲಿನ ಬಯಲೊಮ್ಮೆ ಮಿಕಿಮಿಕಿ ನೋಡಿ 'ಎಪ್ಪಾ ಗೌಡ ಕರದ್ಯಾ' ಅಂತ ಕೇಳಿದ. ಸಾಹೇಬಗೌಡ ಹ್ಞೂಂ ಅನಲಿಲ್ಲ. ಹ್ಞಾಂ ಅನಲಿಲ್ಲ. ಅವರ ನ್ನೊಳಗೊಂಡ ಆ ಬಯಲೊಳಗೆ ಕತ್ತಲು, ಗಾಳಿಯ ಹಾಂಗ ಕುಣಿಯುತ್ತಾ ಬರ ತೊಡಗಿತು.

ಊರ ಕಡಿಗಿ ಮಾರಿ ಮಾಡಿ ಮರೆಪ್ಪ, 'ಯಪ್ಪಾ ಗೌಡ, ಬಸ್ಲಿಂಗಪ್ಪಗೌಡರು, ಈ ಕಡೆ, ತ್ವಾಟದ ಕಡೇನೆ ಹೊಂಟಾಂಗ ಕಾಣಸ್ತದ. ಅಕಾ, ಅಲ್ಲಿ... ಅವರೆ ಅಲಾ!' ಅಂತ ಕೈಮಾಡಿ ತೋರಿಸಿದ. 'ಹಾಂ, ಹಾಂ ಅವನೇ ಇರಬೇಕು, ಅಲ್ಲೆಕುಂಡ್ರು' ಅಂತ ಮೂಕ ಸನ್ನೀಲೆ

ಇಸಾರಾ ಕೊಟ್ಟು ಏಳಬೇಕು ಅಂತ ಅನಕೊಂಡಿದ್ದ ಗೌಡ ಮತ್ತ ಕಟ್ಟೆಮ್ಯಾಗ ಕುಂತಗೊಂಡ. ಬಸ್ಲಿಂಗಪ್ಪ ಸನೀಪ, ಸನೀಪ ಬಂದು ಇವರಿಬ್ಬರನ್ನು ಆವರಿಸಿದ ಕತ್ತಲದೊಳಗ ಕರಗಿ ಹೋದ.

ರಾತ್ರಿ ಸರಿ ಸುಮಾರು ಎಂಟೊಂಭತ್ತು ಆಗಿರಬೇಕು. ಸಾಹೇಬಗೌಡುನ ಮನಿಯೊಳಗ ಸೂತಕದ ಗಾಳಿ ಸುಳಿದಾಡತೊಡಗಿತು. 'ದಿನ ಮಾಡಿದ ಊಟಾ ಉಂಡು ಆಳು ಕಾಳು ಗಳೆಲ್ಲ ಮಾತುಕತೆ ಇಲ್ಲದೆ ತಮ ತಮ ಮನಿ ಕಡಿಗಿ ಹೊಂಟಿದ್ದರು. ಮನಿಯೆದುರಿನ ಬೇಯಿನ ಗಿಡದೊಳಗಿನ ಹಕ್ಕಪಕ್ಕಿಗಳೂ ದನಿ ಕಳಕೊಂಡು ಸೂತಕ ಆಚರಿಸುವಂತಿತ್ತು. ಬೇಯಿನ ಕಟ್ಟೇಗಿ ಕುಂತ, ಒಬ್ಬಿಬ್ರು ಲಾರಿ, ಜೀಪಿನ ಡ್ರೈವರುಗಳು ಗಪ್ ಚಿಪ್ಪಾಗಿ ಮೂಕ ಸನ್ನಿಯೊಳಗೆ ಮಾತು ಬದಲಾಯಿಸಿಕೊಳ್ತಿದ್ದರು. ವಿರೂಪಾಕ್ಷಗೌಡನ ಖೂನಿಯಾದ ಸುದ್ದಿ ತಿಳಿದಾಗಿನಿಂದಲೂ ಅತ್ತು ಅತ್ತು ದನಿ, ಉಸುರು ಕಳಕೊಂಡು ನಿತ್ರಾಣಕ ಬಂದಿದ್ದ ಮನಿ ಮಂದಿಯೆಲ್ಲಾ ಮನದೊಳಗ, ಗಾಢ ವಿಷಾದ ತುಂಬಿಕೊಂಡು ದುಃಖದ ಮಡುವಾಗಿ ಬಿಟ್ಟಿದ್ದರು. ಸಾಹೇಬಗೌಡುನ ಕಡಿ ಮಗಾ ಶೇಖರ ರಾಯಚೂರಿನ್ಯಾಗ ಇಂಜಿನೀಯರ್ ನೌಕರಿ ಮಾಡುತ್ತಿದ್ದ. ಅಂವಾ ಅವನ ಹೆಂತಿ 'ದಿನಾ ಮುಗಿಸಿ' ನಾಕೆಂಟು ದಿನ ನಿಂತು ಹೋಗಬೇಕಂತ ಉಳಿದಿದ್ದರು. ಹಾಸಿಗಿ ಹಿಡಿದ ಸರಸತಗೌಡ್ತಿಗಿ ನೋಡಕೋಳಾಕ್ಕಂತ ಮಗಳು ಶಕುಂತಲಾ ನಿರ್ವಾ ಇಲ್ಲದೆ ನಿಂತಿದ್ದಳು. ಮಾದೇವಿ, ಅಕಿನ ಅವ್ವಾ ಅಪ್ಪ ಹೋಗ ಬೇಕೋ ಬ್ಯಾಡೊ ಅನ್ನುವ ಸಂದಿಗ್ಧತೆಯೊಳಗೆ ಉಳಕೊಂಡಿದ್ದರು.

ಎರಡಂತಾಸಿನ ಆ ಮನಿಯೊಳಗ ಇವರೆಲ್ಲಾ ಒಂದೊಂದು ಖೋಲಿಯೊಳಗ ಸೇರಿ ಕೊಂಡು ಗುಂಯ್‌ಗುಡುವ ಮೌನದಾಗ ಒಂದಾಗಿ ಹೋಗಿದ್ದರು. ಮರೆಪ್ಪ ಆವಾಗಲೆ ದಿನದ ಊಟ ಉಂಟು ಸೂತಕದ ಗುಂಗು ಕಳಕೋಬೇಕಂತ ಯಾಡ್ ಕುತ್ತಾ ಛಾಲ್ ಹಾಕಿ ಮನಿಯೊಳಗಿನ ಯಾವುದೋ ಮೂಲ್ಯಾಗ ಕೌದಿ ಮುಸುಕಿನ್ಯಾಗ ಮುದುಡಿಕೊಂಡು ಬಿದ್ದಿದ್ದ.

ಕಲಬುರ್ಗಿಲಿಂದ ಬಸ್ಲಿಂಗಪ್ಪಗೌಡರು ಬಂದಾರಂದ್ರs ಇವತ್ತ, ನಾಳಿಗಿ ತಮ್ಮ ಮಗಳ ಹಣೆಬರಾ ಏನಂಬಾದು ನಿರ್ಧಾರ ಆಗ್ತದಂತ, ಮಾದೇವಿಯ ಅವ್ವ ಅಪ್ಪ ಲೆಕ್ಕಾ ಹಾಕತಿದ್ರು. ಮಾದೇವಿ ವಿರೂಪಾಕ್ಷಗೌಡನಂಥಾ 'ಉರಾಳೋ ಗೌಡನಿಗಿ ಹೇಳಿ ಮಾಡಿಸಿದ ಜೋಡಿ ಆಗಿರಲಿಲ್ಲ. ಒಲ್ಲದ ಮನಸ್ಸಿಂದಲೆ ಮದಿವ್ಯಾಗಿದ್ದ ಮಾದೇವಿಗೆ ಯಾಡ್ ವರುಷ ಕಳೆದರೂ ಮುಟ್ಟು ನಿಂತಿರಲಿಲ್ಲ. ಮಕ್ಕಳಾಗಿರಲಿಲ್ಲ. ಮಾದೇವಿ ಅಪ್ಪ ಯಶವಂತರಾಯ ಗೌಡ ಬಸವಣ್ಣನವರ ವಿಚಾರದೊಳಗೆ ಸೊಲುಪು ನಂಬಿಗೆ ಉಳ್ಳವನಾಗಿದ್ದ. ಹೀಂಗಾಗಿ ಮಾದೇವಿಗಿ ಕಲಬುರ್ಗ್ಯಾಗ ಇಟ್ಟು ಬಿ.ಎ. ತನಾ ಶಿಕ್ಷಣಕೊಡಿಸಿದ್ದ. ಮುಂದ ಎಂ.ಎ. ತನಾನೂ ಓದಿಸಬೇಕಂತ ಸಂಕಲ್ಪ ಮಾಡಿದ್ದ. ಆದರೆ ಮಾದೇವಿ ಕಾಲೇಜ್ ಓದೋವಾಗ 'ಪ್ರಗತಿಪರ' ಸಂಘಟನೆ ಜೊತೆ ಸಂಪರ್ಕ ಹೊಂದಿದ್ದಳು. ಅಂತಹ ಸಂಪರ್ಕದಿಂದಾಗಿ ಜಾತಿಯಲ್ಲದ ಜಾತಿ ಹುಡುಗನ ಜೊತಿ ಮದುವಿ ಆಗಲಿಕ್ಕ ತಯಾರಾಗಿದ್ದಳು. ಯಳವಂತಿಗಿ ಯಂತಾ ಕುಗ್ರಾಮದಾಗ ಬದುಕು ಮಾಡುತಿದ್ದ ಆಕಿ ಅಪ್ಪಗ ಮಾನ ಮರಿಯಾದಿ ಪ್ರಶ್ನೆ

ಭಾಳ ದೊಡ್ಡದನಸಿ ರಾತ್ರೋ ರಾತ್ರಿ ವಿರೂಪಾಕ್ಷ ನೆಂಟಸ್ತನಿಕಿ ಹುಡುಕಿ ಗಂಟು ಹಾಕಿದ್ದರು. ಮದುವಿಯಾದ ಮ್ಯಾಲೂ ಮಾದೇವಿಯ ಸಾಂಸಾರಿಕ ಜೀವನ ಎಳ್ಳು-ಬೆಲ್ಲದಂಗಾಗಲಿಲ್ಲ. 'ಎತ್ತ ಏರಿಗಿ ಎಳದರs ಕ್ವಾಣಾ ಕೆರಿಗಿ ಎಳಧಂಗಾಗಿ ದಿನಾ ಮನ್ಯಾಗ 'ರಸಕಸಿ' ಇದ್ದೇ ಇರತಿತ್ತು. ಒಮ್ಮೆ ಮಾದೇವಿ ದಿನಪತ್ರಿಕೆಯಂದರ ವಾಚಕರ ವಿಭಾಗಕ್ಕೆ 'ಸ್ತ್ರೀ ಸಮಾನತೆ' ಮ್ಯಾಲ ಒಂದು ಪತ್ರ ಬರದು ಪ್ರಕಟಗೊಂಡಿತ್ತು. ವಿರೂಪಾಕ್ಷಗೌಡ ಕಿಡಿಕಿಡಿಯಾಗಿ ಮುಂದೊಂದು ದಿನ ಆ ಪೇಪರ್ ತರಸಾದ ನಿಂದರಿಸಿಬಿಟ್ಟಿದ್ದ. ಒಳಗಿನ ಕತಿ ಈಟಿದ್ದರೂ, ಮಾದೇವಿ ಗಂಡನ ಕೆಟ್ಟ ಸಾವ ಕನಸು ಮನಸಿನ್ಯಾಗೂ ಬಯಸಿರಲಿಲ್ಲ. ಕರಿಬಟ್ಟೆ ಹಾಕಿ ಕೊಂಡು ಬಂದ ಆ ಎಂಟ್ಹತ್ತು ಮಂದಿ ಗಂಡಗ ಯಾಕ ಕೊಂದರು ಅನಾದೆ ಆಕಿಗಿ ಇನ್ನತನಕಾ ಅರ್ಥಾ ಆಗಿಲ್ಲ. ಹಾಂಗ ನೋಡಿದರೆ ಆಕಿನೂ ಆವತ್ತ ಖೂನಿಯಾಗ ಬೇಕಿತ್ತು. ಮನ್ಯಾಗ ರೋಗಿಷ್ಟ ಅತ್ತಿ ಜೊತಿ ತಾಲಮೇಳ ಕಲಿಲಾರದಕ್ಕೆ ಮದುವಿಯಾದ ಒಂದs ವರ್ಷಕ್ಕ ಊರ ಹೊರಗ ಹೊಸದಾಗಿ ಕಟ್ಟಿದ ಮನ್ಯಾಗ ಗಂಡಾ ಹೆಂಡ್ತಿ ಇಬ್ಬರೆ ಇರ್ತಿದ್ದರು. ಆಳುಕಾಳು ಇರ್ತಿದ್ದವಾದರೂ, ರಾತ್ರಿ ಎಂಟರ ಸುಮಾರಿಗಿ ತಮ್ಮ ತಮ್ಮ ಮನಿಗಿ ಹೊಂಟ ಹೋಗಿದ್ದರು. ಗಂಡ ಊರಾಗ ಇರ್ಲಿಲ್ಲಂದರೆ, ಗುರುಗಳ್ಳಿ ಶಾಂಬಾಯಿ ಒಬ್ಬಾಕಿ ರಾತ್ರಿ ಹೊತ್ತಿಗಿ ಮಲಕೊತಿದ್ದಳು.

ವಿರೂಪಾಕ್ಷಗೌಡನ ಖೂನಿಯಾಗುವ ರಾತ್ರಿ, ಜಟಿ ಜಟಿ ಮಳಿ ಹತಗೊಂಡಿತ್ತು. ಗುರುಗಳ್ಳಿ ಶಾಂಬಾಯಿ ಅಡಗಿ ಮಾಡಿಟ್ಟು ಮನಿಗಿ ಹೋಗಿದ್ದಳು. ಗಂಡ ಯಾರದೋ ಜೊತಿ ಜೋರಾಗಿ ಬಾಯಿಮಾಡದ ಕೇಳಿ ಮಾದೇವಿಗಿ ಬುಗುಲು ಹತ್ತಿತು. 'ಏನು ಎಂತ' ಅಂತ ಕೇಳಿದ್ದಕ್ಕ ಗಂಡ ಸೀದಾ ಉತ್ತರ ಕೊಟ್ಟಿರಲಿಲ್ಲ. ಯಾರ್‍ಯಾರಿಗೋ ಬೈತಿದ್ದ. ಆವತ್ತ ರಾತ್ರಿ ಮಾಡ್ಯಾದ ಮ್ಯಾಲಿನ ಖೋಲ್ಯಾಗ ಮಲಕೊಂಡಿದ್ದರು. ರಾತ್ರಿ ದೀಡ್ ಯಾಡ್ ಆಗಿರಬೇಕು. ತೆಳಗ ಧಾಡ್ ಧಾಡ್ ಸದ್ದ ಆಯಿತು. ಮಾದೇವಿ ಮಾರಿ ಮುಸುಕು ತಗದು ಗಂಡಗ 'ಏನು' ಅಂತ ಕೇಳಿದಳು. 'ಏನಿಲ್ಲ ಸುಮ್ಮಮಕ್ಕಾ' ಅಂದ. ಕರೆಂಟು ಹೋಗಿತ್ತು. ಫ್ಯಾನ್ ನಿಂತಿದ್ದರಿಂದ ಮಾದೇವಿಗಿ ಧಗಿ ಅನಿಸತೊಡಗಿತು. ಹೊಚಗೊಂಡಿದ್ದ ಚಾದರ ಸರಿಸಿದಳು. ಧಡ್ ಧಡ್... ಸದ್ದು ಜಾಸ್ತಿ ಆಗಿ, ಕಿಂವಿಗಿ ಸನೀಪ ಆಯಿತು. ಇವರು ಮಲ ಕೊಂಡಿದ್ದ ಖೋಲಿ ಬಾಗಲೇ ಧಡಕ್... ಅಂತ ಮರದ ಬಿತ್ತು. ದುಡು ದುಡು ಎಂಟತ್ತ ಮಂದಿ ಒಳಗ ಬಂದರು. ಕೈಯಾಗ ಬ್ಯಾಟ್ರಿ, ಚೀಪ್ ಗೊಡಲಿ ಇದ್ದಿದ್ದು ಕಾಣಿಸ್ತಿತ್ತು. ಅವರ ಮಾರಿ ಕರಿ ಬಟ್ಟೇಲೆ ಮುಚಗೊಂಡಿದ್ದರು. ವಿರೂಪಾಕ್ಷನ ಜೊತಿ ಗುದುಮುರಗಿ ಸುರು ಮಾಡಿದ್ದರು. ಮಾದೇವಿಗಿ ಮುಟ್ಟಲಿಲ್ಲ. 'ನೀ ನಡುವ ಬರಬ್ಯಾಡ ನೋಡವ್ವs ತಂಗಿ' ಅಂತ ಎಚ್ಚರಿಕಿ ಕೊಟ್ಟರು. ಗಂಡ ಗೋಗರಿತಿದ್ದ 'ಬಂಗಾರ, ಬೆಳ್ಳಿ ರೊಕ್ಕ ರೂಪಾಯಿ ನಿಮಗೇಟು ಬೇಕು ಆಟು ತಗದು ಕೊಡ್ತೀನಿ, ನನಗ ಬಿಟ್ಟು ಬಿಡ್ರೋs' ಅಂತ. ಮಾದೇವಿ ಕೈಕಾಲಾನ ಸಗತಿ ಉಡುಗಿ ಹೋಗಿತ್ತು. ಆದರೂ ನಡ ನಡುವ ಗಂಡಗ ಬಿಡಿಸ್ಕೊಳ್ಳಕ್ಕ ಹೋಗುತ್ತಿದ್ದಳು. ಯಾಂವನೊ ಒಬ್ಬಾಂವ ಜೋರಾಗಿ ನುಗಸಿ ಕೊಟ್ಟಿದ್ದ. ಸುರತಿ ತಪ್ಪಿ ಬಿದ್ದಿದ್ದಳು. ಮತ್ತ, ಸುರತಿ ಬಂದಾಗ ಹೊತ್ತ ಹೊಂಟಿತ್ತು. ತಲಬಾಗಲ ಮ್ಯಾಲ ರಗತಾ ರಾಮಾರಡಿ ಆಗಿತ್ತು. ಗಂಡನ ಮೈಮಾರೀಗಿ ರಗತಾ ಹತ್ತಿದ್ರಿಂದ ಖೂನಾ ಸಿಗತಿರಲಿಲ್ಲ. ದಂಡಾ ಬಿದ್ದಿ ಜಾದಾಗ

ಸೇರಯಾಡ್ ಸೇರ ರಗತಾ ಚೆಲ್ಲಿತ್ತು. ರಗತಾ ನೋಡಲಕ್ಕ ಆಗಲಾರದಕ್ಕ ಮಾದೇವಿ ಕಣ್ಣಿಗಿ ಕತ್ತಲ ಬಂದು ಕುಸುದು ಬಿದ್ದಿದ್ದಳು...

'ವಿರೂಪಾಕ್ಷ ಆಟೆ ಪಡದ ಬಂದಿದ್ದ ಅಂವಾ ಹೋದ. ಈಗ ನೀ ಅರೇ ಇಲ್ಲೆ ಇದ್ದು ಮನಿಮಾರಿನ ನಿಗರಾಣಿ ಮಾಡವs' ಅಂತ ಮಾಂವ ಸಾಹೇಬಗೌಡ ಸಣ್ಣ ನೋವಿನ ದನಿಯೊಳಗೆ ಕೇಳಿದಕ 'ನಂದೇನದಾ ಅಂತ ಇಲ್ಲಿರಲ್ರಿ?' ಅಂದಿದ್ದಳು. 'ಅಧಂಗ ನಾವೆಲ್ಲ ನಿನಗ ಏನೂ ಆಗಂಗಿಲ್ಲೇನು?' ಅಂತ ಮರು ಸವಾಲ್ ಹಾಕಿದಾಗ ಬುಳು ಬುಳು ಅಂತ ಅತ್ತು ಏನೂ ಮಾತಾಡದೆ ಖೋಲಿ ಸೇರಿಕೊಂಡಿದ್ದಳು. ಅಮ್ಯಾಲ ಸಾಹೇಬಗೌಡ ಸೊಸಿಯ ಉಸಾಬರಿಗಿ ಹೋಗಿರಲಿಲ್ಲ. ಅಷ್ಟರೊಳಗೆ ಕಲಬುರ್ಗಿಯಿಂದ ಬಸ್ಲಿಂಗಪ್ಪ 'ಐದಾರರ ಸುಮಾರಿಗಿ ಊರಿಗಿ ಬರ್ತೀನಿ' ಅಂತ ಫೋನ್ ಮಾಡಿದಾಗ ಗೌಡುಗ ಒಂತುಸು ಧೈರ್ಯ ಬಂಧಂಗಾಗಿತ್ತು. ಆಳುಕಾಳುಗಳು ಒಬ್ಬೊಬ್ಬರೆ ಉಂಡು ಹೋಗತಿದ್ದಂಗೆ, ಬಸ್ಲಿಂಗಪ್ಪ, ಸಾಹೇಬಗೌಡ, ಯಶವಂತರಾಯಗೌಡ, ಶೇಖರ ಒಂದೇ ಪಂತ್ಯಾಗ ಕುಂತು ಉಂಡು ಕೈತೊಳೆದುಕೊಂಡೆದ್ರು.

ಬಸ್ಲಿಂಗಪ್ಪ, ಸಾಹೇಬಗೌಡ, ಯಶವಂತರಾಯ ಈ ಮೂವರು ಹಿರ್‍ಯಾರು ಮಾಡ್ಯಾದ ಖೋಲಿ ಸೇರಕೊಂಡ್ರು. ಶೇಖರ ತನ್ನ ಖೋಲಿಗಿ ಹೋದ. ಮೂರು ಹಗಲು ಮೂರು ರಾತ್ರಿ ತಲೆ ಕೆಡಿಸಿಕೊಂಡರೂ ವಿರೂಪಾಕ್ಷನ ಖೂನಿ ಹ್ಯಾಂಗಾಯಿತು ಅನ್ನುವ ಗುಟ್ಟ ನಿಚ್ಚಳ ಆಗಿರಲಿಲ್ಲ. ಸಾಹೇಬಗೌಡ ಶಾಬಾದಿ ಪೊಲೀಸ್ ಟೇಶನ್ನಿಗೆ ನೂರಾರು ಸರತಿ ಫೋನ್ ಮಾಡಿ 'ಯಾರು, ಏನು' ಅಂತ ಕೇಳಿದರೂ 'ಹುಡುಕಲಿಕ್ಕತ್ತೀವ್ರಿ ಸಹೇಬರs' ಅಂತನ್ನದು ಬಿಟ್ಟು ಮತ್ತೇನೂ ತಿಳಿದಿದರಲಿಲ್ಲ. ಬಸ್ಲಿಂಗಪ್ಪ ಸಾಹೇಬಗೌಡುನ ಎದುರಿನ ಖುರ್ಚ್ಯಾಗ ಕೈಕಟಗೊಂಡು ಕುಂತ. ಅವನ ಬಾಜೂದಾಗೆ ಕುಂತಿದ್ದ ಯಶವಂತರಾಯs ತನ್ನ 'ಮಗಳ ಮುಂದಿನ ಬಾಳವೆ ಹ್ಯಾಂಗ' ಅನ್ನಂಗಾಗಿ ತಲಿ ಬಗ್ಗಸಿ ನೆಲಾ ನೋಡ್ತಿದ್ದ. ಬಾಜೂಕಿನ ಖೋಲ್ಯಾಗ ಸರಸೋತಿ ಗೌಡತಿಯ ನೆಳ್ಳಾದನಿ ಕೇಳ್ತಿತ್ತು. ಮದಲೆ ಟಿ.ಬಿ.ಯಿಂದ ಸಣ್ಣಾಗಿ ಹೋಗಿದ್ದ ಆಕಿಗಿ ಹಿರಿ ಮಗನ ಖೂನಿ ನೆಲಾ ಹಿಡೆಂಗ ಮಾಡಿತ್ತು.

ಸಾಹೇಬಗೌಡಗ ಏನಾರs ಮಾತಾಡಬೇಕನಸ್ತು. 'ನಿಮ್ಮ ಮಗಳಿಗಿ ಇಲ್ಲೆ ಬಿಟ್ಟು ಹೋಗರಿ' ಅಂತ ಯಶವಂತರಾಯನ ಕಡಿಗಿ ನೋಡದೆ ಕೇಳಿದ. ತಲಿ ತೆಳಗ ಹಾಕಿದ್ದ ಯಶವಂತರಾಯಗೌಡ ಮ್ಯಾಲೆತ್ತಲಿಲ್ಲ. 'ನೀವ್ ಬಲಾ ನಿಮ್ಮ ಸೋಸಿ ಬಲಾ' ಅಂತಂದು ಖುರ್ಚಿ ಮ್ಯಾಳಿಂದ ಎದ್ದು ಖೋಲಿ ಹೊರಗ್ಹೋದ. ಮಾಡ್ಯಾದ ಕಟಾಂಜನದೊಳಗ ಬಂದು, ಗಳಿಗೊತ್ತು, ಸುತ್ತಾಮುತ್ತಾ, ಮ್ಯಾಲ ತೆಳಗs ಕಣ್ಣಾಡಿಸಿದ. ಸುತ್ತಲಿನ ಬಯ ಲೊಳಗ ಗವ್ವೆನ್ನುವ ಕತ್ತಲ ತುಂಬಿಕೊಂಡಿತ್ತು. ಮನಿಯೆದುರಿನ ಬೇಯಿನಗಿಡ ಆ ಕತ್ತಲ ದೊಳಗ ಕರಗಿ ಹೋಗಿ ಕರಿ ನೆಳ್ಳಿನಂಗ ಗೋಚರಿಸುತ್ತಿತ್ತು. ಖೋಲ್ಯಾಗ ಕುಂತ ಬಸ್ಲಿಂಗಪ್ಪ ಸಾಹೇಬಗೌಡ ಏನಾರs ಮಾತಾಡ್ತಾರೇನಂತ ಕಿಂವಿಕೊಟು ನಿಂತ. ಅವರು ತುಟಿ ಎರಡ ಮಾಡಲಿಲ್ಲ. ಸರಸೋತಿ ಗೌಡತಿ ನೆಳ್ಳವ ಶಬುದ, ಊರಾಗಿನ ನಾಯಿಗಳು ಬಗಳುವ ಸದ್ದು, ಮತ್ತಿನ್ಯಾವದೋ ಗಿಜಿಬಿಜಿಯೊಳಗ ಊರಂಬೋ ಊರು ಗವಿಯೊಳಗ ಸೇರ

ಕೊಂಡಂಗ ಅನಸ್ತು. ಹೀಂಗ ಏನೇನೋ ಅನಕೊಂಡ ಯಶವಂತರಾಯ ಮಾಡ್ಯಾದ ಸಿಡಿ ಇಳಿದು ಹೆಣ್ತಿ, ಮಗಳು ಉಳಕೊಂಡ ಖೋಲಿ ಸೇರಿದ.

ಯಶವಂತರಾಯ ಸರಳಾಗಿ ಜಾರಿಕೊಂಡಿದ್ದು ನೋಡಿ ಸಾಹೇಬಗೋಡುಗ ಕೆಡು ಕನಸ್ತು. ಬಸ್ಲಿಂಗಪ್ಪನಿಂದ ಒಂದ್ಮಾತ–ಹೇಳಿಸಿದರs ಕೇಳ್ತಾನಂತsನ ಆಶಾನೂ ಬಿಟ್ರ 'ಭಲೋ' ಅನಕೊಂಡ. 'ಪಾಪ! ಯಶವಂತರಾಯರೇ, ಏನ್ ಮಾಡುತಾನ? ಮಕ್ಕಳು ಮರಿ ಇಲ್ಲದ ಮಗಳೀಗಿ ಹ್ಯಾಂಗರೇ ಬಿಟ್ಟು ಹೋಗ್ಯಾನು.' 'ನನಗ ನೂರಾರ ಸಲ ಹೇಳಿದ:' ಗೌಡ್ರೆs ಕಾಲಾ, ಭಾಳಾ ನಾಜೂಕಾಗ್ಯಾವs ಊರಾನ ಮಂದಿ ಸಂಗಾಟ ಹಚ್ಗೊಂಡು, ಹೊಂದಕೊಂಡು ಹೋಗಲಕ್ಕs ವಿರೂಪಾಕ್ಷಗs ಹೇಳ್ರಿ. ಮನ್ಯಾಗ ಬಂಗಾರದಂತಾ ಹೆಣ್ತಿಗಿ ಬಿಟ್ಟು ಊರ ಹೆಂಗಸರs ಹಿಂದೆ ಬಿದ್ದು ತಬಾ ಮಾಡ್ಯಾನಂತ ಊರ್ಮಂದಿ ಆಡ್ಕೊಳ್ಳಲಕ್ಕತ್ತಾರ' ಅಂತಂದು. "ಖೋಡಿ ನಾ ಅರೆ, ಕಿಂವ್ಯಾಗ ಹಾಕೊಂಡ್ಯಾ?' ಎಂದು ತನ್ನ ಮ್ಯಾಲೇ ಸಿಟ್ಟ ಮಾಡಿಕೊಂಡ. ಬಸ್ಲಿಂಗಪ್ಪನ ಕಡಿಗಿ ದಿಟ್ಟಿಸಿದ. ಅಂವಾ ಇನ್ನಾ ಕೈಕಟಿಗೊಂಡು ಕುಂತು, ಚಿಂತಿಯೊಳಗ ಮುಳುಗಿದ್ದ. ಹೂಂ, ಈ ಬಸ್ಲಿಂಗಪ್ಪನೂ ಗಿಣಿಗಿ ಹೇಳಧಂಗ ತಿಳಿಸಿ ಹೇಳಿದ. 'ಮಗಾ ತಪ್ಪ ಮಾಡದರs ಬೈದು ಬುದ್ಧಿ ಕಲಸಬಾರದಾs?' ಅಂತ. ಶೇಖರಗ, ಹೊಡದು ಬೈದೇ ಕಲಿಸಿದ್ಯಾ? ಅಂವಾ ಓದಿ ಶಾಣ್ಯಾ ಆದನಲs. ಈ ತಾಯಿಗಂಡ ಉಡಾಳ ಆದರs ನಾಯೇನ್ ಮಾಡಲಿ? ಮ್ಯಾಟ್ರಿಕ್‌ನಾಗ ಮೂರು ಸಲ ಡುಮುಕಿ ಹೊಡೆದ. ಹೂಂ, ಇರಲಿ ಇವನಿಗಿ ವಿದ್ಯಾ ತಲೀಗಿ ಹತ್ತಾಲಾಗ್ಯಾದs ಮನಿದೇಖ್ ರೇಕಿ ನೋಡಕೊಂಡು ಇರ್ತಾನs ರಾಜಕಿದಾಗ ಮುಂದ ತಂದರಾಯಿತಂದ ಲೆಕ್ಕಾ ಹಾಕಿದ್ದೆ. ತನ್ನ ಬಾಯಾಗ ತಾನೇ ಮಣ್ಣಹಾಕಿಕೊಂಡ. ಬಸ್ಲಿಂಗಪ್ಪ ಹೇಳ್ಯಾನಂತ ಮಗನೀಗಿ ಬುದ್ಧಿ ಹೇಳಿದ್ದರ ಕೇಳ್ತಿದ್ದ ನಂತ ಏನ್ ಗ್ಯಾರಂಟಿ ಇತ್ತು. 'ನೀಯೇನ್ ಸುದ್ದ ಇದ್ದೀಯೋಯಪ್ಪ' ಅಂತ ಎದರ ವಾದಿಸಿದ್ದರ ನಂದೇನು ಉಳಿತಿತ್ತು?' ಹೀಂಗ ಸಾಹೇಬಗೌಡನ ತ್ಯಾಗ ಹಳೆಯ ವಿಚಾರ ಗಳು ಹರಿದಾಡಲಕತ್ತೀವು.

ವರ್ಷ ದೀಡ್ಡೋರ್ಷದ ಹಿಂದ ಇರಬೇಕು. ವಿರೂಪಾಕ್ಷಗ ಹಾದೀಗಿ ತರಬೇಕಂತ ಬುದ್ಧಿ ಹೇಳಬೇಕಂತನಕೊಂಡ ಸಾಹೇಬಗೌಡುಗ ಧೈರ್ಯ ಸಾಲಿರಲಿಲ್ಲ. ಕಡೀಗ ಬಸ್ಲಿಂಗಪ್ಪ ಮುಂದೆ ಮಾಡಿ ಹೇಳಿಸಿದ್ದ. ಯಾರೂ ಇರಲಾರದ ಯಾಳ್ಯಾ ನೋಡಕೊಂಡು ಬಸ್ಲಿಲಿಂಗಪ್ಪ ಹೀಂಗಿನ ಮಾತ ಹೀಂಗಪ್ಪ ಅಂತ ಕೇಳಿದ್ದಕ್ಕ ವಿರೂಪಾಕ್ಷಗೌಡ–'ಹೋಗರಿ ಹೋಗರಿ. ನನಗ ಬುದ್ಧಿ ಹೇಳಲಕ್ಕ ಬಂದಾರs ನಮ್ಮಪ್ಪಗ ಬುದ್ಧಿ ಹೇಳ್ತಲಾs. ಅಂವನ ಕತ ನಂಗೊತ್ತಿಲ್ಲಂತ ತಿಳಿದಿರೇನು?' ಅಂತ ಮಾರಿಗಿ ಹೊಡೆಧಂಗ ಹೇಳಿ ನೀರಿಳಿಸಿದ್ದ. ನಡೆದ ಹಕೀಕತ ಸಾಹೇಬಗೌಡಗ ಗೊತ್ತಾದರs ಎದಿ ಒಡಕೊಂಡು ಸಾಯಿತಾನಂತ ಬಸ್ಲಿಂಗಪ್ಪ– 'ಆಯಿತು ನಾ ಎಲ್ಲಾ ತಿಳಿಸಿ ಹೇಳಿನ್ರಿ' ಅಂತ ಸುಳ್ಳ ಹೇಳಿ ಪುಣ್ಯಾ ಕಟಗೊಂಡಿದ್ದ.

ಸರಸೋತಿ ಗೌಡ್ತಿ ಜಡಾ ಜಾಪತ್ತಂತ ಎಡಿಕೊಮ್ಮನೆಲಾ ಹೀಡಿತಿದ್ದರಿಂದ ಸಾಹೇಬ ಗೌಡುಗ 'ಏಕಪತ್ನಿ ವ್ರತಸ್ತ'ನಾಗಿರಲಿಕ್ಕ ಸಾಧ್ಯ ಆಗಿರಲಿಲ್ಲ ಅಂತ ಊರಾಗ ಗಾಳಿ ಸುದ್ದಿ

ಇತ್ತು. ಮನೀಗಿ ನೀರಾ ನಿಡಿ ಮಾಡಿಲಿಕ್ಕ ಬರ್ತಿದ್ದ ಗುರಗಳ್ಳಿ ಶಾಂಬಾಯಿ ಸಂಗಾಟ ಗೌಡ 'ಹನಾ' ಅಂತ ಕೆಲು ಮಂದಿ ಆಡಿಕೊಂಡರs ಬೆಂಗಳೂರಿನ್ಯಾಗ ಒಬ್ಬಾಕಿಗಿ 'ಇಟ್ಟಾರ' ಅಂತ ಮತ್ತಿನ್ಯಾರೋ ಕದ್ದs ಮುಚ್ಚಿ ಮಾತಾಡುತ್ತಿದ್ದರು. ಆದರs ಒಳಗಿನ 'ಹೂರಣ ಏನದಾs' ಅಂತ ಖಾಸಾ ದೋಸ್ತ ಬಸ್ಲಿಂಗಪ್ಪನಿಗೂ ತಿಳಿದಿರಲಿಲ್ಲ.

ಹೊಟ್ಯಾಗಿನ ಸಂಕಟ ಬಸ್ಲಿಂಗಪ್ಪನ ಎದುರ ಕಾರಕೊಂಡು ಖಾಲಿಯಾಗಬೇಕು. ಅಂತಂದು ಸಾಹೇಬಗೌಡ ಮಾತಿಗಿಳಿದ–'ಬಸ್ಲಿಂಗಾs ಈಗ ನನಗ ಹ್ಯಾಂಗ ಮಾಡಂತಿ? ಮನ್ಯಾಗ ನೋಡಿದರs, ರೋಗಿಷ್ಟ ಹೆಣ್ತಿ ಮಗಾ ಕಡಸ್ಗೊಂಡು ಸತ್ತ, ಸೊಸಿ ಬ್ಯಾರೆ ತೌರು ಮನೀಗಿ ಹೋಗ್ಲಕ್ಕ ತುದಿಗಾಲ ಮ್ಯಾಲ ನಿಂತಾಳ. ಅಂವಾ ಸಣ್ಣಾಂವs, ಇದ್ದ ನೌಕರಿ ಬಿಟ್ಟ ಬರ್ಲಕ್ಕs ತಯಾರಿಲ್ಲ. ಊರಾಗ ಕಾಟಗರು, ಕಬ್ಬಲಿಗೇರು, ಲಮಾಣೇರು ತಿರಗಿ ಬಿದ್ದಾರ. ಹೊಸ್ಮನಿ ದೇವಿಂದ್ರ್ಯಾಗ ರೊಕ್ಕದ ಸೊಕ್ಕ ಹೆಚ್ಚಾಗ್ಯಾದs ಹೊಲ್ಮಾದಗ ಮಂದೀಗಿ ನನ್ನೆದರs ಹಚ್ಚಿಡ್ಲಕ್ಕತ್ತಾನ. ಈ ವಯಸ್ಯಾಗ ಇದೆಲ್ಲಾ ನಾ ಹ್ಯಾಂಗ್s ಸಂಭಾಳಿಸಲಿ? ಎಲ್ಲಿಗಿ ಹೋಗಲಿ? ಮಗುಳನಾಗಾಯಿಯಿಂದ ನಮ್ಮ ಶೇಕಮ್ಮನ ಗಂಡಗ ತಂದು ಇಟ್ಗೊಳ್ಳೇನು? ಹಾಂ ನೀ ಅರೇ ಇಲ್ಲಿ ಬಂದು ನನ್ನ ಸಂಗಾಟ ಉಳ್ಯಾಂವs? ನಿನಗ ನಿನ್ನ ಹೆಣ್ತಿ ಮಕ್ಕಳ ಜುಮ್ಮಾರೇ ಭಾಳ ಆಗ್ಯಾದ...' ಅಂತಂದು ಮಾತು ನಿಂದರಿಸಿದ. ಬಸ್ಲಿಂಗಪ್ಪ ಏನ್ ಹೇಳ್ಯಾನು ಅಂತ. ಅಂವನ ಮಾರಿ ಕಡೀಗಿ ಮಿಕಿ ಮಿಕಿ ನೋಡಿದ. ಬಸ್ಲಿಂಗಪ್ಪನಿಗೆ ಏನು ಹೇಳಬೇಕು, ಹ್ಯಾಂಗ ಬಗೆಹರಿಸಬೇಕು ಅಂತನ್ನದು ಹೊಳೆದಿರಲಿಲ್ಲ. ಆದರೂ ಭಾಳ ಗಂಭೀರವಾಗಿ 'ಅಂಥಂಗ ಗೌಡ್ರೆs ನಾ ಹೇಳಥಂಗs' ಅಂತಂದ. ಸಾಹೇಬಗೌಡುಗ ನಿಧಿ ಸಿಕ್ಕಂಗಾಗಿ ತರಾತುರಿ ಯೊಳಗ 'ಏನ್ ಹೇಳ್ತಿ ಹೇಳೋ ಬಸ್ಲಿಂಗ ನನಗs ಸಾಕ್ ಸಾಕಾಗಿ ಹೋಗ್ಯಾದ. ಖರೆ ಹೇಳಬೇಕಂದ್ರ, ಎಲ್ಲಿ ನನಗೂ ಕಡದು ಬಿಡ್ತಾರೋ ಅಂತನಸಲಕ್ಕತ್ತಾದ. ಇಷ್ಟ ದಿನಾ ನೀ ಹೇಳಿದ್ದು ಒಂದನೂ ಕೇಳಲಿಲ್ಲ. ಆದರs ಇವತ್ತ ನೀ ಏನ್ ಹೇಳ್ತಿ ಹೇಳು. ನನಗ ಕಣ್ಣೀಗಿ ಕಣ್ಣು ಹತ್ತಲಾಗ್ಯಾದ' ಎಂದು ಕಣ್ಣುತುದಿ ಮ್ಯಾಲ ಕುಂತ ನೀರ ಹನೀಗಿ ಒರಸ್ಗೊಂಡ. ಬಸ್ಲಿಂಗಪ್ಪ ಏನೋ ಗುಟ್ಟಿನ ಮಾತು ಹೇಳವನಂಗs ಖುರ್ಚಿ ಮುಂದಕ್ಕ ಎಳಕೊಂಡ. ಮಾರಿ ತುಂಬಾ ಹುಲುಸಾಗಿ ಬೆಳೆದ ಗಡ್ಡದ ಮ್ಯಾಲ ಒಮ್ಮೆ ಕೈ ಆಡಿಸಿ ಸಾಹೇಬಗೌಡನ ಮಾರಿ ನೋಡಿದ. ಗಂಟಲ ನರಾ ಉಬ್ಬಿಸಿಕೊಂಡಿದ್ದವು. ಕಣ್ಣ ಕೆಂಪಗಾಗಿ, ಕಣ್ಣಾಗಿನ ನೀರು ಹೊರಗ ಬರಲು ತಡಪಡಿಸುವಂತಿತ್ತು. 'ಪಾಪ, ಹುದಲಾಗ ಸಿಕ್ಕವನಿಗಿ ನಾ ಹ್ಯಾಂಗ್ ಎತ್ತಲಕs ಆಗ್ತದೆ? ಮದಲ ಅಂವಾ ಮನಸ್ ಮಾಡಬೇಕು' ಅನಕೊಂಡ. ಗೌಡುನ ಕುತೂಹಲ ತಡಿಲಿಲ್ಲ–'ಅದೇನ್ ಹೇಳ್ತಿಹೇಳೋ ಮಾರಾಯ, ಒಟ್ಟ ನೀ ಮಾತಾಡು. ನೀ ಮಾತಾಡಲಿಲ್ಲಂದರs ನನ ತಲಿ ಕೆಟ್ಟು ಹೋಗ್ತದ' ಅಂತ ಅಂಗಾಲಾಚಿದ. ಬಾಜೂಕಿನ ಖೋಲ್ಯಾಗ ಸರಸೋತಿ ಗೌಡ್ತಿ ನೆಳ್ಳಾ ಧನಿ ಯಾವಾಗಲೂ ನಿಂತು ಹೋಗಿತ್ತು. ಅಲ್ಲೊಂದು ಇಲ್ಲೊಂದು ಬೀದಿ ನಾಯಿ ಬಗುಳುವ ಸದ್ದು ಬಿಟ್ರ ಮತ್ತ್ಯಾವುದರ ಉಲು ಇದ್ದಿರಲಿಲ್ಲ. ಆ ನಡುರಾತ್ರಿಯೊಳಗ 'ಗುರು ಶಿಷ್ಯರು' ಎದುರಾ ಬದರಾ ಕುಂತು ಬದುಕಿನ ಕಾಲಾತೀತ ಪ್ರಶ್ನೆಗಳಿಗೆ ಉತ್ತರಾ ಹುಡುಕುತ್ತಿದ್ದಾರೇನೋ ಎನ್ನುವಂತಾ 'ಸನ್ನಿವೇಶ' ಏರ್ಪಟ್ಟಿತ್ತು.

'ಏನ್ ಹೇಳ್ತಿ ಗೌಡ್ರೆ. ನೀವೂ ಸೊಸಲಿಷ್ಟರ ಸಾವಾಸದಾಗ ಇದ್ದವರು. ಆಗಿನ ಮುಖ್ಯ ಮಂತ್ರಿ ಲ್ಯಾಂಡ್ ಸೀಲಿಂಗ್ ಆ್ಯಕ್ಟ್ ತಂದಾಗ ಅದಕ್ಕ ಸಪೋರ್ಟ್ ಮಾಡಿದವರು...' ಮುಂದೆ ಏನೋ ಹೇಳಬೇಕಂದ ಬಸ್ಲಿಂಗಪ್ಪ ಯಾಕೋ ತಡೆದ. ಸಾಹೇಬಗೌಡುನ ಮಾರಿ ಏಕದಂ ಕಪ್ಪಿಟ್ಟಿತ್ತು. ಸೋತ ದನಿಯೊಳಗೆ 'ಯಾಕೋ ಬಸಲಿಂಗ, ನನ್ನ ಫಜೀತಿ ನೋಡಿ ನಿನಗೂ ಚ್ಯಾಷ್ಟಿ ಮಾಡಬೇಕನಸ್ತೇನು? ಸೋಸಲಿಷ್ಟರ ಸಾವಾಸದಾಗ ಹಾಕಿದವನೇ ನೀನು. ಆಮ್ಯಾಲ ಪಾರ್ಟಿ ಎಂಥದೇ ಇರಲಿ, ಸಿ.ಎಂ. ಪ್ರಗತಿಪರರು ಅಂತ ಭೇಟಿ ಮಾಡಿಸ್ದಿ. ಸಿ.ಎಂ. ಅವರಿಗಿ ನನಮ್ಯಾಲ ವಿಶ್ವಾಸ ಮೂಡಿ ಎಂ.ಎಲ್.ಸಿ. ಮಾಡಿದರು. ಸೋಸಲಿಷ್ಟರ ಭಾಷಣ, ಲ್ಯಾಂಡ್ ಸೀಲಿಂಗ್ ಆ್ಯಕ್ಟ್, ನನಗ ಯಾವುದೂ ಬೇಕಾಗಿರಲಿಲ್ಲ ಅಂತನದು ನಿಂಗೊತ್ತಿಲ್ಲೇನು?' ಅಂತ ಕೇಳಿದ. 'ಛೆ! ಛೆ! ಗೌಡ್ರೆ ನನಗ ತಪ್ಪ ತಿಳಿಕೊಂಡ್ರಿ. ನಾ ಹ್ಯಾಂಗ ಚ್ಯಾಷ್ಟಿ ಮಾಡತೀನಿ. ವಿರೂಪಾಕ್ಷನ ಸಾವs ನಿಮಗ ಹಣ್ಣಗಾತಿ ನೀರಗಾಯಿ ಮಾಡ್ಯಾದಂತ ನನಗ ತಿಳಿದಾದ. ಅಂವನೀಗಿ ಯಾರು ಕೊಲ್ಲಿಸಿದರು ಅಂತನದು ನಿಮಗರೆ, ಖಾತ್ರಿ ಅದಾsನs ಅದು ಇಲ್ಲ. ಹ್ಞೂಂ ಏನಾಗಾದು ಆಗಿ ಹೋಯಿತು. ಅದೆಲ್ಲಾ ನಮ್ಮ ಕೈ ಮೀರಿದ ಮಾತು. ನಾ ಏನಂತೀನಂದರs ಈಗ ನಿಮಗೂ ವಯಸ್ಸಾಗಕ್ಕ ಬಂತು. ಊರಾಗಿನ ಪಾಲಿಟಿಕ್ಸ್ ತಗೊಂಡು ಏನ್ಮಾಡ್ತೀರಿ? 'ಅಂವಾ ಹಾಂಗs ಇಂವಾ ಹೀಂಗs' ಅಂತ ಯಾಕ್ ಗುದ್ದಾಡ್ತೀರಿ? ನಿಮಗೇಟು ಬೇಕೋ ಅಷ್ಟು ಇಟಗೊಂಡು ಉಳಿದ ನಿಮ್ಮ ಆಸ್ತಿಪಾಸ್ತಿ ಮರೆಪ್ಪನಂತಾ ಬಡು ಬಗ್ಗರಿಗೆ ಹಂಚಿರಿ. ವೈನಿ, ನೀವು ಕಲಬುರ್ಗಿಗಿ ಬಂದು ಇರ್ರಿ. ಹರಾ ಶಿವಾ ಅಂತ ಹೋದರಾಯಿತು' ಎಂದು ಹೇಳಬೇಕನಿಸಿದ್ದು ಹೇಳಿ ಗಪ್ಪಾಗಿ ಕುಂತ. ಬಸ್ಲಿಂಗಪ್ಪನ ಮಾತು ಕೇಳಿ ಸಾಹೇಬಗೌಡಗ ನಗಬೇಕೋ ಅಳಬೇಕೋ ಒಂದೂ ಹೊಳಿ ಲಿಲ್ಲ–'ಈ ಬಸ್ಲಿಂಗಪ್ಪ ಯಾವಾಗಲೂ ಸಾಧ್ಯ ಆಗಲಾರದs ಮಾತೇ ಹೇಳ್ತಾನಂತನಸ್ತು.'

ಹಿಂದೊಮ್ಮೆ ಹಿಂಗೇ ಹೇಳಿದ್ದ: ಬಸ್ಲಿಂಗಪ್ಪ ಹೇಳಿದ ರೀತಿ ನೋಡಿ, ಸಾಹೇಬಗೌಡಗ ಖರೇನೆ ಖರೆ ಹೊಲಾ ಮನಿಬಡು ಬಗ್ಗರಿಗಿ ಧಾನಾ ಮಾಡಿ ಬಿಡಬೇಕು ಅಂತನಿಸಿತ್ತು. ಆದರs ಅಪ್ಪ ಫಕೀರಪ್ಪ ಅಡ್ಡಬಾಯಿ ಹಾಕಿ 'ಆ ಬಸಲಿಂಗನ ಮಾತ ಕೇಳಿ ಬೀದಿ ಪಾಲಾಗಬ್ಯಾಡ. ಕೈಯಾಗಿದ್ದ ಆಸ್ತಿ ಕಳಕೊಂಡ್ರs ನಿನಗ ಈ ಊರಾಗ ಕಿಮ್ಮತ್ತ ಸಿಗತಾ ದೇನು? ನಿನ್ನ ಬದುಕ ನಾಯಿಗಿಂತಲೂ ಕಡಿ ಆಗ್ತದs ನೋಡು' ಎಂದು ತಿಳುವಳಿಕಿ ಹೇಳಿದ್ದ. ಅಪ್ಪ–ಬಸ್ಲಿಂಗಪ್ಪರ ಮಾತ, ತೂಗಿ ನೋಡಿದರs ಯಾಕೋ ಅಪ್ಪನ ಮಾತೇ ಹೆಚ್ಚ ವಾಜಮಿ ಕಂಡಿತ್ತು. 'ಲ್ಯಾಂಡ್ ಸೀಲಿಂಗ್ ಆ್ಯಕ್ಟ್' ಅಸೆಂಬ್ಲ್ಯಾಗ ಮಂಡಸ್ತಾರಂತ ತಿಳಿದ ಮರು ದಿನಾನೆ ಊರಿಗಿ ಬಂದು, ದೋ ನಡಿಸೇ ಕೂರಿಗಿ ಜಮೀನಿನ ಪಟ್ಟಾ ಹೆಣ್ತಿ, ಮಕ್ಕಳು, ಬೀಗರು ಬಿದ್ರ, ಹೆಸರಿಗಿ ಬದಲಾಯಿಸಿ ಹೋಗಿದ್ದ. ವಿಧಾನ ಪರಿಷತ್ತಿನೊಳಗ ಲ್ಯಾಂಡ್ ಸೀಲಿಂಗ್ ಬಿಲ್ಲೀಗಿ ಸಪೋರ್ಟ್ ಮಾಡಿ ಸಿ.ಎಂ. ಅವರಿಂದ 'ಶಹಬ್ಬಾಷ" ಅನಿಸಿ ಕೊಂಡಿದ್ದ.

'ನೀ ಹೇಳಿಧಂಗ ಮಾಡಲಕs ನನ್ನಿಂದ ಸಾಧ್ಯ ಇಲ್ಲ' ಅಂತ ಹೇಳಬೇಕನಕೊಂಡ ಸಾಹೇಬಗೌಡ 'ಬಸ್ಲಿಂಗ, ನಾ ಒಬ್ಬಾಂವ ಜಮೀನ ಹಂಚಿದರs ಈ ಲೋಕದ ಬಡತನ

ಹಿಂಗತಾದs?' ಅಂತ ಮರು ಸವಾಲ್ ಹಾಕಿದ. ಮಾತೀಗಿ ಮಾತ್ ಬೆಳೆಸದರಾಗs ಫಾಯಿದೆ ಇಲ್ಲಂತನಿಸಿ ಬಸ್ಲಿಂಗಪ್ಪ–ಆಯಿತು ನಿಮಗ ಹ್ಯಾಂಗ ಮಾಡಬೇಕನಸ್ತದೋ ಹಾಂಗ್ ಮಾಡ್ರಿ, ಆದರs ಊರಾಗ ನಾಕ್ಮಂದೀಗ ಹಚ್ಗೊಂಡಿರಿ. ಜಗಳಾ ಜೂಟಿ ಛೊಲೋ ಅಲ್ಲನಸ್ತದ ಸತ್ತ ಮ್ಯಾಲ ಸಂಗಾಟ ಬರಂಗದಾs?' ಅಂದ, ಗೌಡ, ತಾ ಹೇಳಿದ್ದೇ ಕೇಳಬೇಕು ಹೇಳಿಧಂಗ ನಡಿಬೇಕಂತ ಬಸ್ಲಿಂಗಪ್ಪ ಎಂದೂ ಅನಕೊಂಡವಲ್ಲ. ಹಿಂಗಾಗಿ ಗೌಡನ ಮರು ಸವಾಲ್ ದಿಗಿಲು ಹುಟ್ಟಿಸಲಿಲ್ಲ.

ಬಸ್ಲಿಂಗಪ್ಪನ ಸಂಗಾಟ ಮನಸ್ ಬಿಚ್ಚಿ ಮಾತಾಡಿದಕs ಸಾಹೇಬಗೌಡುಗ ಸೊಲಪು ಸಮಾಧಾನ ಅನಸ್ತು. ಆದರ ನಾಳೀಗಿ ಹೊತ್ತೊಂಟ್ರs ದುತ್ತಂತ ಎದರಾಗುವ ಬದುಕಿಗಿ ಹ್ಯಾಂಗ್ ಮಾಡಲಿ? ಅನ್ನುವ ಕೊರಗ ಮಾತ್ರ ಕಳೆದುಹೋಗಲಿಲ್ಲ. 'ನೀ ಏನೇ ಅನ್ನು ಬಸಲಿಂಗ, ಈಕಿಕಡಿ ಈ ಕಾಟಗ ಮಂದೀಗಿ, ಹೊಲ ಮಾದ್ಗರೀಗಿ, ತಲಿಮ್ಯಾಲ ಖೋಡ್ ಬಂದಾವ ಸುಮ್ಮಸುಮ್ಮನೆ ಕಾಲ ಕೆದರಿ ಜಗಳಾ ತಗಿತಾವ,' ಅಂತಂದು ತನ್ನ ಇಪ್ಪತ್ತು ವರುಷದ ಹಳಿ ಮಾತೀಗಿ ಧೂಳ ಜಾಡಿಸಿ ಬಸ್ಲಿಂಗಪ್ಪನ ಎದುರ ಇಟ್ಟ. ಅರವತ್ತು ವರುಷ ಕಳೆದರೂ ಸಾಹೇಬಗೌಡುನ ಗೌಡಕಿ ನಿಶ್ಯಾ ಇಳೀಲಿಲ್ಲಲs ಅಂತ ಕೆಟ್ಟನಿಸಿ 'ಗೌಡ್ರs, ಕೆಳ ಮಂಧ್ಯಾಗ ಕೆಟ್ಟವರೇ ಇಲ್ಲಂತ ನಾ ಹೇಳಂಗಿಲ್ಲ. ಆದರs ಅಲ್ಲಿರೊರೆಲ್ಲ ಕೆಟ್ಟವರು ಅಂತನ್ನs ಮಾತ ನಾ ಒಪ್ಪಾಂಗಿಲ್ಲ. ಒಂದ್ ಮತ್ ಹೇಳ್ತೀನಿ ತಪ್ಪ ತಿಳ್ಕೊಬ್ಯಾಡ್ರಿ. ಎಲ್ಲ ಕಾಲಕ್ಕs ನಿಮ್ಮ ನಿಮ್ಮ ಮಾತೆ ನಡೀಬೇಕಂತ ಯಾಕ ಅನಕೊತೀರಿ? ಕಾಲ ಬದಲಾಗ್ಯಾದ. ಅವರು ಈಗ ಹ್ಯಾಂಗ್ ಇರಬೇಕೋ ಹಂಗೆs ಹರಾs, ಆದರs ನೀವು ಭಾಳ ಹಿಂದ ಉಳದೀರಿ ಆನಸ್ತದ' ಎಂದು ಸಿಡುಕಿನಿಂದ ಜವಾಬ್ ಕೊಟ್ಟ. ಸಾಹೇಬಗೌಡ ಎಲ್ಲಿ ಸಿಟ್ಟು ಮಾಡ್ಕೋತಾನೇನೋ ಅಂತಂದು ಬಸ್ಲಿಂಗಪ್ಪ ಅಂವನ ಮಾರಿ ದಿಟ್ಟಿಸಿದ. ಅಂವಾ ತಲಿ ಕೆಳಗ ಹಾಕಿ ಬಸ್ಲಿಂಗಪ್ಪ ಆಡಿದ ಮಾತ ಖರೇನೋ, ಸುಳ್ಳೋ ಅಂತ ತೂಗಿ ನೋಡುತ್ತಿದ್ದ. ಬಸ್ಲಿಂಗಪ್ಪನ ಮಾತ ಕೇಳ್ತಿದ್ದರ ಸಾಹೇಬಗೌಡುಗ ಬಾಳ ಛಂದದಂತ ಅನಸ್ತಿತ್ತು. 'ಇಂವಾ ಹೇಳಾ ಮಾತೆಲ್ಲ ಖರೆ ಅದs, ಆದರs ಈ ಊರಾಗಿನ ಬೇರೆ ಕಿತ್ಗೊಂಡು ನಿಚ್ಚ ಬತಲೆ ಆಗಿ ನಿಂದರಂದರs ಹ್ಯಾಂಗ್ ಆಗ್ತದ? ನನ್ನಂತವ್ನಿಗಿ ಹ್ಯಾಂಗ್ ಸಾಧ್ಯ ಆಗ್ತದs?' ಅಂತ ಮನಸ್‌ನ್ಯಾಗೇ ಮತ್ತ ಮತ್ತ ಕೇಳಕೊಂಡ. ಆ ಎರಡು ಮುದಿ ಜೀವಗಳು ಎದುರ ಬದರಿನ ದಿಕ್ಕಿನ್ಯಾಗ ನಿಂತು ಮನುಷ್ಯ ಸಂಕಟವನ್ನೊಳಗೊಂಡ ಬದುಕಿನ ತಿಪ್ಪಿ ಕೆದುರುತ್ತಾ ಹೋದವು. ಒಂದೂ ಬಗಿಹರಿಯಲಿಲ್ಲ.

ಹೊತ್ತ ಹೊಂಡ್ರs ಮಾರೀಗಿ ಆ ಇಬ್ಬರೀಗೂ ಸೊಲಪು ಜಂಪು ಹತ್ತಿತ್ತು. ಆ ಜಂಪ ನ್ಯಾಗ ಸಾಹೇಬಗೌಡುಗ ಏನೋ ನೋಡಿಧಂಗ ಓಡ್ಯಾಡಿಧಂಗಾಯಿತು; ಊರ ಮುಂದಿನ ಹೊಲದಾಗಿನ ಹುಣಚಿ ಗಿಡದ ಕೆಳಗ ದೊಡ್ಡದೊಂದು ಜನ ಜಾತ್ರಿ ನೆರದಾದ. ಹಾಂಗ್ ನೋಡಿದರs ಅದು ಗೌರಿ ಹುಣ್ಣಿ ದಿನಾ ನಡೆಯುವ ಬಸವಣ್ಣ ದೇವರ ಅಗ್ಗಿ ಜಾತ್ರಿಯಂಗೆ ಕಾಣಸ್ತಿತ್ತು. ಹುಣಚಿ ಗಿಡದ ಕಟ್ಟಿನಿಂದ ಸೊಲುಪ ಮುಂದಕತs ದೊಡ್ಡದೊಂದು ಅಗ್ಗಿ ಕುಂಡಾ ನಿಗಿ ನಿಗಿಸಲಕ್ಕತ್ತಾದ. 'ಬಸವೇಸೂರ ಮಾರಾಜಕೀ ಜೈ, ಸಿನಿಂಗೇಸೂರ

ಮಾರಾಜಕಿ ಜೈ ಅಂತ ಪುರೋಹಿತರು, ಪಾಲಕಿ ಹೊತ್ತವರು, ಬಕುತಾದಿಗಳು ಜೈ ಜೈ ಕಾರ ಹಾಕುತ್ತಾ ಕೆಂಡದುಂಡೆಗಳ ಪರವಾ ಮಾಡದೆ ಲುಟು ಲುಟು ಹೆಜ್ಜಿ ಇಟ್ಟು ಅಗ್ಗಿ ದಾಟಿದರು.

ಬಸ್ಲಿಂಗಪ್ಪ, ಮರಪ್ಪ ನಿರಾಯಸವಾಗಿ ಅಗ್ಗಿ ದಾಟಿ ಅಚ್ಚಿ ಕಡಿ ಹೋಗಿ ನಿಂತಾರ. ಹೆಣ್ತಿ ಮಕ್ಕಳು, ಬೀಗರು ಬದ್ರಿಗ್ಗಿ, ಆ ಗಜಿಬಿಜಿಯೊಳಗs ಹುಡುಕ್ಯಾಡಿದ. ಯಾರ್ಯಾರೂ ಕಣ್ಣೀಗಿ ಬೀಳಲಿಲ್ಲ. ಇನ್ನೇನು ಎಲ್ಲsರಂಗ ತಾನು ಅಗ್ಗಿ ಹಾಯಿಬೇಕಂತನದರೊಳಗೇ ನೆರೆದ ಜನ ಜಾತ್ರಿ ಮಟಾ ಮಾಯ ಆಯಿತು. ಬಸವಣ್ಣ ದೇವರ ಅಗ್ಗಿ ಕುಂಡಾ ಅಂಬೋದು ಕಾಗೀಣಾ ನದಿಯೋಟು ಬೆಳಕೋಂತು ಹೋಯಿತು. ನಿಗಿ ನಿಗಿ ಬೆಂಕಿ ಕೆಂಡಾ ಕಾಗೀಣಾ ನದಿ ಹರಿ ಧಂಗ ಹರಲಿಕ್ಕತ್ತಿತು. ಅಚ್ಚಿ ದಂಡೀಗಿ ನಿಂತ ಬಸ್ಲಿಂಗ ಒಂದೇ ಸಮಾ ಕರಿಲಿಕ್ಕತ್ತಾನ. ಸಾಹೇಬಗೌಡ, ಅಗ್ಗಿ ಹಾಯಿಬೇಕಂತಾನ ಧೈರ್ಯಾ ಸಾಲುವಲ್ದು. 'ಕೆರಿಯಮ್ಮ ದೇವಿ ಈ ಬೆಂಕಿ ಹ್ಯಾಂಗ್ ಧಾಟಲಿ? ಬೆಂಕಿ ಹೋಗಿ ನೀರಾಗಬಾರದs ಈಸsರೆ, ಬೀಳ್ತೀನಿ' ಅಂತ ಗೋಗರೆದ. ನಿಗಿನಿಗಿ ಕೆಂಡದ ನದಿ ಹರೀತಾ ಇತ್ತು. ಬೆನ್ನ ಹಿಂದೆ ಜಳಾ ಬಡಿಧಂಗನಸ್ತು ಹೊಳ್ಳಿ ನೋಡಿದ. ಹುಣಚಿ ಗಿಡಕ ಬೆಂಕಿ ಹತ್ತಿ 'ಧನ್ ಧನ್' ಉರಿಲಿಕ್ಕತ್ತಾದ. 'ಎಲಾ ಇವನs ಹಸಿ ಹುಣಚಿ ಗಿಡಕ್ಕೆ ಬೆಂಕಿ ಹತ್ತಾದಂದರೇನು' ಅಂತನಕೊಂಡು ಗಾಬರ್‍ಯಾದ, ಏನೋ 'ಹೋ, ಹಾ,' ಗೌಳಿ ಕೇಳಸ್ತು, ಸದ್ದ ಬಂದ ಕಡಿ ಕಣ್ಣ ಹಾಯಿಸಿದ. ಉರಿಯುವ ಕೊಳ್ಳಿ ಹಿಡಕೊಂಡು ನೂರಾರ ಮಂದಿ ಇಂವನ ಕಡೀಗಿ ಹೊಂಟಾರ. ಎದಿ ಝಲ್ ಅಂತು.

ಯಾರಿರಬೇಕು ಅಂತ ದಿಟ್ಟಿಸಿದ. ಆ ಗುಂಪನ್ಯಾಗ ಹೊಸ್ಮನಿ ದೇವಿಂದ್ರನ ಮಾರಿ ಕಂಡಂಗಾಯಿತು. ಹಾಂ ಅಂತ ದಿಗಿಲು ಬಿದ್ದವರಂಗ ನೆಳ್ಳಿದ. ಗೌಡನ ಕಣ್ಣ ಎದುರಿನ ಚಿತ್ರಾ ಮಸಕ್ ಮಸಕ್ ಇತ್ತು. ಅವರ ಕೈಯಾಗ ಇದ್ದಿದ್ದು ಕೊಡಲಿಯೋ, ಬಡಗಿಯೋ, ಒಂದೂ ನಿಚ್ಚಳವಾಗಿ ಕಾಣಲಿಲ್ಲ. ಕೊಳ್ಳಿ ಹಿಡಿದ ಮಂದಿ ದಂಡ ಸನೀಪ ಬಂಧಂಗನಸ್ತು. ಎಂತಾ ಸನೀಪ ಅಂದರೂs ಕೂಗಳತಿ ದೂರದಾಗೆ ಇತ್ತು.

ಅವರ ಬಲಗೈಯಾಗ ಏನ್ ಹಿಡಕೊಂಡಿರಬೇಕು ಅಂತ, ದಂಡಿನ ಕಡಿ ಮತ್ತೊಮ್ಮೆs ನೋಡದ; ಒಮ್ಮೆ ಕೊಡಲಿ, ಬಡಗಿ, ಕುಡಗೋಲ, ಕಂಡಂಗಾಯಿತು. ಎದಿ ದಸ್ ಅಂತು.

ಇನ್ನೊಮ್ಮೆ ಹೂವಿನಹಾರs ಕಂಡಂಗನಿಸಿ ಕಣ್ಣುತಿಕ್ಕೊಂಡ. ಗೌಳಿ ಗದ್ದಲ ಜಾಸ್ತಿ ಆಗಿ ಕಿಂವಿ ಗಡಚಿಕ್ಕಿತೆ ಹೊರತು ಅಲ್ಲಿಯ ಚಿತ್ರ, ನಿಚ್ಚಳ ಆಗಲೇ ಇಲ್ಲ, ಬಸ್ಲಿಂಗಪ್ಪನ ದನಿ ಸಣ್ಣ ಆಯಿತು. ಹಿಂದ ಕೊಳ್ಳಿ ಹಿಡಿದ ಮಂದಿ ಮುಂದ ಬೆಂಕಿ ಹೊಳಿ, ಸಾಹೇಬಗೌಡುನ ಕಾಲಾನ ಕಸುವ ಉಡುಗಿ ಹೋಧಂಗಾಗಿ ನೆಲದ ಮ್ಯಾಲ ಕುಂದರಬೇಕನಸ್ತು, ಆದರ ಕೂಡಲಿಲ್ಲ. ನಿಂತಲ್ಲೆ 'ಯವ್ವಾ, ಯಪ್ಪಾ ದೇವರೆ' ಅಂತ ಕೆಟ್ಟ ದನಿಯೊಳಗ ನೆಳ್ಳಕ್ಕ ಸುರು ಮಾಡಿದs...

'ಇಕಾ ಗೌಡ್ರೆs ಎಚ್ಚರಾಗರೀs, ಇಗಾs ಏಳ್ರಿಲ್ಲಿ, ಎದ್ದೇಳ್ರಿ'–ಎಂದು ಮೈಮುಟ್ಟಿ ಎಬ್ಬಿಸಿದಾಗ ಸಾಹೇಬಗೌಡ ಬುದುಂಗನೇ ಎದ್ದು ಕುಂತು ಕಣ್ಣು ಪಿಲಕಿಸಿದ. ಎದುರು

ಬಸ್ಲಿಂಗಪ್ಪ ನಿಂತಿದ್ದ-ಕೈಹಿಡಿದು '...ಕನಸ್ ಗಿನಸ ಬಿತ್ತೇನ್ರಿ?' ಅಂತ ಕೇಳಿದ. ಭಯ ತುಂಬಿದ ಮಾರಿ ಬಸ್ಲಿಂಗಪ್ಪನ ಕಡೆ ತಿರುಗಿಸಿ ಹೌದು ಎನ್ನುವಂಗ ತಲಿ ಅಳಿಗ್ಯಾಡಿಸಿದ. ಗೌಡನ ಕೈ, ಕಾಲ ಮಾರಿ, ಮೈ ಥರ ಥರ ನಡುಗುತ್ತಿತ್ತು. ಕಿಡಕಿಯಿಂದ ಒಳ ನುಗ್ಗುತ್ತಿದ್ದ ಬಾಲ ಸೂರಿಯಾನ ಬೆಳಕಿನ ಕಿರಣಗಳು ಗೌಡುನ ಕಣ್ಣು ಕುಕ್ಕಿಸಿದ್ದರಿಂದ ಮಾರೀಗಿ ಅಡ್ಡಾಗಿ ಕೈಹಿಡಕೊಂಡು, ಕಣ್ಣುಮುಚ್ಚಿ ತಲಿ ಬಗ್ಗಿಸಿದ.

'ಯಶವಂತರಾಯ, ಹೆಣ್ತಿ ಮಗಳ ಜತೀಗಿ ಊರೀಗಿ ಹೋಗಲಕ್ಕs ತಯಾರಾಗಿ ನಿಂತಾನ. ಕೆಳಗs ಹೋಗಾಮಿ ನಡ್ರಿs' ಅಂತ ಬಸ್ಲಿಂಗಪ್ಪ ಗಡಿ ಬಿಡಿ ಮಾಡಿದಕs 'ಆಯಿತು' ಅಂತ ತಲಿದೂಗಿ ಎದ್ದ ನಿದರಲsಕs ಕೈಯಾಸರs ಕೇಳಿದ. ಬಸ್ಲಿಂಗಪ್ಪನ ಕೈಹಿಡಕೊಂಡು ಕೆಳಗ ಬಂದ. ಅಂಗಳದಾಗ ಅವರಿ ಹೂವಿನ ಬಣ್ಣದ ಎಳೀ ಬಿಸಲ ಚೆಲ್ಲಿತ್ತು. ಬೇಯಿನ ಗಿಡದ ಮ್ಯಾಗ ಕುಂತ ಹಕ್ಕಿಪಕ್ಕಿಗಳು ಹೊಸ ದಿನದ ಬದುಕೀಗಿ ತಯಾರಿ ನಡೆಸಿದ್ದವು. ಮಾದೇವಿ, ಯಶವಂತರಾಯಗೌಡ ಮತ್ತ ಅಂವನ ಹೆಣ್ತಿ; ಶೇಖರ, ಕಣ್ಣಾಗ ನೀರು ತುಂಬಿಕೊಂಡು ನಿಂತಿದ್ದರು. ಅವರ ಸುತ್ತಮುತ್ತ ಆಳುಕಾಳುಗಳು ಜಮಾಯಿಸಿ ದುಃಖ ಮಿಶ್ರಿತ ಬೆರಗಿನಿಂದ ಕಣ್ಣು ಮಿಟುಕಿಸುತ್ತಿದ್ದರು. ಜಮಾಯಿಸಿದ ಜನ ಜಂಗುಳಿ ಎದುರಾ ಗುತ್ತಲೇ ಸಾಹೇಬಗೌಡುನ ಕುತಗಿ ನರಗಳು ಬಿಗಿದುಕೊಂಡವು. ದುಃಖ ಉಮ್ಮಳಿಸಿ ಬಂತು. ಧೋತರ ಚುಂಗೀಲೇ ಮಾರಿ ಮುಚ್ಗೊಂಡು ಬಿಕ್ಕಳಿಸುತ್ತಲೇ, ನಿಂತ ನೆಲದ ಮ್ಯಾಗ ಕುಸಿದ. ಅಲ್ಲೇ ನಿಂತಿದ್ದ ಬಸ್ಲಿಂಗಪ್ಪ, ಮರೆಪ್ಪ, ಶೇಖರಮ ದಡ ಬಡಸಿ ಬಂದು, ಗೌಡುನ ರಟ್ಟಿ ಹಿಡಿದು, ಖೋಲ್ಯಾಗ ಕರಕೊಂಡು ಹೋಗಿ ಕುರ್ಚಿ ಮ್ಯಾಗ ಕುಂಡರಿಸಿದರು. ಕಣ್ಣೊಳಗೆ ನೀರು ತುಂಬಿಕೊಂಡಿದ್ದ ಮರೆಪ್ಪ ಸಮಾಧಾನ ಮಾಡುತ್ತಲೇ ಹೋದ...

ಯಶವಂತರಾಯನ ಪರಿವಾರ ಮುಂದಕ ಹೆಜ್ಜೆ ಇಟ್ಟಿತು.

(೧೯೯೭)

*

೩೬. ಹೊಸ ಅಂಗಿ

ಕಲಿಗಣನಾಥ ಗುಡದೂರು

ತೊಟ್ಟು ಎಷ್ಟು ವರುಷ ಆಗಿತ್ತೊ... ಯಾವ ಕಾಲವಾಗಿತ್ತೊ? ಕರ್‍ರಗ ಕಿಮಟ ಮೆತ್ತಿದ್ದ, ಬಣ್ಣ-ಬಣ್ಣದ ತೇಪೆ ಹಾಕಿದ್ದರೂ..... ಅದೇ ಜಾಗದಲ್ಲೆ ಹರಿದ ಮಂಡತೋಳಿನ ಅಂಗಿಯಲ್ಲಿ ಯಲ್ಲನ ತೆಳ್ಳನೆಯ ಕಪ್ಪಾನು ಮೈ ಕಾಣಿಸುತ್ತಿದ್ದರೂ ಲೆಕ್ಕಿಸದೆ ಹೊಸದೆಂಬಂತೆ ಪಟ-ಪಟನೆ ಜಾಡಿಸಿಕೊಂಡ. ಅದೆಂಥಾ ಕೆಟ್ಟ ಧೂಳಿನ ವಾಸ್ನಿ ಮೂಗಿಗಿ 'ಘಂ' ಅಂತ ಬಂದ್ರೂ 'ಥೂ' ಎನ್ನದೆ ಬಲಗೈಯ ತೋಳಿಗೆ ಇಳಿಬಿಟ್ಟಿದ್ದ ಜೋಳಿಗೆಯಲ್ಲಿ ಕೈಯಾಡಿಸಿದ. ನಿನ್ನೆ ದಿವುಸ ಭಿಕ್ಷೆ ಬೇಡಿ ತಂದಿದ್ದ ಹಳಸಿದ ಅನ್ನ-ರೊಟ್ಟಿ, ಕೊಳೆತ ಹಣ್ಣು-ಹಂಪಲು ಎಲ್ಲವೂ ಗಿಜಿ-ಗಿಜಿಯಾಗಿ ಜೋಳಿಗಿ ತಳಕ್ಕ ಜಿಬಿ-ಜಿಬಿಯಾಗಿ ಮೆತ್ತಿದ್ದುದನ್ನೆ ಕೆದರಿದ. ಒಂದಗುಳು ಸಮೇತ ಕೈಗೆ ಅಮರದಿದ್ದರೂ ಹಸಿಯಾಗಿದ್ದ ತನ್ನ ಬೆರಳುಗಳನ್ನೆ ಒಣಗುತ್ತಿದ್ದ ಬಾಯಿಯಲ್ಲಿಟ್ಟು 'ಚಪ್-ಚಪ್' ಅಂತ ಜಿಬುಕಿದ. ಹೊಟ್ಟೆ ಒಂದೇ ಸವುನೆ ಚುರ್‍ರುಗುಡುತ್ತಿತ್ತು...

ನಡುವಿನ ಸಡಿಲಾದ ಚೊಣ್ಣದ ಬೊಕ್ಕಣದಲ್ಲಿ ಕೈಹಾಕಿದ. ಅದು ಬೊಕ್ಕಣ ದಾಟಿ ಇನ್ನೆಲ್ಲಿಗೊ ಹೋದಾಗ..... ಹಾವೋ-ಚೇಳೋ-ಹಲ್ಲಿಯನ್ನೋ ಮುಟ್ಟಿದಂತೆ ಮುಸುಕ್ಕನ ಹಿಂದಕ್ಕೆ ತಕ್ಕಂಡು ಒಂದು ನಮೂನಿ ತನ್ನಷ್ಟಕ್ಕ ಮೆಲ್ಲ ನಕ್ಕ. ಹೋದ ವಾರದಿಂದ ದಿನಾ ಅದೇಟು ರೊಕ್ಕ ಭಿಕ್ಷೆ ಬಂದಿರ್‍ತಾದೊ ಅದನ್ನ ಇವತ್ತೊ-ನಾಳ್ಯೊ ಹೊತಗಂಡು ಬೀಳೊ ಗುಡಿಸಿಲಿ ಒಳಗ ಇಡಲಿಲ್ಲ! ಒಂದು ಹಳೆ ಗೋಣಿಚೀಲಾನ ತಲಿಮ್ಯಾಲ ಹಾಕ್ಕೆಂಡು ಮೆಲ್ಲ ಹೊರ್‍ಗ ಬಂದು ಅಂಗಳದಾಗ ಜಾಲಿಗಿಡದ ಸಮಿ-ಸಮೀಪ ಸರ-ಸರ ಒಂದು ಚೂಪಾನು ಕೊರಿಗಲ್ಲಿನಿಂದ ಸಣ್ಣದು ತೆಗ್ಗು ತೋಡಿ, ಸುತ್ತ-ಮುತ್ತ ನೋಡುತ್ತಾ ಯಾರೂ ನೋಡದ್ದನ್ನು ಖಚಿತ ಪಡಿಸಿಕೊಂಡು ಅದರಾಗಿಟ್ಟು ಅಂಗೈಗಳಿಂದ ದಪ್-ದಪ್ ಅಂತ ಸಾಪಾಗಿ ಬಡಿದಿದ್ದ. ನಾಳಿ ಬರಾ ಉಗಾದಿಗಿ ಕಲರು-ಕಲರು ಡಿಸೈನಿನ ಹೊಸ ಅಂಗಿ ತಗಬೇಕು. ತಾನೂ ಎಲ್ಲಾ ಹುಡುಗರಗತೆ ಕುಣೀಬೇಕು. ಅವರ ಕುಡ ರೇಲುಗಾಡಿ ಮಾಡಿ ಆಡಬೇಕು... ಒಂದು ಮೊಳದುದ್ದದ ಸೂರ್ಯಪಾನದ ಒಣಕಟಿಗಿ ತಗಂಡು ಸ್ಟೇರಿಂಗ್ ಮಾಡಿ ಹಿಡಕಂಡು 'ಬುರ್-ಬುರ್' ಅಂತ ನಡೆಸೊ ಡ್ರೈವರ್ ಆಗ್ಬೇಕು.... ಎಲ್ಲಾ ಹುಡುಗರು ತನ್ನ ಹೊಸ ಅಂಗಿ ಚುಂಗು ಹಿಡಿದು ತನ್ನ ಹಿಂದ ಓಡೋಡಿ ಬರಬೇಕು... "ಪೊಂವ್-ಪೊಂವ್" ಅಂತ ಶಿಳ್ಳು ಹೊಡಕಂತ 'ಸುಂಞ...ಸುಂಞ' ಅಂತ ಊರಾಗಿನ ಎಲ್ಲಾ ಓಣಿಗಳನ್ನ ಸುತ್ತಬೇಕು... ಏನೇನೊ ಕನಸುಕಾಣುತ್ತಿದ್ದ ಯಲ್ಲನಿಗೆ, ಡಾಂಬರ್ ರೋಡಿನ ಮ್ಯಾಗ 'ಬೆಸ್' ಅಂತ ಬಂದ ಪಟ್-ಪಟ್ ಗಾಡಿ ಶಬುದಕ್ಕೆ ಎಲ್ಲಾ ಮರೆತಂತಾಗಿ ಗಡ-

ಗಡ ನಡುಗಿದ... ಯಲ್ಲನೆಂಬ ಪೀಚಲು ಪಿರಾಣಿಯನ್ನು ತಮ್ಮ ಬಂಧು-ಬಳಗಂತ ತಿಳಿದಿದ್ದ ಎರಡು ಹಂದಿಗಳು 'ಕಿರ್ರ್-ಕುಂಯಿ' ಗುಟ್ಟುತ್ತಾ ಮೊಣಕಾಲುಗಳಲ್ಲಿ ಜಾಗ ವಿದೆಯೆಂದು ಮೂತಿ ತೂರಿಸಿದವು. ಯಲ್ಲ ಹೌಹಾರಿ ದಿಗ್ಗನೆ ಎದ್ದು ಕಾಲುಗಳನ್ನು ಅಗಲವಿಟ್ಟು ಹಂದಿಗಳ ಕರಿಹರಿದ. ರೋಡಿನ ಮ್ಯಾಗ ದಿಟ್ಟಿಸಿ ನೋಡುತ್ತಾ ರೋಡಿನ ಮ್ಯಾಗ ಬಂದು ಕಾಲಿಗ್ಹತ್ತಿದ್ದ 'ತಣ್ಣನೆ ಬೆಂಕಿ'ಯನ್ನು ಗಸ-ಗಸ ತಿಕ್ಕಿ ಒರೆಸಿದ. ಕಾಲುಗಳು ಮುಂದಕ್ಕೆ ಹೆಜ್ಜೆ ಇಡುತ್ತಿದ್ದಂತೆಯೇ ನೆನಪುಗಳು ಹಿಂದಕ್ಕೆ-ಹಿಂದಕ್ಕೆ ಕರೆದೊಯ್ದವು....

ಅವ್ವ ಈಗೇನು ಮಾಡ್ತಿರ್‍ಬೋದು? ಮತ್ತೇನು ಮಾಡ್ತಾಳ.... ಹಂಗ ಉಪ್ವಾಸ ಮಕ್ಕಂಡಿರಬೇಕು. ಎರಡ್ಮೂರು ದಿನ ಆದ್ವು ಒಂತುತ್ತು ಉಂಡಿಲ್ಲ! ಮಕ್ಕಂಡಲ್ಲೆ ಮಕ್ಕಂಡಾಳ. ಅದೇಟು ದೂರ ಹೋದ್ರೂ ಒಂದು ಪೆಂಡಿ ಈಚಲ ಗರಿ ಸಿಗವಲ್ದು. ಅದು ಸಿಕ್ರ ಏನಿನ ಕೆಲಸ-ಬಗಸಿ ನಡಿತೈತಿ. ಎಲ್ಲಿಂದನ ಈಚಲಗರಿ ತಂದು ಚಾಪಿ ಹೆಣದ್ರೂ... ಯಾರನ ತಗಂಡ್ರ ಬೇಸು. ಒಂದೆಲ್ಡು ಚಾಪಿ ಮಾರಾಕ ಹತ್ತೆಂಟು ಊರು-ಉದ್ಮಾನ ಸುತ್‌ಬೇಕು. ಅವ್ವ ಆವಾಗಿನಗತೆ ಗಟ್ಟಿಮುಟ್ಟಿಲ್ಲ.... ನೂಕಿಸಿದರ ಬೀಳಂಗ ಅದಾಳ. ಅವೇಸು ಮಕ್ಕಳನ್ನ ಹಡಿದಿದ್ಲೊ ಏನ್ ಕಥಿಯೊ! ಎಷ್ಟು ಸತ್ವೊ... ಉಳಿದಿರೋರು? ಬಾಯಿಯಿಂದ ಒಂದು.... ಎರಡು... ಮೂರು ಅನ್ನುತ್ತಾ ಬಲಗೈಯ ಬೆರಳುಗಳನ್ನು ತಲೆಗೆ ತಿಕ್ಕಿಕೊಳ್ಳುತ್ತಾ ಮಡಿಸುತ್ತಾ.... 'ಇನ್ನಾ ಐದು ಮಂದಿ ಉಳಿದೀವಿ' ಅಂದುಕೊಂಡ. ಅವ್ವ ಮತ್ತೆ ಬಚುರಾಗ್ಯಾಳ! 'ಯವ್ವೊ.. ಯವ್ವಂಗೆ.... ಇವ್ರೋಸು ಮಂದಿ ತಮ್ಮನೋರು-ತಂಗೇರು, ದೊಡ್ಡೋರಾದ್ರ ಅವ್ರಿಗೆ ಉಂಬಾಕ.. ತಿಂಬಾಕ.... ಬಟ್ಟೆ-ಬರೆ ಹೆಂಗಬೆ?' ಅಂತ ತೊದಲುತ್ತಾ ತಮ್ಮವ್ವನನ್ನು ಕೇಳಿದ್ದ ಮಾತನ್ನು ಗೇನಿಸಿಕೊಂಡ. ಅವ್ವ ಇದಕ್ಕ, 'ಯಾಕಲೊ ನನಹಾಟ್ಯಾ... ದೊಡ್- ದೊಡ್ ಮಾತಾಡ್ತಿಯೇನಲೊ? ದೇವ್ರು ಕೊಟ್ರ ನಾವೇನು ಬ್ಯಾಡ ಅನಕಾಗುತ್ತೇನು? ಹುಟ್ಟಿಸಿದ ಸಿವ ಪರಮಾತುಮ ಹುಲ್ಲು ಮೇಸ್ತಾನೇನು....! ನೀ ಬೇಕಾದ್ರ ದೊಡ್ಡೋನು ಆದಮ್ಯಾಲ ಮದಿ ಆಗಲಾರ್ದ ಹಂಗ ಸನ್ನೇಸಿ ಆಗಿ ಇರವಂತಿ'-ಸಿಟ್ಟಿನಿಂದ ಅಂದ್ರೂ, ಸರಕ್ಕನೆ ತನ್ನ ಗಲ್ಲ ಮ್ಯಾಕ ಎತ್ತಿ ತನ್ನೆರಡು ಕೈಗಳ ಬೆರಳುಗಳನ್ನ ಯಲ್ಲನ ಗಲ್ಲಕ್ಕೆ ಒತ್ತಿ ತನ್ನ ತಲೆಗೆ 'ಚಟರ್ರ್-ಚಟರ್ರ್' ಅಂತ ನೆಟಗಿ ಮುರಿದುಕೊಂಡಳು. "ನಿನ್ ಬುದ್ಧಿ ನಿಮ್ಮಪ್ಪ ಗಿಲ್ಲಲೋ ಎಪ್ಪಾ... ಬಡ ಮಕ್ಳಪ ನಾವು. ನಮ್ಗ ಅವೇಸು ಮಂದಿ ಇದ್ರೂ ಕಡಿಮಿನೇ... ದುಡಿಬೇಕು ಮಗಾ... ನೀವರ ಹುಟ್ಟಿ ದುಡಿತೀರಿ ಅಂತ ಕಣ್ಣಾಗ ಜೀಂವ ಹಿಡಕಂಡು ಕುಂತೀನಿ... ಇನ್ನಾ ಒಂದೆರಡು ವರ್ಷ ಓಗ್ಲಿ.... ನಿನ್ನನ್ನ ದುರ್ಗಾಕ್ಯಾಂಪಿನ ಬಿಜ್ಜವಾಡ ದೋರ ಮನ್ಯಾಗ ದುಡ್ಯಾಕ ಬುಟ್ಟು ಬರ್ತೀನಿ..." ಮತ್ತೆ ಅದೆಲ್ಲಿಲ್ಲದ ಪಿರೂತಿ.... 'ಬತ್ತಿದ ಹಳ್ಳದಾಗ, ಒರತಿ ತೋಡಿದಾಗ ಒತ್ತೊತ್ತಿ ಬರುವ ನೀರ ಸೆಲೆಯಂತೆ' ಉಕ್ಕಿ ಲೊಚಲೊಚನೆ ಮುತ್ತುಕೊಟ್ಟಾಗ ಯಲ್ಲಗ ಅದೇಟು ಹೊಟ್ಟೆ ಹಸಿದಿದ್ರೂ ತಣ್ಣಗ ಆಗಿ ತುಂಬಿ ಬುಡ್ತಿತ್ತು! ಯಲ್ಲ ಒಳಗೊಳಗ ದೇವ್ರನ್ನ ಬೈಯ್ದುಕೊಳ್ಳುತ್ತಾ ಹಲ್ಲು ಕಿರಿದ. ಆದ್ರೆ ದೇವ್ರಿಗೆ ಹಂಗ ಬೈದ್ರ... ತನ್ನ ಕಣ್ಣು-ಕಾಲು-ಕೈ ಹೋದ್ರ! 'ತಪ್ಪಾತೆಪ್ಪೊ ಸಿವುನೆ... ಇನ್ನೊಮ್ಮೆ ಅನಂಗಿಲ್ಲ' ಅಂತ ಅನಕೊಂತ ನಿಂತು ಎರಡೂ ಕೈಯಿಂದ ಕಪಾಳಕ್ಕ ತಪ-ತಪ ಬಡಿದುಕೊಂಡ....

"ಲೇ ಕಳ್‌ಸೂಳ್ಯಾಮಕ್ಕ...... ಮುಂಜಾನೆದ್ದು ಕುಡ್ಲೆ ಬಂದ್ ಬುಡ್ತೀರಲ್ಲ... ನಿಮಗ ದಗದ–ಬಗಸಿ ಇರ್ಲಿಕ್ಕಂದ್ರೂ.... ನಮ್ಗನೂ ಇಲ್ಲಾಂತ ಮಾಡೀರೇನು? ದಿನಾ ಒಂದೊಂದು ಹೊಸ ಹೊಸ ಆಟ ತಕ್ಕಂಡು ಬಂದ್‌ಬುಡ್ತಾರ..." ಬಟ್ಟೆ ಅಂಗಡಿಯೊಂದರ ಮಾಲೀಕನೆಂಬೊ ಬಿಳಿ ಜುಬ್ಬಾ–ಪೈಜಾಮುಧಾರಿ ತೆಕ್ಕೆಗಾನಿಕೊಂಡೆ ಒದರಿದಾಗ.. ಯಲ್ಲ ಸಟಕ್ಕನ ಮಿಟಗಿ ಬಿದ್ದ. ತಾನಿನ್ನ 'ಯಪ್ಪಾ....ಯಣ್ಣಾನ ನೀಡ್ರಿ... ಹಾಕ್ರಿ' ಅಂದಿಲ್ಲ–ಏನಿಲ್ಲ..... ಒಮ್ಮಿಂದೊಮ್ಮೆಗೆ ಬಂದ್‌ಬುಡ್ತಾರಲ್ಲ ಈ ದೊಡ್ ಮಂದಿ!–ಮನಸ್ಸಿನಲ್ಲೆ ಅಂದುಕೊಳ್ಳುತ್ತಾ ಗೋಣು ಮ್ಯಾಕೆತ್ತಿ ಪಿಳಿ–ಪಿಳಿ ಕಣ್ಣುಬುಟ್ಟ. ಅಂಗಡಿ ಮುಂದ ಹ್ಯಾಂಗರಿಗೆ ಸಿಗೆಹಾಕಿದ್ದ ಕಲರು–ಕಲರು ಡಿಸೈನಿನ ಹೊಸ–ಹೊಸ ಅಂಗಿ, ಚೊಣ್ಣ ಒಂದಕ್ಕಿಂತ ಮತ್ತೊಂದು ಮಿರಿ–ಮಿರಿ ಮಿಂಚ್ತಿದ್ವು... ಆ ನೀಲಿ ಕಲರಿನ ಅಂಗಿ ತನ್ಗ ಒಪ್ಪುತ್ತೊ... ಹರಿಷಿಣ ಬಣ್ಣದ ಗೀರು–ಗೀರು ಡಿಸೈನಿನ ಅಂಗಿ ಒಪ್ಪುತ್ತೊ? ಇಲ್ಲಾ ಹುಲಿ ಬಣ್ಣದ ಪಟ್ಟೆ–ಪಟ್ಟೆ ಅಂಗಿ ಒಪ್ಪುತ್ತೊ.. ಕಣ್ಣಲ್ಲೆ ಅಳತೆ ಮಾಡಿಕೊಳ್ಳುತ್ತಾ.... ಹೊಸ ಅಂಗಿ ತೊಟ್ಟುಕೊಂಡವನಂತೆ ತೊಟ್ಟ ಅಂಗಿಯನ್ನೇ ಸವುರಿದ. ತೋಳು ಕಾಲರು ಬೊಕ್ಕಣ ಕೆಳಗಿನ ದಡಿ.... ಎಲ್ಲಾ ಮುಟ್ಟಿ–ಮುಟ್ಟಿ ನೋಡಿಕೊಂಡ.... ಆ ಹುಲಿ ಬಣ್ಣದ ಪಟ್ಟೆ–ಪಟ್ಟೆ ಅಂಗಿ ತನ್ಗ ಒಪ್ಪುತ್ತ...

"ಅಲಲೆ... ಏನ್ ನೋಡ್ತಿ ಮುಂದಕ್ಕ ಹೋಗು... ಮುಂದಕ್ಕ.... ಒಂದ್ಸಲ ಹೇಳಿದ್ರ......" ಮಾಲಿಕ ಮತ್ತೊಮ್ಮೆ ಕುಂತಲ್ಲಿಂದ ಜಬರಿಸಿದ. ಯಲ್ಲ ಉಗುಳು ನುಂಗುತ್ತಾ, ಅಂಜುತ್ತಲೆ.... "ಅ...ಅ...ಅಲ್ರಿ...ಈ ಹುಲಿ ಬಣ್ಣದು ಅಂಗಿ ಏಟಕ್ಕ ಬರ್ತದ್ರಿ ಸಾಬರ್ರ...?" ತೊದಲುತ್ತಾ ಕೇಳಿದ.

"ಥೂ ನಿನ ಮಾರಿ ನಾಡ.... ಸುಮ್ಕ ಬಿಕ್ಷಾ ಬೇಡೋದು ಬುಟ್ಟು ಅಂಗಿ ರೇಟು ಏನ್ ಕೇಳ್ತಿ... ನಿನ್ನಿಂದೇನು ತಗಳ್ಳಾಕ ಆಗುತ್ತಲೆ ಮಣ್ಣು?" ಮಾಲಿಕನಿಗೂ ಹೆಂಗನ ಮಾಡಿ ಮುಂದಕ್ಕ ಕಳಿಸಿದ್ರಾಯ್ತು.... ಮುಂಜೇನಿ–ಮುಂಜೇನಿನ ಇಂಥಾ ಉದ್ರಿ ಗಿರಾಕಿ ಸಿಕ್ರ ಹೆಂಗ ಅಂತ ತಿಳ್ದು... "ತಗಳಲೆ ಈ ರೊಕ್ಕ.... ತಗಂಡು ಹಾಳಾಗಿ ಹೋಗು..." ಎಂದು ತಾತ–ಮುತ್ತಾತರ ಕಾಲದ್ದೆಂಬಂತೆ ಕಾಣುತ್ತಿದ್ದ ಗಲ್ಲಾಪೆಟ್ಟಿಗಿ ಮ್ಯಾಲ ಇಟ್ಟಿದ್ದ ನಾಕಾಣಿಯನ್ನ ಕುಂತಲ್ಲಿಂದಲೆ ಚಿಮ್ಮಿದ.

ಕೆಳಗೆ ಬಿದ್ದ ರೊಕ್ಕವನ್ನು ಕೈಯಲ್ಲಿ ಹಿಡಿದುಕೊಂಡು ಹಾಗೇ ನಿಂತಿದ್ದನ್ನು ನೋಡಿ, ಇವ್ನೇನು ಕಾಡಾಕ ಹತ್ಯಾನಫ ಶನಿಮಾತುಮ ಅಂತ "ಲೇ ಹುಡುಗಾ, ಮುಂದ್ಕ ಹೋಗ್ತ್ಯಾ ಇಲ್ಲೊ ನಾನ ಕುತ್ಗಿ ಹಿಡ್ದು ನೂಕಂದ್ಯಾ? ಆ ಅಂಗೀನ ನೀನೇನು ತಗಳ್ತಿಯಲೆ? ಇಪ್ಪತ್ತೈದು ರೂಪಾಯಿ ತಗಂಬಾ.... ಆವಾಗ ತಂಗಡು ನೋಡಿಕೆಂತ ನಿಂದ್ರವಂತಿ" ಬಟ್ಟೆ ಅಳತೆ ಮಾಡೊ ಮೀಟರ್ ಪಟ್ಟಿಯಿಂದ ಬಡಿಯಾಕಂತ ಕೈ ಮ್ಯಾಲ ಎತ್ತಿದ.

ಯಲ್ಲ ಆ ಹುಲಿ ಬಣ್ಣದ ಪಟ್ಟೆ–ಪಟ್ಟೆ ಅಂಗಿಯನ್ನೇ ನೋಡುತ್ತಾ ಮುಂದಕ್ಕೆ ಹೊರಟ. ಮೊನ್ನಿಲಿಂದನ ಹೊಸ ಟಾಕೀಜಿನಲ್ಲಿ ಅದ್ಯಾವುದೋ ಸಿನೇಮು ಬಾಳ ಭರ್ಜರಿಯಾಗಿ ನಡಿಯಾಕ ಹತ್ತೈತಿ. ಸುತ್ತ–ಮುತ್ತ ನಿಂತ ಮಂದಿಯಿಂದ ಕೇಳಿ ತಿಳಿದುಕೊಂಡಿದ್ದ. ಆ ಹುಲಿಬಣ್ಣದ ಅಂಗಿ ತಾನು ತೊಟ್‌ಕೊಂಡ್ರ ಸೇಮ್–ಸೇಮ್ ರವಿಚಂದ್ರನ್‌ಗತೆ ಕಾಣ್ಸೋದು!

ಮನಸ್ಸಿನಲ್ಲೆ ಲೆಕ್ಕ ಹಾಕುತ್ತಿದ್ದ. ಅವ್ವಗನಾಗ್ಲಿ–ಅಪ್ಪಗನಾಗ್ಲಿ ಹೇಳಿ ಇಧ ಅಂಗೀನ ತರ್ಸಬೇಕು. ಹ್ಯಾಂಗಾನೂ ಚಿಲ್ರ ರೊಕ್ಕ ಕೂಡಿಸಿಟ್ಟೇನಿ. ಅದು ಏಟಾಗ್ಯೆತೊ ಏನೋ? ತಲೆ ತುರಿಸಿಕೊಂಡ. ಅವ್ವಗ ಎಲ್ಲಿ ನಡಿಯಾಕ ಬರುತ್ತ! ಅದೆ ಸೊರಗಿ–ಸೊರಗಿ ಕಡ್ಡಿಯಾಂಗ ಆಗ್ಯಾಳ. ಇವತ್ತು ಸಾಯ್ತಾಳೊ... ನಾಳೆ ಸಾಯ್ತಾಳೊ ಅಂಬಂಗ ಆಗ್ಯಾಳ....

ಥೂ ನಿನ್ನ... ನನ್ನ ಬಾಯಾಗನ ಕರೆಹುಳ ಬೀಳ್ಲಿ... ಅವ್ವ ಯಾಕ ಸಾಯ್ಬೇಕು.... ನಮುನ್ನ ಅದೇಟು ಚೆಂದ ನೋಡಿಕೆಂತೈತಿ... ಅವ್ವ ಇನ್ನಾ ಇರ್ಬೇಕು. ಸಾಯ್ಬಾರ್ದು; ಅಪ್ಪ ಸಾಯ್ಲಿ. ಕೋಡಿ ಅಪ್ಪ ಒಂದಿನನs ದುಡಿಲಿಲ್ಲ–ದುಕ್ಕು ಬಡಿಲಿಲ್ಲ! ಅವ್ವಗ ತೊಡಾಕ ಒಂದು ಹರಕು ಸೀರಿ–ಕುಬುಸ ಬುಟ್ರ ಮತ್ತೇನು ಅಧ...ನಮ್ ಸಲುವಾಗಿ ಅದೇಟು ಕಟ್ಟ ಪಟ್ಟು ದುಡಿತಾಳ... ಆಕಿ ದುಡುದು ತಂದ ರೊಕ್ಕ ಅಲ್ದ, ನಾನು ಭಿಕ್ಷೆ ಬೇಡಿಕೊಂಡು ತಂದದ್ದು ಮೊದ್ಲು ಮಾಡಿ ಎಲ್ಲಾ ಬಳಕೊಂಡು ಹೋಗಿ ಇಸಪೀಟು ಓಸಿ ಆಡ್ತಾನ... ಮ್ಯಾಲ ಕಂಠದ ಮಟ ಸರಾಯಿ ಕುಡ್ದು ಸುಮ್ನೆ ಬಂದು 'ಉಣ್ಣಾಕ ನೀಡು' ಅನ್ನಾತ. ಪಾಪ, ಅವ್ವ ಅದೆಲ್ಲಿಂದ ತರ್ಬೇಕು? ಬಡಿಸಿಗೆಂಡು ಬೈಸಿಗೆಂಡು ಎಲುಬು ಮುರಿಸಿಗೆಂಡು ತುಟಿ ಪಿಟಿಕ್ ಅನ್ನಲಾರ್ದ ಬಾಯಾಗ ಕಲ್ಲು ಹಾಕ್ಕೆಂಡು ಮುದುರಿ ಕುಂತುಬುಡ್ತಾಳ!

ಯಾರಿಗಿ ಕೊಡದು ಯಾಕ... ನಾನs ಉಗಾದಿ ಹಬ್ಬ ಮುಂಚೇಕ ಹೋಗಿ ಅಧ ಅಂಗಿ ತರ್ತೀನಿ... ಜೋಳಿಗಿ ಸರೀಗಿ ಮಾಡಿಕೊಂಡು ತೊಟ್ಟ ಅಂಗಿಯನ್ನೆಲ್ಲಾ ಸವುರಾಡಿದ.

"ತಗಳಲೆ ಇದುನ್ನ... ಜೋಳಿಗಿ ಒಡ್ಡು"–ಕಿರಾಣಿ ಅಂಗಡಿಯ ಹಣಿಮ್ಯಾಲ ಹರಿನಾಮ ಬರೆದುಕೊಂಡಿದ್ದ ಗಾಂಧಿ ಟೋಪಿ ಹಾಕಿದ್ದ ಮಾಲೀಕ, ಯಲ್ಲ ತಮ್ಮ ಅಂಗಡಿ ಮುಂದ ನಿಂತ ಕೂಡ್ಲೆ ಎದ್ದು ಒಂದ್ ಹಿಡಿ ಪುಡಿ ಬೆಲ್ಲ ಹಿಡಕಂಡು ನೀಡಾಕಂತ ಬಂದ. ಯಲ್ಲನಿಗೆ ಅದ್ಯಾಕೊ ಬೆಲ್ಲ ಬೇಡವೆನಿಸಿತು. "ಅಲ್ರಿ ಯಪ್ಪಾ.... ಒಂದ್ ಪಾವಲಿ ರೊಕ್ಕಾ ಕೊಡ್ರಿ... ನಿಮ್ ಕಾಲಿಗಿ ಬೀಳ್ತೀನಿ" ಬೆನ್ನು ಬಗ್ಗಿಸಿ ಮಾಲೀಕನ ಬೆಳ್ಳನು ಕಾಲು ಮುಟ್ಟಾಕಂತ ಹೋದ. ಆತ "ಹತ್ಯಿ... ಉಷ್ಯ..." ಬೆಕ್ಕೊ–ನಾಯಿಗೊ ಅನ್ನುವಂತೆ ಅನ್ನುತ್ತಾ ಹಿಂದಕ್ಕೆ ಸರಿದು "ಹ್ಹೆ ರಾಮ್! ತೋಡಾ ಹಿಂದಕ್ಕ ಸರೀಲೇ! ತಿನ್ನಾಕ ಬ್ಯಾರೆ, ರೊಕ್ಕ ಬ್ಯಾರೆ ಕೊಡ್ಬೇಕನಲೆ? ಇಲ್ಲೇನು ನಿಮ್ಮಪ್ಪಂದು ಗಂಟು–ಗಿಂಟು ಇಟ್ಟಿರೇನಲೇ?" ಅಂದಾಗ ಯಲ್ಲ ಕೈಯೊಡ್ಡಿ ಬೆಲ್ಲ ಇಸ್ಗಂಡು ಜೋಳಿಗ್ಯಾಗ ಹಾಕಿಕೊಂಡ. ಅಂಗೈಗಿ ಹತ್ತಿದ್ದ ಬೆಲ್ಲಾನ ನಾಲಿಗಿ ಚಾಚಿ ನೆಕ್ಕಿದ... ಕೈಗೆ ಹತ್ತಿದ ಜೊಲ್ಲನ್ನ ಚೊಣ್ಣಕ್ಕ ವರೆಸಿಕೊಂಡ. ಚೊಣ್ಣ ಸರಕ್ಕನ ಉಚ್ಚಿ ನೆಲಕ್ಕ ಬಿತ್ತು. ಯಲ್ಲ ಹೌಹಾರಿ ಬಾಯಿ ತೆರಕೊಂಡು ಸುತ್ತಮುತ್ತ ಅಡ್ಡಾಡೋ ಮಂದೀನ ನೋಡಿದ... ಎಲ್ಲಿ ಮಂದಿ ಹೊರ್ಗ ಬಿದ್ದ ತನ್ನ ಸಾಮಾನು ನೋಡಿ ನಕ್ಕುಬುಡ್ತಾರೊ ಅಂತ ಚೊಣ್ಣ ಏರಿಸಿಗೊಂಡು ಎಡಗೈಲಿ ಗಟ್ಯಾಗಿ ಹಿಡಕೊಂಡ. ಒತ್ತಾ ಬಂಡಿಮ್ಯಾಲ ಮ್ಯಾರೊ ಹಣ್ಣಿನ ವ್ಯಾಪಾರದವರು, ಖಾರ–ಸ್ವೀಟು ಮಾರೋರತಲ್ಲಿ ನಿಂತು ಅವ್ರು ಕೊಟ್ಟ ಕೊಳೆತ ಹಣ್ಣುಹಂಪ್ಲ, ಸ್ಯಾರಿ ಮುಕ್ಕು ಖಾರಮಂಡಾಳು.. ಡಾಣಿ, ಮಿರ್ಚಿ... ಜೋಳಿಗಿ ಒಳ್ಗ ಹಾಕಿಕೊಳ್ಳುತ್ತಾ 'ಎಪ್ಪಾ... ಹತ್ಪೈಸಿ ರೊಕ್ಕಾನ ಕೊಡ್ರಿ...' ಅಂತ ಅಂದು ಎಲ್ಲರ ಕುಡ ಬೈಯಿಸಿಕೊಳ್ಳುತ್ತಾ, ಶಾಪಿಸಿಕೊಳ್ಳುತ್ತಾ... ಕಾಡಸಿದ್ಧರಂಗ ಕಾಡಿಬೇಡಿ ಇಸಗಂತಿದ್ದ. ಮದ್ಯಾಣ ಅಂಬೊದ್ರಾಗ ಎಲ್ಲಾ ಮನಿ–ಮನಿ ಮುಂದ ಹೋಗಿ ಹಳಸಿದ ಅನ್ನ ರೊಟ್ಟಿ ಕೊಟ್ರ

ಹಂಗಾ ಅಡ್ಡಾಡುತ್ತಾ ತಾನು ತಿಂದು... ಚೆಲೋದು ಏನನ ರೊಟ್ಟಿ-ಅನ್ನ ಕೊಟ್ರ - ಇದು ಅವ್ವಗ... ಇದು ಅಪ್ಗ, ಇದು ತಮ್ಮಗ... ಇದು ತಂಗೀಗಿ ಅಂತ ತಾನೊಂದು ತುತ್ತು ಸಮೇತ ತಿನ್ನರಾರ್ದ ಜೋಳಿಗ್ಯಾಗ ಹಾಕ್ಕೆಂಡು ಮೆಲ್ಲಕ ನಡೆದ...

ಅಡ್ಡೊಂದು-ಬಡ್ಡೊಂದು ಕಾಲು ಇಡುತ್ತಾ ಬಸ್‌ಸ್ಟ್ಯಾಂಡಿನ್ತಲ್ಲಿ ಬಂದ.. ಬೆಲ್ಲಕ್ಕ ಇರಿವಿ ಮುಕ್ಕರಿಪಟ್ಟಿ ಬಡದ್ಹಾಂಗ ಬಸ್‌ಸ್ಟ್ಯಾಂಡಿನಲ್ಲಿ ಮಂದಿಗೆ ಮಂದಿ ಕಾಲು ತುಳಿಯುತ್ತಾ ಒಬ್ಬರಿಗೊಬ್ಬರು ಡಿಕ್ಕಿ ಹೊಡೆಯುತ್ತಾ 'ಕಬ-ಕಬಾ' ಗದ್ದಲ ಮಾಡುತ್ತಾ ಅಡ್ಡಾಡುತಿದ್ರು... ಯಲ್ಲ ಜೋಳಿಗಿನ ತನ್ನ ಮುಂದ ಇಟಗಂಡು ಅಲ್ಲೆ ಮಂದಿ ಅಡ್ಯಾಡುವಲ್ಲೆ ಕುಂತ. ಜೋಳಿಗ್ಯಾಗ ಕೈಹಾಕಿ ರೊಟ್ಟಿ-ಅನ್ನ ಎಲ್ಲಾ ಸರೀಗಿ ಹೊಂದಿಕಿ ಮಾಡಿ ಇಡುತ್ತಿದ್ದ.... ಸಿಮೆಂಟಿನ ಆರಾಮ ಕುರ್ಚಿಯಲ್ಲಿ ಕುಂತಿದ್ದ ಸೂಟು-ಬೂಟುಧಾರಿ ಅದ್ಯಾವುದೋ ನಸಿಪುಡಿ ಬಣ್ಣದ ಸಿಗರೇಟನ್ನ ತುಟೀಲಿಂದ ಅಲ್ಲಾಡಿಸಿಗೆಂತ ಬುದು-ಬುದು ಹೊಗೆ ಬುಡುತ್ತಾ ಹೊಗೆಯ ಮೋಡವನ್ನೆ ಸೃಷ್ಟಿಸುತ್ತಿದ್ದ. ಆತಗ ಅಂಟಿಕೊಂಡೆ ಮಿರಿ-ಮಿರಿ ಮಿಂಚೊ ಕೆಂಪು-ಕೆಂಪು ಹೂವಿನ ಪಾಲಿಸ್ಟರ್ ಸೀರಿ ತೊಟ್ಟಾಕಿ ಎರಡ್ಮೂರು ವರ್ಷದ ಮರಿ ಕುಂಬಕರ್ಣನಂಥಾ ಕೂಸನ್ನ ತೊಡಿಮ್ಯಾಲ ಕುಂಡ್ರಿಸಿಗೆಂಡು ಅದರ ಕೊಸರಾಟಕ್ಕ ಅತ್ಲಾಗೊಮ್ಮೆ... ಇತ್ಲಾಗೊಮ್ಮೆ ಒಳ್ಯಾಡುತಿದ್ಲು. ಆ ಹುಡುಗ ತೊಟ್ಟಿದ್ದ ಹಳದಿಬಣ್ಣದ ಅಂಗಿ ನೋಡಿದ ಯಲ್ಲ, 'ನನ್ನಷ್ಟು ಚೆಲೊ ಇಲ್ಲ.... ನಂದು ಹುಲಿಗತೆ ಐತಿ" ಅಂದ್ಕಂಡು ಹೊಸ ಅಂಗಿ ತನ್ನದೇ ಎನ್ನುವಂತೆ ತಾನು ತೊಟ್ಟುಗೊಂಡು ಅಡ್ಡಾಡಿದರ ತನ್ 'ಹೀರೊ' ರವಿಚಂದ್ರ ಕಂಡಾಂಗ ಕಾಣ್ತೇನಿ ಅಂತ ಮತ್ತೊಮ್ಮೆ ಅನಕಂಡ... ಆ ಹುಡುಗ ಬಾಯಿ ತುಂಬಾ ತುರುಕಿಕೊಂಡು ಅರ್ಧ ತಿನ್ನುತ್ತಾ... ಇನ್ನರ್ಧ ಉಗುಳುತ್ತಿದ್ದ ಬಿಸಕೋಟನ್ನ ಕಣ್ಣು ಬುಟ್ಟು ನೋಡಿದ... ತುಟಿ ಮ್ಯಾಗ ನಾಲಿಗಿ ಆಡಿಸಿ ಉಗುಳು ನುಂಗಿ ಬೆನ್ನಿಗಂಟಿ ಕೊಂಡಿದ್ದ ಹೊಟ್ಟೀನ ಸವುರಿಕೊಂಡ.

"ಪ್ಥಿ ಹೊಲಸು ಮುಂಡೇದ... ಇಲ್ಲೇನು ನೋಡ್ತಿ ಬಾಯಿ ತೆರಕಂಡು... ಅತ್ಲಾಗ ನಡಿ"-ಹೆಣ್ಣಿನ ಕರುಳು ಅದೆಂಥದೊ ಮಮತೆಯಿಂದ ಜಬರಿಸಿತು. ಯಲ್ಲ ತಾನೇನು ನೋಡಬಾರ್ದು ನೋಡಿದ್ರ ಎಲ್ಲಿ ಬೈತಾರೊ ಅಂತ ತಲೆ ತಗ್ಗಿಸಿ ಕುಂತ. ತನ್ನ ಮಗಗ್ಗ ಈ ಹುಡುಗನ ಕೆಟ್ ದೃಷ್ಟಿಲಿಂದ ಎಲ್ಲಿ ಆಸರ ಆಗುತ್ತಂತ ತಿಳ್ದು ಯಾರಿಗೂ ಕಾಣದಿರಲೆಂದು ಸೆರಗು ಹೊದ್ಸಿ ಮರೆಮಾಡಿ... 'ಥೂ....ಥೂ..... ಕಾಗಿಕಣ್ಣು-ಗೂಗಿಕಣ್ಣು-ನರಿಕಣ್ಣು ಕೆಟ್‌ದೃಷ್ಟಿ ತಾಗದಿರ್ಲಿ' ಅಂತ ಮಗನ ಮುಖಕ್ಕ-ನೆಲಕ್ಕ 'ಪೂ-ಪೂ' ಅಂತ ಉಗುಳಿ ಇಳೆ ತೆಗೆದ್ಲು. ಆ ಹುಡುಗಗ ಯಾಕೋ ಸೀಗರ ಆದಾಂಗಾಗಿ 'ಆ್ಯ' ಅಂತ ಎಮ್ಮಿಗತೆ ಚೀರಿ... ಸೆರಗು ಜಗ್ಗಿ ಹೊರ್ಗ ಇಣುಕಿತು. ಕೈಯಾಗಿದ್ದ ಬಿಸಕೋಟನ್ನ ಕೆಳ್ಗ ಒಗೆದುಬುಟ್ಟುದನ್ನೇ ಕಣ್ಣುಬುಟ್ಟು ನೋಡಿದ. ತಗಬೇಕಂತ ಕೈ ಮುಂದಕ್ಕ ಚಾಚಿದ. ಮತ್ತೆಲ್ಲಿ ಆ ಮಂದಿ ಬೈತಾರೊ ಅಂತ ತಿಳ್ದು ಕೈನ ಹಿಂದಕ್ಕ ತಕ್ಕೊಂಡ.

'ಬಸ್ ಬಂತು.. ಬಸ್ ಬಂತು...' ಗಂಡ-ಹೆಂಡತಿ ಅಡಸಲ-ಬಡಸಲ ಎದ್ದೋಡಿದಾಗ ಇನ್ನಾ ಅರ್ಧ ಬಿಸಕೋಟಿದ್ದ ಪಾಕೀಟನ್ನ ಅಲ್ಲೆ ಸೀಟಿನ ಮ್ಯಾಲ ಮರೆತು ಹೋಗಿದ್ದರು.

ಯಲ್ಲ ಅದುನ್ನ ಕೈಯಾಗ ಹಿಡಕಂಡು 'ರ್ರೀ ಸಾಹೇಬರ್ರ....' ಅಂದ್ರೂ ಕೇಳಿಸಿಕೊಳ್ಳದೇ... ಮುಂದೆ-ಮುಂದೆ ಹೋಗುತ್ತಿದ್ದವರ ಹಿಂದೆ ಹೋಗಿ ಅವರು ಹತ್ತಿದ ಬಸ್ಸಿನ ಸನೇಕ ನಿಂತು ಕೊಡಾಕಂತ ಹೋದ.... ಸಣ್ ಹುಡುಗ ಕೈ ಚಾಚಿದ. ಆ ಹೆಣ್‌ಮಗಳು 'ಛೀ... ಛೀ.... ಮುಟ್‌ಬಾರ್ದು.....ಹೇಸಿ...ಹೇಸಿ' ಅಂದು ಕೈನ ಗಟ್ಯಾಗಿ ಹಿಡ್ದು ಪಿಸಿ-ಪಿಸಿ ಬೈಯ್ದರೂ.... ಪಾಕೀಟನ್ನ ಕೇಳಲಿಲ್ಲ!

ಯಲ್ಲ ಬಿಸಕೋಟು ಪಾಕೀಟನ್ನ ಕಣ್ತುಂಬ ನೋಡಿದ. ಮೂಗಿನಿಂದ 'ಸೊರ್' ಅಂತ ವಾಸ್ನಿ ಏರಿಸಿಗೊಂಡು ಮೂಗು ಅರಳಿಸಿ ಬಾಯಿ ಅಗಲಮಾಡಿದ. ಏಟು ಖುಷಿ ಆಗಿತ್ತೊ ಏನ್ ಕಥಿಯೋ... ನಗು ಉಕ್ಕಿ ಹೊರ್ಗ ಬರ್ಲಿಲ್ಲ... ಅರ್ಧ-ಮರ್ಧ ತಿಂದ್ಕಾಸಿ ಬೀಸಾಕಿದ್ದ ಬಿಸಕೋಟನ್ನ ಯಾರೊ ಪುಣ್ಯಾತ್ಮರು ಕಾಲು ಇಟ್ಟುದುದಕ್ಕೊ ಪುಡಿ-ಪುಡಿಯಾಗಿತ್ತು. ಅದನ್ನೂ ಬಳಕೊಂಡು ತನ್ನ ಪುಟ್ಟ ಬೆರಳುಗಳಿಂದ ಅಂಗೈಯಾಗ ಹಾಕ್ಕೆಂಡು 'ಇಟು-ಈಟೇ' ತಿನ್ನುತ್ತಾ ಜೋರು-ಜೋರು ಹೆಜ್ಜೆ ಹಾಕುತ್ತ ಗುಡಿಸಿಲಿ ಮುಂದ ಬಂದು ನಿಂತ....

ಗುಡಿಸಿಲಿಯ ನೆರಳು ಜಾಲಿಗಿಡದ ನೆರಳು ಕೂಡಿ..... ಜಾಲಿಗಿಡದಿಂದ ಗುಡಿಸಿಲಿ ತನಕ ತೆಳ್ಳನು ಕರಿಬಟ್ಟೆ ಹೊದಿಸಿದಂತೆ ಆಗಿತ್ತು. ಅಲ್ಲೆ ಜಾಲಿಗಿಡಿದ ಸಮಿ-ಸಮೀಪ ಕುಂತ. ಇವತ್ತು ಬಂದ ರೊಕ್ಕಾನ ಒಂದೋ....ಎಲ್ಡೋ....ಮೂರೋ..... ಅಂತ ಎಣಿಸಿ ಮ್ಯಾಲೆ ಎರಡು ನಾಕಾಣಿ ನಾಕು ಹತ್ತುಪೈಸಿ...ಹಿಡಕೊಂಡು ಮೆಲ್ಕ ತೆಗ್ಗು ತೋಡಿದ. ಅದರಾಗಿನ ರೊಕ್ಕ ಇವತ್ತಿಂದು ರೊಕ್ಕಾ ಎಲ್ಲಾ ಕೂಡಿಸಿ ಎಣಸಾಕ ಹತ್ತಿದ....

'ಹತ್ತು ಆದ ಮ್ಯಾಗ ಎಷ್ಟು?' ಗೋಣು ಅಲ್ಲಾಡಿಸಿದ. ತಲಿಕೂದ್ಲಾನ ಪರ-ಪರ ಕೆರಕೊಂಡ.... ಹೊಳಿಲಿಲ್ಲ! ಹತ್ತದ್ದು ಒಂದು ಗುಂಪಿ ರೊಕ್ಕ ಒಂದು ಕಡೆಗಿಟ್ಟ, ಮತ್ತೆ ಎಣಿಸಿದ....ನಾಲ್ಕು ರೂಪಾಯಿ ಎಂಟಾಣಿ, ಮ್ಯಾಲೆ ಎರಡು ಹತ್ಪೈಸೆ, ಮೂರು ಐಪೇಸಿ.... ಇಪ್ಪತ್ತೈದು ರೂಪಾಯಿ ಆಗಾಕ ಇನ್ನಾ ಎಷ್ಟು ಕೂಡ್ಸಬೇಕು? ಕೈ ಬೆರಳು ಮಡಿಸಿ ತೆರೆದು ಬಾಯಿಲಿ ಏನೇನೋ ಲೆಕ್ಕ ಮಾಡಿದ. ಅದೇಟು ತಿಣುಕಿದರೂ ತಿಳಿಲಿಲ್ಲ! ಯಾರ್ನಾದ್ರ ಕೇಳಿದ್ರಾಯ್ತು....' ಅಂತ ರೊಕ್ಕಾನೆಲ್ಲಾ ಒಳ್ಗ ಹಾಕಿ ಮುಚ್ಚಿ ಎದ್ದು ಒಳಗ ಹೋಗಬೇಕು ಅಂಬದ್ರಾಗ.... ಅದೆಲ್ಲಿದ್ನೊ ಅಪ್ಪ ಎಂಬೊ ನರಪೇತಲು ಮನುಷ್ಯನನ್ನು ನೋಡಿದ. ಯಲ್ಲ ಗಡ-ಗಡ ನಡುಗಾಕ ಹತ್ತಿದ....

'ಏನಲೆ ಯಲ್ಲ.... ಇಲ್ಯಾಕ ನಿಂತಿದಿ? ಯಲ್ಲಾಲಿಂಗ' (ಏನನ ರೊಕ್ಕ ಕೇಳ್ಬೇಕಾದಾಗ ಹೀಂಗ ಕರೀತಿದ್ದ) "ಏಟನ ರೊಕ್ಕ ಐತನು ಇದ್ರ ಕೊಡಲೆ..." ದಡ-ದಡ ಬಂದಾತನೆ ದೋತ್ರ ಮ್ಯಾಲ ಕಟ್ಟಿಕೊಂಡು ಬೊಕ್ಕಣ-ಪಕ್ಕಣ ಎಲ್ಲಾ ಚೆಕ್ ಮಾಡಿ ನೋಡಿದ. ಆದ್ರ ನಯಾಪೈಸಿ ಕೈಗಿ ಸಿಗಲಿಲ್ಲ! "ಏನಲೇ ಬಂದ ರೊಕ್ಕಾ ಏನ್ ಮಾಡ್ತಿ? ಎಲ್ಲಿಯನ ಇಟ್ಟಿದ್ರ ಕೊಡಲೆ.... ಇಲ್ಲಕ್ಕ ನೋಡ್-ನೋಡ್" ಅಂತ ಬೆನ್ನಿಗಿ ಚಟಾ-ಚಟಾಂತ ಬಡಿದ. ಯಲ್ಲ "ಸತ್ನೆಪ್ಪೊ... ಸತ್ನೆವ್ವೊ..." ಅಂತ ಹೊಯ್ಕಂತ ಎದಿ-ಎದಿ ಬಡಕಂತ ಗುಡಿಸಿಲಿ ಒಳ ಹೊಕ್ಕಂಡ....ಸೈಡಿಗಿ ಕಟ್ಟಿದ್ದ ಆಫಿನ ಹೊದಿಕಿಗಿ ಬೆರಳು ತೂರಿಸಿ ಕಿಂಡಿ ಮಾಡಿ ಹೊರ್ಗ

ನೋಡಿದ... ತಾನು ಮುಚ್ಚಿದ್ದ ಮಣ್ಣಿನ ಗುಂಪಿ ಹಂಗ ಇತ್ತು! ಅಪ್ಪ ಎಕ್ಕಡೆಗೊ ಹೋಗಿದ್ದ. ಯಲ್ಲ ಬಗಲು ನೋಡಿಕೊಂಡು ತಣ್ಣಗಾದ. ಜೋಳಿಗೀನ ಅಲ್ಲೆ ಜಾಲಿ ಗಿಡದಲ್ಲಿ ಇಟ್ಟಿದ್ದು ಒಳಗ ಬರೊ ಹೊತ್ತಿನ್ಯಾಗ ಮರ್ತು ಬಂದಿದ್ದ. ಓಡಿಹೋಗಿ ಕೊಂಕುಳದಾಗ ಮಡಿಸಿ ಇಟ್ಗಂಡು ಬಂದ....

ಅವ್ವ ಮಕ್ಕಂಡಲ್ಲೆ "ಆ್ಞ" ಅಂತ ಚಳಿ ಹತ್ತಿದವರಂತೆ ನರಳುತಿದ್ಲು. ಯಲ್ಲ ಆಕಿ ಮುಂದ ಜೋಳಿಗಿ ತೆರ್ದ. ಮೊಣಕಾಲು ಮಡಿಸಿ ಕುಂತ. ಅದೆಲ್ಲಿದ್ರೊ ತಮ್ಮ-ತಂಗೇರು ಓಡೋಡಿ ಬಂದು ಆತಗ ಉಸಿರುಗುಟ್ಟವಂತೆ ಮುಕುರಿ ಪಟ್ಟಬಿದ್ದು, ಪಿಳಿ-ಪಿಳಿ ಕಣ್ಣುಬುಟ್ಟು ಬಾಯಿಯಿಂದ ಬುಳು-ಬುಳು ಜೊಲ್ಲು ಸುರಿಸುತ್ತಾ ಜೋಳಿಗೆಯನ್ನು ದುರು-ದುರು ನೋಡಿದವು.

"ಯವ್ವಾ... ಯವ್ವಂಗೆ..... ನಿನಗೊಂದು ಒಸಾ ಸುದ್ದಿಯೇಳ್ತೀನಿ ಕೇಳಂಗೆ" ಅವ್ವನ ಗಲ್ಲ ಅಲ್ಲಾಡಿಸಿ ಮಾತಾಡಿಸಿದ. ಅವ್ವ ಒಂದ್‌ಮಾತು ಸಮೇತ ಆಡಲಾರ್ದ ಬರೀ ಗೋಣು ಅಲ್ಲಾಡಿಸುತಿದ್ಲು. "ನಾಳಿ ಬರಾ ಉಗಾದಿ ಹಬ್ಬಕ್ಕ ಒಸಾ ಅಂಗಿ ತರ್ತೀನಿ... ತಿಳಿತಿಲ್ಲೊ..." ಅವ್ವನ್ನ ಮತ್ತೆ ಮುಟ್ಟಿ-ಮುಟ್ಟಿ ಮಾತಾಡಿಸಿ ಆಕೆಯನ್ನೆ ದಿಟ್ಟಿಸಿ ನೋಡಿದ. ಕೂದ್ಲ ಅಂಬೋವು ಮಾರಿ ತುಂಬಾ ಬಿದ್ದು ಎಂಥವರಿಗೂ ಕೂಡ ಅಂಜಿಕಿ ಬರಾಂಗ ಕಾಣ್ತಿದ್ಲು. ಕೂದ್ಲ ನೀಟಾಗಿ ಸರಿಸಿ ಹಣೆ ಮುಟ್ಟಿದ. ಯಾಕೊ ಬೆಚ್ಚುಗ ಅನಿಸಿದಂಗಾಗಿ ಕುತ್ಗಿ.... ಹೊಟ್ಟಿ... ಕೈ ಮುಟ್ಟಿ ನೋಡಿದ. ಎಲ್ಲಾ ಬೆಚ್ಚುಗ ಕೈ ಸುಡುತಿದ್ವು! ಅವ್ವ ಮೊನ್ನಿಲಿಂದನs ಒಂತುತ್ತು ಉಣಲಾರ್ದ ಹಂಗ ಉಪ್ವಾಸ ಇದ್ದದ್ಕ ಮೈ ಸುಡುತಿರಬೇಕು! "ಅಲಂಗೆ.... ಯವ್ವಾ... ಈ ಚಪಾತಿ ತಿನ್ನವಂತಿ ಎದ್ದೇಳು.... ಇಲ್ಲಕ್ಕ ಬಾಳೆಣ್ಣು ತಿನ್ನು... ತಗಾ ತಿನ್ನು" ಬಾಯಿ ಮುಂದ ಹಿಡಿದ. "ಹಂಗ ಈ ಬಿಸಕೋಟು ಪ್ಯಾಕನ್ನ ದೂರ ಯಾರ ಕೈಗು ಸಿಗಲಾರ್ದಂಗ ತೆಗಿದಿಡಬೇಕು... ಪಾಪುಗ ಬರುತ್ತ..." ಜೋಳಿಗಿಲಿಂದ ಒಂದೊಂದಾಗಿ ತೆಗ್ದು ಅವ್ವಗ ಕೊಡಾಕಂತ ಹೋದ.

ತಮ್ಮ-ತಂಗೇರು ಒಂದಾ ಸವುನೆ ದುರು-ದುರುಗುಟ್ಟಿ ನೋಡುತ್ತಿದ್ವು. ತಂಗೆರಿಬ್ರು ಅಪ್ಪನ ಹರಿದ ಹಳೆ ಅಂಗಿಗಳನ್ನ ಕುತ್ತಿಗೆಯಿಂದ ನೆಲಬಡಿಯೊ ಹಾಂಗ ಸಿಗಿಹಾಕಿಕೊಂಡಿದ್ರು. ತಮ್ಮನೋರು ಬರೆ ಬತ್ಲ ಮೈಯಿನ್ನ ಸವರಿಕೊಂಡು ಅಣ್ಣನ ಅಂಗಿ ಮುಟ್ಟಿ ನೋಡಿದ್ರು. ತಮ್ಮ-ತಂಗೇರು ಒಬ್ರನೊಬ್ರು ಪಿಳಿ-ಪಿಳಿ ನೋಡಿದಾಗ ಯಲ್ಲ, "ಇದು ಅಲ್ಲ.. ಇನ್ನಾ ನಾಲ್ಕೈದು ದಿವುಸ ಬುಟ್ಟು ತರ್ತೀನಿ..." ಅಂತ ಅವ್ರಿಗೆ ಒಳಗೊಳಗೆ ಹಿಗ್ಗಿ ಹೇಳಿದರೂ.... ಅವ್ವನ ಬಾಡಿದ ಒಣಗಿದ ಕಟಗಿಗತೆ ಕಾಣುತ್ತಿದ್ದ ಮೈ-ಮುಖ ನೋಡಿದಾಗ ಕಣ್ಣಾಗಿನಿಂದ ತನಗರಿವಿಲ್ಲದೆಯೇ ಕಣ್ಣೀರು ಬುಳು-ಬುಳು ಅಂತ ಇಳಿದವು. "ಈ ಬಿರೆಡ್ಡನ ತಿನ್ನಂಗೆ..... ಹಂಗಾ ಉಪಾಸ ಇದ್ರ ಹೆಂಗ? ತಗಾ........ತಗಳಂಗೆ" ಅಂತ ಬ್ರೆಡ್ಡಿನ ಚೂರೊಂದನ್ನ ಬಾಯಾಗ ಇಡಾಕಂತ ಹೋದ...

"ಬ್ಯಾ...ಬ್ಯಾಡೊ..... ನನಗ ಯಾಕ? ನೀ....ವ....ತಿನ್ರಿ" ಅವ್ವ ಅದೆಲ್ಲಿತ್ತೊ ಸೆಗತಿ ತಗಂಡು ಇಷ್ಟೇ ಮಾತಾಡಿ, ಹೊಟ್ಟೆಮ್ಯಾಗ ಕೈಯಾಡಿಸಿದಾಗ....ಸೀರಿ ಹೆಂಗ-ಬೇಕಂಗ ಮುಂಜಾನೆದ್ದು

ಕುಡ್ಲೆ ಕಾಲಿಲೆ ಒದ್ದಾಗ ಮುದುರಿ ಬೀಳುವ ಚಾದ್ದರದಂತೆ ಆಗಿತ್ತು! ಹರಿದ ಕುಬುಸ ದೊಳಗಿನಿಂದ ಕಾಣುತ್ತಿದ್ದ ಎದಿ ಎಲುಬುಗಳು... ಮೊನ್ನೆ ಹಿರೆಕಲೇವುದ ಸಮೀಪ ನಾಕೈದು ಮಂದಿ ಕಲೆತು.... ಸತ್ತ ಎಮ್ಮೆಯೊಂದರ ತೊಗಲು ಕಿತ್ತಿದಾಗ ಕಾಣುತ್ತಿದ್ದ ಎಲುಬುಗಳಂತೆ ಯಲ್ಲನಿಗೆ ಕಂಡವು!

"ಯವ್ವಾ ಸರ್ಕಾರಿ ದವಾಖಾನಿಗಿ ಹೋಗಾಮು ನಡಿ... ಮೆಲ್ಲ ಕೈ ಹಿಡ್ಕಂಡು ನಡಿಸಿಗೆಂತ ಕರ್ಕಂಡು ಓಗ್ತೀನಿ... ಬಾ.... ಬಾರವೊ....ಹಂಗ ಮಕ್ಕಂಡಲ್ಲಿ ಮಕ್ಕಂದ್ರ ಬ್ಯಾನಿ ಮತ್ತಿಟಲ್ಲ ಬಲಿತಧ." ಯಲ್ಲ ತಿಳಿದವರಂಗ ಅನ್ನುತ್ತಾ ತನ್ನ ಕೈಗಳಷ್ಟೆ ತೆಳ್ಳಗಿದ್ದ ಅವ್ವನ ಕೈಹಿಡಿದು ಎತ್ತಿದ. ಅವನುತಲ್ಲಿ ಅದೇಟು ಸೆಗತಿ ಇದ್ದೀತು! ಅವ್ರವ್ವ ಆತನ ಹಿಂದೆ ಅವೇಸು ಮಕ್ಳನ್ನ ಹಡೆದಿದ್ಲೊ ಏನೋ... ತನ್ಗ ಎಷ್ಟು ವರ್ಷವೋ–ಏನ್‌ಕಥಿಯೋ... "ಯಲ್ಲ ಹುಟ್ಟಿದಾಗ..... ಊರಿನ ಗುಡ್ಡದ ಮ್ಯಾಲ ನೀರಿನ ಟ್ಯಾಂಕ್ ಕಟ್ಟೋದು ಸುರುವಾಗಿತ್ತು. ಇಲ್ಲಾ ಊರ ಹಿರೇಗೌಡರು ತಮ್ಮ ಎಂಟು ಎತ್ತಿನ್ಯಾಗ ಆರು ಎತ್ತು ಮಾರಿ.... ದೊಡ್ ಟ್ಯಾಕ್ಟರಿ ತಂದಿದ್ರು.... ಇಲ್ಲಾ.... ಸಣ್ಣಗೌಡನ ಕಿರಿಮಗಗ್ಗ ಹಾವು ಕಡ್ದು ಸತ್ತುಹೋಗಿ ಎರ್ಡು ದಿನವಾಗಿತ್ತು...." ಅವ್ರವ್ವನನ್ನು ಯಲ್ಲನ ವಯಸ್ಸು ಯಾರಾದ್ರು ಕೇಳಿದರೆ ಇಂಥವೆ ಹತ್ತಿಪ್ಪತ್ತು ಉತ್ತರಗಳು ಅವಳ ಬಾಯಿಯಿಂದ ಪಟ–ಪಟನೆ ಉದುರುತ್ತಿದ್ದವು....

ಅವ್ವನ ಕೈಹಿಡಿದು ಮತ್ತೊಮ್ಮೆ ಎತ್ತಿದ. ಒಂಚೂರು ಅಲುಗಾಡಲಿಲ್ಲ....ನೆಲಬುಟ್ಟು ಒಂದಿಂಚು ಮೇಲೇಳಲಿಲ್ಲ! "ಅಪ್ಪನ್ನ ಕರ್ಕಂಬರ್ತೀನಿ ತಡಿ..." ಸುಂಕ್ಲಮ್ಮನ ಗುಡಿಯ ಬೇವಿನ ಕಟ್ಟೆಗೆ ಒಂದಾ ಹಾರಿಕಿಗನೇ ಅಂಬಂತೆ ಓಡೋಡಿ ಹೋದ....ಇಸ್‌ಪೀಟು ಆಡೋರ್ನ ನೋಡಿಕೆಂತ ಅಪ್ಪ... ಎರಡೂ ಕಾಲುಗಳನ್ನ ಮಡಿಸಿ, ಕೈಯೂರಿ... ಒಂದು ಕೈ ಮುಷ್ಟಿಇನ ಗಲ್ಲಕ್ಕೆ ಹಿಡಿದುಕೊಂಡು ಅದ್ಯಾವುದೊ ದೊಡ್ ಚಿಂತಿ ಮಾಡಾಕ ಕುಂತೋರ ಗತೆ ಕುಂತಿದ್ದ....ಅಪ್ಪನ ಬೆನ್ನ ಹಿಂದೆ ಬಂದು ತಲೆ ತಗ್ಸಿ....ಕೈಯಿಂದ ಮುಟ್ಟದೆಯೇ "ಅವ್ವನ ಮೈ ಅಂಬದು ಕಾದ ಹಂಚಿನಗತೆ ಸುಡಾಕ ಹತ್ತೈತೆಪೊ.... ಜಲ್ದಿಯಂತ ಬಾರಪೊ....ಡಾಕ್‌ಟಾರುತಲ್ಲಿ ಕರ್ಕಂಡು ಹೋಗಂತಿ" ಅಂದ. ಅಪ್ಪನ ಮುಂದ ಇದೀಟು ಮಾತಾಡಿದ್ದು ಇದೇ ಮೊದ್ಲು!

"ಇರ್ಲಿ ಓಗಲೇ...ನನ್ನೇನು ಕಾಡ್ಸಾಕ ಹತ್ತಿದಿ" ಅಂತ ಜಬರಿಸಿದ ಅಪ್ಪ. ಆದ್ರ ಯಲ್ಲ ಗಟ್ಯಾಗಿ ನಿಂತ್ಗಂಡುಬುಟ್ಟಿದ್ದ....ತನ್ನವ್ವ ಬುದುಕ್ಬೇಕು....ಇನ್ನಾ ತನ್ನ ತಮ್ಮ–ತಂಗೇರು ಸಣ್ಣೋರು ಅದ್ಯಾರ... ಅವ್ವ ಬೇಸು ಇದ್ಲು ಅಂದ್ರ ಖಾಲಿ ಕುಂದ್ರಾಕಿನ ಅಲ್ಲ.... ಅವ್ವಗ ಯಾವ ತೊಂದ್ರಿನೂ ಆಗ್ಬಾರ್ದು.... ತನ್ನ ತೋಳತೆಕ್ಕೆಯಲ್ಲಿ ತನ್ನೆಲ್ಲಾ ಮಕ್ಳನ್ನ ಬಿಗಿಯಾಗಿ ಹಿಡಿದು ಕೊಂಡು ಅವೇಸು ಕಷ್ಟಗಳಿದ್ರೂ .... ನಕ್ಕಂತ ಇರ್ಬೇಕು.... ತಲೆ ಎತ್ತಿಸಿ.... ಅಪ್ಪನ್ನ ನೋಡಿದ. ಅಪ್ಪ ಹಂಗೇ ಕುಂತಿದ್ದ! "ನಡಿಯಲೆ....ನಿನ್ ಹೆಂಡ್ತಿ ಅದೇಟು ಸಾಯಂಗ ಆದ್ರೂ ನೀನೇನು ದುಡಿಲಿಲ್ಲ ದುಕ್ಕು ಬಡಿಲಿಲ್ಲ ಮಗನs.... ಜಲ್ದಿ ನಡಿ.... ದವಾಖಾನಿಗಿ ಕರ್ಕಂಡು ಓಗು.... ಇಲ್ಲಿ ಕುಂತ್ರ ನಾವಾ ನಿನ್ನ ಕುತ್ಗಿ ಹಿಡ್ದು ಮನಿತನ್ಕ ದಬ್ಬಿ ಬರ್ತೀವಿ ನೋಡ್." ಇಸ್‌ಪೀಟು ಆಡೋರು ತಮಗೂ ಹೃದಯ ಅಂಬದು ಐತಿಯಂತ ತೋರಿಸಲು ಆಳಿಗೊಬ್ರು

ಮಾತಾಡಿದ್ರು... ಅಪ್ಪಗ ಬ್ಯಾರೆ ದಾರಿ ಕಾಣದೆ.... 'ನಡೀಯಲೆ' ಅಂತ ಕೆಟ್‌ದೃಷ್ಟಿಲಿಂದ ಯಲ್ಲನ್ನ ನೋಡುತ್ತಾ ಕೈಹಿಡ್ದು ದರಾ-ದರಾ ಎಳಕಂತ ಗುಡಿಸಿಲಿ ಕಡೆ ಬಂದ.

"ಸರ್ಕಾರಿ ದವಾಖಾನಿಯೇನು ನಾವು ಬರ್ತೀವಿ ಅಂತ ಬೀಗ ಬಡಿಲಾರ್ದ ತೆರ್ಕಂಡು ಕುಂತಿರ್ತಾರಂತ ತಿಳಿದೀರೇನು? ಆಗಲೆ ಹೊತ್ತಾಗ್ಯಾದ. ಎಲ್ಲರೂ ಕಂಪೌಂಡ್ರು ಮೊದ್ಲು ಮಾಡಿ ಹೋಗಿರ್ತಾರ! ಖಾಸಗಿ ದವಾಖಾನಿಗಿ ಓಗಬೇಕಂದ್ರ... ಹಂಗs ಅಂತ ತಿಳಿದೀರೇನು? ಒಂದು ಇಂಜೆಕ್ಸನ್ನು ಮಾಡ್ಸಿಕೊಂಡ್ರೂ ಇಪ್ಪತ್ತು-ಮೂವತ್ತು ರೂಪಾಯಿ ಕೊಡ್ಬೇಕಂತ. ಆವೋಸು ರೂಪಾಯಿ ಎಲಿಂದ ತರ್ಲಿ?" ಎಲ್ಲರನ್ನೂ ಗದರಿಸೊ ಧಾಟಿಯಲ್ಲಿ ಹೇಳುತ್ತಿದ್ದ ಅಪ್ಪನ ಮಾತು ಕೇಳುತ್ತಾ ಯಲ್ಲ ದೊಡ್ ನಾಯಿಗೆ ಬೆದರಿನಿಂತ ಸಣ್ಣ ನಾಯಿಕುನ್ನಿಗತೆ ನಿಂತಿದ್ದ....

ಅವ್ವನ ನರಳೊ ದನಿ ಯಲ್ಲನ ಎದೆಗೆ ಸಾವಿರ-ಸಾವಿರ ಸೂಜಿಗಳಾಗಿ ಚುಚ್ಚಿದಂತಾಗಿ ತನ್ನೆರಡು ಅಂಗೈಗಳಿಂದ ಎದೆಯನ್ನ ಬಿಗಿಯಾಗಿ ಹಿಡಿದುಕೊಂಡ.

ಏನು ಹೊಳೀತೊ.... ಏನು ತಿಳೀತೋ ಹೊರ್ಗ ಓಡಿದ. ಜಾಲಿಗಿಡದ ಸಮೀಪ ಇದ್ದ ಗುಂಡಿಯನ್ನು ಸರ-ಸರ ಮಣ್ಣು ತೆಗ್ದ.... ಅಂಗಿಯ ತುದೀನ ಹಿಡಿದು ಅದರಾಗ ಎಲ್ಲಾ ಚಿಲ್ಲರೆ ರೊಕ್ಕಾನ ಹಾಕ್ಕೆಂಡು ಮತ್ತೆ ಓಡೋಡಿ ಒಳಗೋಗಿ ಅಪ್ಪನ ಮುಂದ ತನ್ನ ಅಂಗಿ ತುದೀನ ಹಿಡ್ದ..... "ಇವೀಸು ರೊಕ್ಕ ಅದವ.... ಡಾಕುತಾರ್‍ನ ಜಲ್ದಿ ಕರ್ಕಂಬಾರಪೊ" ಅನ್ನುತ್ತಾ ಅಪ್ಪನ ಕೈಗೆ ಕೊಟ್ಟ. ತಾನು ಅಂಗಡ್ಯಾಗ ನೋಡಿದ್ದ ಹುಲಿಬಣ್ಣದ ಅಂಗಿ..... ರೇಲುಗಾಡಿ....ರವಿಚಂದ್ರನ ಸಿನೇಮ... ಏನೇನೊ ನೆನಪಾಗಿ ಕಣ್ಣಂಚಿನಿಂದ ಬಳ-ಬಳನೆ ಹನಿಗಳುದುರಿದವು. ಆ ಹನಿಗಳನ್ನು ನೆಲವೇ ಹೀರಿ ನಾಕಾಣೆ-ಎಂಟಾಣೆ ಅಗಲ ತೇವ ಮಾಡಿಕೊಂಡಿತು.

ಯಲ್ಲನ ತಮ್ಮನೋರು ತಮ್ಮ ಮುಖಕ್ಕೆ ಗಂಟುಬಿದ್ದ ನೊಣಗಳನ್ನು ಓಡಿಸುವುದರಲ್ಲಿ ತೊಡಗಿದ್ದರು. ಇಬ್ರು ತಂಗೇರು ತಲೆ ಬಾಚಿ ಎಣ್ಣೆ ಹಚ್ಚಿ ಜಡೆಹಾಕಿ ಅವೇಸು ದಿವುಸ ಗಳಾಗಿದ್ದವೊ? ಮಣ್ಣು-ಮುಸಿ ಏನೇನೊ ಮೆತ್ತಿ ಪೆಂಡೆ-ಪೆಂಡೆಯಾಗಿದ್ದ ಚೋಟುದ್ದದ ಕೂದಲುಗಳಲ್ಲಿ ಅವೇಸು ಹೇನು-ಸೀರುಗಳಿದ್ದವೊ.... ಮುಖ ಸಿಂಡರಿಸಿಕೊಳ್ಳುತ್ತಾ..... ತಲೆಯನ್ನ ಪರ-ಪರ ಕೆರೆದುಕೊಳ್ಳುತ್ತಾ ತಮ್ಮ ಉಗುರುಗಳ ಸಂಧಿನಲ್ಲಿ ಸಿಗೆಬೀಳುತ್ತಿದ್ದ ಹೇನು-ಸೀರುಗಳನ್ನು ಉಗುರಿನಿಂದಲೇ ತೆಗೆಯುತ್ತಾ ಸುತ್ತ-ಮುತ್ತ ಪಿಳಿ-ಪಿಳಿ ಕಣ್ಣು ಬಿಡುತ್ತಿದ್ದವು! ಅಪ್ಪ ಆಗ್ಲೆ ದೋತರದ ಚುಂಗಿನಲ್ಲಿ ಎಲ್ಲಾ ರೊಕ್ಕ ಕಟಿಗೆಂಡು ಹೋಗಿದ್ದ. ತಾಸು-ದೀಡು ತಾಸಾದ್ರೂ ಅಪ್ಪ ತಿರುಗಿ ಬರಲೇ ಇಲ್ಲ!

ಯಲ್ಲನ ಹೊಟ್ಟೆಯಲ್ಲಿ ಕ್ಷಣಕ್ಕೊಮ್ಮೆ ಸಂಕಟ ಹೆಚ್ಚುತ್ತಿತ್ತು. ಈತನ ಕೈಯಾಗ ರೊಕ್ಕ ಕೊಡ್ಬಾರದಿತ್ತು. ಯಲ್ಲ ಗುಡಿಸಿಲಿ ತುಂಬಾ ಅಕ್ಕಡೆ-ಇಕ್ಕಡೆ ಅಡ್ಯಾಡುತ್ತಾ ಮನಸ್ಸಿನಲ್ಲೆ ಏನೇನೋ ಅಂದುಕೊಳ್ಳುತ್ತಾ ಗುಡಿಸಿಲಿ ತಟ್ಟಿ ಬಾಕ್ಲ ನೂಕಿ ಹೊರ್ಗ ನೋಡಿದ. ಆಗ್ಲೆ ಗಳೇವುಕ್ಕ ಹೋಗಿದ್ದ ಎತ್ತುಗಳು ಚೆನ್ನಾಟ ತಕ್ಕಂಡು ಓಡಿಕೆಂತ ಧೂಳ ಎಬ್ಬಿಸಿಗೆಂಡು

ಮನಿಕಡೆ ಓಡಿಹೋಗ್ತಿದ್ವು. "ಅಪ್ಪ ಇನ್ನಾ ಏಟೊತ್ತಗ್ನ ಬರವಲ್ಲ್ಯಾಕ...... ಡಾಕುತಾರ್ನ ಕರ್ಕಂಡು ಬಂದ್ರ ಸಾಕು." ಅವ್ವನ ತಲೆದಿಂಬಿಗೆ ಹೋಗಿ ಕುಂತು "ಯವ್ವಾ...ಯವ್ವಂಗೆ" ಅಂದ. ಅವ್ವ ಮಾತಾಡಲಾರ್ದ, "ಯ್ಯಾ...ಯ್ಯಾಹ್" ಅಂತ ಮೂಕ ಸೊನ್ನಿಲಿ ಅಗಲಬಾಯಿ ತೆರ್ದು... ಕೈ-ಕೈ ಮಾಡಿದ್ಲು.... ತಮ್ನೋರು-ತಂಗೇರು ಕಡಿ ಕೈ ಮಾಡಿರ್ಬೇಕು ಅಂತ ಅವರನ್ನ ನೋಡಿದ... ಅವ್ವಗ ತಿನ್ನಂತ ಹೇಳಿದ್ದ ಬಿಸಕೋಟು ಪುಡಾನ್ನ ತಗಂಡು ಬಾಯಿತುಂಬಾ ತುರಿಕೆಂಡು ತಿನ್ನಾಕ ಹತ್ತಿದ್ದನ್ನು ನೋಡಿದ ಯಲ್ಲನಿಗೆ ಅರಮಂಡಲಕ್ಕೆ ಬೆಂಕಿ ಹತ್ತಿತ್ತು! "ಅವುನ್ಯಾಕ ತಿನ್ನಾಕ ಹತ್ತಿರಲೆ.... ಅವ್ವಗ... ಪಾಪುಗಂತ ತೆಗೆದಿಟ್ಟಿದ್ನ ತಿಂದ್ರ ಹೆಂಗ....ಇಕ್ಕಡಿ ತರ್ರಿ" ಅಂತ ಸಿಟ್ಟಿಗೆದ್ದು ಬೈಯ್ದರೂ.... "ತಿನ್ನಾಂಗಿದ್ರ ಜೋಳಿಗೆಳೆದು ತಿನ್ರಿ....। ಅರ್ಧ-ಮರ್ಧ ಬಾಯಾಗ ಇಟಗಂಡಿದ್ದ ಬಿಸಕೋಟುಗಳನ್ನ ಸರಕ್ಕನ ಕಸಗಂಡು ಅವ್ವನ ತೆಲೆ ದಿಂಬಿಗಿಟ್ಟು ಪಟ್-ಪಟ್ಂತ ನಾಕೈದು ಏಟು ಬಡಿದ. ಪಾಪ.... ಸಣ್ಣ ಹುಡುಗ್ರು ಮುಖ ಸಣ್ಣದು ಮಾಡಿ ಜೋಳಿಗ್ಯಾಗ ಕೈಹಾಕಿ ಒಂದಂದ ತಗಂಡು ತಿನ್ನಾಕ ಹತ್ತಿದರು.

ಮತ್ತೆ ಅವ್ವ ಒಂದಾ ಸವುನ ದಡ್-ದಡ್ಂತ ಉಳ್ಯಾಡುತ್ತಾ.... ಅದೆಂಥದೊ ಕೆಟ್ ದನೀಲಿಂದ ಉಸಿರು ಬಿಡುತ್ತಿದ್ದುದಕ್ಕೊ.... ಆಕಡೆ, ಈಕಡೆ ಕೈ ಮಾಡುತ್ತಿದ್ದುದನ್ನು ನೋಡಿ "ನೀರು ಬೇಕಂತಿರಬೇಕು" ಅಂತ ತಿಳ್ದು ಸಿಲವಾರದ ಹರಕು-ಮುರುಕು ಉದ್ದನು ಜಾಂಬಿ ನ್ಯಾಗ ನೀರು ತಂದು ತೆರೆದ ಬಾಯಾಗ ಸಣ್ಯಾಗಿ ಹನಿ-ಹನಿ ಹಾಕಿದ. ಅವ್ವನ ಬಾಯಿ ಮೆಲ್ಕ ಮುಚ್ಚಿಕೊಂಡು ಕೈಕಾಲು ಆಡೋದು... ನರಳೋದು ಎಲ್ಲಾ ನಿಂತೋತು! ಕಾಲಿನ ಸಂಧೀಲಿಂದ ಸಣ್ಣ ಪಾಪ ಹೊರ್ಗ ಒಂದು ಒಂಥ ಸವುನ ಚಿಟ್ಟನ ಚೀರಾಕ ಹತ್ತಿತು....

ಯಲ್ಲ ತನ್ನ ತಲಿ-ಮೈ ಅನಲಾರ್ದ ಪರ-ಪರ ಕೆರಕೊಂಡ... ದಿಂಗು ಬಡಿದವರಂಗ 'ಯವ್ವೊ' ಅಂತ ಸತ್ತ ನೂರಾರು ಮಾರಿಗೂ ಕೇಳಿಸುವಂತೆ ಕೂಗಿದ. ಅವ್ವನ ತಲಿಹಿಡಿದು ಅಲ್ಲಾಡಿಸಿದ. ಕೈ-ಕಾಲು-ಮೈ ಎಲ್ಲಾ ಹಿಡಿದು-ಹಿಡಿದು ಎಳದಾಡಿದ. ಗಟ್ಯಾಗಿ ಕಲ್ಲಿನಗತೆ ಅವ್ವ ಮಕ್ಕಂಡಿದ್ಲು!

ತಮ್ನೋರು-ತಂಗೇರು ಉಣ್ಣದು ಬುಟ್ಟು ಮುಸುರಿಕೈಲೆ ತಮ್ಮ ಬೆರಳುಗಳನ್ನ ಬಾಯೊಳಗಿಟ್ಟು ಚಪ್-ಚಪ್ಂತ ಜಿಬುಕುತ್ತಾ ಕೈಯಿನ ಬರಿಮ್ಯೆಗಿ ವರಸಿಕೊಳ್ಳುತ್ತಾ ಅವ್ವನ್ನ ಅತ್ಲಾಗೊಮ್ಮೆ-ಇತ್ಲಾಗೊಮ್ಮೆ ಅಲ್ಲಾಡಿಸಿ "ಯವ್ವಾ...ಯವ್ವಾ...ಯವ್ವಂಗೆ" ಉಸುರು ಬುಡಲಾರ್ದಂಗ ಮಾತಡ್ಸಿದವು... ಗಲ್ಲ ಹಿಡಿದು ಹಿಸುಕಿ ನೋಡಿದವು. ಕಣ್ಣಿನ ರೆಪ್ಪಿ ತೆಗ್ದು 'ಅವ್ವ ಕಣ್ಣು ತೆರ್ದಾಳ... ಬೇಕಂತ ಮಕ್ಕಂಡಾಳ...' ಯಲ್ಲನ ತಮ್ಮ ಅಂದಾಗ ದೊಡ್ಡ ತಂಗಿ, "ಅವ್ವ ಚತ್ತು ಓಗ್ಯಾಳಲೆ.... ಅದ್ಕ ಮಾತಾಡವಲ್ಲು...." ಅಂತ ತಂಗಿ ಅವ್ವನ ಎದಿಮ್ಯಾಗ ಬಿದ್ದು ಉಳ್ಯಾಡಿಕೆಂತ "ಯವ್ವಬೆ....ಯವ್ವಾ...ನಮ್ಮುನ್ನ ಬುಟ್ಟು ಎಲ್ಲಿಗೆ ಓಗ್ತ್ಯೋ ಯವ್ವಾ... ನಾವೂ ಬರ್ತೀವಿ... ನಿಂಜೊತೆಗೆ ಕರ್ಕಂಡು ಓಗಿಬುಡವ್ವೊ..." ಅಂತ ಹಾಡಿ-ಹಾಡಿ ಅಳಾಕ ಹತ್ತಿದ್ಲು. ತಮ್ಮ-ತಂಗಿ ಇಬ್ರು ಅವ್ವನ ಹಣಿಗಿ ತಮ್ಮ ಹಣಿ ಕುಟ್ಟಿ-ಕುಟ್ಟಿ ಅಳಾಕ ಹತ್ತಿದ್ರು. ಇನ್ನೊಬ್ಬಾಕಿ ತಂಗಿ ತಮ್ಮನ್ನ ಇಕ್ಕಡೆ ಎಳ್ದು ಕುಂದ್ರಿಸುತಿದ್ಲು... ಯಲ್ಲನ ತಮ್ಮ 'ಇವತ್ತು ಅವ್ವನ ಮೊಲಿ ತಿಂದ್ರ ಬೈಯಾಕಿಲ್ಲ' ಅಂತ ತಿಳಿದಿದ್ನೊ... ಅಂಬಂಗ ಒಂದಾ ಸವುನ

ಮೊಲೀನ ಬಾಯಾಗಿಟಕೊಂಡು ಜಿಬುಕ್ಹಾಕ ಹತ್ತಿದ್ದ. ಯಲ್ಲ ಅವ್ವನ ಪಾದಕ್ಕ ನಮಸಗಾರ ಮಾಡೋರಗತೆ ಬಗ್ಗಿ ಕಣ್ಣೀರ ಹನಿಗಳನ್ನೆ ದಳ-ದಳ ಉದುರುಸುತ್ತಾ.... "ನಮ್ಮನ್ನ ಪರದೇಶಿಗಳನ್ನ ಮಾಡಿ... ನೀ ಒಬ್ಬಾಕಿನ ಹೊಂಟು ಓದೆಲ್ಲೊ ಯವ್ವಾ, ನಮ್ಗ ದಿಕ್ಯಾರೊ ಯವ್ವಾ..... ಯವ್ವಂಗ್ಯೋ..." ಆಕಾಶನ ಪಳಕಂತ ಉಚ್ಚಿ ಬೀಳೊ ಹಂಗ ಚೀರುತ್ತಾ... ಬಾಯಿಗೆ ಬಂದದ್ದು ಅನಕಂತ ಗಳ-ಗಳ ಅಳಾಕ್ಹತ್ತಿದ್ದ.

ಹೊರ್ಗ ಜಾಲಿ ಗಿಡದಾಗ ಕಾಗಿ-ಗುಬ್ಬಿಗಳು ಗೂಡಿಗೆ ಬಂದು ಒಂದಾ ಸವುನ ಕಲ-ಕಲ ದನಿ ಮಾಡ್ತಿದ್ವು..... ಇಂಥಾ ಕವ-ಕವ ಗದ್ಲದಾಗ ಅಪ್ಪ ಗುಡಿಸಿಲಿ ಒಳ್ಗ ಬಂದದ್ದು ಯಾರಿಗೂ ಗೊತ್ತಾಗಲೇ ಇಲ್ಲ!

"ಲೇ.... ಯಲ್ಲ ಕಳ್ ಸೂಳ್ಯಾ.... ನನ ಮಗನ....ರೊಕ್ಕಾ ಇಟಗಂಡು ನನಗ ಸುಳ್ಳು.... ಸುಳ್ಳು ಬೊಗುಳಿತಿಯೇನಲೇ?" ಯಲ್ಲನ ಗೇಣುದ್ದ ಬೆಳೆದ ಕೂದ್ಲಾನ್ನ ಗಟ್ಯಾಗಿ ಹಿಡಕೊಂಡು ಮ್ಯಾಕೆತ್ತಿ ದರ-ದರ ಎಳದಾಡಿದ. ಕುತ್ಗಿ ಹಿಡಿದು ಒತ್ತಿ ನೂಕಿದ. ಯಲ್ಲಗ ಎಲ್ಲೆಲ್ಲಿ ಬಡೀತೊ, ಎಲ್ಲೆಲ್ಲಿ ತೆರೀತೊ? ಒಂದು ಮೂಲ್ಯಾಗ ಕಾಲು ಮುದುರಿಕೊಂಡು ಕುಂತ. ಅವ್ವನತಲ್ಲಿ ಬಿದ್ದು-ಬಿದ್ದು ಅಳುತ್ತಿದ್ದ ತಮ್ಮ-ತಂಗೇರು ಸರ್‌ಕಂತ ಹೋಗಿ ಒಬ್ರಿಗೊಬ್ರು ತೆಕ್ಕೆಬಿದ್ದು ಕಾಲು-ಕೈಗೂಡಿಸಿಕೊಂಡು ಕುಂತಿದ್ವು.....

ಅಪ್ಪ ಜೋಳಿಗೀನ ಕೈಯಾಗ ಹಿಡಕಂಡು ತಿರುವುತ್ತಾ... ಅಡ್ಡೊಂದು-ಬಡ್ಡೊಂದು ಕಾಲು ಇಡುತ್ತಾ ಗುಡಿಸಿಲಿ ತಟ್ಟಿಬಾಗ್ಲಾನ ಕೈಯಾರೆ ಒತ್ತಿ ನೂಕಿದಾಗ-ಅದು ಕೆಳಗ 'ದೊಪ್' ಅಂತ ಬಿದ್ರೂ ಲೆಕ್ಕಿಸದೆ ಹೋಗುತ್ತಿದ್ದವನಿಗೆ ಕೇಳುವಂತೆ ಯಲ್ಲ... "ಅವ್ವ ಚತ್ತು ಹೋಗ್ಯಾಳಪೊ...!" ಅಂತ ಚೀರಿ ಹೇಳಿದ ದನಿ ಕೇಳಿತೊ ಇಲ್ಲೋ!

ಯಲ್ಲ ಮೆಲ್ಲ ಎದ್ದು ಒಂದು ಹರಿದ ಗೋಣಿಚೀಲ ಹಾಸಿ ಪಾಪುನ್ನ ಮಲ್ಗಿಸಿದ. ತಮ್ಮ-ತಂಗೇರು ಸುತ್ತರ್ದು ಪಿಳಿಪಿಳಿ ಕಣ್ಣುಬುಡುತ್ತಾ ನಿಂತಿದ್ವು... ಯಲ್ಲ ಸುತ್ತ-ಮುತ್ತ ನೋಡಿದ. ತಂಗೇರು ತಮ್ಮ ದೊಡ್ಡ ಅಂಗಿಯನ್ನು ಮಡಿಸುತ್ತಾ ಮೊಣಕಾಲು ಸಂದುಗಳಲ್ಲಿ ತೊಡ್ರ ಆಗದಿರಲೆಂದು ತುರುಕಿಕೊಳ್ಳುತಿದ್ರು. ಸಣ್ಣ ಪಾಪುಗ ನೊಣಗಳು ಮುಕ್ಕರಿ ಪಟ್ಟ ಬಡಿದಿದ್ದವು. ಕೈಯಿಂದ ಓಡಿಸಿದ.....

ಉಗಾದಿಹಬ್ಬ.... ಹುಲಿಬಣ್ಣದ ಪಟ್ಟೆ-ಪಟ್ಟೆ ಅಂಗಿ, ರೇಲುಗಾಡಿ.... ರವಿಚಂದ್ರನ ಸಿನೇಮು.... ಎಲ್ಲಾ ನೆನಪಾಗಿ ತಲೆ ತಿರುಗಿದಂತಾಗಿ ಯಲ್ಲ ತಾನು ತೊಟ್ಟ ಅಂಗಿಯನ್ನೇ ಬಿಚ್ಚಿ ಪಾಪುನ್ನ ಮ್ಯಾಲ ಹೊದಿಸಿದ. ನಿಂದ್ರಲಿಕ್ಕೆ ಸೆಗುತಿ ಸಾಲಲಾರ್ದ ಅವ್ವನ ಕಾಲುಗಳ ಮ್ಯಾಲ ಬಿದ್ದು ಬೋಳೊ ಅಂತ ಅಳಲಿಕ್ಕೆ ಸುರುಮಾಡಿದ....

(೧೯೯೮)

*

೩೭. ಅಮೀನಪುರದ ಸಂತೆ

ಮಲ್ಲಿಕಾರ್ಜುನ ಹಿರೇಮಠ

ಹುನ್ನೂರು ಹಾಗೂ ನಾಗನೂರು ನಡುವೆ ಅಮೀನಪುರ ಎಂಬ ಊರು. ಈ ಊರಲ್ಲಿ ರೈತರೆ ಇಲ್ಲವೆಂದರೂ ನಡೆದೀತು. ಮುಖ್ಯ ಇದು ನೇಕಾರ ಹಾಗೂ ವ್ಯಾಪಾರಸ್ಥರ ಊರು. ಆದರೂ ಶನಿವಾರಕ್ಕೊಮ್ಮೆ ಇಡೀ ಊರು ರೈತರಿಂದ ಭರ್ತಿಯಾಗಿರುತ್ತದೆ. ಅಂದು ಭರ್ಜರಿ ದನದ ಸಂತೆ ನಡೆಯುತ್ತದೆ. ನಾಗನೂರು ರಸ್ತೆಗೆ ಹೊಂದಿ ದನದ ಮಾರಾಟಕ್ಕೆಂದು ಒಂದು ಸಂತೆ ನಡೆಯುತ್ತದೆ. ನಾಗನೂರು ರಸ್ತೆಗೆ ಹೊಂದಿ ದನದ ಮಾರಟಕ್ಕೆಂದು ಒಂದು ವಿಶಾಲವಾದ ಕಂಪೌಂಡು ಇದೆ. ರಸ್ತೆಗುಂಟ ಜೋಪಡಿ ಹೋಟೇಲುಗಳು, ಮಿಠಾಯಿ ಅಂಗಡಿಗಳು ಪುದು ಪುದು ಎದ್ದಿರುತ್ತವೆ. ಈ ವ್ಯಾಪಾರಿ ಊರು ಗಿರಾಕಿಗಳ ಬರುವಿನಿಂದಾಗಿ ಸಂಭ್ರಮದಿಂದ ಬೀಗಿರುತ್ತದೆ.

ಜನರು ದನ, ಕರು, ಆಡು, ಕುರಿ ಹೊಡೆದುಕೊಂಡು ಬೆಳಿಗ್ಗೇನೇ ಆವರಣ ಸುತ್ತ ಮುತ್ತ ಜಮಾಯಿಸತೊಡಗುತ್ತಾರೆ. ದೂರದ ಊರವರು ಒಂದೆರಡು ದಿನ ಮೊದಲೇ ಊರು ಬಿಟ್ಟು ಶುಕ್ರವಾರ ರಾತ್ರಿಯೇ ಅಮೀನಪುರ ತಲುಪುತ್ತಾರೆ; ಇಲ್ಲಾ, ಸಮೀಪದ ಊರಲ್ಲಿ ಮತ್ತೆ ವಸ್ತಿ ಮಾಡಿ ಮುಂಜಾನೆ ಬರುತ್ತಾರೆ. ಆಜುಬಾಜಿನ ಹೊಟೇಲಿಗಳಲ್ಲಿ ಚಹಾ ಹೀರಿ, ಚುಟ್ಟ ಹಚ್ಚಿಕೊಂಡು ತಮ್ಮ ದನಗಳೊಂದಿಗೆ ನಿಧಾನ ಆವರಣದೊಳಗೆ ಬಂದು ನಿಲ್ಲ ತೊಡಗುತ್ತಾರೆ. ಆದರೆ ಚೌಕಾಸಿ, ಖರೀದಿ ಸುರು ಆಗೋದು ಸಾಮಾನ್ಯವಾಗಿ ಹತ್ತು ಗಂಟೆಯ ನಂತರವೇ ಅನ್ನಬೇಕು.

ಈಚೆಗೆ ಜನ ಜಂಗುಳಿ, ದನಗಳ ಹಿಂಡು ವಿಪರೀತವಾಗಿದ್ದರೂ ಬಜಾರ ಗರ ಹೊಡೆದಂತಿತ್ತು. ಬರದ ದವಡೆಗೆ ಸಿಕ್ಕ ರೈತರು ತಮ್ಮ ಜೀವ, ದನ–ಕರುಗಳ ಜೀವ ಉಳಿಸಿಕೊಳ್ಳೋ ಉಪಾಯದಲ್ಲಿದ್ದರು. ತಮ್ಮ ಹೊಟ್ಟೆ ಬಟ್ಟೆಯ ಪ್ರಶ್ನೆಗಿಂತ ತಮ್ಮ ದನಕರುಗಳ ಸಂಕಟ ನೋಡಲಾರದೆ ಅವನ್ನು ಮಾರಿಬಿಡಬೇಕೆಂದು ಬಂದವರ ಸಂಖ್ಯೆಯೇ ಜಾಸ್ತಿ. ಆವರಣದ ಒಳ ಹೊರಗೆ ಎಲ್ಲಿ ನೋಡಿದರೂ ರುಮಾಲುಗಳು, ದನಗಳು. ಅಪರೂಪಕ್ಕೆ ಶಹರದಿಂದ ಬಂದವರೂ ಇದ್ದರು. ಪ್ಯಾಂಟು ತೊಟ್ಟ ಬಕ್ಕ ತಲೆಯ ಮಂದಿ ಹಾಗೂ ಲುಂಗಿ ಮೇಲೆ ಕಟ್ಟಿ ಹೆಗಲಿಗೆ ಟವೆಲ್ಲು ಹಾಕಿಕೊಂಡು ಹಿಗ್ಗಿನಿಂದ ತಿರುಗಾಡುವವರೂ ಕಾಣುತ್ತಿದ್ದರು. ರೈತರ ಮುಖಗಳು ಮಾತ್ರ ಚೋಟು ಗೇಣು ಬೆಳೆದು ಹಳದಿ ವರ್ಣಕ್ಕೆ

ತಿರುಗಿದ ಬೆಳೆಗಳಂತೆ, ಇಲ್ಲಾ ಅಪೂಟ ಕೂರಿಗಿ ಹಾಕದ ಅವರ ಬೀಳು ಹೊಲಗಳಂತೆಯೇ ಕಾಣುತ್ತಿದ್ದವು.

ಬಸಪ್ಪನೆಂಬ ರೈತ ಕೂಡ ತನ್ನ ಎತ್ತು ಮಾರಲಿಕ್ಕೆ ಸಂತೆಗೆ ಬಂದಿದ್ದ. ಈತ ಮಸಾರಿ ನೆಲದ ಹಳ್ಳಿಗಾಡಿನವ. ಶುಕ್ರವಾರ ಮುಂಜಾನೆಯೇ ಊರು ಬಿಟ್ಟು ರಾತ್ರಿ ಬೇವೂರಲ್ಲಿ ವಸ್ತಿ ಮಾಡಿ ನಸುಕಿಲೆ ಅಮೀನಪುರ ದಾರಿ ಹಿಡಿದಾಗ ಚೆನ್ನಪ್ಪ ಎಂಬ ಯಜಮಾನ ಜೊತೆಯಾಗಿದ್ದ. ಈತನನ್ನು ಕೂಡಿಕೊಳ್ಳುವುದಕ್ಕಿಂತ ಮೊದಲು ಒಂಟಿಯಾಗಿ ಹೊರಟಾಗ ದಾರಿ ಸವೆಯಿಸುವದೇ ಕಷ್ಟವಾಗಿತ್ತು. ದಾರಿಯುದ್ದಕ್ಕೂ ಅದೇ ನಿಗಿ ನಿಗಿ ಉರಿವ ಬಿಸಿಲು, ಬೋಳು ಮರಗಳು, ಚೋಟು ಗೇಣು ಬೆಳೆದು ಒಣಗಿದ ಪೈರು; ಅದೇ ಸಣಕಲು ಎತ್ತು. ನಡೆದಷ್ಟು ದಾರಿ ಇದ್ದೇ ಇತ್ತು. ಎರೆ ಬೀಡಿ ಬಟ್ಟು ಬಾಯ್ದೆರೆದ ನೆಲ ತನ್ನನ್ನು, ಎತ್ತನ್ನು ನುಂಗಿ ಬಿಡುವಂತೆ ತೋರುತ್ತಿತ್ತು. ಹಾಗಾದರೆ 'ಒಂದು ರೀತಿ ಈ ಜಡ ಹಾದಿ ತುಳಿವ ದಾದ್ರೂ ತಪ್ಪೀತು' ಎನಿಸಿತ್ತು. ಆದರೂ ಯಾವುದೋ ಅವ್ಯಕ್ತ ಆಸೆಯೊಂದು ಈ ಒಣ ಜೀವದಲ್ಲಿ ಸಂಚರಿಸಿ ಕಾಲ ಕೀಲುಗಳಿಗೆ ಚಲನೆ ತಂದುಕೊಟ್ಟಿತ್ತು.

ಚೆನ್ನಪ್ಪ ಸಂತೆಗೆ ಎಮ್ಮಿ ಮತ್ತು ಕರ ಹೊಡಕೊಂಡು ಹೊಂಟವನು. ಈ ಯಜಮಾನ ಹಿಂದಕ್ಕೆ ಹೊರಳಿ ನಿಂತು ಬಸಪ್ಪನನ್ನು ಜೊತೆಯಾಗಿಸಿಕೊಂಡ. ಒಂದು ಕಾಲಕ್ಕೆ ಚೆನ್ನಪ್ಪ ಕಡಕ ಇರಬೇಕೆನಿಸುತ್ತಿತ್ತು. ಈಗ ನಿಸರ್ಗದ ಪ್ರಕೋಪಕ್ಕೆ ತುತ್ತಾಗಿ ಜರ್ಜರಿತನಾಗಿ ಕಾಣುತ್ತಿದ್ದ. ಬಸಪ್ಪ ತರುಣನಾಗಿದ್ದರೂ ಹಾಗೆ ಕಾಣುತ್ತಿರಲಿಲ್ಲ. ದಾಡಿ ಬಿಟ್ಟ ಮುಖ, ಆಳಕ್ಕೆ ಹುಗಿದ ಕಣ್ಣು, ತಲೆಗೆ ಸಣ್ಣ ರುಮಾಲು, ಕಿಂಡಿ ದೋತರ, ತೋಳಿನ ಅಂಗಿ, ಹೆಗಲಿಗೆ ಚಾದರ ಕೈಚೀಲ. ಮೊದಲ ನೋಟಕ್ಕೇ ಸರಳ, ಬಡ ರೈತ ಎಂದು ಯಾರಾದರೂ ಹೇಳಬಹುದಿತ್ತು. ಬಸಪ್ಪನ ಹೆಸರು, ದೆಸೆ ವಿಚಾರಿಸುತ್ತ ಯಜಮಾನ ಆತ್ಮೀಯತೆಯಿಂದ ಮಾತಿಗಾರಂಭಿಸಿದ. "ನಿಮ್ಮದು ಮಸಾರಿ ಜಮೀನು ಕಾಣಸ್ತೈತಿ. ಈ ಸಲ ನಮ್ಮಷ್ಟು ಖಗ್ರಾಸ ಇರಲಿಕ್ಕಿಲ್ಲ ನಿಮ್ಮಲ್ಲಿ. ಚೂರು ಚಾರು ಕೈಗೆ ಹತ್ತಿರಬೇಕಲ್ಲ."

"ಎಲ್ಲೈತ್ರಿ? ಆಗಲೆ ನಾಕು ವರ್ಷಾತು, ನಮ್ಮ ಪಡಿಪಾಟಲ ತಪ್ಪಿಲ್ಲ. ನೀವು ಎರಿಯವರ ಪಾಡ. ನಿಮಗೆರಡು ಮಳಿ ಆದ್ರೂ ಸಾಕು, ಪೀಕು ಸ್ವಲ್ಪಲ್ಲ ಸ್ವಲ್ಪು ಬರ್ತೈತಿ."

"ಹೌದು ಖರೆ. ಆ ಎರಡು ಚಲೋ ಮಳೀನ ಆಗ್ಲಿಲ್ಲ. ಹ್ವಾದವರ್ಷ ಅಷ್ಟಕಷ್ಟ ಆಯ್ತು. ಈ ವರ್ಷ ಅಪೂಟ ಹೊಲ್ದಾಗ ಕೂರಿಗಿ ಹಾಕಿಲ್ಲ."

"ನಾವೇನೊ ಬಿತ್ತಿದ್ವಿ, ಬಿತ್ತಿದ ಬೀಜ ದಂಡ ನೋಡ್ರಿ. ಚೂರುಪಾರು ಹುಟ್ಟಿದ್ದೂ ಸುಟಗೊಂಡು ಹೋತು."

ಹೀಗೆ ಮುಂತಾಗಿ ಮಾತಾಡುತ್ತ ನಡುನಡುವೆ ತಮ್ಮ ದನಕ್ಕೆ "ಹಲೆ, ಉಶ್" ಎನ್ನುತ್ತಾ ಹೊಂಟಿದ್ದರು. ಆ ಮಾತು ಈ ಮಾತಿನಿಂದ ಇಬ್ಬರಲ್ಲೂ ಏನೋ ವಿಶ್ವಾಸ ಬೆಳೆಯಿತು.

ಇವನ ಪರಿಚಯ ಆಗಿದ್ದು ಚಲೋನ ಅಂತ ಭಾವಿಸಿದ ಬಸಪ್ಪ. ಯಾಕಂದ್ರೆ ಅವ ಈ ಊರ ದನದ ಸಂತಿಗೆ ಹೊಸಬನಾಗಿದ್ದ. ಯಜಮಾನ ಸಂತಿ ವ್ಯವಹಾರ ಎಲ್ಲಾ ಬಲ್ಲಾವ ಆಗಿದ್ದ.

ಹೀಂಗ ಮಾತಾಡ್ತಾ ಮಾತಾಡ್ತಾ ಬರುವಷ್ಟರಲ್ಲಿ ಅಮೀನಪುರ ಬಂದೇ ಬಿಟ್ಟಿತು. ಸಂತೆಯ ಜಾಗ ಸಮೀಪಿಸುತ್ತ ತಮ್ಮ ದನಗಳನ್ನು ಗಿಡಕ್ಕೆ ಕಟ್ಟಿ ಹಾಕಿ, ಜೋಪಡಿ ಹೊಟೇಲಿನಲ್ಲಿ ಚಹ ಕುಡಿದು ಚುಟ್ಟ ಹೊತ್ತಿಸಿದರು. ಚೆನ್ನಪ್ಪ ತಾನು 'ಹೊರಗಡೆ' ಹೋಗಿ ಬರುವುದಾಗಿ ಹೇಳಿ ಹೋದ. ಬಸಪ್ಪ ಹೊಟೇಲಿನ ರೆಡಿಯೋ ಹಾಡು ಆಲಿಸುತ್ತ ಕುಳಿತ. ಅಂಗಡಿಯಲ್ಲಿ ಗಿರಾಕಿಗಳಿಗೆ ಪುರಸೊತ್ತಿರಲಿಲ್ಲ. ಮಾಲಕ ಲವಲವಿಕೆಯಿಂದ ಒಳಗೂ, ಹೊರಗಿನ ಗಲ್ಲಾಪೆಟ್ಟಿಗೆಗೂ ಆಗಾಗ ಅಡ್ಡಾಡುತ್ತ ಉಸ್ತುವಾರಿ ಮಾಡುತ್ತಿದ್ದ. ಬನಿಯನ್ನಿನೊಳಗಿನಿಂದ ಅವನ ಹೊಟ್ಟೆ ದುಂಡಾಗಿ ಉಬ್ಬಿಕೊಂಡಿತ್ತು. ತನ್ನ ಬಾಲ್ಯದ ಗೆಳೆಯ ನಿಂಗಪ್ಪನ ಹೊಟ್ಟೆ ಕೂಡ ಈಗ ಹೀಂಗ ಆಗೇತಿ ಎಂದುಕೊಂಡ. ನಿಂಗಪ್ಪ ಓದೋದ್ರಾಗ ತನಗಿಂತ ಮುಂದೇನಿರಲಿಲ್ಲ. ಆದ್ರ ಏನು ಪವಾಡನೋ ಏನೋ, ಏಳನೆ ಇಯತ್ತೆಯ ಪರೀಕ್ಷೆಯಲ್ಲಿ ತನಗಿಂತ ಹೆಚ್ಚು ಅಂಕ ಗಳಿಸಿದ. ಕಾರಣ ನಿಂಗಪ್ಪನ ತಂದೆ ವ್ಯಾವಹಾರಿಕ ಒಳದಾರಿಗಳನ್ನ ಬಲ್ಲವನಾಗಿದ್ದಿರಬೇಕು. ಅವನ ಮಗ ಎಸ್.ಎಸ್.ಎಲ್.ಸಿ. ಮುಗಿಸುತ್ತಲೇ ತಲಾಠಿಯನ್ನಾಗಿ ಮಾಡಿದ.

***

ಬಸಪ್ಪ ಹೈಸ್ಕೂಲು ಕಟ್ಟೆಗೆ ಹತ್ತಿದ್ದನೇನೋ ನಿಜ. ಆದರೆ ರಟ್ಟೆಯ ಶಕ್ತಿಯನ್ನು ಆಧರಿಸಿ ಬಾಳುತ್ತಿದ್ದ ತಂದೆ ಜಡ್ಡಿಗೆ ಬಿದ್ದು ಸತ್ತ ನಂತರ ಓದು ಮುಂದುವರಿಸಲಾಗಲಿಲ್ಲ. ಯಾವುದೋ ಕಷ್ಟಕಾಲದಲ್ಲಿ ತಂದೆ ಮೂರು ಎಕರೆ ಜಮೀನನ್ನು ಗೌಡಿರಿಗೆ ಹಾಕಿದ್ದ. ದುಡಿದು ಅದನ್ನು ಬಿಡಿಸಿಕೊಂಡು ಸ್ವತಂತ್ರವಾಗಿ ಒಕ್ಕಲುತನ ಮಾಡಬೇಕೆಂಬುದೇ ಅವನ ಮಹತ್ವಾಕಾಂಕ್ಷೆಯಾಯಿತು. ಗೌಡರ ತೋಟದಲ್ಲಿ, ಶೆಟ್ಟರ ಜಮೀನದಲ್ಲಿ ದುಡಿಯುತ್ತ ಅಷ್ಟಿಷ್ಟು ಕೂಡಿಡುತ್ತ ಅವ್ವನಿಗೆ ತನ್ನ ಯೋಜನೆ ಮುಂದಿಟ್ಟ. ಆಕೆ ಬಹಳ ಪ್ರೀತಿಯಿಂದ ಜೋಪಾನ ಮಾಡಿಕೊಂಡು ಬಂದ ಆಕಳು ಹಾಕಿದ್ದ ಹೋರಿಕರ ದೊಡ್ಡದಾಗಿ ತುಂಬಿಕೊಂಡಿತ್ತು. ಆ ಹೋರಿಯ ಜೊತೆಗೆ ಒಂದು ಎತ್ತನ್ನು ಖರೀದಿ ಮಾಡೋ ಸಲುವಾಗಿ ಮನೆಯಲ್ಲಿಯ ಆಕಳನ್ನು ಮಾರಿಬಿಡುವ ವಿಚಾರ ಎತ್ತಿದಾಗ ತಾಯಿ ಒಂದು ಕ್ಷಣ ತಬ್ಬಿಬ್ಬಾಗಿದ್ದಳು. ಗೌಡರಿಂದ ಹೊಲ ಬಿಡಿಸಿಕೊಂಡು, ಮನೆಯಲ್ಲಿ ಒಕ್ಕಲುತನ ಇಟ್ಟು, ತಂಗಿಯರಿಗೆ ಸರಿಯಾದ ಮನೆಗೆ ಮದುವೆ ಮಾಡಿಕೊಡುವ ವಿಚಾರ ಮುಂದಿಟ್ಟಿರುವ ಮಗನ ಮನಸ್ಸನ್ನು ನೋಯಿಸಲಾರದೆ ಒಪ್ಪಿಗೆ ಕೊಟ್ಟಿದ್ದಳು.

ಮನೆಯಲ್ಲಿ ಹುಟ್ಟಿ ಬೆಳದ ಹೋರಿಗೆ ತಕ್ಕ ಜೋಡಿ ಸೋವಿ ರೇಟಿನಲ್ಲಿ ಸಿಕ್ಕಿರಲಿಲ್ಲ. ಕೊನೆಗೆ ಸ್ವಲ್ಪ ವಯಸ್ಸಾದ ಎತ್ತು ಸಿಕ್ಕಿತ್ತು. ಇದಕ್ಕೆ ಸಮ ಆಗದಿದ್ದರೂ ಅದು ಶಕ್ತ್ಯಾನುಸಾರ ಇದರ ಜೋಡಿ ಎಳೆಯಲು ಪ್ರಯತ್ನಿಸುತ್ತಿತ್ತು. ಮಗ ಹೀಗೆ ದುಡಿಮೆಗೆ ಹತ್ತಿದ್ದಕ್ಕೆ ತಾಯಿಗೆ

ಸಂತೋಷವಾಗಿತ್ತು. ಎರಡು ವರ್ಷ ತಿನ್ನುಣ್ಣುವುದಕ್ಕೆ ಕೊರತಯೇನಿರಲಿಲ್ಲ. ಆದರೆ ಕಳೆದ ಮೂರು ನಾಕು ವರ್ಷದಿಂದ ಒಂದಿಲ್ಲೊಂದು ರೀತಿ ಬರ ಬೀಳುತ್ತಲೇ ಇತ್ತು. ನಂತರ ಆಸೆಗಳೆಲ್ಲ ಭಗ್ನಗೊಳ್ಳುತ್ತ ಕುಸಿಯುತ್ತ ಹೊಂಟವು. ಸಕಾಲಕ್ಕೆ ಮಳೆಯಾಗದೆ ಪೀಕು ಬಾರದಿದ್ದುದಕ್ಕೆ, ಮಳೆ ಆಗಿ ಬೆಳೆ ಬಂದರೂ ಹುಳ ಬಿದ್ದು ತೆನಿಯಲ್ಲಿ ಕಾಳು ಆಗದಿದ್ದುದಕ್ಕೆ ಅಷ್ಟಷ್ಟೆ ಬಸಪ್ಪ ಇಳಿಯುತ್ತ ಬಂದಿದ್ದ. ಈ ವರ್ಷವಂತೂ ಅಪೂಟ ಮಳೆಯೇ ಬೀಳ ಲಾರದ್ದಕ್ಕೆ ತತ್ತರಿಸಿ ಹೋಗಿದ್ದ. ಮಳೆರಾಯ ಸತತ ಧೋಕಾ ಕೊಡದಿದ್ದರೆ, ವಯಸ್ಸಾದ ಎತ್ತು ಸಾಯದಿದ್ದರೆ ತನ್ನ ಮನಿಯ ಎತ್ತಿನ ಜೊತೆಗೆ ಇನ್ನೊಂದನ್ನು ಆತ ಕೊಳ್ಳಬಹುದಿತ್ತು. ಆದರೆ ಈಗ ಉಳಿದಿರುವ ಮನಿಯ ಎತ್ತನ್ನೆ ಮಾರಿಬಿಡುವ ದುರ್ಧರ ಪ್ರಸಂಗ ಬಂದು ಬಿಟ್ಟಿತ್ತು. ಇದ್ದುದನ್ನೂ ಮಾರಿ ಪರಂಜಾಳ ಆಗಿ ಎಲ್ಲಿಯಾದರೂ ಗೋವಾಕ್ಕೊ, ಮಂಗಳೂರಿಗೊ ಕೂಲಿ ನಾಲಿ ಸಿಗುವ ಕಡೆಗೆ ಅವ್ವ ತಂಗಿಯರೊಂದಿಗೆ ಹೋಗಿಬಿಡಬೇಕೆಂದು ಠರಾವು ಮಾಡಿಕೊಂಡು ಬಂದಿದ್ದ. ಅಲ್ಲದೇ ಎತ್ತು ಬರೀ ಗೋದಲೆಯ ಮುಂದೆ ಡೊಕ್ಕೆಲುಬುಗಳಿಂದ ನಿಲ್ಲೋದನ್ನು ನೋಡುವದೂ ತಪ್ಪುವುದು. ಈ ಹಂಬಲದಿಂದ ಬಂದವನು ಚೆನ್ನಪ್ಪನ ಮಾತು ಕೇಳಿ ಇಲ್ಲೂ ಅಷ್ಟೇ ಬರಗಾಲವಿದ್ದುದರಿಂದ ತನ್ನ ಎತ್ತಿಗೆ ರೇಟು ಬಂದೀತೆ ಎಂದು ಯೋಚಿಸಿದ. ಕೈಯಲ್ಲಿ ನಾಕು ದುಡ್ಡಾದರೆ ತಾವೆಲ್ಲ ಊರುಬಿಟ್ಟು ಹೋಗೋದು ಶಕ್ಯ, ಇರದಿದ್ರ ಹ್ಯಾಂಗ ಎಂದು ಕಂಪಿಸಿದ.

***

ಚುಟ್ಟ ಹೊತ್ತಿಸಿ ಹೊಗೆ ಜಗ್ಗುತ್ತ ಕುಳಿತಿದ್ದ ಬಸಪ್ಪನಿಗೆ ಚೆನ್ನಪ್ಪ ವಾಪಸು ಬರುತ್ತಲೆ "ಸಣ್ಣಾಗಿ ದನ ಹೊಡಕೊಂಡು ಬಜಾರದಾಗ ಹೋಗೋಣ" ಎಂದು ಸೂಚಿಸಿದ. ಆವರಣದೊಳಗೆ ಜನ, ದನ ಜಮಾಯಿಸುತ್ತಿದ್ದಂತೆ ಅದರ ಹೊರಗೆ ಅಂದರೆ ರಸ್ತೆ ಬಾಜು, ಆಡು, ಕುರಿ, ಟಗರುಗಳು ದೊಡ್ಡ ಸಂಖ್ಯೆಯಲ್ಲೇ ಸೇರಿದ್ದವು. ರಸ್ತೆಯ ಇನ್ನೊಂದು ಬಾಜು ಎರಡು ತಾಡಪತ್ರಿ ಸವಾರಿಯ ಲಾರಿಗಳು ನಿಂತಿದ್ದವು. ಬಸಪ್ಪ ಹಣಕಿಕ್ಕುತ್ತ ಅದರಲ್ಲಿ ಪಳಿಗಳಿಂದ ಖಾನೆಗಳನ್ನು ಮಾಡಿದ್ದನ್ನು ನೋಡುತ್ತ ನಿಂತ. ಬಸಪ್ಪನ ಕುತೂಹಲ ಅರ್ಥವಾಗುತ್ತಿದ್ದಂತೆಯೇ "ಇವು ಆಡು ಕುರಿ ಟಗರುಗಳನ್ನು ಕಸಾಯಿಖಾನೆಗೆ ತುಂಬಿಕೊಂಡು ಹೋಗಾಕ ಬಂದಾವು" ಎಂದು ಯಜಮಾನ ಹೇಳಿದ. ಬಸಪ್ಪನ ಜೀವ ಚುರ್ರೆಂದಿತು. "ಆಡಿಗೆ ಬೆಲೆ ಐತಿ. ನಮ್ಮ ದನದ ಕಿಮ್ಮತ್ತು ತೀರಾ ಸಸ್ತಾ ನೋಡು, ಕಟುಕರು ನಮ್ಮ ಸ್ಥಿತಿ ನೋಡಿ ತೀರ ಅಗ್ಗ ಕೇಳ್ತಾ ಅದಾರ. ಅದೇನಾರ ಇರ್ಲಿ ನಾನಂತೂ ಮನಿಮಂದಿಗೆ ಮಾರೇನು ಹೊರ್ತು ಕಟುಕನಿಗೆ ಕೊಡಾಕಿಲ್ಲ. ದನದ ಧಾರಣಿ ಇಲ್ಲಂತ ಮಾರಾಕ ಮನಸ್ಸಿಲ್ಲ; ಹಯನ ಉಣ್ಣೋರಿಗೆ ಕಡಿಮಿ ಧಾರಣಿಗಾದ್ರೂ ಕೊಟ್ಟೇನು, ಕಟಕರ ಪಾಲು ಮಾಡಿ ಅವುಗಳ ಪಾಪ ನಾ ಕಟ್ಟಿಕೊಳ್ಳಲಾರೆ" ಎಂದೆಲ್ಲ ಚೆನ್ನಪ್ಪ ವಿವರಣೆ ನೀಡುತ್ತ ತನ್ನ ನಿಲುವು ಹೇಳಿಕೊಂಡ.

ಆವರಣ ಪ್ರವೇಶಿಸುತ್ತಿದ್ದಂತೇ ಎಮ್ಮೆ, ಮಣಕಗಳ ಸಾಲಗಳೇ ಮೊದಲು. ಚೆನ್ನಪ್ಪ ತನ್ನ ಎಮ್ಮೆ ಮತ್ತು ಕರು ಕಲ್ಲಿಗೆ ಕಟ್ಟಿ ಬಸಪ್ಪನನ್ನು ಮುಂದೆ ಕಳಿಸಿ ಬರಲು ಹೊರಟ. ಎತ್ತು

ಗದ್ದಲಕ್ಕೆ ಕೊಸರಾಡತೊಡಗಿತು. ಬಸಪ್ಪ ಮುಗದಾಣ ಕೈಯಲ್ಲಿ ಹಿಡಿದುಕೊಂಡ. ಚೆನ್ನಪ್ಪ ಒಂದು ದಂಟು ತಗೊಂಡು ಹಿಂದಿನಿಂದ 'ಹಲೆ ಹಲೆ' ಅನ್ನತೊಡಗಿದ. ಇಬ್ಬರೂ ಆಲದ ಗಿಡದಾಚೆಗೆ ಇದ್ದ ಎತ್ತು, ಹೋರಿ, ಕರಗಳ ಸಾಲುಗಳ ಕಡೆಗೆ ಬಂದರು. ಚೆನ್ನಪ್ಪ ಒಂದು ಸೂಕ್ಷ್ಮ ಹೇಳಿದ "ಆಲದ ಗಿಡದಾಚೆಗಿನ ದನಕರುಗಳನ್ನ ಕೇಳಾಕ ಕಟುಕರು ಅಷ್ಟೊಂದು ಬರೋದಿಲ್ಲ. ಸಾಧಾರಣ ಅವರ ವ್ಯಾಪಾರ ಈ ಕಡಿಗೀನ. ಅದಕ್ಕ ನೀ ಆ ಕಡೀನ ನಿಂತು ಬಿಡು." "ನೀವು ಕೂಡಿದ್ದಕ್ಕ ವಾಜಮಿ ಆತು ಇನ್ನ ನೀವು ನಡ್ರಿ" ಅಂತ ಬಸಪ್ಪ ಕೃತಜ್ಞತೆ ಯಿಂದ ಬೀಳ್ಕೊಟ್ಟ.

ಹೊತ್ತೇರುತ್ತಿದ್ದಂತೆ ಆವರಣದ ಒಳ ಹೊರಗೆ ಜನ ದನಗಳ ಗದ್ದಲ. ತರಹ ತರಹದ ಹೋರಿ ಎತ್ತು ಕರುಗಳು ಬಂದಿದ್ದವು. ಆದರೆ ಬಹುಪಾಲು ದನ ತೀರ ಬಡಕಲು, ಎಲ್ಲೋ ಅಪರೂಪಕ್ಕೆ ಒಂದೆರಡು ಜೋಡಿ ಮಿರಮಿರ ಮಿಂಚುವ ಎತ್ತುಗಳು. ಬಹುತೇಕ ದನಕರು ಕಸಾಯಿಖಾನೆಗೆ ಹೋಗಲಿಕ್ಕೇ ಯೋಗ್ಯವಾದವುಗಳು. ಬಸಪ್ಪ ಸುತ್ತ ಕಣ್ಣಾಡಿಸುತ್ತ ತನ್ನನ್ನು ನೋಡಿಕೊಳ್ಳುತ್ತ ತಾನೂ ಇದಕ್ಕೆ ಹೊರತಲ್ಲ. ತಾನು ಅಂಗಿ ಬಿಚ್ಚಿ ನಿಂತರೆ ತನ್ನ ಪಕ್ಕೆಲು ಬನ್ನೂ ಯಾರಾದರೂ ಎಣಿಸಬಹುದು ಎಂದುಕೊಂಡ.

ಕೊಳ್ಳುವವರಿಗಿಂತ ಮಾರುವವರೇ ಹೆಚ್ಚಿನ ಸಂಖ್ಯೆಯಲ್ಲಿದ್ದಂತೆ ತೋರುತ್ತಿತ್ತು. ಹೀಗಾಗಿ ಬಸಪ್ಪನ ಎತ್ತನ್ನು ಯಾರೂ ಕೇಳಬರಲಿಲ್ಲ. ಕೆಲವು ಗಿರಾಕಿಗಳೆಂಬವರು ಎತ್ತನ್ನು ಪಿಕಿ ಪಿಕಿ ನೋಡುತ್ತ ಹೋಗುತ್ತಿದ್ದರೇ ವಿನಾ ಈತನನ್ನು ವಿಚಾರಿಸಲೂ ಇಲ್ಲ. ಈ ಜನಾ ರಣ್ಯದಲ್ಲಿ ಏಕಾಏಕಿಯೆನಿಸಿ ಕಲ್ಲಮೇಲೆ ತಲೆಗೆ ಕೈಕೊಟ್ಟು ಕುಳಿತುಕೊಂಡ. ಬೇಡವೆಂದರೂ ಆ ಹಳೆಯ ನೆನಪುಗಳ ತಾಕಲಾಟ, ಯೋಚನೆಗಳ ಕಿತ್ತಾಟ...

***

...ತನ್ನ ಎತ್ತಿನ ಜೋಲು ಮುಖ, ಡೊಕ್ಕೆಲುಬು ನೋಡಲಾಗದೆ "ಒಂದು ಹೊರಿ ಮೇವು ಕೊಡ್ರೀ ಗೌಡ್ರ" ಅಂತ ಕೇಳಿದರ ಗೌಡ್ರು ನಯವಾಗೇ "ನೋಡಪಾ, ನಮ್ಮವು ದನ ಬಹಳ ಅದಾವು. ಇನ್ನೂ ಒಂದು ವರ್ಷ ನಿಭಾಯಿಸೋದು ತ್ರಾಸು ಐತಿ. ನಿನ್ನ ಎತ್ತು ಮಾರಿಬಿಡು. ನಮ್ಮಂಥವರs ನರಳಾಕ ಹತ್ತೀವಿ, ಸಾಕಲಾರದ್ದಕ್ಕ" ಅಂತ ಸಲಹೆ ಕೊಟ್ಟಿದ್ರು. ಇದೇ ಗೌಡ್ರು ತಹಶೀಲ್ದಾರರನ್ನ ಆಮಂತ್ರಿಸಿ ಬಣವಿಯ ಮೇವು ಕೊಟ್ಟು ಅವರಿಂದ ಮುಕ್ತವಾಗಿ ಹೊಗಳಿಸಿಕೊಂಡ್ರು. ತನ್ನ ಎತ್ತನ್ನ ಮಾರಾಕ ಮನಸ್ಸಾಗದೆ, ಉಪವಾಸದಿಂದ ಬಳಲೋದನ್ನೂ ನೋಡಲಾಗದೆ ಒಂದು ರಾತ್ರಿ ಗೌಡರ ಬಣವಿಯಿಂದ ಒಂದು ಹೊರಿ ಮೇವು ಯಾರಿಗೂ ತಿಳಿಯದ್ಹಂಗ ತಂದುಬಿಡೋದಂತ ಧೈರ್ಯಮಾಡಿದ. ಒಂದು ದೊಡ್ಡ ಪೆಂಡಿಮಾಡಿ ತಲೆಗೇರಿಸುವಷ್ಟರಾಗ ಗೌಡರ ಆಳು ಬಂದು ಎಳಿದಿದ್ದ. ಅಷ್ಟರಾಗ ಗೌಡರ ಮಗ ತಮ್ಮ ಹಿತ್ತಲದ ಮೇವು ಆಗಾಗ ಕಾಣೆಯಾಗ್ತಿರೋದಕ್ಕೆ ತಾನೇ ಕಾರಣಾಂತ ಈಗ ಕಳವು ಸಹಿತ ಸಿಕ್ಕಿದ್ದಕ್ಕ ತನ್ನನ್ನು ಬಿಡದ ಗಿಡಕ್ಕೆ ಕಟ್ಟಿಹಾಕಬೇಕೂಂತ ಆಳಿಗೆ ಆಜ್ಞಾಪಿಸಿದ. ಆ ಇಡೀ ರಾತ್ರಿ ಹಿಂಸೆಯಿಂದ ಕಳೆದದ್ದು ನೆನಸಿಕೊಂಡ. ತಾನು ಜೀವಸಹಿತ

ಇರೋದಕ್ಕ ನಾಲಾಯಕು ಎನಿಸಿತು. ಮುಂಜಾನೆ ತನ್ನನ್ನ ಊರಿಗೆ ಊರ ನೋಡಾಕ ಬಂದಿತ್ತು. ಅವ್ವ ಗೌಡರ ಕಾಲಿಗೆ ಬಿದ್ದು ತನ್ನನ್ನು ಬಿಡಿಸಿಕೊಂಡು ಬಂದಿದ್ದಳು. ಊರ ಮಂದಿಯ ಕಣ್ಣಲ್ಲಿ ತಾನು ಹೀನನಾದೆ, ತಾನು ಪ್ರೀತಿಸುತ್ತಿದ್ದ ಹುಡುಗಿಯ ಕಣ್ಣಲ್ಲಿ ಕನಿಷ್ಟನಾದೆ... ಮೌನವಾಗಿ ಈ ಹಿಂಸೆ, ಅಪಮಾನವನ್ನು ಸಹಿಸಿಕೊಂಡಿದ್ದೆ.

ಗಂಗಿ ತನ್ನ ದೂರದ ಸಂಬಂಧಿ ಸಹ ಹೌದು. ಅವರಣ್ಣ ದುಡಿದದ್ದೆಲ್ಲ ಕುಡಿದು ಹಾಳು ಮಾಡುತ್ತಾನೆಂದು ಆ ಹುಡುಗಿ ಬಗ್ಗೆ ಅಣ್ಣನಿಗೇನೂ ಜವಾಬ್ದಾರಿ ಇಲ್ಲಾಂತ ಅವ್ವ ಹೇಳ್ತಾ ಆ ಹುಡುಗೀನ್ನ ಸೊಸಿಯಾಗಿ ತಂದುಕೊಳ್ಳಬೇಕು ಅಂತ ಆಸೆಪಟ್ಟಿದ್ದಳು. ಅವ್ವ ತನ್ನ ಆಸೆಯನ್ನು ಕೂಡ ಅರಿತಿದ್ದಳು... ಹೊಲದಾಗ್ ಪೈರು ನಳ ನಳಿಸ್ತಾ ಇರುವಾಗ ಎಳ್ಳ ಅಮಾಸಿಗೆ ತಾನು ಹೊಲಕ್ಕ ಬಂಡಿ ಹೂಡಿದಾಗ ಬಂಡ್ಯಾಗ ಅವ್ವ, ತಂಗಿಯರೊಂದಿಗೆ ಗಂಗಿ ಕೂಡ ಇದ್ದಳು. ಗೌಡನ ಮಗನ ಬಂಡಿಯನ್ನ ಹಿಂದ ಹಾಕಿ ತನ್ನ ಬಂಡಿಯನ್ನ ಓಡಿಸಿದ್ದು ಆ ಹುಡುಗಿಯ ಮನಸ್ಸಿನಾಗ ತನ್ನ ಬಗ್ಗೆ ಅಭಿಮಾನ ಉಕ್ಕಲಿ ಅಂತ. ಝೂಲಾ ಹಾಕಿ, ಕೋಡಣಸ ತೊಡಿಸಿ ಅಲಂಕರಿಸಿದ ಎತ್ತು ಗಿಲ್ ಗಿಲ್ ಓಡ್ತಿರೋ ದೃಶ್ಯ ನೆನಪಿಸ್ತಾ ರೋಮಾಂಚನ ಪಟ್ಟುಕೊಂಡ. ಆ ದಿನ ಎಲ್ಲಿ, ಈ ದಿನ ಎಲ್ಲಿ ಅಂತ ಉಸುರ್ಗರೆದ... ಉನ್ಮಾನದದಲ್ಲಿ ತೇಲುತ್ತಿದ್ದ ಕ್ಷಣಗಳು... ಹಳ್ಳದ ಒರತ್ಯಾಗ ನೀರು ತುಂಬಿ ಗಂಗಿಯ ತಲಿಮ್ಯಾಲ ಕೊಡ ಕೊಡ್ತಾ ಕಣ್ಣಾಗ ಕಣ್ಣಿಟ್ಟು ನೋಡಿದಾಗ ಪೂರ್ತಿ ಸೆಳೆತಕ್ಕ ಸಿಕ್ಕಿದ್ದ... ಗೌಡನ ಮಗನ ಬೇತು ಕೆಲ ದಿವಸದ ನಂತರ ಹನುಮನಿಂದ ತಿಳೀತು. "ನಿನಗೆ ಹೇಳಬೇಕೊ ಬ್ಯಾಡೊ ಬಸಪ್ಪ. ನೀ ಗಂಗಿನ್ನ ಲಗ್ನ ಆಗಾವ ಇದ್ದಿ ಅಂತ ಸುದ್ದಿ ಇತ್ತು. ಮೊನ್ನಿಯಿಂದ ಗಂಗಿನ್ನ ತನ್ನ ತ್ವಾಟದ ಮನ್ಯಾಗ ತಂದು ಇಟ್ಟುಕೊಂಡಾನ ಗೌಡನ ಮಗ. ಅವಳಣ್ಣಗ ತ್ವಾಟದಾಗ ಕೆಲ್ಸ ಕೊಟ್ಟಾನಂತ. ಮತ್ತ ನೀ ಏನೂ ಮನಸ್ಸಿಗಿ ಹಚ್ಕೊಬ್ಯಾಡ" ಮನದಲ್ಲಿ ದೊಡ್ಡ ಬಿರುಗಾಳಿ ಹೊಕ್ಕು ತಲ್ಲಣಿಸಿದ್ದ. ಸ್ತಿಮಿತಕ್ಕೆ ಬಂದು ಪುನಃ ಯೋಚಿಸಿದ್ದ. ತನ್ನನ್ನು ಕಟ್ಟಿಹಾಕಿದ ಪ್ರಸಂಗದಾಗನ ಅವನ ಬೇತು ಇರಬಹುದಲ್ಲ? ತಾನೊಬ್ಬ ಕಳ್ಳ ಅಂತ ಅವಳಿಗನಿಸಿರಬಹುದಲ್ಲ? ತಾನು ಮದ್ವಿ ಆಗಿ ಅವಳನ್ನ ಸಾಕದ ಅಯೋಗ್ಯ ಅಂತ ಭಾವಿಸಿರಬಹುದಲ್ಲ? ತಿಂದುಂಡು ದುಂಡಾಗಿರುವ ಗೌಡನ ಮಗ ಲಗ್ನ ಆಗಿದ್ರೂ ಹೆಚ್ಚು ಆಕರ್ಷಕವಾಗಿರಬಹುದು. ಇಲ್ಲಾ ತನ್ನ ಮುದುಕ ತಂದಿ ತಾಯಿಗಾಸರವಾಗಿ ತಾ ಬದುಕಬೇಕು ಅಂತ ಗೌಡನ ಗೂಡು ಸೇರಿರಬೇಕು... ಬರಬರುತ್ತ ಶಾಂತನಾಗಿದ್ದರೂ ಮನಸ್ಸಿನೊಳಗೆ ದೊಡ್ಡ ಬಿಲವೇ ಕೊರೆದಂತಾಗಿತ್ತು.

***

ಎಷ್ಟೋ ಹೊತ್ತಿನ ನಂತರ ಹಳದಿ ರುಮಾಲಿನ, ಬಿಳಿ ಕ್ವಾರಿ ಮೀಸೆಯ ಯಜಮಾನ ಬಾಯೊಳಗಿನ ತಂಬಾಕು ಉಗುಳುತ್ತ ಬಸಪ್ಪನತ್ತ ಬಂದ. ನೀರಾವರಿ ಜಮೀನುಳ್ಳವನಿರಬೇಕು. ಎತ್ತನ್ನ ದಿಟ್ಟಿಸುತ್ತ 'ಬಾಳ ನಿಕ್ಕಲಕ್ಕ ಬಿದ್ದೈತಿ' ಅಂದ. 'ಯಾವಾಗ ಕೊಂಡಿದ್ದೆಪಾ ಎತ್ತನ್ನ' ಅನ್ನುತ್ತ ಮುಗದಾಣ ಎಳೆದು, ಬಾಯಿ ತೆರೆಸಿ, ಹಲ್ಲು ಎಣಿಸಿದ. ಬಸಪ್ಪ

'ಇದು ಮನ್ಯಾಗ ಹುಟ್ಟಿದ್ದರಿ' ಎಂದ. ಈತ ಖರೀದಿಸಿದರೆ ತನ್ನ ಎತ್ತು ಸುಖವಾಗಿರಬಹುದು, ರೇಟೂ ಬರಬಹುದೆಂದುಕೊಂಡ. ಯಜಮಾನ ಎತ್ತಿನ ಮುಗದಾಣ ಹಿಡಿದು ಒಂದಿಷ್ಟು ಅಡ್ಡಾಡಿಸಿ ನೋಡಿದ. ಹಣೆ, ಇಣಿ, ಬಾಲ ಪರೀಕ್ಷಿಸ್ತಾ "ಎತ್ತು ಸಭ್ಯ ಐತಿ ಬಿಡು. ಚಲೋತ್ನಾಗ ಮೇಯಿಸಿದ್ರ ತಯಾರಾದೀತು. ಆದ್ರ ಬಾಲಾಗ ಕಸಬರಗಿ ಸುಳಿ, ಇಣಿಯಾಗ ಕಾಗಿ ಸುಳಿ ಐತಿ. ಇದು ಬಾಳ ಕೆಟ್ಟ ನೋಡು... ಬ್ಯಾಡಸರಿಯಪಾ" ಎನ್ನುತ್ತ ಕೊಡವಿಕೊಂಡು ಹೊರಟೇಬಿಟ್ಟ. ಈ ಮುದುಕನಿಗೆ ಸರಿಯಾಗಿ ಉತ್ತರಿಸಬೇಕಂದ್ರೆ ಬಸಪ್ಪನಿಗೆ ಬಾಯೇ ಬರಲಿಲ್ಲ.

***

ಇವಗೇನು ಹೇಳಬೇಕು? ಎತ್ತಿನಿಂದ ತನಗ ಕಷ್ಟ ಆದದ್ದಿಲ್ಲ. ಅವ ಸುಮ್ಮ ಹೋಗಿದ್ರ ಕೆಟ್ಟ ಅನಿಸ್ತಿರಲಿಲ್ಲ. ಎತ್ತಿಗೇನೂ ಹೆಸರಿಟ್ಟು ಹೋಗಿಬಿಟ್ಟ... ಬಿಳಿ, ಕಂದುಬಣ್ಣದ ಈ ಜವಾರಿ ಮನಿ ಎತ್ತು ಆಗ ಕರುವಾಗಿ ಚಂಗನೆ ಜಿಗಿದಾಡ್ತಾ ತಾಯಿ-ಆಕಳ ಸುತ್ತ ಗಿರಕಿ ಹೊಡಿತಿರುವಾಗಿನಿಂದ ಇದರ ಒಡನಾಟದಲ್ಲಿದ್ದವ. ಮೇಯಬಿಟ್ಟಾಗ ಒಮ್ಮೆ ದಾರಿ ತಪ್ಪಿಸಿಕೊಂಡು ಎಲ್ಲೆಲ್ಲೊ ಅಲೆದಾಡ್ತಾ ಹೋಗಿಬಿಟ್ಟಿತ್ತು. ಇಡೀ ದಿನಃ ತಾನು ಉಪವಾಸ ತಿರುಗಾಡಿ ಪತ್ತೆಹಚ್ಚಿಕೊಂಡು ಮನಿಗೆ ಹಿಡಕಂಡು ಬಂದಿದ್ದ... ಈಗ ಆ ಎತ್ತನ್ನೆ ಕೈಯಾರೆ ದಬ್ಬಲು ಬಂದಿರುವ ಬಗ್ಗೆ ಸಂಕಟಪಟ್ಟುಕೊಂಡ.

ತನ್ನೆರಡು ಎತ್ತಿಗೂ ಆ ಕಾಲದಾಗ ತಾನೆಂದೂ ಕೊರತೆ ಮಾಡಲಿಲ್ಲ. ಅವ್ವ ಹುಲ್ಲು ಮಾಡಿಕೊಂಡು ಬಂದು ಹಾಕಿದ್ರ ತಾನು ಹಸಿ ಮೇವು ಕೊಯ್ಕೊಂಡು ಹಾಕೋದು; ಹೊತ್ತು ಹೊತ್ತಿಗೆ ಹತ್ತಿಕಾಳು, ತವುಡು ಹಾಕೋದು... ಸೋಮವಾರಕ್ಕೊಮ್ಮೆ ಮೈ ತೊಳೆಯೋದು... ಸದಾ ಚಟುವಟಿಕೆಯ, ಲವಲವಿಕೆಯ ದಿನಗಳು!

ಎತ್ತಿನ ಮೈ ತಿಕ್ಕುತ್ತ, ಕೊರಳೊಳಗಿನ ಉಣ್ಣೆ ಬಿಡಿಸ್ತಾ ನಿಂತರ ಅವು ಕೊರಳೆತ್ತಿ ತೋರುತ್ತಿದ್ದ ಸ್ನೇಹ ಸಾಮೀಪ್ಯ ಎಂಥ ಹಿತ! ತಾನು ತೋರುತ್ತಿದ್ದ ಪ್ರೀತಿಯ ಎಷ್ಟೋ ಪಟ್ಟು ಈ ಮೂಕ ಎತ್ತು ಸ್ನೇಹ ತೋರುತ್ತಿದ್ದವು. ತಲಿ ಹಾಕಿ ತನ್ನನ್ನು ತೀರ ಹತ್ತಿರ ಕರಕೊಂಡು ತಬ್ಬಿಕೊಂಡ ಹಾಗೆ ಮಾಡುತ್ತಿದ್ದವು.

ಇತ್ತಿತ್ತಾಗ ಈ ಎತ್ತಿನ ಬಗ್ಗೆ ಬೇಜಾರು ಮಾಡಿಕೊಂಡಿದ್ದರೆ ಮನಸಾ ಅಲ್ಲ. ಅನಿವಾರ್ಯ ಆಗಿ, ಅಸಹಾಯಕ ಆಗಿ... ಒಮ್ಮೆ ಮಾತ್ರ ಇದನ್ನ ಜೋರಾಗಿ ಹೊಡೆದಿದ್ದ ನೆನಪು. ಆವತ್ತು ಅದು ಸುಮ್ನೆ ಮೊಂಡುತನ ಮಾಡಿತ್ತು. ವಯಸ್ಸಾದ ಎತ್ತು ಪ್ರಾಮಾಣಿಕವಾಗಿ ಎಳಿತಿರುವಾಗ ಇದು ತಂಟೆ ತೆಗೆದಿತ್ತು. ಸಿಟ್ಟು ಬಂದು ಜೋರಾಗಿ ಬಾರಿಸಬೇಕಾತು. ಆಗ ಕಿತ್ಕೊಂಡು ಓಡತೊಡಗಿತು. ಮುಗದಾಣದಿಂದ ಜೋರು ಜಗ್ಗಿದಾಗ ಬಾಯಾಗ ಬುರುಗ ಬರತೊಡಗಿತು. ಅವ್ವ ಸಂಜೀಗಿ ಹುಲ್ಲು ಹಾಕಾಕ ಗ್ವಾದಲಿಗೆ ಹೋದಾಗ ಅದನ್ನ ನೋಡಿ ಜಗಳಾನ್ನ ತೆಗೆದಳು. "ಆವು ತಮ್ಮ ಸಕತಿ ಪ್ರಕಾರ ಕೆಲ್ಸ ಮಾಡ್ತಾವು. ಇನ್ನೊಮ್ಮೆ ಹೊಡಿದಂದ್ರ

ನೋಡು. ಚೆಂದಾಗಿ ಮೊದಲು ಜ್ವಾಪಾನ ಮಾಡು. ಮೂಕ ಬಸವಣ್ಣ ಪಾಪ!" ತನಗೂ ಕೂಡ ಇಡೀ ದಿನ ಜೀವಕ್ಕ ಸಮಾಧಾನ ಇರಲಿಲ್ಲ.

ತಾನು ಹುಡುಗನಿದ್ದಾಗ ಅವ್ವ ಯಾವುದೋ ಒಂದು ಪ್ರಸಂಗದಾಗ 'ಭೂಮಿ ಹೊತ್ತಾನೊ ಬಸವಣ್ಣ' ಅನ್ನೋ ಕಥಿ ಹೇಳಿದ್ದಳು. "ಹೀಂಗ ದೇವಲೋಕದಾಗ ಎಲ್ಲ ಗಣಗಳ ಪರಿಷತ್ತು ಸೇರಿತ್ತು. ಆಗ ಶಿವ ಕೇಳಿದ, 'ಭೂಲೋಕಕ್ಕೆ ಹೋಗಿ ಅಲ್ಲಿ ಸೇವೆಮಾಡಿ ಭೂಮಿ ಭಾರಾ ಹೊರ್ಲಿಕ್ಕೆ ನಿಮ್ಮಲ್ಲಿ ಯಾರು ತಯಾರಿದೀರೆಪಾ' ಆಗ ಎಲ್ಲ ಗಣಗಳು ಹಿಂದುಮುಂದು ನೋಡ್ತಾ ಕೂತಿರುವಾಗ, ಬೋಳೆಬಸವ ತಾನು ಹೋಗೋದಾಗಿ ಹೇಳದ. ಬಸವಣ್ಣ ಹೀಂಗ ಎತ್ತಾಗಿ ಭೂಮಿಗವತರಿಸಿ ಭೂಮಿಯನ್ನು ಬೆಳೆಸಿ ರೈತರನ್ನ ಕಾಪಾಡಿದ. ಮನಸ್ಯಾ ಈ ಎತ್ತನ್ನ ಹೆಚ್ಚೆಚ್ಚು ದುಡಿಸಬೇಕಂತ ಪಂಜು ಕಟ್ಟಿ ಮ್ಯಾಲಿಂದ ಮ್ಯಾಲ ಹೊಡಿಯಾಕ ಹತ್ತಿದ. ಆಗ ಬಸವಣ್ಣ ಶಿವನ ಹತ್ತರ ಹೋಗಿ 'ನನ್ನನ್ನ ಮೂಕ ನನ್ನಾಗಿ ಮಾಡಿಬಿಡಪಾ. ಮೂಕನಾಗಿದ್ದು ಭೂಮಿ ಭಾರ ಹೊರ್ತೀನಿ' ಎಂದ. ಶಿವ 'ತಥಾಸ್ತು' ಅಂದ. ಅದಕ್ಕ ಬಸವಣ್ಣ ಮೂಕ ಆಗ್ಯಾನ. ಅದಕ್ಕ ಇಂಥ ಬಸವಣ್ಣನ ಗೋಳು ನಾವು ಕಟ್ಟಿಕೊಬಾರ್ದು ಅದಕ್ಕೆ ಸಂಕಟ ಇಕ್ಕಬಾರ್ದು...

ಅದಕ್ಕ ಸಂಕಟ ಇಕ್ಕಬಾರ್ದು, ಗೋಳು ಕಟ್ಟಿಕೊಬಾರ್ದು ಅಂತಾನೇ ಗೌಡನ ಬಣವೆ ಯಿಂದ ಮೇವು ಹಿರಿದದ್ದು... ಅದರ ಜ್ವಾಪಾನ ಮಾಡ್ಲಿಕ್ಕೆ ಸಾಧ್ಯ ಇಲ್ಲಾಂತನೇ ಮಾರಲಿಕ್ಕೆ ಬಂದಿದ್ದು.

ಪುಣ್ಯಕೋಟಿ ಕತೆಯಾಗ ಬರೋ ಹುಲಿ ಆಕಳನ್ನ ತಿನ್ನದೆ ಬಿಟ್ಟಾಂಗ, ಬರದ ಹುಲಿ ಕೂಡ ತನ್ನನ್ನ ತನ್ನ ಎತ್ತನ್ನ ಬಿಟ್ಟು ಬಿಡಬಾರದ! ಇದು ಕೂಡ ಹಾಂಗ ಪರಿವರ್ತನ ಆಗ ಬಾರದ! ವ್ಯಾಘ್ರ ದಯಾರ್ದ್ರ ಆಗಬಾರದ! ದುಡಿವ ಕೈಗಳನ್ನ ಉಳುವ ಎತ್ತುಗಳನ್ನ ಉಳಿಸಿಕೋಬಾರ್ದ...!

...ಯೋಚನೆ ಭಾವನೆಗಳ ತಾಕಲಾಟದಲ್ಲಿ ಬಸಪ್ಪನ ತಲೆ ಗಿಂವ್ ಎನ್ನತೊಡಗಿತು. ನೆತ್ತಿನ ಮೇಲೆ ಸೂರ್ಯ ಸುಡತೊಡಗಿದ್ದ. ಎತ್ತಿನ ಬಾಯಲ್ಲಿ ಬುರುಗು, ಕಣ್ಣಾಲಿಗಳಲ್ಲಿ ನೀರು ಕಂಡು ಬುರುಗು ತೆಗೆಯುತ್ತ, ತಲೆ ತುರಿಸುತ್ತ, ದೋತರದ ಚುಂಗಿನಿಂದ ಕಣ್ಣೊರ ಸಿಕೊಂಡ. ಎತ್ತು ಬಿಚ್ಚಿ ದೋಣಿಯಲ್ಲಿ ನೀರು ಕುಡಿಸಿಕೊಂಡು, ಹೊಟೇಲದಲ್ಲಿ ಒಂದು ಗ್ಲಾಸು ತಾನೂ ತಣ್ಣನ್ನ ನೀರು ಕುಡಿದು ಮರಳಿ ತನ್ನ ಜಾಗಕ್ಕೆ ಬಂದ.

ಸ್ವಲ್ಪ ಹೊತ್ತಿನ ನಂತರ ಪ್ಯಾಂಟು ತೊಟ್ಟ, ತಲೆಗೆ ಟವೆಲ್ಲು ಸುತ್ತಿದ ಒಬ್ಬ ಟೋಣಪ ಬಂದ. ಈಗ ಎತ್ತಿನ ಹೊಟ್ಟೆಯೊಳಗೆ ಕೈ ಹಾಕಿ ಅಂದಾಜಿಗೆ ತೊಡಗಿದ. ಇವ ಕಟುಕನೊ ಅವನ ಏಜೆಂಟನೊ ಇರಬೇಕೆಂದು ತಿಳಿಯಲು ಬಸಪ್ಪನಿಗೆ ತಡವೇನಾಗಲಿಲ್ಲ. "ಬಾಳ ಬಡಕೈತೆಪಾ... ಎಷ್ಟಾಗತ್ತ ರೇಟು" ಅಂತ ಕೇಳಿದರೆ "ನಾ ಕೊಡೋದಿಲ್ಲೇಳ್ರಿ" ಅಂದುಬಿಟ್ಟ. ಕಟುಕನಿಗೆ ಕೊಡಕೂಡದೆಂದು ಅವನ ಒಳಮನಸ್ಸು ತೀರ್ಮಾನಿಸಿಬಿಟ್ಟಿತ್ತು.

ಕೈಯಾರೆ ತನ್ನ ಎತ್ತನ್ನು ಕಟುಕನಿಗೆ ಕೊಡುವುದಿರಲಿ, ವ್ಯಾಪಾರದ ಬಗ್ಗೆ ಮಾತಾಡಲು ಕೂಡ ಆಗಲಿಲ್ಲ... ತನ್ನ ಹೊಲವನ್ನು ಹದಗೊಳಿಸಿ ಮನವನ್ನ ಮುದಗೊಳಿಸಿದ ಈ ಎತ್ತನ್ನ ಕಟುಕನಿಗೆ ಹ್ಯಾಂಗ ಕೊಡಲಿ? ಈ ಮಟಮಟ ಮಧ್ಯಾಹ್ನದಾಗ ತಂಪಾದ ಆ ಬೆಳದಿಂಗಳ ರಾತ್ರಿಯ ನೆನಪು. ಗೂಡು ಕಟ್ಟಿ, ತೆನಿ ಮುರಿದು ಹಂತಿ ಕಟ್ಟಿದಾಗ ಎತ್ತು ತಲಿ ಹಾಕುತ್ತ ಸುತ್ತುತ್ತಿರುವಾಗ ಅದರ ಕೊರಳೊಳಗಿನ ಗೆಜ್ಜೆಯ ಗಿಲ್ ಗಿಲ್ ಸಪ್ಪಳ. ಹಾಡು ಗುನು ಗುಡತೊಡಗಿದ,

ಹಾಡಿಗೆ ಮೊದಲ ಯಾರನ್ನ ನೆನೆಯಲೊ
ಬಾಯಿಲ್ಲದವನ ಬಸವಣ್ಣೊ-ನೆನೆದರೆ
ಬಾರದ ಪದವು ಬಂದಾವೊ

ಆಗ ತಾನು ಏರು ಸ್ವರದಲ್ಲಿ ಹಾಡುತ್ತಿದ್ದರೆ ಜೊತೆಗಿನವರು ಹಿಂದ ಹಿಂದ "ಹುಲಿಗ್ಗಿ ಹುಲಿಗ್ಯೊ" ಅನ್ನುತಿದ್ರು. ಈಗ ಅದ ಹಾಡು ತುಟಿಯೊಳಗೆ ಒಣಗಾಳಿಯಾಗಿ ಪಿಸು ಗುಟ್ಟುವದು. ಅದsa ಎತ್ತು, ಅದsa ರೈತ ಸಂತೆಯ ಸಂಕಟ ಸನ್ನಿವೇಶದಾಗ ಹತಾಶರಾಗಿ ನಿಂತಿರೋದು... ಬ್ಯಾಡ ಆ ಬೆಳದಿಂಗಳ ನೆನಪು ಈ ಉರಿ ಬಿಸಲಾಗ...! ದಿಕ್ಕೆಟ್ಟ ಹೆಣವನ್ನ ನಾಯಿ ನರಿ ಮುತ್ತಿರುವಂತೆ ಹಸಿವು, ಅವಮಾನ, ನಿರಾಸೆ ಹರಿದು ತಿಂತಿವೆ. ದೇವರೆ, ನೀ ನನ್ನ ಯಾಕ ಹುಟ್ಟಿಸಿದಿಯಪ್ಪಾ ಭೂಮಿಗೆ ಭಾರ ಆಗಿ?

***

ಬಸಪ್ಪ, ತಲೆ ಕೊಡವುತ್ತ, ಚುಟ್ಟ ತೆಗೆದು ಕಡ್ಡಿಗಾಗಿ ಹುಡುಕಾಡಿದ. ಕಡ್ಡಿಗೆಂದು ಆಚೆಯಿದ್ದ ರೈತನ ಹತ್ತಿರ ಹೊರಡುತ್ತಿರುವಂತೆ ಸ್ವಲ್ಪ ದೂರದಲ್ಲಿ ಪ್ಯಾಂಟು ಬುಶ್‌ಶರ್ಟ್ ತೊಟ್ಟ ದುಂಡಾದ ಹೊಟ್ಟೆಯುಳ್ಳ ವ್ಯಕ್ತಿ ಅಡ್ಡಬಡ್ಡ ನಡೆಯುತ್ತ ಬರುತ್ತಿರುವುದನ್ನು ನೋಡಿದ. 'ಅರೆ! ನಿಂಗಪ್ಪ ತಲಾಠಿ' ಎಂದು ಆಕಸ್ಮಿಕಕ್ಕೆ ವಿಸ್ಮಯ ಪಟ್ಟ. ಈ ಒಣ ಡಿಂಬ ದಲ್ಲೂ ಏನೋ ಆಸೆ. ಆದರೆ ಇವನನ್ನು ಕಾಣುತ್ತಲೆ ಅವನು ದಾಟಿಹೋಗಲು ಪ್ರಯತ್ನಿ ಸುತ್ತಿರುವಂತೆ ತೋರಿತು. ಬಸಪ್ಪ ಇನ್ನೂ ಮುಂದೆ ಹೋಗಿ ಅವನನ್ನು ನಿಲ್ಲಿಸಿದ. "ಏನಿಲ್ಲಿ?" ಎಂದು ಒಬ್ಬರಿಗೊಬ್ಬರು ಕೇಳಿದರು. ಆತ ಹಿಂಜರಿಯುತ್ತ ತನಗೊದಗಿ ಬಂದಿರುವ ಪರಿಸ್ಥಿತಿಯ ಬಗ್ಗೆ ಹೇಳಿಕೊಂಡ. ನಿಂಗಪ್ಪ, ಸಾಹೇಬರೊಬ್ಬರು ತನ್ನ ನೌಕರಿಯ ಹಳ್ಳಿಗೆ ಬರಲಿರುವದರಿಂದ ಅವರ ಮೇಜವಾನಿಗೆ ಒಳ್ಳೆ ಕೋಳಿ ಖರೀದಿ ಮಾಡಲು, ಹಾಗೆಯೇ ಅಮೀನಪುರದಲ್ಲಿ ಪಾಟಿಕಲ್ಲುಗಳು ಸೋವಿ ಅಂತ ಕೇಳಿದ್ದರಿಂದ ನಾಗನೂರಲ್ಲಿ ಈಚೆಗೆ ಕಟ್ಟಿಸಿದ ಹೊಸ ಮನೆಗೆ ವಿಚಾರಿಸಿದರಾಯಿತೆಂದು ಇಲ್ಲಿಗೆ ಬಂದಿರುವ ಬಗ್ಗೆ ಹೇಳಿದ. ಬರದ ದೆಸೆಯಿಂದ ಈಗ ಕೆಲಸ, ಓಡಾಟ, ಸಾಹೇಬರು ಬರೋದು ಹೋಗೋದು ಜಾಸ್ತಿ ಎಂದೆಲ್ಲ ಹೇಳಿದ. ಅದೆಲ್ಲ ಬಸಪ್ಪನಿಗೆ ಅರ್ಥವಾಗು ವಂತಿರಲಿಲ್ಲ. ಕೇಳುವದೊ ಬಿಡುವದೊ ಎನ್ನುತ್ತ ಇನ್ನೂರು ರೂಪಾತಯಿ ಸಾಲ ಕೊಟ್ಟರೆ ದುಡಿದುಬಂದು ಮುಟ್ಟಿಸುವೆನೆಂದು ಹೇಳಿದ. ನಿಂಗಪ್ಪ ಹಳ್ಳಿಯಲ್ಲಿ ಇವನ ಇತಿಹಾಸವನ್ನು ಆಗಲೆ ಕೇಳಿ ತಿಳಿದವನಿದ್ದ. "ಇಲ್ಲಾ, ಮನಿ ಕಟ್ಟಿಸಿ ನಾನೂ ಬಾಳ ಫಜೀತಿ ಆಗೇನಿ.

ಪಾಟಿಕಲ್ಲು ಖರಿದಿಸಬೇಕು. ಅದನ್ನೂ ಉದ್ರಿತಗೊಂಡು ಹೋಗಬೇಕಾಗೇತಿ" ಎಂದೆಲ್ಲ ಜೋಡಿಸಿ ಹೇಳಿದ. ತಾನು ಯಾಕಾದ್ರೂ ಕೇಳಿದೆನೊ ಎನಿಸಿ ಬಸಪ್ಪ ಭೂಮಿಗಿಳಿದು ಹೋದ.

ಸ್ವಲ್ಪ ಹೊತ್ತಿನಲ್ಲಿ ಚೆನ್ನಪ್ಪ ಇವನ ಬಳಿ ಬರುತ್ತ 'ಎಮ್ಮಿ ಮತ್ತ ಕರು ಬರೀ ಐವತ್ತು ರೂಪಾಯಿಗೆ ಹಯನ ಉಣ್ಣೋರಿಗೆ ಮಾರಿಬಿಟ್ಟೆ ನೋಡಪಾ' ಅಂತ ಹೇಳಿದ. ಬಸಪ್ಪನ ಒಣಗಿದ ಮಾರಿ ಕಂಡು 'ಬಾ ಚಾ ಕುಡಿದು ಬರುವಂತಿ' ಎಂದು ಕರೆದ. ಹೊಟೇಲದಲ್ಲಿ ಕೂಡಿದ ರೈತರು ತಂತಮ್ಮಲ್ಲೇ ಮಾತಾಡುತ್ತಿದ್ದರು. ಒಬ್ಬ ಎರಡು ಹಲ್ಲಿನ ಹೋರಿ ಹಿಂದಕ್ಕೆ ಮೂರು ಸಾವಿರ ಕೊಟ್ಟು ತಗೊಂಡಾವ ಈಗ ಬರೀ ನೂರು ರೂಪಾಯಿಗೆ ಕೊಟ್ಟಿರುವದಾಗಿ ಹೇಳಿದ. ಇನ್ನೊಬ್ಬ, "ನನಗ ದನಕ್ಕ ಏನು ಹಾಕಬೇಕಂತ ತಿಳಿಯದಿದ್ದಕ್ಕೆ ಬೇವಿನ ತೊಪ್ಪಲ, ಜಾಲಿ ತೊಪ್ಪಲ ಕೋದು ಹಾಕಿದ್ರ ಎತ್ತು ಅದನ್ನ ಬಾಯಾಡಿ ಸಾಕಹತ್ತಿದ್ದು. ಅದ್ರ ಅವುಗಳ ಹೊಟ್ಟಿ ತಡಿಲಿಲ್ಲ. ಉಬ್ಬಿಕೊಂಡು ಬಿಟ್ಟು" ಎಂದು ಹೇಳುತ್ತಿದ್ದ. ಬಸಪ್ಪ ಕೂಡ ಕಟುಕನೊಬ್ಬ ತನ್ನ ಬಳಿ ಬಂದದ್ದು ಅವನೊಂದಿಗೆ ವ್ಯಾಪಾರದ ಮಾತು ಕೂಡ ಆಡದೆ ಕಳಿಸಿದ್ದು ಹೇಳಿದ. "ಪಾಡಮಾಡಿದಿ ಬಿಡು, ದುಡಿದು ನಮ್ಮನ್ನ ಕಾಪಾಡಿದ ಬಸವಣ್ಣನ್ನ ಕಟುಕರ ಪಾಲು ಮಾಡಿದ್ರ ಶಿವ ಮೆಚ್ಚೋದಿಲ್ಲ" ಎಂದು ಚೆನ್ನಪ್ಪ ಸಮ್ಮತಿ ಸೂಚಿಸಿದ. ಅವನಿಗೆ ಇನ್ನು ಊರ ಕಡೆ ಹೋಗಬಹುದೆಂದು ತಾನು ಇನ್ನೊಂದಿಷ್ಟು ಸಂತೆಯಲ್ಲಿದ್ದು ಗಿರಾಕಿ ನೋಡುವದಾಗಿಯೂ ಹಾಗೂ ಇಲ್ಲೆ ವಸ್ತಿ ಮಾಡಿ ಮುಂಜಾನೆ ಹೊರಡ ಬಯಸಿರುವದಾಗಿಯೂ ಬಸಪ್ಪ ಹೇಳಿದ. ಅವನನ್ನು ಬೀಳ್ಕೊಡಲು ರಸ್ತೆಯವರೆಗೆ ಬಂದ. ಲಾರಿ ಕಸಾಯಿಖಾನೆಗೆ ಹೊರಡುವ ತಯ್ಯಾರಿಯಲ್ಲಿತ್ತು. ಅದರಲ್ಲಿ ಒತ್ತೊತ್ತಾಗಿ ಹಾಕಿದ್ದ ಆಡು, ಕುರಿ "ಬ್ಯಾಂ ಬ್ಯಾಂ" ಎಂದು ಅರಚುವ ಧ್ವನಿ ಅಸಹನೀಯವೆನಿಸಿತು.

ಸಂಜೆಯ ಕಾವಳ ಕವಿಯುತ್ತಿರುವಂತೆ ಆವರಣ ಖಾಲಿಯಾಗತೊಡಗಿತ್ತು. ಬಸಪ್ಪ ಮಾತ್ರ ಎಷ್ಟೋ ಹೊತ್ತು ಹಾಗೇ ವ್ಯರ್ಥವಾಗಿ ನಿಂತಿದ್ದ. ಊರಿಗಂತೂ ಈ ಮುಖ ಇಟ್ಟುಕೊಂಡು ತಾ ಹೋಗಲಾರೆನೆಂದು ಠರಾಯಿಸಿದಂತಿತ್ತು. ಎತ್ತನ್ನು ಆಲದ ಕಟ್ಟೆಯತ್ತ ಹಿಡಿದುಕೊಂಡು ಬಂದು ಕೂತ. ಇದೇ ಪ್ರಶಸ್ತ ಸ್ಥಳ ಎಂದುಕೊಂಡ. ದಿನವೆಲ್ಲ ಕಾಡಿದ ಭಾವಗಳು, ಯೋಚನೆಗಳು, ತಾಕಲಾಟಗಳು ಈಗ ಹೆಪ್ಪುಗಟ್ಟತೊಡಗಿ ಮನಸ್ಸು ಒಂದು ದೃಢ ನಿರ್ಧಾರ ತೆಗೆದುಕೊಳ್ಳುವದರಲ್ಲಿತ್ತು.

ಈ ಪ್ರದೇಶ ನಿರ್ಜನವಾಗುತ್ತಲೇ ಕೆಲ ಪಕ್ಷಿಗಳು ಗಿಡದಲ್ಲಿ ಆಗಲೇ ಬಂದು ತಂಗಿದ್ದವು. ಇವನು ಮೇಲೆ ಕೆಳಗೆ ನೋಡುತ್ತ ಕೂತಿರುವಂತೆ ರಣಹದ್ದು ಒಂದು ನಿಗೂಢ ಕಾವಳ ದಿಂದ ಬಂದು ಟೊಂಗೆಯ ಮೇಲೆ ಕುಳಿತು ಏನೋ ಕುಕ್ಕತೊಡಗಿತ್ತು. ಮ್ಯಾಲಿನ ಪ್ಯಾಟಿ ಯಲ್ಲಿ ಶ್ರೀಕೃಷ್ಣ ಪಾರಿಜಾತ ಆಟ ಹಚ್ಚಿದ್ದಿರಂದ ಹೋಟೇಲಿನವರು ತಮ್ಮ ಟೆಂಟು ಕಿತ್ತು ಕೊಂಡು ಆಗಲೆ ಹೋಗಿದ್ದರು. ಆವರಣದಲ್ಲಿ ಆಲ್ಲೊಬ್ಬರು ಇಲ್ಲೊಬ್ಬರು ಇದ್ದವರೂ ಆ ಕಡೆಗೇ ನಡೆದಿದ್ದರು. ಸುತ್ತ ನಿಶ್ಯಬ್ದ ಆವರಿಸತೊಡಗಿತು. ಬಸಪ್ಪ ಎತ್ತಿನ ಕುಣಿಕೆ ಬಿಚ್ಚಿ ಕೈಯಲ್ಲಿ ಹಗ್ಗ ಹಿಡಿದುಕೊಂಡ. ಅದರ ಗಂಗೆದೊಗಲಿ ತುರಿಸುತ್ತ ಬೆನ್ನ ನೇವರಿಸುತ್ತ ಪುನಃ

ಭಾವ ವಿಹ್ವಲನಾದ. "ಸಾಕು ಮಾಡ್ಯೆ ತಂದೆ ಈ ಲೋಕದಾಟವ!" ಕೊನೆಯ ಉಸುರ್ಗರೆದ. ಈಗ ಗಟ್ಟಿಯಾಗಿ ನಿಂತ. ದೃಢ ಮನಸ್ಕನಾಗಿದ್ದ. ಈ ಯಾತನೆಯಿಂದ ಬಿಡುಗಡೆ ಹೊಂದಲು ಒಂದೇ ಒಂದು ದಾರಿ ಎಂದು ನಿಶ್ಚಯಿಸಿಬಿಟ್ಟಿದ್ದ.

ಮರುದಿನ ಬೆಳಗ್ಗೆ ನಗರಸಭೆಯ ಕಸಗುಡಿಸುವ ಹೆಣ್ಣುಮಗಳೊಬ್ಬಳು ಆಲದ ಗಿಡಕ್ಕೆ ಹೆಣ ತೂಗಾಡುತ್ತಿದ್ದದನ್ನು ನೋಡಿ ಗಾಬರಿಗೊಂಡು ಕಸಬರಿಗೆ ಅಲ್ಲೇ ಎಸೆದು ಸದಸ್ಯರಿಗೆ ಸುದ್ದಿ ತಿಳಿಸಿದಳು. 'ಇವಗ ಸಾಯಾಕ ಬ್ಯಾರೆ ಜಾಗಾ ಸಿಗಲಿಲ್ಲಾ?' ಎನ್ನುತ್ತ ಆ ಸದಸ್ಯರು ಪೋಲೀಸರಿಗೆ ಬರಹೇಳಿದರು. ಈಗೋ ಆಗೋ ಎನ್ನುತ್ತ ಬಿದ್ದಿರುವ ಡೊಕ್ಕೆಯ ಎತ್ತು ಹಾಗೂ ಈ ಅಜ್ಞಾತ ಸವದ ಬಗ್ಗೆ ಪೋಲೀಸರು ಪಂಚನಾಮೆಯ ರಿಪೋರ್ಟು ತಯಾರಿಸಿಕೊಂಡರು.

(೧೯೯೦)

*

೩೮. ಇಳೆಯೆಂಬ ಕನಸು

ಶ್ರೀಧರ ಬಳಗಾರ

ಗರ್ಭದೊಳಗಿನ ಶಿಶು ಮುದುಡಿಕೊಂಡಂತೆ ಮಲಗಿದ್ದ ಜನಕಜ್ಜ ನಿದ್ದೆಯಲ್ಲಿ ಬೆಚ್ಚಿಬಿದ್ದು ಧಡಕ್ಕನೆ ಎದ್ದು, ಹಾಸಿಗೆಯ ಮೇಲೆ ಕನವರಿಸುತ್ತ ಕುಳಿತ. ಮನೆ ಎದುರಿನ ಘಟ್ಟದ ತುದಿವರೆಗೆ ಉಸಿರುಗಟ್ಟಿ ಓಡಿದಂತೆ, ಎದೆಯೊಳಗೆ ಪ್ರಾಣಪಕ್ಷಿ ಬಡಿದುಕೊಳ್ಳುತ್ತಿತ್ತು. ಮೈ ಬೆವರಿ ತಣ್ಣಗೆ ಒದ್ದೆಯಾಗಿತ್ತು. ಕಾಲೊಳಗೆ ನಿಯಂತ್ರಣ ಮೀರಿದ ನಡುಕ ಶುರುವಾಗಿತ್ತು. ಕಾಲ ದೇಶಗಳ ಪರಿವೆಯಿಲ್ಲದೆ ಅಂತರಿಕ್ಷದಲ್ಲಿ ತೂಗಾಡುತ್ತಿರುವಂತೆ ಕ್ಷಣಹೊತ್ತು ಗೊಂದಲಿಸಿದ. ಕಣ್ಣುಜ್ಜಿಕೊಂಡು ಮಂಜು ಮುಸುಕಿದ ಬೆಳದಿಂಗಳ ರಾತ್ರಿಯನ್ನು ನೋಡಿದ. ಆಳವಾದ ನಿಶ್ಶಬ್ದ ಆಕಾಶಕ್ಕೆ ಹೊಸ ತಾರಾಮಂಡಲ ವಿಜೃಂಭಣೆಯಿಂದ ಏರಿ ಬಂದಿತ್ತು. ಎಲೆಗಳ ಮೇಲೆ ಉಕ್ಕುವ ಚಂದ್ರನ ಹಾಲು; ನಿದ್ರಿಸುವ ಮರಗಳ ಕೆಳಗೆ ಕಳಚಿ ಬಿದ್ದ ಸ್ವಪ್ನದಂತೆ ನೆರಳುಗಳು; ಕಾಡಿನ ಪಾದವನ್ನು ಮುದ್ದಿಸುತ್ತ ಮೋಹಿನಿಯಂತೆ ನರ್ತಿಸುವ ಕಿರು ಅಲೆಗಳ ನೀರು. ಮಧ್ಯರಾತ್ರಿಯೇ ಬೆಳಗಿನ ಜಾವವೇ ಎಂಬುದು ತಿಳಿಯದೆ ಜನಕಜ್ಜ ಕಾಲಾತೀತವಾದ ಅನಂತ ನಕ್ಷತ್ರಗಳನ್ನು ನೋಡಿದ. ಅಂಗಳದ ಮೇಲೆ ಕಳಚಿಟ್ಟ ಮನೆ ಸಾಮಾನುಗಳನ್ನು ಕಾವಲು ಕಾಯುತ್ತ ನೆರಳಂತೆ ಕುಳಿತಿದ್ದ ನಾಗು ತಾನಿನ್ನೂ ಎಚ್ಚರದಲ್ಲಿದ್ದೇನೆಂದು ತಿಳಿಸಲು ಕೆಮ್ಮಿದ. ಅವನಾಚೆ ಕಮಲಾಕರನ ಕುಟಂಬ ಅಸ್ತವ್ಯಸ್ತವಾಗಿ ಮಲಗಿಕೊಂಡಿತ್ತು. ಮೊದಲಾಗಿದ್ದರೆ ಇಷ್ಟು ಹೊತ್ತಿನಲ್ಲಿ ಊರಿನ ಯಾವುದೊ ಮನೆಯಲ್ಲಿ ನಾಯಿ ಬೊಗಳುವುದೊ, ನಡುಗದ್ದೆಯ ಮಾಳದಲ್ಲಿ ಕಾವಲು ಹಾಡೊ, ಬಹು ದೂರದಿಂದ ತೇಲಿ ಬರುವ ಚಂಡೆಯ ಕ್ಷೀಣ ಸಪ್ಪಳವೋ ಕೇಳುತ್ತಿತ್ತು. "ಎಷ್ಟು ಹೊತ್ತಾತೊ ನಾಗು?" ಎಂದು ಜನಕಜ್ಜ ವಿಚಾರಿಸಿದ. "ತಿಳಿತಿಲ್ರೋ... ನಿಂಗ್ವಕ್ಕ ವರಕ ಬಂದಿಲ್ಲೇನೊ. ಈ ನೀರು ತುಂಬಲು ಸುರು ಆದಾಗಿನಿಂದ ಸುಡುಗಾಡು ಹಕ್ಕಿಗಳು ಕೂಗಿತ್ತಿಲ್ಲೆ ನೋಡಿ" ಎಂದ. ಯಕ್ಷಗಾನದ ಪದ್ಯ ಕೇಳಿ ರೂಢಿಯಿದ್ದ ಜನಕಜ್ಜನಿಗೆ ನಾಗುವಿನ ದನಿಯಲ್ಲಿ ಉದಯರಾಗ ಹೊಮ್ಮಿದ್ದು ತಿಳಿಯಿತು. ಅಂದರೆ ಬೆಳಗಿನ ಜಾವ. ಸ್ವಲ್ಪ ಸಮಯದ ಹಿಂದೆ ಬಿದ್ದ ಕನಸು ಅದೆಷ್ಟು ನಿಚ್ಚಳ ವಾಸ್ತವವಾಗಿತ್ತೆಂದರೆ ಜನಕಜ್ಜನ ತೆರೆದ ಕಣ್ಣೊಳಗೆ ಮೂಡಿದ ದೃಗ್ಗೋಚರ ಪ್ರಪಂಚ ಉರಿವ ಬೆಂಕಿಗೆ ಕರಗುವ ಅರಗಿನ ಮನೆ ಯಂತೆ ಮಾಯವಾಗಿ ಹೋಗಿತ್ತು.

ಜನಕಜ್ಜನಿಗೆ ಬಿದ್ದ ಕನಸು ವಿಲಕ್ಷಣವಾಗಿತ್ತು. ಪೂರ್ವಿಕರ ಕಾಲದಿಂದಲೂ ವರ್ಷ ಕ್ಕೊಮ್ಮೆ ಆಷಾಢದ ಮಳೆಯಲ್ಲಿ ಪೂಜೆ ಪಡೆಯುವ ಊರವರ ಜಮೀನಿನ ಸರ

ಹದ್ದುಗಳನ್ನು ಕಾಪಾಡುತ್ತ ಬೆಟ್ಟದ ಮೇಲೆ ವಿಗ್ರಹಗಳಾಗಿ ಕೂತಿರುವ ಜಟಕ, ನಾಸ, ನಾಗ, ಹುಲಿಯಪ್ಪ ಜೀವಧರಿಸಿ ದಾರಿಯಿಳಿದು ಬಂದವು. ಆದಿವಾಸಿಗಳಾದ ಕುಣಬಿ, ನಾಗುವಿನ ಮೂಲದವರು, ಸುಗ್ಗಿಯ ಉತ್ಸವದಲ್ಲಿ ತೊಡುತ್ತಿದ್ದ ಬಣ್ಣದ ಥಳಕು ವೇಷದಲ್ಲಿ ಅವರಿದ್ದರು. ಊರಿನ ಗದ್ದೆಯಲ್ಲಿ ಒಕ್ಕಲುತನ ಮಾಡಿಕೊಂಡಿದ್ದ ಜನಕಜ್ಜನಿಗೆ ಪರಿಚಯ ವಿರುವ ಕುಣಬಿಗಳೇ ತಾಳ, ಗುಮಟೆ ಹಿಡಿದು ಹಿಮ್ಮೇಳದಲ್ಲಿ ಹಾಡುತ್ತ ಬರುತ್ತಿದ್ದರು. ದಾರಿಯುದ್ದಕ್ಕೂ ಹರಿದು ಬಿದ್ದ ನೆರಳನ್ನು ದಾಟಿ, ಮನೆಯ ಅಂಗಳಕ್ಕೆ ಬಂದು ಕುಣಿಯು ವುದು ಬಿಟ್ಟು, ಕ್ರಾಂತಿಕಾರಕ ಘೋಷಣೆಯನ್ನು ಕೂಗತೊಡಗಿದರು. 'ನಮ್ಮನ್ನೂ ಆದಿ ವಾಸಿಗಳನ್ನೂ ಜಲಸಮಾಧಿ ಮಾಡುವವರಿಗೆ ಧಿಕ್ಕಾರ!' 'ನಮ್ಮಿಂದ ಸೇವೆ ಪಡೆದು ಈಗ ಉಪವಾಸ ಬೀಳಿಸಿ ಹೋಗುತ್ತಿರುವವರು ದ್ರೋಹಿಗಳು!' 'ನಮ್ಮನ್ನು ಉಚ್ಚಾಟನೆ ಮಾಡಿ ದವರೇ ಪ್ರತಿಷ್ಠಾಪನೆ ಮಾಡಲಿ!'

ಅಪರಾತ್ರಿಯಲ್ಲಿ ಹೊರಗೆ ಚಿಟ್ಟೆಗೆ ಬಂದು ನಿಂತ ಜನಕಜ್ಜನಿಗೆ ಭಯವಾಯಿತು. ಆದಿವಾಸಿಗಳ ಭಾಷೆಯಲ್ಲಿ ಆಗ್ರಹಿಸುತ್ತಿರುವ ವನವಾಸಿ ಮುಖಗಳ ಪ್ರಾಣಿ–ಪಕ್ಷಿಗಳ ರುಂಡ ಮುಂಡಗಳ ವಿಚಿತ್ರ ಸಂಯೋಗ ಪಡೆದ ದೇಹದಲ್ಲಿ ಎರಡು ಲೋಕಗಳನ್ನು ಒಡೆದು ನಿಂತಿದ್ದರು. ಕಾಲಾಂತರದಿಂದ ಜೀತಕಿದ್ದ ಮುಖಗಳೂ ಈಗ ಉತ್ಕ್ರಾಂತಿಯ ಆವೇಶದಲ್ಲಿ ಪರಿಚಿತವಾಗಿ ಕಂಡವು. ಜನಕಜ್ಜ ಧೈರ್ಯ ತಂದುಕೊಂಡು ಒಂದು ಮೆಟ್ಟಲಿಳಿದು ಹಿಂಜರಿಕೆಯ ದನಿಯಲ್ಲಿ, "ಕ್ಷಮಿಸಬೇಕು ಇದಕ್ಕೆಲ್ಲ ನಾನು ಹೊಣೆಗಾರನಲ್ಲ" ಎಂದು ಮಹಾಸಭೆಯನ್ನು ಉದ್ದೇಶಿಸುವಂತೆ ಮಾತಾಡಿದ. ಗುಂಪಿನಲ್ಲಿ ಹಿರಿಯಳಂತೆ ಕಾಣುವ ನಾಗದೇವತೆ ಜಾರುತ್ತಿರುವ ಜರಿಸೀರೆಯನ್ನು ಬಿಗಿಗೊಳಿಸುತ್ತ ಸೊಂಟ ಬಳಕಿಸಿ, "ನಾವೆಲ್ಲ ನೀರಿನಲ್ಲಿ ಮುಳುಗುವುದನ್ನು ವಿರೋಧಿಸಿದವನು ನೀನು. ತಪ್ಪದೆ ನಡೆಯುವ ನಮ್ಮ ಪೂಜೆಗೆ ನಿನ್ನ ಧರ್ಮ ಸಂಪನ್ನತೆಯೇ ಕಾರಣ. ನಮ್ಮನ್ನು ರಕ್ಷಿಸುವ ಶಕ್ತಿ ನಿನಗೊಬ್ಬನಿಗೆ ಮಾತ್ರವಿದೆ" ಎಂದು ಒಯ್ಯಾರ ಮಾಡಿತು. ಉಳಿದವರು ಅನುಮೋದಿಸುವಂತೆ ಚಪ್ಪಾಳೆ ತಟ್ಟಿದರು. ಅವರ ಠರಾವನ್ನು ಅಂಗೀಕರಿಸಲು ಜನಕಜ್ಜನಿಗೆ ಸಾಧ್ಯವಾಗಲಿಲ್ಲ. ಕಿರೀಟ ಧಾರಿಯಾದ ಮಾಂಸಾಹಾರಿ ದೇವಗಣ ನಾಸ ನಿತ್ಯವು ಪೂಜಿಸುವ "ಮಾರುತಿ ದೇವರ ಮೊರೆ ಹೋಗು. ಈಗ ನಾವೆಲ್ಲ ವಾಸವಾಗಿದ್ದ ಕಾಡನ್ನೆತ್ತಿ ಬೇರೆಡೆ ಸಾಗಿಸಲು ಪ್ರಾರ್ಥಿಸು" ಎಂದು ಆಜ್ಞಾಪಿಸಿತು. "ಮಾರುತಿ ದೇವರು ಈಗ ಸರ್ಕಾರದ ವಶದಲ್ಲಿದ್ದಾನೆ" ಎಂದು ನಿರುಪಾಯನಾಗಿ ಅಸಹಾಯಕತೆಯನ್ನು ತೋಡಿಕೊಂಡ. "ಹಾಗಾದರೆ ನಿನ್ನೊಂದಿಗೆ ನಮ್ಮನ್ನೂ ಕರೆದೊಯ್ದುಬಿಡು" ಎಂದು ಎಲ್ಲ ಗಣಾದಿಗಳು ಒಕ್ಕೊರಲಿನಿಂದ ಹಟ ಹಿಡಿದು ನೆಲದ ಮೇಲೆ ಸತ್ಯಾಗ್ರಹಕ್ಕೆ ಕೂತವು. "ಆಯ್ತು ನನ್ನ ಜೊತೆ ಬನ್ನಿ" ಜನಕಜ್ಜ ವಚನವಿತ್ತ. ಅವನ ಬಾಯಿಂದ ದೊಡ್ಡದಾಗಿ ದನಿ ಹೊರಟಿರಬೇಕು. ತಟ್ಟನೆ ಎಚ್ಚೆತ್ತ.

ಕಳೆದೆಂಟು ದಿನಗಳಿಂದ ಇಷ್ಟೊಂದು ಹುಬೇ ಹುಬಾಗಿಯಲ್ಲದಿದ್ದರೂ ಈ ವನ ದೇವತೆಗಳು ಹಲವು ರೂಪದಲ್ಲಿ ಜನಕಜ್ಜನಿಗೆ ದರ್ಶನವಿತ್ತಿವೆ. ದೇವಸ್ಥಾನದ ಹಿಂದಿನ ಕಾಡಿನಂಚಿನ ತಂಪು ನೆರಳಲ್ಲಿ ಹರಡಿಕೊಂಡು ಕಿರುಚುತ್ತ ಉತ್ತರಾಭಿಮುಖವಾಗಿ ಓಡಿ

ಹೋದಂತೆ, ಊರವರು ಕಳಚಿಕೊಂಡು ಹೋದ ನಂತರ ಉಳಿದ ಹಾಳು ಸುರಿವ ಮನೆಯ ನೆಲಗಟ್ಟಿನ ಮೇಲೆ ಬೆತ್ತಲೆ ಕೂತ ಹುಚ್ಚರಂತೆ ನಗುತ್ತಿದ್ದದ್ದು ಕಂಡು ಬೆಚ್ಚಿ ಹೋಗಿದ್ದ. ಆ ದೃಶ್ಯಗಳನ್ನು ನೆನಪಿಸಿಕೊಂಡರೆ ನಡುಹಗಲಲ್ಲೂ ಮೈರೋಮ ನಿಮಿರು ತ್ತಿತ್ತು. ಜನಕಜ್ಜನ ಕಣ್ಣುರೆಪ್ಪೆಗಳು ಮುಚ್ಚಲಾರದೆ ಚಡಪಡಿಸಿದವು. ಅನಾಥರಾಗಿ ರೋಧಿ ಸುವ ಅನಾದಿಕಾಲದ ದೇವತೆಗಳು ಕನಸಿನಲ್ಲಿ ತನ್ನೊಂದಿಗೆ ನಡೆಸಿದ ಸಂಭಾಷಣೆಯನ್ನು ನಾಗುಗೆ ಹೇಳದೆ ಮನಸು ನಿಲ್ಲದಾಯಿತು. ಅವನ ಚಾಪೆಯಬಳಿ ಕುಳಿತ. ನಾಗು ಬಡಕಲು ಯೋಗಿಯಂತೆ ಕಾಣುತ್ತಿದ್ದ. ಹೊಳೆಯುವ ನೆತ್ತಿ ಬಳಸಿಕೊಂಡ ಚಂದ್ರನ ಬೆಳಕಿನ ಧಾರೆ ಗಳು ಆಚೀಚೆ ಹೆಗಲ ಮೇಲೆ ಪೀತಾಂಬರದಂತೆ ಕೆಳಗಿಳಿದಿದ್ದವು. ಕನಸನ್ನು ವರ್ಣಿಸಿ ಕೊಂಡು, "ನಾಗು, ಕಾಡಿನ ದೇವತೆಗಳು ಅತಂತ್ರವಾದವು. ನಮ್ಮ ಸಂಗ್ತಿಗೆ ಕರ್ಕಂಡು ಹೋಗದೆ ಗತಿಯಿಲ್ಲ" ಎಂದ.

ಬೆಳಗಾದೊಡನೆಯೇ ಕಾಡಿಗೆ ಹೋಗಿ ವನದೇವತೆಗಳು ವಾಸವಾಗಿರುವ ಕಲ್ಲಿನ ವಿಗ್ರಹಗಳನ್ನು ತಂದು, ಮನೆಯಲ್ಲಿಟ್ಟು ಪೂಜಿಸಿ ಆಮೇಲೆ ತನ್ನೊಂದಿಗೆ ಒಯ್ಯುವುದೆಂದು ತೀರ್ಮಾನಿಸಿದ ಮೇಲೆ ತುಸು ನೆಮ್ಮದಿ ಎನ್ನಿಸಿತು. ನಾಗು ಚಾಪೆಬಿಟ್ಟು ಎದ್ದ. ಚಳಿಗೆ ನಡುಗುವ ಅಶ್ವತ್ಥಮರದ ಎಲೆಗಳ ನಡುವೆ ಚಂದ್ರ ಸಿಕ್ಕಿ ಒದ್ದಾಡುತ್ತಿದ್ದ. ನೀರು, ಹಾವಿ ನಂತೆ ಎಲ್ಲವನ್ನು ಸಮಾನ ಶ್ರದ್ಧೆಯಿಂದ ಸುತ್ತುತ್ತ ನುಂಗುತ್ತ ಮೇಲೇರತೊಡಗಿತ್ತು. ಊರು ನಿರ್ಜನವಾಗಿ ಭೀಕರವೆನ್ನಿಸಿತು. "ಅದೆಂಥ ಯೋಚ್ನೆ ಮಾಡ್ತೀರಾ ಒಡೆಯಾ?" ಎಂದು ನಾಗು ವಿಚಾರಿಸಿದ. ಜನಕಜ್ಜನಿಗೆ ಮಾತು ಹೊರಡಲಿಲ್ಲ. "ನೀರಲ್ಲಿ ಮುಳುಗಿ ಹೋಗೋದು ನಿಮ್ಮ ಸ್ವಪ್ನಕ್ಕಿಂತ ಹೆಚ್ಚು ಭಯಂಕರ ಕಾಣ್ತದೆ" ಎಂದು ನಾಗು ಆಕಳಿಸಿದ. ಚುಮುಚುಮು ನಸುಕಿಗೆ ಕಮಲಾಕರನನ್ನು ಎಬ್ಬಿಸಿ, "ಗಾಡಿ ಎಷ್ಟೊತ್ತಿಗೆ ಬತ್ತು? ಬೇಗನೆ ಹೊರಡುವಾ" ಎಂದು ಅವಸರ ಮಾಡಿದ. ಜನಕಜ್ಜ ಒಂದಲ್ಲ ಒಂದು ನೆಪ ಒಡ್ಡಿ ಊರು ಬಿಟ್ಟುಹೋಗುವ ಕಾರ್ಯಕ್ರಮವನ್ನು ಮುಂದೂಡುತ್ತಾ ನಡೆದಿದ್ದ. ಹಠಾತ್ತನೆ ಬದಲಾದ ಅಪ್ಪನ ಮನಸಿನ ಅಂಥ ಪಾಡು ತಿಳಿಯದೆ ಕಮಲಾಕರ ಅಚ್ಚರಿಯಿಂದ ನೋಡಿದ. ಬಿಸಿಲು ಪೂರ್ವಬೆಟ್ಟದ ಸಾಲನ್ನು ಬಿಡಿಸಿಕೊಂಡು ಬೆಚ್ಚಗೆ ಬಿದ್ದಾಗ ಜನಕಜ್ಜ 'ವನದೇವತೆಗಳು' ಎನ್ನುತ್ತ ಹೊರಡಲನುವಾದ. ನಾಗು ಅವನ ಜೊತೆಗೆ ಹೊರಟನು.

ಊರಿನ ಕೆಳಬದಿಯ ಅರ್ಧಭಾಗ ನೀರಿನಿಂದ ಮುಳುಗಿತ್ತು. ನದಿ ತನ್ನ ಲಾವಣ್ಯ ಪೂರ್ವ ಆಕಾರ ಕಳೆದಿಕೊಂಡು ಕಣಿವೆಯ ಮೂಲೆ, ಕಾಡಿನ ಸಂದುಗಳನ್ನು ಆವರಿಸಿ ಕೊಂಡು ಹಲವು ಆವಯವಗಳ ಬೃಹತ್ ಪ್ರಾಣಿಯಂತೆ ಕಾಣುತ್ತಿತ್ತು. ಗೋಡೆ ಮಾತ್ರ ಉಳಿದುಬಿಟ್ಟ ಬೋಳು ಮನೆಗಳ ಅವಶೇಷಗಳನ್ನು ದಾಟುವಾಗ ಕುರುಕ್ಷೇತ್ರದ ಯುದ್ಧ ಭೂಮಿಯಲ್ಲಿ ದುರ್ಯೋಧನ ತನ್ನ ಅವಸಾನದ ಹೆಜ್ಜೆಗಳನ್ನು ಹೆಣಗಳ ನಡುವೆಯಿಡುತ್ತ ನಡೆಯುತ್ತಿರುವ ದೃಶ್ಯ ನೆನಪಾಯಿತು. ದುಃಖ ಬಿಕ್ಕುವ ಪಾಳು ನಿಶ್ಶಬ್ದನೋಡಿ ಖಿನ್ನನಾದ ನಾಗು "ನನ್ನ ಕರುಳು ಕಿವುಚಿದಾಂಗೆ ಆಗ್ತದೆ" ಎಂದ. ಹೊಗೆ ಹಿಡಿದು ಕಪ್ಪಾದ ಕುಸಿದ ಗೋಡೆಗಳು, ಇಬ್ಭಾಗವಾಗಿ ಒಡೆದುಕೊಂಡ ಬಚ್ಚಲುಕಲ್ಲು, ಅನೇಕ ತಲೆಮಾರುಗಳ ಶಿಶು

ಗಳನ್ನು ತೂಗಿದ ಮುರಿದ ಬೆತ್ತದ ತೊಟ್ಟಿಲು, ಭರಣಿಯ ಚೂರುಗಳು, ಗೆದ್ದಲು ತಿಂದ ಕಂದಿದ ದಪ್ಪ ದಪ್ಪ ಪುಸ್ತಕಗಳು ನಿರ್ಗಮಿಸಿದವರ ನೆನಪನ್ನಿಟ್ಟುಕೊಂಡು ವಾತಾವರಣ ವನ್ನು ದಾರುಣಗೊಳಿಸಿದ್ದವು. ಶಾಶ್ವತವಾಗಿ ಮುಳುಗಿ ಹೋಗಲಿರುವ ಗದ್ದೆ–ತೋಟಗಳು ಭಯ ಹಿಡಿದು ನಿಂತಂತೆ ಬಿಕೋಗುಡುತ್ತಿದ್ದವು. ಜನಕಜ್ಜ ತಿರುಗಿ ನಿಂತು "ನೀನು ಎಂಥದಕ್ಕೆ ಬರ್ತಿಯೋ" ಎಂದ. ಲೋಕದಂತಿದ್ದ ತನ್ನ ಮೈಗೆ ಪಂಜಿಸುತ್ತಿಕೊಂಡ ನಾಗು ಉತ್ತರಿಸುವ ಗೋಜಿಗೆ ಹೋಗದೆ ಜನ್ಮಾಂತರದ ನೆರಳಿನಂತೆ ಹಿಂಬಾಲಿಸುತ್ತಿದ್ದ. ಜಿಗುಪ್ಸೆ ಯಿಂದ ಮುದುಕ ಜೀವ ಕಳೆದುಕೊಂಡಾನೆಂದೆ ಈ ಭಂಟ ಭಾವಿಸಿರಬಹುದೆ ಎಂದು ಜನಕಜ್ಜ ನಾಗುವನ್ನು ಪ್ರೀತಿಯಿಂದ ನೋಡಿದ. ತನ್ನ ಚಡಪಡಿಕೆಯನ್ನು ಸೂಕ್ಷ್ಮವಾಗಿ ಗಮನಿಸಿದ ಅವನು ಸಹಜವಾಗಿಯೇ ಏನೇನೊ ಊಹಿಸಿಕೊಂಡು ಹೆದರಿರಬೇಕೆಂದು ಯೋಚಿಸಿದ. ಶಿಥಿಲವಾದ ಮನೆಯ ತೊಲೆಗಳು ನೀರ ಮೇಲೆ ತೇಲುತ್ತಿದ್ದವು. ಹಿಂದೊಮ್ಮೆ ಪ್ಲೇಗ್ ರೋಗಕ್ಕೆ ಊರಿಗೆ ಊರೇ ಬಲಿಯಾಗಿ ಹೋದ ದುರಂತದ ಕತೆಯನ್ನು ಮನೆಯಲ್ಲಿ ಹಿರಿಯರು ಹೇಳುತ್ತಿದ್ದದ್ದು ಜನಕಜ್ಜನಿಗೆ ನೆನಪಾಯಿತು. ಹೆಣಸುಡಲೂ ಊರಲ್ಲಿ ಜನರಿ ರಲಿಲ್ಲವಂತೆ. ಬದುಕುಳಿದ ಕೆಲವರು ಪಲಾಯನ ಗೈದಿದ್ದರು. ಹಾಗೆ ತೀರಿಕೊಂಡವರು ಆದಿವಾಸಿಗಳಾದ ಕುಣಿಬಿಯರಾಗಿದ್ದರಂತೆ. ಈಗ ಮುಳುಗುತ್ತಿರುವ ಅಪಾರ ಜಮೀನಿಗೆ ಒಂದು ಕಾಲದಲ್ಲಿ ನಾಗುವಿನ ಪೂರ್ವಿಕರು ಒಡೆಯರಾಗಿದ್ದರಂತೆ. ಈ ಭಯಂಕರ ನಿರ್ನಾಮದ ನಂತರ ಬಹುಕಾಲ ಊರು ಮಸಣದಂತಾಗಿ ಹೋಗಿತ್ತು. ಈ ನೋವಿನ ನಿಜಗಳು ವಾರಸುದಾರರಾಗಬೇಕಿದ್ದ ನಾಗುವಿನಲ್ಲಿ ಹತಾಶೆ, ಅಸಹಾಯಕತೆಗಳಾಗಿ ನೆಲೆ ನಿಂತಿವೆ. ಸದ್ಯ ತಾನು ಅನುಭವಿಸುತ್ತಿರುವ ಸಂಕಟಗಳು ನಾಗುವಿನಲ್ಲಿ ಎಂದೊ ಶುರು ವಾಗಿದೆ. "ನಾಗೂ, ಈ ಭೂಮಿ ಯಾರಿಗೂ ದಕ್ಕೋದು ಖರೆಯಿಲ್ಲೆ" ಜನಕಜ್ಜ ವಿಷಾದ ದಿಂದ ನುಡಿದ. ಗತಕಾಲದ ಅವಘಡಗಳ ಪ್ರತೀಕದಂತಿರುವ ನಾಗೂನ ತಾಂಬೂಲ ತುಟಿಯ ಮೇಲೆ ಆಲದೆಲೆಯ ಮೇಲೆ ತೇಲುತ್ತಿರುವ ಪ್ರಳಯ ಕೃಷ್ಣನ ಮಂದಹಾಸವಿತ್ತು.

ಹೀಗೆ ಪಾಳುಬಿದ್ದ ಊರಿಗೆ ಪರಸ್ಥಳದಿಂದ ಹಲವು ಕುಟುಂಬಗಳು ವಲಸೆ ಬಂದ ವಂತೆ. ಈ ಆಕ್ರಮಣಕ್ಕೆ ಸತ್ಯ ಸಾಕ್ಷಿಗಳಾಗಿ ಜನಕಜ್ಜನಿಗೆ ತಾಲ್ಲೂಕು ಕಛೇರಿಯ ಗಣತಿ ಪುಸ್ತಕದಲ್ಲಿ ಮೂಲವಾಸಿಗಳ ಹೆಸರು ದಾಖಲಾಗಿರುವುದು ಪತ್ತೆಯಾಗಿತ್ತು. ಜಮೀನು ಆಳುತ್ತಿದ್ದ ದೇವತೆಗಳೆಲ್ಲ ಗುಡಿಗಳಿಲ್ಲದೆ ಮರಗಳ ಆಶ್ರಯದಲ್ಲಿ ನಿಂತು ಮಳೆ–ಬಿಸಿಲಿಗೆ ಒಡ್ಡಿಕೊಂಡು ವರ್ಷಕ್ಕೊಮ್ಮೆ ಪ್ರಾಣಿಗಳ ಬಲಿ ಪಡೆಯುತ್ತ ಮೂಲ ನಿವಾಸಿಗಳಿಂದ ಪೂಜೆ ಪಡೆಯುತ್ತ ರಕ್ಷಣೆಗಿದ್ದವು. ಪಂಚಾಂಗದಲ್ಲೂ ಈ ದೇವತೆಗಳ ಪೂಜೆ ಹಬ್ಬಗಳ ಕುರಿತು ತಿಥಿ ನಕ್ಷತ್ರಗಳನ್ನು ಉಲ್ಲೇಖಿಸಿರಲಿಲ್ಲ. ಊರ ಮಧ್ಯದಲ್ಲಿರುವ ಮಾರುತಿ ದೇವಸ್ಥಾನ ಜನಕಜ್ಜನ ಪೂರ್ವಿಕರು ಇತ್ತೀಚೆಗೆ ಸ್ಥಾಪಿಸಿದ್ದು. ನೆಲದ ಋಣಹರಣಕ್ಕಾಗಿ ಜೀತಕ್ಕಿರುವ ನಾಗುವಿನ ವಂಶವಾಹಿನಿಯಲ್ಲಿ ಎಲ್ಲೊ ಒಂದೆಡೆ ಇತಿಹಾಸದ ಕೊಂಡಿ ಕಳಚಿ ಹೋಗಿತ್ತು. ನುಗ್ಗುವ ಕಾಡನ್ನು ತಡೆದು ನಾಗರಿಕ ಗಡಿ ಹಾಕಿದ ಪಾಗಾರ ದಾಟುವಾಗ ಜನಕಜ್ಜನಿಗೆ ಗಂಗಾದೇವಿ ಇದಕ್ಕಾಗಿಯೇ ಮುನಿದುಕೊಂಡಳೆ ಎಂದು ಕಳವಳವಾಯಿತು. "ದೇವರ ಸೃಷ್ಟಿ ಮುಂದೆ ನರಮನುಷ್ಯರ ಆಟ ನಡೆಯೋದಿಲ್ರಾ" ಎಂದು ನಾಗು ತನಗೆ ತಾನೆ

ನುಡಿದುಕೊಂಡ. ಎಲ್ಲವನ್ನೂ ವಿಧಿಲೀಲೆಗೆ ಒಪ್ಪಿಸುವ ನಾಗು ರಾಗ ದ್ವೇಷಗಳಿಂದ ಮುಕ್ತನೆ ಎಂದು ಜನಕಜ್ಜ ಯೋಚಿಸಿದ. ಆದರೆ ತನ್ನ ರಕ್ತದಲ್ಲಿ ಎಲ್ಲವನ್ನು ಪಳಗಿಸುವ ಹಟ ಉಳಿದು ಹೋಗಿದೆ.

ಕಾಡು ಕೊಟ್ಟ ವರ್ಣ ಪಡೆದು, ಕತ್ತಲು ಕಲಸಿಕೊಂಡಂತೆ ಹರಿವ ಹಲವು ಕಾಡುಗಳ ಕೂಸಾದ ಕಾಳಿನದಿಗೆ ಅಣೆಕಟ್ಟು ಕಟ್ಟುವುದನ್ನು ಪ್ರತಿಭಟಿಸುವುದರಲ್ಲಿ ಜನಕಜ್ಜ ಮುಂಚೂಣಿಯಲ್ಲಿದ್ದವನು. ಅವನ ಮುಂದಾಳತ್ವದಲ್ಲಿ ಬೇರೆ ಬೇರೆ ಹಂತ ಮತ್ತು ನೆಲೆಗಳಲ್ಲಿ ಚಳುವಳಿಗಳು ನಡೆದವು. ವಿಜ್ಞಾನಿ, ರಾಜಕಾರಣಿಗಳ ಸಭೆಯಲ್ಲಿ ಚರ್ಚೆಯಾಯಿತು; ಜಿಲ್ಲಾಧಿಕಾರಿ ಕಛೇರಿಯ ಮುಂದೆ ಊರವರು ಉಪವಾಸ ಕೂತು ಜೈಲಿಗೆ ಹೋದರು. ಮೂಲ ನಿವಾಸಿಗಳ ಬೆಂಬಲದಿಂದ ಹೋರಾಟಕ್ಕೆ ಬಲಬಂತೆಂದು ಜನಕಜ್ಜ ಭಾವಿಸಿದ್ದನು. ಆದರೆ ಜನ ತಮ್ಮ ಒಗ್ಗಟ್ಟನ್ನು ಕೊನೆಯವರೆಗೆ ಕಾಪಾಡಿಕೊಂಡು ಬರುವಲ್ಲಿ ಸೋತಿದ್ದರು. ಸರ್ಕಾರದವರಿಂದ ಒಡ್ಡಿನ ಸರ್ವೆ ನಡೆಯಿತು. ಬೃಹತ್ ಶಿಲೆಗಳನ್ನು ಸ್ಫೋಟಿಸುವ, ಬೆಟ್ಟಗಳ ನಡುವೆ ಅಡ್ಡಗೋಡೆ ಕಟ್ಟುವ ಕೆಲಸದಲ್ಲಿ ಸಹಸ್ರಾರು ಹಸ್ತಗಳು ಜತೆಗೂಡಿದವು. ತಮ್ಮ ತಮ್ಮ ಜಮೀನುಗಳಿಗೆ ಸಿಗುವ ಧನದ ಮೊತ್ತದ ಲೆಕ್ಕಾಚಾರದಲ್ಲೇ ಜನ ನಿರತರಾದರು. ಅವರ ಜೀವಮಾನದಲ್ಲಿ ಅಷ್ಟೊಂದು ಹಣವನ್ನು ಕಾಣಲು ಸಾಧ್ಯವಿರಲಿಲ್ಲ. ತಮ್ಮ ಆಸ್ತಿಗೆ ಹೆಚ್ಚು ಬೆಲೆ ಪಡೆಯಲು ಪೈಪೋಟಿ ನಡೆಯಿತು. ಪುನಃ ಸರ್ವೆ ಮಾಡಿಸಿ ಬೆಲೆ ಹೆಚ್ಚಿಸಿ ಕೊಡಲು ಮಧ್ಯವರ್ತಿ ಲಾಭಕೋರರು ಹುಟ್ಟಿಕೊಂಡರು. ಜನಕಜ್ಜ ನಾಗುವಿನಂಥವರು ಆತ್ಮಘಾತುಕ ಕೃತ್ಯಗಳಲ್ಲಿ ದನಿಯಿಲ್ಲದ ದೀನರಾಗಿ ಹೋದರು.

ಕಾಡಿನ ತಪ್ಪಲಿಂದ ತುಸು ಎತ್ತರದ ದಿಬ್ಬದ ಮೇಲೆ ಅಶೋಕ ವೃಕ್ಷಗಳ ಆಶ್ರಯದಲ್ಲಿ ವನದೇವತೆಗಳ ಮೇಳವಿತ್ತು. ವಾರ್ಷಿಕ ಪೂಜೆಯ ದಿನದಂದು ಊರವರು ತಮ್ಮ ದ್ವೇಷಾಸುಯೆಗಳನ್ನು ಮರೆತು ಸಾಮೂಹಿಕ ಪ್ರಾರ್ಥನೆ ಮಾಡುತ್ತಿದ್ದರು. ವಿಗ್ರಹಗಳಿಗೆ ಬೆಣ್ಣೆಯ ಕಣ್ಣುಗಳನ್ನು ಮೆತ್ತಿ ಅವುಗಳೊಳಗೆ ಆರತಿಯ ಬೆಳಕ ಹೊಳೆ ಹರಿಸಿ ಜೀವ ಬರಿಸುತ್ತಿದ್ದರು. ಹಗಲು ಕಲ್ಲಿನಲ್ಲಿ ಐಕ್ಯವಾಗುತ್ತಿದ್ದ ದೇವತೆಗಳು ರಾತ್ರಿಯಾದೊಡನೆ ಜಮೀನು ಕಾವಲಿಗೆ ಸಂಚಾರ ಹೊರಡುತ್ತಿದ್ದರು. ಜನಕಜ್ಜ ಹಿಂತಿರುಗಿ ನೋಡಿದ. ಅವನ ನೋಟಕ್ಕೆ ಇಡೀ ಊರಿನ ವಿಹಂಗಮ ನೋಟ ದಕ್ಕಿತು. ಬೆಳಕು ಶುಭ್ರವಾಗಿತ್ತು. ಕಾಡು ನೀರವವಾಗಿದ್ದರೂ ಉಲ್ಲಾಸದಿಂದ ಮಿಡಿಯುತ್ತಿತ್ತು. ಇಬ್ಬನಿಯಿಂದ ಒದ್ದೆಯಾದ ಎಳೆ ಹುಲ್ಲಿಗೆ ಪಾದ ಉಜ್ಜುತ್ತ ನಾಗು "ದೇವರ ತಂಟೆಗೆ ಹೋಗ್ಬೇಡಿ. ಅವು ಇಲ್ಲೇ ಇರಲಿ, ಬೇಕಾದ್ರೆ ಶಾಂತಿ ಮಾಡಿಸಿ' ಎಂದ, ಬೆಳಗಿನ ಜಾವದ ಕನಸು ನೆನಪಾಗಿ ನಾಗು ಮಾಡಿದ ನಿವೇದನೆ ಕೇಳಿ ಜನಕಜ್ಜ ಅಧೀರನಾದ. ತನ್ನ ಸಂಕಲ್ಪಕ್ಕೆ ಅಲೌಕಿಕ ಸೂಚನೆ ದೊರೆಯಬಹುದು, ಅಶರೀರವಾಣಿಯ ಸಂದೇಶ ಬರಬಹುದು ಎಂದು ಕಾಯುತ್ತ ಮೌನದಲ್ಲಿ ಕ್ಷಣಹೊತ್ತು ಲೀನನಾದ. ವನದೇವತೆಗಳ ಮನೆಯತ್ತ ಯಾರೊ ನಡೆದಂತೆ ಹೆಜ್ಜೆ ಸಪ್ಪಳವಾಯಿತು. ಜನಕ್ಕಜ್ಜ ಕಣ್ಣೊಳಗೆ ಜೀವ ನೆಟ್ಟು ನೋಡಿದ. ಗಿಡದ ಮರೆಯಲ್ಲಿ ಮಿಸುಕಾಡುವ ಆಕೃತಿ ನಿಧಾನವಾಗಿ ಹುಲಿಯಾಗಿ ಪ್ರತ್ಯಕ್ಷವಾಯಿತು. ವನದೇವತೆಯ ಸಾಕ್ಷಾತ್ ಸವಾರಿಯಂತಿರುವ ಆ ಭವ್ಯ ಜೀವ

ಜನಕಜ್ಜನನ್ನು ನೋಡಿ, ತನ್ನ ಕರ್ತವ್ಯವನ್ನು ಜಾಗೃತಗೊಳಿಸಿಕೊಂಡು ಎದ್ದು ನಿಂತು, ಘನತೆಯಿಂದ ನೋಡಿ, ರಾಜಠೀವಿಯಲ್ಲಿ ಗಣದೇವತೆಗಳನ್ನು ಕಾಯುವಂತೆ ಸುತ್ತ ತೊಡಗಿತು. ಅರಿವಿಲ್ಲದೆ ನಾಗುವಿನ ನಡುಗುವ ಹಸ್ತಗಳು ಭಯ ಭಕ್ತಿಯ ಪರವಶತೆಯಲ್ಲಿ ಜೋಡಿಯಾದವು. ನಾಗುವಿನ ಯಾಚನೆಯ ಭಂಗಿ ನೋಡಿ ಆ ಭೀಕರ ಸೌಂದರ್ಯ ಅನುಗ್ರಹಿಸುವಂತೆ ಕಾಲ್ನೀಡಿ ಕುಳಿತಿತು. ಈ ಅಪೂರ್ವ ಮುಖಾಮುಖಿಯಿಂದ ಅಮೂಲ್ಯ ವಾದದ್ದೇನೊ ಹೊಳೆದಂತಾಗಿ ಜನಕಜ್ಜ ವಿಸ್ಮಯಪಟ್ಟ. "ಇನ್ನು ಸಾಕು ಒಡೆಯ, ಬನ್ನಿ" ನಾಗುವಿನ ನಮ್ರ ಲಗಾಮಿಗೆ ತಲೆ ಒಪ್ಪಿಸಿ ಜನಕಜ್ಜ ನಡಯತೊಡಗಿದೆ. ಈಗ ಅವರು ಹಿಡಿದ ದಾರಿ ಮಾರುತಿ ದೇವಸ್ಥಾನವನ್ನು ತಲುಪುತ್ತದೆ.

ಮಾರುತಿ ತನ್ನ ಮನೆತನದ ದೇವರೆಂದು ಪೂಜಿಸುತ್ತ, ಪಾಲಿಸುತ್ತ ಬಂದ ಜನಕಜ್ಜ ಸಂಕಟಕ್ಕೀಡಾಗಿದ್ದನು. ಮಾರುತಿಯ ಅಪಾರ ಮಹಿಮೆಗೆ ಒಲಿದ ಜನರ ಭಕ್ತಿಯಿಂದಾಗಿ ದೇವರು ಇಡೀ ಊರಿಗೆ ಸೇರಿದ ಸಾಮೂಹಿಕ ಆಸ್ತಿ ಎಂಬ ಭಾವನನೆ ಉಂಟಾಯಿತು. ಭಕ್ತರೆಲ್ಲ ಸೇರಿ ವಂತಿಗೆ ಸಂಗ್ರಹಿಸಿ ದೇವರಿಗೆ ಪ್ರತ್ಯೇಕ ದೇವಸ್ಥಾನವನ್ನು ಕಟ್ಟಿಸಿದರು. ಉತ್ಸವಕ್ಕಾಗಿ ಮರದ ರಥವೊಂದನ್ನು ತಯಾರಿಸಿಕೊಟ್ಟರು. ಜನಕಜ್ಜನ ಮನೆಯ ದೇವರ ಪೀಠದಲ್ಲಿದ್ದ ಮಾರುತಿಯ ಲೋಹದ ವಿಗ್ರಹ ವಿಧ್ಯುಕ್ತವಾಗಿ ಹೊಸ ದೇವಳಕ್ಕೆ ವರ್ಗಾಯಿ ಸಲ್ಪಟ್ಟಿತು. ತನ್ನ ಕುಟುಂಬದ ಖಾಸಗಿ ಆಸ್ತಿಯಂತಿದ್ದ ದೇವರನ್ನು ಸಾರ್ವಜನಿಕ ಸೊತ್ತಾಗಿ ಪರಿವರ್ತಿಸಲು ಜನಕಜ್ಜನಿಗೆ ಖೇದವೆನಿಸಿತು. ದೇವರು ತನ್ನ ಅಧೀನದಲ್ಲಿರಬೇಕೆಂಬ ಹಕ್ಕನ್ನು ಸ್ಥಾಪಿಸಲು ಮುಂದಾದ. ಒಮ್ಮೆ ಜಾತ್ರೆಯ ಸಮಯ ಜನಕಜ್ಜನ ಮನೆಗೆ ಸೂತಕ ಬಂದು ರಥೋತ್ಸವ ನಿಲ್ಲುವ ಪ್ರಸಂಗ ಬಂತು. ಊರವರು ಉತ್ಸವ ನಡೆಸಲು ಹಟ ಹಿಡಿದರು. "ಸೂತಕದ ಮೈಲಿಗೆಯಲ್ಲಿನ ಉತ್ಸವ ನಡೆಯೋದಕ್ಕೆ ನಾನು ಬಿಡೋದಿಲ್ಲ" ಎಂದು ಜನಕಜ್ಜ ಪಟ್ಟುಹಿಡಿದ. ಶಿವಯ್ಯ ಕುಣಬಿಯರನ್ನು ಎತ್ತಿಕಟ್ಟಿದ. "ನನ್ನ ಮನೆ ದೇವರ ಮೇಲೆ ನೀವು ಅಧಿಕಾರ ಚಲಾಯಿಸೋದಕ್ಕೆ ನಾನು ಬಿಡೋದಿಲ್ಲ" ಎಂದು ಜನಕಜ್ಜ ಪಟ್ಟುಹಿಡಿದ. "ಉತ್ಸವಮೂರ್ತಿ ಕೊಡಿ ಒಡೆಯಾ" ಎಂದು ನಾಗು ಆಗ್ರಹಿಸಿದ. ಮನೆಗೆ ಮುತ್ತಿಗೆ ಹಾಕುವಂತೆ ನಿಂತ ಜನರನ್ನು ನೋಡಿ ಜನಕಜ್ಜ ರೇಗಿದ. "ನನ್ನ ಮನೆ ದೇವರ ಮೇಲೆ ನೀವು ಅಧಿಕಾರ ಚಲಾಯಿಸೋದಕ್ಕೆ ನಾನು ಬಿಡೋದಿಲ್ಲ" ಎಂದು ಆವೇಶದಿಂದ ನುಡಿದು ದೇವಸ್ಥಾನದ ಬಾಗಿಲಿಗೆ ಬೀಗಹಾಕಿದ. "ಸೂತಕ ನಿನಗೆ ಮಾತ್ರ, ಊರವರಿಗಲ್ಲ" ಶಿವಯ್ಯ ಕೂಗಿದ. ಗಲಾಟೆಯ ನಿಯಂತ್ರಣಕ್ಕೆ ಪೊಲೀಸರ ಸಂಧಾನವು ವಿಫಲವಾಯಿತು. ಪ್ರಕರಣ ಕೋರ್ಟಿಗೆ ಹೋಯಿತು. ಅಂದಿನಿಂದ ದೇವಸ್ಥಾನದೊಳಗೆ ಉಭಯ ಪಕ್ಷಗಳ ಪ್ರವೇಶ ನಿಷಿದ್ಧವಾಗಿ ಮಾರುತಿ ಉಪವಾಸ ಬಿದ್ದ.

ಮಾರುತಿ ದೇವಸ್ಥಾನದ ಮುಕ್ಕಾಲು ಭಾಗ ನೀರಿನಲ್ಲಿ ಮುಳುಗಿತ್ತು. ದೇವಸ್ಥಾನದ ಶಿಖರ ತೇಳುತ್ತಿರುವಂತೆ ಕಾಣುತ್ತಿತ್ತು. ಗರ್ಭಗುಡಿಯೊಳಗಿನ ಮಾರುತಿ ಉಸಿರುಗಟ್ಟಿ ಒದ್ದಾಡುತ್ತಿರುವಂತೆ ಬುಳು ಬುಳನೆ ಗುಳ್ಳೆಗಳು ಮೇಲೇರಿ ಬರುತ್ತಿದ್ದವು. "ನಿನ್ನನ್ನು ರಕ್ಷಿಸ ಲಾರದ ನನ್ನನ್ನು ಕ್ಷಮಿಸು, ಮಾರುತಿ" ಎಂದು ಜನಕಜ್ಜ ಪ್ರಾರ್ಥಿಸಿದ. ಮರುಕ್ಷಣ ನಾಗು

ವನ್ನು ನೋಡುತ್ತ "ದೇವರನ್ನು ರಕ್ಷಿಸುವಷ್ಟು ಅಹಂಕಾರ ಬಂತಲ್ಲೊ ನನಗೆ" ಎಂದು ಅಸಹಜವಾಗಿ ನಕ್ಕ. ಜನಕಜ್ಜನ ಯಾತನೆ ಎಷ್ಟು ತೀವ್ರವಾಗಿತ್ತೆಂದರೆ ಶಿವಯ್ಯನ ಮನೆ ಸಾಮಾನು, ಕುಟುಂಬದ ಸದಸ್ಯರನ್ನು ತುಂಬಿಕೊಂಡ ಲಾರಿ ಹತ್ತಿರದಲ್ಲಿ ಬಂದು ನಿಂತಿರುವುದೇ ತಿಳಿಯಲಿಲ್ಲ. ಲಾರಿಯ ಹಿಂದೆ ಹುತಾತ್ಮನಂತೆ ನಿಂತಿದ್ದ ಶಿವಯ್ಯ "ನಂದೆಲ್ಲ ಜಮೀನು ಮುಳುಗಿಹೋತು. ನಾವೆಲ್ಲ ಹೊರಟಾಯ್ತು" ಎಂದು ಉದ್ವೇಗದಲ್ಲಿ ಕೂಗಿದ. ತನ್ನ ಜತೆಯಲ್ಲಿ ಶಾಲೆಗೆ ಹೋದವನು, ಮದುವೆಗೆ ಮುನ್ನ ತನ್ನ ಹೆಂಡತಿಯನ್ನು ವರಿಸಲು ತನಗೆ ಸ್ಪರ್ಧಿಯಾಗಿ ಸೋತವನು. ಅದೇ ಸಿಟ್ಟಿನಿಂದ ಜಮೀನು ಸರಹದ್ದಿನಲ್ಲಿ ಜಗಳವನ್ನು ಸದಾ ಜೀವಂತವಾಗಿಟ್ಟನು. ತನ್ನ ಮನೆ ದೇವರನ್ನು ಸಾರ್ವಜನಿಕಗೊಳಿಸಲು ಮುಂದಾದನು. ಮಾತು ಬಿಟ್ಟು ಅದೆಷ್ಟೋ ವರ್ಷಗಳಾಗಿದ್ದವು. ಈ ಮಣ್ಣಿನಲ್ಲಿ ಹುಟ್ಟಿದ ರಾಗ ದ್ವೇಷಗಳನ್ನು ಮಣ್ಣಿಗೆ ಮರಳಿಸಿ ಪರಿಪೂರ್ಣ ನಿರಾಳ ಹಗುರುತನದಲ್ಲಿ ಮುಂಬೈಯಲ್ಲಿರುವ ಮಗನಲ್ಲಿಗೆ ಹೊರಟುನಿಂತ ಶಿವಯ್ಯ ಪರಮ ಸುಖಿ ಎಂದುಕಂಡ. ಲಾರಿ ವಾಲಿಕೊಳ್ಳುತ್ತ ನಿಧಾನವಾಗಿ ಘಟ್ಟ ಏರತೊಡಗಿತು. ಹಿಂದೊಮ್ಮೆ ಮಗಳ ಬಾಣಂತನದಲ್ಲಿ ಶಿವಯ್ಯನ ಮನೆಯಿಂದ ಕಡ ತಂದ ಪಾವು ಶೇರು ಜೀರಿಗೆಯನ್ನು ವಾಪಸ್ ಮಾಡದಿರುವುದು ನೆನಪಾಗಿ ಜನಕಜ್ಜ ಚಡಪಡಿಸಿದ. ಲಾರಿಯ ಮೇಲೆ ನಿಂತೇ ಇದ್ದ ಶಿವಯ್ಯ ತನ್ನ ಕಣ್ಣೆದುರಿಗೆ ಕಟ್ಟಿದ ಮೋಹದ ಮಬ್ಬನ್ನು ಒರೆಸುವಂತೆ ಕೈಬೀಸಿ ಬೀಳ್ಕೊಡಲು ತೊಡಗಿದ್ದ. ನಿಲ್ಲು ಎನ್ನುವಂತೆ ಜನಕಜ್ಜ ಮಾಡಿದ ಸನ್ನೆ ವಿಶಾಲವಾದ ಜಲರಾಶಿಯ ಹಿನ್ನೆಲೆಯಲ್ಲಿ ಶಿವಯ್ಯನಿಗೆ ವಿದಾಯ ಹೇಳುತ್ತಿರುವಂತೆ ಕಂಡಿರಬಹುದು. ಜನಕಜ್ಜನಿಗೆ ತನ್ನೊಳಗೆ ಭಾರವಾದ ಋಣದ ಕಲ್ಲೊಂದು ಬೆಳೆಯುತ್ತಿರುವಂತೆ ಭಾಸವಾಯಿತು. "ಊರಿನ ಸಂಗ್ತಿಗೆ ಊರಿನ ಜಗಳ, ದ್ವೇಷಗಳೂ ಮುಳುಗಿ ಹೋಗ್ವು ನೋಡಿ"—ನಾಗು ನುಡಿದ.

ಜನಕಜ್ಜ ಮನೆಗೆ ಮರಳಿದಾಗ ಮಧ್ಯಾಹ್ನವಾಗಿತ್ತು. ನಾಗು ಜೊತೆಯಲ್ಲಿದ್ದುದರಿಂದ ಯಾರಿಗೂ ಚಿಂತೆಯಿರಲಿಲ್ಲ. ಮನೆಯ ಪರಿವಾರವೆಲ್ಲ ಕೊಟ್ಟಿಗೆಯ ಹಿಂದೆ ನಿಂತು ಮುಳುಗುತ್ತಿರುವ ಹಸಿರು ಗದ್ದೆ, ಚೆಂಡು ಮಾತ್ರ ಕಾಣುವ ಅಡಿಕೆ–ತೆಂಗುಗಳನ್ನು ನೋಡುತ್ತ ಭಾವಪರವಶರಾಗಿ ಹೋಗಿದ್ದರು. ಕಣ್ಮರೆಯಾಗುತ್ತಿರುವ ಮಿಥ್ಯಾ ಜಗತ್ತಿನ ಮಾಯೆಗೆ ದಂಗಾಗಿ ಹೋಗಿದ್ದರು. ಪಾದದಂಚಿಗೆ ತುಳುಕುತ್ತಿರುವ ನೀರನ್ನು ಬೊಗಸೆಯಲ್ಲಿ ಎತ್ತಿ ತೀರ್ಥದಂತೆ ಪ್ರೋಕ್ಷಣೆ ಮಾಡಿಕೊಂಡರು. ಮರ–ಗಿಡ–ಮಣ್ಣನ್ನು ತನ್ನೊಡಲೊಳಗೆ ಸೇರಿಸಿಕೊಳ್ಳುತ್ತಿರುವ ನಿರಾಕಾರ ಜಲದೇವತೆಯ ವಿರಾಟ ಶಕ್ತಿಯ ಎದುರು ಮನುಷ್ಯನ ಪ್ರೀತಿ ದ್ವೇಷಗಳಿಗೆ ಅರ್ಥವೇ ಇಲ್ಲವೆನಿಸಿತು ಜನಕಜ್ಜನಿಗೆ. ಮರಳಿದವರ ಮುಖದಲ್ಲಿ ಶವಸಂಸ್ಕಾರ ಮುಗಿಸಿ ಬಂದವರು ತರುವ ವೈರಾಗ್ಯವಿತ್ತು. "ಅಪ್ಪಯ್ಯ ಬೇಗನೆ ಊಟ ಮಾಡು"—ಕಮಲಾಕರ ಅವಸರ ಮಾಡಿದ. ಜನಕಜ್ಜ ಬಚ್ಚಲಿಗೆ ಹೋಗಿ ಸ್ನಾನ ಮಾಡ ತೊಡಗಿದ. ಹಾಸುಗಲ್ಲಿನ ಕೆಳಗೆ ನೊರೆಕಟ್ಟಿದ ನೀರ ತೆರೆಗಳು ಮಂಕಾಗಿ ನಿಂತಿದ್ದವು. ಮಣ್ಣೊಲೆಯೊಳಗೆ ನೀರು ನುಗ್ಗಿತು. ಒದ್ದೆಯ ಅಲವರಿಕೆಯಲ್ಲಿ ನೆಲದ ಮೇಲೆ ಕುಕ್ಕುರು ಕೂತು ಬಾಳೆ ಎಲೆಯಲ್ಲಿ ಮುಚ್ಚಿಟ್ಟ ಅನ್ನ ಉಣ್ಣತೊಡಗಿದ. ಕೊನೆಯೂಟದ ಆವೇಶ

ವ್ಯಾಕುಲತೆ ಅಲ್ಲಿತ್ತು. ಆಸೆ ಬುರುಕನಂತೆ ಬಕಬಕನೆ ನುಂಗಿದ. ಚಿಕ್ಕಮಕ್ಕಳಂತೆ ಎಲೆಯ ಸುತ್ತ ಅನ್ನದಗುಳುಗಳನ್ನು ಹರಡಿದ. ಬಾಯಿಸುತ್ತ ಮುಸುರೆ ಮೆತ್ತಿಕೊಂಡಿತ್ತು. ಇಷ್ಟಗಲ ತೆರೆದ ಕಣ್ಣುಗಳಲ್ಲಿ ತಣಿಯದ ದಾಹದ ಮೊರೆತವಿತ್ತು. ಜನಕಜ್ಜನ ನಡುಗುತ್ತಿರುವ ಕೈತುತ್ತಿನಲ್ಲಿ ಮುಳುಗುತ್ತಿರುವ ಚರಾಚರ ಜೀವಿಗಳ ಆಕ್ರಂದನವಿತ್ತು. ಕೈತೊಳೆಯಲು ಹೋದವನು ಸಂಧ್ಯಾವಂದನೆಗೆ ಅನುದಿನವು ಉಪಯೋಗಿಸುತ್ತಿದ್ದ ಬೆಳ್ಳಿಯ ಲೋಟವನ್ನು ನೀರಿಗೆ ದಾನವಾಗಿ ಅರ್ಪಿಸಿದ. ನಾಗು ಕರೆದು ಉಳಿದ ಅನ್ನವನ್ನು ಬಡಿಸಿ ಪ್ರೀತಿಯಿಂದ ಉಪ ಚರಿಸಿದ. ತವರನ್ನು ಕೊನೆಯ ಸಲ ನೋಡಲು ಬಂದ ಮಗಳು ಅವಳ ಮಕ್ಕಳು, ಸೊಸೆ ಕೊರಳು ಬಿಗಿದುಕೊಂಡು ಜನಕಜ್ಜನಿಗೆ ಆಗಿ ನಮಸ್ಕರಿಸಿ ಆಶೀರ್ವಾದ ಪಡೆದುಕೊಂಡರು.

ಇತ್ತ ಜನಕಜ್ಜ ತೊರೆದು ಹೋಗಲಿರುವ ಭೂಮಿ, ದೇವರ ಬಗ್ಗೆ ಕಳವಳಪಡುತ್ತಿದ್ದರೆ ಅತ್ತ ಕಮಲಾಕರ ಖಾಕಿ ಬಟ್ಟೆಯ ಫಾರೆಸ್ಟರ್‌ನಿಗೆ ಚಹಾ ಕೊಟ್ಟು ಮನೆಯ ಮರದ ಪೀಠೋಪಕರಣಗಳೊಂದಿಗೆ ಗುಪ್ತವಾಗಿ ಸಾಗವಾನಿ ಕಟ್ಟಿಗೆಯನ್ನು ಅಕ್ರಮ ಸಾಗಿಸಲು ಯೋಜನೆ ಹಾಕಿಕೊಳ್ಳಲು ತೊಡಗಿದ್ದ. ಫಾರೆಸ್ಟರ್‌ನೊಂದಿಗೆ ಗಾಳಿ ತುಂಬಿದ ಟಾಯರಿನ ಒಳ ಟ್ಯೂಬ್‌ನ್ನು ಬಗಲಿಗೆ ತೂಗು ಹಾಕಿಕೊಂಡು ಇಬ್ಬರು ನಿಂತಿದ್ದರು. ಅಣೆಕಟ್ಟಿನ ಆಚೆ ಪಾರ್ಶ್ವದಲ್ಲಿ ಬತ್ತಿಹೋದ ನದಿಯ ಗುಂಡಿಯಲ್ಲಿ ಸಿಡಿಮದ್ದು ಸ್ಫೋಟಿಸಿ ಮೀನು ಹಿಡಿ ಯಲು ಬಂದ ಅವರನ್ನು ಫಾರೆಸ್ಟರ್ ಬೆದರಿಸಲು ತೊಡಗಿದ್ದ. ನದಿಯ ಕೊಳಪ್ರದೇಶ ದಲ್ಲಿದ್ದ ಮನೆ-ಕೊಟ್ಟಿಗೆಗಳು ಜಲಾವೃತಗೊಂಡಿದ್ದು ತಡವಾಗಿ ಹೊರಟ, ನಡುರಸ್ತೆಯ ಒದ್ದೆ ರಾಡಿಯಲ್ಲಿ ಸಿಕ್ಕಿಬಿದ್ದ ಲಾರಿ ನೀರು ಪಾಲಾಗಿದ್ದುದನ್ನು ಅವರು ವಿವರಿಸತೊಡಗಿ ದ್ದರು. ಜನಕಜ್ಜನಿಗೆ ಮನೆ ಬಿಡುವ ಮನಸು ಸುತಾರಾಮಿರಲಿಲ್ಲ. ಸರ್ಕಾರ ಅಧಿಕೃತವಾಗಿ ಅಂತಿಮ ಗಡುವು ನೀಡಿದರೂ ಊರು ತೆರವು ಮಾಡಲು ಹಿಂದೇಟು ಹಾಕಿದವರ ಪೈಕಿ ಜನಕಜ್ಜನೂ ಒಬ್ಬ. ಕಳೆದ ಎರಡು ವರ್ಷಗಳಿಂದ ಇಂಥ ಆಜ್ಞೆಗಳ ವದಂತಿಗಳು ಹಬ್ಬುತ್ತಲೆ ಇವೆ. ಈ ವರ್ಷವೂ ಹೀಗೆಯೇ ಎಂದು ಜನಕಜ್ಜ ಲೆಕ್ಕಹಾಕಿ ಮುಂಬರುವ ಮಳೆಗಾಲದ ಪೂರ್ವಸಿದ್ಧತೆಗೆ ತೊಡಗಿದ್ದನು. ಕಾಡಿನಿಂದ ಉರವಲು ಕಟ್ಟಿಗೆ ತರಿಸಿ, ಕೊಟ್ಟಿಗೆ ಹೊದಿಕೆ ಮುಗಿಸಿ ವ್ಯವಸ್ಥೆ ಮಾಡಿಕೊಂಡಿದ್ದನು. ಅವನ ಎಣಿಕೆ ತಪ್ಪಿತ್ತು.

ಸಾಮಾನು ಸಾಗಿಸುವ ಲಾರಿ ಬಂದು ನಿಂತಿತು. ಅಪಾರ ಜಲರಾಶಿಯ ಎದುರು ಅದೊಂದು ಕ್ಷುದ್ರ ಜಂತುವಿನಂತೆ ಕಾಣುತ್ತಿತ್ತು. ಜನಕಜ್ಜನಿಗೆ ಎಲ್ಲವೂ ಅಪರಕ್ರಿಯೆಯಾಗಿ ಕಾಣತೊಡಗಿದವು. ಉಳಿದವರಿಗೆ ಭರ್ಜರಿ ದೊರೆತ ಪರಿಹಾರದ ಹಣ ಹಲವು ಕನಸಿನ ದಾರಿಗಳನ್ನು ನಿರಂಬಳ ತೆರೆಯುತ್ತಿರುವಾಗ ಜನಕಜ್ಜ ಮಣ್ಣಿಗಾಗಿ ರೋದಿಸುತ್ತಿದ್ದ. ಕುಟುಂಬದ ಸಕಲರು ಲಾರಿ ಏರಿದರು. ಕಣ್ತಪ್ಪಿ ಉಳಿದು ಹೋಗಿರಬಹುದಾದ ಸಾಮಾನು ಗಳನ್ನು ನೋಡಿಬರಲು ಕಮಲಾಕರ ಮನೆಯನ್ನೊಮ್ಮೆ ಪ್ರದಕ್ಷಿಣೆ ಹಾಕಿ ಬಂದ. ಬಾನಿಗೆ ಬಾಯ್ತೆರೆದ, ಕುಸಿದ ಗೋಡೆಗಳ ಶೂನ್ಯದಲ್ಲಿ ಜನಕಜ್ಜ ದಿಗ್ಮೂಢನಾಗಿ ನಿಂತೇ ಇದ್ದ. ಕಮಲಾಕರ ಅವನ ಕೀಹಿಡಿದು ಕರೆತಂದು ಲಾರಿಯ ಕ್ಯಾಬಿನ್ನಲ್ಲಿ ಕೂರಿಸಿದ. ಲಾರಿ ಚಲಿಸ ತೊಡಗಿತು. ಆ ಊರಿನಿಂದ ಹೊರ ಕಟ್ಟ ಕೊನೆಯ ಕುಟುಂಬವಾಗಿತ್ತು ಅದು.

ಅರಬೈಲ ಘಟ್ಟದ ಮಳೆ ನೆರಳ ಪ್ರದೇಶದಲ್ಲಿ ಪುನರ್ವಸತಿ ಸೌಕರ್ಯವನ್ನು ಒದಗಿಸಿದ್ದರು. ಮೂಲ ಜಾಗಕ್ಕೆ ಹೋಲುವ ನದಿ, ಕಾಡು, ಸಪಾಟಾದ ಬಯಲು, ಮನೆಗಳು ಅಲ್ಲಿದ್ದವು. ಮೂಲ ಊರಿನಲ್ಲಿದ್ದ ಶಾಲೆ-ಅದರ ಮಾಸ್ತರು, ಪೋಸ್ಟ್ ಆಫೀಸ್ ಮತ್ತು ರನ್ನರ್ ಯಥಾವತ್ತಾಗಿ ವರ್ಗವಾಗಿ ಬಂದಿದ್ದರು. ನಾಗರಿಕ ಅಂಕಿತಗಳಂತೆ ರಸ್ತೆ ದೀಪಗಳು ಅಲ್ಲಿದ್ದವು. ಏಕರೂಪದ ಮನೆಗಳಲ್ಲಿ ತಂಗಿದ್ದ ಜನರು ಗಂಟು ಮೂಟೆ ಬಿಚ್ಚದೆ ಯಾವುದೋ ಅವ್ಯಕ್ತ ಕರೆಗೆ ಕಾಯುತ್ತಿರುವಂತೆ ನಿದ್ದೆಗೆ ತೂಕಡಿಸುತ್ತಿದ್ದರು. ಅವರಿಗೆ ಪ್ರಾಪ್ತವಾದ ಹೊಸ ವಿಳಾಸ, ದಾರಿ, ಕ್ಷಿತಿಜ, ಅಂತರಿಕ್ಷಗಳಿಗೆ ಹೊಂದಿಕೊಳ್ಳಲಾರದೆ ಜೀವನ ಅಸ್ತವ್ಯಸ್ತವಾಗಿತ್ತು. ಹಲವರು ಹಣದ ಮೂಟೆ ಹೊತ್ತು ನಗರ ಸೇರಿದ್ದರು. ಇಲ್ಲಿ ಉಳಿದ ಜೀವಗಳಿಗೆ ಚರಿತ್ರೆ, ಉದ್ಯೋಗ, ವ್ಯವಸಾಯ, ನೆನಪುಗಳ ಸಂಪರ್ಕವಿಲ್ಲದೆ ಶೂನ್ಯ ಗುರುತ್ವದ ವಿಚಿತ್ರಗ್ರಹದಲ್ಲಿ ತೂಕವಿಲ್ಲದೆ, ನಡೆದಾಡತೊಡಗಿದರು. ಕರ್ಮಕಾಂಡವಿಲ್ಲದ ಜೀವನ, ಅಸಹನೀಯ ಬೇಸರವಾಗಿ ಹೋಯಿತು. ಸುಖದುಃಖಗಳ ಸಂತೆಯಿರದ ಅಸಂಗತ ದೈನಿಕದಲ್ಲಿ ಎಲ್ಲವನ್ನೂ ದುಡ್ಡಿನ ಜಾದುವಿನಿಂದ ಸೃಷ್ಟಿಸುವ ಸಿದ್ಧ ಜಗತ್ತಿನ ಬಾಗಿಲು ತೆರೆದುಕೊಂಡಿತು. ಹಠಾತ್ತನೆ ಮುಗಿದ ದಾರಿಗಳಂತೆ ಸಂಬಂಧಗಳು ನಿಂತು ಹೋಗಿದ್ದವು.

ಇದೇ ದೇಹದಲ್ಲಿ ಈ ಕ್ಷಣದ ಮಣ್ಣಿನಲ್ಲಿ ಪುನರ್ ಜನ್ಮಸಾಧ್ಯವೆಂಬ ರಹಸ್ಯ ಸತ್ಯವನ್ನು ಅರಿತವನಂತೆ ಜನಕಜ್ಜ ಊರಿಗೆ ಹೊಸ ಜೀವದ ಬೆಳಕು ಮೂಡಿಸಲು ಕಂಕಣಬದ್ಧನಾದ. ದೇವರಿಲ್ಲದಂಥ ಜಾಗಕ್ಕೆ ಭಕ್ತಿಯ ಮಳೆ ಸುರಿಸೆಂದು ಆಕಾಶಕ್ಕೆ ಕೈ ಮುಗಿದು ಬೇಡಿಕೊಂಡ. ಇಲ್ಲಿಗೆ ಬಂದಾಗಿನಿಂದ ಕಪಾಟಿನ ಮೇಲೆ ನಿಂತುಬಿಟ್ಟ ಗಡಿಯಾರಕ್ಕೆ ಕೀಲಿಕೊಟ್ಟು ಮನೆಯೊಳಗೆ ಕಾಲ ಚಲಿಸುವಂತೆ ಮಾಡಿದ. ಕಾಲಿಗೆ ಕಟ್ಟಿದ ದಾರ ಎಳೆಯುತ್ತ ಕಂಬದ ಸುತ್ತು ಉಚ್ಚೆಯ ರಾಡಿಯಲ್ಲಿ ಉರುಳಾಡುತ್ತ ಪ್ರಾಣಿಯಾಗಿ ಬಿಟ್ಟ. ಅಳುವ ಅಂಬೆಗಾಲಿನ ಹಸುಗೂಸನ್ನು ಹೂವಿನಂತೆ ಮೃದುವಾಗಿ ಎತ್ತಿ ಆಡಿಸಿ, ಅದರ ಮುಖದಿಂದ ನಗುವೊಂದನ್ನು ಕಿತ್ತು ಅದರ ತಾಯಿಗೆ ನೀಡಿದ. ಮುಳುಗಿಹೋದ ಮೂಲೆ ಮನೆಯ ಹಿತ್ತಲಿಂದ ಆಯ್ದು ತಂದ ತರಕಾರಿ ಸಸಿಗಳನ್ನು ಕೇರಿಯ ಹೆಂಗಸರಿಗೆ ಕೊಟ್ಟು ಅವರಿಗೆಲ್ಲ ತವರಿನ ತಾಯಿಯಂತೆ ಕಂಡ. ಯಾವುದೋ ಅನಾಮಿಕೆ ದಾರಿ ಹಿಡಿದು ಊರಿಗೆ ಮರಳುವ ಕಾಡಿನಲ್ಲಿ ಕಣ್ಮರೆಯಾದ ದನಗಳನ್ನು ಹುಡುಕಿಕೊಟ್ಟ. ಒಮ್ಮೆ ಅರಬೈಲ್ ಘಟ್ಟದ ಹೆದ್ದಾರಿಯಲ್ಲಿ ಕಿತ್ತಳೆಹಣ್ಣು ತುಂಬಿದ ಲಾರಿಯೊಂದು ಪಲ್ಟಿಯಾಗಿ ಅದರೊಳಗಿನ ಹಳದಿ ಹಣ್ಣುಗಳು ಇಳಿಜಾರಿನಲ್ಲಿ ಉರುಳಿಹೋಗಿ ಪಾಳುಗದ್ದೆಯಲ್ಲಿ ಹರಡಿಕೊಂಡವು. ಜನಕಜ್ಜ ಆ ಹಣ್ಣುಗಳನ್ನು ಆರಿಸಿಕೊಂಡು ಹೋಗಿ ಕೇರಿಯ ಮಕ್ಕಳಿಗೆ ಹಂಚಿದ. ಘಟ್ಟದ ನಡುವೆ ಸರಕುಗಳ ಭಾರಕ್ಕೆ ತತ್ತರಿಸಿದ, ದುರಸ್ತಿಗೆ ನಿಲ್ಲುತ್ತಿದ್ದ ದೂರಪ್ರಾಂತದ ಲಾರಿಯವರನ್ನು ಮನೆಗೆ ಕರೆದುಕೊಂಡು ಬಂದು ಊಟ ಹಾಕಿ ಕಳುಹಿಸಿದ. ಆದರೆ ಜನರು ನಿದ್ರೆಯಿಂದ ಏಳುವಂತೆ ಕಾಣಲಿಲ್ಲ.

ನಾಗು ಕೆಲಸ ಹುಡುಕಿಕೊಂಡು ಎಲ್ಲಿಗೊ ಹೊರಟುಹೋಗಿದ್ದ. ಕಮಲಾಕರ ವಿಕ್ರಯಕ್ಕಿದ್ದ ಜಮೀನನ್ನು ನೋಡಲು ಹೋಗಿದ್ದ. ಮನೆ ಹೆಂಗಸರು ನೆಂಟರಿದ್ದಲ್ಲಿಗೆ ತಿರುಗಾಟಕ್ಕೆ ಹೋಗಿದ್ದರು. ಪುನರ್ವಸತಿ ಕೇಂದ್ರದಲ್ಲಿ ಜನ ಸುಮ್ಮನೆ ಅಂಡಲೆಯತೊಡಗಿದರು. ಈ ನಡುವೆ ಮತ್ತೆ ವನದೇವತೆಗಳು ಜನಕಜ್ಜನ ಕನಸಿನೊಳಗೆ ಬಂದು ಹೋಗತೊಡಗಿದವು. ದೇವತೆಗಳನ್ನು ಭೂಮಿಗಿಳಿಸಿಕೊಂಡು ಪ್ರಿಷ್ಠಾಪಿಸಬೇಕು. ಮಣ್ಣಿನಲ್ಲಿ ಪ್ರಕೃತಿಯ ಹೆರಿಗೆಯಾಗಿ ಅಂತಃಸತ್ತ್ವ ಬೆಳೆಯಾಗಿ. ಹಬ್ಬವಾಗಿ ಪ್ರಕಟವಾಗಬೇಕು. ಮನುಷ್ಯರೊಂದಿಗೆ ದೇವತೆಗಳು ಕನಸಿನ ಆಟವಾಡಿದರೆ ಭೂಮಿ ಅಕ್ಷಯಫಲ ನೀಡುತ್ತದೆ. ಈ ಪರಿಯ ನಂಬಿಕೆ ನಾಗುವಿನ ಪೂರ್ವಿಕರಲ್ಲಿತ್ತೆಂದು ಜನಕಜ್ಜನಿಗೆ ನೆನಪಾಗಿ ರೋಮಾಂಚನವಾಯಿತು.

ಇಂಥ ಅಲೌಕಿಕ ಲಹರಿಯಲ್ಲಿದ್ದ ಜನಕಜ್ಜ ಒಮ್ಮೆ ಭೂಮಿಯೊಳಗಿನ ದನಿಯನ್ನು ಆಲಿಸುವಂತೆ ನೆಲದ ಮೇಲೆ ಬೋರಲು ಮಲಗಿದ. ರಣಬಿಸಿಲ ಬಯಲಲ್ಲಿ ಹುಚ್ಚನಂತೆ ನೆಲಕ್ಕೆ ಕಿವಿಕೊಟ್ಟು ಮಲಗಿದ ಜನಕಜ್ಜನನ್ನು ನೋಡಲು ಪುನರ್ವಸತಿಯ ಜನರು ಸುತ್ತ ಸೇರಿದರು. ಅವರಿಗೆಲ್ಲ ಅದೊಂದು ಕಾಲಕಳೆಯಲು ವಿನೋದದ ಆಟವಾಯಿತು. "ಜನಕಜ್ಜ ಹುಗಿದಿಟ್ಟ ದುಡ್ಡು ಹುಡುಕ್ತಿಯೇನೋ" ಎಂದು ಗೇಲಿ ಮಾಡಿದರು. ಅವನ ಗಾಢ ಪರವಶತೆಗೆ ಕಿಂಚಿತ್ತೂ ಭಂಗ ಉಂಟಾಗಲಿಲ್ಲ. ರಣಯೋಧನಂತೆ ಅವನು ಎದ್ದುನಿಂತು "ದುಡ್ಡು ಬಿಟ್ಟರೆ ನಿಮಗೆ ಮತ್ತೇನು ಗೊತ್ತುಂಟ್ರೊ? ಈ ನೆಲದಡಿಯಲ್ಲಿ ದೇವರು ನಡೆದಾಡುವ ಸದ್ದು ಕೇಳಿಸ್ತದೆಯೋ ಅಂತ ಆಲಿಸಿದೆ. ಇಲ್ಲಿ ಕೇಳಲಿಲ್ಲ. ಕೇಳೊತನಕ ಇಲ್ಲಿಯ ಭೂಮಿ ಬಸಿರಾಗೋದಿಲ್ಲ. ಹೂವು ಹಣ್ಣಾಗೋದಿಲ್ಲ. ಮಕ್ಕಳು ಹುಟ್ಟೋದಿಲ್ಲ ಹುಚ್ಚು ಬಿಡೋದಿಲ್ಲ. ಮತ್ತೆ ರೋಗ ಬರ್ತದೆ, ನೀರು ತುಂಬ್ತದೆ. ಸರ್ವನಾಶ ಆಗ್ತದೆ" ಎಂದ. ಜನಕಜ್ಜನ ಅಸ್ವಾಭಾವಿಕ ಗಾಂಭೀರ್ಯ ನೋಡಿ ನೆರೆದ ಜನ ಅನುಕಂಪಪಟ್ಟರು.

ಇದಾದ ನಂತರ ಜನಕಜ್ಜ ಅದೃಶ್ಯನಾದ. ಸಂವೇದನೆಯೇ ಇಲ್ಲದ ಜನರಿಗೆ ಇದು ಅಸಾಮಾನ್ಯವೆಂದೇನೂ ಅನಿಸಲಿಲ್ಲ. ಜೀವನಕೇಂದ್ರವನ್ನು ಕಳೆದುಕೊಂಡು ಸ್ಮೃತಿಹೀನರಾದ ವಿರಕ್ತರಿಗೆ ಜನಕಜ್ಜ ಭೂಮಂಡಲದ ಯಾವ ಭಾಗದಲ್ಲಿದ್ದರೂ ವ್ಯತ್ಯಾಸವೇನೂ ಆಗದೆಂಬ ಉದಾಸೀನತೆಯಿತ್ತು.

ಈ ಘಟನೆಯ ಕುರಿತು ಆತಂಕಗೊಂಡವನೆಂದರೆ ನಾಗು. ಜನಕಜ್ಜನನ್ನು ಹುಡುಕಿಕೊಂಡು ಅವನು ಅಲೆದಾಡಿದ. ಯಾರಲ್ಲಿ ವಿಚಾರಿಸಿದರೂ ಅವನ ಸುಳಿವು ಸಿಗಲಿಲ್ಲ. ಜನಕಜ್ಜನಿಲ್ಲದ ಪುನರ್ವಸತಿ ತಾಣದಲ್ಲಿ ನೆಲಸಲು ಅವನಿಗೆ ಆಸಕ್ತಿಯಿರಲಿಲ್ಲ. ಅದಾಗಲೇ ಎರಡು ತಿಂಗಳುಗಳು ಗತಿಸಿದ್ದರಿಂದ ಜನಕಜ್ಜ ಬದುಕಿರುವ ಬಗ್ಗೆ ಆಸೆಯೂ ಇದ್ದಿರಲಿಲ್ಲ. ಹೀಗಿರುವಾಗೊಮ್ಮೆ ನಾಗು ಹೆದ್ದಾರಿಯ ಆಲದ ಮರದಡಿಯಲ್ಲಿ ನಿಂತು ಬಸ್ಸಿಗಾಗಿ ಕಾಯುತ್ತಿದ್ದ ಆಲದ ಕಟ್ಟೆಯ ಮತ್ತೊಂದು ಪಕ್ಕದಲ್ಲಿ ಮಾರುವೇಷದ ವಿಲಕ್ಷಣ ವ್ಯಕ್ತಿಯೊಬ್ಬನು ತನ್ನ ಪಾಡಿಗೆ ತಾನು ಅಸಾಮಾನ್ಯ ನಿರಾಸಕ್ತಿಯಿಂದ ಕೂತಿರುವುದನ್ನು ಗಮನಿಸಿದ. ಆ ವ್ಯಕ್ತಿಯ ಪಕ್ಕ ದತ್ತಾತ್ರೇಯ ದೇವರ ಪಟದಲ್ಲಿರುವಂಥ ಬಿಳಿ ನಾಯಿಯೊಂದು ಮಲಗಿತ್ತು.

ಸುಮಾರು ಐದಡಿ ಎತ್ತರದ ಆ ಆಕೃತಿ ಹೆಣ್ಣೋ ಗಂಡೊ ಎಂದು ತಿಳಿಯುವಂತಿರಲಿಲ್ಲ. ತೊಟ್ಟ ಬಿಗಿ ಬನಿಯನ್ ಮೇಲೆ ಸೀರೆ ಸುತ್ತಿಕೊಂಡಿತ್ತು. ಬೆವರಿದ ಹಣೆಯ ಮೇಲೆ ಪಾವಲಿ ಗಾತ್ರದ ಕುಂಕುಮದ ಬೊಟ್ಟಿತ್ತು. ನೆರೆತ ಕುರುಚಲು ಗಡ್ಡವಿತ್ತು. ಬೆನ್ನಿನ ಮೇಲೆ ಸಂಪಿಗೆ ಹೂ ಮುಡಿದ ಸಣ್ಣ ಜಡೆಯಿತ್ತು. ಅವನ ಕೈಲಿ ಕೋಲಿಗೆ ಅರಿವೆ ಸುತ್ತಿ ಮಾಡಿದ ಗದೆಯಿತ್ತು. ಕಾಡುಬಳ್ಳಿಯನ್ನು ಹಾವಿನಂತೆ ಕೊರಳಿಗೆ ಸುತ್ತಿಕೊಂಡಿದ್ದ. ಕುಳಿತಕಟ್ಟೆಯ ಮೇಲೆ ಶಂಖ ವಿತ್ತು. ಆ ವ್ಯಕ್ತಿ ಆಗಾಗ ನೆಲವನ್ನು ಒದೆಯುತ್ತ ಆಕಾಶ ನೋಡುತ್ತ ಕಾಡಿನ ಮರಗಳೊಂದಿಗೆ ಏನೇನೋ ಮಾತಾಡುತ್ತಿದ್ದ. ಮರುಕ್ಷಣ ಏನೋ ಆವಾಹನೆಯಾದಂತೆ ಆವೇಶದಲ್ಲಿ ಕುಣಿಯುತ್ತಿದ್ದ. ನಾಗು ತೀರ ಹತ್ತಿರದಲ್ಲಿ ನಿಂತು, 'ಜನಕಜ್ಜೋರೆ' ಎಂದು ಕರೆದ. ಇನ್ನೊಬ್ಬರ ಅಸ್ತಿತ್ವದ ಅರಿವು ತನಗಿಲ್ಲೆಂಬಂತೆ ಆ ವ್ಯಕ್ತಿ ಕಾಡಿನೊಳಗೆ ನಡೆದ. ನಾಗು ಆ ವಿರಾಟ್ ಅವತಾರವನ್ನು ನೋಡುತ್ತಲೇ ಉಳಿದ.

(೧೯೯೭)

*

೩೬. ತಾಯ್ತನ

ಹೆಚ್.ನಾಗವೇಣಿ

ಮ್ಯೊದಿನ್‌ಬ್ಯಾರಿಯವರ ಶವಯಾತ್ರೆ ಇನ್ನೆರಡು ಗಳಿಗೆಯಲ್ಲಿ ಹೊರಡಲಿದೆಯಂತೆ. ಈ ಸುದ್ದಿ ಹರಡಿ ತಾಸೆರಡು ಕಳೆದಿದ್ದರೂ ಇನ್ನೂ ಶವಯಾತ್ರೆ ಮಾತ್ರ ಹೊರಟಿರಲಿಲ್ಲ. ಕೇರಿಮಂದಿ, ಅನ್ನನೀರು ಮೂಸದೆ ಮುಂಜಾನೆಯಿಂದಲೆ ಶವದ ಮೆರವಣಿಗೆ ನೋಡಲು ಓಣಿಯ ಬಾಯಲ್ಲಿ, ಬೀದಿಯ ಅಕ್ಕಪಕ್ಕದಲ್ಲಿ, ಮರಗಿಡಗಳ ನೆರಳ ತಂಪಲ್ಲಿ ಬಂದು ಕಾದಿದ್ದಾರೆ. ಅವರೆಲ್ಲರೂ ಕಾಯುತ್ತಿರುವ ಆ ಒಂದೊಂದು ಗಳಿಗೆಯೂ ಅವರಿಗೆ ಯುಗ ವೊಂದರಂತೆ ಭಾಸವಾಗುತ್ತಿರುವ ಆ ಹೊತ್ತಲ್ಲಿ...

...ಇತ್ತ ತುಕ್ರಮ್ಯೊಲಿಯ ಗುಡಿಸಲಲ್ಲಿ ತನ್ನ ಮೈಗೇನೂ ಸುಖವಿಲ್ಲ ಎಂದು ಹೊದ್ದು ಮಲಗಿದ್ದ ತುಂಬು ಬಸುರಿ ಸುಂದರಿಗೆ ಇದ್ದಕ್ಕಿದ್ದಂತೆ ಸಣ್ಣದಾಗಿ ಹೆರಿಗೆ ನೋವು ಕಾಣಿಸಿ ಕೊಂಡಿತ್ತು.

ಮಗುವಿನ ತಲೆನೀರು ಒಡೆಯಿತೇನೋ..! ಸುಂದರಿಯ ಒಳಲಂಗ ಒದ್ದೆಯಾದೊಡನೆ ಭಯದಿಂದ ಆಕೆಯ ಸಣ್ಣ ಜೀವವೊಂದು ಹಾರಿದಂತಾಯ್ತು. ಗುಡಿಸಲಲ್ಲಿ ನರಪಿಳ್ಳೆ ಇಲ್ಲದಿರುವ ಇಂತಹ ಹೊತ್ತಲ್ಲಿ... ಹೀಗೆ ಇದ್ದಕ್ಕಿದ್ದಂತೆ 'ನೆತ್ತಿ ಮೇಲೆ ಎಳೆನಾಗರ ಕಂಡಂತೆ' ಹೆರಿಗೆ ನೋವು ಕಾಣಿಸಿಕೊಂಡರೆ ಜೀವ ಹೇಗಾಗಬೇಡ!

ಚೊಚ್ಚಲ ಹೆರಿಗೆ ಬೇರೆ! ಭಯದಿಂದ ಆಕೆಯ ಜೀವ ತತ್ತರಿಸುತ್ತಿರುವ ಆ ಕ್ಷಣದಿಂದಲೇ ಆ ಎಳೆಯ ನೋವು ನಿಧಾನಕ್ಕೆ ಬಲಿಯತೊಡಗಿದೆ; ಮೇಲಿಂದ ಮೇಲೆ ಏರಿಬರತೊಡಗಿದೆ.

'...ಅಯ್ಯಯ್ಯಮ್ಮ.. ಯಾರಿಗೂ ಬೇಡಪ್ಪ ಈ ನೋವು... ನಂಗಂತೂ ತಿನ್ಲಿಕ್ಕಾಗದಪ್ಪ' ಎಂದು ಆಕೆ ಅವುಡುಗಚ್ಚಿ ಮುಖಹಿಂಡಿ ಚೀರಾಡುತ್ತಿರುವಾಗಲೆ ಆ ನೋವು ತಟ್ಟನೆ ಮಾಯವಾಗುವ ನಾಟಕವಾಡುತ್ತಿತ್ತು.

'ಅಬ್ಬಾ... ಬದುಕಿದೆನಪ್ಪ...' ಎಂದು ಆಕೆ ನೋವಿಲ್ಲದ ಆ ಅರೆಗಳಿಗೆಯಲ್ಲಿ ದೀರ್ಘವಾದ ನಿಟ್ಟುಸಿರು ತೆಗೆಯುವಷ್ಟರಲ್ಲಿ ಮತ್ತೆ ಕಾಣಿಸಿಕೊಳ್ಳುತ್ತಿತ್ತು–ಅದೇ ನೋವು. ಈ ಹೆರಿಗೆ ನೋವೇ ಹಾಗೆ. ಪ್ರೇಮಿಗಳ ಮುನಿಸಿನಂತೆ. ಹಸುಳೆಯ ಮುಂಗೋಪದಂತೆ ಯಾವಾಗ ಬರುತ್ತೋ... ಯಾವಾಗ ಅಡಗುತ್ತೋ ಹೇಳ್ಲಿಕ್ಕಾಗದು.

ಒತ್ತರಿಸಿ... ಒತ್ತರಿಸಿ ಏರಿ ಬರುವ ನೋವಿಗೆ... ಕೆಲವೊಂದು ಗಳಿಗೆ ತಾಯಿ ಮೇಲೆ ಇದ್ದಕ್ಕಿದ್ದಂತೆ ಮರುಕವೂ ಉಕ್ಕುವುದುಂಟೇನೋ! 'ಏಯ್ ಹೆಣ್ಣೆ ಒಂದಿಷ್ಟು ಹೊತ್ತು ನೀ ಸುಧಾರಿಸು..' ಎಂದು ಗಳಿಗೆ ಮಾತ್ರವೆ ಆಕೆಯನ್ನು ಆಕೆಯ ಪಾಡಿಗೆ ಬಿಟ್ಟು ಮತ್ತರೆ ಗಳಿಗೆಯಲ್ಲಿ ಎಲ್ಲಿಂದಲೋ ರಂಗಸ್ಥಳಕ್ಕೆ ನುಗ್ಗಿ ಬರುವ ಮಹಿಷಾಸುರನ ವೇಷದಂತೆ ದಿಗಿಣ ತೆಗೆದು ನುಗ್ಗಿ ಬರುವುದಿದೆ.

ಈ ಸುಂದರಿ ಹೆರಿಗೆ ನೋವಿನ ಬಗ್ಗೆ ಅವರಿವರಿಂದ ಕೇಳಿ ತಿಳಿದಿದ್ದಾಳಷ್ಟೆ. ಇದೀಗ ಕಣ್ಣೀರಿಳಿಸುತ್ತಾ ನೋವುಣ್ಣುತ್ತಿರುವ ಪಾಡು ಯಾವ ವೈರಿಗೂ ಬೇಡ. ಆಕೆಯೂ ಎಷ್ಟೆಂದು ಅವುಡುಗಚ್ಚಿ ನೋವು ಸಹಿಸಿಕೊಂಡಾಳು? ಅದೇನು ಅವುಡಿನೊಳಗೇ ಇಟ್ಟು ಅನುಭವಿಸು ವಂತಹ ನೋವೇ? ಬಾಯ್ಕೊಟ್ಟು ಚೀರಾಡತೊಡಗಿದರೂ ಆಕೆಯ ನೋವಂತು ಇನಿತೂ ಕಮ್ಮಿಯಾಗಲಿಲ್ಲ, ಬದಲಿಗೆ ಇನ್ನಷ್ಟು ಬಲಗೊಳ್ಳತೊಡಗಿತು.

ತಾಯಿ ಈ ಪರಿಯಲ್ಲಿ ಜೀವ ಹಿಂಡಿಕೊಳ್ಳುತ್ತಿದ್ದರೂ ಆ ಒಳಗಿನ ಎಳೆಜೀವಕ್ಕಂತೂ ಹೊರ ಬರುವ ಆತುರವಿಲ್ಲವೇನೋ? ಜಗತ್ತಿನ ಬೆಳಕು ಕಾಣುವ ಕಾತುರವಿಲ್ಲವೇನೋ? ಅಮ್ಮನ ಭವಿಷ್ಯವೇ ತಾನು–ಈಗಲೇ ಆಕೆಯನ್ನು ಒಂದಿಷ್ಟು ಕಾಡಿಸಿ... ನೋವುಣಿಸುವ ಆಸೆಯೇನೋ–ಒಳಗಿರುವ ಆ ಹಸಿಮುದ್ದೆಗೆ. ನೋವು ಕ್ಷಣದಿಂದ ಕ್ಷಣಕ್ಕೆ ತೀವ್ರಗೊಳ್ಳ ತೊಡಗಿತ್ತು.

ಎಲ್ಲಿಂದಲೋ... ಸೊಂಟದ ನಡುವಿನಿಂದಲೋ ಬೆನ್ನ ಹುರಿಯಿಂದಲೋ ಅಥವಾ ಹೊಕ್ಕುಳ ಬುಡದಿಂದಲೋ ಏಳುವ ಆ ನೋವಿನಲೆಗಳು, ದೂರದ ಕಡಲ ಒಡಲಲ್ಲಿ ಮೌನವಾಗಿ ಏಳುವ ಕಡಲ ತೆರೆಗಳಂತೆ ಸದ್ದಿಲ್ಲದಂತೆ ಎದ್ದು ಆ ತೆರೆಗಳು ಹೇಗೆ ನಿಧಾನಕ್ಕೆ ಅಲೆಅಲೆಯಾಗಿ ನೀರ ಹೆಡೆಯನ್ನೆತ್ತಿ ತೇಲಿ ಬಂದು ಬಲವಾಗಿ ಕಡಲಕರೆಗೆ ಅಪ್ಪಳಿಸುತ್ತದೋ ಹಾಗೆಯೇ, ಈ ಬಸುರಿಯ ನೋವಿನಲೆಗಳೂ ಅಮ್ಮನ ಮುಖ ನೋಡಲು ಕಾತರಿಸುತ್ತಿದ್ದ ಮಗುವಿನತ್ತ ರಭಸದಿಂದ ನುಗ್ಗಿ, ಅದನ್ನು ಜಗದ ಬೆಳಕಿನ ಹೊನಲಿಗೆ ದಬ್ಬುವ ಕ್ರಿಯೆಯಂತೂ ಸುಂದರಿಗೆ ಜೀವ ತೆಗೆವ ಪ್ರಕ್ರಿಯೆಯಾಗಿ ಪರಿಣಮಿಸಿತ್ತು.

ಸುಂದರಿಯ ಹೆರಿಗೆ ನೋವು ಕ್ಷಣದಿಂದ ಕ್ಷಣಕ್ಕೆ ಏರುತ್ತಿದೆ. ಅದರ ಜತೆಗೆ ಚೀರಾಟ ನರಳಾಟವೂ ಗುಡಿಸಲ ಚಾವಣಿಯನ್ನು ಭೇದಿಸುವಂತೆ ಕೇಳಿಸುತ್ತಿದೆ. ಅಂಗಳದಲ್ಲಿ ಮಲಗಿದ್ದ ನಾಯಿ ಗುಮ್ಮನಂತೂ ಮೂರ್ನಾಕು ಬಾರಿ ಎದ್ದು ಕೂತು ಮನೆ ಒಡತಿಯ ಆ ಪರಿಯ ಚೀರಾಟಕ್ಕೆ ತಲ್ಲಣಿಸುತ್ತಾ ಗುಡಿಸಲ ಒಳಗೆ ಮೂತಿ ಹಾಕಿ ಪರಿಸ್ಥಿತಿಯನ್ನು ಸೂಕ್ಷ್ಮವಾಗಿ ಗಮನಿಸಿತು.

ಏನನಿಸಿತೋ ಆ ಮೂಕ ಪ್ರಾಣಿಗೆ, ನೆಟ್ಟಗೆ ಅಂಗಳಕ್ಕೆ ಬಂದು ಬಾನತ್ತ ಮುಖಮಾಡಿ ಊಳಿಡತೊಡಗಿತು. ಬರುವವರೆಲ್ಲ ಬರಲಿ... ಒಡತಿಯ ಕಷ್ಟಕ್ಕೊದಗಲಿ ಎಂಬಂತಹ ಭಾವವಿರುವ ಆ ಊಳಾಟದ 'ಒಳಸುದ್ದಿ'ಯನ್ನು ಕೇಳಿಸಿಕೊಳ್ಳಲು ಯಾರಾದರೂ ಅಲ್ಲಿ

ಇದ್ದರೆ ತಾನೆ? ಇರಬೇಕಾದವರೆಲ್ಲ ಮ್ಯೊದಿನ್ ಬ್ಯಾರಿಯವರ ಅಂತಿಮಯಾತ್ರೆಯನ್ನು ಕಾಣಲು ಓಣಿ ಪಾಲಾಗಿದ್ದಾರೆ.

ಸುಂದರಿಯ ತಾಯಿ ಮೈರೆಮ್ಯೊಲ್ದಿಯ ಪಕ್ಕದಲ್ಲಿರುವ ಹೆಬ್ಬಲಸಿನ ಮರದಡಿ ಕುಕ್ಕರಗಾಲಲ್ಲಿ ಕೂತು ಶವಪೆಟ್ಟಿಗೆಯ ನಿರೀಕ್ಷೆಯಲ್ಲಿದ್ದಳು. ಬರಿ ಮೌನವಾಗಿದ್ದು ಅದರ ನಿರೀಕ್ಷೆಯಲ್ಲಿದ್ದರೆ ಗುಮ್ಮನ ಊಳಾಟ ಆಕೆಯ ಕಿವಿ ಬೀಳಿಗೆ ತಲಪುತ್ತಿತ್ತೇನೊ? ಅಲ್ಲಿ ಮಾತಿನ ಸಂತೆಯೇ ನಡೆದಿತ್ತು. ಶವಯಾತ್ರೆಯನ್ನು ಕಾಣಲು ನೆರೆದಿದ್ದವರೆಲ್ಲ ಆ ಕಾಯುವಿಕೆಯ ನಡುನಡುವೆಯೂ ಮ್ಯೊದಿನ್ ಬ್ಯಾರಿಯವರ ಅಂದಿನ ಅನಿರೀಕ್ಷಿತ ಸಾವಿನ ಬಗ್ಗೆ ತೀವ್ರವಾಗಿ ಪರಿತಪಿಸುತ್ತಾ ಮೊನ್ನೆ ಮೊನ್ನೆ ಅವರ ಕುಟುಂಬದೊಡನೆ ತಾವು ನಿಷ್ಠುರ ಕಟ್ಟಿಕೊಂಡಿದ್ದರ ಬಗ್ಗೆಯೇ ಮಾತಿನ ಚೆಂಡು ಉರುಳಿಸತೊಡಗಿದ್ದರು. ಮಾತಿಗೊಂದು ಮಾತು ಬೆಳೆದು, ಆ ಮಾತಿಗಿನ್ನೊಂದು ಬಾಲ ಹುಟ್ಟಿಕೊಳ್ಳುತ್ತಿತ್ತು.

ಅದೆಷ್ಟೋ ವರ್ಷಗಳಿಂದ ಆ ಮುಸ್ಲಿಂ ಕುಟುಂಬದೊಂದಿಗೆ ಯಾವೊಂದು ಭೇದವಿಲ್ಲದೆ ಅಣ್ಣ-ತಮ್ಮಂದಿರಂತೆ ಸಾಮರಸ್ಯದಿಂದ ಬದುಕು ಸಾಗಿಸುತ್ತಿದ್ದ ಆ ಕೇರಿಯ ಶೂದ್ರಮಂದಿಯ ಎದೆಯೊಳಗೆ ಯಾರೋ ಕಿಡಿಗೇಡಿ ಮನೆಮುರುಕರು ಜಾತಿ ಮತದ ಭೂತವೊಂದನ್ನು ಹೊಗಿಸಿಬಿಟ್ಟಿದ್ದೇ ಮೊನ್ನೆ ಮೊನ್ನೆ ಇನ್ನಿಲ್ಲದ ರಾದ್ಧಾಂತಕ್ಕೆ ಎಡೆಮಾಡಿಕೊಟ್ಟಿತ್ತು.

ಸುಮಾರು ಐವತ್ತು ಮನೆಗಳಿರುವ ಆ ಮಾದರಕೇರಿಯಲ್ಲಿರುವುದು ನಾಕೇ ನಾಕು ಮುಸ್ಲಿಂ ಕುಟುಂಬಗಳು. ಮೂರು ಜನಿವಾರಿಗರನ್ನು ಬಿಟ್ಟರೆ ಉಳಿದುವೆಲ್ಲ ಅಬ್ರಾಹ್ಮಣರದ್ದು. ಎಲ್ಲ ಊರುಗಳಲ್ಲಿರುವಂತೆ ಇಲ್ಲೂ ಕೇರಿಮಂದಿಯ ದುಡಿಮೆ ಸುಲಿಯುವುದಕ್ಕೆ ಒಂದು ಗಣಪತಿ ದೇವಸ್ಥಾನವಿದೆ, ಎರಡು ಸಾರಾಯಿ ಅಂಗಡಿಗಳಿವೆ, ಎರಡು ಕಳ್ಳಿನ ಗಡಂಗುಗಳಿವೆ. ಸಣ್ಣಮುಟ್ಟ ಒಂದೆರಡು ಕಿರಾಣಿ ಅಂಗಡಿ, ಗೂಡಂಗಡಿಗಳಂತೂ ಇದ್ದೇ ಇದೆ. ಆದರೆ ಮೂಲಭೂತ ಸೌಕರ್ಯಗಳಿರುವ ಶಾಲೆ, ಆಸ್ಪತ್ರೆಗಳಿರುವುದು ಮಾತ್ರ ಪಕ್ಕದೂರು ಕಡೆಬೆಟ್ಟುವಲ್ಲಿ.

ಮಾದರಕೇರಿಯಲ್ಲಿರುವ ಬೆರಳೆಣಿಕೆಯಷ್ಟು ಉಳ್ಳವರು ಶಾಲೆ, ಆಸ್ಪತ್ರೆಗೆ ಕಡೆಬೆಟ್ಟುವನ್ನು ಅವಲಂಬಿಸಿದ್ದರೆ, ಹಲವರಿಗಂತು ಇದುವರೆಗೂ ಅದರ ಅವಸರ, ಅವಶ್ಯಕತೆಯೇ ತೋರಿಬಂದದ್ದಿಲ್ಲ, ಮ್ಯೊದಿನ್ ಬ್ಯಾರಿ ಕುಟುಂಬವನ್ನೊಳಗೊಂಡಂತೆ ಎಲ್ಲ ಮುಸ್ಲಿಮರು ತಮ್ಮ ಪ್ರಾರ್ಥನೆ, ವ್ಯಾಪಾರ, ಕಾಸುಕಾಣಿಯ ವಹಿವಾಟಿಗೆಲ್ಲ ನಂಬಿಕೊಂಡದ್ದು ಆ ಪಕ್ಕದೂರನ್ನೆ.

ಹೀಗಿರುವಾಗ ಮೊನ್ನೆ ಮೊನ್ನೆ ಮ್ಯೊದಿನ್‌ಬ್ಯಾರಿಯವರು ತಮ್ಮ ಸ್ವಜಾತಿ ಬಾಂಧವರೊಡನೆ ಆ ಪಕ್ಕದೂರಿನ ಮಸೀದಿಗೆ ಪ್ರಾರ್ಥನೆಗೆಂದು ಹೋಗಿದ್ದಾಗ ಒಂದು ಘಟನೆ ನಡೆಯಿತಂತೆ. ಮಸೀದಿಯ ಪಕ್ಕದಲ್ಲೇ ಒಂದು ಪುಟ್ಟ ಸುಬ್ರಹ್ಮಣ್ಯ ಗುಡಿ ಎಬ್ಬಿಸುವ ಹುನ್ನಾರ ನಡೆಯುತ್ತಿತ್ತಂತೆ. ಮಸೀದಿಯೊಳಗಿನ ಬಲಿತ ತಲೆಗಳೆಲ್ಲ ಮೌನ ಸಂಯಮ

ವಹಿಸಿದ್ದರೂ ಬಲಿಯುವ ಎಳೆ ತಲೆಗಳೆರಡು ಸುಮ್ಮನಿರದೆ ಮಸೀದಿಯೊಳಗಿಂದಲೇ ಅಪಸ್ವರವೊಂದನ್ನು ಎಬ್ಬಿಸಿ ಗಾಳಿಯಲ್ಲಿ ತೇಲಿಬಿಟ್ಟರಂತೆ...!

ಮುಗಿಯಿತು! ಯಾರೋ ಆ ಕಡೆಯಿಂದ ರಣಕಹಳೆ ಊದಿದಂತೆ. ಈ ಕಡೆಯಿಂದಲೂ ರಣಭೇರಿ ಮೊಳಗಿತು. ಸಾಕಷ್ಟೆ-ಮನೆ ಮನಸ್ಸು ಸುಡುವುದಕ್ಕೆ. ಕಡೆಬೆಟ್ಟು ಹೊತ್ತಿ ಉರಿದು ಸ್ಮಶಾನವಾಯ್ತು. ಹಲವು ತಲೆಗಳು ಉರುಳಿದವು. ಹೊಸಗುಡಿಯಂತೂ ಅರಳಿಯೇ ಅರಳಿತು.

ಪಕ್ಕದೂರಿನ ದ್ವೇಷದ ಹೊಗೆ ಮಾದರಕೇರಿಗೆ ಹರಡಲು ಎಷ್ಟು ಹೊತ್ತು ಬೇಕು? ಪ್ರೀತಿ-ದ್ವೇಷವೆಂಬುದು ಮೂಡು-ಪಡುವಿನ ಬಿಸಿಲಿದ್ದಂತೆ ಎಂದು ಹಿರಿಯರು ಹೇಳಿದ್ದು ಸುಳ್ಳೇನಲ್ಲ. ದ್ವೇಷವೆಂದರೆ ಪಡುವಣದ ಬಿಸಿಲಂತೆ-ಒಣಗಿಸುವಂತಹ ಖಾರವುಳ್ಳದ್ದು. ಪ್ರೀತಿಯೆಂದರೆ ಮೂಡಣದ ಬಿಸಿಲಂತೆ-ತಣಿಸುವಂತಹ ಗುಣವುಳ್ಳದ್ದು. ಅಂತೆಯೇ ಉಸುರುಗಟ್ಟಿಸಿ ಒಣಗಿಸುವಂತಹ ಆ ದ್ವೇಷದ ಹೊಗೆ ಪಕ್ಕದೂರಿನಿಂದ ಮಾದರಕೇರಿಗೆ ಬೀಸಿ ಬಂದು ನೇರ ಹೊಕ್ಕಿದ್ದು ಮ್ಯೊದಿನ್‌ಬ್ಯಾರಿಯವರ ಮನೆಯಂಗಳವನ್ನು.

'ಪಕ್ಕದೂರಿನಲ್ಲಿ ದೇವರ ಗುಡಿ ಕಟ್ಟಲು ಬಿಡುವುದಿಲ್ಲವಂತೆ ಈ ಸ್ಯಾಬ್ರು' ಎಂಬ ಹುಸಿ ಸುದ್ದಿ ಈ ಕೇರಿ ತುಂಬಾ ಸುತ್ತಿ, ಮೂರು ಗ್ರಾಮು ತೂಕದ ಶೂದ್ರ ಮಂದಿಯ ಮೆದುಳು ಹೊಕ್ಕು ಅವರೆಲ್ಲರ ಪಿತ್ತ ಕೆದರಿಸಿತ್ತು. ದಟ್ಟ ಮನೆಗೆ ಬಿದ್ದ ಬೆಂಕಿಯನ್ನಾದರೂ ತಣಿಸಬಹುದಂತೆ ಕೆಟ್ಟ ಮನಸ್ಸಿಗೆ ಬಿದ್ದ ಬೆಂಕಿಯನ್ನು ತಣಿಸಲಾದೀತೆ? ಸ್ವಂತ ವಿವೇಚನೆಯಿಲ್ಲದ ಆ ಮಂದಿಯ ಪಿತ್ತ ಕೆದರುವುದೆಂದರೆ, ಹುಚ್ಚನ ಕೈಗೆ ಮಸೆದ ಕತ್ತಿ ಕೊಟ್ಟು ಕಳುಹಿಸಿದಂತೆ. ಕ್ರೋಧತಪ್ತ ಮನಸ್ಸುಗಳು ಹಿಂದೊಮ್ಮೆ ತಾವು ಪರಸ್ಪರ ಸಾಮರಸ್ಯ, ಪ್ರೀತಿಯಿಂದ ಬದುಕಿದ್ದೆವು-ಎಂಬುದನ್ನು ಕ್ಷಣಮಾತ್ರದಲ್ಲಿ ಮರೆತುಬಿಟ್ಟು ದ್ವೇಷ, ಹಠ ಸಾಧಿಸುವಲ್ಲಿ ಸಫಲವಾಗಿದ್ದವು.

ಈ ಮನ ಕಡಿಯುವ ಘಟನೆ ನಡೆದ ವಾರದೊಳಗೆ ಅಂದರೆ ಇಂದು ಮುಂಜಾನೆ ಮ್ಯೊದಿನ್‌ಬ್ಯಾರಿಯವರು ಇಹಲೋಕ ತ್ಯಜಿಸಿರುವ ಸುದ್ದಿ ಕೇಳಿ ಕೇರಿಮಂದಿಯೆಲ್ಲ ಜೀವ ಹಿಂಡಿಕೊಂಡು ಹನಿಗಣ್ಣಾಗಿದ್ದಾರೆ. ಅಂದು ಕೊಳ್ಳಿ-ಕೊಡಲಿ ಹಿಡಿದಿದ್ದ ಕೈಗಳೆಲ್ಲ ಇಂದು ಮ್ಯೊದಿನ್‌ಬ್ಯಾರಿಯವರಿಗಾಗಿ ಅತ್ತು ಕಣ್ಣೊರಸಿಕೊಳ್ಳುತ್ತಿವೆ.

ಎಂದಿನಂತಾದರೆ, ಇಂದೂ ಮ್ಯೊದಿನ್‌ಬ್ಯಾರಿಯವರ ಸಾವಿನ ಸುದ್ದಿ ಕೇಳಿದೊಡನೆ ಊರ ಶೂದ್ರ ಮಂದಿ ಆಚೀಚೆ ನೋಡದೆ ಆ ಸಾವಿನಂಗಳಕ್ಕೆ ದೌಡಾಯಿಸುತ್ತಿದ್ದರೇನೋ? ತಮ್ಮ ಪಾಲಿನ ಪ್ರೀತಿ-ಗೌರವ ಸಲ್ಲಿಸಲು ಸಾವಿನ ಮನೆಗೆ ಊದುಬತ್ತಿ-ಲೋಬಾರ ಕೊಂಡೊಯ್ದು ತಣ್ಣೀರ ತರ್ಪಣ ಬಿಟ್ಟು ಬರುತ್ತಿದ್ದರೇನೋ? ಆದರೆ ಈಗ ಅತ್ತ ಮುಖ ಹಾಕುವುದಕ್ಕಾದರೂ ಅವರಿಗೆ ಮುಖವೆಲ್ಲಿದೆ?

ಯಾರದ್ದೋ ಮನೆಮುರುಕರ ಮಾತು ಕೇಳಿ-ಮುತ್ತಿನ ಬೆಲೆಯ ನಂಬಿಕೆಯನ್ನು ಉಪ್ಪಿನ ಬೆಲೆಗೆ ಮಾರಿಕೊಂಡಿರಲ್ಲಾ ಎಂದು ಅಂದು ಮೂರ್ಖಾಸಿನ ಕೃತ್ಯ ನಡೆಸಿ ಬಂದಿದ್ದ

ತಮ್ಮ ಮನೆ ಗಂಡಸರಿಗೆಲ್ಲ, ಇಂದು ಮನೆಯ ಹೆಂಗಸರು ಛೀ.. ಥೂ.. ಎಂದು ಉಗುಳಿ ಛೀಮಾರಿ ಬೇರೆ ಹಾಕಿದ್ದರು.

ಹೌದು, ಯಾವುದಕ್ಕಾದರೂ ಒಂದು ನ್ಯಾಯ-ಕಟ್ಟು ಬೇಡವೆ? ತಾವು ಮಾಡಿದ್ದೆಷ್ಟು ಸರಿ-ಎಂದು ಕಠೋರವಾದ ಪಶ್ಚಾತ್ತಾಪದಿಂದ ಬೇಯುತ್ತಾ... ಸ್ಮಶಾನ ವೈರಾಗ್ಯದಲ್ಲಿ ಕುದಿಯುತ್ತಿದ್ದ ಈ ಕೇರಿಮಂದಿ, ಇದೀಗ ಆ 'ಫಕೀರ'ನ ಶವಯಾತ್ರೆಯನ್ನಾದರೂ ಕಣ್ತುಂಬ ನೋಡಿ ಮನಸ್ಸನ್ನಷ್ಟು ಹಗುರ ಮಾಡಿಕೊಳ್ಳುವ ಎಂದು ದಾರಿಯ ಎಡಬಲಗಳಲ್ಲಿ ಇದೀಗ ಕಾದು ನಿಂತಿದ್ದಾರೆ.

ಹಾಗೆಯೇ ಕಾದು ನಿಂತಿರುವ ಆ ಹೊತ್ತಿನಲ್ಲಿ ಅವರೆದೆಯೊಳಗಿನ ಭಾವಗಳು ಮಾತಗಿ ಹರಿದಾಡುತ್ತಿರುವಾಗ, ನಾಯಿ ಗುಮ್ಮನ ಊಳಾಟ ಆರಂಭಗೊಂಡಿತ್ತು. ಆದರೆ ಮಾತು ಕವುಚಿರುವ ಮನಗಳಿಗೆ ಆತನ ಕೂಗು ಹೇಗೆ ಕೇಳಿಸೀತು?

ಆದರೆ ಗುಮ್ಮ ಸುಮ್ಮನಿರುವವನೆ! ಅನ್ನದ ಋಣ! ತನ್ನ ಊಳಾಟಕ್ಕೆ ಯಾವುದೇ ಪ್ರತಿಕ್ರಿಯೆ ಬರದಿದ್ದಾಗ ನೇರ ಓಣಿಯ ಬಾಯತ್ತ ದೌಡಾಯಿಸಿ ಬೊಗಳತೊಡಗಿದ್ದ. ಮೈರೆಮ್ಮೈಲ್ದಿಯ ಪಕ್ಕದಲ್ಲೇ ಆ ಪರಿಯ ಬೊಗಳಾಟ ನಡೆಯುತ್ತಿದ್ದರೂ ಆಕೆಯ ಗ್ಯಾನ ಮಾತಿನ ಸಂತೆಯಲ್ಲಿ ಕಳೆದುಹೋಗಿತ್ತೇನೊ?

'ಥೂ... ಇವನನ್ನು ಕುದುಕ ಹೊರ್ಲಿ...' ಎಂದು ಗುಮ್ಮನತ್ತ ಒಂದು ಕಲ್ಲೆಸೆದು ಅತ್ಲಾಗೆ ಓಡಿಸಿದರೂ ಆತನ ಬೊಗಳಾಟಕ್ಕೆ ನಿಲುಗಡೆ ಉಂಟೇನು! ಆ ಬೊಗಳಾಟ ಮತ್ತಷ್ಟು ಅರ್ಥಪೂರ್ಣವಾಗಿ ಮುಂದರಿದಿತ್ತು. ನಾಯಿಯ ಆ ಪರಿಯ ಬೊಗಳಾಟದಿಂದ ಮೈರೆ ಮ್ಮೈಲ್ದಿಯ ಪಿತ್ತ ಕಿತ್ತು ಬಂದಂತಾಗಿ 'ಎಲಾ ನಿಂಗೆ ಭೂತ ಹೊಡಿಯಲಿ.. ಹಡಬೆ' ಎಂದು ಒದೆಯಲು ಎದ್ದು ನಿಲ್ಲುವಷ್ಟರಲ್ಲಿ, ತನ್ನ ಗುಮ್ಮನ ಬೊಗಳಾಟದ ಪಾಡು-ವೈಖರಿ ಎಂದಿನಂತಿಲ್ಲದ್ದು ಆಕೆಯ ಗಮನವನ್ನು ಸೆಳೆದಿತು. ಅಂತರ್ಯದಲ್ಲೊಂದು ದಿಗಿಲು-ಭಯದ ಸುಳಿ ಎದ್ದಂತಾಗಿ ಒಂದೇ ಉಸುರಿಗೆ ಗುಡಿಸಲತ್ತ ಪರಾರಿಯಾಗಿದ್ದಳು.

ಗುಡಿಸಲೊಳಗೆ ಬಂದು ನೋಡುತ್ತಾಳೇನು...! ಮಗಳು ಸುಂದರಿ ಹಣೆ ತುಂಬ ಬೆವರು ಸುರಿಸಿಕೊಂಡು... ನರಳಾಡುತ್ತಾ ನೋವಿನಿಂದ ಚೀರಾಡುತ್ತಿದ್ದಾಳೆ. ಮೈರೆಮ್ಮೈಲ್ದಿಗೆ ಹಿಂಬಾಲವಾಗೇ ಬಂದ ಪಕ್ಕದ ಗುಡಿಸಲ ತುಕ್ರಭಂಡಾರಿಯ ಮಗಳು ಸೀತು ಬಸುರಿಯ ವೇದನೆ ದಿಟ್ಟಿಸಲಾಗದೆ, ಒಂದರೆ ಗಳಿಗೆಯೂ ಹಿಂದೆ ಮುಂದೆ ಯೋಚಿಸದೆ ಮ್ಯೊದಿನ್ ಬ್ಯಾರಿಯವರ ಹೆಂಡತಿ ಐಸಂಬ್ಯಾರ್ದಿಯವರನ್ನು ಕರೆತರಲು ಮುಂದಾದಳು.

ನಾಕ್ಹೆಜ್ಜೆ ಮುಂದಿಟ್ಟಿದ್ದಾಳಷ್ಟೆ! ತಟ್ಟನೆ ನೆನಪಾದದ್ದು ಮ್ಯೊದಿನ್‌ಬ್ಯಾರಿಯವರ ಸಾವು! ಮೊನ್ನೆ ಮೊನ್ನೆ ತಮ್ಮವರು ನಡೆಸಿದ ರಂಪಾಟ, ಮನೆ-ಮನ ಮುರಿವ ಕಾದಾಟ! ಅರೆ! ತನ್ನ ನೆನಪಿಗೆ ತಾನೇ ಮುನಿದುಕೊಂಡಳು. ಅಲ್ಲಿಗೆ ಹೋಗಲು ತಮಗೆಲ್ಲಿದೆ ಮುಖ? ಉರಿವ ಕೊಳ್ಳಿಯಿಂದ ತಲೆಕೂದಲ ಸಿಕ್ಕು ಬಿಡಿಸಿ ಕೊಂಡಂತಾಯ್ತಲ್ಲ! ತಾವು ಕೈಯಾರೆ ಮಾಡಿಕೊಂಡ ತಪ್ಪಿಗೆ ಮರುಗಿದಳು ಸೀತು.

ಆ ಬ್ಯಾರಿಗಳ ಸಹಾಯವೆಂದರೆ-ಹಾವಿನ ಹೆಡೆಗಳಿಂದ ಕೆನ್ನೆಯ ತುರಿಸಿದಂತೆ, ಅದರಿಂದ ಅಪಾಯ ಅನಾಹುತವೇ ಹೆಚ್ಚು ಎಂದು ಯಾರ್‍ಯಾರ್‍ದೋ ಹೇಳಿಕೆ ಮಾತು ಕೇಳಿ, ಈ ನಮ್ಮ ಗಂಡಸರು, ಆಪತ್ಕಾಲದಲ್ಲಿ ಒದಗಿ ಬರುವ-ಜೀವಕ್ಕೆ ಜೀವ ಕೊಡುವ ಕುಟುಂಬದವರನ್ನು ಮಾತ್ರ ಎದುರು ಹಾಕಿಕೊಳ್ಳಬಾರದಿತ್ತು ಎಂದು ಸೀತುವಿಗೆ ಬಹಳಷ್ಟು ಅನಿಸಿಬಿಟ್ಟು ಅದನ್ನು ಆ ಕ್ಷಣ ಮೈರೆಮ್ಮೊಲ್ದಿಯಲ್ಲಿ ಹೇಳಿಕೊಂಡಳು ಕೂಡಾ.

ಆ ಕೇರಿಯಲ್ಲಿರುವ ಪ್ರಸೂತಿ ಪ್ರವೀಣೆ ಪದೆತಿ(ಸೂಲಗಿತ್ತಿ) ಎಂದರೆ ಐಸಂಬ್ಯಾರ್ದಿ ಒಬ್ಬರೇ. ಈಗಲೂ ಆ ಮುದಿಕೈಗಳಿಗೆ ವಿರಾಮವೆಂಬುದಿಲ್ಲ. ಹೊರಜಗತ್ತಿಗೆ ಬರಲು ದಾರಿ ತೋಚದ, ಬೆಳಕಿನ ಹಾದಿ ಕಾಣದ ಎಳೆಜೀವಗಳನ್ನು ಮೃದುವಾಗಿ ಮೆತ್ತಗೆ ಹೊರತಂದು, ಎಂತಹ ಜೀವ ಹಿಂಡುವ ಹೆರಿಗೆಯನ್ನೂ ಸುಸೂತ್ರವಾಗಿ ಮಾಡಿ ಮುಗಿಸುವ ಆಕೆ ಇದುವರೆಗೆ ಉಳಿಸಿದ ಜೀವ ಒಂದೇ ಎರಡೇ? ಲೆಕ್ಕವಿಲ್ಲದಷ್ಟು. ಇದೇ ಮೈರೆಮ್ಮೊಲ್ದಿ ತನ್ನ ಚೊಚ್ಚಲ ಹೆರಿಗೆಯಲ್ಲಿ ಇನ್ನೇನು ವೆಂಕಟ್ರಮಣನ ಪಾದ ಸೇರಬೇಕೆನ್ನುವಷ್ಟರಲ್ಲಿ ಆಕೆಯನ್ನು ಬದುಕಿಸಿ ಪುಟ್ಟ ಸುಂದರಿಯನ್ನು 'ಧರೆ'ಗಿಳಿಸಿದವರು ಯಾರು! ಇದೇ ತಾಯಿ ಐಸಂಬ್ಯಾರ್ದಿಯವರು.

ಐಸಂಬ್ಯಾರ್ದಿಯವರು ನಂಬಿಕೊಂಡು ಬಂದಿರುವ ಧರ್ಮ-ಕರ್ಮದ ಕಟ್ಟುಪಾಡು ಏನಾದರೂ ಇರಲಿ, ಪ್ರಾಣ ಉಳಿಸುವ ಪುಣ್ಯದ ಕೆಲಸಕ್ಕೆ, ಮನುಷ್ಯತ್ವದ ವಿಚಾರಕ್ಕೆ ಮಾತ್ರ ಎಂದೆಂದೂ ಆ ಕಟ್ಟುಪಾಡುಗಳು ಅಡ್ಡಬರದಂತೆ ನೋಡಿಕೊಂಡ ಜೀವವದು. ಬೆಳೆದು ನಿಂತ ಮಕ್ಕಳಿಂದ ಆಗಾಗ್ಗೆ ಅಪಸ್ವರ ಬರುತ್ತಿದ್ದರೂ ಅದನ್ನೆಲ್ಲ ಮ್ಯೊದಿನ್‌ಬ್ಯಾರಿಯವರು ಮನುಷ್ಯತ್ವದ ಹೆಸರಿನಿಂದ ತಳ್ಳಿಹಾಕಿದವರು. ಎಂತಹ ಅಪರಾತ್ರಿಯಲ್ಲಾದರೂ ಧಾವಿಸಿ ಬಂದು, ಆಪತ್ಕಾಲಕ್ಕೆ ಒದಗಿಬರುವ ಈ ಐಸಂಬ್ಯಾರ್ದಿಯವರು ಈ ಕೇರಿ ಮಂದಿಯ ಜೀವದ ಜೀವ ಕೂಡಾ ಆಗಿದ್ದವರು. ಆದರೇನು ಧರ್ಮಸೂಕ್ಷ್ಮದ ಎಳೆಯೊಂದು ಅಡ್ಡ ಬಂದಾಗ, ಮನಸ್ಸು ಮೃಗೀಯವಾಗಿ ವಿಕಾರಗೊಂಡು ಕೃತಜ್ಞತೆ-ಮನುಷ್ಯತ್ವವೆಂಬುದು ಅಡ್ಡದಾರಿಗೆ ತೆವಳುತ್ತದೆ ಎಂಬುದು ಆ ಕೇರಿಮಂದಿಗೆ ಹೊಳೆದದ್ದೇ ತೀರಾ ತಡವಾಗಿ. ಅದಕ್ಕಾಗಿ ವಿಷಾದಿಸಿದ್ದು ಕೂಡಾ ಮ್ಯೊದಿನ್‌ಸ್ಯಾಬರ ಸಾವಿನಸುದ್ದಿ ಕೇಳಿದ ನಂತರವೇ.

ಇದೀಗ ಮೈರೆಮ್ಮೊಲ್ದಿಗೆ ಮಗಳ ನರಳಾಟ ಚೀರಾಟ ಕಂಡು ಯಾವೊಂದೂ ದಿಕ್ಕುದೆಸೆ ತೋಚದಂತಾಯ್ತು! ಕೈ ಬಾಯಿ ಸೋತು ಬಿದ್ದಂತಾಗಿ ಅಳುತ್ತಾ ಕುಸಿದು ಕುಳಿತಳು. ನಿಶ್ಶಕ್ತ ಸ್ಥಿತಿಯಲ್ಲಿ ಕುಸಿದು ಕೂತ ಮೈರೆಮ್ಮೊಲ್ದಿಯ ಅಸಹಾಯಕತೆ-ನೋವು-ಅಳುವನ್ನು ಮತ್ತೆ ಸೀತುವಿನಿಂದ ದಿಟ್ಟಿಸಲಾಗದೆ 'ಕೆಲಸ ಕೆಟ್ಟಿತು' ಎಂದನ್ನುತ್ತಾ ಓಣಿ ಬಾಗಿಲಿಗೆ ಓಡಿ ಹೆರಿಗೆಮನೆಯ ಅಪಾಯದ 'ಕಹಳೆ'ಯನ್ನು ಊದಿದ್ದಳು. ಶವಪೆಟ್ಟಿಗೆಯ ನಿರೀಕ್ಷೆಯಲ್ಲಿದ್ದವರೆಲ್ಲ ಹೆರಿಗೆಯ ಸಂಕಟದ ಸಂಗತಿ ಕೇಳಿ, ಗಂಡು ಹೆಣ್ಣೆಂಬ ಭೇದವಿಲ್ಲದೆ ಮೈರೆಮ್ಮೊಲ್ದಿಯ ಅಂಗಳ ಪಾಲಾದರು. ಆತಂಕಗೊಂಡ ಹೆಂಗಸರೆಲ್ಲ ತಮ್ಮ ತಮ್ಮ ಮನೆದೈವಗಳನ್ನು ಮತ್ತು ಊರದೈವಗಳನ್ನು ಅನನ್ಯ ಭಕ್ತಿಯಿಂದ ಮನಸ್ಸಾರೆ ಪ್ರಾರ್ಥಿಸಿ 'ಈ ಹೆರಿಗೆ ಹೂವೆತ್ತಿದಂತೆ ಸುಲಭವಾಗಲಿ... ಸೇವಂತಿಗೆಯ ದಂಡೆ ಕಳಚಿಂದತೆ ಮಗು ಬಳ್ಳಿ ಕಳಚಿ ಬರಲಿ'

ಎಂದು ಹೂವಿನ ಹರಕೆ ಹೊತ್ತರು. ಎಷ್ಟೆಂದರೂ ಹೆರಿಗೆ ನೋವನ್ನು ತಿಂದು ಆ ನೋವಿನ ಅರಿವುಳ್ಳ ಜೀವಗಳಲ್ಲವೇ ಅವು. ಸುಂದರಿಯ ಸುಸೂತ್ರ ಹೆರಿಗೆಗೆ ಎಲ್ಲ ಹೆಣ್ಣು ಮನಸ್ಸುಗಳೂ ಬಸುರಿಯ ಸುತ್ತ ಕೂತೇ ಪ್ರಾರ್ಥನೆ ಸಲ್ಲಿಸಿದವು. ಆದರೂ ಹೆರಿಗೆಯಾಗುತ್ತಿಲ್ಲ. ಬಸುರಿಯ ಚೀರಾಟ ಮುಗಿಲು ಮುಟ್ಟುವಂತಿದೆ.

ಯಾರೋ ಒಬ್ಬಾಕೆ ತನ್ನ ಗುಡಿಸಲು ಬಾಯಿ ಹೊಕ್ಕು, ಬಸುರಿಯ ನೋವನ್ನು ಒಂದಿಷ್ಟು ತಣಿಸಲೆಂದು ಸಂಬಾರ–ಜೀರಿಗೆಯ ಕಷಾಯ ಮಾಡಿ ತಂದಳು. ಗಾಬರಿ, ಚಡಪಡಿಕೆಯಲ್ಲಿದ್ದ ಸೀತುವೂ ತನ್ನ ಗುಡಿಸಲಿಂದ ಹದಾ ಬಿಸಿ ಮಾಡಿದ ಹರಳೆಣ್ಣೆ ತಂದು ಬಸುರಿಯ ಹೊಕ್ಕಳು ಕಿಬ್ಬೊಟ್ಟೆಗೆ ತಿಕ್ಕುತ್ತಾ ಹೆರಿಗೆ ಕಾಲದ ಸಾಂತ್ವನವನ್ನು ಹೇಳತೊಡಗಿದಳು.

ಯಾರ್ಯಾರು ಏನೇನು ಪ್ರಯತ್ನ ನಡೆಸಿದರೂ... ಊಹುಂ ಹೆರಿಗೆಯಾಗುತ್ತಿಲ್ಲ. ಆ ಸಂಕಷ್ಟ ಕಾಲದಲ್ಲಿ ಎಲ್ಲರ ಕಣ್ಣೆದುರು ಬರುತ್ತಿದ್ದ 'ದೈವ'ವೆಂದರೆ ಐಸಂಬ್ಯಾರ್ರಿ ಒಬ್ಬರೇ. ಕೇರಿ ಗಂಡಸರೂ, ತಮ್ಮ ತಮ್ಮ ಹೆಂಡತಿ–ಮಕ್ಕಳ ಹೆರಿಗೆ ಕಾಲವನ್ನು ಗ್ಯಾನಕ್ಕೆ ತಂದುಕೊಂಡು ಐಸಂಬ್ಯಾರ್ರಿಯವರನ್ನು ಜಪಿಸಿಕೊಂಡರು. ಯಾರು ಯಾರ ಜಪ ಮಾಡಿದರೇನು? ಗಳಿಗೆಯೇನು ನಿಲ್ಲುತ್ತದೆಯೆ? ಅದು ನಿರಂತರವಾಗಿ ಜಾರುತ್ತಿತ್ತು ಬಸುರಿಯ ಬೇನೆ ಏರುತ್ತಿತ್ತು.

ಬಸುರಿಯ ಚೀರಾಟ ಏರುತ್ತಿದ್ದಂತೆ, ತಾಯಿ ಮೈರೆಮ್ಯೊಲ್ದಿಯ ಗೋಳಾಟವೂ ಹೆಚ್ಚತೊಡಗಿತ್ತು. ತನಗೆ ಏಕೈಕ ದಿಕ್ಕಾಗಿರುವ ಮಗಳೆಲ್ಲಿ ತನ್ನ ಕೈಬಿಟ್ಟು ಹೋಗುತ್ತಾಳೋ ಎಂಬ ಭಯದಲ್ಲಿ ಆ ಜೀವ ನೆರೆದವರೆಲ್ಲರ ಜೀವಕಲಕುವಂತೆ ಅಳತೊಡಗಿದ್ದನ್ನು ಯಾರಿಂದಾದರೂ ದಿಟ್ಟಿಸಲಾದೀತೆ?

ಕಳೆದ ಸೋಣದ ಸಂಕ್ರಾಂತಿಯಂದು ಮೈರೆಮ್ಯೊಲ್ದಿಯ ಗಂಡ ವಾಸುಮ್ಯೊಲಿ ಮತ್ತು ಅಳಿಯ ಚನಿಯಮ್ಯೊಲಿ ಇಬ್ಬರೂ ದೋಣಿ ಮಗುಚಿ ಅಳಿವೆ ಪಾಲಾದ ನಂತರ ಆಕೆಗೆ ದಿಕ್ಕಾಗಿ ಉಳಿದವಳೆಂದರೆ ವಿಧವೆ ಮಗಳು ಇದೇ ಎಳೆಬಸುರಿ ಸುಂದರಿ ಮಾತ್ರ. ಗದ್ದೆ ಕೆಲಸದ ಜತೆ ಬೀಡಿ ಸುರುಟುತ್ತಾ ಈ ಸುಂದರಿ ತಾಯಿಯ ಬದುಕಿಗೆ ಒದಗಿಬಂದಿದ್ದಳು.

ಆಸರೆ–ಪ್ರೀತಿ ಎರಡನ್ನೂ ಕಳೆದುಕೊಳ್ಳುವೆನೆಂಬ ದಿಗಿಲು ಆತಂಕ ಗೊಂದಲಗಳಿಂದ ಮೈರೆಮ್ಯೊಲ್ದಿ ಇದೀಗ ಬಾಯ್ಕೊಟ್ಟು ಅಳುತ್ತಿರುವುದನ್ನು ಯಾರಿಂದ ತಾನೆ ದಿಟ್ಟಿಸಲಾದೀತು? ಸೀತುವಿನ ಅಪ್ಪ ತುಕ್ರಭಂಡಾರಿಗಂತೂ ಆ ದೃಶ್ಯವನ್ನು ಕೈಕಟ್ಟಿ ನಿಂತು ನೋಡಲಾಗಲಿಲ್ಲ. ಆದದ್ದಾಗಲಿ... ಐಸಂಬ್ಯಾರ್ರಿಯನ್ನು ಕೇಳಿನೋಡುವ... ಈಗಲೇ ಹೊರಟೆ ಎಂದು ಗಟ್ಟಿ ಮನಸ್ಸು ಮಾಡಿ ಮ್ಯೊದಿನ್‌ಬ್ಯಾರ್ರಿಯ ಅಂಗಳಕ್ಕೆ ಹೊರಟೇಬಿಟ್ಟ. 'ನಾವು ಆ ಗುಡ್ಡಕ್ಕೆ ಉರಿ ಹಚ್ಚಿದರೂ... ಅದು ಹುಲ್ಲು ಮೊಳೆಯಿಸುವುದನ್ನು ನಿಲ್ಲಿಸುವುದಿದೆಯೇ...? ಐಸಂಬ್ಯಾರ್ರಿಯೂ ಆ ಗುಡ್ಡದಂತೇ ತುಂಬು ಮನಸ್ಸಿನವರು' ಎಂದನ್ನುತ್ತಾ ಅಂಗಳ ಬಿಟ್ಟ ತುಕ್ರ

ಭಂಡಾರಿ ಬೀದಿಗೆ ಬರುವಷ್ಟರಲ್ಲಿ ಮ್ಯೊದಿನ್‌ಬ್ಯಾರಿಯವರ ಶವಯಾತ್ರೆ ಆ ಬೀದಿಯನ್ನು ದಾಟಿಹೋಗಿಯಾಗಿತ್ತು.

ತುಕ್ರಭಂಡಾರಿ ಮೆರವಣಿಗೆಯ 'ಬಾಲದ ತುದಿ'ಯನ್ನಷ್ಟೇ ಗಮನಿಸಿ, ಅದೇ ಮ್ಯೊದಿನ್ ಬ್ಯಾರಿಯವರ 'ಜೀವ'ವೆಂದು ಭಕ್ತಿಯಿಂದ ಕಣ್ಮುಚ್ಚಿ ತಲೆಬಾಗಿಸಿದ. ಕಣ್ಣು ಹನಿಸುತ್ತಲೇ ಮ್ಯೊದಿನ್‌ಬ್ಯಾರಿಯವರ ಅಂಗಳಕ್ಕೆ ಹೋಗುವಷ್ಟರಲ್ಲಿ ಆತನಿಗೆ ಜೀವ ಬಾಯಿಗೆ ಬಂದಷ್ಟು ಭಯವಾಯಿತು. "ಇಲಿಯೊಂದು ಹುಲಿಯ ಗವಿಗೆ ನುಗ್ಗಿ ಹುಲಿಯಲ್ಲಿ 'ಏನು ನಾರಾಯಣ' ಎಂದು ಕೇಳಿದಂತಾಯ್ತಲ್ಲ" ಎಂದು ತನ್ನ ಹುಚ್ಚು ಧೈರ್ಯಕ್ಕೆ ತಾನೇ ಮತ್ತಷ್ಟು ಸಮರ್ಥನೆ ನೀಡಿಕೊಂಡು ಅಂಗಳವೇರಿದ.

ಸಾವಿನ ಮನೆಯಿಡೀ ದುಃಖವೇ ಅಡರಿದೆ. ಮೌನದ ಗವಿಗೆ ಹೊಕ್ಕಂತಾಗಿ ತುಕ್ರಭಂಡಾರಿ ತುಸು ಅಂಜಿದ. ಇದೀಗ ಅಂಗಳವೇರುತ್ತಿದ್ದಂತೆ ಆತನ ಎದೆಯೊಳಗೆ ಅದೇನೋ ಭಾವ ಕವಿದಂತಾಗಿ, ಅದು ಭಾರವಾಗತೊಡಗಿತು. ತನ್ನ ಭೂತಕಾಲದ ಅನೇಕಾನೇಕ 'ಅನಪತ್ಯ' ಗಳಿಗೆ ಈ ಅಂಗಳದ ಅಧಿಪತಿ ಮ್ಯೊದಿನ್‌ಬ್ಯಾರಿಯವರು ಹತ್ತಿರದ ಆಪ್ತನಂತೆ ಒದಗಿ ಬಂದ ಹತ್ತು ಹಲವು ಘಟನೆಗಳು ಆತನೊಳಗೆ ಒಂದರ ಬಾಲ ಹಿಡಿದು ಇನ್ನೊಂದರಂತೆ ಏರಿ ಬಂದೊಡನೆ ಅವ ಎದೆ ಕರಗಿಸಿಕೊಂಡು ಅತ್ತೇಬಿಟ್ಟ.

ಆದರೆ ಆ ಅಳುವನ್ನು ಕೇಳುವವರ್ಯಾರು, ನೋಡುವವರ್ಯಾರು? ಸಾವಿನ ಮನೆಯಲ್ಲಿ ಎಲ್ಲ ಮನಸ್ಸುಗಳೂ ಶೋಕಿಸುತ್ತಿವೆ. ಕೆಲವು ಜೀವಗಳು ಜೀವ ಹಿಂಡಿಕೊಳ್ಳುತ್ತಾ ಮನೆಯ ಮೂಲೆ ಹಿಡಿದಿವೆ. ಮತ್ತೆ ಕೆಲವರು ಕಣ್ಣು ಮೂರು ಒರಸಿಕೊಳ್ಳುತ್ತಲೇ ಶವಸಂಸ್ಕಾರ ಮಾಡಿ ಬರುವ ಗಂಡಸರಿಗೆ ಊಟದ ಏರ್ಪಾಡಲ್ಲಿ ಮುಳುಗಿ ಹೋಗಿದ್ದಾರೆ. ಇನ್ನು ಮ್ಯೊದಿನ್‌ಬ್ಯಾರಿಯವರ ತಂಗಿ–ಸೊಸೆಯರೆಲ್ಲ ಸೇರಿ ಅತ್ತಿಗೆ ಐಸಂಬ್ಯಾರ್ದಿಯವರನ್ನು ಮೀಯಿಸಿ ಕರೆತಂದು, ಬಿಳಿಸೀರೆ ಉಡಿಸಿ, ಮಕ್ಕನೆ (ಬಿಳಿ ಘೋಷ) ತೊಡಿಸಿ ಒಳಕೋಣೆ ಯಲ್ಲಿ ಕೂರಿಸಿದ್ದಾರೆ. ಜೀವದ ಸಂಗಾತಿಯನ್ನು ಕಳೆದುಕೊಂಡು ಅನಾಥರಾಗಿರುವ ಐಸಂಬ್ಯಾರ್ದಿಯವರು ಕಣ್ಣೀರ ಕೋಡಿ ಹರಿಸುತ್ತಿರುವುದನ್ನು ಯಾರಿಂದ ನೋಡಲಾದೀತು? ಅವರ ಹೆಣ್ಣುಮಕ್ಕಳು ತಮ್ಮ ಜೀವದಂತಿದ್ದ ಅಪ್ಪನನ್ನು ಕಳೆದುಕೊಂಡು ತಾವೂ ದುಃಖ ತಪ್ತರಾಗಿದ್ದರೂ ಗೋಳಾಡುತ್ತಿರುವ ತಾಯಿಯನ್ನು ಪರಿಪರಿಯಾಗಿ ಸಂತೈಸತೊಡಗಿದ್ದಾರೆ.

ಐಸಂಬ್ಯಾರ್ದಿಯವರು ಮತ್ತೊಮ್ಮೆ ಆ ದೃಶ್ಯವನ್ನು ನೆನಪಿಸಿಕೊಂಡರು. ಎದೆ ಉಕ್ಕಿ ಬಂದಂತಾಯ್ತು! ಮತ್ತೆ ಅಳು! ಇಂದು ಗಂಡನ ಶವವನ್ನು 'ಕಫನ್'ನಿಂದ ಸುತ್ತಿ 'ಕಟ್ಟಿಲ್' (ಜನಾಝಾ=ಶವಪೆಟ್ಟಿಗೆ)ನಲ್ಲಿಡುವ ಮುನ್ನ ಐಸಂಬ್ಯಾರ್ದಿಯವರು ಕೊನೆಯ ಬಾರಿ ಎಂಬಂತೆ ಆ ಮುಖವನ್ನೊಮ್ಮೆ ದಿಟ್ಟಿಸಿದ್ದರು. ಅರವತ್ತೆರಡು ವರುಷದ ದಾಂಪತ್ಯ ಬದುಕು ತಟ್ಟನೆ ಆಕೆಯ ಎದುರಿಗೆ ಬಂದು ನೆನಪಿನ ಸುರುಳಿ ಬಿಚ್ಚುತ್ತಾ ಹೋಗಿ, ಮನಸ್ಸನ್ನು ಕಲಕುತ್ತಿದ್ದಂತೆ ಆಕೆ ಬದುಕಿನ ಬಗ್ಗೆಯೇ ಕಡುವೈರಾಗ್ಯವನ್ನು ಅವುಚಿಕೊಂಡು ಬಿಟ್ಟಿದ್ದರು.

ಇದೀಗ ತುಕ್ರಭಂಡಾರಿ ಅಂಗಳ ಹೊಕ್ಕು ಮ್ಯೊದಿನ್‌ಬ್ಯಾರಿಯವರ ನೆನಪಿಗಾಗಿ ಕಣ್ಣೀರು ಹನಿಸಿಕೊಳ್ಳುತ್ತಿರುವಾಗ ಒಳಗಡೆ ಹೆಂಗಸರು ಐಸಂಬ್ಯಾರ್ದಿಯನ್ನು 'ಇದ್ದತ್' ಆಚರಣೆಗಾಗಿ ಸಿದ್ಧಗೊಳಿಸುತ್ತಿದ್ದರು. ಇದ್ದತ್ ವಿಧಿಯಂತೆ ನಾಕುತಿಂಗಳು, ಹತ್ತುದಿನಗಳ ಕಾಲ ವಿಧವೆ ಪತ್ನಿ ಕತ್ತಲಕೋಣೆಯೊಳಗೇ ಇದ್ದು ನಮಾಜು ಮಾಡುತ್ತಾ ಕುರಾನ್ ಪಠಿಸುತ್ತಾ ಸತ್ತಾತನ ಆತ್ಮಕ್ಕೆ ಸದ್ಗತಿಯನ್ನು ಪ್ರಾರ್ಥಿಸುತ್ತಾ ದಿನಗಳೆಯಬೇಕು. ಆ ಕಾಲದಲ್ಲಿ ಹತ್ತಿರದ ಬಳ್ಳಿಯವರು ಬಂದು ದುಃಖ ಕಳೆಯಬಹುದಷ್ಟೆ.

ತನ್ನ ಜೀವದ ಜೀವ ಮ್ಯೊದಿನ್‌ಬ್ಯಾರಿಯವರು ಆ 'ಜನ್ನತ್'ನಲ್ಲಿ ನೆಮ್ಮದಿಯಲ್ಲಿ ಇರುವುದಾದರೆ ನಾಕು ತಿಂಗಳ್ಯಾಕೆ ನಾಕು ವರುಷ ಬೇಕಾದರೂ ಇದ್ದತ್ ಆಚರಿಸುವ ಮನಸ್ಸುಳ್ಳವರು–ಈ ಐಸಂಬ್ಯಾರ್ದಿಯವರು.

ಇದೀಗ ಇದ್ದತ್ ವಿಧಿಯಲ್ಲಿದ್ದ ಐಸಂಬ್ಯಾರ್ದಿಯವರ ಮನಸ್ಸಿನ ದುಃಖಕ್ಕೆ ಮತ್ತಷ್ಟು ದುಃಖ ಬಂದು ಸೇರಿಕೊಂಡಿದ್ದು ತುಕ್ರಭಂಡಾರಿ ಹೊತ್ತು ತಂದ ಹೆರಿಗೆ ಸುದ್ದಿಯಿಂದ.

ತಾನೀಗ ಇದ್ದತ್ ವಿಧಿಯಲ್ಲಿರುವಾಗಲೇ ಇಂತಹ ಸುದ್ದಿ ಬರಬೇಕೆ? ಎಂದು ಹಲುಬುತ್ತಾ ಇನ್ನಷ್ಟು ಗೋಳಾಡಿದರಾಕೆ. ತಾನು ಇಲ್ಲಿ ಗೋಳಾಡಿದರೆ ಅಲ್ಲಿ ಸಾಯುತ್ತಿರುವ ತಾಯಿ ಮಗುವನ್ನು ಬದುಕಿಸಲಾದೀತೆ? ಎಂಬ ಸತ್ಯವೂ ಐಸಮ್ಮನವರನ್ನು ಕಾಡದಿರಲಿಲ್ಲ. ಮಾನವೀಯ ಅಂತಃಕರಣವೇ ಆಕೆಯ ಮೊದಲ ಆಸ್ತಿಯಾಗಿರುವಾಗ ಇದೀಗ ಆ 'ಸಾವು ಬದುಕಿನ' ಸತ್ಯ ಅವರೊಳಗೆ ಕಣ ಕಣವಾಗಿ ಇಂಗಿಹೋಗುತ್ತಲೇ ಇದ್ದತ್‌ಗಿಂತಲೂ ಆ ಹೆರಿಗೆಯೆ ಆಕೆಗೆ ಮುಖ್ಯವೆನಿಸತೊಡಗಿತ್ತು.

ತನ್ನ ಸಂತಾನಬಳ್ಳಿಯ ಕೆಲವು ಬೀಳುಗಳನ್ನು ಹಾಗೂ ತನ್ನ ಕೆಲವು ಆಪ್ತರನ್ನು ಬಳಿಗೆ ಕರೆದು ತನ್ನೆದೆಯೊಳಗಿನ ದುಃಖದ ಚೀಲದ ಬಾಯಿ ಮುಚ್ಚುತ್ತಾ ಅಲ್ಲೆಲ್ಲೋ ಮುರುಟಿಹೋಗಲಿರುವ ಜೀವಗಳನ್ನು ಚಿಗುರಿಸುವ ತನ್ನ ನಿರ್ಧಾರವನ್ನು ಪ್ರಕಟಿಸಿದ್ದರು.

ಎಲ್ಲರಿಗೂ ನ್ಯಾಯ ಕಟ್ಟು ಅಂತಾ ಒಂದಿರುತ್ತದೆ. ಅದು ಸಾಂಪ್ರದಾಯಿಕ ಹಾಗೂ ಶಿಸ್ತಿನ ಬದುಕಿನ ಒಡವೆಗಳೂ ಹೌದು! ಇದೀಗ ತಾನು ಕಟ್ಟು ಪಾಡು ಎಂದು ಕುಳಿತರೆ ತನ್ನಿಂದ ಎಂದೆಂದೂ ಸೃಷ್ಟಿಸಲಾಗದ ಜೀವಗಳೆರಡನ್ನು ನಿರ್ಜೀವಗೊಳಿಸಿದಂತಾಗುತ್ತೆ. ಸಂಪ್ರದಾಯ ಕಟ್ಟನ್ನು ಎದುರಿಗಿಟ್ಟುಕೊಂಡು ಮತ್ತೊಂದು ಜೀವವನ್ನು ಮುರುಟಿಸುವುದು ಅಮಾನವೀಯವೂ ಹೌದು, ಮನಸ್ಸಿನ ವಿಕಾರವೂ ಹೌದು–ಎಂದು ಆ ದುಃಖಿತ ಮನಸ್ಸಿಗೆ ತೋಚಿದೊಡನೆ ಐಸಂಬ್ಯಾರ್ದಿ ಹೆರಿಗೆ ಮನೆಗೆ ಹೊರಡಲು ಅನುವಾದರು.

ಆಕೆಯ ಸುತ್ತಲೂ ನೆರೆದವರೆಲ್ಲ ಹೆರಿಗೆ ಬೇನೆಯ 'ಸುಖ' ಉಂಡ ಜೀವಿಗಳೇ ಆಗಿದ್ದರಿಂದ ಈ ನಿರ್ಧಾರದತ್ತ ಯಾವ ರೀತಿಯ ಪ್ರತಿಭಟನೆ ಪೊಳ್ಳು ಸಲಹೆಯೂ ತೂರಿ ಬರಲಿಲ್ಲ. ಮೌನವಾಗಿದ್ದು ಆ ಪುಣ್ಯದ ಕೆಲಸಕ್ಕೆ ಒಪ್ಪಿಗೆ ನೀಡಿದ್ದರೂ ಗಂಡಸರು ಮಸೀದಿಯಿಂದ ಬರುವುದರೊಳಗೆ ಆ ಹೆರಿಗೆ ಕೆಲಸ ಮುಗಿದರೆ ಒಳ್ಳೆಯದಿತ್ತು ಎಂದು ಕೆಲವರಿಗೆ ಅನಿಸದೆಯೂ ಇರಲಿಲ್ಲ.

ಐಸಂಬ್ಯಾರ್ದಿ ತನ್ನ ಮನದ ಶೋಕವನ್ನೆಲ್ಲ 'ಇದ್ದತ್' ಆಚರಿಸುವ ಕೋಣೆಯೊಳಗೇ ಇಟ್ಟು ಬಂದವರಂತೆ, ತೊಟ್ಟಿದ್ದ 'ಮಕ್ಕನೆ'ಯನ್ನು ಕಳಚಿಟ್ಟು ಮಾಮೂಲು ಕಪ್ಪು ಬುರ್ಖಾ ತೊಟ್ಟು ಅಂಗಳದಲ್ಲಿದ್ದ ತುಕ್ರಭಂಡಾರಿಯ ಜತೆ ಅವಸರದಿಂದ ಓಣಿ ಇಳಿಯುವಷ್ಟರಲ್ಲಿ ದೇವರು ಕಂತುವ ಅವಸರದಲ್ಲಿದ್ದರು!

ತನ್ನೊಡನೆ 'ದೈವ'ವೇ ನಡೆದು ಬರುತ್ತಿದೆಯೇನೋ ಎಂಬಂತಹ ಭಾವ ಹೊತ್ತು ಕಾಲು ಹಾಕುತ್ತಿದ್ದ ತುಕ್ರಭಂಡಾರಿಯ ಮನಸ್ಸು ಮೂಕವಾಗಿತ್ತೇನೋ... ಎಲ್ಲೂ ಮಾತೇ ಇಲ್ಲ. ತಾಯಿ ಐಸಂಬ್ಯಾರ್ದಿಯವರ 'ನಿರ್ಧಾರ'ವೇ ಆತನ ಬಾಯಿ ಮುಚ್ಚಿಸಿರಬೇಕು. ಅಂತೂ ಹೆರಿಗೆಮನೆ ಬರುವವರೆಗೂ ಮೌನವೆಲ್ಲೂ ಕದಡಲಿಲ್ಲ.

ಹೆರಿಗೆ ಮನೆಯೆದುರು ಜಮಾಯಿಸಿದ್ದ–ಕೇರಿ ಮಂದಿಯನ್ನು ಕವಚಿದ್ದ ಆತಂಕದ ಪೊರೆ ಇದೀಗ ಐಸಂಬ್ಯಾರ್ದಿಯವರನ್ನು ಕಂಡೊಡನೆ ಎಲ್ಲಿಗೆ ಕಳಚಿ ಹಾರಿತೋ...? ಆ ಗುಂಡದೊಳಗಿನ ದೈವವೇ ಗೊತ್ತು! ಜನರ ಕಷ್ಟಕ್ಕೆ ಒದಗಿ ಬರುವ ದೈವಗಳಂತೆ, ತನ್ನ ದುಃಖವನ್ನೆಲ್ಲ ಅದುಮಿಕೊಂಡು ಬಂದಿರುವ ಈ ತಾಯಿ ನೆರೆದ ಮಂದಿಗೆ ತಮ್ಮನ್ನೆಲ್ಲ ಪೊರೆವ ಜುಮಾದಿ ದೈವದಂತೇ ಕಂಡರು. ಮೊನ್ನೆ ಮೊನ್ನೆ ಆಕೆಯ ಕುಟುಂಬವನ್ನೇ ತರಿದು ಹಾಕಬೇಕು ಎಂದು ಹಾರಾಡುತ್ತಿದ್ದ ಈ ಮನಸ್ಸುಗಳು ಇದೀಗ ಅಪರಾಧಿಪ್ರಜ್ಞೆ ಹೊತ್ತು ತಲೆಕವಚಿ ಹಾಕಿಯೇ ಆ ಮುದಿಜೀವವನ್ನು ಎದುರ್ಗೊಂಡರು.

ಬದುಕು ಸುಲಭಕ್ಕೆ ಸಾಯುವುದುಂಟೇ–ಎಂದು ಯಾವತ್ತೂ ಅನ್ನುತ್ತಿದ್ದ ಐಸಂಬ್ಯಾರ್ದಿಯವರನ್ನು ಇಂದು ಮುಂಜಾನೆಯ 'ಸಾವು' ಎಳ್ಳಷ್ಟೂ ವಿಚಲಿತಗೊಳಿಸಿಲ್ಲ ಎಂಬಂತೆ ಆಕೆ ಹೆರಿಗೆ ಮನೆಗೆ ಹೊಕ್ಕವರೇ ಮಗುವಿಗೆ ಜಗದ ಬೆಳಕನ್ನು ಕಾಣಿಸುವ ಯತ್ನದಲ್ಲಿ ತೊಡಗಿಕೊಂಡರು.

ಇಂಥಾ ಯತ್ನದಲ್ಲಿ ಆಕೆಯೆಂದಾದರೂ ಸೋತದಿದ್ದೆಯೆ! ಮಗುವಿಗೆ ತಾಯಿಯ ಮುಖ ನೋಡುವ ಯೋಗ ಒದಿಗಿಸಿಕೊಟ್ಟವರೇ ಯಾಕಿಷ್ಟು ಹೊತ್ತು ನನ್ನನ್ನು ಆ ಕತ್ತಲ ಲೋಕದಲ್ಲಿ ಕೂಡಿಟ್ಟಿದ್ದೀರಿ... ಎಂದು ಅಳುತ್ತಲೇ ಜಗತ್ತಿನ ಗಾಳಿಗೆ ಬಂದಿಳಿದ ಆ ನೆತ್ತರ ಮುದ್ದೆಗೊಂದು ನೆತ್ತಿ ಮೇಲಕ್ಕೆ ಮುತ್ತು ಕೊಟ್ಟು ಆಕೆ ಮತ್ತೆ ನೇರ ತನ್ನ ದಾರಿ ಹಿಡಿದಿದ್ದರು.

ತುಕ್ರಭಂಡಾರಿ ಈಗಲೂ ಐಸಂಬ್ಯಾರ್ದಿಯವರ ಬಾಲವಾಗಿ ಹಿಂಬಾಲಿಸಿದ್ದಾನೆ. ಸಾಗುವ ದಾರಿಯಲ್ಲೆಲ್ಲೂ ಆತ ಮೌನದ ಕೋಟೆ ಮುರಿಯಲಿಲ್ಲ. ಕೃತಜ್ಞತೆಯ ಭಾರಕ್ಕೆ ಆ ಮಾತಿನ ಕೋಟೆಯೇ ಹೂತು ಹೋಗಿದ್ದಿರಬೇಕು. 'ಆಡು ಹೋದ ದಾರಿ ಆಡಿದ್ದು... ಅದು ಆನೆಯದಲ್ಲ' ಎಂಬ ಆಡುಮಾತು ತುಕ್ರಭಂಡಾರಿಗೆ ಇಂದು ಏಕ್‌ದಂ ಸತ್ಯವೆನಿಸಿತ್ತು. ಐಸಂಬ್ಯಾರ್ದಿಯೇನಾದರೂ ಈ ಆಪತ್ಕಾಲದ 'ದಾರಿ'ಯನ್ನು ಕೇರಿ ಮಂದಿ ತೋರಿದ 'ದಾರಿ'ಯಲ್ಲೇ ಕ್ರಮಿಸಿದ್ದರೆ ಇದು ಗತಿಯೇನಾಗುತ್ತಿತ್ತು! ಆಕೆ ತೋರಿದ ದಾರಿ–ಮನುಷ್ಯತ್ವದ ದಾರಿ ಎಂಬುದು ತುಕ್ರಭಂಡಾರಿಗೆ ಮನದಟ್ಟಾಗಿ ಅವ ಪಶ್ಚಾತ್ತಾಪದಿಂದ ಮರಗಟ್ಟಿಯೇ

ಹೋದಂತಾಗಿತ್ತು. ಇದು ಆತನೊಬ್ಬನ ಅನಿಸಿಕೆಯಲ್ಲ–ಮ್ಯೊದಿನ್‌ಬ್ಯಾರಿಯ ಚಪ್ಪರಕ್ಕೆ ಬೆಂಕಿ ಹಚ್ಚಿದ ಕೇರಿಯ ಎಲ್ಲರ ಹೃದಯದ ಮಾತು ಕೂಡ ಆಗಿತ್ತು.

ಹಾಗೆ ತುಕ್ರಭಂಡಾರಿಯೊಂದಿಗೆ ಅಂಗಳವೇರಿ ಬಂದ ಐಸಂಬ್ಯಾರ್ದಿಯವರು ಎಂದಿನಂತೆ ಮಾಡಿನೆಡೆಯಿಂದ ಅಡಿಕೆಹಾಳೆಯೊಂದನ್ನು ಎಳೆದು ತೆಗೆದು, ಅದನ್ನು ಎದೆಗೊತ್ತಿಕೊಂಡು ಏನೋ ಪ್ರಾರ್ಥಿಸಿ ತುಕ್ರಭಂಡಾರಿಯ ಕೈಯಲ್ಲಿಟ್ಟು 'ಮಗುವಿಗಿದು' ಎಂದು ಹೇಳಿ ನೇರ ನಡೆದದ್ದು ಮೀಯುವ ಮನೆಯತ್ತ. ಸಾವಿನ ಮನೆಯ ಹೆಂಗಸರು ಮೌನವಾಗಿಯೇ ಇದನ್ನೆಲ್ಲ ದಿಟ್ಟಿಸಿದ್ದರು.

ಗಂಡಸರು ಮಸೀದಿಯಿಂದ 'ಕಾರ್ಯ' ಮುಗಿಸಿ ಬರುವಷ್ಟರಲ್ಲಿ ಐಸಂಬ್ಯಾರ್ದಿಯವರು ಮಿಂದು ಬಂದು 'ಇದ್ದತ್ ವಿಧಿ'ಗೆ ಒಳಪಡಲು ಆ ಕತ್ತಲ ಕೋಣೆಗೆ ಹೊಕ್ಕಾಗಿತ್ತು. ಜೀವ ದೊಡ್ಡದು... ಬದುಕು ಅದಕ್ಕಿಂತ ಬಲು ದೊಡ್ಡದು... ಸಂಪ್ರದಾಯ ಅದಕ್ಕಿಂತೇನು ದೊಡ್ಡ ದಲ್ಲ ಎಂದು ತನ್ನ ಗಂಡ ಯಾವತ್ತೂ ಹೇಳುತ್ತಿದ್ದ ಮಾತುಗಳು ಆ ವಿಧವೆಯ ನೆನಪಿ ನಾಳದಿಂದ ಎದ್ದು ಬಂದು 'ಅವರ ಆತ್ಮ ಒಪ್ಪುವ ಕೆಲವ ಮಾಡಿದೆನಲ್ಲಾ' ಎಂಬ ಸಂತೃಪ್ತಿಯಿಂದ ದೀರ್ಘ ನಿಟ್ಟುಸಿರೊಂದನ್ನು ಅವರು ಬಿಟ್ಟಿದ್ದರು.

(೨೦೦೦)

***

ಕಥೆಗಾರರ ಪರಿಚಯ

೧. **ಬಿ.ಸಿ.ರಾಮಚಂದ್ರ ಶರ್ಮ** (೧೯೨೫-೨೦೦೫)

ಜನನ : ೧೯೨೫, ಬೋಗಾದಿ (ಮಂಡ್ಯ ಜಿಲ್ಲೆ) ಬಿ.ಎಸ್ಸಿ(ಬೆಂಗಳೂರು) ಎಂ.ಎಸ್ಸಿ (ಮನಃಶಾಸ್ತ್ರ, ಲಂಡನ್) ಪಿಎಚ್.ಡಿ. ಇಥಿಯೋಪಿಯಾ, ಲಂಡನ್ ಹೈಸ್ಕೂಲುಗಳಲ್ಲಿ ಅಧ್ಯಾಪನ, ಇಂಗ್ಲೆಂಡ್, ಜಾಂಬಿಯಾ, ಯುನೆಸ್ಕೋಗಳಲ್ಲಿ ಮನಃಶಾಸ್ತ್ರಜ್ಞರಾಗಿ ಸಲಹೆಗಾರ (ನಿ)

ಸಣ್ಣಕಥೆ, ಕಾವ್ಯ, ನಾಟಕ, ಅನುವಾದ, ಶೈಕ್ಷಣಿಕ ಕ್ಷೇತ್ರಗಳಲ್ಲಿ ಕೃತಿಗಳ ಪ್ರಕಟಣೆ. ಕೈಲಾಸಂ ಪ್ರಶಸ್ತಿ, ರಾಜ್ಯೋತ್ಸವ ಪ್ರಶಸ್ತಿ, ಕೇಂದ್ರ ಸಾಹಿತ್ಯ ಅಕಾದೆಮಿ ಪ್ರಶಸ್ತಿ ಇತ್ಯಾದಿ.

೨೨೨, 'ಪರಾಶರ', ೫ನೇ 'ಸಿ' ಅಡ್ಡರಸ್ತೆ, ೫ನೇ ಬ್ಲಾಕ್, ಜಯನಗರ, ಬೆಂಗಳೂರು-೫೬೦ ೦೪೧

೨. **ಯು.ಆರ್.ಅನಂತಮೂರ್ತಿ** (೧೯೩೨-೨೦೧೪)

ಜನನ : ೧೯೩೨, ಮೇಳಿಗೆ(ಶಿವಮೊಗ್ಗ ಜಿಲ್ಲೆ), ಎಂ.ಎ(ಇಂಗ್ಲಿಷ್) ಪಿಎಚ್.ಡಿ. ಪ್ರಾಧ್ಯಾಪಕ, ಕುಲಪತಿ (ನಿ)

ಸಣ್ಣಕಥೆ, ಕಾವ್ಯ, ನಾಟಕ, ಕಾದಂಬರಿ, ವಿಮರ್ಶೆ, ವೈಚಾರಿಕ, ಸಂಪಾದನೆ ಕ್ಷೇತ್ರಗಳಲ್ಲಿ ಕೃತಿಗಳ ಪ್ರಕಟಣೆ. ಮಾಸ್ತಿ ಪ್ರಶಸ್ತಿ, ನಾಡೋಜ ಪ್ರಶಸ್ತಿ, ರಾಜ್ಯ ಸಾಹಿತ್ಯ ಅಕಾಡೆಮಿ ಗೌರವ ಪ್ರಶಸ್ತಿ, ರಾಜ್ಯೋತ್ಸವ ಪ್ರಶಸ್ತಿ, ಕೇಂದ್ರ ಸಾಹಿತ್ಯ ಅಕಾದೆಮಿ ಮತ್ತು ನ್ಯಾಷನಲ್ ಬುಕ್ ಟ್ರಸ್ಟ್ ಸಂಸ್ಥೆಯ ಮಾಜಿ ಅಧ್ಯಕ್ಷರು, ಜ್ಞಾನಪೀಠ ಪ್ರಶಸ್ತಿ, ಪದ್ಮಭೂಷಣ ಪ್ರಶಸ್ತಿ ಇತ್ಯಾದಿ.

೪೯೮, 'ಸುರಗಿ', ೬ನೇ 'ಎ' ಮುಖ್ಯರಸ್ತೆ, ಎಚ್.ಪಿ.ಜಿ ಕಾಲೋನಿ, ಆರ್.ಎಂ.ವಿ. ೨ನೇ ಹಂತ, ಬೆಂಗಳೂರು-೫೬೦ ೦೯೪

೩. **ಯಶವಂತ ಚಿತ್ತಾಲ** (೧೯೨೮-೨೦೧೪)

ಜನನ : ೧೯೨೮, ಹನೇಹಳ್ಳಿ (ಉ.ಕ.ಜಿಲ್ಲೆ) ಬಿ.ಎಸ್ಸಿ(ಟೆಕ್) ಎಂ.ಇ(ಕೆಮಿಸ್ಟ್ರಿ) ಮುಂಬೈ ಕಂಪನಿಯೊಂದರಲ್ಲಿ ಜನರಲ್ ಮೇನೇಜರ್ (ನಿ)

ಸಣ್ಣಕಥೆ, ಕಾದಂಬರಿ, ವಿಮರ್ಶೆ, ವೈಚಾರಿಕ, ಪ್ರಬಂಧ ಕ್ಷೇತ್ರಗಳಲ್ಲಿ ಕೃತಿಗಳ ಪ್ರಕಟಣೆ. ಮಾಸ್ತಿ ಪ್ರಶಸ್ತಿ, ರಾಜ್ಯ ಸಾಹಿತ್ಯ ಅಕಾಡೆಮಿ ಗೌರವ ಪ್ರಶಸ್ತಿ, ಪಂಪ ಪ್ರಶಸ್ತಿ, ರಾಜ್ಯೋತ್ಸವ ಪ್ರಶಸ್ತಿ, ಕೇಂದ್ರ ಸಾಹಿತ್ಯ ಅಕಾದೆಮಿ ಪ್ರಶಸ್ತಿ ಇತ್ಯಾದಿ.

೨, ಬ್ಯಾಂಡ್ ಸ್ಟ್ಯಾಂಡ್ ಅಪಾರ್ಟ್‌ಮೆಂಟ್, ೨೧೨-ಎ, ಬಿ.ಜೆ.ರೋಡ್, ಬ್ಯಾಂಡ್ ಸ್ಟ್ಯಾಂಡ್, ಬಾಂದ್ರಾ(ವೆಸ್ಟ್), ಮುಂಬೈ-೪೦೦ ೦೫೦

೪. **ಶಾಂತಿನಾಥ ದೇಸಾಯಿ** (೧೯೨೯-೧೯೯೮)

ಜನನ : ೧೯೨೯, ಹಳಿಯಾಳ(ಉ.ಕ.ಜಿಲ್ಲೆ) ಎಂ.ಎ(ಇಂಗ್ಲಿಷ್) ಪಿಎಚ್.ಡಿ. ಪ್ರಾಧ್ಯಾಪಕ, ಕುಲಪತಿ (ನಿ)

ಸಣ್ಣಕಥೆ, ಕಾದಂಬರಿ, ವಿಮರ್ಶೆ, ಅನುವಾದ, ಭಾಷಾವಿಜ್ಞಾನ ಕ್ಷೇತ್ರಗಳಲ್ಲಿ ಕೃತಿಗಳ ಪ್ರಕಟಣೆ. ರಾಜ್ಯ ಸಾಹಿತ್ಯ ಅಕಾಡೆಮಿ ಗೌರವ ಪ್ರಶಸ್ತಿ, ರಾಜ್ಯೋತ್ಸವ ಪ್ರಶಸ್ತಿ, ಕೇಂದ್ರ ಸಾಹಿತ್ಯ ಅಕಾಡೆಮಿ ಪ್ರಶಸ್ತಿ ಇತ್ಯಾದಿ.

'ಸಾವಿತ್ರಿ', ಶೀರಾಗೋಂಕಾರ್ ಸೊಸೈಟಿ, ಲನೇ ಲೇನ್(ಈಸ್ಟ್), ನ್ಯೂ ರಾಜಾರಾಮ್‌ಪುರಿ, ಕೊಲ್ಲಾಪುರ್-೪೧೬ ೦೦೮, ಮಹಾರಾಷ್ಟ್ರ

೫. **ಪಿ.ಲಂಕೇಶ್** (೧೯೩೫-೨೦೦೦)

ಜನನ : ೧೯೩೫, ಪಾಳ್ಯ-ಕೊನಗವಳ್ಳಿ(ಶಿವಮೊಗ್ಗ ಜಿಲ್ಲೆ), ಎಂ.ಎ(ಇಂಗ್ಲಿಷ್) ಪ್ರಾಧ್ಯಾಪಕ(ಸ್ವನಿ), ಲಂಕೇಶ್ ಪತ್ರಿಕೆ (ಸಂಪಾದಕ)

ಸಣ್ಣಕಥೆ, ಕಾವ್ಯ, ನಾಟಕ, ಕಾದಂಬರಿ, ವಿಮರ್ಶೆ, ಅನುವಾದ, ಆತ್ಮಚರಿತ್ರೆ, ವೈಚಾರಿಕ, ಸಿನೆಮಾ, ಸಂಪಾದನೆ, ನಿರ್ದೇಶನ, ಪತ್ರಿಕೋದ್ಯಮ ಕ್ಷೇತ್ರಗಳಲ್ಲಿ ಕೃತಿಗಳ ಪ್ರಕಟಣೆ. ರಾಜ್ಯ ಮಾಧ್ಯಮ ಅಕಾಡೆಮಿ ಪ್ರಶಸ್ತಿ, ರಾಜ್ಯ ಸಾಹಿತ್ಯ ಅಕಾಡೆಮಿ ಗೌರವ ಪ್ರಶಸ್ತಿ, ರಾಷ್ಟ್ರೀಯ ಚಲನಚಿತ್ರ ನಿರ್ದೇಶಕ ಪ್ರಶಸ್ತಿ, ಕೇಂದ್ರ ಸಾಹಿತ್ಯ ಅಕಾಡೆಮಿ ಪ್ರಶಸ್ತಿ ಇತ್ಯಾದಿ.

೨೦೮, ೭ನೇ ಮುಖ್ಯರಸ್ತೆ, ಬಿಹೆಚ್‌ಸಿಎಸ್ ಲೇಔಟ್, ಚಿಕ್ಕಲಸಂದ್ರ, ಬೆಂಗಳೂರು-೫೬೦ ೦೬೧

೬. **ಕೆ.ಪಿ.ಪೂರ್ಣಚಂದ್ರ ತೇಜಸ್ವಿ** (೧೯೩೮-೨೦೦೭)

ಜನನ : ೧೯೩೮, ಕುಪ್ಪಳಿ (ಶಿವಮೊಗ್ಗ ಜಿಲ್ಲೆ) ಎಂ.ಎ(ಕನ್ನಡ) ವ್ಯವಸಾಯ, ಸ್ವಾವಲಂಬನೆ.

ಸಣ್ಣಕಥೆ, ಕಾವ್ಯ, ನಾಟಕ, ಕಾದಂಬರಿ, ಪ್ರಬಂಧ, ವಿಮರ್ಶೆ, ವೈಚಾರಿಕ, ಅನುವಾದ, ರೂಪಾಂತರ, ಜೀವನಚರಿತ್ರೆ, ಪರಿಸರ, ಕೃಷಿ, ವೈಜ್ಞಾನಿಕ, ಫೋಟೋಗ್ರಫಿ ಕ್ಷೇತ್ರಗಳಲ್ಲಿ ಕೃತಿಗಳ ಪ್ರಕಟಣೆ. ಶಿವರಾಮ ಕಾರಂತ ಪ್ರಶಸ್ತಿ, ರಾಜ್ಯ ಸಾಹಿತ್ಯ ಅಕಾಡೆಮಿ ಗೌರವ ಪ್ರಶಸ್ತಿ, ಪಂಪ ಪ್ರಶಸ್ತಿ, ರಾಜ್ಯೋತ್ಸವ ಪ್ರಶಸ್ತಿ, ಪರಿಸರ ಪ್ರಶಸ್ತಿ, ರಾಷ್ಟ್ರೀಯ ಚಲನಚಿತ್ರ ಪ್ರಶಸ್ತಿ, ಭಾರತೀಯ ಭಾಷಾ ಪರಿಷತ್ತಿನ ಪ್ರಶಸ್ತಿ, ಕೇಂದ್ರ ಸಾಹಿತ್ಯ ಅಕಾಡೆಮಿ ಪ್ರಶಸ್ತಿ ಇತ್ಯಾದಿ.

'ನಿರುತ್ತರ', ಪೋಸ್ಟ್ ಬಾಕ್ಸ್ ೫೮, ಮೂಡಿಗೆರೆ, ಚಿಕ್ಕಮಗಳೂರು ಜಿಲ್ಲೆ-೫೭೭ ೧೩೨

೭. **ವೀಣಾ ಶಾಂತೇಶ್ವರ**

ಜನನ : ೧೯೪೫, ಧಾರವಾಡ, ಎಂ.ಎ(ಇಂಗ್ಲಿಷ್) ಎಂ.ಲಿಟ್., ಪಿಎಚ್.ಡಿ. ಕಾಲೇಜಿನ ಪ್ರಾಚಾರ್ಯರು(ನಿ)

ಸಣ್ಣಕಥೆ, ನಾಟಕ, ಕಾದಂಬರಿ, ವಿಮರ್ಶೆ, ಸಮೀಕ್ಷೆ, ಅನುವಾದ, ಸಂಪಾದಿತ ಕ್ಷೇತ್ರಗಳಲ್ಲಿ ಕೃತಿಗಳ ಪ್ರಕಟಣೆ. ಪ್ರಜಾವಾಣಿ ಕಥಾಸ್ಪರ್ಧೆ ಬಹುಮಾನ, ಅನುವಾದ ಸಾಹಿತ್ಯ ಪ್ರಶಸ್ತಿ, ರಾಜ್ಯ ಸಾಹಿತ್ಯ ಅಕಾಡೆಮಿ ಗೌರವ ಪ್ರಶಸ್ತಿ, ಮಲ್ಲಿಕಾ ಪ್ರಶಸ್ತಿ, ರಾಜ್ಯೋತ್ಸವ ಪ್ರಶಸ್ತಿ, ರಾಜ್ಯ ಸರ್ಕಾರದ ಅತ್ತಿಮಬ್ಬೆ ಪ್ರಶಸ್ತಿ, ಕೇಂದ್ರ ಸಾಹಿತ್ಯ ಅಕಾಡೆಮಿ ಪ್ರಶಸ್ತಿ ಇತ್ಯಾದಿ.

'ಮಂತ್ರಾಲಯ', ೧ನೇ ಅಡ್ಡರಸ್ತೆ, ಸಪ್ತಾಪುರ, ಧಾರವಾಡ-೫೮೦ ೦೦೧

೮. **ಬೆಸಗರಹಳ್ಳಿ ರಾಮಣ್ಣ** (೧೯೩೮-೧೯೯೮)
ಜನನ : ೧೯೩೮, ಬೆಸಗರಹಳ್ಳಿ(ಮಂಡ್ಯಜಿಲ್ಲೆ), ಎಂ.ಬಿ.ಬಿ.ಎಸ್.
ಸರ್ಕಾರಿ ವೈದ್ಯಾಧಿಕಾರಿ (ನಿ)
ಸಣ್ಣಕಥೆ, ಕಾವ್ಯ, ಕಾದಂಬರಿ, ಚಿಂತನೆ ಕ್ಷೇತ್ರಗಳಲ್ಲಿ ಕೃತಿಗಳ ಪ್ರಕಟಣೆ, ಪ್ರಜಾವಾಣಿ ದೀಪಾವಳಿ ಕಥಾ ಸ್ಪರ್ಧೆ ಬಹುಮಾನ, ರಾಜ್ಯ ಸಾಹಿತ್ಯ ಅಕಾಡೆಮಿ ಗೌರವ ಪ್ರಶಸ್ತಿ, ಹಂಪಿ ಕನ್ನಡ ವಿಶ್ವವಿದ್ಯಾಲಯದ ಸಂದರ್ಶಕ ಫೆಲೋ ಇತ್ಯಾದಿ.
೧೫, ೨ನೇ ಅಡ್ಡರಸ್ತೆ, ನಿಸರ್ಗ ಬಡಾವಣೆ, ಉಲ್ಲಾಳ ಆರ್.ಟಿ.ಓ ಕಚೇರಿ ಹತ್ತಿರ, ಬೆಂಗಳೂರು-೫೬೦ ೦೧೯

೯. **ಸುಧಾಕರ** (೧೯೩೩-೨೦೧೩)
ಜನನ : ೧೯೩೩, ಎಣ್ಣೆಗೆರೆ(ರಾಮನಗರ ಜಿಲ್ಲೆ) ಎಂ.ಎ(ಕನ್ನಡ) ಪ್ರಾಧ್ಯಾಪಕ (ನಿ)
ಸಣ್ಣಕಥೆ, ಸಂಶೋಧನೆ, ವಿಮರ್ಶೆ, ಅನುವಾದ, ಸಂಪಾದನೆ, ಜಾನಪದ ಕ್ಷೇತ್ರಗಳಲ್ಲಿ ಕೃತಿಗಳ ರಚನೆ. ಜಾನಪದ ತಜ್ಞ ಪ್ರಶಸ್ತಿ, ರಾಜ್ತ ಸಾಹಿತ್ಯ ಅಕಾಡೆಮಿ ಗೌರವ ಪ್ರಶಸ್ತಿ, ರಾಜ್ಯೋತ್ಸವ ಪ್ರಶಸ್ತಿ, ಕನಕಶ್ರೀ ಪ್ರಶಸ್ತಿ ಇತ್ಯಾದಿ.
ಸುಧಾಕರ್ ಪ್ರಸಾದ್(ಮಗ), ಸ್ಟೋರ್ ಆಫೀಸರ್, ಕೆಎಸ್‌ಆರ್‌ಟಿಸಿ, ಹಾಸನ ವಿಭಾಗ, ರೈಲ್ವೆ ಸ್ಟೇಷನ್ ಹತ್ತಿರ, ಹಾಸನ-೫೭೩ ೨೦೧

೧೦. **ಶ್ರೀಕೃಷ್ಣ ಆಲನಹಳ್ಳಿ** (೧೯೪೭-೧೯೮೯)
ಜನನ : ೧೯೪೭, ಆಲನಹಳ್ಳಿ(ಮೈಸೂರು ಜಿಲ್ಲೆ)
ಎಂ.ಎ(ಕನ್ನಡ), ಹಂಗಾಮಿ ಅಧ್ಯಾಪಕ, ವ್ಯವಸಾಯ, ಸ್ವಾವಲಂಬನೆ.
ಸಣ್ಣಕಥೆ, ಕಾದಂಬರಿ, ಕಾವ್ಯ, ಅನುವಾದ, ಪತ್ರಿಕೋದ್ಯಮ, ಸಂಪಾದನೆ ಕ್ಷೇತ್ರಗಳಲ್ಲಿ ಕೃತಿಗಳ ಪ್ರಕಟಣೆ. ಇವರ ಕಥೆಗಳು ಮತ್ತು ಕಾದಂಬರಿಗಳು ಚಲನಚಿತ್ರವಾಗಿ ಪ್ರಸಿದ್ಧಿ ಪಡೆದಿವೆ, ರಾಷ್ಟ್ರೀಯ ಚಲನಚಿತ್ರ ಪ್ರಶಸ್ತಿ, ರಾಜ್ಯ ಸಾಹಿತ್ಯ ಅಕಾಡೆಮಿ ಮರಣೋತ್ತರ ಗೌರವ ಪ್ರಶಸ್ತಿ, ರಾಜ್ಯ ಸರ್ಕಾರದಿಂದ ಉತ್ತಮ ಕಥಾ ಲೇಖಕ ಚಲನಚಿತ್ರ ಪ್ರಶಸ್ತಿ ಇತ್ಯಾದಿ.
೧೨, ೪ನೇ ಮುಖ್ಯರಸ್ತೆ, ಒಂಟಿಕೊಪ್ಪಲು, ಮೈಸೂರು-೫೭೦೦೧೨

೧೧. **ದೇವನೂರ ಮಹಾದೇವ**
ಜನನ : ೧೯೪೮, ದೇವನೂರು(ಮೈಸೂರು ಜಿಲ್ಲೆ)
ಎಂ.ಎ(ಕನ್ನಡ) ಹಂಗಾಮಿ ಅಧ್ಯಾಪಕ, ವ್ಯವಸಾಯ, ಸ್ವಾವಲಂಬನೆ.
ಸಣ್ಣಕಥೆ, ಕಾದಂಬರಿ, ವಿಚಾರ, ಲೇಖಕ, ಸಂಸ್ಕೃತಿ ಚಿಂತನೆ ಕ್ಷೇತ್ರಗಳಲ್ಲಿ ಕೃತಿಗಳ ಪ್ರಕಟಣೆ. ನಾಡೋಜ ಪ್ರಶಸ್ತಿ, ರಾಜ್ಯ ಸಾಹಿತ್ಯ ಅಕಾಡೆಮಿ ಗೌರವ ಪ್ರಶಸ್ತಿ, ರಾಜ್ಯೋತ್ಸವ ಪ್ರಶಸ್ತಿ, ಭಾರತೀಯ ಭಾಷಾ ಪರಿಷತ್ ಪ್ರಶಸ್ತಿ, ರಾಜ್ಯೋತ್ಸವ ಪ್ರಶಸ್ತಿ,

ಭಾರತೀಯ ಭಾಷಾ ಪರಿಷತ್ ಪ್ರಶಸ್ತಿ, ಕೇಂದ್ರ ಸಾಹಿತ್ಯ ಅಕಾಡೆಮಿ ಪ್ರಶಸ್ತಿ, ಕನ್ನಡ ವಿಶ್ವವಿದ್ಯಾಲಯದ ಸಂದರ್ಶಕ ಫೆಲೋ, ಪದ್ಮಶ್ರೀ ಪ್ರಶಸ್ತಿ ಇತ್ಯಾದಿ.

೫೩, ೧೧ನೇ ಕ್ರಾಸ್, ನವಿಲು ರಸ್ತೆ, ಕುವೆಂಪುನಗರ, ಮೈಸೂರು-೫೭೦ ೦೨೩

೧೨. **ಕಾಳೇಗೌಡ ನಾಗವಾರ**

ಜನನ : ೧೯೪೭, ನಾಗವಾರ(ರಾಮನಗರ ಜಿಲ್ಲೆ), ಎಂ.ಎ(ಕನ್ನಡ) ಪಿಎಚ್.ಡಿ ಪ್ರಾಧ್ಯಾಪಕ(ನಿ)

ಸಣ್ಣಕಥೆ, ಕಾವ್ಯ, ವಿಮರ್ಶೆ, ಸಂಶೋಧನೆ, ಜಾನಪದ, ಸಂಪಾದನೆ, ವೈಚಾರಿಕ, ಸಂಕೀರ್ಣ ಕ್ಷೇತ್ರಗಳಲ್ಲಿ ಕೃತಿಗಳ ಪ್ರಕಟಣೆ. ಕಾವ್ಯಾನಂದ ಪ್ರಶಸ್ತಿ, ಗುಂಡ್ಮಿ ಪ್ರಶಸ್ತಿ, ಜಾನಪದ ಅಕಾಡೆಮಿ ಪ್ರಶಸ್ತಿ, ರಾಜ್ಯ ಸಾಹಿತ್ಯ ಅಕಾಡೆಮಿ ಗೌರವ ಪ್ರಶಸ್ತಿ, ರಾಜ್ಯೋತ್ಸವ ಪ್ರಶಸ್ತಿ ಇತ್ಯಾದಿ. ಕರ್ನಾಟಕ ಜಾನಪದ ಮತ್ತು ಯಕ್ಷಗಾನ ಅಕಾಡೆಮಿಯ ಮಾಜಿ ಅಧ್ಯಕ್ಷರು.

೧೦೭೩, 'ಗಂಧವತಿ' ೬ನೇ ಮುಖ್ಯರಸ್ತೆ, ಇ ಮತ್ತು ಎಫ್ ಬ್ಲಾಕ್, ರಾಮಕೃಷ್ಣನಗರ, ಮೈಸೂರು-೫೭೦ ೦೨೩

೧೩. **ಜಿ.ಎಸ್. ಸದಾಶಿವ** (೧೯೪೦-೨೦೦೭)

ಜನನ : ೧೯೪೦, ಗುಂಡುಮನೆ-ಸಾಗರ(ಶಿವಮೊಗ್ಗ ಜಿಲ್ಲೆ), ಎಂ.ಎ.(ರಾಜ್ಯಶಾಸ್ತ್ರ) ಪತ್ರಕರ್ತ (ನಿ)

ಸಣ್ಣಕಥೆ, ಮಕ್ಕಳ ಸಾಹಿತ್ಯ, ಅನುವಾದ, ಪ್ರಬಂಧ, ಸಂಪಾದಿತ, ಅಂಕಣಬರಹ, ಚಲನಚಿತ್ರ ಸಂಭಾಷಣೆ, (ಸುಧಾ, ಮಯೂರ, ಪ್ರಜಾವಾಣಿ, ಕನ್ನಡಪ್ರಭ ಪತ್ರಿಕೆಗಳಲ್ಲಿ ಉಪಸಂಪಾದಕ-ಸಂಪಾದಕರಾಗಿ ಕೆಲಸ) ಕ್ಷೇತ್ರಗಳಲ್ಲಿ ಕೃತಿಗಳ ಪ್ರಕಟಣೆ. ಪತ್ರಿಕೋದ್ಯಮ ಪ್ರಶಸ್ತಿ, ಶಾಮಸುಂದರ್ ಪ್ರಶಸ್ತಿ, ರಾಜ್ಯೋತ್ಸವ ಪ್ರಶಸ್ತಿ ಇತ್ಯಾದಿ.

೪೯೩, ೬ನೇ ಅಡ್ಡರಸ್ತೆ, ಜೆ.ಪಿ.ನಗರ ೩ನೇ ಹಂತ, ಬೆಂಗಳೂರು-೫೬೦ ೦೭೮

೧೪. **ಶ್ರೀಕಂಠ ಕೂಡಿಗೆ**

ಜನನ : ೧೯೪೭, ಕೂಡಿಗೆ(ಶಿವಮೊಗ್ಗ ಜಿಲ್ಲೆ), ಎಂ.ಎ(ಕನ್ನಡ) ಪಿಎಚ್.ಡಿ. ಪ್ರಾಧ್ಯಾಪಕ (ನಿ)

ಸಣ್ಣಕಥೆ, ವಿಮರ್ಶೆ, ಜಾನಪದ, ಸಂಪಾದಿತ, ಸಂಶೋಧನೆ, ವೈಚಾರಿಕ ಕ್ಷೇತ್ರಗಳಲ್ಲಿ ಕೃತಿಗಳ ಪ್ರಕಟಣೆ. ಜಾನಪದ ತಜ್ಞ ಪ್ರಶಸ್ತಿ, ರಾಜ್ಯ ಸಾಹಿತ್ಯ ಅಕಾಡೆಮಿ ಗೌರವ ಪ್ರಶಸ್ತಿ, ರಾಜ್ಯೋತ್ಸವ ಪ್ರಶಸ್ತಿ ಇತ್ಯಾದಿ.

೧೨, 'ತಕ್ಷಶಿಲಾ' ೩ನೇ ಕ್ರಾಸ್, ಜೇಲುರಸ್ತೆ, ಶಿವಮೊಗ್ಗ-೫೭೭ ೨೦೧

೧೫. **ಬರಗೂರು ರಾಮಚಂದ್ರಪ್ಪ**

ಜನನ : ೧೯೪೭, ಬರಗೂರು-ಶಿರಾ(ತುಮಕೂರು ಜಿಲ್ಲೆ), ಎಂ.ಎ.(ಕನ್ನಡ) ಪ್ರಾಧ್ಯಾಪಕ (ಸ್ವನಿ)

ಸಣ್ಣಕಥೆ, ಕಾವ್ಯ, ಕಾದಂಬರಿ, ನಾಟಕ, ವಿಮರ್ಶೆ, ವಿಚಾರ, ಸಿನೆಮಾ ನಿರ್ದೇಶನ, ಸಂಸ್ಕೃತಿ ಚಿಂತನೆ, ಸಂಪಾದಿತ ಕ್ಷೇತ್ರಗಳಲ್ಲಿ ಕೃತಿಗಳ ಪ್ರಕಟಣೆ. ನಾಡೋಜ ಪ್ರಶಸ್ತಿ, ರಾಜ್ಯ ಸಾಹಿತ್ಯ ಅಕಾಡೆಮಿ ಗೌರವ ಪ್ರಶಸ್ತಿ, ರಾಜ್ಯೋತ್ಸವ ಪ್ರಶಸ್ತಿ, ಕರ್ನಾಟಕ ಸಾಹಿತ್ಯ ಅಕಾಡೆಮಿ ಮತ್ತು ಕನ್ನಡ ಅಭಿವೃದ್ಧಿ ಪ್ರಾಧಿಕಾರ ಇವುಗಳ ಮಾಜಿ ಅಧ್ಯಕ್ಷರು, ವಿಶ್ವವಿದ್ಯಾಲಯದಿಂದ ಗೌರವ ಡಾಕ್ಟರೇಟ್ ಇತ್ಯಾದಿ.

೨೭೫, 'ಸಂವೇದನೆ', ೧೧ನೇ 'ಬಿ' ಕ್ರಾಸ್, ೧೪ನೇ ಮೈನ್, ಜೆ.ಪಿ.ನಗರ, ೨ನೇ ಹಂತ, ಬೆಂಗಳೂರು-೫೬೦ ೦೭೮

೧೬. **ಎಸ್. ದಿವಾಕರ**

ಜನನ : ೧೯೪೬, ಬಿ.ಎ. ಮಲ್ಲಿಗೆ, ಸುಧಾ ಪತ್ರಿಕೆಗಳಲ್ಲಿ ಸಂಪಾದಕರಾಗಿ ಕೆಲಸ, ಚೆನ್ನೈನ ಯುನೈಟೆಡ್ ಸ್ಟೇಟ್ಸ್ ಇನ್‌ಫರ್ಮೇಷನ್ ಸರ್ವಿಸ್‌ನಲ್ಲಿ ಸಂಪಾದಕರಾಗಿ ಸೇವೆ (ನಿ). ಸಣ್ಣಕಥೆ, ವಿಮರ್ಶೆ, ಕಥಾ ಜಗತ್ತು, ಅನುವಾದ, ಸಂಪಾದನೆ ಕ್ಷೇತ್ರಗಳಲ್ಲಿ ಕೃತಿಗಳ ಪ್ರಕಟಣೆ. ರಾಜ್ಯ ಸಾಹಿತ್ಯ ಅಕಾಡೆಮಿ ಪ್ರಶಸ್ತಿ ಇತ್ಯಾದಿ.

೨೧೧, 'ಬಿಂಬ', ೮ನೇ ಮುಖ್ಯರಸ್ತೆ, ೧ನೇ ಅಡ್ಡರಸ್ತೆ, ರಾಯಲ್ ಕೌಂಟಿ ಲೇಔಟ್, ಜೆ.ಪಿ.ನಗರ ೮ನೇ ಹಂತ, ಬೆಂಗಳೂರು-೫೬೦ ೦೮೩

೧೭. **ಜಯಂತ ಕಾಯ್ಕಿಣಿ**

ಜನನ : ೧೯೫೫, ಗೋಕರ್ಣ(ಉ.ಕ.ಜಿಲ್ಲೆ), ಎಂ.ಎಸ್ಸಿ(ಬಯೋಕೆಮಿಸ್ಟ್ರಿ), ಬಯೋಕೆಮಿಸ್ಟ್ (ನಿ)

ಸಣ್ಣಕಥೆ, ಕಾವ್ಯ, ನಾಟಕ, ಅಂಕಣ ಬರಹ, ಚಿತ್ರಗೀತಕಾರ, ಸಂಪಾದಕ, ಟೆಲಿವಿಷನ್ ಸಂದರ್ಶಕ, ಚಿತ್ರಕಥೆ ಸಂಭಾಷಣೆಗಾರ, ಕಲಾ ನಿರ್ದೇಶಕರಾಗಿ ಕೃತಿಗಳ ರಚನೆ. ರಾಜ್ಯ ಸಾಹಿತ್ಯ ಅಕಾಡೆಮಿ ಪುಸ್ತಕ ಬಹುಮಾನಗಳು. ಕಥಾ ರಾಷ್ಟ್ರೀಯ ಪ್ರಶಸ್ತಿ, ಬಿ.ಹೆಚ್.ಶ್ರೀಧರ ಪ್ರಶಸ್ತಿ, ದಿನಕರ ದೇಸಾಯಿ ಪ್ರಶಸ್ತಿ, ರುಜುವಾತು ಟ್ರಸ್ಟ್ ಫೆಲೋಶಿಪ್, ಕುಸುಮಾಗ್ರಜು ರಾಷ್ಟ್ರೀಯ ಸಾಹಿತ್ಯ ಪುರಸ್ಕಾರ, ರಾಜ್ಯ ಸರ್ಕಾರದ ಚಲನಚಿತ್ರ ಪ್ರಶಸ್ತಿ, ಈ ಟಿವಿ ಪ್ರಶಸ್ತಿ, ಫಿಲ್ಮ್ ಫೇರ್ ಪ್ರಶಸ್ತಿ, ಸೌತ್ ಏಷಿಯನ್ ಲಿಟರೇಚರ್ ಡಿ.ಎಸ್.ಸಿ. ಪ್ರಶಸ್ತಿ ಇತ್ಯಾದಿ.

ಇ/೨೦೪, 'ಆದರ್ಶ ಹಿಲ್', ದಯಾನಂದ ಸಾಗರ್ ಕಾಲೇಜ್ ಎದುರು, ಕುಮಾರಸ್ವಾಮಿ ಬಡಾವಣೆ, ಬೆಂಗಳೂರು-೫೬೦ ೦೭೮

೧೮. **ಸಾರಾ ಅಬೂಬಕರ್**

ಜನನ : ೧೯೩೬, ಕಾಸರಗೋಡು (ಕೇರಳ ರಾಜ್ಯ)

ಸಣ್ಣಕಥೆ, ಕಾದಂಬರಿ, ಅನುವಾದ, ಪ್ರವಾಸ ಕಥನ, ನಾಟಕ, ಸಂಕೀರ್ಣ ಕ್ಷೇತ್ರಗಳಲ್ಲಿ ಕೃತಿಗಳ ಪ್ರಕಟಣೆ. ಮಲ್ಲಿಕಾ ಪ್ರಶಸ್ತಿ, ವರ್ಧಮಾನ ಪ್ರಶಸ್ತಿ, ನಾಡೋಜ ಪ್ರಶಸ್ತಿ, ರಾಜ್ಯ ಸಾಹಿತ್ಯ ಅಕಾಡೆಮಿ ಗೌರವ ಪ್ರಶಸ್ತಿ, ರಾಜ್ಯ ಸರ್ಕಾರದ ಅತ್ತಿಮಬ್ಬೆ ಪ್ರಶಸ್ತಿ, ಸಂದೇಶ

ಸಾಹಿತ್ಯ ಪ್ರಶಸ್ತಿ, ರಾಜ್ಯೋತ್ಸವ ಪ್ರಶಸ್ತಿ, ವಿಶ್ವವಿದ್ಯಾಲಯದಿಂದ ಗೌರವ ಡಾಕ್ಟರೇಟ್ ಇತ್ಯಾದಿ.

'ಸೂಕ್ಷ್ಮ ತರಂಗ ನಿಲಯ' ಮಾರ್ಟಿಸ್ ಫಯಾಸ್ ರಸ್ತೆ, ಲಾಲ್‌ಬಾಗ್,
ಮಂಗಳೂರು-೫೭೫ ೦೦೬, ದಕ್ಷಿಣ ಕನ್ನಡ ಜಿಲ್ಲೆ

೧೯. **ರಾಘವೇಂದ್ರ ಪಾಟೀಲ**

ಜನನ : ೧೯೫೧, ಬೆಟಗೇರಿ(ಬೆಳಗಾಂ ಜಿಲ್ಲೆ), ಎಂ.ಎಸ್ಸಿ(ಪ್ರಾಣಿಶಾಸ್ತ್ರ)
ಉಪನ್ಯಾಸಕ (ನಿ)

ಸಣ್ಣಕಥೆ, ಕಾದಂಬರಿ, ವಿಮರ್ಶೆ, ಸಂಪಾದನೆ, ಪ್ರವಾಸ ಕಥನ ಕ್ಷೇತ್ರಗಳಲ್ಲಿ ಕೃತಿಗಳ ಪ್ರಕಟಣೆ. 'ಸಮಾಹಿತ' ನಿಯತಕಾಲಿಕೆಯ ಸಂಪಾದಕ. ಶಿವರಾಮ ಕಾರಂತ ಪ್ರಶಸ್ತಿ, ಚದುರಂಗ ಪ್ರಶಸ್ತಿ, ರಾಜ್ಯ ಸಾಹಿತ್ಯ ಅಕಾಡೆಮಿ ಬಹುಮಾನ, ಕೇಂದ್ರ ಸಾಹಿತ್ಯ ಅಕಾಡೆಮಿ ಪ್ರಶಸ್ತಿ ಇತ್ಯಾದಿ.

'ಮಯಿ', ಫ್ಲಾಟ್ ೫/೩, ೮ನೇ ಕ್ರಾಸ್, ಕಲ್ಯಾಣನಗರ, ಧಾರವಾಡ-೫೮೦ ೦೦೭

೨೦. **ವೈದೇಹಿ**

ಜನನ : ೧೯೪೫, ಕುಂದಾಪುರ(ಉಡುಪಿ ಜಿಲ್ಲೆ), ಬಿ.ಕಾಂ.

ಸಣ್ಣಕಥೆ, ಕಾದಂಬರಿ, ಕಾವ್ಯ, ನಾಟಕ, ಮಕ್ಕಳ ಸಾಹಿತ್ಯ, ಪ್ರಬಂಧ, ನೆನಪುಗಳು ಅನುವಾದ ಕ್ಷೇತ್ರಗಳಲ್ಲಿ ಕೃತಿಗಳ ಪ್ರಕಟಣೆ. ಅನುಪಮಾ ಪ್ರಶಸ್ತಿ, ಎಂ.ಕೆ.ಇಂದಿರಾ ಪ್ರಶಸ್ತಿ, ದೆಹಲಿಯ ಕಥಾ ಪ್ರಶಸ್ತಿ, ಗೀತಾ ದೇಸಾಯಿ ಪ್ರಶಸ್ತಿ, ವರ್ಧಮಾನ ಪ್ರಶಸ್ತಿ, ರಾಜ್ಯ ಸರ್ಕಾರದ ಅತ್ತಿಮಬ್ಬೆ ಪ್ರಶಸ್ತಿ, ಸಂದೇಶ ಪ್ರಶಸ್ತಿ, ರಾಜ್ಯ ಸಾಹಿತ್ಯ ಅಕಾಡೆಮಿ ಗೌರವ ಪ್ರಶಸ್ತಿ, ಕೇಂದ್ರ ಸಾಹಿತ್ಯ ಅಕಾಡೆಮಿ ಪ್ರಶಸ್ತಿ ಇತ್ಯಾದಿ.

'ಇರುವಂತಿಗೆ', ಅನಂತನಗರ ೨ನೇ ಹಂತ, ಮಣಿಪಾಲ,(ಉಡುಪಿ ಜಿಲ್ಲೆ)-೫೭೬ ೧೧೯

೨೧. **ಕೆ.ಸತ್ಯನಾರಾಯಣ**

ಜನನ : ೧೯೫೪, ಕೊಪ್ಪ (ಮಂಡ್ಯ ಜಿಲ್ಲೆ) ಎಂ.ಎ.(ಅರ್ಥಶಾಸ್ತ್ರ), ಐ.ಆರ್.ಎಸ್.
ಪ್ರಧಾನ ಮುಖ್ಯ ಆಯುಕ್ತ (ನಿ)

ಸಣ್ಣಕಥೆ, ಕಿರುಗತೆ, ಕಾದಂಬರಿ, ಪ್ರಬಂಧ, ವಿಮರ್ಶೆ, ವ್ಯಕ್ತಿಚಿತ್ರ, ಆತ್ಮಚರಿತ್ರೆ, ಅಂಕಣ ಬರಹ, ಪ್ರವಾಸ ಕಥನ ಕ್ಷೇತ್ರಗಳಲ್ಲಿ ಕೃತಿಗಳ ಪ್ರಕಟಣೆ. ಮಾಸ್ತಿ ಪ್ರಶಸ್ತಿ, ರಾಗೌ ಕಥಾ ಪ್ರಶಸ್ತಿ, ರಾಜ್ಯ ಸಾಹಿತ್ಯ ಅಕಾಡೆಮಿ ಬಹುಮಾನಗಳು, ಎಂ.ವಿ.ಸೀ ಪ್ರಶಸ್ತಿ, ಚಡಗ ಪ್ರಶಸ್ತಿ, ಬಿ.ಎಚ್.ಶ್ರೀಧರ ಪ್ರಶಸ್ತಿ, ವಿಶ್ವೇಶ್ವರಯ್ಯ ಪ್ರಶಸ್ತಿ, ವಿಶ್ವವಿದ್ಯಾಲಯದಿಂದ ಗೌರವ ಡಾಕ್ಟರೇಟ್ ಇತ್ಯಾದಿ.

೯, 'ಪ್ರಕೃತಿ', ೧೩ನೇ ಮುಖ್ಯರಸ್ತೆ, ೬ನೇ ಕ್ರಾಸ್, ಆರ್.ಕೆ.ಲೇಔಟ್, ಪದ್ಮನಾಭನಗರ,
ಬೆಂಗಳೂರು-೫೬೦ ೦೭೦

೨೨. **ವಿವೇಕ ಶಾನಭಾಗ**

ಜನನ : ೧೯೬೨, ಶಿರಸಿ(ಉ.ಕ.ಜಿಲ್ಲೆ), ಬಿ.ಇ. ಇಂಜಿನಿಯರ್

ಸಣ್ಣಕಥೆ, ನಾಟಕ, ಕಾದಂಬರಿ, ಸಂಪಾದಿತ ಕ್ಷೇತ್ರಗಳಲ್ಲಿ ಕೃತಿಗಳ ಪ್ರಕಟಣೆ. 'ದೇಶಕಾಲ' ನಿಯತಕಾಲಿಕೆಯ ಸಂಪಾದಕ. ದೆಹಲಿಯ ಕಥಾ ಪ್ರಶಸ್ತಿ, ಗೌರೀಶ ಕಾಯ್ಕಿಣಿ ಪ್ರಶಸ್ತಿ, ಶಿವರಾಮ ಕಾರಂತ ಪ್ರಶಸ್ತಿ ಇತ್ಯಾದಿ.

ಡಿ–೧, ವಿಕ್ಟೋರಿಯನ್ ವಿಲ್ಲಾ, ಅಲೆಕ್ಸಾಂಡ್ರಿಯಾ ರಸ್ತೆ, ರಿಚ್‌ಮಂಡ್ ಟೌನ್,
ಬೆಂಗಳೂರು–೫೬೦ ೦೨೫

೨೩. **ನೇಮಿಚಂದ್ರ**

ಜನನ : ೧೯೫೯, ಚಿತ್ರದುರ್ಗ, ಎಂ.ಇ.ಎಂ.ಎಸ್. ಪದವಿ,
ಬೆಂಗಳೂರಿನ ಎಚ್.ಎ.ಎಲ್‌ನಲ್ಲಿ (ನಿ)

ಸಣ್ಣಕಥೆ, ವ್ಯಕ್ತಿಚಿತ್ರ, ಪ್ರವಾಸ ಕಥನ, ಜೀವನ ಚರಿತ್ರೆ, ಪ್ರಬಂಧ, ವಿಜ್ಞಾನ ಕೃತಿ, ಕ್ಷೇತ್ರಗಳಲ್ಲಿ ಕೃತಿಗಳ ಪ್ರಕಟಣೆ. ಆರ್ಯಭಟ ಪ್ರಶಸ್ತಿ, ರಾಜ್ಯ ಸಾಹಿತ್ಯ ಅಕಾಡೆಮಿ ಪ್ರಶಸ್ತಿ ಇತ್ಯಾದಿ.

೪೦೧, ವಿಜಯ ಟವರ್, ೨ಮೇ ಮುಖ್ಯರಸ್ತೆ, ಆರ್.ಪಿ.ಸಿ. ಲೇಔಟ್, ವಿಜಯನಗರ ೨ನೇ ಹಂತ, ಹಂಪಿನಗರ, ಬೆಂಗಳೂರು–೫೬೦ ೧೦೪

೨೪. **ಚೆನ್ನಣ್ಣ ವಾಲೀಕಾರ**

ಜನನ : ೧೯೪೩, ಶಂಕರವಾಡಿ(ಗುಲಬರ್ಗ ಜಿಲ್ಲೆ) ಎಂ.ಎ.(ಕನ್ನಡ) ಪಿಎಚ್.ಡಿ. ಪ್ರಾಧ್ಯಾಪಕ(ನಿ)

ಸಣ್ಣಕಥೆ, ಕಾವ್ಯ, ನಾಟಕ, ದಪ್ಪಿನಾಟಕ, ವಿಮರ್ಶೆ, ಜಾನಪದ ಕ್ಷೇತ್ರಗಳಲ್ಲಿ ಕೃತಿಗಳ ಪ್ರಕಟಣೆ. ಜಾನಪದ ತಜ್ಞ ಪ್ರಶಸ್ತಿ, ಜಾನಪದ ಮತ್ತು ಯಕ್ಷಗಾನ ಅಕಾಡೆಮಿ ಪ್ರಶಸ್ತಿ, ರಾಜ್ಯ ನಾಟಕ ಅಕಾಡೆಮಿ ಬಹುಮಾನ, ರಾಜ್ಯ ಸಾಹಿತ್ಯ ಅಕಾಡೆಮಿ ಗೌರವ ಪ್ರಶಸ್ತಿ, ರಾಜ್ಯೋತ್ಸವ ಪ್ರಶಸ್ತಿ ಇತ್ಯಾದಿ.

೧೨೦, ಎಲ್.ಪಿ.ಜಿ, ಬಡೇಪುರ ಕಾಲೋನಿ, ವಿಶ್ವವಿದ್ಯಾಲಯ ರಸ್ತೆ,
ಗುಲ್ಬರ್ಗ–೫೮೫ ೧೦೫

೨೫. **ಕುಂ.ವೀರಭದ್ರಪ್ಪ**

ಜನನ : ೧೯೫೩, ಕೊಟ್ಟೂರು (ಬಳ್ಳಾರಿ ಜಿಲ್ಲೆ) ಎಂ.ಎ. (ಕನ್ನಡ) ಶಿಕ್ಷಕರು(ನಿ)

ಸಣ್ಣಕಥೆ, ಕಾವ್ಯ, ಕಾದಂಬರಿ, ಜೀವನಚರಿತ್ರೆ, ಆತ್ಮಕಥನ, ಅನುವಾದ, ವಿಮರ್ಶೆ, ಸಂಪಾದಿತ ಕ್ಷೇತ್ರಗಳಲ್ಲಿ ಕೃತಿಗಳ ಪ್ರಕಟಣೆ. ರಾಜ್ಯ ಸಾಹಿತ್ಯ ಅಕಾಡೆಮಿ ಗೌರವ ಪ್ರಶಸ್ತಿ, ವರ್ಧಮಾನ ಪ್ರಶಸ್ತಿ, ಮುದ್ದಣ ಪ್ರಶಸ್ತಿ, ರಾಜ್ಯೋತ್ಸವ ಪ್ರಶಸ್ತಿ, ಚದುರಂಗ ಪ್ರಶಸ್ತಿ, ಲಂಕೇಶ್ ಪ್ರಶಸ್ತಿ, ಕೇಂದ್ರ ಸಾಹಿತ್ಯ ಅಕಾಡೆಮಿ ಪ್ರಶಸ್ತಿ ಇತ್ಯಾದಿ.

'ಅನ್ನಪೂರ್ಣ', ಪೊಲೀಸ್ ಠಾಣೆ ಹತ್ತಿರ, ಕೊಟ್ಟೂರು(ಬಳ್ಳಾರಿ ಜಿಲ್ಲೆ)–೫೮೩ ೧೩೪, ಬಳ್ಳಾರಿ ಜಿಲ್ಲೆ

೨೬. **ಬಿ.ಟಿ.ಲಲಿತಾನಾಯಕ್**

ಜನನ : ೧೯೪೫, ತಂಗಲಿ ತಾಂಡಾ, (ಚಿಕ್ಕಮಗಳೂರು ಜಿಲ್ಲೆ) ಹಿಂದಿ ವಿಶಾರದ

ಸಣ್ಣಕಥೆ, ಕಾವ್ಯ, ಕಾದಂಬರಿ, ರೇಡಿಯೋ ನಾಟಕ, ಮಕ್ಕಳ ಸಾಹಿತ್ಯ, ಸಂಕೀರ್ಣ ಕ್ಷೇತ್ರಗಳಲ್ಲಿ ಕೃತಿಗಳ ಪ್ರಕಟಣೆ. ಮಾಜಿ ಶಾಸಕಿ ಹಾಗೂ ಸಚಿವೆ, ಮಾಜಿ ವಿಧಾನ ಪರಿಷತ್ ಸದಸ್ಯರು, ಲಂಬಾಣಿ ಸೇವಾ ಸಂಘದ ಅಧ್ಯಕ್ಷರು, ಸಮಾಜ ಸೇವಕಿ, ನಗರ ಜಿಲ್ಲಾ ಕನ್ನಡ ಸಾಹಿತ್ಯ ಸಮ್ಮೇಳನದ ಅಧ್ಯಕ್ಷರು, ರಾಜ್ಯ ಸಾಹಿತ್ಯ ಅಕಾಡೆಮಿ ಪ್ರಶಸ್ತಿ, ರಾಜ್ಯ ಸರ್ಕಾರದ ಅತ್ತಿಮಬ್ಬೆ ಪ್ರಶಸ್ತಿ, ವಿಶ್ವವಿದ್ಯಾಲಯದಿಂದ ಗೌರವ ಡಾಕ್ಟರೇಟ್ ಇತ್ಯಾದಿ.

೨೨, ೧ನೇ ಮುಖ್ಯರಸ್ತೆ, ೨ನೇ ಅಡ್ಡರಸ್ತೆ, ನ್ಯಾಯಾಧೀಶರ ಬಡಾವಣೆ, ಸಂಜಯನಗರ, ಆರ್.ಎಂ.ವಿ. ೨ನೇ ಹಂತ, ಬೆಂಗಳೂರು–೫೬೦ ೦೯೪

೨೭. **ಬೊಳುವಾರು ಮಹಮದ್ ಕುಂಞ**

ಜನನ : ೧೯೫೧, ಬೊಳುವಾರು–ಪುತ್ತೂರು(ದ.ಕ.ಜಿಲ್ಲೆ), ಎಂ.ಎ(ಕನ್ನಡ) ಬ್ಯಾಂಕ್ ಅಧಿಕಾರಿ (ನಿ)

ಸಣ್ಣಕಥೆ, ಕಾದಂಬರಿ, ನಾಟಕ, ಮಕ್ಕಳ ಸಾಹಿತ್ಯ, ಸಂಪಾದಿತ ಕ್ಷೇತ್ರಗಳಲ್ಲಿ ಕೃತಿಗಳ ಪ್ರಕಟಣೆ. ದೆಹಲಿ ಕಥಾ ಪ್ರಶಸ್ತಿ, ರಾಜ್ಯ ಸಾಹಿತ್ಯ ಅಕಾಡೆಮಿ ಗೌರವ ಪ್ರಶಸ್ತಿ, ಕೇಂದ್ರ ಸಾಹಿತ್ಯ ಅಕಾಡೆಮಿ ಬಾಲಸಾಹಿತ್ಯ ಪ್ರಶಸ್ತಿ, ರಾಜ್ಯೋತ್ಸವ ಪ್ರಶಸ್ತಿ ಇತ್ಯಾದಿ.

'ಮೋನು', ಬಿ–೪–೦೬, ಕಾವೇರಿ ಬ್ಲಾಕ್, ರಾಷ್ಟ್ರೀಯ ಕ್ರೀಡಾ ಗ್ರಾಮ, ಕೋರಮಂಗಲ, ಬೆಂಗಳೂರು–೫೬೦ ೦೪೭

೨೮. **ಕರೀಗೌಡ ಬೀಚನಹಳ್ಳಿ**

ಜನನ : ೧೯೫೧, ಬೀಚನಹಳ್ಳಿ(ತುಮಕೂರು ಜಿಲ್ಲೆ), ಎಂ.ಎ(ಕನ್ನಡ), ಪಿಎಚ್.ಡಿ., ಡಿ.ಲಿಟ್(ಸಂಶೋಧನೆ) ಪ್ರಾಧ್ಯಾಪಕ, ಯುಜಿಸಿ ಎಮಿರಿಟಸ್ ಫೆಲೋ (ನಿ)

ಸಣ್ಣಕಥೆ, ಕಾದಂಬರಿ, ನಾಟಕ, ವಿಮರ್ಶೆ, ಸಂಶೋಧನೆ, ನಾಟಕ, ಅನುವಾದ, ಸಂಪಾದನೆ, ವಿಶ್ವಕೋಶ, ವಾಚಿಕೆ ಕ್ಷೇತ್ರಗಳಲ್ಲಿ ಕೃತಿಗಳ ಪ್ರಕಟಣೆ. ಪ್ರಜಾವಾಣಿ ಕಥಾ ಸ್ಪರ್ಧೆ ಬಹುಮಾನ, ಶ್ರೀಕಷ್ಣ ಆಲನಹಳ್ಳಿ ಕಥಾ ಸ್ಪರ್ಧೆ ಬಹುಮಾನ, ಆರ್ಯಭಟ ಪ್ರಶಸ್ತಿ, ವಿ.ಎಂ.ಇನಾಂದಾರ್ ವಿಮರ್ಶಾ ಪ್ರಶಸ್ತಿ, ರಾಗೌ ಕಥಾ ಪ್ರಶಸ್ತಿ, ಭಾರತೀಸುತ ಕಾದಂಬರಿ ಪ್ರಶಸ್ತಿ, ಸೂವೆಂ.ಆರಗ ವಿಮರ್ಶಾ ಪ್ರಶಸ್ತಿ, ನಾಡಚೇತನ ಪ್ರಶಸ್ತಿ, ನಾಡಪ್ರಭು ಕೆಂಪೇಗೌಡ ಪ್ರಶಸ್ತಿ, ಕರ್ನಾಟಕ ಸಾಹಿತ್ಯ ಅಕಾಡೆಮಿಯ ಸಾಹಿತ್ಯ ಶ್ರೀ ಗೌರವ ಪ್ರಶಸ್ತಿ ಇತ್ಯಾದಿ.

೧೦೪, 'ಪ್ರಕೃತಿ', ೩ನೇ ಮುಖ್ಯರಸ್ತೆ, ೪ನೇ ಅಡ್ಡರಸ್ತೆ, ಎಂ.ಪಿ.ಎಂ. ಬಡಾವಣೆ, ಮಲ್ಲತ್ತಹಳ್ಳಿ, ಬೆಂಗಳೂರು–೫೬೦ ೦೫೬

೨೯. **ನಟರಾಜ್ ಹುಳಿಯಾರ್**

ಜನನ : ೧೯೬೨, ಹುಳಿಯಾರು(ತುಮಕೂರು ಜಿಲ್ಲೆ), ಎಂ.ಎ(ಇಂಗ್ಲಿಷ್), ಪಿಎಚ್.ಡಿ. ಪ್ರಾಧ್ಯಾಪಕ

ಸಣ್ಣಕಥೆ, ಕಾವ್ಯ, ಕಾದಂಬರಿ, ವಿಮರ್ಶೆ, ಸಂಶೋಧನೆ, ಸಂಪಾದನೆ, ಅನುವಾದ, ನಾಟಕ, ಸಂಕೀರ್ಣ ಕ್ಷೇತ್ರಗಳಲ್ಲಿ ಕೃತಿಗಳ ಪ್ರಕಟಣೆ. ಶಿವರಾಮ ಕಾರಂತ ಪ್ರಶಸ್ತಿ, ದೆಹಲಿಯ ಕಥಾ ಪ್ರಶಸ್ತಿ, ಇನಾಂದಾರ್ ವಿಮರ್ಶಾ ಪ್ರಶಸ್ತಿ, ನಾಡಚೇತನ ಪ್ರಶಸ್ತಿ, ಬುದ್ಧ ಪ್ರಶಸ್ತಿ, ರಾಜ್ಯ ಸಾಹಿತ್ಯ ಅಕಾಡೆಮಿಯ ಸಾಹಿತ್ಯ ಶ್ರೀ ಗೌರವ ಪ್ರಶಸ್ತಿ ಇತ್ಯಾದಿ.

ಕನ್ನಡ ಅಧ್ಯಯನ ಕೇಂದ್ರ, ಬೆಂಗಳೂರು ವಿಶ್ವವಿದ್ಯಾಲಯ, ಜ್ಞಾನಭಾರತಿ,
ಬೆಂಗಳೂರು-೫೬೦ ೦೫೬

೩೦. **ಫಕೀರ್ ಮಹಮದ್ ಕಟ್ಪಾಡಿ**

ಜನನ : ೧೯೪೯, ಬಾರಕೂರು(ಉಡುಪಿ ಜಿಲ್ಲೆ), ಬಿ.ಕಾಂ. ಬ್ಯಾಂಕ್ ಅಧಿಕಾರಿ (ನಿ)
ಸಣ್ಣ ಕಥೆ, ಕಾದಂಬರಿ, ಅನುವಾದ, ವಿಚಾರ ಕ್ಷೇತ್ರಗಳಲ್ಲಿ ಕೃತಿಗಳ ಪ್ರಕಟಣೆ. ದೆಹಲಿಯ ಕಥಾ ಪ್ರಶಸ್ತಿ, ರಾಜ್ಯೋತ್ಸವ ಪ್ರಶಸ್ತಿ, ರಾಜ್ಯ ಸಾಹಿತ್ಯ ಅಕಾಡೆಮಿಯ ಸಾಹಿತ್ಯ ಶ್ರೀ ಗೌರವ ಪ್ರಶಸ್ತಿ ಇತ್ಯಾದಿ.

೫, 'ಜೈನಬ್ ಅಮೀನ್', ೧ನೇ ಮುಖ್ಯರಸ್ತೆ, ಚಿನ್ನಣ್ಣ ಬಡಾವಣೆ, ಕಾವಲ ಬೈರಸಂದ್ರ, ಆರ್.ಟಿ.ನಗರ, ಬೆಂಗಳೂರು-೫೬೦ ೦೩೨

೩೧. **ಮೊಗಳ್ಳಿ ಗಣೇಶ್**

ಜನನ : ೧೯೬೨, ಸಂತೆಮೊಗೇನಹಳ್ಳಿ(ರಾಮನಗರ ಜಿಲ್ಲೆ), ಎಂ.ಎ.(ಅರ್ಥಶಾಸ್ತ್ರ), ಎಂ.ಎ (ಜಾನಪದ), ಪಿಎಚ್.ಡಿ. ಪ್ರಾಧ್ಯಾಪಕ
ಸಣ್ಣಕಥೆ, ಕಾವ್ಯ, ಕಾದಂಬರಿ, ಸಂಶೋಧನೆ, ಜಾನಪದ, ವೈಚಾರಿಕ, ವಿಮರ್ಶೆ, ಪ್ರಬಂಧ, ಸಂಪಾದನೆ ಕ್ಷೇತ್ರಗಳಲ್ಲಿ ಕೃತಿಗಳ ಪ್ರಕಟಣೆ. ಹಾವನೂರು ಪ್ರಶಸ್ತಿ, ವಿಶ್ವೇಶ್ವರಯ್ಯ ಪ್ರಶಸ್ತಿ, ದಿನಕರ ದೇಸಾಯಿ ಪ್ರಶಸ್ತಿ, ದಹಲಿಯ ಕಥಾ ಪ್ರಶಸ್ತಿ, ಬೆಸಗರಹಳ್ಳಿ ರಾಮಣ್ಣ ಕಥಾ ಪ್ರಶಸ್ತಿ, ಶ್ರೀಧರ ಪ್ರಶಸ್ತಿ, ಕಡೆಂಗೋಡ್ಲು ಪ್ರಶಸ್ತಿ, ರಾಜ್ಯ ಸಾಹಿತ್ಯ ಅಕಾಡೆಮಿ ಗೌರವ ಪ್ರಶಸ್ತಿ ಇತ್ಯಾದಿ.

ಜಾನಪದ ಅಧ್ಯಯನ ವಿಭಾಗ, ಕನ್ನಡ ವಿಶ್ವವಿದ್ಯಾಲಯ, ಹಂಪಿ,
ವಿದ್ಯಾರಣ್ಯ(ಬಳ್ಳಾರಿ ಜಿಲ್ಲೆ)-೫೮೩ ೨೭೬

೩೨. **ಬಿ.ಟಿ.ಜಾಹ್ನವಿ**

ಜನನ : ೧೯೬೩, ಬೆಂಗಳೂರು, ಬಿ.ಎ.(ಇಂಗ್ಲಿಷ್) ಗ್ರಾಮ ಪಂಚಾಯ್ತಿ ಮಾಜಿ ಸದಸ್ಯೆ.
ಸಣ್ಣಕಥೆ, ಅಂಕಣ ಬರಹ ಕ್ಷೇತ್ರಗಳಲ್ಲಿ ಕೃತಿ-ಬರಹಗಳ ರಚನೆ. ಸರ್.ಎಂ. ವಿಶ್ವೇಶ್ವರಯ್ಯ ಪ್ರಶಸ್ತಿ, ನಾಡಚೇತನ ಪ್ರಶಸ್ತಿ, ವನಿತಾ ಸಾಹಿತ್ಯ ಶ್ರೀ ಪ್ರಶಸ್ತಿ, ರಾಜ್ಯೋತ್ಸವ ಪ್ರಶಸ್ತಿ, ಇತ್ಯಾದಿ.

೨೦೦೦/೩೫, 'ಮಾತೃಛಾಯಾ', ೩ನೇ ಮುಖ್ಯರಸ್ತೆ, ೧೧ನೇ ತಿರುವು,
ತರಳಬಾಳು ಬಡಾವಣೆ, ದಾವಣಗೆರೆ-೫೭೭ ೦೦೫

೩೩. **ಅಮರೇಶ ನುಗಡೋಣಿ**

ಜನನ : ೧೯೬೦, ನುಗಡೋಣಿ(ರಾಯಚೂರು ಜಿಲ್ಲೆ), ಎಂ.ಎ.(ಕನ್ನಡ), ಪಿಎಚ್.ಡಿ. ಪ್ರಾಧ್ಯಾಪಕ

ಸಣ್ಣಕಥೆ, ಕಾದಂಬರಿ, ವಿಮರ್ಶೆ, ಸಂಶೋಧನೆ, ಸಂಪಾದನೆ, ಆತ್ಮಕಥೆ ಕ್ಷೇತ್ರಗಳಲ್ಲಿ ಕೃತಿಗಳ ಪ್ರಕಟಣೆ. ವರ್ಧಮಾನ ಪ್ರಶಸ್ತಿ, ವಿಶ್ವೇಶ್ವರಯ್ಯ ಪ್ರಶಸ್ತಿ, ಕಾವ್ಯಾನಂದ ಪ್ರಶಸ್ತಿ, ಬಸವರಾಜ ಕಟ್ಟೀಮನಿ ಪ್ರಶಸ್ತಿ, ಜಯತೀರ್ಥ ರಾಜಪುರೋಹಿತ ಕಥಾ ಪ್ರಶಸ್ತಿ, ರಾಜ್ಯ ಸಾಹಿತ್ಯ ಅಕಾಡೆಮಿ ಗೌರವ ಪ್ರಶಸ್ತಿ ಇತ್ಯಾದಿ.

ಕನ್ನಡ ಸಾಹಿತ್ಯ ವಿಭಾಗ, ಕನ್ನಡ ವಿಶ್ವವಿದ್ಯಾಲಯ, ಹಂಪಿ,
ವಿದ್ಯಾರಣ್ಯ(ಬಳ್ಳಾರಿ ಜಿಲ್ಲೆ)–೫೮೩ ೨೭೬

ಇ೪. **ಜಯಪ್ರಕಾಶ ಮಾವಿನಕುಳಿ**

ಜನನ : ೧೯೫೧, ಸಾಗರ(ಶಿವಮೊಗ್ಗ ಜಿಲ್ಲೆ) ಎಂ.ಎ(ಕನ್ನಡ), ಪಿಎಚ್.ಡಿ. ಪ್ರಾಧ್ಯಾಪಕ (ನಿ)

ಸಣ್ಣಕಥೆ, ಕಾವ್ಯ, ಕಾದಂಬರಿ, ನಾಟಕ, ವಿಮರ್ಶೆ, ಸಂಪಾದನೆ ಕ್ಷೇತ್ರಗಳಲ್ಲಿ ಕೃತಿಗಳ ಪ್ರಕಟಣೆ, ಗೊರೂರು ಪ್ರತಿಷ್ಠಾನ ಪ್ರಶಸ್ತಿ, ಆರ್ಯಭಟ ಪ್ರಶಸ್ತಿ, ರಾಜ್ಯ ಸಾಹಿತ್ಯ ಅಕಾಡೆಮಿ ಪುಸ್ತಕ ಬಹುಮಾನ, ವಿಶ್ವೇಶ್ವರಯ್ಯ ಪ್ರಶಸ್ತಿ, ಕಡೆಂಗೋಡ್ಲು ಪ್ರಶಸ್ತಿ, ಮುದ್ದಣ ಪ್ರಶಸ್ತಿ, ಉಗ್ರಾಣ ಪ್ರಶಸ್ತಿ ಇತ್ಯಾದಿ.

'ಪಂಚಮಿ', ಕಾಲೇಜ್ ರಸ್ತೆ, ಕಾರ್ಕಳ (ಉಡುಪಿ ಜಿಲ್ಲೆ)–೫೭೪ ೧೦೪

ಇ೫. **ರಾಜಶೇಖರ ಹತಗುಂದಿ**

ಜನನ : ೧೯೬೬, ಹತಗುಂದಿ(ಗುಲ್ಬರ್ಗ ಜಿಲ್ಲೆ), ಎಂ.ಎ(ಕನ್ನಡ), ಪತ್ರಕರ್ತ

ಸಣ್ಣಕಥೆ, ಪ್ರವಾಸಕಥನ, ಸಂಪಾದಿತ, ಪತ್ರಿಕೋದ್ಯಮ ಕ್ಷೇತ್ರಗಳಲ್ಲಿ ಕೃತಿಗಳ ಪ್ರಕಟಣೆ. 'ಅಗ್ನಿ' ಪತ್ರಿಕೆಯ ಮಾಜಿ ಸಂಪಾದಕ. ಪ್ರಜಾವಾಣಿ ಕಥಾಸ್ಪರ್ಧೆ ಬಹುಮಾನ, ಜಯತೀರ್ಥ ರಾಜಪುರೋಹಿತ ಕಥಾ ಪ್ರಶಸ್ತಿ ಇತ್ಯಾದಿ.

ಗೌರವ ಕಾರ್ಯದರ್ಶಿ, ಕನ್ನಡ ಸಾಹಿತ್ಯ ಪರಿಷತ್, ಚಾಮರಾಜಪೇಟೆ,
ಬೆಂಗಳೂರು–೫೬೦ ೦೧೮

ಇ೬. **ಕಲಿಗಣನಾಥ ಗುಡದೂರ**

ಜನನ : ೧೯೭೪, ಸಿಂಧನೂರು–ಗುಡದೂರು(ರಾಯಚೂರು ಜಿಲ್ಲೆ), ಎಂ.ಎ(ಇಂಗ್ಲಿಷ್), ಅಧ್ಯಾಪನ, ಪತ್ರಕರ್ತ

ಸಣ್ಣಕಥೆ ಕ್ಷೇತ್ರದಲ್ಲಿ ನಾಲ್ಕು ಕಥಾ ಸಂಕಲನಗಳ ಪ್ರಕಟಣೆ. ಪ್ರಜಾವಾಣಿ, ಕನ್ನಡಪ್ರಭ, ಸಂಕ್ರಾಂತಿ, ವಿಕ್ರಾಂತ ಕರ್ನಾಟಕ, ಸಂಕ್ರಾಂತಿ ಕಥಾಸ್ಪರ್ಧೆಗಳಲ್ಲಿ ಬಹುಮಾನಗಳು. ಮೇವುಂಡಿ ಮಲ್ಲಾರಿ, ಪಾಪು, ಜಯತೀರ್ಥ ರಾಜಪುರೋಹಿತ, ದು.ನಂ. ಬೆಳಗಲಿ, ಗಡಿನಾಡು ಕನ್ನಡ ಸಾಹಿತ್ಯ ಪರಿಷತ್ ಮುಂತಾದ ಕಥಾಸ್ಪರ್ಧೆಗಳಲ್ಲಿ ಬಹುಮಾನ, ಪುರಸ್ಕಾರಗಳು.

ಗುಡದೂರು, ಮಸ್ಕಿ ತಾಲ್ಲೂಕು, ರಾಯಚೂರು ಜಿಲ್ಲೆ–೫೮೪ ೧೨೪

ಇ೭. **ಮಲ್ಲಿಕಾರ್ಜುನ ಹಿರೇಮಠ**

ಜನನ : ೧೯೪೬, ಬಿಸರಹಳ್ಳಿ(ಕೊಪ್ಪಳ ಜಿಲ್ಲೆ), ಎಂ.ಎ(ಇಂಗ್ಲಿಷ್), ಕಾಲೇಜಿನ ಪ್ರಾಚಾರ್ಯರು(ನಿ)

ಸಣ್ಣಕಥೆ, ಕಾವ್ಯ, ಕಾದಂಬರಿ, ವಿಮರ್ಶೆ, ಪ್ರವಾಸಕಥನ, ಸಂಪಾದಿತ ಕ್ಷೇತ್ರಗಳಲ್ಲಿ ಕೃತಿಗಳ ಪ್ರಕಟಣೆ. ಮುದ್ದಣ ಪ್ರಶಸ್ತಿ, ಹಾವನೂರು ಪ್ರಶಸ್ತಿ, ರಾಜ್ಯ ಸಾಹಿತ್ಯ ಅಕಾಡೆಮಿ ಗೌರವ ಪ್ರಶಸ್ತಿ ಇತ್ಯಾದಿ.

೨೮, 'ಚೈತನ್ಯ', ೧ನೇ ಮುಖ್ಯರಸ್ತೆ, ಚನ್ನಬಸವೇಶ್ವರನಗರ, ಧಾರವಾಡ–೫೮೦ ೦೦೭

೩೮. **ಶ್ರೀಧರ ಬಳಗಾರ**

ಜನನ : ೧೯೫೮, ಬಳಗಾರ–ಕುಮಟಾ(ಉ.ಕ.ಜಿಲ್ಲೆ),

ಎಂ.ಎ.(ಇಂಗ್ಲಿಷ್), ಉಪನ್ಯಾಸಕ(ನಿ)

ಸಣ್ಣಕಥೆ, ಕಾದಂಬರಿ, ಅಂಕಣ ಬರಹ ಕ್ಷೇತ್ರಗಳಲ್ಲಿ ಕೃತಿ ರಚನೆ. ರಾಜ್ಯ ಸಾಹಿತ್ಯ ಅಕಾಡೆಮಿ ಬಹುಮಾನ, ಅನಂತಮೂರ್ತಿ ಕಥಾ ಪ್ರಶಸ್ತಿ, ವರ್ಧಮಾನ ಪ್ರಶಸ್ತಿ, ಬೆಸಗರಹಳ್ಳಿ ರಾಮಣ್ಣ ಕಥಾ ಪ್ರಶಸ್ತಿ, ಅಮ್ಮ ಸಾಹಿತ್ಯ ಪುರಸ್ಕಾರ ಇತ್ಯಾದಿ.

'ಸನ್ನಿಧಿ', ೩ನೇ ಅಡ್ಡರಸ್ತೆ, ವಿವೇಕನಗರ, ಕುಮಟಾ, (ಉತ್ತರ ಕನ್ನಡ ಜಿಲ್ಲೆ)–೫೮೧ ೩೪೩

೩೯. **ಹೆಚ್. ನಾಗವೇಣಿ**

ಜನನ : ೧೯೬೨, ಹೊನ್ನಕಟ್ಟೆ(ಮಂಗಳೂರು), ಎಂ.ಲಿಬ್.ಎಸ್ಸಿ, ಪಿಎಚ್.ಡಿ, ಮುಖ್ಯ ಗ್ರಂಥಪಾಲಕಿ(ನಿ)

ಸಣ್ಣಕಥೆ, ಕಾದಂಬರಿ, ವ್ಯಕ್ತಿಚಿತ್ರ, ಪ್ರಬಂಧ ಮುಂತಾದ ಕ್ಷೇತ್ರಗಳಲ್ಲಿ ಕೃತಿಗಳ ಪ್ರಕಟಣೆ. ರತ್ನಮ್ಮ ಹೆಗ್ಗಡೆ ಪ್ರಶಸ್ತಿ, ಆರ್ಯಭಟ ಪ್ರಶಸ್ತಿ, ರಾಜ್ಯ ಸಾಹಿತ್ಯ ಅಕಾಡೆಮಿ ಗೌರವ ಪ್ರಶಸ್ತಿ ಮುಂತಾದ ಪ್ರಶಸ್ತಿಗಳು ಹಾಗೂ ಪುರಸ್ಕಾರಗಳು. ಕಲ್ಕತ್ತ ರಾಷ್ಟ್ರೀಯ ಗ್ರಂಥಾಲಯ, ಹಂಪಿ, ಕನ್ನಡ ವಿಶ್ವವಿದ್ಯಾಲಯ ಗ್ರಂಥಾಲಯಗಳಲ್ಲಿ ಸೇವೆ.

ಸುಧಾ ಕ್ಲಿನಿಕ್, ಕಮಲಾಪುರ, ಹೊಸಪೇಟೆ ತಾಲ್ಲೂಕು, ಬಳ್ಳಾರಿ ಜಿಲ್ಲೆ–೫೮೩ ೨೨೧

***